Văn-Học Miền Nam 1954-1975
Tổng-quan

Văn Học Miền Nam 1954-1975
Tổng quan
Nhận định, biên khảo và thư tịch

Bìa: Khánh Trường
Trình bày: **Nguyễn Thành**
Nhân Ảnh Xuất Bản **2019**
ISBN: 9781927781975

Nguyễn Vy Khanh

Văn Học Miền Nam 1954-1975
nhận-định, biên-khảo và thư-tịch

*[Literature in South Vietnam 1954-1975:
Essay, Study and Bibliographical Work]*

Quyển Thượng
Tổng Quan

In lần thứ ba

San Jose
Nhân Ảnh
2019

NGUYÊN, Vy Khanh, 1951-

Văn Học Miền Nam 1954-1975: nhận-định, biên-khảo và thư-tịch [Literature in South Vietnam 1954-1975: Essay, Study and Bibliographical Work] / Vy Khanh Nguyên.

Included bibliographical references.

1. Vietnamese literature -- 20th century -- History and criticism. 2. Criticism, interpretation, etc

Volume 1 - Third Edition 2019

Cover: Khánh Trường

Mục lục

Quyển Thượng: Tổng Quan

Dẫn nhập

Các giai-đoạn văn-học

Các nhóm văn-nghệ: Sáng Tạo - Chỉ Đạo - Quan Điểm - Đại Học – Tư Tưởng, Vạn Hạnh - Bách Khoa - Nhân Loại – Tinh Việt Văn-đoàn – Văn Hóa Ngày Nay – Các nhóm "hiện-đại" - Thái Độ – Hành Trình, Đất Nước - Trình Bầy – Ý Thức, v.v.

Những người viết trẻ

Sứ mạng văn-nghệ

Văn-nghệ "hôm nay" - hiện sinh - dấn thân - viễn mơ

Văn-học chiến-tranh

Văn-chương phản-kháng, phản-chiến, hiếu chiến, mơ ước hòa-bình và Mác-xít

Ngôn-ngữ và kỹ thuật văn-chương

Một số hiện-tượng văn-học

Miền Nam lục-tỉnh: Hồ Biểu Chánh, Phạm Thái, Thẩm Thệ Hà, Ngọc Linh, Vương Hồng Sển, Phạm Công Thiện, Thanh Việt Thanh, Phương Triều, Đông Hồ, ...

Ấn phẩm xám

Văn-học & ảnh-hưởng tôn giáo

Văn-học chiến-tranh

Tiểu-thuyết chiến-tranh

Tiểu-thuyết *phản kháng, phản chiến*

Cái Chết

Tiểu-thuyết hiện-đại: văn-chương và triết lý

Khuynh-hướng dấn thân và thân phận con người

Tiểu-thuyết tâm-lý, tình cảm

Khuynh-hướng hiện thực xã-hội: tiểu-thuyết, phóng sự

Công Thiện - Phùng Khánh & Phùng Thăng - Hoài Khanh - Diễm Châu – Mặc Đỗ – Bùi Giáng – Đỗ Khánh Hoan – Cung Tiến – Bửu Ý – Lê Thanh Hoàng Dân – Tam Ích – Hoàng Hải Thủy – Các nhà xuất-bản

Quyển Hạ
Tác-Giả

An Khê
Anh Hoa
Bình-Nguyên Lộc
Bùi Giáng
Cao Thoại Châu
Châu Liêm
Chu Trầm Nguyên Minh
Chu Tử
Cung Tích Biền
Diễm Châu
Diên Nghị
Doãn Dân
Doãn Quốc Sỹ
Du Tử Lê
Duyên Anh
Dương Nghiễm Mậu
Đinh Hùng
Đinh Tiến Luyện
Đoàn Thạch Biền
Đoàn Văn Khánh
Hà Thúc Sinh
Hạc Thành Hoa
Hoài Khanh
Hoàng Anh Tuấn
Hoàng Lộc
Hoàng Ngọc Biên
Hoàng Ngọc Hiến
Hoàng Ngọc Tuấn
Hoàng Trúc Ly
Hồ Hữu Tường
Hồ Minh Dũng
Joseph Huỳnh Văn

Kiên Giang
Kinh Dương Vương
Lâm Chương
Lâm Hảo Dũng
Lê Văn Thiện
Lê Xuyên
Luân Hoán
Lữ Kiều
Lữ Quỳnh
Mai Thảo
Mai Trung Tĩnh
Mặc Đỗ
Minh-Đức Hoài Trinh
Nhã Ca
Ngô Thế Vinh
Nguyên Minh
Nguyên Sa
Nguyễn Bắc Sơn
Nguyễn Đình Toàn
Nguyễn Đức BạtNgàn
Nguyễn Đức Sơn
Nguyễn Lệ Uyên
Nguyễn Minh Nữu
Nguyễn Mộng Giác
Nguyễn Nghiệp Nhượng
Nguyễn Nho Sa Mạc
Nguyễn Tất Nhiên
Nguyễn Thị Hoàng
Nguyễn Thị Thụy Vũ
Nguyễn Thụy Long
Nguyễn Tôn Nhan
Nguyễn Xuân Hoàng

Nhật Tiến
Phạm Cao Hoàng
Phạm Ngọc Lư
Phạm Nhã Dự
Phan Nhật Nam
Phan Như Thức
Phương Tấn
Quách Thoại
Song Hồ
Sơn Nam
Thái Tú Hạp
Thanh Tâm Tuyền
Thành Tôn
Thảo Trường
Thế Nguyên
Thế Uyên
Toàn Phong
Tô Thùy Yên
Trần Dzạ Lữ
Trần Hoài Thư
Trần Thị Ng.H.
Trần Tuấn Kiệt
Trần Yên Hòa
Trùng Dương
Tú Kếu Trần Đức Uyển
Túy Hồng
Viên Linh
Võ Hồng
Võ Phiến
Vũ Hoàng Chương
Vương Đức Lệ
Y Uyên

Dẫn nhập

Văn-học miền Nam giai-đoạn 1954-1975 nói chung mang tính *nhân-bản* của con người hôm nay (vào thời đó), ở đây (miền Nam), với những vấn nạn, thân phận *thực hữu*, còn mang thêm tinh thần *khai phóng* và *đa nguyên*. Mở cửa tiếp nhận (và gạn lọc) các khuynh hướng văn-học Âu Mỹ cả Nga, Đông Âu, Mỹ la-tinh, Nhật, v.v., góp phần đa dạng hóa sinh-hoạt và thể-trạng văn-học, tức không minh họa, một chiều như "văn-học" miền Bắc CS cùng thời. Khai phóng còn ở tinh thần làm văn-học, ở sáng tác, ở thái độ và chủ trương khám phá tài năng trẻ, mới. Nhờ vậy mà văn-học miền Nam có nhiều tiếng nói, già trẻ, địa phương, "chiếu" lớn, "chiếu" nhỏ, thiên hữu cạnh thiên tả, "hôm nay" cạnh "dân tộc", v.v. và có những khuynh hướng tâm linh, tôn giáo, triết lý cùng tham gia trường văn trận bút. Văn-học miền Nam với những đặc điểm nhân bản, khai phóng, đa dạng, bên cạnh tinh thần dân-chủ, tự do, đã là môi trường thuận lợi cho việc phát triển tài năng văn-chương, và đã có những tài năng thật sự, những tác-phẩm đáng kể. Dĩ nhiên chiến-tranh và văn-hóa tính của con người Việt-Nam đã bôi đen một số công trình cũng như gây một số thiệt hại cho nền văn-học dân-tộc!

Một nhà văn xuất thân từ miền Bắc, bà Dương Thu Hương, trong một cuộc phỏng vấn của Đinh Quang Anh Thái, đài Little Saigon Radio, California, nhân ngày 30-4-2000 - "30 tháng Tư 75, nền văn minh đã thua chế độ man rợ", đã cho biết: "... khi đội quân chiến thắng vào Sài-Gòn năm 1975, trong khi tất cả mọi người trong đội quân chúng tôi đều hớn hở cười thì tôi lại khóc. Vì tôi thấy tuổi xuân của tôi đã hy sinh một cách uổng phí. Tôi không choáng ngợp vì nhà cao cửa rộng của miền Nam, mà *vì tác phẩm của tất cả các nhà văn miền Nam đều được xuất bản trong một chế độ tự do; tất cả các tác giả mà tôi chưa bao giờ biết đều có tác phẩm bầy trong các hiệu sách, ngay trên vỉa hè; và đầy rẫy các phương tiện thông tin như TV, radio, cassette. Những phương tiện đó đối với người miền Bắc là những giấc mơ. Ở miền Bắc, tất cả mọi báo đài, sách vở đều do nhà nước quản lý. Dân chúng chỉ được nghe đài Hà-Nội mà thôi; và chỉ có những cán bộ được tin tưởng lắm mới được nghe đài Sơn Mao tức là đài phát thanh Trung Quốc. Còn toàn bộ dân chúng chỉ được nghe loa phóng thanh tập thể; có nghĩa là chỉ được nghe một tiếng nói. Vào Nam tôi mới hiểu rằng, chế độ ngoài Bắc là chế độ man rợ vì nó chọc mù mắt con người, bịt lỗ tai con người. Trong khi đó ở miền Nam người ta có thể nghe bất cứ thứ đài nào, Pháp, Anh, Mỹ … nếu người ta muốn. Đó mới là chế độ của nền văn minh. Và thật chua chát khi nền văn minh đã thua chế độ man rợ. Đó là* sự hàm hồ và lầm lẫn của lịch sử*. Đó là bài học đắt giá và nhầm lẫn lớn nhất mà dân tộc Việt Nam phạm phải....".* Hàm hồ *đó bà lại càng sẽ không ngờ vì ngay sau đó, nền văn học với những tác phẩm bà vừa khám phá sẽ bị tịch thu, tiêu hủy cho … đồng dạng với chế độ vô-sản Hà-Nội!*

Chiến tranh tuyên truyền, Hà-Nội luôn phủ nhận văn-học miền Nam; nếu không là những sai lạc, bóp méo sự thật về sinh hoạt văn-học nghệ thuật ở miền Nam. Việc này được những tay sai hoặc thân Cộng như Lê Thành Khôi, Phan Huy Đường, Nguyễn Khắc Viện, v.v. ở ngoài nước tiếp tay. Phan Huy Đường khi giới thiệu tuyển tập văn học *Mille ans de littérature vietnamienne:* une anthologie (établie par Nguyễn Khắc Viện et Hữu Ngọc, Editions Philippe Picquier, 1996), nêu lý do cho khuyết điểm không đả động gì hết đến văn học miền Nam thời VNCH mà *ông đồng ý với các tác giả miền Bắc gọi là vùng do "Pháp Mỹ kiểm soát".* Cũng Phan Huy Đường khi giới thiệu văn học Việt Nam cho *Dictionnaire universel de la littérature* (Paris: P.U.F.,1994), trong đó phần về miền Nam, sau 1954, ông gọi là *văn chương của những người di cư và văn chương của người miền Nam là một thứ thập tự quân chống cộng (Croisade anticommuniste)!*

Nhưng ảnh-hưởng của văn-học miền Nam là thực hữu, ở trong Nam và ở cả miền Bắc cộng-sản – một số các nhà phê bình, biên khảo miền Bắc như Vương Trí Nhàn, Phạm Xuân Nguyên, Hoàng Hưng, v.v. và một thế hệ trẻ hơn cũng đã bắt đầu khám phá những "thành quả" và "tiềm ẩn văn chương" của miền Nam trước 1975; đa số đã nhận thấy giá trị và ý nghĩa của nền văn học tự do và hiện-đại của miền Nam - một nền văn-học bất hạnh và bị bạo lực xóa bỏ, nhưng thời-gian đã cho thấy văn-học dân-chủ tự do và khai phóng đó đã ăn sâu vào tâm thức và nhân sinh quan của nhiều thế hệ độc giả, tại miền Nam và trải rộng ra ở các miền khác của đất nước.

Khi chúng tôi bắt đầu nghiên cứu về thời kỳ văn-học này vào cuối thập niên 1970 ở hải-ngoại, tài liệu và văn bản của giai đoạn văn-học này hãy còn hiếm hoi, khởi từ ít tài liệu chúng tôi mang theo khi rời khỏi nước, thêm sách báo chụp in lại ở hải-ngoại và các thư viện Library of Congress, đại học Cornell, Harvard và ở Canada. Từ giữa thập niên 1990, với Internet và kỹ thuật số-hóa, nhiều văn bản đã bắt đầu xuất hiện và có thể tham khảo, một số biên khảo, bút ký và tuyển tập bắt đầu xuất hiện (trong nước cũng bắt đầu nghiên cứu, làm luận án), người viết và nghiên cứu sau này dễ dàng hơn chúng tôi trước đó (nhưng xảy ra thêm vấn-đề văn bản bị "biên tập", sửa lại nguyên tác).

Về nền văn-học này, Võ Phiến đã soạn *Hai Mươi Năm Văn Học Miền Nam 1954-1975* (Westminster CA: Văn Nghệ, 1986, tb 2000) gồm tập Tổng quan và 6 tập theo thể-loại lúc đầu xuất-bản từng tập mỏng khổ nhỏ và nội-dung sơ lược, đến 2 năm 1999-2000 in lại toàn tập gồm 7 cuốn đầy đủ hơn với các tác-giả mà Võ Phiến tuyển chọn và tựa mới đổi là *Văn Học Miền Nam*. Bộ sách bị một số phê-bình chỉ trích về cách chọn tác-giả để làm tuyển tập khá chủ quan (trân trọng người vô danh, như Trần Bích Tiên mà ông biết, Lê Nguyên Ngữ ông không biết là ai, trong khi nhiều tác-giả không được đưa vào như Du Tử Lê, Viên Linh,...), cách lựa chọn, đánh giá tùy tiện, lời văn phê-bình/văn-học sử của nhà văn Võ Phiến không đúng đắn, hợp chỗ (khinh miệt đối với thơ Nguyên Sa, Thế Uyên, dùng tự tiện lời trích của Vũ Hoàng Chương để hạ giá Đinh Hùng, lời lẽ không đúng đắn đối với những cây viết nữ Túy Hồng, Trùng Dương, Nguyễn Thị Hoàng, Kim Lefebvre, ..., chẳng hạn).

Với cùng tổ chức đã hỗ trợ nhà văn Võ Phiến soạn nghiên cứu vừa kể, Indochina Studies Program, Social Science Research Council, New York, Công Huyền Tôn Nữ Nha Trang (tức nhà thơ Thanh Nhung trước 1975) có Field research for a writing project on " Women in Literature of South Vietnam, 1954-75" - http://www.second-sites.com/nhatrang/womenwriters.html và "The Emergence of Modern Vietnamese Literature" (http://vietnamlit.org/nhatrang/modlit.html).

Đầu thập niên 1990, có nhóm Project *"The Vietnam War Through*

Vietnamese Literature" của Indochina Institute thuộc Đại học George Mason ở vùng Hoa-Thịnh-Đốn (Hoa-kỳ) đã lên chương trình và nội-dung nghiên cứu nhưng cuối cùng hình như chỉ có một số biên chép sơ lược về giai đoạn văn-học miền Nam 1954-1975 (và một phần hải-ngoại) của Bùi Vĩnh Phúc, Viên Linh, Xuân Vũ, Nguyễn Mộng Giác, Nguyễn Ngọc Bích, ... Riêng Viên Linh, ông đã xuất-bản *Chiêu Niệm Văn Chương* (tập 1- *Vũ Hoàng Chương*, Khởi Hành, 2000) và tuyển tập *Tác Giả, Tạp Chí - Nói và Viết Với 40 Nhà Văn Việt Nam Hiện Đại* ("20 năm văn-học miền Nam 54-75"; Khởi Hành, 2015. 224 tr.) và gần đây nhất là *Lịch Sách Chân Dung Nhà Văn Việt Nam* (Khởi Hành, 2018. 440 tr.) dựa theo ngày kỵ giỗ của 63 nhà văn-hóa và văn-nghệ sĩ từng liên hệ đến tác-giả và đa phần đã đăng trên tạp-chí *Khởi Hành*. Ngô Thế Vinh cũng đã xuất-bản Tuyển tập *Chân Dung Văn-Học Nghệ-Thuật & Văn-Hóa* (Viet Ecology Press, 2017) trong đó có ký sự về một số nhà văn miền Nam giai đoạn trước và sau 1975.

Trần Văn Nam với *Trong Dòng Cảm Thức Văn-Học Miền Nam – Phân Định Thi Ca Hải-Ngoại* "sưu tầm và tiểu luận" (Walnut CA: TGXB, 2006) tập hợp các bài viết về các vấn-đề, biến cố và thể-loại văn-học thuộc giai đoạn Văn-học miền Nam đến Văn-học hải-ngoại. Một ít bài viết đã đăng các tạp-chí văn-học trước 1975. Tháng 2-2016, ông xuất-bản tiếp tuyển tập tiểu luận *Tiếp Nối Dòng Cảm Thức Văn Học Sau Năm 1975*. Ở Trần Văn Nam, đó là những nhận định chuẩn xác, những cảm nhận tinh tế về thi ca và văn-chương, văn-học, đối với một thành phần độc giả có kiến thức và trong cuộc.

Trần Hoài Thư với nhà Thư Ấn Quán – Tủ sách Di sản Văn-chương miền Nam, và tạp-chí *Thư Quán Bản Thảo* lần lượt sưu tập và nhận định về một số tạp-chí văn-học, tác-giả và chủ đề của văn-học miền Nam 1954-1975, trong số đã xuất-bản *Thơ Từ Cõi Nhiễu Nhương: nhận định thi ca thời chiến* (tập 1, 2010, 456 tr.), các bộ *Văn Miền Nam* (2009) và *Thơ Miền Nam* gồm 5 tập: *Thơ Miền Nam Trong Thời Chiến* (2 tập; 2006, 2009), Thơ Tình Miền Nam, Lục Bát Miền Nam, *Thơ Tự Do Miền Nam* (2008). Riêng tác-giả Trần Hoài Thư xuất-bản *Tản Mạn Văn Học* (tập I), *Những Tạp-Chí Văn Học Miền Nam* (2018), v.v. Phạm Văn Nhàn tuyển in *21 Khuôn Mặt Văn Nghệ Miền Nam* (Thư Ấn Quán, 2015) gồm phần lớn những bài đã đăng trên *Thư Quán Bản Thảo*. Nguyễn Lệ Uyên sống trong nước nhưng viết và xuất-bản ở hải-ngoại hai tập Trang Sách và Những Giấc Mơ Bay (Thư Ấn Quán, 2011-2012). Cùng trường hợp, Ngô Nguyên

Nghiễm dày công soạn và xuất-bản 4 tập *Tác Giả Tác Phẩm - Người Đồng Hành Quanh Tôi* gần 4000 trang, bút ký và nhận định về nhiều tác-giả nhất là các nhà văn trẻ thế hệ sau cùng trước 1975.

Huỳnh Ái Tòng (1941 -) có công ghi nhận tổng-quát và thi văn tuyển khá nhiều tác-giả xếp theo nhóm và tạp-chí với bộ *Văn Học Miền Nam* (Hiên Phật Học, 2012-2013) gồm 7 tập, khoảng 4000 trang.

Thụy Khuê đã có những bài biên-khảo về vài tác-giả và nhận định chung về văn-học miền Nam này (10-2007+), xuất hiện trên trang mạng http://thuykhue.free.fr/thumucindex.html

Nguyễn Tà Cúc sau nhiều năm viết báo *Khởi Hành* và tranh luận, phê phán tác-phẩm và nhân sự từng sinh hoạt trước 1975 và tiếp tục làm văn-học ở hải-ngoại, đã xuất-bản *Văn Học Miền Nam: Nhóm-Tạp Chí Văn Học-Tác Giả* ([Midway City, CA]: Mẹ & Con; Unhinged Jaw Press, 2014) trong chiều hướng muốn làm sáng tỏ, phê phán hoặc vinh danh một số tác-giả hơn là toàn bộ văn-học sử.

Đầu tháng 12-2014 có một Hội thảo về Văn-học miền Nam ở Quận Cam California như một xác định một lối nhìn văn-học sử với những người thường đứng cùng một phía; được bổ túc với những bài phê bình, bổ túc trên *Thư Quán Bản Thảo* (số 63, 2-2015) và trên các trang damau.org, diendantheky, vanviet, v.v. trùng hợp đăng lại hoặc mở mục đặc biệt. Du Tử Lê trước sau thời điểm này, đã in *Phác Họa Toàn Cảnh Sinh Hoạt 20 Năm Văn Học Nghệ Thuật Miền Nam (1954-1975)* (Westminster, CA: Người Việt, 2014) mà theo giới thiệu, là *"kết quả của bảy năm viết hàng tuần cho nhật báo* Người Việt, *trang VHNT. Dòng VHNT miền Nam tuy ngắn ngủi, nhưng lại quá phong phú, rực rỡ, nên nhà thơ Du Tử Lê, chỉ chọn những bài viết, những tác giả, những nhân vật mang tính tiêu biểu, cùng những dữ kiện có tính cách soi sáng phần nào những góc tối, hay góc khuất của 20 năm sinh hoạt VHNT miền Nam"*. Với bản tính của một nhà thơ chuộng cải cách và bản chất của bài báo lạc lõng trong những "sợi ký ức", do đó có một số sự kiện cũng như nội-dung thậm-xưng và chủ-quan nên người đọc cần phải kiểm chứng (về Nguyễn Tất Nhiên, Phạm Việt Tuyền, Võ Phiến, v.v.).

Thời-gian gần đây đã có những trao đổi về phê-bình, nghiên cứu về giai đoạn văn-học miền Nam này với những người thuộc thế hệ trẻ hơn, khiến chúng tôi thấy cần tổng kết lại những gì đã viết. Một lý do khác nhỏ hơn nhưng trắng đen cần phải rõ là đã có những "nhà" đã sử-dụng lại ý tưởng và văn bản phân tích từ những bài viết của chúng tôi mà không ghi xuất xứ hoặc mập mờ như về Nguyên Sa, Võ Phiến, Mai Thảo, Nhất Linh, về thi ca, về tính dục, nữ quyền, lão hóa, về số phận của văn-học miền Nam sau biến cố 30-4-1975, văn-học chữ quốc-ngữ và các tác-giả thời mở đầu ở Nam-kỳ, v.v. Ngoài ra còn có vấn-đề có người lấy bài của chúng tôi rồi "xuất-bản" dưới dạng ebook hoặc giấy (như cuốn "Văn-học miền Nam tự do 1954-1975"), chúng tôi không nhìn nhận là biên-khảo của chúng tôi, đó thường là những "bản nháp", "sơ thảo"! Đây là lý do chúng tôi ghi lại năm tháng ở cuối phần lớn các phần và chương trong sách, dù chúng tôi đã cập nhật toàn bộ tuyển tập này. Với cá nhân chúng tôi, văn-học miền Nam cũng như nắng ấm miền Nam, đã đến và ở lại với chúng tôi từ những năm đầu trung học ở miền Nam cho đến khi ra đến hải-ngoại và về hưu. Phần chúng tôi, chủ quan chắc không thể nào tránh, chúng tôi viết ra những hiểu biết, nhận định của mình với tấm lòng yêu mến văn-chương và Chân Thiện Mỹ và cố gắng dựa trên văn bản gốc. Chúng tôi cũng không dám tự nhận là người làm công việc phê bình văn-học vì nhà phê-bình thường phải đảm nhận vai trò của một nhà lý thuyết và nhà nghiên cứu triết học và văn-chương!

Chúng tôi muốn góp phần lập lại lịch-sử văn-học miền Nam trong cái toàn bộ, nghĩa là trong sự quy định lịch sử và tất yếu trong tính chất không thể phủ nhận được, trong bản chất và trong hệ thống ý nghĩa sâu xa của nền văn-học này. Các tác-phẩm được nhìn như là sản phẩm của một người, một thời đại, mà cả như một vượt lên khách quan qua khỏi các điều kiện xuất phát và hình thành. Đối với chúng tôi, cái còn lại cuối cùng vẫn chỉ là văn-chương! Như một độc giả, nhân chứng rồi nhận định, nghiên cứu qua hành trình trở về quá-khứ không xa lắm, hãy còn trong vùng ''tiềm thức chung'', của tập thể, với tâm niệm ghi lại, đánh giá lại, ... chúng tôi làm công việc khai thác ''tư tưởng'' của văn-chương, của ngôn-ngữ. Khi có thể, chúng tôi cũng chú tâm khía cạnh thư-tịch và dữ kiện văn-học trong và bên cạnh văn-học, cốt chứng minh luận cứ và cũng để những người nghiên cứu văn-học sử sau này có thể tra cứu, đánh giá. Đây là việc làm có tính cách cá nhân, không nhận trợ cấp như một số nghiên cứu về cùng giai đoạn này. Với ước mong đạt được điều mà giáo-sư Nguyễn Sỹ Tế từng kết luận khi bàn về việc viết văn-học sử: *"Văn-học là một hiện-tượng sáng tạo văn-chương và học thuật của cá nhân trong những điều kiện nội ngoại phối hợp vô cùng phức tạp: người viết văn-học sử vừa phải là người tái tạo, vừa phải là một nhà khoa học đi tìm chân lý khách quan trong khuôn khổ của một triết lý chọn nhận"* (*Việt-Nam Văn-Học Nghị Luận* (Trường Sơn, 1962), tr. 30).

Trong khuôn khổ nhận định và tổng kết văn học sử, chúng tôi tự giới hạn trình bày những nét chính và giới thiệu những tác phẩm tiêu biểu hoặc người viết có thể biết được với hy vọng có thể giúp bạn đọc có một cái nhìn tổng quan. Chúng tôi cố gắng ghi nhận một số tác giả và tác phẩm trước khi bị thời gian đào thải. Dĩ nhiên đã có nhiều tác phẩm và tác giả đã bị đào thải tự nhiên vì từng là công-cụ đoản-kỳ hoặc không có tính văn nghệ hay văn hóa! Chúng tôi thử nhìn lại những thành quả, dấu ấn của các văn nhóm, phong trào cũng như tác giả và tác phẩm! Đối với văn-học miền Nam giai đoạn 1954-1975, chúng tôi ý thức trách nhiệm của mình đối với một nền văn học mồ côi, xấu số, đã từng bị cấm đoán, loại bỏ. Và nay hơn 40 năm sau, cũng đã có những sự kiện văn-học, những hiện-tượng và tác nhân văn-chương được rõ hơn, thành thử có thể nhận định sẽ chân xác hơn chăng? Đứng ở vị trí người thưởng ngoạn và yêu quí văn học, chúng tôi - như nhiều người cùng chí hướng, muốn chân lý được sáng tỏ và đen trắng như đã từng đen trắng! Với các chế độ độc tài hay toàn trị, tả cũng như hữu, thảm họa cho dân tộc và con người nói chung không chỉ ở những tàn phá, bạo lực, giết chóc, mà nguy cơ chính là vì các chế độ ấy đều muốn kiểm soát chân lý, quá khứ cũng như tương lai! [Văn-học miền Nam bị phần thư, có thể so sánh với số phận với những cuốn sách mà Hitler ra lệnh thiêu hủy. Trong *1001 vies des livres* (2014), Eric Dussert và Eric Walbecq đã ghi lại nỗ lực của một số nhà văn lưu vong như Alfred Kantorowicz, André Gide, … đã lập ủy ban tìm cất giấu ở vùng Paris những tác-phẩm bị Hitler thiêu hủy, nhưng nỗ lực đã không thành vì chính phủ Vichy thân Đức quốc-xã đã khám phá ra chỗ giấu và thiêu hủy sách cũng như bắt giam những người của Ủy ban này (Ngày 10-5-1933 trước đó, bộ trưởng tuyên truyền Đức quốc xã Goebbels đã ra lệnh đốt 20.000 cuốn sách). Văn-học miền Nam may mắn hơn chăng trong cùng nỗi bất hạnh? Với Internet, thư viện số và vào thời điểm 2019 hôm nay, ở trong cũng như ngoài nước, đã có nhiều sinh viên, giáo-sư và nhà biên-khảo, phê-bình chuyên nghiệp và "nghiệp dư" đã bắt đầu đi sâu vào mảng văn-học này, dù với mục-đích có thể khác nhau, nhưng cách này hoặc các khác thì vẫn là điểm tốt sau hơn 40 năm tác-phẩm bị đốt, cấm, xuyên tạc và người làm văn-nghệ bị đày đọa đến chết hoặc phải bỏ nước lưu vong].

Với chủ trương một nền văn-học bao gồm những gì đã được *viết và chính thức xuất-bản vào giai đoạn đó* (ở đây bao gồm cả những ấn phẩm in ronéo và không giấy phép) cho nên trong biên khảo này, chúng tôi sử-dụng văn bản gốc xuất bản trước năm 1975, tác phẩm in hoặc đã đăng tạp chí. Với một số tác giả xuất bản và tái bản về sau các tác phẩm trước 1975, chúng tôi vẫn dùng bản gốc, khi cần thiết chúng tôi mới dùng ấn bản sau 1975. Và đối với các tác giả thời trước 1975 nhưng văn bản tác phẩm chỉ xuất bản sau 1975 ở trong cũng như ngoài nước, chúng tôi nếu có nói đến – như với Tô Thùy Yên, Hoàng Anh Tuấn, v.v., thì cũng với sự dè dặt, giới hạn thư tịch cần phải có và chúng tôi sẽ đề cập đến một số các tác-giả và tác-phẩm này như là phụ lục "Văn-học miền Nam 1954-1975 nối dài" trong nghiên cứu về Văn-học Hải-ngoại. Phần khác, chúng tôi nói đến con người tác-giả qua tác-phẩm thuộc về giai đoạn mà thôi, có tác-giả đã nổi tiếng trước đó và có người sẽ tiếp tục sinh hoạt ở hải-ngoại hoặc ở lại trong nước sau 1975, với một sự nghiệp có thể khác. Với biên khảo này, chúng tôi cố găng trình bày, nói lên một số *hiện-thực* và sự thật về sinh hoạt văn-học nghệ-thuật ở miền Nam thời 1954-1975, vì quá khứ luôn là quá khứ với sự thật (sự kiện, dữ kiện, biến cố, ...) và ngôn ngữ sử-dụng (cả nhãn hiệu,...) của thời đó: mỗi cá nhân và chế độ đều có những cái hay bên cạnh những điểm khuyết và các sự kiện đã xảy ra thì không ai có thể xóa bỏ, bóp méo, viết lại, viết khác đi được. Có sự kiện chúng tôi nêu ra như nghi vấn để người trong cuộc và những độc giả, nhà nghiên cứu khác tiếp tay, bạch hóa. Phần người viết sống thời văn học miền Nam và trưởng thành nơi đó, do đó ngôn từ chúng tôi là tiếng nói bình thường và văn-học nghệ-thuật của người miền Nam và Việt Nam từ thời khởi đầu 1865. Và xưa nay chúng tôi vẫn yêu thích và tìm kiếm Chân Thiện Mỹ ít ra mong được như người họ Hòa - Hòa Thị Chi Bích, trong Cổ văn Trung quốc lúc nào cũng yêu cái Thực, cái Phải và hành xử để cái Phải và cái Thực luôn được tỏa sáng!

Bắt đầu từ năm 1995, chúng tôi đã dự định sẽ viết tổng quan về từng tác-giả thuộc văn-học miền Nam thời 1954-75; nay hơn 20 năm sau, chúng tôi chỉ mới viết về một phần nhỏ các tác-giả này, nhưng quyết định xuất-bản công trình biên-khảo này vì nhiều lý do, xem như đánh dấu chấm dứt cho một công việc, một đoạn đời. Nhân đây chúng tôi thành thật cảm ơn các văn hữu và thân hữu cùng chí hướng, đam mê, nay người còn, người đã khuất, ở trong và ngoài nước, đã đồng hành hoặc khuyến khích chúng tôi trong những thập niên qua! Cách riêng chúng tôi cảm ơn nhà văn Nhật Tiến, quý anh Trần Hoài Thư, Phan Tấn Tài, Nguyễn Văn Sâm, ... và ngậm ngùi nhớ các nhà văn một

thời từng đồng hành như Vinh Lan, Phạm Chi Lan, Phùng Nguyễn,...
- và trên hết, chúng tôi kính nhớ và cảm tạ các vị Thầy ngành văn-học
và nghiên cứu mà chúng tôi đã may mắn được thụ giáo từ tiểu học
(Nguyễn Quang Xỹ), trung học (Hà Văn Bửu, Phạm Thế Ngũ, Võ
Văn Dung) và đại học (các linh-mục Thanh Lãng, Kim Định, Lê Tôn
Nghiêm, Trần Thái Đỉnh, các giáo-sư Nguyễn Duy Cần, Nguyễn Văn
Thọ, Nghiêm Toản, Nguyễn Văn Trung, ... ở Văn-khoa và các giáo-sư
Lê Hữu Mục, Phạm Văn Diêu, Vũ Khắc Khoan, Nguyễn Sỹ Tế, Lê
Ngọc Trụ, Trương Văn Chình, ... ở Đại-học Sư-phạm Sài-Gòn).

Xin mời quý độc giả, nhất là bạn trẻ, cùng chúng tôi đi vào thế
giới văn học của một thời đại đã qua,

Naples FL, 31-12-2015 & Toronto, 30-4-2019

Chương 1
MỘT THỜI VĂN-HỌC

Hiệp định Genève 7-1954 chia đôi nước Việt Nam, chính thức công nhận sự thành công của chủ nghĩa cộng sản quốc tế ở nửa phần đất nước, vô tình bắt buộc chính phủ và người dân miền Nam nghĩ đến chủ quyền và xây dựng một miền Nam hùng mạnh và độc lập. Củng cố cái còn lại, xác định chỗ đứng với quốc tế và dân tộc. Trong hoàn cảnh mới đó của đất nước, biên giới địa lý thay đổi, sự di cư và tập hợp của người Việt đủ nguồn gốc, Nam Trung Bắc đã mất đi nhưng không mất hẳn ý nghĩa phân rẽ của thời thực dân, văn học miền Nam cũng sẽ có những biến đổi quan trọng và một tổng hợp văn-hóa mới sẽ được hình thành.

Văn học thời này đa dạng và đặc sắc về nhiều phương diện. Vì hoàn cảnh chính trị, người ba miền cùng sống chung một mảnh đất và một chính thể. Các sinh hoạt báo chí và văn học phát triển mạnh. Từ đó mới thấy lý luận cho rằng đất văn vật lâu đời mới sinh văn hay và đất mới khó có tác phẩm hay là đã chắc gì đúng! Có những tổng hợp làm nên những cái tốt và đẹp, tất cả rõ đã là tùy nhân tố và môi trường sống! Trong khi miền Nam đất mới khẩn hoang hoặc phù sa trăm hoa đua sắc thì miền Bắc bút lông biến thành mũi tên đạn chiến tranh cho "lý tưởng" ngoại nhập và người cầm bút trở thành cán bộ tuyên truyền đơn điệu. Ngày nay có mấy tác phẩm thời "huy hoàng" này hãy còn được nhắc nhở? Trong khi đó văn học của miền Nam 1954-1975 tuy thua cuộc cờ gian, bị gắn nhãn 'ngụy' và từng bị tiêu hủy và cấm đoán, lại được người dân Bắc cũng như Nam tìm kiếm, khám phá với nhiều thích thú trễ nhưng chẳng bao giờ quá trễ! Một văn học *nhân bản, khai phóng* hơn nhiều và cũng *đa dạng* không kém. Nhưng cũng có thể nêu các đặc-tính rõ rệt của văn-học miền Nam thời 1954-1975: thứ nhất là

đoàn kết dân-tộc (nhưng loại trừ chủ nghĩa cộng-sản) thời đầu 1954-1960 thanh bình, thời sau là những năm xáo trộn; thứ nữa là đề cao **cá nhân chủ nghĩa** đến tột đỉnh (mà Tự Lực Văn Đoàn đã khởi đầu) từ nếp sống riêng tư (dục tính), ý thức, tâm thức đến sinh hoạt văn-học với những "lãnh tụ", "đầu đàn, nguyên soái"; và cuối cùng là **chiến-tranh** đã lần hồi đi sâu vào văn-chương, từ thu lượm vũ khí sau cuộc chiến chống thực dân Pháp đến đồng hành hoặc phản đối cuộc chiến tự vệ của miền Nam! Nếu nói đến ảnh-hưởng văn-học ngoại quốc thì văn-nghệ Pháp ảnh-hưởng thời đầu cho đến cuối nhưng mạnh lúc đầu và yếu dần khi ảnh-hưởng Hoa-Kỳ bắt đầu thật sự chỉ ở những năm cuối cùng.

Các giai-đoạn văn-học

Chúng tôi phân chia văn học miền Nam thành hai thời kỳ chính 1954-1963 và 1964-1975. Vào **giai đoạn đầu 1954-1963**, một nền văn nghệ tự do sinh hoạt trong một không khí văn hóa, tin tưởng, thì đến giai đoạn sau **1964-1975**, văn nghệ đa dạng hơn nhưng cũng đa tạp hơn với những người làm văn nghệ phân hóa, cả bạo động, trong một xã hội thời chiến giá trị phong hóa mất dần và lòng người phân tán, đa đoan.

Giai đoạn đầu 1954-1963 có thể nhận ra hai thời, thời đầu 1954-1960 tự tạo niềm tin và là thời xây dựng hậu chiến và thiết lập nền chính trị cộng hòa, dân chủ, tự do; sinh hoạt văn-hóa và văn-học hồi sinh, lý thuyết cùng ảnh hưởng Âu Tây nhập dòng văn-học Việt từ miền Bắc di cư vào và dòng văn-học miền Nam. Chống qua phân đất nước, chống Cộng bên cạnh những đề tài nhớ quê nhà nay đã phải xa không biết ngày trở về và hòa-bình tìm thấy sau những năm dài chiến tranh. Thời của thế hệ Mai Thảo, Thanh Tâm Tuyền, Nguyên Sa, Kỳ Văn Nguyên, Nguyễn Mạnh Côn, Doãn Quốc Sỹ, Đỗ Thúc Vịnh, Võ Phiến, ...

Từ 1960, chúng ta ghi nhận một số hiện-tượng:

- Các nhà văn chống Cộng bắt đầu chuyển hướng sáng tác, và nếu người nào còn đề cập đến các kinh nghiệm cũ bên kia sông Bến Hải, giọng văn cũng bớt độ nồng nhiệt ban đầu. Đáng lưu ý nhất là Nguyễn Mạnh Côn với những tác phẩm thiên về khoa học giả tưởng.

- Tạp chí *Sáng Tạo* không còn giữ được niềm hăm hở cũ, gắng sức cho có mặt hơn là phát khởi một cái chói lòa nào; và các tạp chí *Hiện Đại, Thế Kỷ Hai Mươi* chỉ là những phân thân, những con đường nối dài gắng gượng của khuynh-hướng hiện-đại hóa mà thôi. Sự khựng lại, phản ứng tự nhiên của một thức tỉnh cay đắng, đã khiến một số người cầm bút quay lưng với thực tại.

Thời kỳ sau, 1961-1963, báo chí và ấn phẩm phục vụ giai đoạn đầu dần tự chỉnh đốn lại (kể cả đình bản như *Sáng Tạo, Thế Kỷ Hai Mươi, Hiện Đại*). Cuộc đảo chánh ngày 1-11-1963 không những đóng lại nền Đệ nhất Cộng hòa, mà cả một nền nếp sinh hoạt cùng não trạng văn hóa và tôn giáo.

Giai đoạn sau 1964-1975 đã tiến triển qua ba thời: **1964-1967**, chính-trị xáo trộn với đảo chính, chỉnh lý; xã-hội bất ổn: các tôn giáo và sinh viên gây rối loạn; đa nguyên văn hóa và văn chương nở rộ, văn-học chiến tranh dần rõ nét với các nhà văn thơ trẻ có thể xem như thế hệ 2 với Thảo Trường, Dương Nghiễm Mậu, Duyên Anh, Văn Quang, Phan Nhật Nam, ... thí dụ riêng năm 1964 đã đánh dấu sự xuất bản tác-phẩm đầu tay của Dương Nghiễm Mậu (*Cũng Đành, Gia Tài Người Mẹ*), Duy Thanh (*Lớp Gió*), Tuấn Huy (*Ngày Vui Qua Mau*), Nguyễn Thị Hoàng *(Vòng Tay Học Trò),* Thế Nguyên (*Hồi Chuông Tắt Lửa*), Thế Uyên (*Những Hạt Cát*), Lưu Nghi (*Đêm Trăng Mùa Hạ*), Ngô Thế Vinh (*Mây Bão* cuối 1963, và *Bóng Đêm* 1964), Lê Vĩnh Hòa (*Mái Nhà Thơ*), Nhất Hạnh (ký Tâm Quán, *Tình Người*, 1965), ... Cho đến những năm cuối thập niên 1960 đầu 1970, chiến-tranh đã đưa văn-nghệ miền Nam vào một ngõ quặt khác, nhưng tàn tích của văn-học thời ngay trước đó vẫn còn nhưng cập nhật theo con người và thời đại! Sách tiểu-thuyết tiền chiến từ đây không hoặc bớt được tái-bản. Thời **1968-1972** hốt hoảng sau cuộc tổng tấn công Tết Mậu Thân năm 1968 và kết cuối năm 1972 với "Mùa Hè đỏ lửa" và bãi chiến lan rộng ra miền Bắc và Cam-Bốt, văn-học chiến tranh "sung mãn" một cách bi thảm theo cuộc chiến, khuynh hướng phản kháng và phản chiến ngày càng nặng nề với nguồn gốc và động cơ khác nhau – năm 1968 đánh dấu xuất-bản tác-phẩm đầu tay của Doãn Dân (*Chỗ Của Huệ*), Nguyễn Đức Sơn (*Cát Bụi Mệt Mỏi*), Đỗ Tiến Đức (*Má Hồng*), Trần Hoài Thư (*Nỗi Bơ Vơ Của Bầy Ngựa Hoang* (1968), ... sau đó là những nhà văn trẻ Trang Châu (*Y Sĩ Tiền Tuyến* 1970), ... Thời cuối **1973-1975** với hiệp định đình chiến Paris 27-1-1973, sinh hoạt văn-học phần nào trầm lắng hơn (phía nhật báo chỉ còn trên dưới 10 tờ) bên cạnh những đấu tranh chính trị và vào hàng hay xếp hàng chờ thời. Hòa-bình như mong ước, nay hy vọng sẽ được vãn hồi: giai phẩm *Văn* có số 11 (18-3-1973) đặc-biệt "Văn-chương trong hòa-bình", nhà phê-bình Cao Huy Khanh sử-dụng hiệp định Paris làm mốc-điểm "kết thúc" văn-học miền Nam trên *Thời Tập*, và tuyển tập *Những Truyện Ngắn Hay Nhất Của Quê Hương Chúng Ta* của nhà xuất bản Sóng cũng trong cùng ý hướng [Lời Nhà Xuất-Bản cho biết *"Đây là một trong những đóng góp một đời còn lại dành tặng quê-hương trong cuộc chiến hơn một phần tư thế kỷ hầu như đã phá vỡ hết tất cả gia tài nổi chìm của chúng ta. Sự đóng góp vào cái gia sản tinh thần bất diệt của tổ tiên của những người làm việc trong lặng lẽ giữa tiếng ồn ào của đạn bom này, đã nói lên hùng hồn ý nghĩa của tranh đấu cho Tự Do và những giá trị Nhân Bản. Những người của phần đất bên này giòng Bến hải (...) Trong cuốn sách này bạn đọc sẽ có thể sống lại trọn vẹn cuộc sống đã mất hay sắp đến của chính mình, và của cả dân-tộc. Tất cả. Vằng vặc..."* (tr. 7)], v.v. Đây là thời của Phan Nhật Nam, Nguyên Vũ, Trần Hoài Thư, Hồ Minh Dũng, v.v. và vài nhà văn phản chiến.

*

1954-1975 là thời gian của một cuộc chiến tranh ý thức hệ quốc gia / cộng sản - đồng thời cũng là cuộc chiến huynh đệ tương tàn với áp lực của các cường quốc trong một cuộc đối đầu gọi là *chiến tranh lạnh*! Việt Nam chia đôi ở vĩ tuyến thứ 17. Cuộc di cư năm 1954 đã thay đổi bộ mặt văn học nghệ thuật miền Nam cho đến thời điểm ấy chủ động bởi người địa phương mà những nơi hoạt động mạnh là Huế, Qui Nhơn, Nha Trang, Cần Thơ và nhất là Sài Gòn. Sài Gòn, thủ đô Nam phần, đã là nơi sinh hoạt báo chí và văn học nghệ thuật chủ yếu và nhiều nhà báo và văn nghệ sĩ gốc Trung và Bắc đã đến lập nghiệp hoặc cộng tác từ đầu thế-kỷ. Hơn 20 năm văn học này đã có sự đóng góp của nhiều nhóm văn nghệ, tư tưởng hay tập trung ở các tạp chí như *Sáng Tạo, Quan Điểm, Văn Hóa Ngày Nay, Nhân Loại, Văn Đàn, Bách Khoa, Văn, Văn Học*, v.v.

Nếu nói về số nhà văn thơ thời này, thì theo Cao Huy Khanh từ năm 1954 đến 1973 đã có *"chúng ta có một con số kinh khủng: xấp xỉ 200 nhà văn đang hiện diện trên văn đàn (chưa kể đến vấn đề đánh giá "nhà văn lớn" hay không mà chỉ kể một cách tổng quát tất cả những nhà viết tiểu thuyết cóp sách xuất bản) trong đó có trên dưới 60 nhà văn xứng đáng có giá trị cần phải được đề cập đến kỹ càng hơn cả, dĩ nhiên là vẫn còn theo một thứ tự giá trị nào đó. (...) Sự kiện nổi bật này dĩ nhiên chứng tỏ sự phong phú của nền tiểu-thuyết miền Nam..."* (1). Doãn Quốc Sỹ trong *Văn Học Và Tiểu Thuyết* (Sáng Tạo, 1973) ở mục Đồ biểu Văn-xuôi Việt-Nam (Thời kỳ hiện-đại miền Nam) ghi lại danh sách *chọn lọc* 42 tác-giả văn xuôi ở miền Nam từ sau năm 1954 đến 1973. Ở hải-ngoại, Trần Hoài Thư sưu tập cho Tủ sách Di sản Văn-chương Miền Nam được 158 tác-giả văn xuôi trong bộ sách *Văn Miền Nam* (2009), khoảng 400 nhà thơ cho bộ *Thơ Miền Nam Trong Thời Chiến* năm 2009 (263 trong ấn bản 2006) và 127 nhà thơ cho bộ *Thơ Tự Do Miền Nam* (2008) – tất cả do Thư Ấn Quán ở New Jersey (HK) xuất-bản.

Những năm đầu sau tháng 7-1954, ở trong Nam và nhất là Sài-gòn, hết còn khói lửa chiến tranh (ngoại trừ xung đột và giao tranh với vài nhóm ly khai miền Nam), nhưng cuộc chiến vẫn âm ỉ, thời lập thuyết đấu tranh ý thức hệ bắt đầu, với những mặt trận văn-hóa, những Phạm Thái, Thiếu Sơn, Hồ Hữu Tường, Ngô Đình Nhu, Nguyễn Đức Quỳnh, linh-mục Nguyễn Phương (05-01-1921, Quảng Bình – 27-1-1993, HK), ... - có thể xem là một trong những trí thức đi tiên phong, ngoài những công trình về lịch-sử mang tính phương-pháp luận hiện-đại, trong *Ánh Sáng Dân Chủ* (Xã Hội Ấn Quán, 1957, 178 tr.), giáo-sư Nguyễn Phương cổ động một nền dân chủ tư sản và phủ nhận quan điểm Mác-xít quốc tế. Từ năm 1949 đến tháng 7-1954, đã có một mảng văn-học kháng chiến khá đặc-biệt và sôi động với các nhà văn thơ tranh đấu ở Sài-Gòn, nhưng ở các tỉnh khác ở miền Bắc và Trung cũng có nhưng ít hơn và nhiều văn thơ của họ đăng báo ở Sài-Gòn như *Nhân Loại, Đời Mới,* v.v.

Vào cuối thời này xuất hiện những văn thơ vọng chiến khu, nhớ đồng đội, v.v. Ở miền Trung, các tạp-chí *Mùa Lúa Mới,* Văn Nghệ Mới, ... từ 1955, đã là vùng đất tốt cho thi ca. Nhưng vài năm trước đó thi ca đã trội bật trong sinh hoạt văn-hóa với các nhà thơ Hồ Đình Phương, Đỗ Tấn, Tạ Ký, Châu Liêm, Diên Nghị, Thế Viên, Phan Minh Hồng, Thanh Thuyền, Trụ Vũ, Thanh Thanh (Lê Xuân Nhuận, *Ánh Mai, Nhạc Ngày Xanh*), ... - đã đánh dấu gạch nối thiết yếu của giao thời kháng chiến-hậu chiến miền Nam; thơ họ cũng xuất hiện trên các tạp-chí ở trong Nam như *Đời Mới, Thẩm Mỹ, Nhân Loại, ...*

> *"Tôi ở phương này nhớ thương anh*
> *Đêm đêm chợt lắng khúc quân hành.*
> *Cố đô mây khói trời vân vũ*
> *Kẻ núi rừng thương kẻ thị thành..."* (Thanh Thuyền).

Vân Long, một nhà thơ thời kháng chiến lãng-mạn, trích dẫn ở đây để ghi lại không khí thi ca một thuở:

> *"Đêm tiễn chiều đi, rừng ngọt ngào*
> *Núi thêm màu tím, sáng thêm sao*
> *Gió ru em bé đồi không ngủ*
> *Suối thắm hàng mi, lệ ứa trào.*
> *Có chàng lữ khách phương xa đến*
> *Gót mã vì... mây vướng bước chân*
> *Dốc núi chênh vênh màu tím sẫm*
> *Tóc tung xòa, nếp trán phong trần.*
> *Tạm nghỉ nhà ai bên sườn non*
> *Người không một bóng, bếp không hồng*
> *Căn nhà hoang lạnh như lòng khách*
> *Gió hắt hiu về lấp trống không.*
> *Núi vắng người đơn lòng ngậm ngùi*
> *Khách nâng triều sóng nhạc chơi vơi*
> *Hồ cầm lưu luyến bên khe núi*
> *Núi đắm say vì đỡ lẻ loi.*
> *Đêm đứng không đi, rừng thở dài*
> *Sao trời lấp lánh mắt xanh ai*
> *Đàn ru... em bé đồi thiu ngủ*
> *Gõ loáng trăng mờ ớn lạnh vai"* Ba Vì, 8-1954

(Nhạc Đơn, *Đời Mới*, 1954 (2)

Những năm sau biến cố tháng 7-1954 nói chung, các tác-giả viết và sáng-tác để ôn quá khứ, rút kinh nghiệm và xây dựng một miền Nam tự do, dân chủ. Tác-phẩm của những Kỳ Văn Nguyên, Nguyễn Mạnh Côn, Doãn Quốc Sỹ, Triều Lượng Chế, Đỗ Thúc Vịnh, Trần Lê Nguyễn, Võ Phiến, v.v. lấy chất liệu từ cuộc đời dấn thân kháng-chiến của những thanh niên thời chiến. Có người sử-dụng văn-chương cho chính-trị, lập thuyết, đao to búa lớn nhưng phần lớn làm văn-chương bình thường như cuộc sống. Như **Phan Lạc Tuyên** qua bài Tình Quê-Hương:

> *"Anh về qua xóm nhỏ / Em chờ dưới bóng dừa*
> *Ánh chiều lên mái tóc / Tình quê-hương đơn sơ*
> *(...) Em hẹn em sẽ kể / Tình quê-hương đơn sơ*
> *Mẹ già như chiều nắng / Nhớ con trai chưa về*
> *Ruộng nghèo không đủ thóc / Vườn nghèo nong tằm thưa*

Ngõ buồn mầu hoang loan / Quê nghèo thêm xác sơ... "

(*Mùa Hoa Mới*, 1956)

Một **Hoàng Trúc Ly** *tình ý nhẹ nhàng:*

"Có người anh không quen / đến tôi nhà im cửa ngõ
Trời mưa phiêu bạt hoa đèn / Tâm sự nửa chiều cởi mở
Anh kể bài thơ / Ngổn ngang năm tháng
Thu xưa biền biệt áo tím kinh kỳ
Nắng không đè nổi vai người bước đi
đồng núi mênh mang / Dép mòn lá rụng
Xóm làng từ buổi thăm loang
Tàn phá đỏ loe đầu súng / Biết còn gì nữa ... người anh
Những mái nhà cay đắng chiến-tranh
Ruộng vườn ai lạnh lẽo cho đành
Từng vành khăn trắng như mây trắng
Xuân đến tha hồ thương tóc xanh
Đại dương lửa khói mờ nhân ảnh
Sực tỉnh nao nao khúc độc hành
Lạ lùng anh đến thăm tôi / Dừng chân mưa bay nhạt lối
Bóng chiều nghiêng xuống cuộc đời
Anh mỉm cười nghe đêm tối
Ngày ủng hoa sau lửa mắt khơi vơi" - 1956

(Gặp Người Em, *Trong Cơn Yêu Dấu*)

Đỗ Tấn trước 1954 đã xuất-bản 3 tập thơ về thời kháng chiến, sau thêm *Mùa Hoa Sim Nở* (1956), *Chiều Cuối Năm* (1957), *Thơ Trắng* (1963), ... Bài Mùa Hoa Sim Nở mang không khí thi ca kháng chiến, thời lên đường giành độc lập, người trai lên rừng, vượt núi, và những đồi sim, những tình cho người hậu tuyến, như với Hữu Loan, v.v.

"Em đợi anh về / Để viết bài thơ nóng chảy
Yêu thương / Nhưng nắng vàng dạo ấy
Đốt kẻ lên đường / Có mong gì trở lại
Anh bảo / Hương đồng bốn mùa sây nắng
Gió mùa nào kể chi em / Tím sim nào tím đôi tim
Hoa soan rầy đương khô máu/ Dấu xưa em có bới tìm
Tàn ai biển khơi nắng cháy/ Mây chiều che phủ lòng em
Nhưng nay phố phường / Lầu đỏ chìm cả ánh sáng
Dập dìu những cặp yêu thương
Em về cho anh khắc khoải

Đêm nghe sao xuống trong vườn
Anh đi ra Bắc có về / Hiệp thương nào ai nghe nói
Rứa mà anh bảo / Hương đồng bốn mùa sây nắng
Gió mưa nào kể chi em
Ra đi là ngày sim nở / Tím sim nào tím đôi tim
(...) Cho ấm hơi người / Đông về lạnh lắm
Tin anh nào thấy tăm hơi
Chừ biết tin anh hay tin cuộc đời
Lấy nhau vừa đúng mười hôm chẵn
Và chỉ mười hôm e thế thôi
Độ rày sim nở / Tím sim là tím làn môi
Là tím cuộc đời trong giá / Là tím tình ta lỡ rồi
Ai người gây nên màu tím / Mưa thêm trên núi trên đồi
Gió thêm cho lòng lạnh lắm/ Buồn vương hiu hắt mái gồi
Cho đông tàn se cỏ lạnh
Anh có về không hỡi anh / Chim không đậu nữa trên cành
Bình hoa đổ nát / Bên người tiếng lá reo nhanh
(...) Độ rày sim nở
Không nhớ thương ai mà khóc trên đồi
Phố phường rộn rịp vui biết mấy
Trên đồng tiếng hát chơi vơi
Anh đi anh chẳng trở về
Có khóc rầm rề thì cũng một thân"

(*Mùa Hoa Sim Nở*)

Hồ Đình Phương xuất-bản *Gió Lên* và *Sưởi Nắng* (tb, Xây Dựng, 1954). **Tạ Ký** thơ đăng trên *Đời Mới* như bài Xuân Về Thương Nhớ Với Ai Đây? (ghi tặng Trương Đình Ngữ):

"Tết đến rồi đây, Xuân đến đây
Xuân xuân tết tết được bao ngày
Cười nghiêng núi thắm: xuân gian khổ
Khóc đứng quê xa, tết dạn dày
Có những con người không biết tết
Cầm bằng năm tháng một cơn say
Có những con người không biết chết
Hẹn cùng trời đất một ngày mai,
Có những con người không nói hết
Căm căm thế sự nhíu đôi mày!
Tóc rụng: xuân về hăm mấy bận,

Giang hồ ta vẫn trắng đôi tay.
Lòng riêng nào biết xuân hay tết,
Dứt áo ra đi một chuyến này
Những chuyện tâm tình không tỏ được,
Hoa đào trước cửa lả lơi bay...
Bỗng nhiên trời đất đem xuân lại
Chim hót Bình Minh, hoa đón gió
Và người sực tỉnh một cơn say
Hái hoa đem cắm bình nhan sắc
Màu thắm cho phai kiếp đọa đày
* Nhấm mứt gừng suông ba bữa tết,*
Đêm trường xuân mộng gối đôi tay
Đâu đây nhạc rót lời tương biệt
Không hiểu thương ai nước mắt đầy!
Nhà trống tha hồ mơ mộng đến,
Tiền đâu mua lấy nửa cơn say?
Thơ chẳng ai yêu, rồi cũng vẫn
'Chờ mong phương nọ ngóng phương này'
Cố tri dăm đứa nghèo xơ xác,
Ăn chực nằm chờ khắp đó đây.
Nuốt tiếng cười điên, ngâm lạc giọng:
"Sòng đời thua nhẵn cả thơ ngây"
Nghĩ tiếp vần thơ tràn nước mắt,
Lệ mình sao nhấp vẫn cay cay!
Lệ mình đâu phải 'dòng dư lệ'
Mà giữa mùa tươi khóc thế này
Xuân bỗng tưng bừng trên má thắm,
Xuân về thương nhớ với ai đây?" (1955)

Diên Nghị xuất-bản *Xác Lá Rừng Thu* (1956), *Chuyện Của Nàng* (1962), ...; nhà thơ hân hoan với nền Cộng hòa và tự do:

"Kỷ Hợi về đây, Mậu Tuất qua
Nửa đêm trừ tịch pháo gần xa
Cành mai chớm nhụy hương Xuân đượm
Rượu ngọt trà thơm nhạc Cộng Hòa.
Lối ngõ tự do, đường rộng mở
Bình minh chim hát khúc bình ca"- 1957

(Xuân Của Chúng Ta)

Châu Liêm (Nguyễn Xuân Thiệp) đã có những bài như *Nắng Vàng, Tháp Nắng, Xa cách, Người Em Cách Một Nhịp Cầu, Nhịp Bước Mùa Thu,* ... Tháp Nắng có thể xem như tiêu biểu nhịp thơ của Châu Liêm năm 1954, gợi không khí thời kháng chiến, với ngôn từ của một thời đại và nhà thơ đã có tầm nhìn sự vật, thiên nhiên rất thơ, với những biểu tượng ẩn dụ lắng đọng nơi người thưởng thức thi ca:

"Dừng chân nơi biên cương / Ngút trời nắng lửa
Đá dựng thành trì ngăn đại dương / Lối về bụi đỏ
Núi tiếp mây trời xây tháp nắng dặm trường!
Dừng đây sau bóng núi
Dăm kẻ không nhà mơ cố hương
Gạch, đá ngậm ngùi phơi đổ nát
Ngói đỏ giờ ai xây / Như môi cười say tiếng hát
Nơi đây: / Suối độc - Rừng sâu
Nắng trưa ngời khoé mắt
Có người tay đã nâng cao
Tình đằm sương gió / Ánh thép nở hoa bừng lửa đỏ
Tiếng đục dậy lên đường
Tháp nắng rưng rưng ngùi trông bốn phương
Ôi! tháp nắng muôn trùng
Chiều xưa qua đây câu ca trên môi còn rung
Chiều nay qua đây lòng say yêu thương
Tháp nắng lưng trời! / Ôi! lửa sáng đại dương" (Đời Mới)
Một Quách Thoại yêu dân chủ tự do :
"Chiều chiến-tranh / Những mẹ già run sợ
Và tiếng sung cối xay / Đêm sắp tối rồi
Người ta đang giết nhau quá mê say
(...) Ngoài kia vùng Bắc Việt / Nơi kẻ thù tôi
Và đồng bào tôi / Đang giết nhau
Hỡi ôi / Đất nước chia đôi
Nam Bắc hai đầu / Nhìn nhau mà ruột đứt ..."
(Những Buổi Chiều Việt-Nam).
"Sáng nay tôi bước ra giữa thị thành
Để nghe nói nỗi niềm mới lạ
Tiếng xe tiếng còi tôi nghe đường sá
Cả âm thanh của cuộc sống mọi người
Một nụ cười chạy ẩn giữa môi tươi
Trên tim nóng trong linh hồn tất cả"

(Sáng Sài Gòn, 1956)

Thơ về tình nước có thể ghi nhận sau Đằng Phương (Nguyễn Ngọc Huy) với tác-phẩm *Hồn Việt* (1950) của thời kháng chiến, là Trần Văn Hương một chính-trị gia yêu nước khác, từng bị tù đày và là Đô trưởng Sài-Gòn và Thủ tướng, Tổng thống Việt-Nam Cộng-Hòa, có tập *Lao Trung Lảnh Vận* (TGXB, 1964) và *Bó Hoa Cuối Mùa* xuất-bản mãi sau này, 1965:

> *"Âm thầm vun xới góc vườn xưa,*
> *Xuân muộn còn đâu để lọc-lừa;*
> *Mót nhặt dăm chùm hoa cuối tiết,*
> *Tâng tiu giấu giữ chút hương thừa."*

Nhưng thất bại của những hợp tác và khó khăn của đồng thuận chính-trị khiến chính quyền đệ nhất cộng hòa quyết liệt vạch một lối đi văn-hóa để thu phục nhân tâm của miền Nam và tiêu diệt tận gốc chủ nghĩa cộng-sản ngoại lai cũng là để những kẻ ‹*đứng núi này trông núi nọ*› phải nhận chân và dứt khoát con đường phục vụ đất nước và dân-tộc. T.Th. Ngô Đình Diệm từng nói *"Thứ chiến-tranh này không phải là thứ chiến-tranh chỉ liên hệ đến một số quân nhân mà thôi đâu. Thứ chiến-tranh mà ta phải đối địch là thứ chiến-tranh lý tưởng đối đầu với lý tưởng"* (*Cách Mạng Quốc-Gia*, 1-7-1960). Trước đó, trong chuyến viếng thăm chính thức Hoa-Kỳ, trong cuộc họp báo ở New York ngày 12-5-1957, T.Th. Ngô Đình Diệm đã từng khẳng định ý chí *"nhân dân chúng tôi ghét chiến-tranh, nhưng họ cũng không muốn làm nô lệ"* (*"Our people hate war, but they also hate to be slaves"*, *Times of Vietnam*, 18-5-1957).

Trong chiều hướng đó, tạp-chí *Xã Hội* của ông Ngô Đình Nhu (cổ võ lý thuyết "xã-hội nhân-bản và cộng-đồng đồng-tiến") đình bản cuối năm 1956 có thể do nội-dung quá lý thuyết không đến được với cán bộ và quần chúng. Rồi sau hai tạp-chí *Sáng Tạo* và *Chỉ-Đạo* ra mắt cùng tháng 10 năm 1956, *là tạp chí Bách Khoa* số 1 ra mắt ngày 15 tháng 1 năm 1957 [và số cuối 426 ra ngày 20 tháng 4 năm 1975]. Năm 1957 là năm có nhiều biến cố văn-hóa và chính-trị quan-trọng: Đại hội Văn-hóa Toàn quốc diễn ra ở Sài-Gòn do chỉ đạo của cố vấn Ngô Đình Nhu từ ngày 7-1-1957. Viện Đại học Huế cũng được mở cùng năm - khánh thành ngày 12-11 và Trung tâm Văn Bút Việt-Nam (xuất thân từ Nhóm Bút Việt) cũng được giấy phép thành lập ngày 21-10. Có thể nói *1957 là năm của một khởi đầu văn-hóa miền Nam tự do!* Thuyết Nhân vị được xem là nền tảng chính-trị *"nhắm mục-đích tạo cho tất cả công dân Việt-Nam một nền tảng đạo đức, tinh thần và triết lý vững chắc để hầu xây dựng một nước Cộng hòa Nhân vị và để chống lại một cách hữu hiệu chủ nghĩa cộng-sản"* (3).

*

Sau những đấu tranh văn nghệ cho chính trị ý thức hệ của hai năm đầu 1954-1955, người làm văn nghệ muốn làm nghệ thuật mới, thuần túy nghệ thuật hơn, kiểu nghệ thuật vị nghệ thuật nhưng hiện-đại hơn. Sau sẽ rõ ra cũng là một công cụ của chính trị giai đoạn! Trước hết có khuynh hướng ôn lại các kinh nghiệm kháng chiến và chiến-tranh vừa trải qua, cố gắng vạch rõ tính cách phi nhân của chế độ Cộng sản miền Bắc để cắt nghĩa sự ra đi và di cư vào Nam. Trong số đó có các nhà văn như Nguyễn Mạnh Côn từng sinh hoạt chính-trị và đảng phái với cộng-sản, như Doãn Quốc Sỹ, Võ Phiến từng sống trong khu do cộng-sản kiểm soát, Võ Phiến đã cho biết: *"Bọn chúng tôi, những người mới bắt đầu cầm bút khoảng thời gian 1955-1959 thường hay quan tâm đến thái độ của mình với Cộng sản. Nghĩa là lúc nào chúng tôi cũng có những cái ray rứt trong khi cầm bút, là sẽ minh định thái độ với Cộng sản như thế nào, khi mà một phần quá khứ của chúng tôi đã gần gũi khá nhiều với họ"* (4).

Trong bầu không khí chính trị mới, tự do và dân chủ của sau hiệp định Genève 1954 đó, văn chương của Võ Phiến, Đỗ Tấn, Mai Thảo, Nguyễn Mạnh Côn, Doãn Quốc Sỹ, Đỗ Thúc Vịnh, Kỳ Văn Nguyên, ..., những con người từng theo kháng chiến, đã góp phần xây dựng chính trị miền đất mới trong giai đoạn đắp nền của thời đệ nhất cộng hòa. Tác phẩm của họ đã đáp ứng những chờ đợi của con người thời đó. Văn chương trở thành vũ khí đấu tranh chính trị với cộng sản, dĩ độc trị độc, cũng như người cộng sản đã đặt văn nghệ thành chính sách. Những chuyện xảy ra ở các liên khu kháng chiến. Trong *Người Tù, Kỳ Hoa Tử, Khu Rừng Lau, Mùa Ảo Ảnh*, v.v., cho thấy đấu tranh chính-trị và quyền làm người là một! Doãn Quốc Sỹ, Đỗ Thúc Vịnh quyết tâm bảo vệ lý tưởng, ý nghĩa đã có, dứt khoát vai trò của người trí thức, phải bỏ chủ nghĩa cộng sản, đề cao dân tộc tính và tình người khi còn có thể.

Nguyễn Mạnh Côn nhiệt thành *Đem Tâm Tình Viết Lịch Sử* (ký Nguyễn Kiên Trung, 1958) trình bày cho đồng hao và thế hệ trẻ biết những thất vọng của ông về một chủ nghĩa, với kinh nghiệm chính ông *Lạc Đường Vào Lịch Sử* (1965). Một cách phá đổ huyền thoại kháng chiến đồng thời nhận chân giá trị thực-sự của công cuộc vận động kháng thực đó! Ông viết về cuộc khởi nghĩa năm 1945: *"là một sự quật khởi của những người tư bản, tiểu tư sản và trí thức (...) Tôi thành thực không muốn lịch-sử sẽ chép rằng ngày 19 tháng Tám 1945 dân-tộc ta đã làm một cuộc khởi nghĩa oanh liệt dưới sự lãnh đạo của Mặt trận Việt Minh. Tôi không bất công tước bỏ giá trị của Việt Minh trong ngày 19 này, thật quả giá trị ấy không hề có"* (ĐTTVLS, tr. 33. 44). Mai Thảo đã cho rằng *"...những tác phẩm của Nguyễn Mạnh Côn, từ Đem Tâm Tình Viết Lịch Sử tới hòa-bình Nghĩ Gì Làm Gì? đã là những lưỡi mác xung kích cực kỳ sắc nhọn phóng vào thành trì ý thức hệ cộng sản suốt hai mươi năm đấu tranh văn học giữa hai miền và là những tác phẩm chủ yếu của Văn Học Quốc Gia Việt Nam từ chia cắt Nam Bắc 1954 tới sụp đổ miền Nam 1975. Kích thước mỗi tác phẩm Nguyễn Mạnh Côn lớn lao ở đó. Mỗi tác phẩm anh là một trận đánh lớn, từ trận tuyến văn học chúng ta đánh tới kẻ thù. Trên cái nghĩa toàn phần của danh từ, anh là một danh tướng, một chiến sĩ cầm bút lẫy lừng của trận tuyến văn học miền Nam, niềm vinh dự chung của Miền Nam Văn Học"* (5). Cũng với bút hiệu Nguyễn Kiên Trung, năm 1957 ông đã xuất-bản hai tập *Chống Mác-Xít* và *Việt-Minh, người đi đâu?* (90 tr.).

Bên cạnh là một số nhà văn miền Trung khác như Nguyễn Văn Xuân (*Bão Rừng*, 1957), Phan Du (*Cô Gái Xóm Nghèo*, 1959), ... đã có những tác-phẩm tuy không được giới văn-học nghệ-thuật ở thủ đô Sài-Gòn nhắc đến nhiều, nhưng đã là những tác-phẩm thời-thế đáng kể.

*

Vì an-sinh của miền Nam Cộng hòa, nơi tập hợp mới của người Việt không cộng sản, văn chương chống cộng, tố cộng, đề cao tự do, cảnh tỉnh người dân về hiểm họa cộng sản là thiết yếu, là những viên gạch không thể thiếu trong hoàn cảnh. Miền Nam đến cuối thập niên 50 đã có được những cơ cấu chính trị và xã hội nền tảng của một chế độ dân sự hiện đại. Nhưng từ năm 1960, đã bắt đầu có những tiếng nói khác nhịp với chính quyền. Nhóm Caravelle (4-1960), rồi đảo chính ngày 11-11-1960, rồi hai phi công Phạm Phú Quốc, Nguyễn Văn Cử thả bom dinh Độc lập (2-1962), và những nỗ lực chính trị của một số người của chế độ muốn cứu nền đệ nhất cộng hòa không kết quả, bàn cờ domino khiến "đồng minh" Hoa Kỳ thiếu kiên nhẫn muốn đi nước cờ theo ý mình, bèn cấu kết đưa đến đảo chính 1-11-1963, rồi chỉnh lý, biểu dương chính trị, tôn giáo, v.v. Người hiểu biết sẽ thấy khi chế độ đệ nhất cộng hòa bị lật đổ, dân chủ bị phản bội - mà những người sinh hoạt chính trị hình như cũng chưa thực hành được dân chủ, chưa chấp nhận "trò chơi" dân chủ - chống Cộng sẽ hết còn dễ dàng. Và xuất hiện một thế hệ trẻ năng động trong hành trình trí thức và tâm cảm, nhiều khắc khoải, ưu tư, nhưng họ lại có thể không cùng kinh nghiệm kháng chiến hay chống Cộng, dễ ngây thơ chính trị.

Chín năm của Đệ nhất Cộng-Hòa dù gì thì cũng đã đánh dấu một thời kỳ dân-chủ tự do của miền Nam, và văn-học nghệ-thuật đã phát triển như đã phải và nên phát triển. Với tự do dân-chủ của miền Nam, các tay sai, nằm vùng, "ăn cơm quốc-gia thờ ma Cộng-sản" như Lữ Phương đã có thể tự do ăn nói một chiều trên báo-chí của miền Nam. Trên *Tin Văn* số 1, 6-6-1966, tên tuổi ông được tung lên báo-chí 'đấu tranh' với bài viết đầu tiên đã cho rằng có "hiện-tượng thoát ly thực tại trong 9 năm văn-học Ngô triều": ông ta kết án nền văn-nghệ thời ấy đã "thoát ly thực tại" chẳng qua vì chế độ và các văn-nghệ sĩ thời ấy quá "tố Cộng" mà không lo chuyện "dân-tộc", chống "thực dân mới" như người của … Cộng-sản. Nay thì ai cũng rõ luận điệu đó chỉ là tuyên truyền, rao đầu heo bán thịt chó, miền Bắc cùng thời đó chẳng lo tí dân-tộc nào, sau khi đồng lõa với vài cường quốc để chia đôi đất nước đã chỉ chuẩn bị chiến-tranh chiếm miền Nam với sự viện trợ dồi dào của khối Cộng-sản quốc tế, dân-tộc hết bị đấu tố đến hy sinh mạng sống sinh Bắc tử Nam! Có những lý luận của ông sau này và cả lúc đó đã có thể áp dụng cho miền Bắc, như *nhà văn đã nhục nhã cúi đầu im lặng để đồng lõa với bạo tàn*", "*đứng bên lề cuộc đấu tranh của dân-tộc*", "*ý thức đầu hàng*", "*ít người viết để xây dựng đấu tranh*", v.v.

Miền Nam bốc lửa, nếp thanh bình tương đối của thời ngưng chiến sau 1954 dần mất. Nhà văn cũng như bao người dân khác, bị thời cuộc xáo trộn, phải đối phó. Sinh hoạt văn hóa cũng bị biến cố thời thế ảnh hưởng, và ảnh hưởng nặng nề. Những *Sáng Tạo, Hiện Đại, Thế Kỷ Hai Mươi*, ... đã đề xướng văn nghệ "hôm nay" thì **từ 1964,** những tạp chí *Văn, Văn Học, Nghệ Thuật, Tiếng Nói, Vấn-Đề* , v.v. đã "hiện đại" và "hiện thực" mạnh mẽ hơn! Rồi sự góp mặt của một thế hệ nhà văn trẻ hơn như Lê Tất Điều (*Khởi Hành*, Bách Khoa, 1961; *Đêm Dài Một Đời*, 1966; *Phá Núi*, 1968; ...), Nguyễn Đình Toàn (*Chị Em Hải*, 1961), Dương Nghiễm Mậu (*Cũng Đành, Gia Tài Người Mẹ*, xuất bản cùng năm 1963), ...

Cái không khí Dostoievski nặng nề và bi quan, cái không khí buồn tột cùng hay bất lực đó đã thấy trong các tác phẩm của Võ Phiến,

Dương Nghiễm Mậu, ... cũng như cái phi lý dửng dưng trong tác phẩm Thanh Tâm Tuyền, Dương Nghiễm Mậu, Nguyễn Đình Toàn. Thanh Tâm Tuyền và Nguyễn Đình Toàn chẳng hạn thì cũng là đi tìm ý nghĩa của cuộc sống; trong khi Thanh Tâm Tuyền hớn hở mà dửng dưng, tự hào, không cảm tính, thì Nguyễn Đình Toàn chậm chạp khám phá theo cảm tính và tư duy.

Các nhóm văn nghệ

Việc phân chia các "nhóm văn-nghệ" thật sự chỉ có giá trị biên-khảo và tham khảo cho giai đoạn văn-học đầu, từ 1954 đến 1963, và tuy gọi là *"nhóm"* nhưng các "thành viên" có thể không cùng quan điểm văn-nghệ như các Nhóm vào thời kỷ văn-học tiền chiến. Đến giai đoạn 2, từ 1964 đến 1975 không còn hình-thức các nhóm như thời vừa qua, mà các nhà văn thường tập trung theo tạp-chí văn-nghệ và đa số nhà văn có thể xem là độc lập, cộng tác với hơn một cơ quan văn-nghệ và có thể không cùng quan điểm về văn-học nghệ-thuật; tuy vậy, cũng có những Nhóm văn-nghệ thu hẹp nhưng thường có tính cách chiến lược, chiến thuật và có thể không kéo dài lâu, như các *Nhóm Thái Độ, Ý Thức*, v.v. Và cũng có những Nhóm - *khuynh-hướng* thì đúng hơn, liên tục sinh hoạt văn-nghệ và báo-chí dưới nhiều tên gọi như Nhóm Hành Trình, Trình Bầy, Đất Nước, ... Trong biên-khảo này, chúng tôi theo nhận xét vừa nêu và tập trung các nhà văn thành các Nhóm văn-nghệ, văn-học, báo-chí theo tên các tạp-chí chính.

Nhóm Sáng-Tạo

Sáng Tạo (bộ cũ): *"tạp chí văn nghệ"* xuất bản hàng tháng, Mai Thảo chủ trương biên tập. Số 1 ra tháng 10-1956 và kéo dài được 31 số, ngưng từ tháng 9-1959. Bộ Mới trở thành *"diễn đàn văn học nghệ thuật hôm nay"* tái xuất tháng 7-1960, nhưng chỉ ra thêm được 7 số, số cuối ra tháng 9 năm 1961. Tạp chí xuất bản ngày mùng 1 mỗi tháng, Chủ nhiệm: Mai Thảo, Quản lý: Đặng Lê Kim. Ban biên-tập: Doãn Quốc Sỹ, Duy Thanh, Mai Thảo, Nguyễn Sỹ Tế, Thái Tuấn, Thanh Tâm Tuyền, Tô Thùy Yên, Trần Thanh Hiệp.

"Tạp chí văn nghệ" Sáng Tạo ra đời trong hoàn cảnh đấu tranh chính-trị mới của miền Nam muốn bảo vệ phần đất quốc-gia và phát triển đất nước theo chiều hướng dân-chủ tự do, sau khi đất nước đã bị phân ranh ở vĩ tuyến XVII với hiệp định Genève ngày 20 tháng 7 năm

1954. Trước vận hội mới đó của miền Nam, quần chúng độc giả nhất là giới trẻ và sinh hoạt văn-nghệ, chờ đợi những cái mới trong lãnh vực văn hóa, văn-nghệ, *Sáng Tạo* do đó đã được nồng nhiệt đón nhận. Về tài chánh xuất-bản thì tạp-chí do viện trợ Hoa-kỳ trợ cấp qua William Tucker - giám đốc cơ quan viện trợ USIS - nên khi hết nguồn tài trợ đã góp phần đưa đến việc đình bản. Về nhân sự, có thể xem *Sáng Tạo* hình thành từ hai ấn phẩm trước đó: *Lửa Việt* và *Người Việt*. *Lửa Việt* là đặc san của Hội Sinh viên Đại học Hà-Nội vừa di cư vào miền Nam, Trần Thanh Hiệp (1928-) chủ-nhiệm, Nguyễn Sỹ Tế (1922 - 16-11-2005) chủ-bút, nhóm chủ trương ngoài hai vị còn có Thanh Tâm Tuyền và cộng tác có Doãn Quốc Sỹ, Lữ Hồ, ...; chỉ ra được vài số và ngưng xuất-bản đầu năm 1955 với số Xuân Chuyển hướng. Tiếp nối là *Người Việt*, một tuần báo văn-nghệ xưng là *"diễn đàn tiến phong đấu tranh văn-hóa"*, Doãn Quốc Sỹ làm chủ-nhiệm/trưởng nhóm, Thanh Tâm Tuyền thư-ký tòa-soạn cũng sống không thọ, ra bộ mới và đình bản vào cuối năm 1955 với số 4 đặc biệt với chủ đề Sáng Tạo [trong số các bài có thơ Còn Sáng Tạo, Ta Hãy Còn Sáng Tạo của Quách Thoại]; gồm những cây bút chính là: Thanh Tâm Tuyền, Trần Thanh Hiệp, Doãn Quốc Sỹ, Nguyễn Sỹ Tế, Quách Thoại và Mai Thảo bên cạnh Trần Việt Hoài, Trọng Lang, Nguyễn Đức Quỳnh, v.v. và ngoài ra còn là nơi xuất hiện lần đầu tiên thơ văn của Mai Thảo (truyện ngắn Đêm Giã Từ Hà-Nội, số 1, ...), Nguyên Sa, Quách Thoại, v.v.

Trong số ra mắt tạp chí *Sáng Tạo*, Mai Thảo đã phần nào *chủ quan* khi nói văn nghệ từ thủ đô Hà-Nội đã chuyển vào thủ đô văn hóa Sài Gòn: *"Sài gòn thủ đô văn hóa Việt Nam: Không phải là một danh từ, một câu nói xuông nhạt. Không phải là một ảnh hình trừu tượng. Không phải là một ảo tưởng mong manh còn năm trong ngày tới xa thắm. Không phãi là một ý niệm khát khao đợi chờ. Đã là một thực thể. được minh định: Văn Hóa Việt Nam thực hiện hôm nay và sẽ được kiện toàn trong ngày tới đã có được một trung tâm xuất phát và sinh thành: Thủ đô Sài Gòn (...) Sài-Gòn đã đứng vào vị trí. Đã nhận nhiệm vụ mình. Sau khi Hà-Nội đã từ bỏ vị trí của Hà-Nội. Lửa văn-hóa vượt vĩ tuyến đã sáng lên ở đây, hôm nay. Sự tê liệt, sự hủy diệt, sự đổ ngã một nơi nào đấy những sức sống trẻ mạnh về Sài-Gòn, họp làm một với những sức sống trẻ mạnh sẵn có. Thành phố — hòn ngọc của Á châu — tinh hoa của đất nước — đã chứa đựng cái sắc thái của một mảnh đất mầu trên đó đua nở những cỏ hoa tươi tốt của một mùa văn-hóa mà những thành tích, kết quả cụ thể đang được tìm lượm dần dần đang đước sắp thành biểu đồ, hệ thống. (...) Trái tim, đầu óc là thành phố. Là trung tâm văn-hóa. Là Sài-Gòn. Sài-Gòn sáng-tạo và suy tưởng (...) Sài-Gòn: thủ đô văn-hóa dân-tộc hôm nay và ngày mai"* (6).

Và trong bài "Quê hương trong trí nhớ" số đặc-biệt Hà-Nội (10-1958), Mai Thảo đoan chắc về việc rời Hà-Nội vào Nam: *"Tới khi tôi bắt đầu thấy mến yêu Sàigòn, tưởng rằng Hànội sẽ mất hẳn, ai ngờ lớp sương mù tan đi và Hànội lại đằm thắm hiện ra. Bấy giờ tôi nhìn thấy Hànội rõ lắm. Kỷ niệm đi theo sự sống về gần. Sống chân thực mãnh liệt thì dĩ vãng về họp mặt cùng hiện tại như sự thu hút của đá nam châm (...). Cho nên quê hương còn hay mất, ở gần hay xa, có hay không là tùy cái thái độ, cái ý niệm của người. Tôi tha thiết, tôi gắn bó với đời sống thì ở đâu và bao giờ tôi cũng có được cái cảm tưởng ấm áp nằm trong vòng tay dịu hiền của đất mẹ, nghe thấu được lời ru xuất tự gốc nguồn. Trái lại, có nằm ngay trên sào đất hương hỏa, cũng là nằm trên thước đất lạnh mà thôi (...). Kẻ thù không sợ chúng ta ở xa hay về gần. Điều nó sợ là ở xa hay gần mỗi chúng ta vẫn cứ là một khối sống rực rỡ. Cho nên đi hay ở đã không thành vấn đề. Đi không phải là ty nạn là mất gốc. Những cái mà tôi, mà anh, những người Hànội hiến dâng, góp phần vào cho sự sống ở Sàigòn, ở khắp nơi hôm nay mới chính là Hànội, cái phần tinh hoa, cái phần quý giá nhất của Hà-Nội. Chúng ta đi mang theo quê hương, chúng ta đi mang theo Hànội là vì thế. Mà cũng chính là trong lối sống mà chúng ta đang chiến đấu, đang bảo vệ cho Hà-Nội, để vẫn là những người Hà-Nội"* (7).

Khẳng định của Mai Thảo là một diễn dịch khác của một cơ cấu xã hội và chính trị bị-động, phải đối phó tức thời với kẻ thù cộng sản. Chính quyền miền Nam nhắm tổ chức như cơ cấu của kẻ thù, đòi hỏi hy sinh và một lòng, một mục đích chính-trị và văn-hóa, với những phương tiện tương đương (mục-đích, lý tưởng đó có được chia xẻ và theo đuổi đến cùng không dĩ nhiên lại là chuyện khác!). Các tạp chí quân đội, tâm-lý chiến và cả những tạp-chí của cái gọi là nền *văn-nghệ hiện-đại* như *Sáng Tạo, Hiện Đại, Thế Kỷ Hai Mươi,* .. và *Bách Khoa, Quê-Hương, Sáng Dội Miền Nam* , v.v... cũng không đi ra ngoài quỹ đạo đó! Trong bầu không khí chống Cộng - Mai Thảo trong bài vừa nói đã nhận nhiệm vụ xung kích văn-hóa, *Sáng Tạo* đã ra đời với cái gọi là ý thức văn nghệ mới và làm mới văn học cho thời đó, ngay những số đầu đã cho biết muốn làm đại diện cho "một nền nghệ thuật mới" được nhóm chủ trương gọi là "nghệ thuật hôm nay".

Khẳng định trách nhiệm của văn-nghệ sĩ đối với xã-hội, đất nước là của cả nhóm Sáng Tạo, trong "Bản lên tiếng chung của tám tác giả Việt Nam" gồm có Doãn Quốc Sỹ, Duy Thanh, Mai Thảo, Mặc Đỗ, Nguyễn Sỹ Tế, Thanh Tâm Tuyền, Trần Thanh Hiệp và Vũ Khắc Khoan, trên tạp chí Sáng Tạo số 12 (9-1957); nội dung bản lên tiếng chung đó như sau:

"- Chúng tôi, những tác giả Việt Nam ký tên dưới đây, nhận thức:

- Những ràng buộc tất nhiên giữa cá nhân tác giả và cuộc sống của toàn thể – những ràng buộc đó đòi hỏi ở tác giả ý kiến, thái độ, hành động; - Trách nhiệm mặc nhiên của tác giả trước xã hội và lịch sử – trách nhiệm đó phải được công nhiên đảm nhận;- Giá trị của sự lên tiếng chung – đã đến lúc tiếng nói của từng tác giả cần phải kết hợp vì đòi hỏi và trách nhiệm trên;

1."Bởi vậy, tự ý liên kết để:

- Thống nhất quan điểm, bày tỏ ý kiến, thái độ về những vấn đề cần đặt ra trong tinh thần tôn trọng tự do, độc lập của mỗi người;

- Tranh thủ những điều kiện căn bản tự do, độc lập thiết yếu cho sự tồn tại và phát triển của tư tưởng, văn chương, nghệ thuật.

Không nghĩ rằng công việc của chúng tôi có ảnh hưởng quyết định trong việc giải quyết những vấn đề, nhưng ít nhất cũng có giá trị một cố gắng của những người tha thiết với trách nhiệm, chúng tôi chân thành kêu gọi bạn đồng tình và viết bản văn này xác nhận sự có mặt của chúng tôi" (8).

Sáng Tạo bộ mới ra tháng 7-1960 như muốn phản ứng lại "dư luận văn-nghệ" thời đó, *Hiện Đại* và *Thế Kỷ Hai Mươi* đã muốn trám chỗ trống mà *Sáng Tạo* bộ cũ để lại. Mai Thảo phản pháo các phê phán của giới văn-nghệ qua bài viết **"Con đường trở thành và tiến tới của nghệ thuật hôm nay"** (*Sáng Tạo*, b.m., 6, 12-1960 & 1-1961): *"... Những khuynh hướng mới. tổng hợp thành trào lưu tư tưởng nghệ thuật mới, trào lưu đó đang hình thành rực rỡ, đã bắt đầu gây những tác động mãnh liệt xâu rộng trong tâm hồn người sáng tác trong đời sống xã hội, khả năng xây dựng và hủy phá của nó đang tạo thành một đổi mới, một đảo lộn chưa từng thấy trong lịch sử nghệ thuật Việt Nam, những khuynh hướng đó có thực là những trạng thái tiêu biểu cho một thứ nghệ-thuật vô luân, xa đọa, phản luân lý đạo đức, vong* bản, ngoại lai, phản loạn, như bọn bão thủ phản tiến hóa ở đây đang điên cuồng gào thét, đòi tố cáo trước chính quyền, đòi trừng phạt..., đòi đền tội trước tiền nhân hay không? Những khuynh hướng đó có thực là hiện thân của một lớp người vô trách nhiệm, vong bản, lập dị, của những tâm hồn điên loạn, những kẻ vọng ngoại, "hiện sinh" bắt chước vô ý thức một trào lưu nghệ thuật suy đồi Tây phương hay không? Người ta có thể nhân danh một nhà luân lý của một thứ luân lý nào đó, nhân danh đạo đức của một thứ đạo đức nào đó, nhân danh nghệ thuật (cũng được) của một thứ nghệ thuật nào đó để trả lời có. Và để đi xa hơn, lên án, đòi tố cáo, đòi trừng phạt những khuynh hướng đó như những sản phẩm tinh thần độc hại, những người chủ trương những khuynh hướng đó như những tội phạm chính trị nguy hiểm cho xã hội và chính quyền" và theo ông đó "chỉ là xuyên tạc, vu khống, bôi nhọ, khủng bố, mục đích không ngoài dụng tâm khuynh đảo, làm hoang mang tinh thần người đọc, phỉ báng cá nhân". Mai Thảo vững tin rằng "Cái tâm trạng vùng vẫy, phá đổ thực tại, những sự thực đã có ấy biểu tỏ nồng nàn nỗi khát khao đạt tới, nắm vững sự thật của con người thế hệ hôm nay, sự đắc thắng của trí thức, trí tuệ con người thế hệ trước đời sống, trước sự vật, như một ý thức chủ động đời sống. Đánh dấu rực rỡ sự đi qua, sự có mặt, tác động ghê gớm của con người trước xã hội, trước sự vật, đó là ý nghĩa căn bản cuộc hành trình trở lại đời sống của con người thế hệ hôm nay. Đó cũng là con đường trở thành và tiến tới của nghệ thuật hôm nay" (9). Mai Thảo tự biện hộ khi chống lại lập luận của những đồng nghiệp báo-chí, văn-nghệ (*Văn Đàn, Hiện Đại, ...*) mà cả những kẻ muốn nhân danh dân-tộc như chiêu bài trên *Bách Khoa, Tin Sách,* v.v. lúc bấy giờ.

Đến bài "*Nghệ thuật, sự báo động khẩn thiết và thường trực của ý thức*" (b.m., số 7 (9-1961), Mai Thảo nhấn mạnh việc **làm cách-mạng văn-chương**: "*vai trò xã hội của nghệ thuật, đồng thời làm sáng tỏ vị trí, chỗ đứng, trách vụ của người làm nghệ thuật trong một tương quan xã hội. Và cũng ở điểm căn bản chủ yếu này mà người làm nghệ thuật không thể bao giờ đóng vai trò một nhân chứng khách quan một kẻ xem kịch, hắn đóng vai chính trong vở kịch lớn, hắn là một kẻ nhập cuộc, hắn có một thái độ, một trách vụ minh bạch, hắn không chỉ ghi chép, thu lượm cho một viện bảo tàng hậu thế những biến động lịch sử một thời. Nghệ thuật không còn là một hình thức diễn tả tiêu cực, nghệ thuật là một hành động tích cực trong cái ý nghĩ toàn vẹn, cách mạng nhất của danh từ, người làm nghệ thuật không* *viết lịch sử, hắn làm lịch sử và sống chết với nó".* Đó là một thứ nghệ-thuật cách-mạng: *"thế hệ hiện đại đã được chứng nghiệm như thế hệ của sự đắc thắng vẻ vang và tận cùng của trí thức, trí tuệ trước mê muội dốt nát – sự đắc thắng của ánh sáng trước bóng tối –* **nghệ thuật cách mạng** *cũng đã vượt bỏ mọi giới hạn trường phái (nghệ thuật hiện đại không còn là một vấn đề trường phái) để trở nên một ý thức bao trùm, phổ biến kết tinh thành một ý thức hệ hoàn toàn. Từ sự đồng nhất này mà, phá vỡ những vĩ tuyến và san phẳng những biên thùy, dòng nghệ thuật ý thức đã mặc nhiên là dòng nghệ thuật chính thống của con người, của thế hệ của đời sống. Ngoài nó và khác nó, tất cả đều là giả ngụy, đội lốt. Ngoài nó và khác nó, tất cả đều là vô ích. Ngoài nó và khác nó, tất cả đều hình thức tiểu xảo, tất cả đều là giấy bạc giả, tất cả đều là phiến diện, là danh từ. Nó là đời sống. Và bất tử bất diệt với đời sống".* *"Nói vậy không có nghĩa là lúc nào đó cũng được biểu hiện rõ ràng trên đường lớn, ở trung tâm, trên ngọn đỉnh chói lòa của đời sống và sinh hoạt nghệ thuật. Trái lại, vì tiến bộ, nó luôn luôn bị những phần tử phản cách mạng kết tội, lên án. Vì ý thức, nó luôn luôn bị những khuynh hướng mê muội, những tâm hồn hèn đớn kình chống và coi như kẻ thù. Trên những trang lịch sử nhân loại đen tối, dòng nghệ thuật ý thức cách mạng hiện lên như một lịch sử đấu tranh quyết liệt, hơn một lần được nuôi dưỡng bằng máu huyết và sinh mệnh những kẻ đại diện đã anh dũng ngã xuống trước tù đày, bạo hành, đàn áp, khủng bố, nhưng không vì thế mà nó diệt vong, nó vẫn còn đó như một thực thể trường tồn hiện hữu cùng đời sống, như đời sống. Nó chính là ánh sáng của đời sống đó, giữa những trào lưu nghệ thuật đớn hèn mê muội, nó chính là tiếng nói đó, cái tiếng nói rực rỡ của nghệ thuật mặt trời (...)".* Và ông kết luận: *"Nghệ thuật hôm nay không mê muội, hèn đớn, sơ đẳng ấu trĩ nữa, nó cũng không siêu thoát, hoài cổ, tiền chiến, cá nhân, tình cảm, nó cũng không giải trí, thù tạc, chơi chữ, diễm tình, hình thức nữa, nghệ thuật hôm nay chính là hiện thân một ý thức bị phẫn đớn đau không còn im lặng nép chịu. Nó là phản ảnh của một thế hệ dũng cảm đấu tranh đòi quyền chủ động đời sống, nghệ thuật hôm nay là một vận động cách mạng thường trực, nó bao hàm và biểu hiện cuộc chiến đấu của thân phận tự giải phóng tự thực hiện, nghệ thuật hôm nay là phương tiện hành động, phản kháng trước mọi khống chế, đàn áp của đời sống để thực hiện và giải phóng cho thế hệ, cho con người. Nghệ thuật hôm nay khôi phục lại vai trò cách mạng của nó giữa đời sống. Nó như vậy và chỉ có thể là như vậy mà thôi. Nhận thức được trọn vẹn tầm quan* *trọng của vấn đề, chúng ta sẽ nhận thấy nghệ thuật hôm nay chưa phải là một thực trạng đã đạt được để có thể tự mãn, kiêu hãnh, đứng lại, do đó mà họ đã chết trong một thế giới đã chết. Một tác phong cách mạng nào cũng nhuốm một màu sắc quyết liệt, khổ hạnh. Nghệ thuật hôm nay, trước những đối tượng phải thực hiện, phải hủy phá của nó, đòi hỏi ở mỗi người làm nghệ thuật có ý thức trách nhiệm một sự khổ hạnh của tư tưởng và tâm hồn (...) Chúng ta phải đặt thành vấn đề thanh toán, chấm dứt trạng thái đó. Bằng những chặng đường tranh đấu và thực hiện bản thân tiến tới một trưởng thành ý thức. Cho nên trước hiện thực, trước tác phẩm, nghệ thuật hôm nay vẫn bắt buộc khởi đầu từ một thái độ chủ yếu của người làm nghệ thuật: sự báo động thường trực của ý thức trước bản thân và trước đời sống"* (10).

Sáng Tạo không phải là một văn đàn hay bút nhóm với chủ trương và hoạt động khắng khít như Tự Lực Văn Đoàn hoặc nhóm Hàn Thuyên của thời tiền chiến và sau đó là nhóm Quan Điểm, nhưng ít ra đã đi chung từ tờ *Người Việt* sang *Sáng Tạo* và có thể nói tỏ ra có chung thái độ và quan điểm trong bốn cuộc thảo luận "Nhìn lại văn-nghệ tiền chiến ở Việt-Nam", "Ngôn-ngữ mới trong hội họa", "Nhân-vật trong tiểu-thuyết" và "Nói chuyện về thơ bây giờ", sau xuất-bản thành tập *Thảo Luận...* (11). Họ là Cung Trầm Tưởng, Doãn Quốc Sỹ, Duy Thanh, Huỳnh Văn Phẩm, Lê Huy Oanh, Mai Thảo, Ngọc Dũng, Nguyễn Sỹ Tế, Thanh Tâm Tuyền, Thái Tuấn, Tô Thùy Yên và Trần Thanh Hiệp.

Mai Thảo dứt khoát là linh hồn của nhóm Sáng Tạo, nhưng hình như Trần Thanh Hiệp ra vẻ là "chỉ đạo", người từng tuyên bố "Chúng ta hình thành văn-nghệ mới" và chủ động trong các *Thảo Luận* của nhóm và là tác-giả tập tiểu luận *Tiếp Nối* "tiểu luận 1956-1960" xuất-bản cùng năm 1965 (nhưng trong Thay Lời Tựa, ông tỏ vẻ đi giật lùi khi cho rằng *"Trong khoảng mười năm trở lại đây, nhiều biến chuyển đã xảy ra. Những sự thay đổi ấy bắt buộc phải đặt lại nhiều vấn-đề – có một thời tưởng đã là chân lý – để giải quyết một vấn-đề căn bản: "ổn định đời-sống xã-hội ở đây, trong khát vọng vươn theo hướng của Tiến Bộ nhưng đồng thời vẫn duy trì được sự liên tục với Quá-Khứ"*). Nói đến "nhóm Sáng Tạo" người ta thường nghĩ đến nhiều người: Mai Thảo "đầu đàn" với văn nói chung mới và tân-cải hình thức, Thanh Tâm Tuyền, Tô Thùy Yên và Quách Thoại với thơ tự do và nội-dung mới, Nguyễn Sa với thơ ca tụng tình yêu tân kỳ, Cung Trầm Tưởng, Sao Trên Rừng (Nguyễn Đức Sơn) và Trần Tuấn Kiệt làm mới thơ lục bát, Trần Bích Lan (Nguyên Sa), Trần Thanh Hiệp và Nguyễn Văn Trung (Hoàng Thái Linh), người lập thuyết, người giới thiệu triết lý thời thượng của Âu châu. Ngoài ra còn có Doãn Quốc Sỹ, Thảo Trường, Viên Linh, Người Sông Thương (Nguyễn Sỹ Tế), Trần Dạ Từ, Trần Thy Nhã Ca, Vĩnh Lộc, Thạch Chương (Cung Tiến), Vương Tân (Hồ Nam, Lê Nguyên Ngư, sinh 1935 Sơn Tây - mất 15-12-2015 Sài-Gòn), Hoàng Anh Tuấn, Mai Trung Tĩnh (Nguyễn Thiệu Hùng), Nguyễn Nghiệp Nhượng, Mặc Đỗ, Duy Thanh, Lữ Hồ, Trần Lê Nguyễn, Dương Nghiễm Mậu, Thạch Trân (Đào Trung Đạo), Tuấn Huy, Duy Năng, Diên Nghị, Trường Dzi (Đặng Phùng Quân), ... - người cộng tác thường xuyên, người một hai bài hoặc là những tên tuổi mới. Các văn nghệ sĩ hợp tác khác như Tạ Ty, Đinh Hùng, Mặc Đỗ, Vũ Khắc Khoan, Nguyên Sa, Viên Linh, Dương Nghiễm Mậu, Thảo Trường, Thanh Nam, Lan Đình, Lý Hoàng Phong, v.v... có người sau tách riêng làm văn nghệ hoặc không tiếp tục chủ trương của *Sáng Tạo* nữa. Riêng Nguyên Sa đã nhiều lần công khai không muốn bị gán nhãn "nhóm Sáng Tạo" (Trong bài "Làm Báo" mở đầu số ra mắt tháng 1-1975 của tờ *Nhà Văn* - là tạp chí văn học cuối cùng Nguyên Sa đã đứng chủ trương cùng với Trần Dạ Từ, Nguyên Sa đã nhắc lại sự rạn nứt đó khi đề cao Mai Thảo đã quyết tâm đứng về phía cái mới, "quyết tâm làm cho Mai Thảo cố giữ mãi cho đến lúc không thể giữ được sự chung đụng của những cá tính không thể đứng gần nhau" (12). Về phần nhà xuất-bản mang danh Sáng Tạo chỉ thật sự xuất-bản tập truyện ngắn *Tháng Giêng Cỏ Non* của Mai Thảo năm 1956 và truyện phóng tác Ánh Sáng Miền Nam (Sáng-Tạo, 1956), về sau Doãn Quốc Sỹ lập nhà xuất-bản cùng tên nhưng là của họ Doãn và để in sách của ông và bạn hữu mà phần lớn từ tạp-chí *Sáng Tạo*.

Đối với văn-học sử, Sáng Tạo đã góp phần làm mới văn học về văn cũng như thơ, về hình thức, thể cách cũng như nội dung. Về thơ, Thanh Tâm Tuyền cổ võ **thơ Tự do**, không vần, bất ngờ về ý và chữ dùng, xuất bản *Tôi Không Còn Cô Độc* (1956) và *Liên, Đêm, Mặt Trời Tìm Thấy* (1964) - ông đã viết bài cổ võ ("Đặt đúng vấn-đề thơ tự do") và sáng-tác Thơ Tự Do trước *Sáng Tạo*, từ năm 1955 trên báo Người Việt. Thơ Thanh Tâm Tuyền dùng ngôn ngữ để phá hủy ngôn ngữ, dùng ngôn-từ chính-trị để tỏ bày tâm tình nổi loạn, từ ngôn-ngữ đời thường nhảy vào nghệ-thuật *đen, siêu thực*, phó mặc mạch thơ, nhạc điệu cũng như ngôn ngữ thơ, để ngôn từ tự do trôi chảy như sự vật vô tri vô nghĩa từ nguyên thủy và như không khí chính-trị tự do mới có được sau những năm dài chiến-tranh. Mặt khác, thiên chức hoặc mục-đích của thi ca cũng được Thanh Tâm Tuyền định nghĩa khi viết Tựa cho tập thơ *Vào Đời* (1966) của Trần Thanh Hiệp: "*Thơ là mở cho nhìn thấy ... Trong đời người rối mù hỗn độn, tan nát và điên khùng che khuất mọi viễn tượng, trong lịch-sử khắc nghiệt, tàn nhẫn quay cuồng như cửa ngỏ hư vô, mở cho nhìn thấy những thực tại còn lánh mặt, bị chôn vùi, những điều khả hữu của đời người, của lịch-sử. Mở và nhìn thấy là tác động của trí tuệ – một trí tuệ tiến về mọi chiều đến tận cùng các giới hạn, một trí tuệ tự tạo tự do và muốn thực tại cũng tự do. Thơ chính là trí tuệ thiên nhiên lang thang tìm kiếm sự thật và hủy diệt sự thật – trí tuệ nảy sinh từ thực tại chia lìa, muốn đi thoát ôm theo thực tại vào vùng trời nào, nhưng chúng ta, chúng ta nhìn thấy được gì, phải nhìn thấy được gì không? (...) Phải chăng trí tuệ của chúng ta đã chỉ còn là trí nhớ ray rứt về cuộc hành trình không thực hiện nổi – trí nhớ bi thảm đui mù -? Và, thơ của chúng ta như con chim cất cánh bay cao trong đêm giá cô đơn tìm về mặt trời hay chỉ là con chim đã sập bẫy kêu những tiếng mê sảng?...*". Tức, Thanh Tâm Tuyền muốn đi xa hơn nữa: "*thơ hôm nay không dừng lại ở thơ phá thể, thơ hôm nay là thơ tự do*" mà cao điểm sẽ là thơ văn xuôi (13) - trong khi với Nguyên Sa, thơ tự do chỉ là thơ phá thể (14). Cổ võ thơ Tự Do và khi tưởng đã thành công gây tiếng vang thuận tiện, nhất là với những người làm thơ mới ra đời, nhóm Sáng Tạo bèn đi xa hơn, phủ nhận giá trị thơ văn tiền chiến và kháng chiến. Mai Thảo và nhóm bạn của ông rất dị ứng với quá khứ! Nhiều nhóm văn nghệ sĩ đã lên tiếng phản đối, nhất là ở Huế – từ tranh luận thơ tự do xuất phát ca dao và/hoặc thơ tượng trưng tiền chiến (rốt lại mang chất chính-trị quốc-cộng!).

Thơ lục bát đã được cách tân với một số nhà thơ thời Thơ Mới, nay trên tạp chí *Sáng Tạo*, thể-loại thi ca này được tiếp tục hiện đại hóa với ngôn ngữ tân kỳ, hình ảnh mới hơn, bất ngờ, cũng như trong cách dùng chữ, ngắt câu. Khởi xướng bởi Cung Trầm Tưởng, tiếp đó có Sao Trên Rừng, Trần Tuấn Kiệt, Trần Đức Uyển, Hoài Khanh, Kim Tuấn, Hoàng Trúc Ly, v.v. và đã được liên tục thể hiện và tiếp nối đến cuối giai đoạn với cả các nhà thơ trẻ; mỗi người một ngôn-ngữ, mỗi người một phong cách đi vào lòng người thưởng ngoạn!

Về **văn xuôi**, Mai Thảo là người đã đóng góp cho một cách làm mới hành văn. Những sáng tạo về ngôn từ, cách chấm câu, văn tùy bút, cảm giác. Cách dùng chữ trang trọng, chấm câu theo tình cảm và diễn tiến câu chuyện. Mai Thảo cổ võ lối viết văn như vẽ tranh. Chỗ chấm phá, chỗ chi tiết. Chỗ nâng cao, chỗ xuống thấp. *Đêm Giã Từ Hà-Nội, Bản Chúc Thư Trên Ngọn Đỉnh Trời* cũng như hai tập *Tùy Bút* và *Căn Nhà Vùng Nước Mặn* là những thử nghiệm thành công. Những chữ dùng nay đã quen nghe quen thấy, nhưng vào những năm 1956-61 là những cái mới đã làm hơn một người chau mặt!

Truyện Thanh Tâm Tuyền tiêu biểu qua *Bếp Lửa* (1957) và *Khuôn Mặt* (1964) trong đó nhiều truyện ngắn đã đăng trên *Sáng Tạo*, coi cuộc đời là một vô nghĩa toàn diện. Con người "hôm nay" lên đường, lữ hành, tự vạch đường, tự thoát khỏi tầm thường và khuôn sáo. Cô đơn trong trừu tượng sâu thẳm của con người, nhưng cuối cùng cái phi lý vẫn bủa vây, đẩy con người lún sâu thêm vào trong thực tại mà ý nghĩa nguyên thủy bất động của sự vật vẫn chưa tìm thấy. Truyện Thảo Trường dùng những tra vấn khắt khe nhưng chân thành của con người trí thức có đức tin, để nhìn con người và chiến tranh! Cả ba dụng văn nhưng nếu Mai Thảo làm xiệc với chữ, Thanh Tâm Tuyền khiến con chữ sắc lạnh và Thảo Trường nung lửa cho từng chữ dùng!

Bên cạnh khuynh hướng trí thức và viễn kiến thời bấy giờ là lập trường làm nghệ thuật *sống* của "nhóm" tạp chí Sáng Tạo qua Mai Thảo, "phát ngôn viên", đã khẳng định "*Trong phạm vi và ý hướng một cuộc hành trình của một giòng nghệ thuật ý thức chuyên chở trên giòng vận động của nó cả một tâm trạng thế-hệ đòi quyền chủ động đời sống, nghệ-thuật đã được hình thành như một cuộc đấu tranh tự giải phóng của thân phận con người khỏi cái thân phận hiện hữu của nó giữa một xã-hội mà nó không thỏa thuận và chấp nhận, khuynh-hướng đối kháng đã trở nên động lực căn bản, làm nền, của giòng nghệ-thuật ý-thức cách-mạng, của những người làm nghệ-thuật cách-mạng. Sự đối kháng đó tự nhiên, bắt buộc và thường trực. Cho nên cái thái độ của người làm nghệ-thuật chỉ có thể là một thái độ duy nhất: thái độ đó là sự báo động thường trực của ý thức (...) (và) nghệ-thuật là sự báo động thường trực của ý thức, sự đối kháng thường trực và vĩnh viễn của thân phận con người trước sự vật, trước đời sống, sự đối kháng không phải là một hành động phá hoại, nó chính là hình thái xây dựng đích thực, duy nhất của nghệ-thuật giữa đời sống, lý do đích thực và duy nhất cắt nghĩa cho sự có mặt và vai-trò của nghệ-thuật giữa đời sống...*"(15).

Dục tính cũng đã được nhóm đưa vào văn-chương. Tạp chí *Sáng Tạo* đã đăng nhiều truyện đầy dục tính của các tác giả về sau không đi tiếp nghiệp văn, như Duy Thanh (Khép Cửa, Thằng Khởi, Chiếc Lá, ...), Thạch Chương (Tinh Cầu,..). Giải phóng tình dục "hôm nay" theo nếp sống buông thả thời hậu chiến ở Âu Châu, là một trong những chủ trương văn nghệ của nhóm. Thạch Chương, tức nhạc sĩ Cung Tiến sau này, lúc bấy giờ viết truyện ngắn "hiện sinh" và là lý thuyết gia cho khai phá này, trong bài "Giới thiệu một nhận thức siêu thực về nghệ thuật" đã viết: "*... Chúng tôi muốn quay lại vũ trụ hoang sơ dục tình nguyên vẹn mà tâm hồn mỗi kẻ còn trinh như sữa. Nhưng là cái tinh khiết đáng sợ của con bò rừng. Nghệ thuật hôm nay là sự biểu lộ một "furie du total", một tiếng gọi quay trở về rừng sâu thẳm mà ở đó còn vẳng lên những tiếng cười điên mê, những tiếng la cuồng dại vọng về từ trăm thế kỷ của bản năng thuần túy. (...). Nghệ thuật hôm nay còn được biểu tỏ mãnh liệt trong tình yêu ngọt ngào của xác thịt, hay "tình điên". Dục tình, như có người đã nói trên mặt báo này, là động lực độc nhất của thế giới. Đọc ... phần lớn những tác phẩm của D.H. Lawrence, ai mà không cảm thấy vật dục mình xao xuyến, một thứ xao xuyến rất nghệ thuật, rất siêu thực, rất trắng, rất tinh khôi...*". Lý do ông đưa ra vì sống trong một thời đại "*sống trong cái thế trên đe dưới búa, một bên là tự do tuyệt đối cá nhân, một bên là áp bức chính đáng...*" (16).

Trong truyện Thằng Khởi, Duy Thanh để cho nhân vật xưng Tôi, một cô gái 16 tuổi, muốn ngủ và rồi ra tay "hiếp dâm" một đứa gánh nước người Chàm: "*Tôi đã để ý đến nó năm tôi 16 tuổi. Cái vẻ đẹp man rợ ngu xuẩn ấy mang cho tôi nhiều ý nghĩ dâm dục. Tôi chắc rằng thằng Khởi chưa hề ngủ với ai bao giờ (...) Thằng Khởi vẫn ngủ trong lều. Đôi môi dầy của thằng Khởi mấp máy và vị nước bọt của nó sền sệt nhạt nhẽo. Tôi lay nó dậy. Thằng Khởi chồm lên chắc định la làng nhưng tôi bít miệng nó lại. Mắt nó mở to có vẻ ngạc nhiên lắm, nhưng cũng ngồi im. Rồi đưa tay quờ vào người tôi. Hơi thở của nó và của tôi hừng hực trong đêm tối...*" (Sáng Tạo, 21). Cũng Duy Thanh trong truyện Chiếc Lá để nhân vật là cô gái 18 tuổi "thích thay đổi, từ vấn-đề ái tình, sinh lý, không khí, đồ ăn, ..." và không thích cái gì quen hoặc vô nếp cả. Khi còn là cô bé 15 tuổi, cô ta đã ngủ với anh rể vừa để trả thù chị mình vừa tìm cảm giác: "*Tôi muốn đo cái độ dục của hắn khi hắn ngủ với chị ấy thế nào. Cũng lạ, cái cảm xúc ấy lúc đề phòng trước thì thấy tầm thường hết sức. Tôi thấy cái hình thù sát cạnh mình đến vô nghĩa...*" (17).

Dục tính và chủ nghĩa siêu thực được cổ võ, Thanh Tâm Tuyền

viết bài "Nghệ-thuật đen" với lý luận: *"Dục tình trong nghệ thuật đen là một phương cách của nhận thức siêu hình, hiển nhiên không phải là phương cách độc nhất. Nếu nghệ thuật đen có thường dùng đến luôn chỉ bởi phương cách ấy từ xưa vẫn bị nghiêm cấm khinh rẻ, dục tình trong nghệ thuật ở xứ ta là một khu đất hoang chưa được khai thác trong khi thật sự nơi ấy, cũng như ở những hình thái sinh hoạt nhân loại khác, tiềm ẩn cái ý nghĩa siêu hình của kiếp sống mà nhận thức nghệ thuật có thể phơi mở. Không tuyệt đối tin theo Freud rằng cuộc sinh hoạt nhân loại bị quy định thầm kín bởi dục tình bởi bản năng – sự sai lầm hư hỏng của Freud là muốn biến khoa tâm phân bệnh học của ông thành một triết lý toàn diện giải thích tất cả – nhưng cũng không thể chối rằng bản năng, dục tình không giữ vai trò gì đáng kể trong cuộc sinh hoạt nhân loại. Nghệ thuật đen không ngoảnh mặt với đời sống, đối diện với nó trong mọi mặt xuất hiện để theo đuổi dò hỏi ý nghĩa của nó. Hơn nữa, dục tình lại là điểm phát khởi của đời sống nhân loại lúc sơ khai và còn dự phần mãi mãi trong đời sống ấy, trong nó có chứa đựng cái ý nghĩa siêu hình thiết thực của thế tục. Không nhận thức nào cụ thể mạnh mẽ hơn về sự sầu khổ hay hân hoan bằng sự sầu khổ, hân hoan hiển hiện trong da thịt của một người, người ta không còn thể chối cãi rằng đó chỉ là tưởng tượng. Đáng thương cho những kẻ mà sự nhận thức mới nằm trong địa hạt của lý tính trong con người, nó làm cho họ trở thành kẻ lạ mặt giữa cuộc sống, kẻ lạ mặt trong chính thân xác họ. Đối với một vài cảnh ngộ, dục tình còn có thể và sự yêu mến tất cả. Trong dục tình người ta yêu cái chết cùng một lúc với sự sống. Nói như Sartre, "dục tình ném con người vào trong lòng sôi sục của tự nhiên và đồng thời nâng nó vượt khỏi tự nhiên do sự khẳng định cái quyền hạn của nó không được thỏa mãn"* [3... Du désir qui (...) replonge l'homme au sein bouillonnant la Nature et l'élève en même temps au-dessus de la Nature par l'afirmation de son Droit à l'insatistaction (Situations, trang 255]. *Chính từ khởi điểm nghệ thuật đen cố gắng là một nhận thức sâu xa linh động về sự vật, vượt ngoài những khuôn sáo tĩnh chết đã bị thực tế chối bỏ, nên nó chấp nhận dục tình xưa nay bị nghiêm cấm làm phương tiện trong công cuộc theo đuổi khám phá ý nghĩa của sự vật. Và vì thế nó hiện ra trước mắt những người mà nhận thức được chết dí ở một nơi là thứ nghệ thuật vô luân trắng trợn (...) Danh từ nghệ thuật đen được tạo thành từ hình ảnh một màu da lại luôn luôn là thân phận của người, một thân phận mọi. Bởi thế nghệ thuật đen chính là nghệ thuật hôm nay vậy".* Và ông kết luận: *"nghệ thuật đen đóng vai trò khích động sự thức tỉnh của xã hội trước những câu hỏi cụ thể thúc bách thế tục, ném sự dò hỏi trâng tráo vào giữa mắt mọi người vẫn ngủ mê trong sự tin tưởng vu vơ trừu tượng ở cõi tuyệt vời càng ngày càng mất hút, kêu gọi mọi người trông thẳng vào cảnh ngộ đang sống, vận động trước hết cho một ý thức dũng cảm táo bạo nhận thức cho đầy đủ thực tế. Và sau đó chiều hướng của lịch sử, ý nghĩa của một kiếp sống tìm thấy vươn tới, là thuộc về mọi người định đoạt thực hiện"* (18).

Bước qua thể-loại **kịch**, "nhóm" có những đóng góp cũng hiện-đại. Kịch bi tráng của thời tiền chiến nay hết hợp thời đại và không-gian mới, thứ lãng-mạn sinh nhầm thế-kỷ ngột ngạt, nhưng tâm sự đó hết còn được hiểu, nơi miền đất rộng lớn nhiều thử thách, đất của cải-lương và của màu mè tình tứ bình dân! Cũng vì là thời đang tới của những Thanh Tâm Tuyền, Doãn Quốc Sỹ và Trần Lê Nguyễn (? - 8-7-1999), v.v..., thời kịch nói, một thứ nói rất kịch của một thời đại vừa mở ra, nói mà hoang mang tâm trí và tư duy tìm bắt những lý tưởng mới, khác. Thời của những lý tưởng chính trị, nhắm hang động, dấn thân. *Ba Chị Em* của Thanh Tâm Tuyền, một kịch bản ngắn về Thu, Nguyệt và Hương, ba chị em mà như ba kẻ lạ với nhau, trong tương quan với người mẹ. Liên hệ và tình cảm mỗi người con là một thế giới riêng, nhiều khúc mắc. Hương thương tất cả người thân nhưng "chưa bao giờ con dám thương con cả. (...) Tôi không dám thương tôi, không dám nghĩ đến tôi và tôi đau khổ. (...) Tôi không được quyền sống với chính tôi, người ta nghĩ về tôi thế nào thì tôi phải sống như như thế sao?" (bản in năm 1967, tr. 12). Hương, "đứa con gái hiền lành ngoan ngoãn luôn luôn nghĩ đến hạnh phúc của kẻ khác đã ngoại tình. Vì tôi muốn người ta không thể bắt tôi sống theo ý nghĩ cố định của người ta, dù phải giá đắt, cái chết, tôi vẫn làm" (tr. 13). Thu xưng tôi với mẹ và khinh thường mẹ đã không là người đàn bà chung tình. "Tôi là con mẹ, tôi thương mẹ nhưng nhất định phải khác mẹ. Tình yêu bất lực gây ra thù hằn và trong thâm tâm càng thương nhau đau đớn" (tr. 15). "Người đàn bà phải chung thủy với một người. Tôi đã chọn làm người để chung thủy, lỗi ở tôi, tôi gánh chịu nhưng tôi không phản bội chân lý tôi tìm thấy" (tr. 16). Nguyệt bỏ nhà ra đi khi 18 tuổi và trở về với tên Cẩm Vân. Nhưng cả đều rơi vào tay một tên đàn ông mà không biết, chồng Thu, người chị cả, tình nhân của Hương cô gái út và là người đã quỳ xuống chân Nguyệt "... nếu không yêu anh thì em hãy giết anh để anh được chết trong tay em" mà nàng vẫn xem như "một bãi đờm" (tr. 20). Kịch đời xảy ra vào những buổi tối trong một ngôi nhà hoang, độc thoại và đối thoại đến cuối màn vẫn không nhằm đóng lại một diễn văn hay sự thật nào, mà hình như mở ra bờ vực thẳm, phó mặc định mệnh, thay vì năm bắt! Ba Chị Em của Thanh Tâm Tuyền cũng là bi đát của thế hệ ông, những nghịch cảnh ở buổi giao thời kháng chiến, đi ở, Bắc-Nam, vùng kháng chiến - vùng tề, ... *Ba Chị Em* là kịch độc thoại hay kịch về con người thời đại cô đơn mất niềm tin nơi tha nhân, kể cả người thân và người yêu, mất cả tự tin. Nhân vật như quen thuộc nhau, nhưng vẫn đóng kịch, đối thoại của họ như căn cứ trên cái gì đó như có đó. Người vắng mặt ... Không ngạc nhiên trước những tiết lộ tưởng là bất ngờ! Tác giả kịch bản lộ diện hẳn, nhập trong các vai diễn, phần đời họ đi vào văn chương nghệ thuật, có khi lại là phần tinh-yếu nhất, sâu kín nhất. Dù vậy, bi-kịch ở miền Nam thời này đã từ triết-lý (và chính-trị) đi đến nhân-bản!

Tạp-chí *Sáng Tạo* không đăng nhiều kịch bản: vài kịch bản của Thanh Tâm Tuyền (Ba Chị Em, ST số 17, ...), Doãn Quốc Sỹ (Trăng Sao, ST số 12), ... Trên *Sáng Tạo* số 23 (8-1958) có đăng bản tuyên bố thành lập ban kịch Đêm Hà-Nội nhắm phát triển sân khấu kịch nghệ Việt-Nam, nhưng hình như chưa có những thực hiện nào được ghi nhận. Trong cuộc thảo luận "Nhìn lại văn-nghệ tiền chiến ở Việt-Nam" (*ST*, b.m., số 4, 10-1960) có nhắc đến kịch nhưng các thành viên không đi sâu vào vấn-đề.

Sáng Tạo đã mở đường cho những người làm văn nghệ mới từ nay rủ nhau lên đường: *Hiện Đại, Thế Kỷ Hai Mươi, Gió Mới, Nghệ Thuật, ... Sáng Tạo* có công gây hứng khởi và khai phá những cái mới. Hơn 12 năm sau, Mai Thảo kể lại những ngày Sáng Tạo khi viết 'Đứng về phía những cái mới' mở đầu *Tuyển Tập Sáng Tạo*: "*Tạp-chí Sáng Tạo nếu được nhắc tới ở đây cũng chỉ là một chặng đường nhỏ của đường dài và hành trình lớn*". Mai Thảo đã sống động vẽ lại cái không khí văn-nghệ lúc đầu đó: "*Chất nổ ném vào. Cờ phất. Xuống núi, xuống đường. Ra biển, ra khơi. Và cuộc cách mạng tất yếu và biện chứng của văn chương đã bắt đầu (...) Trong một thực trạng dày đặc những chất liệu của sáng tạo và phá vỡ như vậy, văn học nghệ thuật mặc nhiên không cạn là tả chân Nguyễn Công Hoan, lăng mạn lối Thanh Châu, những khái niệm Xuân Thu, những luận đề Tự Lực*"(19). Trong cuộc thảo luận "Nhìn lại văn nghệ tiền chiến ở Việt-Nam", Mai Thảo cũng đã cho rằng "*Ảnh hưởng nghệ thuật tiền chiến, trên thực tế, theo tôi, không còn gì. Đó là ảnh hưởng đã phai tàn của một giòng nghệ thuật tự nó đã phai tàn. (...) Tóm lại, theo ý tôi, chỉ có thể bảo rằng: nghệ thuật tiền chiến vẫn còn khuôn vàng thước ngọc cho nghệ thuật bây giờ: những thứ đầu óc đố kỵ, thành kiến, khiếp nhược, vô ý thức. Những tâm hồn lười biếng, phản tiến hóa. Bọn đạo đức giả. Bọn trí thức vỏ*". Sau khi đã thử "phóng cái lao ý thức về đằng trước" và chối bỏ đằng sau, những thành quả của văn nghệ tiền chiến, họ khẳng định: "*Những khuynh hướng mới là những trở thành tất yếu và biện chứng của một quá trình đổi thay và tiến hóa của nghệ thuật hiện đại Việt Nam*". Nhưng cũng theo ông, cuối cùng cái gọi là cuộc cách mạng này *"tựu trung vẫn chỉ là lịch sử tiến trình biện chứng của những trào lưu cạn dòng phải nhượng bộ dứt khoát cho những ngọn triều lớn dậy thay thế*" (20). Và trong phỏng vấn của tạp chí *Văn* số 192 vào năm 1971, Mai Thảo lại xác nhận: "*Tờ Sáng Tạo là của những thí nghiệm và những mở đường (...) Tôi không nhìn Sáng Tạo như nơi phát xuất và hình thành một dòng văn học nghệ thuật. Lớn chuyện quá. Một tinh thần nào, một cách thế nào thì có*"(21). Mai Thảo còn nhắc nhở trở lại cái thời làm tạp-chí *Sáng Tạo* nhiều dịp khác trên tuần báo *Nghệ-Thuật* và tạp-chí *Văn* trước và sau năm 1975.

Nói chung, Thanh Tâm Tuyền, Mai Thảo, Tô Thùy Yên là những thành công, những mới mẻ - nhưng xét cho cùng Mai Thảo, Tô Thùy Yên vẫn chưa rời cái nền cũ, hồn xưa. Quách Thoại, Doãn Quốc Sỹ, Nguyễn Sỹ Tế xưa, khuôn phép hơn nữa, còn Duy Thanh, Thạch Chương đã ngừng lại ở những thử nghiệm hiện sinh buông thả như người Âu-châu!

Nhóm Sáng Tạo đã là "cái phất áo ngang tàng" của một số những cây viết trẻ đa phần là người Bắc di cư. Nhóm và tạp-chí *Sáng Tạo* đã tạo chỗ đứng cho mình bằng cách khai thác những ý tưởng, phong trào của Âu châu về theo du học, nhập cảng mốt hiện sinh và siêu thực vào thơ văn, và "thanh toán" những thế hệ làm văn-học đi trước họ. Bìa sau của tập *Thảo Luận* ghi rõ rằng tuyển tập ghi lại những "cuộc thảo luận thanh toán với thế hệ trước, xác định lại giá trị đích thực của nghệ-thuật tiền chiến khơi mở một con đường tiến tới trước nghệ-thuật hôm nay. Một nghệ-thuật để con người chinh phục thân phận của chính mình. Một nghệ-thuật mang trong nó sự vận động biện chứng của hủy diệt và sáng-tạo...". Nguyễn Sỹ Tế sau này ở hải-ngoại cho biết thêm "chủ trương của Sáng Tạo là dùng phương tiện văn-chương và nghệ-thuật tranh đấu cho tự do, thúc đẩy sự đổi mới, dung nạp những dị biệt cá tính trong một nền văn-hóa phong phú và cởi mở hơn..." (22).

Các tạp-chí thời đó như, *Văn Hữu* (23) rồi *Văn Đàn* (24) đã lên tiếng phê phán nội-dung và thái độ của *Sáng Tạo*: *"Trong khi chính quyền do Ngô Tổng Thống lãnh đạo muốn phục hưng ngay cả kỷ cương truyền thống, trong khi chủ nghĩa vô thần Cộng-sản đe dọa, mà họ reo rắc những hoài nghi như vậy vào tai con em, thì công cuộc kiến thiết liệu có đi đến kết quả không? Đương lúc chúng ta cần chấn chỉnh phục hưng xây dựng, cần có kỷ luật, đường lối thì những người viết văn kia lia lịa ném vào quần chúng những sự độc hại kia, Cộng-sản còn mong gì hơn đâu? Cộng-sản chỉ mong cho có hạng tiếp tay nối giáo như vậy, để phá gia-đình, phá kỷ luật chung"* (số 25, 26-11-1960).

Nguyễn Văn Trung, một cộng tác viên với *Sáng Tạo* từ những số đầu, khi *Sáng Tạo* sang bộ mới mở đầu một loạt nhìn lại quá-khứ văn-học và phế đổ Tự Lực Văn Đoàn và thơ văn tiền chiến, ông đã phải lên tiếng "Gửi anh em trong "nhóm Sáng Tạo" (25) dù nhìn nhận là so với *Thế Kỷ Hai Mươi* hay *Hiện Đại*, "nhận định về *thái độ*, tôi nghĩ tới *các* anh trong "Sáng Tạo" nhiều hơn, vì chỉ có Sáng Tạo là muốn xác định lập trường một cách *tập thể* và bằng *lý luận*" và "tôi đồng ý với các anh về nghệ-thuật là một "vận động biện chứng của hủy diệt và sáng-tạo" nhưng không phải hủy diệt để đi từ số không. Ngày hôm nay ta lên đường, cũng như hôm qua, người đàn anh đã lên đường, bao giờ cũng lên đường từ một lịch-sử". Ông nhận xét: "Tôi có cảm tưởng là các anh hiểu sự *hủy diệt* theo nghĩa hư-vô-hóa cái đã có. Nếu thật thế thì là một nhầm lẫn và cũng là một việc không thể làm được. (…) suy nghĩ, sáng-tác bao giờ cũng bắt đầu từ cái đã có, là lịch-sử, chứ không thể từ số không, từ hư vô. Nếu không có lịch-sử, ta không có đối tượng để ý thức và sáng-tác, vậy lịch-sử là cần thiết và giá trị, vì nó là điều kiện thiết yếu để ta có thể lên đường, là cái để ta có thể vượt đi (…) Hơn nữa, chúng ta càng *học hỏi* lịch-sử, chúng ta càng có thể vượt xa hơn quá-khứ, và ta càng có một *lịch-sử lâu đời phong phú*, ta càng có điều kiện tạo nên những vị trí cao hơn, những kiếp sống trưởng thành". Vì theo Nguyễn Văn Trung, nhóm *Sáng Tạo* "đả kích, gây hấn" vì không tự tin và để "giữ chỗ" trong khi các nhà văn thơ của nhóm chưa "có gì đáng kể", chưa có những tác-phẩm "trưởng thành" thuyết phục được độc giả; vẫn như các nhà văn khác hiện nay "bắt chước kỹ thuật Tây phương vô ý thức và cũng chưa kịp bắt chước đúng thì quan niệm mà mình bắt chước đã bị vượt qua" trong khi nhóm phê phán các nhà văn thời trước "ấu trĩ", "bắt chước" cái cũ cả thế kỷ của Tây phương, ... Mặt khác, vào tháng 4 năm 1960, Nguyên Sa ra báo *Hiện Đại* sống được 9 tháng mà từ khi ra mắt đã chứng kiến sự đi xuống của tờ *Sáng Tạo* có thể không còn thích hợp với người đọc lúc ấy "trí thức" khác hơn chăng - trong bài "Mở Cửa" ở những trang đầu *Hiện Đại* số ra mắt, Nguyên Sa đã có nhận định về tình trạng văn nghệ lúc đó: *"Văn nghệ trong những ngày tháng vừa qua nằm trong một tình trạng buồn. Cuộc sinh hoạt ấy như chợt chìm xuống một vũng sâu có bóng tối dầy và nặng. (...) Tờ báo của cuộc đời văn nghệ 57, 58, 59 đi mất. Những người văn nghệ còn ở đấy nhưng buồn cũng đã ở đấy..."*.

Thái độ của nhóm Sáng Tạo chối bỏ văn-chương tiền chiến, phủ nhận cho 'hôm nay', đã có những độc giả và tác-giả khác thuộc thế hệ trẻ hơn phần lớn thành viên của Sáng Tạo, như Huỳnh Phan Anh và Dương Trần Thảo (Dương Văn Ba), trong "Thư gửi nhóm Sáng Tạo" đăng trên Tuần báo *Mã Thượng* năm 1961, đã có những phê phán tận căn nguyên thái độ này của nhóm Sáng Tạo. Trước khi đi vào nội-dung vấn-đề, hai ông đã cho biết thái độ phê bình của mình *"… đây chỉ là một phản ứng mới nguyên, trung thực, tự do, của một ý thức độc lập. Đồng ý là trong quá trình của cuộc xung đột nghệ thuật hiện nay, những người đã lên tiếng đối thoại với các anh, đã không đem đến cho mọi người, kể cả những người cùng ý hướng nghệ thuật với họ, một mãn nguyện tối thiểu nào. Tôi cho rằng thực sự chưa có một cuộc thảo luận văn nghệ. Không thể nói rằng các anh đã thu nhận, phát biểu trước lớp người của một quá khứ nghệ thuật. Vì thật ra chưa có một tiếng nói của quá khứ mà chỉ có những tiếng nói gượng gạo, vụng về của một mệnh danh quá khứ mà các anh cho là với hy vọng dựng đứng một xác chết. Nhưng các anh đã quả quyết không cần giải thích tranh luận với quá khứ* (Mai Thảo. "Con đường trở thành và tiến tới trong nghệ thuật hôm nay". *ST*, số 6). *Lời quả quyết thiếu bình tĩnh này là điều kiện cho nhiều vấn nạn"*. Theo hai ông, *"Từ chối đối thoại với quá khứ bao gồm ý nghĩa chối bỏ quá khứ. Thử hỏi: người ta có thể làm một cuộc thanh toán với quá khứ và các anh, các anh có thể làm gì được trước quá khứ [của] các anh, trước nghệ thuật tiền chiến? Khi các anh dứt khoát lật nhào quá khứ, các anh đã mặc nhiên công nhận – và đây là một trong những thất bại đầu tiên, là quá khứ ấy chưa hẳn đã đi qua, đã thành xác chết. Sự hiện diện của quá khứ trong lòng nghệ thuật hôm nay không phải chỉ là một "hồi quang" đơn giản mà tự nó đã là một "thực tại", một "vấn đề", một "dấu hỏi", một "thách đố". [Chúng] ta cần phải nói ngay rằng, ngày nay, bên cạnh sự [kiện] mà các anh cho là tràn đầy của nghệ thuật mới, quá khứ vẫn còn bàng bạc trong thế giới chúng ta. Sự kiện này cần được khôn ngoan xác nhận hơn là nhắm mắt cho nó chỉ có giá trị khêu gợi lên cái phần thấp kém nhất của con người* (Thanh Tâm Tuyền: "Nói chuyện về thơ bây giờ". ST số 2). *Dĩ nhiên, nghi ngờ, từ chối giá trị một nghệ thuật nào, đó là hành động tự do của mỗi con người nghệ thuật. Nhưng tôi không tán thành hoàn toàn khi các anh nghi ngờ, từ chối giá trị nghệ thuật tiền chiến Việt Nam vì nó không là mẫu mực* (Mai Thảo. Bđd) *cho chính nghệ thuật thuở đó. Vì tôi không tin rằng có một thực tại nghệ thuật như các anh nghĩ, vì làm gì có một thứ nghệ thuật có giá trị [như là đại diện] cho nghệ thuật thời đại đo.ù (Nó phải thế nào?) Làm gì có một khuôn mẫu, một kích thước văn nghệ cho văn nghệ chính thời đại đó? (Nó phải thế nào?) Trừ khi chúng ta quan niệm một nghệ thuật phải thế này thế nọ, và bắt buộc mọi người làm nghệ thuật phải tuân theo, như nghệ thuật làm lớn cuộc đời, đóng vai vũ khí hành động, kiến thiết xã hội như các anh vẫn (…). Bởi vậy, là vô lý nếu không là nông nổi lãng mạn, khi chúng ta nhân danh một nghệ thuật lên án một nghệ thuật. Nghệ thuật là một trong những thể hiện lớn lao nhất của tự do con người. Ở đây tôi không muốn đi sâu vào giá trị cụ thể của nghệ thuật tiền chiến mà các anh phủ nhận. Tôi thấy thái độ cần thiết là xem nghệ thuật tiền chiến như bất kỳ một nghệ thuật nào – kể như một công trình nhân loại, một sự sống và tác phẩm, nó là sự sống. Nghĩa là dù muốn dù không ta không thể coi nó như là một thứ vô giá trị, một thứ hư không. Sự sống nghệ thuật là một giá trị tối thiểu hiển nhiên. Nghệ thuật là một giá trị vì nó là sự sống. Nghĩa là nói đến một xác chết nghệ thuật* ("Nhìn lại văn nghệ tiền chiến", ST số 4) *là một cái gì không thể quan niệm được. Để loại nghệ thuật tiền chiến và người của nghệ thuật tiền chiến ra khỏi hàng ngũ nghệ thuật bây giờ, các anh đã xác định lại danh từ thế hệ – theo các anh là thành phần ý thức hành động và đấu tranh, và thời đại theo các anh, có thể bao gồm cả những thành phần bảo thủ, phản tiến hóa. Định nghĩa danh từ đúng. Nhưng xác định ấy chỉ là một việc thừa, vì lịch sử không là lịch sử của thế hệ nào, lịch sử bắt buộc phải là lịch sử của tất cả các thời đại, thời đại hiểu theo nghĩa một toàn thể không phân biệt một thế hệ, một giai cấp, một nhóm người chọn lọc nào. Không thể phủ nhận được rằng lịch sử cùng thời đại của chúng ta hôm nay là lịch sử thời đại của mọi tâm hồn hiện diện, trong đó có những người của nghệ thuật tiền chiến. Vấn đề là, không phải làm sao dứt bỏ bầu không khí tiền chiến bằng cách quật ngã giá trị tiền chiến trên bình diện nghệ thuật có tính cách thời đại của nó, mà làm sao thay đổi chính ý thức của người làm nghệ thuật tiền chiến còn sót lại, và cả những người bênh vực, trung thành với nghệ thuật cũ. Phải thay đổi ý thức mà tôi gọi là ý thức văn nghệ tiền chiến, phải chăng đó mới là việc làm của các anh, việc làm mà các anh chưa, hay không nghĩ tới? Có khả năng thay đổi được không, điều đó còn tùy thuộc vào các anh. Nhưng tại sao phải thay đổi? Vì họ và các anh đã cùng trải qua một giai đoạn lịch sử - ngày 20-7 chẳng hạn, là ngày của mọi con người Việt Nam, nhưng thực trạng nghệ thuật ngày nay cho thấy vẫn còn có một cách biệt lớn lao giữa hai ý thức hệ.*

Sự kiện nhỏ trên đây dẫn đến chỗ nghi ngờ ngay chủ trương nghệ thuật mà các anh đã phát biểu: nghệ thuật bắt nguồn từ một thực trạng xã hội, một vận động lịch sử, để dẫn đến chỗ hành động, hình thành con người và xã hội mới (Mai Thảo. Bđd). Hiểu theo nghĩa này, nghệ thuật đến từ một yếu tố ngoại tại có tính cách giai đoạn, do đó ý thức nghệ thuật, bản thể nghệ thuật, và chính nghệ thuật cũng chỉ là giai đoạn ngắn ngủi. Thực ra yếu tố xã hội, lịch sử, vật chất chưa đủ để tạo nên một ý thức nghệ thuật. Bằng cớ hiển nhiên nhất là lớp người của nghệ thuật tiền chiến vẫn sống đầy đủ trong những điều kiện chung của lịch sử trong khi nội tâm họ vẫn không thể hiện một thay đổi nào. Dĩ nhiên điều này một phần đến từ cái hời hợt, khép kín, ích kỷ của họ. Không thể chủ trương đơn phương rằng nghệ thuật là biện chứng tất yếu của một giai đoạn xã hội hay lịch sử (... một đoạn không đọc được). Vậy thì mọi người có quyền hỏi: con người Việt Nam mới, xã hội Việt Nam mới sẽ phải thế nào? Với một nghệ thuật "thực nghiệm" như thế, chắc các anh đã có sẵn trong tay những chương trình chẳng khác những nhà làm chính trị với những diễn từ của họ. Nghệ thuật có bắt buộc phải làm tròn những sứ mạng lớn lao như thế chăng? Tại sao? Nó có thể làm tròn chăng? Tôi chọn thái độ nghi ngờ. Trong viễn tượng ấy, nghệ thuật sẽ đồng nghĩa với những chiến thuật mà người ta vẫn dùng trong các trận túc cầu, mưu lược trong một trận chiến tranh. Và tác phẩm nghệ thuật thay vì thể hiện con người chỉ còn thể hiện hành động giai đoạn, hời hợt của nó. [Tôi] Nghĩ rằng nghệ thuật không thể có những tham vọng cải tạo đời sống xã hội, con người nhất là đời sống thiết thực. Tác dụng và giá trị nghệ thuật cần phải được xác định lại. Nghệ thuật cần được trả về vị trí của nó để khỏi biến thành chính trị, tôn giáo, triết học. Một quan niệm nghệ thuật tiến bộ không phải là một quan niệm đã tìm gán cho nghệ thuật những cứu cánh dù là cứu cánh lớn lao cao cả. "Nghệ thuật cho một cái gì, vì một cái gì đã không còn là một nghệ thuật. Giá trị nghệ thuật ở chỗ nó là một cái gì vô ích nhưng cần thiết đối với chúng ta."

Nói nghệ thuật là tiếng gọi, nó mới chỉ là tiếng gọi đề nghị. Nói nghệ thuật là một cải tạo, đó chỉ mới gây một sao xuyến, thay đổi nào đó. Không cần phải một sao xuyến, thay đổi có giá trị hay không, trong ý thức con người. Nghệ thuật không mang lại cho con người một lợi ích thực tiễn như kinh tế, chính trị.

Các anh tự hào tách rời, chối bỏ quá khứ. Các anh nhân danh một nghệ thuật ý thức, giải phóng. Như vậy có nghĩa, các anh đã đi vào quá khứ ý thức giải phóng đó rồi. Nhân danh một cái gì đã bao hàm ý nghĩa hòa đồng với quá khứ. Một kết luận: không thể có thứ nghệ thuật nhân danh. Còn giá trị của nghệ thuật ý thức và giải phóng, xây dựng trên quan niệm biện chứng ra sao, khi trực tiếp hay gián tiếp phát biểu tính cách tiền phong lãnh đạo nghệ thuật của mình trong khi làm một cuộc "tính sổ" với quá khứ đồng thời tuyên dương sự thành công lớn mạnh rực rỡ của nghệ thuật mới mà mọi người đều hiểu là các anh muốn nói tới? [Hãy nhìn] Trông đến nghệ thuật các anh: trong khi đòi hỏi nghệ thuật bây giờ phải là vũ khí hành động khôi phục tiền phong cách mạng..v..v... - và các anh phủ nhận nghệ thuật tiền chiến vì nó chưa đạt đến mức đó, tất cả công việc đó là gì, nếu không là con đường dẫn đến "độc quyền văn nghệ", một quan niệm phản biện chứng mà các anh đã gán cho bọn bảo thủ phản tiến hoá.

Các anh đã tự hào trước quá khứ vì đã nhận chân được đời sống này là một tấn thảm kịch, một cơn lốc bi thảm. Dù muốn dù không, nhận định này đã đến từ một thứ triết học đã hơn một thời khuynh đảo tư tưởng lục địa Âu Châu. Nhưng tôi không muốn dừng lại ở điểm này. Các anh có quyền chọn lựa, đề cao một nghệ thuật các anh muốn, cũng như nghệ thuật tiền chiến với đường lối riêng của nó [mà những người khác có quyền chọn lựa]. Nói thế để đi đến nhận định, rằng nghệ thuật các anh cũng chỉ là một thứ nghệ thuật cũng như nghệ thuật tiền chiến là một nghệ thuật.

Tôi nói đó là một nghệ thuật, hơn thế nữa, nếu đó là nghệ thuật không thể chấp nhận được thì đó cũng là một nghệ thuật lỗi thời thành quá khứ đi vào lịch sử. Tại sao lại phải có những vò xé tâm linh quần quại tiềm thức thắc mắc siêu hình mới là Con Người, là Nghệ Thuật Vươn Lên? Phải chăng người ta phải đến với cuộc đời bằng thái độ ấy? Tôi đã nhiều lần khó chịu ngượng nghịu khi phải bắt gặp rải rác trong những bài quan điểm nói về văn nghệ của các anh, những danh từ không mấy mới mẻ ấy, những danh từ không còn sống động vì đã bị lạm dụng quá nhiều. Chúng chỉ còn nói lên tính cách hình thức, máy móc, làm dáng trong một quan niệm nghệ thuật. Có phải vì cuộc đời có những tấn bi kịch mà ta có thể gọi thảm kịch chính là cuộc đời? Hơn nữa, nhìn thấy những tuyệt vọng, những khổ đau, những khía cạnh phi lý, những tấn kịch bi đát, như thế đủ chăng để được gọi là dấu hiệu của tiến bộ, của trưởng thành? Nghĩ rằng người ta chưa nắm được cuộc đời trọn vẹn, khi người ta chỉ nắm được một khía cạnh của nó, cho dù là khía cạnh chính yếu, lớn lao. Nói như Brico Parias (?), có phải chăng chúng ta là những bọn người trưởng giả không biết đến hạnh phúc của chính mình?

(...) Nếu các anh trách nghệ thuật tiền chiến say ngủ mơ màng trước vận động diễn hành của đời sống, [như vậy là] bao gồm ý nghĩ bất lực, đớn hèn, thì ngày nay ý thức "làm mới, lay động, đốt cháy, sáng tạo sự vật" của các anh cũng đã nói lên sự thất bại trước cuộc sống. Chiến thắng trước đời sống không có nghĩa là tiêm vào ý thức nghệ thuật niềm khát vọng cải tạo cuộc đời, như những người của nghệ thuật tượng trưng đã có thời tham vọng thực hiện. Chiến thắng trước đời sống chỉ có nghĩa là chấp nhận nó, trần truồng, mới nguyên, và trọn vẹn, không cần thắc mắc, không cần tra hỏi và tách biệt hẳn những ám ảnh của những môn học sách vở đầy ngập những chủ nghĩa, lý thuyết, phán đoán, danh từ. Một nụ cười viên mãn, một nét nhăn đăm chiêu nổi loạn, hai thái độ này không cần thiết cho một thái độ trưởng thành đối diện với thực-tại-từng-phút-từng-giây...." (26).

Tóm lại, Nhóm Sáng Tạo đã khởi đi từ thái độ chính-trị nhưng xa lần trong thực tế sáng-tác, thì cùng thời đó, hai nhóm Chỉ Đạo và Quan Điểm muốn đem chính-trị vào văn-chương - văn-chương chính-trị, cho con người, mang tính tri thức hoặc cho những ai muốn đứng thẳng người, một cách công khai, đầy sĩ khí và giữ thế chủ động sẵn sàng đối phó. Chính tinh thần sáng-tạo và thế đứng văn-nghệ dân-chủ tự do đã khiến nhóm dù đã ngưng hoạt động và thành viên lần lượt qua đời, vẫn được người đời sau đó vẫn nhắc nhở và tìm hiểu! Riêng Mai Thảo là người đã sống thật với văn-học nghệ-thuật, năm năm sau, ông nhận tài trợ của chính quyền xuất-bản tuần báo *Nghệ Thuật* thành công một lần nữa hâm nóng và làm sinh động sinh hoạt văn-nghệ miền Nam!

Nhóm Chỉ Đạo chủ động ban đầu gồm một văn nghệ sĩ di cư từ miền Bắc vào, hợp với những sĩ quan trẻ của Quân đội Quốc gia Việt-Nam do người Pháp trao quyền lại ngày 25-4-1956. Nhóm Chỉ Đạo muốn trực diện với chủ nghĩa Cộng sản, phản *công trong tư thế của kẻ* *đã lấy lại niềm tự tin và từ tự-vệ đi đến tự-chủ* đảm đương trận-đồ mới với người CSVN. Đương đầu không lựa chọn đối mặt với chủ nghĩa Cộng-sản và CS Hà-Nội - việc làm và thái độ được các biến cố dồn dập xác nhận *là đúng đắn và thiết yếu (chính CSVN chia đôi đất nước lúc đó là Quốc Gia Việt-Nam đã được nhiều quốc gia thừa nhận; rồi vụ Nhân Văn giai phẩm ở miền Bắc, Hà-Nội* thành lập MTGPMN,...). Chính quyền cần có một chính sách văn hóa và cố dựng một chủ thuyết cho miền Nam không cộng-sản, nhóm đã góp phần đi tìm và gầy dựng căn bản cho một nền "văn hóa chính trị" mới.

Nhóm Quan Điểm gồm Nguyễn Đức Quỳnh (thời đầu, ký Hà Việt Phương và xuất-bản *Ai Có Qua Cầu* 1957 với bút hiệu Hoài Đồng Vọng), Nghiêm Xuân Hồng, Vũ Khắc Khoan, Mặc Đỗ (*Bốn Mươi*, 1956; *Siu Cô Nương*, 1958), Minh Ái Thành, Tạ Văn Nho, Vương Văn Quảng (*Một Nhân Chứng*), Nhuệ Hồng,... Nhóm Quan Điểm nhiều lý tưởng và tham vọng chính-trị, văn-hóa: nhóm đề cao vai trò của trí thức tiểu-tư-sản và muốn đại diện thành phần này; nhóm lập thuyết, xây dựng một nền nhân bản mới, với đồng chí cùng ý hướng chủ động, cùng đề cao vai trò của giới này trong một xã hội tiến bộ, đề cao và chứng tỏ sự tự do của lý trí. Trước bế tắc tư tưởng của 'gọng kìm tư bản – vô sản', họ tin tưởng vai trò lãnh đạo của những người nhận sự giáo dục Âu Tây, chống lại sự lãnh đạo của giai cấp vô sản, cộng-sản, chống cả giới tư bản và thành phần nho sĩ. Nghiêm Xuân Hồng là người đầu tiên giới thiệu thuyết Hiện sinh ở Việt-Nam và cũng đã sớm cảnh cáo tính chất sa đọa người trí thức về chủ nghĩa Hiện sinh trong bài "Đứng trên lập trường trí thức tiểu tư sản, phê phán chủ nghĩa hiện sinh của J-P. Sartre" (27).

Nhóm Quan Điểm (28) có nhà in và xuất bản Quan Điểm, Nghiêm Xuân Hồng bỏ tiền ra và làm giám đốc. Ngoài các tác-phẩm văn-học, chính-trị, nhóm xuất-bản giai phẩm duy nhất, tựa *Đất Đứng* (1956), tuyển tập tác-phẩm của 15 nhà văn (Mặc Đỗ, Vũ Khắc Khoan-Nhập Thiên Thai, Nghiêm Xuân Hồng, Người Sông Thương Nguyễn Sỹ Tế-Dòng Sông Xanh Máu Hận, Kiêm Minh-Cấm Yêu, và hai bài thơ *Mùa Thu Paris* và *Vô Đề* (thơ trường thiên), ...). Trần Tuấn Kiệt trong *Tác Giả Tác Phẩm Tiêu Biểu Nền Văn Học Nghệ Thuật Thời Chiến Tranh* đã nhận xét rằng: *"... Cuộc Vận động trí thức chống lại tư tưởng và hành động của Cộng-sản, nhóm Quan Điểm đã thành công. Nhưng nhóm Quan Điểm có những nhà trí thức tạo được thời thế hơn các nhà trí thức có vẻ chống đối lại họ, các nhà trí thức Hiện*

Sinh đại diện là Mai Thảo, Thanh Tâm Tuyền, Tô Thùy Yên, Dương Nghiễm Mậu, Hồ Nam..." (29). Theo thiển ý, các thành viên chính của nhóm Quan Điểm qua tác-phẩm lập ngôn xuất hiện ở Sài-Gòn như đến từ một hành tinh lạ, ngôn-ngữ đã khác người (ở vài tác-giả) mà ý tưởng, giải pháp đề ra như cho một 'giáo phái' nhỏ trong một miền Nam rất Việt-Nam đã là thành quả tổng hợp văn-hóa và xã-hội từ nhiều trăm năm trước khi họ di cư đến.

Nhóm *Bách Khoa* lúc đầu là nơi tụ tập những người kháng chiến cũ như Huỳnh Văn Lang, Phạm Ngọc Thảo, Nguiễn Ngu Í, Võ Phiến, ..., một số xuất thân, xuất hiện, nhưng không quần thành Nhóm văn-học theo đúng nghĩa hẹp., khởi hành từ mục-đích chính-trị với nhiều thể loại, đề mục chứ không chỉ thuần sáng-tác. Nhà văn Võ Phiến, một trong những cộng tác chính, đã có những sáng-tác có khuynh-hướng tâm lý chính-trị (X. chương Báo-chí).

Nhóm *Nhân Loại* dương cờ dân-tộc nhưng ngầm đấu tranh chính-trị thiên tả với những Ngọc Linh, Sơn Nam, Trang Thế Hy, ... Nhóm đây là của những người miền Nam tiếp tục ... kháng chiến xoay ra chống chính quyền miền Nam, sau báo đình bản và nhiều người vô bưng theo cộng sản như Lý Văn Sâm, Trang Thế Hy (ký Văn Phụng Mỹ), Lê Vĩnh Hoà hoặc tiếp tục nằm vùng như Nguyễn Bảo Hóa, Sơn Nam,... Cùng thời, Bình-Nguyên Lộc chủ trương nhóm *Vui Sống* lạc quan, đa dạng mà tinh thần dân-tộc cũng không kém!

Nhóm *Đại Học*: Đây không phải là nhóm văn-nghệ, gồm các giáo-sư các môn ngành khác nhau (Văn, Triết, Sư phạm, Sử địa, Nhân chủng, Hán Nôm học, v.v.) đã cộng tác hoặc biên tập tờ tạp-chí *Đại Học* của Đại học Huế. Bài vở trên tạp-chí này vượt ra ngoài khuôn khổ giáo khoa cổ điển để đưa độc giả (và sinh viên) đến những chân trời mới, khác, hiện-đại hơn, khai mở hơn! Nhà xuất-bản Đại Học từ 1958 in các tác phẩm triết học, giáo khoa, sử địa, ... của các giáo-sư Nguyễn Văn Trung, Nguyễn Nam Châu, Nguyễn Văn Ái, Trần Kinh Hòa, Lê Tuyên, các LM Cao Văn Luận, Nguyễn Phương, Trần Thái Đỉnh, v.v. Tạp-chí *Đại Học* ra đời (số 1, tháng 2-1958, chủ-bút Nguyễn Văn Trung, 1958-1962 rồi Trần Văn Toàn, 1962-1964), lúc Viện Đại học Huế đã đi tiên phong trong việc dùng tiếng Việt giảng dạy ở bậc đại học, đã đóng góp lớn cho việc giảng dạy cũng như nghiên cứu khoa học và các ngành nhân văn ở miền Nam, nhờ thể chế tân lập cũng như đã là bằng chứng hùng hồn cho thể-chế "tự-trị đại học". Ngoài các vị đã kể, có sự cộng tác của Bùi Quang Tung, Bửu Kế, Pierre Đỗ Đình,

Trần Kinh Hòa, Tôn Thất Hanh, Trương Văn Chình, Phan Xuân Sanh, Võ Quang Yến, Tăng Thị Thành Trai, ...

Nhóm *Tư Tưởng* và *Vạn Hạnh* chuyên về văn-hóa Việt-Nam và Phật giáo với các Thượng-Tọa Thích Minh Châu, các Thầy Tuệ Sỹ, Thích Nguyên Tánh Phạm Công Thiện, Ngô Trọng Anh, Nguyễn Đăng Thục, Lê Tôn Nghiêm, Tôn Thất Thiện, Dương Thiệu Tống, Thạch Trung Giả, ...

Nhóm Tinh-Việt Văn-đoàn gồm Phạm Đình Khiêm, Phạm Đình Tân, Nguyễn Văn Thọ, LM Bửu Dưỡng, ... chủ trương đem Đạo vào Đời và Đời vào Đạo. Nhóm viết và dịch với mục đích phổ biến, giới thiệu những tư tưởng mới, nhất là của Thiên Chúa giáo. Họ có cơ quan ***Văn Đàn*** và từ năm 1958 lập hai giải thưởng văn học Trương Vĩnh Ký và Lecomte de Nouy - giải thưởng năm 1960 (40.000 đồng; lễ trao giải 13-12-1961) trao cho *Trung Dung Tân-khảo* của BS Nguyễn Văn Thọ. Phổ biến tư tưởng khoa học của Lecomte de Nouy với cuốn *Lecomte de Nouy và học thuyết viễn-đích* (1968) của BS Nguyễn Văn Thọ; giải truyện dài năm 1959 với giải nhất *Mùa Hoa Phượng* của Nguyễn Thạch Kiên, giải nhì *Đường Xa Chi Mấy* của Chi Lan Thảo - tức Lan Đình khi xuất-bản. Phổ biến tinh hoa Thiên Chúa giáo và tư tưởng Tây phương và Đông Phương: *Triết Học Quan* 1 (Thiên-Phong Bửu Dưỡng, 1968), *Định Mệnh Con Người* (Trần Kim Tuyến dịch *Human Destiny* của P. Lecomte de Nouy, 1958), *Minh-Đức Vương Thái Phi* (1957), *Người Chứng Thứ Nhất* ("lịch-sử tôn giáo, chính-trị miền Nam hồi đầu thế kỷ thứ 17", 1959), *Nguyễn Trường Tộ kiến trúc sư tiên khởi của ngành kiến trúc Việt Nam mới* (1961), *Giáo sĩ Đắc-Lộ Và Tác Phẩm Quốc Ngữ Đầu Tiên* (chung với LM Nguyễn Khắc Xuyên, 1961), ... đều của Phạm Đình Khiêm, *Vấn-Đề Đa Thê* (1956), tiểu-thuyết giáo dục *Duy Đức, học sinh trinh thám* của Phạm Đình Tân, ... Tinh Việt cũng đã tái-bản tập *Phép Giảng Tám Ngày/Cathechismvs* (1961) của A. de Rhodes và từng có *Niên Lịch Văn-Chương Tinh Việt* (Mậu Tuất 1958, Kỷ Hợi 1959, với tiểu tựa "Tìm hiểu non sông, cảm thông hồn nước"). Dĩ nhiên nhóm Tinh-Việt Văn-đoàn cũng chống cả văn chương hiện sinh ngoại nhập với các giáo sư Nguyễn Văn Trung, Trần Bích Lan, Nguyễn Khắc Hoạch và các nhà văn mới của *Sáng Tạo, Hiện Đại* và *Thế Kỷ Hai Mươi*! (30).

Hai nhóm khác của Thiên Chúa giáo cũng đã đóng góp nhiều cho nền văn học giai đoạn này: **Văn Bút Trần Lục** khi di cư vô Nam đã xuất bản hàng trăm tài liệu và ấn phẩm, các thành viên của **Học-hội**

Ra Khơi thuộc địa phận Bùi Chu như các linh mục Kim Định, Trần Văn Hiến-Minh, Vũ Ngọc Trác, Trần Thái Đỉnh, Lê Tôn Nghiêm, Hoàng Sỹ Quý, Đỗ Quang Chính, Nguyễn Hưng, ... đã xuất bản nhiều tác phẩm về triết học Đông Tây, Việt học và ngữ học rất đáng kể. Riêng linh mục Kim Định đã có công đặt nền móng khoa học cho nền triết học Việt Nam.

Nhóm *Văn Hóa Ngày Nay* do Nhất Linh chủ trì làm sống lại không khỉ tiền chiến nhưng cập nhật để nhắm thành văn-chương vượt không gian vượt thời gian, ... Sau những năm bôn ba hoạt động chính trị, làm bộ trưởng và lưu vong, năm 1951, Nhất Linh trở lại quê nhà về sống ẩn ở Đà-Lạt. Năm 1958, ông "xuống núi" gây dựng lại Tự Lực văn-đoàn, nhà xuất bản Đời Nay (Sách Hồng, …) và ra mắt tạp chí ***Văn Hóa Ngày Nay*** chủ xướng một văn chương vượt thời gian và không gian (tiêu đề dưới tên tạp chí "những bài và truyện có giá trị bất cứ thời nào, nơi nào"), số ra mắt ngày 17-6-1958 và chỉ sống được hơn một năm với 11 số. Ngay trong số 1, bài "Văn Hóa Ngày Nay với văn hóa Việt-Nam" cho biết không thể cứ để cho văn nghệ Việt-Nam ngưng đọng từ hơn mười năm qua, vì `Văn vẫn còn làm cho đời người đẹp hơn và đáng sống. *Hơn nữa, cuộc sống luôn luôn biến hóa, là lòng người là một nguồn xúc cảm bất tận; ngao du trên quả đất còn có ngày đi khắp cảnh vật, chứ ngao du trong thế-giới tâm tư, mỗi nghệ sĩ là một khách giang hồ vĩnh viễn khởi hành, không bao giờ vì hết đường mà phải dừng lại. Cho nên nhân loại còn thì văn-nghệ còn. Sở dĩ ngày nay văn-nghệ chưa rung cảm được độc giả vì văn-nghệ chưa nói được lòng người. Văn-nghệ cần phải tìm chân giá trị của nó ở lòng người, và vĩnh viễn sống với loài người. VĂN PHẢI DỰA THỜI GIAN ĐỂ VƯỢT THỜI GIAN VÀ DỰA KHÔNG GIAN ĐỂ VƯỢT KHÔNG GIAN. Văn nghệ thuần túy cần phải đạt đến tinh hoa, và kỵ nhất là để những cái thị hiếu của nhất thời và địa phương làm cho văn-nghệ biến thành một thứ chỉ có giá trị trong một thời hay trong một vùng đất đai nhỏ hẹp. (…) Chúng tôi cũng tin rằng dù tài mọn, nhưng rất nhiều thiện chí, chúng tôi sẽ được sự nâng đỡ và hợp tác của các bạn bốn phương và sẽ trả lời được trong muôn một lòng mong mỏi của người thời đại – nói cho rõ hơn – của* "con người muôn thuở", con người không bị câu thúc uốn nắn, không bị ràng buộc bởi những thứ nhỏ hẹp nhất thời, lòng luôn luôn cởi mở rộng rải và long lanh đủ các màu sắc` (tr. 17-20). Và trong phần thư Gửi độc giả xa gần số 1, tòa soạn ghi: "*bây giờ, chúng tôi lại tự cho là Phong Hóa, Ngày Nay đã có phần nào lỗi thời rồi, và sau khi đã rút kinh nghiệm* *trong nghề, và xét ưu khuyết điểm của hai tờ Phong Hóa, Ngày Nay, chúng tôi quyết định cho Văn Hóa Ngày nay một thể tài khác thể tài của Phong Hóa, Ngày Nay (...) một phần cũng vì trình độ của độc giả bây giờ tương đối hơn hồi đó và do đấy sự đòi hỏi hiện thời về văn hóa cũng tiến bộ và rộng rãi hơn, ...*" (tr. 7). Ngoài Nhất Linh, là những cây viết và họa liên hệ với nhóm Tự Lực Văn-đoàn như (Trương) Bảo Sơn, Đỗ Đức Thu, Vũ Hoàng Chương, Nguyễn Thành Vinh, Nguyễn Gia Trí,..., những cây viết đã bắt đầu như Nguyễn Thị Vinh, Linh Bảo, Nhật Tiến, Cao Hoành Nhân (*Mắt Đẹp Ngày Xanh*), Bùi Khánh Đản,... và mới hơn nữa như Duy Lam, Tường Hùng, Quỳ Hương (tập truyện *Hai Mối Tình 1958, Tiếng Không Gian* 1962 và 2 tập thơ *Hoa Tâm Tư* 1963, 1969), ... Nguyễn Thị Vinh và Nhật Tiến là những cây bút vững vàng: người trước từ luận đề cách-mạng pha lãng-mạn đi đến khai thác tâm lý, người sau tác-phẩm nặng tính nhân bản, đi sâu vào những vấn-đề xã-hội và giáo dục. Tường Hùng họ Nguyễn tác-giả truyện dài *Gió Mát* (Phượng Giang, 1956), ngưng viết sớm. Linh Bảo tác-giả *Tàu Ngựa Cũ*... Nguyễn Thị Vinh với các tập truyện ngắn *Hai Chị Em* (Phượng Giang, 1953), *Xóm Nghèo* (1958), *Men Chiều* (Phượng Giang, 1960), và các tập truyện dài và tiểu-thuyết *Thương Yêu* (Phượng Giang, 1954), *Cô Mai* (Anh Em, 1971), *Nổi Sóng* (Anh Em, 1973), *Vết Chàm* (1973) và tập *Thơ Nguyễn Thị Vinh* (1972). Từ năm 1951, sách Tự Lực văn-đoàn đã được tái bản với tên nhà Phượng Giang, vẫn thành công về số lượng tiêu thụ. Nhưng ngoài công lao khám phá, tạo cơ hội cho những cây viết mới như Nhật Tiến, Đỗ Phương Khanh, Linh Bảo, Nguyễn Thị Vinh, Duy Lam, Tường Hùng, ..., những cây viết đã có danh ở miền Nam như Bình-Nguyên Lộc, ông cũng như dư vang của Tự Lực Văn-đoàn đã không được những người làm văn nghệ mới đón nhận tích cực lắm; trở thành đề tài tranh luận chối bỏ của những người làm văn nghệ "hôm nay" trên *Sáng Tạo* và cả trên *Nghệ Thuật* khi nhóm đã rã. Tác phẩm của Tự Lực văn-đoàn được đưa vào chương trình Việt văn, đã được chính yếu đọc bởi giới học sinh. Độc giả nói chung tìm đến những tác giả và tác phẩm mới hơn, trong số có những tác giả mới của nhóm Tự Lực văn-đoàn như đã nói ở trên. Nhất Linh hết thành công đến với giới trẻ, văn ông hết sinh lực và hợp thời đại, bộ Xóm Cầu Mới cũng như tạp chí *Văn Hóa Ngày Nay*, nhưng tinh thần gọn sáng được tiếp nối với Nguyễn Thị Vinh, Nhật Tiến. Chính Thế Uyên, một người cháu của Nhất Linh cũng là một nhà văn mới vô nghề cũng đã phủ bác văn chương của Tự Lực văn-đoàn (31). Từ năm 1960 trên các tạp chí văn nghệ Sài-Gòn (*Sáng*

Tạo, Văn Nghệ, ...) đã có những bài luận công tội của Nhất Linh đối với văn học! Cao Huy Khanh trong loạt bài "Sơ thảo 15 năm Văn xuôi miền Nam (1955-1969)" đã nhận xét rằng *"sự tái xuất hiện của Nhất Linh cùng với tạp-chí VHNN như một phản ứng ôn hòa đối với những hoạt động mạnh mẽ và ồn ào của các nhà văn chống truyền thống trong nhóm Sáng Tạo"* (32). Trong số những hiện tượng phủ nhận vai trò những người làm văn hóa đi trước, còn có Trần Thanh Hiệp lý thuyết gia nhóm Sáng Tạo, diễn thuyết "Về viễn tượng văn nghệ miền Nam" tại Câu Lạc Bộ Văn Hóa (1-8-1960) đã đi quá xa khi xổ toẹt văn học miền Nam trước khi ông di cư vào, rằng văn-nghệ miền Nam không có quá-khứ và ở miền Nam không có gì gọi là văn-chương cả (33). *Văn Đàn* của nhóm Tinh Việt Văn Đoàn đã phản ứng mạnh mẽ chống vị luật sư lý thuyết gia "văn nghệ hôm nay" này!

Nhóm **"hiện-đại"**, được hỗ trợ của thẩm quyền văn-hóa, với các tạp-chí *Hiện Đại, Thế Kỷ Hai Mươi, Văn-Nghệ,* ... Tạp-chí *Văn-Nghệ* của Lý Hoàng Phong muốn tiếp nối cuộc cách-mạng văn-học đang hình thành khởi từ *Sáng Tạo* và rời bỏ những khuynh-hướng nghệ-thuật vị nghệ-thuật muôn thuở như của nhóm Văn-Hóa Ngày Nay đang tiếp tục ảnh-hưởng văn giới: *"Đứng trước thực tại hôm nay, tiếng nói của văn-nghệ vẫn là tiếng nói đòi hỏi tự do, đòi hỏi cách-mạng, đòi hỏi gia nhập, đòi hỏi tham dự vào giòng sống của dân-tộc, đòi hỏi thoát ly ra ngoài vòng bế tắc của một xã-hội mới, một đời-sống mới"* (Lý Hoàng Phong. "Đứng trước thực tại", số 9&10, 11-1961, tr. 3).

Nhóm *Văn* với Trần Phong Giao, Mai Thảo, Trần Thiện-Đạo, Nguyễn Xuân Hoàng, và các cây bút thuộc nhiều thế hệ, đặc-biệt các nhà văn thơ trẻ thuộc thế hệ sau 1964.

Nhóm *Văn Học* lúc đầu Dương Kiền, Phan Kim Thịnh tiếp nối và chủ động do phần lớn nhà văn thơ miền Trung cùng Dương Thứ Lang, Vũ Bằng, Nguyễn Hữu Dung, Nguyễn Đình Toàn, Trang Châu, Hoàng Ngọc Biên, Đỗ Tiến Đức, Phùng Kim Chú, Vĩnh Lộc, Lê Thị Hàn, Luân Hoán, Lê Đình Thái, Thành Tôn, Khắc Minh, Hà Nguyên Thạch, Phan Nhự Thức, Đynh Hoàng Sa, Vĩnh Điện, Viêm Tịnh v.v.

Nhóm *Rạng Đông* ở Huế, với Lê Hữu Mục, Ngô Đức Chương, Cao Hoành Nhân, Võ Long Tê, Hoàng Hữu Pha, Quang Đạo, Đỗ Tấn, Thanh Thanh, ... (tạp-chí số 13, đặc-biệt về Hàn Mặc Tử, 15-11-1958).

Nhóm *Phổ Thông* với Nguyễn Vỹ đứng đầu, ngoài các biên

tập/cộng tác viên, nguyệt san *Phổ Thông* còn là diễn đàn của *Tao đàn Bạch Nga:* Nguyễn Vỹ chủ soái. Nguyễn Thu Minh làm thư ký và rất đông các thi sĩ đương thời góp mặt như Minh Đức Hoài Trinh, Nguyễn Văn Cổn và Võ Quang Yến (Pháp), Thu Nhi, Tôn Nữ Hỷ-Khương, Ngọc Hân, Phương Đài, Thanh Nhung (Công Huyền Tôn Nữ Nha-Trang, 1940-), Thùy Dương Tử, Tuệ Mai, BS Nguyễn Tuấn Phát, Tạ Ký, Lâm Vị Thủy và Sa-Giang Trần Tuấn Kiệt. Nhóm lập giải Tao Đàn Bạch Nga, từng trao thưởng cho Thùy Dương Tử, …

*

Cộng-sản Hà-Nội lập Mặt Trận GPMN cuối năm 1960 nhắm thôn tính miền Nam (với mỹ từ "thống nhất", vì chính người Cộng-sản Việt-Nam tháng 7-1954 đã đồng lòng với thực dân Pháp chia đôi đất nước ở vĩ tuyến XVII; trong khi Việt-Nam Cộng-Hòa chỉ là tiếp nối của thực thể "Quốc-gia Việt-Nam" với nửa phần đất còn lại, tức đã bị mất nửa phần đất nước), và đến năm 1965, khi quân đội Hoa-kỳ đổ bộ lên Đà Nẵng, miền Nam dần mất chủ quyền, xã-hội xáo trộn và tình thế chiến sự ngày càng gia tăng cường độ, quốc-gia lâm nguy khiến trí thức, nhà văn phải lên tiếng tỏ thái độ và tự nhận thấy có bổn phận phải nhập cuộc hoặc ít ra làm gì đó. Khuynh-hướng đấu tranh, dấn thân đã bắt đầu từ 1964, một thế hệ nhà văn trẻ mới bắt đầu hình thành, với nhiệt huyết mới, với tâm tình mới, cách diễn tả cũng khác trước đó. Trong giới văn-học nghệ-thuật vô tình rẽ làm hai nhánh nghệ-thuật: một bên tiếp nối con đường làm mới và nhận ảnh-hưởng Âu Tây của *Sáng Tạo, Hiện Đại*, ...dần dà biến thành … lạc lõng, ngụy tín giữa những tiếng pháo vọng về thành phố mỗi đêm, giữa những cái chết hy sinh từ trận tiền và những cái chết khác vì chiến sự lan đến ven đô rồi ngay giữa thành đô. Bên kia là những cây bút trẻ nhập cuộc chiến, hăng say của người lính đã nhập vào ngòi bút khiến nội-dung và ngôn-ngữ nhiệt tình, tha thiết và cả nghẹn lời nói, chữ viết không hết được điều muốn chuyển tải đến tha nhân, đồng loại.

Nhóm ***Thái Độ*** với Thế Uyên, Nguyễn Đông Ngạc và Nguyễn Tường Giang bên cạnh những Duy Lam, Nguyễn Tường Thạch, Nguyễn Tường Thiết, Nguyễn Tường Đằng, Nguyễn Đông Ngạc, Chu Vương Miện, Nguyễn Huy, Nguyễn Tử Quý, Ngô Thế Vinh, Trần Triệu Luật, Nguyễn Trọng Văn, Thái Lãng, Trần Kỳ (VC), , … với cơ quan báo-chí *Thái Độ* in ronéo, phổ biến bán chính thức. Nhận thấy xã-hội Việt-Nam đang là *"một xã-hội đồi trụy và bất công, một kỹ nghệ làm điếm và ma cô, làm cu-li và tay sai, con nít đi O.K. Salem,* *con gái lớn đi làm điếm, con trai đi lính đánh thuê, người đứng tuổi trở thành hủ hóa và sự mất mát tâm hồn của toàn thể dân-tộc"*, nhóm đề ra một cuộc *"cách-mạng xã-hội không Cộng-sản là một cuộc cách-mạng toàn diện nhằm thay đổi các cơ cấu chính-trị, kinh tế, văn-hóa cũ của xã-hội, trong chiều hướng xây dựng một xã-hội tốt đẹp hơn ngoài ý thức Mác Lê (...) ở đây, cách-mạng xã-hội không Cộng-sản có phần tương tự như cách-mạng tư sản Pháp 1789"* (*Thái Độ*, 2, 12-1967). Trong bài "Thái Độ chúng tôi" trên *Thái Độ* số 6 [đăng lại trong tập *Tiểu Luận* xuất bản 1971] cho biết: 1- Nhóm Thái Độ có lập trường chống Cộng sản bởi vì không chấp nhận **phương thức** làm cách mạng của Cộng sản, chứ không chống **sự việc làm cách mạng** của những người Cộng sản... Nếu để miền Nam lọt nốt vào vùng quyền hành của ông Hồ Chí Minh thì, không trước thì sau, trọn vẹn chủ quyền Việt Nam từ Nam Quan đến Cà Mâu sẽ tiêu tan vào chính quyền Trung quốc một thời kỳ dài ngắn chưa biết là bao lâu. 2- Chúng tôi chống chính sách của Hoa Kỳ tại Việt Nam, chứ không chống Hoa Kỳ hay thế giới mệnh danh là Tự do... Chúng tôi chống Cộng để nước Việt Nam khỏi thành chư hầu của Trung Hoa, để người Việt Nam tự do chọn lựa cách thế làm người của mình, chứ chúng tôi không chống Cộng để Việt Nam trở thành một xã hội đồi truỵ bất công, hay trở thành một thuộc quốc tiêu thụ hoá phẩm của tân tư bản..." 3- Chúng tôi tin tưởng rằng chỉ có phương sách thực hiện cuộc cách mạng xã hội (không cộng sản) mới thắng được Cộng sản. Đối với chúng tôi, *tiếp tục chiến tranh hiện nay chỉ có ý nghĩa nếu cuộc chiến này (với sự trợ giúp của quân đội Mỹ) là một ngăn bờ, một cầm cự để những người quốc gia có đủ thì giờ làm cách mạng.* Trong số báo cuối cùng (12-1967), bài viết "Thái độ chúng tôi" xác nhận thêm rằng *"Có những tất yếu của lịch-sử, chúng ta dù muốn hay không, đều phải chấp nhận (...) người quốc-gia Việt-Nam chỉ còn một con đường chót để chọn lựa: con đường cách-mạng xã-hội theo một phương thức không Cộng-sản (...) thực hiện một cuộc cách-mạng xã-hội theo phương thức quốc-gia"*. (tr. 3,5).

Ngoài tờ *Thái Độ*, nhóm lập các Tủ sách Xã-hội mới, Văn-nghệ, Giao tưởng và đã xuất-bản các tuyển tập *Lời Phản Kháng Của Những Người Làm Thơ Nhược Tiểu* (tuyển thơ với chủ đề chiến tranh và ước vọng hòa-bình, của Nguyễn Đông Ngạc, Chu Vương Miện, Nguyễn Tường Giang, Chu Trầm Nguyên Minh, Phùng Kim Chú, Phan Lạc Giang Đông,...), *Nghĩ Về Chiến-Tranh Cách-Mạng Hòa-Bình* (5 chính-trị gia, nhân sĩ, 9 linh-mục, 1 đại đức 3 thượng tọa), *Văn-Nghệ*

Xám (12 tác-giả), một số sách biên soạn và dịch-thuật về chiến-tranh, cách-mạng xã-hội cùng tác-phẩm của vài tác-giả trong nhóm; và gần hai năm sau Nhóm tan rã sau biến cố Tết Mậu Thân 1968.

Nhóm **Hành Trình** (1964-65), **Đất Nước** (1967-1970) và *Đối Diện* (7-1969 -) lần lượt ra mắt, của một số trí thức, giáo-sư và tu sĩ Thiên Chúa giáo cấp tiến và thiên tả, với Nguyễn Văn Trung, Thế Nguyên, Diễm Châu, LM Nguyễn Ngọc Lan, và cộng tác bài vở của Trần Duy Phiên, Thảo Trường, Bùi Khải Nguyên, Trần Tuấn Nhậm, Nguyễn Khắc Ngữ, Thái Luân, Nguyễn Tử Lộc, Trần Triệu Luật, Nguyễn Trọng Văn,… *Hành-Trình* và *Đất Nước* có thể xếp chung, dấn thân hiện sinh vào chính-trị, xã-hội - ít ra là trên bình diện tư tưởng; thêm *Trình Bầy* nhưng *Đối Diện* thì khác trên một vài phương diện đấu tranh tư tưởng, chính-trị và văn-nghệ. Trên tạp-chí *Đất Nước* (số ra mắt tháng 11-1967), các bài viết của Nguyên Sa, Thế Nguyên, Nguyễn Trọng Văn, … liên quan đến báo-chí và văn-học thời chiến, song hành với sự xuất hiện của các cây viết trẻ trên các tạp-chí *Văn, Vấn-Đề, Văn Học, Khởi Hành*, v.v. Đặc-biệt với *các số đặc-biệt: Số 2 về "Văn nghệ theo đuôi"*: Rời bỏ nền văn-chương trú ẩn (Nguyên Sa); Triết học hiện sinh và những người cầm bút ở miền Nam (Nguyễn Trọng Văn); Phê bình quan điểm cách-mạng xã-hội của Nguyễn Văn Trung và Lý Chánh Trung - Số 7 Kỷ nguyên ngờ vực: Hoàn cảnh những người cầm bút miền Nam trước và sau 1963 (Nguyễn Trọng Văn) - Số 9 "Văn-học trong những tình thế cực đoan": Trong vòng phấn trắng (Thế Nguyên); Tiếng nói những người đi tới (Trần Kỳ Hoành tức Trần Tuấn Nhậm) và v.v. Tạp chí *Đất Nước* cùng *Trình Bầy* đánh dấu bước ngoặc của báo chí văn nghệ miền Nam, *với sự ly khai của một số nhân vật trước đây từng thân cận với Sáng Tạo, như Thế Nguyên và nhất là Hoàng Thái Linh (Nguyễn Văn Trung). Đất Nước là tờ phê phán nhóm Sáng Tạo mạnh mẽ nhất, và cũng là nơi "văn chương dấn thân"* trực tiếp chống lại *"văn chương* **viễn mơ"** của Mai Thảo - Thanh Tâm Tuyền, Vũ Khắc Khoan và Mai Thảo đã là những đối tượng chính khi Nguyên Sa viết "Rời bỏ nền văn-chương trú ẩn" và trong một số bài viết khác của người cùng nhóm. Mặt khác, các cộng sự/thành viên chính thuộc nhóm Công giáo "cấp tiến", "thiên tả" này được hỗ trợ với người cùng ý hướng ở ngoài nước như nhóm Công-giáo và Dân-tộc ở Paris, ...

Nhóm Trình Bầy (1966-72)**, gồm nhiều giáo-sư, trí thức và văn-nghệ sĩ `dấn thân` "tiến bộ", cổ xúy một loại văn-chương phản chiến, chính trị nhập cuộc; thành hình vào lúc nhiều xáo trộn chính-trị tôn giáo liên tục xảy ra ở thủ đô Sài-Gòn ra đến ngoài Trung, xuất phát từ thái độ dấn thân và lựa chọn trong hoàn cảnh đất nước chiến-tranh – mà nhóm xem đó là bế tắc cho văn-học nghệ-thuật ("nhu cầu văn-chương không thể có bao lâu sự yên ổn của chính bản thân đang bị đe dọa" và nhà văn phải đóng vai chủ động làm văn-chương, phải "sống với nhân-vật của mình", *Trình Bầy* số 2, 25-10-1966, tr. 8-12).

Nhóm ***Giữ Thơm Quê Mẹ*** chuyên văn hóa dân tộc và Phật giáo.

Nhóm ***Lập Trường*** góp mặt một thời-gian ngắn (1964-) ở Huế, với Lê Khắc Quyến, Tôn Thất Hanh, Lê Văn Hảo, Lê Tuyên, Cao Huy Thuần, ... cổ võ cho một chủ nghĩa dân-tộc kiểu mới, thiên tả và thiên Cộng, chống Mỹ chống chính quyền trung ương miền Nam và đã gây nhiều xáo trộn xã-hội, chính-trị và học đường. Nhóm liên hệ chặt chẽ với Hội đồng Nhân dân Cứu quốc do Thích Trí Quang cầm đầu, gây biến động miền Trung.

Nhóm *Ngàn Khơi* (1963) rồi *Tiếng Nói* (số 1, 4-1966) lạc lõng tách khỏi một số nhóm đã dẫn, với Trần Đức Uyển, Nguyễn Hữu Đông, Đỗ Quí Toàn, Nguyễn Nghiệp Nhượng, Nguyễn Thụy Long, ...

Ngoài ra cũng cần ghi nhận sự hiện diện và sinh hoạt của **Nhóm Bút Việt –** tổ chức ban đầu gồm 19 nhà văn thơ, kịch, họa và biên-khảo, được thành lập ngày 17-8-1957 như một "*câu lạc bộ của các nhà cầm bút muốn gặp nhau để trao đổi ý kiến về sáng-tác, về công phu tìm hiểu cũng như công phu giới thiệu*" (34) sau trở thành Trung Tâm Văn Bút Việt-Nam được cấp giấy phép hoạt động ngày 21-10-1957 (nghị định của bộ Nội-vụ số 111-BNV-/NA/P5) với gần 200 hội viên (niên liễm từ 100 đến 1000 đồng). Nói chung, phần lớn các hội viên chính thức của Bút Việt là các cây bút đã nổi tiếng hoặc đã được độc giả và giới văn-học công nhận là chính thức có tác-phẩm đã xuất-bản. Đỗ Đức Thu là Chủ tịch sáng lập (trước đó là chủ tịch Ban Vận động), Nhất Linh cố vấn từ tháng 12-1957, sau này nhà thơ Vũ Hoàng Chương rồi LM Thanh Lãng làm chủ tịch, phó chủ tịch ban đầu là các ông Vương Hồng Sển, Vi Huyền Đắc, sau là Nhật Tiến, tổng thư ký trước sau là Hiếu Chân Nguyễn Hoạt, Nghiêm Xuân Việt rồi Phạm Việt Tuyền. Nhóm Bút Việt trong gần 20 năm sinh hoạt đã là khuôn mặt đại diện cho văn giới Việt-Nam với quốc tế, đã dịch-thuật và xuất-bản một số tác-phẩm văn-chương của Việt-Nam, đã liên tục tổ chức nhiều buổi diễn thuyết về văn-hóa và văn-học (một số 16 bài in lại trong *Câu Chuyện Văn-Chương* do nhà Khai Trí xb năm 1969), lập Ban Kịch, Đoàn Chèo cổ, ..., tổ chức các giải thưởng văn-học từ 1965 đến 1974, xuất-bản các tuyển tập văn-học khác (*Poems and Short Stories*, 1965; *Tuyển tập Truyện ngắn, giải thưởng Trung tâm Văn Bút Việt Nam 1965*, 1972; ...) cũng như các ấn phẩm định kỳ như *Kỷ Yếu Bút Việt* (từ 4-1958, Anh-Pháp-Việt ngữ; *Việt Nam P.E.N Bulletin, Việt-Nam P.E.N. Review*), tạp-chí *Tin Sách* (từ 7-1962 đến cuối năm 1967, do anh em ông Nguyễn Ngọc Linh sáng lập giao lại) và *Văn Bút / VietNam Pen Club* (1971-72). Ban đầu cơ quan Văn Hóa Á Châu/Asia Foundation, sau chính phủ Việt Nam Cộng Hòa yểm trợ về tài chánh, trụ sở. [X thêm Nhật Tiến. *Từ Nhóm Bút Việt đến Trung Tâm Văn Bút Việt-Nam 1957-1975* (Garden Grove CA: Huyền Trân, 8-2016)].

Phía các "nhóm" **trẻ** có *Ý Thức, Khai Phá, Nguồn, Tham Dự, Sau Lưng Các Người, Thế Đứng, Trước Mặt, Nhìn Mặt* ("tạp-chí khởi dựng văn-học nghệ-thuật mới"), v.v.

Nhóm *Ý Thức* của những cây bút trẻ ở miền Trung, số ra mắt ngày 1-10-1970 ở Phan Rang và in ronéo, được 6 số thì dời về Sài-Gòn và đổi sang ấn bản typo, bộ mới số 1 ngày 1-6-1974, được 24 số, với Nguyên Minh, Trần Hoài Thư, Lê Văn Ngăn, Võ Tấn Khanh, Châu Văn Thuận, Lê Ký Thương, Lữ Kiều, Đỗ Nghê (Đỗ Hồng Ngọc), Hồ Nguyên Hãn, Hồ Thủy Giũ, Nguyễn Mậu Hưng, Trần Hữu Lục, Ngụy Ngữ, v.v. Trên bìa báo số 1 ghi: "*Phải dành cho văn-học nghệ-thuật một chỗ đứng vượt lên trên những tranh chấp chính-trị giai đoạn. Chỗ đứng ở ngay trong lòng tập thể quần chúng, hòa mình với tình tự chung để vận động trở thành sức mạnh văn-hóa nuôi dưỡng truyền thống Việt-Nam trước những đe dọa từ mọi phía*". Theo Nguyên Sa (35), cùng với *Văn-Học, Trình Bầy, Bách Khoa, Văn, Vấn-Đề* và *Nghiên Cứu Văn Học, Ý Thức* là một trong 7 tạp-chí phát hành định kỳ đều đặn dù "ngàn lần khốn đốn", trong năm 1971. Nhóm sinh hoạt văn-học nghệ-thuật trong tinh thần bạn hữu, hàng ngang, không thủ lãnh như những nhóm khác, một số đã từng sinh hoạt chung từ những năm 1957 dưới tên *Gió Mai* ở Huế (gồm có Lữ Kiều, Lữ Quỳnh, Hoài Linh, Thùy Linh (Ngy Hữu Trần Hữu Ngũ), Hồ Thủy Giũ, Nguyên Thạnh (Nguyễn Mậu Hưng), Thiên Nhất Phương (Châu văn Thuận), Nguyên Minh. Hồ Thanh Ngạn…). Nhóm mở nhà xuất bản Ý Thức và Tiếng Việt, Hoa Niên, Thời Xanh tùy theo loại ấn phẩm.

Vào những năm cuối ngay trước 1975 có những nhóm khác

muốn làm mới văn chương như *Chủ Đề, Văn Chương,* ... Nói chung, thời 1954-1963 xuất hiện nhiều 'nhóm' hơn thời 1964-1975; thật ra thời sau vẫn nhiều nhóm nhưng phát triển, sinh hoạt ở các địa phương vì nhân thân người làm văn nghệ nhập ngũ, dạy học ở khắp vùng đất nước. Nhóm *Sóng* (Tuy Hòa), (Quy Nhơn), *Ý Thức* (Phan Rang), (Quảng Ngãi), (Châu Đốc), v.v. Và phần lớn là những người trẻ dấn thân vào đời và làm văn nghệ nhưng chưa đủ thời gian thử thách thì đã xảy ra biến cố 30-4-1975.

Như vậy, nhiều nhóm sinh hoạt chung quanh "lãnh tụ" hoặc tạp-chí, đã đưa đến tình trạng phe nhóm, địa phương. Nguyên Sa là người trực tính, đã hơn một lần lên tiếng phê phán thái độ của người làm văn-nghệ thời này. Trong *Một Bông Hồng Cho Văn-Nghệ,* Nguyên Sa nói nhiều đến mặc cảm tâm lý và thái độ phục tòng đàn anh, một *"khuynh-hướng thích bị đô hộ"* (tr. 14), vì trong văn-nghệ, sáng-tạo, *"Trường phái bè nhóm đều vô nghĩa. Mưu cơ, đòn phép, vô nghĩa..."* (tr. 15). Trong *Những Năm Sáu Mươi* (1971) tuyển tập 29 (từ 40) bài thơ in ronéo vì không được giấy phép kiểm duyệt, ông lên tiếng đả kích những *"thằng văn-nghệ phe nhóm"*, những *"thằng sa đích phê-bình văn-nghệ rẻ tiền"* (Cắt Tóc Ăn Tết) hay *"những thằng ghen tuông, những thằng chụp mũ, những thằng ăn không nói có..."* trong bài Bao Giờ:

> *"Những đứa sát nhân, vu oan giá họa,*
> *Những đứa chụp mũ, chụp mũ, chụp mũ,*
> *Mỗi ngày một tăng theo cấp số nhân..."*

Và thêm những 'thằng' khác bị ông đem ra Ném Đá:

> *"Thằng cực tả khôi hài*
> *Thằng hữu khuynh lố bịch*
> *Thằng văn-nghệ phe nhóm*
> *Thằng trốn lính đê hèn*
> *Thằng chính-trị hoạt đầu*
> *Thằng chủ bại tham tiền*
> *Thằng diều hâu bần tiện..."* (Ném Đá).

Những người viết trẻ

Đến giai đoạn sau của văn-học miền Nam, 1964-1975, một thế hệ trẻ khác đã xuất hiện một cách mạnh mẽ, tích cực trên báo-chí và tác-phẩm xuất-bản. Cùng với nhịp leo thang và khốc liệt của chiến-tranh, các nhà văn trẻ này sẽ chứng minh tiền đề của phe nằm vùng, thiên Cộng như Lữ Phương là sai khi cho rằng *"cuộc chiến-tranh này là một cuộc chiến-tranh không có văn-nghệ"* (36). Và họ sẽ thật sự dấn thân, nhập cuộc, nhìn rõ hơn những vấn-đề, tư tưởng mà thế hệ văn-nghệ trước đó đã ôm ấp, phục vụ, và họ sẽ đưa ra những chân dung mới, màu vẽ mới về con người, tình-yêu, đất nước, ...

Từ đầu năm 1964, tạp-chí *Văn* với chủ đề những cây bút trẻ cứ vài tháng ra 1 số đặc biệt, ngoài ra các tạp-chí *Bách Khoa, Nghệ-Thuật, Trình Bầy, Vấn-Đề , Thời Tập, Khởi Hành, Ý Thức* cũng đặt nặng hoặc quan tâm cổ động thơ văn trẻ. *Văn* ngay từ những số đầu đã chú ý giới thiệu với bạn đọc các cây viết trẻ và mới, như số 6 "Tuyển tập thơ văn Những Cây Bút Trẻ" (15-3-1964) – *trẻ* của thời 1964, đó là những Nguyễn Vũ Đan Vy (Khi Anh Đi), Thế Nguyên (Hồi Chuông Tắt Lửa), Lê Tất Điều (Vùng Đất Khô), Trường Anh (Dòng Sông Như Dòng Đời), Tuấn Huy (Bên Dòng Sông Đêm), Phan Thị Thảo Trang (Nguồn Cơn), Y Uyên (Bấm Đốt Ngón Tay), Quang Hiện, Nguyễn Thái Lãng (Khoảng Cách). Hồi Chuông Tắt Lửa sáng-tác đầu tay của Thế Nguyên chiếm 45 trang tạp-chí, được Nam Sơn xuất-bản cùng năm 1964 đã gây phản ứng trong giới truyền thông, tôn giáo và văn-nghệ.

Văn số 28 (15-2-1965) mục "Giới Thiệu Những Cây Bút Trẻ Sẽ Đi Xa Trong Tương Lai" trình làng sáng-tác của Phan Thảo Trang, Tôn Nữ Hoài My, Nguyễn Thái Lãng, Nguyễn Phan Thịnh, Tần Hoài Dạ Vũ, Lê Cao Nguyên và Nh. Tay Ngàn, trong phần mở đầu Giới Thiệu … bảy cây bút có triển vọng trong một năm qua 1964 của Ban Tuyển đọc tác-phẩm của *Văn* mà về sau chỉ có 3 người thật sự tiếp tục … đi xa là Nh. Tay Ngàn, Nguyễn Phan Thịnh và Tần Hoài Dạ Vũ. *Văn* số 51 (1-2-1966) tuyển đăng một số nhà thơ trẻ viết về tuổi trẻ, tình yêu và chiến tranh và giới thiệu rằng *"Thơ buồn nhưng không có giọng than van. Hình như tuổi trẻ Việt Nam đã tập chấp nhận, đứng thẳng trước mọi hoàn cảnh..."* (tr. 143). Trong số đó có thơ của Lâm Chương, Thành Tôn, Chu Trầm Nguyên Minh, Nhữ Đình Toàn, ... và một số khác mà về sau người đọc không còn nghe nói đến.

> *"Đêm bắt đầu yên tĩnh trên đồng cỏ xanh*
> *Đêm quấn quýt quanh những vòng thép gai hoen rỉ*
> *Chiếc xe đò vội vàng trở về thành phố*
> *Anh bồi hồi đón chuyến buýt cuối cùng*

Hành khách chật thản nhiên như tượng
Không ai nói một lời "

(Nhữ Đình Toàn, Trên Xe Ô-Tô-Buýt, *Văn*, 51, 1-2-1966, tr. 145)

Trong số *Văn* 121 "Kỷ niệm Đệ ngũ chu niên" (1-1-1969) đăng văn thơ của Hà Thúc Sinh, Lê Bá Lăng, Trần Dzoãn Nho, Nguyễn Chí Kham, Lương Thái Sỹ, Mường Mán, Lê Bá Lăng, Hạc Thành Hoa, Trương Cương Thanh, Tần Vy và Lê Nhược Thủy. *Văn* số 125 "Đầu Xuân lộc mới", trong Thư tòa soạn đã xác định lại *"tâm nguyện đã bày tỏ từ lâu: VĂN đã và sẽ là một mảnh đất tốt để ươm những hạt giống tốt. Trong tương lai, VĂN ước mong sẽ còn giới thiệu được thêm nhiều cây bút mới khác nữa - những cây bút khi lớn mạnh sẽ đem tới cho nền sinh hoạt văn học nghệ thuật miền Nam nhiều sắc thái đặc dị và phong phú"* và số này đã đăng truyện của Yên My, Mường Mán, Kinh Dương Vương, Nguyễn Lệ Uyên, Trần Doãn Nho, Lương Thái Sỹ, Lê Văn Thiện, thơ của Cao Thoại Châu, Lâm Hảo Dũng, Tần Vy, Hà Nghiêu Bích, Khê Kinh Kha, Nguyễn Phan Thịnh, ... Cũng tạp chí *Văn*, số 187 (1-10-1971) với chủ đề Khi Mùa Thu Tới làm một tuyển tập những cây bút trẻ, ban biên tập ghi là nỗ lực giới thiệu sau cùng, trong số này có thơ của Hoàng Lộc, Yên Ngàn, Nguyễn Văn Ngọc, Võ Chân Cửu, Khê Kinh-Kha, ... và văn của Nguyễn Mộng Giác, Hồ Minh Dũng và Mường Mán.

Riêng về truyện ngắn, tạp chí *Văn* số 197 (1-3-1972) với "Chủ đề Số đặc biệt sáu nhà văn trẻ" (Mang Viên Long, Trần Hoài Thư, Mường Mán, Định Nguyên, Phan Cung Nghiệp, Phạm Quang Phước), nhà văn đàn anh Mai Thảo khi giới thiệu hiện tượng người viết trẻ truyện ngắn cho rằng họ *"làm sống lại thể truyện ngắn, đem lại cho truyện ngắn hơi thở, một kích thước và những triển vọng mới sau một thời gian bị lu mờ trước ngọn triều tràn ngập của thơ tự do và các tác phẩm truyện dài. (...) Chúng ta không chỉ nhìn thấy những nhà văn trẻ sống và viết. Chúng ta còn nhìn thấy họ lên đường. Và mang theo thể truyện ngắn vào một lên đường mới"* (tr. 2).

Cuối cùng, Giai Phẩm *Văn* ra ngày 1-3-1975 đặc-biệt về "Những Triển Vọng Mới" giới thiệu thơ văn của Phạm Long Sơn, Nguyễn Đăng Hà, Phan Hy, Nguyễn Quảng Bình, Bùi Hữu Miên, Phạm Trường Linh, Nguyễn Tường Anh, Thục Ngạn, Thánh Thu, Phạm Ngũ Yên, Hoàng Ngọc Tuấn. Trong số này, Mai Thảo đã giới thiệu 13 cây viết trẻ nhất của giai đoạn lần đầu xuất hiện, về sau phần lớn không thấy tiếp tục ngoại trừ Phạm Ngũ Yên với truyện ngắn Bóng Mát. Mai Thảo là nhà văn lớp đàn anh đã có công giới thiệu và khám phá nhiều tài năng mới.

Ngoài ra trên tạp-chí *Văn* thường thấy xuất hiện những cây viết trẻ khác như Cánh Cứu (Thư Từ Tuy Hòa, *Văn* 45, 1-11-1965; Vòng Đai Học Vấn, số 72, 1-11-1966; ...), Phù Hư (Ngụy Âm, số 1-3-1975), ... Trần Phong Giao và Mai Thảo đã đặt nặng việc khám phá và theo dõi các nhà văn mới, trẻ và hai vị đã có công làm mới và vững chắc cho văn-học miền Nam giai đoạn 1954-75. Tuần báo *Nghệ Thuật* có mục "Những Người Viết Mới" thường xuyên giới thiệu tác-phẩm của các cây viết trẻ, mới, như Nguyễn Tây Sơn, Thế Tùng, Nguyễn Xuân Hùng (số 57, 19-11-1966), ... Tờ *Thời Tập* cũng từng ra số "Tuyển tập nhà văn trẻ" (số 8, 25-6-1974) giới thiệu Nguyễn Mộng Giác, Trần Hoài Thư, Phạm Thiên Thư, Nguyễn Đạt, Nguyễn Tôn Nhan, Nguyễn Mai, Hoàng Ngọc Tuấn và Ngụy Ngữ - *Thời Tập* thuộc vào số các tạp chí cuối cùng của nền văn học miền Nam 1954-1975, đã được đón nhận (với 5000 ấn bản cho mỗi số) nhờ độc giả và người viết là những người trẻ.

Tuần báo *Nghệ Thuật* có mục "Những Người Viết Mới" cũng đã là đất khởi đi của một số cây viết trẻ và vẫn nhà văn Mai Thảo tận tình giới thiệu, để ý. Trong số 18, ông có nhận định: "*... Các bạn trẻ làm nghệ-thuật của chúng ta hôm nay đứng lên, đông lắm. Những người đi sau đang đuổi kịp, vượt qua, những người đi trước. Hiện-tượng này trong sinh hoạt văn-học nghệ-thuật Việt-Nam là hiện-tượng của những đường máu hồng hào sinh khí nhất, những tế bào nhiều sức khoẻ nhất, những mầm hạt tươi non phơi phới nhất, và tôi nghĩ đó, và tôi thành thật tin tưởng rằng những người viết trẻ của chúng ta, con đường đi tới của những người viết trẻ của chúng ta, với những nhành hoa đang mọc lên tự lòng tay và khối óc những người viết trẻ chúng ta đích thực và duy nhất là nơi có chân trời, mùa màng của nghệ-thuật, tương lai của văn-học ...*". Và trên số Xuân Bính Ngọ 1966, khi viết về "Một hiện-tượng tươi cười: những người viết mới" trên tuần báo này (sau in lại mở đầu tập truyện *Dòng Sông Rực Rỡ* năm 1968, cập nhật với tựa "Nói chuyện với những người viết mới"), ông đã phần nào thất vọng dù hy vọng về sáng-tác của những cây viết trẻ nhất là trong lãnh vực thơ "*... trong phạm vi tuần báo Nghệ Thuật mà nói, năm vừa qua [1965], những bạn trẻ đứng dậy đông lắm. Thơ văn* *của những người viết mới có những yếu tính đặc-biệt. Có lửa có hồn. Biểu hiện sôi nổi. Nhiệt tình tràn đầy. Người viết mới nhìn đời bằng con mắt mới tinh nên những hình thể cuộc sống đó vào biểu hiện của những người viết mới đều là kết quả của những chụp bắt nồng nàn, những tiếp nhận sinh động. Không thỏa hiệp, không suy tính, không nặng chĩu mấy tầng ý thức, không vướng mắc vào những ràng buộc của những giòng thơ văn quá-khứ. Bạo và khoẻ, đó là đặc thù của văn-chương Việt-Nam thanh niên. Hãy để cho những mầm hạt mới nhú lớn mạnh thành mùa màng tươi tốt, hãy để cho những khai sinh kia đi tới những trưởng thành. Nhưng tôi muốn nhặt giùm cho những bạn trẻ của chúng ta những cây cỏ dại đang mọc theo một chiều cùng mùa vàng của họ. (...) Hy vọng là ở điểm này rồi: những tâm hồn và ý thức trẻ tuổi ưu tú của chúng ta biết tách đi, vượt lên. Nhưng năm qua thì chưa. Tuổi trẻ chúng ta năm qua chưa có những vì sao sáng riêng một phía"* (37). "Những người viết trẻ" do *Nghệ Thuật* giới thiệu đa phần không đi xa và ở lại với văn-chương (Tần Thoại Trầm, Nguyên Dũng, Nguyễn Nhật Nam, Nguyễn Tây Sơn, An Châu Lan, Sông Hồng, Thế Tùng, Đan Như, Nguyễn Xuân Hùng, Hạnh Vi, Vương Đăng Mai, v.v.) và chỉ có Thế Vũ, ... là tiếp tục!

Họ lên đường, không những trên tạp chí *Văn, Nghệ Thuật, Vấn-Đề* và *Thời Tập* mà cả trên các tạp chí khác như *Bách Khoa, Văn Học, Khởi Hành, Chủ Đề, Văn Chương*, ... nhưng chưa đủ thời gian để thẩm định vai trò, giá trị, thì cả miền Nam chính trị cũng như văn học đã bị xóa bỏ.

Thi ca và văn xuôi trước tình cảnh cực đoan, cùng khốn, vẫn lớn dậy, vươn lên. Tình yêu, niềm tin và ngậm ngùi cay đắng, bất lực. Phân chia tả hữu không cần thiết vì tiếng nói của họ là tiếng phản kháng, tiếng dân kêu, tiếng nói tuổi trẻ không chỗ đứng, chỗ thở, ... Người viết phần lớn không lập thuyết cao siêu, nhưng họ tỏ ra sống những tấn nặng nề của oan khiên lịch sử. Họ đã đứng thẳng trên trường văn thơ (cũng như xã hội), xác định cái tôi, như những người trẻ, và cũng đã nằm xuống đổ máu cho tổ quốc hoặc phải lê lết thân tàn phế trên khắp mọi vùng đất nước lo sống còn. Trẻ ở đây là nói đến hiện tượng xuất hiện, và họ đã đem đến cho văn học lúc bấy giờ tinh thần làm mới, tinh thần trẻ cần thiết cho một văn học và xã hội đang thoái hóa hoặc tự thoả mãn với những thành tựu của lớp văn nghệ đàn anh. Lớp đàn anh này trên các tạp chí như *Tin Sách, Bách Khoa*, ... đã nhìn những người viết trẻ như những người làm văn nghệ rời rạc, lẻ loi, thiếu hợp tấu. Đầu năm 1972, Võ Phiến trong bài "Nhìn lại 15 năm văn-nghệ miền Nam" (38) đã ghi nhận sự xuất hiện vững vàng của Thanh Tâm Tuyền, Mai Thảo, Dương Nghiễm Mậu, Nhật Tiến, Nguyên Sa, Lê Tất Điều, Thế Uyên, ... trước 1963 và cho rằng "*những tên tuổi ấy vẫn chưa được thay thế, từ 63 đến nay. (...) Giới trẻ từ ấy đến nay – trong nước cũng như trên khắp thế-giới – đã gây nhiều xáo động sâu xa về mặt xã-hội và chính-trị; nhưng giới trẻ ở ta chưa nắm được thế chủ động trong sinh hoạt văn-học. Không phải lớp sau này có gì thua sút: thiết tưởng đem từng người ra so sánh thì làm thơ mà phóng khoáng đến như Nguyễn Đức Sơn, viết truyện mà tài hoa đến như Hoàng ngọc Tuấn, mà chín chắn như Nguyễn Mộng Giác v.v. ở thời nào cũng hiếm. Vậy mà họ không gây được phong trào, không khuấy động được dư luận, họ không được chú ý như các người viết trước mười lăm năm, những nhóm Sáng Tạo, Quan Điểm,..*". Đến đầu năm 1975, Võ Phiến khi tổng kết các khuynh-hướng theo tuổi tác đã cho rằng: "*Cái mới của thời kỳ sau 1954 là nhóm Sáng Tạo, cái mới của những năm gần đây là tờ* Tuổi Ngọc *[ngay trước đó ông gọi là của tuổi thiếu niên].* Cần gì phải có một chủ thuyết, đường lối, lý luận văn-nghệ mới, mới được kể là mới?" (39) – trong cả hai bài viết cách nhau 3 năm ông đã không đề cập một chữ nào đến những cây viết trẻ 'hực lửa', 'phản chiến', v.v. Và ngay Nguyễn Mộng Giác, một cây viết mới xuất hiện thời bấy giờ sớm nhập quỹ đạo Võ Phiến, cũng đã phê bình trong cùng số *Bách Khoa*: "*... Gần như mỗi người viết là một thế giới riêng, "những ốc đảo cô đơn nghìn năm"... Kết quả là lớp người mới lâu lâu gióng lên một tiếng đàn chùng lẻ loi, không thành được một hợp tấu-khúc (...) Bản chất đa dạng và phức tạp của các tác phẩm lớp mới này, khó lòng tổng hợp thành một tính chất chung, xác định một khuynh hướng như Võ Phiến đã xác định cho ba thế hệ trước. Nếu có một nét chung, đó là sự rời rạc, cô độc của từng tác giả, từng tác phẩm*" (40). Bi quan chăng, nhưng chính Võ Phiến lúc bắt đầu cũng đã tự lập nhà xuất bản Bình Minh ở Qui Nhơn để in hai tập truyện đầu tay, sau nhờ văn phong và công việc đúng ngành thông tin, kiểm duyệt, nên nhập vào dòng chính ở thủ đô sớm – ông may mắn hợp thiên thời địa lợi nhân hòa chăng?

Trong khi đó, Viên Linh đã nghĩ khác, ông tin vào giới trẻ - vào cuối năm 1974,: "*Chính những người nhiều tuổi nghề nhất lại là những người bi quan chủ bại nhất. Và chính đó là những người - trên một khía cạnh nào đó - đã góp sự có mặt của họ trong số những kẻ đã vô tình cản đường anh em cầm bút trẻ tuổi (...) có mặt từ vài năm trước trên các diễn đàn văn học, cho tơi ngày hôm nay , một số những người bút trẻ tuổi của chúng ta đã xác định được sự có mặt ấy, tuy không rầm rộ, nhưng rõ ràng là đều đặn và thường xuyên, là còn đều đặn và thường xuyên hơn nữa, như nắng phải lên lúc hừng đông, mưa sẽ đổ đúng mùa dù cho hừng đông kia và mùa mưa này chưa biết hứa hẹn gì cho một thời của Văn chương miền Nam mưa hay nắng.(...) Không tuyên ngôn, việc ấy đã rõ - nhưng có điều này: cầm bút, chuyện bình thường, cầm bút viết, không có sứ mệnh gì cả, nhưng viết, và viết, và làm việc, không có gì để đập phá ngoài bản thân mình , không có gì để hô hào canh tân ngoài con tim và bộ óc mình..."* (41).

Thiển nghĩ thứ nhất vì những người viết trẻ vào thập niên sau này không tụ tập được thành những nhóm hoặc nếu có thì không được trợ cấp tài chánh như các nhóm/tạp-chí *Sáng Tạo, Thế Kỷ Hai Mươi, Hiện Đại, Văn-Nghệ, Nghệ Thuật*, nhật báo *Tự Do*, ... Thứ nữa các người trẻ này sống ở nhiều nơi khác nhau theo nhu cầu chiến sự và hành nghề (dạy học, ...), họ không ở thủ đô như thành viên các nhóm đã nổi. Mặt khác họ không được các đàn anh và các cơ quan báo-chí mở rộng diễn đàn cho họ, ngoài các nỗ lực đáng quí của Mai Thảo (trên *Văn, Nghệ-Thuật, Vấn-Đề*), của Viên Linh (với *Thời Tập, Khởi Hành*) – tại sao vậy? - một phần vì những người đi trước (và đã có một thời là trẻ ở thập niên trước) một khi đã thành danh và phân biệt chiếu trên chiếu dưới thì chỉ lo bảo vệ vị thế (!) trong làng văn, nên có thanh luận, đối thoại thì cũng chỉ với bấy nhiêu thành viên trong chiếu, đưa đến tình trạng phe phái và có cả phân biệt địa phương. Nguyễn Mộng Giác, một nhà văn thuộc lớp trẻ thời này đã lên tiếng chỉ trích việc ra báo đặc-biệt kỷ niệm các nhà văn đã quá cố hoặc không liên hệ gì đến sinh hoạt văn-học của thời chiến-tranh nóng bỏng hiện tại: *"Không có lúc nào phong trào hoài niệm rầm rộ bằng lúc này. Hoài niệm quá-khứ bằng đua nhau hát nhạc tiền chiến, kháng chiến. Hoài niệm văn-học bằng cách liên tiếp phát hành các số báo đặc-biệt, lần lượt tưởng niệm hết văn thi sĩ tiền chiến đến văn thi sĩ có mặt trong hàng ngũ chống thực dân. Không phải là sưu khảo văn-học. Không phải là tuyển tập của văn liệu! Vì nội-dung các bài tưởng niệm về Quang Dũng, Hoàng Cầm, Nguyễn Bính, Thạch Lam, Vũ Trọng Phụng thiên về giai thoại, huyền thoại hơn là khảo cứu đứng đắn. Khi mọi người đều quay về quá-khứ mà tô lục chuốc hồng, tất nhiên hiện tại không xứng đáng, và tương lai là khoảng mê hun hút tráo trở. Những người đi tới không bao giờ quay lại sau lưng. Tưởng niệm, là hành động vớt vát của những người khách bộ hành mòn chân rũ gối, bị lịch-sử đào thải, ngồi ghé trên trụ cây số vệ đường ngậm ngùi nhìn dấu chân cũ. Tưởng niệm, là một cách tạ lỗi với quá-khứ của những người anh hùng thấm mệt...*" (42).

Nguyễn Văn Trung vào thời xã-hội miền Nam đầy hỗn loạn đảo chính, tôn giáo, học đường của những năm sau 1963 đã nhìn thấy khía cạnh chính-trị và thế hệ trong những "bất ổn" của sinh hoạt văn-học nghệ-thuật thời này. Trong một cuộc "Thảo luận về văn-nghệ miền Nam" (*Bản Tin Trình Bầy,* số 2, 10-1966), khi "tìm hiểu tình hình văn-nghệ miền Nam, những dữ kiện nền tảng quy định tình trạng làm văn-nghệ – dự phóng nền tảng của người cầm bút", ông đã ghi nhận "*Thực trạng giới làm văn-học (...) có một sự kiện đáng buồn: Đó là sự "hụt hơi", "già quá sớm" của một lớp nhà văn. Ngoài ra, còn có một tình trạng chia rẽ, "không ai chấp nhận ai",. Nguyên nhân của sự kiện này là sự ngộ nhận, nghi kỵ giữa các thế hệ cầm bút. Có thể tạm thời phân chia các thế hệ nhà văn như sau: 1. Thế hệ "già" (trước 1954), 2. Thế hệ kháng chiến cũ (19445-54) và 3. Thế hệ "trẻ" (1954 và 1963)*". Theo ông, "*những chia rẽ giữa họ có thể có những nguyên nhân sâu xa: Thế hệ "già" với những Vi Huyền Đắc, Vũ Hoàng Chương, ... bị coi như xa lạ, lỗi thời hay ... hết thời hoặc không sao theo kịp thời. Thế hệ nhà văn kháng chiến cũ có một quan niệm văn-nghệ chống Cộng rõ rệt*". Và ông đã giải thích lý do tại sao quan niệm của hai thế hệ trên không thuyết phục được "giới trẻ": "*Là vì thái độ chống Cộng của họ không làm cho giới "trẻ" tin tưởng được chút nào. Giới "trẻ" nhìn rõ bộ mặt cầu an, cặn bã, sa thải, sa đọa, "tự biện hộ hoài" của quá nhiều người trong thế hệ đó. Võ Phiến có ví họ như những Silone. Nhưng họ không phải là những Silone là vì ta không thấy một nhà văn nào có thái độ "tả" thực sự như nhà văn Ý đó cả. Bởi đó họ không tạo được uy tín. Thế hệ "trẻ" 1956-66 không chia sẻ kháng chiến, không có kinh-nghiệm sống với Cộng-sản, không chấp nhận Cộng-sản nhưng cũng không chấp nhận gì hết. Tóm lại, sự chống đối giữa những thế hệ làm văn có những căn nguyên chính-trị, lập trường hoặc dự định cách biệt*".

Trở lại vấn-đề mảng những người viết trẻ, thêm lý do cuối là vấn-đề thời-gian sinh hoạt và kết thúc bất ngờ ngày 30-4-1975. Một phần các lý do đó khiến các cây viết trẻ này chưa thật sự được đánh giá đúng mức. Thật vậy, văn thơ của các nhà văn trẻ thời sau này nhân bản, đa dạng và hiện thực hơn, "nhập thế/trong cuộc đời" hơn các nhà đã thành danh đi trước mà văn thơ vào giai đoạn sau này chỉ quần quanh ở thủ đô (90%, theo Cao Thế Dung trong bài "Sự nghèo nàn và tù túng của văn-học từ miền Bắc đến miền Nam" (*Quần Chúng*, số 5, 9-1968) và liên quan đến những người 'đồng hội đồng thuyền' như họ, hay không khí phòng trà, đấu khẩu, ... rồi tự khen nhau là "*nhà văn lớn*" trong một hoàn cảnh xã-hội "sa-đích", như Nguyễn Trọng Văn từng phiến diện phê-bình - trong "Những ảo tưởng của người cầm bút" (*Nghiên Cứu Văn Học*, 5, 5-1968, tr. 93-112). Chiến-tranh nếu có cũng chỉ như những tiếng đạn pháo vọng về, nhân-vật con người giả dụ có hoang mang, bị nạn thì đa phần lại khoác áo triết lý ngoại lai, đi trên mây, như sống trên "cù lao", "ngoài cuộc đời", v.v. Như Nguyên Sa liên tục lên tiếng (trên tạp-chí *Đất Nước* và trong *Những Năm Sáu Mươi, Một Bông Hồng Cho Văn-Nghệ*), hay như Mai Thảo cũng đã có lúc nhận xét: "*Cái hỏng lớn nhất của ta là hành động văn-học, sáng-tác nghệ-thuật nào cũng chỉ được cầm vững trong cái địa hạt lạ lùng của tùy hứng. Ta làm nắng làm mưa được cho đời-sống. Nhưng mưa ta bất chợt, nắng ta thất thường. Nó thẩm mỹ hơn là nó chắc nịch cơm gạo, cụ thể máu huyết, cái lối mưa lối nắng làm đẹp một buổi chiều thành lất phất, làm vui một buổi sáng thành bay múa, mà chẳng là khí hậu thời tiết dung dưỡng lý tưởng thành ẩm ướt và ấm áp nhuần thấm cho mùa màng mầm hạt đội đất chồi lên...*". Nói thế nhưng Mai Thảo vẫn bênh che cho văn thơ của thời *Sáng Tạo* của thập niên trước đã đúng khi đứng về phía của "chói lòa cái mới" "... *Văn-học nghệ-thuật miền Nam mười lăm năm nay nói rất lớn, rất rõ sự chấp nhận gắn liền định mệnh nghệ-thuật với định mệnh dân-tộc. Ngoại lai vong bản ở chỗ nào? Duy bọn thiển cận ngu xuẩn mới la hét tức cười cái nguy cơ vay mượn mất gốc những sáng-tác tiêu biểu nhất của chúng ta đã đề cập tới những vấn-đề sinh tử nhất (...) Phải chấm dứt cái trạng thái tùy hứng nguy hiểm bao năm nay đã làm nghệ-thuật chúng ta đau*" (43). Và Mai Thảo đã có công giới thiệu nhiều cây viết trẻ trên *Văn* và trên *Vấn-Đề*. Nhưng đã trễ, quan niệm và cách làm văn-học nghệ-thuật của Mai Thảo và những người cùng chí hướng đó không còn đánh động được người đọc có suy nghĩ và sống cái hiện thực của đất nước chiến-tranh. Làm như giới văn-nghệ sĩ tự chia thành hai phe, phe "ảo tưởng/viễn mơ/đô thị" và phe "hiện thực/tiền tuyến". Hiện thực văn-chương bây giờ là của các nhóm và cá nhân người viết trẻ phần lớn nhập ngũ, nhập vào cuộc chiến "gia tài của mẹ" không do họ gây ra, nhắm đến, họ bắt đầu hoặc đã có những thành quả về tác-phẩm cũng như xuất-bản: các tác-giả Trang Châu, Ngô Thế Vinh, Phan Nhật Nam, Trần Hoài Thư, Thế Uyên, Lữ Quỳnh, Nguyễn Bắc

Sơn, ... các nhóm *Ý Thức, Sóng, Trước Mặt, Cùng Khổ, Khai Phá, Sau Lưng Các Người, Nguồn, Tham Dự, Thế Đứng, Nhìn Mặt, Dựng Đất, ...*

Nguyễn Phan Duy từ miền Trung khói lửa thường trực, trên tờ *Cùng Khổ* của một nhóm người làm văn trẻ, trong bài viết "Giòng vận động văn-học nghệ-thuật hướng tộc", đã lên tiếng rằng "*quan niệm văn-học nghệ-thuật là tinh hoa sáng-tạo siêu thức vượt ra ngoài đời-sống thực tại của xã-hội là quan niệm của người làm văn-học nghệ-thuật trưởng giả mang ảo tưởng trí thức và mặc cảm với giòng sống thực tại bi đát và khốn cùng của xã-hội. Mỗi xã-hội có một hoàn cảnh thực tại và lịch-sử khác biệt, văn-học nghệ-thuật không có quyền lẩn tránh với thực tại đó, mà văn-học nghệ-thuật phải nằm trong đó, nhận lãnh và rung cảm với chính thực tại đó. Thiếu rung cảm với thực tại đó, văn-học nghệ-thuật chỉ là sự ăn cắp và sáng-tạo chỉ là sự lừa bịp trí thức (...) Hướng ngoại chỉ là sự lập lại, tự nó đã giết chết giòng sống thực tại của xã-hội, đẩy giòng sống ra ngoài thực tại, đời-sống trở thành những ảo tưởng vô giá trị trước thực tại, và văn-học nghệ-thuật mặc nhiên không có mặt trong đời-sống thực tại. (...) Giòng văn-học nghệ-thuật hướng tộc là một giòng văn-học có hướng đi đích thực, tất cả mọi nỗ lực sáng-tạo cho một dân-tộc cùng khổ, khai phá và giải phóng mọi hình-thức bạo động bên ngoài cũng như bên trong đang đẩy dân-tộc đến đích diệt vong để đồng hóa dân-tộc với bạo động vật chất và hành xử súc vật (...) Chất liệu dân-tộc là chất liệu cùng khổ mang ý-hướng hướng sinh xã-hội, vượt thoát thực tại khốn cùng, khai phá, sáng-tạo và đặt để hướng đi tương lai cho dân-tộc*" (*CK*, 3, 7-1968, tr. 6,7, 11,12). Người trẻ đề ra ý hướng và mục-đích sáng-tạo trong tình cảnh chiến-tranh *cùng-khổ* của con người và dân-tộc. Cùng ưu tư có bài "Nhà văn và thực tại" của Châu Văn Thuận trên *Ý Thức* số 2 (15-10-1970).

Họ là những ai?

Ở đây chúng tôi xin nhắc một số người viết đã có tác phẩm xuất bản: Phạm Cao Hoàng (*Đời Như Một Khúc Nhạc Buồn* 1972, *Tạ Ơn Những Giọt Sương* 1974), Lữ Quỳnh (*Sông Sương Mù, Cát Vàng* 1972, *Những Cơn Mưa Mùa Đông* 1974), Nguyễn Nho Nhượn (12-3-1946 – 1969; *Tiếng Nói Giữa Hư Vô,* 1972), Hạc Thành Hoa (*Trong Nỗi Buồn Vàng* – Văn, 1971; *Một Mình Như Cánh Lá* - Giao Điểm, 1973), Phan Như Thức (*Đốt Tuổi* 1969), Nguyễn Bắc Sơn (*Chiến Tranh Việt Nam Và Tôi* 1972), Đynh Hoàng Sa (*Vùng Trú Ẩn Hoang*

Đường 1968), Trịnh Bửu Hoài (*Thơ Tình* Khai Phá, 1974; *Người Hành Hương Tình-Yêu* Khai Phá, 1974), Nguyễn Thanh Trịnh (*Ví Dụ Ta Yêu Nhau* 1974), Hoàng Khởi Phong (thêm *Phục Hồi Quyền Chức Làm Người* 1972), Trần Vàng Sao (Nguyễn Đính, 1941- Thừa Thiên; *Khoảng Tối Sau Lưng* 1965), Đông Trình (*Khi Mùa Mưa Bắt Đầu* 1967, *Lót Ổ Cho Đại Bác* 1968, *Rừng Dậy Men Mùa* 1972), Lê Văn Thiện (*Một Cách Buồn Phiền* 1969, Sao Không Như Ngày Xưa 1971), Mang Viên Long (Trên Đỉnh Sa Mù, Mùa Thu Trống Trải 1971, Có Những Mùa Trăng 1972, Như Giọt Sương, Nói Với Người Yêu, Một Đời Mơ Ước), Tô Đình Sự (*Vùng Trú Ngụ* 1967), Võ Chân Cửu (*Tinh Sương* 1972; *Đại Mộng*), Lưu Vân (*Xe Lửa Chạy Đường Vòng,* Vùng Lên, 1967), Lê Văn Ngăn (*Vào Một Thời Im Bóng,* Thị Nại, 1974), Đỗ Nghê (*Thơ Đỗ Nghê* 1974), Đặng Tấn Tới (1943 Bình Định – 14-12-2017; *Mưa Mắt Tình* 1968, *Tâm Thu Kinh* (Vận Động, 1970), *Tuyệt Huyết Ca* 1972, *Thi Thiên* 1973 và *Trúc Biếc* 1974), Lê Ký Thương (*Bếp Lửa Còm Thơm Mùi Bã Mía* 1974, Hoàng Đình Huy Quan (*Mở Cửa* 1969, *Chỉ Còn Đêm Trong Vườn* 1970), Nguyễn Phan Thịnh (với hai tuyển tập thơ in ronéo *Hư Ngôn* 1969 Huế và *Mơ Một Sớm Mai Hồng* 1975 Phan Rang) Hoàng Ngọc Tuấn (hàng chục cuốn tiểu thuyết trước 1975, phần lớn cho thanh niên thiếu nữ), Chu Ngạn Thư (sinh 1951 tại Bình Dương, *Thơ Chu Ngạn Thư*, Con Đuông 1974), Trần Hữu Lục (*Cách Một Giòng Sông* Đối Diện, 1969), Từ Thế Mộng (*Tiếng Thơ Miền Trung* 1959, chung với 4 nhà thơ Cao Hoành Nhân, Thanh Nhung, Thương Nguyệt tức Trịnh Cung, Võ Thùy Lam), Cung Tích Biền, Đoàn Thạch Biền, Phạm Nhuận (*Mặt Trời và Dòng Sông, Ca Dao,* 1970; *Có Hề Chi Vang Một Chút Rêu Rong,* Đồng Nội...)... Mường Mán (Trần Văn Quảng, 1947-) năm 1974 ra 2 cuốn truyện dài *Lá Tương Tư* và *Một Chút Mưa Thơm.* Vũ Hữu Định (1942-1981) lúc bấy giờ chưa có tác phẩm xuất bản, chỉ sau khi ông mất bạn hữu mới in được *Còn Một Chút Gì Để Nhớ.*

Trẻ, không có nghĩa tất cả chỉ xuất hiện vào thời giữa thập niên 1960, nhưng có nhiều người đã bắt đầu từ trước như Từ Thế Mộng, Lữ Quỳnh,...

Họ tập trung nhiều nhất ở miền Trung nhưng cũng có ở miền Tây cũng như Đông Nam phần. Vùng Quảng Đà tụ được nhiều nhất, như Luân Hoán, Hoàng Lộc, Đông Trình, Thái Tú Hạp, Nguyễn Nho Sa-Mạc, ... Cao Huy Khanh là cây viết nghiên cứu văn học sáng giá đầu tiên của miền Nam sử-dụng những phương pháp hiện đại, tác giả một loạt bài trên tạp chí *Thời Tập* – bài đầu với "20 Năm Tiểu Thuyết Miền Nam Từ 1954 đến 1973" (số 1, 14-12-1973, tr. 21-34), và nhiều bài về thi ca và các tác giả miền Nam như Bình-Nguyên Lộc, Ngọc Linh, Sơn Nam, ...

Tâm sự của một nhân-vật của Nguyễn Phương Đông trong *Căn Nhà* viết thời 1972 do cơ sở Sóng Văn xuất bản ở hải ngoại năm 1997 với bút hiệu mới Nguyễn Sao Mai: *"Đối với đời sống tôi không còn có nhiệt tâm, mà những phỉnh phờ thì càng lúc càng gia tăng đến một mức độ phức tạp. Tôi không nói tới chiến tranh. Cuộc chiến này cũng như một nhát dao chém trên vết thương đã quá sức lở lói. Chiến tranh đã dai dẳng đến một mức độ khiến người ta không còn nghĩ đến sự ngừng dứt"* (tr. 59). Như nhà thơ Cao Thoại Châu mơ một ngày hoà bình trong bài Trong Cõi Trời Mơ Ước. Và ở nhiều nhà thơ trẻ khác, chiến-tranh và hòa-bình nếu không xuất hiện trên con chữ thì đa phần ẩn tàng như tiềm thức cứ mãi quấy rối, ám ảnh không rời!

Nói đến **địa phương** để tạm phân biệt, tìm hiểu, nhưng khó xếp vì các nhà văn thơ trẻ ngoại trừ "học sinh/sinh viên" Nguyễn Tất Nhiên, phần lớn thuộc hai giới quân đội và giáo chức - cũng như các nhà văn lớp trước, nên thường di chuyển công vụ hoặc theo bước quân hành, đó là trường hợp của Luân Hoán, Y Uyên, Doãn Dân, Hoàng Khởi Phong, Cao Huy Khanh, Trần Hoài Thư, Phạm Văn Nhàn, Nguyễn Lệ Uyên, Chu Trầm Nguyên Minh, Lâm Hảo Dũng, ... bên lính tráng và Nguyễn Mộng Giác, Trần Hữu Lục, Nguyễn Trung Hối, v.v. bên "gõ đầu trẻ". Nói chung, các nhà văn thơ đều xuất hiện trên các báo và tạp chí ở thủ đô, và xuất bản tác phẩm cũng ở thủ đô ngoại trừ vài trường hợp đặc biệt rất là ngoại lệ của một vài các nhóm kể trên. Y Uyên chết trận ở Phan Thiết khi trong tay đã có sự vụ lệnh đổi về Sàigòn, Doãn Dân chết trận trong hầm chỉ huy ở Quảng Trị là hai trong số những cây bút có nhiều triển vọng. Y Uyên tác giả các tập truyện *Tượng Đá Sườn Non* 1966, *Quê Nhà* 1967 và truyện dài *Ngựa Tía* 1967. Doãn Dân tác giả hai tập truyện dài *Chỗ Của Huệ* 1968 và *Tiếng Gọi Thầm* 1972, nhưng văn tài của ông là ở truyện ngắn đăng trên *Chỉ Đạo, Tân Phong* và *Bách Khoa* chưa được xuất bản [Ngoài ra các văn-nghệ sĩ khác mất vì chiến trận, chúng tôi ghi lại ở cuối phần Niên biểu].

Về phần những người đi tù cải tạo sống sót trở về, kẻ thì lây lất trong cái nghèo đói chung của miền Nam, trí thức văn nghệ sĩ dĩ nhiên cái khốn cùng nó cũng thê thảm hơn! Gượng dậy gặp gỡ bạn hữu thì kẻ còn người mất, kẻ trong người ngoài nước; nói chung tang thương đã lắm và chưa hẳn đã hết!

Khi nghiên cứu về văn-học miền Nam 1954-1975 có những cách nhìn và quan điểm khác nhau và còn tùy phe nhóm khiến có những kết luận vội vàng và đầy thiên kiến. Thời 1954-1975 không phải chỉ có Nguyên Sa, Mai Thảo, Thanh Tâm Tuyền, ... những vị này thường tự xem hoặc được "xem" như đại diện cho cả nền văn-học cả miền, ví dụ Thanh Tâm Tuyền khi lớn tiếng Tôi Không Còn Cô Độc (và thơ tiễn Quách Thoại) là nói với nhau trong cùng nhóm, và trong cuộc "tranh luận" về thơ tự do đã trịch thượng không trả lời những chống đối hoặc trao đổi, ... Thời đầu 1954-1960 (cố gắng thêm những năm 1968-72 với *Nghệ Thuật, Vấn Đề,* ...) đã là thời của họ, của những *Sáng Tạo, Thế Kỷ Hai Mươi, Hiện Đại, Văn Nghệ,* nhưng từ khi cuộc chiến mới (tự vệ) chống Cộng sản lan rộng ngày càng mãnh liệt, tàn bạo, nhiều cây viết trẻ đã xuất hiện và được độc giả đón nhận cũng như ảnh hưởng ít nhiều đến các phong trào xã hội và chính trị ở miền Nam – chúng tôi đã từng ghi nhận hiện tượng này từ năm 2000 trên tập san *Chủ Đề* và xuất bản năm 2004.

Như vậy, "mảng" văn-học của các nhà văn thơ trẻ hiển nhiên hiện diện, thật mạnh mẽ, đa dạng, có giá trị và nội dung riêng biệt, đã là một phần quan trọng của văn-học miền Nam 1954-1975: lãng mạn, tình cảm, có, mà chiến tranh, "kêu thương" cũng có, với những văn phong đặc biệt, cá biệt, ... không hề thấy ở giai đoạn trước đó, ở những tác giả "trẻ" thời đất nước mới phân chia ở vĩ tuyến 17. Sự "bỏ quên" này (gần như) là thật và tái xuất ở hải ngoại: "chiếc chiếu" của một số vị được lau chùi đánh bóng verni lại khi ra ngoài nước sau tháng Tư 1975 nay đã nát rồi mà như vẫn khư khư độc quyền với nhau, và điều đáng tiếc là có những người trẻ mới thành danh ở hải ngoại lại chạy theo hơi hướm của những người đã từng nổi danh một thời, tiếc vì hình như những người này không mở tầm thưởng thức nghệ-thuật rộng ra với những tiếng thơ khác có thể chưa được nói nhiều đến bằng!

Trong *Quyển Hạ Tác-Giả,* chúng tôi sẽ ghi nhận sự hiện diện và đóng góp của một số nhà văn trẻ – thế hệ trẻ thuộc giai đoạn 2 của văn-học miền Nam, có người xuất hiện khoảng sau năm 1964, có người trẻ hơn – mãi đến cuối thập niên 1960 hoặc vào những năm sau cùng của nền văn-học này. Đó là những tên tuổi Cung Tích Biền, Đinh Tiến Luyện, Đoàn Thạch Biền, Hoàng Ngọc Tuấn, Hồ Minh Dũng, Lê Văn Thiện, Lữ Quỳnh, Mường Mán, Nguyên Minh, Nguyễn Lệ

Uyên, Nguyễn Mộng Giác (44), Trần Hoài Thư, Từ Kế Tường, Trần Thị Ng.H., Cao Thoại Châu, Chu Trầm Nguyên Minh, Lâm Chương, Lâm Hảo Dũng, Phạm Cao Hoàng, Phương Tấn, Đoàn Văn Khánh, Nguyễn Minh Nữu, Phạm Ngọc Lư, Thái Tú Hạp, Nguyễn Tôn Nhan, v.v.

Và trong số nhà văn trẻ, một số được xem như là những nhà văn **tuổi học trò mới lớn**: đầu thập niên 1970, xuất hiện trên văn đàn miền Nam một số nhà văn có thể gọi là nhà văn tuổi học trò hay tuổi mới lớn, với những truyện thơ trên các báo *Thiếu Nhi, Tuổi Ngọc, Tuổi Hoa, Tinh Hoa, ...* và nhiều tác-phẩm được xuất-bản và được nồng nhiệt đón nhận. Đó là những Hoàng Ngọc Tuấn, Từ Kế Tường, Đinh Tiến Luyện, Đoàn Thạch Biền, Mường Mán, Võ Hà Anh, Dung Sài-Gòn,… Những cây bút trẻ này đem lại sinh khí mới với nhân sinh quan của chính những người trẻ – khác xa những tiểu-thuyết, truyện dài ngắn của thế hệ đàn anh đàn chị Nhật Tiến, Duyên Anh, Nhã Ca, ...

Sau biến cố 30-4-1975, trong số các nhà văn thơ trẻ này có người vì hoàn cảnh xã-hội, chính-trị do chế độ mới áp đặt lên miền Nam sẽ buông bút, có người ra hải-ngoại và sẽ tiếp tục sáng-tác và xuất-bản tác-phẩm của họ trước và sau 1975 và cuối cùng, những người ở lại trong nước lần hồi viết báo, sinh hoạt văn-nghệ và xuất-bản tác-phẩm mới cũ. Chúng tôi sẽ trở lại với các nhà văn sinh hoạt ở ngoài nước sau 1975 trong nghiên cứu khác về Văn-học hải-ngoại và trong đó chúng tôi sẽ dành một phần để nhận định về tác-giả và tác-phẩm của các nhà văn ở trong nước nhưng xuất-bản ở hải-ngoại. Vì nhiều lý do, chúng tôi sẽ không bàn đến tác-phẩm của các nhà văn miền Nam này xuất-bản ở trong nước sau 1975. Chúng tôi quan niệm nghiên cứu và góp phần ghi lại lịch-sử văn-học một cách đúng đắn cần phải có những tiêu chuẩn khách quan, do đó văn-học mỗi giai đoạn có những giới hạn thiết yếu về văn bản, sự nghiệp mỗi tác-giả và xuất xứ xuất-bản, thư tịch.

Sứ-mạng văn-nghệ

Một số nhóm và tạp-chí văn-chương vừa kể đã trực tiếp hoặc gián tiếp nói đến sứ mạng văn-nghệ, ngoài ra một số nhà văn-hóa, văn-nghệ khác đã trình bày quan điểm, lý thuyết về sứ mạng của người cầm bút 'hôm nay' từ năm 1954 đến năm 1975.

Ngay khi nền Đệ Nhất Cộng Hòa được chính thức thành lập

ngày 26-10-1956, chủ trương văn-hóa *duy linh* và *nhân vị* đã được nâng cao lên hàng quốc sách. Từ ngày 7 đến 15-1-1957, một Đại hội Văn-hóa Toàn quốc diễn ra ở Sài-Gòn qui tụ hơn ngàn tham dự viên, với chỉ đạo của cố vấn Ngô Đình Nhu. Tổng-thống Ngô Đình Diệm đã ban huấn từ khai mạc: *".. Không có một trở-lực nào có thể ngăn cản một dân-tộc muốn canh tân. Một nền Văn-hóa đang đang vươn lên là thước đo sinh-lực dồi-dào và trình-độ tiến-triển của một dân-tộc bất khuất. Đứng trước một phong-trào phấn khởi sâu rộng như phong-trào này, khó mà đoán trước được chắc-chắn, kết-quả sẽ ra sao. Nhưng căn cứ vào lịch-sử dân-tộc, và những thành tích của Quốc-gia trong giai-đoạn vừa qua, có thể nói mà không sợ sai lầm là tính-chất của Phong-trào là dân-tộc tính và Á-đông tính, hướng tiến của phong-trào là con đường nhân-vị và sự đồng-tiến của toàn dân. Đó cũng là sự mong mỏi của tôi đối với Phong-trào này... "*. Nhà văn Lê Văn Siêu thuyết trình về văn-học Việt-Nam trong tiến trình xây dựng một ý thức hệ mới và ông tỏ ra tiếc cho việc chia đôi đất nước: *"...đã khiến tập-trung vào riêng hẳn một khu thứ văn-học đen tối ấy, và kể từ 1954 trở về sau... nối tiếp theo đà tiến trong dòng dài lịch-sử, nền văn-học đích-thị Việt-Nam đã bắt đầu đứng ra đảm-nhận trách-nhiệm lịch-sử của mình để lo xây-dựng ý-thức hệ mới đúng nguyện vọng của toàn-dân"*. GS Lê Hữu Mục kêu gọi *"tiếp tục cuộc cách-mạng tinh thần xây dựng nền văn-hóa duy linh căn cứ trên giá trị vật chất và tinh thần để phát huy nhân vị. Tôi nghĩ rằng nền độc lập của dân-tộc được duy trì, giá trị của con người Việt-Nam được đảm bảo, chính là nhờ ở nền văn-hóa duy linh và nhân vị vậy"*. LM Bửu Dưỡng thì nói: *"Người ta không để ý đến nhân vị mới sinh ra vô sản và tư bản, còn nói đến nhân vị thì không còn có vô sản và tư bản. Ngày nay sau hơn một trăm năm, thuyết của Mã Khắc Tư [Marx], thuyết của Cộng-sản đưa ra mà không giải quyết được điều gì chẳng qua là vì chưa chú ý đến nhân vị"*. 1437 đại-biểu đã đồng ký quyết nghị:

"- Hoan nghênh chế độ tự-do tư-tưởng, tự-do ngôn-luận đã được thừa nhận trong Hiến-pháp Việt-Nam Cộng-Hòa;

Quyết tâm xây-dựng và phát-huy một nền Văn-hóa tôn-trọng nhân-vị và dân-tộc tính;

Sẵn-sàng tiếp-nhận tinh-hoa các nền Văn-hóa tôn-trọng phẩm-giá con người, tự-do tư-tưởng và tự-do ngôn-luận;

Ủng-hộ cuộc tranh-đấu của các nhà trí-thức tại Bắc-phần Việt-

Nam và Hung-Gia-Lợi, đòi-hỏi tự-do tư-tưởng, tự-do ngôn-luận, bãi bỏ các hình-thức Cộng-sản đàn-áp tư-tưởng, khủng-bố các nhà trí-thức yêu-chuộng tự-do;

Tố-cáo âm-mưu của các tổ-chức Cộng-sản hay do Cộng-sản chi-phối muốn dùng sự trao-đổi Văn-hóa để tuyên-truyền chủ-nghĩa Cộng-sản. Sự trao-đổi Văn-hóa không thể thực-hiện được nếu trong các vùng bị Cộng-sản đô-hộ vẫn không có tự-do tư-tưởng, tự-do ngôn-luận, tự-do đi lại và nếu chính-quyền Cộng-sản không bãi bỏ các độc-quyền làm báo, in sách, hoạt-động văn-nghệ, phổ-biến văn-phẩm (...) " (45).

- Tập *Văn Hóa và Nhân Vị* (Huế: Nhận Thức, 1957) tập hợp các bài viết của Bùi Xuân Bào, Lê Hữu Mục, Võ Long Tê và Bùi Tuân đã căn cứ trên lập trường của chủ nghĩa Nhân vị được các vị lãnh đạo Việt-Nam Cộng-Hòa thời bấy giờ đề xướng và thực thi, để phê phán các vấn-đề lh như triết học, sử học, luân lý, văn-nghệ và giáo dục. Trong "Tìm Một Lối Thoát", Võ Long Tê đứng trước hai chủ nghĩa hiện-hữu, chủ nghĩa mác-xít mà ông cho là dòng tư tưởng quan-trọng mà "tai hại", "*chủ nghĩa nhân vị vạch ra một lối thoát cho tư tưởng loài người. Chủ nghĩa nhân vị quan niệm con người là một nhân vị nghĩa là một thực thể liên kết giữa linh hồn và thể xác, toàn vẹn, tự do, bất diệt, có sứ mạng trong không-gian và thời-gian. Chủ nghĩa nhân vị tin tưởng ở tự do. Vươn mình đạt đến hạnh-phúc, chúng ta có tự do thực hiện những ước vọng thâm-thiết của nhân vị. Tự do của chúng ta có thật ấy là sự ứng-đáp ơn kêu gọi và sự thực hiện sứ mạng của chúng ta (...) Với chủ nghĩa nhân vị, chúng ta không cảm thấy lạc lõng trong cuộc đời vô lý như đồ đệ chủ nghĩa hiện-hữu, hoặc bị lợi dụng và chìm đắm trong số đông như đồ đệ chủ nghĩa mác-xít (...) Trong lúc chủ nghĩa hiện-hữu chỉ thấy thực tại vô lý, khó hiểu. Trong lúc chủ nghĩa mác-xít thủ tiêu tự do, chủ nghĩa nhân vị phục hồi chân giá-trị con người. Chủ nghĩa nhân vị là niềm tin tưởng vô biên ở con người, con người sống trong xã-hội nhất thời này nhưng vươn mình lên muôn thuở, con người với đời-sống tự-nhiên và siêu nhiên*" (tr. 12-13). Trong một phần sau đó, "Tìm hiểu văn-nghệ", Võ Long Tê khi xét "tọa độ của nghệ-thuật" đã phát biểu rằng "*Nghệ-thuật là một sự tìm kiếm không ngừng ... Nghệ-thuật vươn lên một cái gì cao siêu, trọng đại*" và người "*nghệ sĩ phải góp công xây dựng điều Lành, điều Thật để phát huy nền văn-nghệ nhân vị*" (tr. 69). Đoạn bàn về "Cái Đẹp trong Thơ", ông kết luận "*Thơ không xa cuộc đời thực tế. Thơ không phải ảo-tác của một số người viễn vông. Là hồi-quang của cái Đẹp vô cùng, thơ có nhiệm vụ bồi dưỡng mỹ-cảm của con người. Thể hiện cái đẹp trong thơ cũng là một cách ca tụng và thông cảm công trình sáng-thế hướng con người sống trong thánh thiện và chân lý"* (tr. 70). Cuối cùng, nói đến "Văn nghệ nhân-vị" khởi đi từ nhận xét *"Lý do sâu xa của cuộc khủng hoảng tư tưởng trên thế-giới hiện nay là khuynh-hướng vô-thần... Lịch-sử văn-nghệ Việt-Nam đã từng nêu rõ hiểm-họa vô-thần... Nhưng những tư trào không thích hợp với khuynh-hướng duy-linh của dân-tộc đều lần lượt tiêu-vong và không có ảnh-hưởng sâu đậm đến sinh hoạt của dân-tộc.*

Nền văn-chương thuần túy ở Việt-Nam tượng trưng cho sức sống mãnh liệt của tư tưởng Việt-Nam, vẫn bao-hàm những đặc tính biểu lộ khuynh-hướng duy linh của dân-tộc.

Chủ nghĩa cá nhân nhập cảng từ Tây-phương không thể giải quyết được sự mâu thuẫn giữa Mới và Cũ. Các văn-phẩm có giá trị nghệ-thuật của Tự-lực Văn-đoàn chỉ có công dụng đả phá hệ-thống cũ và đã không nêu ra được một lối thoát thực sự vì chỉ thấy có cá-nhân và không trọng nhân vị. Chủ nghĩa mác-xít mang sẵn một khuyết điểm khởi thủy: ấy là quan niệm duy-vật. Các văn-phẩm mác-xít ở Việt-Nam xuất hiện trước và sau cuộc Cách Mạng 1945 đã đi ngược lại mục-đích của văn-nghệ vì các văn phẩm ấy xây-dựng trên căm thù, trên sự ngộ nhận tai hại về địa-vị tự-nhiên và siêu-nhiên của con người.

Vị trí địa lý và tình cờ lịch-sử đã để cho nhiều tư trào vô thần du nhập Việt-Nam. Nhưng sự du-nhập ấy chỉ gây ảnh-hưởng bì-phu và càng thức tỉnh dân-tộc, càng thúc đẩy người Việt xác nhận vũ-trụ-quan và nhân-sinh-quan căn cứ trên nhân-vị. Trong quá-khứ, tư tưởng Việt-Nam đã từng có những phản ứng mãnh-liệt chống đối hiểm họa vô thần. Trong hiện-tại, tư tưởng Việt-Nam nở hoa trong cuộc cách-mạng nhân vị, một cuộc cách-mạng phục hồi giá trị của con người muốn sống xứng đáng trong thực-tại hữu hạn nhưng cũng đã tha thiết hướng về thực-thể siêu-việt, một cuộc cách-mạng phù hợp với khuynh-hướng duy-linh truyền thống của dân-tộc.

Góp phần thúc đẩy cuộc cách-mạng ấy để phát huy nền văn-nghệ nhân vị, đó là sứ-nhiệm của những kẻ ngưỡng mộ cái đẹp vô cùng" (tr. 71-72).

- Cũng từ năm **1957**, Nguyễn Nam Châu đã nói đến sứ mạng văn-nghệ, trong *Những Nhà Văn Hóa Mới* (Huế: Đại Học, 1958) và

Sứ Mệnh Văn Nghệ (Đại Học, 1958). Nội-dung *Sứ Mệnh Văn Nghệ*: Phần đầu Khái luận tổng quát, đặt lại vấn-đề văn-nghệ (chủ đích, ảnh-hưởng, cái Đẹp, văn-nghệ và vấn-đề siêu hình); Phần hai Ý Lực chi phối văn-nghệ thế giới nói đến Văn nghệ nhân bản, các thuyết Nhân bản Duy tâm, Thiên Chúa giáo, Thiên nhiên thuyết, Duy vật, Thế giới giờ thứ 25; và Kết luận về Niềm tin của người văn-nghệ Tân nhân bản. *Những Nhà Văn Hóa Mới* giới thiệu một số tác-giả Âu Mỹ tiêu biểu cho những luồng tư tưởng mới thời hiện đại như Arthur Hoestler, Charles Péguy, Emmanuel Mounier, Gabriel Marcel, Saint-Exupéry, Françoise Sagan, v.v. Vào thời điểm hậu chiến đó, sau và trước những thảm họa do các lý thuyết không-nhân-bản đã và đang hủy hoại con người, tác-giả cho rằng phải đặt lại vấn-đề văn-nghệ *"vì rằng từ trước đến nay, thường thường ai cũng cảm thấy rằng khát vọng thâm sâu nhất của loài người là tìm vươn tới cái Chân Thiện Mỹ. Và một tác-phẩm văn-nghệ xứng đáng phải giúp được con người hiểu biết yêu mến và thực hiện được sự Chân Thiện Mỹ trong cuộc đời của họ"*, vì theo ông, nhà làm văn-nghệ phải có trách nhiệm và việc họ làm phải đạt đến một giá trị nào đó trước khi kết luận: *"Sống và truyền thông cho người đời những tư tưởng cảm hợp với chân lý của cuộc sống: đó là Sứ Mệnh của con người Văn-Nghệ"* (tr. 13, 15).

- Cuối năm 1957, văn hào Pháp Albert Camus, giải thưởng Nobel Văn-chương đã nêu rõ sứ-mạng của văn-nghệ và vai trò của nhà văn trong bài nói chuyện "Văn nghệ sĩ với hiện-đại" ngày 14-12-1957 ở Oslo: *"Có điều chắc chắn là thời hiện-đại không chịu cho phép chúng ta không chú ý đến nó. (...) Ở giữa sự huyên náo ấy, nhà văn không còn thể hy vọng đứng tách riêng ra một nơi để mà theo đuổi những suy tư và hình tượng mà mình ấp ủ. Cho đến nay, và bất kể tốt xấu thế nào, nhà văn cũng còn tâm trạng khả dĩ không tham dự vào cuộc đời.... Bây giờ mọi sự đã thay đổi, cả đến sự im lặng cũng mang một ý nghĩa đáng sợ"* vì ngày nay *"nhà văn, nghệ sĩ không được quyền sống lẻ loi với những mơ mộng của riêng mình, mà phải hòa mình vào cuộc sống thực tế phũ phàng chung cho cả mọi người..."*. Camus đã nói đến *một sự tự nguyện nhập cuộc, dấn thân* và tinh thần đồng đội trong một tình cảnh không lựa chọn: *"Ngày nay, mỗi văn nghệ sĩ đều bị đẩy xuống con thuyền của thời đại của hắn. Họ phải bấm bụng mà chịu vậy, dù họ có cho rằng con thuyền ấy tanh ngòm mùi cá, rằng bọn cai tù trên thuyền quá nhiều và, tệ hơn nữa, rằng con thuyền đi lạc hướng. Chúng ta đang ở giữa đại dương. Văn nghệ sĩ, cũng như mọi người, phải bắt tay vào mái chèo, khi đến lượt hắn chèo mà rán đừng chết gục, nghĩa là có thể tiếp tục sống mà sáng tác". Vì theo ông: "Người nghệ sĩ độc nhất có thái độ là người không từ chối gì hết trong cuộc chiến đấu nhưng ít ra cũng không chịu theo vào các đơn vị chính quy, tôi muốn nói người nghĩa quân du kích. Bài học mà họ tìm thấy trong các cái đẹp, nếu bài học đó được rút ra một cách chân thành , không phải là một bài học có tính ích kỷ, mà có tình huynh đệ kiên cường. Được quan niệm như vậy, cái đẹp không hề ức chế một ai. Trái lại, tự cổ chí kim, từng giờ, từng phút, nó làm vơi nỗi niềm khổ nhục của hàng triệu người, và đôi khi, giải phóng vĩnh viễn cho vài người ..." (46).*

Bài diễn văn của Camus đã được một số người thuộc giới văn-học nghệ-thuật miền Nam - như giáo-sư Nguyễn Văn Trung, sử-dụng như quan điểm văn-nghệ hiện-đại, hợp thời, hoặc như là điểm khởi hành cho những quan điểm khác như với các nhóm Chỉ Đạo, Quan Điểm, Trình Bầy,... Và áp dụng cho cả việc lựa chọn và thái độ tại sao viết văn! Xin nêu trường hợp nhà văn Nguyễn Mạnh Côn: khi viết Lời giới thiệu cho bản dịch *Sứ Mệnh Văn-Nghệ Hiện-Đại* kể trên đã biện bạch tại sao ông đã *"không có những thắc mắc của con người văn-nghệ tự do ... tôi cho rằng con người văn-nghệ tự do chỉ có thể là một thái độ. Thái độ đó là tích cực chống Cộng-sản. Lúc bấy giờ tôi đang tích cực chống Cộng-sản nên không thấy sự lựa chọn là cần thiết. Nghĩ về Camus, tôi đinh ninh tin tưởng rằng sẽ có một thời kỳ, khi nào chế độ Cộng-sản hoặc đàn áp đến nơi, hoặc đe dọa đàn áp một cách rõ rệt các dân-tộc Tây Âu, thì lúc đó Camus sẽ không còn đặt văn-nghệ lựa chọn với nhiều hoài nghi như vậy"* và ông *"đã không đồng ý với Camus về điểm này (xác định một thái độ, một vấn-đề chọn lựa của người nghệ sĩ)"* và *"ngay lúc còn không đồng ý, tôi không nhận thấy mình thiên lệch"* vào thời đầu làm văn-nghệ vì *"năm 1957 tôi không những vừa mới thoát ra khỏi giấc mộng hãi hùng miền Bắc, mà hơn nữa còn là nhân viên của một Ủy ban Tố Cộng của Quân đội VNCH"*. Và ông Côn đi đến nhận xét: *"Nhà văn, với tính chất đương nhiên tuyệt đối, sống nhiều nhất, hiểu nhiều nhất; khi lên cao bằng trí tưởng tượng thì lên cao nhất, khi xuống sâu vào lòng người cũng xuống sâu nhất, nhờ có khả năng "phân thân" và "nhập thể" vào chủ quan của những người trong cuộc. Vì thế tôi cảm phục Camus trong câu kết luận của ông: "Nhiều người sẽ nói rằng hi-vọng đó đặt vào một dân-tộc, nhiều người khác đặt nó vào một người. Tôi tin rằng hi-vọng đó, trái lại, được phát khởi, hồi sinh, nuôi dưỡng bởi hàng triệu con người cô đơn mà hành động và tác-phẩm, hàng ngày, phủ* nhận các biên cương và những vẻ bên ngoài thô kệch của lịch-sử để làm sáng lên, trong thoáng chốc, cái sự thật luôn luôn bị đe dọa mà mỗi người trong bọn, bằng những đau đớn và những niềm vui của họ, nâng cao lên cho tất cả mọi người"" (47).

- Lý Hoàng Phong trong "Nghĩ đến một viễn ảnh văn-hóa" trên tạp-chí *Văn-Nghệ* số 5 (6-1961) cũng đặt sứ-mạng văn-nghệ trong viễn ảnh tổng hợp văn-hóa: "*Phải làm sống lại tinh thần nhân nghĩa Khổng Mạnh trong đời-sống chính-trị của dân-tộc, phải giáo dục một mẫu người quân tử mới ở học đường, phải tìm lại cái trí tuệ của Phật giáo trong sự nhận thức đời-sống, phải phục sinh tinh thần công bình bác ái của Phúc Âm trong đời-sống xã-hội ...*" (tr. 82-83).

- Rồi trong một tình thế không còn an bình sau biến cố 1-11-1963, khi mà văn-chương không còn có thể là 'thù tạc', 'lý tưởng', 'tháp ngà', 'nghệ-thuật vị nghệ-thuật' dễ dàng được nữa, người ta đặt vấn-đề vai trò của nhà văn: "*nhà văn người là ai, với ai*" như tựa đề một tập tiểu luận của giáo-sư **Nguyễn Văn Trung**. Ông nêu vấn-đề "*Khi một người quyết định cầm bút viết văn tức là tự nhận lấy một chức vụ trong xã-hội. Từ nay người đó ra khỏi đám đông, quần chúng vô danh, trở thành một nhân-vật, được thiên hạ biết đến và sẽ được khen che ủng hộ đã đảo tùy theo lối nhìn, thái độ của họ (...) một khi đã lựa chọn làm nhà văn, đã được biết đến, không còn có thể rút lui được nữa. Viết hay không viết nữa, lên tiếng hay im lặng đều bị dư luận phán đoán (...) Nhà văn chỉ là nhà văn khi được người khác công nhận và khi chính mình quyết định thực hiện dự phóng viết văn. Viết là thiết yếu viết cho người khác (...) Chúng ta không ở trong cuộc đời, nhưng là cuộc đời. Do đó không thể có việc nhà văn tách khỏi cuộc đời chung để sống cuộc đời riêng và nhìn những vấn-đề chung với thái độ của kẻ đứng ngoài, làm khách bàng quan. Nhà văn không thể lãnh đạm trước những vấn-đề nóng bỏng của thời cuộc: vấn-đề chiến-tranh hay hòa-bình, vấn-đề công bình hay bất công xã-hội, vấn-đề tự do hay nô lệ để chỉ biết làm văn, ca tụng vẻ đẹp của thiên nhiên hay của con người nói chung - con người lý tưởng đời đời.*" (Nam Sơn, 1965, tr. 7-9).

Từ tiền đề đó, văn-chương '**hôm nay**' không thể không vị nhân sinh tức đã là *dấn thân*. "*Chủ trương văn-chương dấn thân, chứng minh nhà văn có một sứ mệnh trong xã-hội ... Nhưng nếu văn-chương dấn thân chỉ tác dụng vào tâm trí mà không thay đổi được thực sự tình cảnh thực tế, nghĩa là có tác dụng, nhưng vô nghiệm thì dấn thân hơn* *gì không dấn thân, và còn nói làm gì nữa vai trò, sứ mệnh nhà văn".* Đi xa hơn, *"nhà văn chân chính không thể không gắn liền sinh hoạt văn-nghệ của mình vào vận mệnh dân-tộc, không thể không liên hệ nó với số phận của những người nghèo khổ , bị áp bức. Do đó họ không thể không 'dấn thân', nhưng với điều kiện không được ảo tưởng cho rằng chỉ lời nói phản kháng, chữ viết bạo động đủ giải quyết được thực tế bạo động; trái lại biết nhận định đúng được hướng đi của lịch-sử, trong giai đoạn thời đại mình sống và sáng-tạo trong chiều hướng đó nhằm gầy dựng một ý thức hay nhằm hỗ trợ cho ý thức đó khi đã biến thành phong trào, vận động đấu tranh. Trong những điều kiện đó, nhà văn quả thật có một vai trò dù chỉ là một vai trò khiêm tốn và gián tiếp, ..."* (Sđd, tr. 23, 36).

Đấy là những nhận định khởi đi từ những suy nghĩ và tranh luận của J-P Sartre, Albert Camus đến Alain-Robbe Grillet, Claude Simon, Yves Berger, Juan Goytiolo đầu thập niên 1960 ở Pháp.

- Trên tạp-chí *Vấn-Đề* số 2 (5-1967), Nguyễn Sỹ Tế, một thành viên của nhóm Sáng Tạo thời trước đó, trong tiểu luận "Ý thức và tự do trong văn-học", đã đặt lại sứ-mạng văn-nghệ và một **nền văn-học tự do và ý thức**, vì *"Ngày nay, thay vì thiên nhiên với vòm sao và ngọn gió Nam ru ngủ con người, chỉ còn có cộng đồng xã-hội chằng chịt những tương quan vây hãm cá nhân. Tương quan giữa con người – vũ trụ đã đổi thay hoàn toàn"* do đó cần phải trở lại *"bàn về quyền hạn và trách nhiệm của những người làm văn-học và nghệ-thuật trên hai điều kiện mở đầu là* **ý thức** *và tự do (...) Người ta không thể làm chính-trị với ý thức đạo đức, cũng như không thể làm nghệ-thuật với ý thức chính-trị ... Và người ta quy định thế nào là ý thức đạo đức, ý thức chính-trị, ý thức nghệ-thuật hay thẩm mỹ... Vẫn chưa hết, tới một lúc nào đó, người ta lại phát giác cái năng lực nhận thức kỳ diệu của bao chức vụ khác ngoài ý thức cổ điển nơi con người chẳng hạn tình-yêu, bản năng, trực giác, ... Một tổng hợp theo quan niệm Đông phương tỏ ra cần thiết. Tất cả đường lối nhận thức phải được tổng hợp lại trong cái nhãn hiệu chung là ý thức, một thứ giác quan tổng hợp không cơ quan (...) Cho nên thay vì những bình diện ý thức của phân tâm học, ta có thể đưa ra ‹những lượng ý thức tỷ-đối›. Thành phần những lượng ý thức này tất nhiên thay đổi theo với chủ thể tâm lý, làm nên cái mà người ta gọi một cách thông thường là cái ‹khiếu› (sens) chính-trị ở người này, thẩm mỹ ở người kia, quân sự ở kẻ khác. Và trong một người hoạt động ở nhiều phạm vi khác nhau, ta có thể* *nghĩ thành phần đó cũng phải đổi thay nếu muốn sắc bén. Vậy thì, trong phạm vi văn-học, lượng ý thức thẩm mỹ phải làm chủ những lượng khác chỉ là khách, là đồng minh hay là cố vấn, tùy theo trường hợp sáng-tác và môi trường xã-hội chung quanh nhà văn-học. Nói bằng danh từ quân sự, trong một hành quân văn-học tấn công hay phòng vệ, lượng ý thức thẩm mỹ phải là lực lượng chính yếu, năm vai trò chủ động.*

Trong một số Sáng-Tạo, tôi có nói tới một thứ thẩm mỹ xung kích (esthétique de choc) mà mục-đích chính yếu là gây khủng hoảng ý thức nơi người đọc bằng những thắc mắc nêu lên, những mỉa mai hạ xuống, những vấn-đề ném ra, thứ thẩm mỹ đi tìm cái đắng cay thay cho cái ngọt bùi, cái chát chúa thay cho cái dịu dàng, cái phi lý thế-vì luận lý. Đó cũng chỉ là vấn-đề chiến thuật và chiến lược quyết định bởi thực trạng của thị hiếu thời đại mà nhà văn muốn duy trì, cải thiện hay thay thế. Không có một phương cách nào, - lý thuyết thẩm mỹ hay văn thể, - có thể có một giá trị tuyệt đối chắc chắn. Tác-phẩm văn-chương vẫn là nhờ ở cái thiên tài của nhà văn-học.

Chúng ta ai nấy đều có ngôn-ngữ ở trong tay để làm văn-học. Đó là cái 'quyền' và cái 'dụng'; của mọi người. Nhưng mà sáng-tạo văn-học để trường tồn đâu phải là chuyện dễ. Ngôn-ngữ có làm nên được cái trò trống gì hay không điều đó còn tùy thuộc ở ý thức văn-học, ở cái tài của từng người. Khi đã chọn nhận tư cách nhà văn-học để sử-dụng cho đúng mức cái ý thức của mình rồi, thì những vấn-đề khác có liên quan cũng được giải quyết một cách dễ dàng hơn. Với sự tham dự tốt đẹp của mọi lượng ý thức dưới bóng cờ của lượng ý thức văn-học, với sự hội ý giữa hiện-tại, quá-khứ và tương lai trong cái chiều đo thứ tư của con người, nhà văn-học có cơ hội để trả lời một cách chính xác những câu hỏi về đối tượng ý thức của mình: chính mình, giới mình, xã-hội mình, thời đại mình, vai trò, mục-đích, hậu quả của tác-phẩm của mình. Cho nên tôi thấy thật là tầm thường cái câu hỏi "tại sao anh viết". Có người bực mình thì trả lời "để thử xem tại sao tôi lại muốn viết. Trong khi đó, một câu trả lời thật cũ đã vẫn cứ bị lãng quên: bản năng, và từ đó nhu cầu, khuynh-hướng, sáng-tạo, của con người nói chung, cái khát vọng sáng-tạo của con người có ý thức nghệ-thuật nói riêng. (...) chúng ta sống phải cái thời quá bội bạc đối với văn-chương và nghệ-thuật. Những áp lực hơn là sự tham dự đến với nhà văn-học từ khắp nẻo làm xáo trộn cả ý thức, làm cho 'lượng ý thức văn-học' phải bối rối mà mất cả sự tự chủ. Thế rồi những biến cố lịch-sử lại dồn dập xảy ra, xúc động này chưa qua xúc động khác đã tới, lôi cuốn nhà văn vào các nhịp quay cuồng của chúng. Trong khi đó, công tác sáng-tạo văn-chương lại đòi hỏi sự gậm nhấm, sự ươm gây, sự nhào nặn, sự lắng đọng, sự kết tinh trong chậm chạp. Ý thức văn-học bỗng nhiên bao hàm một thái độ can đảm: giữ áo ra đi nửa đường hành-động.

Từ ý thức đến **tự do** con đường thật ngắn. Có thể nói: Có ý thức là có tự do vậy. Hai điều kiện này bổ túc cho nhau (...) Trung thành với điều kiện thứ nhứt, ta sẽ chỉ đặt vấn-đề trong phạm vi trước tác văn-học với ý thức thẩm mỹ làm chủ và với sự tham dự trong lành của ý thức đạo đức, của ý thức chính-trị hay của bất luận lột lượng ý thức nào khác.

Đã xa rồi cái thời tháp ngà của văn-chương. Vấn-đề nghệ-thuật vị nghệ-thuật và nghệ-thuật vị nhân sinh cũng tỏ ra quá hư ngụy! Có một tác-phẩm nghệ-thuật thành công nào là không giúp cho đời-sống con người mà nhu cầu không phải chỉ giới hạn vào những điều cần thiết? Và trong những tác-phẩm triết-học, chính-trị, những công trình cơ khí, kỹ thuật, không thiếu gì những công trình mỹ lệ! Người ta chẳng từng ca ngợi cái đẹp của tư tưởng rồi sao? Nghệ-thuật văn-chương đâu có trống rỗng? Ta hẳn biết xưa kia trong một nền văn minh chưa có khoa học và kỹ thuật thì cốt yếu của văn hóa là ở trong văn-học. Ngày nay trách nhiệm của nhà văn đã được chia sẻ bởi nhiều giới khác. Nhưng chính ở chỗ được san sẻ đó mà trách nhiệm của nhà văn trở nên sâu sắc và tế nhị hơn. (...) Sự đóng góp cho văn minh của văn-học là thế, rất khiêm nhường ngày nay, nhưng chẳng phải là vô nghĩa khi mà, kỳ diệu thay các tác-phẩm văn-học lại có cơ sống sót hơn các loại công trình nào khác trong cái thời đại của đổi thay chớp nhoáng và đào thải tàn bạo này. sứ-mạng của nhà văn có thế và sự tự do của nhà văn ở trong khuôn khổ của cái sứ mạng đó: hắn có bổn phận, vậy hắn phải được quyền.(...).

Sau đó, ông khai triển thêm vấn-đề trách nhiệm của của nhà văn: "Nhà văn có phải 'đầu quân' cho một ý thức hệ nào không? Điều kiện tự do trên đây đã trả lời điều đó: hắn được tự do nhập ngũ hay không nhập ngũ. Nói đến sự cam kết cũng có nhiều mức độ và đối tượng khác nhau, và nếu có cam kết thì cũng lại có 'giải kết'. Đó cũng là tinh thần triết học hiện-đại (...) văn-chương là con người, là cuộc đời và không ai lại có thể nói mình không có nhiệm vụ ở trong đời. (...) Văn-học là đời-sống của con người trong khía cạnh sinh động, chân *thành, sâu xa và xác thực nhất được kết tinh lại trong những biểu thức nghệ-thuật nhất. Văn-học là con người, và con người là xã-hội. Vậy nói theo ngôn-ngữ luật học, nhà văn chỉ chịu trách nhiệm tới giới hạn một nền Nhân Bản nào đó. Nền nhân bản nào? Có nên thỏa thuận với nhau không? Thỏa thuận tới mức nào và như thế nào? Và những ai có quyền thỏa thuận? Vấn-đề thật rộng lớn và nan giải!*

Hôm nay đây, ta say mê với đời-sống tập thể, gia nhập trọn vẹn những xúc động chung quanh ta. Ngày mai, ta hãy để cho xúc động lắng xuống, và với ý thức minh mẫn, với tự do cân nhắc, cái tài thêm vào, ta sáng-tạo văn-học. Nhà văn được nuôi dưỡng bằng những chất liệu trần gian, sứ mạng của nhà văn là làm sao gặt hái được những trái cây thượng giới!". (tr. 49-57).

- Cùng năm này, LM **Thanh Lãng** với tư cách chủ tịch Trung Tâm Văn Bút Việt-Nam, trong buổi Hội thảo về Sứ mạng của người cầm bút ngày 16-7-1967 nhân 10 năm thành lập Bút Việt, đã trình bày những tiêu điểm của sứ mạng này. Khởi đi từ những định đề *"nhà văn là một Sứ giả và tác-phẩm là một Sứ điệp"* và *"Viết Văn tức tác-phẩm đương nhiên bao hàm ý muốn nói với ai một cái gì, muốn bày tỏ với ai một điều gì (...) Nhắn Gởi Đến với ai một Cái gì, một Điều gì, một Tâm sự gì, một Lời muốn gì"*, ông trình bày hiện tình đất nước chiến-tranh, bạo động tôn giáo, xã-hội, v.v. và đi đến quan điểm *"Người cầm bút hôm nay phải là một sứ giả được sai đi, đi để đến với những người nhận sứ điệp là cá nhân, là đoàn thể là dân-tộc là nhân loại. Người cầm bút hôm nay phải là Sứ giả người đi đến một môi trường bao la như vậy; cá nhân, đoàn thể, dân-tộc, nhân loại. Không ai được chối bỏ mình là sứ giả vì mình được nhìn như vậy:*

a) Lấy cái đẹp, biến cái đẹp, tức là văn-chương nghệ-thuật, thành một nguồn vui, mạnh sống cho con người đang quằn quại trong đau thương, đang đắm mình trong mất tin tưởng tuyệt vọng, thành nhịp cầu yêu đương thông cảm giữa các cá nhân, các đoàn thể, các dân-tộc ... đang lao mình vào hận thù, hủy diệt nhau;

b) Đem Chữ Viết Biến chữ Viết tức tác-phẩm nghệ-thuật thành phương-tiện chuyển chở Lời Nhắn, Lời Nhắc, các cá nhân các đoàn thể các phe phái các dân-tộc rằng con Người chỉ là con người khi có Tự Do tức thì được quyền lựa chọn;

c) Là bắt Tác-Phẩm trở nên một Sứ điệp thực sự ca ngợi, cổ động quyền căn bản được lựa chọn của con người, ca ngợi, cổ động tinh thần tôn trọng quyền lựa chọn của lẫn nhau, nhấn mạnh đến sự tôn trọng quyền lựa chọn của người khác (...)

đ) Can đảm dấn thân để bày tỏ, cảnh cáo phản kháng tất cả những lý thuyết, cá nhân, những đoàn thể những đảng phái, những dân-tộc vô tình hay hữu ý chà đạp lên lý tưởng tự do, tự quyền lựa chọn của cá nhân, của đoàn thể, của dân-tộc; và e) Bắt Sứ Điệp vang lên thành một Thiên Trường Ca để ca ngợi Hòa-Bình, một thứ hòa-bình: - không phải thứ hòa-bình chịu thua, thứ hòa-bình đầu hàng, thứ hòa-bình để mặc kệ người khác muốn làm gì thì làm muốn chà đạp lên mà là thứ hòa-bình chân chính trong đó có mọi Cá Nhân, dù bé nhỏ yếu hèn đến mấy, mọi đoàn thể, dù thiểu số đến thế nào, mọi dân-tộc dù thua kém đến bao nhiêu, đều được quyền tự ý lựa chọn nếp sống của mình lối suy nghĩ của mình, lựa giải quyết cái vấn-đề của mình mà không đụng chạm đến quyền lựa chọn của người khác. Hòa-bình ấy trước tiên phải là hòa-bình tùy tâm hồn ở trong gia-đình ở trong làng xóm, ở trong quốc-gia chứ không phải thứ hòa-bình có nghĩa là để cho một số người được yên ổn tước đoạt quyền lựa chọn của bất cứ ai dù cái ai đó là cá nhân bé nhỏ, là đoàn thể bé nhỏ.

Tôi nghĩ có lẽ đấy là sứ mạng của người cầm bút hôm nay, hay nếu quí vị không nhận cho đó là sứ mạng chung của người cầm bút hôm nay, thì tôi xin coi đó là sứ mạng của tôi người cầm bút hôm nay, hay đúng hơn nữa đó là sứ điệp của tôi như là người cầm bút hôm nay, của người nhắn gửi hôm nay, lúc này, chuyển đến quí vị để chúng ta cùng nhìn chung, cùng nghĩ chung, cùng nói chung, cùng giải chung" (48). Cuộc thảo luận sau đó đã đi vào chi tiết và cụ thể hóa quan điểm của LM Thanh Lãng. Nhà văn Nhật Tiến đặt vấn-đề nhà văn nếu chỉ nói cái hay cái đẹp thỉ *"đã trắng trợn quay lưng lại với đau khổ thê thảm mà dân-tộc đang gánh chịu"* và nêu vấn nạn làm sao giữ gìn và nâng đỡ (nhà văn) trước *"sự suy sụp tinh thần do ảnh-hưởng chiến-tranh gây nên"*. Triều Dương thì nghĩ rằng "Sứ mệnh nhà cầm bút là phải tranh đấu cho hòa-bình chứ không là đẩy dân vào cuộc chiến". Bà Tùng Long xác nhận bà *"sống chung với nhiều từng lớp...(nên khi viết, bà) nói về họ, hay nói về chúng tôi là giới phụ nữ, giới khổ sở nhất. Tôi không có cao vọng viết cho mai hậu"* như ý LM Thanh Lãng *"sứ mệnh của mỗi nhà văn là đừng tách rời xa quần chúng"*!

Một số tiếng nói khác cũng đã góp phần xây dựng một nền văn-hóa văn-chương mới cho thời đại này. Qua sự xuất hiện các tạp-chí văn-học nghệ-thuật mới (*Sáng Tạo, Hiện-Đại, Thế Kỷ Hai Mươi, Văn*

Nghệ, Tiếng Nói, Chủ Đề, Văn Chương, v.v.) mà chúng tôi trình bày ở một số đề mục khác nhau trong tập biên-khảo này. Dù có những tác-giả hoặc nhóm đầy nhiệt huyết, cao vọng hay lý tưởng muốn ảnh-hưởng đến văn-hóa, văn-học hay thay đổi thế giới, con người, rồi sẽ thành công và cả thất bại, nhưng dù gì thì tiếng nói, tác-phẩm của họ đã và sẽ giúp con người đến gần các giá trị nhân văn cập nhật, hiện thực theo thời đại và thế-giới sẽ tốt đẹp hơn, nhân bản hơn!

Văn-nghệ hôm nay

Sau khi đất nước chia đôi năm 1954, ảnh-hưởng văn-hóa Tây phương chính vẫn là từ Pháp, Anh Mỹ chậm hơn, do truyền thừa từ thời Pháp thuộc trước đó, do người làm văn-nghệ và học thuật vẫn xuất thân từ nhà trường Pháp, ở Việt-Nam và du học Pháp, Bỉ, Thụy Sỹ Pháp-thoại hồi hương (như Nguyễn Văn Trung, Nguyên Sa, Nguyễn Khắc Hoạch, LM Thanh Lãng, Lê Tuyên, Lý Chánh Trung, ...) bên cạnh những vị du học các nước khác như Lê Xuân Khoa, Thích Minh Châu, Lê Văn, Đỗ Khánh Hoan, ... Rồi văn-học Ấn, Hoa được các phân khoa Văn đại học công và tư đưa vào học trình, tiếp theo là văn-chương Anh quốc rồi Hoa-Kỳ và từ cuối thập niên 1960 là văn-học Đông Âu và châu Mỹ la-tinh. Nói chung, nếu văn-học Pháp thiên về tinh thần, Á-đông nặng tâm linh, thì Hoa-Kỳ vật chất và các nước cộng-sản, trung lập còn lại thiên về tư tưởng đấu tranh chính-trị và xã-hội.

Các trào lưu triết lý, văn-hóa và văn-chương hậu chiến như **hiện sinh và hiện tượng luận** đã sớm ảnh-hưởng đến các sinh hoạt văn-hóa, văn-nghệ ở miền Nam. *Hiện sinh* xuất phát từ thời đệ nhị thế chiến, ảnh hưởng từ Heidegger và K. Jaspers và nối tiếp tiểu thuyết về thân phận con người, khuynh hướng lớn mạnh từ khi Jean-Paul Sartre xuất bản *La Nausée* năm 1938 và coi như chấm dứt với *Les Mandarins* của Simone de Beauvoir năm 1954. Trào lưu hiện sinh này xuất phát từ sau đệ nhị thế chiến, lúc con người mất niềm tin và hoài nghi mọi giá trị "bền vững" vì bao đổ vỡ trước mắt, bao tang thương của chiến-tranh đã gây ra nay để lại như gia tài âm. Nhưng người Tây phương đã sớm tìm lại lạc quan, yêu đời và xây dựng cũng như hưởng thụ, ... - đưa đến phong trào hippy, tự do tình dục, nữ quyền từ giữa thập niên 1960 trở về sau. Riêng Albert Camus đã đưa vào văn-nghệ miền Nam những ý tưởng *"dấn thân"*, *"tự do chọn lựa"*, *"tự do thiết* *yếu"*, ... mà một số tiểu-thuyết gia đã ít nhiều sử-dụng cho nội-dung tác-phẩm của họ – như sẽ trình bày ở các phần sau.

Các nhà văn thơ miền Nam thuộc nhóm Sáng Tạo, các tạp chí *Văn, Văn Học, Nghệ-Thuật,* .. phản ánh phần nào khuynh hướng văn-chương này. Đời là phi lý, là hố thẳm không thể vượt qua vì luôn hiện hữu giữa con người và thế giới, giữa khát vọng con người và sự bất lực của thế giới bên ngoài thoả mãn cá nhân! Con người xa thần quyền, chỉ biết giá trị của hiện tại và thực tại, lo sống cho cá nhân và hôm nay (*Bếp Lửa, Tuổi Nước Độc,* một số tiểu-thuyết của Mai Thảo, ...), tư tưởng yếm thế, ngờ vực (*Ngộ Nhận, Thành Cát Tư Hãn,* … của Vũ Khắc Khoan), đời sống thì buồn tẻ mà cá nhân thì xác thịt và cảm tính mạnh hơn (*Bốn Mươi, Vòng Tay Học Trò, Tôi Nhìn Tôi Trên Vách, Sám Hối,* ...). Nguyễn Văn Xuân đưa hiện sinh vào nhân-vật như trong truyện ngắn Con "Hiện Sinh" (*Tin Văn,* 3, 7-1966, sau xuất-bản trong *Dịch Cát*) của ông: người chồng thuộc lứa tuổi 47, 48 mà sống buông thả, sống hết mình, bất cần đời, kể cả vợ, nếm và làm đủ thứ, rượu chè, gái gú, cứ như còn trẻ, ... Cô con gái cũng vậy, bắt chước B.B., nhân-vật của Sagan, đàn đúm, bạn thì phá thai, ... - mà bà vợ gọi đám trẻ này "chỉ là con Hiện sinh thơ dại, hết bị sách báo lường gạt đến thằng chồng khốn nạn của tôi phỉnh dỗ"! Bà vợ lấy chuyện nhà và xóm làng ra để phê phán giới văn nghệ chạy theo mốt hiện sinh là "tụi văn sĩ cặn bã", ... Áp dụng trong một số các **sáng-tác**, ít nhiều '*tâm thức hiện sinh*' có thể kể thêm Thảo Trường, Thanh Tâm Tuyền, Nguyễn Đình Toàn, Dương Nghiễm Mậu, … ồn ào của những quán cà phê Saint-Germain-des-Prés và *đường phố* cùng tự do tình dục, có thể kể Thạch Chương, Chu Tử,..; thêm ít nhiều phần *lãng-mạn* thì có Nguyễn Thị Hoàng, Lệ Hằng,…

Từ những năm cuối thập niên 1950 và đầu 1960, giới trí thức và chính-trị ở miền Nam đã **phê phán chủ nghĩa hiện sinh** làm nhụt nhuệ khí chống Cộng; tuần báo *Văn Đàn* đi hàng đầu. Một số tạp-chí khác như *Quần Chúng* của Cao Thế Dung, từ số ra mắt đến hơn một năm sau gần như số nào cũng có bài phê-bình các tác-phẩm văn-học hiện sinh thời thượng. Người cộng-sản miền Bắc dĩ nhiên phê phán nặng nề Sartre và thuyết hiện sinh. Nói chung đã có nhiều phê phán nhận định về **ảnh-hưởng của triết hiện sinh** vào văn-học miền Nam,

Thật vậy, sách giáo khoa và triết học trở thành gối đầu giường hoặc sách tham khảo cho sinh viên và học giả, còn sách triết lý thời thượng như một phần sách và tác-phẩm văn-chương của Jean-Paul

Sartre, Albert Camus, ... qua trung gian giáo-sư Nguyễn Văn Trung, Tam Ích, Phạm Công Thiện, ... thì trở nên phổ biến, được nhiều người đọc ưa chuộng và từ đó đưa đến một thứ triết lý thời thượng, đường phố và sinh ra "những đứa con hoang" - dĩ nhiên, Albert Camus và các triết gia hiện sinh, hiện tượng luận khác ảnh-hưởng lâu dài và đích thực hơn.

Văn-nghệ hiện sinh nhập vào miền Nam trổ ra nhiều hoa trái, tốt có mà đăng chát cũng nhiều (Hồ Hữu Tường từng gọi chung là "quái hóa"!). Các giáo-sư Trần Thái Đỉnh, Trần Văn Toàn, Lê Tôn Nghiêm,... giới thiệu hiện sinh như một triết học, một trường phái; trong khi các giáo-sư Nguyễn Văn Trung, Lý Chánh Trung, ... đưa hiện sinh vào đời-sống trí thức, xã-hội, cộng đồng, cốt gây suy nghĩ, tự suy tư, tìm kiếm và áp dụng vào ngay cuộc sống thực tại, kiểu 'tu thân' thật sự trước khi bước vào xã-hội. Nhưng mặt khác thời sự chiến-tranh thôi thúc quá mạnh và không ngừng nghĩ, khiến suy tư, nhận chân không có thì giờ để chín mùi, và đưa đến những liều thân, vội vàng, ... Thuyết hiện sinh nhất là với Sartre còn có phạm trù xã-hội, chính-trị, dấn thân,.. đã không được khai triển, đào sâu. Trên tạp-chí *Văn Học* số 60 (15-5-1965), giáo-sư Trung cho biết đó là vì "hoàn cảnh ngăn cấm, không thể được tự do giới thiệu những 'khía cạnh cách-mạng' trong tư tưởng Sartre nên tôi đã chỉ giới thiệu những 'khía cạnh triết lý thuần túy và tiêu cực' mà tôi coi như là một chống đối tiêu cực với những chính sách chiến-tranh công khai...". Ông giới thiệu tư tưởng hiện sinh qua các tập *Nhận Định* (về Tha Nhân, Ca Tụng Thân Xác, Ngụy Tín, ...). Hiện sinh cũng đến với giới trí thức và giới trẻ qua con đường Phật giáo, nhất là từ những năm 1965 với đại học Vạn Hạnh, các tạp-chí và giáo-sư thuộc Phật học như *Tư Tưởng, Giữ Thom Quê Mẹ,* ... các giáo-sư, tác-giả như Phạm Công Thiện, Nhất Hạnh, Ngô Trọng Anh, Lê Tôn Nghiêm, Tam Ích, v.v.

Thuyết hiện sinh còn vào Việt-Nam qua ngã các tạp-chí văn-nghệ với các bài báo, các sáng-tác và phê-bình văn-học, như Đặng Tiến ("Cuộc gặp gỡ giữa Ôn Như Hầu và Camus", *Văn* số 2, 15-1-1964), Lê Tuyên với "Chinh Phụ Ngâm và Tâm thức lãng-mạn của kẻ lưu đày" trên *Đại Học* (1, 8-1961) và trên cùng tạp-chí các bài khác về Đoạn Trường Tân Thanh (9, 5-1959), về ca-dao (4, 1961), v.v.

Sau *dấn thân hiện sinh* là thuyết **cấu trúc** (bấy giờ gọi là "**cơ cấu luận**") với C. Lévi-Strauss, Rolland Barthes, ... Tạp-chí *Bách Khoa* đăng một loạt 7 bài từ số 265&266, 15-1-1968 đến số 271, 15-4-1968) giáo-sư Trần Thái Đỉnh sau chuyến Pháp-du, giới thiệu Claude Lévi-Strauss, Michel Foucault, Louis Althusser, Roland Barthes, Jacques Lacan, Noël Mouloud,... Trên cùng tạp-chí, các số 293 và 294 (15-3 & 1-4-1969), giáo-sư Nguyễn Văn Trung giới thiệu với bài "Tìm hiểu Cơ cấu luận như một phương pháp, một triết thuyết và đặt vấn-đề tiếp thu". Theo cơ cấu luận, "*chúng ta không nói mà bị nói; không làm mà bị làm*"... Ngoài ra, BS Trần Ngọc Ninh đã sử-dụng phương-pháp ông gọi là "triết trung" của ông dựa trên lý thuyết về ngữ-học cơ-cấu 'hiện hành' để khảo cứu ngữ pháp tiếng Việt cũng như "dạng vị học" (morphologie) về cơ cấu của 'từ ngữ' và đã xuất-bản 3 tập của bộ sách dự trù 7 tập *Cơ Cấu Việt Ngữ* (Lửa Thiêng) từ 1973-1974 và đã cho đăng vài phần trên tạp-chí *Bách Khoa.*

Rồi từ những rã rời, tuyệt vọng do xã hội thời chiến đưa tới, vài năm sau làn sóng hiện sinh thời thượng là mốt "**tiểu thuyết mới**" đến từ Pháp với Huỳnh Phan Anh, Hoàng Ngọc Biên, Nguyễn Xuân Hoàng, ... như sẽ trình bày ở phần sau.

Rồi **ảnh hưởng của tiểu thuyết Hoa Kỳ** với những James Joyce, Henry Miller, J.D. Salinger,..., khác với truyền thống tư duy sâu nặng dài dòng của Pháp hoặc Âu châu, các tác-giả Mỹ cho nhân-vật ngôn-ngữ và hành động thực tế, trực tiếp, cao-bồi, chịu ăn chơi, hôm nay quên ngày qua, v.v.; mà cũng là tiểu thuyết của một thế hệ lạc lõng, nên chưa thất vọng đã chán chường, tự chuốc lấy vấn-đề cho thành có vấn-đề!

Vấn-đề **văn-chương viễn mơ** từng được hơn một lần nêu lên nhưng chưa thật sự có tranh luận thỏa đáng đúng nghĩa. Thật ra, có **hai thứ "viễn mơ"** đã được bàn tới trong giai đoạn văn-học miền Nam này, một "viễn mơ" mà nhóm Trình Bày và Đất Nước đề cập, phê phán là viễn mơ kiểu nghệ-thuật vị nghệ-thuật, là "*hành trình từ hữu hạn hướng về vô hạn*", rời xa hiện thực của đất nước. Thế Nguyên, Nguyên Sa và Nguyễn Văn Trung nêu đích danh nhóm Sáng Tạo làm văn-chương viễn mơ, 'lãng-mạn' và không đề cập đến những vấn-đề nóng bỏng của dân-tộc và đất nước trước cuộc chiến ngày càng lan rộng (cũng như văn-chương *vượt thời-gian và không-gian* của nhóm *Văn-Hóa Ngày Nay*), đồng thời họ chủ trương văn-chương phải 'dấn thân', hết còn có thể ẩn núp trong 'tháp ngà' và lý tưởng vô thưởng vô phạt (Trong bài "Rời bỏ nền văn-chương trú ẩn" trên *Đất Nước* (2, 12-1967), Nguyên Sa phản bác thứ văn-chương ông gọi là "*trú ẩn*", là "*theo đuôi*" của những Mai Thảo, Thanh Tâm Tuyền, Vũ Khắc

Khoan,…). Nhóm Thái Độ cũng cùng chủ trương dấn thân, *"nhà văn phải liên đới chặt chẽ với đồng loại"*. Trong khi đó, Trần Văn Nam (trên *Vấn Đề* số 7, 10-1967, và *Trình Bầy*, 42, 2-9-1972) nêu vấn-đề văn-chương quá *viễn mơ* cũng như khuynh-hướng đã *"mang gió bụi chiến-tranh vào văn-chương"* là để nhắc nhở, cổ động cho một văn-học *hiện-đại* và đáp ứng nhu cầu người đọc và người viết ở thời điểm cuối thập niên 1960. Và trên tuần báo *Khởi Hành* (số 42, 26-2-1970) qua bài "Văn chương tươi mát đã đi vào thời đại", Trần Văn Nam xác nhận cái ý hướng muốn tách ra khỏi ảnh hưởng của triết lý hiện sinh chán chường và hư vô chủ nghĩa của một số tác-giả thời này.

*

Văn học miền Nam thời này cũng có cái thị kiến to lớn như của thế kỷ XX nói chung, loại viễn kiến, có tham vọng sâu xa, đụng đến phần sâu thẳm: nền văn học này vì thế có hai đặc điểm trội bật là *chính trị* và *siêu hình, triết lý*. Tình cảnh của một tập thể dù muốn hay không cũng tự chính trị hóa, trong mọi sinh hoạt, kể cả văn chương đã ảnh hưởng chăng? Có thể nói công việc nghị luận, nghiên cứu hay quan sát sinh hoạt văn học cũng là một cách làm văn học, vì tập thể, vì tương lai, mà nội dung cũng có thể chuyển-tải những tâm tình, nguyện vọng của một thế hệ, của những người chứng. Đưa đến tính cách *thời gian* của văn học, vì những công việc văn chương này luôn hàm ý phê phán quá khứ và hiện tại, luôn như tìm cách rọi ánh sáng vào bóng tối-ám của bạo lực, của một tập thể chuyên quyền, như tìm cách nói lên tiếng nói bị vùi dập, bị đẩy vào câm lặng tuyệt đối!

Trong giai đoạn đầu của văn-học miền Nam, **văn-nghệ** đã đi từ phục vụ chính-trị, xã-hội, cộng đồng đến khuynh-hướng thuần túy văn-chương – điển hình thấy rõ trong nội bộ nhóm Sáng Tạo từ khởi điểm chính-trị, di cư đã nhường bước cho thái độ văn-chương thuần túy, đã trở thành phương tiện hành động, phản kháng, trong một cuộc đời phi lý, "sa đọa", không lối thoát, không chọn lựa khác, như chiến tranh, như những cái chết của người thân hay bạn hữu. Người tuổi trẻ nhận ra văn chương không phải là nơi chốn trốn tránh sự thực, thực tại, mà là phải đương đầu, đáp ứng nhu cầu hôm nay và là để thuyết phục. Đời-sống đang bị những trái bom lớn nhỏ, thả xuống hoặc bắn đi từ nhiều phía, những bom đạn của binh lính địch, những người bạn nằm xuống vì lựa chọn chiến tuyến hoặc nạn nhân vô tình. Nhiều người làm văn nghệ trẻ thập niên 1960-1970 đã đi đến *dấn thân* - hoặc tưởng là như vậy, để gạt bỏ những sợ hãi bất tường của đời thường -

cái hãi sợ mà Heidegger từng nói đến, đưa cá nhân đến đối đầu với hư vô và sự phi lý trước cái phải lựa chọn! Cuộc kiếm tìm cái nhân cách, một cái tính cách hiện đại hóa, thời thượng, ... Khởi từ ý tưởng định mệnh khó hiểu, cái số mệnh nghịch thường với con người, với tự do chân chính. Con người luôn bị định mệnh đe dọa, vậy thì viết là để xác định tự do vì hãi sợ không có thật!

Khuynh hướng **văn chương dấn thân** trội bật, từ ý thức đến xã-hội, chính trị. Khởi từ đây, những tạp chí *Đất Nước, Đối Diện, Trình Bầy, Hành Trình, Thái Độ, Giữ Thơm Quê Mẹ,...* đối đầu với chính trị và chiến tranh, mở một "chiến trường" chính trị và xã hội hơn, dấn thân sâu hơn và nghiêng về một phía tả.

Một số văn nghệ sĩ dấn thân và phản chiến được người đọc theo dõi. Dấn thân có Thảo Trường, Phan Nhật Nam, Y Uyên, Nguyên Vũ, Ngô Thế Vinh, Trần Hoài Thư, Luân Hoán, Hồ Minh Dũng, Phan Nhật Nam, Cung Tích Biền, ...; phản chiến có Thế Nguyên, Mường Mán, Trần Vàng Sao, ... về sau rõ ra là nằm vùng hoặc thân Cộng! *Dấn thân* từ thời-thượng của trí thức thiên tả đã đưa đất nước vào ngõ cụt với chiến tranh và đối đầu Quốc-Cộng!

Dương Nghiễm Mậu thuộc thế hệ bắt cầu giữa *Sáng-Tạo* và những cây bút trẻ của cuối thập niên 1960, cùng với Thế Uyên, Lữ Quỳnh, Nguyễn Xuân Hoàng, ... Trong *Phấn Đấu* (Văn, 1966) Dương Nghiễm Mậu đã nghĩ: "*Bây giờ là thời-gian rất tốt để những người trẻ năm lấy cơ hội. Không thể có một chế độ độc tài thứ hai nhưng cũng chắc chắn không thể tiếp nhận một chính thể dân-chủ tự do thuần túy của Tây phương (...) Cái đích chính vẫn là Cộng-sản, muốn thắng và vượt nó phải làm cho được một cuộc cách-mạng xã-hội*".

Các nhà văn thơ lần lượt nhập ngũ, quân trường, ra chiến trường, trận địa và đi khắp bốn vùng chiến thuật. Từ đó là ý thức, tâm tình yêu nước cùng những tâm trạng băn khoăn, những kinh nghiệm sống chết. Nguyên Sa từ khi theo lệnh động viên thụ huấn ở Trường Sĩ quan Thủ Đức (Khóa 24 năm 1967-1968, cùng khóa với một số văn-nghệ sĩ và giáo-sư) đã thay đổi nhãn quan về sáng-tác nghệ-thuật cũng như quan điểm văn-chương. Không lâu trước đó ông viết bài "Rời bỏ nền văn-chương trú ẩn" đăng *Đất Nước* số 2 (12-1967) phản bác thứ văn-chương ông gọi là "trú ẩn" là "theo đuổi" của những Mai Thảo, Thanh Tâm Tuyền, Vũ Khắc Khoan, ... (ông cũng đã từ chối đứng chung "nhóm Sáng-Tạo" dù ông từng có bài viết trên tạp-chí đó) và ông hòa nhập với sinh hoạt văn-học của thế hệ sau 1963 và nhất là cuối thập niên 1960. Nguyên Sa thú nhận trong bài "Văn nghệ trong việc làm khoẻ dân tộc" (Nghiên Cứu Văn Học, số 3-1968): *"Nguyễn Trọng Văn đã có lý khi ném ra cái thành ngữ "văn nghệ theo đuôi". Những thằng theo đuôi là chúng tôi. Khi bạn Văn nói tới Sáng Tạo, không hiểu bạn nghĩ gì, nghĩ đến ai nhưng tôi cảm tưởng là Nguyễn Văn Trung và tôi bị nhắm tới. Không là thành phần của nhóm văn nghệ đó, nhưng là những người cộng tác với tờ báo đó từ những số đầu tiên, nếu tôi không nhầm thì chính chúng tôi là những người từ năm năm mươi bảy năm mươi tám đó, trên tờ báo đó đã đề cập tới những triết học hiện sinh hay hiện hữu. Và bây giờ đã đến lúc đủ trưởng thành để xác nhận công khai những nhầm lẫn dĩ vãng. Nhầm lẫn vì đã để cho những tư tưởng của người khác xen vào bản ngã và tác phẩm của mình nhiều quá. Nhầm lẫn vì chưa phải là chính mình. Bây giờ nhớn rồi. Phải làm một cái gì khác. Không kiêu hãnh mù quáng gạt bỏ tất cả mọi ảnh hưởng. Còn gì nữa. Đứa ngu xuẩn cũng có thể có ảnh hưởng đến ta. Thằng du đãng chửi ta một câu cũng có thể làm cho sự suy nghĩ về giáo dục, về trách nhiệm, về xã hội được đào sâu thêm, được mang ra trong trí tuệ đó xét kỹ một lần. Không. Tôi đã viết rồi. Không thể đạp đổ hết, không thể làm* table rase *văn nghệ. Nhưng giữa những cái đã có, hãy ráng đặt thêm một cái có. Giữa những phiêu lưu hào hứng, hãy khởi đi ...".* Và ông cho rằng *". Nhà văn không phải là hoang đảo, không phải là những ông hoàng, không phải là một quốc gia riêng biệt nằm trong một quốc gia. Nó ở trong một dân tộc. Nó là thành phần của cái đại thể là dân tộc đó...".*

Giai đoạn này, Nguyên Sa có những bài thơ như Phần Thưởng:

"Phần thưởng của người thanh niên ở ngoài thế-giới này
Phần thưởng của kẻ tội lỗi ở ngay trong trần gian
Phần thưởng của ta ở đâu
Buổi tối, thay lời cầu nguyện, ta vẫn hỏi: phần thưởng của ta ở đâu
Bầy muông thú sinh sản, trong mùa đông từ đầu mùa xuân đã biết
Những hiện-tượng thiên nhiên trước khi di động, trước khi đổi thay trạng thái đã biết
Chuỗi ảnh tượng bay nhảy và ngự trị trong chiêm bao ta đã biết
Cặp mắt rộng lượng như vòm trời của em đã biết
Cặp môi nồng nàn như đam mê của em đã biết

Hơi thở đồng lõa của em trong giấc ngủ đã biết

Em có biết chăng? (Nguyệt san *Bộ Binh* của trường Sĩ quan Trừ bị Thủ Đức Xuân Đinh Mùi 1967).

Hoặc Giã Từ Khóa Đàn Anh đăng cũng nguyệt san *Bộ Binh* Thủ Đức, sau đăng lại với lời giới thiệu trên *Đất Nước* số 7 (11-1968):

"Các người là đàn anh của ta
Các người đúng là đàn anh của ta
Đàn anh tác xạ, / Đàn anh vũ khí mìn
Đàn anh cơ bản thao diễn
(...) Hãy quỳ xuống trong đêm quân trường
Hãy đứng dậy trong ngày từ giã
Hãy đứng dậy khi nghe ta gọi
Các người là đàn anh của ta
(...) Hãy đứng lên / Hãy nhìn về phía trước mặt
Hãy đằng sau quay / Hãy bước đi
Và hãy nghe ta / Trong bước đi
Gọi thầm / Hỡi đồng hành
Đồng hành / Trong cõi chết"

Cũng trên *Đất Nước,* Nguyên Sa còn các bài thơ Lời cầu siêu thoát cho Nguyễn Quan Đại chết ở Khe Sanh (số 5), Nhìn em, Nhìn thành phố, Nhìn quê-hương (số 9), Tắm (số 15), Sân Bắn (số 17) và Chim (số cuối 18). Và truyện Vài Ngày Làm Việc Ở Chung Sự Vụ đăng trên tạp-chí *Trình Bầy* từ số 17 đến 24 (1971).

Tuần báo *Khởi Hành* trong số ra mắt ngày 1-5-1969, chủ đề "Nhân vật người lính trong văn chương" đã phỏng vấn các nhà văn quân đội Văn Quang, Thảo Trường, Nhật Tiến, Tạ Ty với câu hỏi "Khi tạo ra một nhân vật người lính trong tác phẩm văn chương, anh đã bày tỏ thái độ về cuộc chiến tranh trên đất nước ta tùy theo giai đoạn anh đã sống. Bây giờ nhìn lại, anh còn xác nhận thái độ đó không? Làm ơn cho biết rõ bối cảnh và trường hợp nhân vật người lính đó", Tạ Ty đã trả lời: *"Khi viết về người lính, mặc nhiên người viết đã xác định thái độ. Cuộc chiến chúng ta đang đối điện không mang tính chất một cuộc chiến thông thường. Bản chất nó vướng mắc, tạo thành nỗi day dứt, đau xót khi nhìn thấy chẳng những thân phận mình, thế hệ mình mà còn muốn theo cả những thân phận khác - trước và sau - với nhiều mặc cảm. Xác định thái độ không phải là chấp nhận toàn bộ cuộc sống, nhưng đích thực để nói lên từng ý nghĩ, từng sự việc, chứng minh năng lực và uy quyền cũng như giá trị của tri thức qua môi trường sinh hoạt nội tâm ở mỗi cá nhân đã dấn thân vào tập thể. Tuổi trẻ vào đời không phải để đi mở đường mỗi sáng hay vật vã giữa sống và chết trong một tọa độ nào đó trên tấm bản đồ hành quân, nhưng mỗi con người ý thức phải nhìn vào thực tại, ở đấy, dù muốn dù không, cuộc sống vẫn đẫy tời những cuộc hẹn hò không định trước và may rủi vẫn chờ đợi ở mỗi ngã ba. Tôi vẫn nghĩ, con người hãy can đảm đối thoại, chẳng những vói kẻ khác và ngay cả với lương tri mình nữa, từ cái tốt. đến cái xấu từ vui đến buồn để tìm về sự CAO ĐẸP nhất của trí tuệ"* (49).

Văn-học chiến tranh

Chiến tranh dù là xâm lược hay tự vệ đều có quy luật của nó, chi phối con người, mọi người trong cùng chế độ và chi phối cả văn chương. Nếu không thì cuộc sống và con người trong cuộc chiến cũng trở thành đề tài, nội dung văn chương. Các nhà văn tùy thuộc chế độ, cũng đã sáng tác theo chiều hướng chung. Một cách tổng quát, cái nhìn của họ về chiến tranh, về lý do chiến đấu, v.v. thường cũng là cái nhìn chung của tập thể. Miền Bắc gây chiến vì tự gán cho "bổn phận" thống nhất lãnh thổ, để cộng sản hóa cả hai miền, để "giải phóng" giúp người trong Nam. Miền Nam cầm súng để chống "tà thuyết" Mác-Lê, chống bị "xích hóa", nhưng nhất là để tự vệ chống xâm lược và bảo vệ tự do dân chủ cho miền Nam và cả vùng Đông Nam Á (thế cờ domino, tiền đồn chống cộng). Chiến tranh giải phóng miền Bắc có thời được đưa ra nhưng nói chung, miền Nam nhắm tự vệ và chống xâm lăng.

Thời đầu ngay sau 1954, không-gian văn-học nghệ-thuật của miền Nam tự do đã tỏ ra là nơi sáng-tác, sinh hoạt đúng nghĩa. Âm mưu của người Cộng-sản khó xâm nhập. Chính người Việt-cộng cũng đã phải thú nhận: *"Những năm 1959-1963 là khoảng thời-gian ngột ngạt ghê gớm đối với những người yêu nước sống trong các thành thị miền Nam. Đây cũng là thời kỳ khuynh-hướng văn-học yêu nước, cách-mạng gặp khó khăn hơn cả. Phong trào đấu tranh đô thị chưa đủ mạnh để trở thành hậu thuẫn vững chắc cho văn-nghệ ngược dòng này. Mặt khác chính quyền Sài-Gòn tiến hành một chiến dịch càn quét lớn trên địa bàn văn-học nghệ-thuật..."* (50). Nhưng rồi miền Nam đa dạng, tự do, dân-chủ đó đã để lộ nhiều kẻ hở, kẻ thù chỉ mong có thế để trà trộn, xâm nhập, khuấy rối!

Chủ đề chiến tranh là những trận đánh, những tình đồng đội, những cái chết, những "khu chiến" tiền tuyến xa xôi, vùng cao nguyên, nơi tuyến đầu, là những ngày nghĩ phép, hoang chơi, những tình yêu đổ vỡ, những gia đình tan nát, v.v.. Thủ đô Sài Gòn, nơi trú ngụ của các lãnh tụ chiến tranh, chính trị và tôn giáo, nơi quyết định những cuộc hành quân hay phản công, cũng là nơi đảo chánh chỉnh lý theo đề nghị hoặc OK của ngoại bang, nơi diễn ra hằng ngày những đòn gián điệp. Sài-Gòn cũng là cái hậu phương thanh bình, thừa thải, sống mạnh - quá trái nghịch với nơi chiến trường chết chóc và bi thảm, nơi có những hành-cử và nét hào hùng, đáng phục của những con dân hy sinh để bảo vệ đất nước.

Sài-Gòn đó hay được nhắc đến như một ám ảnh, như một trách móc, tức giận, đặc biệt trong tác phẩm của Thế Uyên, Nguyên Vũ, Ngô Thế Vinh, Phan Nhật Nam. Trong *Dấu Binh Lửa*, Phan Nhật Nam viết: "... *Chúng tôi rời Sài-Gòn trong hơi thở dài nhẹ nhõm, một tháng ở thủ đô đủ để tạo thành sụp đổ tan hoang trong linh hồn, đủ để thấy rõ sự phản bội của hậu phương, một hậu phương lừa đảo trên máu và nước mắt của người lính. (...) Một tháng, đủ để chúng tôi hiểu nỗi ti tiện hèn mọn của loại lãnh tụ ngã tắt, những anh hùng đường phố, những ông vua biểu tình theo ngẫu hứng, vua tôn giáo, đầy thù hận và dục vọng... Sài Gòn, chúng tôi thù ghét và ghê tởm thủ đô đục ngầu phản bội và thù hận. Tôi ao ước một cơn hồng thủy để cuốn trôi thành phố sau lưng, một cơn hồng thủy xóa hết dấu tích nhơ bẩn, mà thủ đô đã bôi lên khuôn mặt bi thảm của quê hương*".

Ngô Thế Vinh cũng không nghĩ khác trong *Mặt Trận Ở Sài-Gòn*, nhận ra rằng chiến trường khó khăn cho họ không phải ở ngoài biên cương mà ở ngay hậu phương thanh bình nhưng thối nát đầy bất công: Sài-Gòn chỉ là "*con thuyền xa hoa ngao du trên dòng sông loang máu, nổi trôi đầy những xác chết đồng loại*".

Trần Hoài Thư cũng nặng nề nhận ra khi nằm ở Bệnh Xá Mùa Xuân "*Trong khi bạn bè thầy bạn bè em, cứ tiếp tục bị chết thì ở Sài-Gòn người ta vẫn ăn chơi phè phỡn đổ la thuốc phiện và tranh giành quyền lực bằng những thủ đoạn chính-trị bẩn thiểu (...) Chúng ta cứ chết, mặc cho nước mắt của người mẹ, người em, để những mệnh phụ phu nhân, những bà lớn nắm quyền mua quan bán chức. Họ đục khoét tiền viện trợ Mỹ, con cái họ được chạy đi du học để trốn tránh trách nhiệm...*" (Trích *Truyện Từ Văn*, tr. 25-26).

Ở các nhà văn dấn thân khác, tâm thức nhược tiểu bất lực trước cuộc chiến ngày càng lên cao độ tàn bạo, bất lực trước thế chiến-tranh lạnh, đành thú nhận – như Duy Lam: *"chúng tôi đều bất lực trước một cuộc chiến tranh chúng tôi không tạo ra, không hề mong đợi, không hiểu và cũng không biết phải làm sao để chấm dứt"* (*Lột Xác*, 1968, tr. 55).

*

Sau khi chế độ đệ nhất cộng hòa bị "ám sát", miền Nam rơi vào hỗn loạn, bạo động nguồn gốc từ nội bộ miền Nam và từ bộ máy chiến-tranh do miền Bắc điều khiển. Từ mất chủ quyền khó tránh mất "chính thống" khi tuyên truyền trong khung cảnh chiến tranh tâm lý và chiến tranh lạnh bủa vây. Giới trẻ không kinh nghiệm cộng sản đâm ra hoang mang, mất niềm tin, hoặc bất cần, hoặc sống hiện sinh cho đã cái hôm nay. Từ khi chiến tranh trở nên khốc liệt cho đến cuối cuộc chiến, một dòng văn chương **phản chiến** càng phát triển mạnh. Càng về cuối cuộc chiến, phong trào phản chiến càng mạnh vì đồng minh Hoa kỳ đã để lộ một số bộ mặt không mấy "lịch sự", "đồng minh" cho lắm, rồi Việt Nam hoá chiến tranh, xã hội đồi trụy và lãnh đạo càng lộ liễu tham nhũng, làm hại nát miền Nam. Theo thiển ý cần **phân biệt loại phản chiến hay cấp tiến chân thành** của những người làm văn hóa, những tiếng nói của lương tâm (ít ra là của họ trong hoàn cảnh lúc bấy giờ) không thể không nói vì muốn xây dựng một xã hội tốt đẹp hơn - có thể lịch sử sẽ (đã) phê bình họ sai, như Nguyễn Văn Trung, Nhất Hạnh, Nguyễn Ngọc Lan, Chân Tín, Lý Chánh Trung, v.v. **hoặc chân thành bị lợi dụng** như LM Thanh Lãng, v.v. - với loại **phản chiến có dàn xếp của Việt cộng** nằm vùng như Sơn Nam, Vũ Hạnh, Lữ Phương, Trang Thế Hy, Vân Trang [ngay sau biến cố 30-4-1975, là chủ-nhiệm *Phụ Nữ Sài-Gòn Giải Phóng*], Minh Quân, Lưu Nghi (1924-, truyện dài *Đêm Trăng Mùa Hạ*, Vĩnh Sinh, 1964; tập truyện *Gió Trên Đồi*. Khai Trí, 1967), v.v. . Những người này ồn ào giả lên tiếng "bảo vệ văn hóa dân tộc" như Lực Lượng cùng tên và tờ *Tin Văn* (1966) nhưng thực chất là gây rối ngay trong lòng "địch". Các tạp chí *Hành Trình* (1964), *Đất Nước* (1967), *Trình Bầy* (1968), *Đối Diện* (7-1969), v.v. là đất ươm mầm / trổ hoa đỏ cho thứ văn học phản chiến này, *Bách Khoa, Văn* và *Vấn-Đề* cũng đăng nhiều thơ truyện phản chiến của các cây viết mới thuộc mảng này như Nguy Ngữ, Mường Mán, , v.v.. cũng như *Việt, Lập Trường*, ... Vấn-đề là người lãnh đạo phải biết dân chủ lắng nghe, phải tạo những cơ hội nhìn thẳng sự kiện và sự thật thường muôn mặt. Nước Việt Nam ngày nay có thể khác và hàng triệu sinh linh có thể hãy còn bên cạnh chúng ta nếu những tiếng nói "thiên hữu" thời Nhân Văn Giai Phẩm và sau đó trong lòng chế độ Hà-Nội cũng như những tiếng nói "thiên tả" ở miền Nam Cộng hòa đã được nghe (51)!

Văn-chương phản-kháng, phản-chiến, hiếu chiến, và mơ ước hòa-bình

Rời vùng đất hiện sinh, con người văn-nghệ dấn thân đi đến thái độ đối kháng rồi phản kháng – chống Thượng đế, chống thẩm quyền, thượng quyền, chống bảo thủ, từ đó có thể thành vô-chính-phủ hoặc bi quan tột cùng. Trước hết, một số danh xưng cần thẩm định, định nghĩa:

Phản-kháng: hiếm có tính nghệ-thuật (ngoài nhạc của Trịnh Công Sơn), đa phần có tính chính-trị (Nguyên Vũ, Ngụy Ngữ, Vũ Hạnh, ...). Phản kháng liên hệ và nhắm một chế độ chính-trị (độc tài), nhà văn can đảm tỏ bày thái độ chính-trị của mình đối với chế độ chính-trị đó – phản kháng công khai, nhưng giới hạn vì hiểm nguy đàn áp rình rập! Và chế độ bị phản đối cũng sẽ sử-dụng thứ văn-chương phản kháng để lèo lái, 'cài người', để tranh thủ 'chính nghĩa' hay phần thắng. Nếu không có hậu ý chính-trị, đảng phái, thì thứ văn-chương phản kháng đích thực sẽ được đón nhận, hoan nghênh. Mà ở đâu có thể có phản kháng có nghĩa là ở đó đã có tự do tư tưởng; nhà văn miền Nam phản kháng chống cái tưởng là xấu, là tiêu cực, và chính sự việc đó đã chứng tỏ bề mặt tích cực của chế độ! [*Ly khai, phản tỉnh, phản kháng* là những hiện-tượng văn-nghệ, chính-trị chỉ có ở trong nước từ giữa thập niên 1980 cho đến nay 2019. Trước 1975 thì có *vượt tuyến, hồi chánh, chiêu hồi, ...*].

Phản-chiến: – 1, chống chiến-tranh vì chiến-tranh tàn phá đất nước và con người. Phản chiến theo nghĩa này là tiếng nói chân thật của lương tâm và lý trí con người (Thảo Trường, Trịnh Công Sơn, ...); – 2, chống chiến-tranh do người cộng-sản Hà-nội đưa vào miền Nam, với ý đồ thống nhất và cộng-sản hóa đất nước Việt-Nam, chiến-tranh Hà-nội thực hiện ở miền Nam với người của miền Nam (MTGPMN thực ra chỉ là chiêu bài, công cụ, cốt tuyên truyền, cổ võ chiến-tranh); – 3, chống chiến-tranh do Mỹ và Việt-Nam Cộng-Hòa chủ trì (thực ra là chiến-tranh tự vệ chống lại ý đồ xâm lăng miền Nam của Hà-nội cộng-sản, và mang ý nghĩa bảo vệ miền Nam, bảo vệ tự do, bảo vệ và cổ võ cho dân chủ. Nếu phản chiến mà nhục mạ chính thể và quân lực Việt-Nam Cộng-Hòa, thì không còn là phản kháng nữa, mà là một hành động chính-trị đội lốt báo-chí, văn-học, lạm dụng dân-chủ tự do mà chế độ cho phép, để "phản bội", có thể là cho tập đoàn, đảng phái giật giây.

Hòa-bình: với miền Bắc Cộng-sản là chiêu bài, biện minh cho việc cổ võ chiến-tranh, cho tinh thần chủ chiến và hiếu chiến; còn con người nói chung và người Việt nói riêng đều mơ ước hòa-bình. Điều đặc-biệt là phong trào phản chiến đòi hỏi hoà-bình ở Hoa-Kỳ khởi từ 1965 cho đến khi hết chiến-tranh Việt-Nam thì tắt ngúm, trong khi đó Hà-Nội cổ võ chiến-tranh chiếm miền Nam bất chấp hoà-bình thì lại được đám phản chiến Hoa-Kỳ tâng lên tận mây xanh – đám văn-nghệ sĩ, "trí thức thiên tả" Hoa-Kỳ đến Hà-Nội để đồng tình với hành động chiến-tranh xâm lược miền Nam của cộng-sản Hà-Nội với sự viện trợ dồi dào không ngừng của phe cộng-sản Liên Xô và Trung Cộng, đồng thời trói tay chính phủ Hoa-Thịnh-Đốn không được tiếp tục giúp Việt-Nam Cộng-Hòa, đưa đến biến cố 30-4-1975.

Văn-học phản kháng, phản chiến

Dòng văn học phản chiến nói chung và phần nào đã là những phẫn uất của trí thức nhưng không tiếng nói, những người dấn thân chính trị nhưng không có đất đứng. Xã hội điêu tàn, giá trị văn hóa đảo lộn, người miền Nam nạn nhân của chiến-tranh nhưng kêu gọi tình huynh-đệ và (vô tình) đòi giải quyết chiến-tranh và chuẩn bị hòa-bình. Về phía chính quyền và các cơ quan văn-hóa miền Nam thì nhắm mục-đích thông tin và tác chiến tinh thần hơn là tuyên truyền! Văn chương chống cộng trở nên quen thuộc, mất dần thị hiếu trên thị trường chữ nghĩa, trong khi đó văn học hiện sinh, 'tiểu thuyết mới' với bao phụ tùng khác ngày càng bành trướng. Phía các nhà văn từng chống Cộng triệt để, có người từ bỏ cuộc chiến đó, như Trần Văn Nam đã nhận xét: "Từ bỏ cuộc chiến khác với phản chiến. Phản chiến là thái độ ở phía chống đối chiến tranh. Còn đây là thái độ trước ở phía chủ chiến, nhưng sau từ bỏ vì một lý do nào đó" (52) - tiếc là họ Trần không trích và nêu tên nhà văn thơ Việt nào.

Có thể xem từ cuối năm 1960, chiến-tranh (công khai) bắt đầu trở lại sau vài năm thanh bình hậu chiến, trở lại với người dân cũng như văn-nghệ sĩ. Đây trước hết là thời của Dương Nghiễm Mậu, Nguyễn Đình Toàn, Nguyễn Thị Thụy Vũ, Nguyễn Thị Hoàng, Túy Hồng, Nhã Ca, Lệ Hằng, Hoàng Ngọc Tuấn, ... nói chung là một văn học thành phố, xa chiến tranh. Có tác giả sống thường trực với chiến tranh nhưng họ (hoặc chỉ là tâm thức, con tim) bị bủa vây, bế tắc, những Phan Nhật Nam, Ngô Thế Vinh, Nguyên Vũ, Thế Uyên, ... Trong khi đó nổi dậy một bộ phận phản chiến: những phẫn nộ của họ không được chú tâm của người cùng chiến tuyến, vài người trong số sẽ bị đối phương sử-dụng, tác phẩm của họ trở nên vô dụng trong một xã hội quay cuồng bởi những giá trị khác hơn.

Biến cố 1-11-1963 đã không đem lại những thay đổi như lòng mong đợi của nhiều người. Thời hậu-đảo-chánh bắt đầu, *Hành Trình* đã đề cập đến những đề tài bức thiết như chiến tranh và hòa-bình, Công giáo, Phật giáo. Sau đây là một số bài viết tiêu biểu nhất như: *Cùng nhau cảm thức về nỗi buồn nhược tiểu, Để tiến tới một nền hòa-bình cho Việt Nam, Không một vòng hoa, không một vòng tang, Cách mạng của người nghèo, Cách mạng và dân chủ, Tìm một hướng đi cho cuộc cách mạng Việt Nam, Trường hợp Nasser và Cộng Hòa Ả Rập thống nhất,...* Nói chung, lập trường của nhóm này có đặc điểm như sau: - Chống sự can thiệp của Mỹ vào Việt Nam; - Chống chiến tranh vì cho rằng đây là một chiến tranh nội chiến, hay chiến tranh Ủy nhiệm; - Chống lại chính quyền miền Nam, vì cho là tay sai của ngoại bang; - Có xu hướng thiên về phía Cộng Sản; và - Đưa ra một đường lối thứ ba: Làm một cuộc cách mạng xã hội không Cộng Sản. **Nguyễn Văn Trung** cùng một số linh mục và trí thức Công giáo thiên tả trên tạp-chí *Hành Trình* và tổ chức các buổi hội thảo để trình bày cuộc cách-mạng xã-hội không cộng-sản: Tuần lễ Hội học 6-2-1963 của Nhóm Trí thức Công-giáo Sài-Gòn sau xuất-bản *Lương Tâm Công-Giáo và Công Bằng Xã-Hội* (Tủ sách Đạo và Đời, Nam Sơn, 1963), ... Một số người trong ban biên-tập tạp-chí *Hành Trình*" nhân việc Đức Giáo hoàng Paul VI gởi thư cho hàng Giáo phẩm Việt-Nam cũng như kêu gọi hoà-bình, đã ra "Nhận định và ước muốn của nhóm Công-giáo trong tạp-chí *Hành-Trình* gửi hàng Giáo phẩm Việt-Nam" chỉ trích hàng Giáo phẩm Việt-Nam đã có thái độ im lặng trước hiện tình đất nước và vấn-đề hoà-bình, đã cho rằng: "1- Không ai được độc quyền bảo vệ giáo hội và cứu nước theo quan điểm của mình và do đó được quyền vu không kết án người khác là giáo gian rối đạo cũng vì Chúa, giáo hội. Thái độ trên bắt nguồn từ một ảo tưởng hợp nhất mọi người Công-giáo vì là Công-giáo,... 3- Cần phân biệt chống Cộng như một lập trường chính-trị của người Công-giáo khác với chống cộng như một lập trường giáo hội, có tính chất tôn giáo ... ". Và Nhận định kết luận: "Có thái độ, đó là điều căn cứ vào những nhận xét trên, chúng tôi mong đợi ở hàng Giáo phẩm Việt-Nam. Nếu hàng Giáo phẩm tiếp tục im lặng, thì sự im lặng đó khó mà không bị kể như một từ chối đảm nhiệm vai trò và bổn phận của giáo quyền trước lương tâm chúng tôi và trước công luận" (*Hành Trình* 9, 12-1965, tr. 80). Số báo *Hành Trình* này dành nhiều trang tranh luận, nhận định về vấn-đề "tranh đấu tôn giáo"!

Đến những năm đầu thập niên 1970, văn-học đi sát thời cuộc đã đổi hình dạng và cường độ qua nhiều hình-thức và mặt trận. Ở thời này, nghệ-thuật phục vụ cho ý thức hệ xem như đã qua đi, đã làm hết những gì có thể làm, nay hành động vừa nhắm khoanh vùng, vừa trở nên đa dạng; bây giờ là chỗ của sáng-tạo tôn trọng tha nhân, vừa tự lập, vừa tập thể, chú trọng diễn tiến và sự nhập cuộc trọn vẹn. Vừa phản công vừa phản kháng, phản chiến, vừa phải đi tìm cái Tôi và cái Ta. Phản chiến thân Cộng đã trở thành phù du vì chỉ là chiến lược tạm bợ. Văn-nghệ ‹hôm nay› và ‹hiện thực› muốn tách rời các thứ ‹viễn mơ›, ‹muôn thuở›, ... Trần Văn Nam và các chủ biên các tập san *Văn Chương, Chủ Đề*, ... đã cổ võ cái mới, cái ‹hiện-đại›, nhưng chưa đủ thời-gian cho có các tác-phẩm chín tới thì đã xảy ra biến cố 30-4-1975!

Sau Hiệp định ngưng bắn Paris 1973, chính khách cùng trí thức thường là thiên tả của miền Nam chạy theo cái giải pháp gọi là "hòa giải dân-tộc". Phía MTGPMN, và Phật giáo cùng "dinh Hoa Lan" tức phe Dương Văn Minh (và qua báo-chí của họ) hồ hởi cho giải pháp này, đẻ ra cái huyền thoại chính-trị gọi là "thành phần thứ Ba" (Thủ tướng cuối Vũ Văn Mẫu sau khi cùng chính phủ DVM đầu hàng đã cho biết 'lực lượng thứ ba không còn hiện hữu'). Nhóm tự cho là cấp tiến Công-giáo và ngoài Công-giáo như Nguyễn Văn Trung, LM Thiện Cẩm, LM Trương Bá Cần, Thế Nguyên, Bùi Chánh Thời, Phạm Nam Sách, ... cũng chạy theo hổ trợ, họ cho ra các tập *Trao Đổi Quan Điểm về Hoà Giải Dân-Tộc* (Tập 1, 1974). Mặt khác, từ ngày 18-6-1974, một Phong trào Nhân dân chống Tham nhũng do LM Trần Hữu Thanh và 300 linh-mục chủ xướng cho rằng để "cứu nước và kiến tạo hòa-bình", một xuất hiện cho công lý nhưng đã như nhát búa cuối vào thành trì Cộng Hòa của miền Nam.

Nhóm giáo-sư Nguyễn Văn Trung công khai chống Mỹ và/khi

chủ trương "cách-mạng xã-hội không cộng-sản". Trong *Nhận Định* 4, ông đã khẳng định "*Chủ nghĩa xã-hội là hướng đi tất yếu của dân-tộc*" (Lời Nói Đầu) và còn cho rằng "*Phải đi theo con đường chủ nghĩa xã-hội không phải vì ghét tư bản hay thích thú cách-mạng xã-hội, nhưng chỉ vì không thể theo hay không được theo tư bản (...) Muốn đối thủ với Việt-cộng và độc lập với Mỹ, không còn cách nào khác ngoài con đường dựa vào dân làm cách-mạng xã-hội theo chủ nghĩa xã-hội*" (*NĐ* 4. tr. 104). Ngoài ra, giáo-sư Nguyễn Văn Trung qua các tạp-chí *Đất Nước*, *Hành Trình* và các tập *Nhận Định* đã dùng những khái niệm như "hoàn cảnh", "tha nhân" mong dẫn đưa đến quan điểm "cách-mạng", từ đó đi đến thái độ xã-hội xem một số kẻ khác (ở đây là Việt-cộng) là người anh em ("Cộng-sản, người anh em tôi". *Đất Nước*, 3) vì không thể phủ nhận sự hiện hữu của tha nhân và chấp nhận chung sống hòa-bình với họ [Nhưng sau này cộng-sản MTGPMN sẽ lộ ra là con bài của "kẻ khác" từ xa là cộng-sản Hà-Nội, và các ông trí thức này quên rằng cộng-sản trong cuộc đấu tranh giành đất giành chính quyền không bao giờ chấp nhận tha nhân và đối lập! Và "kẻ khác" là Hà-Nội, sẽ đưa "kẻ lạ" (Trung Cộng) vào nhà Việt-Nam, dâng đất, biên giới và biển đảo do tiền nhân "phong kiến" và do "ngụy" đã dày công gìn giữ và chống "kẻ lạ" khi cần đến như tử chiến Hoàng Sa tháng 1-1974!] – "Kẻ khác" hay "kẻ lạ" đều là "địa ngục", Sartre cũng từng nói thế!

Một số đã khởi đi từ những tiền đề có tính triết lý. Phản kháng, cách-mạng, nhập cuộc để có **tự do** – lúc nào cũng đang-hình-thành, một thứ tự do tuyệt đối nghĩa là không chấp nhận sự lãnh đạo và chuyên quyền. Tuy nhiên J.P. Sartre cho biết 'Không có tự do ngay từ thuở ban đầu'. Chủ trương hiện sinh của Sartre là tự do: Mỗi hiện sinh là một tự do và con người bị 'lên án' tự do (L'homme est condamné à être libre). Mỗi hiện sinh là một ý thức mà ý thức là hư vô. Mà mỗi hiện sinh, mỗi ý thức sẽ tự tạo cho mình một nhân cách một cách tự do, vì ngay từ thuở ban đầu, ý thức vốn là ý thức thuần túy. Hiện hữu hoặc hư vô hoàn toàn tùy thuộc tự do của mỗi chủ thể. Mỗi hiện sinh phải tham gia cuộc sống, phải nhập thế, phải tạo những bàn tay ... dơ bẩn (*Les Mains sales*). Trong khi đó Phạm Công Thiện cho rằng: "*Hố thẳm chỉ là Hố thẳm khi mình tự do ngay lúc đầu, ngay bây giờ và lúc sau cùng: Hố thẳm cũng không phải là chấm dứt vọng tưởng, vì Hố thẳm chính là vọng tưởng, vì vọng tưởng là nghịch nghĩa với Tự do và khiến con người đi tìm Tự do; con người chỉ đi tìm Hố thẳm và nói đến Hố thẳm khi nào con người còn vọng tưởng; vọng tưởng tuyệt* *dứt đi thì chính Hố thẳm trở nên vô nghĩa, vì Hố thẳm chỉ có nghĩa là Hố thẳm lúc mình mất Hố thẳm và bị trói buộc"* (*Hố Thẳm của Tư Tưởng. Đi vòng quanh Hố thẳm*) – cũng trong tác-phẩm này, Phạm Công Thiện phê phán đích danh Nguyễn Văn Trung và Nhất Hạnh rằng hai vị này đều không hiểu triết lý nhà Phật!

Lý Chánh Trung thì vừa khuynh tả vừa chạy theo huyền thoại thành phần đứng giữa. Ông liên tục đề cao dân-tộc và một cuộc cách-mạng xã-hội theo quan điểm của ông! **Dân tộc** đối với Lý Chánh Trung, một trí thức thiên tả, "dấn thân" và nhập cuộc, thì chỉ có một tư tưởng nồng cốt là tìm về dân tộc, đặt dân tộc lên trên tất cả; dân tộc trên lý thuyết, trên chủ nghĩa, trên cả Quốc-gia, trên đảng phái, trên quyền lợi cá nhân. Ông viết: *"Và qua dân tộc, người thanh niên trí thức đã tìm được một chỗ đứng. Lòng chúng tôi cũng rợp bóng gươm đao như lòng dân quê nước Việt. Và ít nữa là trong lúc ấy, chúng tôi đã tìm được một chỗ đứng, trên mảnh đất quê hương"* và *"Tôi không thể chọn lựa dân tộc, cũng như không chọn lựa gia đình tôi (...) nhưng đã làm người thì chỉ có thể thành người giữa một gia đình, một dân tộc"* (53) *"Mỗi người chúng ta đang sờ soạng đi trong đêm tối chiến tranh, đau xót, phẫn uất nhưng vô cùng cô đơn và gần như tuyệt vọng. Nhưng đêm tối cứ mãi mãi bao trùm đất nước, đó có phải là vì không có ánh sáng hay chính vì "Tất cả chúng ta đều đui mù và ngu dại như nhau".* "Dân tộc" của ông đã là chiêu bài cổ võ, biện minh cho cuộc chiến tranh xâm lược miền Nam Cộng hòa, chủ động bởi người của MTGPMN và Hà-Nội. Đây cũng là nội-dung nhiều bài trong cuốn *Những Ngày Buồn Nôn* (tức *Bọt Biển và Sóng Ngầm. Đối Diện* in như "giai phẩm đặc-biệt Xuân Nhâm Tý" 1972) như "Dân-tộc đây rồi", "Khóc đi con", "Chánh nghĩa đã thắng một phần", ... và trong tập *Kỷ Niệm 100 Năm Ngày Pháp Chiếm Nam-kỳ* của nhà Trình Bầy, hay bài viết trên tạp-chí *Trình Bầy* ("Văn-hóa, võ khí bảo vệ dân-tộc", số 9, 1-12-1970), ... **Cách mạng xã hội** như ông viết trong cuốn *Cách Mạng và Đạo Đức* (1966): *"Tại các nước chậm tiến, cách mạng xã hội là một vấn-đề sanh tử, một vấn-đề danh dự".* Theo ông, tại miền Nam, thay vì làm Cách Mạng xã hội, người ta chống Cộng. Nhưng thật ra, cách chống Cộng hữu hiệu nhất là làm cách mạng xã hội. Nhà cầm quyền và các đảng phái đều chỉ biết chống cộng, nhưng lại duy trì cơ cấu thối nát, thay vì làm cách mạng cơ cấu. Tức là theo ông, miền Nam chỉ còn một lối thoát là làm cách mạng xã hội: *"Muốn có một chính quyền mạnh, vừa phải đối phó với Cộng Sản, vừa phải độc lập cả với Mỹ thì điều kiện tiên quyết là phải được lòng dân và dựa* *vào dân. Muốn có hậu thuẫn trong dân chúng, phải làm Cách Mạng xã hội*" (54). Lý Chánh Trung đã hơn một lần trình bày quan điểm của ông về một cuộc cách mạng xã hội, lấy dân tộc làm căn bản trên các số báo *Trình Bầy, Đối Diện, Tin Sáng* về sau xuất-bản trong *Tìm Về Dân Tộc* (Trình Bầy, 1967) và *Những Ngày Buồn Nôn*. Nhưng vô tình ông đã đi theo âm mưu của những người chủ trì chiến-tranh giải phóng miền Nam mà "dân-tộc" chỉ là một chiêu bài như các Mặt Trận, Lực Lượng, 'hòa hợp hòa giải', v.v. Ông triết lý hóa cái mà Hà-Nội sử-dụng để hô hào trường kỳ chiến-tranh: "*dân-tộc là một* thực tại cụ thể *mà tôi có thể kinh nghiệm một cách trực tiếp, chớ không phải là một ý niệm trừu tượng mà tôi đã rút ra từ sự quan sát một tập thể nào đó*" (*TVDT*, tr. 57). Giáo-sư họ Lý sống yên bình ở thành phố, đứng ngoài cuộc chiến theo nghĩa bãi chiến trường, rồi hô hào vẽ vời một thứ hòa bình "lý thuyết, triết lý" dễ dàng, mà theo ông, ai cũng đều "*... muốn Hòa Bình cho dân tộc Việt, không phải "hòa bình trong chiến thắng' mà hòa bình trong hòa giải. Hòa giải giữa những anh em ruột thịt, điều kiện thiết yếu để dân tộc này tạo được cơ hội nắm lấy thật sự vận mạng của mình, thoát khỏi những cái chuồng sơn son thếp vàng của ngoại nhân, bất cứ ngoại nhân ấy là ai. Tôi chỉ nhìn thấy những khuôn mặt anh em...*" ("Những khuôn mặt anh em", *Đối Diện*, Xuân Nhâm Tý 1972, in lại trong *Những Ngày Buồn Nôn*, tr. 257-261). Sống đầy đủ ở Sài-Gòn dĩ nhiên cũng dễ lớn tiếng: "*Tôi muốn hoà-bình, trước hết, vì tôi là người Việt Nam: là người Việt-Nam, tôi không còn chịu đựng nổi cảnh tượng máu người Việt đổ mỗi ngày một nhiều hơn (...) Tôi muốn hoà-bình vì tôi là người Công-giáo: đạo của tôi là đạo hoà-bình. Chúa của tôi đã chết trên cây Thập Giá cách đây 1968 năm, để dậy cho nhân loại bài học tình thương, nghĩa là bài học hòa-bình*" ("Tại sao tôi muốn hoà-bình?", *Đối Diện* số 20) (55).

Nguyễn Trọng Văn viết "Phê-bình quan điểm cách-mạng xã-hội của hai ông Nguyễn Văn Trung và Lý Chánh Trung" (ký Nguyễn Văn Bảy; tạp-chí *Sinh Viên* số 6, 10-1967, tr. 14-39), bài đăng xong thì Uỷ viên Báo-chí Tổng hội Sinh viên Sài-Gòn Trần Triệu Luật "thoát ly" vào bưng. Nguyễn Trọng Văn lo sợ về sự hiện diện của Hoa-Kỳ (tr. 32) và chủ trì *cách-mạng giải phóng* thay cho *cách-mạng xã-hội* là thứ mà Cộng-sản Việt-Nam chưa bao giờ làm! "*Hai ông Lý Chánh Trung và Nguyễn Văn Trung đã can đảm và thành khẩn khi đặt vấn-đề cách mạng xã hội. Phương thức thực hiện cách mạng do hai ông đưa ra càng ngày càng trở nên ảo tưởng, nhưng lý tưởng cách mạng do hai ông nêu lên thì càng ngày càng trở nên khẩn thiết* *và rõ ràng hơn"*. Sau ngày Hà-Nội cưỡng chiếm miền Nam, Nguyễn Trọng Văn làm bản báo cáo tại Đại học Tổng hợp, cơ sở 2, Thành phố HCM ngày 8-6-1978, *"Chủ nghĩa Xã hội KHÔNG Cộng sản tại miền Nam Việt Nam thời Mỹ-ngụy: nội dung và ảnh hưởng"*, phụ chú ghi là 'bản báo cáo' tại 'đại học tổng hợp, cơ sở 2, thành phố HCM, tháng 6 năm 1978'. Trong bản báo cáo này, Nguyễn Trọng Văn đã tố cáo tờ *Hành Trình* của nhóm giáo-sư Nguyễn Văn Trung (và các nhóm Thái Độ, Lá Bối, v.v. nhưng bị nặng nhất vẫn là nhóm Hành Trình - ông Nguyễn Văn Trung và *Hành Trình* được trưng và trích dẫn nhiều nhất) đủ thứ sai lầm, tai hại, tiêu cực, là "làm cách mạng xã hội với Mỹ" (tr. 11) và ông Văn cho rằng chỉ có những cơ cấu đặt dưới sự chỉ đạo của Đảng CSVN và Mặt Trận mới đáp ứng được nhu cầu xã hội miền Nam lúc bấy giờ! Rồi trên *Đất Nước, Đối Diện*, Nguyễn Trọng Văn tiếp tục công tác: "Trí thức khuynh tả tại Việt-Nam" (**Đối Diện**, số 26, 8-1971) viết: *"… Thân Cộng hay chống Cộng trong trường hợp Việt-Nam, là trở lại với bạn bè, dân-tộc anh hùng, với lịch-sử hoặc phản bội lại bạn bè, dân-tộc và lịch-sử..."*). Tờ **Đất Nước** thì Nguyễn Trọng Văn có cộng tác viết một số bài như *Triết Học Hiện sinh và những người cầm bút miền Nam* (số 2, 12-1967) nhằm phê phán một số hiện tượng theo đuôi, làm dáng trí thức của một số người cầm bút. Đến bài *"Hoàn cảnh những người cầm bút miền Nam trước và sau 1963"* (số 7, 10-1968) viết theo Việt-cộng, với những luận điệu bôi bác nặng nề. Bài của Nguyễn Trọng Văn nặng nề hơn đồng nghiệp đồng đảng Lữ Phương trong bản "Mấy Ý Kiến Về Các Xu Hướng gọi là 'Cách mạng Xã hội Không Cộng sản' ở miền Nam trước đây" trình vào cùng dịp 'báo cáo' nói trên. Lữ Phương cho rằng lúc bấy giờ tờ *Hành Trình* "đã tỏ ra mềm mỏng, cởi mở hơn". Và cũng chính Lữ Phương, trong *Cuộc Xâm Lăng Về Văn Hoá Và Tư Tưởng Của Đế Quốc Mĩ Tại Miền Nam Việt Nam* (Hà-nội: Văn Hoá, 1981) đã tiết lộ là tờ *Hành Trình* đã *giúp Việt-cộng thành công ở miền Nam*! (56).

LM Nguyễn Ngọc Lan năng nổ đăng đàn hội thảo, biểu tình chống Mỹ, chống chiến-tranh, viết báo *Đối Diện* (rồi *Đứng Dậy*), *Tin Sáng*, v.v. xuất-bản *Cho Cây Rừng Còn Xanh Lá* (Đối Diện, 1971). Thể chất "khổ hạnh", lời hô hào hò hét vang như chất nổ, vực dậy giới trẻ nhưng tiếc là đi về một phía, phía cựa tả, và bản thân và ý hướng ông bị lợi dụng, bị ‹vắt› đến cùng không thương tiếc và điểm đến thì hỡi ơi, cũng chẳng ‹dân-tộc, nhân bản› tí nào như ông hằng ảo tưởng!

Nhất Hạnh sau khi được học bổng du học Hoa-Kỳ và ngoài

việc thành lập, điều hành Trường Thanh niên Phụng Sự Xã hội, còn làm văn nghệ, qua *Chắp Tay Nguyện Cầu Cho Chim Bồ Câu Trắng Hiện* (Lá Bối, 1965), nhân danh tình người kêu gọi hòa-bình và phế-bỏ chiến tranh:

> *"... Kẻ thù ta đâu có phải là người*
> *Giết người đi thì ta ở với ai..*
> *... Kẻ thù ta mang áo màu chủ nghĩa*
> *Kẻ thù ta mang lá bài tự do*
> *Mang cái vỏ thật to / Mang cái rổ danh từ"*

(Kẻ Thù Ta)

Ông lên án quân đội quốc-gia:

> *"Làng tôi hôm qua vì có 6 người Việt-cộng về*
> *Nên đã bị dội bom hoàn toàn tan nát*
> *Cả làng tôi chết sạch / Lũy tre xơ xác*
> *Miếu thờ ngã gục..."* (Chiến-Tranh)

Rồi ông chống cả chiến tranh:

> *"Hãy nghe tôi đây*
> *Tôi nói rằng tôi không công nhận / Cuộc chiến tranh này*
> *(...) Tôi ghét cả hai bên*
> *Tôi không theo Quốc gia / Tôi không theo Giải phóng*
> *Tôi chỉ theo người cho tôi sự sống!"*

(Ruột Đau Chín Khúc)

Rồi ông bỏ Giáo hội và Việt-Nam để ra đi hành cử phản chiến, trở nên tay sai cho phản-chiến-quốc-tế! Từ Paris, ông viết *Hoa Sen Trong Biển Lửa* (Tin Tưởng, 1966) được các nhóm phản chiến quốc tế dịch ra nhiều thứ tiếng và trở thành công cụ của họ, ông còn đề nghị *Đối Thoại: Cánh Cửa Hòa Bình* (ấn phẩm do Hội Phật tử Việt kiều Hải-ngoại in tại Paris, 1967, Võ Văn Ái đề tựa, Nguyễn Ngọc Lan góp ý). Với Nhất Hạnh, rồi ra 'phản chiến' chỉ là cái cớ cho những tham vọng giáo chủ một ngành trần tục hóa Phật giáo, Nhất Hạnh chủ trương *Phật-giáo-Tiếp-hiện* (X. gio-o) và cuối cùng trở thành vật tục hóa (thương mại, thị hiếu thời thượng) tín ngưỡng cực đoan như một số "đạo của một giáo chủ" như Moon, Thanh Hải Thượng sư, v.v. Năm 1965, Nhất Hạnh đã viết thư kèm thơ phản chiến cho Martin Luther King Jr (trụ trì ở chùa nơi đô thị mà có thể tả cảnh bom đạn ở vùng quê và ... tìm kẻ thù của con người / in search of the enemy of man!) và sang Hoa-kỳ nhiều lần theo các nhóm phản chiến (như International Committee of Conscience on Vietnam, Fellowship of Reconciliation, tổ chức biểu dương tại New York ngày 9-6-1966 cho Nhất Hạnh tự xưng là … lãnh tụ Tu sĩ Phật giáo, với Arthur Miller (nhà báo), R. Lowell, v.v., trước khi bỏ đất nước Việt-Nam đi luôn, vận động chống Mỹ và chống chiến-tranh tự vệ của miền Nam. Năm 1968, nhóm ông phát hành *The Cry of Vietnam (*Unicorn Press, Santa Barbara CA), cuốn băng văn thơ nhạc phản chiến của Nhất Hạnh, Cao Ngọc Phượng và Trịnh Công Sơn và Robert Ryan.

Đó chỉ là thiểu số phản chiến thân Cộng trong hàng ngũ Phật giáo vì có những chức sắc trí thức khác của Phật giáo tỉnh táo và công chính hơn, đã có những lên tiếng đánh động tín đồ và người Việt nói chung, như Thượng-tọa Thích Minh Châu và tạp-chí *Tư Tưởng* trong số chuyên đề "Thế nào là phê bình?" (số 4, 1-8-1970), đã sử-dụng các lý luận của triết học Tây phương cộng thêm tinh hoa Phật giáo cùng văn hóa Đông phương và Việt Nam để đả phá lối suy luận và quyết đoán kiểu Chomsky về một giải pháp cho chiến tranh Việt Nam. Theo *Tư Tưởng*, chỉ có một cách chấm dứt được chiến-tranh là phải trở về với văn hóa dân tộc, sử-dụng ngay cơ sở triết học của một số trí thức phản chiến này để phản bác lại: "*… những người chân thành như Bertrand Russell, Sartre và Chomsky đã cực lực lên tiếng cho Việt Nam nhưng đằng sau những lời lẽ cảm động trầm thống kia thì lại là cả những tiền đề cố định của ý thức Tây phương, những tiền đề (prémisses) của một thứ chủ nghĩa hư vô (nihilism) khả dĩ xô đẩy toàn thể vận mệnh của Việt Nam đi vào sự diệt vong ... Không phải những lời lẽ, chữ, tiếng mà phải là 'thực chất' và thực chất hiểu theo Chomsky, Sartre, Russell chỉ là Thực chất trong ý nghĩa Tây phương!*" ("Lời tòa soạn". *Tư Tưởng*, bộ 3, số 4, 1-8-1970).

Nếu bên Công-giáo đã có những trí thức, giáo-sư thiên tả thiên Cộng thì phía Phật giáo cũng có những thiên tả thiên Cộng tương đương dù hành trạng và kết quả chưa hẳn như nhau nhưng đều đã góp phần chứng minh tính dân-chủ tự do của miền Nam và đồng thời từ đó đưa Việt-Nam Cộng-Hòa vào cửa tử! "*Nhất Hạnh đã tự mình tách biệt ra khỏi những hoạt động của giáo hội Phật giáo, lập nên một phe phái riêng, ngụy trang dưới quan điểm Tình thương để liên kết với Cộng Sản. Chủ trương của Nhất Hạnh đã bị các Thượng Tọa trong giáo hội bài xích, cho nên trong cuộc tranh đấu tháng 3-1966, ông đã phải lưu vong vì chủ trương bắt tay với con bài Mặt Trận giải phóng miền*

Nam. Chủ trương này quá rõ rệt khi trong cuộc lưu vong ở vài quốc gia chứa chấp ông, ông đã đứng hẳn về phe nghị hòa của Cộng Sản để lên tiếng chống lại cuộc chiến đấu anh dũng của dân tộc Việt Nam trước sự xâm lăng của Cộng Sản. ... Đặt vấn-đề nhóm Nhất Hạnh đứng về hàng ngũ Cộng Sản không có nghĩa là chụp mũ Phật giáo một cách hồ đồ, nhưng cốt để tách rời nhóm Lá Bối ra khỏi tôn giáo để thấy rằng nhóm Lá Bối cũng như nhóm Sống Đạo đang hoạt động cho Cộng Sản, đang có những liên minh tư tưởng với Cộng Sản, đang tìm cách gieo rắc phong trào ngụy hòa phản chiến đầu hàng để rước Cộng Sản về chiếm đoạt miền Nam Việt Nam Tự do... " - Theo Tài liệu học tập trong khóa Huấn Luyện Thanh Tra và Kiểm tra của Tổng Bộ Thông Tin Chiêu Hồi, tháng 3/1967, tựa đề *"Vấn-đề hòa-bình thương thuyết và nội tình Việt Nam hiện tại"* (57).

Như vậy, bên **Phật giáo**, một trong những nhóm chủ trương hòa-bình kiểu khác và đang tìm cách tuyên truyền thuyết phản chiến và ngụy hòa trên một số các quốc gia tự do, trong đó có cả Hoa Kỳ, và liên hệ đến giáo hội Việt Nam thống nhất, là nhóm Thích Nhất Hạnh chủ trương và lãnh đạo. Triết lý, tín ngưỡng Phật giáo (chủ hòa, không sát sinh,...) phần nào đó cũng đã thật sự ảnh-hưởng đến phong trào phản chiến. *Giữ Thơm Quê Mẹ* "tập san văn-nghệ", ra mắt tháng 7-1965 và chỉ sống được một năm với 12 số báo, tiếng nói của lương tri Phật giáo và dân tộc, vào thời chiến tranh leo thang với việc Hoa-Kỳ đổ quân trực tiếp tham gia chiến-tranh. Nhiều số *Giữ Thơm Quê Mẹ* - cũng như với các báo khác, bị kiểm duyệt phải bôi đen nhiều câu, nhiều đoạn, điển hình trong các truyện ngắn Thư Viết Từ Một Xóm Quê của Dương Nghiễm Mậu, Ngồi Đợi Ngoài Hành Lang của Nguyễn Đức Sơn, Lý Do của Văn Lệ Thiên, Giao Thừa Bệnh Viện của Hằng Hà Sa, Hoa Vông Đỏ của Nguyễn Phước, kịch Pho Tượng Linh Mai của Chinh Ba,...

Nhóm **Trình Bầy** gồm nhiều giáo-sư, trí thức và văn-nghệ sĩ "dấn thân" "tiến bộ" (như Trần Tuấn Nhậm với bích chương "chống Mỹ cứu nước" khi ông ra ứng cử dân biểu quốc hội,...). Nhóm Trình Bầy cổ xúy một loại văn-chương phản chiến, chính trị nhập cuộc, văn chương không thể thờ ơ trước những vấn-đề lớn lao của đất nước như chiến tranh, như sự có mặt của quân đội Mỹ và đồng minh ở miền Nam... Vì thế có lúc *Trình Bầy* đã tấn công nhà văn Mai Thảo, người đứng đầu nhóm Sáng Tạo và gọi khuynh hướng văn chương của nhóm Sáng Tạo là "khuynh hướng văn chương...viễn mơ", khuynh hướng văn chương chạy theo phong trào văn chương hiện sinh, quay lưng lại những khổ đau của đồng bào, đất nước – tiếp nối công tác của *Đất Nước* số 2 (12-1967) với chủ-đề "Văn-nghệ theo đuôi" qua bài của Nguyên Sa và Nguyễn Trọng Văn đã khai pháo cổ võ cho một "văn-nghệ dấn thân" thực chất thiên tả!

Trong cùng chiều hướng, có các "Phong trào đấu tranh đô thị" tiếp tục với nhóm **Việt** ở Huế. Tạp chí *Việt* ra đời năm 1968 và ra được 5 số, với Trần Hữu Lục, Trần Duy Phiên, Võ Quê, Đông Trình, Bửu Chỉ, Võ Trường Chinh, Tần Hoài Dạ Vũ, Nguyễn Phú Yên, Trần Hồng Quang, Huỳnh Ngọc Sơn, Trường Sơn Ca, Trần Phá Nhạc, Nguyễn Đông Nhật, Lê Gành,... Theo hồi ký của Trần Hữu Lục thì "nhóm Việt đã uỷ nhiệm Trần Hữu Lục phụ trách phần văn nghệ của tạp chí Đối Diện từ năm 1971 đến năm 1975. Một số tác phẩm của Nhóm Việt đã được tạp chí Đối Diện xuất bản như: *Cách Một Dòng Sông* (tập truyện của Trần Hữu Lục), *Rừng dậy men mùa* (tập thơ của Đông Trình), *Trước khi mặt trời mọc* (tập truyện của Trần Duy Phiên)", ... Rồi thơ Ngô Kha: *Hoa Cô Độc, Ngụ Ngôn của Người Đãng Trí* (TGXB, 1969), *Trường Ca Hòa-Bình,*… Đây là mảng sản xuất văn-nghệ và văn công của cán bộ cộng-sản nằm vùng, của sinh viên học sinh do Việt-cộng (Hà-Nội và MTGPMN) điều động. Khối lượng ấn phẩm và "tác-phẩm" của những Vũ Hạnh, Nguyễn Công Khế, Đông Trình, Phan Duy Nhân, Phan Trước Viên, Tần Hoài Dạ Vũ, Chinh Văn (Phan Tấn Minh, 1945-), Trần Vàng Sao (Nguyễn Đính, 1941-), Nguyễn Đông Nhật, Vũ Đức Sao Biển, Minh Quân (Công tằng Tôn nữ thị Lợi, 1928-), Nguyễn Thiên Trung, Thế Vũ, Trần Quang Long, Hoàng Văn Trương, v.v. trên báo-chí như Đất Mới, Sinh Viên, Tiếng Gọi Học Sinh, Hồn Trẻ (Thiên Giang), *Sinh Viên Sài Gòn, Hướng Đi-Sinh Viên Vạn Hạnh, Người Việt, Tự Quyết, Tổng hội Sinh viên Huế, Phụ Nữ Phật tử, Tranh Đấu, Kết Hợp,* ..., như Bách Khoa, Nhân Loại, Văn, Tân Văn, Ngày Mới (truyện ngắn Trang Thế Hy), *Mã Thượng, Đất Tổ, Độc Lập, Dân chủ, Việt Nam, Giữ Thơm Quê Mẹ, Đối Diện, Trình Bầy, Thiện Mỹ, Văn Nghệ, Nghệ Thuật, Phổ Thông, Thời Nay, Đất Nước, Văn Sử, Làm Dân,* v.v....

Tờ *Việt* ở Huế ra mắt tháng 8-1968 với tiêu chỉ "tờ báo vận động văn-học nghệ-thuật về nguồn", họ viết theo chỉ thị, mệnh lệnh, để tố cáo chế độ miền Nam họ đang sống và được bảo vệ, xuyên tạc hay làm tuyên truyền, trên các báo *Đối Diện, Bách Khoa,* v.v. ngoài tờ *Việt. Là một nhóm trẻ theo Cộng "đánh Mỹ" và công khai chống chế độ Cộng*

Hòa miền Nam, được chế độ Cộng-sản đánh bóng gọi họ là những "thanh niên trí thức đô thị miền Nam". Họ sử-dụng chuyện nhỏ, tiểu tiết, ngoại lệ (ức hiếp, lợi dụng, ‹chuồng cọp›, v.v.) để tổng quát hóa làm lớn chuyện tuyên truyền. ‹Chuồng cọp› của trại tù miền Nam - do thực dân Pháp làm ra, nhưng làm sao có thể so sánh được với nhà tù Hỏa Lò ở Hà-nội và những trại tù ‹cải tạo› trên khắp nước Việt-Nam sau 1975 của Cộng-sản Việt-Nam? Nếu có thống kê thì những tù nhân của ‹chuồng cọp› có mấy người đã chết vì tù hay gần như tất cả đều trở ra sau 1975 và làm chức lớn cả? Còn thống kê về những kẻ sống ở miền Nam bị đòn tù ‹cải tạo› thì sao? Bao nhiêu đã chết trong trại tù và bao nhiêu được thả về để chết ở nhà hoặc lê lết bệnh tật chết mòn? Sau 1975, nhiều người được chế độ thưởng công cho giữ những chức vụ trưởng, phó đầu ngành như Võ Quê, Trường Sơn, Lê Gành, Lê Văn Ngăn, Trần Hồng Quang, Tiêu Dao Bảo Cự, làm hội viên các Hội Nhà Văn Việt Nam như Võ Quê, Trần Hữu Lục, Đông Trình, Lê Văn Ngăn, Tần Hoài Dạ Vũ, Hội Nghệ thuật tạo hình Việt nam như Bửu Chỉ, Hội Nhạc sĩ Việt Nam như Nguyễn Phú Yên, ...

Nhóm Ý Thức ở Phan Rang và các tỉnh miền Trung có tờ báo ban đầu in ronéo Ý Thức và nhà xuất bản cùng tên tụ tập những cây viết Trần Hoài Thư, Võ Tấn Khanh, Mang Viên Long, Kinh Dương Vương, Hồ Mạnh Dũng, Ngụy Ngữ, Trần Hữu Lục, Trần Hữu Ngũ, Châu Văn Thuận, Phạm Văn Nhàn, Nguyên Minh, Lữ Kiều, Lữ Quỳnh, Nguyễn Lệ Uyên, Chu Trầm Nguyên Minh, v.v. Cũng tâm thức không chấp nhận chiến-tranh nhưng nhóm Ý Thức của những người cùng tuổi với nhóm Việt, tỏ ra phẫn nộ với lương tâm và ý thức công dân khác nhóm ở Huế. Thơ truyện của họ viết chống các cấp chỉ huy "xôi thịt", những cách điều khiển chiến-tranh phi lý, phí phạm, tả những cảnh cực hình lao công chiến trường (Kinh Dương Vương, Trần Hoài Thư, ...) hay cảnh tòa án quân sự, hay trốn lính, đào ngũ, trình diện trễ, bất tuân thượng lệnh, v.v. Khác với các cây bút chủ động của *Việt, Đối Diện, ... các cây viết thuộc khuynh hướng này (Ý Thức)* nói lên cái *tiêu cực* nhưng đồng thời họ đang *cầm súng* chống cộng-sản và bảo vệ miền Nam. Sự có mặt của họ cùng với các nhà văn khác như Nguyên Vũ, Phan Nhật Nam, Ngô Thế Vinh, các nhóm *Thái Độ* của Thế Uyên, *Hành Trình* của Nguyễn Văn Trung, *Trình Bày* của Thế Nguyên, Diễm Châu, *Giữ Thơm Quê Mẹ* của văn nghệ sĩ và tu sĩ Phật giáo, *Đối Diện* của trí thức tu sĩ Công giáo thiên tả (Nguyễn Ngọc Lan, Chân Tín, ...), v.v.; chứng tỏ miền Nam đã trưởng thành về chính trị, chấp nhận đối lập và tiêu cực dù trong tình cảnh chiến tranh khốc liệt, dù rằng đức tính đó (và nhân đạo) đã bị lạm dụng và trong nhiều trường hợp đã tỏ ra yếu kém (Vũ Hạnh, Lữ Phương, *Tin Văn*, nằm vùng, gián điệp, v.v.). So với nhóm Việt, nhóm Ý Thức nhiều người cầm súng, để bảo vệ miền Nam tự do, không lựa chọn, hay nói cách khác họ phải bảo vệ đất nước của họ, dù họ biết cấp trên có người không tốt, chính quyền có thành phần lợi dụng, phung phí tài nguyên. Cuộc chiến đã khiến con người đánh mất phẩm giá, trở thành biện minh dễ dãi cho mọi hành động: *"Chiến tranh, tôi phải cảm ơn nó, để tôi có thể dẹp bỏ hết những sự ghê tởm , khinh bỉ cái quá khứ rục mửa của tôi. Chiến tranh đã giúp cho tôi thấy rõ rằng mọi sự là vô nghĩa, là hư vô. Đừng bận tâm và thắc mắc. đừng tự ái và ghê tởm. (...) Xã hội này thối nát này phải cảm ơn chiến tranh..."*(58) - người lính của Trần Hoài Thư đáng tội, chỉ vì lỡ có suy nghĩ, biết nhìn thấy những bất nhân và bất công, những tâm địa và tư cách của những kẻ cùng chiến tuyến!

Sau 1975, Trần Vàng Sao đã viết *Tôi Bị Bắt*, Tiêu Dao Bảo Cự viết *Nửa Đời Nhìn Lại* rồi *Tôi Bày Tỏ* như một tự kiểm, Lý Quí Chung biên hồi ký *Hồi Ký Không Tên* (2005), không tên như thất vọng, bị dùng, không thể nói trắng ra và không lương thiện tự trách mình (*"tiên trách kỷ hậu trách nhân"*!). Thế Nguyên (tác-giả *Cho Một Ngày Mai Mơ Ước*, 1972) và Nguyễn Ngọc Lan thì đã chết trong thất vọng, còn những Nguyễn Trọng Văn, Lý Chánh Trung còn đâu tiếng nói của cái những tưởng là *lương tri*? (Hơn nữa những gì các vị này phê phán miền Nam như đĩ điếm, nghèo đói, bất công hay sách báo, thời trang, Pepsi Cola của Mỹ thì nay xã-hội Cộng-sản đầy rẫy mà còn tệ hơn trước 1975 trăm ngàn lần vì như là đã được chính thức hóa, công khai hóa!). Và những Thái Lãng (*Nhật Ký Của Người Chứng*, Thời Mới, 1966), Thái Luân (*Vùng Tủi Nhục*, thơ, 1965) từ chống Cộng chuyển sang phản chiến chống Mỹ - họ nghĩ gì? Xin nhắc lại đây Trần Vàng Sao thời "bốn ngàn năm nằm gai nếm mật":

> *"Tôi bước đi / Mưa mỗi lúc mỗi to,*
> *Sao hôm nay lòng thấy chật*
> *Như buổi sáng mùa đông chưa thấy mặt trời mọc*
> *Con sông dài nằm nhớ những chặng rừng đi qua*
> *Nỗi mệt mỏi, rưng rưng từng con nước*
> *Chim đậu trên cành chim không hót*
> *Khoảng vắng mùa thu ngủ trên cỏ may*
> *Tôi yêu đất nước này những buổi mai*

Không ai cười không tiếng hát trẻ con
Đất đá cỏ cây ơi / Lòng vẫn thương mẹ nhớ cha
Ăn quán nằm cầu / Hai hàng nước mắt chảy ra
Mỗi đêm cầu trời khấn Phật, tai qua nạn khỏi
Tôi yêu đất nước này áo rách
Căn nhà dột phên không ngăn nổi gió
Vẫn yêu nhau trong từng hơi thở
Lòng vẫn thương cây nhớ cội hoài
Thắp đèn đêm ngồi đợi mặt trời mai
Tôi yêu đất nước này như thế"

(Bài Thơ của Một Người Yêu Nước Mình, 1967)

Và Thái Luân thời *Vùng Tủi Nhục:*

"Dân tôi nhiều mặc cảm / Và ghét chiến-tranh
Xin các anh đừng nóng
Bắn lở người vô tội, dân tôi buồn
Hãy giết thật nhiều Việt-Minh
Giết xong xin lật úp chúng lại
Đừng để đồng bào tôi thấy tủi thân"

(Lời Nói Với Bạn Bè)

Văn-nghệ phản chiến đã xuất hiện – và chỉ có ở miền Nam vì miền Bắc từ sau biến cố Nhân Văn Giai phẩm đã không có tiếng nói khác với điệp khúc cổ võ chiến-tranh của Đảng và Nhà Nước, và khuynh hướng văn-nghệ này lan rộng ở miền Nam từ những năm 1965, 1966 cho đến cuối cuộc chiến tháng Tư 1975. Đây là do ảnh hưởng và là hậu quả của phong trào phản chiến ở Hoa-kỳ và một số diễn đàn thiên tả ở Âu châu, phong trào "make love, not war", khởi từ cuộc biểu tình cho hòa-bình (sau Mother's day peace March) tại Hoa Thịnh Đốn ngày 14-4-1965 sau khi Mỹ đổ quân vào Đà Nẵng. Các sinh viên miền Nam du học như Ngô Vĩnh Long, cùng các giáo-sư thiên tả như Noam Chomsky và Howard Zinn đi đến nhiều đại học thuyết trình về sự hiện diện của Mỹ ở Việt Nam cũng như tác động các cuộc biểu tình phản chiến của sinh viên Hoa-kỳ. Ba hội nghị quốc tế ủng hộ và vận động cho hoà bình ở Việt Nam: Hội nghị ở Paris năm 1971, Hội nghị Québec (Canada) năm 1972 và Hội nghị Turin (Ý) năm 1973, với sự tham gia của hàng trăm tổ chức quốc tế. Phong trào phản chiến được nuôi dưỡng thêm với những trí thức thiên tả như Bertrand Russel, Jean-Paul Sartre, ... Và dĩ nhiên có ảnh-hưởng của nhạc phản chiến, bên cạnh phong trào sống hippy ở Âu Mỹ. Những phong trào nghệ-thuật cổ võ hoà bình ở Âu Mỹ đã tạo ra dòng nhạc phản chiến với những nhạc phẩm của Bob Dylan và Joan Baez. Nhạc phản chiến của Bob Dylan đã vào Việt-Nam qua những ca khúc với những lời lẽ tả thực chiến tranh cốt để chống đối, rút lui, đầu hàng Cộng-sản! Còn ca sĩ Joan Baez từng đến hát Hà-Nội năm 1972. Sau họ còn có nhiều nhạc sĩ, ca sĩ phản chiến Mỹ khác.

Nhà văn John Steinbeck, giải Nobel Văn Chương 1962, sang Việt-Nam làm phóng viên chiến trường; ông hậu thuẫn cho sự can thiệp quân sự của Hoa Kỳ vào Việt Nam, trong loạt bài báo *Những Bức Thư Gửi Alicia* viết từ Sài-Gòn năm 1966-67 và đăng trên tờ Newsday ở Hoa-Kỳ, có đoạn ông nghĩ về đám phản chiến ở Mỹ: *"Những cuộc biểu tình lê thê nhân danh lương tri để phản đối việc giết người, chỉ là những hành động khả ố. Ôi! Tôi thèm khát được dẫn đầu một cuộc biểu tình chống Việt-cộng. Bạn A-li-xa yêu mến của tôi ơi! Trong khi chờ đợi, bạn có nghe ai khích lệ bọn Việt-cộng, bạn hãy thay tôi cho nó một quả đấm vào mồm nhé!"* (bản dịch đăng nhật báo *Sống*, Năm 2012, NXB University of Virginia đã xuất-bản *Steinbeck in Việt Nam: dispatches from the war* gồm những bài phóng sự vừa nói, do Thomas E. Barden giới thiệu). Hồ Hữu Tường sau đó đã phản ứng lại với loạt bài *Thư tràng giang gửi Sten-bêch* cũng trên báo *Sống* từ số ra ngày 12-1-1967 sau in lại ấn bản thủ bút *Người Mỹ Ưu Tư* (Paris: TGXB, 1968 nhân cuộc hòa đàm bắt đầu) gửi thư cho John Steinbeck tỏ thái độ đồng tình và đưa ra trường hợp những đứa con lai dưới hình-thức tiểu-thuyết.

Vào mùa xuân năm 1971, **phong trào phản chiến** tại Mỹ lên tột điểm và Kerry nổi lên như một trong những ngôi sao sáng. Nixon nỗ lực cứu vãn "hòa-bình trong danh dự" thông qua chính sách "Việt Nam hóa", theo đó, Mỹ dần rút quân về nước và giảm dần sự ủng hộ dành cho Sài-Gòn. Những người phản chiến muốn Nixon tuyên bố chấm dứt chiến tranh ngay lập tức. Một thứ hòa-bình không có những bảo đảm như vậy là một thứ bánh vẽ, một sự lường gạt để trốn trách nhiệm và giao khoán, bán đứng miền Nam Việt Nam này cho Cộng Sản. Những người chủ trương thỏa hiệp với Cộng sản trên bình diện quốc gia là những kẻ điên rồ, không chịu lấy bao kinh nghiệm ở Đông Âu làm kinh nghiệm khi phe Cộng Sản ở Ba Lan đã để cho Đức Quốc Xã tiêu diệt toàn bộ phe kháng chiến ở thành phố Varsovie, chỉ vì phe kháng chiến chống Đức là thuần túy quốc gia. Hồng Quân Sô Viết lúc đó đóng ở bên sông Vistule tại thủ đô Balan là Varsovie mà đã nhất định không tiếp cứu cho phe kháng chiến quốc gia, để cho phe này bị Đức tiêu diệt trọn vẹn. Đối với Cộng Sản mà cầu hòa là đầu hàng vô điều kiện, phản chiến là từ bỏ khí giới cho địch thủ ám sát mình. Những người trí thức đó, dù họ là ai, cũng chỉ nhìn vấn-đề trong suy luận, chứ không thể nhìn trong thực tại, mà thực tại ở Việt Nam với cuộc chiến này nó khác hẳn với các cuộc chiến tranh trên thế giới.

Người nghệ sĩ Việt-Nam nhảy vào cuộc chống đối qua âm nhạc với khuynh hướng nhạc "tâm ca" của Phạm Duy và Trịnh Công Sơn. Khác với phong trào Du Ca (chính thức thành lập 19-12-1966 tại đại học Đà-Lạt) và một số phong trào Thanh niên thiện chí, Sinh hoạt học đường, CPS, … Lý Chánh Trung thì phê phán "tâm ca" chỉ là gây thêm ảo tưởng vì sử-dụng tình tự dân-tộc để hát nói lên phẫn uất hay cải thiện nội tâm đều không phải là giải quyết thật sự (*Bách Khoa*, 1-5-1966). Tâm ca kêu gọi hòa-bình, tình đồng bào, còn nhạc Trịnh Công Sơn thì công khai tố cáo chiến tranh (nội chiến), kêu gọi hoà bình bên cạnh những ca tụng tình người (nô lệ da vàng, thân phận nhược tiểu).

Một buổi sáng mùa xuân / Một đứa bé ra đồng
Đạp trái mìn nổ chậm / Xác không còn đôi chân.

Nhạc Trịnh Công Sơn đã trở thành hiện-tượng và huyền thoại Trịnh Công Sơn vào những năm 1966-1972 vì nhạc của ông đã đáp ứng lại một số khát vọng của con người thời đại, nhất là ở *chốn thị tứ, học sinh, sinh viên và một số trí thức đang phân vân, mất hướng và mất tự tin* – dĩ nhiên người dân ở nông thôn, rừng rẫy luôn trực diện với miếng ăn, thiếu thốn và hiểm nguy rình rập, thì làm sao hiểu nổi! Ông diễn tả buồn đau trong thân phận làm người. Nhạc tình và nhạc tranh đấu kêu gọi hòa-bình và bày tỏ thân phận con người trong chiến tranh; những ca khúc chống chiến tranh nổi tiếng như Người Con Gái Việt Nam Da Vàng, Đại Bác Ru Đêm, Tình Ca của Người Mất Trí, Kinh Việt Nam, Ta Phải Thấy Mặt Trời, ... Chiến tranh không còn từ xa vọng về mà nay đang ở trước mắt và với ông, đó chỉ là một cuộc nội chiến tương tàn mà chính người Việt Nam đôi bên đều là nạn nhân. Dù sao cũng phải nhìn nhận Trịnh Công Sơn đã làm mới ngôn ngữ qua cấu trúc, hình ảnh cũng như những "ý tại ngôn ngoại" bí ẩn của con chữ! Nhà văn Nhật Tiến sau này đã cho biết "Nói về tác phẩm văn nghệ mà ảnh hưởng rõ nét nhất, tôi nghĩ có lẽ mình chỉ có nhạc Trịnh Công Sơn, nó gây cái *tâm lý phản chiến*. Còn tác phẩm văn thơ của chúng ta nó chỉ bàng bạc thôi" (59).

Từ năm 1968 tiếp đó nảy lên một khuynh hướng nhạc đấu tranh do Việt-cộng điều động với những Phạm Thế Mỹ, Miên Đức Thắng, Tôn Thất Lập, v.v. cùng Trịnh-Công-Sơn-thứ-hai (tay sai). Thứ văn-nghệ đòi hỏi hòa-bình với hậu ý Cộng-sản khác xa với ngày hòa-bình mà Nguyên Sa từng mong đợi:

"Chúng ta sẽ ôm nhau hò hét như điên, nhảy múa như điên, hôn nhau như điên

Chúng ta rủ nhau đến trước cái miệng đen ngòm của vực thẳm và lãng quên

Ném xuống đấy, cùng với nắm gạo nắm muối, tất cả

Bom và đạn, súng với ống, đại bác và chiến xa

Ném xuống đấy những ngôi nhà bốc cháy, những cánh đồng bỏ hoang, những cuộn dây thép gai và những lo sợ mòn người

Ném xuống đấy những tấn kịch bi hài gọi là đảo chính, chỉnh lý, với những hỗ xược tiền hô hậu ủng" (Vết Sẹo).

Các văn-nghệ sĩ nói trên đã gọi cuộc chiến-tranh này là một cuộc "nội chiến", là điều mà Cộng-sản Việt-Nam chưa bao giờ dám nhìn nhận, vì nếu miền Nam có *thực dân mới* trong hai thập niên thì miền Bắc cũng có *thực dân đỏ* quốc-tế đứng sau lưng và kéo dài cả thế kỷ!

Văn học Việt Nam từ giữa thế kỷ XX có thể nói là một nền ***văn học chủ yếu chiến tranh***: chiến tranh chống thực dân 1945-54, chống Cộng trong Nam và chống "Mỹ ngụy" của ngoài Bắc thời 1954-1975, chống chủ nghĩa ngoại nhập, chống độc tài tranh đấu cho dân chủ, tự do từ ngày 30-4-1975, ở trong cũng như ngoài nước. Trong cuộc chiến 1954-1975, "văn học" chống "Mỹ ngụy" điều động bởi Hà-Nội từ các nhà văn bộ đội và các xưởng viết văn từ Bắc vào đến Trường Sơn, Cục "R", đã sản xuất nhiều hình ảnh lính bộ đội hoặc "giải phóng" hăng say với lý tưởng "đuổi Mỹ" và cứu người miền Nam đang bị "ngụy" và thực dân mới ... bóc lột, cơ cực (!). Những người lính có khi được gọi là "thanh niên xung phong" này đầu óc được thông tin Nhà Nước bơm đầy hận thù, chấp nhận sinh Bắc tử Nam, bắn giết, phá "địch", không tâm hồn tư riêng, quên gia đình và bản thân, v.v.. Vì nhu cầu tuyên truyền chính trị, người lính bộ đội và "giải phóng" thường được mô tả theo cùng một khuôn rập. Trong *Văn Học Việt Nam Chống Mỹ Cứu Nước*, Viện Văn học của Hà-Nội đã ... tự hào tổng kết: *"Văn học* *của chúng ta trong những năm chống Mỹ đã làm đúng những lời căn dặn đó của Đảng. (...) Chống Mỹ, cứu nước và xây dựng chủ nghĩa xã hội là hai mảng đề tài lớn nhất trong những năm này, mặc dù đề tài trên đã chiếm vị trí hàng đầu. (...) Chủ nghĩa anh hùng cách mạng đã trở thành một nội dung tư tưởng chủ yếu của văn học trong những năm chống Mỹ, và những anh hùng, chiến sĩ trên các lãnh vực đã trở thành những nhân vật chính mà các tác phẩm văn học đã miêu tả. (...) Trường đào tạo các nhà văn trẻ vẫn tiếp tục mở hết khóa này đến khóa khác. ...”* (60).

Bên này vĩ tuyến 17, báo chí, xuất bản phẩm tràn ngập những hình ảnh chiến sĩ cộng hòa gan dạ, yêu nước, bảo quốc an dân. Họ là bảo hiểm cho người hậu phương, là an ninh nơi thôn làng, là giải cứu cho những vùng địch tạm chiếm. Người lính cộng hòa được các nhà văn thơ Nguyễn Đạt Thịnh, Nguyễn Mạnh Côn, Nhất Tuấn, Hà Huyền Chi, Tô Kiều Ngân, Nguyễn Ái Lữ, Văn Quang, v.v. tâm lý chiến hóa cũng như lãng mạn và thi vị hóa. Những anh hùng ca được nuôi dưỡng suốt cuộc chiến. Nhưng cuộc chiến càng kéo dài, người lính càng trở nên cô đơn, bi quan và đăm chiêu dưới các ngòi bút của Thế Uyên, Dương Nghiễm Mậu, Thảo Trường, Ngô Thế Vinh, Phan Nhật Nam, Nguyên Vũ, Hồ Minh Dũng, ... hoặc trăn trọc không lối thoát đến độ phải đối kháng hoặc phản chiến như Ngụy Ngữ, Trần Hữu Lục, Thế Vũ, ... Đó là vì miền Nam Cộng hòa chế độ tự do dân chủ hơn, do đó bên cạnh những hình ảnh chính thức, đã có những người lính bạt mạng như Nguyễn Bắc Sơn mà thơ vẫn được đăng trên các tạp-chí như *Khởi Hành* (của Hội Văn-Nghệ Sĩ Quân Đội) không bị kiểm duyệt:

> *“... Kẻ thù ta ơi, những đứa xâm mình*
> *Ăn muối đá và điên say chiến đấu*
> *Ta vốn hiền khô, ta là lính cậu*
> *Đi hành quân, rượu đế vẫn mang theo...”*

(Chiến Tranh Việt Nam Và Tôi).

Đưa đến hiện tượng văn chương xám qua các ấn phẩm và tạp chí phần lớn in ronéo và không giấy phép cũng như nạp bản mà chúng tôi sẽ trình bày ở phần sau. Trên *Hành Trình, Thái Độ, Đối Diện, Đất Nước, Trình Bầy,* ... và những tờ báo chui in ronéo và phát hành hạn chế, phân phát chuyền tay, hầu hết đều viết với tấm lòng tự nghĩ là trung thực và bày tỏ nỗi băn khoăn của tuổi trẻ trước thời cuộc, trước tình hình đất nước.

*

Văn-chương gọi là "**phản chiến**", một mảng nhưng đa-loại chứ không đồng nhất, như chúng tôi đã phân tích khi viết về nhà văn Thảo Trường: "*Thảo Trường thật sự đánh dấu một dứt khoát của dấn-thân và của một ý-thức muốn khác dòng tâm-thức đang thịnh-hành. Thật vậy, cùng với những trí thức, giáo sư đại học, trung học và nhà văn "cấp tiến" khác (Nguyễn Văn Trung, Trịnh Viết Đức, Lý Chánh Trung, Thế Nguyên, các LM Thanh Lãng, Nguyễn Ngọc Lan, Trương Bá Cần, ...), và khác với một dòng vận động trí thức khác, mạo danh "dân tộc", của những kẻ nằm vùng (Lữ Phương, Vũ Hạnh, Ngụy Ngữ, Trần Hữu Lục, Thế Vũ, ...), Thảo Trường đã, qua các sáng tác văn-chương, vạch một ranh giới giữa vô thức và ý thức tích cực, giữa một dấn thân dù chân trời chưa rõ nét và một buông tay, chịu trận số-phận*".

Rõ là có hai khuynh-hướng, tích cực (phản kháng bằng hành động vô bưng, tổ chức chống đối – xem là tích cực để phân biệt với tiêu cực, vì tích cực sau này rõ ra là sai lầm do tuyên truyền, do tự ái muốn yêu nước theo quan điểm khác chính quyền lúc đó) và tiêu cực (chống và đứng ngoài đấu tranh chính-trị)".

Trong cuộc chiến vừa qua, sống ở bên này hay bên kia thì người dân vẫn đã không thực sự có tự do lựa chọn. Nhưng có thể có thái độ dấn thân khi đã chấp nhận định mệnh (chiến-tranh như một định mệnh), một chấp nhận rất hiện sinh mà cũng trung-thực không kém. Phản kháng trong khuôn định mệnh, tác-phẩm lấy bối cảnh cuộc chiến nóng bỏng đang diễn ra, đang tàn phá; nhưng Thảo Trường và một số nhà văn như Phan Nhật Nam, Nguyên Vũ, Ngô Thế Vinh, v.v. đã bị chụp mũ làm nhụt lòng chiến sĩ hoặc làm mất miền Nam, trong khi họ nhập cuộc cầm súng bảo vệ miền Nam. Dĩ nhiên, họ là người dứt khoát của bên này chiến tuyến chứ không phải nằm vùng hoặc là người của bên kia - như Vũ Hạnh, Lữ Phương, Sơn Nam, Thế Nguyên, Ngụy Ngữ, v.v. là những người viết theo nghị quyết hoặc chỉ thị, làm công-cụ cho Mặt Trận Giải Phóng tức là Hà-nội! Như vậy, không thể xếp những nhà văn mặc áo lính nói trên vào số văn nghệ sĩ phản chiến được. Không thể tổng quát hóa cho rằng họ đã tiêu cực phản chiến làm mất miền Nam. **Phản chiến** *đúng ra là một nhãn hiệu chỉ có thể áp dụng cho những nhóm thanh niên hoặc trí thức ở Hoa-kỳ hoặc Âu châu chống chiến-tranh Việt Nam; trong khi đó, các nhà văn trên đã nhập cuộc. Nói rằng họ nói lên cái **ý chí phản kháng** thì đúng* hơn! Như lời thơ xuôi Phản Kháng của Nguyễn Đông Ngạc trên *Hành Trình* số 3&4 (1&2-1965):

"Khi hội người di động trên từng con đường sa ca ngợi hạnh-phúc, cuộc chém giết vẫn đều đặn tiếp tục. Từng người lính giữ nước ngã xuống không kịp kêu lên tiếng nhắc tên vợ con thân thuộc Tổ-Quốc.

Im lặng bất động của trời đêm mở từ lòng đất hàng trăm nghìn cửa ngõ ở đó những đám tang đổ xuống vĩnh viễn. Không còn gì cho họ, cửa huyệt đã đóng, lẻ tẻ tiếng súng nổ đây đó. Dư âm những lời tuyên dương chúc tụng làn sóng biển rì rào nghe buồn hơn cả nỗi buồn tử biệt.

(...) Bây giờ đích danh cuộc sống là bi thảm, mọi danh từ lạ chỉ là những bịp bợm ngô nghê con người đã mất niềm tin. Nên chỉ còn chiến-tranh.

Chỉ có máu mới giết chết được chiến-tranh. Cần phải đổ máu vì chiến-tranh là hóa thân của bi thảm và chém giết là giải pháp cuối cùng tiêu diệt được bi thảm lấy về cho con người hạnh-phúc trọn vẹn.

(...) Coi những người đã chết sáng suốt hoặc ngu đần vì chiến-tranh, máu các người đã đổ tạo thành một ám ảnh có sức mạnh mời mọc lôi cuốn con người vào cuộc chém giết đông đảo hơn để bi thảm sớm ra đi, hạnh-phúc sớm trở lại. Tôi thành thật bày tỏ thiện cảm và nỗi buồn chia xẻ.

Và bài thơ này là một lời phản kháng viết cho những kẻ đã chết cho mảnh đất Việt-Nam hình chữ S này" (tr. 22-23).

Bài Lịch-Sử tiếp theo đi xa hơn:

"... Dù bị lợi dụng, dù bất lực, dù là một quân cờ tôi cũng chẳng sợ kẻ đến sau phê phán vì ý thức vốn đã là một sự sáng suốt vô vọng. Chúng ta cùng mắc lưới chịu chung số phận.

(...) Dù muốn thế nào chiến-tranh cũng đến hồi kết cuộc như một vở kịch, một vở tuồng, như đoạn kết của một bài học luân lý. Hỡi những kẻ ngoan cố, không tưởng, bịp bợm chính-trị ...

Xin giã từ bà con tôi lên đường nhập ngũ. Tôi nhập cuộc chém giết và hô hào hãy lên đường đông đảo..." (tr. 24-25).

Trên cùng số *Hành Trình*, bài thơ Dấu Hỏi Và Quê-Hương của Nguyễn Quốc Thái được xem là trong số những **bài thơ phản chiến đầu tiên** ở miền Nam:

"Tôi thường buồn rồi thường tự hỏi

đất nước này bây giờ của ai?
Những ngày đạn rít quanh đô thị
những máu thịt bám thâm tre gầy
(...) Những tiếng quân xa buồn như sóng
những tiếng máy bay buồn như mưa
tôi thường tủi rồi thường thầm khóc
chúng ta mất dần từng Anh Em
(...) Mùa đông thổ đầy mây rét mướt
mặt trời rụng xuống như tuổi thơ
tôi thường nhìn quanh rồi hoảng hốt
quê-hương lầm than đến bao giờ??..."

(*Hành Trình*, số 3&4, 1-1965, tr. 4).

Chu Vương Miện trên *Thái Độ* số cuối (12-1967) thì lên tiếng kêu than:

"chúng tôi người Việt miền tiểu á
cũng cùng chung ánh nắng mặt trời
xin thay mặt 30 triệu đồng bào sống sót
trên quê-hương lầm than trung nam bắc 3 miền
(...) xin thay mặt (...) anh em nhìn nhau như những kẻ thù
dân-tộc chúng tôi bây giờ chỉ còn những giòng nước
tôi xin cất lời kêu than
(...) hãy nhân danh loài người với những tình thương
(...) xin thương xót dân-tộc việt-nam như chúa ki tô
chịu đóng đinh trên đỉnh đồi golgotha
xin xót thương dân-tộc Việt-Nam
như phật thích ca từ bi dưới gốc bồ đề
xin yêu thương dân-tộc việt-nam
như tình-yêu anh em – vợ chồng – bè bạn
đừng băn khoăn người việt nam da đen da đỏ
xin nhìn nhận chúng tôi là người"

(*Vùng Nước Mắt và Hơi Thở*, tr. 35).

Nguyễn Đăng Thường tâm tình bất lực trước những tàn phá của chiến-tranh, trên *Trình Bầy:*

"Sáng nay anh đi chợ / mua cho em
những trái bom, những vỏ đạn
những viên kẹo đồng mới ra lò
còn nóng hổi é đó em

Mua cho em / cây súng nhỏ
em cất vào xắc tay / em đi chơi
chiều chủ nhật vui / chiều chủ nhật buồn
(...) Ngoài nghĩa trang / anh trèo lên ngọn đồi
giành giựt mua cho em / một lỗ huyệt
thật là xinh / đã đào sẵn / cho em / mai sau
sợ lúc em nằm xuống / không chỗ chôn
người chết ngày một nhiều / một nhiều thêm
(...) anh mua cho em những cuộn thép gai
đặng em rào cho thật kín / nỗi cô đơn
trong mắt / trên răng / trên vú / trên đầu lưỡi
trên tờ báo em lật đi lật lại
(...) sáng nay / khi em thức dậy
anh đã đi chợ / đã mua cho em
những thức ăn thường ngày đó / của dân ta
bây giờ / anh đã mua hết cho em
(...) sáng nay anh đi chợ mua đồ cho em
có còn thiếu món nào / không em"

(Đi Chợ Cho Em, *Trình Bầy,* 16, 3-1971).

Và trong một số thơ khác trên *Trình Bầy* như Bây Giờ Trên Quê-Hương Chúng Ta (số 3), Một Buổi Sáng Trên Quê-Hương (4), Ngỡ Ngàng Ru Tôi Khóc (9), Về Một Huyền Thoại (9), Và Tôi Tiếp Tục Làm Thơ (6), v.v.

Dấn thân, nhập cuộc là hình-thức hiện hữu trọn vẹn nhất của nhà văn qua tác-phẩm! Thật vậy, chân lý sẽ được tỏ ngời khi nó đã được nắm bắt hiệu lực qua các tố cáo, nhắc nhở, tra vấn, ... tức là qua phản-kháng! Dấn thân không chỉ trực diện, mà còn có thể đi đường vòng hoặc dùng các phương-tiện khác; vì phản kháng có những điều kiện và hậu quả cay đắng như tác-phẩm bị kiểm duyệt hoặc tịch thu và bị ra tòa - thường là tòa án quân sự, vì thời chiến, phải nghiêm luật! Thái độ dấn thân, phản kháng này được Thảo Trường đề cập nhiều lần, như trong *Chạy Trốn,* những thanh niên ở phía quốc-gia thì đi lính và chiến đấu nhưng khi đường cùng, thì quyết định không ... chạy trốn. Họ nhận ra chân lý rằng sự có mặt cũng đã là chiến đấu rồi. "Chiến đấu không cứ phải là bắn giết. Có thái-độ cũng là chiến đấu" (tr. 58).

Nhà văn thế hệ trẻ ở miền Nam sống cái không khí tự do nhưng ngột ngạt, hỗn loạn, "sa đọa", "tan rã", giá trị thay đổi ngôi thứ, vì chiến-tranh - như tựa một tác-phẩm của Thế Uyên, *Nghĩ Trong Một Xã-Hội Tan Rã* (1967), *vì những lý thuyết xã-hội và văn-nghệ dần dà thiếu cập nhật theo tiến hóa, thời-gian, do đó từ giữa thập niên 1960, tác-phẩm của những người trẻ nếu không dấn thân, "nổi loạn", "nẩy lửa", thì đi vào con đường hư vô chủ nghĩa, "vô chính phủ", "vô trật tự (sẵn có)", hoài nghi, bi quan, ... Ngoài ra, có thể cùng chủ đích nhưng với mỹ-học khác với Bình-Nguyên Lộc, Võ Hồng, Nguyễn Hiến Lê, v.v., các tác-phẩm của Phan Nhật Nam, Thảo Trường, Thế Uyên, v.v. ẩn chứa tiềm tàng những cổ-xúy đạo-đức, những điểm nhắm chính-trị vừa con người cá-thể vừa con người tập-quần, và cả một chủ trương ngầm về văn-chương là gì, cho ai và để làm gì! Văn-chương ở đây là của dấn thân, của tra-vấn không ngừng, không nhân danh chủ nghĩa, ý thức hệ, nhưng nhân danh con người, nhân danh lương trí, ý thức, ... Như vậy, Thảo Trường, Trần Hoài Thư và Phan Nhật Nam làm nhà văn dấn thân tham dự chiến-tranh, Thế Uyên dấn thân chính-trị làm cách-mạng xã-hội, Ngô Thế Vinh, Nguyên Vũ, Hồ Minh Dũng, v.v. nhân danh con người và nạn nhân chiến tranh để phản đối chiến tranh còn những Vũ Hạnh, Thế Vũ, Thế Nguyên, Trịnh Công Sơn, Trần Hữu Lục, Ngụy Ngữ, ... đã phản chiến theo chỉ thị của guồng máy chiến-tranh trong đó một số đã bị lừa phỉnh!*

Bên cạnh là văn thơ mong ước hòa-bình (mà không phải là chiêu bài chính-trị như của các nhóm vừa nói), như Cung Tích Biền với *Nàng Tình Rỗng* hay Hà Thúc Sinh trong Xin Hãy Đến, Hòa-Bình - trích đoạn đầu và cuối:

> *"Xin hãy đến đây đi*
> *Hỡi hòa-bình lạ mặt yêu dấu*
> *Xin đừng cho chúng tôi nữa những buổi sáng giết nhau*
> *Xin đừng cho chúng tôi nữa những buổi trưa hối hận*
> *Xin đừng cho chúng tôi nữa những buổi chiều ăn năn*
> *Xin đừng cho chúng tôi nữa những đêm khyua trống vắng*
> *(...) Xin hãy đến đây đi*
> *Hỡi hòa-bình lạ mặt yêu dấu*
> *Hãy thành thật đến với chúng tôi*
> *Như chúng tôi thành thật đi tìm kiếm người*
> *Hãy lâu dài ở với chúng tôi*
> *Như chúng tôi lâu dài một đời chờ người..."*

Nỗi Căm Phẫn Của Chàng (*Văn*, số 121, 1-1-1969, tr. 1-2).

Về mảng gọi là "văn-nghệ Mác-xít, Cộng-sản"

Trong hơn 20 năm văn-học miền Nam, đã có sự hiện diện của một khuynh-hướng văn-nghệ Mác-xít hay Mác-Lê và Cộng-sản – chúng tôi phân biệt - Mác-xít/Mác-Lê thiên lý thuyết chính-trị và – Cộng-sản, khi áp dụng vào đấu tranh "cách-mạng" và "xã-hội". Miền Bắc theo chủ nghĩa xã-hội Mác-Lê-Mao cho nên các ấn-phẩm dù viết bởi các nhà văn chưa hẳn đã là "văn-học xã-hội chủ nghĩa", trong khi đó ở miền Nam Cộng-hòa, dân-chủ, tự do đã có một thứ gọi là "văn-học xã-hội chủ nghĩa" thuần lý thuyết và "văn-nghệ Mác-xít, Cộng-sản" theo khuôn miền Bắc Cộng-sản - tức bị giật dây, điều khiển!

Từ thời đầu 1954 cho đến 1975 ở miền Nam đều có những nỗ lực đến gần chủ nghĩa Marx, nhất là đối với một số trí thức, nhà văn Công-giáo thiên về đấu tranh cho công bằng xã hội, vì tự bản chất, đạo Thiên chúa đến với trần gian (qua Jesus) để đem đến công bằng xã hội, tình người, ... chống lại người Do Thái đạo đức giả, v.v. Các tu sĩ các dòng Phanxicô, anh em hèn mọn (Phước Sơn), v.v. sống gần và sống vì, sống với người nghèo, khốn khó, có những cá nhân tu sĩ và hội đoàn như Thanh Sinh Công. Nghĩa là chủ nghĩa Marx vào miền Nam qua các trí thức, sinh viên, tu sĩ du học ở Pháp, Bỉ, Ý về. Ông cố vấn Ngô đình Nhu (thời 1954-63) có những bài viết, diễn văn theo chiều hướng thiên tả kiểu này (chủ nghĩa Cần Lao, tạp-chí *Xã Hội*). Sau 1963, có những hội đoàn, nhóm trí thức, nhà văn thiên tả hay xã hội như Nguyễn Văn Trung, Lý Chánh Trung, Nguyễn Ngọc Lan, Chân Tín, Thanh Lãng, Thế Nguyên, v.v. Phía Phật giáo có Nhất Hạnh, Võ Đình Cường, v.v. Thiên tả rồi thiên Cộng hoặc núp dưới chiêu bài thiên tả. Những mảng "văn-hóa" này được tự do phát triển, công khai - dĩ nhiên mảng văn thơ, sách báo cách-mạng do miền Bắc và MTGPMN điều động qua người miền Nam thì bị hạn chế nhưng không bị cấm đoán ở miền Nam (chỉ bị kiểm duyệt phần nào). Nghiên cứu mảng văn-học này cần tham khảo các tạp-chí xuất-bản thời miền Nam, nhất là *Trình Bầy, Hành Trình,* Đối Diện, Đất Nước, Tin Văn cũng như *Văn, Văn Học, Vấn Đề, Khởi Hành,* ... và cả báo-chí sinh viên từ các phân khoa Văn, Sư phạm Sài-Gòn, đại học Vạn Hạnh, v.v. Và các nhóm trẻ độc lập, không thuộc các nhóm đã kể, cũng như những nhóm hay phong trào Du Ca, ... - sách báo xuất-bản công khai và cả ấn phẩm in ronéo hoặc không có giấy phép của cơ quan Thông tin Việt-Nam Cộng-Hòa.

Ngay từ những năm đầu sau 1954, đã có một số tài liệu, phân tích, nhận định về chủ nghĩa Mác-Lê cũng như văn-học Cộng-sản. Cuốn Phê-Bình Văn-Nghệ Cộng-Sản (Việt-Nam, 1955) của Võ Phương Tùng, Lê Lam-Sơn và Phan Lạc-Tuyên phân tích văn-nghệ Cộng-sản quốc tế và Cộng-sảnViệt-Nam: Võ Phương Tùng (tức Võ Long Tê) đã bàn về "vô sản chi phối văn-nghệ", "Cộng-sản thủ tiêu tự do", v.v. Bàn về "văn-nghệ và con người", ông cho rằng "sai lầm của quan niệm mác-xít về văn-nghệ là ở chỗ buộc văn-nghệ chỉ phục vụ vô-sản cần lao để thúc đẩy cuộc cách-mạng Cộng-sản hoàn thành và để phản chiếu xã-hội Cộng-sản mà họ lầm tưởng là tự do" (tr. 6). Sau khi xét "ngoại diện và nội-dung văn-nghệ", ông kết luận: "văn-nghệ mác-xít phụng sự một giai cấp, thúc đẩy hoàn thành cuộc náo-động điên rồ trong lịch-sử. Văn-nghệ tự do phụng sự toàn thể nhân loại, thúc đẩy con người hoàn thành cuộc giảo phóng khỏi những áp lực của thời-gian và không-gian. Vinh dự và sứ mạng của văn-nghệ là sự tự do của con người mà chủ nghĩa mác-xít đã phủ nhận trong lý thuyết lẫn thực hành" (tr. 11). Lê Lam Sơn bàn về "Hiện tình văn-nghệ Việt-cộng" nhìn thấy tình trạng bế tắc của nền văn-nghệ này: nhiều văn-nghệ sĩ bị bắt đi chỉnh huấn, bị buộc tội tiêu cực, còn lãnh đạo văn-nghệ thì một chiều một cách máy móc, nô dịch khi ca tụng văn-nghệ các nước đàn anh Cộng-sản và phản nhân bản! Phan Lạc Tuyên thì qua tập Việt Bắc của Tố Hữu, phê phán lập trường văn-nghệ vừa phản dân-tộc vừa nô dịch ngoại bang của Việt-cộng và Tố Hữu. [Ngoài Bắc, Trường Chinh, Tố Hữu đã đề ra những lý luận văn-nghệ, đến 1957 mới có Sơ Thảo Nguyên Lý Văn-Học của Nguyễn Lương Ngọc, ... Phải đến 1988, mới thấy nói đến "tính quốc tế và tính nhân loại" và vai trò nhà văn cũng như độc giả trong Lý Luận Văn Học do Phương Lựu chủ biên].

Mặt khác, ở miền Nam cùng lúc các tác-phẩm của người Cộng-sản Liên Xô và Đông Âu hoặc nay thức tỉnh đã được dịch-thuật và xuất-bản như Bác Sĩ Zivagô của Boris Pasternak (Giải Nobel Văn-chương 1958), Giờ Thứ 25 của C. Virgil Gheorghiu, Số Không và Vô Tận (Le Zéro et l'infini / Darkness at Noon của Arthur Koestler (2 bản An Tiêm và Trắng Đen), Quần Đảo Ngục Tù (The Gulag Archipelago của Aleksandr Solzhenitsyn, bản dịch Nguyễn Ngọc Tú tức Ngọc Thứ Lang, Văn Khoa Trí Dũng, 1974), Tôi Chọn Tự Do (I Chose Freedom, 1946) của Victor Kravchenko, ...; tất cả đã góp phần cho thấy rõ hơn thế nào là chủ nghĩa Mác-Lê không phải từ "tuyên truyền" hay "tâm lý chiến"!

Như vậy, khác với miền Bắc mà nền văn-nghệ cùng lý luận văn nghệ Mác-xit trong thực tế là một phó-bản của mỹ học Liên Xô cộng-sản, ở miền Nam khuynh-hướng này tự do đi từ lý thuyết đến phát biểu cụ thể trong sáng-tác văn-nghệ. Miền Bắc cộng-sản đã lập "khung tri thức" định hướng cho các sinh hoạt sáng tác và lý luận phê bình văn học, mà gần đây nhiều nhà lý luận văn-nghệ đã nhận chân và chứng minh những hạn chế hiển nhiên của phản ảnh luận Mác-xit trong phiên bản (copy) Xô Viết, dưới ánh sáng của "nhóm Bakhtin, lí thuyết về chủ nghĩa hiện thực của G. Lukacs, v.v. Phiên bản thẩm mỹ học Mác-xit Xô-Viết mà nền lí luận văn nghệ Việt Nam tiếp thu đã không tránh khỏi nhiều hạn chế qua Vũ Hạnh, Lữ Phương (Lã Văn Phượng), Nguyễn Nguyên (Nguyễn Ngọc Lương), …

*

Ở miền Nam, nói đến triết lý và văn-nghệ Mác-xít và cộng-sản là người ta nghĩ ngay đến điểm khởi hành với các giáo-sư Trần Văn Toàn, Nguyễn Văn Trung, Lý Chánh Trung, v.v. Nếu giáo-sư Trần Văn Toàn trình bày giới thiệu chủ nghĩa Mác gần như thuần túy giáo khoa, triết lý – qua *Tìm Hiểu Triết Học Karl Marx* (Nam Sơn, 1965. 160 tr.), thì giáo-sư Nguyễn Văn Trung vừa giới thiệu vừa áp dụng vào lý luận văn-nghệ và sáng-tác. Bộ *Hành Trình Trí Thức của Karl Marx* chỉ mới xuất-bản tập 1 "Con người và cuộc đời" (Nam Sơn, 1969. 150 tr.), trong Lời Nói Đầu đã khởi đi từ nhìn nhận rằng *"chủ nghĩa mác chưa lỗi thời, phong trào Cộng-sản chưa trở thành một sự kiện lịch-sử đã qua vì phong trào Cộng-sản vẫn đang làm lịch-sử và trên bình diện tư tưởng, chủ nghĩa Mác vẫn cống hiến một số phạm trù, lược đồ xác đáng để lãnh hội và phân tách những thực tại chính-trị, xã-hội, văn-hóa..."* (tr. II). Lời cuối tập là một lời thán phục con người, cuộc đời và hành trình trí thức của Karl Marx, dù có thể không đồng ý với quan niệm và chủ trương của ông ta. Có thể các lập luận này đưa đến hiện-tượng nghiên cứu, thảo luận về chủ nghĩa Mác-xít lúc bấy giờ; Mác-xít hết còn là cấm kỵ? Chúng tôi chỉ nói đến những ấn phẩm và tác-giả xuất hiện công khai ở miền Nam, trên báo-chí cũng như sách xuất-bản, còn mảng 'văn-học' bưng biền và của MTGPMN chúng tôi không bàn đến vì không cùng nền văn-học và giả tạo, không tự-phát.

Giáo-sư Nguyễn Văn Trung còn soạn các giáo trình *Nhận Diện Marx* (Cours 197?, 212 tr.) và *Lê-Nin (Lý luận cách-mạng;* Giảng văn dùng cho sinh viên các trường đại học, niên khóa 1972-73). Ở cuốn trước, giáo-sư đặt vấn-đề nhận diện vì *"chúng ta cần chú trọng tới những vấn-đề có thể gọi là chung quanh Mác, những vấn-đề xác định chiều hướng tìm hiểu, tính chất chủ nghĩa Mác hoặc lối nhìn của Mác vì đã rõ chính những vấn-đề đó qui định việc tìm hiểu nội-dung tư tưởng Mác. Trong viễn tượng trên, chúng ta sẽ tìm hiểu:*

a- Nhận diện chủ nghĩa Mác và những tranh luận xoay quanh việc nhận diện đó: (chủ nghĩa Mác-xít là gì? Là triết học hay khoa học, là nhân bản hay chẳng nhân bản...);

b- Những đặc điểm của tư tưởng Mác về chủ nghĩa và lối nhìn. Sau cùng đặt vấn-đề lỗi thời hay không của tư tưởng đó" (tr. 2).

Trong cuốn sau, viết năm 1970, năm kỷ niệm 100 sinh nhật Lênin, và thể theo "yêu cầu của mấy trường Đại học, đặc-biệt trong những khóa nghiên cứu học hỏi về Chủ nghĩa Mác-Lênin", giáo-sư đã cụ thể nói đến các chiến lược chiến thuật làm cách-mạng và những bài học cách-mạng mà Lênin đã để lại. Giáo trình nhắm trả lời các câu hỏi như *"Tranh đấu từ những vấn-đề văn-hóa, xã-hội, nghề nghiệp hay từ những vấn-đề chính-trị?", "Cứng rắn về chiến lược nhưng mềm dẻo về sách lược, kỷ luật sắt đá sự cần thiết bạo hành với lòng khoan dung, nhân đạo nhằm thực hiện một xã-hội chủ nghĩa mà bây giờ người ta gọi là "có khuôn mặt người""* (Lời Nói Đầu).

Khi làm *Hành Trình*, tờ báo in ronéo, ngay số đầu, Nguyễn Văn Trung đã nhận định: *"Cộng-sản là một cách làm cách-mạng xã-hội. Người ta có thể chống cộng-sản, nghĩa là chống lại một cách làm cách-mạng, nhưng không thể chống Cộng để khỏi phải làm cách-mạng, vì không làm thì Cộng-sản làm và làm theo cách Cộng-sản. Cho nên thật là sai lầm khi coi Cộng-sản như một vấn-đề cần phải giải quyết trong khi thật sự có một vấn-đề mà Cộng-sản chỉ là một trong những giải pháp có thể có để giải quyết vấn-đề đó. (...). Như thế đã rõ người ta có thể phủ nhận một giải đáp, nhưng không thể phủ nhận sự kiện và một cách hiệu nghiệm nhất để chống Cộng là xóa bỏ sự kiện, tiêu diệt những điều kiện lịch-sử, hoàn cảnh xã-hội đã đẻ ra chủ nghĩa Cộng-sản. (...) Do đó cứ từ chối không muốn nhìn nhận sự kiện nguyên nhân mà chỉ lo tiêu diệt hậu quả, và tệ hơn nữa, lo tiêu diệt hậu quả bằng các nuôi dưỡng nguyên nhân, thì đó là luận cứ hùng hồn nhất chứng minh Cộng-sản là giải pháp độc nhất và cuối cùng của một vấn-đề thế nào cũng phải được giải quyết. Một chế độ bất công sa đọa đằng điếm, cường quyền áp chế chủ trương chống Cộng có thể giết chết hết người Cộng-sản bằng võ lực nhưng không vì thế mà tiêu diệt được chủ nghĩa Cộng-sản, vì Cộng-sản không phải ở ngoài xâm lăng vào trong, nhưng ở ngay giữa lòng chế độ đó, do chính chế độ đó phát sinh ra*" (61).

Như vậy, từ những giữa thập niên 1960, giáo-sư Nguyễn Văn Trung như muốn rời bỏ nơi trú ẩn của những học thuyết hiện sinh, cơ cấu, hiện tượng luận, ... để "xuống đường", đến với cuộc tranh đấu ý thức hệ chính-trị xã-hội đề ra tiền đề cho một cuộc cách-mạng xã-hội không cộng-sản và mặt khác sống đạo trong lòng dân-tộc hôm nay. Ông và nhóm giáo-sư tu sĩ Công-giáo 'tiến bộ', 'sống đạo' thiên tả rồi thiên Cộng, chấp nhận tha nhân nên chấp nhận 'thực thể' MTGPQG và 'người anh em cộng-sản', họ nói và sống một cách nào đó, trung thành với tư tưởng hiện sinh.

Các tác-phẩm và giảng văn nói trên đã giúp sinh viên và người đọc hiểu hơn tư tưởng và ý thức hệ Mác-Lê và có thể đã góp phần can thiệp một cách trí thức và ý thức vào những vận động cách-mạng và chính-trị ở miền Nam lúc bấy giờ. Có sinh viên độc giả của *Hành Trình* đã tham gia các phong trào thiên tả, thiên cộng cả ngay ở môi trường đại học (ra báo, in tài liệu gọi là ‹học tập› có lợi cho cộng-sản), cả vào "bưng" theo "cách-mạng" và có sinh viên trở nên triệt để hơn trong việc chống Cộng và có người đã trở thành nạn nhân của người cộng-sản Việt-Nam (Ngô Vương Toại, Lê Khắc Sinh Nhật, Bùi Hồng Sĩ, ...- trong khi đó có những sinh viên làm tay sai cho VC như Nguyễn Hữu Thái, Huỳnh Tấn Mẫm, Đào Hiếu, v.v.).

Trước và sau đó, một số bài trong các tập *Nhận Định* (như các tập II, IV) đã viết về chủ nghĩa cộng-sản nhắm phê phán như một *hệ* tư tưởng hay triết học. Giáo-sư Nguyễn Văn Trung xem J-P Sartre là một người "cộng-sản trung thực", một trí thức thiên tả cùng cực đã đóng góp nhiều cho các phong trào cộng-sản khắp thế giới, ảnh-hưởng nhiều đến suy nghĩ, thái độ và hành động của nhiều trí thức và sinh viên. Và ảnh-hưởng tiêu cực và tích cực đó cũng đã đến giới trí thức và sinh viên miền Nam trước 1975. Vì chấp nhận quan điểm của Sartre (và phe thiên tả ở Tây phương lúc bấy giờ) đối với cộng-sản nên một số trí thức ở miền Nam đã "*tự nguyện trở thành bạn đường của người cộng-sản*" (62).... không công khai... [Sartre tuyên bố: "*Chúng tôi, những nhà văn hoá, chúng tôi biết rằng người ta không cần bảo vệ văn hoá. Bảo vệ văn hoá, thực ra chỉ là lợi dụng nó để biện minh cho chiến tranh; bảo vệ văn hoá chống ai nếu không phải là chống lại con người? Nhưng ai làm ra văn hoá nếu không phải chính con người. Tôi thuộc về số người thà chọn một cuộc đời người hơn là nhà thờ kiến trúc gothique vì dù chúng ta có chết cho đền thờ thì đền thờ cũng không làm lại được những con người để thay thế chúng ta, và vì con người, nếu còn sống và nhà thờ có sụp đổ đi nữa, vẫn có thể làm lại đền thờ như người ta đã xây lại Varsovie. Văn hoá được tạo ra do con người và cho con người. Bảo vệ nó chống lại con người là biến nó thành thần tượng, là tha hoá con người bằng sản phẩm của con người... Văn hoá không cần được bảo vệ; do các nhà quân sự hay chính trị. Và những ai tự xưng là kẻ bảo vệ, dù muốn hay không, thực ra là những kẻ bảo vệ chiến tranh"*].

Tóm một câu, tình thế miền Nam đã đến lúc phải làm … cách-mạng vì các giải pháp cải lương không còn chỗ đứng và khả thi! *Hành Trình, Đất Nước, Trình Bầy, Đối Diện* hay *Thái Độ, Cùng Khổ,* ... đều giương ngọn cờ cách-mạng xã-hội: Thế Nguyên, Diễm Châu, Lý Chánh Trung, Nguyễn Văn Trung, Thế Uyên, v.v. một bên, bên kia là LM Chân Tín, LM Nguyễn Ngọc Lan, Nguyễn Trọng Văn, Trần Triệu Luật, ... và cũng bên này nhưng Vũ Hạnh, Lữ Phương, ... khi kín đáo khi lộ liễu tách riêng ra – tùy tình thế đột biến, chín mùi mà giành lá cờ … cách-mạng, với *Tin Văn, Việt*! Với những người "cách-mạng" cuối cùng này, văn-nghệ được nhìn dưới lăng kính khác, xem chiêu bài "văn-nghệ dân-tộc" là văn-nghệ Mác-xít, như các ông Trần Hữu Tá, Trần Hoài Anh, ... đúc kết thành hệ thống sau này. Đây là một chủ nghĩa Mác-xít bị/được các Đảng cộng-sản và chính quyền cộng-sản sử-dụng như là công cụ, phương-tiện tranh đấu, chứ không còn là một triết lý nguyên thủy. Vũ Hạnh, Lữ Phương, nhóm *Việt, Tin Văn,* ... nay thì đã rõ, đấy chỉ là chiêu bài và Vũ Hạnh theo cộng-sản từ trước đã tiếp tục 'nằm vùng' thi hành mặt trận văn-hóa của Việt-cộng, Lữ Phương và các người khác được móc nối sau. Mỹ học hay văn-chương đều không/khó có thể tìm thấy trong những gì nhóm này đề cao, cổ động trong suốt thời-gian này. Nhưng trước đó, ở miền Nam đã có một số công trình biên-khảo, phê-bình theo khuynh-hướng Mác-xít thường là Đệ Tứ, như bộ Lịch Sử Thế Giới Toàn Tập gồm 4 tập của Thiên Giang (tập 2&3) và Nguyễn Hiến Lê (tập 1,4), 2 tập 2 và 3 Thiên Giang viết theo cách nhìn biện chứng và duy vật lịch sử. Hồ Hữu Tường thì sử-dụng biện chứng pháp để phát hiện những đặc tính riêng của văn-hóa Việt-Nam.

Quan điểm mỹ-học Mác-xít là gì? Phê-bình Mác-xít trong văn-học là gì? Các ông này - cũng như phê-bình Mác-xít, không thoát được duy vật giáo điều có tính độc đoán, tính lý thuyết, kết luận tiền chế kiểu tam-đoạn-luận, đã sẵn khuôn, đã biết rồi… và ôm đồm, tổng quát hóa một chiều chứng tỏ đã nắm hết sự thật, nên nếu không mù quáng thì cũng chỉ như loại người mù cứng đầu chỉ muốn sờ voi cứ một chỗ. Mặt khác, phê-bình Mác-xít như muốn chuyên chở một thứ luân lý, thứ luân lý phương tiện hơn là cứu cánh! Văn-nghệ mang tính cứu cánh xã-hội, 'của chung', phải được sắp đặt trước và sẵn, không còn là của riêng tâm thức và phong cách của người viết hay nghệ sĩ. Với các đặc tính đó, phê-bình Mác-xít rời xa tính văn chương. Họ không phê-bình văn-chương mà là so với các tiêu chuẩn Mác-xít sẵn có trước, để đi đến chứng minh tác-phẩm đó có Mác-xít "thuần" không, có Cộng-sản không, có hợp cái đã được học-tập và đã tin không. Với nhóm này, tất cả chỉ là quan điểm văn-học cách-mạng dùng cho mặt trận đấu tranh tư tưởng, để đối chọi với cái được gọi là "cuộc xâm lăng văn-hóa" của "chủ nghĩa thực dân mới". Cho nên cuốn *Tìm Hiểu Triết Học Karl Marx* của GS Trần Văn Toàn bị Trần Hữu Tá phê là *"nghiên cứu về mác luận (marxologie), một thứ triết thuyết xuyên tạc chủ nghĩa Mác chân chính, tước bỏ hết nội-dung cách-mạng biến nó thành một thứ chủ nghĩa đạo đức hiền lành và Mác trở thành một nhà triết học tư biện"* (63).

Nguyễn Trọng Văn trong "Triết học hiện sinh và những người cầm bút ở VN" (*Đất Nước*, số 2, 12-1967) phê bình giới văn-nghệ Sài-Gòn dưới quan điểm nhìn từ chủ nghĩa **Mác-xít**, đòi hỏi văn-chương phải phục vụ xã-hội, không được tách chính-trị ra khỏi văn-hóa, phải rời thân phận người Tây phương để sống thân phận người Việt, phê giới này sinh hoạt một cách ảo tưởng 'làm dáng', 'viễn mơ' (mà cứ tự xem là 'chính thống'), 'khai sinh từ một khung cảnh sa-đích', giành nhau làm 'nhà văn lớn', ... Nguyễn Trọng Văn phê phán những người làm văn-học theo kiểu tạp-chí *Sáng Tạo* là làm *"văn nghệ theo đuôi"* khiến Nguyên Sa đã phản pháo trong bài "Văn Nghệ trong việc làm khoẻ dân tộc" (Nghiên Cứu Văn Học, số 3, 1968) – thì cũng là "dân-tộc" đấy nhưng mỗi người nhìn khác vì vị trí và mục-đích ngoài-văn-chương nếu có của họ! Nguyễn Trọng Văn – cũng như Thế Nguyên, dù kêu gọi phục vụ xã-hội, 'dấn thân' vẫn đã không chấp nhận những cây bút khuynh-hướng xã-hội dù tiến bộ, cách-mạng đến mấy nếu người đó không nằm trong bộ phận của Việt-cộng! Mà không nghĩ rằng thứ văn-nghệ gò ép, giả tạo, lai-căng thiên Cộng mà các ông đề cao, kêu gọi này, cũng đầy 'tác-phẩm' cường điệu, bịa đặt – chỉ là phương tiện thôi mà! Trong khi đó ở miền Bắc Cộng-sản, các "quan văn-nghệ" và "văn công" khá tiết kiệm về những cái gọi là lời kêu gọi *trở về văn-hóa dân-tộc, xây dựng xã-hội công bằng, ...*vì hình như họ phải tránh!

Vũ Hạnh gộp chung những nhà văn-hóa miền Nam không đứng dưới sự lãnh đạo của Việt-cộng, gọi những người này làm *"văn-hóa mạo hóa"* vì dù họ có *"nói đến dân ca đất nước, tình tự quê-hương và Mẹ Việt-Nam"* nhưng *"vẫn đội lốt dân-tộc, lồng cái nội-dung thực dân vào hình-thức dân-tộc để lừa bịp (?)"* (64). Cùng luận điệu còn có Cô Thanh Ngôn ít được biết đến, với *Đường Lối Văn Nghệ Dân Tộc* (1967). [Ở miền Nam trước và vào thời đó đã có những giáo-sư và nhà văn-hóa như Kim Định, Nguyễn Đăng Thục, Hoàng Sĩ Quý, Lê Văn Siêu, Nghiêm Xuân Hồng, Hồ Hữu Tường, Trần Ngọc Ninh, ... đã đề xướng những lý thuyết, chủ nghĩa dân-tộc không Cộng-sản, chủ nghĩa Việt-Nam và cũng đã đi tìm Việt tính, v.v. Chính họ mới thực sự ảnh-hưởng nhiều đến nhiều thế hệ sinh viên và trí thức miền Nam].

Nếu không phải là của văn-học miền Nam mà Hà-Nội vẫn gọi là "văn-học đô thị" thì "tác-phẩm" gọi là "cách-mạng" nói gì? Những *Kan Lịch* của Hồ Phương, *Dưới Đám Mây Màu Cánh Vạc* của Thu Bồn, *Người Mẹ Cầm Súng* của Nguyễn Thi, *Hòn Đất* của Anh Đức, *Rừng Xà Nu*, thơ Tố Hữu, kịch của Nguyễn Vũ (*Đường Phố Dậy Lửa, Tình Ca*), v.v. "Mảng văn học" có mỹ từ "cách mạng" này thực chất là một thứ tuyên truyền chính trị, công cụ cho cuộc chiến chiếm miền Nam. Chuyện *Sống Như Anh* (1965) của Trần Đình Vân chẳng hạn được in tới cả nửa triệu bản và được dịch ra nhiều thứ tiếng, để tuyên truyền sự "can đảm" của anh thợ điện Nguyễn Văn Trỗi đặt bom cầu Công Lý để giết (hụt) bộ trưởng quốc phòng McNamara (Sau 1975, Hà-Nội sẽ đổi tên cầu Trương Minh Giảng thành NVT rồi sửa sai đổi cầu đường Công Lý lại thành NVT). Tài liệu nầy có câu nói được bộ máy tuyên truyền Hà-Nội sử-dụng nhiều: *"Còn thằng Mỹ thì không ai có hạnh phúc cả"*. Tuyển tập bút ký thư từ *Từ Tuyến Đầu Của Tổ Quốc* đề cao một giáo sư trung học tên Lê Quang Vịnh theo cộng sản bị chính phủ Việt Nam cộng hòa bắt giam xử đày Côn Đảo, nhưng cán bộ văn hóa cộng sản bịa chuyện ông ta bị tử hình, nêu "gương" một người đi học Mỹ về lại đâm ra chống Mỹ (Sau 1975, ông giáo sư này sẽ ra khỏi tù cộng hòa và sẽ "học tập" lại các giáo chức Việt Nam Cộng hòa). Đó là chưa kể đầy rẫy những chuyện bịa lính Mỹ bỏ thuốc độc vào gạo và thực phẩm trước khi phân phát cho dân, lính Mỹ giết người mổ bụng hoặc cho chó cắn chết, hay chuyện họ đạo linh mục gốc Hoa Nguyễn Lạc Hóa chống cộng "ác ôn" bằng cách giết VC xong là xẻo làm thịt người và sào nấu gan đem bán! Và để kêu gọi phụ nữ vô bưng biền, nhà văn không ngại gì khi ca tụng họ một cách ... bất thường như Nguyễn Thi trong *Người Mẹ Cầm Súng* tả "chị Út" có tài ... đái "bi cao" tức cao hơn ngọn cỏ, và cũng "chị" này "đánh Tây sướng bằng tiên chớ cực gì!". Cũng "chị Út" này ngây thơ hỏi chồng trước khi đi tấn công: "Tôi nhất định lấy cái bót này, nhưng lỡ phải đem thân ra cho nó giỡn hớt, giày vò, anh có chịu không?"- "người mẹ cầm súng" một sớm một chiều trở thành "anh hùng quân đội giải phóng" cho tuyên truyền! Bà Cả Xời, một người mẹ "cách mạng" khác trong *Hòn Đất* của Anh Đức vì muốn trả thù cho liệt nữ "chị Sứ" đã không ngần ngại giúp mấy người du kích để giết chính con trai của chính bà mà nay bị bà coi là ác ôn. 'Mặt người' và 'dân-tộc' ở đâu nhỉ? Từ 'tuyên truyền' đối với người Cộng-sản là 'thông tin', do đó khiến nhiều thế hệ bị cứ tưởng là thật, khiến Nguyễn Ngọc Tư viết truyện ngắn Câu Chuyện Sân Khấu, Dương Thu Hương viết *Tiểu-Thuyết Vô Đề* (ch. 11), Tạ Duy Anh viết *Đi Tìm Nhân-Vật,* Hồ Anh Thái viết *Cõi Người Rung Chuông Tận Thế* , v.v. viết sai sự thật về người và việc của Việt-Nam Cộng-Hòa hoặc vu khống, phỉ báng người lính miền Nam 'ăn thịt người' và đầy 'thú tính'!

Thứ nữa, họ hay nhắc nhở, nói đến vai trò, trách nhiệm, sứ mạng của nhà văn! Phải đứng về phía 'dân-tộc', phía đông đảo, phía những người bị thiệt thòi trong xã-hội! Phải đấu tranh cho tự do, dân-chủ! Phải yêu nước, phải ý thức về dân-tộc và "tổ quốc, quê-hương"! Phải hướng về nguồn cội! Phải làm văn-học hiện thực phê phán! Phải cổ võ cho văn-học yêu nước! Phải v.v. (Nhưng người Cộng-sản lại cấm đoán ca Cải lương trong thời kháng chiến và chống ... Mỹ Ngụy, và sau 1975 thì đó là bộ môn bị bỏ rơi nhanh nhất!). Từ đó, Vũ Hạnh phê-bình tác-phẩm của Chu Tử là thác loạn, sa đọa, ích kỷ, Vũ Khắc Khoan ảo tưởng, ... Nguyễn Nguyên kết án *Ngoài Đêm* của Thế Uyên, *Chú Tư Cầu* của Lê Xuyên, *Yêu* của Chu Tử, ...là "dâm ô suy đồi"! Còn Lữ Phương đề cao tinh thần yêu nước và cách-mạng nhất là giới trí thức, và tác-phẩm phải gắn liền với thực tại xã-hội... khi phê phán Hồ Hữu Tường (dùng *"huyền thoại và trò phù thủy để lừa bịp kẻ ngây thơ"- Tin Văn*, b.m. Số 3, 7-1966) và Lê Xuyên, Minh-Đức Hoài-Trinh, Chu Tử, Nguyễn Thị Hoàng, Thế Uyên, Dương Nghiễm Mậu, ... Nguyễn Trọng Văn cũng theo con đường đó để phê phán tác-phẩm của Nguyễn Văn Trung, Lý Chánh Trung, Đỗ Long Vân. Các nhà văn và lý thuyết của miền Nam muốn làm cách-mạng xã-hội, nhưng với người Cộng-sản Việt-Nam, đó là lúc phải đánh cho "Mỹ cút, Ngụy nhào"! Trong một buổi thảo luận của sinh viên ngày 9-4-1967, giáo-sư Trung đã cảnh báo "... *Chỉ có một trường hợp chính đáng khi nêu lên khẩu hiệu bảo vệ văn-hóa dân-tộc là trường hợp đứng trước những đe dọa từ ngoại bang nhằm tiêu diệt đất đứng chung, điều kiện làm văn-hóa dân-tộc. Và không có lý do nào chính đáng biện hộ cho việc lợi dụng chiêu bài dân-tộc để chống lại người Việt-Nam khác, về phương diện tôn giáo, ý thức hệ hay chủ nghĩa; vì dân-tộc là đất đứng chung, là giá trị cuối cùng của mọi người Việt-Nam, không phân biệt tôn giáo, chủ nghĩa*" (65).

Và trong một chiều hướng nào đó, nói đến *dân-tộc* là kéo lùi văn-nghệ, biến văn-học thành huyền thoại, ca dao, truyện cổ, ... Vũ Hạnh phủ nhận văn-học thời đại đang diễn ra, nhất là khuynh-hướng hiện sinh, và quay lùi xem Thạch Sanh của truyện Nôm là 'nghệ sĩ số một': "*Thạch Sanh là sự kết hợp của hai bản sắc truyền thống dân-tộc: tinh thần đạo nghĩa đi đôi với tính chiến đấu quật cường...*" (66). Vì ngoài đặc tính dân-tộc, văn-học bình dân có tính giai cấp, văn-chương có tác-giả (dù vô danh) và đặc tính riêng và thường là của một tầng lớp xã-hội nào đó (trí thức, tiểu tư sản, ...) - cũng nói đến dân-tộc nhưng Bình-Nguyên Lộc, Dương Nghiễm Mậu, Nguyên Sa, Nguyễn Đăng Thục, ... chuyển tải ý tưởng khác, mục-đích khác, chung và phổ quát hơn, dân-tộc là cốt lõi của văn-nghệ – nghĩa là không phải và không thể là phương tiện nhất thời, nói chung tất cả nếu không phát xuất và điều động bởi Cộng-sản Việt-Nam đều bị gán nhãn là "*ngụy dân-tộc*", kể cả Nguyễn Du (67)! Đây cũng là lý do khiến người Cộng-sản không chấp nhận những cách cắt nghĩa, hiệu đính văn-học cổ và dân gian của các nhà nghiên cứu văn-hóa và khoa học ở miền Nam, vì họ cứ khư khư rằng nông dân và dân gian là nền tảng cho mọi giải phóng, cách-mạng... và vì họ giải mã là những nhà nghiên cứu ở miền Nam tìm kiếm trong văn-hóa văn-học dân gian để rút bài học quá-khứ và đều nhắm phê-bình chủ nghĩa Cộng-sản cùng tìm cách tìm ra một ý thức hệ chống ý thức hệ mác-xít Cộng-sản. Khi Pháp chiếm miền Nam lục-tỉnh đã sử-dụng Nho giáo và luân lý, phong hóa Việt xưa để thu phục nhân tâm với mục-đích yên bề thống trị. Lực lượng Bảo vệ Văn-hóa Dân-tộc được thành hình từ bưng biền của MTGPMN, mặt công khai với nhóm *Tin Văn* và những Vũ Hạnh, Lữ Phương, ... cũng sử-dụng những cái gọi là "văn-hóa dân-tộc" để gây chống đối, xáo trộn ở miền Nam. Cũng vì đề cao tính dân-tộc mà Vũ Hạnh, Lữ Phương khi viết về khuynh-hướng hiện sinh, cấu trúc,

... của thời văn-học miền Nam, luôn xem đó như là khuynh-hướng vị kỷ - đề cao cái Tôi, phải sống cho Tôi và chỉ lo cho thân phận và vận mạng của riêng mình!

Ngoài ra, các tác-phẩm xuất-bản chính thức ở miền Nam tự do trước 1975 của Sơn Nam, Vũ Hạnh, Vân Trang, Viễn Phương, Trang Thế Hy, Lê Vĩnh Hòa, ... là những người 'nằm vùng' của Cộng-sản được xem như là văn-học chính thống Cộng-sản - mà cả những người như Bình-Nguyên Lộc, Võ Hồng, Nguyễn Văn Xuân, ... cũng được lôi kéo nhập vào nền 'văn-học chính thống'. Trong các ấn phẩm tổng kết văn-học sử, các luận án đại học, v.v. những gì những vị sau này viết về miền Nam, về những gì xảy ra ở nông thôn và đô thị kể cả trong hồi ức thoáng qua trong tác-phẩm, đều được 'trân trọng' gọi là 'văn-học yêu nước'!

Sau 1975, khi Lữ Phương viết *Cuộc Xâm Lăng Về Văn Hoá Và Tư Tưởng Của Đế Quốc Mĩ Tại Miền Nam Việt Nam* (Hà-nội: Văn hoá, 1981, tb 1985) dựa trên một thứ *đạo đức* (giả hiệu) và *dân-tộc* (tức "tổ quốc thành đồng") để lý luận, phê bình chống văn-nghệ miền Nam (vốn đã đi xa hơn "văn-hóa dân-tộc" của ông trên *Tin Văn*). Tập sách của ông do đó khá chi tiết và có cơ sở lý luận cộng-sản. Ông ta đã chứng minh "thực dân mới Mĩ" và các chính quyền miền Nam dùng "chiến-tranh và bạo lực văn-hóa tư tưởng" để "xâm lược" và "bành trướng" cùng "chiến-tranh tâm lý là đòn bẩy của mọi hoạt-động văn-hóa - tư tưởng" (tr. 31, 37), trong đó các viện đại học cũng như nhóm văn-hóa văn-nghệ như *Sáng Tạo, Hiện Đại, Văn Hữu Á-Châu, Quan Điểm*, ... được đưa lên bàn mổ. Ông gọi tập thể các nhà văn hóa và văn-nghệ sĩ miền Nam là "đội quân văn-hóa phản động", là "tay sai của đế quốc Mỹ", trong đó có Nguyên Sa, Nguyễn Mạnh Côn, Lý Đại Nguyên, Dương Nghiễm Mậu, Võ Phiến, Doãn Quốc Sỹ, LM Hoàng Sỹ Quý, v.v. Văn-hóa dân-tộc chủ trì bởi những Kim Định, Nguyễn Đăng Thục, Lê Văn Siêu, Thái Văn Kiểm, Nguyễn Sỹ Tế, ... là những nhà lý thuyết theo ông là "bản địa" và lạc hậu, thần bí, ... không ... khoa học như ... Mác-Lê cộng-sản. Ông còn có âm mưu và triệt để hơn khi bàn đến các khuynh-hướng triết lý văn-học hiện sinh, cấu trúc trong chương về lối sống Mỹ hoặc văn-chương đồi trụy, tình dục,.. Không riêng gì Lữ Phương, các giáo-sư và giới nghiên cứu của miền Bắc trước 1975 và cả nước cho đến nay vẫn gán ghép Sartre và thuyết hiện sinh với lối sống họ gọi là "tiêu cực, suy đồi, công cụ của đế quốc, kẻ thù" của một số thanh niên Pháp ở St-Germain-des-

Prés là hình ảnh phụ vào ngay sau chiến-tranh 1945, từ đó gán ghép trùm lên đầu sách báo của miền Nam muốn hiện đại, cập nhật với Âu Mỹ về tư tưởng và khuynh-hướng văn-nghệ! Từ những năm đầu thập niên 1960, giới trí thức và chính-trị ở miền Nam đã phê phán chủ nghĩa hiện sinh làm nhụt nhuệ khí chống Cộng (báo *Văn Đàn*...), từ cuối thập niên 1960 cũng đã có những nỗ lực từ bỏ hiện sinh để làm văn-chương hiện thực, để hòa nhập với tình thế đất nước chiến-tranh. Người cộng-sản miền Bắc cũng *phê* phán nặng nề Sartre và thuyết hiện sinh trên các tạp-chí học tập. Riêng Đỗ Đức Hiểu trong *Phê Phán Văn-Học Hiện Sinh Chủ Nghĩa* (Văn Học, 1978) đã phê phán nặng nề mảng văn-học này ở miền Nam đã làm tiêu tan ý chí chống đế quốc, thực dân mới và tay sai. Đó là lý do tại sao người Cộng-sản chống đối, xuyên tạc, "chụp mũ" chung chung những tác-phẩm ở miền Nam có hơi hướm hiện sinh.

Phần những người trẻ hơn, có nhóm tạp-chí *Việt* ở Huế ra mắt tháng 8-1968 như đã nói, với tiêu chỉ "tờ báo vận động văn-học nghệ-thuật về nguồn", cũng đã đưa dân-tộc vào văn-học, muốn văn-học không được "thiếu vắng hôm nay của dân-tộc" và "chúng tôi vẫn kiên tâm cúi xuống viết lách trên vùng đất văn-hóa trổ đầy trái độc" ("Quan điểm", số 1). Chính vì với những lý luận vòng vo và huyền thoại hóa của một thứ **chủ nghĩa thực dân đỏ** (không mới như "thực dân Mỹ" nhưng Cộng-sản/Mác-xít đã là một thứ thực dân quốc tế độc hại của thế kỷ XX – và vẫn chưa kết thúc!), cho nên "mảng văn-học" Việt-cộng luôn ca ngợi như "thần thánh nhất, dân-tộc nhất" đã không có gì để có thể gọi là văn-chương, sáng tạo!

Mác-xít, biện chứng pháp, thực dân đỏ, quốc tế hay gì gì nữa thì đều đã tham gia cuộc vận động lịch-sử đã qua, nhưng dứt điểm lịch-sử bằng dự phóng cách-mạng toàn diện đã không xảy ra, cuộc cách-mạng xem như chết non, nhất là trên vùng đất miền Nam, nơi mà văn-học chữ quốc-ngữ đã khởi đi từ phản ứng tự vệ dân-tộc và bảo tồn văn-hóa trước sự thôn tính của thực dân. Dù sao nhìn xa hơn thì cũng phải nhìn nhận chủ nghĩa Marx đã và vẫn tác động trong nhiều sinh hoạt văn hoá của nhân loại, trong sáng tác nghệ thuật và trong hoạt động nghiên cứu các ngành khoa học xã hội, thậm chí cả trong lãnh vực tìm hiểu tôn giáo – như một *phương-pháp hơn là một cứu cánh*! Nếu hiểu văn hoá theo nghĩa rộng như một sinh hoạt trí thức, tìm hiểu của con người một thời đại, thì chủ nghĩa Marx là một trong muôn ngàn cái khuôn thử thách của sinh hoạt văn hoá của con người hiện-đại. Sinh hoạt này xuất hiện dưới muôn vàn sắc thái, dáng vẻ,... Mác-xít phổ biến ở Tây phương (ngoài cộng-sản) đã ảnh hưởng khá sâu rộng trong sinh hoạt lý thuyết văn học và trí thức nói chung trên thế giới, nhưng nay chỉ còn đó như lý thuyết hoặc phương pháp luận, từ sau khi bức tường ô nhục Bá-Linh bị đập đổ và các trí thức thiên tả cứng đầu nhất cũng rơi vào câm lặng nếu không bị khinh bỉ!

Ngôn ngữ và kỹ thuật văn-chương

Ngôn ngữ thời văn-học miền Nam phong phú ra, nhiều ngành triết học, khoa học, văn chương bành trướng với sự lớn mạnh của các phân khoa Văn Khoa và các viện đại-học công cũng như tư. Triết lý, văn học Phật giáo phát triển với sự thành lập viện đại học Vạn Hạnh, với những tạp chí *Tư Tưởng, Vạn Hạnh, Giữ Thơm Quê Mẹ*, các nhà xuất bản Lá Bối, An Tiêm, Ca Dao... các tác giả Nhất Hạnh, Võ Hồng, Hoài Khanh, ... Phía Công giáo với các viện đại học Huế, Đà-Lạt, Minh Đức, Thụ Nhân, ... góp phần phát triển bộ môn triết học và ngôn ngữ học cũng như văn học với các công trình của các giáo sư và linh mục Trần Thái Đỉnh, Lê Tôn Nghiêm, Lê Văn Lý, Cao Văn Luận, Nguyễn Văn Thích, Hoàng Sỹ Quý, Nguyễn Khắc Xuyên, Kim Định, Lê Thành Trị, v.v. Về văn học, Bùi Xuân Bào, Bùi Tuân, Võ Long Tê, Phạm Đình Tân, Nguyễn Văn Trung, Thảo Trường, v.v. cũng như các nhóm Nhận Thức (Huế), Tinh-Việt văn-đoàn, Sống Đạo, Phương Đông, Đối Diện, v.v. đã góp phần gây ý thức tôn giáo và góp phần nhận thức trách nhiệm trần gian, bám sát thời sự của chiến tranh và xã hội nhiều giao động.

Ở miền Nam từ sau đệ nhị thế chiến, một luồng gió tự do cá nhân đến từ Âu châu hiện sinh; chối bỏ thần quyền (cổ động vô thần) và cá thể là chính, là khởi điểm đồng thời là trạm tới của mọi giá trị. Ý nghĩa cuộc đời chỉ có thể có từ kinh nghiệm cá nhân mỗi người, và tự do lựa chọn, như một số nhân vật của Thanh Tâm Tuyền, Dương Nghiễm Mậu và Nguyễn Đình Toàn. Nay không còn khuôn mẫu văn hóa chung, phổ quát, trừu tượng, nay chỉ có chủ thể mà không còn khách thể!

Ngôn ngữ trở thành âu lo chính, trở thành sống chết, quan trọng, chứ không phải không có cũng chẳng sao. Văn chương với ngôn ngữ như hình với bóng; có văn chương, ngôn ngữ mới sống và trưởng thành. Ngôn ngữ trong một hoàn cảnh nào đó, có thể đem đến tự tin, nói như Jean-Paul Sartre, văn chương một thời đại vong thân khi tự nó không dứt khoát làm chủ mà còn lệ thuộc những quyền lực đời hoặc một ý thức hệ, khi văn chương tự xem như phương tiện, công cụ thay vì phải là mục đích vô điều kiện. Thành ra văn chương khoác chiếc áo siêu hình, như từ chối hiện thực, đời thường. Đi xa đến những tưởng là vô nghĩa, phi lý, trong thực tế là những tư duy thâm sâu, và chính ngôn ngữ và sáng tạo trong ngôn ngữ đã đem lại tính cách văn chương cho văn, thơ, ...

Mặt khác về ngôn-ngữ sử-dụng, **ngôn-ngữ đường phố, tục tần** đã xuất hiện trong văn thơ nhất là càng về cuối giai đoạn thì cái tục tần pha tâm sự: nói hay viết tục chưa hẳn đã là văn-chương tục tần, mà còn là phương tiện để giải tỏa, phản kháng, nổi loạn (Lý Chánh Trung, Diễm Châu, ...), v.v. Các nhân-vật hè phố, ‹anh chị›, của Duyên Anh không thể không sử-dụng thứ ngôn-ngữ đó, Sơn Nam, Nguyễn Thị Thụy Vũ, Nguyên Vũ, Ngụy Ngữ (đ.m., con c., ...) cũng đã đặt vào miệng các nhân-vật. Thảo Trường đã ‹địt mẹ›, ‹đù mẹ›, ‹đếch›, ‹tiên sư› thoải mái trên *Hành Trình* (số 1, 10-1964) khi viết Ông Du Đăng dùng Tư Móm và ,thằng‘ Chín So để nói đến đời-sống hai ,ông‘ này đồng thời phê phán xã-hội thượng lưu, chính khách đương thời bát nháo. Phùng Khánh dịch *Bắt Trẻ Đồng Xanh* đã viết nguyên chữ "Đù má" (,fuck‘ của J.D. Salinger!). Trần Hoài Thư đã cho nhân-vật buông những lời "đéo", "Đ.M.; Đ. Má" trong vài truyện ngắn thời chiến như Cuộc Sống Tôi (*Những Vì Sao Vĩnh Biệt*):

"... Nhân rời khỏi bàn tiệc, đến đằng sau tôi. Chỉ một mình hắn là thằng hiểu rõ tâm sự của tôi. Tôi nghe tiếng của Nhân hỏi nhỏ: Tân, mày buồn hả?

Tôi vất điếu thuốc xuống sân, dí mạnh: - Đ.M. buồn cái đéo gì.

- Mày có về bà má không?

- Về cái đéo gì? Lũ mình là con hoang" (tr. 111).

Hay *"Đ. Má, tôi xin thằng cán bộ nghỉ tạm nhưng nó đếch cho tôi nghỉ và bây giờ tôi không còn muốn nghỉ nữa..."* (NVSVB, tr. 93);

Trong Nhật Ký Hành Quân trên tạp-chí *Văn*: *"Tắc bùm. Đ.M. Chó đẻ. Mày giết tao. Mày hả dạ lắm sao. Tao còn viên đạn cuối cùng đây. Tự tử".* Và *"Tôi khóc: Mày xem, xung quanh đâu có ai. Luông bị thương. Phong bị thương, tao nữa. Mày thương tao... Tao ra thì bị bắn. Nó canh sẵn...*

- Đ.M. Thiếu úy!

Tôi úp mặt vào đất sỏi, khóc như đứa trẻ" (Trích theo Truyện Từ Văn, tr. 53 và 55).

Các nhà thơ nhất là vào thời chiến-tranh cũng không thể không ra ngoài khuôn khổ ... thi ca khi phải văng tục trong nhiều hoàn cảnh, hệ lụy, như Phạm Nhã Dự trong Buổi Chiều Ở Nghĩa Trang Cà Đú khóc bạn là Tô Đình Sự tử nạn năm 1970:

"... Chiều nay sao gió nhiều mày nhỉ
Gió nổi trong tao đến lạnh mình
Đù má, nhang mày sao chẳng cháy
Đốt mãi que diêm đến cạn cùng
Bên kia dãy núi trơ thân chó
Còn dưới chân tao lại sụt sùi
Mẹ kiếp vợ mày đang khóc mướt
Con mày, trời hỡi nó cười vui
Còn tao, tao chẳng cười hay khóc
Chẳng ngậm ngùi chi lũ kiếp người
Đù má, tao chửi thề đây Sự
Chửi hết trăm năm chửi hết đời
Bây giờ mày đã nằm yên phận
Còn vợ, bào thai, hai đứa con
Đù má, một đời làm thi sĩ
Chẳng đủ cho con lấy một đồng (...)".

Trần Hoài Thư trong bài viết "Văn-chương "đù má"" (11-2015 Blogtranhoaithu), đã ghi lại những từ tục trong thơ của Linh Phương trong bài Hành Quân:

"Dăm thằng đánh trận. Dăm thằng chết
Chỉ sót mình ta cứ sống nhăn
Đù má nhiều khi buồn hết biết
Lo mãi sau này cụt mất chân (...)
Chiều qua sém chết vì viên đạn
Du kích bên sông bắn tỉa hù
Cũng may gặp phải thằng cà chớn
Thấy mặt ta ngầu bắn đéo vô ....".

Hay thơ Trần Đắc Thắng trong Khóc Chiến Hữu (Khóc Trung sĩ Quý, Thành và Thiếu úy Tư):

"Đ.M. Tụi bây chết thật rồi
Ta nghe hồn chết giữa mưa rơi
Bao giờ bây lại ngồi uống rượu
Cùng kể nhau nghe những chuyện rời...".

Về hình ảnh thì như Túy Hồng tả việc làm tình: người nam như con dao, người nữ nắm đằng lưỡi và bị xé rách, "hơi thở rướn cong"; Nguyễn Thị Thụy Vũ nói đến ‚ống cống' của các cô gái điếm, v.v. Dĩ nhiên có những trang "văn-chương" chữ dùng trang trọng, "có giáo dục", ... nhưng gợi những tình huống hay hoạt cảnh dâm dục, buông thả tột cùng!

*

Kỹ thuật viết cũng thay đổi! Phải chăng có thể nói đến những "thử nghiệm", "tiến bộ", "cải đổi" theo thời gian sự nghiệp và kinh nghiệm? Nguyễn Đình Toàn là một thí dụ điển hình. Tiểu thuyết đầu *Chị Em Hải* xuất bản năm 1961, cốt truyện, nhân vật rõ rệt và động tác giản dị. Đến *Những Kẻ Đứng Bên Lề* (1964), nhân vật phức tạp hơn, có sinh khí hơn, trong một cuộc sống đầy bất trắc của chiến tranh. Và đến *Áo Mơ Phai* (1972), giải thưởng Văn-học Nghệ-thuật 1973, yếu tố "truyện" nhường chỗ cho "truyện kể" để tác giả kể hồi ức, kỷ niệm.

Kỹ thuật của Dương Nghiễm Mậu trong *Đêm Tóc Rối* trộn lẫn quá khứ hiện tại và chuyện ao ước hoặc chưa xảy ra; con người ở đây sống trong bất toàn, trái ngang - sống bám, già bám trẻ, trẻ bám đĩ điếm. Với *Gia Tài Của Mẹ, Nhan Sắc*, cốt truyện chỉ là cái cớ cho những tra vấn trí thức, chính trị - những kỹ thuật từng bị phê phán chung với Thanh Tâm Tuyền là *"cố làm vẻ snob, trí thức một cách hợm hĩnh (...) đời sống nội tâm của họ lúc nào cũng bị xâu xé, khích động vì sống trong sự mê sảng chuộng thời thức của tác giả (...) chuyên đề cập tới thân phận con người trong một bộ đồng phục"*. Đến *Con Sâu* (1971), nhân-vật chính của thể-loại tạm gọi là ‚tự sự' thường là ‚tôi' nay Dương Nghiễm Mậu biến hóa theo cái siêu hình nhân-thể, mạch tư tưởng và hiện-thực!

Kỹ thuật tiểu thuyết ở những thập niên 1960-1970 trở thành tư tưởng và mỹ học của chính tác giả. Nhà văn triết lý khi miêu tả sự vật, sự việc, khi tả tình và xâm nhập vào đời sống của nhân vật. Đặt nền trên mỹ học, siêu hình của vô thể hay đang-hình-thành! Nguyễn Thị Hoàng nhiều năm sau *Vòng Tay Học Trò*, tiểu thuyết gợi tò mò nơi người đọc tìm kiếm tiểu truyện tác giả của chúng, tiểu thuyết làm dáng hiện sinh, đã trở lại gây bất ngờ với *Cuộc Tình Trong Ngục Thất* (1974) viết về những bi hài của cuộc đời, những thăng trầm của những con người trẻ ham sống, trong khi chiến tranh đang hoành hành. Địa ngục ở ngay trước mặt, đời sống trở thành ngục thất cho mỗi cá nhân. "trước khi dành đêm cho mình, vợ bảo chồng nhỏ nhẹ Anh hãy mặc quần áo tử tế và thắp nhang lên bàn thờ Phật". [Sau 1975, bà xuất bản *Nhật Ký Của Im Lặng* (1990) như một tổng kết những suy tư triết lý lẫn nhân sinh quan về cuộc đời, tình yêu, hạnh phúc và những đấng tối cao].

Nói chung, đối với các tác giả mới này, có hai khuynh hướng: hoặc tiểu thuyết trở thành cái khung, cảnh ít quan trọng và nhân vật thứ yếu hoặc ngược lại, chỉ có nhân vật, thế giới tiểu thuyết chỉ là cái khung vì đó là một không gian nội tâm hóa, cái cớ để suy tư, phân tích nội tâm. Cuộc đời có đấy nhưng không quan trọng, ý nghĩa cuộc đời là do con người gán cho; câu chuyện xoay quanh nhân vật, nhân vật trở thành tâm điểm! Có tác-giả như Thảo Trường đưa thêm yếu tố tinh thần, tâm linh, cho cái không gian vô nghĩa đó! Như vậy, kỹ thuật tiểu thuyết trở nên quan trọng, là cái riêng của mỗi tác giả, trong cách kể, cách viết, trong không khí mà tác phẩm tạo nên được! Có thể nói Bình-Nguyên Lộc, Võ Phiến, Sơn Nam, Dương Nghiễm Mậu, Túy Hồng, Nguyễn Đình Toàn, Hoàng Ngọc Tuấn, ... mỗi người đều có **phong cách** riêng độc đáo, không trùng lập!

Mặt khác, một số tác-phẩm văn-chương đã diễn tả, nói lên được những cái phi lý, tạm bợ, bất thường của cuộc đời con người trong chiến-tranh. Trần Hoài Thư, Kinh Dương Vương, Thảo Trường, ... đã có những truyện ghi lại được *vũ-trụ giới Kafka* và những khoảnh khắc phi lý đối với một số nạn nhân, trẻ, già, nam nữ, cũng như những thảm cảnh bất chợt hoặc thường trực bủa vây đời-sống!

Một số hiện-tượng văn-học

20 năm sinh hoạt văn nghệ đó còn có những hiện tượng như **tiểu thuyết đăng-từng-kỳ** (Vũ Ngọc Phan gọi là *tiểu-thuyết đăng báo*, Huỳnh Văn Tòng gọi *tiểu-thuyết nối dài*) trên các nhật báo với An Khê, Bình-Nguyên Lộc, Ngọc Linh, Trọng Nguyên, Thanh Thủy, Văn Quang, Dương Hà, Tô Nguyệt Đình, Duyên Anh, Mai Thảo, Hoàng Hải Thủy, ... Ngay sau năm 1964, các cuốn tiểu thuyết của Chu Tử, Văn Quang, Tuấn Huy cùng truyện chưởng của Kim Dung đã gây xôn

xao trong dư luận độc giả, thì đầu năm 1965 tiểu-thuyết đăng-từng-kỳ của Lê Xuyên như *Vợ Thầy Hương* gây gất ngờ và thành công dữ dội. [X. phần ‹tiểu-thuyết đăng-từng-kỳ› ở phần sau].

Duyên Anh đi vào thời sự của báo chí sau khi đã là hiện tượng với tiểu thuyết viết về tuổi thơ và tuổi trẻ, để đời với tập truyện *Hoa Thiên Lý* và bộ truyện *Vẻ Buồn Tỉnh Ly*. Nhật Tiến với lương tâm nhà giáo và trách nhiệm xã hội, viết nhiều về những đứa trẻ bất hạnh hay những người nghèo khổ và nạn nhân của chiến tranh. Cũng là thời của những nhà văn mà tác phẩm vẫn sống mạnh nơi người đọc: Bình-Nguyên Lộc, Võ Hồng, ... Các tiểu thuyết *Yêu* (đăng-từng-kỳ trên nhật báo *Dân Việt*), *Loạn, Ghen, Tiền* (Loạn 2), *Bão* (Loạn 3), ... của **Chu Tử** một thời đã là hiện tượng sách bán chạy cũng như đề tài *yêu vội sống vội sống cuồng* theo F. Sagan và mốt hiện sinh!

Bùi Giáng cũng đã là một hiện tượng văn-chương ở miền Nam với các tác phẩm triết lý và dịch thuật tài tình, bên cạnh những tập thơ đổi mới ngôn ngữ và đầy ắp những ý tình khác người và đầy bất ngờ một cách không thể tự-nhiên hơn!

Đây cũng là thời giới cầm bút **phái nữ** đông đảo hiện diện và nổi tiếng về nội dung: Nguyễn Thị Vinh, Đỗ Phương Khanh (*Hương Thu*), Linh Bảo, Trịnh Thị Diệu Tân (*Mảnh Vụn*), Thu Vân (*Màu Mưa Đêm*, 1961) với những khúc mắc của những mảnh đời tương đối an bình, Nguyễn Thị Hoàng với *Vòng Tay Học Trò* từng làm chau mặt giới giáo dục, đề tài tình yêu "cấm ky" ở chốn học đường, một vấn-đề của thời đại mới, Túy Hồng tâm tình nóng bỏng phẫn nộ thân phận phụ nữ mà khi xuất hiện đã gây hy vọng làm sống nền văn nghệ mới, Minh Đức Hoài Trinh người nữ lữ hành trong cuộc đời và tình yêu (gây sôi nổi với *Sám Hối* và *Đàn Ông Đàn Bà*), Nhã Ca vẽ lại những cuộc đời bị chiến tranh giao động, gây nhiều đổ vỡ, Trùng Dương náo động ngôn ngữ và tâm hồn người nữ, Lệ Hằng (từng bị gọi là ‚Quỳnh Dao bản xứ') no đầy những mối tình sinh viên lãng mạn vẫn khao khát tự do, tìm kiếm, Nguyễn Thị Thuy Vũ viết về hiện thực của thời đại chiến tranh, xã hội xáo trộn, Vân Trang, Minh Quân ((Nguyễn Thị Lợi, 28-10-1928-; 2 truyện dài *Đất và Ngưởi* (Lá Bối 1967), *Gắn Bó*, và tập truyện ngắn *Những Ngày Cạn Sữa* – giải văn-chương Bút Việt 1965), v.v. theo khuynh hướng giáo dục, và cuối giai đoạn có Nguyễn Thị Ngọc Minh và Trần Thị Ng.H. văn chương tâm sinh lý hiện thực. Về thơ có Trần Thị Tuệ Mai, Mộng Tuyết Thất Tiểu Muội, Hoàng Hương Trang, Tuệ Mai, Minh Đức Hoài Trinh, Trần Thy Nhã Ca, ..., đi từ những tình ý ngập ngừng kín đáo đến những nghi vấn khúc mắc, táo bạo!

*

Trong Nam, có chính sách văn hóa, thông tin thì cũng vì chiến tranh mà có **chế độ kiểm duyệt**, nhưng đối với văn-nghệ sĩ không có cưỡng bách hay cô lập kinh tế và/hay tinh thần như ở miền Bắc Cộng-sản trong nhiều thập niên. Thứ nữa ở các quốc-gia tiên tiến, Âu Mỹ chẳng hạn, có dân-chủ, tự do ngôn luận nhưng luật lệ cũng bảo vệ quyền tư riêng, bí mật quốc-gia và còn có cả ngành Tư pháp nếu phải thưa gửi, kiện tụng. Một số người đã phê phán miền Nam Cộng hòa có kiểm duyệt và các báo tập trung trong tay chính-trị, quyền thế, nhưng ở Âu Mỹ báo-chí và truyền thông cũng có chuyện tập trung trong tay một số công ty hoặc tài phiệt. Dù sao thì không đâu mà báo-chí tập trung trong bàn tay sắt của Đảng như ở các nước Cộng-sản mà Việt-Nam đến nay vẫn vậy! Chính quyền còn trợ cấp tài chánh cho Bút Việt (PEN Club VN) từ năm 1957 dù có những vị chủ tịch độc lập và cả đối lập với chính quyền, như chủ tịch Thanh Lãng và Bút Việt đã bênh vực nhà văn "nằm vùng" Vũ Hạnh, ...

Thời 1954-1963, không khí văn nghệ lịch sự, nhẹ nhàng, ... đến 1964-1975 đa dạng, có nạn bè phái nhưng cũng có đối thoại. Các giải thưởng văn học được tổ chức hàng năm để trả công và vinh danh một số người làm văn học nghệ thuật nhưng có những năm gây tranh luận, nghi vấn về vai trò của các giám khảo cũng như giá trị thật sự của những tác phẩm được giải (Cuốn *Việt-Nam Văn Học Toàn Thư 1* của Hoàng Trọng Miên giải 1959 bị tố đạo văn, Nguyễn Hiến Lê từ chối nhận giải; cuốn *Đường Một Chiều* của Nguyễn Mộng Giác giải Văn Bút năm 1974 bị nghi thiên vị, v.v.). Truyện Bài Thơ Trên Xương Cụt của Chinh Ba đăng *Giữ Thơm Quê Mẹ* (10-1965) vẫn được dẫn giải là có ý phê bình chế độ kiểm duyệt, cuộc chiến giữa nàng Út Lệ và Ba Lò Heo là cuộc đấu tranh không thể tránh dù không muốn, giữa nghệ thuật và dao phay, giữa người "nghệ sĩ" và những áp đặt có hệ thống với mục đích cuối cùng phá đổ Tự Do và những đam mê nghệ-thuật. Nhà văn Thế Uyên từng uất ức vì tác-phẩm của mình bị kiểm duyệt nặng nề (X. bài "Mười năm văn-hóa kiểm duyệt miền Nam" đăng trên Văn Học số 40, 15-6-1965, sau in lại trong Những Ý Nghĩ Của Bọt Biển). Nhưng theo nhà văn nhà báo Viên Linh thì chuyện kiểm duyệt thời trước 1975 rất bình thường: *"Liên hệ giữa báo chí văn nghệ và chính quyền tôi thấy rất tốt đẹp. Chính quyền không hề có biện pháp đặc biệt nào đối với báo văn nghệ, còn báo chí loại khác như nhật báo thì có thể khác. Chủ trương thì không có hạn chế, tuy nhiên, một số cán bộ thông tin thuộc Nha Báo chí bộ Thông tin khá xa lạ với văn nghệ trong cung cách, nhưng đó là chuyện con người nói chung. Về vấn đề kiểm duyệt, tác giả không cần đưa bản thảo xin kiểm duyệt sách báo trước khi in, nhưng cứ cho sắp chữ, chỉ cần nạp bản vỗ (tức bản chụp khuôn chữ chì bằng mực in, trên tờ giấy có thấm nước). Đối với sách, trong vòng mười lăm ngày, sở kiểm duyệt thuộc bộ Thông tin Văn hóa phải trả lời cho in hay không, hay đề nghị bỏ vài đoạn, bớt vài đoạn, ra sao. (...) Việc kiểm duyệt sách vở báo chí bị chế riễu, thổi phồng, chỉ là do sự phá hoại của cộng sản rồi bị tay sai và một số người mang ra làm chuyện đùa, chuyện diễu. Bản chất chính quyền miền Nam 1954-1975 theo tôi là tốt nhất trong lịch sử Việt Nam trong thế kỷ XX và XXI đến thời điểm này. Thời nhà Nguyễn thế kỷ XIX, tới năm 1915, sĩ tử đi thi còn bị xổ toẹt vì phạm húy, trong khi tại miền Nam sau thời ông Diệm, báo chí mang tổng thống bộ trưởng ra chế diễu là chuyện xảy ra hàng ngày"* (68).

Miền Nam lục-tỉnh

Văn học thuần Nam lục tỉnh phát khởi từ 1865 đã tiếp tục vững mạnh với sự nhập cuộc của các nhà văn miền Bắc thời 1925-1945, đã dần dà nhường chủ-động cho người làm văn-nghệ cả nước từ nay tập trung ở phía nam vĩ-tuyến XVII.

Mai Thảo trong số ra mắt tạp chí *Sáng Tạo* cho rằng văn nghệ từ thủ đô Hà-Nội đã chuyển vào thủ đô văn hóa Sài Gòn, *"văn-hóa Việt-Nam thực hiện hôm nay và sẽ được kiện toàn trong ngày tới đã có một trung tâm xuất phát, sinh thành: Thủ đô Sài-Gòn"* (6). Cao Huy Khanh trong loạt bài biên khảo về 20 năm tiểu thuyết miền Nam (1954-1973) đăng nhiều kỳ trên tạp chí *Thời Tập* trước 1975 đã phân tích nền văn học đó như sự lớn dậy của một con người từ mới sinh đến khi trưởng thành. Họ Cao là người đầu tiên viết về giai đoạn văn học 1954-1973 (ông dùng thời điểm hiệp định Paris) nhưng chỉ mới được 4,5 bài dẫn nhập thì đã xảy ra biến cố 30-4-75, sau đó không thấy ông xuất hiện trên báo chí (69)!

Nhà văn Võ Phiến, trong *Hai Mươi Năm Văn Học Miền Nam 1954-1975* (1986; "Vai trò của miền Nam" (70), đã có cái nhìn phần nào tổng hợp hơn và dành cho miền Nam "lục tỉnh" một vai trò hình thành và xuất phát cho nền văn học 1954-1975. Tuy nhiên, cũng như bài viết "Cá tính văn-học miền Nam" trên *Bách Khoa* (số 63, 15-8-1959), Võ Phiến đã không đánh giá đúng mức tác phẩm của các nhà văn miền Nam thời kháng Pháp ngay trước đó là thời Sài-Gòn rất sôi động về chính trị và cách mạng trong khi Hà-Nội sôi nổi về quân sự. Khuynh hướng văn nghệ đấu tranh này đã lớn mạnh và đa dạng ở Sài-Gòn trong khi văn nghệ kháng chiến ở phía Bắc đã phải chịu sự chỉ đạo trực tiếp của đảng cộng sản ngay từ những ngày đầu; một khuynh hướng nẩy mầm từ những Trương Duy Toản, Lê Hoằng Mưu, Phạm Minh Kiên, Tân Dân Tử, ... của những thập niên 20 và 30 là thời văn học miền Bắc đang lãng mạn đến đẫm lệ và tự tử với những *Cành Hoa Điểm Tuyết, Tuyết Hồng Lệ Sử, Tố Tâm*, v.v.

Viết về 20 năm văn học này mà cứ nói đến các nhóm *Sáng Tạo, Quan Điểm, Văn Hóa Ngày Nay*, v.v. mà quên các nhóm "bản xứ" "bản địa" khác là một thiếu sót lớn và là một "bỏ quên", "bỏ rơi" có thể vô tình và có khi cố ý! Văn học miền Nam đã khởi đi từ 1865 – cũng là nơi bắt nguồn văn-học chữ quốc-ngữ cho cả nước thời hiện-đại, vẫn tiếp tục phát triển song hành hoặc hoà nhập nền văn học Việt Nam nói chung, hay từ năm 1954, miền Nam có văn học khác, mới? Theo thiển ý nên phân biệt ba dòng văn học tại miền Nam từ 1954 đến 1975 mà nếu công bằng ta có thể ghi nhận:

- một thuần Nam, từ Trương Vĩnh Ký qua Hồ Biểu Chánh đến Phi Vân, Bình-Nguyên Lộc, Sơn Nam, Vương Hồng Sển, Trang Thế Hy, Lê Xuyên, Phương Triều, Thanh Việt Thanh,...;

- bình dân hoặc trưởng giả trí thức với những đòi hỏi thông thường những giá trị dân chủ của Cách mạng Pháp 1789;

- một dòng giữa gồm miền Nam cộng với Trung và một ít Bắc đã khởi từ trước 1954, thiên chính trị cách mạng và công bằng xã hội; và

- dòng cuối là dòng nước mới từ miền Bắc di cư vào từ 1954, dòng trí thức tiểu tư sản và chính trị cốt lõi lý thuyết.

Trong hơn 20 năm, ba dòng văn học đó đã sống chung, đã nhập làm một dưới biểu tượng dân chủ, tự do và cộng hòa. Trần Tuấn Kiệt trong *Tác Giả Tác Phẩm Tiêu Biểu Nền Văn Học Nghệ Thuật Thời Chiến Tranh* (1973) đã nhận xét rằng "*Những nhà văn, tác-phẩm văn-học nghệ-thuật lúc bấy giờ có một năng lực đấu tranh, chống đối phản kháng vô cùng mãnh liệt đối với Cộng-sản chủ nghĩa (...) Về mặt chính-trị, thuận tiện cho việc kiến quốc xiết bao, nhưng chính quyền thời nhà Ngô biết (x)ử-dụng văn-nghệ sĩ vào các công tác chính-trị, nhưng chẳng được sự mến mộ của người dân, vì các văn-nghệ sĩ miền Bắc vào Nam chưa gây được sự tin tưởng hay có nền tảng, gốc gá(t) sâu rễ trong miền Nam , các tác-phẩm đó thiếu hụt không khí, thiếu nếp suy diễn và đời-sống Nam bộ, nên ít được đón nhận mặc dù lúc đó những loại văn-chương của Ngọc Sơn, bà Tùng Long, Phú Đức và các truyện Tàu như Tam quốc chí, như Thủy Hử vẫn đă(c) khách...* " (71).

Miền Nam của những năm đầu sau 1954 trước hết có nghĩa là *tự do*. Tự do trong chính trị, tự do của hết chiến tranh. Tự do của tái dựng cuộc đời, của thiên cư dù trong đổi thay đã có những bi kịch cho tập thể và cá nhân. Và tự do trong văn nghệ! Tuy nhiên cái tự do này sẽ bị hoàn cảnh mới về chính trị giảm thiểu đi phần nào, dù vậy vẫn giúp phát triển những cái mới trong văn nghệ như nhóm Sáng Tạo, thơ tự do, thơ lục bát mới, thơ văn xuôi, kịch nói, v.v.. Để đối phó với đấu tranh chính trị mà miền Bắc vẫn tiếp tục, dù sao thì tổng tuyển cử mà hiệp định đình chiến đã quy định vẫn như lưỡi kiếm Damoclès lơ lửng trên sự sống còn của cả miền Nam. Người dân miền đất mới đã phải bắt tay xây nền móng. Một văn nghệ tâm lý chiến phục vụ giai đoạn sẽ nằm trong nỗ lực vô hiệu hóa mũi dùi của cộng sản Hà-Nội, nỗ lực sẽ thành công ở những năm đầu 1954-1959, khiến cho miền Bắc tức tối sẽ thành lập Mặt trận Giải phóng miền Nam và gây chiến cho đến ngày 30 tháng 4 năm 1975.

Không khí tự do nói trên sẽ khiến một số nhà văn nghệ phải xét lại những nền tảng văn nghệ theo đuổi như thuyết Đệ Tứ Quốc-tế, thuyết giải phóng dân tộc, thuyết quốc dân và chống ngoại xâm, thực dân mới cũ. Dĩ nhiên có nhiều người sẽ tiếp tục "công tác" như trước 1954, sẽ vào tù hoặc vô bưng, tập kết, hay sẽ bị bắn chết khi vượt ngục như Dương Tử Giang. Những nhà Đệ Tứ Thiên Giang, Thê Húc sẽ đi vào con đường thuần giáo dục, Tam Ích sẽ pha Phật giáo nhưng vẫn bế tắc đến phải tự kết liễu cuộc đời. Hồ Hữu Tường xét lại thuyết của mình sau khi bị tù vì làm quân sư cho tướng Bảy Viễn nhưng sẽ vẫn không thuyết phục được nhiều người. Phú Đức Nguyễn Đức Nhuận, Tô Nguyệt Đình Nguyễn Bảo Hóa, Quốc Ấn, Phi Vân, Ngọc Linh... sẽ hoạt động báo chí. Thẩm Thệ Hà sẽ chuyên hơn về giáo khoa, Sơn Khanh, .. sẽ bỏ viết, làm luật sư và thủ tướng, v.v. Vũ Anh Khanh sẽ tập kết và vượt tuyến trở lại và sẽ bị bắn chết nơi đất nước bị qua phân. Lý Văn Sâm sẽ vô bưng khi đã lộ, riêng Thái Bạch, Sơn Nam, Trang Thế Hy, Lưu Nghi, Lê Vĩnh Hòa, ... sẽ tiếp tục "năm vùng" vững vàng trong một miền Nam quá tin người và "quá" đề cao những giá trị dân chủ, tự do!

Trong bầu không khí đó, các nhà văn thuần lục tỉnh và Sài-Gòn sẽ làm gì? Trước hết, họ tụ tập hoạt động báo chí và xuất bản. Các nhà xuất bản Phạm Văn Tươi (báo *Mới*), Phù Sa, Bến Nghé, Nam Cường, ..., các nhật báo *Tiếng Chuông* (lúc mới ra là hàng tuần, đổi nhật báo từ giữa năm 1950), *Sài-Gòn Mới, Sài-Gòn Mai, Tia Sáng*, ... và các tạp chí *Vui Sống, Nhân Loại, Đời Mới, Ban Mai, Mới, Sinh Lực, Đông Phương, Bông Lúa*, ... sẽ là đất văn nghệ chính của các nhà văn miền Nam này trước khi họ sẽ hội nhập vào dòng văn học "miền Nam cộng hòa" với các tạp chí *Phổ Thông, Văn Học, Văn, Bách Khoa, Nghệ Thuật, Vấn-Đề, Khởi Hành, Thời Tập*, v.v..

Tạp chí *Nhân Loại* ra đời năm 1956 (có thời do Đông Hồ làm giám đốc, cuối 1956, Nguyễn Bảo Hóa làm giám đốc, Ngọc Linh thư-ký tòa-soạn) chuyên về văn nghệ và ít về nghị luận chính trị. *Ban Mai* của Phan Văn Chẩn tuần báo văn-nghệ với bài viết của Thiếu Sơn, ..., thơ văn của Bình-Nguyên Lộc, Nguyễn Bảo Hóa (Tiêu Kim Thủy), Lý Văn Sâm (ký Bách Thảo Sương), ... *Đời Mới* của nhóm Trần Văn Ân đã ra từ 1951 và sẽ đóng cửa khi ông Ân bị bắt ở Rừng Sát, là tạp chí có nhiều ảnh hưởng về chính trị cũng như văn học nghệ thuật trong khi tờ *Đông Phương* của Hồ Hữu Tường chỉ chuyên về chính trị, cổ võ thuyết trung lập. Về sau có thêm báo chí Phật giáo như *Hải Triều Âm, Giữ Thơm Quê Mẹ*, ... hoặc Công-giáo như *Thăng Tiến*. Giai đoạn sau tiêu biểu có tờ *Hoà Đồng* do Hồ Hữu Tường chủ trương tổng hợp văn minh mới và *Cấp Tiến* của nhóm Nguyễn Văn Bông với chủ trương như một thay thế những thế lực chính trị truyền thống đã "mỏi mệt" mà không tự biết!

Một cách tổng quát, tạm có thể phân biệt một số **khuynh hướng chính**:

- *phong tục* và đời sống nơi vùng đất mới khai hoang và phù sa: Bình-Nguyên Lộc, Sơn Nam, Phi Vân, Lê Xuyên, Vương Hồng Sển, Mộng-Tuyết thất tiểu-muội, Ngọc Linh, Lê Xuyên, ...;

- *cổ võ đạo lý và phong hóa*: Hồ Biểu Chánh, bà Tùng Long, ...;

- *xã hội và đời sống thị tứ*: Nguyễn Thị Thuỵ Vũ, Hoài Điệp Tử, ...;

- *chính trị, đấu tranh*: Phạm Thái, Thẩm Thệ Hà, Trang Thế Hy,

Tô Nguyệt Đình, ...;

- *tình cảm, lãng mạn, diễm tình bình dân*: Ngọc Linh, Sĩ Trung, Dương Hà, Phú Đức, bà Tùng Long, Phi Long, Dương Trữ La, Thanh Thủy, Trọng Nguyên... và

- *luận đề, triết lý và tôn giáo:* Hồ Hữu Tường, Phạm Công Thiện, Tô Thùy Yên, ...

[*Khi nói đến một số nhà văn thơ trong phần này (và sau này, văn-học hải-ngoại), chúng tôi làm công việc văn-học sử, mục-đích phân tích và nhận định, chớ không nhắm kỳ thị địa phương hay đề cao, hạ giá tác-giả nào cả! - Tất cả các nhà văn thơ đều thuộc văn-học sử Việt-Nam*].

Hồ Biểu Chánh (sanh 1884 tại Gò Công, mất 04-09-1958 tại Phú Nhuận, Gia Định) thuộc thế hệ đầu thế kỷ XX, vẫn có các tác-phẩm viết và xuất-bản vào giai đoạn sau 1954: *Nặng Bầu Ân Oán* (1954), *Đỗ Nương Nương Báo Oán* (1954), *Lòng Dạ Đàn Bà* (1955), *Hai Chồng* (1955), *Hai Vợ* (1955), *Lá Rụng Hoa Rơi* (1955), *Tơ Hồng Vương Vấn* (1955), *Ông Cả Bình Lạc* (1956), *Một Duyên Hai Nợ* (1956), *Những Điều Nghe Thấy* (1956), *Trả Nợ Cho Cha* (1956), *Sống Thác Với Tình* (1957), *Nợ Tình* (1957), *Nợ Trái Oan* (1957), *Chị Đào, Chị Lý* (1957), *Tắt Lửa Lòng* (1957), *Hạnh-Phúc Lối Nào* (1957), *Trong Đám Cỏ Hoang* (1957), *Đón Gió Mới, Nhắc Chuyện Xưa* (1957), *Vợ Già Chồng Trẻ* (1957), *Lẫy Lừng Hào Khí* (1958), ... và tiểu-thuyết lịch-sử *Đại Nghĩa Diệt Thân* (1955). Dù là tiểu-thuyết lịch-sử, xã-hội hay tình cảm, các tác-phẩm của ông vẫn tiếp tục xiển dương truyền thống luân lý Á-đông và Việt-Nam nhất là của con người Lục-tỉnh - trong "Đời của tôi về văn nghệ" ông cho biết ông viết tiểu thuyết với ý muốn "*cảm hóa quần chúng mà đưa họ trở lại con đường nghĩa-nhân chính-trực*" (72). Tiểu-thuyết của Hồ Biểu-Chánh rõ là có mục đích văn-hóa, giáo-dục chứ không phải là văn-chương tiêu thụ. Hồ Biểu-Chánh viết cho đồng bào Nam-kỳ của ông, họ cần cả văn và đạo (trong khi Hồ Biểu-Chánh làm báo và viết nghị luận là nhắm đồng bào khắp Nam-Bắc!). Các tiểu-thuyết của Hồ Biểu Chánh sau 1954 ngày càng hiện đại hơn về kỹ thuật và ngôn-ngữ tiểu-thuyết. Dù vậy vào cuối đời, khi nhìn lại chặng đường sáng tác của mình, Hồ Biểu Chánh tự nhận thấy: "*Sản xuất cả mấy chục pho tiểu thuyết, luôn luôn tôi vẫn theo đuổi theo cái mục đích duy nhất là: Thành nhân với Thủ nghĩa*" và điều này đã trở thành niềm tự hào được ông nhắc tới trong di chúc của mình: *"viết tiểu thuyết ta cũng cố giữ vẹn đạo hiếu nghĩa"* (73).

Tiểu-thuyết của Hồ Biểu-Chánh có thể xem là một bộ lịch-sử phong tục về một miền Nam-kỳ lục-tỉnh vào thời đại của ông vì qua đó ngoài những phản ảnh đạo đức luân lý, truyền thống tập quán, người đọc đời sau còn hiểu được quá trình quan hệ với nước ngoài qua bình diện ngôn ngữ, tức là qua những từ ngữ ngoại lai mượn từ Hán tự, Hoa ngữ truyền khẩu và Pháp ngữ phiên âm. Cái làm nên phong-cách tiểu-thuyết Hồ Biểu-Chánh đó là ngôn-ngữ sử-dụng, câu văn viết, từ ngữ riêng và phương-ngữ và ở lối tả chân và tự nhiên! Tất cả đã góp phần tạo nên ngôn-ngữ tiểu-thuyết Hồ Biểu-Chánh! Nếu Trương Vĩnh-Ký, Huỳnh Tịnh Paulus Của chập chững dò dẫm bước đi với những văn-bản quốc-ngữ đầu tiên, phôi thai, đơn sơ, nếu Nguyễn Trọng Quản Tây-phương nhanh hơn con người thời đại, thì Hồ Biểu-Chánh đã vững bước hơn, vừa Âu hóa kỹ thuật, vừa bảo-tồn sắc-thái dân-tộc cũng như địa phương, vừa mô phỏng (những tiểu-thuyết phỏng dịch) vừa sáng-tạo, chính là nhờ ngôn-ngữ sử-dụng trong tiểu-thuyết của ông vậy!

Phạm Thái, tên thật Lê Phùng Thời, thuộc nhóm Tự Quyết, tác giả tập *Truyện Năm Người Thanh Niên* (1954) và truyện dài Nhà Lá đăng dở dang trên báo *Tự Quyết* bị đình bản năm 1955. Ông từng là dân biểu và Tổng thư ký Ban thường vụ Quốc hội Lập hiến năm 1956 [ông mất ở Hoa-Kỳ năm 2005]. *Truyện Năm Người Thanh Niên* là một tiểu thuyết luận đề trình bày dưới hình thức trên ba mươi lá thư và trích đoạn hồi ký, là chuyện của Hữu, Lưu, Phương, Ngọc, Trang, năm thanh niên nam nữ sống buổi giao thời mà cách mạng như là lý tưởng và giấc mơ. Thanh niên đầy nhiệt huyết sẽ làm gì? Làm nhiều tiền, hay đi tu, hay làm cách mạng? Chính Thu người yêu của Phương sau là vợ Hữu tuy chỉ là nhân vật được nói đến nhưng lại đóng vai chính giúp người đọc hiểu các nhân vật chính. Đoạn thư Trang gửi Phương: *"Thì ra chỉ có sự hy sinh của thằng chiến sĩ như mấy mới hoàn toàn cao quí vì nó không hề tơ vương, ích kỷ, không bao giờ hóa thành khô khan và vô bổ được. Người ta có thể thành nghệ sĩ vì bản tính thiên nhiên, vì tình yêu, vì tự ái, vì bị đời khinh bạc. Người ta thường đi tu vì bị một mối thất vọng lớn, vì không đủ nghị lực gánh chịu phần đau khổ của kiếp người. Nghệ sĩ như kẻ tu hành đã chọn con đường nghệ thuật vào đạo lý để tìm chốn dung thân. Riêng người chiến sĩ lấy dân tộc làm lẽ sống, lấy cách mạng làm nguồn vui, chiến* *sĩ đã can đảm nhìn vào sự thật nhận lấy thử thách, tình nguyện hiến thân mình làm chất vun bón đóa hoa Sinh Tồn cho nòi giống. Lặn lội nơi rừng sâu, núi thẳm,. tàn phế ... mòn mỏi... phơi xương nơi hoang đảo, chiến sĩ có bao giờ đòi hỏi chút gì bù lại đâu, họ chỉ thấy cần phải làm bổn phận...".* Rõ là tác-giả muốn phân biệt cách-mạng kháng chiến với cách-mạng kiểu cộng-sản. Một đoạn trích khác về thành phố Sài-Gòn vào đầu thập niên 1950:

"Trời đất ơi! Bỏ xe ngoài đường đi thăm lòng vòng xóm lao động Bàn Cờ một hồi lâu mới đến cái ổ chuột của tụi nó. Trang mò mãi trong bóng tối mới mở được cánh cửa đánh diêm đốt đèn cho thằng Chương mở tủ lấy xấp tranh ra cho tao xem. Đèn dầu lửa tù mù, nhà thấp xùm xụp, bít bưng, nóng tháo mồ hôi. Tao xem chẳng thấy hay đẹp gì ráo trọi nhưng cũng khen bừa rồi bỏ hai trăm bạc mua bức tranh, vẽ cô thiếu nữ mơ màng trước rèm trúc..." (Thư Hữu gửi Ngọc).

Vào thời sùng sục kháng chiến và đấu tranh của đầu thập niên 1950, *Truyện Năm Người Thanh Niên* của Phạm Thái đã là một biến cố quan trọng, một thử nghiệm văn nghệ mới và đi lên, một văn nghệ cho tiến bộ và cải cách xã hội, cùng với Hồ Hán Sơn, Trần Văn Ân cùng ý hướng chống lại ý thức hệ cộng-sản trên **Đời Mới,** tiếp nối con đường yêu nước và kháng chiến của Quốc Ấn, Sơn Khanh, Vũ Anh Khanh, ... Một kết luận khác của Phạm Thái là cho rằng có một sứ-mạng văn-nghệ mà người văn-nghệ sĩ chân chính và quốc-gia phải thực hiện cho kỳ được, một cách độc lập và hướng thượng!

Nhưng **bốn nhà văn trội bật** của dòng văn chương Nam-kỳ lục tỉnh thời này là **Bình-Nguyên Lộc, Sơn Nam, Lê Xuyên và Hồ Hữu Tường**. Sơn Nam và Bình-Nguyên Lộc về sau lại có khuynh hướng viết biên khảo và hai ông đều đã có những đóng góp đáng kể: Sơn Nam viết **Văn Minh Miệt Vườn, Bến Nghé Xưa, Cá Tính Của Miền Nam,** ...; Bình-Nguyên Lộc còn là tác giả *Nguồn Gốc Mã Lai Của Dân Tộc Việt Nam* **và** *Lột Trần Việt Ngữ.* Cá tính miền Nam lục tỉnh đã rõ rệt trong nhiều tác phẩm của Bình-Nguyên Lộc, qua ngôn ngữ, nhân vật và một tình yêu đất đậm đà của tác giả. Rõ rệt, vì Bình-Nguyên Lộc ý thức sứ mạng văn chương của mình. Cá tính này, ngoài Bình-Nguyên Lộc, còn lộ rõ hơn nữa với nhà văn Sơn Nam. Ngoài ra, Lê Xuyên, An Khê, Ngọc Linh, Dương Hà, Phi Long, bà Tùng Long, ... cũng sáng tác mạnh dù các nhà văn này ít làm văn chương hơn là viết tiểu thuyết "feuilleton" đăng nhiều kỳ ở các nhật báo. (X. các đề mục An Khê, Bình-Nguyên Lộc, Hồ Hữu Tường, Lê Xuyên và Sơn Nam ở Quyển Hạ-Tác-Giả).

Ngọc Linh (Dương Đại Tâm, 30-11-1931 – 2002) là dịch giả và tác giả trên 60 ấn phẩm trong đó 20 ký Ngọc Linh. Ông bắt đầu viết bằng truyện ngắn từ năm 1951 (Cánh Thiệp Đầu Xuân, báo Xuân 1951 *Tiếng Chuông*) và có nhiều tiểu thuyết được quay thành phim và cải thành tuồng cải lương như *Trên Sông Hoàng Hôn* (1964, khởi đăng trên *Nhân Loại* năm 1956), *Ngã Rẽ Tâm Tình* (1962), v.v.; nhưng với ***Đôi Mắt Người Xưa*** (1961), ông đã cố gắng "làm văn chương" dù bị hệ lụy lâm-ly của "feuilleton" đăng báo. Tiểu thuyết của Ngọc Linh có hai đặc điểm: đề cao tâm hồn phụ nữ Việt Nam, sự hy sinh và chịu đựng của họ, và thứ nữa, chuyện thường gây cấn, bi đát nhưng kết cục luôn có hậu, dù là chuyện thời chiến có những bất ngờ. Tiểu thuyết ông khai thác những khúc mắc tình cảm: hai vợ, hai chồng, hai chị em cùng yêu một người, anh rể và em gái vợ, những ngộ nhận và hy sinh. Kết có hậu theo luân lý bình dân miền lục tỉnh, mà lạc quan, vì "thiện ác đáo đầu chung hữu báo", những nhân vật biết phục thiện: "*Xin cha cứ yên lòng, con sẽ không bao giờ sa chân như trước nữa đâu. Con sẽ ra sức làm việc và sẽ vươn lên trong cuộc đời, như bao nhiêu người khác*" (ĐMNX). Tiểu thuyết của ông dù vậy đã có công cho thấy những tâm hồn trữ tình hồn nhiên của con người lục tỉnh: "*Dòng sông này buồn quá phải không cô? Nhất là trong những buổi hoàng hôn như chiều nay (...) tôi lại nghĩ đến những ngày vui rồi hết, những cuộc gặp gỡ rồi ly tan, những người yêu nhau rồi chia cách...*" (TSHH). *Hoa Nở Về Đêm* (Sống Vui, 1963) về một loài hoa có tên Mộng Kiều, Hoài Thu, v.v. tức các đào hát nổi danh nhưng sống với nhiều bi kịch cuộc đời và trong tình-yêu.

Với bút hiệu Sơn Linh, ông đã xuất-bản cuốn đầu tay *Cọp Ba Móng* ('phóng sự hồi-ký đường rừng', 1957), rồi hàng loạt các tiểu-thuyết tình cảm như *Bến Chợ Đêm Khuya* (1962), *Tình Xưa Nghĩa Cũ* (1963), ... và tiểu-thuyết dã sử như *Người Đẹp Thành Phiên-Ngung* (1973), *Nghĩa Sĩ Thành Tây Đô*, v.v. Ngọc Linh còn viết biên-khảo *Nguyễn Trung Trực, Anh Hùng Dân Chài* (1957, chung với Sơn Nam) và ***Đạo Diễn Và Diễn Viên*** (1966).

Bà Tùng Long, tác giả nhiều tiểu thuyết "feuilleton" đăng nhiều kỳ ở các nhật báo như *Sài-Gòn Mới* sau một số in thành sách như *Lầu Tỉnh Mộng, Chúa Tiền Chúa Bạc, Hoa Tỉ Muội, Tình Và Tiền, Những Kẻ Có Lòng*, ... Truyện của bà không nặng về phân tích tâm lý và không tình tiết phức tạp. Ngược lại truyện của bà có tính cách luân lý và tình tiết hợp tâm lý thông thường của đại chúng. Đối với những người chia chiếu văn nghệ thì bà không được coi là nhà văn, càng khó là nhà văn lớn. Tuy nhiên nếu muốn nghiên cứu tâm tình, nếp sống con người miền Nam những thập niên 1940, 1950 và cả 1960, không thể bỏ qua các truyện của bà. Hơn nữa bà vẫn được nhắc nhở đến như tiêu biểu cho một khuynh hướng văn nghệ ở miền Nam, khuynh hướng viết như nói, viết như nghĩ, không uốn cong nếp suy nghĩ và cả lời nói của nhân vật như các nhà văn khác nhận ảnh hưởng ngoại quốc. Chính nhà văn Duyên Anh đã nhiều lần đề cao bà như tiêu biểu cho khuynh hướng này. Tuy nhiên các truyện của bà thường dùng lại cốt truyện của Pháp; cái đóng góp nếu có của bà chỉ ở những đối thoại, văn nói và lối kể chuyện.

Trang Thế Hy (còn ký Văn Phụng Mỹ, Minh Phẩm, Triều Phong, Vũ Ái, Phạm Võ, ...; tên thật Võ Trọng Cảnh, sinh ngày 29-10-1924, Bến Tre, mất ngày 8-12-2015), làm báo, viết văn cho *Nhân Loại* (bộ mới), *Ngày Mới, Bách Khoa, ... và đã xuất-bản Nắng Đẹp Miền Quê Ngoại* (ký Văn Phụng Mỹ, 1963), làm thơ viết truyện ngắn và tiểu thuyết (đăng báo), có những tác-phẩm nổi tiếng như bài thơ Đắng Và Ngọt ký Minh Phẩm - tựa nguyên thủy do nhà thơ đặt và được Bình-Nguyên Lộc đưa vào truyện *Quán Bên Đường và Phạm Duy phổ nhạc (1963), bản nhạc tựa là Khoai Ngọt Bánh Đắng, đã in làm phụ bản cho truyện dài Quán Tai Heo của Bình-nguyên Lộc. Về sau* Phạm Duy đổi tựa mới là Quán Bên Đường và ghi thi sĩ là Vô Danh:

"Ngày xưa hồi còn thơ / Một chiều nắng đẹp khoe màu tơ
Tôi cùng em, hai đứa / Thơ thẩn ngồi chơi trên ngạch cửa.
Tóc em chừa bánh bèo / Môi chưa hồng, da mét: con nhà nghèo !
Đầu tôi còn hớt trọc / Khét nắng, hôi trâu, thèm đi học
Em cầm một củ khoai / Cạp vỏ bằng răng rồi chia hai.
Thứ khoai sùng lượm mót / Mà sao nó ngọt thôi là ngọt!
Bây giờ, giữa đường đời, / Kỷ niệm ngày xưa xa mù khơi,
Gặp nhau chiều mưa lạnh / Hai đứa đều sang trong bộ cánh
Dung nhan em còn tươi / Anh mừng tưởng đâu đời em vui.
Dè đâu đây là quán / Em bẹo hình hài rao lên bán
(Đang thời đông khách mua / Chợ thịt còn sung được vài mùa)
Nghe nói anh cầm viết / Nghệ thuật là gì, em muốn biết.
- "Mùi hôi nói mùi thơm / Cây bút cầm tay : cần câu cơm
Đó, em ơi! nghệ thuật: / Nhắm mắt, quay lưng, chào sự thật."

Rồi đôi ta nhìn nhau / Không có ai đánh mà lòng đau
Em mời ăn bánh ngọt / Nhắc củ khoai sùng mình lượm mót
Đường bánh tươm vàng mơ / Như nắng chiều xưa khoe màu tơ
Mới cầm tay, chưa cắn / Mà sao nó đăng thôi là đăng!
Xin anh một nụ cười / Cười là sao nhỉ? Anh quên rồi!
Xin em chút nước mắt / Mạch lệ em từ lâu, đã tắt!
Hỏi nhau: buồn hay vui? / - Biết đâu? Ta cùng hỏi cuộc đời"

(*Vui Sống*, 9, 4-11-1959).

Là cảm tình viên của MTGPMN "chống Mỹ Ngụy", sống ở vùng Sài-Gòn, cộng tác với *Nhân Loại, Vui Sống, Bách Khoa*, v.v. bị bắt 1962 và sau đó vô bưng ở Củ Chi năm 1963, viết báo viết truyện đăng báo của Thành ủy Sài-Gòn ký dưới nhiều bút hiệu ông, truyện ngắn Anh Thơm râu rồng được giải văn học Nguyễn Đình Chiểu của Hội Văn nghệ Giải Phóng miền Nam Việt Nam 1960-1965, truyện ở tù của một phu đạp xích-lô 'cảm tình viên Việt cộng' đặt truyền đơn bị cảnh sát Cộng hòa bắt giam, trong tù anh gặp nhiều người cùng hoàn cảnh hoặc nạn nhân của những đấu tranh giai cấp chống 'địa chủ'. Ông viết không nhiều như Bình-Nguyên Lộc và Sơn Nam.

Thời chiến tranh 1957-1975, ông viết theo chiều hướng đề cao người theo Mặt trận chống lại miền Nam Cộng hòa, cũng như khuyến khích cầm súng và vô bưng. Trong Mưa Ấm, cô gái tên Thu 'cảm tình viên cộng-sản', thuộc một 'tổ chức mà em phải chấp hành mệnh lệnh' rủ người yêu ra vùng giải phóng nhưng chàng Diệp chỉ muốn làm 'một người chân chính cỡ nhỏ' tức 'tham gia đại cuộc nhưng không toàn tâm toàn lực'. Dù sao thì con người Trang Thế Hy, cũng như tác-phẩm, thẳng thắn, chống bất công và những chuyện bất bình, yêu sự thật, dù có bị lợi dụng, tâm hồn bộc lộ qua những lời lẽ tự nhiên như bài thơ Lời nói dối nhân ái, ... không quy luy quyền hành dù là với những người 'bạn' từng chung chiến đấu thời kháng-chiến (truyện Chất Liệu), và lúc nào cũng lòng nhân ái (truyện Thềm Thơ, Chuyện Người Chế Thuốc Giảm Đau, ...). Truyện Thềm Thơ kết thúc trong nuối tiếc: "... *Loan ơi! Chết đem theo sự thềm nghe thơ và sống mà thềm nghe thơ chưa biết ai khổ hơn ai. Bài thơ mà em thềm nghe và anh thềm làm cũng chẳng đẹp gì cho lắm. Để thềm nó có lẽ ít buồn hơn là thưởng thức nó với sự đau xót trong lòng. Sẽ có một ngày kia, khi một cô gái ôm một chàng trai trong giấc ngủ yên lành, thì hơi ấm của cô ta tạo ra không gợi đến một tứ thơ cay đăng như em nghĩ. Bài thơ về hơi ấm đó sẽ có người làm và làm hay hơn bây giờ.*".

Lòng thương người nhuốm sự bất lực không làm được gì nhiều, như trong một truyện ngắn khác, Một Thiếu Nữ Không Đáng Kể, đăng trên tạp-chí *Nhân Loại năm 1957! Hoặc như nhân vật nam trong Nắng Đẹp Miền Quê Ngoại trong cơn lốc của chiến-tranh đã ‹bán đứng› người con gái tên Thơm, cũng là bạn thời nhỏ, để phải hối hận bên nấm mồ: "Em Thơm ơi! Có những kẻ muốn tàn phá hết, sát phạt hết không muốn chừa lại một chút gì tươi đẹp trên giải nước non này. Nhưng cái đẹp vẫn muôn đời tồn tại: biển cỏ đẹp, dòng kinh đẹp, màu nước đẹp, cô gái chèo ghe đẹp, tiếng hót con chim đẹp và tấm lòng bao dung tha thứ của người cha rộng lượng của em cũng đẹp đẽ vô cùng. Đến như cái tâm tư đen tối của anh mà cũng chói lên được vài tia sáng đẹp dưới ánh nắng miền quê ngoại. Anh không đổ thừa chiến-tranh để mong em tha thứ như người cha thân mến của em đã vịn vào đó mà xá tội cho anh. (...) Anh chỉ muốn hứa với em rằng tâm tư u tối của anh từ đây sẽ trong sáng lần lần nhờ sự soi rọi của nắng đẹp miền quê ngoại"* (*Nhân Loại*, số 82, 29-11-1957).

Trang Thế Hy cũng như một số những người miền Nam (và cả nước) thiên tả vì lý tưởng yêu nước và nhân đạo, viết cho một sứ mạng xã hội; ông đứng về phía những người bị đàn áp thời nào cũng có, những nạn nhân của địa chủ, guồng máy chính trị và thực dân, cả guồng máy và con người cộng-sản sau 1975.

Thẩm Thệ Hà (9-3-1923 – 20-6-2009) tên thật Tạ Thành Kỉnh, chủ trương nhà xuất-bản Lá Dâu cùng Nguyễn Bảo Hóa năm 1956 (năm 1949 ông đã mở nhà xuất-bản Tân Việt-Nam). Khởi nghiệp viết từ những năm 1945, đến thời 1954-1975, ông dạy học, cộng tác với các báo và tạp-chí *Nhân Loại, Văn Hoá, Việt Bút, Tiếng Chuông, Tin Sớm, Ánh Sáng, Dân Tộc, Tin Lửa, Phổ Thông* (phụ trách mục "Phê bình sách mới" và "Những áng thơ hay"), *Đại Chúng, Lẽ Sống, Tiểu Thuyết Thứ Bảy,* ...và đã xuất-bản truyện cho thiếu nhi và các tiểu-thuyết *Đời Tươi Thắm* (Lá Dâu, 1956), *Hoa Trinh Nữ* (Sống Mới, 1957), *Bạc Áo Hào Hoa* (Miền Nam, 1969) cùng một số sách giáo khoa và biên-khảo như *Thi Văn Quốc Cấm Thời Thuộc Pháp* (Khai Trí, 1968). Tiểu-thuyết của ông sau 1954 thuộc khuynh-hướng giáo dục và xã-hội; đề tài thường gặp là đời-sống học đường, tình thầy trò, riêng với *Hoa Trinh Nữ,* cũng là tên nhân-vật chính, ông đưa ra và muốn giải quyết vấn nạn tình cảm đồng tính của nữ sinh ở các trường nội trú: *"Hoa Trinh Nữ bị một chứng bệnh tâm lý, vậy ta phải dùng tâm lý mà chữa cho nàng. Mối tình nghịch thường của nàng tạo ra do* *một sự khích động tâm lý bất ngờ. Các nhà tâm phân học gọi đó là mối tình lầm giống. Mối tình ấy càng ngày càng thắm thiết tạo cho nàng thành một thói quen ăn nhịp với những cảm xúc của nàng. Từ cái đẹp vẻ đẹp đến cử chỉ, lời nói của Phương Lan tất cả đều in sâu vào tâm não nàng, khiến cảm quan của nàng biến đổi và nàng không thể yêu một chàng trai trẻ nào vì họ không có cái vẻ đẹp, cử chỉ lời nói như thế. Giờ đây, muốn sửa chữa cảm quan của nàng, cần phải đánh vào nàng một đòn tâm lý, làm thức dậy những cảm quan lành mạnh đã bị lệch lạc vì thói quen. Xưa kia nàng đã bị khích động vì một buổi diễn kịch, rồi nàng lầm lạc tưởng mình tìm được chân ái tình. Bây giờ phải tạo ra một trường hợp tương tợ, gây cho nàng một sự khích động như xưa, rồi hướng dẫn nàng về với ái tình chân chính"*. Tình trạng suy thoái đạo đức này theo tác-giả là do ảnh hưởng của lối sống thực dụng phương Tây. Đời Tươi Thắm nhắm khẳng định lý tưởng cách mạng của những thanh niên trí thức. Tuấn, nhân vật chính của truyện, từng có những mong ước trở thành một chiến sĩ tiền phong của nền văn nghệ cấp tiến. Chiến-tranh bùng nổ, Tuấn cùng bạn là Trọng và nhóm bạn hữu tiếp tục hoạt động văn nghệ trong bối cảnh đất nước bị thực dân chiếm đóng. Qua lại nhà Trọng nhiều lần, tình cảm giữa Tuấn và Thúy đã nảy sinh. Nhưng với Tuấn, lý tưởng lại mạnh hơn tình cảm. Tuấn gác lại tình riêng để hòa mình vào cuộc đấu tranh chung. Nhìn chung, Đời Tươi Thắm vẫn tiếp tục mạch đề tài trước 1954 của Thẩm Thệ Hà. Bạc Áo Hào Hoa, cũng như Hoa Trinh Nữ, khai thác một khía cạnh khác của đời sống đô thị, ở phần đầu trình bày cuộc sống của một số thanh niên học đòi theo lối sống mới, bất cần tương lai và chối bỏ hiện tại và ở phần sau ghi lại bối cảnh cuộc sống thôn quê, nơi đó chiến tranh đang tàn phá, hủy hoại cuộc sống của những người dân chân lấm tay bùn, như hai bức tranhcủa xã hội miền Nam thời chiến. Tiểu thuyết này dường như là một tự truyện của Thẩm Thệ Hà. Nhà văn đã ký thác toàn bộ hoài bão, nhiệt huyết tuổi trẻ của mình vào nhân vật Hoàng - một giáo sư dạy Việt văn ở Sài Gòn.

Nguyễn Bảo Hóa (bút hiệu Tô Nguyệt Đình và Tiêu Kim Thủy, 1920-1988) là nhà văn "yêu nước", "tiến bộ" thời đầu kháng-chiến Nam-bộ, về sau theo Cộng-sản nằm vùng sinh hoạt báo chí (đặc-biệt năm 1956 phụ trách tờ *Nhân Loại*, Ngọc Linh làm thư-ký tòa-soạn) và trở qua viết truyện cho thiếu nhi (NXB Sống Mới) và các tiểu thuyết đã sử đăng nhật trình. Sau 1954, ông có hai tiểu-thuyết *Tiếp Bội* (ký TKT) và *Mía Sâu Có Đốt* đều do nhà Lá Dâu xuất-bản năm 1957, tiểu-thuyết lịch-sử *Cờ Bay Theo Gió* (NXB Hương Nam, 1964) và chung với Sơn Nam tập *Chuyện Xưa Tích Cũ*. Ông làm báo và viết tiểu-thuyết dưới nhiều bút hiệu, báo thì có *Dân Ta, Vận Hội Mới, Buổi Sáng, Tiến, Tin Sớm, Chuông Mai,* ... rồi các tuần báo, nguyệt san như *Vui Sống, Phổ Thông, Tiểu-Thuyết Thứ Bảy*, v.v. và *Tin Văn*. **Tác-giả các biên-khảo** *Tàn Phá Cổ Am* (Tấn Phát, 1958), *Việt-Nam 25 Năm Máu Lửa* (Khai Trí, 1976). *Tiếp Bội* kể lại chuyện thời kháng chiến, đề cao lòng yêu nước của giới trẻ thành thị, được quảng cáo là "quyển tiểu-thuyết của người thanh niên yêu nước quyết tâm tranh đấu cho lý tưởng thiêng liêng". Còn *Mía Sâu Có Đốt* viết về đời-sống người nông dân thời tá điền-chủ điền. Ông còn viết tiểu-thuyết lịch-sử với *Cờ Bay Theo Gió* (1964) như là sở trường của ông từ thời trước năm 1954...

Vương Hồng Sển sinh ngày 4-11-1904 tại Sóc Trăng và mất ngày 9-12-1996, từng giữ chức quản thủ Viện Bảo tàng Quốc-gia (1947-1964). Ông từng dùng các bút hiệu Anh Vương, Vân Đường, Đạt Cổ Trai, và nổi tiếng là một người sưu tập sách báo và đồ cổ và các tác-phẩm của ông đã ghi lại lịch-sử và địa dư nhiều nơi chốn và di tích xưa. Tác-phẩm gồm biên-khảo, bút ký và hồi-ký: *Sài-Gòn Năm Xưa* (Tự Do, 1960; Khai Trí, 1969), *Thú Chơi Sách* (Tự Do,1960; đăng *Bách Khoa,* 1959), *Hồi Ký 50 Năm Mê Hát* (Phạm Quang Khai, 1968), bộ Hiếu Cổ Đặc San gồm 6 cuốn: *Phong Lưu Cũ Mới* (6-1970, về các thú chơi nuôi chim, đá gà, đá cá lia thia, chơi dế mèn, cúc, cống, ...), *Thú Xem Truyện Tàu, Thú Chơi Cổ Ngoạn* (TGXB, 1971), *Cuốn Sổ Tay Của Người Chơi Cổ Ngoạn, Đâu Là Thú Vui Đâu Là Nghệ Thuật* và *Chuyện Cười Cổ Nhân* (Việt Hương, 1971) sưu tập các chuyện tiểu lâm xưa nay (tham khảo 42 sách báo đã xuất-bản trong đó 27 của người Việt. [Sau 1975, *Tự Vị Tiếng Việt Miền Nam* của ông được xuất-bản bị biên tập lại không như nguyên tác, hồi-ký *Hơn Nửa Đời Hư, Sài-Gòn Tạp Pín Lù,* và sau khi ông mất, một số di cảo được tuyển xuất-bản như *Cuốn Sách và Tôi* (viết 1984, Trẻ, 2010), phần tiếp theo cuốn *Thú Chơi Sách*), Bên Lề Sách Cũ (NXB TH TpHCM, 2013), *Dở Mắm* (Trẻ, 2015; về một số nhân-vật nhiều giới ở miền Nam kể cả nhà văn nhà báo như Diệp Văn Cương, Đông Hồ, Thuần Phong, v.v.), ...].

Họ Vương sinh thời sính sưu tập đồ cổ, từ tiền cổ, đồ sứ cổ, sách quí, xưa, ... và đam mê cải lương, ông còn là một nhà văn viết khá nhiều bình luận, hồi-ký chuyện thời lịch triều, thực dân Pháp đến sau này, do đó tác-phẩm của ông đã là nguồn văn liệu, thư tịch và lịch-sử quý báu giúp hậu-sinh sau này có thể truy nguyên, tìm hiểu. Trong các bút ký, hồi-ký, người đọc được thưởng thức văn viết của người miền Nam lục-tỉnh một thời, một hành văn mang vẻ cổ thời – cũng như nội-dung, nhưng như văn nói tự nhiên, trơn truột và duyên dáng của riêng ông. Nếu lùi thời-gian văn-học sử thì có thể xem Vương Hồng Sển là một trong những cây viết "phiếm" đầu tiên ở miền Nam từ thập niên 1960.

Xin trích một đoạn *Sài-Gòn Năm Xưa*, họ Vương nói đến các "Nhân-vật bản-xứ hồi Tây mới qua":

"Cái "mốt" ăn mặc hồi Tây mới qua cho đến trận Âu Châu đại chiến 1914-1918 thì: thầy thông thầy ký, những người còn thủ cựu, gọi "phe theo Nho", thì áo dài xuyến đen, khăn đóng "Suối đờn", giày Hạ Châu đế lót lông ngựa, gọi theo Quảng Đông là "giày mạ mị" (mã vĩ), hoặc giày "hàm ếch thêu cườm chữ ngẫu" đặt tại Gò Công. Mấy thầy tân tiến gọi "phe theo Tây", thì bận áo bố trắng cổ đứng, nút tra chuỗi hổ phách, đầu đội nón "casque Secrétaire" của hiệu Paul Canavaggio sản xuất, là bảnh tẻn nhứt hạng rồi, chân đi thêm giày "ăn phón" (en France), tay xách dù lục soạn đen, cán sừng trâu, thì lại "bảnh quà xa quá xá". Khi nào được chụp hình đứng bên Quan lớn Chánh thì cổ thắt "cà ra oách" (cravate), diện áo "u hoe" (veston ouvert), tay lo le điếu xì gà tàn, thì duy có mấy cô mấy ỷ đời ấy biết cho.

Các tay dọn bàn, nấu bếp hầu cận "Ông To" thì nịt dây nịt nỉ chống một gang tay, tám nút đen phơi trước bụng, quần lục soạn trắng không vận, thời ấy chưa có dây lưng rút, lưng quần xổ ra kéo phủ lên dây nịt, gọi "vận quần theo kiểu quần bàn", đó là tay tổ, khuyên ai đừng ngó lâu mà ăn thoi bất tử. Nấu bếp, dọn bàn thì đầu chít khăn nhiễu trắng, giắt lược đồi mồi, còn như mấy ông mấy thầy tự ví như bậc nho sĩ, thì chít khăn thanh (lụa xanh), chớ cũng không ai dám vượt bực chít khăn nhiễu điều, trừ phi mấy ông già bà cả gần xuống lỗ thì dùng khăn đỏ mà vẫn được châm chế, không ai nói gì.

Các ỷ, các ý trong Chợ Lớn thì đầu bới tóc thả bánh lái "ba vòng một ngọn", ăn trầu tích toát, để móng tay dài và mỗi lần xỉa thuốc thường vảnh ngón tay cho người ngoài thấy mình có cà rá hột xoàn bự hay bộ nhẫn vàng quấn kiểu "cửu khúc liên hườn". Trên vai mấy ỷ thường giắt vào một khăn văn Nam Vang dùng để lau trầu, khác với mấy cô vợ Tây thì quấn chuỗi hột vàng gần gãy cổ, tay đeo kiềng vàng kiểu "nhứt thi nhức họa" thêm mặc áo mở ba mở bảy, tóc xức dầu thơm chánh hiệu "Cô Ba". Thú phong lưu thuở ấy là chiều chiều ngồi xe song mã đánh một vòng "Lăng Tô" (Láng Thọ nói giọng Tây), hoặc ngồi xe kéo bánh cao su đặc, ra bến tàu hóng mát. Nếu không bài bạc thì xem hát bội. Vả lại kép hát chầu đó cũng là một nhơn vật đáng kể, nhờ mấy ỷ, mấy thím bao bọc nên không thua người thợ bạc có tiếng là dám ăn dám xài, không kém mấy chú dọn bàn đầu bếp ông Tây..." (74).

Một trích đoạn khác ông viết về *Thú Chơi Sách: "Còn nhớ lúc nhỏ, nhà ở chợ Sóc-trăng. Gia-nghiêm làm nghề thợ bạc. Vừa đủ ăn, nhưng nuôi con chu đáo. Thường xin tiền mua sách, không khi nào không cho. Bữa bữa cơm tối xong, dưới ánh tọa-đăng, ưa sai đọc thơ Lục Vân Tiên. Một đêm, tới đoạn Vân-Tiên nhơn bóng trăng giữa rừng sum-hiệp cùng Nguyệt-Nga, đang ngồi nghe, trong hàng thính giả, sung sướng quá, bà hàng xóm vụt đứng lên, chạy về nhà gánh qua gánh cháo gà hơi lên nghi-ngút. Từ chối thế nào cũng không được. Một hai bà ép mỗi người có mặt phải cùng bà "ăn cháo no nê", vì bà quá cảm động, muốn thực hiện lòng bà mừng trong giờ đoàn tụ thiêng liêng của cặp giai-nhơn kỳ-nữ mà ai nói cách nào Bà cũng quả quyết rằng có thật. Không nàng Bibliophile [hiểu sách, bạn của sách], làm gì có bộ Lục Vân Tiên sẵn trong nhà? Làm gì có buổi cháo gà không bao giờ ngon hơn nữa?*

Rồi mới hôm nào đây, trà Tàu hành tội, trằn trọc lăn lộn mãi không sao nhắm mắt. Bèn vặn đèn, lấy sách ra xem. Bỗng nhớ lại còn biết bao triệu người trên địa-cầu không từng cầm cuốn sách mà cũng không biết đọc chữ nào, nhưng họ vẫn ngủ ngon, ngủ gật, ngủ say, đụng đâu ngủ đó, cật nằm chưa thẳng đã ngáy pho pho, ngủ làm vậy trong thân thể ắt khương-kiện lắm, không như mình, khi ngủ gà khi ngủ dòm, lúc dỗ giấc không xong, mà ai hơn ai, xin thử hỏi? Thà không ngủ mà được vui thú mân mê tờ sách, thông-cảm với cổ-kim, còn hơn..." (75).

Lê Vĩnh Hòa (Đoàn Thế Hối, 1932-1967) tác-giả nhiều truyện ngắn trên *Nhân Loại, Bách Khoa*, v.v. - thơ đầu tay đăng báo *Bông Lúa*, truyện đầu tay Chuông Vọng Ngày Xưa đăng *Nhân Loại* 1956. Ông xuất bản tập *Mái Nhà Thơ* (Phù Sa, 1965) và *Người Tị Nạn*. Ông bị bắt giam thàng 10-1958, sau vô bưng và 15-2-1967 chết do bị bom dội - còn Dương Tử Giang, thì vượt ngục Tân Hiệp bị bắn chết năm 1956 trước đó.

Nếu Sơn Nam, Lê Xuyên, An Khê, Ngọc Linh và Hồ Hữu Tường đưa vào văn chương tiếng nói và đời sống của người miền Tây và Bình-Nguyên Lộc miền Đông, thì Nguyễn Thị Thuỵ Vũ thuộc thế hệ mới đã bị đô thị hóa, sẽ đưa vào văn chương lời ăn tiếng nói của người Sài-Gòn thời chiến-tranh (X. Quyển Hạ-Tác-Giả).

Các nhà thơ

Trên tuần báo Đời Mới năm 1953, Đại Mạch, người giữ mục Tin Thơ, đã tiếp ý nhà văn vắn số Triều Sơn của *Con Đường Văn Nghệ* (1949) cổ động cho một loại thơ gọi là tự do. Tuy nhiên thơ tự do chỉ thật sự có hình dạng vì được nhiều nhà thơ dùng để sáng tác khi tạp chí *Sáng Tạo* ra đời tháng 10-1956. *Sáng Tạo* sẽ là diễn đàn của những người văn nghệ từ đất văn vật vào, nhưng cũng sẽ là đất nảy mầm của những văn nghệ sĩ miền Nam như Tô Thùy Yên, Trần Tuấn Kiệt, ...

Tô Thùy Yên sẽ là một ngoại lệ mỗi khi xếp khuynh hướng. Ông sinh trưởng ở Gia Định nhưng là nhà thơ tự do đặc sắc của nhóm Sáng Tạo. Dù chỉ xuất bản tập thơ đầu tay năm 1996, nhưng trước 1975, ông đã có một chỗ đứng đặc biệt. Ông từng đăng thơ trên nhật báo *Tiếng Chuông* và tạp chí *Đời Mới, Người Việt* nhưng từ khi ông đăng thơ trên các tạp chí *Sáng Tạo, Nghệ Thuật*, ... thơ ông đã cung cấp cho nền văn nghệ mới những khai phá mới của một lục tỉnh hội nhập dòng nước chung. Tương lai cũng sẽ trả lời rằng những lai láng, kể lể, pha loãng sau này ở hải ngoại sẽ không thể so sánh với những thu gọn, kín đáo, thâm trầm sáng giá của thơ ông trước 1975. Tinh tế của chữ dùng, của tâm hồn gói ghém trong lời, những hình ảnh sử-dụng và nhạc điệu đã là của riêng ông. Khắc khoải của phận người và bi đát của cuộc sống là ý chính mà ông muốn giãi tỏ qua thơ sau khi đã vận dụng lý trí. Dù gì trong thơ họ Tô, miền Nam lục tỉnh vẫn đầy dẫy, qua một lăng kính!

> *"Anh buông ghềnh ưu tư thoát theo giấc ngủ*
> *Con nước quánh đen cuồng bạo của đêm khuya*
> *Để lại phù sa lấp bằng dăm khoảng trống*
> *Nơi niềm vui như tràm xú mọc vươn lên...*
> *... Anh uống cà phê trong tiệm Tàu cuối chợ*
> *Hồi tưởng những chiều động bão ở Kiên Giang*
> *Trời biển mịt mù mình anh trên mỏm đá*

> *Cái chết kinh hoàng quyến rũ bủa lên chân*
> *Và những khuya thứ năm rạng ngày thứ sáu*
> *Trên chuyến xe đầu đi Cần Đước thăm em*
> *Đồng ruộng trắng dần cặp đèn pha nhắm lại*
> *Đeo cầu sắt sông tay người bệnh bắn rung...”*

(Buổi Sáng).

Kiên Giang Hà Huy Hà và Sa Giang Trần Tuấn Kiệt (X. Quyển Hạ).

Kiệt Tấn với tập ***Điệp Khúc Tình Yêu Và Trái Phá*** (Sáng Tạo, 1966) về cuộc hiện sinh bên lề chiến tranh không có gì đặc sắc, thiếu chất sống, chỉ là bước đầu:

> *“Những người đàn ông không có thì giờ làm ái tình*
> *Những người đàn bà không có thì giờ để cưu mang*
> *Những bào thai không có thì giờ để ra đời*
> *Những trẻ thơ không có thì giờ để nô giỡn*
> *Những thân thể non không có thì giờ để yêu đương*
> *Những người lớn lên không có thì giờ để già nua*
> *Những kẻ bạc đầu không có thì giờ để chu toàn cái chết”* (tr. 74).
> *“đêm hôm đó / khi trúng đạn người lính giận dữ*
> *chửi thề / rồi phun ra một búng máu*
> *sáng hôm sau*
> *người nông dân mang cày ra đồng nhìn thấy vũng máu*
> *chửi thề / rồi xẻ đường cho máu đi vào đất / mạ gieo xuống*
> *mạ không buồn đếm xỉa máu của bên này bên kia*
> *mạ mọc lên / bình thản / tốt tươi*
> *khỏe mạnh”* (Trong Cơn Binh Lửa).

Bài thơ Dòng Sông Và Con Thuyền Hai Mươi Tuổi diễn tả những cảnh tàn khốc của cuộc chiến tranh huynh đệ, với những tàn bạo và phi lý chỉ tăng cường độ theo thời gian. Bài viết cho người bạn vừa nằm xuống ở lứa tuổi đôi mươi:

> *“Còn nhớ gì không Gia*
> *trong những đêm đen nào*
> *lũ chó mực cất cổ tru thảm thiết bên những căn nhà trụi nóc*
> *Rồi theo đó chiến tranh trở về*
> *với chiếc cày lửa và mầm đạn đồng*
> *gieo mạ xuống ruộng vườn chúng ta*
> *Nơi đó mọc lên những cây than đen tuyền*

và lũ quạ mun ủ rũ đôi mắt tròn số không
(...) Nhớ gì không nhớ gì không hở Gia?
nhớ gì không
những người đàn ông không có thì giờ để làm tình
những người đàn bà không có thì giờ để cưu mang
những bào thai không có thì giờ để chào đời
những trẻ thơ không có thì giờ để nô giỡn
những cơ thể non không có thì giờ để già nua
ngững kẻ bạc đầu không có thì giờ để chu toàn cái chết
*   Còn nhớ gì hở không Gia?*
con mắt chó trung thành rơi trên nền đất cứng
bà già cụt đầu lõa lồ bên bờ mương
đứa nhỏ chết cứng trên đỉnh vú xanh
những phát chày vồ những cơn lửa táp
người đàn bà rái cá bà mẹ xõa tóc điên
những kẻ tật nguyền bị tra tấn
những kẻ âm thầm gục dưới gầm cầu
những kẻ bị thủ tiêu trong rừng vắng
*   Nhớ lấy Gia! / nhớ lấy hết những bi thương đó*
để mai kia / vào những đêm mùa hè thật vắng vẻ
mày kể lại cho giun dế nghe
chuyện con thuyền đứt neo
dật dờ trên dòng sông hai mươi tuổi
*   Gia ơi! / mày hãy tâm sự tuổi hai mươi của mày*
với cỏ cây câm nín / giữa khuya bưng tối
đìu hiu / của đêm hè" (1965).

Bài Điệp Khúc Trái Phá gồm 4 phân đoạn với tiểu đề riêng, xin ghi lại đây ba đoạn 1,3 và 4 của bản thơ (trừ đoạn 2- Búp bê cho đứa gái nhỏ), theo trình bày trên tuần báo *Nghệ-Thuật*:

"1- Trong cơn binh lửa:

đêm hôm đó
khi trúng đạn người lính giận dữ
*   chửi thề*
*   rồi phun ra một búng máu*
sáng hôm sau
người nông dân mang cày ra đồng nhìn thấy vũng máu
*   chửi thề*
*   rồi xẻ đường cho máu đi vào đất*

mạ gieo xuống
mạ không buồn đếm xỉa máu của bên này bên kia
mạ mọc lên
> *bình thản*
> *tốt tươi*
> *khỏe mạnh"*

"3- Cách bài trí của chiến địa:

thân thể người ta chia ra làm 2 phần:
> *đầu và mình"*

"4- Bắt đầu lại:

mặt trời đập vỡ gương trên đồi
thung lũng chậm đêm ve vuốt
tháp canh vươn vai nỗi lặng câm
quả lựu đạn trở mình bên đốt xương sống
ra trái sáng chiêu dụ lũ thiêu thân
  con dế đói lại đi quá giờ giới nghiêm
chiến-tranh lại điểm tâm no nê trong lòng đại bác"

Cũng trên tuần báo *Nghệ Thuật*, ông còn có bài Trong Bar Tối diễn lối suy nghĩ hiện sinh và lời hiện thực; trích vài đoạn:

"đèn đỏ – nhạc - thuốc lá
am ngồi đó em ngồi đó chúng nó ngồi đó
một đứa chạy vào thét: ra coi cháy nhà bên khánh hội kìa cháy lớn lắm!
một đứa lè nhè bên cạnh anh: vợ tao vừa đẻ con trai tao phải đã một bữa mới được
thằng bạn anh mở ví: mầy coi bồ tao nầy chịu chưa?
tiếng nhạc tiếng nhạc và thuốc lá
em ngồi trước mặt anh giữa móng tay
những chai bia bắt đầu luân lưu trong đầu anh đẩy đưa mình mẩy em cồn cào trong đầu anh
(...) vẫn nhạc và nhạc
những tên da mun bên máy hát không ngớt mê say run nhảy theo nhịp điệu rất cũ của ông cha chúng nó ngày xưa tạ ơn lửa thần ban cho sự sống đầu tiên nóng
nó ngồi đó thở than bồ nó ngủ với thằng khác
những mái tóc cỏ non không ngớt lắc lư cùng nhịp với chiếc nồi kim khí bao lưới

nó ngồi đó nhậu đã vì vợ nó hôm nay đẻ con trai

những ống sắt đen lao nặng sẽ đến ho rũ rượi tại một cánh đồng bỏ hoang nào đó chúng ho ra máu óc ngực tim sứt mẻ của chúng ta

thịt da măng non vẫn trưởng thành bất chấp tình trạng khẩn trương nó đang mơ xé toang mọi giấu che để chạy đến một cánh đồng bàn tay phì nhiêu nơi đó dục vọng mọc lên lõa lồ và giản dị

bà lão vẫn ngồi đó hai chân vẫn què hai tay vẫn quơ lửa vẫn táp và đứa nhỏ vẫn nằm đó vẫn khóc

bọn da đen vẫn không ngớt múa tạ lửa thần

anh vẫn không ngớt mơ tưởng em trong bóng đêm đồng lõa

đến heo chó gà vịt côn trùng cũng chết trong trận giặc của chúng ta

ra mà nhận diện đi em!

bên nầy súc cảm làm chúng ta méo mặt

dưới gầm giường con chó bị xe chẹt hồi chiều đang cào đất hấp hối

bên kia một đứa đang nói nhảm trong những giấc mơ kỳ bí mà không đời nào chúng ta được dự phần vào ".

Trong khi đó hiện tượng **Phạm Công Thiện** với *Ngày Sanh Của Rắn* (1967, Rắn là năm sanh, Tân Tỵ, của PCT) – gồm 12 đoản thi đánh số La-mã, đã lớn lời:

"... tôi giao cấu mặt trời sinh ra mặt trăng
tôi thủ dâm thượng đế sinh ra loài người" (VI)

thì đã vượt biên giới địa lý để vào với siêu nhiên. Hay hé ý tưởng triết lý:

"mười năm qua gió thổi đồi tây
tôi long đong theo bóng chim gầy
một sớm em về ru giấc ngủ
bông trời bay trắng cả rừng cây
gió thổi đồi tây hay đồi đông
hiu hắt quê hương bến cỏ hồng
trong mơ em vẫn còn bên cửa
tôi đứng trên đồi mây trổ bông
gió thổi đồi thu qua đồi thông
mưa hạ ly hương nước ngược dòng
tôi đau trong tiếng gà xơ xác
một sớm bông hồng nở cửa đông" (VIII)

Rắn có thể là hình ảnh của hoang vu?

"rắn trườn vỡ trứng chim rừng
tôi nghe tiếng hát hoang đường nửa đêm
khuya buồn tủi nhục môi em
mưa bay nhỏ nhẹ qua thềm bơ vơ
tiếng ru chín đỏ điện thờ
hoang vu tôi đứng đợi chờ chim kêu
tay còn ôm giữ tình yêu
tôi về phố động những chiều hư vô
đời đi trên những nấm mồ
đau tim em hát cơ hồ khăn tang
phố chiều tôi bước lang thang
nuôi con sông nhỏ mơ màng biển xanh
nửa đêm khói đốt đời anh
yêu em câm lặng khô cành thu đông
lời ca ru cạn dòng sông
trọn đời chạy trốn mống vồng cầu điên
bỏ mình nước chảy đồi tiên
theo con chim dại lạc miền thiên hương
về đâu thương những con đường
lê thê phố cũ nghe buồn hè xưa" (IX)

Hay: *"tôi nằm cho rã chiếu cạp điều*
nước chảy lên vùng phố tịch liêu
tôi nhớ một lần cây quế mọc
tôi đứng gọi hương trọn buổi chiều" (II)

Đoạn IV *"trời mưa nữu ước cây mọc.."*, nhà thơ xuất ngoại đi tìm ý, nhưng Mỹ Tho của ông hay một nơi nào đó vẫn vướng trong thơ: *"mưa chiều thứ bảy tôi về muộn / cây khế đồi cao trổ hết bông"* (III).

Nhiều bài khác xuất hiện trên báo-chí, bình thường hoặc thời thượng chữ dùng hơn:

"Cô đơn về trắng sương rừng
Anh nghe tiếng hát hoang đường nửa đêm
Khuya buồn tủi nhục môi em
Mưa rung lặng lẽ trên thềm bơ vơ
Tiếng em vàng xuống đôi bờ
Hoang vu anh đứng đợi chờ anh kêu
Tay gầy ôm chặt tình-yêu

Anh về phố gục những chiều hư vô (...)" (Ca Sĩ)
"Tôi ngồi đây giữa hoàng hôn
lắng nghe xuân nở trong hồn đau thương
Mùa đông vừa chết bên đường
Sương tan trắng đục lạc vườn chim đen (...)"

(Xuân Không Màu).

Và đặc-biệt với bài "Bất nhị" xuất hiện trên *Giữ Thơm Quê Mẹ* số ra mắt – thi nhân nòi tình lạc lõng giữa đông-tây và thời-gian:

"Mười năm qua gió thổi đồi tây
Tôi long đong theo bóng chim gầy
Một sớm em về ru giấc ngủ
Bông trời bay trắng cả rừng cây
* Gió thổi đồi tây hay đồi đông?*
Hiu hắt quê-hương bến cỏ hồng
Trong mơ em vẫn còn bên cửa
Tôi đứng trên đồi mây trổ bông
* Gió thổi đồi thu qua đồi thông*
Mưa hạ ly hương nước ngược dòng
Tôi đau trong tiếng gà xơ xác
Một sớm bông hồng nở cửa đông" - 1-5-1965.

(số 1, 7-1965, tr. 4).

Các thi-tập khác của ông là *Trời Tháng Tư* (1966), *Mặt Trời Không Bao Giờ Có Thực* (1967), *Bay Đi Những Cơn Mưa Phùn* (1970), ... mang triết ý, tình ý, cả 'đính chính', 'nhấn mạnh lại', tóm, bớt gây hoảng hốt thi tính!

Thanh Việt Thanh tên thật Lưu Ngọc Thành, sinh năm 1930, Tây Ninh. Bắt đầu viết từ năm 1949 và cộng tác với nhiều tạp-chí. Các thi tuyển đã xuất-bản: *Mây Xa* (1960), *Rừng Bản Trăng Sao* (1963) và nhất là *Khói Quê Hương* (Mai Diên, 1965): quê hương chiến tranh trở thành xa xôi nhiều kỷ niệm:

"Trăng giải bạc trên đồng xanh núi thắm,
Hương lúa lành ngạt đậm nghĩa thương yêu.
... Đêm sao rạng, tiếng chày khua tiếp nối,
Rộn câu hò làm nghẽn lối thời gian.
Vỗ tay reo đàn trẻ tắm trăng vàng,
Đầu râu bạc cụ già lê bước dạo..." (Dấu Mộng Quê Hương)

"Nửa đêm trở giấc nhìn sao rụng,
Cuối ngõ hồn xưa thấp thoáng về
Gối mộng hoa niên buồn thế kỷ,
Nẻo đời ai hận đẳm sông Mê?
Tinh cầu rơi vỡ đau lòng đất,
Nguyệt lạnh mày cau dáng ủ ê!
Hư ảo vàng soi tình thắm nhạt,
Canh tàn rên rỉ não cung Khuê!
... Bèo mây bể gió nghìn phương lạc,
Vũ trụ sương đầm dạ tái tê!
Đêm vẫn đi trời chan nước mắt,
Tím linh hồn tiếng vọng lê thê!..." (Bèo Mây)

Nhà thơ tìm về quê quán nguyên sơ của tâm hồn, để nhận chân ra mình giữa một khung cảnh thiên nhiên u tịch mà gần gũi, nơi mờ ảo của ánh trăng, bí ẩn của hư vô, ... Và một quê-hương của gia-đình và những người thân yêu, ... Thanh Việt Thanh còn là tác-giả tập truyện dài *Chợt Nghe Lòng Bâng Khuâng* (Hồng Lĩnh, 1969) (76) và tuyển tập dịch-thuật *Đêm Ảo Tưởng* (Mạch Đất, 1971) chung với Lê Khoa.

Phương Triều (1942-2008) tên thật là Lê Huỳnh Hoàng, sinh ngày 2-6-1942, quê quán Sa Đéc. Gia nhập làng báo Sài-gòn năm 1959, ông làm thơ rất sớm và xuất hiện thật sự trên làng văn với tập truyện *Còn Nhớ Còn Thương* (1966) và tiếp theo là hai tiểu-thuyết *Tiếng Hát Hoàng Hôn* (1969) và *Sầu Hương Phấn* (1971), cả 3 đều do nhà Sông Hậu ở Sài-Gòn xuất-bản. Trong truyện, Phương Triều đã dựng nên những nhân-vật với ngôn ngữ, hành cử của người miền Sa-Đéc cũng là quê hương của ông. Ông mang ngôn-ngữ của người dân thôn quê miền Nam vào văn mà cả vào thơ, ông như muốn thi ca hóa những tiếng mà nay người dân quê không hoặc ít dùng đến. *Còn Nhớ Còn Thương* qua các truyện ngắn Tóc Của Mẹ, Người Dĩ Vãng, Đối Thoại, Nắng Hoàng Hôn về những cuộc tình duyên dang dở với những căn cơ và diễn biến khá bất ngờ và đặc sắc phong thái miền Nam. Ra đến hải-ngoại 1994, ông mới xuất-bản các tuyển tập thơ phần lớn làm từ những ngày lưu vong trên đất Hoa-Kỳ, nhưng ông từng được biết như là một nhà thơ của miền đất phương Nam. Từ những năm 1966, người đọc đã biết đến thơ Phương Triều qua mấy câu thơ mở đầu tập truyện *Còn Nhớ Còn Thương* :

"Sài-Gòn nghiêng ngửa biển dâu
Sài-Gòn mang trái tim sầu đi xa

Sài-Gòn lở thịt, bong da
Theo cơn bệnh dữ, tà ma lậm bùa''.

Những nhà thơ khác như **Đông Hồ** (Lâm Trác Chi, 1906-1969) sáng tác cạn nguồn trong thời này, chỉ ra tập *Trinh Trắng* (Bốn Phương, 1961), còn lại là những bản chú-dịch, tùy bút và biên khảo về văn học miền Nam. Tuy sinh trưởng ở đất Hà Tiên nhưng Đông Hồ làm thơ viết văn theo tiêu chuẩn nặng Hán văn màu mè và du dương biền-ngẫu của tạp chí *Nam Phong*. Bài Mua Áo vẫn hay được nhắc đến, tình tứ vợ chồng nhẹ nhàng, tế nhị mà cũng có thể là Nàng Thơ biết đâu tác giả muốn bộ lộ tâm sự của một nhà thơ cũ phải theo Thơ Mới nên đã phải giả tạo tình ý?

"Chiếc áo năm xưa đã cũ rồi,
Em đâu còn áo mặc đi chơi.
Bán thơ nhân dịp anh ra chợ,
Đành gởi anh mua chiếc mới thôi!
Hàng bông mai biếc màu em thích,
Màu với hàng, em đã dặn rồi.
Còn thước tấc, quên! Em chửa bảo:
Kích tùng bao rộng, vạt bao dài?
Ô hay! Nghe hỏi mà yêu nhỉ!
Thước tấc anh còn lựa hỏi ai
Rộng hẹp, tay anh bồng ẫm đó,
Ngắn dài, người mới tựa bên vai!"

Tâm sự nhà thơ còn được gói ghém trong bài ngũ ngôn Thiên Địa Gian:

"Ôi! Trót sinh làm người / Sống giữa khoảng Đất Trời,
Mênh mông biển Vũ-Trụ. / Hạt bụi lửng lơ trôi.
(...) Đất Trời to rộng quá, / Một tấm lòng lẻ loi
Gói ghém mãi không kín / Gió mưa lòng tả tơi.
Biển lệ sầu vô tận / Nước mắt ngừng không vơi
Tháng ngày ngưng đọng lại, / Suối sông dòng láng lai"
(Trinh Trắng)

Các tuyển tập thơ khác xuất-bản vào giai đoạn 1954-1975: *Cô Gái Xuân*: thơ từ 1930 đến 1940 (tb, Bốn Phương, 1973), *Hương Gây Mùi Nhớ; Đào Lý Xuân Phong* (Quình Lâm, 1971), *Ức Viên Thi Thoại* (Mặc Lâm, 1969), *Bội Lan Hành: nhẫn thu lan dĩ vi bội* (Quình Lâm, 1969), và các tác-phẩm khác như *Làm Con Nên Nhớ* (chung với Lộc Đình Nguyễn Hiến Lê, Lá Bối, 1970), *Truyện Song Tinh* ("Song Tinh

Bất Dạ Truyện" của Nguyễn Hữu Hào, Đông-Hồ khảo cứu và sao lục. Bốn Phương, 1962), *Đăng Đàn* (các bài diễn thuyết, Quình Lâm, 1970) và biên-khảo *Văn-Học Hà-Tiên: Chiêu Anh Các, Hà-Tiên thập cảnh khúc vịnh* (Quình Lâm, 1970). Trong Thay Lời Bạt cho cuốn này, LM Thanh Lãng viết: "... *Đông Hồ, đã chẳng phải chỉ là một ông giáo giảng mấy bài học về Văn chương miền Nam, mà Đông Hồ đã đưa ra hẳn một triết-lý dân-tộc về ý nghĩa của danh từ MIỀN NAM, một triết lý Văn chương về ý nghĩa danh từ VĂN-HỌC MIỀN NAM. Tác-phẩm (...) đây là một chứng tích của tinh thần Đông Hồ. Đông Hồ thường nói câu này với tôi: "Người Bắc thuần thành không phải là người giương đông kích tây khinh miệt người Nam mà là người ý thức được vai-trò lịch-sử Nam tiến của tổ tiên mình để mà yêu mến, gìn giữ bảo trì lấy miền Nam. Còn người Nam chính cống không phải là người kỳ thị xung đột với người Bắc mà là người ý thức được sứ mạng lịch-sử truyền thống của cha ông mình để mà trở lui, nhìn ra phía Bắc như là nhìn về quê nhà và nếu nhà nát tan thì phải quay về để mà tái thiết xây dựng lại nó (...) Trong những năm hoạt động Văn-Hóa ở Trung-tâm Văn Bút Việt-Nam như là cố vấn mà tôi là chủ tịch, hay ở Đại-Học Văn Khoa Saigon như là giáo-sư ở ban Việt Văn mà tôi là trưởng ban, Đông Hồ luôn luôn sống theo tinh thần đó.*

Đáng lẽ Đông Hồ phải viết lại những giòng tâm sự này để mà đúc kết cho thiên nghiên cứu Văn-Học Miền Nam hay Văn-Học Hà Tiên của ông, nhưng Đông Hồ đã ra đi vội vã, cho nên tôi đã được Mộng-Tuyết nữ-sĩ dành cho cái hân hạnh, nhân danh là bạn của Đông Hồ, viết bài bạt hay là mấy lời thay lời bạt như là để kết luận cho thiên nghiên cứu công phu của Đông Hồ, hay đúng hơn là để bày tỏ tinh thần cao cả của nhà thơ miền nhiều hồ của đất nước Hà Tiên, đồng thời cũng để khóc bạn nhân Lễ giỗ đầu" (tr. 319-320).

Người bạn đường của nhà thơ, **Mộng-Tuyết Thất-Tiểu-Muội** (1914 - 2007) làm thơ và viết tùy bút ít nhiều để lộ đặc tính miền Nam, bà có các thi tuyển *Dưới Mái Trăng Non: lòng gởi trăng non gác mái lầu* (Mặc Lâm, 1969), *Gầy Hoa Cúc* (Paris: Rừng Trúc, 1974), và tập tiểu-thuyết *Nàng Ái Cơ Trong Chậu Úp: Hà Tiên ngoại sử ký sự tiểu thuyết* (Bốn Phương, 1961). Đôi thi nhân cùng xuất-bản chung tạp văn *Hà Tiên Thập Cảnh và Đường Vào Hà Tiên* (Bốn Phương, 1960).

*

Tính Nam

Chúng tôi có ý đi tìm "Nam-tính" (lục châu, nam-kỳ lục-tỉnh tính) trong "Việt-tính" qua một số văn thơ giai đoạn 1954-1975, với vài ghi nhận tổng quát về thế nào là nhà văn điển hình miền Nam lục tỉnh. Còn cá tính văn chương miền Nam thiết nghĩ nằm ở ngôn từ địa phương, ở cá tính *'cải lương'*, *'đời thường'* và ở *tình yêu đất đai* tiềm ẩn hay công khai trong tác phẩm. Và một thứ *đạo đức phổ quát*, nền tảng về đạo làm người và làm con dân đất nước, rồi một tâm tình đôn hậu, cởi mở như là xương sống cho Nam-tính đó! Nếu nông thôn miền Nam đang biến mất trong văn chương Việt Nam - từ những năm 1968, Võ Phiến đã từng xem nông dân là cố nhân (77), người dân quê cũng đô thị hoá nhanh chóng, khiến những chuyện của Sơn Nam, Bình-Nguyên Lộc, Lê Xuyên, ... viết về thời thập niên 1940, 1950 đã như viết về những người xa xưa lắm. "Nam-tính" có thể tìm thấy trong nếp sống dân giả, quê mùa, nhưng cũng đầy dẫy trong văn nói của con người miền này cũng như trong những tiềm ẩn hay căn bản văn hóa của họ. Điểm thứ nữa là tinh thần *yêu nước* dậm nét hoặc bàng bạc ở các tác-giả Nam-kỳ lục-tỉnh, một đề tài mà kết luận, sự thật vẫn còn khó khăn và tế nhị cho đến nay (2018). Ngoài những nhà văn 'Việt-cộng nằm vùng' hiển nhiên như Sơn Nam, Trang Thế Hy, Vân Trang, Viễn Phương, ... những vị khác như Bình-Nguyên Lộc vẫn chưa rõ rệt. Có thể vào giai đoạn Bình-Nguyên Lộc bỏ bưng về Sài-Gòn làm 'kháng chiến thành' và xuất-bản tuần báo *Vui Sống,* ông đã có những ràng buộc nào đó hoặc tự nguyện làm người yêu nước theo truyền thống kháng chiến đặc trưng của con người miền Nam lục-tỉnh – chống ngoại bang nhưng khai phóng, cởi mở, khác với 'yêu nước' theo kiểu 'tà đạo' của Cộng-sản (và Vũ Hạnh, Lữ Phương, ...).

Một câu hỏi cuối dễ trả lời: văn viết hay văn chương đại chúng chứa đựng nhiều "Nam tính"? Ở đây chúng tôi muốn xác định độc đáo trong tổng-thể phức tạp trong viễn tượng đi tìm đa dạng và đặc dạng của văn chương Việt Nam. Một nhìn-lại-mình không phân biệt địa phương, nguồn gốc.

Ấn phẩm xám

Hai hiện tượng *ấn phẩm xám* và *những người viết trẻ* theo thiển ý quan trọng và đáng kể nếu muốn có cái nhìn nghiêm chỉnh về giai đoạn văn học này. Cả hai hiện tượng sống động ở những năm cuối của thập niên 1960 đầu thập niên 70. Khi chiến tranh chính thức chấm dứt ngày 30-4-1975, các nhà văn thơ trẻ chưa kịp phát triển, thi thố hết tài năng đã phải vứt bỏ hết vì ngay bản thân đã còn phải tù tội, cải tạo, đi chui, cả chết chóc, thất tán. Tác phẩm, sách báo của người trẻ cùng chung số phận của cả miền Nam bị kẻ cưỡng chiếm cấm đoán, thủ tiêu; sự sáng-tác do đó rơi vào tình trạng "chết" hoặc rơi vào "kín" như những thời bị ngoại-bang đô hộ!

Hiện tượng *văn chương xám* qua các ấn phẩm và tạp chí phần lớn in ronéo và không giấy phép cũng như nạp bản: tờ *Hành Trình* của nhóm giáo sư Nguyễn Văn Trung (từ tháng 10-1964 đến 12-1965, tức ra được 9 số thì đình bản vì bị bộ Tâm lý chiến ra lệnh tịch thu), nhóm chủ biên muốn dùng văn-chương xám để phê phán cách-mạng xã-hội; *Thái Độ* (7-1966, các số sau khá hơn được in ấn bản typo nhưng bị kiểm duyệt bôi đen hoặc loang lỗ những đoạn trống) do Thế Uyên chủ động và *Trình Bầy* (10-1966) của Thế Nguyên và Diễm Châu, trước khi in và chịu nhận kiểm duyệt, đã xuất hiện dưới hình-thức ronéo.

Tập thơ *Những Năm Sáu Mươi* của Nguyên Sa không được kiểm duyệt thông qua, đã in ronéo phổ biến cho thân hữu (Tựa đăng ở *Trình Bầy* số Xuân Tân Hợi, 3-1971), cùng trường hợp với *Vực Thẳm Và Hy Vọng* (1966) thơ của Trần Quang Long và *Le Crépuscule de la violence* (1966), tuyển tập thơ văn.

Cùng với ca nhạc phản chiến của Trịnh Công Sơn, mảng văn học này đã gióng tiếng nói tiêu cực, phản diện, ngược dòng, ... cho văn nghệ miền Nam thời chiến tranh cao độ. Học sinh, sinh viên cũng đã có những ấn phẩm thơ truyện và báo chí in ronéo, nhiều người về sau tiếp tục sinh hoạt văn nghệ chung, những "tác phẩm" đầu tay này thường hực lửa hoặc tích cực năng nổ canh tân, làm mới thơ văn cũng như lý luận.

Một số "nhà xuất bản" như **Đại Nam Văn Hiến** (còn gọi là "Đại Nam Văn Hiến Xuất-bản Cục") của Thế Phong cũng in sách bằng máy ronéo từ thơ, truyện đến cả biên khảo, dù cá nhân người chủ trương có "hiện tượng" nhưng dù gì thì nhờ phương pháp "xuất bản" này mà Cao Mỵ Nhân có tập *Thơ Mỵ* đầu tay (1960), Sao Trên Rừng có *Những Bài Tình Đầu* (1962), Triều Đầu với hồi ức *Năm Chương Tự Ngôn*, Thạch Trung Giả với *Chân Giả Luận*, Mai Lâm Nguyễn Đắc Lộc với hồi-ký *Sau 20 Năm*, Thế Nguyên có truyện đầu tay *Hồi Chuông Tắt Lửa*, Ninh Chữ có *Miền Lưu Đầy*, Hoàng Khởi Phong có tập *Mặt Trời Lên* (1967), hay *Vun Xới Vườn Tình* - thơ R. Tagore do *Liên Hoàn* dịch;

riêng Thế Phong để lại nhiều tập biên khảo và bút ký văn học đáng kể như *Lược Sử Văn Nghệ Việt Nam / Nhà văn hậu chiến 1950-1956* phát hành vào cuối tháng 11-1959, và *Người Đàn Bà Không Tóc, 11 Nhà Thơ Mới Nhất Hôm Nay, Nhận Diện Vóc Dáng Nguyễn Đức Quỳnh,* ... Nhưng "tiền phong xuất-bản ronéo" được xem là nhà **Sùng Chính Viện** của Uyên Thao, từ năm 1960, đã in Mây Hà-Nội của Nhị Thu, Thiết Tha (1961) của Hoàng Nguyên (Bùi Khải Nguyên, tên thật Bùi Bình Hiếu, 1927 – 1980), Vô Cùng của Đào Minh Lượng, Sai Biệt của Thế Phong, và đặc-biệt cuốn Văn-Nghệ Việt-Nam Hiện-Đại - Lược khảo về thơ 1900-1959: nhận định (1960) của chính Uyên Thao, v.v.

Trước 1968, sách báo in ronéo được xem là *văn-chương xám* (có người gọi là *đen*) hàm ý chống sự kiểm duyệt của Nha Bộ Thông Tin hoặc phản đối chính sách của nhà cầm quyền chung chung hoặc về chiến-tranh hoà-bình. Nhưng sau năm 1968, nói đến hoà-bình không còn là cấm ky, bị kiểm duyệt nữa thì hình-thức in ronéo trở thành phương pháp xuất-bản của những nhà xuất-bản nhỏ hoặc những nhóm thi văn đoàn trẻ – trong số có những tác-phẩm văn-chương đáng kể!

Về **nội-dung**, ở thủ đô Sài-Gòn, nhà Trình Bầy cho ra đời một số tác phẩm "nóng" như truyện của Thế Nguyên (*Hồi Chuông Tắt Lửa*), truyện của Trần Quang Long (*Vực Thẳm Và Hy Vọng* 1966, *Bông Cúc Vàng* 1967), truyện dịch của Diễm Châu (*Câu Chuyện Năm Mới*, dịch A New Year's Fairy Tale của V. Dudintsev, 1966), ... Ở Phan Rang, nhà Ý Thức in ba cuốn *Nỗi Bơ Vơ Của Bầy Ngựa Hoang, Ngọn Cỏ Ngậm Ngùi* và *Những Vì Sao Vĩnh Biệt* của Trần Hoài Thư, *Cát Vàng* của Lữ Quỳnh,..,

Bên cạnh khuynh-hướng ronéo, còn một khuynh-hướng xuất-bản hạn chế, tặng bạn bè, văn hữu, của những "nhà" xuất bản Con Đuông, Sóng Việt ở Cần Thơ, nhà xuất-bản Văn Mới ở Sài-Gòn in truyện, biên khảo cũng như Thi Vũ ở Paris in thơ với chừng một trăm bản thường để tặng chứ không bán - "ấn bản cho thân hữu" mở một khuynh hướng thụt lùi đáng ngại ngay từ thời đó chứ không riêng gì hiện nay ở hải ngoại cũng như trong nước! Lữ Quỳnh in xong tập thơ, nhắn tin trên tạp chí *Văn* số 138 (1969: "*Thơ Lữ Quỳnh đã in xong. Các thân hữu liên lạc với tác giả ở KBC 4781 để nhận sách*").

Văn-học và tôn-giáo

Văn ảnh-hưởng từ đạo Phật

Sinh hoạt văn-hóa, triết học và văn-học ảnh-hưởng **Phật giáo** không chỉ mạnh lên từ sau năm 1963 – và được xem như thế lực văn-hóa và chính-trị, mà trước đó với tạp-chí *Đại Học* (Phan Xuân Sanh. "Ảnh-hưởng Phật giáo trong thi-ca Việt-Nam", số 9, 5-1959; v.v.) và các phân khoa đại học Huế và Sài-Gòn, đã được viết nhiều, thảo luận cũng như nghiên cứu, án luận. Đây là thời *thuyết Hiện sinh* đã đưa *hư vô, hoài nghi, biện chứng*, ... đến gần triết lý nhà Phật, qua các giáo-sư Trần Thái Đỉnh (luận án tiến sĩ Paris 1958 "*La théorie du Buddhisme / Khái Niệm Bản Ngã trong Tư Tưởng Triết Học Phật Giáo*"; "Thuyết Vô ngã và quan niệm Nhân vị trong Phật-Giáo Nguyên-Thủy", ...) và Nguyễn Văn Trung (*Biện Chứng Giải Thoát trong Phật Giáo / La Conception bouddhique du Devenir*).

Sau 1963 thì tư tưởng, giáo lý nhà Phật cùng những điều hay, đẹp của tín ngưỡng chủ trì từ bi, tu thân, .. được khai triển và khai thác. Những Herman Hesse, F. Nietzsch, Heidegger, rồi những Suzuki, Phạm Công Thiện, Nhất Hạnh, Tuệ Sỹ,... và Viện Đại học Vạn Hạnh với các phân khoa Văn, Phật, Sư phạm, ... (được viện trợ của Hoa-Kỳ), với các tạp-chí *Vạn Hạnh, Tư Tưởng*, ... đã góp phần nào đó đưa các nhà văn thơ đi sâu vào thế-giới Thiền, Phật, ... Các triết gia Tây phương, từ F. Nietzsche đến Heidegger muốn thoát vòng lý trí, vì triết lý siêu hình và tri thức Tây phương rơi vào khủng hoảng và tìm đến đạo học Đông phương, để đến với tâm thức nhân bản và cuộc sống trần gian.

Thượng tọa Thích Thiên Ân (tên thật Đoàn Văn An, 22-9-1925 Huế – 23-11-1980 Los Angeles), khoa trưởng phân-khoa Phật học đại-học Vạn Hạnh năm 1964, dưới bút hiệu Thiên Ân có biên-khảo *Triết Học Zen* (Đông Phương, 1963. 228 tr.) tổng kết các khía cạnh của Thiền như là triết học. Thượng tọa Thích Mãn Giác (1929 – 2006), Khoa trưởng Phân khoa Phật học và Triết học Đông Phương và Phó Viện trưởng Điều hành Viện Đại học Vạn Hạnh, làm thơ với đạo-hiệu Huyền Không, xuất-bản *Phật Giáo và Nền Văn Hóa Việt-Nam* (Ban Tu thư Viện ĐH Vạn hạnh, 1967),... Thượng tọa Thích Tâm Châu có *Đạo Phật Với Con Người* (Tâm Quang, 1964),... Cao Huy Đĩnh xuất-bản *Văn Học Sử Phật Giáo* (Minh Đức, 1971) gồm những bài giảng ở đại-học Vạn Hạnh và Phật-học Viện Trung-phần,... Đức Nhuận có

Chuyển Hiện Đạo Phật Vào Thời Đại (Vạn Hạnh, 1967), GS Nguyễn Đăng Thục xuất-bản *Thiền Của Vạn Hạnh* (Kinh Thi, 1973). BS Trần Ngọc Ninh có *Đức Phật Giữa Chúng Ta* (Lá Bối, 1972). Thượng-tọa Thích Tâm Giác có *Tìm Hiểu Duy Thức Học* (2 tập, Nha Tuyên Úy Phật giáo, 1965). V.v.

Các tác-giả Nhất Hạnh, Tam Ích, Hoài Khanh, Phổ Đức, v.v. viết báo và xuất-bản về văn-học và Phật giáo. Từ năm 1964, các nhà xuất bản đua nhau in sách về Phật, về Thiền, của những Suzuki, Khrisnamurti, ... như vừa kể, hay sách dịch *Chí Tôn Ca* (Bhagavad Gita), v.v... Đi vào văn-chương có tập nhận định *Giá-Trị Triết-Học Tôn-Giáo trong Truyện Kiều (kỷ niệm 200 năm thi-hào Nguyễn Du. Đông Phương, 1966)* của Thích Thiện Ân. Một Đại hội Văn-hóa Phật giáo cũng đã được tổ chức diễn ra tại Sài-Gòn từ ngày 23-12-1974.

Nhất Hạnh tên thật Nguyễn Xuân Bảo, sinh 1926 Thừa Thiên, còn ký Hoàng Hoa và Nguyễn Lang, năng động từ sau khi du học Hoa-Kỳ (Princeton University đầu thập niên 1960) về, hiện diện trong sinh hoạt văn-học miền Nam từ thơ văn đến biên-khảo tôn giáo, lịch-sử cùng hoạt động xã-hội, chính-trị. Trước 1975, tác-phẩm đều do nhà Lá Bối của ông xuất-bản, về thơ văn có *Chắp Tay Nguyện Cầu Cho Bồ Câu Trắng Hiện* (1965), *Tình Người* (1964), *Bông Hồng Cài Áo* (1965), *Tiếng Đập Cánh Loài Chim Lớn* (1967), *Nẻo Về Của Ý* (1967), *Nói Với Tuổi Hai Mươi* (1966) – cả 2 đã (bắt đầu) đăng trên *Giữ Thơm Quê Mẹ*. Về các tác-phẩm thể-loại khác có *Đạo Phật Hiện-Đại Hóa* (Lá Bối, 1965), *Vấn đề Nhận thức trong Duy Thức Học* (1969), *Việt Nam Phật Giáo Sử Luận* (ký Nguyễn Lang, gồm 3 tập, tập 1 xuất-bản trước 1975: Lá Bối 1974), *Nẻo Vào Thiền Học* (1971), *Đạo Phật Đi Vào Cuộc Đời và những tiểu luận khác* (1964), v.v. Nhất Hạnh đã có ảnh-hưởng đối với giới trẻ qua một số tác-phẩm văn-chương. Trích đoạn kết *Nẻo Về Của Ý*:

"Dưới con mắt của đại bi, không có tả không có hữu, không có thù không có bạn, không có thân không có sơ. Mà đại bi không phải làvật vô tri. Đại bi là tinh lực màu nhiệm của sáng chói. Vì dưới con mắt của đại bi, không có cá thể riêng biệt của nhân ngã nên không có một hiện tượng nhân ngã nào động tới được đại bi.

Em ơi, nếu con người có độc ác đến nước móc mắt em hay mổ ruột em và em cũng nên mỉm cười và nhìn con người bằng cặp mắt xót thương; hoàn cảnh tập quán và sự vô minh đã khiến con người hành động như thế.

Hãy nhìn con người đã đành tâm tiêu diệt em và đang tạo nên cho em những oan ức khổ nhục lớn lao như trăm ngàn quả núi, hãy nhìn con người ấy với niềm xót thương. Hãy rót tất cả niềm xót thương từ suối mắt em vào người đó mà đừng để một gợn oán trách giận hờn xuất hiện trong tâm hồn. Vì không thấy đường đi nước bước cho nên cái người làm khổ em mới vụng dại lỗi lầm như vậy.

Giả sử một buổi sáng nào đó em nghe rằng tôi đã chết tăm tối và tàn bạo vì sự độc ác của con người, em cũng nên nghĩ rằng tôi đã nhắm mắt với một tâm niệm an lành không oán hận, không tủi nhục. Em nên nghĩ rằng giờ phút cuối tôi cũng không quay lại kẻ thù ghét con người. Không, con người chẳng bao giờ đáng cho ta thù ghét. Nghĩ như thế chắc chắn em sẽ mỉm cười được, rồi nhớ tôi, đường em, em cứ đi. Em có một nơi nương tựa mà không ai có thể phá đổ và cướp giật đi được. Và không ai có thể làm lay chuyển niềm tin của em, bởi vì niềm tin ấy không nương tựa nơi bất cứ một giả lập nào của thế giới hiện tượng. Niềm tin ấy và tình yêu là một, thứ tình yêu chỉ có thể phát hiện khi em bắt đầu nhìn thấu qua thế giới hiện tượng giả lập để có thể thấy được em trong tất cả và tất cả trong em.

Ngày xưa, đọc những câu chuyện như câu chuyện đạo sĩ nhẫn nhục để tên vua cường bạo xẻo tai cắt thịt mà không sinh lòng oán giận, tôi nghĩ đạo sĩ không phải con người. Chỉ có thánh mới làm được như vậy. Nhưng Nguyên Hưng ơi tại lúc đó tôi chưa biết đại bi là gì. Đại bi là sự mở mắt trông thấy. Và chỉ có sự mở mắt trông thấy tận cùng mới khiến cho tình thương trở thành vô điều kiện, nghĩa là biến thành bản chất đại bi. Đạo sĩ nhẫn nhục kia đâu có sự giận hờn nào mà cần nén xuống? Không, chỉ có lòng thương xót. Giữa chúng ta và vị đạo sĩ kia, và vị Bồ-tát kia, không có gì ngăn cách đâu, Nguyên Hưng. Có thể tình yêu đã dạy cho em rằng em có thể làm được như Người. Thôi em đã lớn rồi tự lo liệu lấy.

Chiều mai tôi phải đi rồi. Những giòng chữ viết đêm nay, tôi sẽ không có thì giờ đọc lại. Nguyên Hưng, cho tôi dừng ngang đây. Ngày mai tôi sẽ còn gặp em trước khi lên đường. - Saigon 11-5-1966"

Đoản-văn *Bông Hồng Cài Áo* về Mẹ đã đi vào lòng độc giả từ thập niên 1960, nhất là vào mỗi mùa lễ Vu lan; tác-giả nhắc nhở tập tục cài bông hồng lên áo ở Nhật-Bản:

"Ý niệm về mẹ thường không thể tách rời ý niệm về tình thương. Mà tình thương là một chất liệu ngọt ngào, êm dịu và cố nhiên là

ngon lành. Con trẻ thiếu tình thương thì không lớn lên được. Người lớn thiếu tình thương thì cũng không lớn lên được. Cằn cỗi, héo mòn.

Ngày mẹ tôi mất, tôi viết trong nhật ký: tại nạn lớn nhất đã xảy ra cho tôi rồi! Lớn đến cách mấy mà mất mẹ thì cũng như không lớn, cũng cảm thấy bơ vơ, lạc lõng, cũng không hơn gì trẻ mồ côi (...).

Năm xưa tôi còn nhỏ / Mẹ tôi đã qua đời!
Lần đầu tiên tôi hiểu / Thân phận trẻ mồ côi.
Quanh tôi ai cũng khóc / Im lặng tôi sầu thôi
Để dòng nước mắt chảy / Là bớt khổ đi rồi...
Hoàng hôn phủ trên mộ / Chuông chùa nhẹ rơi rơi
Tôi thấy tôi mất mẹ / Mất cả một bầu trời.

(...) Đó là điệp khúc tôi muốn ca hát cho anh nghe hôm nay. Và anh hãy ca, chị hãy ca, em hãy ca cho cuộc đời đừng chìm trong vô tâm, quên lãng. Đóa hoa màu hồng tôi cài trên áo anh rồi đó. Anh hãy sung sướng đi" (1962).

[X. thêm phần giới thiệu Nhất Hạnh về văn-học phản chiến và thi ca của Quyển thượng này].

Tuệ Sỹ (tục danh Phạm Văn Thương, sinh 15-2-1943 tại Paksé, Lào, nguyên quán Quảng-Bình) giáo-sư Phật học và triết học tại Đại học Vạn Hạnh và Cao đăng Phật học viện Hải Đức, Nha Trang, chủ biên tạp-chí tạp-chí *Tư Tưởng* của cùng Viện Đại-học Vạn Hạnh. Ngoài nhiều sách dịch-thuật như *Triết Học về Tánh Không = Sūnyavāda* (An Tiêm, 1970), *Phật Giáo Việt-Nam từ khởi thủy đến thế kỷ XIII* (dịch *Le Bouddhisme en Annam* của Trần Văn Giáp; Ban Tu Thư Vạn Hạnh, 1968), v.v., Tuệ Sỹ còn là một nhà thơ đặc-biệt với không gian thi tứ Thiền và thi cảnh cùng giáo lý Phật, đăng tạp-chí *Thời Tập, Hải Triều Âm, ...*Về văn-học và thi ca, ông đã xuất-bản *Tô Đông Pha Những Phương Trời Viễn Mộng* (Ca Dao, 1973, một phần đã đăng *Hải Triều Âm* cùng năm 1973); trong lời Tựa, ông cho rằng *"Thơ vẫn là một cuộc lịch nghiệm Riêng và Chung, của Thời đại và Lịch-sử. Từ cuộc Riêng, Thơ nương theo đôi cánh Thi và Dịch để đi về nơi Hoằng viễn, dẫn Lịch-sử Uyên nguyên tụ hội với Thời đại. Hình như những sự này tôi nghe được từ nơi thơ của Đông Pha, có nghe lộn hay không, thì không biết. Nhưng cứ xin lấy chỗ nghe được đó ra để bố trí cho quyển sách này"* - vì ông nghiệm ra *"thơ không là ẩn ngữ"*.

Ở phần hai "Những phương trời lữ thứ" cho thấy ông hiểu và sống thi cảm người xưa trong một tình cảnh riêng tây nhưng thi tính và tâm thức lữ thứ tỏa rộng khắp cõi nhân sinh:

"Thơ từ phế phủ ra

Lại làm sầu phế phủ.

Nào chỉ thế thôi ư? Thơ phát ra từ những khổ lụy và những nguyện ước khơi vơi của cuộc tồn sinh; từ độ đó, Thơ đi vào những thảm họa hoành sinh của Lịch sử. Từ buổi bình minh, Thơ vang vọng những lời tình tự thiết tha, từ tiếng chim thư cưu nơi cồn cát, đến những đêm dài trằn trọc, trong nguyện ước lứa đôi ... Thế là, từ những phương trời viễn mộng ban sơ, Thơ dấn bước đi vào Cuộc Lữ. (...)

Thơ phát ra từ cuộc Lữ đọa đày, rồi trở lại đọa đày cuộc Lữ. Cuộc Lữ là trường thể nghiệm lịch sử tồn sinh thảm họa của Thơ. Và Thơ mở rộng những phương trời Lữ Thứ. Quê Hương nguyên thủy chỉ là những âm vang của Lịch sử, vang dội ngân dài trong những phương trời viễn mộng. Cho nên, Đất của Thơ đất Trích, là những vùng đày ải; Đường của Thơ là Quán Trọ, là những bước đường ngược gió. Mặn nồng nơi Đất Trích, lân la nơi Quán Trọ, cuộc thể nghiệm dây dưa với hằng triệu vấn vương, và cũng là cuộc thể nghiệm cho khước từ tuyệt đối. Cho nên, lời Thơ càng lúc càng trầm trọng, như viên sỏi rơi vào lòng biển bao giờ cho tới đáy thì thôi. Biết bao giờ cho tới đáy, để lấy đó làm Quê-Hương hằng cửu? Bởi cách điệu trầm trọng như thế, nên Thơ là phong vận tài hoa, đẹp như những cụm mây trời trong nắng sớm".

Ở Tô Đông Pha, Thi sĩ và Thiền sư chỉ là một: "Đạt đến cõi thượng thừa của Thơ, như người học Thiền chứng chỗ Không tịch của Đạo; cái đó vừa khó vừa dễ. Học Thiền ba mươi năm, 30 năm đày đọa thân tâm mà không thành. Phẫn chí, bỏ đi; bất chợt thấy một cánh hoa rơi, cõi Không tịch cũng hoát nhiên, đột ngột mở ra. Chỗ ảo diệu đó, khó giảng cho thông. Cho nên không thể nào lấy tay chỉ thẳng vào cõi thơ, rồi bảo đây là chân diện mục của nó…" (78).

Trước 1975, thơ ông đăng tạp-chí và chưa được xuất-bản, sau này có các thi tuyển Giấc Mơ Trường Sơn (Paris: An Tiêm, 2002 và Những Điệp Khúc cho Dương Cầm (Phương Đông, 2009).

Thơ Thiền ở Việt Nam khởi đi từ những bài thi, phú của các thiền-sư đời nhà Trần thuộc Trúc-Lâm Yên-Tử. Thiền-thi tiên quyết không hẳn là thi-kệ và phải có những chức năng cần đủ để tạo nên thi ca, tức không chỉ nhắc vài từ ngữ nhà Phật là đủ. Văn-học miền Nam thời 1954-1975 này đã có những bài thơ thám hiểm cõi Thiền của Quách Tấn, Hoài Khanh, Trụ Vũ, Phạm Thiên Thư, Bùi Giáng,

Nhất Hạnh, Phổ Đức, Phạm Công Thiện, ... và nữ như Trần Thị Tuệ Mai (giải Thơ Văn học Nghệ thuật Toàn quốc năm 1966 với *Không Bờ Bến*), Hoàng Hương Trang, ..., đã đưa vào thơ miền Nam những thi tứ, nội-dung, ... nhà Phật. [X. thêm Doãn Quốc Sỹ, Hoài Khanh, v..v. ở Quyển Hạ-Tác-Giả]. Và ghi nhận các tuyển tập thi văn đã được xuất-bản như *Phận Nạn Thi Tuyển* (do Nguyên Quang, Nguyễn Văn Hòa xb, 1962), *Tuyển Tập Thơ Giữ Thơm Quê Mẹ* (1966), v.v.

Giữ Thơm Quê Mẹ Giữ Thơm Quê Mẹ chỉ với 12 số đã là một xuất phát ân sủng cho văn-nghệ ảnh-hưởng Phật giáo và luồng văn-nghệ, tư tưởng thoát ra ngoài khuôn khổ khoa bảng, nhà trường (và dư luận) cho đến lúc đó. Nghị luận và sáng-tác văn-nghệ hiện thực và muốn đáp ứng tâm thức con người thời đại, và đã được độc giả đón nhận như một món quà văn-nghệ bất ngờ.

Số ra mắt, tháng 7-1965, mở đầu với bài thơ Chỗ Đứng của Nhất Hạnh:

"quê hương tôi là đây
chỉ có dòng sông, hàng cau, vườn chuối;
mặt trái đất dù mang đầy cát bụi
nhưng trăng sao vẫn đẹp những đêm Rằm" (tr. 2).

Kế là những bài thơ của Bùi Giáng (Ruộng Đồng Mọc Cỏ, Dưới Trời), Hoài Khanh (Về Nguồn), Phạm Công Thiện (Bất Nhị), ... và lời trần tình của Hồ Hữu Tường về quá-khứ Mác-xít và dân-tộc của mình: *"Muốn "Giữ Thơm Quê Mẹ" thì khắp đâu đâu, tín đồ của đạo thờ tổ quốc đốt xông lên trầm hương của khoan dung và tình thương. Bởi vì, chỉ có khoan dung và tình thương mới có mùi thơm. Còn căm hờn và hận thù bao giờ cũng tanh mùi máu"* ("Ngày trở về của đứa con hoang.", tr. 22) - đã như vạch những tiêu-lộ cho tạp-chí.

Đến số 10 (4-1966), nhà văn lão thành Thiếu Sơn tiếp tục nêu vấn-đề "Nhà văn phải làm gì để giữ thơm quê mẹ?", đã tự hứa (và chắc là nhắn nhủ giới trẻ luôn) *"sẽ phải viết những gì khác hơn những cái tôi đã viết trước kia. Tôi phải nói lên đức hy sinh, lòng ái quốc, tinh thần bất khuất của dân-tộc để phản ảnh một phần nào giai đoạn lịch-sử mà tôi chứng kiến"* (tr. 20).

Bài vở đa dạng, với nhiều cây bút thơ văn, nghị luận. Nhất Hạnh ngoài thơ còn có truyện dài đăng-từng-kỳ Nẻo Về Của Ý và những bài viết như "Bến Tre: ghi nhận địa lý văn-hóa" (số 2, 8-1965) nhân một chuyến công tác với sinh viên Phật tử, nhìn sông nước, cảnh vật đặc thù địa phương và để dòng suy tưởng giáo lý, văn-hóa, xã-hội và tâm thức trở về, cập nhật... dấn thân: *"... ấn tượng con sông đỏ chảy cuồn cuộn trong mùa nước lên vẫn còn sâu đậm trên tâm hồn tôi , khiến tôi không thể ngồi đấy mà nghĩ mãi đến tre và dừa (...) Hình ảnh của con sông Cửu Long cuồn cuộn chảy là hình ảnh của những cuộc đời sẵn sàng lăn xả vào hành động. Hành động, phải hành động dũng cảm. Phải sẵn sàng đối phó. Phải trào lên, phải dâng cao. Phải xăn cao hai tay áo, đi vào cuộc sống một cách tích cực ...."* (tr. 21-22)

Văn thơ tỏ ra những nét rất riêng, một số đại diện cho những tiếng nói "thiểu số" "ngoài lề" về văn-hóa và chính-trị. Riêng thơ, về sau được tập trung trong *Tuyển Tập Thơ Giữ Thơm Quê Mẹ*, như "một vườn hoa thơ bị vùi dập vì giông bão chiến họa trên lòng đất mẹ Việt Nam nhưng vẫn vươn lên khoe sắc", "một tổng hợp tiếng nói về quyền sống, về tình yêu thương".

Nhóm *Giữ Thơm Quê Mẹ* chuyên về văn hóa dân tộc và Phật giáo. Thật vậy, chỉ sau ngày đảo chánh 1-11-1963, các sinh hoạt về báo-chí với những tạp chí *Tư Tưởng, Vạn Hạnh, Giữ Thơm Quê Mẹ*,... và về xuất bản với các nhà Lá Bối, An Tiêm, Ca Dao... đã lớn dậy, nhất là với sự xuất hiện của các tổ chức, cơ sở Phật giáo, nhất là với sự thành lập đại học Vạn Hạnh. Các tác giả Phạm Công Thiện, Nhất Hạnh, Trụ Vũ, Phổ Đức, Võ Hồng, Hoài Khanh,... đã cho ra đời nhiều tác-phẩm qua các thể-loại khác nhau, nhưng nói chung, liên quan hoặc ảnh-hưởng xa gần với triết lý và văn-hóa Phật giáo hoặc những luồng tư tưởng mới hay ngoài luồng kinh điển, giáo khoa thịnh hành. Nhưng các sinh hoạt văn-hóa theo tình thế chính-trị đã nghiêng về tranh đấu. Nếu một số giáo-sư, trí thức, văn-nghệ sĩ phía Công-giáo từ bảo thủ dần dà nghiêng hẳn về phản chiến, thì bên Phật giáo, một trong những nhóm chủ trương hòa-bình kiểu khác và đang tìm cách tuyên truyền thuyết phản chiến và ngụy hòa trên một số các quốc gia tự do, trong đó có cả Hoa Kỳ, và liên hệ đến giáo hội Việt Nam thống nhất, là nhóm Thích Nhất Hạnh chủ trương và lãnh đạo, song hành với một nhóm có tính "chính khách" hơn chung quanh nhân-vật Thích Trí Quang.

Triết lý, tín ngưỡng Phật giáo (chủ hòa, không sát sinh,...) phần nào đó cũng đã thật sự ảnh-hưởng đến phong trào phản chiến – hoặc con người sử-dụng để "tranh đấu" và làm chính-trị. *Giữ Thơm Quê Mẹ* muốn làm tiếng nói của lương tri Phật giáo và dân tộc, vào thời chiến tranh leo thang với việc Hoa-Kỳ đổ quân trực tiếp tham gia chiến-tranh. Cùng với các vị trí thức Công-giáo thiên tả Nguyễn Văn Trung,

Lý Chánh Trung, Chân Tín, Trương Bá Cần, Nguyễn Ngọc Lan, v.v. qua các báo *Hành Trình, Đất Nước, Đối Diện*, Nhất Hạnh với nhà xuất bản Lá Bối, báo *Giữ Thơm Quê Mẹ*: đã lên tiếng phản chiến mà họ xem như là một lối giải quyết cuộc chiến tranh huynh đệ nhưng chủ động bởi các thế lực ngoại lai – nhưng lại theo phong trào phản chiến ở Mỹ và một số nước Âu Mỹ! Nhiều số *Giữ Thơm Quê Mẹ* - cũng như với các báo khác, bị kiểm duyệt phải bôi đen nhiều câu, nhiều đoạn, điển hình trong các truyện ngắn Thư Viết Từ Một Xóm Quê của Dương Nghiễm Mậu, Ngồi Đợi Ngoài Hành Lang của Nguyễn Đức Sơn, Lý Do của Văn Lệ Thiên, Giao Thừa Bệnh Viện của Hằng Hà Sa, Hoa Vông Đỏ của Nguyễn Phước, kịch Pho Tượng Linh Mai của Chinh Ba,... ; đặc-biệt truyện ngắn Hoa Vông Đỏ (số 3, 9-1965), kiểm duyệt đã cắt hết những ý mà nhân-vật vừa tìm ra để viết nên tác-phẩm "Hoa Vông Đỏ" làm như muốn bắt người đọc phải tự nghĩ ra!

Các tạp-chí khác ở miền Nam thời bấy giờ như rõ rệt theo một đường lối, nhóm... Khi *Giữ Thơm Quê Mẹ* ra đời còn được hiểu như để làm nơi thử nghiệm triết lý Hiện sinh, Hiện-tượng luận,... cũng đến với giới trí thức và giới trẻ qua con đường Phật giáo, nhất là từ những năm 1965 với đại học Vạn Hạnh, các tạp-chí và giáo-sư thuộc Phật học như *Tư Tưởng*,, ... các giáo-sư, tác-giả như Phạm Công Thiện, Nhất Hạnh, Ngô Trọng Anh, Lê Tôn Nghiêm, Tam Ích, v.v. Mặt khác, *Giữ Thơm Quê Mẹ* không khỏi không tham gia đấu tranh và cổ võ hòa bình. Phi Chiến (không rõ tên thật, tiểu sử!) xuất hiện trên số 11 (5-1966) với bài "Lương tâm của nhân loại và lương tâm của con người" dùng thư từ của sinh viên nêu vấn-đề với các giáo-sư, trí thức mà mọi người xem như là "lương tâm của nhân loại" đã "đồng lõa với kẻ xâm lăng", với guồng máy chiến-tranh. Theo ông, tầng lớp sinh viên, học sinh còn nặng tinh thần dân-tộc nên mới thật sự "đại diện cho lương tâm của nhân loại", và cuộc "cách mạng" mới này phải đi lại từ dưới đi lên "theo đường lối dân-tộc với khả năng và xương máu của dân-tộc để cải tạo cái xã-hội sa đọa nầy" – bài của *Giữ Thơm Quê Mẹ* mà cứ như của báo đấu tranh in rônéo của sinh viên xuống đường!

Đến số cuối 12 (6-1966), Phi Chiến lại xuất hiện với bài "Tất cả trái tim chúng tôi đều hướng về họ" – "họ" ở đây là một "Liên Minh Hòa Bình" có khả năng của đạo Phật. Nhân vụ binh lính Hoa-Kỳ nổ súng sau nhà Quốc-hội, ông (hay bà) này đòi Mỹ rút quân về nước và "chấm dứt chiến-tranh để nối lại tình giao hảo giữa hai dân-tộc" Việt và Mỹ: *"không phải chúng tôi sẵn sàng mở cửa cho Việt cộng vào Miền Nam Việt Nam này, không phải là chúng tôi bỏ cuộc tranh đấu chống lại sự xâm nhập của chủ nghĩa Cộng Sản. Nhưng chúng tôi có đường lối chống Cộng của chúng tôi, khác hẳn với đường lối của người Mỹ".* Phi Chiến dẫn lời Th. T. Thích Trí Quang: *"đạo Phật đại từ đại bi vẫn có đại hùng đại lực để ngăn chận tất cả những chủ nghĩa ngoại lai không có gốc rễ trong dân tộc. Và đạo Phật sẽ có đủ đức độ đem tình thương phủ lên sắt thép"* (tr. 16)

Dĩ nhiên, còn có những bài viết khác, như Thiên Ân trong số 3 (9-1965) có bài "Asoka một chính-trị gia vĩ đại hay là nền hòa bình đích thực cho con người" nhắm người tu sĩ nhưng có thể hiểu là mọi người, đã bàn đến chiến-tranh và chính-trị Chánh pháp cùng "tinh thần khoan đại, tự do và khai phóng của Asoka" trong việc thu phục lòng dân.

Tiếp nối *Giữ Thơm Quê Mẹ* có thể nói đến các tạp-chí *Vạn Hạnh, Hải Triều Âm, Tư Tưởng, ...,* mỗi tờ một mục-đích và độc giả riêng nhưng chung đường hướng tâm linh, tư tưởng.

Có thể nói ảnh-hưởng từ Phật giáo vào văn-chương thời này thực sự rộng lớn, từ văn truyện đến thi ca và cả âm nhạc (như lời nhạc Trịnh Công Sơn pha ngôn-ngữ Thiền, Phật với các trào lưu tư tưởng hiện-đại khi diễn tả thân phận của con người Việt-Nam vào thời bạo động của chiến-tranh)! Tuy vậy thời 1954-1975 đã có những đụng độ văn-hóa và văn-học mà chúng tôi không thể không nói đến. Thật vậy, trước đảo chánh 1-11-1963, một số Phật tử và học giả vẫn cho rằng Phật giáo không được phát huy đúng mức và đúng khả năng cùng giá trị tinh thần, tư tưởng. Tam-nguyệt-san **Hải Triều Âm** đã có những bài viết tổng kết và phê phán tình trạng này trước năm 1963. Trần Quang Phúc trong bài "Mười năm sinh hoạt văn-hóa Phật giáo tại Việt-Nam (1963-1973)" (số 2, tháng 5-6-7/1973, tr. 143-163), đã nhận xét rằng một số giáo-sư thuộc nhóm mà ông gọi là "đại học Huế" đã viết về Phật học và Phật giáo cùng lúc giới thiệu thuyết Hiện sinh (*"nhưng bão tố của hiện sinh hình như làm cho Phật học mất sinh khí. Phật giáo có thể vô thần như một khía cạnh triết học hiện sinh. Nhưng kinh-nghiệm hiện sinh nếu không phải là kinh-nghiệm từ hữu và hư vô, có lẽ vô thần chỉ là một thứ không sống thực. (...) Cả hai cùng bắt từ kinh-nghiệm thống khổ của con người, trong triết học hiện sinh, kinh-nghiệm thống khổ có tính cách biện chứng, cho nên nó bi quan một cách hùng dũng như Abraham đứng trước dung nhan Thượng đế. Kinh-nghiệm thống khổ trong Phật giáo chỉ là kinh-*

nghiệm thông thường, đã không hùng dũng lại không giải quyết số phận hiện sinh...") khiến cho "*Phật giáo hình như bị đứng khựng lại, và trở thành một thứ hoài nghi khó hiểu*". Họ Trần chỉ trích "*thái độ hoài nghi của các nhà Phật học cổ đại*" bắt nguồn từ 'trí thức Pháp mà trung tâm là trường đại học Louvain (Bỉ) với Vallée Poussin "*đã làm nhức nhối những người học Phật một thời*". Từ những "sai lầm" đó đã dọn đường chuẩn bị cho hiện-tượng Thiền, Heiddegger, Nietzche, ... sau 1964 lên cao điểm (với Phạm Công Thiện, Nhất Hạnh,...) nhưng rồi 'sụp đổ toàn diện' sau 10 năm. Nay, sau những biến cố chính-trị, tôn giáo xảy ra ở miền Nam từ sau 1963 đến năm 1973 với hiệp định Paris hòa-bình, họ Trần kết luận "*Phật giáo quả tình đã đóng góp cho thời buổi điêu linh đủ mọi mặt xã-hội, văn-hóa, giáo-dục, bằng tất cả khả năng, và bằng tất cả sự nghèo đói cố hữu của mình*".

Hải Triều Âm là cơ quan của Tổng Vụ Văn Hóa thuộc Giáo Hội PGVNTN cũng đã tổ chức một Đại hội Văn hóa Phật giáo cuối tháng 12-1974 mà những vấn-đề văn-hóa đã được đem ra thảo luận. Chủ-nhiệm kiêm chủ-bút Thích Mãn Giác tiếp Trần Quang Phúc để phản đối những cái gọi là "xúc phạm văn-hóa Phật giáo" với những bài như "Phan Kế Bính, ông là ai?" (số 7, Vu lan 1974), "Khai thác truyện Sãi Vãi ở đại học với dụng ý gì?" (số 8, 12-1974 & 1-2/1975) nghi ngờ việc nhóm Phong trào Văn hóa của LM Thanh Lãng và Phạm Việt Tuyền tái-bản cuốn *Việt-Nam Phong Tục* và đưa Truyện Sải Vãi vào chương trình học tập ở Văn khoa – Theo ông, Phan Kế Bính là một tân tòng Ki-tô giáo và theo Pháp nên đã "*lớn tiếng đả kích, miệt thị, khinh bỉ Phật giáo một cách trắng trợn, hời hợt và xuẩn động (...) mà khi xuất-bản tập sách này, Linh Mục Thanh Lãng, Giám đốc GS Phạm Việt Tuyền, Quản lý Phong trào Văn-hóa xem nó là Bộ Quốc Sử...*" (Bđd, tr. 32).

Văn ảnh-hưởng đạo Thiên-chúa

Sau 1954, những Tinh Việt Văn Đoàn (*Văn Đàn*), Học hội Ra Khơi, Nhà Chúa, Đức Mẹ Hằng Cứu Giúp, Thăng Tiến (tiếp nối của nhóm Nam Kỳ Địa Phận), ...; các nhóm và cá nhân người công giáo đã tích cực tham gia, đóng góp cho học thuật và văn-hóa Việt-Nam thời hiện đại. Thời miền Nam 1954-1975, trước những trào lưu, khuynh hướng hiện sinh, vô thần, hoài nghi (Kierkergard), siêu nhân (Nìetzsche), ... thì khuynh hướng xã-hội Thiên Chúa giáo (nhân vị trước 1963, dấn thân, phản kháng sau 1964, v.v.) đã như nguồn hứng cảm văn-nghệ và học thuật đóng góp tích cực cho sinh hoạt văn-hóa thời bấy giờ. Cũng trong thời chiến-tranh trước 1975, các nhóm Nam Sơn, *Hành Trình, Trình Bày, Đất Nước*, ... dù bị ngộ nhận và chống đối từ nhiều phía, cũng đã có những đóng góp cách khác cho nền văn-học công giáo, khi giới thiệu, trình trước công luận mảng văn-học phản kháng và đấu tranh xã hội, chính trị trong đó có các tác-phẩm dịch thuật từ văn-học châu Mỹ la-tinh, Đông Âu, các nước không liên kết, v.v. Họ là những giáo sư, nhà văn, học thuật, nghiên cứu văn-học, ngôn-ngữ, triết lý, lịch-sử, là những LM Kim Định, Đỗ Quang Chính, Cao Văn Luận, Trần Thái Đỉnh, Lê Tôn Nghiêm, Nguyễn Phương, Thanh Lãng, Lê Văn Lý, Nguyễn Khắc Xuyên, Nguyễn Hưng, v.v., các giáo-sư Nguyễn Văn Trung, Lê Thành Trị, Võ Long Tê, Phạm Đình Khiêm, Lê Hữu Mục, Nguyễn Văn Thọ, v.v. trong số có người đã để lại những công trình, sự nghiệp lớn hoặc thiết yếu cho bước đi của học thuật, văn-hóa chung! Tư tưởng Thiên-chúa giáo đã ảnh-hưởng nhiều đến nhân loại từ hơn hai thiên niên kỷ; các Cựu-Ước, Tân Ước (Kinh thánh) ngoài những giáo điều căn bản đã còn chứa đựng nhiều ý nghĩa triết học, đạo đức và mỹ học mà các triết gia, tư tưởng gia và cả văn-nghệ sĩ sử-dụng như nguồn ý tưởng và cảm hứng làm nên nhiều tác-phẩm lớn nhỏ của con người nhiều quốc-gia trên trái đất này.

Nhà thơ **Quách Thoại** (1929-1957) cuối đời bệnh tật, mệnh yểu, hy vọng rồi tuyệt vọng, nhưng đức tin vững mạnh, giúp chống chọi với gian nguy. Từng yêu vô vọng vì Như Băng người "em hồn ngưỡng vọng Chúa Trời" nên "trong tình em" cũng là "trong tim Chúa Giêsu" đành

> *"Viết lời thơ thành lời kinh kêu gọi*
> *Nào vơi chi sầu hận của nhân gian*
> *Như-Băng em, xin ngó nẻo thiên đàng*
> *Để nguy hiểm ta sống đời địa ngục*
> *Ta chỉ sợ rồi đây nơi nhà phúc*
> *Máu tai ương sẽ vấy tấm thân em"*,

và đành chỉ xin:

> *"Mà hôm nay ta khóc lạy than rằng*
> *Xin chầm chậm hoàng hôn đừng vội lặn*
> *Ôi, đau thương loài người xin hữu hạn"*

(*Như Băng Trường Tình*).

Nhưng chỉ là mộng ước, vì chiều tận thế đang chực chờ:

> " (...) *Đau thương, đau thương dường vô kể*
> *Liệu loài người sẽ quyết định chi đây*
> *Văn minh rồi nguy hiểm nằm trong tay*
> *Tưởng hy vọng ngờ đâu thành tuyệt vọng*
> *Không! Không! tôi vẫn hãy còn trông ngóng*
> *Chúa Trời! - Chúa Trời! - Chúa Trời! - Chúa Trời!*
> *Cả cuộc đời không lẽ chỉ trò chơi*
> *Ôi! ma quỷ và Thánh Thần lẫn lộn*
> *Sáng hôm nay chiều hoang sơ hỗn độn*
> *Đã gặp nhau cùng trong một buổi ngày*
> *Người ra đời bèn bị chặt hai tay*
>   *Không ôm kịp lấy đầu hay trí óc*
> *Kể vào đâu những lời than tiếng khóc*
> *Một quả bom chỉ vài quả bom thôi*
> *Ôi thôi rồi chủ nghĩa với xa xôi*
> *Chỉ minh chứng một lời kinh Thánh nói*
> *Chiều tận thế tưởng chừng như réo gọi*
> *Rùng mình thay cho thảm cảnh cuối cùng*
> *Rùng mình thay cho cái phút lâm chung*
> *Ôi! mệnh hệ ai ngờ đâu mệnh hệ*
> *Loài người nay trần truồng không Thượng Đế*
> *Dắt nhau đi trong tiến bộ diệu kỳ*
> *Ngày tàn rồi bóng tối đến lâm ly*
> *Đêm u khổ vào cuộc đời tội lỗi*
> *Đêm đã đến chiều nhân gian hấp hối*
> *Ánh sáng ơi! khao khát đến vô cùng*"

(Chiều Tận Thế).

Phạm Đình Tân (1913-) tác-giả tập *Tiếng Thầm-Lời Thiêng* (tựa của Thế Lữ, 1952, tb 1960):

> "*Đau Đớn là Đường lên Ánh sáng!*
> *(...) Tự thuở nào, Người trụt xuống trần gian,*
> *Tổ tiên xưa con cháu cả nhân hoàn,*
> *Vì một tội mà trầm luân muôn kiếp.*
> *(...) Đau đớn là đường lên Ánh sáng!*

Chúa hiến mình làm bia bắn của Đau thương.
Tay nâng niu ôm ấp mối sầu trường,
Tim khắc khoải trong muôn nghìn cay đắng, ..."

(Đau Đớn)

LM Vũ Đức Trinh (1922-1964) với các tập thơ *Ánh Vàng* (1956), *Hương Thiêng* (1956), *Đuốc Trời Cao, Thục Nữ Thiên Hương, Bảo Tàng Ân Ái, Những Quả Tim Non, Mấy Áng Phong Dao* (dịch sang Anh ngữ, 1957). Thơ ông mang âm hưởng thời đại thập niên 1950 là những vần tươi sáng, hân hoan, nhất là những bài "phong dao":

"Ánh trăng lộng lẫy, tưng bừng.
Bao loài dương thể đón mừng ánh trăng!
Trời còn yêu đất hay chăng? ...
Đất thì một dạ khăng khăng yêu trời".

Thơ đạo ở ông cũng vậy, giọng thành kính nhưng chứa đầy tin yêu:

"Chiều xế bóng, chim ngàn tung khắp nẻo;
Các tầng mây xếp núi rộn chân trời;
Ánh hoe vàng lưu luyến chỗ xa khơi,
Trông tô điểm ngọn cây và đỉnh tháp.
... Chuông hổn hển, ngập ngừng, xong vội vã
Thúc tiếng lòng khiêm tốn nảy lên cao,
Cầu Chúa thương, Chúa đổ trận mưa rào,
Mong tắm rửa muôn hồn vương tội lỗi.
Cung oanh liệt cất vang, chào buổi tối,
Lên trăng ngà, rung chuyển ánh xinh tươi ..."

(Chuông Cầu Nguyện)

Xuân Ly Băng (Đức Ông J.B. Lê Xuân Hoa 1926-) tác-giả *Thơ Kinh* 1956, *Hương Kinh* 1957, *Trầm Tư, Kinh Trong Thời Gian*, .., đã thường xuyên có mặt trên các tạp chí Công giáo từ thập niên 1950. Thơ Xuân Ly Băng ca tụng Thiên Chúa, Đức Mẹ, cuộc đời, với lý lẽ của cảm xúc, đức tin và chữ dùng nhẹ nhàng, tâm cảm, dễ đi vào lòng người. Tha thiết như những lời kêu gọi, như một đáp trả ơn trên:

"Hồn ơi! / Thắp lên hai hàng bạch lạp
Vạn nén trầm hương / Cho ta ca hát / Bài ca yêu thương.
(...) Hồn ơi! / Hay chim ơi!

Tung cao lên, cao vút đến tận trời
Nhạc say sưa trong lòng chim kính mến
Cho âm thanh đến muôn đời tuyền vẹn
Khúc trường ca tình ái diệu huyền thay...
(...) Nghĩa yêu thương ai giăng bủa khắp trời mây?"

(Tỏ Tình)

Trăng Thập Tự (LM Võ Tá Khánh, 1947-) tác-giả *Tâm Tình Tu Viện* (1969), *Điệu Buồn Học Trò* (1971) [*Có Ai Về Cát Minh*, tuyển tập thơ 1963-2004], v.v... Qua thơ, Trăng Thập Tự đã để hồn mình nhập vào Thánh Kinh, cầu nguyện với lời thánh thiện, diễn tả sự vật và biểu hiện tâm cảm qua lăng kính của Đức Tin. Trong bài dẫn nhập tuyển tập Có Ai Về Cát Minh, Trăng Thập Tự đã cho biết về bút hiệu: *"Trăng tượng trưng cho nghệ thuật, Thập Tự tượng trưng cho đời ta. Một bên tròn một bên vuông, tưởng chừng không sao hòa hợp được, thế nhưng khi Đức Giêsu gục đầu trên cây giá gỗ ấy thì quanh đầu Ngài tỏa ra một vòng hào quang... "*. Như vậy tuyên ngôn thi ca của Trăng Thập Tự đặt nền tảng trên Thánh Kinh và với ông, có giằng co giữa nghệ thuật và đời tu trì: "Sau bốn mươi năm nhìn lại, con thấy biểu tượng trăng trong thơ con cũng có nhiều thay đổi, có lẽ phần nào cũng nói lên được sự gặp gỡ ngày càng sâu đậm giữa hai đối cực. Thoạt đầu, nghệ thuật dường như chỉ thuần là một cám dỗ có nguy cơ đe doạ đời thánh hiến".

"Nàng trăng hỡi thôi đừng trêu ghẹo nữa,
Kẻ tu hành xin khẩn khoản van lơn".

Thế nhưng rồi một lúc nào đó, trăng đã thành biểu tượng của tình thương Thiên Chúa, như tấm bánh thánh bẻ ra: *"Trăng bẻ làm đôi tấm bánh đời,/ Nghe tình dìu dặt, tứ chơi vơi... "*.

Và hơn nữa, trăng lại cũng là chính Chúa Kitô:

"Con trăng chết rũ bêu cành
Sáng nay nó dậy hoá thành Vầng Dương.
Con trăng máu nhỏ dọc đường,
Sáng nay đơm huệ kết hường lắm hoa.
Rồi trăng cũng là chính bản thân người đầy tớ Chúa".

Bên cạnh các thi nhân khoác áo tu là những giáo dân sống đạo với thơ, qua thơ. **Lệ Khánh** (Dương Thị Khánh, sinh 1945 tại Huế), một nhà thơ nữ được tiếng thời văn-học miền Nam trước 1975, đã xuất bản 7 tập *Em Là Gái Trời Bắt Xấu* (1963-), ngoài ra còn những tập *Vòng Tay Nào Cho Em* (1966), *Nói Với Người Yêu* (TGXB, 1966). Bà đã có những bài hướng về Đấng Tối Cao ngoài những bài tình chú cháu và người Đà Lạt kẻ Đô thành:

"lạy Thượng Đế thương con / một tâm hồn bé nhỏ
giữa dòng đời cô đơn / xin người đừng ruồng bỏ
cuộc đời như vô nghĩa / bởi con không đẹp giàu
sao người không ban bố / nên u buồn thương đau
con là người vô tội / giữa cuộc sống muôn màu
gọi tên người nức nở / lệ tràn đôi mắt sâu
lạy Thượng Đế thương con / cho tình đẹp duyên tròn
để con không sầu hận / không nuốt lệ tuổi hờn
mười chín năm đau khổ / nặng tình một kiếp thơ
bị cuộc đời ruồng bỏ / trở thành kẻ dại khờ"

(Độc Thoại)

Thơ **Trần Vạn Giã** có lời dâng, lời cầu, với Thiên Chúa:

"Chúa ơi trong đời tạm này
Con như một chiếc lá bay xuống đường
Trải qua gành thác, tai ương
Trải qua bao nỗi đoạn trường, trải qua
Lời dâng trong bản Thánh ca
Sông còn có khúc huống là đời con
Dù cho nước chảy đá mòn
Tình yêu Thiên Chúa vẫn còn trong thơ
Mai sau cũng như bây giờ
Cầu xin con tới được bờ tình yêu"

(Lời Dâng, 1959)

Thơ **Cao Huy Hoàng** (1956 -) là thơ của một đức tin vật lộn với thực tế đời thường, thơ của những ơn gọi sống thánh thiện giữa lòng đời ô trọc nhiều thử thách:

"Bụi hồng còn vướng gót chân
Dẫu là hơi thở có ngần ấy thôi
Người về hỏi lại lòng ơi
Còn bao mộng ước cuộc đời phù du?
Trái tim chưa thoát ngục tù
Vòng vây gai kẽm: khúc ru dịu dàng?

Thời gian mây nắng chia tan
Kiếp người một thoáng võ vàng tàn vong
Bên kia cơn lốc bụi hồng
Có không một cõi phiêu bồng thiên thu
Hay chăng tiếng búa tình thù
Đóng đinh tội trộm xác phu thê người
Người về khẻ gọi lòng ơi
Trời ơi lòng đã qua đời từ lâu
Cõi lòng rữa dưới vực sâu
Trần truồng nhoi nhúc giữa lầu nguyệt hoa
Bên đời âm động thu ba
Vỡ tràn thành tiếng rên la nghìn trùng
Xót mình bất tín bất trung
Vực sâu thăm thẳm mịt mùng thương đau
Ngửa tay xin tiếng kinh cầu...”

(Ngửa Tay Xin Tiếng Kinh Cầu)

Trần Thy Nhã Ca không nhất thiết là tín hữu Công-giáo, đã nhận hứng cảm từ Kinh Thánh (Cựu Ước) khi sáng-tác đa số thi-bản trong tập thơ *Nhã Ca Mới* (1965) và sử-dụng bút hiệu Nhã Ca, Trần Thy Nhã Ca, cũng lấy hứng từ Cựu Ước. Theo thiển ý, nhà văn nhà thơ có thể chịu ảnh-hưởng, thuộc về một hoặc nhiều trường phái, khuynh-hướng. Tập thơ khởi đầu với bài thơ Nhã Ca ca tụng tình yêu của vua Salomon (công khai, với xuất xứ) - bắt đầu bằng một tia rạng đông:

“Chớ nhìn tôi bởi vì tôi đen
Mặt trời đã nạm cháy tôi
(...) Hãy để tôi như một cái ấn trong lòng chàng
như một cái ấn trên tay chàng
vì ái tình mạnh mẽ như sự chết
vì lòng ghen tàn bạo như địa ngục
vì đó là sức nóng của lửa
và vì ngọn lửa đó của đức Giê-hô-va”

(Nhã Ca, 1, 4, 8. Salomon, Cựu Ước)

Nhiều bài khác trong cả ba phần của tập thơ (Thơ viết thời con gái, Thơ trong đời-sống ta và Thơ chi tình ta) đầy ắp hoặc vương vất thi-hứng, thi-cảm của Cựu-Ước. [X. thêm phần thơ tình Nhã Ca, chương Thi-ca, và Tập Hạ – Nhã Ca]

Về **văn xuôi**, tính chất đạo Chúa nhẹ nhàng hơn về tính nghệ thuật, văn-chương, nhưng biểu tỏ hoặc qua nội dung hoặc qua thành quả đóng góp cho văn học, học thuật nói chung. **Nguyễn Thạch Kiên** (1926-?) tác-giả các tiểu-thuyết lý tưởng *Hương Lan* (1947), *Màu Hoa Phượng* (1959, giải truyện dài 1959 của Tinh Việt Văn đoàn), *Diễm* (1966), *Ươm Tình* (1966), *Mái Tóc Huyền* (1970), *Bão* (1972) và tập truyện *Cát Vàng* (1975). Văn ông đi từ không khí lãng-mạn tiền chiến đến hiện thực của các thời đại sau, ở trong nước và hải-ngoại.

Nguyễn Duy Diễn (20-5-1920 - 6-9-1965) ký bút hiệu Phương Khanh (1953), từng cộng tác với các tạp-chí *Sáng Tạo, Luận Đàm, Văn Đàn, Hiện-Đại,...* và là tác-giả *Những Ngày Đẫm Máu* là cuốn tiểu thuyết đầu tiên về các Thánh Tử đạo Việt Nam, cùng nhiều sách luận đề giáo khoa trung-học về văn-học. Ông còn làm thơ (tập Mùa Đời chưa xuất-bản).

LM Petrus **Vũ Đình Trác** đã là tác-giả của tiểu-thuyết lý tưởng *Đời Anh* (1959) và tập thơ *Đắc Đạo Thi Nhân* (1960) trước khi xuất bản những tham luận triết học, văn-học và văn-hóa.

Phạm Đình Tân ngoài thơ (*Thơ Phạm Đình Tân*, 1960) và khảo cứu, còn là tác-giả truyện *Duy Đức học-sinh trinh-thám*, tiểu thuyết giáo dục (Văn Đàn, 1966).

LM Nguyễn Duy Tôn tác-giả các tiểu-thuyết tôn giáo và tình cảm *Trái Cam Máu* 1959, *Hai Tâm Hồn* 1959, v.v.

Bùi Hoàng Thư tác-giả nhiều tiểu-thuyết tình cảm, xã-hội vào thập niên 1960 ở miền Nam: *Sống Cho Nhau* (1964), *Ảo Ảnh* (Sông Hậu, 1966), *Nàng*, v.v. Nhân vật của ông thuộc giới trẻ, sống vội, với thao thức, hoài bão.

Trong khi đó, nhà văn **Thảo Trường** để các nhân vật của mình dấn thân sống đạo giữa đời, ngay cả trên bãi chiến trường, với nhiều tác-phẩm. **Hà Thúc Sinh** thì sống với đời qua đời lính và tuổi trẻ nhập cuộc [Về hai ông, X. Quyển Hạ - Tác-Giả].

Quyên Di (1947-) chủ biên tạp chí *Tuổi Hoa và tác-giả nhiều truyện và tiểu-thuyết giáo dục, hướng thượng từ trước 1975: Tuổi Trăng Tròn, Cánh Phượng Rơi, Tuổi Ươm Mơ, Chuông Đêm, ...*

Chú-thích

1- Cao Huy Khanh. "Vấn-đề khuynh-hướng trong tiểu-thuyết miền Nam 1954 đến 1973". *Thời Tập,* số 4, 15-3-1974, tr. 44.

2- Trích theo Trần Văn Nam. "Gặp lại vài bài thơ cắt báo từ thời 1950". *Khởi Hành,* số 213-214, 11-2014.

3- Trích theo Vũ Tam Anh. *Nhân Vị, Triết Luận và Thực Hành* (1961).

4- *Đời,* số 80, 29-4-1971; trích theo Nguyễn Mộng Giác. "Nhìn lại 15 năm văn-học miền Nam". *Bách Khoa,* 361&362, 15-1 & 1-2-1972.

5- Mai Thảo. "Vĩnh Biệt anh Nguyễn Mạnh Côn". *Thời Tập,* số 4, tháng 12.1979, tr. 18. Trích theo Viên Linh. "Chiêu Niệm Nguyễn Mạnh Côn", *Khởi Hành,* số 20, 6-1998.

6- Mai Thảo. "Sài-Gòn, Thủ đô văn hóa VN", *Sáng Tạo,* số 1, 10-1956, tr. 1-5.

7- Mai Thảo. "Quê hương trong trí nhớ". Sáng Tạo, số 25, 10.1958, tr. 23-25.

8- *"Bản lên tiếng chung của tám tác giả Việt Nam".* *Sáng Tạo,* số 12, 9-1957, tr. 1-.

9- Mai Thảo. "Con đường trở thành và tiến tới của nghệ thuật hôm nay". *Sáng Tạo,* b.m., số 6, 12-1960 & 1-1961, tr. 2, 14.

10- Mai Thảo. "Nghệ thuật, sự báo động khẩn thiết và thường trực của ý thức". *Sáng Tạo,* b.m., số 7, 9-1961, tr. 1-16.

11- *Thảo Luận...* (Sáng Tạo, Tủ sách Ý Thức, 1965), 156 tr.

12- Nguyên Sa. "Làm Báo". *Nhà Văn,* số 1, 1-1975, tr. 7.

13- Thanh Tâm Tuyền. "Nỗi Buồn Trong Thơ Hôm Nay". *Sáng Tạo,* số 31, 9-1959, tr. 6.

14- Nguyên Sa. "Kinh nghiệm thi ca". *Sáng Tạo,* số 21, 6-1958, tr. 66.

15- "Nghệ-thuật, sự báo động khẩn thiết và thường trực của ý thức". Bđd, tr. 12.

16- Thạch Chương. "Giới thiệu một nhận thức siêu thực về nghệ thuật". *Sáng Tạo* b.m., số 5, 11-1960, tr. 97-102.

17- *Sáng Tạo,* b.m., số 1, 7-1960, tr. 26-32.

18- Thanh Tâm Tuyền. "Nghệ-thuật đen". *Sáng Tạo,* b.m., số 3,

9-1960, tr. 46-7, 49.

19- *Tuyển Tập Sáng Tạo* (Nguyệt San Tân Văn, số 29, 9-1970), tr. 11, 13, 15.

20- "Nhìn lại văn nghệ tiền chiến ở VN". *Sáng Tạo*, số 4, 10-1960, tr. 1-16, với kết luận :"Nghệ thuật là một vận động biện chứng của hủy diệt và sáng tạo".

21- *Văn* (SG), số 192, 15-12-1971, tr. 79-87.

22- "Nhìn lại tạp-chí Sáng Tạo". *Khởi Hành* CA, số 61, 11-2001.

23- Văn Hữu, số 6 và 9, 6 & 12-1960.

24- *Văn Đàn* các số 20 đến 27, tháng 10 đến 12-1960.

25- Nguyễn Văn Trung. "Gửi anh em trong "nhóm Sáng Tạo"". *Bách Khoa*, số 94, 1-12-1960, tr. 38-44.

26- Trích từ trang web của Nguyễn Quốc Trụ.

27- *Quan Điểm*, số 3, 27-6-1955.

28- Nguyễn Đức Quỳnh chủ trì Đàm Trường Viễn Kiến tại nhà với người của nhóm Quan Điểm và đàn em văn-nghệ, văn-hóa như Dương Nghiễm Mậu: "Khoảng năm 1960-62, mỗi chiều thứ sáu ở nhà ông (NĐQ) có sinh hoạt của Đàm Trường Viễn Kiến" (*Văn,* số đặc-biệt Nguyễn Đức Quỳnh, 1-6-1974, tr. 20); như Mai Thảo trong cùng số báo *Văn* (tr. 13); như Đỗ Quí Toàn, Nguyễn Khắc Ngữ, Thế Phong, như Tạ Ty (*Những Khuôn Mặt Văn Nghệ Đã Đi Qua Đời Tôi* (Thằng Mõ, 1990, tr. 196), v.v. đã nhắc đến. Khi trả lời thắc mắc của Lê Phương Chi rằng "dường như ở giai đoạn mở đầu của nhóm Quan điểm (trước 1960) có sự góp sức về lãnh đạo của nhà văn Nguyễn Đức Quỳnh trên phương diện sáng-tác văn-chương?", Mặc Đỗ "hơi chau mày: - Có một hồi, anh Quỳnh trông nom nhà in Hợp Lực của chúng tôi. Nhà in sau này phải bỏ vì lỗ vốn. *Anh Quỳnh có ngồi chung bàn sáng-tác với chúng tôi trong một thời-gian".* Mặc Đỗ thêm *"nhóm Quan điểm chúng tôi chỉ là một nhóm bạn đồng tình. Chúng tôi ngồi được với nhau vì ai nấy đều biết tôn trọng cá nhân, đặc điểm của nhau; ai mưu toan leo lên ghế độc tôn là tự nhiên bị văng ra ngoài ngay..."* ("Tin Sách phỏng vấn Mặc Đỗ". *Tin Sách,* 9-1965, tr. 20). 34 năm sau, Mặc Đỗ trong phỏng vấn của Nguyễn Tà Cúc năm 1999 xác nhận rằng nhóm Quan Điểm *"không nhìn tiểu tư sản như một giai cấp (mà là) thành phần đông nhất trong một xã-hội, thành phần năng lưu (mobile) nên rất năng động", "không làm cách-mạng, không lập hội kín", và "nhóm nuôi kỳ vọng nhưng chưa làm được gì đã lần lượt lá rụng (...) tuy mỗi người là một quả núi nhưng có một quan điểm chung, chúng tôi ngồi lại cùng khai triển quan điểm đó, ôn hòa Không cách-mạng (...) Nhóm không có hoạt động công khai với tư cách một nhóm, chỉ có cá nhân mỗi người ở một cương vị có những hoạt động công khai..."* (Nguyễn Tà Cúc. *Văn Học Miền Nam: Nhóm-Tạp Chí Văn Học-Tác Giả.* Sđd, tr. 53-54). Theo Thế Phong khi viết về Nguyễn Đức Quỳnh trong *Nhận Diện Vóc Dáng Nguyễn Đức Quỳnh* ("truyện ký", Đại Nam Văn Hiến, tái-bản sau biến cố 1-11-1963), *"Trong thời-gian này (1955 đến 1957) lãnh đạo nhóm Quan Điểm gồm một số luật sư, giáo sư, kỹ sư và nhà văn. Luật sư Nghiêm xuân Hồng, Nguyễn hữu Thống, kỹ sư Tạ văn Nho, Vương văn Quảng, giáo-sư trung học Vũ Khắc Khoan, nhà văn Mặc Đỗ. Thời gian 1957-58, họp ở nhà in Quan Điểm nhóm họp về văn-nghệ ít hơn chính-trị, cũng như thời kỳ 1954-55 họp văn-nghệ nhiều hơn chính-trị ở tòa soạn Đời Mới. Gồm Hồ Hán Sơn, Thanh Tâm Tuyền, Nguyễn Sỹ Tế, Doãn Quốc Sĩ, Vị Ý và tôi..."* (tr. 12). Cũng theo Thế Phong, "nhóm" đã có chương trình viết cổ động cho quan điểm của nhóm và đã có một số tác-phẩm được xuất-bản (của Mặc Đỗ như *Bốn Mươi* 1956 và *Siu Cô Nương* 1958, của Nguyễn Đức Quỳnh dưới bút hiệu mới Hoài Đồng Vọng với *Ai Có Qua Cầu* 1957, ..., Nghiêm Xuân Hồng (*Lịch Trình Diễn Tiến của Phong Trào Quốc-Gia Việt-Nam, Xây Dựng Nhân Sinh Quan, Luyến Ái Quan,...*), Tạ Văn Nho như *Thế-Giới Đi Về Đâu?,...,* và đến khoảng 1958 thì "nhóm" đường ai nấy đi, chỉ còn lại Nghiêm Xuân Hồng và Nguyễn Đức Quỳnh, Mặc Đỗ qua cộng tác với tờ *Hiện Đại* với bút hiệu Sĩ Mộc (Sđd. tr. 22-24). Và mới đây năm 2015, Thế Phong, http://thang-phai.blogspot.ca/2015/09/nha-van-mac-o-ie-o-quang-binh-1920-2015.html, ghi rằng: *"... Năm 1957, luật sư Nghiêm xuân Hồng làm trưởng nhóm; có văn sĩ [Nguyễn Đức Quỳnh], nguyên chủ soái nhóm Hàn Thuyên (tiền chiến) làm cố vấn-- cùng Vũ khắc Khoan, Mặc Đỗ, v.v ; đổi tên nhóm thành "Quan Điểm loại mới"...".*

29- Trần Tuấn Kiệt. *Tác Giả Tác Phẩm Tiêu Biểu Nền Văn Học Nghệ Thuật Thời Chiến Tranh* (Khai Trí, 1973), tr. 21.

30- *Văn Đàn* từ số 22 đến 27 (11&12-1960) đặt vấn-đề "luân lý và văn-học" (cũng là tựa bài viết của GS Nguyễn Văn Trung trên *Thế Kỷ Hai Mươi* số 4, tháng 10-1960) hay tính cách luân lý trong văn-học – tức lý luận theo Camus và Sartre của giáo-sư Nguyễn Văn Trung; có người gọi lối viết đề cao tình dục và nghệ-thuật đen "cũng là phiến loạn văn-hóa" (NVB, *VĐ* số 25). GS Trung trả lời ông không hề có những tư tưởng chối bỏ luân lý khách quan phổ quát.

31- *Văn* (SG), số 14 đặc-biệt Nhất Linh, 15-7-1964.

32- Cao Huy Khanh. "Sơ thảo 15 năm Văn xuôi miền Nam (1955-1969)". *Khởi Hành*, số 79, 12-11-1970, tr. 4.

33- X. Tạp chí *Bách-Khoa*, số 88, 1-9-1960, tuần báo *Văn-Đàn* số 20 đến 22, 15 đến 29-10-1960, và Địa Chí Văn Hóa Thành Phố Hồ Chí Minh (II- Văn-học, NXB TpHCM, 1988), tr. 219.

34- Nhà văn Nhật Tiến trong biên soạn *Từ Nhóm Bút Việt đến Trung Tâm Văn Bút Việt-Nam 1957-1975* (Garden Grove CA: Huyền Trân, 8-2016) đã "phủ chính" lại những sai lầm của Viên Linh khi phê nhóm Bút Việt trong *Chiêu Niệm Văn Chương*, của Mặc Đỗ trong phỏng vấn của Lê Phương Chi, và của Du Tử Lê. Trong tập *Chiêu Niệm Văn Chương: Vũ Hoàng Chương Lịch Sử Thơ*, Viên Linh đã sai lầm khi cho rằng "*Trung Tâm Văn Bút Việt Nam do bác sĩ Trần Kim Tuyến thúc đẩy thành lập để chống Cộng, cho kịp thời với Đại hội Văn Bút ở Tokyo vào năm 1957, lúc ông Phạm Trọng Nhân làm lãnh sự tại Nhật, cuối cùng đã do Việt Cộng điều hành, qua bàn tay Thanh Lãng, Phạm Việt Tuyền*" (tr. 73). Như một tin đồn thổi, không bằng chứng. Viên Linh kết án thêm hai ông với những sự việc khác, khiến Nhật Tiến phải chất vấn Viên Linh: "*Nếu không trả lời được những câu hỏi này tức là ông đã xuống tay độc ác với chính đồng nghiệp của mình bằng sự bịa đặt và do đó không biết chính ai sẽ là người chịu nhục đây? Một cựu Chủ tịch Văn Bút VN Hải Ngoại viết không nương tay, vô bằng cớ để hạ gục một cựu Tổng Thư Ký Văn Bút trước 1975 vốn đã dầy công lao đóng góp cho Văn Bút thời đương nhiệm thì không biết vì lý do gì nếu không phải đó chỉ là sản phẩm của một ngòi bút có lúc đã thiếu lương tâm của người cầm bút*" (Sđd, tr. 24). Mặc Đỗ trong bài phỏng vấn của Lê Phương Chi ("Tin Sách phỏng vấn Mặc Đỗ". *Tin Sách*, 9-1965, tr. 25-28), đã cho biết "*Cho tới hôm nay tôi chưa hết khó chịu mỗi khi nghe nói tới PEN, tới những hoạt động của hội viên PEN nhân danh nhà văn Việt Nam. ...*" chẳng qua Mặc Đỗ của nhóm Quan Điểm "má hồng đánh ghen" với những vị như Vũ Hoàng Chương đại diện TTVBVN đi dự các hội nghị quốc tế (Ban Thường vụ Văn Bút đã minh xác trong cùng số *Tin Sách* và nguyên Phó Chủ tịch Nhật Tiến trưng dẫn thêm tài liệu về các trường trình sinh hoạt của các dịp xuất ngoại này trong Sđd., tr. 80-94). Và Du Tử Lê trong bài báo "Phạm Việt Tuyền, người chọn "vắng mặt" (*Người Việt* CA, 16-9-2009) với lối bút-ký-giai-thoại hư thật chập chùng, đã đề cao nguyên Tổng thư ký TTVBVN Phạm Việt Tuyền, với những sự kiện, công việc không thật nhằm TTVBVN: *"Không có sự tận tụy, kiên nhẫn, quên mình của Phạm Việt Tuyền, thì, sinh hoạt của TTVBVN thời đó, sẽ không có gì đáng nói".*

35- Nguyên Sa. "Tình trạng tạp-chí văn-chương năm nay". *Nghiên Cứu Văn-Học,* b.m, số 6, 15-8-1971.

36- Lữ Phương, "Hiện-tượng thoát ly thực tại trong 9 năm văn-học Ngô triều". *Tin Văn,* số 1, 6-6-1966, tr. 23-30, sau in lại trong *Mấy Vấn-Đề Văn-Nghệ* (Trình Bầy, 1967), tr. 138-155.

37- Mai Thảo. "Nhìn lại một năm Thơ, Kịch, Truyện", *Nghệ Thuật,* số Xuân Bính Ngọ, tr. 7, 73.

38- Võ Phiến. "Nhìn lại 15 năm văn-nghệ miền Nam", *Bách Khoa,* số 361&362, 15-1 & 1-2-1972.

39- Võ Phiến. "Có gì mới trong sinh hoạt văn-nghệ". *Bách Khoa,* số A**-B**, Xuân Ất Mão 1975, tr. 22

40- Nguyễn Mộng Giác. "Nghĩ về thơ, truyện 1974". *Bách Khoa,* số A**-B**, Xuân Ất Mão 1975, tr. 27.

41- Viên Linh. "Qua 16 kỳ báo". *Thời Tập,* số 16, 17-12-1974.

42- *Bách Khoa,* số 361&362, 15-1 & 1-2-1972.

43- Mai Thảo. "Vài nét điển hình của văn-chương tùy hứng". *Vấn-Đề,* số 11, 5-1968.

44- Các sáng-tác Nguyễn Mộng Giác xuất hiện từ 1971, theo "Hoàng Khởi Phong, nhà thơ, người chứng…" in *Ngày N+* (Westminster CA: Văn Nghệ, 1988).

45- Trích từ *Đại Hội Văn-Hóa Toàn Quốc 1957* (Xã-Hội Ấn-quán, 1957. 393 tr.), tr. 10, 99, 89, 52 và 391-392.

46- Discours de Suède, bản dịch Trần Phong Giao. *Sứ Mệnh Văn-Nghệ Hiện-Đại* (Giao Điểm, 11-1963), tr. 35-36 và 62.

47- Nguyễn Mạnh Côn. "Lời giới thiệu (3-1963)". *Sứ Mệnh Văn-Nghệ Hiện-Đại.* Sđd, tr. 8, 9, 14-15.

48- Trích từ "Sứ mạng người cầm bút" <u>in</u> *Câu Chuyện Văn-Chương* (Khai Trí, 1969), tr. 488-9, 492-5.

49- Trích theo Viên Linh. "Tạ Ty, hội họa và thơ văn", *Người Việt CA*, 4-3-2015.

50- Trần Hữu Tá. *Nhìn Lại Một Chặng Đường Văn-Học* (NXB TpHCM, 2000), tr. 24.

51- Đến ngày nay nói chung, hơn bốn thập niên sau, hai "cực hữu" "cực tả" kia vẫn tác oai tác quái ở quê nhà và trong cộng đồng người Việt hải ngoại trong khi những "thiên hữu", "thiên tả" lúc âm ỉ, lúc công khai nhưng vẫn sống và vẫn bị bạo lực áp đảo như thường, bằng tù đày và "báo chợ"! Vào thập niên 1960, phản chiến đã là thời thượng, mốt của thiên tả và giới gọi là ''trí thức'', nhưng thứ *ngụy tín* này đã tiếp tục tồn tại trong giới sinh viên miền Nam được đi du học ở Âu Mỹ mà về sau có người làm 'văn-hóa', 'văn-học'. Mặt khác, những người ồn ào phản chiến tay sai của Việt-cộng trước 1975, sau khi dọn đất cho bộ đội Bắc Việt cưỡng chiếm miền Nam, số phận đã không … khả quan hơn – trước sau đều rơi vào số phận chanh bị vắt vỏ, chuyện làm cuối của một số trong họ như Lý Quí Chung, Dương Văn Ba, Hồ Ngọc Nhuận, Trần Vàng Sao, ... là viết hồi-ký ngụy biện việc đã làm và đổ tội cho nhau!

52- Trần Văn Nam. ''Thơ Lúc Từ Bỏ Cuộc Chiến''. Khởi Hành CA, số 12, 10-1997.

53- Lý Chánh Trung. *Tìm Về Dân Tộc* (Lửa Thiêng tb, 1972), tr. 57, 58.

54- Lý Chánh Trung. Lời mở đầu. *Cách Mạng và Đạo Đức* (Nam Sơn, 1966).

55- Sau 1975, ông bèn … tắt tiếng, hết 'buồn nôn' và cũng hết dám 'tìm về dân-tộc' sau khi nhìn thấy … hòa-bình và làm dân biểu! 'Dân-tộc' trở thành (cũng như đã, với những trí thức như ông) một phạm trù trừu tượng hơn là dân-tộc đang bị đọa đày bởi những thế lực của Ác, của quỷ ma!

56- Sau này, vào tháng 6-2008, Nguyễn Trọng Văn trở lại sự việc này trên diễn đàn talawas.org khi đưa lên bài viết "Một sĩ nhục cho trí thức" nhắm giáo-sư Nguyễn Văn Trung với lý luận hàm hồ và chỉ có thể lời qua tiếng lại với tiểu tiết và ngôn-ngữ đường phố thời mới vì ông cũng như Lữ Phương đều muốn chối bỏ vai trò của họ trong việc xóa bỏ văn-hóa, giáo dục cũng như nền văn nghệ tự do của miền Nam. Chúng tôi đã nêu vấn-đề hậu quả nhưng không được NTV trả lời trọng điểm: *"Điểm chính trong cuộc tranh luận này là nội dung và sự "hiện hữu" của tham luận-báo cáo ngày 8-6-1978 của ông Nguyễn Trọng Văn (và Lữ Phương) đã đưa đến bắt bớ, tù tội mà nạn nhân ngoài giáo sư Nguyễn Văn Trung (bị bắt ngày 14-6-1978, tức 6 ngày sau khi ông Nguyễn Trọng Văn viết báo cáo), còn có những giáo sư, trí thức, nhà văn khác..."* (Nguyễn Vy Khanh. "Từ văn bản đến sự kiện lịch sử", talawas 21-6-2008, v.v.).

57- Trích từ Nguyễn Văn Trung. *"Hồ Sơ về Tạp chí 'Hành Trình'"*, Phần IV- Phản ứng của nhà cầm quyền Việt-Nam Cộng-Hòa các cấp. Về Nhất Hạnh, nay thì được biết theo Thi Vũ Võ Văn Ái: "Động lực của Sư Ông Nhất Hạnh có tính cách cá nhân, Phật pháp chỉ là phương tiện phục vụ danh và lợi cá nhân"(...) "Bi kịch của Nhất Hạnh là suốt đời ông đi tìm đệ tử, nhưng không tìm con người tự do. Ông là người hiền lành, tình cảm, nhiều thi tính, tuy độc tài ngầm, bị tham vọng và thanh danh làm hỏng. Phải chăng đời không nương chìu khi còn bé nên biến ông thành con người không giải thoát, nếu không nói là con người hằn thù (*l'homme de ressentiment*). (...) Từ năm 64, 65 tại Saigon, ông thiết lập dòng Tiếp Hiện cho phép người tu lập gia đình, phát triển trong giới Phật tử thuộc Trường Thanh niên Phụng sự Xã hội ở Phú Thọ Hoà. ... Nhưng sau vài thử nghiệm họ gặp phản ứng chống đối quá lớn của quần chúng Phật tử, nên phong trào vụt tắt. Sau này nhờ hoàn cảnh khách quan ở nước ngoài dễ phát triển hơn trong khung cảnh Làng Mai ở Pháp. ... Thời ấy, ông Nhất Hạnh và bà Cao Ngọc Phượng (sau này cạo đầu xuất gia lấy tên Chân Không) sống đời sống đôi cặp tự do, không giấu diếm, tuy ông không cổi áo công khai hóa ngoài xã hội. ... Mười mấy năm trước, chuyến đi thuyết trình của ông Nhất Hạnh tại Nhật thất bại nên ông không còn trở lại (vì) người Nhật không chấp nhận lối Pháp đàm và cách trình bày về Phật giáo của ông Nhất Hạnh. Loại "Thiền ôm hít thô sơ" chạm trán với dòng Thiền thâm hậu Nhật Bản vốn có truyền thống tu chứng thành nếp văn hoá tâm linh cao cả, ắt phải tiêu ma. Cho nên đạo Bụt của ông Nhất Hạnh chỉ thành công phần nào tại các nước phương Tây cho giới thị dân và giới cựu quân nhân Mỹ có vấn-đề tâm thần sau cuộc chiến khủng khiếp tại Việt Nam..." (Phỏng vấn VVA năm 2009 của Lê Thị Huệ trên http://www.gio-o.com/LeThiHuePhongVanThiVuVoVanAi*1&5*.htm. [Đầu năm 2005, "thiền sư" Nhất Hạnh cùng phái đoàn cả trăm người cũng về nhìn lại quê hương thì đã trễ, nay là một thứ con cờ mới cho thời của tuyên truyền … đổi mới của Việt-cộng, nhóm Nhất Hạnh không còn có cơ hội chứng kiến các trại "cải tạo" và vùng "kinh tế mới" - lúc bấy giờ mà họ về giảng thuyết nhân bản, từ bi thì đã quá đắc sách và đã lưu lại hậu thế một tấm gương không nứt rạn được rồi!].

58- Trần Hoài Thư. "Cuộc Sống Tôi" in *Những Vì Sao Vĩnh Biệt (Ý Thức, 1971), tr. 105.*

59- *Văn Học*, CA, số 39, 4-1989 , tr. 55.

60- *Văn Học Việt Nam Chống Mỹ Cứu Nước* (Hoàng Trung Thông chủ biên, KHXH, 1979), tr. 14,15.

61- Nguyễn Văn Trung. "Từ sự thất bại của các đảng phái quốc-gia đến sự phá sản của tầng lớp trưởng giả thành thị trong vai trò lãnh đạo cách-mạng xã-hội trước áp lực thống trị của những chủ nghĩa thực dân mới". *Hành Trình*, số 1, 10-1964, tr. 14, 15.

62- Trích "*Tài liệu kiểm thảo học tập Nguyễn Văn Trung*", tr. 6.

63- *Văn Hóa Văn Nghệ Miền Nam Dưới Chế Độ Mỹ Nguỵ* (Văn Hóa, 1977), tr. 423.

64- Vũ Hạnh. "Văn hóa mạo hóa". *Bách Khoa*, số 350&351, 15-8-1971.

65- Nguyễn Văn Trung. "Dân-tộc, một chiêu bài..". *Nhận Định V,* tr. 192.

66- Vũ Hạnh. *Tìm Hiểu Văn-Nghệ.* Trí Đăng, 1970, tr. 157. Theo Trần Hoài Anh, đây là tác phẩm được viết trên cơ sở ảnh hưởng tư tưởng của mỹ học Mác-xit, tiêu biểu ở các bài: "Văn nghệ, một hình trạng ý thức", "Chức vụ cao cả của văn nghệ", "Văn nghệ tác động như thế nào", "Văn nghệ phản ánh bản chất thực tại", "Bên trong văn nghệ sĩ và bên ngoài cuộc đời" (*Văn-Học Nhìn Từ Văn-Hóa*, 2012).

67- Đặng Tiến trong bài 'Nguyễn Du, nghệ thuật như một chiến thắng" sau xuất-bản trong *Vũ Trụ Thơ,* đã nhắc chuyện Vũ Hạnh làm chuyện ‹chỉ huy văn-nghệ› cả đối với người đã quá vãng, nhân trên *Bách Khoa* số 209 (tức số 17, 1-10-1965) đăng bài diễn thuyết về Truyện Kiều, "*Vũ Hạnh đặt Nguyễn Du trở lại thế kỷ XVIII: "có những điểm thuộc về nội dung tác phẩm người ta vẫn có thể trách Nguyễn Du một cách hữu lý đến nỗi nếu thi hào sống lại hẳn người rất vui vẻ tán thành". Lạy Phật, lạy Chúa đừng cho anh hồn Nguyễn Du sống lại. Phê bình đối tượng của nghệ thuật, bối cảnh của tác phẩm không phải là phê bình nghệ thuật phê bình tác phẩm, nhưng rất có ích cho việc tìm hiểu giá trị tác phẩm. Chúng ta có thể đồng ý với Hà-Nội rằng Truyện Kiều có yếu tố nhân dân, nhưng không phải vì thế mà nó hay. Bằng cớ là thử hỏi tại sao Trường Chinh lại thích Truyện Kiều thay vì mê thơ Tố Hữu, tại sao Hồ Chí Minh yêu cầu văn sĩ đừng dùng chữ Hán mà lại thích thơ Đường, và tại sao Marx thích Phidias, Shakespeare hơn Courbet, Zola, tại sao Lénine thích Tchékov hơn là Maiakovsky. Xin thưa rằng vì tác phẩm này hay hơn tác phẩm kia tuy là có ít yếu tố vô sản hơn! Và cũng vì lẽ đó mà "nhân dân" thích truyện Kiều hơn là thích truyện Tấm Cám hay Thạch Sanh Lý Thông"* (Bản Thư Ấn Quán 2008, tr. 16-17).

68- X. Phỏng vấn của Phan Nhiên Hạo, 7&8-2009, "Viên Linh – Làm báo văn nghệ ở miền Nam trước tháng Tư 1975".

69- Cao Huy Khanh. "20 năm tiểu thuyết miền Nam từ chia cắt đến ngưng bắn". *Thời Tập*, số 1, 14-12-1973, tr. 21-34.

70- Võ Phiến. "Vai trò của miền Nam" <u>in</u> *Hai Mươi Năm Văn Học Miền Nam 1954-1975* (Westminster, CA: Văn Nghệ. 1986), tr. 128-135.

71- Trần Tuấn Kiệt. *Tác Giả Tác Phẩm Tiêu Biểu Nền Văn Học Nghệ Thuật Thời Chiến Tranh* (TGXB, 1973), tr. 6-7.

72- Nguyễn Khuê. *Chân Dung Hồ Biểu Chánh* (Lửa Thiêng, 1974), tr. 33.

73- Nguyễn Khuê. Sđd, tr. 302.

74- Trích từ *Tuyển Tập Vương Hồng Sển* (TpHCM: Văn Học, 2001), tr. 137-8.

75- Vương Hồng Sển. *Thú Chơi Sách* (Tự Do, 1960), tr. 17-18.

76- Sau 1975, Thanh Việt Thanh xuất-bản *Tuyển Tập Thanh Việt Thanh* (NXB Văn-Nghệ TpHCM, 2001) và các biên-khảo *Nữ Sĩ Nguyễn Thị Manh Manh* (chung với Thiện Mộc La, NXB Văn-Nghệ TpHCM, 1988) và *Thẩm Thệ Hà, thân thế và văn nghiệp* (NXB TpHCM, 1993].

77- Võ Phiến. "Nông dân, một cố nhân". *Tạp Luận* (Westminster CA: Văn Nghệ, 1987), tr. 225-230.

78- Tuệ Sỹ. *Tô Đông Pha Những Phương Trời Viễn Mộng* (Ca Dao, 1973), tr. 8-9, 16, 105, 106-7 và tr. 85-86.

Chương 2
VĂN XUÔI / TIỂU-THUYẾT

Tiểu thuyết thời văn-học 1954-1975 đã có nhiều hiện-tượng: - truyện miền Nam có tính cách lục tỉnh thể hiện qua nếp sống mới, đất mới, văn hóa luân lý mới do chung đụng văn hóa, rồi hiện đại hóa qua tiểu thuyết Ngọc Linh, Tùng Long, Lê Xuyên, Sơn Nam, Bình-Nguyên Lộc, v.v., - chống Cộng, - thiên tả, phản chiến chống chính quyền miền Nam, chống Mỹ, v.v. Nhưng khi nào các tác giả vượt khỏi hiện tượng chung, dám đưa ra cá tính, văn chương mới độc đáo và làm cho gia tài văn học phong phú thêm ra, đó là những Thanh Tâm Tuyền, Nguyên Sa, v.v. Còn những vai "anh hùng" của văn thơ chống Cộng hay chống người miền Nam không cùng chế độ đã có thể không thể thiếu cho một giai đoạn tuyên truyền và chiến tranh tâm lý, nhưng khó để lại dấu ấn văn chương với thời đại và với người đọc, nhất là ở các thế hệ sau.

Văn-học chiến-tranh

Để thắng một cuộc chiến, bom đạn, súng ống, quân trang dĩ nhiên là cần thiết; nhưng để thật sự thắng cả chiến tranh, để thúc người cầm súng ở tiền tuyến và thu phục lòng người ở hậu phương, văn học đã được sử-dụng như công cụ thiết yếu.

Phía Bắc vĩ tuyến 17, các nhà lãnh tụ đua nhau lập thuyết biện minh cho một thứ văn học chiến tranh - một chặng đường của quá trình phát triển "cách mạng". Từ *Đề Cương Văn Hóa* (1943) về một nền văn nghệ do giai cấp vô sản lãnh đạo,... đã đặt nền móng cho lý thuyết văn nghệ tập thể chuyên chính vô sản. Rồi vì nhu cầu bành trướng (1), Hà-Nội thêm thuyết chiến tranh chống tư bản và chống "chiến lược hoàn cầu" của thực dân Mỹ với nghị quyết 59 phát động cuộc đấu tranh vũ trang ở miền Nam cũng như thành lập Mặt Trận Giải Phóng Miền Nam cuối năm 1960 và những cái đuôi lô-gíc như Hội Văn Nghệ Giải Phóng Miền Nam tháng 7-1961 và giải văn nghệ Nguyễn Đình Chiểu.

Miền Nam Cộng Hòa, chống Cộng được coi là quốc sách, ghi cả vào Hiến Pháp. Cố vấn Ngô Đình Nhu mở Đại hội Văn Hóa Toàn Quốc (7 đến 15-1-1957) đưa ra thuyết văn hóa Nhân vị, Duy linh lấy con người làm căn bản. Cần Lao nhân vị được chế độ Đệ nhất Cộng Hòa coi là thuyết khả dĩ đối đầu chống lại chủ nghĩa cộng sản vô thần và vai trò của các văn nghệ sĩ được công nhận là thiết yếu ('tiểu vũ trụ' nhân bản, thăng tiến cần lao, linh động, hòa đồng con người vào tập thể, vào 'đại vũ trụ': *"Trong cuộc đấu tranh tư tưởng, bằng tâm lý với kẻ thù chính là Cộng-sản, người văn-nghệ sĩ phải giữ vai trò chính yếu"* là lời khẳng định của T.Th. Ngô Đình Diệm khi nói đến thành tích Đệ nhị chu niên của Chính phủ VNCH (2)). Chế độ dân chủ cho nên bên cạnh chính sách của Nhà Nước có các nhóm tư nhân cũng lập thuyết để tìm cách thắng cuộc chiến với cộng sản miền Bắc cũng như xây dựng một nước Việt Nam mới không cộng sản. *Nhóm Quan Điểm* với Nguyễn Đức Quỳnh, Nghiêm Xuân Hồng, Tạ Văn Nho, Mặc Đỗ, v.v. lập thuyết của trí thức tiểu tư sản. *Nhóm Chân Trời Mới* Đệ Tứ Quốc-tế pha màu Phật giáo. Rồi những cá nhân như Hồ Hữu Tường, Thái Lăng Nghiêm, Nhuệ Hồng, v.v.. Những tìm kiếm một thế đứng trước cuộc chiến ý thức hệ cộng sản-tư bản, những thái độ kẻ sĩ, trí thức, nhập cuộc!

Thời sau 1-11-1963 tiếp tục chủ nghĩa chống Cộng nhưng không tỏ rõ có một ý thức hệ căn bản chính thức, tuy trong các diễn văn chính thức các vị lãnh đạo hay nói đến "chiến tranh chủ nghĩa" và "chiến tranh ý thức hệ". Nhiều chủ nghĩa hoặc pha chế, Việt hoá, Á hóa, đã tự do nẩy mầm và tàn héo, cả những khuynh hướng bênh vực người nghèo, chống thực dân mới đang là đồng minh của chế độ. Một số nỗ lực đi tìm con đường thứ ba không cộng sản không tư bản như nhóm Thái Độ, hoặc đề xướng chủ thuyết dân tộc tư sản mới như nhóm Lập Trường ngoài Trung, chủ nghĩa xã hội dân chủ như nhóm Nguyễn Văn Ngãi, cổ động một cuộc cách mạng xã hội như một số giáo sư đại học Vạn Hạnh với tạp chí cùng tên, hoặc như Lý Đại Nguyên đề xướng thuyết Nhân chủ toàn triển, các giáo sư Nguyễn Đăng Thục đề cao chủ nghĩa Việt Nam Tam giáo và Hoàng Sỹ Quý Việt Nam hóa văn hóa, đại tá Nguyễn Bé thuyết Phát triển cộng đồng, Nguyễn Mạnh Côn tổng hợp Đông Tây, v.v.. Tất cả đều có một điểm tương đồng là cùng chống cộng sản, thực dân và đề cao dân tộc. Nhưng đi xa hơn cả là các nhóm trí thức Nguyễn Văn Trung, Lý Chánh Trung, Chân Tín, Trương Bá Cần, Nguyễn Ngọc Lan,v.v. qua các báo Hành Trình, Đất Nước, Đối Diện và Thích Nhất Hạnh với nhà xuất bản Lá Bối, báo Giữ Thơm Quê Mẹ: các vị này cổ động chống cộng bằng một cuộc cách mạng xã hội triệt để, giải quyết nghèo đói thực thi công bằng xã hội (3); có vị chống chỉ vì muốn thay đổi và có vị muốn bắt cả tay "anh em" miền Bắc để giải quyết cuộc chiến tranh huynh đệ nhưng chủ động bởi các thế lực ngoại lai (trên Đất Nước có các bài gọi đích danh "anh em" của Nguyễn Văn Trung (số 3), LM Nguyễn Quang Lãm (số 8), ...).

Chiến tranh dù là xâm lược hay tự vệ đều có quy luật của nó, chi phối con người, mọi người trong cùng chế độ và chi phối cả văn chương. Nếu không thì cuộc sống và con người trong cuộc chiến cũng trở thành đề tài, nội dung văn chương.

Các nhà văn tùy thuộc chế độ, cũng đã sáng tác theo chiều hướng chung. Một cách tổng quát, cái nhìn của họ về chiến tranh, về lý do chiến đấu, v.v. thường cũng là cái nhìn chung của tập thể. Miền Bắc gây chiến vì tự gán cho "bổn phận" thống nhất lãnh thổ, để cộng sản hóa cả hai miền, để "giải phóng" giúp người trong Nam. Miền Nam cầm súng để chống *"tà thuyết" Mác-Lê, chống bị "xích hóa"*, nhưng nhất là để tự vệ chống xâm lược và bảo vệ tự do dân chủ cho miền Nam và cả vùng Đông Nam Á (thế cờ domino, tiền đồn chống cộng). Chiến tranh giải phóng miền Bắc có thời được đưa ra nhưng nói chung, miền Nam nhắm tự vệ chống xâm lăng.

Tiểu-thuyết chiến-tranh

Chiến tranh đi vào văn chương miền Nam qua hai ngã chính quyền và tự do. Ngã chính thức xuất phát từ các cơ quan thông tin của Nhà Nước như tâm lý chiến, chiêu hồi, thông tin, dân vận, phát triển nông thôn. Các tạp chí *Quân Đội, Chỉ Đạo* (4), *Chiến Sĩ Cộng Hòa, Tiền Phong, Lý Tưởng*, ... các nhật báo *Tiếng Dân, Dân Việt, Tiền Tuyến*, v.v.. Tờ *Chỉ Đạo* khởi đầu cuộc chiến tranh phức tạp này với khẩu hiệu: *"Trước khi dùng đến vũ khí, trước cả khi dùng đến chính trị, cuộc đấu tranh chống cộng sản hơn bao giờ hết là một cuộc chiến tranh tâm lý*" (số 3&4, Xuân Đinh Dậu 1957). Chính tổng thống Ngô Đình Diệm đã xác nhận trong một diễn văn tại trường sĩ quan Võ bị Đà Lạt ngày 5-6-1960: *"Cuộc chiến tranh ta phải đương đầu không phải là một thứ chiến tranh quân cụ, một thứ chiến tranh bấm nút, hay một thứ chiến tranh chỉ liên hệ đến một số quân nhân mà thôi đâu. Thứ chiến tranh mà ta phải đối địch là thứ chiến tranh cách mạng, một thứ chiến tranh lý tưởng liên hệ trực tiếp đến toàn dân, và trong đó yếu tố tinh thần, yếu tố tin tưởng vào chế độ của mình là yếu tố quyết định"*. Một Mặt Trận Bảo Vệ Văn Hóa Tự Do (BS Lý Trung Dung) được thành lập cũng như nhiều hội đoàn nghiên cứu như Nghiên Cứu Liên Lạc Văn Hóa Á Châu chủ trì ý thức hệ Quốc gia "chống cộng trên cơ sở khai thác truyền thống".... Nhiều tác phẩm văn học đặc sắc đã xuất hiện lần đầu trên các tạp chí Nhà nước nói trên trước khi các tác giả của chúng nổi tiếng như Duyên Anh, Nguyễn Mạnh Côn, Tạ Ty, Doãn Dân, Nguyễn Đạt Thịnh, Nhất Tuấn, Mặc Thu, Lan Đình, Tô Kiều Ngân, Tường Linh, Hà Huyền Chi, v.v..

Ngoài các cơ quan trên, ở miền Nam các hoạt động báo chí, văn nghệ dù có chế độ kiểm duyệt không thể tránh vì chiến tranh, nhưng vẫn tự do phát triển. Các nhóm Nhân Loại, Chân Trời Mới, Tự Do, Quan Điểm, Sáng Tạo, Văn Hóa Ngày Nay, Thế Kỷ Hai Mươi, Nghệ thuật, Văn Học, Văn, Văn Hóa Á Châu, Bách Khoa, Phổ Thông, Quê Hương, v.v. ở Sài-Gòn đã là những môi trường phát triển văn nghệ mà thành tích về văn hóa nói chung rất đáng kể. Nhóm Sáng Tạo khởi động một cuộc cách mạng văn học "hôm nay" chối bỏ quá khứ dù trong thực tế họ chỉ là tiếp nối các phong trào Thơ Mới, tiểu thuyết hiện thực, Đệ Tứ - trong khi miền Bắc cộng sản đã không có gì đáng gọi là "cách mạng" văn học từ những ngày đầu "kháng chiến" cho đến sau này. Ngoại trừ một thiểu số viết văn như lẽ sống hoặc sinh kế với những truyện dài nhiều kỳ trên các nhật báo, đa số viết với ý thức đóng góp xây dựng một miền Nam dân chủ tự do. Trong số có nhiều người từng theo kháng chiến bỏ Việt minh về vùng quốc gia hay di cư vào Nam. Vài năm trước khi chấm dứt chiến tranh, có thêm các nhóm Thái Độ, Đối Diện, Lập Trường, Tin Văn nhưng chủ yếu phục vụ chinh trị hơn là văn học. Trước đó, tờ *Nhân Loại* đã là nơi xuất phát của những nhà văn về sau vô bưng biền như Lê Vĩnh Hòa, Trang Thế Hy, Lý Văn Sâm, v.v..

Các chính phủ miền Nam tổ chức nhiều **giải thưởng văn học** và một số tác phẩm về chiến tranh đã được đề cao như *Tìm Về Sinh Lộ* của Kỳ Văn Nguyên năm 1958, *Dì Mơ* của Đỗ Thúc Vịnh năm 1960, *Y Sĩ Tiền Tuyến* của Trang Châu năm 1969, *Giải Khăn Sô Cho Huế* của Nhã Ca năm 1970, v.v..

Kỳ Văn Nguyên (Nguyễn Văn Thúy, 1923-, Hà-Nội) trong *Tìm Về Sinh Lộ* (Lê Thanh Thư Xã, 1957) kể chuyện Trần Vũ, một thanh niên Hà-Nội từng yêu Quỳnh Châu nhưng phải xa cách rồi mất nàng – lấy Phụng Anh, bạn chàng; làm cán bộ trinh sát Việt minh bỏ kháng chiến về thành vì cộng sản độc quyền kháng chiến, sau đi sĩ quan quốc gia và hy sinh trong một cuộc đụng độ đấu súng với Phụng Anh, chết trên tay Kiều Phong, người yêu mới, vốn là nữ cán bộ. Trước khi chết anh thuyết phục người yêu và kêu gọi Bắc tiến cùng để lại tập "tiểu-thuyết" này!

Đinh Xuân Cầu có Đồng Chí Thương Binh và *Bên Kia Bến Hải* cả hai do Quốc-gia Văn-đoàn xuất-bản năm 1955 viết về thực trạng xã-hội miền Bắc mà Cộng-sản Hà-Nội đã cố tình bưng bít. Cùng trường hợp, các nhà văn Mai Thảo, Doãn Quốc Sỹ, Nguyễn Mạnh Côn, Nguyễn Hoạt, Triều Lương Chế, Đỗ Thúc Vịnh, Đỗ Tấn, Chu Tử, v.v. đóng góp với những kinh nghiệm kháng chiến và thất vọng về cộng sản cùng với những Xuân Vũ, Trần Văn Thái (với hồi-ký *Trại Đầm Đùn,* 1973) sau này. Họ viết lên những nhiệt huyết, trình bày những đối kháng, nghi ngờ về tính cách dân tộc và chính sách chiến tranh cách mạng khả nghi của đế quốc cộng sản.

Nguyễn Mạnh Côn (15-3-1920 – 1-6-1979) viết nhiều tác phẩm từ *Đem Tâm Tình Viết Lịch Sử* (ký Nguyễn Kiên Trung, 1958), *Kỳ Hoa Tử, Truyện Ba Người Lính Nhảy Dù Lâm Nạn* (1960), *Lạc Đường Vào Lịch Sử* (1965) đến *Mối Tình Mầu Hoa Đào* (1967) trình bày những kinh nghiệm sống và hoạt động với những người cộng sản, niềm tin gãy đổ nơi kháng chiến. Ông từng là dân biểu của Quốc dân đảng được chia ghế trong Quốc hội "bù nhìn" năm 1946. Cái mà Cộng sản gọi là "cách mạng tháng 8" đối với ông chỉ là *"một cuộc đảo lộn tràn đầy tội lỗi"* và là *"sự hỗn loạn, mất tôn ti trật tự, là những lỗi lầm không thể tha thứ"* (*LĐVLS*). Ông đưa ra một số lập thuyết dựa trên một số cơ sở khoa học và là người đóng góp nhiều trong việc thi hành về phía văn hóa chính sách chống cộng thời đệ nhất cộng hòa - phụ trách nhiều tạp chí văn nghệ tâm lý chiến từ khi ông đồng hóa sĩ quan. Trong *Đem Tâm Tình Viết Lịch Sử,* người thanh niên bỏ Hương Cảng về nước trước khi Nhật đảo chánh Pháp; ông sẽ bị biến động lịch sử lôi cuốn. Sau khi thất vọng về người cộng sản, ông về thành rồi di cư vô Nam. Ông nhìn trong tập hợp "những con người yêu tự do" và "những con người tiểu tư sản" như một "tập thể có trách nhiệm trước lịch sử", "*Vì Nam Việt là cứ điểm cuối cùng của chúng ta, nếu chúng ta không muốn có ngày biến thành đồ vật. Vả lại, chính Cộng Sản đã dồn vào Nam-Việt hàng trăm ngàn đồng bào từ này phải bấu víu lấy nhau để sống. Cộng Sản, khi thắng Pháp bằng chiến tranh, không ngờ đã hoàn bị cho người tiểu tư sản một đoàn quân cảm tử. Một đoàn quân, từ nay là cái nhân mãnh liệt trong cái quả dân tộc. Một cái nhân, vốn là cái quả của kháng chiến.... Nếu chúng duy tâm, sẽ cố nhiên cho rằng Đạo Trời huyền bí, yếu mà được, mạnh mà thua là như thế*" (5). Trong *Kỳ Hoa Tử*, ông kể lại những chuyện bỏ kháng chiến về với gia đình vợ con, người vê thành vì không thể tiếp sống trong hồi hộp với kháng chiến. Ông từng phát biểu: "*Nếu chúng ta ngừng một phút, không lo việc chống và đánh Cộng-sản thì tất cả sự nghiệp của chúng ta sẽ đổ vỡ, không thể nào cứu vãn được nữa!*"(6). *Truyện Ba Người Lính Nhảy Dù Lâm Nạn*: "khoa học, dự tri và giả thiết khoa học" (Nguyễn Đình Vượng, 1960) là một thử nghiệm pha trộn văn-chương, dã sử vừa có tính khoa học giả tưởng thành một phức thể văn-học mới so với thời ông viết truyện đó – ông tóm lược trong "Kết Từ: Đêm Ba Mươi, Vừa Bế Con, Vừa Viết Văn". Trong truyện chính (Truyện Ba Người Lính...), ông cho các nhân-vật lịch-sử không cùng thời với nhau, cùng gặp gỡ để ông có thể dùng khoa học đưa ra quan điểm lịch-sử độc đáo như về Quang Trung Nguyễn Huệ, v.v.

Đỗ Thúc Vịnh viết về những kinh nghiệm với cộng sản trong *Dì Mơ* (Tự Do, 1959, giải Văn chương 1960) và *Mùa Ảo Ảnh* (Tự Do, 1962). *Dì Mơ* kể chuyện con nuôi của dì Mơ tên Minh bỏ làng theo anh lên Hà-Nội học làm thợ, anh Văn này làm người quốc-gia mâu thuẫn với Cộng-sản! *Những Người Đang Tới* về thế hệ những người trẻ lúc bấy giờ đang hăng say xây dựng đất nước, những Hoàng, Phong, Sơn, Mai Khanh. Cả ba cuốn tiếp nối chuyện của một người trí thức trẻ đô thị tên Văn, chuyện cuộc đời trôi nổi trong chiến tranh. Vai trò của nông dân được đề cao, một khối trầm lặng nhưng có những đóng góp cho tương lai dân tộc. Do đó tác giả đã đề nghị một sự hòa đồng hỗ tương với thế giới thị tứ sẽ đưa cả nước ra khỏi tình trạng bế tắc. Từ những nghi ngờ về sự "lãnh đạo" kháng chiến của cộng sản đến một phủ định về chủ nghĩa cộng sản. Ông còn là tác-giả *Bóng Tre Xanh* (Nguyễn Đô, 1957), *Những Người Đang Tới* (TGXB, 1964), ...

Võ Phiến trải lên văn chương những kinh nghiệm sống trong mật khu kháng chiến với người cộng sản qua *Chữ Tình* (1956), *Người Tù* (1957), *Mưa Đêm Cuối Năm* (1958) và *Giã Từ* (1962) là những tác phẩm mở đầu sự nghiệp văn chương của ông. Hai tập truyện ngắn *Chữ Tình* và *Người Tù* có nhiều truyện chống cộng với những nhân vật theo cộng sản mà cách đặt tên đã rất phúng-thích: ông Ba Thê Đồng Thời, ông Đại Cuộc. Trong Về Một Xóm Quê, ông lấy thí dụ sống trong làng để cắt nghĩa cộng sản là gì, thực và mộng khác nhau ra sao. Dung nói về cái tàn ác của thuế nông nghiệp ở những vùng cộng sản tạm chiếm trước 1954, những trả thù của VC trước khi tập kết, rút về Bắc, những người trốn lệnh tập kết bị ám sát. Cán bộ cộng sản thì xấu từ cách ăn tới tỏ tình. Người Tù vạch rõ cái guồng máy hành chánh bất nhân của cộng sản trong vùng tạm chiếm. Băn Khoăn là chuyện đấu tố chất chồng hận thù: *"- Ta phải giành ruộng đất, của cải, quyền hành lại cho người dân nghèo... Đúng. (...) Còn việc trả thù, đánh giết cho đã giận là một chuyện tình cảm. Tôi không thấy bằng cách gì lý luận cách mạng lại có thể đưa đến một hành động có mục đích tình cảm như thế. Tôi không thấy việc làm đó cần thiết cho việc xây dựng trật tự mới.*

- Không cần đánh giết họ mới có thể phân chia lại của cải cho công bình. Nhưng mà cần hy sinh họ để tập dượt cho tầng lớp vô sản biết căm thù, và do đó có thể làm tròn sứ mệnh cách mạng" (lời một anh cán bộ)".

Mưa Đêm Cuối Năm viết về những hành động quấy phá của cán bộ cộng sản ỡ vùng nông thôn và rừng núi ở vùng liên khu 5. Ông phê bình cộng sản :

"... Sinh ra đã một thế kỷ rồi, chiếm được địa bàn tung hoành ở một vài nước lớn rồi, cái học thuyết ấy lại cứng đầu cứng cổ đòi tiếp tục phát triển bất chấp những biến chuyển của hoàn cảnh xã hội ngày nay cho nên tình hình gay go đến thế này. (...) Xã hội tư bản có thể sung túc và bình đẳng hơn ở các nước cộng sản, chủ nghĩa cộng sản cũng cứ đòi được thực hiện, và cũng cứ còn khối người đòi chết cho sự thực hiện chủ nghĩa ấy. (...) Phải nhiều thế kỷ lắm mới đuổi đi được một học thuyết lỗi thời (...) phải giằng co đến rách thịt toé máu mới xong."

Lung, nhân vật chính, là một cán bộ cộng sản bị dồn nén sinh lý, nên lo giải quyết cái bí hơn là hoạt động. Trong Băn Khoăn, người bỏ kháng chiến nhớ lại quãng đời đầy tội lỗi, buồn thảm gớm giếc khi đi theo những người sau rõ ra là cộng sản. Đêm Xuân Trăng Sáng là những tiếp xúc khó khăn giữa bộ đội và dân chúng. Trong Thác Đổ Sau Nhà, người cộng sản giết người thản nhiên không tình cảm để đạt thành tích cách mạng hoặc coi tình cảm chỉ là một phương tiện. Người mất nhân tính tình nghĩa họ hàng đó là Thọ, một cán bộ cộng sản. *"Tôi biết các cậu mỗi ngày mỗi tu luyện để trút bỏ hết tình cảm, hết nhân tính. Các cậu biến thành lý luận thuần túy"*. Anh ta ghen vợ lang bang sống theo bản năng nhưng không dám tỏ ra mình ghen. Trong Lỡ Làng, ông nói đến danh nghĩa "quốc gia" hơi bị lạm dụng một cách nguy hiểm khi những người thất thế với cộng sản hoặc uất ức, xung đột với cộng sản muốn "quàng vai bá cổ quốc gia".

Doãn Quốc Sỹ viết nhiều về chiến tranh với bộ *Khu Rừng Lau* gồm 5 tập, chuyện của Khiết, Kha, Miên, Tân, v.v., những con người yêu nước không cộng sản, theo kháng chiến chống Pháp, rồi thất vọng về con người và chủ nghĩa cộng sản tàn bạo, xảo quyệt, họ trốn về thành rồi di cư vô Nam. Những kinh nghiệm chính trị đeo đuổi họ, khiến họ thành những con người phản kháng, những người "cách mạng", lúc nào cũng đi tìm, lập thuyết, đến cả bất mãn chế độ đệ nhất cộng hòa, thấy *"miền quốc gia (...) thủ đô đầu não đã thành bãi rác mênh mông có lẫn đủ loại bài tiết của lũ người nô dịch đến xương tủy cho nếp sống đơn thuần vật chất.* (Những Ngã Sông Trên Giòng Đời, tr. 194). Chính cái "ung nhọt" "xù uế" đó của người quốc gia đã xô đẩy những người trẻ sang phía đối phương mà Hiển, một nhân vật chính, đã biết rõ. Tập *Khu Rừng Lau* vừa là một bản phân trần những bế tắc của một lớp người trẻ yêu nước vừa là một bản phân tích các chế độ chính trị độc tài. Trong các tập truyện khác như *Hồ Thùy Dương* hay vở kịch *Tiếng Hú Tâm Linh*, họ Doãn nói đến những phương cách làm cách mạng. Truyện *Dòng Sông Định Mệnh* (1965) tả những hèn nhát của cán bộ ở chiến trường Bình Trị Thiên: *"Đâu đâu cũng chỉ thấy những người dân tự động làm nuôi nhau, tự động chống giặc. Hầu hết cán bộ đảng chính cống hình như đã chuồn ra Thanh Nghệ Tĩnh từ lâu rồi"*.

Cùng đề tài yêu nước và nhập cuộc kháng chiến còn có *Sau Cơn Mưa* của Lý Hoàng Phong, và **Thạch Hà** với *Mặt Trời Chiều* (Hoàng Vũ, 1963), ở Huế, với những đoàn Thanh Niên Tiền Tuyến, những nhân-vật Tân, Hường, những thanh niên muốn làm "cách-mạng" vào buổi giao thời Pháp-Nhật-Việt Minh đầy biến động, ... Trong truyện dài *Sau Cơn Mưa* (Văn Nghệ, 1963), **Lý Hoàng Phong** viết về những người từng mê theo Cộng-sản nay đang mệt mỏi, tự "xét lại". Nhân-vật chính là Hà, một cô gái luôn chạy theo lý tưởng chiến đấu và tình-yêu, nhưng không bao giờ chịu toại nguyện, để phải tìm đến cái chết, một kết cục khó hiểu trong khi vẫn có những người thân (Chi) và yêu nàng (Hải yêu dù Hà đã có hai đời chồng). Chồng sau của Hà tên Mạnh, theo "cách-mạng" vì mặc cảm giai cấp nghèo khiến bà mẹ ngoại tình, bố buồn mà nghiện rượu rồi tìm giải thoát bằng cách tự treo cổ; Mạnh cưỡng chiếm Hà trong kháng chiến – như trả thù giai cấp, lúc đó Hà đã có chồng trước tên Đăng thuộc giới trí thức mà Mạnh tính giết nhưng chưa ra tay thì Đăng bị máy bay bắn chết; và cuối cùng chối bỏ lý tưởng Cộng-sản vì về thành được sống trong giàu sang trong nhà chị Chi của Hà, nhưng không thật dứt khoát, hoạt động trở lại cho Việt-cộng và bị bắt. **Nguyễn Thị Thanh Sâm** sau này trong *Cõi Đá Vàng* (An Tiêm, 1971) cũng sử-dụng giai đoạn kháng chiến yêu nước để nói lên tâm tình của người trẻ đầy nhiệt huyết đứng trước ngã ba đường Quốc-Cộng và thực dân phải đánh đuổi để giải cứu đất nước.

Ngoài ra, **Hồ Hữu Tường** dùng kinh nghiệm Đệ Tứ và lý luận khoa học và cả tôn giáo để đả phá chủ nghĩa cộng sản trong *Tương Lai Văn Hóa Việt Nam* (1954), *Nợ Tinh Thần* (1965), *Thuốc Trường Sinh* (1961), *Kế Thế* (1964), v.v.. **Mai Thảo** trong các tác phẩm như *Đêm Giã Từ Hà-Nội*, **Vũ Khắc Khoan** trong *Thần Tháp Rùa* (Quan Điểm, 196?; Ngày Nay, 1964),... đã dứt khoát bày tỏ sự chống cộng của mình. **Chu Tử**, nhà văn nổi tiếng gây hiện tượng một thời (1963-64) với những *Yêu, Ghen, Tiền, Loạn*, v.v. nhưng trong hầu hết những tiểu-thuyết nặc mùi hiện sinh đó, luôn có những nhân vật như Thái trong *Loạn* theo cộng tàn bạo, bất thường hoặc đại diện cho cái ác. **Phan Du** với *Cô Gái Xóm Nghèo* (1959; còn là tác-giả tiểu-thuyết lịch-sử *Mộng Kinh Sư*), **Võ Hồng** kể kinh nghiệm kháng chiến trong *Hoa Bươm Bướm* (1966) *và Như Cánh Chim Bay,* **Mặc Đỗ** với *Siu Cô Nương* (1957), **Lưu Kiếm** với *Đất Hồ* (1956), **Nguyễn Vỹ** với *Hai Thiêng Liêng*, **Mặc Thu** với *Đêm Trừ Tịch* (1955), *Bát Cơm Bát Máu* (1957), **Lan Đình** (1921-) với *Đường Xa Chi Mấy* (1960, và sau này, *Từ Đêm Khởi Chiến,* 1969) đều có tính cách chống chủ nghĩa và con người cộng sản. Và những Đỗ Tấn (Đỗ Tấn Xuân, *Mùa Hoa Sim Nở*, 1956, *Chiều Cuối Năm*, 1957), Tô Kiều Ngân (Lê Mộng Ngân, 1928 - 20-10-2012); *Người Đi Qua Lô Cốt*, 1957), Nguyễn Đạt Thịnh (*Đường Mn Hành Hương*, 1966), Nguyễn Ái Lữ (Nguyễn Duy Nhâm, 1933-; *Gió Đêm, Đường Tự Do* 1956), v.v.

*

Sau 1964, thêm nhiều nhà văn nhập ngũ, cầm súng hoặc làm công tác Tâm lý chiến, nhưng trực tiếp với chiến-tranh, có mặt ở các chiến trường, những tiền tuyến xa xôi, … và họ đã có những tác-phẩm hiện thực hơn, văn-chương trở nên cụ thể hơn nhưng cũng đầy tình huống bi đát, tàn bạo, bất nhân, … Dương Nghiễm Mậu, Nguyên Vũ, Thảo Trường, Phan Nhật Nam, Nhật Tiến, Trang Châu, Y Uyên, Trần Hoài Thư, v.v. và cả những nhà văn thành phố như Nhã Ca, Duyên Anh, Nguyễn Thụy Long, …, chiến-tranh, chết chóc, bi thương, … đã đi vào tác-phẩm của họ – cho đến cuối cuộc chiến, với những cây viết trẻ khác.

Dương Nghiễm Mậu trong nhiều tác phẩm nhất là ở giai đoạn đầu đã lộ hoài nghi, chán chường, thất vọng; các nhân vật của ông cô đơn, bất lực, họ sống cho cá nhân mình và hôm nay, có khi có những hành động nổi loạn chống lại hệ thống và xã hội. Về sau, từ khi nhập ngũ, ông chống Cộng chân thật như trong *Khi Người Chết Có Mặt, Kẻ Sống và Người Chết,* và bút ký *Địa Ngục Có Thật* (Văn Xã, 1969) về cuộc tái chiếm Huế và Cổ Thành Quảng Trị năm Mậu Thân 1968.

Thế Uyên trong *Tiền Đồn* (Thời Mới, 1967) và các tạp bút và tiểu luận, trăn trở, dằn vặt vì lý tưởng vì tương lai dân-tộc, tuổi trẻ thời hậu chiến vừa ngưng lại bị lôi kéo vào một cuộc chiến mới. Ông đi tìm và cổ võ cho một cuộc cách-mạng xã-hội không Cộng-sản

Nguyên Vũ (1942 -, Hải Dương, tên thật Vũ Ngự Chiêu, khóa 16 Thủ Đức, sĩ quan pháo binh) có ký sự chiến trường Đời Pháo Thủ (Chọn Lọc, 1967), *Thềm Địa Ngục* (Đại Ngã, 1969) truyện dài về người lính Biệt động quân đang thọ án do tội "đào binh" phải đi làm "lao công", và *Đàn Bà, Sau Cơn Mộng Dữ, Anh Hùng Đốn Mạt,* … nhân danh người lính trở về thành phố chán chường, muốn lột mặt mà ông nghĩ là thật của các chính-trị gia và lãnh tụ điều khiển cuộc chiến. Trong *Vòng Tay Lửa, Khung Cửa Chết Của Người Tình,* … diễn tả lối sống của một số sĩ quan và binh lính, nhất là sau những cuộc hành quân hay đóng ở tiền đồn. Thời-gian đi lính hình như chỉ được 7 năm (*Sau Bảy Năm Ở Lính.* Đại Ngã, 1970). Truyện dài *Mây Trên Đỉnh Núi* (Lê Lợi, 1967) về Tuấn và những người lính Biệt-động-quân. Tuấn được 15 ngày phép, "đụng độ xác thịt" với Hélène và tình ái với Tố Khanh 'bà tiên sầu muộn', Kiều Dung, Diễm, … Thời-gian này đã thay đổi con người Tuấn: "*Đã bao nhiêu thay đổi trên hình* *hài trong cảm nghĩ Tuấn, chính Tuấn cũng thấy hoàn toàn lạ mặt với tên Chuẩn úy ngờ nghệch của mười bốn tháng trước. Nếp sống quân ngũ như bộ máy trong con người chàng. Người lính đèn đúa mang tên Tuấn này không phải chỉ biến đổi bằng cặp mắt đục ngầu gân máu, bằng tiếng chửi thề trong ngôn-ngữ, bằng hàm răng nám đen nhựa thuốc, mà biến đổi từ mỗi phản xạ nhỏ nhặt với ngoại cảnh từ bình diện, thiện, ác, vui, buồn, có một ông già, một đứa trẻ, một thanh niên, một thi sĩ, một tên sát nhân, một người anh hùng lẩn khuất ẩn hiện bất thường..."* (tr. 46-7). Sau 15 ngày phép, Tuấn trở lại đơn vị ở Bạc-Liêu, và những trận đánh tiếp tục tàn phá con người, cái chết không từ một ai, kể cả Sanh mới ra trường được hai tháng: *"Tuấn ngước lên mặt Sanh. Mắt Sanh đã mất hết sinh khí, nhìn nóc nhà đầy màng nhện và lấm tấm những điểm nắng. Có lẽ Sanh đã chết mà vẫn chưa tin mình đã chết. Cũng như nhiều người trẻ tuổi đang tham dự chiến cuộc này thường ngơ ngác trước cái chết của mình, thường chưa kịp chuẩn bị cho mình một thái độ thích nghi để bước vào nằm trong nội địa..."* (tr. 183). Tuấn hăng hái chiến đấu lên Trung úy rồi Đại úy và tử trận. Hélèn sinh con (có với Tuấn) sống được 3 tháng, Tuấn chết, nàng trở lại mộ địa con và bị bắn chết.

Phan Nhật Nam *Dấu Binh Lửa, Mùa Hè Đỏ Lửa, Dọc Đường Số 1,* đưa ra những phi lý, mâu thuẫn của một bên là cuộc sống đô thị dửng dưng vô trách nhiệm không khung cảnh tương đối an bình, bên kia là những người lính ngày đêm giữ gìn bờ cõi, làng mạc, giữ từng tấc đất, tấc ruộng đồng, đến hy sinh cả tính mạng.

Trang Châu (Lê Văn Châu, sinh năm 1938 tại Huế) với *Y Sĩ Tiền Tuyến* (1970) tình yêu, tình đồng đội và chiến tranh dưới con mắt một y sĩ nhảy dù tại các tiền tuyến. Trích đoạn "Trận thử lửa của các y sĩ thuộc Tiểu Đoàn 6 Nhảy Dù tại mặt trận Tam Quan Bồng Sơn năm 1966": *"Chúng tôi trình diện Đại Đội Quân Y Sư Đoàn Nhảy Dù trước một ngày Bộ Tư Lệnh tung năm tiểu đoàn giải tỏa vùng Tam Quan, Bồng Sơn. Tôi còn nhớ hôm ấy là ngày 4 tháng 2 năm 1966, mùng bốn Tết. Chúng tôi có năm tiểu đoàn để đáo nhậm chức vụ Y Sĩ Trưởng: (...) Tôi chọn Tiểu Đoàn 6 Dù, hậu cứ ở Vũng Tàu. (...).*

Ngày hôm sau cuộc hành quân Thần Phong 11 khai diễn. Trong năm tiểu đoàn tham dự có Tiểu Đoàn 6 của tôi. Tiên đoán sẽ đụng độ lớn mà chúng tôi quá mới mẻ, thiếu kinh nghiệm nên Thiếu Tá Y Sĩ Trưởng quyết định chiếm xong mục tiêu mới cho bàn giao chức vụ. Ông cũng tháp tùng Chuẩn Tướng Tư Lệnh trong cuộc hành quân.

Trong khi chờ lệnh đáo nhậm hành quân, chúng tôi đều làm việc tại Bệnh Xá Đỗ Vinh.

Báo cáo tổn thất hai ngày đầu cuộc hành quân là mười lăm tử thương, ba mươi sáu bị thương, trong số đó có ông tiểu đoàn trưởng Tiểu Đoàn 6 và ông tiểu đoàn phó tiểu Đoàn 3. Trận chiến kéo dài đến ngày thứ ba thì các mục tiêu mới được thanh toán. Công điện khẩn gọi tôi ra mặt trận thay thế Bác Sĩ Cảnh, bị thương ở chân phải về điều trị. Cảnh cho tôi biết tình hình đã yên, đến giai đoạn bình định và dân sự vụ. Một giờ sau khi bàn giao chức vụ, chiếc C-130 đưa tôi cùng một toán binh sĩ Dù ra tăng cường đi Qui Nhơn.

Tôi ngồi lạc lõng giữa những khuôn mặt sạm đen đang tò mò nhìn tôi. Bộ đồ hoa mới tinh, nước da trắng trẻo cộng với tính trầm lặng khiến tôi có bộ mặt một tân binh còn rụt rè trận mạc và e ngại phong sương. Tôi không nghĩ đến những ngày sắp tới. Trong tiếng động cơ rì rầm ở cao độ, dưới ánh đèn mờ nhạt của lòng tàu, tôi ngồi ôn lại quá khứ. Suốt quảng đời niên thiếu, những lúc tôi sung sướng, yên đời nhất lại là những lúc tôi được một mình mơ mộng. Con người tôi không thể tìm thấy hạnh phúc, dù ngắn ngủi, với một cuộc sống bình thường an phận được. Phải đi, phải khổ, thì tôi mới thấy đời sống có chút ý nghĩa. Nếu có một lý do nào để giải thích sự lựa chọn của tôi thì lý do mơ hồ nhất lại là lý do xác đáng nhất.

(...) Tiểu đoàn đóng ở Hoài Sơn được năm hôm. Ở giai đoạn bình định này, công tác duy nhất của các tiểu đoàn Dù là làm dân sự vụ. Các trạm cứu thương khám bệnh, phát thuốc, chích ngừa, băng bó thương tích, gắp mảnh bom đạn cho đồng bào. Những nạn nhân vô tội làm tôi đau lòng: Một cậu bé mười bốn tuổi bị mảnh bom cắt ngang xương sống lưng làm bại liệt hai chân, bò lết lâu ngày đít và đầu gối thối dần; một gia đình mười người bị đạn đại bác chỉ còn sống sót một cô gái mười sáu tuổi và một em bé trai một tuổi bị mảnh ghim vào lưng. Tôi gắp mảnh đạn ra, vết thương sẽ lành nhưng hai chị em sẽ sinh sống ra sao? Những nạn nhân trẻ thơ kia sẽ là môi trường tuyên truyền hữu hiệu của đối phương.

Công tác y tế giúp tôi gần dân chúng hơn, ban đầu họ còn e ngại, dần dần họ trở nên cởi mở và biết ơn. Tôi cho tranh thủ nhân tâm không phải là vấn đề khó, khó là ở chỗ không có người biết tranh thủ nhân tâm. Theo tin không chính thức thì mười lăm tháng Hai sẽ có đơn vị bạn ra thay thế. Hôm nay mười ba, tôi nghĩ chậm lắm là mười bảy thì tiểu đoàn sẽ về hậu cứ. Cuộc xuất trận đầu tiên của tôi như thế không có gì gay cấn cả. Tôi vẫn ước ao lần thử lửa đầu tiên của tôi phải là một trận đánh lớn và là một chiến thắng lớn.

Nhưng buổi chiều hôm đó, tôi được mời lên Bộ Chỉ Huy Tiểu Đoàn họp hành quân. Tôi nhận tin trên trong thích thú và hồi hộp. Tôi tập hợp toán y tá căn dặn chuẩn bị thuốc men và đi nghỉ thật sớm để lấy sức. Chúng được đánh thức lúc ba giờ sáng. Trời rét căm căm. Cơm nước, cà phê xong xuôi, bốn giờ nhổ trại. Lặng lẽ chúng tôi tiến hàng một ra đường. Một đoàn xe GMC chờ đón. Bốn giờ ba mươi, xe chuyển bánh. Tôi ngồi chung cabine với ông tiểu đoàn trưởng. Chúng tôi không ai nói với ai một lời. Vượt quảng đường chừng năm cây số, rẽ trái vào con đường đất gồ ghề, xe đổ chúng tôi xuống ven cánh làng nằm dưới chân một ngọn đồi. Ông y tá trưởng cho tôi biết làng tên Gia Hựu, ngọn đồi tên Đồi 10.

Mười ngày trước đây Gia Hựu là chiến trường đẫm máu. Cố thủ trong những giao thông hào kiên cố, địch chống trả mãnh liệt. Vào ngày thứ ba sau trận mưa bom kéo dài hàng giờ, Tiểu Đoàn 6 Dù mới chiếm nổi mục tiêu. Một trái 60 ly rơi đúng Bộ Chỉ Huy Tiểu Đoàn làm bị thương tiểu đoàn trưởng, tiểu đoàn phó, và cố vấn trưởng. Trong khi chạy lên săn sóc thương binh, Bác Sĩ Cảnh bị tiếng nổ của một quả 81 ly rơi cách mấy thước hất té nhào xuống hố làm ông trặc chân nặng. Cảnh làng thật thê lương, chỉ còn tro tàn gạch vụn, những thân dừa cháy đổ ngổn ngang.(...) Tiếng súng vẫn ròn rã, thỉnh thoảng chen lẫn vài tiếng "tắc cù" chát chúa. Tiếng đạn xé gió nghe đến rợn người. Lúc này tôi hơi sợ. Nhưng khi nhìn toán y tá thấy sắc mặt người nào cũng bình tỉnh, tôi yên tâm. Cánh quân được lệnh tiến vào làng. Tôi lom khom chạy, cố vượt một khoảng trống để bấu vào bờ làng. Tiếng một người y tá phía sau dặn nhỏ tôi:

- Bác sĩ khom người, đầu sẽ ngay tầm đạn của địch nguy hiểm. Bác sĩ cứ thẳng người chạy, lỡ có trúng cũng trúng từ chân trở xuống.

Tôi đã nghe theo lời dặn. Dù sao kinh nghiệm chiến trường tôi chưa có gì. Tôi đặt chân lên bờ làng sau khi qua một con suối. Tựa lưng vào một gốc dừa, tôi ngồi thở, mắt hướng về phía mịt mù lửa đạn. Tôi ngạc nhiên thấy những chiếc thiết vận xa vừa bắn vừa lùi, bọt nước tung tóe lên chung quanh.

- "Chúng nó có cả 57 ly!" Tiếng một binh sĩ ngồi quay lưng lại với tôi.

Trúng phải đại bác 57 ly, thiết vận xa sẽ bốc cháy. Đoàn "cua" lùi mãi, lùi mãi, ngưng bắn để chuyển thành hàng dọc rồi nằm im. Các loại súng vẫn nổ tứ phương. Đang phân vân không biết trận chiến ngã ngũ ra sao thì nghe trên không có tiếng ù ù. Lòng tôi khắp khởi mừng. Không trông thấy phi cơ nhưng tôi nghe hình như nó đang chúc xuống. Tiếng gió ào ào từ cao bổ xuống đầu chúng tôi, tiếp đó một tiếng ầm ghê gớm nổi lên. Tôi không kịp có phản ứng nào. (...) Tôi quay đầu lại. Người binh sĩ ngồi cạnh tôi ban nãy nằm ngửa người, một tay ôm cổ. Tôi gỡ tay anh ta ra, một giòng máu nhỏ chảy xuống vai. Vết thương nhẹ. Tôi bảo anh ta nằm yên đó rồi chạy về phía xảy ra tiếng nổ. Quả "rốc kết" rơi xuống suối. Đại đội bọc hậu có bảy người bị thương. Chỉ có một người nặng: mảnh ghim nát cả chân phải.

Tôi cho bó bất động, chích morphine và truyền một chay dextran. Toán y tá của tôi làm phận sự cấp cứu thông thạo và lanh lẹ. Chúng tôi khiêng các thương binh để nằm dưới hiên một ngôi nhà tranh chờ di tản. Lát sau hai chiếc khu trục trở lại. Lần này "rốc kết" và bom xăngt đặc rơi đúng mục tiêu. Tiếp đến hai trực thăng võ trang thay nhau bắn phi đạn và đại liên. Sau hai đợt oanh tạc, nhiều đám cháy đỏ rực bốc lên. Cảnh tượng trông thật khốc liệt. Hai chiếc trực thăng vừa bay khuất, đoàn thiết vận xa dàn ngay hàng ngang tấn công trở lại. Nhìn ra cánh đồng, tôi thấy vo số nón sắt nhấp nhô trong đám lúa. Đây là đợt tân công quyết định. Nếu không chiếm được mục tiêu chắc phải rút vì trời đã xế chiều.

Tôi trở lại xem chừng tình trạng các thương binh. Nửa giờ sau, tôi gặp ông đại đội trưởng Đại Đội Chỉ Huy. Ông cho hay đã chiếm được mục tiêu 1, đang tiến chiếm mục tiêu 2 và 3. Ông cũng cho tôi biết một tin buồn: Trung Úy Vân, Đại Đội Trưởng Đại Đội 64 đi theo thiết vận xa đã tử trận. Nghe tin, tôi bàng hoàng cả người. Tôi chỉ gặp Trung Úy Vân một lần hôm tôi đến nhậm chức. Đại đội ông đóng xa Bộ Chỉ Huy Tiểu Đoàn nên tôi không có dịp tiếp xúc thêm. Không ngờ buổi gặp gỡ lần đầu ấy lại là lần cuối cùng. Tôi cố nhớ mãi mà không sao hình dung nổi khuôn mặt người bạn đồng đội vừa ngã xuống.

Trời bỗng dưng u ám. Cơn mưa lại bắt đầu. Nhìn ra đồng ruộng, tôi thấy bốn binh sĩ khiêng cáng một người bì bõm lội về phía tôi. (...) Mạch nhanh và yếu. Người sĩ quan trẻ tuổi mắt lờ đờ, trăn trở người muốn kiếm một thế nằm cho đỡ đau, dễ thở. Ông luôn miệng gọi tên một người con gái. Tôi cho truyền một chai huyết-thanh có pha thuốc *chống xúc kích, thuốc trợ tim, thuốc điều hòa hô hấp. Máu vọt ở hai lỗ đạn vào và ra. Xuất huyết trong lồng ngực. Để tránh biến chứng do không khí tràn vào lồng ngực, tôi khâu sống bít hai lỗ đạn.*

Hết chai huyết-thanh, tôi cho truyền tiếp chai huyết-tương. Người y tá chích bốn năm lần vẫn không vào máu. Các tĩnh mạch bị tắc nghẽn. Mạch nhanh yếu không đếm được. Tôi phải dùng kim lớn đâm vào tĩnh mạch đùi để truyền nước. Một xác chết gói trong poncho được đưa đến trạm cứu thương. Tôi không biết mặt người chết mà tự nhiên lòng căm hờn phừng phừng trong tôi. Ở giây phút này tôi hiểu thế nào là thù hận.

Cánh quân được lệnh di chuyển. Phải di tản thương binh theo. Chỉ có hai người đi được, ba phải dìu, hai phải khiêng cáng, một xác chết phải gánh theo. Một số binh sĩ được huy động giúp di tản. Tôi phụ khiêng cáng ông Thiếu Úy Toàn nằm. Trông ông co quắp, rên rỉ thật tội nghiệp. Quần áo ướt dầm làm tôi lạnh run. Súng vẫn nổ nhưng thưa và xa dần. Trời đã tối hẳn, mưa vẫn không ngừng. Chúng tôi khó nhọc theo đuôi toán quân. Bờ đê ruộng bùn trơn hết người này trợt chân đến người khác. Hết bờ đê đến một can nhà sàn. Trạm cứu thương được chỉ định đóng đêm tại đó (...)" .

Y Uyên cuộc đời ngắn ngủi vì chiến tranh (tử trận ngày 8-1-1969) nhưng toàn bộ tác phẩm của ông có không gian là chiến tranh nhưng ở ông không phải là những trận chiến mà là chiến-tranh ở nơi thị trấn và làng mạc qua hậu quả, âm vang, qua người dân và những thành phần trí thức trung lưu. Nhiều chiến trường, nhiều thị trấn đi qua, Tuy Hòa, Phan Thiết, miền Trung. Những người lính và đời sống trong cuộc chiến. Những phẫn uất của tuổi trẻ, của những người có lý tưởng.

Hồ Minh Dũng trong các truyện ngắn thời này viết về những khuôn mặt Ác của chiến-tranh, ở những làng quê, những vùng sôi đậu và những bước hành quân của người lính Việt-Nam Cộng-Hòa.

Trùng Dương từ nếp sống hiện sinh của người sinh viên đi đến những nỗi buồn của những người phụ nữ và nạn nhân của chiến tranh nói chung: *Vừa Đi Vừa Ngước Nhìn* (1964), *Mưa Không Ướt Đất* (1967), *Một Cuộc Tình* (1972), v.v..

Nguyên Sa nhà thơ của tình yêu cũng viết về chiến tranh, kinh nghiệm khoác áo lính qua *Vài Ngày Làm Việc Tại Chung Sự Vụ* (1972) và *Một Mình Một Ngựa*. Nhờ nhập ngũ nên nhà thơ của tình-yêu và nhà báo của những tranh luận hiện-đại hóa nhập mình vào dòng văn-chương chiến-tranh, cùng với những nhà văn trẻ đang lên – hơn nữa, Nguyên Sa cùng nhập ngũ học trường Sĩ quan Thủ Đức cùng khóa với nhiều văn-nghệ sĩ và giáo-sư.

Nhật Tiến, ngòi bút ôn hòa nhưng với một lương tâm giáo dục và xã hội, đã có *Giấc Ngủ Chập Chờn* (1969) và *Quê Nhà Yêu Dấu* xuất bản sau vụ tổng tấn công Tết Mậu Thân. Những người dân lành nạn nhân của cuộc chiến tàn bạo mà họ không đủ hiểu biết để phân tích tìm hiểu tại sao. Chiến tranh bất quy ước làm con người đổ điên hoặc thành điên thật như trong *Tặng Phẩm Của Dòng Sông*.

Duyên Anh cũng có ý hướng giáo dục khi viết về du đãng hay tuổi trẻ nổi loạn đã kết luận "Quân đội là nơi lý tưởng nhất để cho nó (Lê Hùng) làm lại cuộc đời" (*Sa Mạc Tuổi Trẻ*, tr. 313). *Rồi Hết Chiến Tranh* (1970), *Bò Sữa Gặm Cỏ Cháy, Kẻ Bị Xóa Tên Trong Sổ Bụi Đời* (1971) là những truyện về chiến tranh trước mặt, nơi đô thành và ven đô.

Nguyễn Quốc Trụ với *Những Ngày Ở Sài-Gòn* (1970) là những ngày tuổi trẻ trí thức, sống tình yêu trong những ám ảnh của chiến tranh, của khát vọng hòa-bình, trong bầu không khí nặng nề của bí đường, của người em tử trận, của người bố mất tích bị chính học trò theo Việt minh lùng bắt, của những bất hạnh của người vợ, người mẹ, của cái kiếp khác đợi chờ, v.v..

Nguyễn Thụy Long đặc biệt với những tiểu-thuyết hiện thực về đời-sống đô thị trong đó chiến-tranh đã thực sự hiện diện qua các biên cố và các nhân-vật thiên Cộng hay chống Cộng đều đi đến tận cùng cường độ.

Nhã Ca từ tình yêu thanh thiếu niên (*Bầy Phượng Vỹ Khác Thường, Bé Yêu, Cổng Trường Vôi Tím, Hiền Như Mực Tím, Trăng Mười Sáu, Đêm Dậy Thì, Bóng Tối Thời Con Gái* – đã đăng-từng-kỳ trên *Đông Phương, ...*) chuyển sang đề tài chiến tranh với *Đêm Nghe Tiếng Đại Bác* (1966), *Ngày Đôi Ta Mới Lớn, Người Tình Ngoài Mặt Trận* (1967), *Một Mai Khi Hòa-Bình* (1969), *Đoàn Nữ Binh Mùa Thu* (Thương Yêu, 1969), v.v. là chiến tranh đã về tận thủ đô, trong từng gia đình. Rồi *Tình Ca Cho Huế Đổ Nát* (Thương Yêu, 1969) và tác phẩm gây tác động mạnh của bà là *Giải Khăn Sô Cho Huế* (Thương Yêu, 1969) về thảm cảnh chiến tranh tương tàn Tết Mậu Thân ở Huế và những táng tận lương tâm của những con người và tập đoàn tàn bạo!

Các nhà văn khác viết nhiều về hiện thực chiến tranh và/hoặc chống cộng có Bùi Đăng (Bùi Đăng Khuê, *Cúi Mặt*, 1969, Thân Trọng Kỳ quay thành phim cùng năm), Võ Hữu Hạnh (*Cho Đến Khi Ma Chết*, v.v.), Phạm Lê Phan (*Chiến Ca Mùa Hè*), Thế Hoài (*Màu Mắt Người Yêu*, 1972), Hoàng Ngọc Liên (1930-; *Đoàn Quân Mũ Đỏ*,1969; *Theo Bước Anh Đi*, 1972; *Tuyến Lửa Đầu*, phóng sự tiểu-thuyết, 1974; ông còn là nhà thơ và đã xuất-bản 3 thi tập), Trần Châu Hồ (1939-; *Nhật Ký Quân Trường* (Nhị Nùng, 1969); *Ba Mươi* (1971); *Độc Hành* (1965); *Lá Rụng Về Cội* (1971); *Mẹ* (1971); *Sông Đà* (1972) đều do Mây Hồng xuất-bản; ký giả Kiều Mỹ Duyên (*Thiên Thần Mũ Nâu*), v.v..

Người lính

Các tác-phẩm về đề tài này có thể nói đến người lính như là nhân vật và người lính là tác giả; trước hết xem vai trò, hình tượng người lính được diễn đạt như thế nào trong lãnh vực văn chương; thứ hai, tác giả nhà binh đã viết gì, viết như thế nào và tham gia thế nào vào sinh hoạt văn học nghệ thuật chung.

Trong nhiều tiểu thuyết tình cảm, **Văn Quang**, một sĩ quan tâm lý chiến, đã viết về những người lính hào hoa. Trong *Chân Trời Tím*, nhân-vật Phi sau những chuyện tình trắc trở nơi thủ đô đã trở thành sĩ quan dũng cảm và hào hoa phong nhã, xa đô thành, đóng đồn nơi hẻo lánh để dẹp loạn cộng sản. Hình ảnh người lính *oai hùng và phong nhã* đó sẽ tái xuất ở nhiều truyện khác như *Người Yêu Của Lính, Đường Vào Bến Mê, Nghìn Năm Mây Bay*, v.v.. Trong các tác phẩm của Toàn Phong (*Đời Phi Công*, 1958), Hà Huyền Chi và Phạm Huấn (*Nghiêng Cánh Sắt*), v.v. chiến tranh hiện diện, nhân vật người lính nhưng lãng mạn, nhẹ nhàng, tâm lý chiến và ít tang thương.

Ngoài ra còn có nhiều tác phẩm viết trực tiếp về những trận đánh, mặt trận như phóng sự *Vượt Trường Sơn* (1967), *Đường Mòn Hồ Chí Minh* ('bút ký chiến-tranh', TGXB, 1965) của Phan Nghị, *Ba Ngày Cuối Cùng Tại Bộ Tư Lệnh Tướng Vũ Văn Giai* (1972) của Lê Huy Linh-Vũ, v.v.; về đời sống binh chủng như *Buồn Vui Phi Trường* (1967), *Lính Thành Phố* ("tự truyện", Nghệ Thuật, 1969) và *Vĩnh Biệt Phượng* (Hành Trình, 1973) của Dương Hùng Cường, *Đoàn Quân Mũ Đỏ* (1969) của Hoàng Ngọc Liên, *Y Sĩ Tiền Tuyến* của Trang Châu,…

Phan Nghị ghi lại tâm tình của một bộ đội (Trần Xuân Lợi) khi vượt Trường Sơn:

> *"Trên đỉnh Trường Sơn / Bụng chẳng còn cơm*
> *Mưa rơi tầm tã / Bao nhiêu người ngã*
> *Bò dậy lại đi / Người ngợm ra chi*
> *Như con chuột lột / Đàn chim không hót*
> *Thánh thót trong rừng*
> *Em ơi lòng anh / Tủi buồn trăm nỗi*
> *Anh xa Hà-Nội / Xa bóng hình em*
> *Buổi sáng hoàng hôn / Trôi đi trầm lặng"*

(*Vượt Trường Sơn*, tr. 191).

Dương Hùng Cường trong *Buồn Vui Phi Trường* viết về sinh hoạt thường ngày của những người lính không quân vào thời kỳ đầu có nhiều biến cố của dân tộc nhưng quân số cũng như các căn cứ, phi trường không nhiều như sau này khi chiến tranh lên cao độ.

Vĩnh Biệt Phượng là một chuyện tình thời chiến của những chàng phi công trẻ. Tâm và Dương là hai bạn thân cùng đơn vị, là cặp bài trùng của phi đoàn khu trục ở Biên Hòa. Sau một phi vụ hành quân Dương đã bị bắn rớt và trải qua những giây phút thập tử nhất sinh để mưu sinh thoát hiểm trở về được căn cứ. Tâm bám chặt không rời khu rừng để giúp bạn nhưng lại bị bắn rớt, tử trận lúc vừa 28 tuổi. Thư Hương, em gái của Tâm, bị một anh bác sĩ dụ dỗ đến mang thai và Dương vì tình bạn đã cưu mang nhận lấy Thư Hương làm vợ dù đã có người yêu là Phượng - một mối tình trong sáng và thánh thiện, cho nên phải *Vĩnh Biệt Phượng*.

Những nhà văn khác ít nhiều viết về chiến tranh có Đỗ Tiến Đức (*Má Hồng*, 1968), Thạch Hà, Thái Tú Hạp, Phan Lạc Tiếp (*Bờ Sông Lá Mục*, 1969), Trần Châu Hồ (*Nhật Ký Quân Trường*, 1969 viết tại TTHL Quang Trung những ngày không đi phép), Hà Huyền Chi (*Bước Đam Mê*), v.v.. Về thơ còn có Tường Linh (Nghìn Khuya), Tô Kiều Ngân (*Người Lính Việt Nam*, 1966), Diên Nghị (*Xác Lá Rừng Thu*, 1956), Nhất Tuấn (*Truyện Chúng Mình, Đời Lính*), Định Nguyên (*Tình Yêu Và Bão Biển*, 1961), Du Tử Lê, Hà Thúc Sinh, Vũ Hữu Định, Chu Vương Miện (*Tiếng Hát Việt Nam*, 1965; *Trường Ca Việt Nam*, 1966), v.v.

Vượt tuyến và hồi chánh

Từ ngày đất nước bị chia cắt ở vĩ tuyến XVII, tháng 7-1954, sau thời hạn chính thức di cử, nhiều người miền Bắc đã phải tìm cách vượt tuyến vào Nam- kéo dài đến đầu thập niên 1960. Nhiều người bị chết dưới lằn đạn Cộng-sản miền Bắc như nhà văn Vũ Anh Khanh, một số người thành công và đã ghi lại bút ký về đoạn đường đầy khó khăn, nguy hiểm này cũng như thời gian bị lao tù, có thể ghi lại đây: Nguyễn Vạn An *(Vượt Ngục,* Tân Dân, 1959), Minh Sơn (*Phá Nhà Ngục,* Huế, 1958), Quỳnh Hương và H. Thao (*Tôi Đi Dân Công*, 1958), Tuấn Giang (*Vượt Đường Biên* Giới, 1961), v.v. Từ sau 1964, một số văn-nghệ sĩ bộ đội và cán bộ miền Bắc xâm nhập miền Nam bắt đầu ra **hồi-chánh** theo chương trình của chính phủ Việt-Nam Cộng-Hòa, trong số có người được tiếp tục làm cán bộ trong các Bộ, Ty, Sở của miền Nam, và cũng có một số viết bút ký, hồi ký, và càng về cuối cuộc chiến càng có nhiều tác phẩm họ viết về chiến-tranh, về đoạn đường từ Bắc vô Nam, qua đường mòn Hồ Chí Minh hoặc trong các mật khu, bưng biền.

Xuân Vũ tên thật là Bùi Quang Triết, sanh 19-3-1930 tại Bến Tre (mất tại Texas, Hoa-Kỳ, 1-1-2004). Một nhà văn tập kết ra Bắc sau đình chiến tháng 7-1954 [Thời tập kết này, ông đã xuất-bản tập truyện ngắn *Người Miền Nam* (Hà-Nội: Văn-học, 1965)], rồi được đưa trở vô miền Nam năm 1967, năm sau ra hồi chánh, làm việc đến chức Phó giám đốc Trung Tâm Chiêu Hồi Trung Ương, và tiếp tục nghiệp cầm bút, cộng tác với nhật báo *Tiền Tuyến* và Đài Mẹ Việt Nam của Hoa Kỳ. Ông vô địch về viết với *Đường Đi Không Đến* ('hồi-ký vượt Trường Sơn', Sống Mới, 1973; Nam Cường, 1974, Giải Văn-học Nghệ-thuật Toàn quốc 1973) và *Xương Trắng Trường Sơn* (Nam Cường, 1974) - ông sẽ tiếp tục nghiệp văn (tổng cộng hàng chục ngàn trang sách) và chống Cộng cho đến sau này ở hải-ngoại. Xuân Vũ đã thú nhận: *"Trên rừng này người ta sống với những con vật bốn chân, rồi người ta cũng mất đi khá nhiều nhân tính"*. Toàn bộ tác phẩm của ông từ trước 1975 đến khi ông mất, là cuộc đời từ kháng chiến đến chống Cộng, từ những ngày Thanh niên tiền phong Việt minh thời 1945, tập kết ra Bắc 1955, trở lại miền Nam 1971 và hồi chánh. Nỗi nhớ ở đây lùi xa nhất, thời miền Nam hãy còn là đất thuộc địa Pháp, thuở thanh xuân của tác giả. Phần chính tác phẩm của Xuân Vũ viết về kinh nghiệm kháng chiến và cộng sản Hà-Nội bên cạnh những bộ mặt thật, những con người văn hóa muôn mặt dù một chiều. Bộ hồi ký *Đường Đi Không Đến* khởi từ 1973 mới ra được 2 tập trước 1975: Tập 1 *Đường Đi Không Đến* 'hồi ký vượt Trường Sơn' tức 'Vượt đường mòn Hồ Chí Minh', Tập 2 *Xương Trắng Trường Sơn* [sau này ra hải-ngoại ông tiếp tục thêm 3 tập: tập 3, Mạng Người Lá Rụng; tập 4, Đến Mà Không Đến và tập 5, Đồng Bằng Gai Góc – cùng tựa đề đã xuất-bản trước 1975]. Xuất hiện lần đầu năm 1968 trên báo *Tiền Tuyến* dưới dạng tiểu-thuyết đăng-từng-kỳ/feuilleton, *Đường Đi Không Đến* và *Xương Trắng Trường Sơn* tiếp theo sau đó, đã cho biết hành trình gian nan và tàn khốc qua đường mòn Hồ Chí Minh, con đường lót bằng xương trắng mà thống kê chưa bao giờ cho biết con số thật sự: đói khát, bệnh tật không được chăm sóc, thuốc men, thú dữ, bị chỉ huy bỏ rơi, … đến nỗi có người đào ngũ, tự sát, tự gây thương tích, … Đường mòn 'huyền thoại' này dưới mắt và kinh qua của Xuân Vũ thì đó là những 'con đường đau khổ, đói khát, mọi rợ', 'con đường đi không đến', ‹con đường dài, dốc›, ‹con đường được dựng lên với hào quang giả›, v.v. Qua đó, ông đã liên tục vẽ lại chân dung và hành trình của những con người Nam-kỳ lục-tỉnh chân thành yêu nước bị lợi dụng tập kết, bị lừa và lợi dụng suốt hai cuộc chiến tranh 1945-54 rồi 1957-1975. Người đọc nhận chân những giả trá của Việt-cộng, những mưu mô, mánh khóe, những "đòn" chính trị, những tầm thường của những khuôn mặt "lớn"! Xuân Vũ tự thuật cuộc đời ông, cũng là của nhiều người, cho thấy hận thù của ông đối với tập đoàn lãnh tụ và chế độ cộng sản Hà-Nội. Những phản ứng, kình chống của những người bị lợi dụng này ở ngay giữa lòng Hà-Nội cũng là những phản ứng, kình địch với một thứ tâm địa và con người đất Bắc. Lỡ tập kết ra Bắc, ông "trốn" chế độ mà ông thường gọi là "kỳ cục", vào Nam để phải chứng kiến những tàn khốc của con đường mòn mang tên lãnh tụ miền Bắc, bộ *Đường Đi Không Đến* đã làm chứng cho những đày đọa có-một-không-hai này! Còn giới văn-nghệ sĩ miền Bắc theo Đảng thì nhỏ nhoi, nếu chống thì bị cô lập. Rồi chuyện trong bưng, chuyện chính trị, xã hội và cả tnh ái những nhân vật của cục R. và ở Hà-Nội. Xuân Vũ có trí nhớ, có tài, cộng với cái duyên con người Nam-bộ kể chuyện đa dạng, ngôn ngữ hồn nhiên, khi tròn trịa, khi dài dòng, khi lý luận cho ra lẽ, …

Kim Nhật viết *Về "R"*: hồi-ký chiến-trường vừa là *tác-phẩm tài liệu chiến-tranh* (3 tập: Sống, 1967-; toàn tập: Hoa Đăng, 1973) – sau khi đã đăng trên nhật báo *Sống* từ 1967. Ông tin rằng *"thiên tài liệu này* (giúp người đọc) *hiểu phần nào về cuộc-sống, về tổ chức và những gì đã xảy ra trong những ngày đầu của cái gọi là "Mặt Trận*

Dân-tộc Giải Phóng Miền Nam ở vùng đất gọi là R – vùng căn cứ của Trung Tâm Chỉ Huy điều khiển chiến-tranh của Cộng-sản Hà-Nội tại Miền Nam – mong được góp phần nhỏ công sức trong công cuộc bảo vệ chung cho mảnh đất tự do đầy lửa khói này" (Quan điểm người viết, tr. 4). Cuốn hai là *Bóng Tối Đi Qua* (3 tập, Hoa Đăng, 1970) do Kim Nhật soạn lại từ 49 chương trình Chuyện dài phát thanh, là "hồi ký của Vũ Hùng sinh viên Luật Khoa năm thứ ba đã sống 1287 ngày trong Bộ Chỉ Huy tối cao Mặt Trận Giải Phóng Miền Nam", trình cho công luận về cái gọi là MTGPMN và các người cầm đầu (có tướng Nguyễn Chí Thanh) hoặc thanh niên, sinh viên tham gia vì lòng yêu nước và bị lợi dụng. Và cuốn thứ ba, *Những Nhà Văn Tiền Chiến Hà-Nội Hôm Nay* ("theo dấu chân văn thi sĩ tiền chiến"; Hoa Đăng, 1972), cho người đọc miền Nam biết về đời-sống văn-học nghệ-thuật ở miền Bắc dưới chế độ Cộng-sản: người thì lên voi, người thì bị phủ nhận, đe dọa và vùi dập qua những Huy Cận, Nguyễn Tuân, Xuân Diệu, Nguyễn Công Hoan, Nguyễn Đình Thi, Chế Lan Viên, Tô Hoài và Nguyên Hồng.

Ngoài ra còn có **Phạm Thành Tài** (trở thành Giám đốc Trung tâm Chiêu hồi Trung ương) với *Hành Trình Trí Thức* về giới trí thức và giáo chức bị kiểm soát chặt chẽ mất hết tự do kể cả suy nghĩ, còn người làm văn-nghệ thì trở nên như những thợ hồ, phải góp phần xây dựng xã-hội chủ nghĩa; Nam Hải với *Trời Phương Bắc* (Hương Giang, 1970) dưới hình-thức tiểu-thuyết đã cho thấy ở miền Bắc không có tự do, hạnh-phúc mà cả ước mơ của giới trẻ; Nguyễn Anh Tuấn với *120 Ngày Trên Đường Mòn Hồ Chí Minh*, v.v..

Tiểu-thuyết *phản kháng, phản chiến*

Mặt khác, thái độ **phản kháng** tự hoàn thành trong tác-phẩm đích thực và một số nhà văn muốn chứng tỏ sức mạnh phản kháng bằng cách thay đổi và đề nghị sửa đổi thực tại và vì không thể không phát biểu.

Thảo Trường với *Chạy Trốn* (1965), *Người Đàn Bà Mang Thai Trên Kinh Đồng Tháp* (1966), *Vuốt Mắt* (1969), *Bên Trong, Ngõ Tối*, ... là một đối kháng liên tục, những tra vấn không ngừng của những người trí thức. Cùng trường hợp, có **Thế Nguyên**, người chủ trương nhà xuất bản Trình Bầy và tác giả *Hồi Chuông Tắt Lửa* (1964). (X. Đề mục 2 tác-giả Thảo Trường và Thế Nguyên).

Ngô Thế Vinh (sinh 1941, Thanh Hóa), tác giả *Mây Bão* (1963), *Bóng Đêm* (Sông Mã, 1964), *Gió Mùa* (1965), *Đêm Lục Địa* (Sông Mã, 1966), *Vòng Đai Xanh* (1971), tất cả đều viết về chiến tranh. Từ tiểu thuyết đầu tay *Mây Bão* xuất-bản cuối năm 1963, tác giả đã dự báo những trận giông bão phủ phàng trên quê hương cả hơn thập niên sau đó. *Bóng Đêm* khẳng định ý chí chống cộng quyết liệt của tác giả cùng tâm trạng băn khoăn, hoang mang của lớp trẻ đôi mươi, "những người đang tới". Đến *Vòng Đai Xanh* viết khi ông làm y sĩ trưởng một liên đoàn Biệt Cách Dù, là một chiến tranh tàn bạo khác trong cuộc chiến quốc-cộng: chiến tranh của đồng bào thiểu số vùng cao.

Dương Kiền trong *Con Đường Khổ Nhọc*, "cuốn Bạch thư của tuổi trẻ", xuất-bản như phụ bản 100 trang của tạp-chí *Văn Học,* số 93 (9-1969), đã trình bày những kinh nghiệm hành động và ý thức chính-trị của ông, cũng như sự ngưỡng mộ đối với nhà chính-trị Nguyễn Tường Tam và cái chết của ông. Dương Kiền ngoài tập kịch *Sân Khấu* (Văn Học, 1964), tập thơ *Thú Đau Thương* (1963), còn là tác-giả truyện dài *Biển Trầm Lặng* (viết 8-1965, Đông Phương-Tập đoàn văn-nghệ sĩ tự do, 1965) và tập truyện *Máu Của Mẹ* (Thứ Tư Tuần-san, số đặc-biệt, 6-1967) gồm truyện sáng-tác, phỏng theo và đoản văn về ngày đảo chánh 1-11-1963. Tạp-chí *Văn Học* từng có số đặc-biệt 134 về "Dương Kiền, nhà văn trẻ trên sân khấu văn-học chính-trị". *Biển Trầm Lặng* chính yếu xoay quanh ba nhân-vật, 1 nam (Linh tức 'Tôi', 'người viết', sĩ quan) 2 nữ (Trâm, Ngọc), như là những con người **hiện sinh** luôn tra vấn siêu hình, luôn từ chối thực tại và đi tìm cái-sẽ-thành. Họ là những 'sản phẩm'; của Tây phương: học trường Tây, sống như Tây, ngôn-ngữ thì ta-đây, bất cần như kiểu nhân-vật F. Sagan..... Nhân-vật Tôi là ai? *"Tôi thích dày vò người khác, có lẽ đó là bản tính của tôi từ nhỏ, bản tính tàn ác của một đứa trẻ bị bỏ rơi..."* (tr. 9-10). Ngọc mới được Linh làm quen, nói chuyện kiểu tỉnh bơ: *"Tôi luôn luôn cảm thấy mà không cần biết lý do"* (tr. 13). Mới quen ngoài biển đã ở chung, Ngọc chăm sóc Linh trong khi người này lại nhận thấy *"Chúng ta đều là những kẻ bệnh tật cả, cả em nữa, Ngọc ạ!"* (tr. 18). Linh liên hệ tình dục với cả hai, Ngọc và Trầm, có con với Ngọc, và nổi loạn, chống thượng cấp và đào ngũ. Linh từng thú nhận với Trầm *"Anh quá ích kỷ hơn Trầm tưởng. Nhưng Trầm cũng tưởng rằng anh còn khổ sở hơn ngay trong sự tận lực hưởng thụ, đó chỉ là một vẻ khác của cuộc dấn thân cưỡng bách"* (tr. 71). Và cái họ tìm thấy là gì? Là điều nhận chân của Trầm, một người nữ, trước khi quyết định rời Linh: *"Em đã quyết định như thế. Chúng ta tự do đối với* *nhau. Thêm một ràng buộc là thêm một phi lý. Em tự do trong hành động hiến thân, em muốn chứng tỏ thêm em tự do hoàn toàn đối với thể xác em. Anh, hay xã-hội, không có quyền chiếm đoạt cũng không có quyền trách cứ. Anh chỉ là một phương tiện thể hiện tự do của em. (...) Chúng ta ở ngoài nhau, chúng ta xâm nhập vào nhau trong khoảnh khắc rồi lại ra khỏi nhau!"* (tr. 91). Còn liên hệ với tha nhân? Trầm vốn là em của bạn đồng ngũ với Linh, quen Trầm lúc cô mới 13, Trầm muốn xa Linh, quen với Đạm, nhưng sau khi đi ciné bị sờ soạng đã phải nghĩ: *"Tôi không muốn gặp ai, tôi muốn khóc một mình, trong nỗi quạnh hiu hoàn toàn. Tôi quằn quại trong cảm giác những ngón tay bò trên cơ thể như những con rết luồn dưới lần vải. Tôi muốn vất bỏ cơ thể tôi ra khỏi tôi. Tôi sợ hãi cả đến bàn tay tôi tiếp xúc với phần da thịt nào khác. Tôi ao ước được hiến thân và đã hiến thân, nhưng tôi vẫn không thể dửng dưng như tôi hằng tưởng. Tôi muốn buông trôi tôi nhưng tôi vẫn bị kéo lại quanh quẩn trong những buồn nản thân thuộc và dễ chịu. Chuyến phiêu lưu đã thất bại nhưng tôi không ân hận, vì rốt cuộc tôi vẫn là một kẻ nô lệ, dù nô lệ của Thượng đế hay nô lệ của tự do. Điều ấy bây giờ đối với tôi chẳng có gì quan hệ"* (tr. 96). Trầm chán chường, xin thuyên chuyển về miền Trung dạy học, rồi chết vì suy nhược – Linh tình cờ có mặt ở đấy, rồi Linh tâm thức cũng suy nhược, nghiệp văn không tương lai, trên đường đào ngũ, gặp lại Khoa bạn đồng khóa Thủ Đức nhưng bị địch phục kích, Khoa chết, Linh bị thương và bị cắt một chân và được cho giải ngũ như thương phế binh. Ra khỏi bệnh viện thì thân tàn phế, muốn trở về với Ngọc vì đứa con nhưng đã trễ, nàng lấy người khác và xa lánh Linh.. Ngọc quan niệm không có tình-yêu trên đời (13 tuổi đã chung chạ tình dục với một "đứa con trai cục mịch"), nhưng khi có thai đã giữ lại và đến với người nam khác. Một hiện sinh thất bại nhưng hiện sinh là như thế!

Thế Uyên nhận ra đang sống trong "một xã hội tan rã", cho nên ông đi tìm lối thoát, lập nhóm Thái Độ lập ngôn cho một xã hội không tư bản không cộng sản, xuất bản *Chiến Tranh Cách Mạng*. Tác phẩm thời chiến của ông gồm *Mười Ngày Phép Của Một Người Lính* (1965), *Nghĩ Trong Một Xã Hội Tan Rã, Tiền Đồn* (1967), *Đoạn Đường Chiến Binh* (1970) xuất bản dù bị cấm. Trong *Những Hạt Cát*, đi lính vì nhiệm vụ nhưng không dứt khoát, thích thú.

Cùng nhóm Thái Độ có **Thái Lãng** (Nguyễn Thái Lãng, sinh 1940, Hà-Nội) viết *Nhật Ký Của Một Người Chứng* (Thái Độ, 1969; ông cũng viết cho *Hành Trình, Đất Nước, Bách Khoa, ...*) - người chứng là một thông dịch viên cho quân đội đồng minh Hoa-Kỳ; ông chứng kiến ghi lại những sai lạc trong chính sách và nhân sự người Mỹ khi muốn viện trợ, cố vấn cho quân đội miền Nam. Liên hệ giữa các "cố vấn" và những người lãnh đạo miền Nam được nghiêm khắc nhận xét: một bên chỉ lo cho quyền lợi "mẫu quốc", một bên "dốt nát" nhưng trịch thượng với đồng bào mà lại luồn cúi với các ngài "cố vấn". Dưới mắt người chứng thì giới lãnh đạo các cấp tỉnh, quận vừa ăn hại vừa mù quáng bên cạnh những vị yêu nước thương dân và liêm chính như đại-úy quận trưởng theo đạo Hòa Hảo ăn chay trường.

Phan Nhật Nam: *Dấu Binh Lửa* (1969), *Dọc Đường Số 1* (1970), *Ải Trần Gian* (1971), *Mùa Hè Đỏ Lửa* (1972), *Dựa Lưng Nỗi Chết* (1973), *Tù Binh và Hòa-Bình* (1974). Trong *Dấu Binh Lửa*, Phan Nhật Nam viết: "*... Chúng tôi rời Sài-Gòn trong hơi thở dài nhẹ nhõm, một tháng ở thủ đô đủ để tạo thành sụp đổ tan hoang trong linh hồn, đủ để thấy rõ sự phản bội của hậu phương, một hậu phương lừa đảo trên máu và nước mắt của người lính. (...) Một tháng, đủ để chúng tôi hiểu nỗi ti tiện hèn mọn của loại lãnh tụ ngã tắt, những anh hùng đường phố, những ông vua biểu tình theo ngẫu hứng, vua tôn giáo, đầy thù hận và dục vọng... Sài Gòn, chúng tôi thù ghét và ghê tởm thủ đô đục ngầu phản bội và thù hận. Tôi ao ước một cơn hồng thủy để cuốn trôi thành phố sau lưng, một cơn hồng thủy xóa hết dấu tích nhơ bẩn, mà thủ đô đã bôi lên khuôn mặt bi thảm của quê hương*".

Nguyên Vũ từ *Hoạt Cảnh Chiến Tranh* (truyện ngắn, 1966), *Đời Pháo Thủ* (1967), *Những Cái Chết Vô Danh, Trở Về Từ Cõi Chết* (Chọn Lọc, 1967), *Đêm Hưu Chiến* (1968) đến *Sau Bảy Năm Ở Lính* (1970), *Cuộc Hành Trình Cuối Cùng* (1970), *Đàn Bà, Vòng Tay Lửa, Những Chiến Sĩ Sình Lầy, Sau Cơn Mộng Dữ, Anh Hùng Đốn Mạt, ...* là những tiểu thuyết chiến tranh đồng thời là những tìm kiếm và thất vọng của tuổi trẻ, những phẫn nộ không lối thoát đối với những "cai thầu chiến tranh" "tay sai ngoại bang". Một đoạn trong Con Mắt Kẽm Gai: "*Nhìn quân phục biết tư cách*". Tư cách? (...) *Tôi văng tục con c... Đạo đức, tư cách là những lớp sơn gỗ quét trên sắt. Chỉ cần một mảnh vải ướt chùi sơ cũng sạch sẽ, trơn tru ngay. (...) Triều đại kẽm gai. Kẽm gai mọc trong đáy mắt, trong ngôn ngữ, trong văn tự, trong cảm nghĩ. (...) Trong triều đại kẽm gai gái điếm thành người sang cả, thầy tu đi xe hơi, ở nhà gắn máy lạnh, trí thức là những con vật nhốt trong sở thú. Các lãnh tụ chính đảng này nọ cũng đã rong rêu phủ kín dưới đáy nước. Moi móc lên chỉ còn là những thây ma đội mồ sống* lại. (...) *Tuổi trẻ đã bị lừa bịp quá nhiều. Lịch sử là những nịnh bợ trơ trẽn của những kẻ đáng lẽ phải có được cuộc sống lưng như chúng tôi - những thằng lính một nắng hai sương. Nhìn quân phục thẳng nếp của mấy thằng vây quanh mấy ông Tướng, Tá mà thấy được tư cách ru? Tư cách và tác phong nào? Trước mặt ba quân hay trong khuôn viên Toà Đại sứ ngoại bang? (...) Cuộc đời chỉ còn thế. Cái lỗ. Tất cả cho cái lỗ, cái lỗ ăn vàng, ăn bạc và ăn cả tính mạng những thằng con trai*". *Trở Về Từ Cõi Chết* truyện dài về Ngữ và một toán Biệt kích sang Nam Lào tìm dấu vết một 'đường mòn Hồ Chí Minh', được xem là cõi Chết, nơi hoạt động khó khăn, nguy hiểm trăm bề. Chỉ còn có 'đại úy Cọp Xám' Ngữ và ba đồng ngũ trở về từ cõi Chết, so với bức tượng hai người lính bằng xi măng trước tòa nhà Quốc hội, thì "*thật thiểu não. Một thằng què tay. Một thằng méo mồm. Một thằng mặt rỗ. Và một thằng mất ba cái xương sườn*". Và những tình huống bi đát cho gia-đình. Ngữ, Huấn, Hóa và Mỹ gặp lại đưa nhau vào Chợ Lớn vui qua đêm. "*Hình như đường phố đã lên đèn. Những con mắt đèn điện chói chang, lạnh nhạt và kiêu kỳ. Ngữ chợt thèm nhớ những đốm sáng đầy lưu luyến của những nửa đêm từ giã thành phố, thèm nhớ những khát vọng nhỏ mọn giữa lòng đất chết. Tiếng Huấn nhói buốt từ một cõi mù sương nào. Cái vỏ da cọp của ông đã bị lột ra rồi, ông chỉ còn là anh phế binh Ngữ. Rồi đây ông sẽ gậm nhấm những chiến công hào hùng dĩ vãng để có can đảm tiếp tục sống những ngày dài thừa thãi, vô vị của một đồ vật bị phế thải. Nhìn ông trong gương, ông sẽ thấy đầu tóc, mặt mũi, chân tay ông chỉ là những mảnh vụn vũ khí cấu tạo nên... Ngữ cựa quậy thân thể một cách dễ chịu. Chàng khẽ hé mắt nhìn lộn hè phố vì tiếng cười nói ồ ề khoái trá của Mỹ:*

- Chà, cái đùi trắng hếu nhìn sướng con mắt. Đù má, thời buổi này con gái nhiều ghê phải không Hóa.

- Trông thơm tho như vậy chứ biết đâu nó không phải là me Mẽo. Hóa tiếp lời với vẻ bi phẫn [vì vợ bỏ ra Vũng tàu bán bar]. Ngữ nhắm mắt lại. Chàng cựa quậy thân thể một cách dễ chịu chẳng biết nên buồn hay vui. Có tiếng người tài xế taxi gợi chuyện:

- Thời buổi này vật giá leo thang quá..." (bản Đại Ngã 1989, tr. 226)

Sau này khi tái bản ở hải-ngoại tập *Hoạt Cảnh Chiến Tranh* năm 1991, tác giả có nhận xét sau đây - có thể áp dụng cho tất cả các sáng tác của ông trước 1975: "*Hoạt Cảnh Chiến Tranh dĩ nhiên chỉ là những mảnh vụn cảm xúc của người viết dài theo dấu chân lưu lạc bốn vùng chiến thuật, tham dự một cuộc chiến mà tự thâm tâm đã hiểu phi lý, phi nhân và tuyệt vọng. Những đoản thiên (...) đã được gợi hứng và hoàn tất trong hoàn cảnh vô cùng khó khăn ở miền Nam. Chúng cũng không được viết theo phiếu đặt hàng, dưới áp lực của miếng cơm manh áo hay danh vọng bọt bèo, vàng mã, mà ghi dấu những cảm xúc chân thành nhất ở thời điểm đang sống..."* (tr. 14). Ông còn nói đến những năm quân ngũ là *"vung phí 12 năm tuổi trẻ vào cuộc chơi chém giết"* (tr. 9)! Tuy thường được xếp vào giới phản chiến, nhưng Nguyên Vũ rõ rệt chống tham nhũng, bất công trong quân đội và châm biếm đời-sống ở hập phương, tác-phẩm của ông là những tiếng thở dài, chán chường! (7).

Trần Hoài Thư với *Nỗi Bơ Vơ Của Bầy Ngựa Hoang* (1968), *Những Vì Sao Vĩnh Biệt* (1971), *Một Nơi Nào Để Nhớ* (1974) và nhiều truyện ngắn trên *Bách Khoa, Văn, Vấn-Đề, Thời Tập*, v.v. đã có một cái nhìn bi quan về cuộc chiến. Một nhân vật trong Bóng Tháp ngộp thở trong thế giới chiến-tranh: *"Tôi đang tập thành con người máy. Tôi đang sống buông xả. Bạn tôi, Năm Râu đã nói đúng. Hãy giết mọi thứ tình cảm trong lòng, khi mày ở trong guồng máy ấy. Nếu không mày sẽ điên, sẽ tuyệt vọng và sẽ tự tử. Tôi đã uống rượu, làm tình, đập lộn, cờ bạc, ..."* (Bách Khoa, 374, 7-1972, tr. 65).

Thơ chiến tranh của **Luân Hoán** cũng bi quan không kém. Tác giả như không tin tưởng nơi chế độ. Một bài từ tập *Viên Đạn Cho Người Yêu Dấu* (1969):

> *"... anh bây giờ là tên lính mù / trong trận chiến tối*
> *phải dùng lệ mình và máu thân yêu*
> *để nhìn mặt người / phân chia thù bạn*
> *để bắn thật tình / để giết tự nhiên*
> *(...) Cả bọn anh rồi sẽ hy sinh*
> *cả đồng bào ta rồi sẽ hy sinh*
> *ôi mục tiêu / mày là cái gì hỡi ?*
> *có phải là miếng ăn? / có phải là lá cờ tự do nào treo đó ?..."*

(Trái Tim Hành Quân).

Hoàng Khởi Phong làm thơ phản chiến với *Mặt Trời Lên* (1967), *Phục Hồi Quyền Chức Làm Người* (1970) nói lên nỗi buồn thân phận con người nhược tiểu, nỗi buồn thế hệ tương lai mịt mù và hoài bão thanh niên muốn làm cái gì đó cho đất nước.

Ngỗ ngáo nhất vẫn là người lính trận **Nguyễn Bắc Sơn**: "*Ta là lính cậu*" nên xem "*cuộc chiến này cũng chỉ một trò chơi*" dù "*máu xương làm phân bón rừng hoang*", lúc bài thơ xuất hiện trên tuần báo *Khởi Hành* là cơ quan của Hội Văn-Nghệ Sĩ Quân Đội nên qua được kiểm duyệt, góp phần văn thơ phản chiến, về lâu dài chính là tự hại cho chinh nghĩa vì dư luận và tuyên truyền cộng sản của phản chiến quốc tế!

Các văn-nghệ sĩ thời này nói đến thân phận nhược tiểu, ca nhạc có Trịnh Công Sơn, Phạm Thế Mỹ, ... bên thơ văn có **Sương Biên Thùy** với *Nỗi Buồn Nhược Tiểu* (Nha Trang: Hoa Sen, 1963), nhóm Thái Độ của Thế Uyên xuất-bản tuyển tập thi ca *Lời Phản Kháng Của Những Người Làm Thơ Châu Á* (1967), …

Trích Bản Cáo Trạng của Sương Biên Thùy (Lê Văn Chính, 1942-, Quảng Trị):

> "*Tuổi trẻ hậu chiến*
> *Loài ác điều cướp mất*
> *Chừ lớn lên / Không bản tính con người*
>   *Chúng tôi lớn lên*
> *Ngôn ngữ phát âm / Là tiếng kêu kim khí*
> *Con chim họa mi / Không hót lời thanh xưa*
> *Con chim đại bàng / Không lời oang oác*
>   *Rừng cây danh từ / Bạc màu biến sắc*
> *Khuynh hướng nhân bản / Lệch lạc từ đầu*
> *Tầm tay chúng tôi / Giờ đây yếu đuối*
> *Trước lưỡi lê quân thù*
>   *Chúng nó tiền hậu tả hữu*
> *Phi lý chúng ta / Đơn côi kéo dài*
> *Hỡi thợ thuyền lao động sinh viên*
> *Những bàn tay xay nền mới*
> *Kết nên vạn lý thành*
>   *Vẻ vang phải trở lại*
> *Lịch sử đất nước này / Bất khuất dòng Lê Lợi*
> *Việt-Nam Muôn Năm Đây*
> *Anh hùng Nguyễn Thái Học / Tạ Thu Thâu , Cao Vân*
> *Các anh đã thành thánh*
> *Việt-Nam Muôn Năm đây*"

(*Nỗi Buồn Nhược Tiểu*, 1962)

Sương Biên Thùy trở lại trên tạp-chí *Văn-Học* ngày 15-4-1974 (số 182 *"Huế trong trí nhớ"*), viết *"Về một chiếc cầu"* cùng giấc mơ tuổi trẻ Huế và hiện thực từ biến cố Tết Mậu Thân; về sau ông có bài Trường Ca Cho Huế Mùa Xuân. Xin ghi lại đoạn đầu phần 1 và toàn phần 2, 3:

> *"1. Hãy tưởng tượng mỗi lần nói đến huế*
> *những người mẹ Việt Nam áo lam*
> *ăn chay trường trai*
> *đi lễ chùa 15 hay mồng 1*
> *và gặp nhau chắp cánh bay xa*
> *nói điều "Mô Phật" (...)*
> *2. một phút mặc niệm dành cho huế bắt đầu*
> *Hãy tưởng tượng*
> *những người chết đầu năm Mậu Thân*
> *chết tức tửi / nụ tầm xuân đang cắn*
> *Hãy tưởng tượng*
> *những ngôi mộ trong vườn còn mới, mới những vòng hoa, mới những khăn tang, mới như ngày đầu năm đồng tiền mừng tuổi*
> *những lời chúc hạnh phúc đầu mùa, mới như nụ hôn đầu đời tình nghĩa mới như hôm nào*
> *giữa cha mẹ anh em vợ chồng con cái*
> *còn kia nụ cười, cơn hạnh ngộ*
> *còn kia hơi thở, người thân yêu*
> *còn kia cõi biếc thắm tươi,/ sao bay vút*
> *Hãy tưởng tượng*
> *tóc thề nữ sinh ngày nào biến thành rừng cỏ khô*
> *bay tứ chiếng trên thân người tình gã thanh niên*
> *nằm chết co quắp*
> *óng ánh những mỡ cháy khét lẹt,*
> *những chiếc nón bài thơ ngày nào biến thành chiếc quan tài liệm thân người ruột thịt, chiếc khăn tay biến thành miếng băng vết thương trào máu có vòi trên tim người tình đầu đời thiếu nữ,*
> *những chiếc áo trắng đến trường hôm nào biến thành những tấm vải che mặt thi thể người cha người mẹ người anh em ruột gan chia cắt*
> *mới hôm nào còn ăn còn thở còn nói năng những lời tình tự mới hôm nào,*
> *Hãy tưởng tượng*
> *đường trắng, nhà trắng, vườn trắng, phố trắng, cây trắng, sông*

trắng, núi trắng
    cả một rừng trắng, cả một trời trắng đang phủ xuống non nước
huế của khăn tang, tâm hồn tang
    Thế nào cũng có ngày huế phục sinh
    phải không em em yêu dấu
    anh sẽ đưa em về
    anh sẽ đưa em về
    thế nào anh cũng đưa em về,
    Với Huế / Amen"

(Trích từ *Thơ Miền Nam Thời Chiến,* tr. 628).

Cũng như bài Kỷ Vật Cho Em sẽ nói đến ở phần sau, khi được Phạm Duy phổ nhạc gây sốc cho người nghe, góp phần gây nên không khí *phản chiến* vì đưa ra những hình ảnh tang thương, tàn bạo nhưng thực hữu của chiến-tranh. Nhưng cũng là định mệnh không lối thoát của con người Việt-Nam, như lời một số bài nhạc của Trịnh Công Sơn. Bài thơ đăng trên báo *Khởi Hành* của Hội văn-nghệ sĩ quân đội bị tịch thu ngay sau khi phát hành. *Kỷ Vật Cho Em* sau được xuất-bản trong tập thơ cùng tựa (NXB Động Đất, 1971).

Có những tác-phẩm của nhà thơ trẻ như Khi Cuộc Chiến Tàn của Lưu Vân, đáng lẽ đăng trên tạp-chí Văn nhưng bị kiểm duyệt nhiều câu khiến ban biên-tập quyết định lấy ra:

"Khi cuộc chiến rất vô cùng mệt mõi
và không còn tiếp tục được nữa
thì một số trong chúng ta riêng rẻ một chỗ ngồi
với bánh xe tay lăn lăn – đi tìm giấc ngủ
kẻ bán rẻ giác quan / cho không thân xác / cho không cuộc đời.

Khi cuộc chiến tàn như đốm lửa nguội dần sức nóng
thành phố sẽ buồn thiu / chợ không là chợ
nhà không là nhà / người người xa lạ.

Sẽ có nhiều thứ được chất đống
ta sẽ đi buôn – ít vốn nhưng nhiều lời
những bè bạn chắc sẽ cần các khẩu súng dài,
các kiểu mã tấu – để làm nạng chống

Những đứa trẻ chắc sẽ cần những mảnh bom

để làm chiếc bánh cát trên bãi biển
một ngày nóng như bây giờ
những người vợ chắc sẽ cần những vỏ đại bác
làm lọ cắm hoa bàn thờ chồng
(những người chồng buổi sáng còn ấm vòng tay,

buổi chiều đã lạnh)
những người mẹ chắc sẽ cần rất nhiều bao cát

để lấp thêm mồ con
những nông dân chắc sẽ cần những ao bom trong ruộng lúa
để thả cá
và những người lính ngoại quốc chắc sẽ cần những đứa con lai
để mang về xứ như một chiến lợi phẩm.
Rồi chắc mọi người trong chúng ta
sẽ cần rất nhiều thuốc đạn để làm pháo bông
đốt trong đêm mừng
mừng những người đã chết thật vô cớ
mừng sự sống chúng ta thật ngu xuẩn
bởi chúng ta sẽ còn thấy sự tàn tật trong tâm hồn mình
bởi thức ăn đã khét thuốc súng, / đã cay sè nước mắt,
đã đắng mùi máu người / và bởi tình yêu thì bay cao
khi một số lớn con trai đã cho không hơi thở họ.
Khi cuộc chiến đã rời xa tay người nắm giữ
thì chúng ta còn phải học những bài tập làm quen
với các khoảng trống to lớn trong gia đình
thân nhân – bè bạn – và chính mình"

- Cuối năm Mậu Thân – đầu năm Kỷ Dậu.

Các nhà văn Võ Hồng trong *Gió Cuốn* (1968), Phan Du trong một số truyện ngắn trong *Cô Gái Xóm Nghèo* và *Hang Động Mới* (1970) như Trong Đà Gió Lốc, Doãn Dân trong *Tiếng Buồn Đuổi Theo* cũng lên tiếng phản đối chiến tranh nhưng ôn hòa, gợi suy nghĩ hơn là khẳng định, tố cáo: chiến tranh làm đảo lộn phong hóa, xáo động cuộc sống con người, v.v..

Các nhà văn như Thảo Trường, Phan Nhật Nam, Nguyên Vũ, Ngô Thế Vinh, Trần Hoài Thư, v.v. đã bị chụp mũ làm nhụt lòng chiến sĩ hoặc làm mất miền Nam, trong khi họ cầm súng bảo vệ miền Nam. Dĩ nhiên, họ là người dứt khoát của bên này chứ không phải năm vùng hoặc là người của bên kia - như Vũ Hạnh, Lữ Phương, Sơn Nam, Ngụy Ngữ, v.v. là những người viết theo nghị quyết hoặc chỉ thị, làm công-cụ cho Mặt Trận Giải Phóng và Hà-nội! Như vậy, không thể xếp những nhà văn miền Nam như vừa nói trên vào số văn nghệ sĩ phản chiến được. Không thể tổng quát hóa cho rằng Thảo Trường và những nhà văn cầm súng đã tiêu cực phản chiến làm mất miền Nam. *Phản chiến* đúng ra là một nhãn hiệu chỉ có thể áp dụng cho những nhóm thanh niên hoặc trí thức ở Hoa-kỳ hoặc Âu-châu chống chiến-tranh Việt Nam; trong khi đó, các nhà văn trên đã *nhập cuộc*. Nói rằng họ nói lên cái ý chí phản kháng thì đúng hơn. **Dấn thân, nhập cuộc là hình-thức hiện hữu trọn vẹn nhất của nhà văn qua tác-phẩm!** Thật vậy, chân lý sẽ được tỏ ngời khi nó đã được nắm bắt hiệu lực qua các tố cáo, nhắc nhở, tra vấn, ... tức là qua phản-kháng! Dấn thân không chỉ trực diện, mà còn có thể đi đường vòng hoặc dùng các phương-tiện khác; vì phản kháng có những điều kiện và hậu quả cay đắng như tác-phẩm bị kiểm duyệt hoặc tịch thu và bị ra tòa - thường là tòa án quân sự (như trường hợp các nhà văn Ngô Thế Vinh, Nguyên Vũ, Nguyễn Xuân Hoàng, v.v.).

Dòng văn học **phản chiến thiên tả và mạnh hơn nữa, thiên Cộng**, với Trần Hữu Lục qua tập truyện *Cách Một Giòng Sông*, Thái Luân với *Vùng Tủi Nhục* và những Ngụy Ngữ, Thế Vũ, Phạm Thế Mỹ, Trần Duy Phiên, Kinh Dương Vương, Thế Hoài, Nguyễn Mai, ... qua hàng loạt truyện ngắn và bút ký trên các tạp chí *Đối Diện, Trình Bày, Bách Khoa, Văn, Vấn-Đề* , v.v..

Trần Duy Phiên nổi tiếng phản chiến với truyện ngắn Sáu Dền (*Đối Diện* 5, 11-1969) chuyện người thanh niên từng đi hạ sĩ com-măng-đô cho Pháp, hiếp đàn bà không gớm tay nhưng giết cộng sản cũng như ngoé, sau vì *"nghiện mùi thum thủm của xâu tai người phơi khô như người ta nghiện thuốc phiện"* mà đăng lính biệt kích cho Mỹ giết Việt-cộng cắt tai kết thành xâu theo lời người vợ kể: *"cái xâu tai người phơi khô từ ngày hắn đi lính cho Mỹ mau đầy quá. Hắn quý xâu tai ấy hơn cả túi mật khô. Đi đâu, hoặc lúc ăn, lúc ngủ, bao giờ hắn cũng mang theo. Hơn mười năm làm vợ hắn tôi quen dần được mùi tim người nấu cháo, mùi gan người luộc chấm muối tiêu, mùi mật người phơi khô, nhưng tôi không tài nào chịu nổi mùi cái xâu tai người ấy"*. Trong truyện Trốn, một người sinh viên tên Linh trốn lính ở trong chùa 6 năm chịu mất tự do thay vì phải *"đánh giặc thuê trên quê hương mình"* (*Đối Diện* 27, 9-1971); người sinh viên này đã nghe theo tuyên truyền của một thế lực phá hoại miền Nam có tổ chức!

Trần Hữu Lục trong *Cách Một Giòng Sông* (1971) và một số truyện ngắn đăng trên *Đối Diện, Ý Thức*, nói lên những phẫn uất của người nông nhân bị tiếp cư tập trung (Tình Đất), Người đô thị sẽ về lại quê cũ một khi hòa-bình (Thư Từ Thành Thị), sẽ xây dựng một tương lai vinh quang (Còn Quê Hương Để Trở Về). Anh du kích được tả như một người bất mãn (Ám nh) và hình như họ không yêu hòa-bình, phụ tình cô gái thành thị trót yêu (Người Tình Lạ Mặt), ...

Ngụy Ngữ (Nguyễn Văn Ngữ, còn ký Nguyễn Hà và Nguyễn Trung Hà) sĩ quan miền Nam nhưng 'nằm vùng' do đó viết để tỏ bất mãn, phản đối, tự bôi bẩn, phá hoại, nhưng không cho thấy lối thoát. Y gọi người lính bảo vệ miền Nam là "những con thú tật nguyền", một bọn "bệnh hoạn", "say sưa", "phá phách", ... Đây là cảnh lính áo 'rằn ri' trở về thành phố: *"Thành phố đang sinh hoạt bình thường. Chợt có tin lính rằn ri đổ đến, tất cả nhốn nháo sợ hãi và những cánh cửa tiếp theo nhau khép nhanh lại, chợ tan, người thưa thớt tới lui khép nép, khắp các đường lớn đường nhỏ không còn một bóng gái trai... (...) Chúng tôi là một thứ quân đội viễn chinh... chúng tôi mang nhan sắc của bọn biệt kích, không cha, không ông, không mồ mả, ruột rà, nội ngoại. Chúng tôi là tình nhân của đám gái đô thị, mặt mày ràn rụa nước mắt và lòng trắng xóa lãng quên ... Hình như ngay từ trong căn bản, sự chiến đấu của chúng tôi đã nuôi sẵn mầm mống thất bại. Chúng tôi chiến đấu để thất bại, để về đắm mình trong những lời ru xa vời... Và quê hương bát ngát ruộng đồng này không cần thiết đến bọn lính viễn chinh này"*. Do đó những người lính sát cộng này khi về hậu phương *"mang những sâu chuỗi kết bằng tai người khô queo, ăn uống nhậu nhẹt say sưa, rồi rút lựu đạn, tháo chốt an toàn, bỏ vào ly, bưng đến quầy xin chủ quán ít tiền tiêu vặt"* ("Phố Miền Nam", *Vấn-Đề*, 50, 9-1971). Trong một truyện ngắn khác, Tiếng Động Buổi Chiều (*Đất Nước*, 17, Xuân Canh Tuất 1970), Ngụy Ngữ để cho nhân vật người lính trẻ tự sát để khỏi kéo dài kiếp lính hắn cứ nghĩ là "đánh thuê". Anh nhà nông lao động Bình Sứt ăn chơi sau thành du đãng rồi đi "lính thuê" (biệt kích) đánh giặc như một *"con thú bưng bít hận thù, vừa khờ khạo, vừa tàn bạo"* trong Con Thú Tật Nguyền (ký Nguyễn Văn Ngữ, *Vấn-Đề*, số 21, 7-1969), những Hải-đầu-bò, Tuế-xúc-xích, Năm Beo của xóm Hòa Mỹ trong Trong Gió Mưa Chưa Hết (*Đối Diện*, 16, 10-1970). Mù Giữa Mùa Đông (*Văn*, 1-5-1970) viết về những người lính như *"những con thú lạ bầm xám lê thê, những con thú mất rừng, thương tích khốn đốn trong mưa ròng rã, chen lẫn với những viễn chinh Mỹ quần áo nhầy nhụa bùn và máu trên những chiếc*

GMC Mỹ...". Người thương phế binh biệt kích Mỹ tên Cán bị hất hủi, một hôm đi tìm người yêu cũ nhưng bị té vào vũng nước mưa, bị con chó cắn - giá trị "không được làm người, cũng không được mọc lông làm thú" trong Đêm Không Người (*Văn* 151, 1-1970). Còn người đặc công, nằm vùng, ... thì được y tâng bốc, như Chị Hà "*Chị Hà đã mất tích, đã lẩn mù vào đời sống quay múa điệp trùng, đang ra sao ở một nơi nào đó. Có phải chị còn bên kia biên giới Việt Lào, còn bên kia giòng phân chia Nam Bắc, đang răng cà tai căng đứng ca hát trước đám dân Thượng, đang ngồi họp giữa những hội nghị cấp cao, súng chạy băng băng theo một viên đạn vừa bắn ngay chóc vào thân tàu giặc ngang trời, đang thoi thóp u ơ trong bệnh xá biên khu ; hay đang khuất lấp hèn mọn giữa cái miền nam tự do chen chúc mỹ hời này, còn bồng con ngồi ru hát đêm ngày chờ tin dữ của người chồng văn vện đang lăn lóc trên chiến trường Đông dương, còn mặc áo đại tang đi đòi quyền sống, còn theo bọn lính què cụt hết thời đi cắm cọc chiếm đất, hay đã ngã sấp xuống trong những vụ thảm sát máu me, đang ghẻ lở trong các chuồng cọp chuồng beo...*" (*Vấn-Đề*, 44, 3-1971). Trong Gió Mùa Chưa Hết (*Đối Diện*, 16) nói đến cảnh sinh hoạt của một xóm làng tên Hòa Mỹ với gái điếm trai du đãng, những người già, thương phế binh và di tản chiến-tranh từ những vùng khác đến, ... trong những cơn gió mùa tàn khốc và cùng một đám lửa gió thổi lan rộng cháy hết cả xóm.

Ngụy Ngữ cũng như Trần Duy Phiên và Trần Hữu Lục làm văn (tức thợ văn/écrivant) để tuyên truyền, nên đầy ngụy biện và 'sáng-tạo' thuần hoang tưởng, khó tin, coi thường độc giả và người viết sử không-Việt-cộng!

Thế Vũ ((Nguyễn Minh Thế, 1948 – 15-11-2004) qua truyện *Những Vòng Hoa Ngụy Tín* (Trình Bầy, 1971) đã kể những trò buôn bán lợi dụng chiến tranh của các sĩ quan chỉ huy, mà theo ông, vừa được danh lợi vừa đày đọa những người lính bảo vệ quê hương theo tiếng gọi (còn nếu nhấn mạnh chuyện người binh sĩ bị sĩ quan cấp trên lùa ra trận thì hỡi ôi, phe "địch" còn sử-dụng trẻ con và chiến thuật biển người nữa thì sao?). Còn trong truyện Người Về (*Trình Bầy* 36, 4-1972), người lính bỏ ngũ - trốn cái mà tác-giả gọi là "địa ngục quân đội" để làm lại cuộc đời mà bản thân tác-giả từng bị làm "lao công chiến trường hai năm và đã trốn trại. Tinh thần phản chiến và bỏ ngũ nhưng tình chiến hữu, đồng đội vẫn sống mạnh ở ông, có thể thấy qua Ngoài Sân Bay, Những Bức Thư Không Viết Được, ... cùng đăng trên *Trình Bầy*. Riêng *Mưa Trên Lầu Bát Giác* không khác gì những chuyện tuyên truyền in đầy dẫy trong các ấn phẩm từ các mật khu của Việt-cộng!

Kinh Dương Vương qua một số truyện ngắn hực lửa hận thù chiến tranh và con người gây ra nó, guồng máy nuôi dưỡng nó. [X. Quyển Hạ]. **Võ Trường Chinh** với truyện Bảy Chất chống việc đưa người nông dân di cư lên các trại và tỉnh thành, đô thị hóa cưỡng bách, với Câu Chuyện Anh Bường lên án chiến tranh tàn bạo vừa phê phán những người chủ trương dựa vào Mỹ để sống qua cái mà tác giả gọi là "thành thị hóa cưỡng bức" - tập trung dân nơi thị tứ. Anh Bường muốn đi lính để thoát kiếp nghèo bị bóc lột ở nhà quê, muốn sau đó trở về vinh quang rửa nhục cho ông bà. Nhưng cuộc đời chinh chiến đưa anh đi khắp nơi và phải gặp nhiều tay ác ôn khác. Anh bị thương trở về làng, Út Liễu vợ anh bỏ đi lấy Mỹ: *"Viên đạn nhắm bắn vào Hai Tam đã quay ngược bắn vào đời Bường. Bường đã phá hủy mối thù bằng chính phương tiện trả thù của anh tìm tới".*

Phạm Thế Mỹ trong truyện ngắn Những Bước Chân Người (*Đối Diện*, 26, 8-1971), cho rằng người lính Cộng hòa *"chỉ là những con ngựa hoang bị bịt mắt dẫn theo con đường đã vạch sẵn, đầu bị thắt chặt dây cương và chỉ còn biết cúi đầu bước tới. Rồi lại bắn, lại giết, lại đếm xác, lại lên lon... rồi lại tiệc xác người, rồi những ly rượu máu"* – trong khi nhạc của ông thì lại thuộc về một thế giới nhân bản và huynh đệ hơn!

Dĩ nhiên các tác giả này vì một mục đích phản chiến đã cuồng nộ và một chiều đi quá xa trong nhiều chi tiết, mạch văn. Bộ phận văn học phản chiến này chứng tỏ bị ảnh hưởng của ảo tưởng "giải phóng" và của những tư tưởng hư vô chủ nghĩa, bi quan, vô chính phủ, bất phục tùng. Sự đóng góp tích cực không thấy rõ rệt trình bày. Đó là lý do phía quốc gia lên án họ mà phía Cộng sản lợi dụng họ để chỉ trích chế độ Cộng hòa nhưng vẫn không trực tiếp công nhận công của họ trong việc giải quyết chiến tranh và cưỡng chiếm miền Nam của họ!

*

Khi tiếng súng đảo chánh do ngoại bang hỗ trợ bùng nổ ngày **1-11-1963**, sinh hoạt văn-học rẽ sang một lối khác, có vẻ tự-do hơn nhưng thực sự khó khăn và rồi theo đà leo thang của cuộc chiến, đã xâm nhập những vùng nhạy cảm và đã phải thám hiểm cả những bề sâu của ý thức và tâm cảm. Trong không khí chiến-tranh mở rộng và đụng chạm đến tất cả mọi tầng lớp dân chúng, lao động, học sinh, sinh viên cũng như trí thức đó, đã xuất hiện một số tác-giả "dấn thân" đồng thời với văn-chương xám. Xám vì đi ngoài quỹ đạo xuất-bản chính thức nhưng phần lớn vẫn phải thông qua chế-độ kiểm duyệt. Những tạp-chí *Hành Trình* (1964-1965), *Trình Bầy* (1966), Đất Nước (1967-70), Đối Diện (1969), ... nối tiếp nhau phát biểu một cái nhìn không chính thức và có vẻ đáp ứng một lương tâm muốn thẳng thừng, chân thành của người bên này chiến tuyến.

Việt-Nam Cộng-Hòa đã là một quốc-gia dân-chủ pháp trị được quốc tế công nhận, do đó dù phải chống trả cuộc khiêu chiến của Hà-Nội, cũng đã phải tôn trọng Hiến pháp và luật pháp, và cũng cũng đã là *chỗ yếu của miền Nam*. Ở miền Nam có tự trị đại học, có các cơ quan lập pháp, hành pháp và tư pháp độc lập, do đó Hà-Nội và những kẻ bạo động và mưu đồ chính-trị đã lợi dụng để tung tác, phá nát xã-hội dân sự. Sinh viên, nằm vùng biểu tình, rải truyền đơn, phá phách xong trốn vào trong khuôn viên các đại học hay trụ sở sinh viên, chùa chiền và nhà thờ, cảnh sát đã không có quyền đụng đến; nằm vùng văn-nghệ công khai như Vũ Hạnh đã phải nhờ đến tổ chức Văn bút - mà họ vẫn phê phán làm bù nhìn cho chế độ, để được tự do, v.v. Trong khi đó **ấn phẩm cộng-sản** Việt Nam cổ động, hô hào chiến-tranh, dùng văn học phản kháng để chống đối thẩm quyền miền Nam và để hỗ trợ chiến-tranh gọi là chống Mỹ nhưng mục-đích xâm chiếm miền Nam! Nếu văn-nghệ sĩ miền Nam vì ước mơ hoà-bình mà phản chiến thì văn công miền Bắc cổ võ trường kỳ chiến-tranh nhưng lại nhân danh "hoà-bình"! Sách báo Cộng-sản Hà-Nội xác nhận đã chuẩn bị đưa "cuộc đấu-tranh chống Mỹ" vào miền Nam từ ngay khi họ vừa ký với vài cường quốc chia đôi nước Việt vào tháng 7-1954, qua 3 giai đoạn 1954-59, 1960-65, 1965-75.

Ấn phẩm phe cộng-sản cổ võ chiến-tranh đến cùng, không ngừng nghĩ, nêu đủ lý do để chiến-tranh (chống phong kiến, phát xít, ngoại xâm, thực dân mới, v.v.) với thơ văn chiến-tranh của Tố Hữu, Chế Lan Viên, Xuân Diệu, ... ngồi ở (đô thị) Hà-Nội làm thơ khích động đến những người bị/được gửi vào Nam "vừa đáng giặc vừa làm thơ". Hà-Nội chú trọng nhiều đến việc in tài liệu tuyên truyền và báo-chí trong bưng: cổ võ chiến-tranh, giết kẻ thù, như các tờ *Lá Lúa, Tiếng Súng Kháng Địch, Tổ Quốc, Tiền Đạo, Cứu Quốc, Nhân Dân Miền Nam* (với phụ trương Tiểu Thuyết Nhân Dân), *Văn Nghệ Miền Nam, Thi Ca Chiến Đấu, Miền Nam Anh Dũng, Văn-Nghệ Long An,*

Văn-Nghệ Đồng Nai, Sinh Hoạt Văn-Nghệ, ... từ vài trang đến cả trăm trang, phát hành đều đặn, nội-dung gồm những bài thơ văn, truyện ngắn, tùy bút và nghị luận, thông tin, tuyên truyền. Nhiều "nhà văn/thơ" như Anh Đức, Nguyễn Thi, Nguyễn Trung Thành, Hưởng Triều, Lưu Hữu Phước, Hoàng-Phủ Ngọc Tường, Trần Vàng Sao, ... xuất thân và/hoặc xuất hiện đều đặn trên các báo tuyên truyền này. Ngoài ra các nhà văn như Dương Tử Giang, Lý Văn Sâm (bút hiệu Bách Thảo Sương, Lý Lương Nhân, Đào Lê Nhân), Sơn Nam, Trang Thế Hy, v.v. góp phần văn-nghệ cổ võ chiến-tranh và chống miền Nam. Để cổ động và tuyên truyền mạnh hơn, giải văn-nghệ Cửu Long đã được lập ra (Sơn Nam từng được giải này về truyện ngắn Tây Đầu Đỏ), và để tiếp tục chiến-tranh "chống Mỹ" - giải Nguyễn Đình Chiểu được lập ra từ 1965 để thưởng công những cây viết đã đạt được những tiêu chuẩn đề ra của "chủ-nghĩa anh hùng cách-mạng Việt-Nam của văn-học chống Mỹ", một "nền" văn-học có "đặc điểm thống nhất" là "sự lãnh đạo chặt chẽ của Đảng", như *Từ Tuyến Đầu Tổ Quốc*, tập thư của một miền Nam chống Mỹ, hay *Tuyển Tập Thơ Chống Mỹ Cứu Nước* 159 bài của 112 tác-giả, chống Mỹ khi Mỹ chưa trực tiếp tham chiến!

Trích Hoàng Trung Thông:

"Tay cha viết bài thơ trên báng súng
(...) thơ chiến đấu giục giã lòng chiến sĩ
Miền Nam ơi, chưa thể nghỉ bàn tay
Ta quyết liệt trên tuyến đầu chống Mỹ
Như năm xưa anh dũng bắn đầu Tây
(...) hoà-bình Mỹ: moi gan em nhỏ
Thiêu sống con, cắt cổ mẹ cha
(...) đi đi lên giải phóng miền Nam !...
Cờ ta bay như lửa đỏ xóm làng !"

(7-1964, Bài Thơ Báng Súng)

Việt-cộng phổ biến trong các vùng xôi đậu và bưng biền do họ kiểm soát, thơ văn của các quan văn-nghệ ngồi ở Hà-Nội như Tố Hữu (tập thơ *Miền Nam*, 1967):

"... Thuốc độc đó, trong tay bầy chó Mỹ
Những "độc lập", "quốc-gia", "nhân vị"
Những đô-la và những súng gươm
Miền Nam ơi! Thuốc độc dấu trong cơm
Quăng xuống biển những thằng mang thuốc độc..."

(20-1-1959 – Thù Muôn Đời Muôn Kiếp Không Tan, – Xin để ý thơ này làm lúc Hà-Nội chưa dựng nên Mặt Trận Dân-tộc Giải phóng miền Nam, nhưng lời như vậy là đã có trong chương trình chiếm miền Nam của Đảng Cộng-sản).

"Văn-học tuyên truyền" của VC còn đưa ra hình ảnh *bà mẹ* Việt Nam anh hùng sẵn sàng *cầm dao đâm đứa con trót làm ngụy* để tránh hậu họa cho sự nghiệp giải phóng (*Hòn Đất*)... Với Việt-Cộng, "những đứa xâm mình" nói như lời thơ của Nguyễn Bắc Sơn, họ cổ võ chiến-tranh là bộ mặt khác của những hô hào bảo vệ cái gọi là hòa-bình, và ngay sau hiệp định Genève 7-1954: Phong trào Bảo vệ hòa-bình Sài-Gòn - Chợ Lớn được Hà-nội điều khiển tổ chức thành lập ở vùng Sài-Gòn ngày 1-8-1954 với những con cờ như Nguyễn Hữu Thọ, Phạm Huy Thông, Nguyễn Văn Dưỡng, ... Đến giữa tháng 8 phong trào Bảo Vệ Hòa-Bình Huế được thành lập với Tôn Thất Dương Ky (*Việt Sử Khảo Lược*), Nguyễn Hữu Đính, Lê Khắc Quyến, Võ Đình Cường, Cao Xuân Lữ, Nguyễn Hữu Ba, BS Thân Trọng Phước, ... dưới quyền của Bí thư Thành ủy trực tiếp chỉ đạo phong trào "hòa-bình".

Một tạp chí *Ngày Mai* thuộc trong phong trào Hoà Bình tại Huế nằm trong chiến lược "Phong trào đô thị" (**8**). Tờ báo ra số đầu tiên ngày 4-8-1954 tức vài ngày ngay sau Hiệp định Genève 20-7, đến số 4 "Xuân hòa-bình" lúc đó lộ rõ hơn âm mưu vận động "hòa-bình và thống nhất" hai miền, và bị chính phủ miền Nam ra lệnh tịch thu từ số 5 và đình bản, những thành viên thuộc tổ chức nhân sĩ trí thức và học sinh `yêu nước` Thừa Thiên cũng như `kháng chiến` trong số có nhạc sĩ Hoàng Nguyên hoặc bị bắt hoặc tập kết ra Bắc. Một số sau tiếp tục hoạt động cho cộng-sản và chống phá miền Nam cho đến ngày 30-4-1975 như Lê Khắc Quyến, Tôn Thất Dương Ky, Võ Đình Cường,...

Hà-Nội điều khiển nhiều đội trí thức, học sinh sinh viên, văn-nghệ sĩ, nghiệp đoàn, v.v. Họ chi phối hoặc dựng lên những công cụ như Phong trào Dân-tộc Tự quyết, Lực lượng Quốc-gia Tiến bộ, Nghiệp đoàn Giáo chức Tư thục, Phong Trào Thanh Sinh Công, Mặt trận Bảo vệ Văn-hóa Dân-tộc (Nguyễn Văn Bổng, tạp-chí *Tin Văn*), ... Báo-chí bị chi phối, điều khiển còn có tờ nguyệt san Đối Diện, tờ *Chọn* ra thất thường hơn, cả hai bị chính quyền miền Nam cấm tháng 11-1973 nên phát hành lén lút bất thường, ... Sau hội nghị ở Bình Giả 5 vào đầu năm 1972, đổi danh thành Ban Mặt Trận và dựng lên các Nhóm Trí thức, Đảng phái chính-trị vận, Nhóm Tôn giáo vận, Nhóm

Văn-nghệ sĩ vận, Nhóm Giáo chức vận và Nhóm Ký giả. Các nhật báo bị cộng-sản xâm nhập có *Dân Chủ Mới, Đuốc Nhà Nam* bị đóng cửa năm 1972, ... Họ là những ai? Sách báo cộng-sản và gần đây, năm 2007, Trần Hòa-Bình trong bài "Phác thảo diện mạo báo-chí thời kỳ 1954-1975", cũng đã cho biết "*Đội ngũ nhà báo... một số ‹nằm vùng› từ thời chống Pháp, một số được đưa vào Sài-Gòn theo dạng hồi cư (do cách-mạng chỉ đạo), một số hình thành từ các phong trào học sinh sinh viên yêu nước, một số vốn có cảm tình với cách-mạng và kháng chiến... cũng có trường hợp đi thẳng từ Hà-Nội (Nguyễn Văn Bổng và tờ Tin Văn)... Nhiều tờ báo mới được xuất-bản nhưng chủ yếu là tranh thủ sử-dụng những tờ đã có sẵn. Phương thức hoạt động của nhà báo cực kỳ linh hoạt, thích hợp với từng thời kỳ (kết hợp văn – báo; mượn các danh nghĩa để hoạt động các phong trào, tổ chức...)....*" (9). Lời của "trung ương" đã như vậy rồi thì Vũ Hạnh, Lữ Phương, Hồ Ngọc Nhuận, Lý Quí Chung, Nguyễn Ngọc Lan, Lý Chánh Trung, Huỳnh Bá Thành, Ngô Công Đức, v.v. có còn thật sự là những "nhà báo tài ba, to lớn, vô địch yêu nước" nữa không? – Hay chỉ như nhà văn lớn Nguyễn Tuân một năm sau khi cưỡng chiếm miền Nam còn viết *HàNội Ta Đánh Mỹ Giỏi* (TpHCM: Văn học Giải phóng, 1976)!

*

Chiến tranh cũng đi vào văn học miền Bắc với số lượng khá lớn và quy mô hơn dù rằng trong toàn thể, tác phẩm xuất bản ít hơn - vì miền Nam đa dạng hơn, bên cạnh văn học chiến tranh còn có rất nhiều tác phẩm về thân phận làm người, tình yêu, triết lý, tuổi trẻ và phong tục, xã-hội. Nếu miền Nam chiến đấu vì là tiền đồn chống Cộng cho thế giới tự do thì miền Bắc đóng vai mũi nhọn xung kích cho thế giới Cộng sản. Các văn thơ phổ biến vô trong Nam, trong đám bộ đội và "yêu nước" MTGPMN: Tố Hữu, Chế Lan Viên, ... Rồi những Trần Hiếu Minh (tức Nguyễn văn Bổng, tức Lê Nguyên Trung thời nằm vùng ở tờ *Tin Văn*) viết *Rừng U Minh* (1966), *Cửu Long Cuộn Sóng* (1965). Nguyễn Trung Thành tức Nguyễn Ngọc viết *Đất Nước Đứng Lên* (1956), *Đất Quảng* (1957). Đoàn Giỏi viết *Đất Rừng Phương Nam* (1957). Nguyễn Thi có *Người Mẹ Cầm Súng, Ước Mơ Của Đất* về những người phụ nữ miền Nam công cụ của Việt-cộng. Nguyễn Tuân ca tụng *Hà-Nội Ta Đánh Mỹ Giỏi* (1972). Nguyễn Minh Châu viết *Những Vùng Trời Khác Nhau* (1967), *Cửa Sông*, kể chuyện thời khởi đầu của cuộc chiến tranh chống Mỹ, *Dấu Chân Người Lính* (1972) về chiến dịch đường số 9 Nam Lào, nổi tiếng là sách gối đầu giường của thanh niên miền Bắc đầu thập niên 1970. Nguyễn Khải viết *Họ Sống Và Chiến Đấu* (1957). Lê Lựu có *Người Cầm Súng* (1970), *Phía Sau Mặt Trời* (1972). *Chiếc Lược Ngà* (1971) của Nguyễn Sáng gồm 10 chuyện Nam bộ chống Mỹ ác độc (!) và một cuộc chiến tranh ác liệt.

Thơ cũng có những tựa đề tương tự: Người Anh Hùng Đồng Tháp (Giang Nam), Mặt Đường Khát Vọng (Nguyễn Khoa Điềm), v.v. Nhà thơ Chế Lan Viên có tập *Ánh Sáng và Phù Sa* (1960), *Những Ngày Nổi Giận* (1966), *Những Bài Thơ Đánh Giặc* (1972) là trường ca đầy căm hờn với hai ông tổng thống Nixon (*"Ních-xơn! Mày đã tỉnh ra chưa trong hơi bom và tiếng nổ của mày? / ...Ném Níchxơn xuống Hải Phòng đi cho nó biết mùi!"*) và tổng thống miền Nam Nguyễn Văn Thiệu (*"Muốn cho mọi việc tốt lành, Thiệu lại lên ngôi / Hãy tấn phong cho côn đồ, đăng quang cho đĩ !/ Bà lão thực dân cũ móm rồi hãy đánh son môi / Độn lại vú thì mới ngay và hóa trẻ!"*). Sau đó là tập *Hoa Ngày Thường - Chim Báo Bão* (1967) lãng mạn hóa chiến tranh kể cả hầm chông, ngọn súng trường :

"... Miền Nam ta ơi !
Cái hầm chông là điều nhân đạo nhất
(...) Hãy giết sạch lũ hung thần bóng tối
Ngọn súng trường ta ơi - ngọn súng rất nhân tình!"

(Đế Quốc Mỹ Là Kẻ Thù Riêng Của Mỗi Trái Tim Ta)

Tố Hữu có các tập thơ *Việt Bắc, Ra Trận, ...*

"Tất cả nói một lời: Giải phóng
Cứu miền Nam! Cứu miền Nam !
Ôi cửa Phật cũng dầu sôi lửa bỏng.
Dẫu thiêu mình làm đuốc, vẫn cam!" (Miền Nam)

Thơ Huy Cận bộ trưởng:

"Cánh chim Lạc Việt bay dài từ thuở ấy
Nâng ta lên cánh én bạc ngày nay
Đánh quỉ Mỹ với sức bốn nghìn năm đứng dậy
Đồng Đông Sơn xương cốt núi sông này".

Tóm một chữ, thơ sát khí, cổ võ hờn căm, phân bạn chia thù, tay thì cầm vũ khí của Liên Xô, Trung Cộng và quốc-tế Cộng-sản. Một văn học của chiến tranh, chống Mỹ mà họ gọi là "sen đầm quốc tế"; văn học muốn "cứu nước" và cứu người miền Nam khỏi tay thực dân mới cũ (!). [Trong một bài trên tạp chí *Sông Hương* sau này, Lê

Xuân Việt cho rằng, văn học trước 1975 ở miền Bắc *"tập trung xây dựng hình tượng giàu tính lý tưởng về người anh hùng" do đó "yêu cầu phản ánh kịp thời, động viên tinh thần quần chúng đôi khi lấn át cả những đòi hỏi của chất lượng hình tượng văn học đáng ra cần phải đạt được mà người nghệ sĩ phải cần mẫn, miệt mài trong sáng tác"* (10).

Các tập thơ văn nhắm mục-đích tuyên truyền, cổ võ chiến-tranh, giết hại được nhiều binh sĩ và người miền Nam càng … tốt cho vinh quang của Đảng và tập thể cộng-sản quốc tế! Tập *Song Thất* viết tay in ronéo ghi đủ nhà xuất-bản Tiền phong, nhà in Trần Văn Ơn (không ghi nơi in) năm 1963 (giá ủng hộ $8) gồm những bài *Từ Ấy* đã cũ của thời 1937-1945 mà tuyên truyền mới gọi là "tiếng lòng trong cuộc đấu tranh chống áp bức, nô lệ" của Tố Hữu được phong là "nhà thơ kiên trì đấu tranh" (!). Tựa đề "Song thất" lấy từ "sự cố" ngày quân Nhật xâm lược Trung-quốc. Văn-chương kích động phải dùng đến vật liệu cũ từ thời thực dân Tây (đã xong từ 1954) và Nhật (mượn chuyện kẻ thù của người Trung Hoa), .. *Nhựt Ký Trong Tù* của một người mà chế độ cho là Hồ Chí Minh cũng được in đi in lại (như ấn bản Vàm Cỏ 1962). Các tập truyện như *Đứa Con* (Văn-nghệ Giải Phóng, 1964), v.v. Nói chuyện hòa-bình mà lại kết án người khác, đề cao "tình" của người khác giống nhưng vẫn che giấu tội ác tàn bạo đối với đồng bào thì sao nhỉ? Còn đâu là văn chương và sứ-mạng hòa-bình? Albert Camus được xem như tiếng nói của những kẻ bị đàn áp, thua thiệt, từng cho rằng *"Mỗi khi kẻ bị đàn áp cầm khí giới để chống lại bất công, dù không muốn, y sẽ đi vào thế giới của bất công"*. Và ông đã phê phán chủ nghĩa hiện thực xã-hội trong diễn văn nhận giải Nobel văn-học năm 1957, Camus xác nhận thêm *"Riêng những ai tránh không miêu tả thực tại mới được gọi là hiện-thực và được khen ngợi"*.

Trong khi đó, ấn phẩm của các cơ quan thông tin, tâm lý chiến của Việt-Nam Cộng-Hòa: *Tuyển Tập Tình Thương* (1969, gồm biên-khảo, nghị luận và sáng-tác trong số có vở kịch Buổi Hòa Nhạc Cuối Cùng của Thanh Tâm Tuyền, "Có hay không một nền văn-nghệ Việt-cộng" của Nguyễn Kiên Trung, ...), *Truyện Hay* (Bộ Thông tin, 1965), *Tuyển Tập Thi Ca* (1965), *Đầu Gió* ("tuyển tập thơ thép"; *Văn-Nghệ Dân-Tộc* (134 nhà thơ, 197?), *Góp Gió* (tuyển tập 100 nhà thơ quân đội, 1971), *Thơ Mùa Uất Hận* (Tuyển tập thơ Phan Lạc Tuyên, Diên Nghị, Văn Thế Bảo, Tạ Ký, Tô Thùy Yên; Tủ sách Quân đội, 195?, tb 1970), v.v. Tuyển tập *Truyện Hay* thuộc tủ sách "Các tác-phẩm hay" do bộ Thông Tin của Việt-Nam Cộng-Hòa phát hành vào mùa Xuân

1965 gồm 10 truyện ngắn đã xuất-bản của 10 tác-giả, trong đó chỉ có 3 truyện đặt trong khung cảnh chiến-tranh. Trong Đồn C.K., Tạ Ty viết về cuộc chiến đấu anh dũng của những người lính nơi một đồn bót hẻo lánh trong rừng nơi biên giới Lào Việt. Sứ mạng quan-trọng, nghèo phương tiện, sống biệt lập và thiếu thốn đủ thứ, nhưng trung úy Khánh, các đồng đội, binh sĩ và cả Hà, cô em vừa lên đồn thăm anh, đã anh dũng chống trả cuộc tấn công của địch thù. Trưởng đồn hy sinh, phó bị thương nặng, những thiệt hại nặng nề, nhưng đồn bót biên giới đã được làm sống lại, vững mạnh hơn. Các truyện Lòng Thành của Túy Hồng và Giọt Sương Đêm của Thế Uyên, các nhân-vật sống thời miền Nam chiến-tranh nhưng chỉ có nếp sống tình cảm, tâm lý của một số nhân-vật là được đào sâu, phân tích.

Cái Chết

Thời văn-học miền Nam 1954-75, cái Chết trong văn chương ban đầu mang nét bình thường của *sinh bệnh lão tử* hoặc nét hồn ma bóng quế cả liêu trai, huyền hoặc; nhưng rồi chiến tranh mang tai họa đến cho sinh linh con người miền Nam, cái Chết mang nhiều hình thức, từ tập thể, bạo lực, bởi "địa ngục người khác", ở chiến trường, ở thôn quê, ở đô thị, ở một vùng lớn rộng về địa lý (Huế Tết Mậu Thân 1968, An Lộc, Quảng Trị 1972, v.v.), …

Bình-Nguyên Lộc đưa người đọc đến với vùng đất mới nơi đã có những cái Chết và những hồn ma: Ba Con Cáo, Ba Sao Giữa Trời, Hồn Ma Cũ, … Ở Ba Con Cáo, là bản năng động vật, là cuộc tranh giành sự sống giữa người và thú vật, trong vật vã đói khát giữa một bãi tha ma - sống trên mồ mã, cả ba 'con cáo' khi cần nhau thì tỏ ra có tình có nghĩa nhưng cũng dễ *'cạn hết chất người'* phản nhau khi bản năng sinh tồn buộc phải ra tay; và cuối cùng con người cũng chiến thắng về vật chất, nhưng lại trĩu nặng những di chứng tinh thần: *"Hồ ly rùng mình một cái, không phải vì lạnh, cũng không phải vì sợ ma, mà vì chị bỗng sợ hãi chính mình, sợ hãi con người đã vơi cạn hết chất người"*. Sài-Gòn còn là bãi chiến trường của nhiều cuộc tranh hùng Miên-Việt, Đàng Trong-Đàng Ngoài, và cuối cùng là Pháp-Việt. Thời Minh Mạng rồi người Pháp đến xâm lăng, Sài-Gòn mọc thêm nhiều bãi tha-ma và bình địa. Từ những hoang tàn đó, mọc lên Sài-Gòn hôm nay, lớn rộng theo đà đô thị hóa, người sống-người chết và mới-cũ sống chung và cả tiêu diệt nhau. Truyện liêu trai *Cõi Âm Nơi Quán*

Cây Dương căn bản là chuyện tình cảm giữa người sống và người chết, liên hệ hôm nay với hôm qua, mà còn là lời ta thán của những hồn oan của dân lành thời Pháp thuộc. Quán nhậu Cây Dương ở giữa đường Thủ-Đức-Sài-Gòn vốn là biệt thự dùng làm đồn bót cho phòng Hai của Pháp. Bãi đất chung quanh đã là nơi chôn cất của những người dân sau khi bị tra tấn, đọa đày ở trong ngôi biệt thự. Người sống và người chết tôn trọng lãnh địa của nhau (tôn trọng hài cốt chẳng hạn), đời ai nấy sống, thì đã không có những chuyện quấy phá, làm ... sợ!. Cũng như những ngộ nhận về quyền lực của ma: "Nếu người cõi Âm mà đủ quyền lực hại người của cõi Dương thì bao nhiêu kẻ sát nhơn đã bị lôi đầu xuống âm phủ hết cả rồi chớ có đâu mà cứ phây phây an hưởng nơi trần thế" (tr. 151). Truyện trong hai tập *Tân Liêu Trai* (1959) và *Cõi Âm Nơi Quán Cây Dương* có vẻ quái đản nhưng kết cục khoa học thuần lý thay vì phải là hoang đường như các truyện thuộc cùng loại. Với Bình-Nguyên Lộc , người đọc biết không có ... ma, và ma nếu ... có thì cũng là thân thiết, có duyên nợ (hoặc là ruột thịt) mới được gặp nhất là gặp thường xuyên như nhân vật xưng Tôi với ma-nữ Trường-Lệ!

Doãn Quốc Sỹ trong Cái Chết Của Một Người viết về cái Chết của Thinh vì tai nạn cây ngã lên người, đã là một cái Chết không vô ích: *"Cái chết của Thinh không còn là cái chết của Thinh nữa mà là cái Chết của một Người"*. Dương Nghiễm Mậu cũng viết về *Kẻ Sống Đã Chết* và một cái Chết không tên, *Cái Chết Của ...* (Văn Xã, 1971) của một lão ăn mày, một cái Chết đáng suy nghĩ và sự mất tích của quan-án, đã xảy ra thời Từ Hải và Thúc Sinh của truyện Kiều!

Chiến-tranh 1957-1975 với hậu quả là những cảnh chết và những cái Chết tàn bạo, bất ngờ; cái Chết trong cuộc đời còn đa dạng và quá nhiều, hơn cả tác-phẩm của mọi thời đại văn-học. Trong thế giới chữ nghĩa, chúng ta có những cái Chết ký sự và kinh-qua của Thảo Trường (*Vuốt Mắt* 1969), Thế Uyên (*Những Hạt Cát* 1964, *Ngoài Đêm* 1965, *Nỗi Chết Không Rời* 1966), Nguyên Vũ (*Trở Về Từ Cõi Chết* 1967, *Chết Không Nhắm Mắt* 1968, *Thềm Địa Ngục* 1969, *Khung Cửa Chết Của Người Tình Si* 1969, *Bóng Tối, Tiếng Cười Môi Hôn Và Nghĩa Trang* 1973), Trang Châu (*Y Sĩ Tiền Tuyến* 1970), Nguyễn Minh Nữu (*Những Giọt Máu Giăng Ngang*, 1970), Trần Hoài Thư (*Những Vì Sao Vĩnh Biệt* 1971), v.v.

Nhà thơ Mai Trung Tĩnh nói đến một cái Chết và những thứ Chết:

"Em thấy không / Bây giờ anh thường im lặng
Anh không cười nói như ngày trước
Sớm anh đi, chiều trở lại trong tủi nhục âm thầm
Những bước nặng nề tuổi già tới viếng
Anh muốn ngủ dài một giấc muôn năm
Chẳng còn héo hon dần như thế kỷ
       Em thấy không
Chúng ta nổi nênh (sic) ngày tháng làm người sót
Đi tìm đất đai dựng chỗ ngủ nhờ
Đất đai hiếm, khó tìm hơn chân lý
Đi tìm thực phẩm hèn mọn nuôi thân
Chỉ gặp xác người thay lúa mọc
Em thấy không
Bây giờ không phận chúng ta biến thành những phi trường
khổng lồ
Anh nhìn lên toàn phi đạo dọc ngang
Còn chỗ nào cho cánh diều tuổi thơ của những đứa em bay bổng
       Em thấy không / Bây giờ anh sống thật thản nhiện
Như bà mẹ ngày ngày cho con bú sữa
Như những người em gái lớn phải lấy chồng
Ai mất còn, anh nào có biết
Khi tử sinh gần gũi quá tình nhân
Khi anh sống mà nghe vỗ về bằng cái chết"

(Cái Chết Vỗ Về, *Trình Bầy,* 12&13, 15-1&1-2-1971 Xuân Tân
Hợi, tr. 87-88).

Cung Trầm Tưởng ngồi nhìn mưa nghĩa địa mà tâm tưởng bay
cao thân phận và định mệnh:

"Ngồi trông lõng bõng mưa rơi
Cây me mục nát nói lời cổ sơ
Bãi nhăn nhàu vết lăn xưa
Một xe thổ mộ nằm trơ gỗ gầy
       Ngồi trông úp xuống trần mây
Cỏ xanh bia mộ đã dầy ngút quên
Chiều nhòa về xứ không tên
Thời-gian hóa đá chồng lên tuổi đời
       Ngồi trông vút bóng chim dơi
Rồi ghê lạnh cả đất trời thâm sâu
Sương – khăn – sô lấy phủ đầu

Che hồn ẩm mốc mối sầu âm dương"

(Trích từ *Thơ Miền Nam Thời Chiến*, I, tr. 63).

Trang Châu trong *Y Sĩ Tiền Tuyến* (1970) viết về những cái chết cận kề của những người lính miền Nam; cái Chết đến với mọi người, từ dân chúng đến binh sĩ cấp thấp, sĩ quan và cả những y sĩ tự nguyện hoặc được bổ nhiệm về các đơn vị hành quân.

Duy Lam là nhà văn đã dùng tâm lý học đề cập nhiều đến cái Chết: cái Chết tâm lý, cái Chết tâm thần, cái Chết xã-hội ...: *"Trước kia không bao giờ, tôi tưởng tượng cái chết lại đáng sợ đến thế; không bao giờ ý tưởng mất một người thân xâm nhập tâm hồn tôi. Nhưng khi chồng tôi chết, tâm hồn tôi xúc động quá mạnh nên ám ảnh của cái chết không rời bỏ tôi ra nữa"* (*Chồng Con Tôi*, Phượng Giang 1960). Trong *Cái Lưới* (Giao Điểm, 1965), ám ảnh tiếp tục *"Chết là thế nào, kết liễu tất cả? Không còn được nghĩ, được lo lăng, e sợ, ham muốn? Anh muốn kêu lên... Anh muốn kêu lên... Hai người lặng lẽ nhìn nhau... Cũng cái chết trói buộc một kẻ hấp hối và một kẻ còn sống, nhưng cũng cái chết ngăn cách muôn trùng. Thật mâu thuẫn và phi lý phải không em? Nhưng mọi sự phải như vậy... Mặc dầu tất cả người ta vẫn phải chết cái chết của riêng mình."* (tr. 223-4). Cũng trong truyện dài này, Duy Lam sử-dụng kinh nghiệm tình dục đưa vào phân tích tâm lý mà ông sẽ tiếp tục thử nghiệm trong truyện dài *Lột Xác*: *"Tại sao tôi lại nghĩ nhiều đến cái chết như vậy? Có lẽ chẳng phải một nhu cầu siêu hình mà chỉ để tìm một khoái cảm quyến rũ. Đúng vậy, có một vài điểm tương đồng giữa sự nghĩ đến cái chết và làm tình ái với người đàn bà tôi ham muốn và chưa chiếm đoạt được..."* (CL, tr. 30). Trong *Lột Xác*, ông viết: *"Tôi khép cái thân hình nóng bỏng của tôi cuối cùng đã đưa tôi đến quyết định có thể sẽ làm biến đổi hẳn cuộc đời tôi, biến đổi cả những tương quan giữa tôi và một người và nhất là giúp tôi đạt được một quan niệm mới mẻ về cái chết và cái dĩ vãng đầy ô nhục và đau đớn..."* (LX, tr. 218). Nhưng cuối cùng, nhân-vật của ông tìm thấy tự do trong vòng luẩn quẩn: *"Mình đã học được sự chấp nhận nhiều thứ để có thể tiếp tục sống và hành động, nhưng mình vẫn thấy luôn luôn bị co kéo giữa sự lôi cuốn mãnh liệt của tình-yêu, lòng ham muốn chiến đoạt (...) Rút ra trở lại là mình để rồi lại dẫn mình thành cái khác mình. Sẽ còn kẹt trong cái vòng luẩn quẩn đó mãi: với một khác biệt, mình không còn sợ hãi đến độ phải trốn chạy, tự dối mình như trước kia. Cuộc sống không còn hẹt cổ mình. Mình cảm thấy tự do thoải mái, mặc dầu còn lệ thuộc vào cái vòng luẩn quẩn mãi"* (tr. 238).

Cúi Mặt của **Bùi Đăng** (tên thật Bùi Đăng Khuê) do nhà Thái Phương xuất-bản năm 1969 sau khi đã đăng trên tạp-chí *Bách Khoa* sau biến cố Tết Mậu Thân qua hình-thức truyện-vừa, đã là thiên truyện về *cái Chết* của người dân ở những vùng thôn quê bị Việt-cộng xâm nhập. Đây là những cái chết tàn bạo, chết nhanh có, chết từ từ có, nhưng vào tay tập đoàn Cộng-sản là phải chết dưới nhiều hình-thức. Không phải là tự truyện nhưng kinh nghiệm từng sống sót của tác-giả đã góp nên nội-dung truyện. Tác-giả chỉ là giáo viên hiệu trưởng một trường tiểu học cách thị xã Tuy Hòa 10 cây số, bị Việt-cộng bắt khi trên đường đến trường, ông bị đưa vào giam ở mật khu, còng tay chân, bị bỏ đói vì tội tưởng tượng là làm "tay sai đế quốc"! Trong nhà tù mật khu phải thay đổi địa điểm nhiều lần, chính người tù phải tham gia những di chuyển dời trại, có lúc không còn đồ ăn, phải hái mương dóc, cây dác trong rừng để nấu ăn. Tác-giả chứng kiến từng cái chết của tù chung, của già, trẻ, ... Bạn tù Thảo chết, nhân-vật chính tên Quang yếu quá vì liên tục đào mộ, đã thú với An, một bạn tù khác: *"Anh biết là nó tốt bụng, tôi thương nó ... đáng lẽ ... tôi phải đào ... sâu hơn"* (tr. 111, bản Thư Ấn Quán 2010) vì Quang đã hứa sẽ đào mộ sâu tử tế cho bạn. Nhưng không dễ, *"Quang nghiến răng, dồn hết sức bổ mạnh từng nhác cuốc. Lưỡi cuốc dội lên thành một âm thanh khô sắc khi chạm phải những hòn đá phía dưới. Người Quang rung lên, mồ hôi đổ thành từng dòng trên cổ, Quang ngừng lại khi hơi thở muốn tắt và mắt hoa lên..."*!

Cuối cùng cái chết cũng đến với Quang, sau bao hy vọng "ân xá, phóng thích" thật ra hão huyền, như bánh vẽ. Khi biết là vô vọng, Quang trở nên *"lì lợm. Đinh ninh là thế nào mình cũng chết, Quang hết biết sợ uy quyền. (...) Với cái thân thể ốm yếu, với sức khoẻ kiệt quệ này, làm sao Quang có thể gắng gượng dợi một lần may mắn khác? Tuyệt vọng rồi! Trước kia Quang chỉ mới tưởng tượng đến tử thần trong ý nghĩ nhưng sau này thì Quang thấy thật rồi. Tử thần bước đến Quang bằng những bước dần dà, chậm chạp nhưng Quang lại không đủ sức thoát nổi. (...) Trước kia mỗi lần nghĩ tới cái chết, nghĩ mình lọt tên khỏi danh sách những kẻ được hưởng lượng khoan hồng, Quang tưởng tượng mình sẽ đau đớn lắm, đau đớn đến tột độ để có thể gào thét, kêu la. Điều làm Quang ngạc nhiên là khi sự việc xảy ra y hệt như ý Quang vẫn lo lắng, Quang lại có một thái độ thật bình tĩnh, thật thản nhiên. Quang chết? Điều đó chả có nghĩa gì cái chết là mức cuối cùng của cuộc đời ai chả phải bước qua (...) Chiến-tranh còn tiếp diễn, còn kéo dài trên mảnh đất Việt này thì Quang chẳng bao giờ có* hy vọng sống một cuộc sống thảnh thơi, chẳng bao giờ đứng yên trên mảnh vườn, thửa ruộng của mình. Và vì những lý do đó, Quang thản nhiên đón nhận cái chết sắp đến. Mối bận tâm duy nhất là những gì xảy ra sau cái chết. Nghĩ tới thân thể mình bị vùi dập trong khoảng rừng núi âm u, hoang vắng này, những người thân yêu không ai biết đến, không một mảnh gỗ đề tên, Quang thấy sợ hãi. Quang không muốn là một người không quê cha, đất mẹ, không bà con, nguồn gốc. Cái chết không làm Quang sợ. Quang có thể đón cái chết bất cứ lúc nào nếu có ai bảo đảm sẽ chôn xác Quang ở nơi Quang đã sinh ra, có cha mẹ, vợ con biết đến. (...) (tr. 123-5).

Nhưng Quang chưa chết thì lại hay lẩn thẩn *"những người sắp chết thường hay lú lẫn, đầu óc ngớ ngẩn đi".* Quang nhớ lại những ngày cuối cùng của ông Xu, trước khi chết ít ngày, ông Xu thường hay hoảng hốt, lúc quên lúc nhớ cáu giận một cách bất ngờ. Quang cũng giống ông Xu, thế có nghĩa là Quang sắp chết? Lạ nhỉ, Quang nghĩ - tại sao cái chết lại có thể êm đềm đến vậy. Quang nhíu mắt cố nghe ngóng xem trong người có gì khác lạ không, vui hay buồn? Sung sướng hay đau đớn? Quang không thể nào phân tích được. Quang chẳng cảm thấy gì cả. Quang chỉ tỉnh táo để nhận biết một điều: cái chết đang ở trong người Quang. (...) Quang hết biết sợ, cứ ù lì ra, bỏ đi lao động, bị Đoàn phó khiển trách thì liền phản ứng: *"Thế còn ông, dễ thường ông chăm chỉ lắm, những lúc ông bệnh tật có ai bắt ông làm không? Ông nhớ coi, lần ông ho ra máu xỉu đi, ông đã nghĩ bao nhiêu ngày? Có ai nói ông không? Có ai chửi bới ông không? Ông câm cái miệng đi!"* (tr. 126-7).

Hôm sau Quang mệt lả đi lang thang, đến bên con suối soi mặt xem mặt mình có như đám người trong trại nói về chàng như người sắp chết vì *"mắt nó lạc đi rồi!",* Quang chỉ nhận thấy trên khuôn mặt *"đôi mắt không còn chấm sáng và ngạc nhiên như vừa khám phá ra cái chết ngay trên khuôn mặt. "Nó còn bộ bà ba xanh thì phải``.* Lời nói ông Đoàn phó vang lên chua chát. Quang chưa chết. Quang còn sống đây mà đã có kẻ nghĩ tới việc lấy bộ bà ba. Thật đe tiện! Thật hèn hạ! (...) Quang tự hỏi tại sao một người như ông Đoàn phó khgông chết phứt đi trong khi đó đáng ra Quang có lý để sống hơn lại phải chịu một cái chết khốn khổ. Suốt đời Quang có làm gì ai đâu, Quang không ăn trộm, không cướp của giết người. Quang chỉ muốn sống một cuộc đời tầm thường, yên ổn. Quang chỉ muốn cày thửa ruộng Quang có ở mái nhà của ông cha để lại và tối tối nằm ngủ với con (...)"* (tr.

130). Hai tuần sau, Quang yếu dần và cái chết chỉ thật sự cuối cùng đến khi Quang nghe đồng trại vẽ chuyện dự định sẽ về lại quê nhà cày bừa sống bình thường, lúc đó cơ thể Quang mới lạnh ngắt và Quang ra đi!

Trong *Cõi Đá Vàng* (An Tiêm, 1971) của **Nguyễn Thị Thanh Sâm**, đã có những cái Chết **đẹp** (của người trẻ tham gia kháng chiến chống Pháp, vì lý tưởng, ...) và **nhân bản**. *Cõi Đá Vàng* viết về thời kháng chiến chống Pháp. Cuộc chiến giành độc lập cho đất nước đã là khó khăn, mà thành viên tham gia cuộc chiến đó cũng phức tạp, chia-phân tâm-thức cùng lý tưởng. Người Cộng sản sử-dụng tình tự ái quốc để thực hiện những mưu đồ chính trị tà đạo. Nhân vật Trần đã đối chất với cán bộ CS về những chỉ thị, biện pháp giết người không đúng đắn: *"Ta không có bằng chứng nào để quyết đoán rằng cô ta làm chỉ điểm cho Pháp hay không, nhưng ta vẫn phải sát hại cô ta để đề phòng căn cứ của ta khỏi bị lộ (...) Điều tôi muốn nói là chúng ta không thể dung túng hành động của người sử-dụng mũi tên tẩm độc, hành động đó chối bỏ con người kể cả nạn nhân và kẻ làm việc đó (...) Giết một con người không thể xem như giết một con thú hoang, chúng ta đã tự hào là những kẻ tiền phong, có phải thế không, vậy các đồng chí nghĩ sao về hành động phi nhân này?"* tr. 73). Một nhân vật khác trong *Cõi Đá Vàng* quan niệm *"Không cái chết nào giống cái chết nào cả, bởi vì những khuôn mặt không bao giờ trùng nhau cả"* (Bản TẤQ 2012, tr. 177). Nhân bản ở đây tự nhiên: *"Có lần chàng ngắm khuôn mặt của một anh em đồng đội nằm chết bên một xác địch quân, chàng bỗng ngạc nhiên khám phá ra những nét phản ứng trong cái chết giống hệt nhau trên hai khuôn mặt da trắng, da vàng, chàng đã tìm được sự đồng nhất tuyệt đối trong cõi chết giữa hai con người khác màu da mà khi sống đã là kẻ thù. Họ nằm đó, sóng sượt bên nhau, hai nét mặt cùng coi vẻ ngỡ ngàng, dò hỏi; nét bi thống trên hai gương mặt như muốn nhắn nhủ một điều bí ẩn nào đó cho người sống, một niềm câm lặng không kịp truyền lại, ngàn đời mang đi. Cái chết, do đó, chàng thấy thân thuộc, luyến lưu, không có gì ghê gớm"* (Sđd, tr. 21). Nhà văn Nguyễn Thị Thanh Sâm là phu nhân một sĩ quan Quận trưởng trên Cao nguyên, ông tử trận vì mìn ở đồn Kim Thạch – điều này cắt nghĩa tựa tác phẩm *Cõi Đá Vàng*.

Và những cái Chết tâm sinh lý, hiện sinh, hiện thực, hiện-tượng, cơ cấu, Đông phương,… khác mà chúng tôi đề cập ở các phần khác và đề mục các Tác-giả ở Quyển Hạ của biên-khảo này. Cái Chết vừa là định-mệnh vừa là thứ ám ảnh cuồng nộ nhất, đã là đề tài đặc sắc nếu tác-giả đã kinh qua hoặc can đảm đi vào huyệt-mộ của chúng!

Tiểu thuyết hiện đại: văn-chương và triết lý

Ở Nam vĩ tuyến là kỹ thuật cách tân, Âu- hóa, thế giới hóa. Ngay từ những năm đầu sau 1954, văn-nghệ miền Nam nhận ảnh hưởng của những trào lưu hậu chiến như **hiện sinh**, rồi đến **hiện tượng luận, cơ cấu, tự do tính dục, ...** Hiện sinh xuất phát từ thời đệ nhị thế chiến, ảnh hưởng từ Heidegger và K. Jaspers và nối tiếp tiểu thuyết về thân phận con người, khuynh hướng lớn mạnh từ khi Jean-Paul Sartre xuất bản *La Nausée* năm 1938 và coi như chấm dứt với *Les Mandarins* của Simone de Beauvoir năm I954. Các nhà văn thơ miền Nam thuộc nhóm Sáng Tạo, tạp chí *Văn, Văn Học*,.. phản ảnh phần nào khuynh hướng tiểu thuyết này. Đời là phi lý, là hố thẳm không thể vượt qua vì luôn hiện hữu giữa con người và thế giới, giữa khát vọng con người và sự bất lực của thế giới bên ngoài thoả mãn cá nhân! Con người xa thần quyền, chỉ biết giá trị của hiện tại và thực tại, lo sống cho cá nhân và hôm nay (*Bếp Lửa, Tuổi Nước Độc*,..), đời sống thì buồn tẻ mà cá nhân thì xác thịt và cảm tính mạnh hơn (*Bốn Mươi, Vòng Tay Học Trò, Tôi Nhìn Tôi Trên Vách, Sám Hối, ...*). Khao khát cái mới, đáp ứng nhu cầu tâm sinh lý của con người hôm nay, văn-chương đây là lúc phải phóng khoáng, mở cửa, rộng vòng tay, ... Truyền thống, phong hóa, ... bị rời xa, bị chế diễu, vì phải hiện đại; *Sáng Tạo* chối bỏ Tự Lực văn-đoàn, Thơ Mới, Trần Thanh Hiệp phủ nhận văn-học miền Nam trước thời di cư 1954, v.v.

Những nhà văn thơ thuộc các nhóm *Sáng Tạo, Hiện-Đại, Thế Kỷ Hai Mươi* sống bên cạnh cái ám ảnh của chiến tranh đã vừa qua hoặc sớm trở lại, muốn sống hiện sinh, giải quyết vấn-đề cá nhân hơn tập thể và vấn-đề thường là ý thức, nhận thức siêu hình. Sống cái hiện sinh hôm nay, lúc này, sống cái bản ngã, hết mình và cho riêng mình, cho tuổi trẻ hăng say. Sống hoài nghi, bên lề, như một kẻ xa lạ. Xa lạ, lưu đày vì không được hiểu hoặc không thể hòa nhập được với xã hội bao quanh. Thanh Tâm Tuyền với Bếp Lửa, *Cát Lầy* (1967), Nguyễn Đình Toàn với *Con Đường* (1967), Dương Nghiễm Mậu với *Tuổi Nước Độc, Con Sâu* là những tác phẩm hiện sinh loại vừa nói.

Những đề tài thường thấy trong các sáng-tác có tính triết lý thời này là những **phi lý, bí ẩn, cô đơn, buồn chán tột cùng**, rồi **dấn**

thân, phản kháng, … Bút pháp **nội tâm, độc thoại, mê cung**, ... Phi lý có mặt, có thật, vì hạnh-phúc không ở đó, có đó. Con người đứng trước phi lý của hiện hữu, của cuộc đời, của những bí ẩn, cho nên nếu không buông xuôi, tận hưởng, … thì dấn thân để đi tìm cho ra giải đáp cho cái bí mật, cái bản thể, cái ẩn nấp đằng sau; cho nên phản kháng, dù có khi phi lý như anh chàng Sisyphe trong huyền thoại Hy-Lạp cứ phải lăn những tảng đá lớn khổ vần ngược lên triền núi dốc ngược cho hết số kiếp. Có khi nhân-vật vắng mặt nhưng vẫn hiện diện để làm nên tác-phẩm. Hiện sinh, phi lý, cô độc, ... không những trở nên những hình-dung-từ thời thượng mà còn trở nên 'bản chất', 'căn nguyên' của con người và còn có nghĩa là thân phận con người đa phức, khó nắm bắt, mà chữ viết ra chỉ tỏ bày được phần nào cái hôm nay, cái vươn tới dù thầm kín, ... Vũ trụ nhân sinh được con người hôm nay hiểu và muốn như là vũ trụ duy nhất, những tưởng là trong tầm tay. Con người hôm nay được một số tác-giả trình cho người đọc như là một hiện sinh độc đáo, một 'tù đày' kiểu Sisyphe vẫn tìm cách vượt thoát, vì còn mơ mộng, tình-yêu, tình người, thất bại và thành công hữu hạn, v.v.

Thanh Tâm Tuyền với *Bếp Lửa* (1957), là nỗi nhớ và "ám ảnh" về một Hà-Nội đã mất, là tình yêu còn đó đang sống mạnh nhưng đã chết, trong bi đát của chia cắt không gian, Hà-Nội vừa là thiên đàng vừa là địa ngục. Ở đây là không gian của những con người tự do, vì với tác giả theo cộng sản "là một lối đánh đĩ, đánh đĩ tinh thần mình" (tr. 53). Con người chối bỏ Thượng đế. *"Theo tôi có những lúc người ta cần giải quyết giữa người với người và Thượng đế không nên có mặt ở lúc ấy"*. (tr. 64). Đảm đang khổ nhục làm người ở khắp nơi *"Con sâu ở giữa tim giữa hồn, giữa não"* (tr. 65). Nhân vật chính "hắn lớn lên cùng bè bạn, vượt qua mau tuổi trẻ để suy nghĩ và mơ ước hành động. Mỗi đứa một lối lăn mình theo mối cám dỗ lớn lao của hư vô..." vì đã *"tìm thấy cuộc hiện sinh tự do và lựa chọn"*. Các nhân vật của ông "chúng đã đi trong thống khổ của lịch sử tới cái chết; cái chết như sự từ chối quyết liệt". Một không khí tiểu thuyết mới chưa thấy trước đó. Tác giả đã lựa chọn làm nhà văn vì "mỗi nhà văn chính là một kẻ sống sót" và *"Cái chết lựa chọn không bao giờ phi lý, nó sẽ làm nảy sinh sự thật, sự thật của những người chết truyền lưu cho kẻ sống sót"* (11). Nhà văn không phân tích tâm lý để cho có tiểu thuyết, để ăn khách, mà nay trở nên một vấn-đề sống chết, không lựa chọn. *Bếp Lửa* cho thấy nhân vật là những con người Việt Nam mà xa lạ, như không quá khứ, không truyền thống, như ở đâu mới đến, mới về, mới xuất hiện, và như sắp đi tiếp một hành trình rất riêng, rất không thường. *Cát Lầy* viết về tâm trạng khước từ thực tế của một người thanh niên tên Trí, lừng khừng giữa thiện và ác, giữa quốc gia cộng sản và hoài nghi lịch sử tương lai. Anh rủ rê Diệp lên Đà Lạt nhưng lạnh nhạt khiến người nữ đổ bệnh và anh ta tự tử. Không khí văn chương của Albert Camus !

Một **Nguyễn Đình Toàn** nội tâm, một nội tâm hiện sinh khác nội tâm hiện thực của Nam Cao. *Con Đường* (1967) đưa người đọc đến những khám phá tâm hồn, những tư duy, hạnh phúc cũng như khổ đau ở một không gian mù ám đầy bất trắc khi ngẫu nhiên đã là kết thúc của mọi sự. Vì cái tật nguyền, mặc cảm và cái chết lẩn quẩn khi con người chạy theo sự sống! Nhân vật xưng Tôi là một người con gái tật nguyền mặt bị một dấu tràm đen ngay trên má, tạo cớ cho tác-giả đưa vào những triết lý bị-nhìn-ngắm, tha nhân, cái Tôi, v.v. Với Nguyễn Đình Toàn cũng như Dương Nghiễm Mậu, Thanh Tâm Tuyền, câu chuyện chỉ là cái cớ để tác giả triết lý, phát biểu nhận định về con người và khúc mắc của cuộc đời!

Ở thời văn-học này, hoài nghi đã xuất hiện trong tình yêu, trong thế giới tiểu thuyết của Thanh Tâm Tuyền, Dương Nghiễm Mậu, **Nguyễn Đình Toàn**, Túy Hồng, ... Có thể nói đến một lãng mạn hiện sinh như tiểu thuyết của Nguyễn Thị Hoàng thời trước 1975? Một số tiểu thuyết thời này tự cho là hiện sinh thật ra chỉ là những bắt chước bất thành, những sanh thiếu tháng mà thôi! Chúng tôi muốn nhắc đến những *Vòng Tay Học Trò* của Nguyễn Thị Hoàng, *Sám Hối* của Minh Đức Hoài Trinh , v.v. Hiện sinh theo cung cách *lãng-mạn*! Hiện sinh cuồng vội và dễ dãi!

Nguyễn Đức Sơn nhà thơ cũng vào vòng chơi văn-chương hiện sinh, với tập truyện ngắn *Cát Bụi Mệt Mỏi* (An Tiêm, 1968), *Xóm Chuồng Ngựa* (An Tiêm, 1971) và *Cái Chuồng Khỉ* (An Tiêm, 1969).

Nhà thơ nữ **Hồng-Khắc Kim-Mai** với *Mắt Màu Nâu* (TGXB, 1965) gồm 28 bài thơ cho thấy sự cuồng nhiệt, hăm hở sống hết mình, với lời lẽ khá táo bạo:

> *"Khí huyết hai mươi sùng sục phút tràn no*
> *Ta nút cạn rồi mà mấy cũng chưa bưa*
> *Rót cho ta bao tinh túy cũng chưa vừa..."*
> *"Khi người áp môi chuyền tai ta hơi thở*
> *Ta rúng người, da say mùi cỏ dại*
> *Ta dang mồm ưng nuốt cả trời mây*
> *Ta đê mê tim rớt vỡ hoang dầy"*

"*Tối nay anh bắt tắt đèn đi ngủ sớm*
Công việc bộn bề em vẫn chìu anh hơn
Vì yêu vì thương em cũng thêm ân ái
Thân thể này trời chỉ dành cho anh thương
(...) Ngưng một phút đi anh nghe con khóc kìa
Tật con thèm sữa đòi ăn lúc đêm khuya
Thôi ngưng nghe anh – Nàng dầu cho con bú
Ngực này anh hôn còn sữa chừ cho con thơ" (tr. 13)

Tâm trạng muốn sống, sống thật và sống hết mình, của thế hệ sinh viên và tuổi trẻ mới, nhưng ngôn-ngữ cứ như của Hàn Mặc Tử khi đã trọng bệnh và có khi là của người phụ nữ bình thường mà lưỡng thân phận.

*

Thời này, **triết lý** là văn-chương, triết lý ảnh-hưởng đến văn-chương và ngược lại, **văn-chương cũng ảnh-hưởng lên triết lý**. Như thi ca của những Holderlin, Rainer M. Rilke và M. Heidegger, hay tác-phẩm văn-chương của J-P Sartre, ... (bên cạnh những Saint John Perse, Péguy, Lamartine, Claudel, ...). Người ta thường xếp vào loại văn-chương triết lý các nhà văn Nhất Hạnh, Phổ Đức, Hoài Khanh, Phạm Thiên Thư, Bùi Giáng, Phạm Công Thiện, Nguyễn Đức Sơn (*Vọng* 1972), hoặc Nguyễn Thị Hoàng, Túy Hồng, Trần Thị Ng.H. Khuynh-hướng triết lý đã thực sự với những Nguyễn Xuân Hoàng, Huỳnh Phan Anh, Nguyễn Nhật Duật, Trần Nhựt Tân, Bùi Giáng, Phạm Công Thiện, ... Riêng nhà thơ **Trần Văn Nam** đã đưa nhận thức siêu hình vào thi ca, ... khởi với tập *Tập Thơ Độc Nhất* gồm 3 phần Thơ và Triết học - Thơ và Giai đoạn - Thơ và Thơ. Trong phần đầu, nhà thơ cho biết *"diễn tả triết học qua thi ca, nhắm đưa ra một vài tư tưởng trừu tượng vào nghệ-thuật gợi hình"* và ông đã đưa các triết gia vào thơ hay nói khác, viết thành thơ nhân nói về Hegel, Husserl, Sartre, Jean Wahl, Nietzsche, Feuerbach, Schopenhauer và Lão Tử. Thơ cảm thức ở đây có chiều dài và chiều sâu chữ nghĩa, mang nhạc tính và hình ảnh đời thường. Trong khí đó ở 2 phần sau, nhà thơ sử-dụng những thể-loại cổ đã quen với những hình ảnh và tâm tình nhẹ nhàng, Thơ và Giai đoạn 6 bài, Thơ và Thơ cũng 6 bài mà bài đầu hình tượng thơ như sau:

"*Từ thuở dừng chân ở lại đây*
Biển xanh giải rộng vào chân mây

Chiều hôm cát bãi dài xa thẳm
Từng vũng hoàng hôn phủ xuống đầy
Muôn thuở trùng dương chẳng nói gì
Trông vời sương bạc phủ ngang mi
Người xa biết đến bao giờ lại
Người ở khi nào mới bỏ đi"

(Niềm Im Lặng Của Trùng Dương)

Một bài khác, Con Sông Dài Qua Kinh Thành Cũ ghi ở đầu bài *"Chính con người tạo ra thời-gian mặc cho ngoại giới một ý nghĩa. Theo Husserl"* – có thể là khơi nguồn cảm hứng cho nhà thơ:

"Chiều hôm qua cũng như chgiều nay có một người đàn ông mặc đồ nỉ xám ra bến tàu nhìn hằng giờ trên dòng sông vẫn miên man trôi về nơi vô tận,

Đóm lửa xòe lên qua điếu thuốc nằm trễ dài trên đôi môi mím chặt vẽ u hoài của nét mặt trầm ngâm...

Dăm cầu tàu quạnh quẽ nhớ nhung dài theo cuộc hành trình sáng hôm qua đã ra miền trùng dương cao rộng,

Những con tàu còn lại đây sao nằm im lìm trong hơi nước hay sương mù của cơn mưa vừa tạnh giữa chiều nay.

Dòng sông đã trôi qua miền bình nguyên bao la để đem đêm về đây, bên kinh thành vẫn huy hoàng trong điệu nhạc Valse muôn đời kỳ ảo,

Sao người vẫn u buồn nhìn dòng nước thời-gian đi từ nguồn quá-khứ dang hiện-tại là nơi đây để ngày mai về miền biển cả ngàn khơi.

Người ơi! Thực ra dòng nước vô tri ngàn năm vẫn chỉ là hiện-tại không bao giờ có dĩ vãng cũng không về với nghìn sau ảo tưởng,

Chính vì người đang mơ màng một cuộc hành trình xa xăm bỏ lại nơi kinh thành quen thuộc mà u hoài trên bến nước thời-gian".

Đúng là thơ triết lý nhưng thi tính vẫn tròn đầy, và Trần Văn Nam đã là một trong những nhà thơ xuôi của đầu thập niên 1960 (Xin để ý các dấu chấm câu). Đầu tập thơ, tác-giả ghi chú: *"sau khi xuất-bản tập thơ này tác-giả tự nguyện sẽ vĩnh viễn không bao giờ làm thơ nữa"* (TGXB, 1963) nhưng/cho nên có thêm *Tập Thơ Bổ Khuyết* (TGXB, 1963) – gồm 20 bài thơ chia làm 2 phần thơ triết học và thơ cũ và chuyện tình đầu.

Trần Văn Nam ở hải-ngoại sau này, trong bài viết ,'Nhân Có

Tập Văn Đưa Triết Học Vào Sáng Tác, Nhớ Lại Đặc Điểm Một Thời Kỳ" cho rằng: "*Có thể nói thời ấy là thời của bốn nguồn tư tưởng lớn. Thứ nhất, Triết học Karl Marx, phát huy do chính thể miền Bắc, nhưng chính quyền miền Nam đối lập nên đã là nguồn bàn luận lai vãng gây lưu ý cho giới sáng tác. Thứ hai, Triết lý Thần Học Thiên Chúa Giáo, phát huy dưới thời chính quyền Ngô Đình Diệm thành Chủ Nghĩa Nhân Vị. Thứ ba, Triết Học Phật Giáo, phát huy sau năm 1963 lật đổ chính quyền Ngô Đình Diệm, đem đến luồng cảm hứng sáng tác đồng điệu với những diệu vợi của Thiền Tông trong Văn chương Nhật Bản; và huyền ảo từ kinh sách Ấn Độ và Tây Tạng. Thứ tư, Triết học Hiện Sinh, luồng tư tưởng được đề cập đến nhiều trong giới văn nghệ với hai ngành Hiện Sinh Hữu Thần của các triết gia Gabriel Marcel, Karl Jaspers; và Hiện Sinh Vô Thần với Sartre, Heidegger (có thể thêm: nguồn sâu thẳm do từ những cuốn sách phân tích tinh vi kỳ diệu Hiện Tượng Luận của Husserl và Merleau Ponty; và nguồn tìm thấy lại những tương đồng đã viễn kiến từ lâu của Nietzsche)*" (12).

Người làm nghệ-thuật từ nay khởi đi từ thân phận con người, từ những kinh qua, bão táp cuộc đời, tiếng hót từ nay sẽ lánh lót hơn mà cũng gần gũi hơn!

*

Khuynh hướng tiểu thuyết về **dấn thân và thân phận con người** nổi từ thập niên 30 ở Pháp với André Malraux, Céline, Saint-Exupéry, Bernanos, Montherlant, Aragon, Albert Camus, ... Một thể loại văn-chương, tiểu thuyết không chấp nhận giải trí xuông, mà đánh động lý trí bằng cách đưa tới phạm trù bi đát của phận người. Nhân vật thường tiêu biểu cho một giá trị. Tiểu thuyết từ nay là một dấn thân, một nếp sống hoạt động. Céline, qua *Voyage au bout de la nuit*, chống chiến tranh, chủ nghĩa thực dân, chống người Mỹ, ... André Malraux viết *Les Conquérants* và *La Condition humaine* sau khi đã tham gia những cuộc cách mạng đẫm máu ở Trung-Hoa, trong rừng già Đế Thiên Đế Thích, tìm Đạo (*La Voie royale*), nhất là với *L'Espoir*, ông chống phát-xít, cổ võ tự do. Với ông, tiểu thuyết hiện đại là "một phương tiện thích hợp nhất để nói đến cái bi đát, chứ không chỉ là một khám phá cá nhân". Cả Albert Camus cũng lên tiếng nghi ngờ thứ cách-mạng của những kẻ sử-dụng đàn áp, giết người làm phương tiện, trong *Mythe de Sisyphe*. Và với *La Peste* hình ảnh vi trùng *dịch hạch* quái ác cũng là bọn phát-xít tàn bạo đang đục nát làm chết nhân loại thời bấy giờ (Đệ Nhị thế chiến) – vì dù cuộc đời có thể chẳng có gì đáng giá nhưng cũng không có gì quí bằng cuộc đời! Nói như Albert Camus trong phần IV, Création et révolution cuốn tiểu luận *L'Homme révolté* (1951) thì trong nghệ-thuật, *phản kháng tự hoàn thành và sống mãi trong tác-phẩm đích thực* chứ không phải trong các phê phán hay bình phẩm (En art, la révolte s'achève et se perpétue dans la vraie création, non dans la critique ou le commentaire); sau khi ông cho rằng *người nghệ sĩ tự xác nhận sức mạnh phản kháng bằng cách sửa đổi thực tại*, những cái của hiện thực mà y không còn giữ lại trong vũ trụ sáng-tạo của y đã nói lên thỏa hiệp mà ít ra y đã đem đến phần nào cho thực tại, thực tại mà từ đó người nghệ sĩ đã lấy ra những bóng đen của những diễn tiến để đem vào ánh sáng của sáng-tạo ... ("Par le traitement que l'artiste impose à la réalité, il affirme sa force de refus. Mais ce qu'il garde de la réalité dans l'univers qu'il crée révèle le consentement qu'il apporte à une part au moins du réel qu'il tire des ombres du devenir pour le porter à la lumière de la création). Nếu quan niệm như vậy, công việc sáng-tạo tác-phẩm đúng nghĩa phản kháng không dễ dàng; cần sự kinh qua và cảm nghiệm thấu suốt. Vài năm sau, trong bài Diễn văn nhận giải Nobel Văn-chương 1957, Camus xác tín rằng thời đại này không còn cho phép một ai sống riêng rẽ một mình và các *nhà văn cũng chung số phận đó không thể sống tách rời quần chúng, phải sống liên đới* và dù họ không muốn họ cũng *bị đầy xuống 'con thuyền thời đại' và phải cùng lái nếu muốn sống sót trên cõi đời.*

Sau Thanh Tâm Tuyền, Dương Nghiễm Mậu, ... khuynh hướng *tiểu thuyết dấn thân* đậm nét văn học miền Nam từ giữa thập niên 1960 với những Thế Uyên, Phan Nhật Nam, Trần Hoài Thư, Nguyên Vũ, ... trước khi trở thành phản chiến ở đầu thập niên 1970 như đã trình bày. Dấn thân tự do trình bày, đem cái Tôi, cả trần truồng, trong một thế giới suy đồi, dù tự do, bên cạnh những đòi hỏi giá trị văn hóa hoặc lòng tin. Văn chương thật sự phản kháng khi có đe dọa, bủa vây: Ngô Thế Vinh, Phan Nhật Nam, ... Từ phản kháng, có những nhà văn đi đến đối đầu đòi lật đổ chế độ, sau rõ ra do chỉ thị chứ chẳng lòng thành gì: Vũ Hạnh, Thế Nguyên, Ngụy Ngữ, Trần Hữu Lục *(Cách Một Giòng Sông)*, ... Nhưng trên hết, nhà văn chấp nhận làm người Việt-Nam với thân phận chung nhược tiểu, với tất cả những tủi nhục khổ ải kèm theo!

Rồi đến ảnh hưởng của tiểu thuyết **Hoa Kỳ** nhưng chỉ là những thử-nghiệm, vì thế hệ nhà văn thơ thời kỳ này không hoặc chưa thấm nhuần, bị thuyết phục, do đó chưa có những sáng-tác đáng kể, dù có vị từng du học hoặc tu nghiệp ở Hoa-Kỳ – làm như con người Việt-Nam với văn-hóa Pháp hoặc Âu-châu của họ chưa mở ra đủ để đón nhận. Ngoại trừ các tác-phẩm dịch-thuật! Cũng vậy với James Joyce và cả Kafka - nói chung là sáng-tác của một thế hệ lạc lõng, nên chưa thất vọng đã chán chường!

Tiểu-thuyết tâm lý, tình cảm

Tiểu-thuyết về tình yêu có khá nhiều trong hơn 20 năm văn-học miền Nam: từ tình lãng-mạn, éo le, đến tình mãnh liệt các chú cháu trong thế giới của **Chu Tử** (đóng khung trong những sự thực trần truồng, trắng trợn, chống lại những con người và nếp sống đạo đức giả: như Đạt trong *Yêu*, mơ ước vẽ Diễm hở ngực nhưng không dám thực thi, ngay cả hôn người yêu) – thời các tiểu-thuyết Chu Tử xuất hiện có hiện-tượng thác loạn trong giới nữ sinh, lập hội CTY, ... Tình chú cháu trong diễn đạt nhẹ nhàng hơn có thể kể *Bạc Áo Hào Hoa* (Miền Nam, 1969) của **Thẩm Thệ Hà**: cuộc sống tình cảm của thầy Hoàng với các cô cháu con của bạn, trong hai khung cảnh hiện sinh bi đát, sống vội, bất cần dư luận của thị dân và không gian học đường thời chiến-tranh ở Trảng Bàng không xa đô thành bao nhiêu. Tình trong các truyện của **Thanh Nam** với tập truyện ngắn *Buồn Ga Nhỏ* (Phù Sa, 1963, truyện dùng làm tựa vốn đăng trên *Hiện Đại* với tựa Cỏ Rừng), các tiểu-thuyết như *Trời Không Muốn Sáng* (1963), *Giấc Ngủ Cô Đơn* (1964), v.v. nhiều tình cảm lãng-mạn và sống, không gây nhiều suy nghĩ! **Văn Quang** viết nhiều tiểu-thuyết tình cảm đăng-từng-kỳ, về tình-yêu, tuổi trẻ – lính có, nghệ sĩ có, học sinh, sinh viên có, nhiều con nhà giàu và một số mệnh phụ phu nhân, và những cuộc tình không ngày mai, những cuộc chơi trác táng, những bi kịch phải xảy ra, ... qua các tiểu-thuyết như *Những Lá Thư Màu Xanh* (1963), *Chân Trời Tím* (Thái Lai, 1964), *Người Yêu Của Lính, Ngàn Năm Mây Bay, Từ Biệt Bóng Đêm, Vì Sao Cô Độc* (Đường Sáng, 1965), v.v. nhưng đầu tay là tập truyện ngắn *Thùy Dương Trang* (Lạc Việt, 1958) không khí truyện như chung chung với Hoàng Ngọc Liên, Doãn Dân, v.v.

Tình yêu thể hiện dưới nhiều hình-thức, cường độ, từ chiếm đoạt cho chắc chắn ở Chu Tử, Thế Uyên, ... đến tình bạo động của Trần Đại, Châu Cool,.. của Duyên Anh, v.v. Tình cảm phi lý như của Thanh-Tâm trong *Bếp Lửa* của Thanh Tâm Tuyền,... Tình với những chia xa, oái ăm của chiến tranh của Thế Uyên, Y Uyên, Doãn Dân, Nguyễn Thị Thụy Vũ,..

Trong không khí ngột ngạt của chiến tranh vẫn có những chuyện tình sâu sắc của Lệ Hằng, Túy Hồng, Nhã Ca, ... Nguyên Vũ với *Chuyện Tình Của Tên Đồ Tể* (Đại Ngã, 1972) tức ,Tú đồ tể', ,Tú B40', sống trong thế-giới bạo động đường phố nhưng cũng có thể là mẫu người hùng lo chuyện lớn gần như Trần Đại, Lê Hùng của Duyên Anh!

Mảng tiểu-thuyết tâm lý xã-hội hoặc thời thượng thị tứ, nhắm tiêu thụ nhanh, dễ đọc khá lớn về số lượng tiểu-thuyết đăng-từng-kỳ (feuilleton) trên các nhật báo, và cả tạp-chí, nếu đến nay vẫn có độc giả là vì tính cách dễ dãi, nhẹ nhàng của nội-dung và nhất là vì tính kể chuyện. Đó là truyện của các **bà Tùng Long** (Lê Thị Bạch Vân; 1-8-1915, Đà Nẵng - 26-4-2006; hơn 50 bộ truyện đã xuất-bản), Tú Hoa, Lan Phương (như *Hoa Tình Đẫm Máu, Lỡ Làng* - chuyện tình ái của Mỹ Linh, Hồng, Điệp và Bình, người thì nhẹ dạ, yếu đuối, kẻ mưu mô, ham hố đoạt tình, phá hạnh-phúc người khác), chăm sóc và lồng vài ,thông điệp' nào đó có An Khê, Bình-Nguyên Lộc, Ngọc Linh, Nguyễn Đạt Thịnh (*Tuyệt Đỉnh Đau Thương*, 1965, ...), Hoài Điệp Tử (Phạm Văn Tập, 1941-1987; *Trái Cấm*, 1965, ...), v.v.

Sau này, bà Tùng Long trong *Hồi-Ký* (2003), cho biết đã *"khai thác nhiều đề tài xã hội, nhờ vào mục Gỡ Rối Tơ Lòng và Tâm Tình Cởi Mở mà tôi giữ trên hai báo hằng ngày Sài Gòn Mới và Tiếng Vang. Câu chuyện bạn đọc kể thường chỉ vỏn vẹn vài trang giấy, nhưng là chuyện rất thường tình ngoài đời. Hằng ngày nếu chịu khó quan sát, chúng ta có thể tìm thấy rất nhiều nhân vật đem vô tiểu thuyết. Xã hội là một sân khấu với tất cả các vai diễn, độc ác có, hiền hậu có, gian xảo có, trung thực có. Cứ nhìn quanh ta là thấy những người có thể nhập vai, rồi thêm sức tưởng tượng và tài liệu khi ta đọc sách của nhà văn các nước"* (13).

Khuynh-hướng hiện thực xã-hội

Hiện thực xã-hội trong văn-học miền Nam thời này đa dạng, không thể tìm thấy dấu vết của *"hiện thực xã-hội ổn định theo một mô hình lý tưởng để làm đối tượng mô tả"* như Hà-Nội áp đặt cho văn-nghệ sĩ miền Bắc. Thời này đã chứng minh cho thấy người làm văn-học được tự do sáng-tác, hiện thực xã-hội mà các nhà văn này đưa vào tác-phẩm là thứ hiện thực có thể nhìn thấy, sống trãi, dù đã qua ngòi bút sáng-tạo của họ – nhà văn sáng-tạo ra một (và những) thế-giới có thể tìm thấy tham-chứng, dấu vết, nguồn cơn, ... trong xã-hội hôm nay và đa dạng cụ thể trước mặt! Trong thế-giới tiểu-thuyết của Chu Tử, Viên Linh, Nguyễn Thụy Long, Nguyễn Thị Thụy Vũ, ... là những con người thật, thật từ hình hài đến tâm tư, ý chí cũng như đam mê, hoang đàng, phản kháng. Nghĩa là không phải những ‚nhân-vật' mẫu, ‚phải đạo', v.v. của miền Bắc. Sáng-tạo là hiện thực nếu như công việc này tự nó là một thực tại có phát triển, lịch sử, tạo nên một bầu khí hay một lớp thực tại, và có phê phán, nhìn lại. Những xúc cảm thẩm mỹ này bị sự tiến hoá kỹ thuật sáng-tạo nghệ-thuật quy định, xuất hiện như được biểu lộ và phản ảnh.

Viên Linh trong *Thị Trấn Miền Đông* đưa hiện thực thời sự vào không gian tiểu-thuyết: kẻ trốn chạy ẩn ở một thị trấn miền Đông sau những xáo động tham gia phong trào Phật giáo làm chính-trị.

Nhật Tiến trong *Giấc Ngũ Chập Chờn*, Tặng Phẩm Của Dòng Sông đưa hiện thực xã-hội thời chiến vào tiểu-thuyết. Trong *Giấc Ngũ Chập Chờn*, ông tả Việt-cộng: "*Nó bận một manh áo phong phanh vá chằng vá đụp, chiếc quần đùi ngắn cũn cỡn lúc may không tốn hơn một vuông vải, vậy mà hai mảnh mông đít cũng phải đắp lại bằng hai miếng vải khác mầu. Mái tóc thằng bé bù xù, khuôn mặt xanh xao, hai gò má hốc hác, những ống chân, tay khẳng khiu như những ống sậy. Hình ảnh ấy nom thật thê thảùm, đúng như lời khuyên của lão Đối với thằng Đực hôm nào:*

- Mầy theo ai mặc cha mầy! Mà điều đi với bên đẫy thì còn có đôi giầy, cái áo mà bận. Chớ qua bên đó chết trần, chết truồng, ai thương!

Câu nói thật đã thể hiện một cách thê thảm cái tâm trạng của đám quần chúng khốn cùng ở thôn ấp sau bao nhiêu năm bị lôi cuốn triền miên vào vòng lao lung của khói lửa. Chủ nghĩa ở bên kia, lý tưởng ở bên này, những lời nói ngon ngọt Tự Do, Dân Chủ, hòa-bình, Giải Phóng, Dân Tộc, Chủ Quyền và những gì gì nữa trải bao nhiêu năm vẫn chỉ là những cái bánh vẽ. Những cái bánh vẽ chẳng đem lại cho đám nông dân nghèo khó thêm cơm, thêm áo nhưng trái lại có thừa quyền uy để bắt người dân đã đói lại đói thêm, đã nghèo lại nghèo thêm, và rốt cuộc thôn làng đã trở thành một nơi xơ xác, điêu tàn. Nhưng nhà cửa sụp đổ sẽ còn có cơ hội xây dựng lại, ruộng đất bỏ hoang sẽ còn có ngày được cầy cấy, còn cái sự phá sản tình yêu thương bà con làng xóm, tình nghĩa đồng bào trong chia rẽ, thù hận thì biết đến bao giờ mới hàn gắn lại được đây? Về điểm này lão Đối là người cảm thấy rõ nhất. Lão đã chứng kiến những con mắt hận thù của chính những kẻ mang cùng một máu mủ ruột thịt. Lão cũng đã chứng kiến những tâm hồn bị tàn phá và hủy hoại đến không còn mảy may biết xúc động là gì. Bởi vì họ đã mất hết, kể cả người thân lẫn sản nghiệp. Mất đến không còn gì để mà mất nữa. Tâm hồn của họ đã tới mức chai lì. Trong những giấc ngủ chập chờn hàng đêm, mọi người đã chúi đầu trong những căn hầm đào sâu dưới đất. Nếu đêm trước có đụng độ thì đến sáng ra, nhìn khung cảnh tàn phá trước mặt, họ đã thấy ác mộng không phải chỉ xảy đến như trong một giấc mơ mà đã đi vào đời sống. Như đôi mắt người này đã thực sự mù, đôi tai kẻ kia đã rỉ máu. Căng chân, cánh tay của ai đó nằm rơi vãi. Và kinh hoàng hơn, trong hàng thân thuộc lại đã có thêm người thân vĩnh viễn đi vào lòng đất...". Về phần đạo đức làm người thì người Cộng-sản còn lạ hơn nữa, du kích tên Hà hiếp dâm vợ của Xê và gian dâm với người chị dâu của mình. Sau biến cố 30-4-1975, Nhật Tiến bị kiểm thảo nhiều cũng vì truyện dài *Giấc Ngủ Chập Chờn!*

Duyên Anh trong *Điệu Ru Nước Mắt, Luật Hè Phố,* v.v. về một số mặt thật của xã-hội thời chiến (X. Quyển Hạ).

Cũng cần ghi nhận Bùi Kim Đĩnh qua các truyện dài *Chợ Đêm, Ngược Sóng* (Hồng Đức, 1969. 235 tr.) và *Đốt Xác* (Huyền Trân, 1972) [Sau 1975, ông làm ,thuyền nhân' nhưng bị mất tích].

Thế Phong trong tập 3 truyện ngắn *Khu Rác Ngoại Thành* (Trình Bầy, 1966) tả đời-sống xã-hội bị đảo lộn vì chiến-tranh và người Mỹ, chung quanh đống rác trở nên nguồn sống khiến người ta đánh chửi, thưa kiện hại nhau, ... Nhân-vật Tiết đã bị quân cảnh bắt giữ vì dính líu vào vụ rác Mỹ thì ở nhà vợ Tiết lao đầu vào tội lỗi:: *"... Xe ngoại kiều càng ngày càng đổ nhiều vỏ đạn rốc-kết, những thùng đạn đôi khi còn nguyên. Bọn Tàu đi mua đạn để lấy đồng với giá rẻ mạt. Bác Chánh bắt đầu làm đơn khiếu nại nhưng không cho tôi biết, khác hẳn với mọi lần, mỗi khi làm việc gì bác cũng thăm dò ý kiến tôi trước. Chủ căn nhà A khiếu nại rằng, đổ rác làm mất vệ sinh. Tôi chắc Trần có đóng góp vào việc thảo lá đơn này. Trong khi đó, ở một mặt khác, tôi được biết Trần cũng làm đơn tố cáo với Toà Đại Sứ, cơ quan quân sự Mỹ về việc xe ngoại kiều đi đổ rác được Tiết ve vãn, cho tiền, dẫn* *gái, nên đem đi đổ toàn những đồ nhà binh còn dùng được. Tôi thấy không cần phải đóng góp thêm một ý kiến nào.*

(...) Bây giờ không phải là mùa xuân nữa, mặc dầu chưa hết tháng Hai âm lịch. Thằng bé càng hát lớn, con bé càng khóc to hơn. Rồi thằng bé lại hát bài quốc ca để ru cháu nữa. Nhịp đi hùng mạnh của đoàn quân hình như đã không thể làm cho đứa bé hài lòng. Gần sáng mẹ nó mới trở về. Xóm lao động ở bìa rừng cao su, anh Bảy loan tin về chuyện thực xảy ra đêm qua trong rừng "ái ân":

- Vợ thằng Tiết đêm qua cặp kè với ngoại kiều suốt sáng ở chiếc mả cũ trong rừng. Đ.m. thằng chồng mới bị bắt có ít bữa mà làm vậy rồi. Đồ chó điếm mà, bọn bay! Con đó trước làm điếm ở xóm Lăng, gái chơi bời mà!"

Vợ Tiết, người đàn bà lai Tàu đã dày dạn tình đời, bướng bỉnh thừa nhận:

- Đ.m. tụi bay. Tao không có tiền, tao nghèo, tạo "đi" cho Mỹ. Bọn bay thối miệng học làm chi đây. Đ.m. tụi bay, chồng tao bị bắt tụi bay sướng ghê!" (Khu Rác Ngoại Thành, 1966, tr. 26, 36).

Nguyễn Đình Thiều viết về xã-hội thời loạn băng-hoại phong-hóa, trong một số tiểu-thuyết như *Chém Mướn* (KCN, 1971), *Đất Lạ* (Nam Phương, 1971, viết về thế-giới du đãng Việt-Miên-Hoa, giành gái, sống chết vì đâm chém, tranh chức đầu băng đảng), *Con Đường Sa Đọa* (Nam Phương, 1971), *Tay Lỡ Nhúng Chàm* (Nam Phương, 1972), ... Ông cũng viết về chiến-tranh với các truyện dài *Vỏ Đạn Cho Con Trai Đầu Lòng* (Hoa Đăng, 1969), *Đồ Chơi Trong Chiến Tranh* (Quê Hương, 1969), *Thời Loạn* (Minh Cường, 1969), ...

Nguyễn Thị Thụy Vũ trong *Mèo Đêm* (1967) ghi lại thảm cảnh xã-hội đối với phụ nữ khi chiến-tranh leo thang. Ngòi bút bà sắc bén và hiện thực hơn là lớp nhà văn lên giọng đạo đức mà thật ra là viết theo chỉ thị như Ngọc Linh năm 1964 trong *Nắng Sớm Mưa Chiều*, đã đưa những nạn nhân chiến-tranh như cô gái hippy vào tiểu-thuyết: *"Bích thuộc hạng các cô gái mới, chạy theo mốt ngoại lai như bầy thiêu thân (...) Học sinh tuổi mười sáu, mười bảy đã ,cúp cua' lén cha mẹ tới đây học nhảy ,tuýt' theo tiếng nhạc cuồng loạn"*.

Nhã Ca trong *Đám Táng Cá Voi, Đoàn Nữ Binh*, v.v. như muốn phê phán chiến-tranh làm tan nhà nát cửa, sinh linh.

Lệ Hằng chuyên về tình-yêu "mở" và "cho tôi trước hết"; các nhân-vật có sinh viên, linh-mục và cả quân nhân, nhà văn, đạo diễn điện ảnh, ... Trong *Tóc Mây* (Tinh Hoa Miền Nam, 1972), Tố Kim liên hệ đi tìm hạnh phúc, tình-yêu bất khả với "của cấm" là linh-mục nhạc sĩ Duy, với Văn sĩ quan Không quân bay bướm đâu cũng đậu nhưng không lâu. Cô gái Huế lên Đà-Lạt để sống tình yêu, tìm hạnh phúc là ái ân, da chạm da, bây giờ là Phượng Uyên trong *Thung Lũng Tình Yêu* (Tổ Hợp Gió, 1972). *Bản Tango Cuối Cùng* cùng điệp khúc "*Nếu không chụp bắt, nếu không hăm hở mà sống, mà yêu, rồi sẽ không còn gì đứng lại chở mình*". Như nhân-vật Nguyên nhà văn trung úy trong *Kinh Tình Yêu*. Như nhân-vật Đào Duy đạo diễn và Đằng nhạc sĩ *Chết Cho Tình Yêu* (1973). Tất cả trong không khí chiến-tranh và tình-yêu không giới hạn không-gian và thời-gian. Tiểu-thuyết dài *Ngựa Hồng* (Tổ Hợp Gió, 1973) là những chuyện quẩn quanh đi tìm tình-yêu, như với Cao Đan Phượng, "*tình-yêu của em là thân xác anh... Từ thân xác anh em tìm thấy linh hồn em và cả linh hồn anh nữa*" (tr. 390), "*hạnh-phúc là một người đàn ông*" (tr. 494) - ở với người này nhưng cứ nghĩ, so sánh với người tình khác đã qua tay (Nghi, Hùng, ...), ...; tình-yêu thường được xem là tình cờ và cả đồng nghĩa với cái giường (tr. 267, 327).

Về thân phận phụ nữ trong chiến-tranh ngoài ra còn có Đỗ Tiến Đức với *Má Hồng* (Thời Mới, 1968), Võ Hồng trong một số truyện ngắn, truyện dài, v.v.

Tuổi trẻ phóng túng thân phận với *Ngày Vui Qua Mau* (Tiến Hóa, 1964) của Tuấn Huy (Nguyễn Năng Toàn, 1933 - 2012) – và với truyện dài *Hương Cỏ May* (An Tiêm, 1967; Hai Miền, 1967) chuyện nhà tu trẻ trở về trần bên cạnh những *Nỗi Buồn Tuổi Trẻ* (Tiến Hóa, 1963), *Yêu Trong Bóng Tối* (Tiến Hóa, 1966), *Vòng Tay Chờ Đợi* (Tiến Hóa, 1964), *Qua Cơn Đau Dài* (Phổ Thông bán nguyệt san, 1971), ...

Tuổi trẻ bụi đời, hippy, ... là thế giới của Nguyễn Đức Nam trong *Những Khuôn Mặt Trẻ* (Thứ Tư Tuần San, 1967) và Trường Kỳ trong *Sài-Gòn Choai Choai* (Hoa Biển Đông, 1970), *Tuổi Lang Thang* (Gió, 1970), *Phóng Sự 1-Mặt Trái Nữ Sinh Sài-Gòn, 2-Đào Đào, Kép Kép* (1969), v.v. của người trẻ trong cuộc. *Lửa Bốc Ngầm* ("tiểu thuyết đặc biệt về tâm lý tuổi trẻ", Ngọc Hưng, 1965, gần 300 tr.) của Thanh Hiệp thì đi sâu hơn vào thế giới tình dục của người con gái tuổi dậy thì. V.v. và v.v.

*

Các **phóng sự** thì trình bày, đưa lên mặt báo những thực trạng xã-hội thời-đại và nhiều cây bút đã nổi tiếng với thể-loại này như Phan Nghị, Hoàng Hải Thủy, Thương Sinh (Duyên Anh), Hoàng Ly (*Giặc Cái*, 4 tập, 1970; *Bắt Ba-Toong*, 1973, ...), Nguyễn Đình Thiều (*Thúy Kiều Giao Chỉ*, Thiên Tứ 1969; *Gái Tơ*, Âu Cơ 1971; ...), v.v. Vào những năm từ biến cố Tết Mậu Thân 1968 đến cuối trước biến cố 30-4-1975, cùng với bút ký, các phóng sự xuất hiện nhiều hơn do nhu cầu hiểu biết thời sự và thực tế chiến-tranh, lại do chính người trong cuộc (phóng viên chiến trường, nhà văn lính, ...) và có năm đã lấn lướt thị trường sách văn-học, cũng như có các nhà văn như Dương Nghiễm Mậu, ... chuyển sang thể phóng sự chiến trường. Cũng ghi nhận ở đây thời đầu ngay sau năm 1954 đã có một số phóng sự của các nhà văn di cư từ Bắc vào như Triều Đẩu với *Những Thiên Đường Lỡ: Giữa Đô Thành Sài-Gòn- Chợ Lớn* (Tấn Quảng Lợi, 1957) đã đăng-từng-kỳ năm 1955 ngay trước khi chính phủ Ngô Đình Diệm ra đạo-dụ 27-9-1955 trừng phạt người hút và chủ tiệm hút thuốc phiện, trên nhật báo *Hòa Bình* ký Tử Long với tựa "Đô-thành nghiện hút". Xin trích một đoạn khi phóng viên gặp một tay nghiện trong một nhà ở Chợ-Lớn:

"... Tôi toan tiến sâu vào trong cùng tiệm để khám phá một sự gì mới lạ hơn nữa, trong cái kiếp sa đọa nhất của dân nghiện thì gặp một người nhỏm dậy, chìa tay ra bắt. Tôi nhìn kỹ xem ai, và vội thốt lên: "A! Anh Y. Từ ngày vào đây bây giờ mới gặp anh".

Y. thản nhiên trả lời: "Mà lại gặp nhau ở chỗ này!"

Y. là một thi sĩ. Thơ anh không có gì xuất sắc, song ngày nào còn ở Bắc gặp đủ thiên thời, địa lợi, nhân hoà, anh đã cho xuất bản được một vài cuốn văn vần, tả tình xuân hạ thu đông và ca ngợi mây, nước, gió, trăng. Một chút tiếng tăm trong giới văn nghệ như vậy đã giúp anh kiếm cách sanh nhai và ăn hút đều đều trong cuộc đời thực tế. Nhiều khi người ta phải thán phục tài xoay xở tháo vát của anh.

Một người vợ trẻ đẹp, một đàn con kèm theo đứa ở đàng hoàng và một bàn đèn, lửa thiêng tỏ suốt ngày đêm, từng ấy thứ rườm rà, phiền toát nặng nề và đắt đỏ, anh gây dựng và đặt vững trên một thực tại mong manh và giản dị, nhẹ nhàng và rẻ giá vẫn đời đời mệnh danh là thơ thơ. Có gì đâu. Anh vốn là một nhà tâm lý thực tiễn đã thức những đêm trắng bên cạnh bàn đèn, cái giang sơn rút nhỏ lại của anh. Anh đã nghĩ ra những chước, những thuật để làm tiền. Đây là một thí dụ: Thường thường, anh có trong túi một số giấy phép mở báo hoặc đứng tên anh, hoặc đội tên người khác. Báo ấy sẽ chỉ ra những số đặc biệt ca tụng và trưng ảnh một nhân vật hay một số nhân vật thời cuộc có thế lực trong chánh giới. Báo sẽ in một số tờ nhất định đủ để biểu những nhân vật được ca tụng mà không cần bán cho công chúng. Là vì ông chủ báo đã tiếp nhận bí mật những món tiền lớn của những nhân vật được ca tụng kia rồi. Mỗi năm anh chỉ cần làm 2, 3 lần như thế là đủ sống đuỳnh huỳnh suốt 12 tháng của đất trời.

Tôi vẫn biết cái "tuýnh" của anh như vậy, nên khi gặp anh ở tiệm 8... đường Lacaze tôi đã hỏi anh câu sau đây tưởng chỉ là hàn huyên xã giao nhưng vô tình đã mang một hậu ý: "Thế nào? Anh vào đây đã bắt đầu làm gì chưa?"

Hậu ý của tôi là muốn biết anh đã tiếp tục tục làm công cuộc bịp bợm chưa. Cho nên tôi đã nói tiếp ngay, chưa kịp nghe câu anh trả lời: "Đất này xem chừng kiếm ăn cũng dễ..."

Con người bẩm sinh vốn chủ quan đã không chịu cho mình là bịp bợm khi cả cái xã hội xung quanh đều công nhận mình là như vậy! Cho nên anh đã trả lời tôi đầy vẻ tự cao: "Vâng! Tôi vẫn theo đuổi chủ trương phục vụ nhân dân như ngày còn ở ngoài Bắc".

Câu chuyện trên đây đã được trao đổi trong một tiệm nghèo nàn và khổ hạnh. Có lẽ lúc ấy anh Y. mới "dô" chưa kịp thi hành những kế hoạch xoay tiền nhà nghề nên anh đã thực sự sống với quần chúng, cái quần chúng nghiện ngập và kiết cú. Song chỉ mấy tháng sau đấy thôi, tôi đã lại gặp anh trong một tiệm lớn đàng hoàng tại Guynemer, Chợ cũ. Chắc chắn anh đã thành công rồi vì tại đất này anh có thể đã mở rộng phạm vi hoạt động ngoài khuôn khổ chật hẹp một cá nhận một thế lực hay một "bự" để len lỏi vào những cơ quan quân sự hoặc hành chánh trước tác thuê những sách tuyên truyền hoặc đượm mầu văn nghệ dân tộc và đại chúng v.v.

Có điều đáng buồn là giờ đây thuốc phiện đã in dấu vết tàn phá trên gương mặt anh, biến một trang thi sĩ khôi ngô, tuấn tú thành một kẻ mưu sinh da sạm đen với nhiều vết nhăn. Mắt bớt sáng và tinh thần sa sút. Thực ra anh cũng có tài. Nếu phải đi vào con đường bịp bợm và phải dùng cái bàn đèn để trợ lực cho sự bịp bợm đó, lỗi ấy nhất định không phải tại anh. Cũng không phải tại người vợ trẻ đẹp của anh hay đàn con thiên thần cùng bầy tôi tớ chất phác. Cũng nhất định không phải tại cái bàn đèn mặc dầu trong rất nhiều trường hợp tương *tự, cái bàn đèn vẫn là cái bung xung kiến cho trăm tội đều đổ lên đầu nhà oản, lên ngọn đèn dầu lạc.*

Lỗi chỉ tại các thực thể thế lực và quyền hành bao trùm tất cả, có trách nhiệm về hành động của tất cả và có tham vọng mưu hạnh phúc cho tất cả. Đó là cái thực thể lý tưởng vì cũng có cái thực thể giả tạo, tuỳ theo hoàn cảnh và xã hội của khối người đương thời sống trong sự chi phối của thực thể đó. Song dẫu lý tưởng hay giả tạo, cái thực thể ấy vẫn được mệnh danh dưới cái tên nôm na: Nhà Nước (...)".

Ngôn-ngữ phóng sự đặc-biệt, đúng như Bùi Xuân Uyên, nhà văn từng sinh hoạt văn-nghệ cùng nhóm Thế Kỷ ở Hà-Nội, giới thiệu trong lời Tựa: *"Viết "lối Triều Đẩu" là viết với những hí ngôn, lộng ngữ, những lời sống sượng; viết "lối Triều Đẩu" là khinh đời nhưng không cay cú, giễu cợt nhưng không mỉa mai, chua chát; viết "lối Triều Đẩu", đến tận cùng, thì là viết với những tiếng cười, cười hềnh hệch, cười hì hì, cười ha ha, cười hở hả, vì tận cùng Triều Đẩu tâm tình dễ dãi (...) Phóng sự là thuộc vào thời gian. Mất thời gian tính, mọi thiên phóng sự đều như những ngọn đèn phải lụn tắt vì thiếu dưỡng khí. Phóng sự phải là những cây pháo bông làm loá mắt người đọc vì người ta chỉ đọc phóng sự trong khoảnh khắc, những khi người ta ăn no cần thêm một chất tiêu hoá, hay khi buồn ngủ cần những cái vuốt cho thần kinh giãn ra. Vì thế, phóng sự cần cho báo hàng ngày để điểm hoa văn nghệ vào những tin tức "giật gân". Và tờ báo đọc xong hôm nay, ngày mai sẽ được dùng vào những công việc hữu ích khác cùng với cả mọi thiên phóng sự "ly kỳ". Nhưng cái bạc của nghề phóng sự là thế đấy. (...) Triều Đẩu phóng sự đã bắt cái mong manh phải đứng lại, đã đem cái trường cửu in hằn trên giấy. Sở dĩ mọi thiên phóng sự thường không có ngày mai là vì người ta chỉ mải đuổi theo cái bác tạp của cuộc đời. Triều Đẩu viết truyện ngắn đã nắm bàn tay của Triều Đẩu viết phóng sự đòi phải phân biệt ra cái đơn thuần giữa cái bác tạp để tạo nên những điển hình. Mọi nhân vật trong Những thiên đường lỡ đều có giá trị tiêu biểu, đánh dấu không những chỉ một thời đại mà một xã hội".* Triều Đẩu đã xuất-bản cùng năm tập truyện ngắn pha phóng sự *Trên Vỉa Hè Sài-Gòn* (thuộc bộ ‚Từ Sài gòn đến Đế-Thiên Đế-Thích‘, Tấn Quảng Lợi, 1957) như để tiếp theo tập *Trên Vỉa Hè Hà-Nội* (Thế Kỷ, 1952) xuất-bản ở Hà-Nội trước khi vào Nam.

Cùng năm 1957, Nguyễn Văn Xuân, một nhà văn miền Trung xuất-bản ở Sài-Gòn **Bão Rừng** (Trùng Dương, 1957) - là một phóng-sự tiểu-thuyết về đời-sống những người thợ mủ sống trong vùng đồn điền cao-su thời thực dân Pháp. Nhân-vật Tôi là một thiếu niên 16 tuổi xin được việc làm thư ký cho bà chủ một đồn điền cao su có một ông chồng người Pháp, và ông được chứng kiến tất cả những cái bi hài, khốn cùng, những cái thương tâm của nạn nhân lao động của chế độ đồn điền thực dân, và mối tình ngắn ngủi giữa chàng thanh niên Tôi và Liêu, một cô người làm, giữ em bé Rô Dét - đứa con lai của mụ chủ,. Bà chủ me Tây họ La, vợ một tên lính Tây, nhân tình của một tên thực dân quan thầy của chồng. Đời-sống hằng ngày với anh bếp, chị vú em Liêu, anh bồi, những bon chen kèn cựa, ... đã là những hoạt cảnh hiện thực pha nhiều kịch tính. Như: "Anh bồi nhổ một bãi nước bọt vào cái đĩa, lấy ngón tay xoa cho mỏng ra, để anh bếp thản nhiên múc đồ ăn đổ vào. Rồi cũng *mượn đúng cái bộ mặt lương thiện,* nhanh nhẹn như hồi nào, kính cẩn bưng cái đĩa đồ ăn ấy lên cho vợ chồng lão chủ đang ngồi đợi. Vợ chồng lão chủ ăn ngay tức khắc là khen ngon đáo để... Vì cái món ăn ấy nấu bằng lứa bắp đầu mùa...". Những người phu được mộ lên cao nguyên sống nghèo khổ, cực nhọc và khi ốm đau, sốt rét, nằm rên la không thuốc men, không người săn sóc, nặng lắm thì một y tá ở nơi xa được gọi đến, chích vài ba mũi thuốc ký ninh xanh - tiền thuốc sẽ bị trừ vào lương trong tháng. Rồi thú dữ rình mò quậy phá cả khu rừng, gây kinh hoàng, khiếp đảm cho mọi người, cuối cùng bị bắn chết do những phát súng của tên chủ đồn điền bắn hạ. Trước những bất hạnh và trò đời tàn độc, cậu thiếu niên mười sáu tuổi tìm cách rời bỏ nơi rừng núi này, để về lại đồng bằng thì gặp sự cản trở của mụ chủ, phải nhờ bà con có thế lực với bà, thầy thông mới được ra đi, về miền xuôi và gặp lại hai người phu đồn điền trẻ đã trốn được qua bao săn đuổi của bọn mật thám do mụ chủ thuê và đã tìm lại được tự do.

Đọc lại một đoạn đối thoại trong Bão Rừng để thấy bút pháp thời trẻ của Nguyễn Văn Xuân: "... Đang vui vẻ thì chị vú xềnh xệch bế con bé lai vào. Đứa bé xinh muốn át hẳn những hoa thược dược tây óng ả khoe màu sắc trong sân. Tôi đưa tay ra, nó ngã vào người tôi. Tôi hôn vào má mịn, mịn như tưởng đã biến từ địa hạt vật chất sang tinh thần, và thơm tho, và ngọt lịm. Tôi trầm trồ:

- Sao nó đẹp thế này !

Chị vú cười: - Đầm lai mà lại;

Và không đầu không đuôi, chị tiếp: - Nó có phải con của thằng cha già dê này đâu.

- Già dê nào ?

- Thì thằng chồng mụ chủ chứ già dê nào nữa

- Thế bà chủ mới lấy ông chủ đây à ?

- Hừ, lấy nhau từ hồi nảo, hồi nào. Giờ thì thằng con đầu hai mươi tuổi, học bên Tây kìa.

Anh bồi chêm vào: -Thì nói ngay con Rô-dết là con của lão Mẹc - Mẹc xà lù- lão chủ đồn điền gần trên M...ấy mà

- Vô lý, thế ông chủ không biết hay sao ?

- Chẳng hiểu rõ. Ai cũng biết hết, biết như đinh đóng. Hôm nào ông Mẹc xuống, thầy so sánh mà coi. Nè, nó giống nhau như hai cái đĩa bàn Phông-ten-bờ-lô nghe! Có một điều, một cái cũ quá, một cái mới quá...”

... Ngày cuối tháng đối với một dân phu là cả một sự chờ đợi. Một số lớn hy vọng họ sẽ có tiền, dành dụm gởi về cho cha mẹ già, vợ con dại; họ mua thêm thuốc chữa bệnh hoặc tiêu xài. Nhưng một số khác, không đủ trả nợ, bị khấu trừ lung tung, thế mà họ vẫn mong đến cuối tháng như thường. Bởi vì, cho dẫu mắc trăm thứ nợ: nợ chủ, nợ bạn, nợ cờ bạc, họ vẫn hy vọng giật tạm đâu đó ít nhiều. Ở đồn điền, không có giải trí nào ngoài cờ bạc. Họ đánh nhỏ tần tiện từng đồng để mong được đánh lâu. Nhưng mỗi khi máu cờ bạc nổi lên cao thì ý thức giữ đồng tiền, ý thức cần kiệm bay theo mây gió... ”.

Đoạn văn tả mụ chủ me Tây, họ La: *“...Tiếng mụ vẫn oang oang, ngón tay quay bốn hướng: - Kìa kìa! Đồ ngu! Khiêng cái bàn ra ngoài, đưa cái ghế vào chỗ này. Vác cái chổi ra sân cho khéo, đụng cái tủ...*

Người anh cả mụ, áo dài đen, khăn đóng chữ nhân ngay ngắn, lúng túng trong chiếc áo lương mới, cũng chỉ biết ngây người ra và có vẻ sợ hãi mỗi lúc mấy anh người nhà lóng ngóng va cái nọ, chạm cái kia.

- Đồ ngu! Trời ơi, mắt nó sáng chớ có phải thong manh đâu! Kìa! Kìa..

(...) Nhưng cũng vừa lúc ấy, một anh người nhà cao lòng nhòng vờ làm rơi điếu thuốc đang hút. Anh không ngại lửa lấp lánh, lấy chân chà dập bét, chửi đổng: - Đ... mẹ cái miệng! Ngu như chó! Còn một điếu thuốc cũng làm rơi mất.

Y vả một cái đét vào má làm miệng méo lại. Mấy người kia cười rộ và nhìn về phía mụ chủ mới khuất với một vẻ khó hiểu..." (*Tuyển Tập Nguyễn Văn Xuân*, tr. 25)

Và cảnh chia tay của hai người trẻ tuổi tình mới chớm nở: "*Buổi chiều ngày thứ hai, một sự may mắn tình cờ xảy ra. Liêu đang đội nón đi qua sân, lúc trời thốt nhiên sầm tối. Mây đen khong biết từ đâu hun hút kéo về, che kín khu trời trên đồn điền, giữa các rừng cây bát ngát. Những cơn gió thông thốc tới, tốc tràn qua sân, qua con đường, xô rạp hết cỏ tranh, riung động rừng già. Chiếc nón của Liêu bị giật ra khỏi đầu rồi lăn nhanh trên đường. Liêu kêu hốt hoảng và chạy đuổi theo, chiếc nón chạy nhanh, quay tròn như một chiếc bánh xe tàu suốt. Liêu chạy theo bết chân mà không thể nào theo kịp. May sao nó vướn vào cỏ tranh, dừng lại, Liêu được khuyến khích đuổi theo thì một cơn gió khác lại đẩy nó ra đường và cuộc chạy đua ngộ nghĩnh lại tiếp diễn. Nhưng lần này nó chạy không lâu. Vì tôi đã dùng hết tài lực sĩ để đuổi theo và tóm cổ được, lúc nó bị vướng vào mấy cành cây gãy rơi trên đường. Tôi dừng lại chờ Liêu. Những con chim đen bị gió đánh bạt, đang bay ngược chiều gió một cách nặng nề để lẩn vào rừng. Tôi đưa nón cho Liêu thì cũng vừa lúc ấy, rùng rùng những cơn gió lốc như vũ bãorú lên thổi rạp cành lá về một phía và muốn xê dịchhết khu rừng. Chiếc nón của Liêu mới đội lên đầu, vụt một cái, bị đứt giây. Tôi nhanh nhẹn nhảy tới , bàn tay chưa kịp chạm nón thì nó đã phần phật bay đi. Lần này nó không chạy nữa mà bay thẳng lên trời, nhanh như tên bắn. Chỉ kịp chúng tôi định tình nhìn theo thì nó đã vút lên đầu ngọn câythấp, rồi phi thẳng lên đầu một ngọn cây đại thọcao ngất từng mây. Bấy giờ trông nó chỉ còn một tờ giấy rồi không biết mất hút vào đâu. Sức gió mãnh liệt cho đến độ những con chim lớn phì phạch đập cánh mà không thể nào lướt không gian để vào rừng như người bơi ngược giòng thác mạnh. Những con chim nhỏ bị đánh xiêu lạc, phải nương theo gió, mặc gió cuốn đi. Rừng cây răng rắc gãy cành và rụng lá. Dưới cây cổ thụ chúng tôi dừng lại, cành lá đã phủ lớp lớp lên mặt đường*" (Sđd, tr. 222-223).

Bên cạnh các tiểu thuyết thời thượng là những tác phẩm trong sáng, nhẹ nhàng hơn của Duyên Anh, Nhật Tiến và Võ Hồng về những con người nghèo khổ và nạn nhân chiến tranh, Bình-Nguyên Lộc (*Đò Dọc*) về xã hội buổi giao thời. Chu Tử với những tiểu thuyết *Yêu, Loạn, Ghen,* ... mà đề tài sống vội sống cuồng theo F. Sagan và mốt hiện sinh! Dẫn đến những Nguyễn Thị Hoàng (*Vòng Tay Học*

Trò), Minh Đức Hoài Trinh (*Sám Hối, Thiên Nga*), Trùng Dương, v.v. Túy Hồng đưa tâm tình người nữ đất Thần-kinh vào văn học, Nguyễn Thị Thuỵ Vũ về hiện thực của đàn bà thời đại chiến tranh, xã hội xáo trộn. Cuối giai đoạn có Trần Thị Ng.H. trẻ hơn với bút pháp trực tiếp và nông nổi nóng. Ngoài ra còn có một số tác-phẩm văn-nghệ viết về giới chuyên môn, nghề nghiệp do chính các nhà văn hành nghề này như Anh-Tuấn Nguyễn Tuấn Phát với *Một Vài Cảm Nghĩ Của Người Thầy Thuốc* (Ngôn Luận, 1962), Nhuệ Hồng với *Truyện Tòa Án* (Liên-Minh Xã-Hội, 1962), v.v.

Về tự truyện

Thời này, một số nhà văn Việt Nam đã mở đầu sự nghiệp với những tác phẩm mang tính tự thuật, lấy đời sống và kinh nghiệm bản thân làm chất liệu, rồi với thời gian tính chất này sẽ loãng dần, như Duyên Anh, Thanh Tâm Tuyền, Dương Nghiễm Mậu, Thế Uyên, Nguyễn Thị Hoàng,... Có thể cái Tôi không còn đủ hấp dẫn bằng những đề tài thời sự, xã hội nóng bỏng, chiến-tranh, xã-hội băng hoại, giá trị văn-hóa đổ nát, v.v. Dù không bắt tác-giả phải xưng ‚tôi‘ hay nhân-vật mang tên ‚Tôi‘ và ngay cả khi tác-giả loay hoay đặt nhiều tên cho nhiều nhân-vật thì cái Tôi tự sự vẫn hiện diện và ‚hiện sinh‘ trong tác-phẩm!

Với một số tác giả, quá khứ như đối tượng của một đặt lại vấn-đề cho hôm nay hay ngày mai. Tự truyện là văn bản bám vào hiện thực; người viết truyện kể lại như sống lại quá khứ qua tâm tưởng và ký ức, cảm tính hay ý thức. Tự truyện tức kể lể chuyện cũ, chuyện đã xảy ra. Dù gì thì đó là của một con người có hữu thể, thực tính, đã sống thật, truyện có khi trọng tâm chỉ ở cuộc sống cá nhân người đó, cuộc đời hoặc nhân cách con người đó. Trong tự truyện, cái Tôi này là cái Tôi văn chương, cái còn lại sau khi đã được văn chương gạt bỏ những bình thường của thường ngày. Mỗi truyện là một bản, một mảnh của tác phẩm, của người viết.

Vai trò của người viết ở thể loại tự sự quan trọng vì vừa là nhân vật, nội dung, vừa là người sáng tạo. Và người viết sẽ dễ chứng tỏ thành thật khi kể chuyện thời đã qua như những tiếp nối của hiện tại, như cộng những hiện tại đó lại! Bài toán có khi kết quả ngược lại!

Về tự sự, hồi-ký văn-chương có thể ghi nhận các tác-giả Triều

Đầu với *Năm Thiên Ký Ức* (1963) sau tái-bản đổi tựa là *Năm Chương Tự Ngôn* ("tự sự kể", Đại Nam Văn Hiến; Đời Mới, 1968). Thế Phong với *Nhà Văn, Tác-Phẩm, Cuộc Đời* (ronéo 1960, 1965; Đại Ngã, 1970), *Nửa Đường Đi Xuống* về đời-sống nghệ sĩ của tác-giả qua nhân-vật Nguyên, ... đều do Đại Nam Văn Hiến xuất-bản.

Nhà báo Nam Đình Nguyễn Kỳ Nam (tên thật Nguyễn Thế Phương, sinh năm 1907, Long An và mất ngày 29-1-1978 tại Pháp) có *Hồi-Ký 1925-1964* gồm 3 tập: 1925-1945, 1945-1954 và 1954-1964 là bộ hồi-ký về cuộc đời làm báo và ký giả của ông mà còn soi sáng nhiều khúc mắc lịch-sử, cũng như về một số biến cố, nhân-vật từ thời Pháp thuộc đến cuối đời Đệ nhất Cộng hòa. Ông là chủ-nhiệm nhật báo *Thần Chung* qua nhiều chế độ và từng cộng tác với nhật báo *Đuốc Nhà Nam, Dân Chủ Mới,...* Thời trẻ ông đã xuất-bản nhiều tiểu-thuyết vào thập niên 1930.

Nhà thơ, nhà báo **Nguyễn Vỹ** có các tập *Văn-Thi-Sĩ Tiền-Chiến: chứng-dẫn của một thời-đại* (Khai Trí, 1970. 513 tr.) và *Tuấn Chàng Trai Nước Việt: chứng-tích thời-đại từ 1900 đến 1970* (2 tập, 1970). Hồ Hữu Tường có *41 Năm Làm Báo* (Trí Đăng, 1972. 189 tr.), trong bài Tựa đã cho biết: *"thiên hồi-ký nầy có thể kể là một chứng tích lịch-sử , mà khi nào nói đến ,cái tôi', ấy không phải vì mục-đích muốn khoe mình, mà là muốn tài liệu nầy có tánh cách nhân chứng. Thú thật nhờ làm báo mà tôi quen biết với một số nhân-vật ở hàng đầu của xã-hội Việt-Nam, cũng như một vài cây cây viết có trong làng báo quốc-tế. Sử gia có thể lượm lặt trong thiên hồi-ký nầy một ít tài liệu, về khoảng từ năm 1926 cho đến ngày nay. Ít nữa, công viết khiông hoài, đến nỗi tiếc sao đã phí phạm vô ích"* (tr. 6)

Vũ Bằng, nhà văn viết tùy bút đặc sắc của văn-học miền Nam trước 1975, đã ghi lại trong *Bốn Mươi Năm "Nói Láo"* (Phạm Quang Khai, 1969) hồi-ký về cuộc đời làm báo của ông, *Phù Dung Ơi Vĩnh Biệt!* (Thế Giới tuần báo, 1969) về đoạn đời nghiện thuốc á phiện, *Thương Nhớ Mười Hai* (Nguyễn Đình Vượng, 1972) về gia-đình ông còn ở lại miền Bắc, các "truyện ký" *Nhà Văn Lắm Chuyện* (1971), *Những Cây Cười Tiền Chiến* (Nhân Văn, 1971), *Con-Dấu-Hóa* (Nguyệt san Tân Văn, 1972), v.v. Vũ Bằng tên thật là Vũ Đăng Bằng, sinh 3-6-1913 tại Hải Dương và mất 7-4-1984 là một nhà báo từ Bắc vào Nam và là một nhà văn nổi tiếng về bút ký, phóng sự. Các bút hiệu khác của ông: Tiêu Liêu, Vịt Con, Thiên Thư, Vạn Lý Trình, Lê Tâm, Hoàng Thị Trâm... Ông còn là tác-giả và dịch giả nhiều tập truyện ngắn, truyện cười, sách Học làm người, giáo dục gia-đình, sách luận đề Việt văn và các tập *Khảo Về Tiểu Thuyết* (biên khảo, P. Văn Tươi, 1951. 171 tr.; tb 1969), *Nói Có Sách*: giải thích các danh từ mới thường dùng (Nguyễn Đình Vượng, 1971), ...

Tạ Tỵ (sinh ngày 3-5-1921 tại Hà-Nội và mất 24-8-2004 tại Sài-Gòn) qua nhiều tựa *Mười Khuôn Mặt Văn-Nghệ* (Nam Chi, 1970) và *Mười Khuôn Mặt Văn-Nghệ Hôm Nay* (Lá Bối, 1972) nhớ và viết về những người từng chung vai với ông làm văn-học nghệ-thuật từ Hà-Nội vào đến Sài-Gòn, *Phạm Duy Còn Đó Nỗi Buồn* (Văn Sử Địa, 1971) như để trả lời lại *Phạm Duy Đã Chết Như Thế Nào* (Văn Mới, 1971) của Nguyễn Trọng Văn, và còn có thơ và các tập truyện *Những Viên Sỏi* (1962), *Yêu và Thù* (1969) (14). Tạ Tỵ có Màu Sắc Sè-Goòng có thể gọi là một đoản-văn hoặc truyện ngắn, mang tính ký sự, hồi ức viết sáu năm sau khi rời Hà-Nội di cư vào Nam, của một nhà văn đồng thời là họa-sĩ, cho người đọc thấy được cảm xúc, ấn tượng mà Sài-Gòn đã khắc vào tâm tưởng văn-hóa người dù mới nhập cư, qua bốn mùa thiên nhiên và hai mùa mưa nắng, ngày và đêm. Trích đoạn đầu:

"Thế rồi những mầu sắc đó ngấm dần vào da thịt lúc nào không biết nữa. Qua sáu mùa mưa nắng, từng giọt thời-gian nhỏ tí tách vào trí não, tan vào mạch máu làm loãng dần cách biệt.

Thoạt đầu, mọi người đều nghĩ rằng, khó lòng mà cảm thông với sức sống quay cuồng, cháy ngùn ngụt như khối lửa đeo ở trước ngực. Ngọn lửa đốt thường trực trên từng phân vuông của không-gian, một thứ không-gian chỉ được tạo bằng ánh nắng và mưa rào đổ xầm xập rồi tạnh bất ngờ gần như bỡn cợt – ở đây, người ta ca ngợi mặt trời và tình-yêu. Mặt trời ban ánh sáng và tạo cho con người niềm tin tưởng. Tình-yêu làm họ trẻ ra và tìm thấy nghĩa sống.

Hương sắc Sè-goòng lúc nào cũng bốc lên và cởi mở qua những màu áo, những cánh tay mịn như sáp nến bấu chặt vào gờ thành phố để tìm sự thoải mái cho thể xác hoặc tâm hồn.

Thành phố Sè-goòng đẹp như một cô gái mới lớn. Tuổi dậy thì làm cho gò má cô lúc nào cũng hồng hào, môi cô ngậm mầu hoa lựu và đôi mắt long lanh, sáng ngời, khao khát. Nguồn sinh lực dâng lên làm căng đôi gò mộng. Những bàn tay, những bàn chân ấn sâu vào lòng đất rồi đưa bổng lên cao công trình kiến trúc. Những hình thể được níu kéo và giằng buộc với nhau bởi toán học. Để thi đua với không-gian rộng lớn, con người cố gây dựng một cái gì, mong làm hẹp bớt chiều rộng và ấn thấp chiều cao của Đất Trời. Nhưng con người càng cố vươn lên thì sự to lớn càng mở rộng ra trước tầm mắt. Một vùng cô liêu bao la ôm trùm lấy những mái tường buyn-đinh như để tưởng lệ sự cố găng ấy bằng cách cho nó tự nhìn thấy sự nhỏ bé. Có lẽ sau những cố găng phi thường con người đã tìm thấy một phần nào sự yếu đuối của mình trước vũ trụ, cho nên họ đi tìm an ủi trong mầu sắc. Chỉ có mầu sắc mới làm cho không-gian hẹp đi và thời-gian phải ngưng đọng lại trong những khung cửa, những thanh sắt, trong sự sống động của muôn vạn cánh áo mầu bay nhởn nhơ giữa lòng thành phố.

(...) Du tử ơi! Người đừng ngủ quên ở giữa lòng Đại lộ vì tưởng mình đi lạc vào Thiên Thai. Buổi chiều thứ bảy, lòng Đại lộ bị thu hẹp lại. Cây không cao nữa. Mái nhà như biến mất vào nền trời. Chỉ còn lại những đôi mắt. Những rung động thầm kín.

(...) Đẹp biết bao nhiêu là những chiều thứ bảy. Những kẻ yêu nhau đều mong đến ngày đó để làm dáng với cuộc-đời.

Nắng Sè-goòng phai dần trên sắc lá chẳng bao giờ thấy úa vàng. Từng cơn gió biển thổi về làm lắng xuống niềm rạo rực. Người của Đại lộ thấy yêu đời quá, muốn ghé môi hôn vào những viên đá, những thân cây, và có kẻ cuồng nhiệt hơn, muốn cắn đại vào cuộc-đời cho hả niềm luyến ái. Nhưng cuộc-đời đâu phải là trái vú sữa và thành phố Sè-goòng với những góc cạnh sắc bén như dao đã làm cho bao trái tim ứa máu (...)" (*Hiện Đại*, số 4, 7-1960, tr. 32-33).

Ngoài ra, các nhân-vật văn-hóa, lịch-sử cũng đã có ít hồi-ký như Trần Trọng Kim với *Một Cơn Gió Bụi* (Vinh Sơn, 1969. 196 tr.), LM Cao Văn Luận với *Bên Dòng Lịch-Sử* (1972) đã là những best-seller khi xuất-bản.

Con đường cách tân tiểu-thuyết

Ở Nam vĩ tuyến XVII không khí dân chủ tự do mở rộng chân trời cho văn-nghệ sĩ, môi trường thích hợp cho những kỹ thuật *cách tân, hiện-đại, Âu-hóa, thế giới hóa*. **Thanh Tâm Tuyền** với *Bếp Lửa* (1957), là nỗi nhớ và "ám ảnh" về một Hà-Nội đã mất, là tình yêu còn đó đang sống mạnh nhưng đã chết, trong bi đát của chia cắt không gian, Hà-Nội vừa là thiên đàng vừa là địa ngục. Ở đây là không gian của những con người tự do, vì với tác giả theo cộng sản "là một lối đánh đĩ, đánh đĩ tinh thần mình" (tr. 53). Con người chối bỏ Thượng đế. *"Theo tôi có những lúc người ta cần giải quyết giữa người với người và Thượng đế không nên có mặt ở lúc ấy"*. (tr. 64). Đảm đang khổ nhục làm người ở khắp nơi *"Con sâu ở giữa tim giữa hồn, giữa não"* (tr. 65). Nhân vật chính "hắn lớn lên cùng bè bạn, vượt qua mau tuổi trẻ để suy nghĩ và mơ ước hành động. Mỗi đứa một lối lăn mình theo mối cám dỗ lớn lao của hư vô..." vì đã *"tìm thấy cuộc hiện sinh tự do và lựa chọn"*. Các nhân vật của ông "chúng đã đi trong thống khổ của lịch sử tới cái chết; cái chết như sự từ chối quyết liệt". Một không khí tiểu thuyết mới chưa thấy trước đó. Tác giả đã lựa chọn làm nhà văn vì "mỗi nhà văn chính là một kẻ sống sót" và *"Cái chết lựa chọn không bao giờ phi lý, nó sẽ làm nảy sinh sự thật, sự thật của những người chết truyền lưu cho kẻ sống sót"* (11). Nhà văn không phân tích tâm lý để cho có tiểu thuyết, để ăn khách, mà nay trở nên một vấn-đề sống chết, không lựa chọn. Một nghệ-thuật đen! Trong khi đó thì Người Sông Thương cổ võ cho một nghệ-thuật gây sốc (esthétique de choc) nhưng lại không thành công trong các truyện và "đoản tác" có tính bút ký, hơi cũ, trong *Chờ Sáng* (`một tập đoản tác`, ký Nguyễn Sỹ Tế, Sáng Tạo, 1962) – nhà văn như kẻ luôn tìm kiếm và chờ đợi, và những gì đã và đang xảy ra chưa thỏa đáng mong chờ vì chỉ là những mảnh đời, những kết cục rất tạm, những hy vọng của tâm thức cũng như bút pháp.

Một **Nguyễn Đình Toàn** nội tâm, một nội-tâm hiện-sinh khác nội-tâm hiện-thực của Nam Cao. *Con Đường* đưa người đọc đến những khám phá tâm hồn, những tư duy, hạnh phúc cũng như khổ đau ở một không gian mù ám đầy bất trắc khi ngẫu nhiên đã là kết thúc của mọi sự. Vì cái chết lẩn quẩn khi con người chạy theo sự sống! Nhân vật xưng Tôi là một người con gái tật nguyền mặt bị một dấu tràm đen ngay trên má. Với Nguyễn Đình Toàn cũng như Dương Nghiễm Mậu, Thanh Tâm Tuyền, câu chuyện chỉ là cái cớ để tác giả triết lý, phát biểu nhận định về con người và cuộc đời!

Bên cạnh những tiểu thuyết thời thượng đó là những tác phẩm trong sáng, nhẹ nhàng hơn của Duyên Anh, Nhật Tiến và Võ Hồng về những con người nghèo khổ và nạn nhân chiến tranh, Bình-Nguyên Lộc (*Đò Dọc*) về xã hội buổi giao thời. Chu Tử với những tiểu thuyết *Yêu, Loạn, Ghen, ...* mà đề tài sống vội sống cuồng theo F. Sagan và mốt hiện sinh! Dẫn đến những Nguyễn Thị Hoàng (*Vòng Tay Học Trò*), Minh Đức Hoài Trinh (*Sám Hối, Đàn Ông Đàn Bà, Thiên Nga*),

Trùng Dương, v.v. Và cuối cùng là Trần Thị Ng.H. - trong một phỏng vấn sau này của Thượng Văn, bà cho rằng *"Tôi không đi trước thời đại. Tôi đi cùng nhịp với bản thân. Tôi không gượng, tôi nghĩ sao viết vậy, tôi không làm gì phải cố gắng. Tôi không cố ý làm mới. Một lúc nào đó tôi tự nhiên cảm thấy như vậy..."* (15).

Tiểu-thuyết mới

Sau làn sóng Hiện sinh thời thượng và trào lưu Dấn thân là khuynh-hướng "Tiểu Thuyết Mới" đến từ Pháp với Huỳnh Phan Anh, Hoàng Ngọc Biên, Nguyễn Đình Toàn, Nguyễn Xuân Hoàng, ... Một loại "phản tiểu thuyết", nói như Jean-Paul Sartre, đối thoại và độc thoại cùng tình cảm nội tâm trộn lẫn, thứ tự thời gian đảo lộn, không cần đến cốt truyện, có khi không cả người kể. Nhân vật thường ở ngôi thứ ba (il, elle, on). Một thế giới rất "khách quan", ở ngoài! Các tác giả của phong trào muốn diễn tả những cái nhỏ nhặt, tầm thường, như cái tẩy/gôm và cả tâm hồn con người là những sự những cái di chuyển, biến động không ngừng và biết đâu đó chính là mầm của sự sống! Ở đó con người ta sẽ tìm ra cái mênh mông của đời sống nội tại! Ngôn ngữ làm hư sự vật, sự sống, làm sai lạc tình cảm nhưng ngôn ngữ sẽ được dùng cùng phản ứng bản năng để nhận thức, tiếp cận sự vật, sự sống! Theo Alain Robbe-Grillet thì sáng-tác như trước vừa phi lý và mất *công* vừa lỗi thời không cập nhật theo hiện trạng cuộc đời. Khuynh-hướng "Tiểu Thuyết Mới" được xem là khởi từ hiện tượng học nhất là của Husserl về phương thức tri giác sự vật, tri thức về vạn vật, bởi hiện-tượng học cũng đi tìm bản tính của hữu thể, tìm cho ra cái thực hữu của chúng. Nhân-vật không còn là cái trục chính mà chính những đồ vật như cái tẩy, cái ghế, bàn tay,… và những cử động, hành vi, v.v. được lý giải theo hiện-tượng luận và trở thành nội-dung chính của tác-phẩm là vậy!

"Tiểu thuyết mới" như tiên đoán một thời đại bất khả cảm thông (Nathalie Sarraulte, *L'Ère du soupçon*, 1956), đầy bất trắc, trong khi khuynh hướng truyện-thật-ngắn sau này thu gọn hy vọng còn sót lại và đưa ra một diễn văn máy móc, vội vàng. Mặt khác tiểu thuyết mới có yếu tố thi ca, văn như là thơ với Michel Butor. Tiểu thuyết mới nói đến một cuộc đời đang hình thành, đang thai-mang cho con người do chính con người đi tìm, làm ra, xa hơn là một kiếm tìm định nghĩa tương giao với tha nhân - trong khi tiểu thuyết "cổ điển" tả một câu chuyện với những nhân vật "dính" với câu chuyện, một xã hội với những con người đã có tương quan với nhau! Nay "tiểu thuyết mới" còn lại cái nội dung tìm tòi của phận người ngày càng cô đơn bất khả cảm thông, hình thức mất đi hấp dẫn vì như trật đề nhân sinh, không đủ thuyết phục!

Alain Robbe-Grillet, "giáo hoàng" của tiểu thuyết mới, người từng được R. Barthes gọi là "tiểu thuyết gia của cái nhìn khách quan" (*romancier du regard objectif*), đề nghị tiểu thuyết mới để đáp ứng với cuộc sống mới, nơi đó thế giới hết vững lặng, hết còn ý nghĩa hiển nhiên, con người vừa chính diện vừa phản diện, đổi luôn và đầy trục trặc. Hết cái thời tiểu thuyết với nhân vật có cá tính như những nhân vật của Balzac chẳng hạn, vững vàng và rõ nét. Tiểu thuyết mới rất quan tâm đến con người nhưng qua hệ thống sự vật nguyên khai, đơn sơ. Không nhân vật, không cốt truyện, không hình thức đã quen! Khuynh-hướng này được một số nhà văn thuộc nhà xuất-bản Éditions de Minuit (Paris) chủ trì, ở Việt-Nam thì có thể nói một nhóm nhà văn thuộc nhóm Đêm Trắng đứng đầu là Huỳnh Phan Anh sáng-tác theo khuynh-hướng này.

Nhà văn tiêu biểu cho khuynh hướng tiểu-thuyết mới ở miền Nam bấy giờ là **Hoàng Ngọc Biên** với tập *Đêm Ngủ Ở Tỉnh* (Cảo Thơm, 1970) và một số truyện đăng trên tập san *Trình Bầy* như Chuyến Xe và Người Đạp Xe Vào Thành Phố Buổi Sáng (*TB*, số 12&13, Xuân Tân Hợi, 15-1 & 1-2-1971; sau nhà Trình Bầy hải-ngoại xuất bản năm 1997) và truyện ngắn Ngoại Ô, Nhà Máy (*TB*, số 19, 7-5-1971), viết theo khuynh hướng mới này.

Hoàng Ngọc Biên đã viết theo "trường phái" tiểu-thuyết-mới này từ 1964 cũng là thời ban đầu xuất hiện ở miền Nam. Cùng khuynh hướng có Huỳnh Phan Anh trong hai tập *Người Đồng Hành* (1969) và *Những Ngày Mưa* (1970) và tập *Phía Ngoài* (1969) in chung với Nguyễn Đình Toàn. Trong các truyện 'tiểu thuyết mới' này, tác giả của chúng vẫn có phần riêng bản sắc, có nhân vật và con người không hoàn toàn bị vật hóa, kiểu tả "cái máy pha cà phê để ở trên bàn" mà những nhà phê bình văn học Pháp chống khuynh hướng vẫn hay nhắc đến! Không khí tác phẩm của Huỳnh Phan Anh, Hoàng Ngọc Biên, Nguyễn Đình Toàn, ... gần với khuynh hướng tiểu thuyết mới ở Âu châu, trong khi thế giới của Nguyễn Xuân Hoàng không hẳn cùng khuynh hướng vì trong các truyện ngắn và tiểu thuyết của ông, tính cách tự thuật và lãng mạn cũng như văn phong tạp bút thật sự lấn át tính cách *khách quan* của tiểu thuyết mới! Có thể nói đến một Nguyễn Xuân Hoàng trầm mặc: tác-giả thường không ra mặt trong tác-phẩm, một loại nhập cuộc dù dứt khoát nhưng ngoài lề, trong các truyện có hơi hướng *tiểu-thuyết mới*, ông như người lãng du lúc nhập, lúc đứng ngoài, không ở hẳn trong một nhóm hay khuynh hướng nào, cũng không trụ lâu với một không gian văn-chương rõ nét nào. Nội-dung triết lý, ảm đạm hay sâu sắc, tác-giả luôn trầm mặc khiến ông không lỗi thời, vì luôn có những bí hiểm, những cái khiến người đọc phải khám phá. Nguyễn Xuân Hoàng như sống ẩn dật, cách biệt, nhưng khi ra khỏi cửa để nhập dòng xã hội tha nhân, thì vẫn như chưa hiện diện - ông không nhập quần trần thế. Về thời gian, ông là con người của quá-khứ nhưng lại đang có mặt, để nhìn lại và sống cái quá-vãng đó.

Về các truyện theo khuynh-hướng "tiểu-thuyết mới" của Hoàng Ngọc Biên, X. Quyển Hạ-Tác-Giả. Huỳnh Phan Anh với truyện ngắn *Phía Ngoài* (Hồng Đức, 1969) mang cùng không khí với Đêm Ngủ Ở Tỉnh của Hoàng Ngọc Biên, nhưng hai đặc thù khác nhau, khiến truyện trở nên hấp dẫn hơn cho người đọc. Trong Phía Ngoài, một ngày như mọi ngày hay một ngày của Tôi, nơi tỉnh ly, chỗ "Tôi" đang sinh sống với những địa điểm như hàng quán: *"Tôi sẽ bước vào ngôi chỗ của mình"*. Những khuôn mặt đi ngang qua, nhìn lên, nhìn vào, như nhìn Tôi... Rồi *"gian phòng nơi tôi trở về, nhưng rồi sau đó?"*, và những sợi ký ức bất chợt trở về, như ám ảnh: *"Gian phòng nơi tôi trở về rất muộn ban đêm khi gió từ dưới sông ùa lên, lạnh buốt, một ỳ nghĩ quen thuộc bấy giờ, 'nơi yên nghỉ của tôi sau một ngày', thật ra tôi biết rằng tôi không muốn nói như vậy, điều tôi muốn nói, nghĩ đến, hẳn là một điều gì hãy còn mơ hồ, nhưng chắc chắn đó là một nỗi sợ sệt, một sự lo lắng, một điều mong ước bắt đầu từ công việc hình dung trong đầu tôi ý nghĩ về nó. Tại sao? Hẳn là nó vẫn ở đó, ở cuối khu vườn, im lìm trong bóng tối. Có sự gì khiến tôi luôn tìm cách trì hoãn việc trở về (trở về? Thật ra đó chỉ là những bước chân: tôi chỉ đi theo những bước chân của mình, điều này thật buồn cười, nhưng có những lúc tôi chợt thấy như vậy, nhận ra rằng trên những bước chân đó, tôi đang trở về gian phòng của mình), nó như một niềm xấu hổ trong vô thức mà tôi tìm cách lẩn tránh, nó như một thói quen đã bắt đầu mòn rỉ, tôi phải cố gắng nhiều để có thể chịu đựng được, nó như..."*. Nhân-vật Tôi 'sống' bằng 'tư duy' kiểu tôi tư duy tức là tôi hiện hữu vậy: *"Đứng dậy. Rời khỏi quán. Trở về. Tôi mường tượng con đường, trên đó, dù muốn dù không, tôi sẽ lần bước trở về, cánh cửa phòng đứng sững trước mặt tôi, ở tận cùng lối đi vòng trong bóng tối, và chiếc giường. Tôi bắt đầu thấy sợ hãi trong ý nghĩ sẽ bước lên chiếc giường đó, một ý nghĩ khủng khiếp, chết chóc: ý nghĩ đó hầu như đặt tôi ở cuối đường mọi sự, ở tận cùng đời-sống, nó ném tôi về phía trước, nơi xa tít mù, nó bóp nát mọi ước vọng tôi đang có, nó là sự hủy diệt. Đó là khoảnh khắc chờ đợi. Đó là giây phút sau cùng. Tôi sẽ ngã lưng xuống, tôi không còn lại gì, chỉ còn lại ở trên kia, chập chùng, bóng tối của một đêm, một đời. Cái gì bảo đảm cho tôi rằng sáng hôm sau, mọi sự vẫn không thay đổi: tôi vẫn ngồi bên cửa sổ nhìn mặt trời đang lên từ phương Đông đó chứ! Tôi nói với Hạnh: "Thuở nhỏ, tôi chỉ lo phút tận thế đến khi mình đang ngủ". Hạnh nói về một tình cảm thất trận nào đó trong tôi. Nàng lại nói không phải, nàng không muốn nói vậy, nàng chỉ muốn nói rằng... Tôi không biết nàng định nói gì. Tôi tiếp lời: "Thật ra không có gì... không có gì thật cả"". Ồ, nỗi ám ảnh giây phút tận thế và nội tâm không yên!*

Phong trào "tiểu thuyết mới" của Paris và tiểu thuyết hiện đại Hoa Kỳ đã lan rộng đến Sài-Gòn - một thử nghiệm khác, hiện đại và quốc tế, nhưng vong hóa thêm cái hồn Việt Nam. Phái này thường bị xem là vô nhân hóa tiểu thuyết, vật hóa cuộc đời. Chỉ có sự vật, vật giới, còn con người không ra gì, không đáng nói đến! Trong *Đêm Ngủ Ở Tỉnh* của Hoàng Ngọc Biên, *Hồi Chuông Tắt Lửa* của Thế Nguyên, *Gia Tài Người Mẹ* của Dương Nghiễm Mậu, v.v., kỹ thuật mô tả nếu không theo hiện tượng học thì thuộc về "tiểu-thuyết mới": thế giới đang hình thành, mà ai để mắt nhìn vào thì cũng chỉ thấy bề mặt cho nên nhân-vật, con người chưa thể rõ nét, đó là lý do con người vắng mặt trong cõi "tiểu-thuyết mới"!

Hoàng Ngọc Biên trong bài "Ghi nhận về một chuyển biến trong văn chương Pháp" khi giới thiệu một số nhà văn "tiểu-thuyết mới" đã cho biết: "Nhân vật tiểu thuyết bây giờ, ngoài một số rất ít thỉnh thoảng được Claude Simon cho một hộ tịch hơi đầy đủ, là những kẻ chẳng có gì khuôn mẫu, chẳng phát giác được gì, và chẳng có gì rõ rệt cả. Họ xuất hiện với người đọc chỉ ở khúc quanh của một biến cố nào đó, dường như rất tình cờ, và người ta thường chẳng biết được gì về nguồn gốc lý lịch hay vóc dáng thể xác bên ngoài, những tật lớn của họ chẳng hạn. Họ cũng có thể không có mặt mũi, hay gần như vậy; người ta không được biết màu mắt của họ, hình dạng của họ đôi khi có được thấy thì cũng chỉ thoáng qua một cách rất mơ hồ. Họ có tên không? Thường ta chỉ biết tên họ khi đọc gần hết, hay khi đọc hết cuốn sách, tựa như tên là một phần nhãn hiệu làm người đọc không còn thấy được gì khác nữa. Tên Jacques Revel, nhân vật chính trong *L'Emploi du Temps*, hình như chỉ được nhắc tới đâu có bốn năm lần trong một câu chuyện đồ sộ nhét đầy những ghi chép và sự kiện; ai còn nhớ được, khi gấp cuốn *La Modification* lại, tên của anh chàng đăn đo suy nghĩ trên chuyến xe lửa Paris-Rome, người mà tác giả Butor gọi là "anh", là Léon Delmont? Nhân vật? Tên gì cũng được, tên Cột tên Kèo, có gì là quan trọng, họ có thể trùng với nhau, có thể đổi tên cho nhau (...) Tên tuổi hỗn độn như vậy cũng có thể gây ra những liên hệ kỳ lạ, như hai tên Wallas và Mathias (hai nhân vật của Robbe-Grillet), vì nghĩ lại, người ta không nhớ ai là nhân vật của *Les Gommes*, ai là nhân vật của *Le Voyeur* nữa. Và từ *La Jalousie* cho đến *L'Immortelle*, thật chẳng có cách xoá bỏ cá nhân nào ý nghĩa hơn (trước những gì hắn thấy, trước chúng ta có lẽ) bằng những dấu hiệu câm để chỉ các nhân vật: A., X., M., N. Như vậy, nhân vật là nhân vật sống thực, là bất cứ ai anh bắt gặp ngoài đường, có thể là anh, hay là tôi, là ông H, là ông H1, H2, H3, H4 hay là bà F, bà F1, F2, F3, F4 trong *La Conversation* của Claude Mauriac. Trong tác phẩm của Nathalie Sarraute cũng vậy, ngoài Martereau là tên nhân vật và cũng là tên sách (nhưng quả tình đọc suốt cả cuốn sách có người vẫn tự hỏi Martereau là ai) dường như bà chỉ dùng mấy tên gọi nhạt nhẽo để gọi những nhân vật chính, đáng để ý hơn hết là thường dùng những đại danh từ "ông ta", "cô ta" (hay "bà ta"), "họ" để nói về người khác, như trong đoạn trích dịch *Portrait d'un inconnu*, hay có thể không để lộ một dấu tích nào rõ rệt để chỉ nhân vật, dù là người kể chuyện hay được kể, trong *Tropismes* và *Les Fruits d'Or*. Nhân vật mới quả thật (...) là một kẻ nào đó là *quelqu'un*; là ý thức lắm lời và trầm tư bị thu nhỏ lại thành(một tiếng nói phát ngôn không biết mệt, trong tác phẩm Beckett; là trung tâm phát sinh những hướng động tính, là kẻ nói lải nhải, cuốn lốc những chữ bị nghiền nát, là ý thức mỗi giây phút chợt thành chợt biến, trong tác phẩm Sarraute; là kẻ đối đầu với đồ vật, là bãi chiến trường của những nguồn lực xa lạ, mang những hình ảnh bấp bênh, trong tác phẩm Robbe-Grillet; kẻ bị cắn rứt bởi ký ức của mình, là kẻ đa dạng hoạt kê, không muốn gì nhưng lại muốn tất cả, trong tác phẩm của Pinget. Nhân vật nổ tung khắp nơi và xuất hiện trước hết như là điểm tựa của một câu chuyện vượt khỏi chính hắn. Nói đúng ra hắn không có tâm lý, nếu hiểu tâm lý như một cái gì mạch lạc sẵn sàng bên trong, có thể giải thích hợp lý, sản xuất ra những động lực và những động tác được sửa soạn chỉnh đốn, theo một thứ tự được lập ra trước.

Nhân vật thì như vậy, không hộ tịch, không nghề nghiệp, không cá tính, đầy thương tích, lang thang trong một thành phố, trong một đồng quê (một thế giới) xa lạ, vô nghĩa, cô độc (như Jacques Revel của Butor, Wallas của Robbe-Grillet), đôi khi không cha không mẹ, không con cái, không gia đình (tác phẩm Beckett) và, tệ hơn nữa, không biết mình muốn gì (*Quelqu'un* của Pinget), chạy khắp phố phường mà không biết để làm gì (Bernard và Montès của Claude Simon trong *Sacre du Printemps* và *Le Vent*, giữa thành phố Paris rộng lớn và giữa một Perpignan bít bùng), hay, còn tệ hơn nữa, không chân không tay (*Fin de Partie* của Beckett) — thế còn câu chuyện? Câu chuyện dĩ nhiên cũng không thể bình thường, hay nói đúng hơn là nó rất bình thường, đến nỗi người đọc bình tĩnh nhất cũng rất có thể không tìm ra một cốt chuyện, một tình tiết sắp xếp ngăn nắp, có suy nghĩ trước. Câu chuyện bây giờ được diễn tả như một chuyển động thuần tuý tự nó đã đầy đủ rồi trong khi được tác giả đem bầy biện ra, có thể không đầu không đuôi...“ (16).

“Tiểu-thuyết mới“ đến với văn-học miền Nam và đã ở lại qua những cách tân kỹ thuật tiểu-thuyết và ngôn-ngữ văn-chương từ độ ấy. Trước 1964, đã có những truyện mà nhân-vật không hiển nhiên hoặc mờ nhạt, cốt truyện không đầu đuôi thứ tự hoặc chữ dùng không theo tiêu chuẩn nào hoặc như *nghệ-thuật đen*, nhưng cốt lõi chưa thể gọi là “tiểu-thuyết mới“!

Ảnh hưởng các trào lưu văn-chương hiện-đại

10 năm, từ 1958 đến 1968, ảnh-hưởng Âu Mỹ đã được giới thiệu, áp dụng và cập nhật theo thời đại; một số các nhà văn thơ đã ít nhiều hoặc chạy theo hoặc vô tình nhận ảnh-hưởng từ các trào lưu thời đại.

Nguyễn Nam Châu với *Sứ Mệnh Văn Nghệ* và *Những Nhà Văn Hóa Mới* (1958) như đã trình bày ở một phần trước. ***Sáng Tạo, Hiện Đại, Thế Kỷ Hai Mươi, Bách Khoa*** đi tiên phong giới thiệu văn-học hiện sinh, như “Văn chương Hiện sinh“ của Nguyễn Văn Trung (*Thế Kỷ Hai Mươi*, số 3, 9-1960, tr. 3-15), ... Các tạp-chí *Bách Khoa, Văn Học, Văn, Nghệ Thuật*, v.v. tiếp nối, giới thiệu các khuynh-hướng triết học, văn-chương của phương Tây. Các tác-giả đã đóng góp phần này có thể kể, ngoài các vị vừa nói trên: Nguyên Sa, Nguyễn Khắc Hoạch, Tam Ích, Trần Phong Giao, Trần Thiện-Đạo, Nguyễn Xuân Hoàng,

Huỳnh Phan Anh, Nguyễn Nhật Duật, Nguyễn Quốc Trụ, ... Nhưng việc góp phần giới thiệu triết lý Âu Mỹ hiện-đại, quảng bá và gây ảnh-hưởng đến giới trẻ và sinh viên học sinh thời này có thể ghi nhận: Lê Tôn Nghiêm, Nguyễn Văn Trung, Trần Thái Đỉnh, Phạm Công Thiện, ... và vào những năm cuối của giai đoạn văn-học này thêm Trần Đỗ Dũng (17), Đặng Phùng Quân, Trần Nhựt Tân, Trần Công Tiến, ...

Nguyễn Văn Trung đã giới thiệu khuynh hướng "tiểu-thuyết mới" từ năm 1960 với bài "Tiểu-thuyết mới trong văn-chương Pháp ngày nay" trên *Thế Kỷ Hai Mươi* (số 6, 12-1960); Huỳnh Phan Anh năm 1967 tiếp với bài viết về trào lưu nghệ-thuật này ("Đi tìm tiểu-thuyết mới ở Việt-Nam" đăng trên tạp-chí *Văn* (số 77, 1-3-1967) sau in lại trong *Văn Chương Và Kinh Nghiệm Hư Vô* (1968, tr. 153-165), "Văn-chương và sự khả hữu" (*Văn Học*, 65-66, 1966), ... Hoàng Ngọc Biên giới thiệu "Ghi nhận về một chuyển biến trong văn chương Pháp" in trong *Tuyển Tập Các Nhà Văn Pháp Hiện Đại* (Trình Bầy, 1969; giới thiệu các nhà văn Claude Simon, Samuel Beckett, Nathalie Sarraute, Alain Robbe-Grillet, Michel Butor, Robert Pinget, Jean-Marie Gustave Le Clézio, Marguerite Duras, Claude Ollier và Claude Mauriac). Một loại *"phản tiểu thuyết"*, nói như Jean-Paul Sartre, đối thoại và độc thoại cùng tình cảm nội tâm trộn lẫn, thứ tự thời gian đảo lộn, không cần đến cốt truyện, có khi không cả người kể. Nhân vật thường ở ngôi thứ ba (*il, elle, on*). Một thế giới rất "khách quan", ở ngoài!

Văn-chương theo Hiện tượng luận cũng được đưa lên *Thế Kỷ Hai Mươi* trong những bài viết đặc sắc của Hoàng Châu Thanh như "Tiếng nói của bàn tay" (số 4, 10-1960, tr. 52-64) – được chủ-nhiệm Nguyễn Khắc Hoạch giới thiệu *"Trong cuộc sống vật lộn hàng ngày do muôn ngàn yếu tố vật chất thực tiễn tạo nên con người đứng trước sự vật đã mất hẳn cái nhìn, cái nhận thức, cái tri giác nguyên thủy trong sáng, hồn nhiên vô vị lợi mà có lẽ chỉ có văn-nghệ sĩ và trẻ thơ còn giữ được nguyên vẹn trong một phần nào (...) đối với Husserl đây là một 'phương-pháp mô tả ngay chính các sự vật, mô tả vũ trụ như nó thường hiện hiện trước cái nhìn hồn nhiên' của những con người còn mau mắn biết nhận thức. Sự mô tả hiện-tượng đó có lẽ sẽ đem chúng ta lại gần sự vật, sẽ cho chúng ta biết nhiều về cơ cấu thâm sâu của sự vật chăng? Khoé mắt, nụ cười, giọt lệ... Cũng như những cái quan-trọng hay tầm thường khác của cuộc đời, qua lăng kính của phân tích hiện-tượng luận, chắc sẽ đem đến cho chúng ta cả một thế-*

giới mới mẻ, phong phú... ". Ngoài ra cũng cần ghi nhận Nguyễn Quốc Trụ về "tiểu-thuyết mới" và vài khuynh-hướng văn-nghệ mới Ây Tây, Nguyễn Quang Hiện viết "Thực tại xã-hội với tiểu-thuyết mới" trên tạp-chí *Văn* năm 1967, v.v.

Phạm Công Thiện với những *Ý Thức Mới Trong Văn Nghệ và Triết Học* (1968) v.v. **Tam Ích** với *Ý Văn* và với "Vào đạo Phật qua lối ngõ của J.P. Sartre hay từ lăng kính Nho, Phật, Lão đến lăng kính Hiện Tượng Luận", "Tác phẩm La nausée dưới con mắt Phật tử", "Vấn-đề giải thoát con người trong Phật Giáo và tư tưởng J.P. Sartre", "Heidegger, Jaspers và bối cảnh Phật Lão Trang", ... - Tam Ích là một tiêu biểu cho trí thức và nghệ sĩ suốt đời đi tìm lối thoát cho tâm thức, lúc theo Marx, lúc theo Hiện sinh, lúc tìm đến Phật, ... nhưng vẫn gặp bế tắc, đưa đến việc tự sát năm 1972.

Nguyễn Hữu Hiệu góp phần dịch và giới thiệu *Con Đường Sáng Tạo*: tư tưởng và quan niệm về sáng tạo của Nietzsche, Rimbaud, Henry Miller, Schopenhauer, William Faulkner, André Gide, Georges Simenon, Rainer Maria Rilke, Emerson, Thomas Wolfe (Quế Sơn Võ Tánh, 1971, Hồng Hà tb, 1973), v.v. Nhóm *Trình Bầy* và các nhà xuất-bản Lá Bối, An Tiêm, Ca Dao, ... cũng đã đưa những làn gió mới từ Nam Mỹ, Đông Âu, Nhật Bản, Ấn Độ,... đến với văn-học miền Nam qua các dịch phẩm và tiểu luận.

Trong khi các giáo-sư Nguyễn Văn Trung, Trần Thái Đỉnh, Trần Văn Toàn, Nguyên Sa Trần Bích Lan, v.v. trình bày các trường phái triết học với một ngôn-ngữ nói chung là cụ thể, rành mạch, nhiều phần "khách quan", ... thì Lê Tôn Nghiêm, Bùi Giáng, Phạm Công Thiện, v.v. lại sử-dụng một ngôn từ triết lý nếu không trừu tượng, ẩn dụ, thi-hóa thì cũng "chủ quan", "tự kỷ", ... như chỉ tác giả mới hiểu mình nói gì, tuy họ thường bị phê là làm mù làm điên chữ nghĩa nhưng cũng có thể vì đó mà gợi nhiều nguồn cảm hứng cho thơ văn chăng?

Mặt khác khi nói đến ảnh-hưởng thuyết hiện-sinh (vô thần) chẳng hạn, có người phân biệt hai thứ Hiện sinh: một dấn thân, triết lý ở Sartre và một "hiện-sinh vỉa hè, làm dáng" kiểu F. Sagan và ảnh-hưởng trong các tác-phẩm của Nguyễn Thị Hoàng, Chu Tử, v.v. với mục-đích hạ-giá các tác-giả này. Như sẽ nói đến trong phần về giáo-sư Trần Thái Đỉnh ở Chương 5-Phê-bình, Biên-khảo Văn-học khi ông muốn tách khỏi tổng quát hóa của giáo-sư Nguyễn Văn Trung nhập chung ông với những người phổ biến thuyết Hiện sinh đưa đến hiện sinh buông thả: *"nếu chỉ có triết của Sartre là chủ nghĩa hiện sinh, thì rõ ràng chỉ có anh Trung và mấy đệ tử của anh, cộng thêm vài nhà thơ, là những người đã truyền bá chủ nghĩa hiện sinh buông thả trước năm 75"*, theo thiển ý, Sartre vừa là triết gia vừa là nhà văn và sống "buông thả" với sinh viên, phụ nữ, la cà các quán cà-phê cùng cách đối xử tệ bạc với người bạn đời Simone de Beauvoir, tất cả cũng chỉ là một Sartre – hoặc những khía cạnh khác nhau của cái gọi là "chủ nghĩa Hiện sinh theo Sartre". Không có một cao quý và một đời thường, vì cả hai bộ mặt là của cùng một cá-thể hiện sinh! Như ngày chưa xưa lắm đã có những nhà nho "ban ngày quan lớn như thần", phải giữ thể diện như Lục Vân Tiên nhưng "ban đêm quan lớn tần mần như ma", khác nào "Vân Tiên ngồi dưới gốc môn / Chờ cho trăng lặn bóp l... Nguyệt Nga" - thì cũng là chuyện bình thường của con người hay "con vật hiện-sinh" sau một thời-gian dài làm "con vật biết suy nghĩ"!

Dục tính trong tiểu-thuyết

Tạp chí *Sáng-Tạo* vào cuối thập niên 1950 đã giới thiệu nhiều truyện đầy dục tính của các tác giả về sau không đi tiếp nghiệp văn, như Duy Thanh (Khép Cửa, Chiếc Lá – về sau xuất-bản trong tập *Lớp Gió* 1964; Thằng Khởi, ...) và Thạch Chương (Tinh Cầu,..). Giải phóng tình dục là một trong những chủ trương văn nghệ của nhóm. Thạch Chương tức nhạc sĩ Cung Tiến sau này lúc bấy giờ viết truyện ngắn "hiện sinh" và là lý thuyết gia cho khai phá này, trong bài "Giới thiệu một nhận thức siêu thực về nghệ thuật" đã viết: *"... Chúng tôi muốn quay lại vũ trụ hoang sơ dục tình nguyên vẹn mà tâm hồn mỗi kẻ còn trinh như sữa. Nhưng là cái tinh khiết đáng sợ của con bò rừng. Nghệ thuật hôm nay là sự biểu lộ một "furie du total", một tiếng gọi quay trở về rừng sâu thẳm mà ở đó còn vẳng lên những tiếng cười điên mê, những tiếng la cuồng dại vọng về từ trăm thế kỷ của bản năng thuần túy. (...). Nghệ thuật hôm nay còn được biểu tỏ mãnh liệt trong tình yêu ngọt ngào của xác thịt, hay "tình điên". Dục tình, như có người đã nói trên mặt báo này, là động lực độc nhất của thế giới. Đọc ... phần lớn những tác phẩm của D.H. Lawrence, ai mà không cảm thấy vật dục mình xao xuyến, một thứ xao xuyến rất nghệ thuật, rất siêu thực, rất trắng, rất tinh khôi..."*. Lý do ông đưa ra vì sống trong một thời đại *"sống trong cái thế trên đe dưới búa, một bên là tự do tuyệt đối cá nhân, một bên là áp bức chính đáng..."* (18).

Thanh Tâm Tuyền thì xem dục tính như "*một phương cách của nhận thức siêu hình*" (19). Trong truyện Thằng Khởi, Duy Thanh để cho nhân vật xưng Tôi, một cô gái 16 tuổi, muốn ngủ và rồi ra tay "hiếp dâm" một thằng gánh nước người Chàm: "*Tôi đã để ý đến nó năm tôi 16 tuổi. Cái vẻ đẹp man rợ ngu xuẩn ấy mang cho tôi nhiều ý nghĩ dâm dục. Tôi chắc rằng thằng Khởi chưa hề ngủ với ai bao giờ (...) Thằng Khởi vẫn ngủ trong lều. Đôi môi dầy của thằng Khởi mấp máy và vị nước bọt của nó sền sệt nhạt nhẽo. Tôi lay nó dậy. Thằng Khởi chồm lên chắc định la làng nhưng tôi bít miệng nó lại. Mắt nó mở to có vẻ ngạc nhiên lắm, nhưng cũng ngồi im. Rồi đưa tay quờ vào người tôi. Hơi thở của nó và của tôi hừng hực trong đêm tối...*" (*Sáng Tạo*, số 21).

Cũng Duy Thanh trong truyện Chiếc Lá để nhân vật là cô gái 18 tuổi "*thích thay đổi, từ vấn-đề ái tình, sinh lý, không khí, đồ ăn, ...*" không thích cái gì quen hoặc vào khuôn nếp cả. Khi còn là cô bé 15 tuổi, cô ta đã ngủ với anh rể vừa để trả thù chị mình vừa tìm cảm giác: "*Tôi muốn đo cái độ dục của hắn khi hắn ngủ với chị ấy thế nào. Cũng lạ, cái cảm xúc ấy lúc đề phòng trước thì thấy tầm thường hết sức. Tôi thấy cái hình thù sát cạnh mình đến vô nghĩa...*" (20).

Thế Uyên trong *Ngoài Đêm, Tiền Đồn, ...* cũng thoải mái viết về những khía cạnh tự nhiên của người nam người nữ trong và ngoài tình-yêu.

Nguyễn Mạnh Côn trong Tình Cao Thượng (TGXB, 1968) như muốn chứng minh chỉ có "tình-yêu đích thực" khi thể xác phải đi đôi với tinh thần, "có thể chập sinh lý vào tình-yêu, mà vẫn gọi được là tình cao thượng": Ngọc, một nữ sinh Sài-Gòn bị bắt cóc và bị hiếp đã tìm thấy một thứ thỏa mãn thực sự và đâm ra mê Tư Giỏn, tên hiếp dâm cô – một người sống lẩn trốn trong rừng, cùng đồng bọn bắt cóc rồi thay nhau hãm hiếp cô ta cả tuần, hơn là Cường, người tình thư sinh con nhà giàu. "Vì, như em đã nói với anh, Tư Giỏn làm cho em hoàn toàn thỏa mãn. Cũng in hệt như đối với anh, lúc rung động của y lên đến tột độ thì rung động của em cũng lên đến tột độ, tột độ của riêng buổi tiếp xúc hôm đó. Nhưng thời-gian dài hơn, động tác mạnh hơn, nên cùng là rung động đến tột độ mà thực tế lại khác xa. Khác xa nhau nhiều hơn cả là em luôn luôn muốn gần anh, còn đối với Tư Giỏn em có cảm tưởng sau một phen đi lại với y, em muốn nghỉ ngơi và được yên ổn trong nhiều ngày..." (tr. 29-30). Kinh nghiệm khiến Ngọc nghĩ như một số người đòi nữ quyền trong sinh hoạt tính dục "...

trong mọi cuộc giao hoan, chính người đàn ông mới là phương tiện!", và Ngọc đã thành hôn với Vĩnh-Quang, một người đàn ông khác làm thương mại, tuy không bằng Tư Giỏn về ăn nằm nhưng vì Ngọc không thể trở lại với Cường quá yếu, thụ động và thường đã phải dùng chất kích thích... "Thôi, anh thân yêu ơi, em viết cho anh thế này đã quá bạo rồi. Từ khi được giải thoát về nhà, em đã suy nghĩ rất nhiều về tương lai hạnh phúc của anh và của em. Em nghĩ thà em không biết, em sẽ mở mắt mà nhìn con đường em đi. Hạnh phúc của chúng ta có thể lâu dài, có thể tan vỡ, nhưng chúng ta không có trách nhiệm, vì chúng ta chưa hiểu biết. Những sự thật là trước sau gì rồi chúng ta vẫn biết, và bất cứ bằng cách nào hạnh phúc của chúng ta cũng tan vỡ. Thế kỷ chúng ta không còn là thế kỷ mà, trong đó, những người lãnh đạo xã hội dùng luân lý bắt chúng ta không được phép nghĩ đến, nói đến khoái lạc, viện lẽ rằng động tác giao cấu chỉ có nhiệm vụ thiêng liêng là truyền tiếp sự sống. Sự thiệt thòi của họ rất lớn, nhưng người đàn bà được yên ổn trong gia đình. Còn bây giờ, thời thế đã khác hẳn... Vì sự thật là chúng ta không sung sướng với nhau được đầy đủ. Nếu lấy nhau, em sẽ chờ hoài hủy một rung động không bao giờ tới, trong khi anh chờ hoài hủy em làm một cử chỉ thỏa mãn mà em không làm... Thế hệ chúng ta đã bị chiến tranh làm cho chai đá, nhưng riêng một mình em bị chiến tranh giết hoàn toàn mộng tưởng..." (tr. 32).

Tình Cao Thượng trước khi xuất-bản đã đăng trên tạp-chí Văn (số Xuân Mậu Thân 98 & 99, 15-1-1968) và đã gây ít nhiều xôn xao trong và ngoài văn giới. Ngọc của Nguyễn Mạnh Côn rơi vào cùng trường hợp với một nhân-vật nữ của Chu Tử, cầm súng muốn trừng phạt một tên đều cáng, đã bị chính tên này hiếp và khi thanh toán được kẻ thù rồi, cô ta mới nhận ra đời cô chỉ yêu được có mỗi tên đàn ông đó!

Truyện của Nguyễn Thị Thụy Vũ thường nói đến mặc cảm tính dục: phụ nữ lớn tuổi mê trai trẻ, như anh chàng nhát gái trong Trường Hợp Của Mảnh nhát nên hay nhìn trộm phụ nữ tắm, nhát nên quen với bà Mai đã 40 tuổi và ngày càng gần nhau hơn nữa.

Hiện-tượng Tính dục đến sau Hiện sinh và ông tổ phân-tâm Freud đã từng cho rằng tình-yêu là một tự do xuất nguồn từ tính dục, hai mặt của tự do hiện sinh, làm người. Khẳng định ngược lại sẽ mang hình-thức của giả hình, đạo đức giả, cho nên mới có câu ca dao "ban ngày quan lớn như thần / ban đêm quan lớn tần mần như ma...". Như vậy, sau những thử nghiệm của phân-tâm vào văn-chương từ *Sáng*

Tạo của cuối thập niên 1950, đến đầu thập niên 1970 thì miền Nam cởi mở ra hơn nữa với chuyện tình dục và dục tính. Tính dục tự nhiên và trở nên vô thức, như trong một số tác-phẩm văn-chương từ nửa cuối thập niên 1960; vô thức nhưng vô tình hay cố ý đã trở nên cốt lõi, nội-dung, yếu tố không thể thiếu – vắng nó, tác-phẩm trở nên nhạt nhẽo và cả không lý do có mặt, như phần lớn tác-phẩm của Nguyễn Thị Hoàng, Túy Hồng và Trùng Dương, còn ở Minh-Đức Hoài-Trinh, Lệ Hằng, Nguyễn Thị Thụy Vũ, ... tính dục thường rời tầng vô thức để ý thức bộc lộ, hướng dẫn hành cử cùng tâm thức. Bên nam, tính dục vô thức và tự nhiên ở Thế Uyên, còn phân tâm chuyện uẩn ức, dồn nén sinh lý thì có thể đôi khi thấy ở Duy Lam, Thanh Tâm Tuyền, Nguyễn Thụy Long, Nguyễn Mạnh Côn, Duyên Anh, ... Hai nhân-vật Hồng và Trường (còn mang tên thứ hai, Phúc) của Thanh Tâm Tuyền trong *Mù Sương* làm tình là để "giải tỏa uẩn ức, mặc cảm". Hồng là mẹ kế mà cũng là người tình của Trường!

Nhiều sách tham khảo, giới thiệu cũng đã được xuất-bản như *Tính Dục Toàn Thư* của Thụ Nhân và Trần Xuân Tiên gồm 4 tập (Nhị Nùng, 1969; Thế Uyên cũng dịch bộ này, do Thái Độ xuất-bản), *Phân Tâm Học về Tính Dục* của S. Freud do Thụ Nhân dịch (Nhị Nùng, 1970), *Dục Tính và Văn Minh* của Herbert Marcuse, ... [Bên cạnh những Phân Tâm Học Tình-Yêu (Erich Fromm), Siêu Hình Sự Chết (Schopenhauer), v.v.]. Thân xác được Nguyễn Văn Trung "ca tụng": "thân xác là hiện thân của tình-yêu, tình-yêu bằng thể xác, trong thân xác" (Ca Tụng Thân Xác; "Thân xác và nghệ-thuật", Bách Khoa số 137, 15-9-1962;...); ca tụng thân xác cũng là ủng hộ nữ quyền đòi giải phóng xác thân và tính dục!

Tuy vậy vẫn có những tiếng nói **phê phán** hiện-tượng gọi là "văn-chương tình dục". Như trên tạp-chí Vấn-Đề số 25 (9-1971), "Tình dục chính là màu sắc nổi bật nhất, chính là góc cạnh sắc bén nhất, chính là cái bầu không khí dễ cảm nhận nhất trong thế-giới sách bây giờ. Dĩ nhiên đây không phải là lần đầu tiên ta bắt tay với nó. Nhưng phải thành thật nhận rằng chưa có một giai đoạn lịch-sử nào mà tình dục lại ngự trị trong văn-chương nặng nề đến như vậy. Nó đã trở thành một thứ khí hậu lý tưởng của văn-chương. Nó đã trở thành khuôn thước để ước lượng mức tiến bộ của nhà văn, một thứ thời trang của văn-nghệ". Đến số 27 (11-1971), Huỳnh Phan Anh viết thêm về hiện tượng văn-chương tình dục "Lửa và chất nổ", phần đầu bàn về lửa trong văn học: *Lửa, bạn đã nhận ra nó? Những ngọn lửa tình* *dục, những ngọn lửa nhục thể đang thi đua đốt lên trên những trang sách, những trang báo xuất hiện nhan nhản dưới mắt bạn mỗi ngày. Bạn có đồng ý rằng thứ lửa đó hiện là yếu tố chính yếu quyết định sự "thành công" của một quyển sách bây giờ? Bạn thừa biết tại sao nhiều tác-giả mệnh danh là ăn khách chẳng qua chỉ nhờ khéo nuôi dưỡng ngọn lửa đó. Bạn cũng thừa biết tại sao có sự thi đua ráo riết trong việc viết, phiên dịch và xuất-bản những tác-phẩm xoay quanh những vs tình dục. Bởi ở khắp mọi nơi lửa đang cháy và đang đốt cháy tất cả. Bởi đây là thời đại đốt lửa, người ta ca hát, nhảy múa và chết trong đó".* Khi ở Việt-Nam, các thức giả của Vấn-Đề lo ngại, cũng là thời tự do tình dục, hippy, cách-mạng nữ quyền đã mở ra một 'thế gian' mới, tự do không còn giới hạn, ... ở nhiều nước Âu Mỹ! Riêng nhà văn từng phân tâm chẻ sợi tóc làm tư Võ Phiến đặc-biệt đại diện cho tiếng nói thỏa hiệp của người làm văn-chương: "Liên hệ nam nữ ngày trước là ái tình, bây giờ là tình dục. Trước, ái tình là một tình cảm: người ta sống một mối tình, giờ đây ái tình có xu hướng tự thu vào một động tác người ta làm ái tình (…) Vậy có một thời kỳ của ăn và yêu, có một thời kỳ của đớp và mần ái tình... Trải qua bao nhiêu thế kỷ, giáo-dục, đạo đức, cấm động chạm tới, cấm phơi bày chuyện giao hoan. Nay một lớp người mạnh dạn chiến đấu, đánh ngã thành kiến thu đại thắng. Trong giờ khải hoàn say sưa chiến thắng, họ có quyền hò reo la ó, làm quá đáng đôi chút..." (Tạp Luận).

Tiểu-thuyết nữ quyền

Thời văn-học miền Nam đã có tiểu-thuyết nữ quyền nhưng chưa có thi-ca thật sự nữ quyền, do đó chúng tôi không thể đặt tiêu đề là "văn-học nữ quyền". Các tác-phẩm văn-chương với các **tác-giả nữ** và **văn chương dục tính có khuynh hướng đi với nữ-quyền** cuối cùng cũng đã xuất hiện vào giai đoạn hai sau 1964. Từ thời văn-học Tự-Lực văn-đoàn, các nhân vật nữ có chỗ đứng tương đối tốt đẹp trong công cuộc hiện đại hóa. Trong Nam, ngay sau thời điểm 1954, nhân vật nữ vẫn còn đó nhưng mất dần thế đứng vì đa phần tiếp thừa truyền thống, nên đã nhường chỗ cho các nhân vật nam của Thanh Tâm Tuyền, Võ Phiến, Dương Nghiễm Mậu, Y Uyên, Hoàng Ngọc Biên, Duyên Anh, ... Phải đợi đến giai đoạn sau 1964 nhân-vật cùng với tác-giả nữ trội bật thành khuynh-hướng văn-học quan trọng, đưa đến sự xuất hiện đồng loạt của nhiều nhà văn nữ như Túy Hồng, Nguyễn Thị Hoàng,

Trùng Dương, Nguyễn Thị Thụy Vũ, Minh-Đức Hoài-Trinh, ... như để vừa đòi quyền sống và đồng thời quyền hiện diện trong tiểu thuyết. Nhân vật nữ hình thành từ cảm quan và tư duy tác giả nữ và không khí tiểu thuyết là không khí cảm quan và tâm thức do nhà văn nữ tạo nên! (21).

Trên tạp-chí *Văn* số 206 (15-7-1972) về "Các nhà văn nữ", có cuộc Bàn tròn "Nói chuyện về các nhà văn nữ", 8 nhà văn nam nói chung trong khi công nhận sự "có mặt thực sự" của các nhà văn khác phái, vẫn có cái nhìn khá hạn hẹp, bất cập, ví dụ khi bàn về sự "táo bạo": Mặc Đỗ cho rằng táo bạo là ở chỗ "*họ đã dám đề cập đến những gì mà trước kia họ không dám đề cập*"; Viên Linh thì nghĩ táo bạo là "*sự sai biệt giữa mô thức giáo dục dành cho phụ nữ Á-đông và những gì họ đã viết ra*" và đã có "ngạc nhiên" như chỉ là "*ngạc nhiên về con người họ mà thôi. Không phải về tác-phẩm của họ*" dù nay "họ đông đảo" nhảy vào "lãnh vực sáng-tạo"; Huỳnh Phan Anh thì đặt vấn-đề cái nhìn về những gì táo bạo được họ viết ra theo ông là "*phản ứng, nổi loạn chống sự kềm kẹp*" vì ngoài ra có thể "còn là một cái gì khác?" và sau khủng hoảng ban đầu ("*thiếu vắng ưu tư văn-chương*") này "*họ sẽ viết văn như một nhà văn*"; Nguyễn Xuân Hoàng thì cho rằng "*chữ táo bạo phải hiểu theo một nghĩa rộng hơn, táo bạo là đề cập đến những đề tài ngoài đề tài dục tình, đề tài thân thể*", trong khi Nguyễn Nhật Duật (1940 - 2000) nghĩ rằng "*sự bột phát này phát xuất từ một thái độ phản kháng*", "*sự phản kháng như một tự xác nhận*" và "*khao khát của họ là mối lo toan hạnh-phúc. Ấy là mối lo toan muôn thuở của người đàn bà, và nó cũng sẽ chỉ đi đến đó mà thôi*", còn Mai Thảo thì phát biểu rằng "*Khả năng văn-chương nữ bây giờ cho phép họ đề cập đến tất cả mọi vấn-đề. Có điều bất cứ cuộc giải thoát nào trước hết là một giải thoát thân xác, nhất là cho đàn bà (...) Bây giờ họ đang nói đến thân xác, dù không phải nói như một người vô luân. Thân xác là một chủ đề lớn nhất hiện nay. Và họ đã đề cập tới nó*" (tr. 1-16).

Giai phẩm *Văn*, số 18 (13-7-1973) đặc-biệt về Năm Nhà Văn Nữ Việt-Nam, như phản ứng lại những quan điểm trên, nhưng với những bài từng được phát thanh qua Diễn-đàn Tự-do của Đài phát thanh Sài-gòn ngày 14-5-1967. Nguyễn Thị Hoàng lý giải trong bài "Khả năng và phương hướng sáng-tạo văn-nghệ của người đàn bà": "*Người đàn bà không được sống đầy đủ thì khi viết chính là họ sống một đời sống thứ hai tự do và phong phú hơn. Không cần biết là nhân vật thế nào,* câu chuyện thế nào mà chỉ cần biết mỗi nhân vật là một sắc màu của tâm hồn họ, mỗi một tâm lý là mỗi một khát vọng, mỗi một ưu tư, mỗi một vui buồn, và mỗi một cảm xúc có hay không có trong đời họ. bởi vì những cảm xúc của người đàn bà tìm thấy qua các nhân vật trong tác phẩm của họ có thể không phải là những cảm xúc trong đời sống thực nhưng dù sao vẫn ở trong không khí tâm hồn và bóng dáng đời sống của người đàn bà đó. Nhân vật tiểu thuyết được người đàn bà sáng tạo có thể không là một người đích thực trong đời sống nhưng vẫn là một bóng dáng mơ hồ nào đó phôi pha trên nhiều gương mặt. Những sự kiện trong tác phẩm có thể không phải là những sự kiện đã xảy ra trong đời sống thực nhưng vẫn là một sự-kiện-sống trong khuôn khổ sự sống nhân loại. Điều quan trọng trong tác phẩm của người đàn bà là sự sống tràn đầy cảm-xúc-tính chứ không phải là một đời sống được chụp hình. Từ nhận định đó, chúng tôi thiết nghĩ phương hướng sáng tạo của người đàn bà không thể là hoặc một mô tả thực tại, một chụp hình thực tế và sự kiện đời sống như công việc nhà viết sử hoặc đưa ra một luận thuyết, một chủ đề rồi xây dượng câu chuyện để minh chứng cho luận thuyết đó, Người đàn bà không thể trung thành với thực tại đúng nghĩa là thực tại và cũng không thể trung thành với lý thuyết của mình đến nỗi nhốt thực tại vào trong lý thuyết đó. Người đàn bà chỉ có thể trung thành với cảm xúc trung thực của mình, trong tiếp nhận đời sống và trong sáng tạo đời sống khi đưa đời sống vào tác phẩm. Nói như vậy có nghĩa, đối với người đàn bà, sáng tạo tức là tìm cách diễn đạt tâm hồn, nhân cách hay đúng hơn làm một thoát phản đời sống trong một đời sống thứ hai không còn những biên giới hạn hẹp của đời sống thực. Và khả năng và phương hướng sáng tạo văn nghệ của người đàn bà chính là đó". Còn theo Nguyễn Thị Thụy Vũ thì: "... Đường đưa vào lãnh vực văn chương đối với phụ nữ quanh co còn hơn con đường đưa vào xóm lao động Thị-nghè. Chị em chúng ta chỉ là người đi thám hiểm lần đầu. Cái xã hội kia có tội tình gì, cuộc đời đó đã làm gì để chị nọ hằn học trong văn chương, cũng như đối với cô kia, độc giả có bằng lòng mở lòng trời biển để chấp nhận sự nhõng nhẽo làm dáng của các cô không? Nhiều lúc tôi tự hỏi, tại sao các bà chiếm đa số hơn đàn ông trên cõi đời này. Vậy mà các bà để cho đàn ông lấn lướt đủ mọi phương diện ngay cả lãnh vực may cắt, nấu bếp thì những tay giỏi nhứt trên thế giới cũng thuộc về đàn ông. Có thể là đàn bà nói nhiều, tếu giỏi, đùa dai bằng đàn ông, vậy mà khi viết các bà không thể phong phú hơn hoặc sâu xa hơn. Các bà có thể quan sát mọi tánh xấu kẻ tình địch của mình, hoặc kẻ mà các bà ganh *duyên đọ sắc qua câu chuyện phiếm một cách tỉ mỉ. Vậy mà một khi cầm bút lên các bà viết sơ sài, đôi lúc lại thích làm nữ thánh, ưa tha thứ khuyên răn độc giả. Giải thích cái hiện tượng đó, tốt hơn là mượn sự tích của Thánh Kinh. Đàn bà vốn là cái xương sườn của đàn ông. Nếu Chúa lấy một phần bộ óc của Adam và nấu thành bà Eve thì có lẽ hiện thời đàn bà thông minh hơn đàn ông. Đằng này Chúa lại lấy cái xương sườn. Hèn chi đàn bà ưa nói xốc hông đàn ông, và khi các bà nổi cơn ghen tuông, các bà nói nhiều câu động trời các ông tức bể cả phổi, tức ê ẩm cả xương sườn lồng ngực. Đấy nhé! hỡi những chiếc xương sườn của đàn ông ở mọi lãnh vực, nhất là lãnh vực nghệ thuật. Chúng ta phải làm cho họ có một mặc cảm tự tôn và chuyện đòi hỏi vấn đề bình quyền với đàn ông là thuộc về huyền thoại hẳn hoi rồi....*" ("Khi người phụ nữ làm nghệ thuật").

Hồ Xuân Hương - giả dụ có một Hồ Xuân Hương thật, tác giả những bài thơ Nôm tục lưỡng nghĩa, bà đã phải gò bó trong lối thơ hai nghĩa thời bấy giờ, để nói lên những dồn nén và những đòi hỏi nữ quyền, "chém cha cái kiếp lấy chồng chung". Ở Việt Nam, cho đến giữa thập niên 1960, tác phẩm của các nhà văn nữ đã là những đóng góp làm đẹp cho đời, cho thế giới văn chương dù với tính cách bên lề, ngoại lệ. Thật vậy, đối với văn học chữ quốc ngữ thì năm 1927, bà Tương Phố với *Giọt Lệ Thu* đã thật sự khởi đánh dấu sự có mặt của nữ giới trên văn đàn chữ nghĩa. **Thụy An** với *Một Linh Hồn* (1942), *Bốn Mớ Tóc* (1950, ký Lưu Thị Yến) nhìn ra cuộc đời, Anh Thơ với *Răng Đen* (1943) rồi **Nguyễn Thị Vinh** (1924-) với *Thương Yêu* (Phượng Giang, 1954) đã bắt đầu nói đến thân phận người đàn bà trong đời sống đại gia đình, trong khuôn khổ phong hóa - họ không sống cho cá nhân mình (tuy đôi chỗ, nhân-vật bác Hòa hàng cơm công khai tỏ ra thích thú chuyện ôm ấp, chăn gối!). Năm 1965, trên tạp-chí *Đông Phương*, bà khởi đăng truyện dài *Nỗi Buồn Thiếu Phụ* rất hứa hẹn về tâm tình phái nữ, nhưng hình như bà vẫn chưa hoàn thành truyện này. Thụy An và Nguyễn Thị Vinh nói đến số phận những thế hệ phụ nữ đã phải sống trong đứt đoạn, nghịch lý khó khăn giữa giáo dục thời thiếu nữ và thực tế ở đời khi trở thành phụ nữ! **Linh Bảo** (Võ Thị Diệu Viên, 14-4-1926 -) với *Những Đêm Mưa, Tàu Ngựa Cũ* xuất bản cùng năm 1961, đã nhẹ nhàng khởi nêu vai trò người phụ nữ. *Gió Bấc* (Phượng Giang, 1952) là tiểu-thuyết đầu tay, viết về cô Trang con nhà quan nhưng vì hoàn cảnh chiến-tranh từ thành về quê rồi đã phải sang xứ người (Hương Cảng) một thân phấn đấu với đời và hoàn cảnh lưu lạc để cuối cùng tìm được hạnh-phúc trong tình-yêu và hôn nhân

(Trang cần tình-yêu nhưng một người nam tên Vũ thì nghĩ khác: *"đàn bà sinh ra là để làm nô lệ cho đàn ông, ai mà yêu tôi thì đến khổ. Tôi rất ghét và ghê sợ đàn bà. Người đàn bà nào mà dây vào tôi thì đến khổ cả đời (...)".* Người mẹ của Trang, nhân-vật chính, thuộc về xã-hội phong hóa xưa: *"... Mày muốn khôn hơn tao à? Con gái học lắm vô ích, nhiều chữ có nấu chữ mà ăn được đâu, con gái học cho nhiều chỉ tổ cứng đầu cứng cổ, viết thư cho trai được ích gì? Lúc ấy Trang tinh nghịch nghĩ thầm: - Viết thư cho trai cũng chẳng xấu, nếu đến thư cho trai cũng không viết được, phải nhờ người viết hộ mới xấu chứ...?".*

Đến **Nhã Ca**, người nữ tình yêu đã lãng mạn và mạnh mẽ nhưng chiến tranh và trách nhiệm đã khiến đôi lứa và gia đình trở nên quan trọng hơn cá nhân. Nói như Virginia Woolf, họ vẫn quanh quẩn trong *"những hành lang tối ám của lịch sử"*. Người đàn bà sinh ra sống cho gia đình, lo cho cha mẹ, cho em, rồi khi rời gia đình thì rơi vào gia đình khác, lo cho chồng, cho con rồi cho cháu, ăn ở cho có đức, rồi chết ... theo đúng lễ nghi, phong tục! Người phụ nữ cho đến giai đoạn này chỉ đi tìm hạnh phúc! Cả trong hoan-lạc làm mẹ:

> *"Nước đang reo hò trong tôi*
> *buổi sáng còn xanh xao bóng tối*
> *tôi trở dậy, co hai vai và nhìn / lòng mặn mà biển dậy*
> *hai vai tôi đang mọc lá / những lá non hết sức non*
> *tương lai nào rực rỡ / nước reo hò trong tôi*
> *cơn đau bắt đầu réo*
> *   Cơn đau đến thì thầm / thật nhẹ nhàng*
> *vuốt ve và an ủi / an ủi và dỗ dành*
> *trên khuôn mặt tôi thân thuộc*
> *   Tôi trở dậy, đi đứng một mình*
> *thân thể rạn nứt từng thớ thịt / trong suốt và trần truồng*
> *cho thai nhi bắt đầu cựa quậy*
> *hãy can đảm, con / tiến vào sự sống*
> *tôi đang lột dần thịt da / cho thai nhi tôi*
> *   (...) Nước đang reo hò trong tôi*
> *chảy suốt thịt xương náo động / reo hò không ngớt*
> *khi nào mệt nhoài, mẹ nhờ cậy thai nhi*
> *khi nào con ra đời con sẽ khóc*
> *khóc khi không, khóc đâu có buồn phiền*
> *khóc cho trôi hết khó khăn trong đời mẹ*

Biển của mẹ còn rộng mênh mông
mẹ tắm suốt mùa hè, mùa thu, mùa đông
và mùa xuân trong suốt
dành cho con tất cả ngày cuối cưu mang
con trong bụng mẹ con biết gì không
buổi mai trời lạ thịt da trở mặt / và rất nhiều hân hoan
rất nhiều nước đang reo hò trong thân thể mẹ
*   (...) Nước đang reo hò đang chảy xiết*
rửa từng vết da mòn / cạo từng thớ thịt mỏng
tôi thấy tôi to lớn uy nghi
như mặt trời trên cao kia / rạng rỡ và sáng chói
của một ngày vô cùng tưng bừng và khao khát
*   Hãy can đảm cho tôi*
Can đảm cho thai nhi / ra đời mạnh mẽ
*   Biển mẹ đã mặn / Thủy triều đã dâng cao*
Mẹ tắm bốn mùa cầu cho thai nhi
Cho mùa xuân suốt đời của mẹ
và chuẩn bị cho biển mẹ dậy bão
Cơn bão rất dịu dàng / rất ngọt ngào đau thương
Để mẹ ngủ một giấc rất buồn, rất vui
ngủ cho thịt da mẹ lành lặn, ..."

(Trước Giờ Sinh Con, *Nhã Ca Mới*, tr. 105-106).

Dĩ nhiên chưa là diễn-ngôn nữ quyền của các thập niên sau! Phải đến Túy Hồng, Nguyễn Thị Hoàng, Nguyễn Thị Thụy-Vũ, Trùng Dương và Nhã Ca – từng được xem là "ngũ quái nhà văn nữ", là *"hàng tiền đạo của các nhà văn nữ"* (thời này còn có Nguyễn Thị Ngọc Minh nhưng tác-giả này chỉ mới khởi đầu và hình như không tiếp tục), văn chương mới trở thành phương tiện cho nữ quyền và quyền sống. Thật vậy, từ cuối thập niên 1960, người viết nữ đã mạnh bạo đi xa hơn, tự tin hơn và những vấn-đề phụ nữ được chính thức trương lên chữ nghĩa. Cái Tôi, nhân vật chính, nội dung, tình cảm, tình yêu, tình dục, ... không còn là của riêng những nhà văn thơ phái nam. Hơn là những "hình ảnh người nữ" trong tác phẩm viết bởi nhà văn nữ hay nam, từ Khái Hưng, Nhất Linh, ... đến thời này, với Thanh Tâm Tuyền, Thạch Chương, ... Văn chương dục tính hay có dâm tính lại do người nữ viết hình như hấp dẫn hơn vì cũng hình như có tính tự thuật nhiều hơn. Vì từ nay, người nữ làm chủ con người, tư duy, tình cảm và cuộc đời của họ trong văn chương. Làm người nữ, với văn chương!

Simone de Beauvoir trong *Le Deuxième Sexe* (1949) đã phát động cái ý thức nữ quyền đó khi hô hào *"On ne nait pas femme, on le devient"*. Trong văn chương, trong ngôn ngữ vì là cái có thực, có sự sống. Như vậy, viết trở thành hành động tự xác định của người phụ nữ, trở thành phát ngôn viên chính thức của con người phụ nữ, tiếng nói chính thức và từ tình dục. Từ thuở tạo thiên lập địa, nếu theo truyền thuyết sáng thế từ Adam Eva thì Eva đã phạm tội ở vườn địa đàng, Adam dại gái nên bị cám dỗ; thân phận phụ nữ gãy đổ ở gốc cây táo từ đó. Đến lúc xảy ra phong trào đòi nữ quyền, người ta bắt đầu thấy phụ nữ lộ diện trên mọi sân khấu và đến cuối thế kỷ XX thì sân khấu gần như nhường hết cho các bà. Từ thập niên 1960, họ "lấn" thêm chuyện cái giường và thân xác. Họ gạt bỏ vòng cương tỏa tình dục nam quyền để làm lại thế giới với hình ảnh và dục vọng phái tính của họ. Marguerite Duras đã cho nhân vật nữ chủ động trong tình yêu: "Il a arraché la robe, il la jette, il a arraché le petit slip de coton blanc et il la porte ainsi nue jusqu'au lit. Et alors il se tourne de l'autre côté du lit et il pleure. Et elle, lente, patiente, elle le ramène vers elle et elle commence à le déshabiller" (22). Không xa nơi cô đầm Sadec, thập niên 1960 đã có một thế hệ nhà văn nữ như **Trùng Dương** đã tỏ tinh thần độc lập, dứt khoát tự giải thoát khỏi những ràng buộc của chế độ phụ hệ, cả trong động tác làm tình: *"Một lúc nàng nới lỏng tay ra , thôi hôn tôi, mắt say đắm. Tôi nghe tiếng nàng nói qua hơi thở: Em lên anh nhé? Tôi khẽ gật đầu. Diệu xô tôi nằm xuống giường và lên người tôi. Diệu thường mở màn bằng cách đó. Hình như nàng tìm thấy cái thú nằm trên người tôi, một cái thú khá man dại và cũng chóng tàn"*(23). Thử so với Loan của Đoạn Tuyệt chỉ muốn được đọc sách tiếp rồi ngủ sau đã phải đưa đến án mạng!

Hoặc họ lên tiếng chống lại những thân phận tùng thuộc, nhận chịu, chờ đợi. Họ vạch mặt những quyền lực đàn áp của định chế chính trị, của xã hội, của đồng lõa phái nam. Cái Tôi trước cái "anh, mày" tức người đối diện, trước cái Ta, cái chúng ta! Cái Moi của Simone de Beauvoir là cái Tôi xồ xề, sung túc! Từ đó tình yêu có thêm nhiều hình dung từ, ngoài những tình yêu lý tưởng, cao thượng, đau khổ, ... lỗi thời, nay thêm tình yêu bản năng, tình dục, tự do, đổi chác, khoái lạc, cả tình yêu phút chốc, bồng bột, hiểm nghèo, ... Về điểm này, người viết nữ thời nay như muốn trở lại thời bán khai, tự nhiên, giải phóng tình dục khỏi những quy ước của hôn nhân, phong hóa. Đi xa hơn, không chỉ đòi bình quyền, còn tự chứng minh tự xác tín cái cá biệt "nữ", khác biệt về tình dục, về xúc cảm thân xác, về kinh nghiệm và cả ngôn ngữ. Họ dùng ám ảnh nhục cảm để làm chủ cơ thể, cảm xúc và tư duy. Trùng Dương trong *Mưa Không Ướt Đất* chẳng hạn cho nhân vật lý luận triết lý, truyện có tính cách lý luận hơn là sống nếu muốn gọi đó là hiện sinh, kể cả khi nói rằng *"Hãy phán đoán tôi, hãy xa lánh tôi nếu cần, nhưng xin cho tôi được sống chân thật"*. Rồi đến *Một Cuộc Tình, Vừa Đi Vừa Ngước Nhìn*, ...

Nguyễn Thị Hoàng khởi đi từ chuyện tình cô giáo với học sinh trong *Vòng Tay Học Trò*, đến những *Tình-Yêu Địa Ngục, Vực Nước Mắt, Một Ngày Rồi Thôi*, ... tình-yêu chỉ là cái cớ, là một trong những 'sự kiện', vì sự sống theo ý, đòi sống, mới là điểm chính, mới thỏa được một thứ mặc cảm tâm sinh lý nào đó!

Lệ Hằng thời trẻ say mê đi tìm hạnh phúc - hạnh phúc là ái ân, da chạm da, nói như Phượng Uyên trong *Thung Lũng Tình Yêu* (Tổ Hợp Gió, 1973) nơi bối cảnh Đà Lạt, hết Quang đến Duy, chỉ muốn *"thiên đường chính là vòng tay, là mùi hương đàn ông, là hơi thở của chàng. Tôi không tìm nữa một cảnh bồng lai, vì đôi môi người yêu, giọng nói người yêu, và đôi mắt chàng, là giòng sông tình ái, là rừng say sưa là suối bất tử đời đời tắm mát tình yêu "* (tr. 276-277). Sẽ đòi hỏi hơn với *Sóc Nâu* là chuyện tình yêu khả thể với một người bạn nam Dũng, kiểu *"Em thèm được làm một người đàn bà. Dưới tay anh, dưới thân thể anh, và dưới tình yêu của anh nữa... Dũng ơi ... Hãy trở thành một người đàn ông với em đi"* (XT tb, tr. 242).

Với **Túy Hồng**, nhân vật nữ luôn đầy sức sống vùng vẫy trong một xã hội tù túng, ngộp thở. Họ luôn muốn phá đổ những lễ nghi, cung cách, những nếp sống phụ hệ, gia phong theo họ đã lỗi thời. Dục tính, mà một số nhà văn nam phê bình bà trước 1975, đã bị gán ghép, đồng hóa với thái độ và lối sống tự do, theo bản năng giấu dưới những mỹ từ tình yêu, tình bạn. Theo Uyên Thao, *"So với Nguyễn Thị Thụy Vũ, cái ám ảnh nhục cảm trong tiểu thuyết Túy Hồng đã vượt hẳn lên như một dấu hằn, dù Túy Hồng rất ít chú trọng tới thân xác của những nhân vật. Ngòi bút Túy Hồng như hực lửa khi được đẩy vào vùng trời giải phóng là tiếp nhận những rung động của thể xác. Những người trung thành với quan điểm phân tâm của Freud có thể mổ xẻ Túy Hồng qua một trạng thái dồn nén khủng khiếp, khủng khiếp đến độ có những giấc mơ tàn bạo hơn cả giấc mơ chém đầu kẻ khác phái"* (**24**). Ám ảnh nhục cảm khá mạnh nhưng hãy còn bóng bẩy, gợi hình, rụt rè hiện thực, cùng lắm qua lời nói, ý nghĩ như nhân vật nữ trong *Vết Thương Dậy Thì* (1967): *"Hãy ngậm em giữa hai môi dầy* *trác táng, uống em đi, nuốt em đi ừng ực. Chỉ vẽ cho em cách chế cà phê và cách chui vào lòng anh để thao thức cồn cào tỉnh người bỏ ngủ vì đã liếm em trên đầu môi chót lưỡi, đã ngậm, đã nuốt ực em vào anh rồi"*(25). Bản năng, da thịt, 'vết thương' đưa người nữ đến khám phá thường trực *"trên mỗi chỗ da thịt mình khi có bàn tay con trai sờ đến"*. Người nữ đi thẳng, nói trắng: *"nếu yêu em thì đừng đi quanh nữa (...). Anh hãy cho em đi con đường ngắn nhất, con đường độc đạo của tình yêu"* - nói như bạn cô giáo Cam Thảo, nhân vật *Thở Dài*, trong khi cô thì viết thư thúc người yêu cưới mình! Sau đó là những *Tôi Nhìn Tôi Trên Vách, Biển Điên, Bướm Khuya*, v.v.

Trần Thị Ng.H. qua *Lạc Đạn* - viết năm 1973, và một số truyện ngắn trước 1975 như Căn Nhà Có Cửa Khóa Trái, Ngày Rất Thong Thả, ... cũng đã, qua văn chương, tự xác nhận, ra tay để phá đổ huyền thoại phụ nữ như là đối tượng, và xây dựng lại tương quan với người khác giống, đảm nhận tự do, một cách lạnh lùng, dứt khoát, hãnh tiến, dù vẫn cho thấy một loại bất mãn, dồn nén! Trong các truyện ngắn khác, bà còn nói đến những mặt trái, tội ác, cái chết tự xử, cái chết người khác, những cái chết dàn cảnh!

Qua nội-dung, tình dục và ngôn từ sử-dụng trong các tác-phẩm, các nhà văn nữ vừa nói đã tự tạo "**căn cước**" cho riêng mình, cho giới phụ nữ – đây là lần đầu trong văn-học sử Việt-Nam [lần tiếp theo sẽ xảy ra từ thập niên 1990 đến đầu những năm 2000 với các nhà văn nữ của Việt-Nam hải-ngoại, rồi lan vào trong nước – lần này và ở đây thêm yếu tố chính-trị]. Họ đã dần dần làm chủ bản thân, bản chất "nữ" trong sáng-tác, trong tiếng nói văn-nghệ, trong ngôn-ngữ văn-chương. Họ đã công khai tự định nghĩa, tự xác nhận nữ tính, nữ chất, trong nội-dung, ý tưởng, trong ngôn-ngữ sử-dụng, bao hàm. Họ đã tự nặn tượng người nữ, từ não trạng đến thân xác, những giác quan, bản năng, … và chỉnh sửa hoặc hoàn toàn sáng-tác hình ảnh nữ thật nữ. Nghĩa là khác, nghịch hẳn với những gì giới văn-nghệ nam đã dựng nên về người nữ, về các cá tính, ngôn-ngữ, cách sống xã-hội, gia-đình và tính dục của người nữ. Tác-phẩm của các nhà văn nữ nói trên dần dà trở thành một thứ phản kháng lại phụ-hệ, nam-quyền, một đòi hỏi hay chứng tỏ sống cho chính họ, vì họ thực sự, chứ không vì người khác, vì xã-hội, phong tục này nọ. Các nhà văn nữ mới này tự làm luật sư vừa bào chữa, vừa công tố, một (hay những) phiên tòa mà người đến xem vô danh thì nhiều nhưng người có tiếng tăm, 'danh giá' bên nam giới thì vắng bóng – và phản ứng khá ngoại lệ, cá nhân!

Và như vậy, tự do dục tính được các nhà văn (và con người) thời này sống và xem như đó là một thể hiện của tự do, của tính người (ít ra mà một mảnh của cái con người toàn vẹn). Từ đó thay đổi quan niệm và thái độ về nhân sinh, tình-yêu, hôn nhân, hạnh-phúc, ... đưa đến nếp sống cá nhân, xác thịt, phóng đãng, ly dị, ... mà các nhà bảo vệ phong hóa dân-tộc vẫn lên tiếng phản đối, chỉ trích. Dù gì thì văn-chương tính dục vẫn khác nào một cuộc đi tìm *căn cước* tính phái cá nhân, tìm ‹hạnh phúc› tâm sinh lý, một khám phá lại cơ thể, cơ năng, những khả thể tính dục tiềm tàng hay ẩn tàng, dồn nén – nói chung là phần nào của chuyển biến, của hoan lạc chữ nghĩa, những hình-thức hậu hiện đại!

Tiểu-thuyết đăng-từng-kỳ

Như một thể loại văn-học, tiểu-thuyết đăng-từng-kỳ (feuilleton) tự chúng không thấp kém về giá trị văn chương, vì chúng thuộc về truyền thống thể loại đại chúng như ca dao tục ngữ của văn-học bình dân. Hơn nữa nếu ngược dòng thời gian, thì vào thời đầu thế kỷ XX, văn-học đã đi đôi với báo chí và xuất bản, do đó đã đến gần người đọc và trở thành món giải trí tinh thần được đại chúng hóa chưa hề có trước đó. Báo chí đã là những cơ quan ngôn luận, diễn đàn và phổ biến tác phẩm trước khi xuất bản thành sách như *Hà Hương Phong Nguyệt* của Lê Hoằng Mưu (đăng *Nông Cổ Mín Đàm* từ số 19 ngày 20 tháng 7 năm 1912 đến số 53 ngày 29 tháng 5 năm 1915, với nhan đề Truyện Nàng Hà Hương; J. Nguyễn Văn Viết xuất bản 1915), *Kim Thời Dị Sử* (đăng *Công Luận Báo* từ tháng 10-1917, xuất bản 1921) của Biến Ngũ Nhy (tức Nguyễn Bính), các tiểu-thuyết của Nguyễn Chánh Sắt, Lê Hoằng Mưu, Hồ Biểu-Chánh (các tiểu-thuyết *Vì Nghĩa Vì Tình, Cha Con Nghĩa Nặng, Con Nhà Giàu, Khóc Thầm,* ... đều đã đăng trước trên tờ *Phụ-Nữ Tân Văn* - cũng như một số tiểu-thuyết khác đăng trên báo *Thần Chung* thời 1952. Ngay cả tiểu-thuyết văn xuôi đầu tay *Ai Làm Được* được Hồ Biểu-Chánh khởi thảo từ năm 1911, là thời gian tác-giả làm việc tại Cà Mau và bối cảnh chuyện cũng được ông chọn nơi đó, nhưng phải đợi đến năm 1922 mới được tái bản sau khi ông nhuận sắc trở lại và đăng *Nông Cổ Mín Đàm* (2-1920). Các sách báo quảng cáo cũng đã góp phần phổ biến tiểu-thuyết đến quần chúng, như trường hợp hai cuốn truyện của Nguyễn Chánh Sắt, *Tình Đời Ấm Lạnh* in trong Thiên Sanh Đường đại dược-phòng ở

Chợ Lớn và *Nghĩa Hiệp Kỳ Duyên* in trong sách quảng cáo Vệ Sanh Chỉ Nam (1919) của nhà thuốc Nhị Thiên Đường; tiểu-thuyết của Hồ Biểu-Chánh cũng từng xuất hiện dưới hình thức ấn-phẩm quảng cáo này. Độc-giả ở trong Nam rất đa dạng, từ trí thức đến hạng người lao động - đây là một đặc điểm khiến văn-học miền Nam lục-tỉnh khác với miền Bắc. Nhà văn Phú Đức đã có lần cố gắng biện hộ cho những sai sót của feuilleton khi đăng báo rằng: "Tiểu-thuyết viết từ đoạn đăng từ ngày lên tờ báo thì sao cũng không tuyệt tác được, vì nhiều đoạn ấn công sắp lộn, lắm câu ấn công lại bỏ sót; ký giả thổn thức trong lòng, nhưng biết đặng lòng quý vị không nệ chấp nên bạo gan đặt tiếp bấy chầy" (*Công Luận Báo*, số 496, 1926).

Ngoài Bắc, các nhà văn thuộc Tự Lực văn đoàn và nhóm Tân Dân cũng đã đăng tiểu-thuyết từng kỳ trên các tuần san và tạp chí trước khi xuất bản thành sách. Trong Nam, sau đó là thời của nhà văn Phú Đức, tác giả *Châu Về Hiệp Phố* đăng trên nhật báo *Thần Chung* **và** *Sài-Gòn Mới*. Về sau, tiểu-thuyết tâm lý của bà Tùng Long cũng như An-Khê, Lê Xuyên, Ngọc Linh, v.v. cũng đã xuất hiện lần đầu tiên dưới dạng tiểu-thuyết từng kỳ. Ngay cả các nhà văn tự cho ở 'chiếu trên' nhưng vẫn viết tiểu-thuyết đăng-từng-kỳ trên các tạp-chí và cả nhật báo: Mai Thảo, Thanh Tâm Tuyền, Viên Linh, Nguyễn Đình Toàn, Nguyễn Thị Hoàng, v.v. Bà Tùng Long trong *Hồi Ký* (2003) cũng đã cho biết khoảng năm 1963, nhuận-bút chủ nhật-báo trả cho "truyện dài mỗi tháng là 6000 đồng - truyện ngắn 1000đ hay 2000đ tùy đăng một kỳ hay hai kỳ" (tr. 192) [đến đầu thập niên 1970, số tiền nhuận bút còn cao hơn nữa, một phần vì lạm phát] – hãy tưởng tượng những nhà văn được chiếu cố như An Khê, Bình-Nguyên Lộc, ... mỗi ngày viết cho 11, 12 nhật báo cùng lúc, lợi tức đã không là nhỏ. Những nhà văn khác như Duyên Anh, Nhã Ca, ... còn mua cả biệt thự! Thật vậy, nhiều nhà văn được các chủ báo trân trọng, chiều đãi nhưng không phải nhà văn nào cũng thành công, gặp thời vì yếu tố chính là phải ăn khách ngay từ những kỳ đầu.

Tiểu-thuyết đăng-từng-kỳ nếu xét về sự đại chúng hóa và số lượng độc giả thì phải nhận rằng đó là một thể loại thành công. Khi đăng báo thì đã có một số độc giả hùng hậu, khi in thành sách, số độc giả vẫn cao, rồi các tiểu-thuyết đó lại còn được phóng tách thành kịch nói và nhất là phim ảnh và tuồng cải lương, thì tổng số người đọc và xem có thể gấp chục gấp trăm lần nếu so với những 'tác phẩm' văn chương lớn (hay được tán tụng áo thụng vái nhau là lớn). Một số điểm yếu và khuyết điểm của chúng là vì viết nhanh nên cẩu thả về hành văn và cả về tình tiết, kỹ thuật thiếu nhất thống, đề tài lắm khi khai thác thị hiếu thấp kém của người đọc. Bàn về 'giá trị' của feuilleton đã có nhiều quan điểm cũng như tranh luận vào thời của nhà văn An-Khê, Ngọc Linh, v.v. Năm 1961, nhà văn Ngọc Linh khi xuất bản *Đôi Mắt Người Xưa* đã ghi vào đầu sách là ‹truyện dài đăng báo›, đã khiến nhà văn Bình-Nguyên Lộc bất bình, vì ngại có sự xem thường các tác-phẩm này - mà ông cũng là tác giả nhiều truyện đăng báo sau in thành sách như vậy. Ở bìa sau tập truyện của Ngọc Linh, Bình-Nguyên Lộc đã đề cao giá trị của các feuilleton và đã khen *Đôi Mắt Người Xưa* sâu sắc hơn cả Stefen Zweig!

Mười năm sau, cuộc tranh luận đó vẫn chưa dứt, nhà thơ Nguyên Sa có lần đã lên tiếng nhận xét về các truyện xuất bản sau khi đã đăng báo đó như sau: "*Chín trên mười cuốn tiểu-thuyết nếu không phải là chín mươi chín trên một trăm cuốn tiểu-thuyết in ra trong những ngày tháng gần đây có một tiền kiếp đăng tải. Chúng tôi cất tiếng nói feuilleton cũng có thể là tác-phẩm lớn. Trường hợp Vũ Trọng Phụng là một chứng tích cụ thể. Giông Tố, trước khi in thành sách, đã in lên báo. Chúng tôi nói, chúng tôi nói, nói bằng lời, bằng im lặng, bằng ve vuốt kiêng nể lẫn nhau, nhưng ở đấy sau mỗi đứa đều có chỗ trống trãi, có những vang động nhẹ như nước chảy xuống đá, như côn trùng rỉ rả ban đêm. Có thể có tức là có thể không. Có thể là tác phẩm lớn tức là có thể không phải là tác phẩm lớn. Điều đúng cho họ Vũ không phải là điều đúng với tất cả. Trường hợp đặc thù và định luật không thuộc cùng một giòng họ. Báo hằng ngày có thể là môi trường thúc đẩy sáng tạo. Sự làm việc cơ giới hàng ngày, bất kể lúc khoái trá hay chán chường, bất kể ngọn lửa bốc hay chất bài tiết rỉ rã, sự đòi hỏi dễ dãi của độc giả và chủ báo, sự e dè guồng máy kiểm soát của nhà nước, sự thích ứng với lập trường của tờ báo, một chục lý do làm cho nhân vật có dáng dấp của hình nộm, bố cục có kiến trúc của lâu đài xây trên cát, sự sáng tạo được thu gọn trong sự tìm kiếm cái kỳ thú một lúc*" (26). Cũng đầu năm 1971, Mai Thảo trong bài "Những nét lớn về sinh hoạt nghệ-thuật miền Nam 1970" trên tạp-chí *Vấn-Đề* đã nhận xét "*Chúng đến từ những trang nhật báo. Bởi hầu hết những nhà văn thuộc mọi khuynh-hướng bây giờ, như một bài nhận định của Võ Phiến, đều viết truyện đăng từng kỳ cho báo hàng ngày. Chúng đến từ những thế-giới cá nhân của người viết 70 chấp nhận một hòa nhập vào toàn thể, nhưng đồng thời cũng mãnh liệt phản chống lại cái ý hướng đồng hóa tự nhiên của toàn thể. Văn-chương tiểu-thuyết đó là một sản phẩm thuần túy của những người viết sống giam hãm trong một vòng vây thành phố, thiếu những chân trời. Nói rằng phần lớn tiểu-thuyết ta thiếu những không-gian và những biển trời là như thế..."* (27). Mai Thảo cũng đã viết khá nhiều tiểu-thuyết đăng-từng-kỳ trên nhiều nhật báo và tạp-chí.

Kỹ thuật tiểu thuyết

Nghệ thuật kể chuyện là nguồn gốc của văn chương, là nguồn hứng khởi, thu hút, khiến người đọc tra vấn, ngưng đọc để suy tư, thẩm thấu. Toà nhà do những người thợ là tác giả và nhân vật của hắn xây lên như lý lẽ hiện tồn, nhưng một khi hoàn thành, truyện đã hết và nay thuộc về Lịch sử viết hoa. Tác giả cấu trúc thành tác phẩm nhưng ý nghĩa, dụ ngôn nếu có là do người đọc khám phá, với những chìa khóa riêng tư. Khi người đọc có cử chỉ đó là tác giả đã biến mất, đã chết! Tác giả bị xét lại và kết án tử. vấn-đề vai trò người đọc và tác phẩm là sợi dây trung gian. Văn bản không hiện hữu nếu không có sự kiện có người đọc. Nếu tác giả không còn đó thì người đọc hiện hữu, sống thật

Tác giả là một ý niệm đơn giản nhưng có lúc bị xem là giả tạo và đưa lên bàn mổ tranh cãi.

Cuối cùng tác giả đồng nghĩa với cảm hứng và kỹ thuật dàn dựng truyện. Ý niệm tác giả trở lại nhưng xuyên qua huyền thoại mà tác giả thành công dựng nên về mình, huyền thoại ảnh hưởng đến tác phẩm - tác giả chính là tác phẩm! Nói gì thì tác phẩm bất hủ, sống lâu, có nghệ thuật tự nó có thể sống, điển hình và đặc thù. Không phải sống nhờ tên tác giả đã nổi tiếng như những tiểu thuyết của Nhất Linh vào cuối đời, feuilleton của Mai Thảo đăng báo, ... hoặc nhờ phê bình quảng cáo đề cao.

Văn học Việt Nam nhìn chung là một nền văn học nặng truyện kể hơn là sáng tạo! *Thầy Lazarô Phiền* của Nguyễn Trọng Quản kể chuyện có thể đã xảy ra và cho người đọc suy nghĩ về tâm lý và hành động của nhân vật. Tản Đà kể những *Giấc Mộng Con, Giấc Mộng Lớn.* Rồi đến những truyện của buổi giao thời mới cũ như Hồ Biểu Chánh, Nguyễn Chánh Sắt, ... trong Nam và *Tố Tâm, Đoạn Tuyệt, Cô Giáo Minh,..* ngoài Bắc. Chuyện về một Hà-Nội lầm than với Trọng Lang, Tam Lang, Vũ Trọng Phụng, Nguyên Hồng, ... Khi đất nước bị chia cắt ở vĩ tuyến 17, Mai Thảo, Dương Nghiễm Mậu, Thanh Tâm Tuyền, Duyên Anh,... kể chuyện bỏ Hà-Nội di cư vào Sài Gòn, cuộc đổi đời và hành trình để lại nhiều dấu ấn trong hồi ức đã được kể lại. Riêng các bộ truyện chưởng của Kim Dung, tính cách kể truyện đã quá hiển nhiên! Mở ngoặc để nói rằng thi ca cũng đầy tính truyện kể, từ Tống Biệt của Tản Đà qua Xuân Diệu, T.T. Kh., Hữu Loan, Hoàng Cầm, ... đến Nhất Tuấn kể *Truyện Chúng Mình* (1962) kéo dài nhiều tập cứ như phim ảnh Hoa Kỳ, và Cao Đông Khánh, Hà Nguyên Du sau này tiếp tục kể chuyện tình qua đủ thể loại thơ! Mà thời lịch triều, Nguyễn Du đã viết hàng ngàn câu thơ cũng là để kể chuyện nàng Thúy Kiều (tâm sự có không nay có người ngờ), bà Đoàn Thị Điểm rồi Phan Huy Ích tiếp nhau dịch Nôm Chinh Phụ Ngâm cũng để kể chuyện con người thời chinh chiến! Mặt khác, truyện chưởng Kim Dung trở thành hiện tượng vượt ra ngoài biên giới Trung quốc, hiện tượng vì tác giả chúng đã tài tình sử-dụng kỹ thuật truyện kể cộng với tất cả vốn liếng triết lý nhiều thiên niên kỷ của người Hoa!

Như vậy tính chất truyện kể bao trùm văn học Việt Nam và truyện kể dù hay hoặc dở, dù trải qua bao thăng trầm, biến động lịch sử, vẫn sẽ là yếu tố trung tâm của đời sống con người, một bạn đồng hành vừa bí ẩn vừa không có gì thay thế được!

Viết một tiểu thuyết là kể một câu chuyện, với khả năng tưởng tượng và khéo dùng hình ảnh, tiếng nói và nhắm người đọc (một số trường phái chủ trương không nhắm độc giả). Yếu tố "câu chuyện" có thời sẽ mất quan trọng, nghĩa là không nhất thiết phải có một câu chuyện. Thường kỹ thuật tiểu thuyết thâu tóm ở nhân vật, bối cảnh, biến cố khởi đầu, các động tác dồn dập đưa đến bất ngờ hoặc tột đỉnh tiểu thuyết và cuối cùng kết thúc chuyện. Chủ đề, nội dung, ... quan trọng ít nhiều, nhưng tác giả, người sáng tạo, dĩ nhiên phải làm chủ tình hình, chủ chiếc đũa sáng tạo. Chính kỹ thuật viết khiến các tác giả khác nhau, ở cách truyền đạt và sử-dụng ngôn từ. Thanh Tâm Tuyền có văn phong của ông, Sơn Nam văn phong khác, khác mà vẫn hay. Văn phong hay là không khí tiểu thuyết, sau đó mới đến yếu tố nhân vật! Hay cũng có nhiều cái hay tùy trình độ mỹ học của người đọc và nhiều yếu tố khác như thời điểm đọc, cách đọc, v.v. Dĩ nhiên còn yếu tố thời đại, Khái Hưng có phong cách viết tuyệt vời ở thời ông, nhưng người trẻ cuối thế kỷ chưa chắc đã thích đọc, mà nếu ông sống vào thời nay, có thể kỹ thuật ông cũng khác! Tiểu thuyết là một bộ môn nghệ thuật, sáng tạo là chính, do đó thay đổi, tiến hóa không ngừng. Tiểu thuyết năm 2016 không thể viết như Tản Đà viết *Giấc Mộng Lớn* hay Hoàng Ngọc Phách viết *Tố Tâm*. Dĩ nhiên năm 2016 người viết tiểu thuyết Việt Nam vẫn sử-dụng cùng ngữ vựng, cùng cách viết tiếng Việt và đánh dấu, đặt vị trí trong câu, một số hình ảnh và suy nghĩ hoặc nhìn thực tại vẫn như cũ. Nhưng trong toàn thể, câu văn, cách sử-dụng chữ nghĩa đã có thay đổi, mà hình ảnh hay cách nhìn cuộc đời trước mặt có thể khác. Con người sống vào cuối thế kỷ XX khoa học hơn, xa thần quyền hơn, lý do sử-dụng chữ nghĩa có thể đã khác chăng? Sáng tạo cần linh động, sống động, gây nên cái hồn cho tác phẩm. Sáng tạo ở bút pháp, có thể cô đọng, có thể tượng trưng, ấn tượng. Kỹ thuật tả cảnh, tả tình, dùng độc thoại, sử-dụng nhân vật ở ngôi thứ nhất hay ngôi thứ ba – "tiểu thuyết mới" của Pháp ở thập niên 1960 sử-dụng ngôi thứ hai. Kỹ thuật là bận tâm của người viết, vì người đọc chỉ muốn thưởng thức cái được viết ra, câu chuyện!

Nhưng trên hết, tiểu thuyết là chuyện không thật, chuyện bịa, nhưng có biến bịa thành như thật mới hấp dẫn được người đọc. Khác với nghệ thuật "bịa", kỹ thuật rập khuôn có sẵn tức kỹ thuật minh họa nghĩ cho cùng là kỹ thuật tiểu thuyết như một phương tiện, trở thành con thuyền chở ý thức hệ, trở thành tuyên truyền, lẩn quẩn trong vòng đai phương tiện này, người gọi là làm văn chương sẽ không phân biệt được hiện thực và cái thật, cái thật và cái như-thật. Sáng tạo trong bốn bức tường minh họa, người viết khỏi phải lo người đọc có thích hay không, đỡ phiền lụy với chỉ đạo, nhưng không còn là văn chương! Trong nhiều tiểu thuyết, kỹ thuật dòng ý thức tức độc thoại nội tâm khiến người đọc hòa nhập làm một với nhân vật, theo dõi những diễn biến hành động, tâm lý của nhân vật ... Tiểu thuyết đến gần biên giới thơ dưới ngòi bút của Thạch Lam (Gió Lạnh Đầu Mùa, Tiếng Chim Kêu, Dưới Bóng Hoàng Lan,..), Hồ Dzếnh và Nguyễn Tuân. Cái Tôi của tác giả bắt đầu xuất hiện, hiền hòa hoặc u uất, thất chí! Với thời gian cái Tôi trở nên kẻ thù - kẻ nội thù, trong một thế giới nhiều hoài nghi, biến động ngoài tầm kiểm soát của chính con người, những cái Tôi sợ sàng của Thanh Tâm Tuyền, Dương Nghiễm Mậu , ... Nhưng tính thơ vẫn sống ở những tác giả sau, nhất là Nguyễn Đình Toàn trong *Con Đường* và *Áo Mơ Phai*. Ngôn ngữ tiểu thuyết đã biến thay theo thời đại và trở thành "căn cước" của tác giả!

Chúng tôi nhận định tiểu thuyết là một thể loại, có thể ngắn, như *Thầy Lazarô Phiền* của Nguyễn Trọng Quản; và khi nói truyện ngắn, truyện dài là gọi theo hình thức tác phẩm. Tuy nhiên chưa có thống nhất cách dùng, vì trước đây tiểu thuyết còn được phân biệt trường thiên và đoản thiên. Do đó có người đã gọi truyện ngắn là tiểu thuyết như Nhất Linh và Khái Hưng ở bìa tập truyện ngắn *Anh Phải Sống* đã ghi là "tiểu thuyết".

Kỹ thuật viết thay đổi, "tiến bộ" theo thời gian sự nghiệp và kinh nghiệm? Nguyễn Đình Toàn là một thí dụ điển hình. Tiểu thuyết đầu *Chị Em Hải* xuất bản năm 1961, cốt truyện, nhân vật rõ rệt và động tác giản dị. Tác giả chi tiết ở những mô tả y phục và cử chỉ nhân vật. Ý tưởng làm nền có thể đạo đức, triết lý, nhưng chỉ mới ở ngưỡng cửa những ý tưởng phi lý, buồn nôn. Tình yêu như một "thú" đau thương. Hải ham đọc sách, thông minh nhưng lãnh đạm đến với tình yêu, lần đầu là căn gác lỡ lầm đáng tiếc! Những người tuổi trẻ này sống với *"những khắc khổ đau đớn của cuộc đời vấy lấy họ. Vì họ đọc sách và biết nhiều họ sống lý tưởng nhưng lại biết rõ mình viễn vông và sự thất vọng tàn của họ (...) Họ thu mình trong chiếc vỏ cứng của cô đơn. Đó là một sự kiêu ngạo vô lý. Nhưng chính đó cũng là cứu cánh của họ. Nếu đập vỡ cái vỏ ấy, họ không còn là họ nữa, có thể họ sẽ tự tử vì không chịu nổi cái vô lý của hiện hữu mình...".* Đến *Những Kẻ Đứng Bên Lề* (1964), nhân vật phức tạp hơn, có sinh khí hơn, trong một cuộc sống đầy bất trắc của chiến tranh. Thái, nhân vật chính, sống buông thả, sa đọa, nhưng cuối cùng bỏ Sài-Gòn để trở về với biển cả. *"Tôi là một kẻ viễn vông, ưa suy nghĩ như một cái cây tự mọc lá"* (28). *Con Đường* (1967) đánh dấu một chặng đường mới trong việc tìm kiếm kỹ thuật và ngôn ngữ, trước đó, ông "thường bận tâm về vấn-đề của cuốn tiểu thuyết sẽ viết, kể từ cuốn *Con Đường* tôi bận tâm về vấn-đề viết chính cuốn tiểu thuyết đó nhiều hơn" như lời ông xác nhận trong một phỏng vấn của tạp chí *Văn* (29). Đến *Áo Mơ Phai* (Nguyễn Đình Vượng, 1972), giải thưởng Văn-học Nghệ-thuật 1973, yếu tố "truyện" nhường chỗ cho "truyện kể" để tác giả kể hồi ức, kỷ niệm. Tập tiểu thuyết bắt đầu như sau: *"Hà-Nội 1954, tháng sáu chưa hết, nhưng mùa Thu đã đầy hơi lạnh. Buổi chiều im trong văn phòng bước ra tới cửa Tòa Đô Chánh, Quang đã có thể trông thấy sương mù trên mặt hồ Gươm"* (tr. 7).

Và kết thúc ở trang 309: *"Lan ao ước được hòa hợp; được tan biến vào Hà-Nội, đồng thời nàng cũng hoảng sợ khi tưởng tượng ra nàng đang kề sát mặt mũi mình bên cạnh cái xác chết đang bắt đầu lạnh ngắt.*

Nàng cũng mong mỏi một buổi chiều nao ngồi ở bao lơn đó,

nàng sẽ trông thấy Quang đi tới. Lan không gọi nhưng Quang cũng sẽ ngửng lên và trông thấy nàng. Họ sẽ phải gặp nhau một lần cuối cùng như thế trong Hà-Nội, rồi có sẽ gặp nhau ở nơi xa xôi nào khác nữa không, là việc sau. Lòng mong đợi gay gắt đến nỗi, đã có khi Lan tưởng như nàng sẽ chết thật, sẽ không bao giờ thở được nữa".

Ở giữa là cuộc sống bình thường của những nhân vật vốn là bạn hữu và gia đình trong chốn không gian đó! Mất mát và đợi chờ là nội dung của truyện, nếu người đọc muốn ngừng lại ở một nội dung, một cốt truyện, một thảm kịch. Kỹ thuật tiến đổi, như tác giả xác nhận:

"Mỗi tác phẩm đã viết ra như que diêm đã được đốt cháy, nhà văn có bổn phận phải sang tạo, dù rằng toàn bộ tác phẩm chỉ là sự nối dài từ cuốn đầu tiên. Nhiều người đã nói tôi dùng lối viết quá dài, cả trang không chấm trong Áo Mơ Phai này mới mang đủ sắc thái không khí của Hà-Nội. Nhân vật chính trong tác phẩm không phải là những nhân vật được nhắc tới trong sách mà chính là thành phố Hà-Nội. Ai sống ở nơi này thường có cái cảm tưởng đang song trong một giấc mơ, có lẽ là giấc mơ không bao giờ phai nhạt với sương mù cơn mưa sướt mướt hơi lạnh của mùa thu... Áo Mơ Phai thoát ra từ cơn mơ đó từ khi tôi xa Hà-Nội mới 17 tuổi..." (30).

Kỹ thuật của Dương Nghiễm Mậu trong *Đêm Tóc Rối* trộn lẫn quá khứ hiện tại và chuyện ao ước hoặc chưa xảy ra; con người ở đây sống trong bất toàn, trái ngang - sống bám, già bám trẻ, trẻ bám đĩ điếm . Với *Gia Tài Của Mẹ, Nhan Sắc*, cốt truyện chỉ là cái cớ cho những tra vấn trí thức, chính trị - những kỹ thuật từng bị phê phán chung với Thanh Tâm Tuyền là *"cố làm vẻ snob, trí thức một cách hợm hĩnh (...) đời sống nội tâm của họ lúc nào cũng bị xâu xé, khích động vì sống trong sự mê sảng chuộng thời thức của tác giả (...) chuyên đề cập tới thân phận con người trong một bộ đồng phục"* (31).

Kỹ thuật tiểu thuyết ở những thập niên 1960-1970 trở thành tư tưởng và mỹ học của chính tác giả. Nhà văn triết lý khi miêu tả sự vật, sự việc, khi tả tình và xâm nhập vào đời sống của nhân vật. Đặt nền trên mỹ học, siêu hình của vô thể hay đang-hình-thành! Nguyễn Thị Hoàng nhiều năm sau *Vòng Tay Học Trò*, tiểu thuyết gợi tò mò nơi người đọc tìm kiếm tiểu sử tác giả của nó, tiểu thuyết làm dáng hiện sinh, đã trở lại gây bất ngờ với *Cuộc Tình Trong Ngục Thất* (1974) viết về những bi hài của cuộc đời, những thăng trầm của những con người trẻ ham sống và sống vội theo bản năng và tâm lý, trong khi chiến tranh hoành hành. Địa ngục ở ngay trước mặt, đời sống trở thành ngục thất cho mỗi cá nhân. *"trước khi dành đêm cho mình, vợ bảo chồng nhỏ nhẹ Anh hãy mặc quần áo tử tế và thắp nhang lên bàn thờ Phật"* (32).

Nói chung, đối với các tác giả mới này, có hai khuynh hướng: hoặc tiểu thuyết trở thành cái khung, cảnh ít quan trọng và nhân vật thứ yếu hoặc ngược lại, chỉ có nhân vật, thế giới tiểu thuyết chỉ là cái khung vì đó là một không gian nội tâm hóa, cái cớ để suy tư, phân tích nội tâm. Cuộc đời có đấy nhưng không quan trọng, ý nghĩa cuộc đời là do con người gán cho; câu chuyện xoay quanh nhân vật, nhân vật trở thành tâm điểm! Có tác giả như Thảo Trường đưa thêm yếu tố tinh thần, tâm linh, cho cái không gian vô nghĩa đó! Như vậy, kỹ thuật tiểu thuyết trở nên quan trọng, là cái riêng của mỗi tác giả, trong cách kể, cách viết, trong không khí mà tác phẩm tạo nên được!

*

Tiểu-thuyết miền Nam trong hơn 20 năm sinh hoạt, đã tiến xa trên đường hiện-đại hóa và cách tân văn-chương, nhưng khi nói đến tiểu-thuyết hay văn-học, người ta cũng hay nói đến nội-dung và đưa nội-dung ra để mổ xẻ nhiều hơn hoặc đồng thời với quan sát về tiến triển của thể-loại tiểu-thuyết. Trong các **tổng kết cuối năm**, một số nhận định về tình hình xuất-bản đã ghi lại những thăng trầm của bộ môn tiểu-thuyết. Đó là công của Cô Liêu, Trần Phong Giao (Thư Trung, Phong Nhã), Nguyễn Hiến Lê, Đặng Tiến, Quốc Chính, Tràng Thiên, Nhật Tiến, Võ Phiến, Nguyễn Mộng Giác, Hồ Trường An (Đào Huy Đán), v.v.

Trong bài nói chuyện do Trung Tâm Văn Bút Việt-Nam tổ chức ngày 1-4-1962, nhà văn Nhật Tiến đã nêu *"những lý do xác thực đã ảnh-hưởng sâu xa đến công cuộc sáng-tác của một nhà văn trong hoàn cảnh hiện tại:*

1) Nguyên nhân thứ nhất phải chăng là nhà văn ta thiếu kinh nghiệm sống (vì) một tác-phẩm càng gây cho ta được sự rung động mãnh liệt bao nhiêu càng đạt tới mức độ cao của nghệ-thuật bấy nhiêu (cho nên) điều kiện kinh nghiệm sống là điều kiện tất yếu để cấu tạo nên một tác-phẩm hay, mà tiếc thay, nhà văn Việt-Nam hiện nay phải chăng thật là thiếu sót trong lãnh vực đó (...)" - nguyên nhân vì không phương-tiện sinh sống, đi xa, v.v.

2) Nguyên nhân thứ hai là các nhà văn ta phải chăng thiếu một lập trường vững chắc về sự tương quan giữa mình và tập thể để làm căn bản cho đường lối sáng-tác (...)

3) Nguyên nhân thứ ba là các nhà văn ta (phần nhiều là phái trẻ) phải chăng chịu ảnh-hưởng cái hào nhoáng bề ngoài của một số tác-giả ngoại quốc – Trong khoảng mấy năm gần đây, trên các tạp-chí ta thấy xuất hiện một số văn phẩm có thể nói là kỳ lạ đối với ngành tiểu-thuyết Việt-Nam. Lạ kỳ vì nội-dung những tác-phẩm ấy phải chăng mang nặng tính chất ảnh-hưởng của trào lưu văn-hóa ngoại quốc, lại thêm được diễn tả bằng một thứ kỹ thuật phá phách, đầy vẻ chủ quan và độc đoán hoàn toàn không hợp với quan niệm hấp thụ của người đọc. Những nhân-vật trong loại tiểu-thuyết này thật ra không hiểu nổi mình, không hiểu nổi nhau và do đó người đọc cũng không hiểu gì hết (...)

4) Nguyên nhân thứ tư: phải chăng nhà văn ta phải lo lắng nhiều quá về vấn-đề kiểm duyệt".

Đó là những bế tắc về nội-dung tác-phẩm, ngoài ra ông nêu ra những bế tắc về mặt ấn hành, về vấn-đề tiêu thụ Văn Nghệ phẩm và cuối cùng nêu Nguyện vọng của người viết và của các nhà xuất-bản tiểu-thuyết (33).

*

Sau hơn một thế kỷ hiện diện, tiểu thuyết Việt Nam tương đối đã có những tiểu thuyết có giá trị dù hình như chưa có những tác phẩm sống mãi với thời gian! Vì việc viết và xuất bản tiểu thuyết hàm chứa ngõ cụt, đường cùng của một sự nghiệp văn chương. Thành ra có những dấn thân như ảo tưởng vì cứ hăng liên tục khi không còn bãi chiến trường, ... kỷ niệm trở nên mệt mỏi, văn chương giật lùi. Tiểu thuyết nhiều hay nhà văn nhiều? Có thể nói, thợ văn nhiều hơn người làm văn chương và có người càng viết càng ra khỏi văn học sử, hoặc vì không biết ngưng đúng lúc, hoặc quá tự tin và tháp ngà. Chân thật có thể còn nhưng tài năng và kỹ thuật không thích hợp hoặc không cảm được người đọc? Cái chết của Nhất Linh phải chăng có phần lỗi của sự nghiệp văn chương? Cũng có khi viết nhiều nhưng cái cuối cùng mới đáng để ý hơn, phải chăng cũng là vấn-đề kỹ thuật?

Các thể-loại ngắn

Mỗi thể loại là một cấu trúc ngôn ngữ đưa đến những hình thể nghệ thuật khác biệt: truyện dài, truyện ngắn, ký, thơ luật, Thơ Mới, thơ tự do, ... Mỗi hình thái độc đáo giúp nhà thơ nhà văn thể hiện tư duy, cảm xúc, cảm hứng của mình. Hình thức và nội dung có sự hỗ tương là sự kiện đưa đến văn chương, nghệ thuật; các thể loại văn chương, với phương tiện ngôn ngữ do đó là cách phản ảnh cuộc sống. Mấy thập niên gần đây xác nhận đó là chuyện khả thể cũng như đã nghi nhận nhiều khuynh hướng và thử nghiệm. Từ thập niên 1960, văn học Việt Nam đã có những bước nhảy đáng ghi nhận về hình thức và kỹ thuật, văn vần cũng như văn xuôi.

Truyện ngắn

Về đề tài, truyện ngắn đa dạng nhất trong các thể loại văn chương: trinh thám, giả tưởng, thần tiên, kinh hoàng, tả chân, siêu thực, tâm tình, đoán mộng, dự tưởng, nhưng nói chung truyện ngắn đặt vấn-đề, nghi vấn với người đọc, khiến người đọc nhập cuộc. Truyện ngắn ngày nay không những chỉ liên kết những mảnh vụn của thực tại hoặc những kinh nghiệm sâu xa, truyện ngắn còn đi tìm ý nghĩa cuộc đời và những giá trị tiềm tàng.

Nhưng thế nào là một truyện ngắn? Nhà văn Thảo Trường cho rằng *"Kỹ thuật viết một truyện ngắn thường phải súc-tích ngắn gọn, các tình tiết cần phải được gạn lọc, lựa chọn lấy những gì là điển hình nhất để đưa vào sử-dụng mà thôi. Khi hành văn thì càng ngắn càng tốt. Với truyện dài có hơi khác vì một đề tài mình muốn viết thành truyện dài là do vấn-đề mình muốn nói trong đó cần phải có một cốt truyện dàn trải ra với những tình tiết diễn tiến để dẫn tới điều mà mình muốn tác phẩm ấy phải đạt tới..."*(34).

Các tác giả có tác phẩm đăng trong tuyển tập *Những Truyện Ngắn Hay Nhất Của Quê Hương Chúng Ta* của nhà xuất bản Sóng đã phát biểu ý kiến về truyện ngắn, xin ghi nhận vài nhận xét: *"truyện ngắn là truyện không thể nào viết dài"* (Thanh Tâm Tuyền); *"Truyện ngắn thường là một chi tiết đủ nghĩa của một đề tài thu hẹp. Với khuôn khổ khó khăn của kỹ thuật nhưng tự nó không là một thể văn gò bó. Một truyện ngắn không bao giờ là một trích đoạn của một truyện dài thành công..."* (Dương Nghiễm Mậu); *"vấn-đề quan trọng trong truyện ngắn vẫn là vấn-đề kỹ thuật. Kỹ thuật truyện ngắn luôn thúc đẩy người viết đặt chính truyện ngắn tức là đặt vấn-đề sử-dụng chữ nghĩa thành vấn-đề . Truyện ngắn thể hiện một sự tìm kiếm mãi mãi như thế"* (Huỳnh Phan Anh), v.v. (35).

Nguyễn Ngu Í khi phụ trách mục "Phỏng Vấn Văn Nghệ Sĩ Về Truyện Ngắn Việt Và Ngoại Quốc Được Yêu Thích Nhất" trên tạp-chí *Bách Khoa*, từ số 15-11-1958, với 72 văn nghệ sĩ và giáo-sư, nhà nghiên cứu, kết quả có 42 người ưa thích nhất truyện ngắn Ba Con Cáo và Rừng Mắm của Bình Nguyên Lộc, sau đó là các truyện ngắn tiền và hậu chiến.

Truyện ngắn xuất phát từ *thần thoại*, trong khi truyện dài phát sinh từ *truyện kể* (récit, histoire) hoặc du ký và kỹ thuật phức tạp hơn, gây dấu ấn lâu hơn nơi người đọc; truyện ngắn có thể đơn giản hơn nhưng phải gây bất ngờ, kỳ thú. Thời miền Nam 54-75, truyện ngắn hay có Chiếc Chiếu Hoa Cạp Điều của Doãn Quốc Sỹ, Hoa Thiên Lý, Con Sáo Của Em Tôi của Duyên Anh, Rừng Mắm của Bình-Nguyên Lộc, Cái Vòng của Doãn Dân, v.v.

Một số tác-giả đã đưa vào thế-giới truyện ngắn một không khí hiện-đại, Tây-phương và đặc-biệt như Nguyễn Nghiệp Nhượng với Mưa Trong Vườn Nhà Cô Françoise (*Nghệ Thuật,* số 19, 19-2-1966), hay Nguyễn Quốc Trụ với vài truyện ngắn trong Những Ngày Ở Sài-Gòn (Đêm Trắng, 1970), v.v.

Tân truyện và Truyện Vừa

Đây là danh xưng thể loại hay được một số nhà văn miền Nam giai đoạn 1954-1975 dùng để chỉ sáng tác của mình nhưng hình như chưa có đồng thuận cũng như định nghĩa rõ ràng. Truyện có thể dài hoặc ngắn, nhưng về một khoảnh khắc diễn tiến. Kỹ thuật, sự liên tục và đầu đuôi mở kết câu chuyện không quan trọng: truyện như những câu chuyện ngắn, nhân vật mới không theo mô hình đã quen.

Trước hết, về **tân truyện**, nhà văn Bình-Nguyên Lộc từng viết bài "Tiểu-thuyết, truyện ngắn và tân truyện" đăng trên *Bách Khoa* số 65 (15-9-1959, tr. 63-65) nhận xét rằng thời sau này: *"Các nhà văn Âu Mỹ ít sáng-tác truyện ngắn. Họ bày ra một lối truyện cũng ngắn, nhưng không kể một cách nhẹ nhàng đơn giản nữa, và họ rất bối rối trong việc đặt tên thể văn mới ấy. Rốt cuộc họ đặt nó là* nouvelle. *Ý* *chừng họ muốn chỉ đó là một loại* chuyện mới. *Mới đây là mới bày ra cái thể đó. Nhưng thâm tâm của họ là bao phủ danh từ ấy bằng một sự mơ hồ, không rõ nghĩa gì cả, vì nó chỉ một thể văn mới ra đời, có thể biến chuyển khác đi, không thể đặt tên một cách vĩnh viễn được. Sau nầy thể văn ấy đã qui-củ rồi, nhưng cái tên mơ hồ ấy vẫn còn".* So với truyện ngắn thì ông cho rằng *"Nouvelle chỉ chụp một đoạn đời mà tả, tả tỉ mỉ những tình cảnh trong đó"* và ông cho biết năm 1942 một nhóm văn sĩ ở Sài-Gòn đã chấp thuận đề nghị của nhà văn Bằng Vân Nguyễn Đình Thản *"Nouvelle dịch là tân-truyện"* và Bằng Vân là người đầu tiên sử-dụng từ *tân truyện* cho truyện Sẩy Vời đăng trên tuần báo *Thanh Niên* từ số 14 (4-12-1943).

Đến năm 1969, trên tuần báo *Khởi Hành*, Bình-Nguyên Lộc trở lại vấn-đề này: *"truyện dài không khác truyện ngắn (conte) vì conte cũng có đầu có đuôi có chiều hôm trước, có sáng hôm sau y như truyện dài. Nhưng tôi không bao giờ viết truyện ngắn. Những truyện mà tôi viết, thuộc loại khác, mà tôi mượn một danh xưng mà một người bạn trước bạ năm 1945, anh Nguyễn đình Thản, đó là danh xưng tân truyện, danh xưng đó dịch được tiếng nouvelle của Pháp. Tại các báo sửa lại là truyện ngắn chớ tôi ghi là tân truyện. Tân truyện thì rất khác, không có đầu có đuôi gì hết, đôi khi không có cả khúc giữa. Câu chuyện chỉ xảy ra trong 15 phút. Khác xa truyện dài, đành rằng truyện dài cũng có lắm truyện không đầu không đuôi và chỉ xảy ra trong 5 phút. Nhưng dù sao cũng có bóng mờ của một câu chuyện, và nhứt là có quá nhiều chi tiết còn tân truyện hoàn toàn không có cốt truyện nào hết (nếu có chỉ là tình cờ thôi, chớ các tác giả không muốn có), chi tiết trong tân truyện cũng không được dồi dào lắm như trong truyện dài vì phạm vi hạn hẹp của nó... "* (36). Như vậy, với Bình-Nguyên Lộc, truyện ngắn khác với *tân truyện!* Và Bình-Nguyên Lộc đã áp dụng thể-loại ,tân truyện' qua tập truyện đầu *Nhốt Gió* năm 1950 – nhưng trên trang tựa lại ghi ,tiểu-thuyết', cùng các "truyện ngắn" khác sau đó nhất là trên tuần báo *Vui Sống*.

Mặc Đỗ đã xuất bản hai tập *Tân Truyện* và ông giải thích thể "tân truyện" như sau: *"Danh từ tân truyện không do nơi sáng kiến của tôi[...]Tân truyện gói trọn vẹn tinh thần của danh từ Pháp nouvelle (danh từ novel trong Anh văn tương đương với danh từ Pháp roman-tiểu thuyết trong khi tân truyện trong Anh văn lại mang tên short story-truyện ngắn) và chỉ loại truyện mà cái gút chính nằm trong một quãng thời gian ngắn và tình tiết không đòi hỏi phải cần thiết trở ngược lại dĩ vãng xa hơn việc giới thiệu nhân vật...*" (37).

Viên Linh gọi là "tân truyện" cho một số các "tiểu thuyết" của ông như *Thị Trấn Miền Đông* 1966, *Mã Lộ* 1969, *Vườn Quên Lãng* 1971 và *Tình Nước Mặn* 1973. Túy Hồng gọi những truyện dài như *Trong Móc Mưa Hạt Huyền* (1970) là *tân truyện*.

Như vậy, các nhà văn chưa kịp có đồng thuận về *tân truyện* thì đã xảy ra biến cố 30-4-1975!

Truyện Vừa (novel, novella) được xem như thể loại của văn chương anglo-saxon, xuất hiện như để cứu vãn thể truyện ngắn ở Âu châu từ thế kỷ XVII, XVIII đang bị thể tiểu thuyết lấn đất, gần như mất dạng. Nay trở lại giữa thế kỷ XIX, đơn sơ và hiện thực, nhắm những sự việc đã xảy ra, vì đó là thời báo chí bành trướng và chủ nghĩa cá nhân mạnh hơn. Truyện Vừa từng là hiện tượng văn học với *Turn of the Screw* (1890) của Henry James, *The Call of Wild* (1903) của Jack London, và trở nên phổ thông với *Procès, Métamorphose* của Franz Kafka. Bên Trung quốc có *AQ Chính Truyện* của Lỗ Tấn. Phía Việt Nam từ năm 1887 đã có truyện *Thầy Lazarô Phiền* của Nguyễn Trọng Quản (28 tr.); trước 1975 có Thảo Trường với *Chạy Trốn* (1965 , 79 tr.), Thế Nguyên với *Hồi Chuông Tắt Lửa* (1964, 77 tr.), Thanh Tâm Tuyền với *Bếp Lửa* (1957, 71 tr.) và *Khuôn Mặt* (45 trang chia 4 phần, một truyện ngắn trong tập truyện cùng tựa), v.v.

Người Việt lúc đầu dùng chữ Hán-Việt "*tiểu thuyết*" để chỉ truyện dài và "*tân truyện*" hay "*đoản thiên tiểu thuyết*" để chỉ truyện vừa và truyện ngắn. *Tiểu-thuyết* trong văn học Trung-Hoa thường là những chuyện ngoài sử sách, những chuyện của nhà văn ngoài lề giới nho-sĩ, văn gia chính thức, sau được dùng để dịch chữ roman của Pháp. Nhưng "tiểu thuyết" còn được dùng để chỉ một tác phẩm có nội dung tưởng tượng, để phân biệt với các thể tự-truyện, truyền kỳ, và truyện ngắn, truyện vừa, truyện thật ngắn hay truyện dài thường dùng để chỉ hình thức dài ngắn.

Cũng có thể phân biệt *tiểu-thuyết* thuộc lãnh vực thời gian dài, còn *tân-truyện* thuộc khoảnh khắc. Tân truyện và truyện ngắn có thể có mặt tác giả trong câu chuyện. Muốn rời xa tiểu thuyết, truyện vừa và truyện ngắn có khi thành những mảnh vụn của một tiểu thuyết, như Kim Bình Mai. So với tiểu thuyết, truyện ngắn và truyện vừa tập trung, thu vén, hành động mạnh, tả thực, xa rời lãng mạn, tượng trưng. Mặt khác, nếu truyện ngắn là một cửa sổ để nhìn vào một nhân vật, một sự chuyện, một khoảnh khắc thì truyện thật ngắn chỉ là một thoáng nhìn; truyện vừa sẽ là nhiều cửa sổ hơn nhưng truyện dài mới đủ mọi chiều hướng, góc cạnh, cả cuộc đời với tất cả sự phức tạp của nó. Nếu truyện ngắn và truyện vừa là một sát-na, một khoảnh khắc thời gian thì truyện dài là cả kinh nghiệm sống, là dòng thời gian! Mặt khác, truyện dài nói chuyện anh hùng liệt nữ thì truyện ngắn, truyện vừa nói chuyện cách mạng, cách nói cách mạng. Cuồng-Nhân Nhật-Ký (1918) của Lỗ Tấn vừa cách mạng vừa ẩn dụ tài tình. Dù sao, truyện ngắn và truyện vừa thay đổi tinh thần truyện, chức năng của truyện thay đổi theo thời và đạo lý văn hóa cũng như nhân sinh và vũ trụ quan của thời đại.

Truyện-thật-ngắn chưa thực sự nổi bật và bành trướng vào thời này như một thể-loại văn-chương. Tuần-báo *Nghệ-Thuật* ở miền Nam Việt Nam từ giữa thập niên 1960 đã đăng những "truyện-ngăn-ngắn" như Cầu Thang và Chơi Cờ Ca-Rô (**38**) của Thạch Chương.

Tập truyện

Đến một lúc, người viết phải nghĩ đến xuất bản các truyện, ngắn cũng như thật ngắn; vả lại, chưa tác phẩm chưa hẳn đã là tác giả! Từ đó nảy sinh *"tập truyện ngắn"* như một thể loại văn chương. Tập truyện ngắn từng bị lạm dụng vào những thời hiếm giấy như ở Đức sau Thế chiến thứ hai, hoặc hiếm người đọc như ở Phi-luật-tân cùng thời đó. Vấn-đề luôn luôn phải đặt ra: tập-truyện nên cùng chủ đề, thể loại, thời gian sáng tác, hay ngược lại, tạp loại. Tập-truyện khác Tuyển-tập (anthology) thường cùng chủ đề (truyện tình, truyện đường rừng, tiền chiến, tuổi hồng, Hà-nội, Sài-Gòn, v.v.) hoặc tác giả nổi tiếng, cuối sự nghiệp hoặc khi tác giả mất. Tập truyện cũng có thể là tạp loại vừa truyện ngắn vừa thơ và tạp ghi, v.v.

Dù mỗi truyện ngắn độc lập, với cái hay, cái tài riêng của mỗi tác giả, nhưng khi đặt chung trong một tập thì khi đọc mỗi truyện ngắn, người đọc bị khung cảnh chung của tập ảnh hưởng đến sự thưởng thức, một loại ảnh hưởng bao trùm về nội dung.

Tập truyện ngắn đã trở thành một hình thức văn chương với nhiều khuynh hướng và ý nghĩa khác nhau: một tập hợp thuần nhất về chủ đề, một tạp hợp, cũng có thể là một tiểu thuyết gồm nhiều mảnh rời. Thể *tập-truyện-ngắn* đã có những tác động hỗ tương với độc giả, trở thành một thể loại hỗ tương tác động có giá trị tự tại và qua đó giúp hiểu cả nền văn học hay một thời đại văn học.

Một số nhà phê bình cho rằng thể tập truyện ngắn phải là *một cân bằng, như một kiến trúc.* Một cách tổng quát, tập truyện ngắn là một kết tập nhiều văn bản có thể hại đến sự kết hợp chung của một tổng hợp vì có thể trong căng thẳng trầm trọng, chúng biến thể thành một tập hợp nghịch lý: những mảnh vụn văn chương cần có sự liên hệ hỗ tương nhưng đồng thời mỗi truyện là một độc lập tương đối. Hỗn tạp đưa đến đặc điểm nhị nguyên vì các truyện đều có những mở đóng riêng khi tập hợp. Sự thắt nút giúp kiến trúc truyện mềm mỏng. Trong tổng thể của tuyển tập, các truyện bị ngưng cắt nhưng vẫn có một sự tiếp nối về đề tài, chuỗi dây kể bị kết thúc ở mỗi truyện ngắn không hẳn mâu thuẫn với một số yếu tố một phần của đề tài, chính cái lẻ loi này bảo đảm cho tổng thể. Chính cái tổng hợp này của tập truyện ngắn khiến tác phẩm cho người đọc cái cảm tưởng cân bằng. Vào thời bình minh của thể tập-truyện, trong *Les Nouvelles exemplaires* của Cervantès, câu chuyện nối kết các truyện ngắn gần như vắng mặt, sợi giây liên hệ khó khăn lắm mới tìm ra. Độc lập và cân bằng rõ nhất ở trường hợp hai tác giả xuất bản chung một tập-truyện, như Du Tử Lê và Thảo Trường (*Chung Cuộc*, 1968), Duy Lam và Thế Uyên (*Nỗi Chết Không Rời*, 1966) hay Nguyễn Đình Toàn và Huỳnh Phan Anh (*Phía Ngoài*, 1969), v.v.

Một số khác nhìn thể tập-truyện-ngắn như *một tập hợp năng động.* Tập truyện ngắn cho người đọc cảm tưởng năng động vì các truyện có tác động hỗ tương với cả tập: tác động nhân quả, luân hồi, như có sợi dây siêu hình. Và mỗi tập truyện có thể lại là một phần hỗ tương tác động với một tổng thể lớn hơn, toàn bộ tác phẩm của tác giả. Hỗ tương năng động nội tại của tác phẩm. Điểm này giúp hiểu làm thế nào mà các truyện cân xứng nối kết với nhau, làm sao mà các truyện hỗ tương tác động trong toàn thể, một toàn thể mà trung tâm điểm là chỗ mà các liên hệ gặp gỡ, tiếp giáp một cách hiệu quả. Hai truyện bổ túc cho nhau đem đến cái năng động tổng thể. Sự liên hệ giữa hai truyện đưa đến một thắng lợi, ý nghĩa đáng kể nào đó cho mỗi truyện, truyện này sẽ là chuyển thể về đề tài cho truyện kia.

Chú-thích

1- Từ đầu năm 1965, chiến tranh lan rộng ra đất Bắc, Ban bí thư Trung ương Đảng CSVN ra chỉ thị mới: *"Công tác văn hóa văn nghệ có một vai trò trọng yếu trong việc giáo dục lòng căm thù đối với bọn xâm lược Mỹ và bè lũ tay sai, cổ vũ tinh thần yêu nước và yêu chủ nghĩa xã hội, giáo dục chủ nghĩa anh hùng cách mạng, bồi dưỡng khả năng sản xuất và chiến đấu của nhân dân, nâng cao sinh hoạt tinh thần của quần chúng, xây dựng một nền văn hóa xứng đáng với nhân dân ta, phục vụ sự nghiệp vĩ đại, chống Mỹ, cứu nước của dân tộc ta hiện nay"* (Trích lại từ Phong Lê. *Mấy Vấn Đề Văn Xuôi Việt Nam 1945-1970* (Hà-Nội: NXB Khoa học Xã hội, 1972), tr. 104).

2- *Tổng Kết Thành Tích Đệ Nhị Chu Niên của Chính Phủ VNCH* (1958), tr. 103.

3- *"Một chế độ bất công, sa đọa, đàng điếm có thể giết chết hết người cộng sản bằng vũ lực, nhưng không thể vì thế mà tiêu diệt được chủ nghĩa cộng sản, vì cộng sản không phải ở ngoài xâm vào trong, nhưng ở ngay giữa lòng chế độ đó, do chính chế độ đó phát sinh ra"* (*Hành Trình*, số 1, 10-1964). *"Chỉ có một cách chống cộng là giành kẻ nghèo với cộng sản, là chống cộng với kẻ nghèo và cho kẻ nghèo (...) là lá bài cuối cùng của miền Nam"* (số 2, 11-1964).

4- *Chỉ Đạo* là cơ quan ngôn luận của Ủy ban chỉ đạo chiến dịch tố Cộng của bộ Quốc phòng. Cao điểm của tạp chí vào thời trung tá Nguyễn Văn Châu làm chủ nhiệm và nhà văn Nguyễn Mạnh Côn làm chủ bút (1957-62). Ngoài ra hai ông còn tổ chức nhà xuất bản Văn Chiến trực thuộc Nha Chiến Tranh Tâm Lý.

5- Nguyễn Kiên Trung. *Đem Tâm Tình Viết Lịch Sử* (Nguyễn Đình Vượng, 1958), tr. 198-199.

6- Nguyễn Mạnh Côn. "Ôn cố... tri tân". *Văn Học*, 3-1963.

7- Nguyên Vũ bắt đầu xuất hiện từ năm 1966 với các tiểu-thuyết từng kỳ trên hai nhật báo *Thời Luận* và *Tiền Tuyến* (sau thêm nhật báo *Tia Sáng* đăng *Vòng Tay Lửa, Thềm Địa Ngục*, ... và *Tin Sớm, Công Luận, Đồng Nai*, ...) cũng như các tuần báo *Tiểu-Thuyết Thứ Năm, Chọn Lọc*, ...

8- X. Chu Sơn "Tập Văn Ngày Mai". *Sông Hương* (số 275 & 276, 1 & 2-2012) và Trần Hữu Lục. "Thanh xuân có một thời xuân như thế..." *Văn Nghệ Trẻ*, số 21, 22 – 5- 2011.

9- Trần Hòa-Bình. "Phác thảo diện mạo báo-chí thời kỳ 1954-1975", *Văn-Hóa Nghệ-Thuật*, số 6, 2007.

10- Lê Xuân Việt. "Kết cấu của tiểu thuyết Việt Nam về chiến tranh". *Sông Hương* 10-1996. tr. 57.

11- "Tựa ". *Bếp Lửa* (Sáng Tạo, 1957), tr. VII.

12- Trần Văn Nam. ''Nhân có tập văn đưa triết học vào sáng tác, nhớ lại đặc điểm một thời kỳ'. *TQBT,* số 56, 6-2013, tr. 138-9.

13- **Bà Tùng Long.** "Tôi tìm ở đâu đề tài để viết?" *Hồi-Ký* (Trẻ, 2003), tr. 130.

14- Tạ Ty khởi nghiệp làm thơ, hội họa ở Hà-Nội, năm 1954 di cư vào Nam gia nhập quân đội, chức cuối cùng là Trung tá Chiến tranh chính-trị, sau 1975 bị tù "cải tạo", rồi vượt biên tị nạn tại Hoa-Kỳ, xuất-bản thêm 2 tập hồi-ký khác.

15- Tạp-chí *Văn* CA , số 51, 3-2001.

16- Hoàng Ngọc Biên. "Ghi nhận về một chuyển biến trong văn chương Pháp" <u>in</u> *Tuyển Tập Các Nhà Văn Pháp Hiện Đại* (Trình Bầy, 1969).

17- Trần Đỗ Dũng. *Luận Lý và Tư Tưởng Trong Huyền Thoại* - một quan niệm văn minh mới theo Claude Lévi-Strauss. (Trình Bầy, 1967).

18- Thạch Chương. "Giới thiệu một nhận thức siêu thực về nghệ thuật". *Sáng Tạo,* b.m., số 5, 11-1960, tr. 97-102.

19- Thanh Tâm Tuyền. "Nghệ thuật đen", *Sáng Tạo*, b.m., số 3, 6-1966, tr. 46.

20- Chiếc Lá. *Sáng Tạo*, b.m., số 1, 7-1960, tr. 26-32.

21- Đặc-biệt tạp-chí *Văn* có những số đặc-biệt như số 13 "Thơ văn nữ lưu" (1-7-1964) phần lớn đã thành danh trên văn đàn cạnh những Nguyễn Thị Hoàng, Nhã Ca, Minh-Đức Hoài-Trinh; số 206 "Các nhà văn nữ" (15-7-1972); Giai phẩm *Văn* số 18 "Năm Nhà Văn Nữ Việt-Nam" (13-7-1973; và Giai phẩm số đặc-biệt về "Văn Chương Nữ Giới" (1-2-1975), v.v.. Tạp-chí Văn Học "cổ" hơn, có số đặc-biệt 150 về "Những phụ nữ lưu danh trong thi đàn Việt-Nam" và số 117 "Dâm và tục trong thơ Hồ Xuân hương" cũng như riêng về Tương Phố (118), Ngân Giang (119), Vân Đài (129),

22- *L'Amant* (Paris: Minuit, 1984).

23- Miền Chân Trời. *Văn,* số 31, 1965, tr. 76.

24- Uyên Thao. *Các Nhà Văn Nữ Việt-Nam 1900-1970* (Nhân Chủ, 1973), tr. 180.

25- *Vết Thương Dậy Thì.* Sài Gòn: Kim Anh, 1967, tr. 87.

26- Nguyên Sa. "Đông du ký". *Trình Bầy,* số 15, 6-3-1971, tr. 59.

27- Mai Thảo. "Những nét lớn về sinh hoạt nghệ-thuật miền Nam 1970". *Vấn Đề,* số 42, Xuân Tân Hợi, tr. 6.

28- Nguyễn Đình Toàn. *Những Kẻ Đứng Bên Lề* (Giao Điểm, 1964), tr. 25.

29- "Phỏng vấn". *Văn* (SG), số 207, 1-8-1972, tr 101.

30- *Văn Học,* 1974, tr. 94-95.

31- Hồ Trường An phê bình cuốn Tuổi Nước Độc, *Tin Sách* 4-1966, tr. 29-30.

32- *Cuộc Tình Trong Ngục Thất* (Nguyễn Đình Vượng, 1974), tr. 152.

33- "Một vài nhận xét về tình trạng bế tắc trong ngành tiểu-thuyết Việt-Nam". *Câu Chuyện Văn-Chương.* (Khai Trí, 1969), tr. 85-91+.

34- Phỏng vấn Thảo Trường của Nguyễn Mạnh Trinh. *Văn* CA, số 163, 12-1996. In lại trong *Đá Mục* (Westminster CA: Đồng Tháp, 1998), tr. 132.

35- *Những Truyện Ngắn Hay Nhất Của Quê Hương Chúng Ta; 20 Năm Văn Học Miền Nam* (Sống, 1974), tr. 541, 135, 175-6.

36- *Khởi Hành,* số 24, 10-1969.

37- Mặc Đỗ. "Lời ghi chú của tác giả". *Tân Truyện,* 1967.

38- Thạch Chương. "Cầu Thang". *Nghệ Thuật,* số 1, 1-10-1965; "Chơi Cờ Ca-Rô". 2, 8-10-1965.

Chương 3
THI-CA

Sau ngày 20 tháng 7 năm 1954, cuộc chiến-tranh Đông-dương Pháp-Việt chấm dứt, nước Việt-Nam bị chia đôi; miền Nam trở thành vùng đất của tự do và dân chủ. Trước thực tại mới, những nhà thơ ba miền tập hợp ở bên này vĩ tuyến XVII đã háo hức sáng tác, lên đường, làm nên một nền thi-ca độc đáo và dựng xây một nền văn-học nhân bản và khai phóng. Nếu về phương diện chính-trị, quốc gia Việt-Nam Cộng-Hòa là một thực thể mới, thì về văn-học nghệ-thuật, cái mới cũng sẽ lấn át cái cũ và cái đã có sẵn, với những văn nghệ sĩ mới: mới trong tinh thần trách nhiệm và xây dựng!

Vài năm trước đó đã có một mảng văn-học kháng chiến khá đặc-biệt và sôi động với các nhà văn thơ tranh đấu ở vùng Sài-Gòn và phụ-cận, nhưng ở các tỉnh khác ở miền Bắc và Trung cũng có nhưng khó thể so sánh bằng. Vào cuối thời này xuất hiện những văn thơ vọng chiến khu, nhớ đồng đội, v.v. Cũng là thời thơ của những Hồ Hán Sơn (Chày Tre Cối Đất – sau phổ nhạc với tựa Tình Nghèo, Thăm Quê, ...), Phan Lạc Tuyên, Hoàng Trúc Ly, v.v.; thời của những người quốc-gia đa nguyên đa dạng! Văn-học miền Nam sau tháng 7 năm 1954 bừng lên như sức sống mới, như mạch sống được tăng cường, phong phú và đa dạng thêm – cũng là lúc dân-tộc Việt-Nam phải đương đầu với tình thế chia cắt, bị động, do đó phải định hướng và tiếp tục tiến về phía trước. Các tạp-chí và tác-phẩm mới cũng như các tác-giả lần lượt ra đời hoặc chỉnh hướng sáng-tác. Ở miền Trung, các tạp-chí *Mùa Lúa Mới,* Văn Nghệ Mới, ... từ 1954-55, đã là vùng đất tốt cho thi ca mà vài năm trước đó thi ca đã trội bật trong sinh hoạt văn-hóa với các nhà thơ Hồ Đình Phương, Đỗ Tấn, Tạ Ký, Châu Liêm, Diên Nghị, Thế Viên, Phan Minh Hồng, Thanh Thuyền, Thanh

Thanh, Trụ Vũ, ... - đã đánh dấu gạch nối thiết yếu của giao thời kháng chiến-hậu chiến ở miền Nam; thơ họ cũng xuất hiện trên các tạp-chí ở trong Nam như *Đời Mới, Thẩm Mỹ, Nhân Loại,* ...

Khởi đi từ đó, các tạp-chí và các nhóm đã sinh hoạt từ trước đến các tạp-chí và tập hợp mới như *Sáng Tạo, Hiện Đại, Văn Nghệ,* v.v. xuất hiện một thi ca đa dạng của các tác-giả Quách Thoại, Thanh Tâm Tuyền, Tô Thùy Yên, Vương Tân, Trần Dạ Từ, Trần Thy Nhã Ca, ... Công sức của nhiều thi nhân đã đáp ứng tiếng gọi lên đường, làm mới con chữ, âm điệu, v.v., như đã hiểu cái nhìn bi quan của Lê Huy Oanh năm 1961: "*Một đặc điểm của thơ hậu chiến là lãng-mạn, ủy mị, than mây khóc gió, nói rất nhiều về đàn bà, về tình-yêu, thất vọng, anh anh em em, nàng nàng tôi tôi ngự trị rất nhiều trong các bài thơ; giọng thơ nào cũng đầm lệ. Đặc điểm thứ hai ... là bày tỏ những nỗi cô độc, bơ vơ của thi nhân. Một số nhà thơ tưởng mình là những ,trích tiên' lạc xuống cõi trần. Họ ngồi lì trong ,tháp ngà' một mình kêu buồn, kêu mỏi, kêu bơ vơ để coi rẻ cuộc đời và thương mình...*" (1).

Ngay sau biến cố 20-7-1954 là thi ca của những nhà văn chống cộng bằng kinh nghiệm hoặc lấy khung cảnh cuộc kháng chiến chống Pháp trước đó, thuần đấu tranh có mà lãng-mạn, trữ tình cũng có. Với Đỗ Tấn, Hồ Hán Sơn, v.v. Song hành có thơ Vũ Hoàng Chương với *Rừng Phong* (1954) và nhiều thi tập sau đó lúc đầu còn phong cách, dù vẫn cái buồn chán chường cuộc đời và tâm sự sống sót sau cuộc chiến tranh, nhưng sau thành thù tạc và lạc lõng giữa thời đại hết còn là của thi nhân. Đinh Hùng với *Mê Hồn Ca* đem đến cho văn học Việt Nam một thế giới huyền sử hoang đường của thời thần thoại, như cánh tay nối dài của tuyên ngôn Dạ Đài thuở 1943, sẽ trong sáng và ở gần cuộc đời hơn với *Đường Vào Tình Sử* xuất-bản năm 1961.

Thi ca những năm trước 1954 đã tự do hơn, phóng túng hơn thơ cũ nhưng vẫn thường ở trong khuôn tế nhị, thơ mộng thì đến thời sau 1954 này, nhất là ở những năm cuối cuộc chiến, tâm tình con người giao động nhiều, mất mát thua thiệt nhiều, như bất lực trước tàn bạo của chiến tranh và kiếp người, đã có những giọng thơ khinh bạc, bạt mạng, cả bi quan, buồn nản; cũng là thời thơ văn bốc lửa của miền Trung địa đầu của miền Nam Cộng Hòa.

Một số thể thơ

Thơ Tự-Do

Trên tuần báo *Đời Mới* năm 1953, Đại Mạch, người giữ mục Tin Thơ, đã tiếp ý nhà văn vắn số Triều Sơn của *Con Đường Văn Nghệ* (1949) cổ động cho một loại thơ gọi là tự do. Tuy nhiên thơ tự do chỉ thật sự có hình dạng vì được nhiều nhà thơ dùng để sáng tác khi tạp chí *Sáng Tạo* ra đời tháng 10-1956. *Sáng Tạo* sẽ là diễn đàn của những người văn nghệ từ đất văn vật vào, nhưng cũng sẽ là đất nảy mầm của những văn nghệ sĩ miền Nam như Tô Thùy Yên, Trần Tuấn Kiệt, ... "Nhóm" Sáng Tạo đã góp phần đi những bước rõ rệt, chắc chắn làm mới văn học về văn cũng như thơ, về hình thức, thể cách cũng như nội dung. Tạp chí *Sáng Tạo* (rồi *Thế Kỷ Hai Mươi, Hiện Đại*, v.v) đã đến với độc giả với những tác-giả mới và những bài thơ mới (với đề mục "Thơ tự do"). Trong số, Thanh Tâm Tuyền có những bài thơ tự do, không vần, bất ngờ về ý và chữ dùng, sau xuất bản *Tôi Không Còn Cô Độc* (1956) và *Liên, Đêm, Mặt Trời Tìm Thấy* (1964). Thơ Thanh Tâm Tuyền dùng ngôn ngữ để phá hủy ngôn ngữ, phó mặc mạch thơ, nhạc điệu cũng như ngôn ngữ thơ, tự do trôi chảy như sự vật vô tri vô nghĩa từ nguyên thủy. Với Nguyên Sa, thơ tự do là thơ phá thể, không khuôn khổ (2), trong khi Thanh Tâm Tuyền đi xa hơn, *"thơ hôm nay không dừng lại ở thơ phá thể, thơ hôm nay là thơ tự do"* mà cao điểm sẽ là thơ văn xuôi (3).

Khi thơ Tự Do đã thành công gây tiếng vang thuận tiện, nhất là với những người làm thơ mới ra đời, nhóm Sáng Tạo bèn đi xa hơn phủ nhận giá trị thơ văn tiền chiến. Nhiều nhóm văn nghệ sĩ đã lên tiếng phản đối, nhất là ở Huế – từ **tranh luận thơ tự do** xuất phát ca dao và/hoặc thơ tượng trưng tiền chiến (rốt lại mang chất chính-trị quốc-cộng!) của tạp-chí *Sinh Lực* (từ số 8, 1-2-1957), rồi tuần báo *Tầm Nguyên* gọi là "thơ tự Ro" (rồi lên tiếng của Phan Lạc Tuyên, Mạc Ly Châu...). Trên *Sinh Lực* số 9, 1-3-1957, Lê Huy Oanh phê phán nặng nề tập *Tôi Không Còn Cô Độc* của Thanh Tâm Tuyền và kết luận *"Tôi tin rằng, nếu anh chịu rời bỏ lối thơ kỳ quái hiện nay của anh để nhận lấy một lối thơ hợp lý hơn, thơ anh sẽ có nhiều triển vọng. Anh là người giàu tình cảm, giàu lòng yêu nước, thèm khát Tự Do và có óc tưởng tượng thật phong phú. Tiếc thay, cái tính ưa lập dị của anh đã phản anh, đã bóp nghẹt mất cả một hồn thơ rộng mở trong* anh" - Vài năm sau, trên *Văn Nghệ* số 8 (9&10-1961) họ Lê nhắc lại việc đả kích này và thêm *"Nhưng cả lúc ấy và lúc này, tôi đều thành thực"* và đến năm 1973, trong bài viết trên giai phẩm *Văn* số đặc-biệt về Thanh Tâm Tuyền (31-10-1973), Lê Huy Oanh thay đổi phê phán và nhắc nhở chuyện đáng tiếc của thời 1957.

Từ miền Trung, Võ Long Tê nhận xét vào năm 1957 rằng *"Trong thực tế, chúng ta chưa thấy thành tựu một thể thơ tự do mà chỉ thấy xuất hiện những bài thơ tự do. Nếu không kể đến những bài thơ hợp thể hỗn dụng thi-pháp của thơ định-thể, chúng ta chỉ thấy những bài thơ vừa có tính cách văn vần, vừa có tính cách văn xuôi. Đó là những bài thơ thường được gọi là thơ phá thể hoặc thơ tự do. Quả thật thơ tự do không có thi pháp, mỗi một nhà thơ tự do sáng-tạo một lối riêng: đó là một lối thơ luôn luôn sinh thành một lối thơ không có âm điệu nhất định. Nếu dùng một hình ảnh mà diễn tả thì đó là âm nhạc không có số chia trường canh. Thơ tự do hiện nay nằm giữa biên giới vận-văn và tản-văn. Có thể nói là thơ tự do thiên về tản-văn hơn là vận-văn, từ bỏ cảm-tình của vận-văn mà bao hàm lý-tính của tản-văn (...) Càng vượt khỏi những qui-luật chi phối vận-văn, càng lẫn lộn vận-văn với tản-văn, thơ tự do càng tỏ rõ một khuyết điểm khởi thủy do khuynh-hướng hỗn loạn của cá nhân chủ nghĩa "* (4).

Trong Nam, Bình-Nguyên Lộc trên tuần báo *Vui Sống* chấp nhận thơ tự do không vần nhưng phải sáng-tạo ra nhạc điệu mới: *"Vui Sống đã đăng và sẽ đăng nhiều bài thơ tự do không mang một tí nhạc nào cả. Những bài thơ tự do ấy đăng lên vì lời thơ đẹp, và vì tứ thơ độc đáo. Nhưng chúng tôi cần nói rõ quan niệm về thơ tự do của chúng tôi (…) thơ tự do chỉ là một bước chập chững của những người chán nhạc cũ, đi tìm nhạc mới thôi (tức là chán luật cũ, đi tìm luật mới). Sự thật đó, có thể chối cãi được, nếu bạn không thích lập luận như tôi. Nhưng sự thật khi nãy, thơ phải có nhạc thì bất di bất dịch. Thơ phải có nhạc. Thơ tự do cũng phải có nhạc. Thơ không có nhạc, không còn lý do tồn tại. Vậy các bạn thơ chớ thấy báo đăng thơ tự do không nhạc của mình mà an phận với lối văn xuôi chặt ra từng khúc đó. Lắm khi báo đăng chỉ vì tiếc lời thơ đẹp, tứ thơ hay mà thôi, nhưng họ vẫn mong mỏi thơ tự do có nhạc. Thơ tự do là một thể thơ không theo luật đã có, nhưng phải theo luật mới tạo ra, vì nó cần có nhạc mà nhạc điệu là một sự điều hòa. Sự điều hòa là luật."* (5).

Tam Ích trên *Nhân Loại* số 13 đã đặt lại vấn-đề với thái độ chờ xem, còn Nguyễn Nam Châu trên *Văn Hóa Á Châu* cũng viết nhiều bài bàn về thơ Tự do. Và đúng là chính-trị đã nhập vào thơ tự do, nào thơ tự do xa lìa quần chúng, thực tại đất nước, ngoại lai, mất gốc (dù Thanh Tâm Tuyền cứ cho rằng thơ của ông xuất phát từ … ca dao!). Ngoài "nhóm thân Cộng" Vũ Hạnh, Lữ Phương, thì Thế Phong là người có những phê-bình nặng nề: *"Thanh Tâm Tuyền, của "Tôi không còn cô độc" là một thứ Xuân Sanh phiêu lưu mà không chủ đích, chưa có khả năng để làm một thi sĩ có khám phá mới. Những bài thơ chơi chơi lúc lắc như "Nhịp Ba Tình Cờ" chỉ là lối chơi có nghệ-thuật của một thanh niên bế tắc không muốn lao đầu vào tình-yêu như mọi người khác; và muốn có cái gì mới hơn, muốn lao đầu vào một chương trình khác người mà chưa dò khả năng của mình có hay không?..."* (6).

Rồi Vũ Hạnh khi phê-bình tập *Tiếp Nối* (1965) của Trần Thanh Hiệp đã cho rằng *"thơ Tự Do hiện tại là con đẻ của lý trí nhất thời, đã bị lý trí từ khước, và nếu nó còn tồn tại ở mức độ nào là nhờ nó được nuôi dưỡng ở lòng tự ái nhiều hơn... "* (*Tin Sách*, số 44, 11-1966). Khiến nhà thơ Viên Linh nổi dóa, gọi Vũ Hạnh là "anh lùn cạnh nhà thờ Đức Bà": *"tôi gọi có tầm nhìn thấp là anh lùn: ở thấp, hắn không thấy được những khuyết thanh mà chỉ thấy được những khuyết tục. Tôi tin đó không phải là điều hắn cố ý, thân phận một anh lùn, bất toàn sống nhờ, không thể nào làm hơn được"*, sau khi đã nói với Vũ Hạnh rằng *"Cho đến bây giờ có kẻ chưa hiểu được Thơ Tự Do chỉ vì chưa ai dậy hắn cách đọc, cách ngâm, trong khi hắn cứ tưởng rằng đi vào một bài thơ tự do cũng bằng cái lối đi vào một bài lục bát. (...) Tôi không thể nói cho ông Vũ Hạnh rõ những yếu tố cấu thành thơ Tự Do. Tôi chỉ biết nó đã cấu thành rồi. Tuy nhiên sinh lý của thơ tự do ngày còn biến động, bởi vì sau một thời-gian thoát thai, nó còn nổi trôi trong thế-giới chưa xác định. Điều chắc chắn là sinh lý của nó là một sinh lý tự do, sản phẩm của một cõi đời mới vừa dứt bỏ cái mặt đất phẳng lì"* (*Nghệ-Thuật*, số 27, 16-4-1966, tr. 32). Viên Linh sau đó tiếp tục mở cuộc thảo luận mới về thơ Tự do trên nhật báo *Sống*. Lữ Phương cùng luồng dĩ nhiên bênh Vũ Hạnh (7).

Ngay trong cuộc thảo luận "Nói chuyện về thơ bây giờ" của nhóm Sáng Tạo, Lê Huy Oanh đã bất mãn, chán nản thơ tự do mà ông gọi là *"lập dị và hình-thức không đạt tới mức truyền cảm"*, thì Tô Thùy Yên đã trả lời bằng lập luận *"Người làm nghệ-thuật là người lập dị được một cách tự nhiên. Có lẽ sự tự nhiên nầy đã không cho tôi nhìn thấy tôi lập dị nếu quả có thực như vậy (cười)"* **(8)**. Nhưng dù gì thì Thanh Tâm Tuyền rồi Nguyên Sa đã khai pháo mở đường cho dòng thơ sẽ được gọi là Thơ Tự Do – trong khi Thơ Tự Do "nguyên thủy" là phản ứng lại Thơ Mới và thơ thời tiền chiến, một vận động đã bắt nguồn từ thời kháng chiến, với Hữu Loan (Màu Tím Hoa Sim), Nguyễn Đình Thi, v.v… Xuân Diệu, Tam Ích (trên *Việt Báo*), Triều Sơn, … từng đã có phản ứng từ dữ dội đến ôn hòa đối với thơ Tự do ngay khi xuất hiện cuối thập niên 1940 đầu 1950.

Đến **Nguyên Sa**, thơ chủ yếu là thơ tình-yêu rõ nét, đặc thù, cá nhân, có hình dáng nhưng cũng là một tình yêu phức tạp, đa dạng nhưng lã lướt, như trái tim người trẻ tuổi thấm nhuần hai văn hóa sống vào buổi giao thời của những năm cuối thập niên 1940 và đầu 1950. Thơ tình yêu của Nguyên Sa là một thứ tình yêu thuần chất, trữ tình thường nhật, hiện sinh. Khác thơ tình hiếm hoi của Thanh Tâm Tuyền, thơ Nguyên Sa không làm ra để gây băn khoăn hay suy nghĩ. Thanh Tâm Tuyền phải lo cho sứ mạng văn nghệ do đó bỏ quên tình yêu (*"Tôi không ngợi ca tình yêu, tôi nguyền rủa tình yêu (…) Thơ hôm nay không cần đến Tình Ái và khi Tình Ái đến với thơ hôm nay cũng với vẻ tiều tuy khốn khổ chịu đựng hắt hủi như cả một cuộc đời …"*(9). Trong bài "Nỗi buồn trong thơ hôm nay", Thanh Tâm Tuyền đi xa hơn khi ông hạ giá tình yêu: *"tình ái cũng bị dùng làm phương tiện khám phá đời sống, khai quật ý thức…"* (3). Do đó, cũng như các "nhà thơ hôm nay" của hai thập niên 1950 và 1960, Nguyên Sa chống trữ tình và lãng mạn, chống cả tình ái theo nghĩa thường vì theo ông, lãng mạn là *"sự xúc động quá mãnh liệt, sự trữ tình bi thảm hoá"* (10). Yêu nhưng không lãng mạn, cả không thác loạn của thơ tiền chiến. Tình với ngôn ngữ mới, cung cách mới, thơ mộng nhớ nhung mới và khác, có vẻ thực tế và thành thật hơn!

Tình yêu ở Nguyên Sa có thể bắt đầu bằng mong nhớ, đợi chờ và những lời trách móc tự nhiên :

> *"Có phải em về đêm nay?*
> *Trên con đường thời gian trắc trở*
> *để lòng anh đèn khuya cửa ngõ*
> *ngọn đèn dầu lụi bấc mắt long lanh*
> *(…) Em đừng trách anh để lòng mình tủi cực*
> *đến ngại ngùng dù nắng dù mưa*
> *sao em không về / để dù nắng dù mưa*
> *dù trong thời gian có sắc mầu của những thiên đàng đổ vỡ…"*

(Có Phải Em Về Đêm Nay)

"Em" thời nay thành "con chó ốm, con mèo ngái ngủ" và "mắt cá ươn"; không còn là "mắt xanh là bóng dừa hoang dại" (Đinh Hùng), "em đi áo mỏng phô hờn tủi" (Quang Dũng). Tóc của "em" chỉ là "tóc ngắn" (Áo Lụa Hà Đông). Tình yêu đến với nhà thơ như một hạnh phúc, một tròn đầy với những cảm xúc thật với da thịt cũng như trong tâm hồn.

Thơ Tự do của Nguyên Sa có tiết tấu và *nhạc điệu* đặc biệt chưa thấy trước đó. Nguyên Sa lại có tài sử-dụng nhiều hình ảnh mới và lạ. Nào "chải tóc em bằng năm ngón tay", nào "lệ trắng gạo mềm" , "da em trắng anh chẳng cần ánh sáng / tóc em mềm anh chẳng thiết mùa xuân" , "tóc màu củi chưa đun", miệng "chim sẻ", áo "sương mù", "bàn tay chim khuyên" (Nga) hay "sương gió trầm tư thêu thùa má ướt", v.v.

"... Người về đâu giữa đêm khuya dìu dặt
Hơi thở thiên thần trong tóc ẩm hương xưa
Người đi về trời nắng hay mưa
Sao để sương gió trầm tư thêu thùa má ướt..." (Đẹp)

Muốn "phá thể" và "tự do" nhưng thơ Nguyên Sa có lời và chất nhạc rất nhẹ nhàng, rất Việt Nam. Ông vẫn sử-dụng lại những ước lệ của thi ca cổ điển như "thuyền ghé bến", tay "lá sen", mắt "một vừng trăng sáng", hay của thơ mới như "gió heo may". Thành ra Nguyên Sa có những câu thơ mà ngôn từ như có âm hưởng ca dao dù đã được tân hóa theo thời đại:

"... Paris có gì lạ không em?
Mai anh về mắt vẫn lánh đen
Vẫn biết lòng mình là hương cốm
Chả biết tay ai làm lá sen..."

(Paris Có Gì Lạ Không Em?).

Thơ tự do của Nguyên Sa thời ra đời trên *Người Việt* và *Sáng Tạo* đã thuyết phục người thưởng thức văn nghệ rằng thơ tự do có thể sống động, rằng thơ tự do cũng có thi-tính. Sau thử nghiệm của Nguyễn Đình Thi trong kháng chiến chưa đủ thuyết phục, thì giờ đây là một xác định mới với một thẩm-mỹ mới, nhận định mới. Thơ tự do của Nguyên Sa nhờ giàu nhạc tính, lại đơn sơ, truyền cảm và hãy còn chứa đựng tâm hồn Việt Nam do đó đã sống lâu hơn đến ngày nay và chắc cả sau này; trong khi thơ tự do của nhiều nhà thơ thời ông đã và đang đi vào quên lãng. Nếu lúc đầu thơ tự do được cổ võ như một vượt thoát khỏi những bó buộc và giới hạn của luật thơ thì nay bài thơ tự do nào còn gì" được vần và nhạc và hình ảnh lại tiếp tục được yêu thích. Trong trường hợp Nguyên Sa, phủ nhận Thơ Mới và tiền chiến đồng thời cổ xúy thơ tự do và phá thể, nay phân tích lại thì Nguyên Sa đã không thật sự đi xa trên con đường thơ tự do và vô tình thơ ông lại là gạch nối với thơ tiền chiến và dòng thơ kháng chiến trước đó. Cho đến khi tạp chí *Sáng-Tạo* đình bản hẳn, những nhà lý thuyết cổ võ thơ tự do của nhóm đã vẫn không thuyết phục thật sự giới sáng tác cũng như giới thưởng thức văn nghệ. Thanh Tâm Tuyền có vẻ là người cuối cùng lên tiếng khi cho rằng người làm thơ tự do vì sống thời gian hôm nay và dùng thanh âm ngôn từ để khám phá chính mình. Dù sao đi nữa, cùng với Thanh Tâm Tuyền, Nguyên Sa đã đem lại niềm tin nơi thể thơ tự do, thơ của hai ông đã chiếu sáng trên bầu trời thi ca Việt Nam hậu chiến. Chính sự tiếp nối và thành công của những nhà thơ khác đã đưa thơ tự-do đi xa.

Cũng thuộc nhóm Sáng Tạo nhưng mệnh yểu, **Quách Thoại** lên án chiến tranh, bạo lực, đồng thời chào mừng tự do và đòi hỏi dân chủ. Cõi tự do thật vô cùng quyến rũ:

> *"Cờ dân chủ ta bước tới tương lai đầy ứ*
> *Phố lớn cười đại lộ hát nghênh ngang*
> *Xã hội đi về, vũ trụ rộn ràng*
> *Nhà mới dựng, gỗ ngói còn thơm lắm*
> *... Đường rộng mở thênh thang trời dân chủ*
> *Ôi! Tự do do thật vô cùng quyến rũ!"*

(Cờ Dân Chủ, *Sáng Tạo*, số 3, 12-1956, tr. 15).

Quách Thoại đã đánh dấu một thể hiện nhịp điệu mới của thơ. Thanh Tâm Tuyền cho biết đã tìm thấy trong thơ Quách Thoại *"một thứ nhịp điệu mà tôi gọi là nhịp điệu của hình ảnh. (...) Từ cái nhịp điệu của hình ảnh, dần dần tôi tìm đến được một thứ nhịp điệu của ý tưởng, cả hai thứ nhịp điệu trên chỉ là sự thể hiện của nhịp điệu của ý thức, người ta sẽ thấy hơn bao giờ hết các nhà thơ hôm nay là những ý thức muốn biểu diễn bằng thi ca. Cần phải nhận định rõ cái nhịp điệu của ý thức diễn trong thi ca không thể có cái hình dáng của bất cứ một thứ lý luận nào, nên dù viết suôi hiển nhiên thơ xuôi cũng không phải là văn xuôi. Cái nhịp điệu của ý thức sinh ra nhịp điệu của ý tưởng, của hình ảnh nằm trong một mối điệu hòa tự thân phức tạp, không có qui luật nhất định, nó tùy thuộc vào từng nhà thơ. Và bài thơ hôm nay nếu thành công, tôi nghĩ nó sẽ đạt tới một thứ nhạc khá mới lạ không phải chỉ là sự hòa hợp đơn thuần của bằng trắc mà còn ở trong sự chứa đựng của tiếng nói, của hình ảnh của ý tưởng diễn biến qua một ý thức sáng suốt tự do vươn tới sự thống nhất trong khi phải trải qua sự chia sẻ mãnh liệt"* (3).

Ở Quách Thoại, Nguyên Sa cũng như Thanh Tâm Tuyền, thơ đã đi vào thế-giới hiện thực, với những *xe buýt, phố lớn, đại lộ, cột đèn, con chó ốm, con mèo ngái ngủ, mắt cá ươn, tóc ngắn*, v.v.

Thơ Tự Do từ đó đã trở nên hình-thức sáng-tác và nghệ-thuật được nhiều thi nhân sử-dụng. Như Đỗ Quý Toàn:

"Một trái cam đỏ / trên ngực trần người đàn bà
hoa cẩm chướng / lặng lẽ đêm hồng nhung
biển đầy sao nhung nhớ / ôi đêm đêm của chàng
đêm phong ba ngoài đại dương trí tưởng"

(Đêm Phong Ba)

Hay **Trần Đức Uyển** phối hợp tự do với vần điệu và nội-dung khách quan nhưng vẫn vương lãng-mạn:

"Gió nổi theo và biển quặn mình
Cơn giận dữ bao quanh / Mặt gương xanh xáo động
Tôi đứng / Tôi dơ tay / phía trước mặt đoàn kỵ binh ào tới
gềnh đá tênh hênh / rên xiết và lưu luyến
bờ cát mịn màng / thoải
khi nước rút lui / trên chiến trường còn lại
những xác bướm trắng / rã rời
tôi / và chiếc cặp / đều nín thinh
chim xanh, chiều xanh, tôi xanh (...)"

(Bướm Biển)

Trước năm 1975, thi-ca miền Nam cũng đã từng có những thử nghiệm thụt chữ khi xuống hàng, không viết hoa, với Hoài Khanh, ..., thơ tự do gạch ngắt câu, với **Phan Huy Mộng** (Người Chết Ở Pleime, *Văn* SG, số 51, 1-1-1966, sau đó đăng *Tình Thương* số 28, 4-1966):

"thằng vũ chết rồi trong trận pleime đó em
thằng vũ chết rồi trong trận đánh pleime đó em
khủng khiếp và khốc liệt
những lần về phép sau này em ra cửa đón anh

sẽ không bao giờ thấy nó / nó chết rồi
thằng vũ nó chết trong trận pleime cho quê-hương
đó – nó nằm đó – nó ngồi đó
những tràng súng nổ chính nó bóp cò, địch bóp cò
cho tất cả chúng ta trong trận giặc chúng ta
đó – nó nằm đó che giấu chỗ nát bấy trên ngực
dòng máu đỏ đọng lại trên thảm cỏ khô
đến nhận diện đi em
(...) hết rồi hết rồi – nhận diện vũ lần cuối
đến nhận diện vũ lần cuối đi em
nó chết rồi trong trận pleime và cho quê-hương".

*

Thơ xuôi thuộc dòng thơ Tự Do và không phải là văn xuôi, có thể nói đã khơi mào từ thời tiền chiến với những vần *Chơi Giữa Mùa Trăng* (1941) của Hàn Mặc Tử, rồi *Đám Ma Tôi* (1943) của Hoài Điệp (Đinh Hùng), Đất Thơm của Nguyễn Xuân Sanh, v.v. Sau 1954, **Mai Trung Tĩnh** đã đề nghị thơ xuôi như một cách khác thể hiện nghệ-thuật tự-do: "*... Tôi vẫn trở về xóm đêm đêm nghe tiếng đàn than van kể chuyện chiều xưa mẹ chết anh bỏ đi, em bơ vơ chịu lấy một mình đau khổ. Em lớn lên mang theo từng hồ lệ khóc khong hết ngày xanh.*

Bao cung bậc nức nở như lòng anh rạn nứt.

Người ôm đàn còng lưng gói tròn tâm sự riêng tây, giây chùng nỉ non như trái tim bị hắt hủi.

Người ta muốn xót thương và cần sự tội nghiệp của kẻ khác ư? Cuộc đời phải chăng là một chuỗi dài tội nghiệp. Đêm đêm người ta vẫn đàn vọng cổ tiếc cho ngày xưa dù có hay không. Nghĩa là một dĩ vãng, kỷ niệm nào.

Nghĩa là tôi muốn cho mắt khóc. Cuộc đời là những câu vọng cổ dài. Đời mình là những chuỗi nhớ thương tiếc nuối. Người muốn thế nên không cưỡng được".

(Tiếng Khóc, *40 Bài Thơ.* Bông Lau, 1960).

Tiểu thuyết thành truyện kể đã đành, thơ cũng đi vào con đường *trần thuật* vào cuối thế kỷ XX; người làm thơ như cút bắt với thơ, thơ xuôi mà không xuôi, thơ mà như nói thường, phẫn nộ, đối thoại, giao tiếp... Những vần thơ nhịp nhàng hay trắc trở, tỏ tình hay oán trách. Trắc trở ở đây khác cái trắc trở trong thơ thời chiến tranh trước 1975 nhưng khi ước mơ hoà bình thì thơ văn xuôi lời hãy còn nhẹ, như trong Lời Nhắn Nhủ Mai Sau: *"Nếu một mai khi hòa-bình đến với mớ tuổi còn lại - lúc bây giờ dù đang chui rúc trong hầm tối - dù đang lạc loài trong ngõ ngách - dù đang ốm đau trong rừng già - cũng nhớ trở lại với ngôi nhà mẹ cha xây mộng ngày xưa cũ, trồng lại vườn nhãn - làm cỏ những nấm mồ người thân yêu tìm lại những kẻ còn trôi giạt - nhóm lại lửa bếp mùa đông (...)*

(…) nếu một mai khi hòa-bình đến với mớ tuổi còn lại dù khi ấy trí óc có loãng tan ngu ngơ - dù mắt có loà - dù tay chân có yếu đuối - cũng ráng ngồi học lại những câu ca dao - ngâm lại cho thuộc từng câu kiều vì đó là gia tài văn hiến của mấy ngàn năm còn sót lại - dù khi đó không còn bạn bè ngồi uống rượu - không còn lấy một người tình để chiều chuộng - dù không còn mẹ cha để phụng dưỡng - cũng nhớ nở nụ cười hân hoan đón chờ những ngày tháng chan hoà dịu dàng tha thiết đang đến và sau cùng cũng nhớ đốt lên vài nén nhang buồn để tạ ơn đời" (Khê Kinh-Kha, *Văn* SG, 1971) - Cũng như thơ Mai Trung Tĩnh, dù Khê Kinh Kha khắc khoải tâm hồn trước suy đồi và đổ nát hỗn mang của chiến tranh và lịch sử, thơ ở đây vẫn đầy thi tính về vần điệu, hình ảnh, v.v. (như Trong Bóng Hoàng Hôn, *Ngoài Vườn Địa Đàng*).

Nhà thơ **Ninh Chữ** (Tạ Văn Ân, *Tuổi Đời* 1962, *Miền Lưu Đày* 1963, *Tầm Gửi* 1964, *Ngôn-Ngữ* 1968) cũng đã có những bài chuyển tiếp cho thơ xuôi, như bài Ngôn-Ngữ bắt đầu như sau – gồm 9 đoản khúc:

"I. nửa đêm không ngủ nghe mùa xuân nở hoa trên tóc những cánh hoa tình-yêu tinh khiết trao gửi cuộc đời.

Ngày ấu thơ biết bao hy vọng. con tim bé nhỏ gọi mời tương lai : người yêu trẻ có đôi mắt sao bừng lên niềm tin hạnh-phúc

những ngón tay dài đan nhau và những diềm môi nóng cháy hăng say níu giữ đôi tâm hồn cô độc. (...) "

Thơ Xuôi như thế đã tách rời những thể-loại ký, tâm bút, v.v. và những hình-thức "câu thơ", và đã tiến những bước vững vàng được người đọc cuối cùng chấp nhận. Như vậy, thơ Tự Do làm hiện đại thi ca thêm một bước, hợp tâm tình con người "hôm nay" của thời bấy giờ và có thể cả sau này, nhưng về mặt văn chương, thành quả và sự đóng góp của thơ Tự do còn hạn chế hơn Thơ Mới và cả thơ Tượng Trưng dù chỉ có mặt không lâu! Có thể nói thơ Tự Do dần chiếm số lượng lớn và được nhiều nhà thơ sử-dụng như là con đường, tiếng nói và cách phát biểu chung, dễ đến dù chưa hẳn dễ nhận sự đồng cảm của người đọc. Thơ Tự Do đa số khó nhớ, có thể khó hiểu và khó may mắn được xem như huyền hoặc, "phù thủy", nhưng thể thơ này nếu có hồn hoặc có nội-dung nào đó (như với Thanh Tâm Tuyền, Nguyên Sa, Mai Trung Tĩnh, ...) sẽ là những bàn thơ hay, văn-học sử phải ghi dấu!

Thơ lục bát

Lục bát đã bắt đầu được chăm chút canh tân thời Thơ Mới, nay trên tạp chí *Sáng Tạo* rồi *Thế Kỷ Hai Mươi, Văn Học, Văn, Nghệ-Thuật, v.v.* , lục bát được tiếp tục hiện đại hóa với ngôn ngữ tân kỳ, hình ảnh mới hơn, bất ngờ, cũng như trong cách dùng chữ, ngắt câu và nhất là hồn thơ. Bước đầu bởi Cung Trầm Tưởng, tiếp đó có Sao Trên Rừng (Nguyễn Đức Sơn, *Những Bài Tình Đầu*, 1962; *Lời Ru*), Trần Tuấn Kiệt, Trần Đức Uyển, Hoài Khanh, Kim Tuấn, Hoàng Trúc Ly, …

Cung Trầm Tưởng (tên thật Cung Thúc Cần, sinh 28-2-1932 tại Hà-Nội, đã xuất-bản *Tình Ca* (Công Đàn, 1959) và *Lục Bát Cung Trầm Tưởng* (Con Đuông, 1970):

> *"Bù em một tháng trời gần*
> *Đơm hoa kết mộng cũng ngần ấy thôi*
> *Bù em góp núi chung đồi*
> *Thiêu nương đốt lá cũng rồi hoang sơ.*
> *Bù em xuôi có ngàn thơ*
> *Vẫn nghe trắc trở bên bờ sông thương*
> *Quên thôi, bông sẽ phai hường*
> *Mà xưa tiếng gọi nghe dường thiên thu*
> *Non sông bóng mẹ sầu u*
> *Mòn trong ngưỡng cửa, chiều lu mái sầu.*
>   *Thôi em xanh mắt bồ câu,*
> *Vàng tơ sợi nhỏ xin hầu kiếp sau..."*

(Kiếp Sau, *Lục Bát Cung Trầm Tưởng*)

> *"Chiều đông tuyết lũng âm u*
> *Bâng khuâng chiều tới tiếp thu trời buồn*
> *Nhớ ngày tầu cũng đi luôn*
> *Ga thôn trơ nỗi, băng nguồn héo hon*

Phương xa nhịp sắt bon bon
Tầu như dưới tỉnh, núi còn vọng âm
Sân ga mái giọt âm thầm
Máu đi có nhớ hồi tâm đêm nào

Mình tôi với tuyết non cao

Với cồn phố tịnh buốt vào thịt da

Với mây trên nhợt ánh tà;
Với đèn xóm hạ cũng là tịch liêu.
Tôi về bước bước đăm chiêu,
Tâm tư khoác kín sợ chiều lạnh thêm" (Chiều Đông)

Còn lục bát của **Sao Trên Rừng**:

"rồi mai huyệt lạnh anh về
ru nhau gió thổi bốn bề biển xưa
trăng tà đổ bóng cây thưa
mộng trần gian đã hái vừa chưa em"

(Tịch Mạc, *Lời Ru*).

Chu Ngạn Thư, một nhà thơ trẻ, đã sử-dụng thể lục bát khi chàng phải nói chuyện Qua Sông:

"sông mưa gió lạnh vật vờ
có tôi khăn áo ngồi chờ đến phiên
trên vai mỏi nỗi muộn phiền
qua sông, nào thấy cõi miền yên vui
ngày soi bóng lụn, thân tôi
bên kia hiện rõ dáng ngồi bên đây"

(Qua Sông, *Thơ Chu Ngạn Thư*, 1974)

Ninh Chữ nổi tiếng với những bài lục bát như Buồn Do Thái:

"Dạng chiều ủ nét hoang sơ
Với tay năm ngón giây tơ trên đàn
Trầm cung chim nhạc lối mòn
Vi vu quán gió bến cồn cát xa
Mây từ quan ải băng qua
Tiếng cười do thái thiết tha tìm về
Quê-hương khuất nẻo trời mê
Chắt chiu nuối tiếc câu thề mà đau
Xót xa đường lạnh đêm sầu

Cô đơn trải bước chiều sâu dọ buồn".

Trần Đức Uyển lục bát nghệ-thuật:

*"nằm quên đời ngủ đi em
trời khuya trăng hiện nửa thềm hoang vu
sáng mai còn xuống sương mù
đôi ta từ tạ rừng thu bước về"* (Hiện)

Huy Lực có những bài lục bát tiêu biểu như *Trời Thơ Bao La* cũng là tựa tuyển tập thơ năm 1965:

*"Thôi về giũ áo phong sương
bài tay tâm gửi bụi đường ký sinh
tuổi thơ cháo lú tâm tình
dưới chân ẩm mốc trên mình rong rêu
nổi trôi vào kiếp phong trần
cái tâm ngờ nghệch cái thân dại khờ
ghi em chạy trốn bơ vơ
sông vây đảo nhoi vỗ bờ thâu đêm
thôi về úp mặt áo em
khóc như con trẻ khóc thèm thương yêu
còn đây bọt nước thủy triều
với khoan thuyền trống và nhiều cô đơn".*

Nhà thơ trẻ **Vũ Hữu Định** có những vần lục bát, như bài Đứng Giữa Đồng Không:

*"một bầy sáo nhỏ qua sông
một em tôi đã cầm lòng đi xa
như con sông nhỏ thật thà
sớm hiu hắt tạnh, chiều sa mưa nguồn
một bầy sáo đã đi luôn
một em tôi đã để buồn lại đây
con chim quyên đã lạc bầy
xuống sông vọc nước đợi ngày xế ngang
một bầy sáo nhỏ bay hoang
một em tôi đã bỏ làng đi xa
tôi ngu ngơ giữa chiều tà
em đi để lại mình ta giữa đồng"*

(Còn Một Chút Gì Để Nhớ)

Một nhà thơ trẻ khác, **Phù Hư** (1951-, Hải Dương), cũng có

những vần lục bát không xuôi chảy, như cuộc đời con người thời chiến
và trăm ngàn bất chợt:

> *"tỉnh sương đèn phố ngủ dài*
> *mon men nắng đến đợi khai khẩn ngày*
> *đêm về chẳng kịp chia tay*
> *chuông rung tần thượng vọng lây phố phường*
> *cửa khâu, đêm vẫn chưa buông*
> *mượn hôm ngủ đậu hồn vuông nếp phòng*
> *nghe ngày hạ phố thốt âm*
> *đậy chăn tôi vẫn tưởng lầm chiêm bao*
> *(...) người về từ mấy nghìn xưa*
> *tiếng còn hao vọng giữa mùa thịnh âm*
> *nhớ xa xe thống nổi kèn*
> *tiếng vừa diệp giữa dậm nghìn cát lau"*

(Ngụy Âm, *Văn*, "Những triển vọng mới" 1-3-1975, tr. 67).

Võ Chân Cửu sử-dụng thể-loại lục-bát khá thành công, thí dụ
bài Phố Chợ, chỉ trong mấy câu đã tả hết cảnh sinh hoạt ở một vùng
quê Bình Định thời chiến:

> *"Cố hương đèo nối ba truông*
> *Đồn ma nhóm chợ bán buôn rộn ràng*
> *Xưa theo chân mẹ về làng*
> *Chỉ nghe cát đuổi nắng vàng mênh mông*
> *Bây giờ xanh ngắt hư không*
> *Trưa buồn nhắc chuyện viển vông nhớ nhà*
> *Làng xưa vắng bóng người qua*
> *Nổi trôi phố chợ lòng ta ngậm ngùi"*

(*Bách Khoa*, số Q* 417, tr. 75).

Ngy Do Thái (Nguyễn Hải Thệ, 1940- Châu Đốc) sử-dụng thể
lục-bát trong nhiều tác-phẩm, như Mùa Mưa Dầm Ở Phú Lâm:

> *"Mưa nghiêng lá biếc thầm thì*
> *qua con lộ thấp chân đi chần chừ*
> *hình như cũng chút riêng tư*
> *so vai đã thấy sầu dư vóc phiền*
> *cõi nào đâu cõi tịnh yên*
> *nghĩ lòng cũng rộng trăm miền mưa qua"*

(Trích từ *Thơ Miền Nam Trong Thời Chiến*, tập 1)

Mặc Tưởng mệnh yểu vì chiến-tranh (**11**), trong Khuất Ngàn đầy hình ảnh:

"Dòng xanh con nước xuôi triều
Bến xưa hoa rụng lộ chiều xe đi
Nghìn thâu hoang địa thầm thì
Biển khơi ngàn dặm lưu ly mộng hồn
Đầu đông cánh hạc lên đường
Bóng em thành tượng chập chờn trong sương
Rạc rời tay tuổi uyên ương
Rừng xanh trăng giải thu hường lá bay
Biệt theo suối bạc tận trời
Nắng xuân cúi tạ non dài tịch liêu"

(Trên Đỉnh Thiên Thu, 1969)

Tô Đình Sự, một nhà thơ mất sớm thời chiến-tranh đã có những vần lục bát chăm chuốt, trang trọng:

"Đăm chiêu bóng nắng một ngày
lầm mê trí tưởng đỏ hây mắt chiều
dựng đời trên một hỏa thiêu
li ti tiếng nổ như kêu gào người
tro khô gió bốc liên hồi
bay bay cõi thực hư rồi cõi âm
dõi thầm ý cũ tuyết băng
tan trong mộng dữ ân cần trước sau
ngoan hiền bảo nhỏ đêm thâu
qua như chút gió thuở nào thổi xa
biển còn ấm lạnh bao la
dồn nhau bước tới trong hòa nhã xưa
ấp e ngàn kiếp còn thừa
rong vui nước mắt những mùa nông sâu"

(Dựng Bóng Ngày, *Khai Phá*, số 2, 1970)

Lục bát **Cao Thị Vạn Giã** (1941-, Bình Dương) với những chấm và ngắt câu tân kỳ như báo hiệu những biển đảo về chấm câu, ngắt từ của lục bát, mà ngôn từ thì cô đọng, đưa người đọc vào tận sâu thẳm của ký ức và tiềm thức dù hiện tại như đang diễn ra, mà tình buồn thốt ra với những lời đứt quãng bằng dấu chấm, bằng xuống hàng, nhưng tổng thể lắng đọng, kẻ trong cuộc lặng người, câm nín, như cuộc chia tay, xa lìa :

"Tiễn chân anh tận phi trường
Lỗi đi. Lỗi ở. / Mười phương lỗi về
Mù sương phi cảng não nề
Thôi / anh ở lại. / Buồn về em mang
Tiễn anh / một chén rượu tàn
Một bàn tay nắm. / Một hàng lệ mau.
Cuộc cờ thế sự binh đao
Phút giây tái ngộ ngàn sau biết còn
Một em trong cảnh hao mòn
Một anh đất khách nhớ tròn tháng năm
Trời Tây rẽ bước âm thầm
Ngàn năm mỏi cánh chim bằng tha hương" (Khúc Ly Đình).

Nội-dung

Thơ tình

Trước hết, có hiện tượng Nhất Tuấn với các tập *Truyện Chúng Mình*, tình ngang trái vì hoàn cảnh phân ly của đất nước nhưng vẫn có chỗ cho hy vọng, không bi thảm, của người thanh niên đã khoác áo lính. Nguyên Sa là một hiện tượng đáng kể khác nhưng chỉ vào đầu giai đoạn. Trần Dạ Từ đã có *Thuở Làm Thơ Yêu Em* (1971; tên thật Lê Hà Vĩnh, ký TDT từ 1960 trên *Hiện Đại*, trước ký Hoài Nam với *Hương Cau Quê Ngoại* và đã xuất-bản *Tỏ Tình Trong Đêm* 1965), … Phạm Thiên Thư (Phạm Kim Long)- nhà tu ngắn hạn đa tình dài hạn, với *Động Hoa Vàng, Đoạn Trường Vô Thanh,* v.v. Hoàng Trúc Ly, Cung Trầm Tưởng, Kiên Giang, Trần Tuấn Kiệt, Cao Mỵ Nhân, ... đã để lại nhiều bài thơ tình đẹp. Miền Đông có Nguyễn Tất Nhiên đã là hiện tượng với những vần thơ học trò ca tụng tình yêu non dại được phổ nhạc và phổ biến rộng rãi nhất là trong giới học sinh, sinh viên! Về phía **nữ,** các nhà thơ Trần Thị Tuệ Mai, Mộng Tuyết Thất Tiểu Muội, Tôn-Nữ Hỷ-Khương (*Đợi Mùa Trăng* 1964, *Mộng Thanh Bình* 1970), Minh-Đức Hoài-Trinh, Hoàng Hương Trang, Trần Thy Nhã Ca, Lệ Khánh, Cao Thị Vạn Giã, Kiều Mộng Thu (*Cánh Mimosa Ngày Cũ, Hai Khung Trời*, 1967),..; đi từ những tình ý ngập ngừng, kín đáo và lời cổ kính, đến những nghi vấn khúc mắc, táo bạo!

Trong số, **Trần Thy Nhã Ca** xuất hiện lần đầu trên *Hiện Đại* với những bài thơ tình, rất đa tình, lụy tình, như chỉ có tình-yêu là thứ trân quý nhất:

"Đời sống ôi buồn như cỏ khô
Này anh, em cũng tợ sương mù
Khi về tay nhỏ che trời rét
Nghe giá băng mòn hết tuổi thơ"

(Thanh Xuân, *Hiện Đại*, số 1, 4-1960; *Nhã Ca Mới*, Ngôn Ngữ 1965, tr. 41)

Bà đem những tứ thơ nhuốm không gian của thời hồng hoang nhân loại, tình đam mê ngây thơ trong một khung cảnh thật vô tư:

"Tôi làm con gái / Buồn như lá cây
Chút hồn thơ dại / Xanh xao tháng ngày..."

(Bài Nhã Ca Thứ Nhất, *Nhã Ca Mới*, tr. 36; *Hiện Đại*, số 1, 4-1960)

Lệ Khánh không cao siêu, huyền bí, chỉ có những lời yêu thường tình, với một người "chú" đã có vợ con:

"đứa con gái đáng thương / gọi người yêu bằng chú
tóc rối ánh mắt buồn / khóc nhiều trong giấc ngủ"

(Dù Ngang Trái Vẫn Yêu, *ELGTBX*, 1965)"

vì thế *"cho nên em muốn nói / tay trong tay đủ rồi*
hẹn thề là mây khói / mai mình xa nhau thôi"

(Xin Anh Đừng Thề … Dại)

"Vòng tay này ôm vợ
Còn vòng tay nào anh ôm em?"

(*Vòng Tay Nào Cho Em*)

Hoàng Hương Trang đậm tình hơn, tìm quên trong ảo giác:

"Cố quên nhưng vẫn nhớ hoài
Cố say để đuổi bóng người trong tim
Rượu càng say, người khó quên
Ô hay, tình đã khắc lên cuộc đời
Dấu nào Lạc Ấn trên tôi
Dấu nào ghi đậm, dũa hoài chẳng phai

Tình tang! Ta cất chén mời
Nghêu ngao gõ nhịp, quên người quên ta"

(Trầm Ca 5)

Như vậy rõ là thơ tình đã phong phú thêm ở giai đoạn 1954-1975 – trong khi Thanh Tâm Tuyền và Võ Phiến nghĩ khác: Thanh Tâm Tuyền cho rằng *"tình ái cũng bị dùng làm phương tiện khám phá đời sống, khai quật ý thức..."* (3), và Võ Phiến cũng đã phán rằng giai đoạn này là "một nền thi ca không tình ái" đưa lên thành đề mục trong tập Tổng quan *Hai Mươi Năm Văn Học Miền Nam 1954-1975* (12); hơn nữa là thời có những bài thơ tình để đời với sự phụ họa của nhạc phổ thơ. Hiện tượng thơ có thể nói đến những tập *Truyện Chúng Mình* của Nhất Tuấn (13). Tình yêu trong trắng của những người tuổi trẻ, nhưng hoàn cảnh đất nước phân ly và chiến tranh khiến những kẻ yêu nhau không thể gần, chỉ gần trong tơ tưởng và kỷ niệm. Ở đây, tình yêu đã nhuốm mùi súng đạn, tình yêu và thơ tình thời đại:

"Con quỳ lạy Chúa trên trời
Để cho con thấy được người con yêu
Đời con đau khổ đã nhiều
Kể từ thơ dại đủ điều đắng cay
Số nghèo hai chục năm nay
Xây bao nhiêu mộng trắng tay vẫn nghèo
Mối tình đầu trót bọt bèo
Vì người ta thích chạy theo bạc tiền
Âm thầm trong mối tình điên
Cầm bằng Chúa định nhân duyên bẽ bàng
Bây giờ con gặp được nàng
Không giàu, không đẹp, không màng lợi danh
Chúng con hai mái đầu xanh
Chắp tay khấn nguyện trung thành với nhau
Thề rằng sóng gió biển dâu
Đã yêu ... trước cũng như sau ... giữ lời
* Người ta lại bỏ con rồi*
Con quỳ lạy Chúa trên trời thương con"

(Cầu Nguyện, *Truyện Chúng Mình* 1, tr. 13).

Thơ nguồn cảm hứng từ tôn giáo đặc biệt là thơ Thiền nhưng lại dùng kho ngôn ngữ của Trung-Hoa vì thi ca Việt Nam chịu ảnh hưởng này hơn là từ chữ Phạn. Thiên Chúa giáo cũng đã là nguồn hứng cảm của Quách Thoại, LM Vũ Đức Trinh, Nhất Tuấn, Du Tử Lê, v.v. Những bài thơ hay của **Quách Thoại** viết về tình ái:

> *"Ta ngạt thở bởi mùi hương xa vắng*
> *Hương thiên đàng vừa thoảng bến trần gian*
> *Ta đê mê cảm động đến mơ màng*
> *Nghe mầu nhiệm thấm nhuần trong mến cảm*
> *... Như Băng em, xin ngó nẻo thiên đàng*
> *để nguy hiểm ta sống đời địa ngục..."*

(Như Băng Trường Tình).

Đỗ Tấn buồn một cuộc tình:

> *"Cô độc, một mình, bơ vơ, trống trải*
> *Mùa hạ, mùa thu, rồi nay mùa đông*
> *Muốn gởi đến em những lời thăm hỏi*
> *- Nhưng gọi tên em hay gọi tên chồng?"*

(Mùa Xuân Đã Hết, Thơ Trắng)

Buồn nhưng nhà thơ nòi tình không buông xuôi, niềm tin vẫn sống mạnh:

> *"Nhưng anh không chết / Anh cũng không đi xa*
> *Anh vẫn thầm nghe màu xanh kêu gọi bao la*
> *Và chờ đợi những chiều mưa ngỡ tối*
> *Và cả thẹn với những điều đã nói*
> * Em đi lấy chồng*
> *Nhưng cuộc đời còn biết mấy mùa xuân*
> *Những người lính vẫn trào lên phòng tuyến*
> *Những trẻ thơ vẫn khóc vẫn cười*
> *Và cuộc đời ở mãi tuổi đôi mươi..."*

(Trở Lại, Thơ Trắng)

Những năm đầu thập niên 1960, Đỗ Tấn chủ trì ý hướng chiến đấu chống bạo lực, tiêu cực, chống Cộng và bất bình trước những chướng tai gai mắt trong làng văn-nghệ và chính-trị.

Chế Vũ (Hồ Xuân Tịnh, sinh năm 1931 ở Thừa Thiên, nguyên quán Vinh) xuất hiện vào thập niên 1950 với 2 tập thơ *Hoa Tâm Tư* (1956) và *Khát Vọng* (Huyền Trân, 1959) có những vần thơ tình đặc-biệt riêng của nhà thơ:

"Hãy cho tôi giấc ngủ bình yên
Đừng chập chờn ác mộng
Đã bao đêm dài rỏ dòng lệ nóng
Tính hay buồn nên mắt ướt suy tư
Mắt tôi cay chờ đợi đến bao giờ
Hương trinh tiết Nàng Thơ về hiển hiện
Trót sinh ra lòng tôi là sóng biển
Là mây mù, giông tố đặc trường giang
Trót sinh ra đã nhớ nắng thiên đường
Thích mơ mộng, trán u hoài năm tháng
Người ta bảo: đời tôi như giấc mộng
Sống rất dài và quá sợ mồ côi
Chuyện tình duyên đã lỡ mấy lần rồi
Bởi cao số nên chậm thành sự nghiệp.
*   Tôi vẫn biết ngày mai rồi oanh liệt,*
Phút khởi đầu, đã trót hẹn từ nay
Năm dọn đường, ngày tháng mải mê say
Tóc thơm nắng tôi vun trồng mộng mị
Những buổi xuân đầu sao dài vạn kỷ !
Đêm rất buồn, tôi ngủ chẳng bình yên
Ôi bóng nàng đâu? tôi quyết đi tìm
Đuốc linh ứng sẽ sáng thành sự nghiệp.
*   Giấc ngủ hôm nay tôi từng khâm liệm*
Cả thi hài quá khứ xuống đất đen
Trông tương lai rất quá đỗi êm đềm
Tôi chẳng vội buộc hồn vào tận hưởng...
Đã bao lâu rồi thuyền mình lạc hướng
Chút mộng còm thành sự thực hôm nay!
Giấc ngủ bình yên theo đúng luân hồi,
Đêm tới sáng, không chen vào mộng mị,
*   Không trằn trọc bởi mùi hương dạ lý*
Không tại nàng, hình ảnh của ngày mai
Người ta thương tôi, tôi cảm ơn hoài
Ân ghi nhớ, để dành cho tới chết
Vốn biết đời tôi ngày sau lẫm liệt
Hoa trên đời sớm tối nở triền miên
Đêm rất dài tôi ngủ rất bình yên"

(Ngủ Yên, *Khát Vọng,* tr. 24).

Lâm Vị Thủy (28-4-1937 – 21-7-2002) với thi tập *Sao Em Không Về Làm Chim Thành Phố* (Huyền Trân, 1963) kể chuyện tình qua bài thơ được dùng làm tựa cho cả tập. Nhà thơ đưa người đọc dõi theo chuyện tình của mình theo thứ tự thời-gian và những chốn không-gian địa lý đã đi qua, đã chứng kiến cuộc tình hoặc từ đó phóng đi những nhớ nhung, ao ước:

"1. Thôi bây giờ đã vào mùa hạ
Tôi xin làm trẻ thơ / Giấc ngủ trần truồng bên đồi cỏ rối...

Thôi bây giờ tôi giã từ em
Câu chuyện hoang đường hồi nhỏ dại
Như kẻ từ sa mạc tìm về / Như thuở nằm nôi chưa lần rửa tội

Thôi bây giờ tôi trả cho tôi
Những khoảng tâm hồn hoang vu, cằn cỗi / Mà đau đớn vô cùng

2. Căn gác bỏ quên ly cà phê đen
Hình bóng em cuối mỗi con đường
Mang tên một hành tinh xấu số / Những gốc cây hô hào đòi lật đổ

Sự lỗi lầm nào đã buộc chúng ta vào nhau
Khi trời chưa mùa hạ / Khi tôi chưa là người thủy thủ già
Bới tóc người yêu trên cát

3.Thôi bây giờ người đưa thư không đến nữa
Tôi sống băng màu áo em mang
Bằng những buổi trưa đón em về ngã tư đèn xanh đèn đỏ

Như những ngày mưa chợt đến vội vàng
Những thoáng vui làm phiền muộn
Tôi lang thang ra bờ sông
Dòng nước đen sâu hình ảnh tôi muôn đời
Vẫy những con tàu đi không trở lại
Vẫy những người đưa thư đi qua
Những kỷ niệm nhích xa mình mãi mãi
Bởi vì vẫn đi nên chịu một mình
Như chuyến xe lăn tròn cỏ xấu
Tôi để tôi ngồi ghế đá công viên
Chép sử đời mình đám đông dòm ngó
Kẻ nào dơ tay thề trên hồn mình
Kẻ nào đứng lên chửi thầm đồng loại

Sao em không về làm chim thành phố
Lệ nhỏ hai hàng khép đỉnh ngọn cây

4. Này đây ngàn chuỗi ưu tư
Em bó mình tôi trước giờ tôi chết
Rồi thôi tất cả chẳng còn gì
Thềm nhà đất ẩm em chân không / Gian phòng tôi nghĩa địa
Với áo cỏ gai nụ hôn đầu cúi mặt / Tôi biết viết gì cho em
Khi những cánh thư quên đường Gia Định
Khi những cánh thư thôi về Bình Dương...

Tôi xin em một bài vọng cổ
Tôi xin em một điệu nam bình
Người tình mình ở mãi phương xa / Môi sốt hồng mệt mỏi
Mùa lạnh tái tê này / Khoe quyến rũ

5. Em biết không quê hương mình
Thế hệ xưa là bóng núi / Xui lòng em giận hờn
Tôi nguyền rủa tôi / Kẻ tội đồ chứng nhân lịch sử
Em biết không khi chối bỏ cuộc đời
Tôi sẽ gọi tên em như một lời cầu cứu
Tôi sẽ gọi tên em vì tôi bơ vơ / Khi con đường phố chợ
Khi xóm bình dân những bữa cơm gia đình / Muốn khóc.

Hãy cho tôi được nắm lấy tay em
Được giữ rất lâu hai bàn tay bé nhỏ
Để nghĩ rằng quê hương chưa xa mình
Để nghĩ rằng tôi hãy còn tất cả
Ôi tình yêu và tuổi trẻ nhục nhằn

6. Như mùa thu âm thầm đến muộn
Áo mỏng trời sương lồng ngực đau / Viền chỉ tay sần sượng
Tôi mua tờ báo loan tin buổi chiều
Thân thể khắc đầy những danh từ cách mạng / Em biết không.

Bởi vì chúng ta đã trưởng thành
Bởi vì chúng ta không quyền lựa chọn
Chúng nó bất công giết người khủng bố
Nên chúng ta cần đốt lửa trái tim
Nên chúng ta cần có nhau mỗi ngày
Bởi vì chúng ta cùng chung lịch sử
Bởi vì chúng ta cùng chung chặng đường

7. Vỉa phố gót chân mềm mưa mang vào thư viện
Mỏi hơi năm ôm sách
Tường cao tường cao mênh mông
Kẻ nào đứng lên kêu gào thảm thiết
Tự do – tự do / Cho những người đã chết
 8. Tôi sẽ đưa em vào quán rượu
Nhịp điệu hành hình man rợ công khai
Làm gã trai lơ phóng đãng chơi bời
Buôn bán niềm vui hắt hủi
Như người ta gỡ tấm khăn choàng nghẹt thở
Tôi đưa em ra bờ sông
Khánh Hội mồ côi Tân Thuận sình lầy
Chánh Hưng không đành thiếp mệt
Như người ta gỡ tấm khăn choàng nghẹt thở
Tôi đưa em về vườn bông trái Lái Thiêu
Ngọt bưởi Biên Hoà phù sa Bassac
Em ngủ vai tôi ngậm tròn nước mắt
Em ngủ vai tôi tiếng hát êm đềm:
- " Nhà bè nước chảy chia hai
Ai về Gia Định, Đồng Nai thì về... "
Ai về Gia Định, Đồng Nai thì về...

 9. Em còn nhớ không sân ga Hàng Cỏ
Năm cửa ô nghèo khổ / Ngục tù
Những tháng năm chìm Mai Lĩnh Hà Đông / Mồ hôi nước mắt
Em còn nhớ không Cống Trắng Nam Đồng

Chữ học ban đầu / Em còn nhớ không
  Chúng nó bất công giết người khủng bố
Nên chúng ta cần đốt lửa trái tim
Nên chúng ta cần có nhau mỗi ngày
Bởi vì chúng ta cùng chung lịch sử
Bởi vì chúng ta cùng chung chặng đường
Như mùa xuân bé bỏng mong chờ
Như tuổi lên mười thơm hiền sữa mẹ
Tôi cũng muốn tin như em đã tin rằng phải có những tín điều
Để buộc liền chúng ta với nhau
Để buộc liền chúng ta vào xứ sở

Tôi cũng muốn tin như em đã tin rằng chỉ có tình yêu là đáng kể
Và khuôn mặt em ngời hy vọng cuối cùng

10. Thôi bây giờ em khóc đi em
Như những người quen nhau ngoài phố
Những trang nhật ký buổi đầu
Không căm thù giả dối...”

(Bản Thư Ấn Quán, 2012, tr. 43-55).

Ông có những vần thơ dễ cảm với đơn sơ và âm thanh trìu mến:

“Những ngày bắt đầu mùa xuân / Tôi đến thăm em
Mang theo từng bầy chim én / Nhà em lưng đồi
Tôi thấy yêu con đường trải cuội”

(Hình Ảnh Tình-Yêu, Sđd, tr. 34)

“Em ngủ trong rừng trọn trăng mười bảy
Tóc vẽ nên hình trảng cỏ xanh
Những vì sao buổi chiều cuối năm chưa mọc.
Tôi là chàng hoàng tử xấu trai
Chàng hoàng tử người ta quên ghi tên trong cổ tích
Dừng ngựa từ xa ngó em chẳng dám tới gần
Ngồi ôm đầu soi giòng suối / Mười năm rồi bỏ đi.
(...) Có con nai vàng khóc bên bờ suối
Lửa hạ thiêu rồi trảng cỏ xanh
Ôi những vì sao ở rừng ở biển
Có thấy trời hôm nay nhiều mây... ”

(Vẻ Thần Thoại. Sđd tr. 10, 11)

Thế Viên tên thật Hồ Thế Viên (1935-1993), tác-giả *Đau Thương* (TGXB, 1960), *Người Yêu Tôi Khóc, Nỗi Buồn Của Anh* (Sông Hương, 1961), *Khuôn Mặt Của Chúng Ta* (Tương Lai, 1965) và *Mưa Quê-Hương* (giải Văn-học nghệ-thuật 1970); thơ ông đăng trên các báo *Đời Mới, Văn Nghệ Mới, Văn Nghệ Tiền Phong, Thẩm Mỹ, ...*

“Em ở miền Nam mây trắng bay
Đồng xanh bát ngát tóc vương đầy
Mận đào hồng ửng lên đôi má
Muôn nẻo em về hoa nhẹ lay
* Tôi ở miền Trung xứ cát dừa*
Sông Hương núi Ngự động buồn xưa
Bút nghiên đốt sạch theo chinh chiến
Trôi dạt vào Nam gối giấc mơ
* Cứ mỗi buổi chiều tôi gặp em*

Áo vàng lẫn với nắng vàng êm
Em nhìn núi biếc in trong mắt
Ngơ ngẩn tôi về thức trắng đêm
Thương nhớ em rồi không ước hẹn
Núi sông chuyện cũ tưởng phai mờ
Bỗng dưng một sáng trùng dương gọi
Tôi vội lên đường quên giấc mơ
Tôi bốn phương trời em một phương
Gặp nhau từ buổi biết yêu đương
Sông hồ cách biệt xa đôi ngã
Em ở miền Nam tôi dọc đường" (Dọc Đường, *NBCA*)

"Giữa cuộc sống trần gian đầy hoa bướm
Tôi mê say trong câu hát tiếng cười
Đẹp môi hồng những lứa tuổi hai mươi
Tim son trẻ nẻo đời đơm bông trái
Trong những phút thần tiên trao ân ái
Trong những giờ e ngại buổi yêu đương
Thời gian qua trong cảnh mộng thiên đường
Tôi réo gọi những muôn hình muôn sắc
Của trăng sao, của trời đêm dầy đặc
Của ban mai của nét mặt hoa niên
Của mùa thu trong giếng mắt u huyền
Của em gái mười lăm năm tóc xõa
Ngày cuối cùng nợ đời tôi phải trả
Chết hình hài nhưng sống ở tâm linh
Tôi sẽ mang theo trọn vẹn ân tình
Của cảnh đẹp trần gian về xứ lạ
Tôi sẽ mua những tiếng cười rộn rã
Của người yêu như dâng cả môi hồng
Và nét u hoài giữa đáy mắt trong
Của thiếu nữ khi dâng cả môi hường
Và nét u hoài giữa đáy mắt trong
Của thiếu nữ khi chờ mong tình ái
Tôi sẽ đi về và mong ngày trở lại
Cuộc đời tròn hoang dại thuở ban sơ
Ôi! Người em bé bỏng tóc buông hờ
Cuối cùng chết, tôi say mê tuổi trẻ" (Cuối Cùng).

Luân Hoán tài tình gọn đưa tình-yêu vào một bài Ca Dao Tình-Yêu:

"Tóc em nối sợi chưa vừa
cột chân tôi động theo mùa nước sông
đêm kề hồn bến hư không
mái tranh sương giọt đầy lòng chiêm bao
sẩy tay em rót sầu vào
chết thân tôi hiện ca dao tạ đời
mai người buồn miệng ngâm chơi
may ra tôi được lên trời đầu thai"

(*Giữ Thơm Quê Mẹ*, số 5, 11-1965, tr. 4)

Một nhà thơ trẻ khác, **Chu Ngạn Thư**, đã có những tra vấn hiện sinh trăn trở tận tình:

"trong con người buồn bã / ta mệt lã kiếp người
khoác hoài khăn áo, lạ / vơi dần dòng máu tươi
    trong con người xót xa / phải, đời ta đã cạn
khi người mang cao cả / vất khỏi cửa thật thà
chọn giăng đèn kết hoa / nơi, dưới chân địa ngục
    có phải suốt đời mình / cơn điên mê, vật vã ?
sống đời sống hóa trang / ngó lại mình, xa lạ
    sự thật của lòng mình / thế nào trên mặt nạ ?
    em có hiểu thế không? / giữa-cuộc-người-dối-trá
(khi cắm nụ hoa hồng / trên ngực ta tăm tối)
    ta xin tạ ơn em / lúc đời ta đã cỗi
lúc máu về đã đen / lúc hồn ta đã tối
nhựa sống một đời, còn / đủ lê từng bước mỏi
    ta xin tạ ơn em
đem kiêu hãnh đời mình / cùng ta, đi suốt cuộc
    khi sống thật với lòng / tình ta không thể đổi
    chọn đúng phút hân hoan / suốt đời, không hề hối"

(Giữa Cuộc Người, *Thơ Chu Ngạn Thư*, 1974).

Thơ tình không thể không nói đến **Kim Tuấn** (Nguyễn Phúc Vĩnh Khuê, 1937 – 2003) tác-giả những *Hoa Mười Phương* (Trường Giang, 1959), *Ngàn Thương* (chung với Định Giang, 1961), *Dấu Bụi Hồng* (Pleiku: Minh Đức, 1971), *Thơ Kim Tuấn 1962-1972* (Gìn Vàng Giữ Ngọc, 1974). Hai trích đoạn từ tập *Thơ Kim Tuấn* lời tình khá nhẹ nhàng:

"Anh cho em mùa Xuân / Nụ hoa vàng mới nở
Chiều Đông nào nhung nhớ / đường lao xao lá đầy
Chân bước mòn vỉa phố / Mắt buồn vin ngọn cây
Anh cho em mùa Xuân / mùa Xuân này tất cả
lộc non vừa trẩy lá / thơ còn thương cõi đời ... "

(Nụ Hoa Vàng Ngày Xuân).

Chinh chiến không ngày về, nên có mùa Xuân khác hơn, dù vẫn những nụ hoa đào, anh vẫn luôn sẵn sàng "cho em mùa xuân", nhưng ở "Nhìn lại mùa xuân" đã nhuốm màu buồn của cách biệt, chia xa,... - những gì đang xảy ra trên quê-hương:

"Đường đi dài bóng đổ / Mùa xuân xa chưa về
Chim trời bay mỏi cánh / Mây lưng chiều lê thê
Mắt em buồn vương vấn / Trăng xưa còn quên thề
Lúc nhớ nhà khói xám / Lạnh lùng in trời quê
Mùa xuân hoa đào nở / Xa em sao không về
Núi rừng thôi thương nhớ / Nước mắt nhòa bóng đêm (...)
Xuân hồng đôi má thắm / Khóc thương ai mong chờ
Khóc thương người xa vắng / Giấc ngủ đầy mộng mơ
Mùa xuân không trở lại / Còn nhớ ai mong chờ
Tóc xanh màu tuổi trẻ / Em còn nhiều mộng mơ
Anh còn như mây trắng / Lang thang khắp phương trời
Gió sương phai màu áo / Chiều nhớ nhà chơi vơi
Lúc dừng chân xứ lạ / Chợt thầm yêu cuộc-đời
Bước mòn năm tháng cũ / Có gì đâu em ơi
Mùa xuân hoa đào nở / Anh thầm yêu cuộc-đời"

(Giữ Thơm Quê Mẹ, số 7&8, tr. 4)

Và trong Khách Lữ, Kim Tuấn đã nhắn nhủ người tình như chinh-phu ngày trước vì việc nước phải tạm phân ly, khác là người nay tâm thức không lối thoát:

"hãy hôn lên đất và yêu đất
yêu phận người trong cảnh nhiễu nhương
quảng gươm mà hát lời ta thán
thành quách xa mù đâu biên cương
* biên cương khách lữ trên yên ngựa*
hiu hắt rừng thiêng chiều khói bay
lênh đênh gió cuốn lên miền ngược
ta lỡ phiêu bồng ta như mây

như mây che kín chân trời khuất
ta viễn phương còn đâu cố hương
đêm nào rượu tiễn đời luân lạc
cạn chén men nồng ta khôn khuây
hãy lên như gió qua cành lá
hãy khóc giùm cho những hạt mưa
lỡ mai mưa khuất bên triền núi
lòng nhạt nhòa như tấm gương xưa
người cũng buồn như gương đã vỡ
mảnh em soi có thấy tâm hồn
ta soi thấy bóng đời đau khổ
thấy bóng đời hoen những vết thương
hãy quên đi nhé vui lên nhé
nào có hề chi bước lãng du
cớ sao em khóc khi từ biệt
ta vẫn một mình ta thiên thu"

(*Bách Khoa*, số S* 420, 3-1-1975, tr. 74)

Nhà thơ đưa không gian lạ lẫm của sương khói miền cao đến với người yêu thơ:

"Sáng mai khi về em có khóc?
(vì nỗi buồn như một thói quen)
hai tay bưng mặt em nào thấy
những phố đìu hiu nhạt ánh đèn
Sáng mai khi về em có nhớ
phố núi âm thầm mưa bay ngang
phố núi chiều mưa anh trở lại
một đời như gió vẫn lang thang..."

(Chốn Biệt Mù).

Trần Dạ Từ, Phạm Thiên Thư, Hoàng Trúc Ly, Cung Trầm Tưởng, v.v. đã là những nhà thơ chuộng tình. Với **Trần Dạ Từ** đó là:

"Thuở làm thơ yêu em / Trời mưa chưa ướt áo
Hoa cúc vàng chân thềm / Gió mây lưng bờ dậu
Chiều sương đầy bốn phía / Lòng anh mấy ngã ba
Tiếng đời đi rất nhẹ / Nhịp sầu lên thiết tha .
Thuở làm thơ yêu em / Cả dòng sông thương nhớ
Cả vai cầu tay nghiêng / Tương tư trời thành phố ... "

(*Thuở Làm Thơ Yêu Em*, 1971, tr. 16-17)

Thuở đó thường ru xin tình-yêu:

"mi sầu thôi khép đi em
hồn anh rộng đã trăm miền không-gian
ngày vơi, cửa trống, thu tàn
lá thưa cành nặng cây đàn quạnh hiu
lối đi vừa chớm tiêu điều
mùa nghiêng bóng nhỏ ngày xiêu cột dài
phố chiều gió vọng bàn tay
ru anh về với đôi ngày lãng quên"

(Bài Ru, *Thế Kỷ Hai Mươi*, 1, 7-1960, tr. 43)

vì *"Người đi qua đời tôi / Trong những chiều đông sầu*
Mưa mù lên mấy vai / Gió mù lên mấy trời
Mây mù lên mấy biển
Người đi qua đời tôi / Hồn lưng mùa rét mướt
Đường bay đầy lá mùa / Vàng xưa đầy dấu chân
Lòng vắng như ngày tháng / Đen tối vùng lãng quên
(...) Người đi qua đời tôi / Nghe những lời linh hồn
Phi lao dài tiếng ru / Êm ái lng hối tiếc
Trên lối về nghĩa trang / Trong mộ phần tối đen
Người đi qua đời tôi / Không nhớ gì sao người
Em đi qua đời anh / Không nhớ gì sao em".

(Thơ Cũ Của Nàng, *TLTYE*, tr. 64-65)

Sau này, tình với một người trở nên 'vị tha' vào thời chiến như Yêu Em, Yêu Loài Người (Vấn Đề, 17, 12-1968).

Ở Cung Trầm Tưởng, tình bắt đầu với Mùa Thu Paris:

"Mùa thu Paris / Hẹn em quán nhỏ
Rưng rưng rượu đỏ tràn ly
Mùa thu đêm mưa / Phố cũ hè xưa
Công trường lá đổ / Ngóng em kiên khổ phút, giờ
Mùa thu âm thầm / Bên vườn Lục-Xâm
Ngồi quen ghế đá / Không em buốt giá từ lâu
(...) Mùa thu mùa thu / Mây trời âm u
Yêu em độ lượng / Trong em tâm tưởng giam tù
Mùa thu ... trời ơi tình thu".
Rồi chia tay lãng-mãng tình :
"Lên xe tiễn em đi / Chưa bao giờ buồn thế

Trời mùa đông Paris / Suốt đời làm chia ly
Tiễn em về xứ mẹ / Anh nói bằng tiếng hôn
Không còn gì lâu hơn / Một trăm ngày xa cách
Ga Lyon đèn vàng / Tuyết rơi buồn mênh mang
Cầm tay em muốn khóc / Nói chi cũng muộn màng
Hôn nhau phút này rồi / Chia tay nhau tức khắc
Khóc đi em, khóc đi em / Hỡi người yêu xóm học
Để sương thấm bờ đêm /Đường anh đi tràn ngập lệ buồn em ...''

(Chưa Bao Giờ Buồn Thế – tựa phổ nhạc: Tiễn Em)

Chuyện tình tóm lại là một khoảnh khắc hiện thực hôm nay, ở đây:

"Trời ngoài mưa ẩm đục / Dây trùng dây đan nhau
Thương yêu thành ngã bốn / Quán trong nhỏ môi thầm
Tình nhân đôi gặp gỡ / Đan nhau bằng ngón tay
Ý riêng tôi nhân ái / Chứng kiến ngồi vu vơ
Tình nhân đôi nho nhỏ / Đan nhau bằng mắt ngơ
Phút ấy thật hiện sinh / Truyện tình ôi dung ái!"

(Truyện Tình, *Thế Kỷ Hai Mươi*)

Hai nhà thơ Kiên Giang, Trần Tuấn Kiệt cũng đã để lại nhiều bài thơ tình đẹp. **Viên Linh** thì có Bài Phượng Liên:

"Anh đi hồn tiếc thương nhiều
ngọn soan thưa lấp bóng chiều cuối sân
nẻo sầu đôi dạ phân vân
nửa thân yên ngựa nửa thân tay mình ...".

(*Hóa Thân*, 1964)

Nguyễn Nho Sa-Mạc với những vần thơ mệnh yểu; thơ ở ông rõ là không phơn phớt, nơi trần bì, mà đã thẩm thấu trong hình hài và tâm tưởng. Một trong những bài thơ tình đầu tiên của Nguyễn Nho Sa-Mạc là bài Vàng Lạnh, đăng trên tạp-chí *Mai* năm 1962, một tạp-chí cung cách thủ cựu, khép kín và nổi tiếng với những bài nghị luận khô khan về triết lý và văn-hóa. Bài thơ đến với giới thưởng ngoạn thi ca lúc bấy giờ như một làn gió lạ. Nội dung một thiên tình sử dù chỉ mới bắt đầu và lời thơ được chăm sóc, trau chuốt một cách tuyệt vời :

"Chuyện bữa ấy chiều nay em kể lể
màu môi chôn kỷ niệm đã lâu rồi

mi mắt đó ghi ân tình đổ vỡ
đời nữ sinh vàng lạnh tháng ngày trôi
Em đã khóc cả buổi chiều hôm trước
chúng bạn đùa đã biết chuyện riêng tư
nỗi yêu thương trong đời người con gái
bảo em buồn nức nở trước trang thư
(...) Chuyện bữa ấy chiều nay em kể lể
dáng mi trầm nuối tiếc những ngày qua
thứ bảy chiều chúng mình mừng sinh nhật
của mối tình sớm nở sớm đi qua".

Với **Tạ Ký** (1928 - 19-3-1979), thi ca như là điểm đến của những sầu tình, thương cảm, thơ bắt đầu đăng trên *Đời Mới* rồi các tạp-chí văn-học nghệ-thuật. Tác-phẩm *Sầu Ở Lại* (Quế Sơn-Võ Tánh, 1970; tái-bản 1971, giải Văn Học Nghệ Thuật của Tổng Thống 1972). Ở Tạ Ký, thi ca là thiên đường của nỗi niềm và siêu thoát cho những đắng cay trần gian và nhân thế, và đặc-biệt thơ ông thường được đề tặng tri âm:

"Đời lỡ nhúng sầu bên cốc rượu,
Mượn vui bè bạn sống qua ngày,
Đoạn trường hơn cả thân ca kỹ
Cơm áo làm nên chuyện nước mây...
Năm cùng tháng tận đời hoang vắng
Bên quán ngờ đâu gặp lại mày
Gọi để mừng nhau khi hội ngộ
Thì xin hãy cạn chục ly đầy
Quàng vai tìm chút dư hương cũ
Nhắc đến hàng trăm chuyện đổi thay...
Nhắc đến những thằng... nay đã chết
Những thằng đang sống kiếp trâu cày
Bạn ơi, nước mắt mình tuôn đấy...
Ngồi nhậu bên đường...ta khóc đây...." - 1970

(Sầu Ở Lại)

Đời với Tạ Ký cuối cùng cũng chỉ là đoạn trường:

"Bước chân nào nặng phù du,
Ngón tay nào thắt sầu tư trói hồn.
Cô đơn rồi vẫn cô đơn,
Bốn mươi thu đó đời cơn đoạn trường.

Sông xa bãi cát vàng hanh,
Đìu hiu bến vắng, mong manh sương chiều.
Mười lăm năm giấc mộng vèo,
Bốn dây nhỏ máu xuôi theo Tiền Đường.
Từ em lần lữa lầu xanh,
Cuộc say đầy tháng, tàn canh, vẫn thừa.
Chừ đây bên cạnh người xưa,
Nửa đêm tái ngộ nghe mưa cuối trời.
Mà thôi, đàn kiếm giang hồ,
Trở về cát bụi, cơ đồ ngả nghiêng.
Say đến khóc, cười như điên,
Ngàn xưa đọng lại một thiên não người!"

(Đoạn Trường Gợi Lại)

Với thi nhân, rượu vì đời, vì tình, vì tất cả, nhất là vì buồn:

Buồn như ly rượu cạn, / Không còn rượu cho say.
Buồn như ly rượu đầy, / Không còn một người bạn.
Buồn như đêm khuya vắng, / Qua cửa sổ trông trăng.
Buồn như em nói rằng: / Nhớ anh từng đêm trắng.
Buồn như yêu không được / Dù người yêu có thừa.
Buồn như mối tình xưa / Chỉ còn dòng lưu bút.
Buồn như buồn như thế, / Buồn như một kiếp người.
Đây cõi lòng quạnh quẽ / Buồn như đóa hoa rơi!"

(Buồn Như, 'tặng Tôn Thất Trung Nghĩa')

Và lại Thêm Buồn khác:

"Tôi sẽ chết dễ dàng hơn đã sống,
Mắt không buồn vì nhắm đến muôn thu.
Con chim nào xanh, giấc mộng nào hư,
Lời bay bướm lặng dần vào dĩ vãng,
Ba mươi đến khỏi lo tiền cơm tháng!
Cô mỉm cười, cô có biết gì đâu!
Tôi từng nghe chó sủa suốt đêm thâu,
Và chim hót suốt mùa đông lạnh lẽo,
Ôi con chim hồng từng bay lạc nẻo
Đường trái tim hun hút thời gian (...)"

(Thêm Buồn, 'tặng Lê Khắc Lý')

Lướt qua các tựa đề thơ sẽ càng thấy rõ nỗi niềm tâm sự của nhà thơ Tạ Ký: Điệu buồn xứ núi, Chuyện buồn, Lại một bài thơ tâm tình, Một Mình, Hoài, Xin Thật Im, Đoạn trường gợi lại, Tình xưa sử nến, Thì trang tình sử…, v.v. Không lối thoát cho buồn, cho nhân sinh!

Thơ tình **Thành Tôn** có bài lục bát khá tân kỳ và đầy ấn tượng: một người ngồi quán nói với một người nữ mà như với người kiếp nào với hình ảnh, âm thanh độc đáo, bùi ngùi:

> *"Vào đây, ghế quạnh, khuya người*
> *Quán như địa phủ, nhạc đời nhân gian*
> *Quầy trơ, mắt bé ngỡ ngàng*
> *Thuyền ai đổ bến, lòng nàng bâng khuâng*
>
> *Hồn ta trải gió đầy sân*
> *Tình ta, mây cũng mấy lần thu nao*
> *Vào đây bàn nhẵn, câu chào*
> *Quen như thân thể, lạ nào chén ly*
>
> *Đời nhau, khói thuốc quên đi*
> *Bên tai cổ nhạc lầm lỳ canh tân*
> *Trên kia dáng bé tần ngần*
> *Lời yêu chậm nói, tình gần tay trao*
>
> *Vào đây đèn đủ hanh hao*
> *Bóng ai theo đến kẻ nào quay lui*
> *Cúi đời trên chén ly, khuya*
> *Mắt nhau một hướng, tình chia mấy trùng*
>
> *Ngồi thầm, góc quán mông lung*
> *Xa nghe lời kẻ, gần chùng dáng ai*
> *Vào đây nhạc đĩa đầy vai*
> *Vòng quay nhịp lặp, kim mài giọng quen*
>
> *Mòn hao sợi tóc trăm năm*
> *Khuya, mưng máu chậm. Tình, bầm tim mau*
> *Ngậm lòng, quán vắng, ơn nhau*
> *Ly trơ ghế nóng, bé chau mắt nhìn*
>
> *Vào đây như một đức tin*
> *Khói tan đốm thuốc, đời vin tay nào*
> *Miệng cười kín nụ lao đao*
> *Tình chia nghĩa sớt, câu chào riêng ai*
>
> *Trách gì ý lỡ, lời sai*

Cho nhau góc quán đêm dài dung thân
Thôi em trả đó tình gần
Ta xin bóng chiếc, đời cần nhau, đâu ?

Vào đây, ghế quạnh, khuya nhàu

Tình như cổ tích đời sau kể thầm"

(Nói Với Cô Bé Ngồi Quán)

Dương Kiền đến với văn-chương với tập thơ *Thú Đau Thương* (1963), trong đó tình-yêu chiếm một vị thế quan trọng:

" ... Vì tôi ngủ nên tôi nằm mơ
Vì tôi yêu nên tôi làm thơ
Vì tôi âm thầm nên tôi cô độc
Nhưng không bao giờ, không bao giờ tôi khóc"

(Bài Thơ Tình Ái)

Và phải dùng nhiều thể thơ để thốt lời yêu, đến … em:

"Tôi yêu em / vì em yêu tôi
Thon thon búp lá / Nhựa tràn lên môi
Mắt nhắm nhìn em nhắm mắt
Vẫn thấy em cười / Nhạc tròn cung bực
Chiều buồn ra khơi / Tôi chép hồn tôi lên giấy
(...) Tương tư chiều biếc lên chiều
Bâng quơ viễn ảnh phiêu diêu tiếng huyền
Mắt em ghé mấy con thuyền
Rồi mai xa vắng đứng yên trong buồn
Một yêu nước lũ quanh cồn
Thuyền không tôi bắc mảnh hồn sang thăm"

(Tương Tư Chiều)

Tình ở Dương Kiền trọn vẹn và đa năng, con tim đã mở và bản năng dấy động:

"Tôi ghé miệng em uống cạn từng hơi thở
Ơi trăng ơi, hồn thoát xác lên cao
Tôi muốn tình tôi như một trận mưa rào..."

(Vô Tình)

Võ Chân Cửu (1952-, Bình Định) chủ trương Tập san *Thi Ca* tháng 3-1975 và đã xuất bản *Tinh Sương* (Thi Ca, 1972), *Đại Mộng*

(Nhị Khê, 1973) và *Trường ca Quảy Đá Qua Đồng* (1974). Ở đây ghi nhận thơ năm chữ Trên Thác Rừng Đam Rông:

"Đến đây trời đứng bóng / Anh cũng đứng như rừng
Mây một khung trời rộng / Xin giấu dưới hai chân
Em chờ bên thác đổ / Em nghe tiếng thác gầm
Ôi tiếng hành muôn thuở / Bắt anh phải lặng câm
Em chờ bên nước chảy / Soi kiếm bóng linh hài
Em đi không trở lại / Anh ôm dòng nước phai
Hay đâu từ muôn trước / Thân mang lạnh tự nguồn
Dẫu đổ cao nghìn thước, / Vẫn chìm như vầng dương
Ôi vầng dương âm u / Nghìn năm còn nghe rợn
Khi dáng anh lù đù / Đứng bên rừng Đam Rông
Chờ nghe trời chênh chếnh / Anh phải nhếch như rừng
Khi nghe trời gục chết / Anh phải lết qua rừng
Anh phải nhảy lung tung / Anh phải nhào xuống thác"

(*Văn*, 1972).

Phạm Cao Hoàng *có những bản thơ tình thật đẹp tặng người yêu như những bài gửi Bảo Khanh:*

"1- Sương đã bắt đầu rơi mỗi sáng
trắng cả bến sông xưa / hình như có đôi mắt em
hun hút trong khoảng không gian vô tận
hình như có tiếng hát em
buồn bã như những cánh chim hít-cô
đang kêu mùa thảm thiết / sương mây bay
đời sao mà buồn quá / bên sông không bóng người
chỉ một mình anh / và cát bãi trùng trùng
2- Mỗi sáng rồi mỗi sáng
hoa gạo vẫn rụng trắng bến sông
mà lòng anh quá hiu hắt / như đã nghe giá buốt
như đã thấm tàn thu / như đã nghe giá buốt
của chiều đông năm xưa
còn không em một chỗ ngồi trong quán cốc
khuya khoắt không một ai
còn không em những chiều trong thư viện
và tiếng phong cầm vang trong mưa
còn không em, những chuyến xe vòng thị trấn
đưa ta qua dòng đời xuôi ngược

3- Còn không em chiều tóc thu bay
chút mưa bụi rơi đầy trong mắt
cỏ hoa sương và khói / giăng đầy trong hồn anh
(...) ba năm / tóc anh thêm những sợi trắng
mòn mỏi cứ gõ đều dưới gót giày (...)
5- Bảo-Khanh ơi / anh sẽ nói em nghe
về cuộc đời của tên lãng tử
tên lãng tử có trái tim màu hồng
nhưng có cõi lòng tan nát
suốt bao mùa thu vàng lá chết (...)
6- Ba năm / không ai hát dùm anh
đoạn đời một kẻ khốn cùng
không ai giữ giùm anh
trái tim sắp vỡ làm muôn mảnh
chỉ có em / mới có thể thắp cho anh
chút hương tàn một thuở yêu em
mỗi sáng rồi mỗi sáng / sương cứ tan sương cứ tan
sông vẫn đợi em về / anh vẫn lặng thầm một bóng
không ai nói với anh một lời / chỉ mình anh ngửa mặt
nhìn một trời mây trắng bay mau"

(Sương Bên Sông).

Thơ tình hồn nhiên phải kể đến **Mường Mán** trong nhiều bài thời mới xuất hiện trên các trang báo cho giới trẻ. Bài Lá Tương Tư – cùng tựa với truyện dài nhà *Bạn Ngọc* xuất-bản năm 1974:

"Sáng nay anh thấy mộng rất đầy
Mộng về theo những cánh me bay
Bay từ vai quên sang vai nhớ
Xanh cả hồn anh bé có hay ?
(...) Theo trong mắt bé một vầng trăng
Sáng từ mồng một đến đêm rằm
Soi đường tình ái cho anh tới
Dẫn lối cho hoa tìm đến ong
Quàng lên vai bé một giòng sông
Mênh mông non nước thuở tang bồng
Sông ru tóc ngủ sầu xa ngái
Sông chở phù sa ươm mắt trong
Vẽ lên trán bé những ngày mưa
Khăn quàng áo lụa dài rất thơ

Đôi bàn tay yếu như lá cỏ
Lùa xuống lòng anh lửa bốn mùa
* (...) Thổi vào lòng bé một tiếng đàn*
Anh nghe chầm chậm bước Xuân sang
Những đường tơ nõn rung như nắng
Thứ nắng không màu nhưng rất nhung
* Lăn vào hồn bé một cỗ xe*
Hai con ngựa trắng bước trong mê
Nhạc vàng khuya rộn đôi vòng ngọc
Nhủ bé rằng anh sẽ trở về"

Đặc-biệt thơ tình của người con đất Thần Kinh vốn đa tình mà
ngôn từ líu lo nhưng không buông thả, qua bài Qua Mấy Ngõ
Hoa của Mường Mán:

"Chim vỗ cánh nắng phai rồi đó
Về đi thôi O nớ, chiều rồi
Ngó làm chi mây trắng xa xôi
Mắt buồn quá chao ơi là tội
* Tay nhớ ai mà tay bối rối*
Áo thương ai mà lồng lộng đôi tà
Đường về nhà qua mấy ngõ hoa
Đừng có liếc mắt nhìn hoa bướm
* Có chi mô mà chân luống cuống*
Cứ tà tà ta bước song đôi
Đi một mình tim sẽ mồ côi
Tóc sẽ lệch đường ngôi không đẹp
* (...) Không ngó anh răng nhìn xuống đất*
Đất có chi đẹp đẽ mô nờ
Theo nhau từ hôm nớ hôm tê
Anh hỏi mãi răng O không nói?
* (...) Hoa tầm xuân tím hoang bờ dậu*
Lòng anh buồn chi lạ rứa thê
Nón nghiêng vành nắng chết đê mê
Anh mê sảng theo chiều tắt chậm
* Chiều đang rụng vì tình vừa ngấm*
Hai hàng cây thương nhớ mặt trời
Chiều ni về O nhớ thương ai
Chiều ni về chắc anh nhuốm bịnh
* (...) Còn nhớ chi ngôi trường con gái*

Lớp học sầu, khung cửa, giờ chơi
Cặp sách quăng mô đó mất rồi
Vì O bận tay bồng tay bế...
    Chuyện hôm nay sẽ thành chuyện kể
Những lúc chiều đem nắng sang sông
O bâng khuâng nhè nhẹ hỏi lòng
Mình nhớ ai mà buồn chi lạ? !
    Chim vỗ cánh nắng phai rồi đó
Về đi thôi O nớ chiều rồi
Ngó làm chi mấy trắng xa xôi
Mắt buồn quá chao ơi là tội! ...”

Tình mới lớn có hiện tượng **Nguyễn Tất Nhiên** với những vần thơ học trò ca tụng tình yêu được phổ nhạc và phổ biến rộng rãi nhất là trong giới học sinh, sinh viên! Cô Bắc Kỳ Nho Nhỏ sau đây là một bài thơ tình nhưng người đọc có thể hình dung lại được đời sống dân tộc hài hoà ở miền Nam, ở những vùng như Biên Hoà, nơi sinh trưởng của nhà thơ:

“Đôi mắt tròn, đen, như búp bê
Cô đã nhìn anh rất ... Bắc Kỳ
Anh vái trời cho cô dễ dạy
Để anh đừng uổng mớ tình si
Anh vái trời cho cô thích mộng
Để anh ngồi kể chuyện nằm mơ
“ Đêm qua có một chàng bươm bướm
Nguyện chết khô trên giấy học trò “
Anh chắc rằng cô sinh trong nam
Cảnh tượng di cư chắc lạ lùng ?
Khi nghe ai luyến thương Hà-Nội
Chắc cô nghe bằng tim dửng dưng
Anh vái trời cho cô dửng dưng
Coi như Hà-Nội - xứ hoang đường
Để anh còn dắt cô đi dạo
Còn rủ cô vào rạp cải lương
Anh vái trời cô thích cải lương
“Thích kẻ anh hùng diệt bạo tàn”
Mốt mai thê thảm quanh đời sống
Cô sẽ còn đôi chút lạc quan
Đôi mắt tròn, đen, như búp bê

Cô nhớ nhìn thiên hạ lận lường
Mà hãy nhìn anh cay lắm chuyện
Nhưng còn con trẻ chuyện yêu đương" (1973)

(Mùa Xuân Chim Núi, *Chuông Mơ*)

*

Mảng thơ tình (cũng như bên văn xuôi) có bộ phận **thương nhớ quê nhà** của những người vì hoàn cảnh và chiến-tranh đã phải di cư vào Nam, hoặc di chuyển lên thành phố, nhập ngũ hoặc sinh sống ở những miền đất khác của đất nước. Đợt đầu từ năm 1954 là những nhà thơ di cư vào miền Nam như Tạ Ty hoặc đang du học khi đất nước qua phân như Nguyên Sa, Hoàng Anh Tuấn,... Các tạp-chí cũng từng có những số đặc-biệt nhớ về Hà-Nội, như *Văn* số 42 "Hà-Nội, quê hương trong trí nhớ" với thơ văn của các nhà văn gốc Hà-Nội hoặc từng sinh sống ở đấy, *Vấn-Đề* số 30 (Hà-Nội Huế Sài-Gòn, Xuân Canh Tuất) và 31 (1970), *Văn Học* số 175 (Hà-Nội trong ký ức), *Tuổi Ngọc* số 99, v.v.

Tạ Ty nhớ về Hà-Nội qua hình ảnh Năm Cửa Ô Xưa:

"Tôi đứng bên này vỹ tuyến
Thương về năm cửa Ô xưa
Quan Chưởng đêm tàn dẫn lối
Đê cao hun hút chợ Dừa
Cầu Rền mưa dầm lầy lội
Gió về đã buốt lòng chưa?
Yên Phụ đôi bờ sóng vỗ
Nhị Hà lấp lánh sao thưa
Cầu Giấy đường hoa phượng vĩ
Nhớ nhung biết mấy cho vừa...
Cửa Ô ơi, cửa Ô
Năm ngả đường đất nước
Trôi từ vạn nẻo sông hồ
Nắng mưa bốn hướng đổ vào lòng Hà-Nội
Gục đầu nhớ tiếng võng đưa!...
Có biết chăng ai, mái tóc bồng bềnh chảy xuôi ý đẹp
Có nhớ chăng ai, lệ nào ướt đẫm tình người
Tê tái tiếng cười
Từng cánh hoa đời khép lại
Thương về năm cửa Ô xưa!..."

(Thương Về Năm Cửa Ô Xưa)

Hoàng Anh Tuấn (X. thêm Quyển Hạ-Tác-Giả) tìm kiếm, nhớ nhung Hà-Nội: khác 2 nhà thơ Nguyên Sa, Cung Trầm Tưởng, cũng ở Pháp về, nhưng họ Hoàng được biết như chỉ có một bài về Paris:

"Tôi kiếm hồn tôi xưa Hà-Nội
Thuở còn trong vắt gió vào Thu
Thoảng nghe ngọt tiếng cô hàng cốm
Chênh vênh đầu cuối phố Sinh Từ
... Tôi xưa Hà-Nội ngừng tay viết
Nửa trang giấy nhạt chữ chưa về
Tiếng hát vành khuyên ngoài cửa sổ
Len vào tôi của lặng thinh nghe "

(Yên Lặng Ban Mai).

Vũ Hữu Định cũng chết trẻ, nổi tiếng với bài thơ Còn Một Chút Gì Để Nhớ được Phạm Duy phổ nhạc - nhạc phổ thơ đóng một vai trò quan trọng giúp đến với người thưởng ngoạn và làm sống lâu những tác phẩm hay, từ thời này và ra đến hải ngoại sau này (nhưng thương mại hóa hơn là tự phát) :

"phố núi cao phố núi đầy sương
phố núi cây xanh trời thấp thật buồn
anh khách lạ đi lên đi xuống
may mà có em đời còn dễ thương
phố núi cao phố núi trời gần
phố xá không xa nên phố tình thân
đi dăm phút đã về chốn cũ
một buổi chiều nào lòng bỗng bâng khuâng
em Pleiku má đỏ môi hồng
ở đây buổi chiều quanh năm mùa đông
nên em mắt ướt và tóc em ướt
da em mềm như mây chiều trong
xin cảm ơn thành phố có em
xin cảm ơn một mái tóc mềm
mai xa lắc bên đòi biên giới
còn một chút gì để nhớ để quên".

Tình còn ở những nơi đã qua, đã sống, tình-yêu đã có mặt. Với **Đỗ Tấn** là Huế:

"... Huế bây giờ xem như không có chân ta ở lại
Nên vẫn lên đèn

> *Vẫn chờ mặt trời đỏ dại*
> *Còn chúng ta sao không hẹn hò gì trước khi chia tay*
> *Sao chúng ta bằng lòng nhìn mỗi đứa nửa vầng trăng đêm nay?"*

(Giã Từ, *Thơ Trắng*).

Với Thế Viên, Huế là nơi chàng đã để lại con tim, mà nay sau tang tóc của Tết Mậu Thân, "Quỳ của Huế" đã không còn nơi dương thế thân quen; bài thơ viết tặng Xuân Quỳ:

> *"Quỳ của Huế đâu Quỳ Huế đâu?*
> *Bao năm cách biệt ta thêm sầu*
> *Dòng sông đứng lặng như đôi mắt.*
> *Em đã xa rồi – chuyện bể dâu!*
> *   Quỳ của Huế đâu Quỳ Huế đâu?*
> *Bến sông Gia Hội nước trôi mau.*
> *Ta đi em cũng buồn như đá*
> *Bến Ngự sao chìm nước cuộn sâu*
> *   (...) Quỳ của Huế đâu Quỳ Huế đâu?*
> *Này đây Bến Ngự này Vân Lâu*
> *Này đây Thành nội buồn như hến*
> *Và cửa Đông Ba vết đạn sâu.*
> *Một sớm ta về em ngủ yên,*
> *Mùa xuân lửa khói đốt vai mềm*
> *Bây giờ em nằm lạnh trong đất*
> *Có nhớ xuân nào nắng nhẹ lên"*

(Quỳ Của Huế, *Mưa Quê Hương*)

Với Trần Dzạ Lữ thì Huế đồng nghĩa với tình-yêu thơ dại và cuồng nhiệt, qua ánh mắt:

> *"Dù ở đâu không thể nào lẫn được*
> *Đôi mắt em thăm thẳm mộng bên trời*
> *Mắt đợi chờ làm điếng cả hồn tôi*
> *Tình như rứa làm răng tôi cất bước?*
> *   (...) Dù đi đâu cũng không thể nào xa được*
> *Mắt - Huế - xưa theo dõi bóng giang hồ*
> *Tôi phải trôi về những cơn mơ*
> *Áo - tím - Huế bay trong chiều lụa - bạch*
> *   Đôi mắt ấy thoạt nhìn như sắp khóc*
> *Dẫu đời tôi hoá đá cũng chao lòng*
> *Mắt u buồn vẫn liếc dáng thuỷ chung*

Như mắt mạ chờ cha nơi phố cũ...
    Dù ở đâu tôi không thể nào quên được
Mắt - Huế - em ngái ngút vẫn đâm gần
Mắt níu đời quen cho đến trăm năm
Tình như rứa làm răng tôi cất bước?" (Mắt Huế)

Hoàng Gỗ Quý (Hoàng Ngọc Châu, 1944-, Thừa Thiên) ở ngay Huế cũng đã muốn gởi tình qua Thành Nội, tình buồn của sau biến cố Tết Mậu Thân 1968:

"Anh đứng bên ni dòng sông nhớ
Bên tê thành nội áo ai bay
Cầu xưa gãy nhịp chia tình cũ
Nước dưới sông buồn lay ngọn cây
(...) Ơi sáu vài ơi mười hai nhịp
Ai mô nỡ phá bỏ sao đành
Nhớ răng là nhớ người chi lạ
Bên nớ sông buồn nước cỏ xanh
Anh đứng bên ni dòng sông nhớ
Bên tê hiu hắt dáng ai gầy
Ơi người thành nội cho mình hỏi
Cầu gãy đôi tình ấy có phai?"

(Huế. Bên Nay Sông Gởi Tình Qua Thành Nội)

Từ Hoài Tấn (Hồ Văn Hiền, 1950 -, Thừa Thiên) xa Huế, cái nhớ nhung lắng đọng trong hồn thành những câu thơ rất đẹp trong Mùa Thu Xa Xứ:

"Chiều nay tóc rụng quê người
Ván thiên thu gõ mấy lời tịch liêu
Bên đêm non mới yêu kiều
Lòng như đã mở trăm chiều nhớ mong
Chiều nay thân ngã vườn không
Dư âm nào thoảng trong đồng hoang xưa
Say mê hương nhỏ bốn mùa
Ngậm làn cỏ mịn nhạc thưa âm thầm
Chiều nay nhìn mặt lỗi
Tình con bấc lụn dưới trần than tro
Quay lưng tưởng đã lên đò
Rời xa bến muộn một lời kêu thương
Chiều nay thân thế vô thường

Trăm năm chưa hết mà thương nhớ dài
Nhớ vườn ai ngủ tương lai
Đêm qua chưa lớn về ngày chưa khôn
Chiều nay mưa tạt xa cồn
Bờ cô đơn đứng tay còn vẫy theo
Mưa ơi có giạt qua đèo
Vọng lời thương nhớ qua đèo từ khi ..."

(*Khởi Hành*, số 34, 18-12-1969)

Với **Hoàng Xuân Sơn** (sinh 1942 tại Vỹ Dạ, Huế), Huế là tình-yêu nhưng hình như cả hai không đủ cột chặt được hồn trai đã thả theo gió ngàn đến những vùng tâm tư:

"Đôi khi anh ngỡ mình là gió
Gió tình cờ trở lại nhà em
Gió đến rất thầm sau khung cửa
Đón các em về buổi học tan

Nhớ Huế êm đềm mưa nghiêng sợi
Bay màu áo dạ phố đông sang
Buổi sáng em cười mắt ngái ngủ
Đêm qua lạnh quá giữa mưa phùn

Những tối trăng ngà treo trước hiên
Hát theo trăng một khúc nhạc tình
Nhẹ nhàng trăng đến từ muôn thuở
Mùa thu say gió ngủ trên đàn

Nhớ ngày cột tóc bỏ đuôi chim
Dạo xe qua mấy cửa nội thành
Hái lá ngu ngơ trên vườn thượng
Em thả trong chiều sương khói xanh

Mùa hạ tung tăng về với biển
Những chiều hôm đuổi gió lang thang
Đặt tên cho một loài ốc khuyết
Nhạc vàng trên sóng nước tình tang

Thắp một hoàng hôn cùng nỗi nhớ
Buổi chiều tà có mắt ai trong
Yêu từ chút nắng mềm trên lụa
Ngồi đây thương nhớ cũng tang bồng..." - 1972

(Ngỡ Mình Là Gió. Trích Tuyển tập *Đầu Gió*, tr. 163)

Từ Thế Mộng (Nguyễn Đình Tư, 1937 tại Huế – 13-5-2007), thơ tình ở ông đầy không khí gió biển đất vùng Phan Thiết:

> *"Biển gào thết cuồng nộ / anh tắm ven bờ, ngó*
> *Em hồn nhiên bơi trong một ngày biển lặng*
> *sóng che em / vuốt mặt*
> *Anh ao ước đến cháy lòng*
> *bơi theo em / bơi theo em*
> *Em ở đâu / sau chiếc thuyền câu*
> *trùng trùng ngọn sóng?*
> *Anh đứng trên bờ*
> *chờ em đến thiên thu / còn hắt bóng?*
> *Em thanh thản đi lên*
> *thân thể mịn căng trong chiếc áo tắm màu xám*
> *với bàn tay nâng ướt tóc / nghẹn ngào*
> *anh thấy mắt em nâu!"*

(Chờ Em Đến Thiên Thu, *Lẽo Đẽo Một Phương Quỳ* (bản TAQ, 2012, tr. 14-15).

Hà Nguyên Thạch với *Chân Cầu Sóng Vỗ* (Ngưỡng Cửa, 1968) có những tâm tình, hoài vọng lớn khi đứng trước thiên nhiên chẳng hạn:

> *"Đêm thổi gió về khơi lòng biển động*
> *Con nước liền bỗng phả phách bờ xa*
> *Nghe lở lói nửa thân mềm cát trắng*
> *Vết hằn đau buổi ấy khó phai nhòa"* (Biển 54)
> *"Cỏ xanh mướt đầy trời lên xa thẳm*
> *chưa mùa thu sao lòng đã bay sầu*
> *mấy qua đó bao la miền biển động*
> *hõi núi rừng xin ngủ giấc miên du*
> *… Ngày vẫn nắng cho tim mình bốc cháy*
> *Nước vẫn cuồng giao tận đáy sông dài*
> *Mai còn đó nụ cười trên tay vẫy*
> *Tôi hỡi về đâu cát bãi chia bày"* (Phù Ảo)

Nh. Tay Ngàn (tên thật Nguyễn Văn Nhĩ, sanh năm 1943 tại Vĩnh Bình và mất tại Paris năm 1977), nhà thơ tha hương gởi về quê nhà văn-chương, qua tạp-chí *Văn,* những tình khúc mang tên người nữ, Liên rồi Liễu:

> *"Ba giờ trưa một khúc nhạc sầu / Un jour sans toi*

Những chiếc lá tàn rơi không cần một làn gió
Điếu thuốc đốt lên hình bóng
Và chợt tắt bơ vơ / Kỷ niệm xuống đêm
Ở chót vót của tuyệt vọng
Anh im lìm ngắm hai tay không
Un jour sans toi / Người thủy thủ giã từ bỏ biển khơi
Chiếc tàu đã chìm / Căn phòng nhuộm đầy bóng tối
Mền gối bắt đầu rã mục
Liễu ơi Liễu / Un jour sans toi
Tiếng hát cuối cùng nhỏ xuống
Gạch ngói hoang tàn hồn anh
Cùng tiếc thương mọc lan trên đó
Un jour sans toi / Một ngày người thủy thủ già
Vô vọng chuyến ra khơi / Liễu ơi Liễu"

(Đơn Khúc Của Liễu, *Văn*, số 28, 15-2-1965, tr. 82)

Nỗi cô đơn nơi xứ người, cảnh lạ, trong khi người tình một thuở thì xa ngút ngàn:

"Một sớm thức giấc anh chợt nhớ ra mình đang ở trong một thành phố xa lạ

Anh chợt nhớ ra sau cơn mộng kinh hoàng em đã ngàn trùng mây nước kêu gào vô vọng nhớ thương

Đáng lẽ giờ này em đang nũng nịu trong vòng tay anh, mớ tóc đen mềm ướt, đôi mắt ngái ngủ dịu dàng và bên ngoài nắng ấm dọi qua song

(...) Em ơi, đâu còn ai cận kề bên em những giữa đêm mưa dưng không òa khóc

Làm thế nào có thể quên em những khi hoàng hôn sậm mặt
Trong vườn Luxembourg anh ngó anh ngồi im một mình
Những hàng cây đượm vàng lá úa
Mỗi trận gió đem rơi từng chiếc u sầu
Những pho tượng hoen rỉ kia yêu nhau ngàn năm
Cặp tình nhân trong một góc hôn dài đắm đuối
Đâu như đôi ta phải vội vã xa lìa
Để những giọt nước mắt em anh chưa kịp lau
Chưa kịp nếm đắng cay trên môi em đầu lưỡi
Làn tóc rối tung không đợi anh kịp vuốt
Để tháng ngày em xõa mộng thương đau
Em ơi em, làm cách nào em giam giữ hoài con chim giữa lòng ngực

Anh bay ra thương tích đầy hồn
Em ơi em, những nắng mưa bên kia miền nhiệt đới
Với âu lo chuông đổ gió về
Em lụn tàn đêm gối chiếc bơ vơ
Ôi mộng mị nuôi cuộc đời sao đủ
Còn tương lai kia anh mang bỏ giữa rừng
Em lạc lõng giữa hùm beo rắn rít
Với thân gầy em chỉ khóc van xin.
Làm thế nào có thể quên em được khi đèn đường bật lên vàng võ
Trong những nẻo quanh co phố lầu tẻ ngắt
Anh tìm một vì sao như lệ mắt em
Anh chỉ thấy một khung trời mưng mủ
Và hai tay lạnh giá đã dầy"

(Mùa Thu Thành Phố, *Văn*, số 28, 15-2-1965, tr. 79-80)

Với **Hải Phương** đó là tình biển, cát và Nha Trang, chúng tôi ghi lại ở một đoạn sau. **Tần Hoài Dạ Vũ** (Nguyễn Văn Bổn, 1946-, Quảng Nam) với nỗi buồn nhân thế cùng thân thế, như qua bài Nằm Bệnh Nửa Đêm Dậy Uống Rượu:

"Chiều rụng rồi chăng, lòng đã tối
Không tình nhân thắp lửa lên môi
Bạn hữu vào ra mấy cánh dơi
Vẫn thấy đời ta như cánh cửa
Im lìm đóng lại trước mùa vui
Tương lai sầu cứ đùn như mối
Say cứ như là đưa tin ai
Mưa lạnh vườn hoang, đêm ở goá
Lòng run như nến khuya xa nhà
Ngồi lên, rót rượu chờ trăng lại
Không chắc ai người thường nhớ ta
Tình đã khâu cho kín miệng cười
Còn ta, đời cứ bốc thành hơi
Ta say, bệnh cũng say ừ nhỉ
Buồn cũng say luôn giữa chiếu ngồi
Sầu lụn, rượu mờ, đêm ngất ngưởng
Gần ba mươi tuổi trí hoang mang
Lòng ta mọc một vầng trăng đỏ
Đầu gối vào tay ngủ với trăng" (19-3-1971)

Thơ chiến-tranh

Nếu từ thời Thơ Mới, thơ đã tự do hơn, phóng túng hơn thơ cũ nhưng vẫn thường ở trong khuôn tế nhị, thơ mộng thì đến thời này nhất là ở những năm chiến tranh, tâm tình con người giao động nhiều, mất mát thua thiệt nhiều, như bất lực trước tàn bạo của chiến tranh và kiếp người, đã có những giọng thơ khinh bạc, bạt mạng, như Nguyễn Bắc Sơn; cũng là thời thơ văn bốc lửa của miền Trung địa đầu của miền Nam Cộng Hòa. Miền Trung đã sôi động với những biến cố Phật giáo 1963, 1965, đại học Huế, nhóm *Lập Trường*, rồi biến cố Tết Mậu Thân, Cổ thành Quảng Trị, v.v. , với những người thơ trẻ Trần Vàng Sao, Thái Luân, Mường Mán, Hoàng Lộc, Thành Tôn, Luân Hoán, ... (Thái Tú Hạp, Thành Tôn và Hoàng Quy từng ra chung tuyển tập thơ đầu đời in ronéo *Tình Người Sông Thu*). Trong số, **Luân Hoán** là nhà thơ sáng tác mạnh nhất với năm thi tập được xuất bản trước khi xảy ra biến cố 1975, đó là chưa kể sáu tập khác in chung với bạn thơ. Ông nhập dòng thi ca phản kháng chiến-tranh bên cạnh dòng thơ quê hương và tình yêu với một ngôn ngữ riêng ông :

"em yêu dấu hờn giận chi kỹ rứa
chim trong vườn chiều nay hót nhiều hơn
em có nhớ con chào mào mọi bữa
vẫn đứng một mình đổ giọng véo von" (Làm Lành).

Tìm người yêu khi có ngày trở lại nhà, như nhà thơ **Lê Bá Lăng**:

"tôi trở lại tìm em / khi những ngày vui xưa đã mất
những ước mơ nhỏ nhoi cũng không còn
nhưng đốm lửa hy vọng cuối cùng này đã tắt
khi quanh tôi / cây thập tự đỏ đầu đã mọc đầy
trong những khu vườn tuổi trẻ / kết trái tang thương
và trên những lối đi của loài chim xanh thuở trước
tôi không còn tìm thấy dấu thiên đường
đạn bom đã cày vỡ nát
lời ca dao cũng vắng bên nôi
âm thầm / tôi đứng ngó mãi tôi
và nỗi lầm than đã lột vỏ tung cờ"

(*Văn*, số 100&101, 1-3-1968, tr. 98)

Người thơ dù ra đi chiến đấu vẫn đầy ắp tình-yêu cho người ở hậu phương, và hòa-bình vẫn là ước mơ, như với **Hồ Minh Dũng**:

"Ba năm nữa anh sẽ về
em hãy sắm cho anh một cây đàn bầu
một cái nồi đất để phải ăn riêng
anh cũng sẽ ngồi ở thị trấn này
đàn và hát những bài ca mới
(...) Còn ba năm nữa anh sẽ về
anh biết chắc không còn quê hương để ở
(...) Em sẽ đến thăm anh một lần rồi sẽ xa mãi
anh hứa sẽ không làm phiền em một điều gì
bây giờ tính tình anh đã đổi khác không còn gì
khi chiếc áo hạnh phúc của anh đã rách tả tơi
thì em hãy cố đến thăm anh một lần rồi xa.
Em hãy mang đến cho anh một con chim không biết hót
anh sẽ nuôi nó lớn bằng những hạt thóc tự do để anh mang theo
và tập cho nó bắt đầu hót những bài ca mới dắt dìu sự tàn phế
đôi cánh chim phải mọc lông dài
những sợi lông làm ấm lại nhiều phương trời đã ẩm ướt
những sợi lông ca ngợi sự sống còn.
Ôi một ngày về thật buồn / em đến thăm anh
và đỡ cho anh nỗi căm hờn đã vỗ cứng trên vai"

(Khi Giải Ngũ Về).

Hà Huyền Chi, một tay thơ tay cầm súng khác, nói về Người Lính Trẻ:

"Người lính trẻ tương-tư mầu mũ đỏ
Thèm gian-lao và khát-vọng xa-xôi
Người lính trẻ say-mê đời sương gió
Khi hoa dù lộng mở giữa mây trời.
   Tôi đã thấy tin yêu ngời trong mắt,
Những mẹ già hoan-hỉ tiễn đưa anh,
Những em thơ cài hoa trên mũ sắt
Bàn chân non nhịp mãi điệu quân-hành.
   Những ụ súng chìm sâu vào bóng tối
Cho đêm dài chiến-dịch lạnh-lùng thêm
Người lính trẻ ngả mình trên cỏ rối
Hồn lâng-lâng như nằm giữa nhung mềm.
Triền núi dốc thương đôi giầy vẹt đế
Áo ngụy-trang vương-vấn với gai rừng
Chờ đêm tối anh lính ngồi nương nhẹ

Tay vụng-về khâu miếng rách sau lưng...
   Người lính trẻ say-mê đời sương gió
Đem thân trai tô đẹp sắc Cộng-Hòa
Sẵn-sàng chết cho thắm màu mũ đỏ
Cho cuối-cùng thắng-lợi phải về ta".

(Saut Đêm, Huế: TGXB, 1963)

Hay một **Từ Hoài Tấn** lãng-mạn trong Người Yêu Thời Chia Cách, trước khi lên đường nhập ngũ (Trường Bộ binh Thủ Đức khóa 3/1970) đã hẹn gặp người yêu:

"bên nhà ai tiếng nhạc reo
lời vang động trưa Gia định
ngày mai / xin anh thắp lên một ngọn đèn
soi giùm tôi trên đường / về cõi đồng phục xanh
xin em hát nốt một khúc trầm
tiếng thoảng đời sương khói
   ngày mai kia mộng quá khứ nàng / Ph.
những đêm cười trên con kinh đen
những sớm mai chờ thu về dưới hiên căn nhà ván ẩm
còn gì thân mến nhau / lời sương đục cổ thành
mùa xuân đi qua rất cô đơn / hồn muối mặn
(...) trong cõi xưa chiều mặc áo nhung đen
tình cũ kỷ một mùa đông vướng / mãi thiên thu
thắp ngọn đèn thứ hai mươi mốt
nhìn suốt con đường / âm thầm như mối hận
   người yêu ơi năm tôi trở về
bên kia bờ sông đôi hàng cây khô vẫy chào
nói lời từ biệt / lệ sao đang / rửa mặt nghìn trùng
người yêu ơi xin rũ áo sương chiều
theo mây về ủ đời cô quạnh / thương nhớ một mai sau" - 1971

Lê Văn Trung (1947 -) lên tiếng nói lên những thảm cảnh vật-lý cũng như tâm thức, như trong bài Cảnh Cũ ("gởi Tâm"):

"Hỏi những con đường em đã qua
Bao nhiêu người chết? vạn căn nhà
Vách xiêu tường đổ, vườn xơ xác
Vắng tiếng em thơ, bóng mẹ già.
   Triệu xác dừa trơ đứng cụt đầu
Hỏi màu xanh cũ mất về đâu?

Hỏi người xưa ngược xuôi trăm hướng
Còn trở về sau cuộc bể dâu?
Em hãy hỏi hàng cau, bụi chuối
Đã bao ngày khô héo, còn không?
Hay chỉ thấy cành trơ gốc cỗi
Như lòng em mòn mỏi tin chồng
Em hãy hỏi bờ mương, lạch suối
Nước còn xuôi đồng lúa mùa xuân?
Mưa tháng bảy sụt sùi mái lá
Lửa còn reo trong bếp than hồng?
Hay em hỏi vườn rau luống cải
Mấy mùa qua ai tưới, ai trồng?
Mà cỏ dại phủ đầy mặt đất
Quá tiêu điều như buổi chiều đông.
Hỡi em gái Bồng Sơn, Phú Mỹ
Một lần về thăm lại Tam Quan
Em hãy hỏi giùm anh tất cả
Bởi vì đâu quá đỗi điêu tàn?" - Qui Nhơn 7-74

(Bách Khoa, số Q* 417, 9-11-1974, tr. 71)

Phù Hư, một tiếng thơ khá lạ lẫm nhưng không dài hơi trên các tạp-chí *Văn, Khởi Hành, Thời Tập, Đứng Dậy, ...,* đã để lại bài Ngậm Thẻ Qua Sông đặc sắc về tình nghĩa vợ chồng thời chinh chiến - trích cả bài:

"Thơm lửa hương khoai tiếng hát rừng
ven thôn vừa ghé buổi di quân
khói mẹ sau lều cơm chín tới
nước em chè lá đậm phèn sông
tôi đời trận mạc xa quê quán
buổi ghé nương em núp bóng nhà
em nhớ thương chồng đóng đồn ải xa
lâu tin vắng trông mòn đường xóm
tôi ở quá bên hông nhà gió sớm
đợi dùm em tin chinh chiến gời về
đêm nay mưa em mắt ngủ khuya
tôi lạnh gió tin địch về vẫn thức
làng em ở gió Lào qua rất độc
ngày mưa mùa khuất núi mù sông
mẹ già mong một mụn cháu đầu lòng

em nhắn gởi bao lần tin vẫn biệt
ruộng vườn em trăng sương ngày tháng Chạp
tôi gác đêm như bóng người rình
tối nay đạn nổ nhẹ mạn sông
sương mỏng quá nhìn hoa ngàn con mắt
tôi giữa đêm nghe mình như thất lạc
thương xóm nhà biết nổ đạn vào đâu
đồng đội tôi ngủ mệt thôn sâu
ngại làm động mẹ ho vừa chợp mắt
tôi nương bóng nhà trăng che khuất
ngồi co mình cho bóng bớt riêng tôi
nhìn xa trăng định trốn sau đồi
sông tiếng bạc dặm buồn như tiếng cú
thức có khuya mới nghe hồn bớt ngủ
mới hay trăng tháng chạp úa quanh đời
nghe em thở não mãi không nguôi
em thở đó hay gió kêu mùa giá
nhà em ở miệt đông xóm hạ
bên triền sông không bến phải vắng thuyền
đầu trăng con nước rất vô duyên
lên mấp mé vườn em vai phơi áo
em rất nhỏ ngày trông vào gánh gạo
mẹ thì già vồn cải với nương rau
bước sau hiên vun mẹ dây trầu
mùa tốt lá xanh hồn tôi mới ghé
buổi mới đến cau cao vừa nhú bẹ
em thẹn thùa tôi tưởng thuở bình yên
tôi đâu hay em có nỗi hờn riêng
trông chinh chiến gọi hồn chồng theo gió
một tháng tròn ngỡ như ngày thuở nhỏ
em là em mẹ là mẹ xưa
tôi lêu nghêu lúc đi sớm về trưa
cơm nửa buổi giữa khuya kêu bụng đói
nhà thưa quạnh tôi gượng vui chẳng nổi
mẹ thẫn thờ em heo bóng trong sân
tôi trận mạc nhầu không kể đến thân
sương nhiều lắm trời không che nằm đất
em vẫn bảo tôi mái tranh không chật
tôi cười xòa xó xỉnh mãi đâm quen

tròn tháng rồi đây nhớ không em
hôm từ biệt quanh thôn nhà cửa khép
lúc quân đi chắc em không hề biết
đội tôi ngùi ngùi ngậm thẻ qua sông
còn tôi co ro lạnh mãi gió đông
một lần cuối nhìn nhà em đóng kín
tin chồng em chắc chưa về đến bến
như tin tôi mấy thuở gởi thăm nhà
cũng mấy năm rồi biền biệt phương xa
em còn nhớ một lần tôi ghé ở
thơm lửa hương khoai vùi bếp cũ
hồn em xa lắm cũng quanh đây" (Văn, 1972).

Ông còn là tác-giả bài Quân Bộ Khúc lời thơ như khựng lại với nỗi nhọc nhằn, chịu đựng của thanh niên khoác áo lính chiến:

"Quân bộ qua thẩm quân bộ qua
nón ngụy trang thép lạnh màu da
câm trăm miệng hến trừng gò ụ
súng dại dột nòng chực đạn ra
Mặt thâm hiểm quá răng trắng nhỡn
biên giới xế chiều như cõi âm
cây che mù mịt vùng lãnh khí
có tiếng ai cười nghe xa xăm
Đi qua rừng truông lá tủi thân
Quân như ma lẩn bước thì thầm
Áo quần trận tiệp mùi cây lá
Đường xa đau rát gan bàn chân...
(...) Canh khuya ven núi ục tiếng hú
Tay ghìm súng mắt mỏi đủ thứ
Trông xa thấy thoáng tưởng khai hỏa
Cây đen lù gió lay bay lứ dứ
Đêm rừng lạnh muốn ho xé cổ
Ráng chịu qua giữ mục tiêu quân
Cầu sương điểm cỏ đau lòng khách
Súng thép giá bên mình quanh năm
(...) tinh sương thu quân gọi lên đường
rừng âm u bít lối cỏ mòn
vạch cây khoét bụi theo đường nhỏ
quân đi rừng cuộn mãng xà cuồn

(...) ba ngày lương khô ăn không chán
khát uống suối nguồn trông cá vởn
thất chí theo người xưa gõ gươm
ca rằng hề cơm không có canh
   lầm lũi miết cũng tới xóm thôn
chạm dăm trận trước chưa lại hồn
quân vòng bố trí quanh bờ ấp
toán chận bờ sông toán đầu truông
một cánh nhỏ quân phục múi cầu
hai cánh khác xẻ đôi thọc sâu
cẩn thận có khi là công cốc
thôn toàn con trẻ với mẹ già
(...) lắng nghe mới rõ gần nỗi chết
biết có gì không dưới bước chân
thê nhi bao nỗi long tan tác
em ở xa mà ta ở gần
   ngàn năm biên ải giữ oan hồn
lá rừng xô gió núi sông xương
chết phơi khí tiết vô danh sĩ
chết đắng cay ma núi ngậm hờn
   biên ải ngàn năm danh tiết hão
mộng sông hồ đâu phải ở đây
ta cũng chẳng vô vi lão tử
sao suối cùng đèo nối ngàn mây
biên ải ngàn năm gió u hoài
quân rờn gió núi da mọc gai
phải gió mang muôn linh hồn cũ
về đây đợi đón khách phương ngoài
   giật mình không chỉ nghe tiếng đạn
dầm dãi ngày mưa lũ năng dầu
chiều bên núi dốc chưa hỏi đá
đã nghe cú hực gợi đêm thâu
   thuở tuổi hai mươi xanh tóc người
bên rừng ngả nón ngỡ thảnh thơi
súng lơi báng nhỏ thả lời hát
trăng mùa xưa ơi em của tôi" - 1973

Lời chinh phu thời hiện-đại ở lại với văn-học sử như những tiếng kêu thương của những kẻ thất thế của một vùng đất nước nhược tiểu không lối thoát. Khúc Hành hiện thực đến rợn người và đánh động tâm thức của biết bao người của nhiều thế hệ!

Kim Tuấn trên đường hành quân, dừng chân để lòng lắng đọng những tâm tình:

"Bản Hét ta chào mi đấy nhé
Chiều mưa che khuất núi đồi xa
Chiều mưa ta đứng trên đầu gió
Thương mình hơn những bóng mây qua
  Bản Hét thương đời anh lính trẻ
Quanh năm chờ phép về thăm nhà
Quanh năm trấn thủ đời gian khổ
Hầm đất nhìn quanh ta với ta
  Bản Hét những chiều không pháo kích
Trời im nghe gió thổi qua mau
Rừng im nghe cánh chim xào xạc
Đồn im nghe súng bỗng dưng sầu
  Bản Hét hành quân vùng Tam Biên
Núi cao như dựng với sông liền
Rừng sâu màu lá xanh da mặt
Cơm sấy ăn sao nhớ mẹ hiền
  Mẹ hiền phương đó con đầu núi
Bưng biền chưa hết trọn đời trai
Bưng biền đêm gối tay lên súng
Bỗng thấy thương thân, bỗng thở dài"

(Trên Vùng Bản Hét).

Đinh Cường trong Bài Ghi Từ Pleiku "tặng Kim Tuấn" khi đăng trên Giữ Thơm Quê Mẹ đã bị kiểm duyệt cắt 2 câu:

"Tôi năm trong phố chiến-tranh
Xe nhà binh chạy, dãy thành đạn reo
Bụi tung mù mấy đoạn đèo
Rừng âm u có người theo bước người
2. Sớm mai trở dậy qua đèo
Mù sương giăng bủa hiu hiu đất trời
[kiểm duyệt 2 câu, vốn là:
xác người còn thắm máu tươi
xác ai, ai nhận khi ra trận tiền]
3. Em về thành nội ngủ yên
Bước chân lau sậy trắng miền mộng du

Chiều qua ra đứng Biển Hồ
Nhìn đồi xa thấy xa mờ dáng em"

(GTQM, số 7&8, 1&2-1966, tr. 5)

Khê Kinh Kha đặc-biệt với thơ chiến-tranh:

"Tôi đã đứng lặng nơi thành cầu đó
nhìn bên đây ngóng bên kia
tình như con nước hờn lờ lững trôi
tôi đã về Vĩ-dạ trên chiếc GMC
(...) ôi những nẻo đường tôi đã qua giờ còn nguyên vẹn
hay đã thui chột mất mát bỏ không
những nẻo đường còn nối lòng anh em tôi
hay đã là hầm chông bãi mìn
những nẻo đường hôm nay xa quá
tôi khóc buồn làm kiếp tha hương"

(Những Nẻo Đường Kỷ-Niệm, *Văn*, 125, 1-3-1969, tr. 55-56).

Hoài Khanh cũng đã không thể không nói đến chiến-tranh đang bủa vây thân phận con người và đất nước nhược tiểu Việt-Nam:

"Trong chiều nắng mỏng phai tan
cành nghiêng ngày xế điêu tàn dưới sâu
tôi đi lặng một vũng sầu
phất phơ hồn mộng biết đâu là mình
sông rồi nước cũng lênh đênh
mây rồi gió cũng bập bềnh dàn xa
tay tôi bóp những chiều tà
với cồn phố cũ với ga ven rừng
với ngày tháng ở sau lưng
yêu em lòng thấy vô cùng đớn đau
cung quanh còn có gì đâu
nghe âm tiếng súng đời sâu dưới mồ"

(Những Chiều Tiếng Súng, *Thân Phận*).

Phổ Đức thì đau lòng nói chuyện nội chiến đang diễn ra trên đất nước thân yêu:

"Mượn bom đạn súng nước ngoài
Đem về sát chủng tạo thời binh đao
Thịt chồng xương chất càng cao

Rách tung lịch-sử rước vào ngoại lai
Xác banh lấp lánh quan tài
Hôm nay gian tặc ngày mai anh hùng"

(Nội Loạn, Giấu Mặt, 1969)

"Hãy trở mình đưa tay ôm con lại
dìu hồn về với tình mẹ mến thương
cho đất mẹ được nối liền ruột thịt
cho Lúa mẹ xanh sữa ngọt dâng nguồn..."

(Mẹ Việt-Nam, Tiếng Ca Quê-Hương, 1965)

Đỗ Tấn buồn cuộc chiến:

"Mười lăm năm chinh chiến / Mùa xuân như mùa đông
Cỏ không buồn trở giấc / Lúa không buồn trổ bông"

(Đất Mẹ, Thơ Trắng)

cho nên nhà thơ nghẹn ngào:

"Hơi thở tôi ngày thêm yếu dần
Niềm tin tôi ngày thêm nứt rạn
Con tim tôi khô héo từng phần
Nước mắt tôi dường như sắp cạn"

(Bình Yên! Bình Yên!, Thơ Trắng)

Huy Lực nội tâm hơn khi chứng kiến chiến-tranh đang hoành hành trên đất nước:

"Đã vàng con mắt Á Châu
tôi giờ mê sốt vùi đầu chiến chinh
vủng sâu quên hút phận mình
tấm thân chậm tiến dậm trình nẻo xa
tôi giờ đông-á xa xôi
thân đau chia cắt rã rời anh em
nửa đêm hồn dậy đi tìm
vành trăng huyền nhiệm lặn chìm đông-phương"

(Nỗi Buồn Đông Phương)

Người lính Phan Ni Tấn có những lúc chợt buồn, như khi được dừng chân:

"...Chim chiều khắc khoải xa xa

> *Lòng buồn như ứa mắt ra đầm đầm*
> *Tính ra, ừ đã nhiều năm*
> *Phong trần ta vẫn biệt tăm chốn nào...”*

(Ghé Krongpha Ngồi Nhớ)

Cái chết "phi lý" của Y Uyên đã là biến cố gây sốc cho giới làm văn-học nghệ-thuật cũng như những người yêu văn-chương. Nhà thơ Từ Thế Mộng vốn không chuộng sáng-tác đề tài chiến-tranh, đã có bài Thương Người Không Thể Cầm Trong Tay để khóc Y Uyên. Tuần báo *Khởi Hành* đăng bài thơ vào ngày giỗ đầu của Y Uyên và đổi tựa là Mộng Y Uyên:

> *"ta với ngươi tuy quen đã lâu*
> *lênh đênh ngàn dặm tình không sâu*
> *bỗng dưng một sáng nghe ngươi mất*
> *buông thỏng hai tay ta cúi đầu*
> *(...) cái thằng hiền khô con gà chết*
> *thấy ta để râu con cá chốt*
> *cậu cười, ta đưa ống sáo ngang mày*
> *chào tuốt người thương và kẻ ghét*
> *(...) có lần ngươi muốn ngươi thay đổi*
> *ánh mắt ngươi buồn hơn thuở xưa*
> *trời mới lên cao trời sáng lắm*
> *mắt ngươi chìm khuất phương trời xa*
> *ta đi biền biệt ngươi biền biệt*
> *hồn trai không kín mộng giang hồ*
> *nghe ngươi vào lính ta đang lính*
> *súng đạn như đùa với kẻ thơ*
> *ta tròn hai mắt ra kinh ngạc*
> *mắt ngươi dìu dịu màu ca dao*
> *ngươi áo quần xanh đường kẻ mới*
> *hai hàng ánh sáng ngã lao đao*
> *ngươi về Phan Thiết đang mùa gió*
> *chuyện vãn chưa vừa được mấy câu*
> *đã mịt mùng xa ngươi lửa đạn*
> *ta phương trời cách mấy trùng sâu*
> *mấy trùng sâu cách ngươi nằm xuống*
> *Nora còn chùng bông cỏ may*
> *Nora chùng lòng dăm đứa bạn*
> *thương ngươi không thể cầm trong tay*

thương ngươi lũ bạn quây quần lại
đánh phé vui tràn suốt cả đêm
vui quá nên vui tràn nước mắt
hồn buồn không thấy mộng Y Uyên"

Trần Huiền Ân (Trần Sĩ Huệ, sinh 15-7-1937 tại Phú Yên, đã xuất-bản 2 tập thơ *Thuyền Giấy* (Bách Khoa, 1967), *Năm Năm Dòng Sông Thơ* (TGXB, 1973)) trên *Bách Khoa* năm 1969 cũng đã tưởng nhớ Y Uyên qua bài Người Đã Lên Tàu – dùng tựa một truyện ngắn của Y Uyên:

"Nhà tôi chen xóm nhỏ
Đường sâu ép chặc đỉnh vai gầy
Chiếc võng ngoài hiên chiều đợi gió
Anh thường ngồi trông lớp lớp mây
Chúng mình thân nhau
Những con đường Tuy Hòa về khuya vắng vẻ
Những đêm buồn nhìn từng giọt café rơi nhẹ
Những chung trà thơm khói buổi mờ sương
Chúng mình xa nhau khi từ giã mái trường
Xếp sách vở làm thân lính thú
Tôi biết mẹ anh thương con trời biển
Thân già quên với tháng năm
(...) Mới hôm nào anh viết cho tôi
Rằng đang quên phấn hương thành phố
Chiếm lãnh đồn xa viết truyện dài
Góp lại đầy bao trang kỷ niệm
Gởi cho tôi đọc một ngày mai
Chiều nay đọc thấy tin anh mất
Tờ báo trên tay đứng sững sờ
Không dám nghĩ đây là sự thật
Tưởng mình đang sống giữa cơn mơ
Anh đã đi rồi sao Y Uyên?
Dâng xác thân cho cuộc đất ưu phiền
Mẹ già chờ con mỏi mòn tóc bạc
Thế hệ bây giờ tre khóc măng
Thật tình anh đi sao Y Uyên?
"Người đã lên tàu" sang vô biên
Thiên truyện Nora chắc còn để ngỏ
Sự nghiệp đời anh đành dang dở đó

Mình tôi ngồi đây thương tiếc anh
Càng thêm căm uất cuộc tương tranh
Đầy sông máu đục tình huynh đệ
Xương trắng từng phơi biết mấy thành?"

Thái Luân (Nguyễn Phúc Sông Hương, sinh 1941 tại Huế, tác-giả *Vùng Tủi Nhục,* 1965), một thời thơ phản chiến, có bài Người Lính Làm Thơ Trên Đỉnh Núi:

"Leo lên đến đỉnh khi chiều xuống,
Đầu vách cheo leo đá nảy mầm.
Có phải hương đưa từ thạch thảo
Hay là bởi nhụy của bông trăng.
Người lính bỗng quên đời chiến trận
Chìm trong mênh mông một đêm rằm
Cả một tiểu đoàn đang gác súng,
Nghe hồn man mác tiếng thơ rung.
Đêm nay ta chẳng cần căn võng,
Giường đá, ba lô kê gối nằm.
Bên kia núi, địch chắc buồn lắm
Nên đốt lửa hồng xua ánh trăng
Ai thổi tù và vang dưới lũng
Hay là địch lạc thổi tìm quân?
Mặc tiếng cọp gầm, người lính trận
Gạo sấy, muối mè, ăn dưới trăng.
Đỉnh cao ta chẳng cần xin pháo
Để cho địch sống qua đêm rằm.
Sáng mai có lệnh lần qua núi,
Khuất ánh trăng, quân đi ngặm tăm.
Người lính miền Nam đi đánh giặc
Ba lô mang theo hồn thơ văn".

Nguyễn Dương Quang (sinh 1945) đóng quân ở chân đồi Pá kích địch giữa đêm, tâm sự với cỏ hoang:

"Dù đợi người qua trên lối chết
lạ sao ta thấy rất bâng khuâng
có rất nhiều điều thật khó nói
đêm sơ giao sẽ chỉ một lần
 Cỏ ơi, có thấy ai trên đồi
vần thường vác hận thù đi xuống?

mà sao ta thấy cỏ không vui
cỏ lạnh lùng hơn là sương mỏng
  Cỏ biết không, ta không lòng thù hận
lũ chúng ta một thuở thế thôi
ngày mai cỏ sẽ thành đồng lúa
cỏ sẽ thấy người nắm tay người
(...) Lúa có nghĩ rằng ngày mai sẽ khác
súng sẽ dùng để đúc lưỡi cày
mỗi ba trăng lúa vàng tròn hạt
chim sẽ ca và gió thổi lúa say ...” 1970

(Đêm Kích Dưới Chân Đồi Pá, trích Đêm Ôm Đàn Uống Rượu Một Mình (Thư Ấn Quán 2015), tr. 16-17).

Thành bãi chiến, ngọn cỏ hoang dại cũng buồn, không được yên! Cây súng còn ám ảnh Nguyễn Dương Quang như trong Đêm Cuối Năm Viết Thư Cho Má:

“... Hình như cây súng con lạ lắm
sao nó run lên khi đạn lên nòng
tâm hồn nó như tâm hồn con vậy
một kẻ nằm, kẻ đứng, xót xa không?
Trước mặt con: những ngọn đồi cát máu
đêm thì thầm cùng những nấm xương
ôi, trái tim con mãi tôn thờ má
đã dạy con hai tiếng yêu thương...” 1969

(Trích từ Sđd, tr. 11).

Mật khu Lê Hồng Phong đã bi đát đi vào thơ qua vài tác-giả từng khoác áo lính, riêng với Nguyễn Dương Quang, cảnh vật không che giấu được những nhọc nhằn, cảnh giác, ...

“Chiều đã đầy trên rừng cây thấp
nắng trải dài xa những đỉnh xa
(...) Cây khẩu cầm mang theo ngày cầm súng
mi sol.. sol mi do fa ..
ôi khúc O’Cangaceiro dồn dập
nửa đời ta một thuở không nhà
Ngồi trên cát nhai thịt dong nướng
vẫn ngon hơn Đồng Khánh với gà quay
(...) Dăm tiếng nổ mon men bên triền dốc
vài ba anh du kích, mấy A.K

> *ta quơ súng, bỏ dong cho đàn kiến*
> *mi sol.. sol mi do fa ..*
> *Đêm đã đầy trên rừng cây thấp*
> *nắng ngủ đen xa những đỉnh xa*
> *ta ngồi thở như chưa từng biết mệt*
> *gai ô rô ơi, em thật mặn mà..." 1970*

(Chiều Trên Rừng Trong Mật Khu Lê Hồng Phong. Sđd, tr. 19)

Khoa Hữu Ngô Đình Khoa (21-8-1938 - 5-4-2012) đưa sinh hoạt đời lính rất "du mục" và "cõi tạm" vào thơ:

> *"... nón sắt thay nồi thuốc bồi mồi lửa*
> *cơn dọn ra nửa sống nửa khê vàng*
> *miếng được miếng không nuốt ngày sống vội*
> *như nửa đây chết vội đến phiên chăng?"* (Lính Thú)

Trong lúc nghỉ ngơi, lính cũng uống:

> *"...Khi dưỡng quân khề khà dăm ly đế*
> *Ngất ngưỡng say ta học nói tiếng Miên*
> *Quên chữ thánh hiền quên con quên vợ*
> *Ta như than lem luốc đủ trăm miền..."* (Ba Thu)

> *"... Ta bắt được người gọi tên vô sản*
> *Người bắt được ta gọi lính ngụy quyền*
> *Khi xưa sống tổ tiên chung một họ*
> *Máu chia ngành giờ hết anh em..."* (Lính Thú)

Còn Trang Châu (Lê Văn Châu, 1938- Thừa Thiên, tác-giả *Giải Thích*, 1966; *Tình Một Thuở: thơ 1954-1963* - Đường Sáng 1964), một y sĩ quân y của QLVNCH, sau khi chăm sóc vết thương cho một địch quân, đã có những câu thơ như sau:

> *"... Nó nằm chờ tử thần*
> *Sững sờ bắt gặp tình thương / Đồng loại*
> *Đôi mắt sát nhân vụt bỗng hiền từ*
> *Nhen hai giòng lệ nhỏ*
> *Trong cuộc chiến hôm nay*
> *Tôi xin chiến đấu / Không hận thù*
> *Xin những vết thương bình đẳng*
> *Cho tôi đổi một trăm chiến thắng*
> *Lấy một giọt nước mắt kẻ thù..."*

(Giọt Nước Mắt Kẻ Thù)

Thái Tú Hạp cay đắng chúc mừng Năm mới 1968 đáng ra phải là thời điểm hoan ca của đất trời và con người:

"ngày đầu năm anh chúc gì em bây giờ
chúc một năm nhiều súng đạn
chúc một năm nhiều thêm thù hận đau thương
năm mới chạy giặc lầm than
nước mắt bà mẹ già nua nhỏ trên xác con
đạn còn ghim trong buồng phổi
em bé thơ chết cứng miện còn ngậm vú mẹ
và bà mẹ nó cũng đã chết vì mảnh lựu đạn tự bao giờ ..."

(Lời Chúc Đầu Năm Mậu Thân, Văn, số 100&101, 1-3-1968, tr. 62).

Thơ **Nguyên Sa** vào giai đoạn nhập ngũ, đã có những bài thơ mang không khí chiến-tranh, như bài Sân Bắn:

"Bia lên ta thấy thân người
Thấy ta thấy địch, thấy đời lãng du
Thấy tay dư, thấy chân thừa
Thấy tai nghễnh ngãng, mắt mù óc không.
Một đời phơ phất hình nhân
Thấy còn thấy hết sau cùng thấy đau
Bia lên thấy mẹ u sầu
Giấy bồi tơi tả cúi đầu trong ta
Trời cao ngó xuống thịt da
Bia lên trông cũng vật vờ cỏ xanh
Bia lên tìm chỗ ta nằm
Non cao duỗi cẳng em còn thấy đâu
Hầm bia buồn đến mộ sâu
Nghìn cây nến thắp trên đầu đạn bay"

(Sân Bắn, Đất Nước 17, Xuân Canh Tuất 1-1970)

Nhà thơ **Tường Linh** dùng chiến-tranh làm đề tài:

"Thuở người đi chiến chinh / Lá ngô đồng chưa rụng
Hờn căm nung thép súng / Hành khúc rộn đêm trăng
(...) Từ quân thù tan tác / Non sông lặng súng rồi
Đường về nào xa xôi / Sao người chưa trở lại?
(...) Em hỏi người quan tài: / Người ... lặng lẽ cúi đầu
Trời loáng thoáng mưa ngâu / Gió tàn thu hiu hắt.

Mộng ngày xanh đã tắt / Lửa ân tình chưa phai
Hôm nay, rồi ngày mai / Năm qua, rồi năm tới
(...) Vì người đi chiến chinh / Vì ... người đi ... chiến chinh"

(Vì Người Đi Chiến Chinh)

Một **Vũ Hữu Định** hiền lành cũng đã có lúc nhìn thấy hiện thực chiến-tranh đang tàn phá tình người:

"Chiều khó thở ngồi bên quán xếp
Một miếng khô một xị rượu nồng
Nhai là nói với đời lận đận
Uống là nghe sầu nói trong lòng
Khi cô quán đốt đèn dầu hỏa
Nhan sắc cô em buồn bả vô cùng
Khi nghe tỏ cô mới làm góa phụ
Thời yêu nhau chưa hết một mùa đông"

(Quán Cô Hồn).

Thơ chiến-tranh ở **Nguyễn Đức Sơn** bàng bạc nhưng không phải không có, như bài Bên Hố Bom Mới Đào:

"một con sâu chết bên đường
sao ta động mối cảm thương vô cùng
tám chân nhuốm đất đỏ hung
có nghe quằn quại một vùng cỏ khô"

(*Tân Văn*, 11, 3-1969, tr. 87).

Nhìn chung thi ca chiến-tranh mang tính dấn thân, hiện thực không nhiều và đa phần là những lời tình, lời thương, lời nhớ, là những trần tình, suy tư. Và đã có nhiều bài có giá trị nghệ-thuật cũng như nội-dung chuyển tải.

Thơ binh lửa

Các nhà văn nghệ khác sau đây sẽ dùng kinh nghiệm hôm nay và sẽ nói về cuộc chiến trước mặt, về những người chiến sĩ cộng hòa, về những thiên thần mũ đỏ, tráng sĩ mũ nâu, những cánh chim trời, chim biển, v.v. trong khi Thanh Tâm Tuyền và những nhà văn thơ nhóm Sáng Tạo như Quách Thoại, Tô Thùy Yên, Duy Thanh, Thạch Chương, v.v. sống bên cạnh cái ám ảnh của chiến tranh, sống hiện sinh, giải quyết vấn-đề cá nhân hơn tập thể và vấn-đề thường là ý thức, nhận thức siêu hình. **Quách Thoại**, nhà thơ yểu mệnh của nhóm Sáng Tạo, từng theo kháng chiến chống Pháp, đi tìm đạo lý để giải quyết quốc họa cộng sản:

"... Ta nhìn lên trời tự do hiển hiện
Đường tương lai gió thổi lá cờ bay
Ôi lá cờ dân chủ mến thương thay
Qua thế kỷ lầm than giờ mới thấy
Ta sùng kính trời ơi là biết mấy
Suốt trăm năm nô lệ cúi đầu đi
Qua mười năm cộng sản nhét ngu si..."

(Cờ Dân Chủ, *Sáng Tạo,* số 3, 12-1956, tr. 15)

"... Đến lúc phải tỉnh thức / Không còn được mê ngủ
Đến lúc phải đứng dậy / Phải đứng dậy đầy đủ
Hỡi các lực lượng dân chủ
Chúng ta phải gây lại sức mạnh hùng cường"

(Hỡi Các Lực Lượng Dân Chủ. *Văn Nghệ,* số 4, 5-1961)

Thanh Tâm Tuyền từ khi nhập ngũ mới có những sáng tác với chủ đề chiến tranh, chạm đất:

"... Và như thế hiện lên ánh sáng
và như thế hiện lên khí trời
chúng chém vào giữa trán chúng bắn vào giữa ngực
khi tuổi anh chưa tròn ba mươi
khi tay anh níu tuyệt vọng cuộc đời...
... Không cho chúng giết người đương ban ngày
không cho chúng giết người ban đêm
không cho chúng hủy những cuộc sống thiêng liêng...
Chúng tôi vẫn chối từ nhìn mặt trời
Các con ơi cha anh chết đều chưa đầy ba mươi"

(Bằng hữu)

"Anh biết vì sao cộng sản thủ tiêu
Vì sao cộng sản thủ tiêu
vì sao cộng sản thủ tiêu..." (Trưởng Thành)
"600 người phóng thích
Giữa cuộc đời nghẹn ngào
Chúng nó làm phát xít

Chúng nó làm cộng sản
Chúng con làm tù nhân" (Tù Binh)

Tô Thùy Yên từ tình yêu, thân phận người đi ra chiến tranh, một chiến tranh khó khăn, ghê rợn, hớp hồn :

"... Giặc đánh lớn - mùa mưa đã tới
Mùa mưa như một trận mưa liền...
... Tiếp tế khó - đôi lần phải lục
Trên người bạn gục đạn mươi viên
Di tản khó - sâu dòi lúc nhúc
Trong viết thương người bạn nín rên
Người chết mấy ngày chưa lấy xác
Thây sình mặt nát mạch lương tanh ...
... Áo quan phong quốc kỳ anh liệt
Niềm thiên thu đầm cỗ xe tang" (Qua Sông)

Vẫn nhìn ra "người" nơi kẻ thù địch :

"... Vì sao ngươi tới đây ?
Hỡi gã cộng quân sốt rét, đói
Xích lời nguyền sinh Bắc tử Nam.
Vì sao ta tới đây ?
Lòng xót xa , thân xác mỏi mòn,
Dưới mắt ngươi làm tên lính ngụy..."- 1972

(Chiều Trên Phá Tam Giang)

Đặc-biệt trên các tạp-chí đấu tranh như *Hành Trình, Thái Độ, Đất Nước, Trình Bầy, Cùng Khổ, ...,* thơ đưa chiến-tranh, tiền tuyến đến với người đọc ở những nơi an bình còn lại. Bài Chiến Tranh sau đây của **Nguyễn Tường Giang** trên *Thái Độ* như muốn vẽ cảnh tượng xã-hội thời chiến:

"Khi viên đạn cuối cùng bay ra ngoài nòng súng
ghìm vào ngực kẻ thù của chúng
bầy chim trên cành không hót
thất một người Việt-Nam
ngã xuống trong khu rừng
*   Buổi tối nàng đi trên con đường vắng*
hơi rượu làm hồng đôi má nàng
nàng nhớ tới tiếng ca vàng vọt
và những bước khiêu vũ êm đềm

bầy thạch sùng trên trần căn phòng nhỏ im lặng
khi thấy nàng / ngã xuống trên nệm giường
(bên người đàn ông cao lớn)
Chàng thở làn khói thuốc đầu tiên trong ngày
mùa đông đã tới / chàng ở miền Trung và nhớ tới nàng
Nàng uống ly sữa tươi đầu tiên trong ngày
mùa mưa ở Sài-Gòn sắp hết
và nàng nhớ tới người tình
Con chim nhỏ bay lên thật cao không hót
ngó hai người nằm trên bãi biển xa
người đàn ông cao lớn viết những hàng chữ trên cát
Chiến Tranh / và hắn phá lên cười
Còn chàng, chàng ngồi thu mình trong hố cá nhân
tiếng súng đã bắt đầu"

Thơ chiến tranh **Nguyên Sa** xuất hiện vào giai đoạn sau, như bài thơ "Cầu Siêu Cho Nguyễn Quan Đại Chết Ở Khe Sanh":

"... Mái tóc anh nói với anh hãy quên mây
Đôi mắt anh nói với anh hãy quên trời tinh tú
Tư tưởng nói với anh hãy quên đàn ngựa chạy
Thân thể nói với anh hãy quên xác thịt buồn
Tôi nói với anh hãy quên
Hãy quên hãy quên hãy quên / Lũ chúng tôi hèn hạ".

Từ khi nhập ngũ, Nguyên Sa đã có cái nhìn trực diện với chiến tranh và những tàn bạo đối với con người, bạn hữu, đã ngỏ lời xin lỗi một thời quá khứ gần đã lơ là với cuộc chiến:

"bây giờ nằm kích ở ven ruộng sương xuống ướt vai
bây giờ đứng gác đêm ở rừng già gió lạnh thấu xương
ta mới biết rằng sương lạnh như thế
ta mới biết rằng gió lạnh như thế
ta muốn kêu to lên ta là thằng dốt nát
ta là một thằng dốt nát
vì mỗi ngày trong mười mấy năm dĩ vãng
ta không viết lên giấy trắng mựcđen cho những người yêu thơ
ta biết
anh em ta và quê hương ta đã đứng như thế từ bao nhiêu năm
.... hãy tha thứ cho ta
những anh em đã chết

những anh em chết ở bờ ở bụi
những anh em chết ở đồn vắng trong rừng sâu
những anh em chết khi đi di hành
những anh em chết khi đi phục kích
những anh em chết mặt đẹp như hoa
một ngàn lần hơn ta
cũng chết / những anh em học giỏi như thần đồng
một ngàn lần hơn ta
cũng chết / những anh em có vợ mới cưới chăn gối còn thơm
cũng chết / những anh em có người tình viết thư nét chữ còn run
cũng chết / những anh em con cái còn nhỏ hơn con cái ta
cũng chết / những anh em mẹ già còn yếu hơn mẹ già ta
cũng chết / những anh em đáng sống một ngàn lần hơn ta
đã chết / đang chết
và còn chết / hãy tha thứ cho ta" - 8/1967

(Xin Lỗi Về Những Nhầm Lẫn Dĩ Vãng)

Chiến tranh đã là tàn bạo, đầy kinh hoàng, chết chóc, nhưng với người lính **Phạm Ngọc Lư**, những vần trung thực, chân thành mới tỏ bày được hồn thơ lâm chiến, trong Biên Cương Hành:

"Biên cương biên cương chào biên cương
Chào núi cao rừng thẳm nhiễu nhương
Máu đã nuôi rừng xanh xanh ngắt
Núi chập chùng như dãy mồ chôn
Gớm, gió Lào tanh mùi đất chết
Thổi lấp rừng già bạt núi non
Mùa khô tới theo chân thù địch
Ta về theo cho rậm chiến trường
Chiến trường ném binh như vãi đậu
Đoàn quân ma bay khắp bốn phương
(...) Thôi em, yêu chi ta thêm tội
Vô duyên xui rơi lược vỡ gương
(...) Thôi em, còn chi ta mà đợi
Ngày về: thân cạn máu khô xương
Ngày về: hôn lễ hay tang lễ
Hề chi! buổi chinh chiến tang thương
Hề chi! kiếp cây rừng đá núi
Nghìn năm hồn quanh quẩn biên cương"

(*Văn* 10-1972; *Thơ Miền Nam Thời Chiến*, TAQ, 2005).

Dưới bút hiệu Phạm Triều Nghi, Phạm Ngọc Lư trên đường hành quân ở trận Bắc Bình Định ghi nhận:

"... Tháng tư / Lửa bùng lên đầu chợ
Lửa cháy quanh sông / Lửa vây Đệ Đức
Lửa đốt Bồng Sơn / Người người tan xác giữa đồng
(...) Ngó về đâu không rợn màu tang tóc
Ngó Nam ngó Bắc / Nuốt tiếng thở dài
Ai đến Tam Quan thương vay?
Ai đến Sa Quỳnh khóc mướn?
Có nghe những oan hồn vất vưởng
Than van trên ngọn cờ bay
Kêu đòi thân thể hình hài
Trăm năm cát bụi...miệt mài cơn đau"

(Trên Đèo Bình Đê, *TQBT,* số 20, 7-2005, tr. 97, 99)

Võ Chân Cửu thì tìm trong một Sài-Gòn người xưa lẫn những nét xưa tiềm ẩn trong cảnh tượng hoạt náo mỗi ngày – không khí của những "Hồn ma cũ" của Bình-Nguyên Lộc:

"Anh thấy những gì trong hỗn độn
Cộ xe khói khuất bóng người qua
Xưa kia là ruộng rừng xanh nước
Hơi đất tanh tanh chửa nhật nhòa
Ở sao tôi thấy người năm trước
Câu hò buông vọng bóng lau thưa
Ngã ba ngã bảy xe đi khuất
Cơ khí xen cùng nhịp gió mưa
Tiếng ma thiên cổ vang u uất
Vắng lặng buồn xo suốt bốn mùa
(...) Anh thấy những gì trong hỗn độn
Cộ xe khói khuất bóng người qua
Thời đại chảy dồn qua cuối rạch
Tịch mịch trùm lên những mái nhà"

(Bách Khoa, số C* 404, 9-2-1974, tr. 72)

Dù mang áo lính, người miền Nam vẫn có thể nói chuyện với người lính phía bên kia, như **Hà Thúc Sinh** với Nghinh Địch Hành:

"Giao thừa đâu mà vội / Hãy khoan đã chú mày
Cứ đóng xa vài dặm/ Mà ăn uống cho say

Ta cũng người như chú / Cũng nhỏ bé trong đời
Có núi sông trong bụng / Mà bất lực hôm nay
Chiến chinh trời cũng sợ / Chỉ còn lại hai bên
Vội vàng chi cho cực / Cứ thong thả nghỉ đêm
Vì nói thật cùng chú / Trăm năm có là bao
Binh đao sao biết được/ Sinh tử ở nơi nào
Nếu chú có cha mẹ / Ta chẳng những người thân
Còn mang thêm lắm nợ / Với rượu và gió trăng
Chú cứ ăn cho đủ / Mai chết sẽ chết no
Ta cũng cần đêm cuối / Từ giã gió trăng xưa"

Làm lính để bảo vệ quê hương, súng đạn đưa đến những cái chết, những tổn thương không thể tránh, mà thương tích tinh thần, tâm lý chắc còn nhiều hơn và di hại lâu dài hơn. Nhà thơ **Nguyễn Sinh Từ** đã phải thốt:

"Ta mang súng trường tưởng săn chim săn chuột
một đôi khi ta lỡ dại săn người
ta biết chắc Phật Trời không chấp nhất
không bắn người cũng bắn ta thôi..."

(Trần Tình, *Văn* 10-1972; *Thơ Miền Nam Thời Chiến*, TAQ, 2005)

Trong khi đó cùng đề tài nhưng nhà thơ trẻ **Lâm Chương** ngôn-ngữ thơ hơn, nhẹ nhàng mà vẫn phẫn uất không bi quan, như trong bài Hành Quân Mật Khu Dương Minh Châu:

"Tôi đi giữa rừng cao / Bốn bề cây nhớ gió
Bóng lá vờn lao xao / Trên vai thằng bạn nhỏ
Mồ hôi đẫm hơi áo / Đời mòn theo gót chân
Giày mòn theo dốc núi / Nhìn nhau mà bâng khuâng
Ơi những thằng bạn nhỏ / Cầm súng không hận thù
Dừng quân ngồi tâm sự / Lòng nao nao nhớ nhà
Áo vương màu bụi đỏ / Ngụy trang lá hoa rừng
Thân còng ba lô nặng / Đường hành quân gian nan..."

Nói đến chiến-tranh là đồng nghĩa với những hy sinh và những mất mát không thể tránh, nhưng đối với người lính thì nỗi đau đớn mất mát đồng đội, bạn thân hay đơn thuần huynh-đệ-chi-binh có khi lên đến tột đỉnh; lời lẽ sẽ vô nghĩa trước những phẫn nộ này, nhưng một số nhà thơ như **Linh Phương** vẫn đã ghi lại:

> *"Dăm thằng đánh trận. Dăm thằng chết*
> *Chỉ sót mình ta cứ sống nhăn*
> *Đù má nhiều khi buồn hết biết*
> *Lo mãi sau này cụt mất chân*
>   *Mấy tháng hành quân chưa ngơi nghỉ*
>   *Tóc tai dài thượt giống người rừng*
> *Kinh kha vác súng qua Dịch Thủy*
> *Thề chẳng trở về với tay không*
> *Chiến hữu ta toàn dân thứ dữ*
> *Uống rượu say chửi đổng dài dài*
> *Bồ bỏ. Tức mình xâm bốn chữ*
> *"Hận kẻ bạc tình" trên cánh tay*
> *Chiều qua sém chết vì viên đạn*
> *Du kích bên sông bắn tỉa hù*
> *Cũng may gặp phải thằng cà chớn*
> *Thấy mặt ta ngầu bắn đéo vô*
> *Nhớ hôm bắt được em Việt Cộng*
> *Xinh đẹp như con gái Sài Gòn*
> *Ta nổi máu giang hồ hảo hán*
> *Gật đầu ra lệnh thả mỹ nhân*
> *Mai mốt này đây nơi trận tuyến*
> *Gặp ta em bắn chớ ngại ngùng*
> *Cuộc chiến đâu dành cho nhân nghĩa*
> *Đời nào đạo lý với bao dung"*

(Hành Quân)

Duy Năng, tác-giả các tập thơ *Giấc Ngủ Chân Đèo* (1964), *Vẫn Đời Đời Hoài Vọng* (1970), thơ về đời lính, với những từ sử-dụng của một thời chinh chiến (*quân hành, chinh yên, tàn binh, thành đô, ...*):

> *"Tìm ngã hoàng hôn rừng núi xanh*
> *Còn nghe hùng tráng điệu quân hành*
> *Ô hay tiếng hát phương nào đó*
> *Mộng nở hồn tôi trên súng anh*
>   *Sừng sững trời cao non nước thiêng*
> *Mầu xuân chim đậu áo chinh yên*
> *Gươm xưa ngời lạnh đêm tròn nguyệt*
> *Mười vạn tàn-binh Minh ngửa nghiêng*
> *(...) Tôi ghé chiều nay lũng cuối đèo*
> *Áo còn đỏ cả bụi đường theo*

Súng đem làm gối hồn nghe chuyện
Thiêng-khí Trường Sơn kể ngọt ngào
* Thầm khắc vào tim một nguyện thề*
Mai kia hùng tráng bước quân về
Máu trai rửa sạch thù phương Bắc
Vui dậy thành đô xuống nẻo quê
* Mai, giã từ đây quân lên đường*
Một lần lịch-sử nữa, quê-hương!
Những trang sách cũ huy hoàng đó
Tiếng hát nghìn thu chuyện gió sương”

(Trường Sơn)

Diên Nghị nhà thơ theo bước quân hành mà tâm hồn nhạy cảm không khỏi có những giây phút chạnh lòng trước thiên nhiên:

“... Súng đạn quân mang nặng vai gầy,
Ngựa mỏi, đồi cao, núi tiếp mây.
Rung rúc chim ngàn ca nhịp bước,
Rộn rực tình sâu, đầy vơi đầy...” (Vương Vương)

Trang Châu trong Bên Bờ Kinh Sáng:

“trong cuộc chiến hôm nay
cho tôi xin chiến đấu không hận thù
xin những vết thương bình đẳng
cho tôi đổi một trăm chiến thắng
lấy một giọt nước mắt kẻ thù“ 17-2-67

(“Dấu vết chiến tranh”)

Cao Hoành Nhân đã tả lại cuộc chiến đấu dũng cảm của những người lính Nhảy dù Lôi Hổ tại Ashau vùng Quảng Trị-Thừa Thiên:

“... Ashau! Ashau!
Vách dựng tầng xanh cây cao khói đỏ
Dã thú quen rừng bóng cả đêm thiêng
Tự nghìn thu sừng sững giải sơn biên
(...) Tự thung lũng Ashau sâu
Vượt Trị Thiên bát ngát / Dày xéo biên duyên
Tự đỉnh Trường Sơn cao
Đổ về Cửu Long nước ngọt
Lửa bốc ruộng vườn
Ashau! Ashau! / Một giải biên sơn

Bỗng biến thành một khu cường địch
(...) Quân ta vượt Trường Sơn
Án ngữ đường địch lui mặt Bắc
Đồng Minh đổ chụp vùng Nam
Phi pháo biên duyên chờ lửa bốc máy gầm
Và ẩn hiện xuyên sơn toán biên phòng Lôi Hổ"

(Về Ashau, <u>in</u> Tuyển tập *Đầu Gió,* tr. 42-).

Một số nhà thơ nói đến **cái Chết**, như định mệnh và cũng đã trở nên một dĩ nhiên khi chiến-tranh ngày càng lan rộng một cách thảm khốc. **Đynh Trầm Ca** có thể chết vì quá-khứ lẫn tương lai:

"Hôm qua tôi bỗng chết hai lần
Té ngửa trên bờ dĩ vãng xanh
Hôm nay bỗng chết thêm lần nữa
Té sấp trên đường tương lai đen"

Còn nhà thơ lính trẻ **Đoàn Văn Khánh** trực diện với cái Chết nơi chiến trường, đã nghĩ gì?

"Hai tấm ngắn. Bốn tấm dài
Lầm lì tôi đóng quan tài cho tôi
Khuya nay khâm liệm con người
Tôi làm con thú nói cười huyên thuyên
*   Bò lê khắp cả ba miền*
Cần chi cơm áo bạc tiền thanh danh
Cần chi lo chuyện tương tranh
Hiệp thương, hưu chiến, yên bình... vu vơ
*   Tôi làm con thú khù khờ*
Vẫy đuôi hạnh phúc bên bờ vực sâu
Tôi làm cây súng hai đầu
Đong đưa bóng chết qua cầu thế gian"

(Hóa Kiếp Tôi)

Nơi hậu phương, dù vậy, **Sao Trên Rừng** vẫn có những bi quan thật sự:

"Xưa chúng ta gặp nhau
là sự đồng nhất trong cái chết
như loài quạ đen vùng biển
già nua và sâu thẳm những đêm sao
rơi từng chiếc một, chiếc một..."

(Sự Đồng Nhất Trong Cái Chết)

Cùng hậu phương, **Trần Dạ Từ** sau một cơn bệnh, chợt nghĩ đến cái hữu hạn của kiếp người:

"Anh sắp kể em nghe bao chuyện lạ
Chuyện anh gặp thần chết trong cơn đau sung sướng
Thần chết, em ơi, ngồi ngay trên đầu giường
Thần chết, em ơi, đứng ngay trên trần mùng
Thần chết, em ơi, đẹp đẽ không kém em
Ngây thơ không kém anh
Anh sung sướng quá, anh không đủ ngôn ngữ diễn tả
Hãy nhìn sâu mắt anh
Thần chết trong mắt anh quần áo thùng thình
Đầy nhân từ khoan khoái
(...) Chính thần chết đã cho ta vay ngày thôi nôi
Với bao nhiêu năm sống
Bao nhiêu ngọn nến đủ màu tươi cười trên chiếc bánh sinh nhật
Như anh đã từng vay thần chết
Bao nhiêu ngày đêm phấn đấu và yêu em"

(Làm Thơ Không Biết Mệt, *Văn*, 1972)

Thơ phản chiến

Thích Nhất Hạnh qua *Chắp Tay Nguyện Cầu Cho Chim Bồ Câu Trắng Hiện* (1965), nhân danh tình người kêu gọi phế bỏ chiến tranh :

"... Kẻ thù ta mang áo màu chủ nghĩa
Kẻ thù ta mang lá bài tự do
Mang cái vỏ thật to
Mang cái rổ danh từ
... Kẻ thù ta đâu có phải là người
Giết người đi thì ta ở với ai..."
Ông lên án chiến tranh :
"Hãy nghe tôi đây
Tôi nói rằng tôi không công nhận
Cuộc chiến tranh này
(...) Tôi ghét cả hai bên
Tôi không theo Quốc gia
Tôi không theo Giải phóng
Tôi chỉ theo người cho tôi sự sống!"

(Ruột Đau Chín Khúc)

Chiến tranh càng khốc liệt thì tuyên truyền VC len lỏi vào báo chí miền Nam tự do:

"Mỗi tiếng hát lên đường, một mũi dao đâm
Tất cả hôm nay vững bền như núi thép
Đạp đầu quân bán nước xông lên
Trước mũi lưỡi lê tiếp lời ca chị Sáu
Trước họng súng hung tàn sôi sục máu anh Ơn
Đất nước lừng thơm ngày ta khôn lớn
Tiếng loa truyền sấm chớp bủa từng cơn"

(Trần Phá Nhạc, Chúng ta đứng lên chung một tuyến hào, *Đối Diện* số 36, 6-1972).

Nói vậy nhưng mà lịch-sử và thời-gian đã cho biết là đã không chung một tuyến hào!

Hoàng Khởi Phong (tên thật Nguyễn Vinh Hiển, 1943-, Hải Dương; sĩ quan quân lực VNCH 1963-1975) làm thơ phản chiến với *Mặt Trời Lên* (1967, Đại Nam Văn Hiến) và *Phục Hồi Quyền Chức Làm Người* (TGXB, 1970) (**14**).

"nếu một mai anh chết đi nghĩa là anh ngừng thở
nếu một mai anh chết đi / nếu một mai không có ai
có nhớ đến em nơi xa

còn nuối tiếc em nơi xa / bên kia đời

xin em nhận cho chút gia tài / xin em nhận cho

để lại gì cho em / đây còn chiếc poncho che mưa
để lại gì cho em / hay là tấm huy chương xanh lơ
để lại gì cho em / khi cuộc chiến cướp mất nơi anh
lời ngọt ngào êm ái / thay bằng tiếng than dài
để lại gì cho em / đây còn chiếc poncho che mưa
để lại gì cho em / hay là tấm huy chương xanh lơ
để lại gì cho em / khi cuộc chiến cướp mất nơi anh
lời ngọt ngào êm ái / thay bằng tiếng than dài
còn lại gì cho em
đây mười mấy tháng lương mong manh
còn lại gì cho em / hay là nuối tiếc thương riêng anh
để lại gì cho em / còn lại gì cho em / để lại gì cho em ...
còn điều này cho em / xin nhận với mắt sáng hân hoan
còn điều này xin em / dang rộng với cánh tay Kitô

dù người còn hay mất /xin vì những lớp sau đang lên
hòa-bình niềm mơ ước / chân hạnh phúc lâu bền
  còn điều này cho em
xin nhận với mắt sáng hân hoan
còn điều này xin em / dang rộng với cánh tay Kitô
dù người còn hay mất / xin vì những lớp sau đang lên
hòa-bình niềm mơ ước / chân hạnh phúc lâu bền".
  hòa-bình! Hoà bình! Hoà bình !
Hoà bình! Hoà Bình! Hoà bình!"

(Để Lại Cho Em).

Ngỗ ngáo nhất vẫn là người lính trận **Nguyễn Bắc Sơn**:
"Khi tao đi lấy khẩu phần
Mày đi mua rượu đế nồng cho tao
Chúng mình nhậu để trừ hao
Bảy ngày sắp đến nghêu ngao trong rừng
Mùa này gió núi mưa bưng
Trong lòng thiếu rượu, anh hùng nhát gan..."

(Một Tiếng Đồng Hồ Trước Khi Lên Đường Hành Quân)

"... Mai đây đụng độ ta còn sống
Về ghé Sông Mao phá phách chơi
Chia sớt nỗi sầu cùng gái điếm
Đốt tiền mua vội một ngày vui..."

(Mật Khu Lê Hồng Phong)

"... Kẻ thù ta ơi, những đứa xăm mình
Ăn muối đá và điên say chiến đấu
Ta vốn hiền khô, ta là lính cậu
Đi hành quân, rượu đế vẫn mang theo
(...) Lũ chúng ta sống một đời vô vị
Nên chọn rừng sâu núi cả đánh nhau..."

(Chiến Tranh Việt Nam và Tôi), vì người lính NBS cầm súng không lựa chọn.

Phan Xuân Sinh cầm súng bảo vệ đất nước nhưng anh vẫn có cái nhìn nhân bản khi *Uống Rượu Với Người Lính Bắc Phương* cũng là tựa đề một bài anh viết ngày Tết năm 1972:

  "hãy rót cho ta thêm cốc nữa đi
  ngồi với bạn hôm nay làm ta hứng chí

chuyện ngày mai có chi đáng kể
dẹp nó đi cho khỏi bận tâm
thằng lính nào mà không rét lúc ra quân
khi xung trận mà không té đái
(...) những thằng lính thời nay không mang thù hận
bạn hay thù chẳng có một lằn ranh
thôi hãy uống. Mọi chuyện bỏ lại sau
nếu có thể ta gầy thêm cuộc nhậu
bày làm chi trò chơi xương máu
để đôi bên nuôi mầm mống hận thù
ta chán lắm rồi ba chuyện ruồi bu
chỉ có bạn, có ta là người thua cuộc
(...) uống với bạn hôm nay ta phải thật say
để không phải còn nhìn nhau hận thù ngun ngút"

(Trích từ Đứng Dưới Trời Đổ Nát (Văn, 2000), tr. 10-13).

Người lính **Phan Xuân Sinh** dấn thân đời quân ngũ nhưng tâm thức hiền hòa của con người Việt-Nam khiến mơ hay thực lắm khi khó phân biệt theo lý giải, cả khi tình đã ra đi:

"nằm trong hầm, lắng nghe chim hót
mà tưởng mình đang sống thái bình
tiếng súng, tiếng chim. Nghe buồn lạ
vây quanh ta giữa chốn đao binh
(...) chắc bây giờ em vừa bát phố,
đang ung dung trau chuốt sắc hương,
tìm phấn son thay đôi giày mới,
thong thả dạo quanh những con đường.
ta vẫn nằm trên đồi gió thổi
chim hót ban ngày pháo dội ban đêm,
em cứ chạy theo từng mốt mới
còn ta uống rượu để tìm quên
trên đồi trọc, cỏ không kịp mọc
sống chết một đời có nghĩa chi
khi tỉnh giấc, ngó bên rào chim hót
lòng ta đau, nhìn mãi cuộc tình đi (...)"

- Đồn Bồ Hòn, 2-1972 (Sđd, tr. 31-32).

Lời nhắn nhủ hiện thực gây sốc như của **Linh Phương** qua bài thơ Kỷ Vật Cho Em – vốn mang tựa Để Trả Lời Một Câu Hỏi khi đăng báo, được biết đến nhiều do nội-dung và phổ nhạc cùng tạo một số huyền thoại:

> *"Em hỏi anh bao giờ trở lại*
> *Xin trả lời mai mốt anh về*
> *Không bằng chiến thắng trận Pleime*
> *Hay Đức Cơ - Đồng Xoài - Bình Giả*
>   *Anh trở về hàng cây nghiêng ngả*
> *Anh trở về hòm gỗ cài hoa*
> *Anh trở về bằng chiếc băng ca*
> *Trên trực thăng sơn màu tang trắng*
>   *Mai trở về chiều hoang trốn nắng*
> *Poncho buồn liệm kín hồn anh*
> *Mai trở về bờ tóc em xanh*
> *Vội vã chít khăn sô vĩnh biệt*
> *(...) Mai anh về trên đôi nạng gỗ*
> *Bại tướng về làm gã cụt chân*
> *Em ngại ngùng dạo phố mùa xuân*
> *Bên người yêu tật nguyền chai đá*
>   *Thì thôi hãy nhìn nhau xa lạ*
> *Em nhìn anh – ánh mắt chưa quen*
> *Anh nhìn em- anh cố sẽ quên*
> *Tình nghĩa cũ một lần trăn trối"* - 20-02-1970.

Lê Thị Ý (1939-, Hà-Nội), tác giả bài *Ngày Mai Đi Nhận Xác Chồng* 1970, đã viết 10 bài thơ trong tập thơ "Mười Bài Thương Ca"; trong số một bài được Phạm Duy phổ thành ca khúc là "Thương Ca 1":

> *"Ngày mai đi nhận xác chồng*
> *Say đi để thấy mình ... không là mình*
> *Say đi cho rõ người tình*
> *Cuồng si độ ấy hiển linh bây giờ*
> *Cao nguyên hoang lạnh ơ hờ*
> *Như môi thiếu phụ nhạt mờ dấu son*
> *Tình ta không thể vuông tròn*
> *Say đi mà tưởng như còn người yêu*
> *Phi cơ đáp xuống một chiều*
> *Khung mây bàng bạc mang nhiều xót xa*
> *Dài hơi hát khúc thương ca*
> *Thân côi khép kín trong tà áo đen*
> *Chao ơi thèm nụ hôn quen*

Đêm đêm hẹn sẽ chong đèn chờ nhau
Chiếc quan tài phủ cờ màu
Hằn lên ba vạch đỏ au phũ phàng
Em không thấy được xác chàng
Ai thêm lon giữa hai hàng nến trong?
Mùi hương cứ tưởng hơi chồng
Nghĩa trang mà ngỡ như phòng riêng ai"

Bên cạnh là những tiếng thơ muốn hòa đồng với thiên nhiên, như mời gọi sống **an nhiên**, tâm thức như chủ động rời xa chiến-tranh – một cách siêu hình luận. **Trần Văn Nam** có Trường Ca Á Châu, đã mở bài như sau:

"Dòng sông không phải bắt nguồn từ không gian
Của bình nguyên truyết trắng / Qua rừng núi bạt ngàn
Dòng sông đã bắt nguồn từ thời-gian
Do tình thương quá-khứ
Do muôn trùng kỷ niệm miên man
Dòng nước ra đi từ đất lành
Vang xa tiếng hát ru con của quê-hương thời tuổi mộng
Bên cầu tàu Mỹ-tho đèn lu đèn tỏ
Nhớ về Saigon đèn ngọn đỏ ngọn xanh (...)"

Dòng sông trở nên Á châu len lỏi / hùng vĩ khắp vùng Đông Nam Á, cũng là nơi con người tranh chấp lãnh thổ, quyền lực. Bài kết thúc:

"(...) Xứ của mai rừng ẩn sĩ
Người của chiến quốc lao lung
Nước chảy vào đây tìm đường kết hợp
Nối những trời mây Đại-Đông-Á muôn trùng
Bởi vì đâu mà tranh chấp
Sao chẳng hòa đồng hát bản tình chung
Việt-Nam là cửa biển / Ai-Lao Cam-bốt là miền Trung
Miến-Điện Thái-Lan biên bờ xanh mát
Gió không nhà trên rừng bụi cây rung
Dòng Mékong trườn đi thông suốt
Đại-dương-ca trên sông biếc chập chùng"

(*Nghệ Thuật*, số Xuân Bính Ngọ 1966, tr. 14).

Trước khi xảy ra biến cố 30-4-1975, Cao nguyên rồi miền Trung địa đầu của miền Nam cộng-hòa đã trãi qua những ngày tháng chiến-tranh tàn bạo của "địa ngục trần gian". Tạp-chí *Bách Khoa* trong số cuối cùng, 426, phát hành ngày 19-4-1975, đã có những bài viết về tình hình chiến-tranh và di tản "kinh hoàng" này, trong số có bài thơ *Trong Cõi Kinh Hoàng* của Nguyễn Phan Thịnh (1943, Hà Nam – 27-5-2007, Sài-Gòn):

> *"trên đường chạy loạn / mẹ gánh con theo*
> *đong đưa nhịp thúng / ngửa nghiêng về đâu.*
> *tả tơi mẹ chạy / bước thấp bước cao*
> *rừng người điên loạn / rên rỉ kêu gào.*
> *con ôm em bé / níu chặt giây quang*
> *mẹ lao mình chạy / trong cõi kinh hoàng.*
> *sau lưng bom nổ / khói ngất lưng trời*
> *nhà tan cửa nát / máu xương tơi bời.*
> *chung quanh trước mặt / khói ngất từng mây*
> *chiến xa rầm rộ / vang rền đạn bay.*
> *ầm ầm ghê khiếp / đất bụi mịt mù*
> *ôi người chồng chất / chết như lá thu.*
> *dẫm chân lên xác / lao tới như điên*
> *lũ người đang chạy / ngã lăn ra đường.*
> *mẹ ơi em bé / đã chết khi nào*
> *một viên đạn nhỏ / phá tan sau đầu.*
> *ầm ầm ghê khiếp / đất bụi mịt mù*
> *xác người tan nát / tung như lá khô.*
> *thôi rồi mẹ ngã / thúng rớt lăng chiêng*
> *mẹ tuôn máu đỏ / giữa đường nằm im.*
> *con lê tới mẹ / ôm đầu mẹ lên*
> *mắt đã dại khờ / nhìn con xót thương.*
> *con ôm xác mẹ / con ủ thây em*
> *tiếng con kêu khóc / chìm trong đạn bom"* (tr. 78).

Còn văn bản hiện thực chiến-tranh nào hơn những câu thơ cảm xúc từ thực-cảnh đang xảy ra, những bi cảnh, những tàn phá đất nước và con người!

*

Thi ca chiến-tranh và hiện thực phần lớn của thế hệ trẻ này đã không được một số nhà văn thơ trẻ thế hệ vừa mới qua công khai tiếp đón như Thanh Tâm Tuyền, Nguyễn Sỹ Tế, Phan Lạc Phúc, ... nhưng đã được chân thành đón nhận trên các tạp-chí *Văn, Văn Học, Khởi*

Hành, Thời Tập, Vấn Đề, Bách Khoa, v.v. cũng như trên các tạp-chí văn-học do chính các nhà thơ văn trẻ chủ trương. Trong bài "Chiến-tranh như một định mệnh" (*Vấn Đề,* 4, 7-1967), Du Thanh Thảo (tức Thanh Tâm Tuyền) cho biết "*hành động thi ca trước tiên là một hành động tinh khiết hóa ngôn từ, không có hành động ấy thì thi ca đã tự phản bội"*. Ba năm sau, trên *Khởi Hành,* Thanh Tâm Tuyền, nhà thơ tự do và nghệ-thuật đen, vẫn giữ cùng lập trường về ngôn-ngữ thơ chiến-tranh là "*Đám ruồi bọ lúc nhúc trên những thây thối rữa* (vì) *Những chữ và những chữ. Quá thừa thãi. Những chữ* không làm cho ai sống, không làm cho ai chết. *Như con chim móc từ ngực áo đập cánh, như lưỡi dao cạo nhai ngấu nghiến, như cục lửa nuốt vào, thổi ra..."* ("Âm bản", *Khởi Hành,* 74, 8-10-1970, tr. 12).

Thi ca triết lý, về phận người và vũ trụ

Thơ thời này còn có những khuynh hướng triết lý, về phận người và vũ trụ như thơ Phổ Đức (Lê Phước Độ, 30-8-1939 – 18-12-2013, *Vòng Thời Gian* 1964, *Hiện Thân* 1967, *Nói Cho Con* 1968, *Ba Mươi Hai Bài Lục Bát* 1970, *Thơ Của Người Tình* 1971 và *Linh Hồn Cỏ Biếc* 1966 chung với Hoàng Hương Trang).

Ở **Phổ Đức** tình đã nhẹ nhuốm mùi thiền :

"Anh đứng dậy che tay buồn cúi mặt
Nhìn lối quen năm tháng dẫm lên sầu
Em qua đó bao lần khi nắng tắt
Mỗi chiều về bốn mắt lại nhìn nhau
  Trong im lặng anh nghe hồn ẩm mục
Khóc thương thân vàng úa cả tâm linh
Đời chung hưởng nhưng không cùng chung mộng
Anh tự tay đào huyệt để chôn mình
  Đối diện nhau nhưng muôn trùng xa cách
Anh mất em từ buổi cảm yêu em
Yêu là thế anh đành im gục mặt
Nên con đường thương nhớ cứ dài thêm
  Dáng em đi chim nhìn im tiếng hót
Bước anh xa đau khổ chất nên thành
Gặp mặt nhau mỗi lần thêm chua xót
Giọng hát buồn còn đọng mãi trong anh.
  Anh mường tượng em vào trong giấc ngủ

Như Thiên Thần hiện xuống ở bên anh
Em sẽ ru bằng lời ca ân ái
Một giấc mơ không tưởng đã hiện hình.
   Nghìn năm nữa từ hành tinh xa lạ
Hồn anh in trên những rặng cây xanh
Tiếng em hát vút cao thành tượng đá
Người sau xem bảo kỷ niệm chúng mình" 1967

(Ảo Tượng Tình Yêu).

Đặc-biệt là thơ Thiền **Bùi Giáng** rải rác trong nhiều tuyển tập thi ca của ông:

"Đường cong có cỏ mọc ven bờ
Đứng trong vườn lá chuối tơ
Chó sủa sớm chiều đi qua ngõ
Gà con mất mẹ chạy bâng quơ
Cá ở ngoài khe có ít nhiều
Cồn lau cỏ lách có hoang liêu
Em về có hỏi răng ri rứa
Nhắm mắt đưa chân có bận liều "

(Bờ Trần Gian. *Mưa Rừng*)

Thơ Thiền của Bùi Giáng là một phương tiện giải thoát cuộc sống khó khăn, hiện-sinh (hoặc chính trị) không lối thoát. Ở **Thái Thủy**, một nhà thơ chỉ có một số sáng-tác trong đầu thập niên 1960:

"Tôi trót sinh mang hình hài Thượng Đế
luôn thầm mong chối từ thân phận con người
mơ làm tảng băng thạch nghiêng mình
nghe đàn hải-cẩu đùa đêm khuya
mơ làm cành cây mùa thu
không biết vì đâu trụi lá
(...) Sao chúng mình không quên những-gì-đã-mất
sao đời không hiền lành như tranh tĩnh vật
sao mặt trời không soi sáng nửa đêm
cho chúng mình khỏi quờ-quạng tìm nhau
(trước khi bước vào hố thẳm)
cho chúng mình nhìn tỏ mặt nhau một lần
và yêu nhau tha thiết một lần".

(Chuyện Đau Thầm, *Hiện Đại*)

Ở **Thành Tôn** :

".. đi, về bóng lạ bàn chân
dòng sông nghiệp dĩ tiếp dần biển khơi
quanh co nghĩ rộng đất trời
cái tôi hiện hữu một thời vong nô
*   khép dần cánh cửa hư vô*
thân chưa nhập thế cơ hồ cách xa"

(Ranh Giới, *Thắp Tình* 1969).

Hải Phương chuyên thơ tình nhưng tình mang thiên nhiên và vũ trụ vào thơ, với hai thi tập *Tuổi Tình Yêu* (Queen, 1962) và *Con Đường Tình Nhân* (Queen, 1964) [và tập truyện *Giấc Ngủ Của Biển* (Sống Mới, 1964)]. Hạt cát của Pascal mang hồn Đông phương:

"ta bước chân đi trong chiều thế kỷ
tiến hoá xoay vòng lăn nghiến mặt thời gian
ta bỗng đợi nỗi bơ vơ đến gặp
những ngày tin cuối phố ngày tàn
trên bước mỏi trên đường xa ngõ tắt
tìm dấu mình hữu hạn sắp vây quanh.
(...) lầm than quá mà cũng kiêu sang quá
ôi con người của thế kỷ hai mươi..."

(Nỗi Buồn Thế Kỷ)

Con đường tình nhân là chốn không gian cho những đôi nhân tình, một địa chỉ dễ tìm mà cũng lắm lúc trở nên thất lạc như bàn cờ. Thật vậy, chính nơi này đã hạnh-phúc tột cùng, thì cũng có những buồn đau không kể xiết, cũng vì thời-gian... Tình-yêu biến thành huyền thoại con đường xưa em đi, ta đi, ... nay ta về... Chợt thành nỗi buồn thế kỷ!

"sau một giờ biến thể vẻ như lai
vũ trụ ta nhìn môi nụ chớm ngày mai
xanh hy vọng như tình yêu lớn rộng
dù thế kỷ giờ văn minh báo động
sắp hoang tàn trong huỷ diệt muôn năm"

Ở **Quách Tấn** ngũ ngôn:

"Giũ áo vào hư không / Nghìn xưa phai nét chữ
Song khuya ngọn sáp hồng / Giọt ứa dòng tâm sự"

(Lòng Thiên Cổ)

Hoài Khanh, trong *Thân Phận* (1962), "*Thôi nước mắt đã ghi đời trên đá / và cô đơn đã ghi dấu trên tay*" của "*kẻ bị đày giữa bãi đất hoang tàn của nghĩa địa trần gian*" như Phạm Công Thiện giới thiệu trong đề tựa: "*Tôi lẩn trốn vì thấy mình không thể / Mây của trời rồi gió sẽ cuốn đi*", vì nhà thơ đã mất hay hết còn tin những nơi có thể trú ẩn tình yêu và niềm tin:

> "*Hãy để tôi đi khuất cõi đời*
> *Buộc ràng chi nữa xác thân tôi*
> *Cho tôi những lệ trần gian đó*
> *Và vết thương đau của một thời*
> *(...) Thượng đế đành vắng mặt*
> *Chân lý lại xa vời*
> *Tôi dối lòng an ủi ngắm mây trôi*
> *Tìm một chút bình yên khi linh hồn sôi sục*
> *Nhưng cõi vô thường ray rứt*
> *Lúc nhúc những hàm oan*
> *Con chim non là tôi*
> *Sao cuộc đời giông gió vẫn còn*
> *Ôi ngày xưa hôm nay ngày mai*
> *Bí mật lạ lùng như Thượng Đế*
> *Nên dù biết nhục nhằn nhưng vẫn đành kẻ lẻ*
> *Biết phụ phàng vẫn yêu rất thủy chung*
> *(...) Tôi vẫn cứ là tôi với hiện diện dại khờ*
> *Phơi tấm lòng lên trọn mấy vần thơ*
> *Nói đạo đức với những phường giả trá*
> *Rồi trở về với cô đơn thường trực*
> *Với bơ vơ ấm ức tự nhân nào*
> *Cái quả nầy sao lại lắm thương đau*
> *Tôi hỏi vậy / Những lần toan hủy hoại*" (Tự Vấn).

Nguyễn Đức Sơn là một trong số thi nhân ngôn từ lắng đọng của phận người giữa vũ trụ bao la:

> "*một buổi trưa nhớ tràn về tuổi nhỏ*
> *ta lạnh người ôm chiếc bóng rung rinh*
> *hồn đã ủ ngàn năm trong lá cỏ*
> *cánh chuồn chuồn chới với giữa tâm linh*"

(Hồn Đã Ủ Ngàn Năm)

mà cũng thật tự nhiên trong thể lục bát:

"Em đang thay áo trong phòng
Hương xuân bay tỏa sóng lòng tôi đâu
Vú thon quá độ nhiệm mầu
Trộm nhìn quên hết âu sầu thế gian
Tiêu luôn cái cõi Niết Bàn
Bắt tay chào nhé cái màn Vô minh..." (Trinh Nữ)

Thơ ảnh hưởng Phật giáo có Phạm Thiên Thư, Nhất Hạnh, Hoài Khanh, Phạm Công Thiện, Võ Chân Cửu, Xuân Phụng, ... nhưng nổi tiếng là Phạm Thiên Thư với những bài thơ tình dài hơi thể lục bát như Đưa Em Tìm Động Hoa Vàng hay bốn chữ như Ngày Xưa Hoàng Thị (15):

"Em tan trường về / đường mưa nho nhỏ
chim non giấu mỏ / dưới cội hoa vàng
(...) em tan trường về / cuối đường mây đỏ
anh tìm theo Ngọ / dáng lau lách buồn
(...) mười năm rồi Ngọ / tình cờ qua đây
cây xưa vẫn gầy / phơi nghiêng dáng đỏ
áo em ngày nọ / phai nhạt mấy màu
(...) dáng em nho nhỏ / trong cõi xa vời
tình ơi tình ơi!"

(Ngày Xưa Người Tình)

Tập thơ trường thiên *Đoạn Trường Vô Thanh* (1973) viết theo thể lục bát muốn đi xa hơn tình yêu dưới bóng bồ đề và bốn bề thiên nhiên. Ở đây đằng sau chuyện nàng Thúy Kiều là bề sâu tư tưởng dân tộc, tôn giáo cùng triết lý. Cuộc đời Kiều dưới lăng kính một người Việt ở thế kỷ XX. Hãy nghe ông tả tiếng đàn Thúy Kiều:

"... bây giờ phiếm gợn thêm chương
soạn cung giải vận đoạn trường từ đây
vi vu đồi liễu cồn mây
hơi thu tỏa cánh hạc bay chập chờn
cỏ vàng núi nhuộm tà dương
đồi phong lá gọi bóng sương xạc xào
hạt đàn tấm tức nao nao
suối tuôn mạch đá đau bào lòng non ..." (tr. 24).

Động Hoa Vàng (Cảo Thơm, 1971) đưa vào thi ca Việt-Nam những đoản thi trường thiên Thiên Thư họ Phạm:

"1- Mười con nhạn trắng về tha
Như Lai thường trụ trên tà áo xuân
Vai nghiêng nghiêng suối tơ huyền
Đôi gò đào nở trên miền tuyết thơm (...)
39- Đợi người cuộc mộng thâu đêm
Sông Ngân trở lệ dài thêm dòng nhòa
Anh nằm gối cỏ chờ hoa
Áo em bạch hạc la đà thái hư
40- Em từ rửa mặt chân như
Nghiêng soi hạt nước mời hư không về
Thâu hương hiện kính bồ đề
Phấn son chìm lắng hạt mê luân hồi (...)".

*

Vào thời văn-học miền Nam này, thi ca thế giới đa dạng đa khuynh-hướng đã được giới thiệu và tiếp nhận nồng nhiệt. **Phạm Công Thiện** giới thiệu Rainer M. Rilke như là một nhà thơ của hố thẳm, của đêm tối nguyên thủy, nhà thơ của Hư vô, ông đến với Phật và đông phương như nguồn cảm hứng; nhà thơ cô đơn trước những sự vật có thể có cảm thông nhưng chắc là có một hiện hữu riêng, tự tại. Rilke ở trong số những văn nghệ sĩ chống và "muốn" tách khỏi nguồn Thiên chúa giáo, cũng như F. Nietzche. Guillaume Apolinaire thích làm thơ tự do và có những bài mỗi đoạn là một chữ, tập *Alcools* gồm những bài hay nhất của ông, không chấm câu. Nhà thơ siêu thực Gérard de Nerval sống cuộc đời của mộng ảo, sống giữa trong những khoảnh khắc tỉnh thức, cơn điên và mộng ảo. Thi ca trở thành trò chơi của sự sáng tạo, đứa con của thượng đế, là hoả diệm sơn kia bỗng một bữa nào, lãng đãng trào phun bởi một gót chân ngà huyền diệu. Kẻ chôn cuộc đời mình trong những cơn mộng ảo. Kẻ ôm mộng một đời, mà thơ là một lời mời gọi của trái tim. Theo Phạm Công Thiện, *"thi sĩ là bậc thánh tội lỗi, một thằng khờ, một thằng điên, một thằng kiêu ngạo, ghen tị với Phật Thích Ca hay Chúa Giê-su, thi sĩ phải là thằng bất lực, vô danh, im lặng và ồn ào, thi sĩ phải sống lưỡng lự, phải nói không ra lời, phải nói ấp úng, phải nói khó khăn, như thế mới là cử chỉ tối hậu, là sự chinh phục của ý thức, mới là bước đi của hư vô trên hố thẳm. Thơ ca và tư tưởng đều bắt đầu và chấm dứt nơi hố thẳm"* (*Hố Thẳm Của Tư Tưởng*). Và nhà thơ Phạm Công Thiện, sau những độc đáo của tuổi trẻ xuyên suốt qua *Ngày Sanh Của Rắn*, ... các tập về sau *Trên Tất Cả Đỉnh Cao, Đi Cho Hết Một Đêm Hoang Vu Trên Mặt Đất*, ... chỉ còn là những dư vang, chắp vá.

Từ Phạm Công Thiện, Diễm Châu, Tam Ích, ..., đã có những nhà thơ đi vào con đường con chữ hiện sinh, nhịp thơ chính là nhịp thở và ý thơ chính là sự nổi loạn của con người trước chiến-tranh và những bức tường vô cảm!

*

Thi-ca miền Nam trong hơn 20 năm đã là một bộ diễn-mục của những khúc giao-hưởng gồm nhiều biến tấu, đa dạng về thể thơ cũng như nội dung, âm hưởng, tiết tấu. Nếu phải nhận định, chúng tôi không nói đến loại thơ bình dân của người Việt-Nam 'dân tộc thi sĩ', xin chỉ thu gọn trong một số điểm về những hiện tượng và sự nghiệp, công trình đáng nói đến.

Trước hết, về *ngôn-ngữ thi ca* đã có đủ trình độ, từ ngôn ngữ cổ-kính, sang-cả, nét thơ tinh tế, ý tưởng thâm sâu của Vũ Hoàng Chương, Đinh Hùng, v.v.

> *"… Ta lảo đảo vùng đứng lên cười ngất,*
> *Ghì chặt nàng cho chết giữa mê ly.*
> *Rồi dày xéo lên sông núi đô kỳ,*
> *Bên thành quách ta ra tay tàn phá.*
> *Giữa hoang loạn của lâu đài, đình tạ,*
> *Ta thản nhiên, đi trở lại núi rừng.*
> *Một mặt trời đẫm máu xuống sau lưng"*

(Đinh Hùng, Bài Ca Man Rợ)

đến ngôn-ngữ nguồn cội Đông-phương cùng ý tưởng lập ngôn của nhà thơ thế hệ tiếp nối, như Hoài Khanh, Nguyễn Đức Sơn, Viên Linh, **Tô Thùy Yên**:

> *"... Ta hỏi han hề Hiu Quạnh Lớn*
> *Mà Hiu Quạnh Lớn vẫn làm ngơ*
> *Đảo hoang, vắng cả hồn ma quỉ.*
> *Thảo mộc thời nguyên thủy lạ tên*
> *Mỗi ngày mỗi đắp xanh rờn lạnh*
> *Lên xác thân người mãi đứng yên*
> *(...) Sóng thiên cổ khóc, biển tang chế*
> *Hữu hạn nào không tủi nhỏ nhoi ?"*

(Trường Sa Hành)

Bên cạnh đó là *ngôn-ngữ tâm hồn của thời đại.* Hoặc là một

ngôn-ngữ thi ca đẹp, trau chuốt; của những Nguyên Sa, Hoàng Trúc Ly, Nguyễn Tất Nhiên, Mai Trung Tĩnh, v.v. hoặc **Trần Hồng Châu**:

> *"Mênh mông sầu đoạn đời cơn*
> *Nửa khuya giấy trắng tủi hờn tuyết trinh*
> *Vắng em nương bóng tạc hình*
> *Rưng rưng lệ sáp bên mình cô liêu*
> *Gió về tám hướng ưu phiền*
> *Đìu hiu tuyết phủ mấy miền tâm tư*
> *Trắng đêm hồn nhỏ bơ vơ*
> *Lênh đênh suối cảm lững lờ hoa tiên*
> *Vắng em hồn mộng đỗ quyên*
> *Nước non hiu hắt tiếng huyền bâng khuâng*
> *Ly tao dòng cạn khơi vần*
> *Mưa đan đan mãi giọt nhầu ý thơ*
> *Cỏ vong ưu khói lam mờ*
> *Nửa ly mai lộ nguyệt hờ tắm suông*
> *Bút say vọng tưởng giòng Tương*
> *Mực say ảo mộng lạc đường héo hon*
> *Ngỡ ngàng giấy trắng lòng son*
> *Tuyết rơi rơi mãi gói tròn thương đau..."*

(Nửa Khuya Giấy Trắng, *Vấn Đề* - sau này xuất-bản ở hải-ngoại năm 1992, một số từ đã được thay đổi).

Hoặc là *ngôn-ngữ thi ca triết lý của thời đại* mà thơ của Phổ Đức, Thành Tôn, Hoài Khanh, Trần Tuấn Kiệt, Phạm Công Thiện, Hải Phương, … là những dấu tích, như đã trích dẫn ở phần trên. Thơ của **Nguyễn Nho Sa-Mạc** đã mang hình ảnh và ý thơ chứa nét hiện sinh của thời đầu thập niên 1960:

> *"Bằng đôi tay ốm kín nỗi buồn*
> *Ta đi trong trời đất hoàng hôn*
> *Mà nghe sữa mẹ chan hòa cháy*
> *Máu ở buồng tim cùng loạn cuồng*
> *Ta siết hình em trong tiếng hôn*
> *Im nghe da thịt và linh hồn*
> *Giữa không gian rộng ta vùng dậy*
> *Cuộc sống đi vòng quanh áo cơm*
> *Ôi nửa cuộc đời ta đảo điên*
> *Đêm nằm ru giấc ngủ cô miên*

Hai mươi tuổi trong hồ suy tưởng
Ngửa mặt nhìn trời đi ngả nghiêng" (Sinh Nhật).

Một ngôn-ngữ thi ca đầy hoài nghi, khắc khoải, khi *siêu-hình*, khi *hiện sinh* thân phận người – một *siêu hình hiện sinh*! Ngôn-ngữ của những kiếm tìm lối thoát cho cá nhân và tập thể. Lấy ngôn-ngữ làm cứu cánh hay chỉ là phương tiện, vượt ngôn-ngữ đời thường hay hiện thực của cái Đẹp. Cái đẹp, cái đạt trong thơ ngừng ở hình thức, nhạc tính, âm điệu hay cần phải bao gồm cảm hứng và triết lý, tư duy? Có người nhờ kỹ thuật thể hiện, cho nội dung mới vào ngôn ngữ thơ mà trở nên thơ hơn, được đón nhận hơn, dù bước đầu có thể đi lại trên con đường người trước như Thơ Mới có người làm theo nhưng với ngôn ngữ, ý tình hôm nay, ngữ điệu độc đáo riêng, tạo bản sắc, có thi tính riêng! Nói thơ tình yêu chưa chắc thời nào cũng như nhau là do lẽ đó! Có thời trang thành mốt lâu dài, có khi lại chỉ là đồ chưng xa xỉ không cầm cự được với thời gian! Lý luận cho lắm rốt lại, văn chương là ở cách thể hiện. Thẩm mỹ học mới, ý thức mới quan trọng, vì chính ý thức sáng tạo có mới, có độc đáo, khác biệt, riêng tư, ... thì kỹ thuật, ngữ điệu, ngôn từ, hồn thơ mới cất cánh bay được! Vì cuối cùng thì *Hồn thơ* là nguồn cội, của Chân Thiện Mỹ nghệ-thuật xuyên qua và hiện diện trong văn bản thi-ca, một thành quả của sáng-tạo văn-chương! Thi ca thời này đã là đối tượng diễn dịch cho một số phương thức, lối điệu ý thức cũng như triết lý và huyền hoặc (và cả huyền thoại) hóa!

Như vậy, thi ca có những *sáng tạo văn chương*, những cái *mới*, có thể gây bối rối và ồn ào lúc đầu nhưng có khả năng sống còn với thời gian, được đón nhận, nhưng cũng có những cái mới lạ gây nghi vấn, chống đối và cũng có những cái bất cập, trở lùi quá độ! Người làm thơ cảm nhận thi hứng rồi diễn đạt thành lời thơ, hai phương diện của một thể hiện nghệ thuật, cái Đẹp! Phải có ý chí sáng tạo, sống mạnh, cách tân ngôn ngữ, cấu trúc, nhịp điệu, nhạc tính, v.v. vì thơ hay hay không cũng chẳng có khuôn mẫu nào. Cái khó cho nhà thơ khi phải lập lại phong cách, ngôn từ sẵn có của mình mà không sáng tạo, không thêm được cái mới hay không thay đổi; hoặc quá tập trung vào văn bản như một ám ảnh; rồi đề tài có khi hết chất thi ca. Thơ mới, tứ mới, tâm tình mới đưa đến một hay nhiều hình thức khác, mới, để diễn tả thi hứng mới, của hôm nay. Như thế thơ này sẽ truyền cảm đến người đọc cùng thế hệ, cùng thời! Dù sao thì thi ca là thể loại tương đối khả dĩ có những cách tân, làm mới hơn là một vài bộ môn văn nghệ khác như tiểu thuyết, truyện ngắn, ..., dù vậy cái mới luôn đòi hỏi ba yếu tố cổ điển thiên thời địa lợi nhân hòa. Hội họa chẳng hạn, người nghệ sĩ có thể một mình đi trước thời đại, không được hiểu liền, nhưng tác phẩm một khi được hình thành, sẽ vẫn trơ gan cùng tuế nguyệt và sẽ có lúc có người đồng cảm. Cái mới, cái khác của thơ cần phải có đáp ứng liền, phải năng động thường trực, phải đi với thời đại. Thơ tự do từ tạp chí *Sáng Tạo* là một thí dụ. Cái mới cũng có nghĩa cách tân cái cũ, trở lại cái cũ với một ngôn từ, nội dung, hình thức, kỹ thuật, ... mới. Thơ Tô Thùy Yên là một thí dụ khác. Dù gì thì hình-thức và nội-dung luôn ít nhiều nương nhau hoặc liên kết, hỗ trợ!

*

Tóm, hai mươi năm thi ca này có **hai khuynh hướng chính**: một, hiện đại, mới với trữ tình, thi tính; một mới hoàn toàn tự do. Cả hai là những *nỗ lực mới về ngôn ngữ thơ, về nhạc điệu*, những dựng xây nền tảng thi ca mới, sứ mạng thi nhân mới và khác trước đó. Tự do và khác. Tất cả với Thanh Tâm Tuyền chẳng hạn, là phản, là đối nghịch. Như nội dung, ý tình chuyên chở trong thơ. Hình thức và nội dung với thơ Thanh Tâm Tuyền là một, như một. Phải thành công một, kia mới thành công xướng lên, mới lên. Yếu tính thơ tự do có yếu tố hỗn độn, ... vì nó có sự tổ chức riêng, có kết cấu riêng, nội tại, để nói lên, để nên thơ! Thơ tự do khác thơ cổ điển hay có niêm luật vì liên hệ đến tác giả, đến tài thơ, nhịp thơ riêng. Nếu không, là thất bại, là không còn thơ tự do! Thanh Tâm Tuyền bỏ làm thơ sau những xáo trộn giữa thập niên 1960, cho đến khi ông vào trại "cải tạo" nơi núi rừng Việt Bắc sau 1975. Trên tạp chí *Nghệ thuật*, nhà thơ Trần Đức Uyển đã có lần nhắc lại câu tâm sự của Thanh Tâm Tuyền tại sao không còn có thể làm thơ: "... *Tự nhiên thấy khó, không dám làm. Vả lại chưa tìm được cái gì mới. Tôi thấy thơ bây giờ càng ngày càng thu hẹp lại, rút gọn vào trong cái "tôi", để cuối cùng chỉ có mình hiểu được thơ mình*" (**16**).

Nếu Thanh Tâm Tuyền hiện đại với âm hưởng Tây phương thì Tô Thùy Yên là dấu vết khảo cổ, nhân chủng học cho một phương đông huyền diệu, thần bí. Không khí cổ thời, ý và nhân sinh quan có vẻ của người xưa, không gian và cảm giác xưa. Sống ở thế kỷ XX, ông chụp ảnh nghệ thuật, dùng máy hiện đại hôm nay để năm bắt những nét đẹp đông-phương vương vất đâu đó trong vũ trụ, nhất là những nét đan thanh của tâm hồn! Cái đẹp ở đây là cái đẹp của những huyễn mộng hoang đường, của một thế giới ẩn chìm trong thời gian, là mỹ cảm của tâm hồn nhà thơ đứng trước thiên nhiên, trước đời văn minh mà như hoang sơ. Cái đẹp ở trong nỗi buồn thế kỷ, ngôn ngữ thăng hoa thành mộng mị cổ thời. Cái Tôi sung mãn truyền thừa văn hóa, hãnh tiến trong hoang vu cũng như trong bức rối của thời đại.

Kẻ hậu sinh sau này muốn tìm hiểu con người và cảnh tượng đời sống Việt thế hệ 1954-1975 không thể không mở tìm lại những trang thơ mang suy tư về cá nhân và tập thể của Mai Trung Tĩnh, Hoài Khanh, Thanh Tâm Tuyền, Tô Thùy Yên, v.v.! Ở thơ Tô Thùy Yên chẳng hạn, thi ca gắn liền với đời sống, đặt vấn-đề cho lương tâm nhân loại, cho đồng loại, và không chỉ ở một thời. Ở ông, có thể nói đến thi ca như một kinh nghiệm vừa tư duy vừa tâm linh mà cũng là một kinh nghiệm nhân sinh. Thơ ông là một khẳng định lớn của con người! Có lần ông đã nhận định rằng *"thế kỷ mà chúng ta đang sống đây càng lúc càng hiển lộ một hiện tượng tách biệt trầm trọng lạ lùng giữa thơ và đời sống. Tách biệt đến mức tưởng chừng bây giờ thơ đã trở thành một công việc riêng tư hết sức chuyên môn như trong một hội kín giữa các người làm thơ với nhau thôi. (...) Nếu lịch sử là nỗ lực mô tả những diễn biến cụ thể của thời gian thì thơ, một cách khái quát, là lịch sử trừu tượng của thời gian, là phần hồn thiêng của lịch sử "* (**17**).

Chú-thích

1- Lê Huy Oanh. "Nhận định về thơ hậu chiến". *Văn Nghệ*, số 8, 9&10-1961.

2- Nguyên Sa."Kinh nghiệm thi ca". *Sáng Tạo*, số 21, 6-1958, tr. 66.

3- Thanh Tâm Tuyền. "Nỗi buồn trong thơ hôm nay". *Sáng Tạo,* số 31, 9-1959, tr. 1-6.

4- Võ Long Tê. "Thơ Tự do" <u>in</u> *Văn Hóa Và Nhân Vị* (Huế: Nhận Thức, 1957), tr. 80-81.

5- Bình-Nguyên Lộc. "Nhạc trong thơ". *Vui Sống*, số 6, 14-10-1959.

6- Thế Phong. *Lược Sử Văn-Nghệ Việt-Nam: tổng luận 60 năm văn-nghệ Việt-Nam* (Vàng Son tb 1974 theo bản 1958), tr. 27.

7- X. Lữ Phương. "Về một thái độ văn-học". *Bách Khoa*, số 230, 1-8-1966.

8- "Nói chuyện về thơ bây giờ" <u>in</u> *Thảo Luận* ... (Sáng Tạo, Tủ sách Ý Thức, 1965), tr. 149, 151.

9- Thanh Tâm Tuyền. "Nỗi buồn..." Bđd, tr. 4, 6.

10- Nguyên Sa. "Rời bỏ nền văn chương trú ẩn". *Đất Nước*, số 2, 12-1967, tr. 9.

11- Mặc Tưởng tên thật Võ Đức Trường, sinh 1940 tại Mỹ Tho, tử trận An Lộc, 24-5-1972, đã xuất-bản thi tập *Trên Đỉnh Thiên Thu,* 1969 và tập truyện *Giòng Sông Tình Ái,* 1969.

12- Võ Phiến. *Hai Mươi Năm Văn Học Miền Nam 1954-1975* (Westminster CA: Văn Nghệ, 1986), tr. 286.

13- *Truyện Chúng Mình,* gồm nhiều tập, được tái bản nhiều lần, tập 1 xuất bản lần đầu năm 1962.

14- Trong một phỏng vấn của Nguyễn Mạnh Trinh năm 1995, khi được hỏi: "Anh làm thơ phản chiến hồi đó có phải vì bốc đồng tuổi trẻ? Vì thích chống đối để tỏ ra mình tiến bộ? Hoặc vì nhận thức được vài trò tốt thí trong chiến tranh ủy nhiệm?", Hoàng Khởi Phong cho biết: *"Tôi dứt khoát là người không "hiếu chiến" nhưng cũng không "phản chiến". Điều quan trọng là trận chiến và Tôi thèm làm lính của vua.. .. Quang Trung, tôi thèm làm lính của ông.. ...Đề Thám. Tôi tiếc là mình quá trẻ để không thể làm một chiến sĩ có mặt tại Chapa, đánh trận Sông Lô, hay có mặt trong bài thơ Tây Tiến của Quang Dũng. tính chất của trận chiến. Nói tóm lại đó là những trận chiến chống ngoại xâm (vấn-đề Quốc, Cộng là một chuyện khác đến sau). Tôi rất mê thơ Quang Dũng: ".. ..Rải rác biên cương mồ viễn xứ -- Chiến trường đi chẳng hẹn ngày xanh.. .." Vậy thì tôi phản chiến ở chỗ nào? Tôi không phải là một người hùng mũ đỏ mũ xanh nhưng dứt khoát tôi không hèn. Tôi không phải là một sĩ quan gương mẫu nhưng cũng không nhu nhược, nhắm mắt nghe lệnh thượng cấp. Tôi là một người lính, có cơ hội suy nghĩ về mình, về đồng đội, về địch quân. Tôi cố gắng chống trả trong hiện tại, và mơ ước trong tương lai chúng ta có những người chỉ huy đúng nghĩa, có tài có đức. Nếu Miền Nam trụ được thêm 10 năm nữa, tôi nghĩ là chúng ta đã không ngồi tại chỗ đang ngồi ngày hôm nay, lái xe hơi tốt, mặc quần áo đẹp xong rồi cười sằng sặc về vụ "cái nồi ngồi trên cái cốc". Tôi không thích chữ "phản chiến". Nhạc của Trịnh Công Sơn nói lên niềm tha thiết của con người với hòa-bình và cũng nói lên thân phận bèo bọt của con người trong thời chiến. Mà đã là con người thì ở đâu cũng vậy, ai cũng thích một đời sống bình yên, không chết chóc. Nhạc của Trịnh Công Sơn nếu có làm hao hụt tinh thần chiến đấu của Miền Nam như thế nào thì cũng làm hao hụt tinh thần chiến đấu của quân đội Bắc Việt y như vậy. vấn-đề là Miền Nam đã không vận dụng đúng mức cái chất nhạc u uất này, chẳng những thế chúng ta còn đẩy Trịnh Công Sơn mỗi ngày mỗi xa chúng ta, nên tôi không lấy làm lạ khi năm 1975 anh ta "hân hoan ngã về phía những người thắng trận".*

15- Trích đoạn xuất-hiện lần đầu năm 1968 trong *Thơ Phạm Thiên Thư,* được phổ nhạc, đến 1974 nguyên văn trọn vẹn bài thơ mới xuất hiện trong thi tập *Ngày Xưa Người Tình* do nhà Văn Chương xuất-bản.

16- Trần Đức Uyển. "Nhìn lại thơ hôm nay". *Nghệ Thuật*, số 12, 12-1965, tr. 16-17.

17- "Bài nói chuyện của Tô Thùy Yên trong buổi ra mắt Thơ Tuyển tại Houston TX ngày 9-3-1996". Ngày Nay TX, số 340, 1-4-1996, tr. B3.

Chương 4
BỘ MÔN KỊCH

Thoại-kịch hay *kịch nói* là một thể-loại mới đối với Việt Nam dù đã có ở Tây phương từ nhiều thế-kỷ. Lần hồi Việt-Nam ta đã có thoại-kịch hay kịch nói, tiếp nối thời kỳ kịch hát trước đó (vẫn tiếp tục hiện diện song hành, ở phạm vi nhỏ hơn hoặc thay đổi hình-thức như cải-lương, v.v.). Với hình-thức nghệ-thuật này, diễn viên chỉ nói và trình diễn một tấn kịch. Cốt chuyện lúc đầu là chính, sau đặt nặng thêm động tác trình diễn của các diễn viên tức các nhân-vật của vở kịch. Đến giữa thế-kỷ XIX, thêm phần động não với những thể kịch triết lý, tư tưởng và kịch-bản cũng như tác-giả đều trở nên quan-trọng hơn là câu chuyện được trình diễn! Văn-chương tính nổi đình đám với vài trường phái và tác-giả. Xem kịch *Thành Cát Tư Hãn* (Quan Điểm, 1962) của Vũ Khắc Khoan chẳng hạn, khán giả cần thưởng thức, thẩm lắng; có thể nói hạnh-phúc xem kịch ở đây là phương-tiện duy nhất để có thể ngưng thời-gian lại trong khoảnh khắc đó!

Về kịch, thời văn học miền Nam có các kịch tác gia Trần Lê Nguyễn, Thanh Tâm Tuyền, Doãn Quốc Sỹ, Ngô Xuân Phụng, Nghiêm Xuân Hồng, Dương Kiền, Phan Tùng Mai, v.v. Trần Lê Nguyễn có vở *Bão Thời Đại* về những người trẻ quay cuồng trong những bế tắc ý thức hệ. Mặc Thu có vở *Người Chép Sử* (1956). Ngô Xuân Phụng (bào-đệ Xuân Diệu) trong vở kịch *Con Vật Phi Lý* (1962) diễn lại cảnh Huỳnh Đức Vũ, một trưởng trại cải tạo trong liên khu V là đảng viên cộng sản đã tố người cha nuôi cốt chiếm đoạt tài sản; người cán bộ có thể vì sự nghiệp đã nhẫn tâm giết đứa con hoang của mình và người tình nhân đang có mang – những "phi lý" duy vật đó đã đẩy đưa con người còn ý thức rời bỏ chủ nghĩa! Doãn Quốc Sỹ, tác giả vở kịch *Trái Cây Đau Khổ,* vẽ lại những tàn ác của những người theo cộng sản như cai ngục và đảng trưởng, chính trị viên và vở *Trăng Sao* cho thấy theo kháng chiến của Cộng-sản là sai lầm lớn!

Ngôn-ngữ kịch và sân-khấu

Thập niên 1930 với những vở kịch nói của Đoàn Phú Tứ và Vi Huyền Đắc, kịch đã nêu lên những vấn-đề của con người thật, của thời mới, nhất là thanh niên; kịch là một cách đối thoại, đương đầu với đời sống. Dĩ nhiên kịch thời này chịu ảnh-hưởng của tiểu-thuyết luận-đề đang thịnh hành. Sau đó, kịch mang hình thức kịch thơ, thịnh một thời vào những năm 1941-1945, kịch lúc bấy giờ lãng-mạn, hợp thời đại thanh niên sống trong cảnh bị trị, không lý tưởng, tìm cách bung, xuất! Liền đó, kịch tích cực theo chân người yêu nước lên đường kháng chiến chống Pháp, khí thế hùng tráng và là một trong những khí giới kích động tinh thần.

Kịch thơ sớm hết thời, vì sau 1954 Vũ Hoàng Chương chẳng hạn, khi di cư vô Nam, diễn *Tâm Sự Kẻ Sang Tần* (viết từ 1951) đã hết được hoan nghênh vì hết hợp thời đại và không-gian mới, vẫn lãng-mạn sinh nhầm thế-kỷ ngột ngạt, nhưng tâm sự đó hết còn được hiểu, nơi miền đất rộng lớn nhiều thử thách, đất của cải-lương và của màu mè tình tứ và trí thức bình dân! Cũng vì là thời đang tới của những Doãn Quốc Sỹ, Trần Lê Nguyễn, Thanh Tâm Tuyền, v.v., thời kịch nói, một thứ nói rất kịch của một thời đại vừa mở ra, nói mà hoang mang tâm trí và tư duy tìm bắt những lý tưởng mới, khác. Thời của những lý tưởng chính trị, nhắm hang động, dấn thân. Tác giả kịch lộ diện hẳn, nhập trong các vai diễn, phần đời họ đi vào văn chương nghệ thuật, có khi lại là phần tinh-yếu nhất, sâu kín nhất. Các vở kịch của Trần Lê Nguyễn là cuộc đời của tác-giả trong kháng chiến, những hoạt động đấu tranh trong liên khu. Bi kịch của *Ba Chị Em* của Thanh Tâm Tuyền cũng là bi đát của thế-hệ ông, những nghịch cảnh của buổi giao thời kháng chiến, đi ở vùng kháng chiến vùng tề rồi di cư vì chia cắt Bắc Nam. Một thứ độc thoại về con người thời đại cô đơn mất niềm tin nơi tha-nhân, kể cả người thân và người yêu, kể cả tự tin cũng đánh mất. Các nhân vật như quen thuộc nhau nhưng vẫn đóng kịch; đối thoại giữa họ như căn cứ trên cái gì đó hay như có đó. Người vắng mặt hiện diện và những tiết lộ tưởng là bất ngờ lại bị dửng dưng! Bi kịch là cám dỗ kịch-nghệ muôn đời, từ bi kịch lãng mạn đến bi-kịch phi lý, triết lý. Diễn tấn bi kịch lịch sử để ngẫm chuyện thời sự, chuyện bi kịch trí thức: Nghiêm Xuân Hồng, Vũ Khắc Khoan. Nhưng tất cả là đường đưa đến huyền-kịch, khoác tấm áo hiện đại cho những nhân-vật cổ sử, nhân-vật xưa nói chuyện nay, chuyện những giao động hay vấn-đề của hôm nay: hiện đại hóa huyền sử và cả những ám-ảnh siêu hình.

Với một số kịch thời này, khán giả được đưa vào cuộc vì có thể hoặc phải chia xẻ những vấn-đề, những xung-đột, giữa con người và thần quyền, giữa con người phản kháng với những guống máy vô tri hoặc bất nhân; hoặc con người phải đối đầu với bi kịch của tự do, của toàn quyền. Đối đầu với tác-giả kịch-bản và với chính mình! Kịch là phương tiện hay nhất để diễn bày những dằn vặt, xung khắc và bi hài qua diễn viên. Có thể nói không có xung đột thì đã không có kịch. Xung đột hiện diện trong hội họa, cả âm nhạc, nhưng ở đó không có vận động tâm lý. Cuộc đời, sự sống nằm ở trong ngôn-ngữ kịch! Vị trí của ngôn-ngữ trong kịch chính là vị trí của không gian câu chuyện kịch, nói đến tình trạng tha hóa khi con người ta phải cất tiếng nói (S. Beckett). Kịch có thể đưa ngôn từ đến chỗ khả nghi, bất khả cảm thông vì nhân-vật mất hướng, luôn bất an, lạc lõng, mất tham-chiếu với thế-giới hiện đại kỹ thuật, xa con người, xa hồn và xa ngôn-ngữ (Ionesco với *La cantatrice chauve* 1950). Tình trạng rối loạn thần kinh tập thể (*Rhinocéros*) vì có quá nhiều chủ nghĩa và ý thức hệ.

Vũ Khắc Khoan tìm đến phi lý của Âu Tây, thất vọng, ông trở về tư duy của Á-đông với ngôn-ngữ cổ thời nho gia xưa, cả lối văn biền ngẫu, trừu tượng. Trong *Thành Cát Tư Hãn* đầy tư tưởng hư vô bên cạnh thuyết lý người trí thức và người hùng cô đơn, bất khả cảm thông. Liệt nữ Sơn Ca của Vũ Khắc Khoan, em của Cổ Giả Trường, anh hùng Tây Tạng chống giặc Mông, bị phẫn uất, cao tiếng oán thù đầy tư-duy của kẻ bị trị: *"Hàng ngàn đời sau sẽ nguyền rủa nhà ngươi!"* nhưng đồng thời cũng nhận *"Nhà ngươi đang trở thành bất tử"*. Với Sơn Ca, *"Không có cuộc sống nào đáng sống cả. Lỡ sống thì đành nhận cuộc sống. Nhưng phải tìm lấy một cách sống riêng biệt cho mình... (đó là) tìm mọi cơ hội để chứng tỏ mình sống, rằng mình làm chủ được cuộc sống của mình"*. Cái chết của Hãn như một lần ra đi khác, cho tự do để lại...! Người hùng chối bỏ và phủ nhận lịch-sử xem như là của người già hết thời – như lời Sơn Ca: *"lịch-sử là vật sở hữu trường cửu của những người già"*)! Diễn viên "nhập hồn"nhân-vật đến tha hóa và đồng hóa! Rồi người thanh niên trong màn vĩ-thanh đã bạo dạn kêu gọi: *"Lên đường. Mặt trời sẽ mọc!"* (1). Chính trong tình huống tuyệt vọng và bi đát mới phát lộ giá-trị thật của con người, một con người "ngộ" được chân lý!

Nhưng trước đó, nhà văn **Bình-Nguyên Lộc** đã sử-dụng một thể kịch nói đặc-biệt khi viết tiểu-thuyết. Hãy nghe ông giải thích nhân có những độc giả của ông thắc mắc về lời đề tặng ở trang đầu của tiểu-thuyết Đò Dọc *"Kính tặng J.J.B. người sáng tạo kịch thuyết ít lời... ":* *"Tôi chưa hề được xem diễn tận mắt một vở kịch nào của J.J.B. cả, nhưng đã nghe diễn vở "Con đường quốc gia số 6" (National 6) trong đài phát thanh Sài gòn thời Pháp thuộc, và được đọc tất cả kịch của soạn giả lỗi lạc nầy. Kể ra thì cũng ít thẩm quyền thật đó, nhưng cũng xin thử phổ biến kỹ thuật lạ kỳ nói trên đây.*

Muốn hiểu quan niệm về nghệ thuật viết kịch của J.J.B. mà giới phê bình Pháp gọi là thuyết Im-lặng (la théorie du silence), ta hãy soát lại những vở kịch mà ta đã được đọc từ trước đến nay. Ta đã thấy gì? Có phải chăng là các nhơn vật trong kịch nói nhiều quá và nói rõ quá những ý nghĩ, những tình cảm của họ ? Sự lắm lời ấy còn nghe được nếu hai người đối thoại cùng là hạng trí thức hay ý thức như nhau. Đến như một ông Bá Tước mà triết lý với một bác dân cày thì nghe nó làm sao ấy. Lắm khi, muốn cho một nhơn vật đơn độc nói ra tấm lòng họ, nhiều tác giả phải dùng một mánh khóe nhơn tạo, là tạo ra một nhơn vật bù nhìn, không ích lợi cho kịch, để chàng kia có người đặng mà tâm sự. Còn nói gì những độc thoại văn hoa thì lại càng khó nghe nữa. (Chúng tôi xin trừ ra những kịch tượng trưng, những kịch thần tiên trong đó có những tiếng vang độc thoại, tha thứ được vì đó là một lối riêng ; xin chỉ nói về kịch thực tế mà thôi)

Quả thật nhà viết kịch nầy có con mắt quan sát hết sức đúng, có một tấm lòng hiểu người đời thấu đáo. Ông nhận thấy rằng người đời không nói rõ ý tình của họ, nhưng những tiếng bâng quơ họ dùng kèm theo những cử chỉ tưởng là không có gì của họ, tả mạnh mẽ biết bao thắc mắc trong lòng họ, biết bao sôi nổi trong trí họ. Mà nào những lời nói bâng quơ, những cử chỉ không đâu ấy có khó hiểu gì. Bằng cớ là người đời đã hiểu nhau từ mấy ngàn kiếp. Bằng cớ J.J.B. đã hiểu họ. Bằng cớ là mình đã hiểu J.J.B.

(...) Nhưng các bạn đừng ngỡ kịch của J.J.B. gần như là kịch câm đâu. Nhơn vật của ông cũng nói chớ. Nhưng họ nói kín đáo. Họ nói tiết kiệm và tiết độ. Người xem càng cảm xúc mạnh khi hiểu tiếp lời, hay hiểu giữa lời hơn là khi nghe những lời trống rỗng.

Nhờ vậy J.J.B. nói được những điều khó nói hay không thể nói: một người mẹ ghen với tình duyên đẹp của con gái mình, một cô gái quê đau thầm vì mất tình yêu của một thanh niên.

Như trong vở kịch "Con đường quốc gia số 6", J.J.B. tả nỗi bâng khuâng của một cô gái tơ muốn chồng, nỗi buồn man mác của cô khi người trai đầu tiên mà cô hy vọng, rời khỏi nhà cô.

Và sự nhẫn nại khi cô hụt chồng. Đó là những ẩn tình mà cô gái không nói ra. Nhưng nghệ thuật cao của ông đã cho người ta hiểu được nhờ những lời không đâu, những tiếng không thốt được, ngập ngừng nơi cổ họng của cô (...)" (2).

Ở Vũ Khắc Khoan có cái không khí kịch chủ trì bởi trường phái E. Ionesco và S. Beckett. Ngôn-ngữ kịch thành ngôn-ngữ của phi lý, một phi lý có cái lý của nó, từ ngôn-ngữ kịch đi vào cuộc sống và con người phi lý! Kịch phẩm ông viết bắt đầu với *Giao Thừa* (Hà-nội, 1951), *Thằng Cuội Ngồi Gốc Cây Đa*; di cư vào Nam là những *Thành Cát Tư Hãn* (1962), *Hậu Trường, Ngộ Nhận-Lộng Ngôn* (Quan Điểm, 1969), *Những Người Không Chịu Chết* (1972) và *Ga Xép* (1973). Một ngôn từ phản diện, tưởng tượng, tiểu-thuyết, thứ ngôn từ không đóng lại diễn văn, mà lại có thể mở ra vực thẳm suy tưởng, một vực thẳm rộng mở. Nhà viết kịch sáng tạo ngôn từ đồng thời vừa xóa bỏ ngôn từ để chấp nhận hỗn mang. *Thằng Cuội Ngồi Gốc Cây Đa* và *Ngộ Nhận* được họ Vũ gọi là "lộng ngôn" cùng với những giáo-đầu của mỗi vở kịch như báo trước những chuyển tải tư tưởng! Ở màn kết vở Thằng Cuội ..., người giáo-đầu thay tác-giả cho biết: *"Thằng Cuội không nói dối. Nó chỉ có một tội là đã nhìn thấy những cái gì mà cái đám người đồng thời với nó, cái đám người vừa quay cuồng trên sân khấu, không nhìn thấy. Và tự nhiên, thằng Cuội phải mang nặng cái số kiếp điêu-linh của những người đầu tiên cảm-thông với chân lý. (...) Lão thấy có rất nhiều thiện-cảm với anh chàng Cuội. Có phải là vì cái tính gan-góc rất trẻ của anh chàng một mình thui thủi đuổi theo một nhịp nhạc mà anh ta cho là Chân-Lý? Có phải là vì cái tính trong sạch mê say Lý-Tưởng của một thanh-niên? Hay có lẽ là vì quay về dĩ-vãng, lão cũng đã, một đôi lần, thấy chập chờn trước mắt những màu, sắc, nét hình của một Hằng-Nga ... của lão?".* Còn Cuội trong *Ngộ-Nhận* nghi ngờ ông Trời khiến ông nổi cơn giận *"Có tao hay không có tao? Láo thực. Nó dám chỉ vào mặt tao, nó dám hỏi chính tao rằng tao có tin rằng tao có tao hay không. Hừ... to be or not to be. Cuội, mày cứ nói thật, mày có tin rằng có tao không? Cả mày nữa, thằng Quạ. Tao sáng-tạo ra tất cả. Ánh sáng. Bóng tối. Muôn loài. Muôn vật..."* vì chàng Cuội cũng đã rơi vào nghi vấn thường trực *"Đâu cả rồi? Biến đâu cả rồi? ... Lại còn có một mình ta. ... Đêm nay biển lặng, sóng ngoan ngủ sớm. Hằng nga, Hằng nga, hãy tỉnh giấc, Hằng nga (...) Có hay không có? ... Đằng nào cũng vậy. Hằng nga đời đời là một ảo ảnh. Hằng nga hiện hữu đời đời (...)"* (tr. 147, 150).

Cùng khuynh-hướng đòi hỏi người xem (và đọc) một trình độ văn-hóa nào đó tức nặng nội dung, nhưng **Nghiêm Xuân Hồng** (*Người Viễn Khách Thứ Mười*, 1963, tác-giả ghi phụ chú sau tựa đề là "ba hồi hoang ngôn"), nhẹ hình thức kịch nói hơn họ Vũ! Tây Hạ, người nữ ca sĩ cô đơn thất vọng đến phải tự hủy. Một tấn bi kịch của thời đại qua tình-yêu với những nhân-vật đam mê sống đời hiện sinh: tình tha thiết nhưng rốt ra bi-ai, vô vọng; tình thật đưa đến ngang trái, khổ ải. Cả cuộc đời hoạt động ngang dọc thu lại nơi tình-yêu như một lý-tưởng dấu yêu cuối đời và quan-trọng nhất. Nhưng con người hoặc suy nhược hoặc bất lực và định mệnh thì quá tầm người: đời là hư ảo! Tác-giả nhập vào câu chuyện vở kịch để chuyển đến người xem/ đọc những trao đổi, băn khoăn. Người viễn khách bỏ cửa thiền để đi "xây dựng một bức tường cô liêu kiêu hãnh" và cái chết! Nếu theo dõi những văn-bản cuối đời ở ngoài nước của tác-giả sẽ biết rằng từ cô đơn ông đã thật sự tìm đến nhiều tầng kinh huyền-hoặc và hy vọng đã tìm thấy an-lạc!

Bên cạnh khuynh hướng trí thức và viễn kiến là lập trường làm nghệ thuật *hôm nay* của "nhóm" tạp chí Sáng Tạo qua Mai Thảo, "phát ngôn viên", đã khẳng định *"Trong phạm vi và ý hướng một cuộc hành trình của một giòng nghệ thuật ý thức chuyên chở trên giòng vận động của nó cả một tâm trạng thế-hệ đòi quyền chủ động đời sống, nghệ-thuật đã được hình thành như một cuộc đấu tranh tự giải phóng của thân phận con người khỏi cái thân phận hiện hữu của nó giữa một xã-hội mà nó không thỏa thuận và chấp nhận, khuynh-hướng đối kháng đã trở nên động lực căn bản, làm nền, của giòng nghệ-thuật ý-thức cách-mạng, của những người làm nghệ-thuật cách-mạng. Sự đối kháng đó tự nhiên, bắt buộc và thường trực. Cho nên cái thái độ của người làm nghệ-thuật chỉ có thể là một thái độ duy nhất: thái độ đó là sự báo động thường trực của ý thức (...) (và) nghệ-thuật là sự báo động thường trực của ý thức, sự đối kháng thường trực và vĩnh viễn của thân phận con người trước sự vật, trước đời sống, sự đối kháng không phải là một hành động phá hoại, nó chính là hình thái xây dựng đích cực, duy nhất của nghệ-thuật giữa đời sống, lý do đích thực và duy nhất cắt nghĩa cho sự có mặt và vai-trò của nghệ-thuật giữa đời sống..."* (3).

Doãn Quốc Sỹ đối chọi hạnh-phúc với phức tạp muôn mặt của cuộc đời. Những nhân-vật hạnh-phúc, với những đối thoại tràng giang đại hải để chứng minh cái hạnh-phúc có đó, một loại Đoàn Phú Tứ biến thực thành huyền mộng. Họ Doãn từng cho biết nguồn kịch của ông bắt từ huyền-thoại (TCĐK), cổ tích (Tiếng Hú Tâm Linh). Riêng vở *Trái Cây Đau Khổ* (viết 1955; Sáng Tạo, 1963) gần truyện-kịch hơn là kịch để trình diễn. Có cái nền chính-trị, ý thức hệ liên-hệ đến những vấn nạn hôm nay. Có vấn-đề nhưng có khi cũng có trả lời sẵn, từ những nhân-vật vốn dĩ không có cuộc-đời hiện sinh (Ngọc hoàng Thượng đế), kể cả con người hiểm họa tiêu diệt con người: *"Con người quên rằng thế lực thiên nhiên ngự trị khắp mọi nơi và mạnh nhất lại chính ở lòng họ* (tiến về phía Cây Đau Khổ) *Ha Hà-Nội! các khanh chớ lo! loài người không bị tiêu diệt, chỉ có lâu đài hiểu biết vô lương tâm của chúng bị tiêu diệt mà thôi* (rung mạnh thân cây). *Và cũng là một cơ hội để những tên sống sót được dịp ngẩng nhìn lên cao mà nhớ ra rằng trên đầu chúng còn cả một trời sao, bên trong chúng còn cả một tâm hồn (...)"* (tr. 57).

Ba Chị Em (1967) của **Thanh Tâm Tuyền**, một kịch ngắn về Thu, Nguyệt và Hương, ba chị em mà như ba kẻ lạ với nhau, trong tương quan với người mẹ. Liên hệ và tình cảm mỗi người con là một thế giới riêng, nhiều khúc mắc. Hương thương tất cả người thân nhưng *"chưa bao giờ con giám thương con cả. (...) Tôi không giám thương tôi, không giám nghĩ đến tôi và tôi đau khổ. (...) Tôi không được quyền sống với chính tôi, người ta nghĩ về tôi thế nào thì tôi phải sống như như thế sao?"* (tr. 12). Hương, *"đứa con gái hiền lành ngoan ngoãn luôn luôn nghĩ đến hạnh phúc của kẻ khác đã ngoại tình. Vì tôi muốn người ta không thể bắt tôi sống theo ý nghĩ cố định của người ta, dù phải giá đắt, cái chết, tôi vẫn làm"* (tr. 13). Thu xưng tôi với mẹ và khinh thường mẹ đã không là người đàn bà chung tình. *"Tôi là con mẹ, tôi thương mẹ nhưng nhất định phải khác mẹ. Tình yêu bất lực gây ra thù hằn và trong thâm tâm càng thương nhau đau đớn"* (tr. 15). *"Người đàn bà phải chung thủy với một người. Tôi đã chọn làm người để chung thủy, lỗi ở tôi, tôi gánh chịu nhưng tôi không phản bội chân lý tôi tìm thấy"* (tr. 16). Nguyệt bỏ nhà ra đi khi 18 tuổi và trở về với tên Cẩm Vân. Nhưng cả đều rơi vào tay một tên đàn ông mà không biết, chồng Thu, người chị cả, tình nhân của Hương cô gái út và là người đã quỳ xuống chân Nguyệt *"... nếu không yêu anh thì em hãy giết anh để anh được chết trong tay em"* mà nàng vẫn xem như *"một bãi đờm"* (tr. 20). Kịch đời xảy ra vào những buổi tối trong một ngôi nhà hoang, độc thoại và đối thoại đến cuối màn vẫn không nhắm đóng lại một diễn văn hay sự thật nào, mà hình như mở ra bờ vực thẳm, phó mặc định mệnh, thay vì năm bắt!

Nhật Tiến viết kịch về xã hội của giới văn nghệ sĩ, với *Người Kéo Màn* (1962) và ghi là "tiểu thuyết-kịch". Nếu Thanh Tâm Tuyền, Vũ Khắc Khoan đem triết lý vào kịch thì Nhật Tiến đem thế-giới tiểu thuyết vào kịch. Phải chăng Nhật Tiến có mục đích giáo dục, xã hội, do đó đã thử nghiệm thể loại này? Không hẳn là một vở kịch để diễn viên trình bày, cũng không hẳn là một tiểu thuyết về thế-giới sân-khấu-về-khuya - cũng là thế-giới con người với đủ tài và tật, thích hào nhoáng, ít tác động, nhiều lý luận tư duy. Hạnh phúc ở đây thật mỏng manh. Người đọc và nhân vật được tác giả mời tham gia vào trò chơi, mà cũng không thể không tham gia. Nói đến sân khấu là nói đến đạo diễn, diễn viên, những thần tượng của một thế-giới. Nhật Tiến đưa người đọc và cả người xem vào trong hậu trường, nơi đó mặt trái buồn nôn được phơi bày. *"Tà áo của nàng hất tung lại phía đằng sau. Hắn thấy một vệt sáng chiếu vào khoảng mù mịt đang ngự trị trong lòng mình"* (tr. 95). Tác giả vở kịch (không phải tác giả Nhật Tiến) thú nhận: *"Cái đau đớn nhất của anh là anh không biết phải hành động thế nào cho hợp lý cả"* (tr. 13). Không dám sống thực, do đó tự thấy là *"bịp bợm mà vẫn phải viết kịch, ... "* (tr. 13) để rồi đi đến chỗ cô độc đớn đau, người vợ đã không chung thủy. Những nhân vật lão kéo màn, người thiếu nữ trinh trắng, người nghệ sĩ thổi clarinette, đứa bé, ... chỉ là những cái cớ cho người kéo màn - không hẳn là tác giả, Nhật Tiến, nói đến định mệnh. Các nhân vật đầy mâu thuẫn, cả tác giả Nhật Tiến, khiến có kịch tính! Màn đã kéo, những thần tượng gãy đổ, những sự thực đắng cay, ... Nhật Tiến đi con đường ngược với Bertolt Brecht là người muốn diệt hấp lực của truyện kể ở kịch, chối bỏ sự thật, diễn viên diễn xuất và mời gọi người xem suy nghĩ về tấn kịch được trình bày thay vì để lịch sử thâu tóm hết! Bình-Nguyên Lộc cũng từng thử nghiệm phối hợp thể-loại truyện ngắn với kịch Bánh Xe Lịch-Sử (trong *Mưa Thu Nhớ Tằm*, 1965) mà ông đặt tên là "tân truyện đối thoại hay là một vở kịch huyền hoặc ba cảnh" (tr. 205).

Sau Nhật Tiến, **Dương Kiền** thử nghiệm thể-loại "truyện kịch" với Sương Mù - xuất-bản trong tập *Sân Khấu* (vở thứ 3: Mắc Lưới, Văn Học, 1964). Sương Mù, kịch với nhân-vật "người mẹ", "người con", "người đàn ông" là những đối thoại xen lẫn những đoạn truyện khi nhân-vật nhớ nhung, suy nghĩ cùng lá thư của các nhân-vật viết cho nhau thay cho lời (khó nói, khó kể!?), cả thư của người con trai đã chết - thư đến chậm. Truyện-kịch xoay chung quanh những tình cảm của người cùng gia-đình, những ngoại tình, thiếu cảm thông, hiểu lầm, v.v. "Người mẹ" hơn một lần thú chuyện thầm kín với con gái, trong đối thoại ở đầu vở, và trong một lá thư. Ngay đầu vở kịch, "người mẹ" cho biết: "*Mẹ cố găng ý thức cuộc đời mẹ, nhưng càng cố găng bao nhiêu mẹ càng tuyệt vọng bấy nhiêu (...) Mẹ yêu cha con ... nhưng tất cả sụp đổ sau đêm tân hôn ... mẹ cũng có những xúc động tình dục... Cha con và mẹ đã làm cái gì tự nhiên của con người hàng trăm nghìn năm trước, mà sao mẹ vẫn bàng hoàng, mẹ vẫn không tin rằng người ta phải làm như vậy khi đã tới cùng đích của tình-yêu . Mà phải chăng cùng đích đã là hết, đã mất, đã không còn tình-yêu nữa? Từ đó mẹ sợ ánh sáng, mẹ sợ cả bóng tối...*" (tr. 99). Sau khi được thư người con trai đã tự tử chết, người mẹ viết thư cho con gái: "*Sau năm năm sống với cha con, mẹ đã một lần ngoại tình. Mẹ không có một bản năng tình dục mãnh liệt, trái lại mẹ còn có phần lãnh cảm (...) Gã đàn ông mà mẹ gặp trong một ngày và chung đụng trong một đêm là một gã vừa thô kệch, vừa vụng về ... Thế mà mẹ đã ngủ với y, sau mấy tiếng đồng hồ quen biết (...) Ngoại tình rồi mẹ mới biết mẹ ngoại tình ... Chúng ta bất lực trước những tình cờ của đời-sống, chúng ta không làm chủ chúng ta. Chúng ta bị bao vây bởi sự mờ mịt hỗn độn ... Chúng ta không là chủ được đời-sống, chúng ta phải làm chủ được một hành động cuối cùng: sự chết. Mẹ thông cảm xâu xa với anh con, và mẹ cảm thấy sự thú vị ngạo mạn trong hành động thách thức này...*" (tr. 112-3). "Người đàn ông" trở về để xin vợ tha thứ thì đã trễ! Dĩ nhiên, hình-thức thể-loại truyện-kịch mới diễn tả được hết những khúc mắc tâm hồn và hành động gián tiếp cũng như trực tiếp của các nhân-vật.

Hai vở kịch còn lại cùng tập *Sân Khấu* là Sân Khấu và Mắc Lưới diễn ra ở miền Bắc thời trước và sau ngày đình chiến tháng 7-1954, là những đấu lý và hành động chính-trị, xã-hội một thời. Trong Khai Từ vở Sân Khấu "một trong những khía cạnh rất nhỏ của Hà-Nội 1953", tác-giả cho biết "*Vở kịch không muốn đi tìm một kết luận nào, hoặc tình cờ mà có, kết luận ấy cũng chỉ để mở đầu cho những vở kịch khác trên một sân khấu mà thời-gian và không-gian chưa hội chủ đủ yếu tố để thành hình*" (tr. 9). Mắc Lưới, "kịch hai màn", "*xảy ra tại một cơ sở mỏ ở Hòn Gay, sau hiệp định Genève, trong thời-gian tiếp thu*" (tr. 49).

Cùng đối thoại mà như độc thoại, lời diễn viên dần đưa ý kịch ra, với **Nguyễn Đình Toàn**, con người sống như nhân-vật kịch, sống như phải đóng kịch, vì tình-yêu và cuộc đời không giản đơn; con người không hiểu nhau và tình-yêu đến như một phi lý. Thời-gian khiến con người nhận ra chân lý và đồng thời nhận chân thân-phận sống như phải đóng kịch. Nhân-vật Hạnh trong Cơn Mưa: "*Anh đạo* *diễn kịch mà không hiểu diễn viên. Anh lại đang muốn bắt tôi sắm lại vở kịch cũ. Anh tìm chị Dung, tìm dĩ-vãng của anh bằng cách mặc vai kịch lên tôi. Mọi người đều coi tôi như một con bé con. Thảm kịch của tôi là tôi không đóng được vai-trò người ta giao phó. Tôi là con bé nhưng là con bé quàng khăn đỏ, đã bị sói hóa kiếp một lần, nên tôi đã sống hai đời sống. Tôi còn bé nhưng tôi là hiện tại, mọi người đều phải soi vào tôi để thấy mình. Nên tôi cũng nhìn thấy các người như các người nhìn thấy tôi"* (4).

Trần Lê Nguyễn với *Quán Nửa Khuya* đăng trên tạp-chí *Sáng-Tạo* rồi *Bão Thời Đại* (1968 giải văn-chương toàn quốc 1968), vở sau về thế-giới sân-khấu và những người viết kịch trong một không-gian chiến-tranh liên tục. Với *Sân-Khấu* (1964) của Dương Kiền, kịch như những đấu tranh chính-trị đồng thời cho thấy những mặt nạ khác nhau của con người. Bi kịch của một giai đoạn lịch-sử phân chia. Nếu Thanh Tâm Tuyền đưa nhân-vật đến bờ vực thẳm thì Dương Kiền thúc bách nhân-vật phải ra tay vì đã là giờ chót định mệnh. Mỹ Tín (Nguyễn Đức Trọng, 1917-) có vở kịch *Chúng Nó Ba Thằng* được diễn, nhưng không thành công. (Vũ Khắc Khoan từng bút chiến với Mỹ Tín về kịch, năm 1965).

Doãn Quốc Sỹ, Trần Lê Nguyễn, Thanh Tâm Tuyền, Dương Kiền, v.v. là thời của những lý tưởng chính trị, nhắm hành động, dấn thân. Họ đóng vai chính trong vở kịch, diễn lại phần nào đời họ qua văn chương, phần tinh yếu nhất, chôn kín nhất. Vở kịch Ba Chị Em của Thanh Tâm Tuyền cũng là bi đát của thế hệ ông, những nghịch cảnh ở buổi giao thời kháng chiến, đi ở, bắc nam, vùng kháng chiến vùng tề, ... *Ba Chị Em* là kịch độc thoại hay kịch về con người thời đại cô đơn mất niềm tin nơi tha nhân, kể cả người thân và người yêu, mất cả tự tin. Nhân vật như quen thuộc nhau, nhưng vẫn đóng kịch, đối thoại của họ như căn cứ trên cái gì đó như có đó. Người vắng mặt ... Không ngạc nhiên trước những tiết lộ tưởng là bất ngờ! Dù vậy, bi-kịch ở miền Nam thời này đã từ triết-lý (và chính-trị) đi đến nhân-bản!

Ngoài ra, giới soạn kịch thời này còn có Minh Đăng Khánh, Võ Đức Duy, Nguyễn Long, Mặc Thu (*Người Chép Sử*, 1956), v.v. người chuyên nghiệp, kẻ tài tử (Phạm Duy với kịch thơ Chim Lồng, 1956). Riêng Phan Tùng Mai (lúc đầu ký Phan Tùng Nguyên) xuất-bản hai tập *Chuyện Người Mua Mộng* (1965) và *Máy Móc* (1966) [- khi ra hải-ngoại hoàn thành và xuất-bản thêm *Người Giết Tân Cối* (1986)].

Từ cuối thập niên 1950 trong Nam, đã xuất hiện nhiều ban kịch tên gọi là *Tân-kịch* như Dân Nam, Tân Dân Nam, ban kịch Lan Đình, đoàn kịch Kim Cương, Thẩm Thúy Hằng, ...) phối hợp với ca nhạc như thử nghiệm Hội Kịch Bắc Kỳ của 30 năm trước, nhưng lần này thành công hơn, nhất là ở các đại nhạc hội. Đến khoảng đầu thập niên 1970 là thời kịch nói bế tắc về phát triển vì thiếu phương-tiện và vì các chương trình thoại-kịch truyền thanh và truyền hình và phim ảnh lên hương bên cạnh các ban kịch trên sân-khấu đại nhạc hội, nhưng về nghệ-thuật lại là thời mà phong trào thoại-kịch bùng lên và đã có những nỗ lực trở về dân-tộc cùng hành trang tư tưởng và nghệ-thuật thời mới, với những người làm nghệ-thuật trẻ như nhóm Thụ Nhân ở đại học Đà Lạt, nhóm Đà Lạt Yêu Kịch đang trên đà phát triển (đang hình thành các ban ở các địa phương, như ban Phan Thiết Yêu Kịch, v.v.) hoặc nhóm Chúng Ta của Trùng Dương, thì đã xảy ra biến cố 30-4-1975!

Ở miền Nam trước 1975, Vũ Khắc Khoan là người có công nhiều với kịch-nghệ, không những đưa cái mới vào kịch nói, cho nó cái hồn, cái lý tự-tại, mà ông còn giảng dạy và nghiên cứu về sân-khấu chèo và lập các ban kịch nói cũng như phân khoa Kịch nghệ điện ảnh ở đại học Trí Hành. Ông sát cánh với các nhóm sinh viên dựng sân-khấu như nhóm Thụ Nhân ở đại học Đà Lạt trình diễn nhiều vở kịch của ông cũng như kịch-bản dịch từ Eugene Ionesco, Samuel Beckett, và lưu diễn ở nhiều tỉnh. Cũng cần nhắc ở đây là *kịch phi lý* của E. Ionesco, S. Beckett, Arthur Adamov, v.v. được dịch ra tiếng Việt và đăng trên các tạp chí văn-học như *Đại Học, Văn Khoa, Văn, Bách Khoa,* ... Các phân khoa đại học được *"khai-phóng"* và *cách-tân* theo đà tiến của các nước khác, ngoài các phân khoa và môn học "cổ điển", đã có những phân khoa nghệ-thuật và văn-hóa khác; tất cả nằm trong nỗ lực chung tìm lối thoát trí thức và chính-trị, xã-hội cũng như văn-hóa!

Trước đó, ngay sau 1954, miền Nam đã có những đoàn kịch nghệ quân-đội lưu động, với mục-đích cấp thời tâm lý chiến, do đó đã phải mất dấu nghệ-thuật! Những Ngô Xuân Phụng (*Con Vật Phi Lý* 1962, ông còn có truyện dài *Ác Mộng* 1960), Tinh Vệ (Nguyễn Tinh Vệ; *Bão Loạn* 1957, *Cơn Lốc* 1966) và cả Tam Ích (*Bể Dâu* 1966), v.v. với những đấu lý, vận động chính-trị và nhân bản trên sân-khấu! Như vậy, có kịch đóng vai trò kết án, tố cáo; sân-khấu như nơi tòa xử, kịch do đó khơi động và thách đố lương tri, ý thức. Kịch này đưa khán giả ra khỏi giấc ngủ vật vờ mà về với ý thức, lương tâm, có khi không hẳn là chính-trị! Kịch đưa lên sân-khấu những vấn-đề của thời đại, động não người xem nay bị động, khi mà tiếng bom đạn và những cái chết thường trực đến! Khác với loại kịch xem là mơ mộng, sống lại hoặc sống trong một thế-giới nào!

Kịch-bản hay kịch-trường?

Phần trên cho thấy càng ngày kịch càng có lôi cuốn, hấp dẫn người xem diễn xuất hay không là tùy thuộc cấu trúc và "ý tại ngôn ngoại" của kịch-bản. Diễn viên vẫn là yếu tố kịch nghệ trung tâm điểm, yếu tố cất giọng đưa kịch bản đến với người xem. Đề tài nhẹ nặng, cạn sâu, bi hài, tâm lý xã-hội hoặc tâm lý ngắn gọn, cốt truyện có không, tính ấn tượng và vai trò tư tưởng của kịch. Có thể nói văn bản văn-học "chết", trong khi đó, kịch bản quan-trọng hơn ở chỗ nó là văn bản đang hình thành, với diễn viên, sân-khấu, v.v. Kịch có ngôn-ngữ đặc-biệt của nó, ngôn-ngữ kịch. Ngôn-ngữ đó được cụ thể và sống động qua diễn xuất. Cái khó khăn nằm ở việc nắm bắt được chất kịch, nắm được bản văn hay bắt được kịch tính như không khí, như một trình diễn, như một trò chơi. Người viết về kịch, phê-bình kịch gặp nhiều khó khăn, không thể chỉ bằng văn-bản, phải định trong không gian và thời-gian những tác động của nhân-vật và diễn văn của họ cho thấy họ là ai, muốn sẽ là ai, những lo toan, mục-đích, những diễn biến đổi ra không gian ngoài họ. Cũng vậy, người đạo diễn và cả diễn viên xuất sắc, "xuất thần", khi đã hiểu kịch bản như một tác-phẩm văn-nghệ và "ngộ" được kịch tính của tác-phẩm. Có hiểu mới diễn xuất hay, mới thoát lột được tính văn-chương, ý tác-giả và cho thấy được nét riêng của vở kịch! Nhưng ngược lại, những người đề cao kịch bản, tư tưởng trong văn-chương lại nghi ngờ sự trung thành của diễn viên!

Ngôn-ngữ kịch thể hiện qua sân-khấu và những biểu tượng (trang trí, y phục v.v.), trong khi ngôn-ngữ tuồng và chèo đều có tính điển hình, tượng trưng - mà cả văn-học cổ điển đều có đặc tính này (5). Điển hình cho nên khác con người thường, con người thật. Cũng vì vô khuôn, rập khuôn do đó không năng động. Ngược lại, ngôn-ngữ kịch ước lệ nếu không sẽ chỉ là ngôn-ngữ nói, tính văn-chương ở kịch sẽ gây nơi người xem (và người đọc kịch bản) một loại cảm xúc thượng tầng, có tính thẩm mỹ. Ở kịch nghệ, ngôn-ngữ giàu nghệ-thuật tính! Kịch thời hiện đại năng động hơn, từ kịch-trường thử nghiệm nhiều loại ngôn-ngữ tiểu-thuyết của Marguerite Duras, Nathalie Sarrault, rồi thử nghiệm ngôn-ngữ thi ca của Jean Vauthier, đưa đến những phân biệt sân khấu tự do. Rồi kịch tiền-phong (avant-garde) với Ionesco, Beckett, ... Kịch phi-lý, bí hiểm, đã khỏa lấp trống vắng của tâm hồn con người thời hậu chiến. Kịch tiền-phong chối bỏ ngôn-ngữ kịch cho đến đó vì theo họ, ngôn-ngữ đó làm hại con người; nay sẽ là ngôn-ngữ của im lặng, của vô ngôn, nhưng vẫn cần đến sân-khấu và diễn viên. Ionesco gọi kịch này là phi-kịch (anti-pièce). Bertolt Brecht thì lại đi tìm nguồn kịch ở Á-đông để viết lên những vở kịch dài dòng độc thoại kể lể. Hình-thức kịch trở nên quan-trọng vì tự nó có thể độc lập với đề tài và nội-dung đưa ra. Một loại kịch-phản-kịch (anti-théâtre) với một cấu trúc năng động xây dựng trên những xung đột của những thế lực ngầm hay công khai đối nghịch nhau. Tác-giả trốn vào bản ngã và cõi hư vô, thần thoại, phủ nhận thực tại, một thứ kịch thuần bi và bí hiểm như vực sâu của tâm hồn con người nhưng thực ra biên giới (huyễn-thực, cổ-kim, ...) không dễ phân định như vậy! Kịch ở đây có thực với những yếu tố riêng rẽ không thể hiểu, do đó không phục vụ cho một triết lý hay ý thức hệ dù tưởng là vậy! Còn có thể gọi là kịch của Cõi Mộng!

Kịch hiện đại tạo nhân-vật bằng ngôn-ngữ, nói khác đi, nhân-vật là chính ngôn-ngữ nhà soạn kịch sử-dụng, đó là điều khiến *Thành Cát Tư Hãn* (1962) của Vũ Khắc Khoan khác của Vi Huyền Đắc (1956, PQVKĐTVH tái-bản 1972) trước đó; Sơn Ca của Vũ Khắc Khoan đã làm lu mờ Mỵ Cơ của Vi Huyền Đắc và toàn bộ không khí triết lý của họ Vũ khác hẳn không khí chiến đấu và cổ-thời của họ Vi! Cùng chất liệu lịch-sử nhưng mỗi tác-giả đã sáng-tạo với ý thức, tư tưởng và nguồn ngôn-ngữ riêng của mình, khiến cho tác-phẩm trở nên đặc thù. Xa hơn tiểu-thuyết, chính ngôn-ngữ kịch làm nên kịch. Xem hát bội, cải lương là nhìn xem lịch-sử hoặc một tích chuyện diễn ra, diễn lại; trong khi đó, xem kịch nói thì khoảng cách người xem-người diễn (hoặc câu chuyện, tấn kịch) được thu ngắn lại, có khi còn có thể hòa làm một. Những độc-thoại khéo (như trong bi kịch Bể Dâu của Tam Ích, vài kịch-bản của Vũ Khắc Khoan hoặc *Người Viễn Khách Thứ Mười* của Nghiêm Xuân Hồng chẳng hạn) có thể làm nhức xương nhức óc người xem kịch, vì đồng thời mở ra những vấn nạn trầm trọng cho khán giả (độc giả) có thể vượt khả năng của họ vì thường là vấn-đề của cả dân-tộc và có khi chung chung cho con người! Do đó kịch mang tính xã-hội và tập thể khi nhắm đem thông tin, ý tưởng đến một xã-hội, một cộng đồng!

Có thể nói đến thi-tính của kịch, chất thơ, hồn thơ của kịch. Thi tính có thể nhận ra ở ngôn-ngữ, ở ý tình tại ngôn ngoại, ở hình ảnh do ngôn-ngữ gợi nên, tạo hình - thí dụ trong các vở kịch của Vũ Khắc Khoan. Thi tính còn ở "xuất thần" của diễn viên và kịch-tính phát từ ngôn-ngữ, diện mạo, tiếng động diễn xuất cũng như âm nhạc nền. Phía khán giả, vừa xem vừa tưởng tượng! Riêng kịch thơ thì hơn nữa, là một thể-loại mang âm hưởng của quá-khứ, đáp ứng một nhu cầu ngâm nga diễn xuất, đưa hồn về quá-khứ thường rất xa xôi, như những kịch thơ của Vũ Hoàng Chương (tác-giả sáu vở), ...; nhưng ngược lại tính văn-chương cao cũng như ngôn-ngữ tinh túy hơn kịch nói.

Kịch do đó là một thể-loại nghệ-thuật đặc-biệt, sáng tác thành hình qua nhiều tầng bậc: *tác-giả, đạo diễn, diễn viên*, mà có khi ngay cả khán giả tham-gia vào vở kịch thì diễn xuất mới thành công, kịch mới đến với các đối tượng người xem và thưởng ngoạn. Lý do tồn tại của kịch là ở sân-khấu, hiệu lực của nó là ở động tác trình diễn cho người khác xem và ngôn-ngữ kịch được diễn viên biểu diễn qua lời nói, ngữ khí và động tác. Diễn viên cố găng nhập thân vào nhân-vật, một hóa thân có tính nghệ-thuật. Vì vậy mà kịch không dễ có tính thuyết phục nếu so với cải-lương là một nghệ-thuật có thêm tính tổng hợp. Diễn viên kịch hay đúng ra là vở kịch, có tiếp xúc với khán-giả không? Tác-giả kịch như lúc nào cũng có khuynh-hướng tự-ngôn. Diễn viên *Người Kéo Màn* (Nhật Tiến) có lúc trở thành phát ngôn viên nói giùm những gì tác-giả muốn nói với khán giả và độc giả! Trong khi đó Tam Ích với bi kịch *Bể Dâu* (in *Ý Văn I,* 1966) thì nhân-vật Thu nói với khán giả biết cái kết-cuộc của kịch.

Tác-giả kịch bản khác người viết truyện phim và đạo diễn, vì tác-giả phải để dấn ấn cá nhân, dấu tích sáng-tạo, nhưng nếu thái quá thì khó diễn; diễn viên mất tự do nghệ-thuật: nhiều nhân-vật được Vũ Khắc Khoan, Dương Kiền, ... tả như những nhân-vật tiểu-thuyết, cả nội tâm, quá-khứ! Hoặc "tiểu-thuyết kịch" của Nhật Tiến!

Khán giả kịch nghệ khác độc giả văn-chương ở nhiều điểm, mà điểm đáng ghi nhận nhất là sự có mặt thiết yếu của khán giả khi một vở kịch được diễn, trong khi thơ văn cứ việc sáng tác, đăng báo và xuất-bản, người đọc sẽ tìm, không bắt buộc phải tức thời [Đó có thể là một lý do tại sao kịch cũng như cải lương không sống được ở cộng đồng người Việt hải-ngoại: không có sẵn khán giả tại chỗ]. Sân khấu không chỉ thuần giải trí, nơi đó còn là khoái lạc và đau đớn của lý-trí và con tim, nơi đó, khán giả có thể tự khám phá ra mình. Khán giả, người thưởng ngoạn kịch, có vai trò, do đó người viết và diễn kịch phải thành công tạo cho người xem cái lắng đọng, đưa tưởng tượng, cảm xúc và tư duy đi xa, đến cõi mơ , kịch khiêu khích, gợi ý đa nghĩa (kể cả hàm hồ), để người xem đón nhận, khám phá, "tái khám phá", "tiêu hóa", hóa thân vào nhân-vật kịch. Đó là lý do có kịch gia quan niệm rằng vở kịch thành công là vở qua đó người xem nhận ra tác-giả, sống, cảm như tác-giả! Vai trò của khán-giả quan-trọng nhưng cần được chuẩn bị để có thể thưởng thức dù là kịch đại chúng (ban kịch Dân Nam, v.v.) hoặc kịch văn-chương (có thể khó hơn!).

Kịch là diễn lại những mâu thuẫn giữa tam tài thiên địa nhân mà con người phải đóng tròn vai kịch đứng giữa, là tương quan giữa con người trong một môi trường, thời đại, những tranh chấp xã-hội, trí thức, tình-yêu, hạnh-phúc cũng như tuyệt vọng, khốn cùng, thù hận, chiến-tranh, ... Một nhìn lại, qua sân khấu, khiến hoặc giúp con người đi xa trong không-gian và thời-gian. Thế-giới "kịch" mở tâm trí khán giả, đưa họ đến một thế-giới họ muốn hoặc tác-giả kịch chủ-ý. Khán giả cũng thay đổi theo thời đại và thị-hiếu, xưa đám đông ô hợp trãi qua quần chúng rồi mới đến khán giả "hôm nay" (sinh viên, trí thức). Theo Trần Văn Khải, xem diễn kịch là để biết văn-chương thế nào! (6).

Vai trò kịch đối với đời sống xã-hội, tập thể, từ quan trọng biến sang cá-thể: ở Âu châu vào cuối thập niên 1960 đầu 1970 nảy sinh những *kịch chính-trị*, kịch như đang xảy ra, kịch của kẻ bị trị là những kịch nơi đó khán giả trở nên quan-trọng. Khán giả được tham gia bỏ phiếu (như vở *Marie-Antoinette* của Robert Hossein, *Âge d’or* của Mnouchkine), khán giả tham dự trình diễn hoặc hóa trang (như *Mozard et chocolat* của nhóm Théâtre de l'unité). Lại có những "*sân-khấu bỏ túi*" đáp ứng một nhu cầu! Vì lúc nào giữa khán giả và sân-khấu là diễn viên, giữa kịch bản và khán giả là không-gian kịch, bên cạnh còn có những khán giả khác! Cực đoan có Sân-khấu nghèo với chủ trương chỉ làm nổi bật nghệ-thuật diễn xuất của diễn viên, tức loại bỏ nhạc đệm, trang trí và cả trang phục.

Có thể nói kịch Thanh Tâm Tuyền, Dương Kiền, Nhật Tiến, ... cốt để *đọc* hơn là *diễn* vì thế-giới kịch và nhân-vật trên sân-khấu như thuộc về tác-giả, làm như phải chính họ diễn mới là kịch. Kịch Võ Đức Duy, Phan Tùng Nguyên có ngôn-ngữ của đời thường, sân-khấu gần người xem đại chúng, do đó thích hợp với phương tiện truyền thanh, truyền hình.

Kịch thành phim, thường được điện ảnh hóa, dàn dựng từ nội-dung và ngôn-ngữ kịch bản. Thời miền Nam đã có những tiểu-thuyết được diễn thành phim như Chân Trời Tím, Cúi Mặt, Hai Chuyến Xe Hoa, v.v. Kịch tính ở đây nằm ở chỗ thời-gian tính gần, là thời-sự: kịch diễn lại những chuyện thường ngày như tin tức trên báo chí, nay xem lại, thời sự tính vẫn còn đó nhưng có vẻ đã điển-hình lại và vẫn giữ được tính trực tiếp, với người xem.

Chú-thích

1- Bản Quan Điểm (Hoa-kỳ) tb 1988, chụp lại bản Sài-Gòn 1962, tr. 184, 189.

2- Bình-Nguyên Lộc. *"Một nghệ thuật viết kịch, hay là Kịch thuyết ít lời của J.J. Bernard"*, *Vui Sống*, số 2, 16-9-1959.

3- Mai Thảo. "Nghệ-thuật, sự báo động khẩn thiết và thường trực của ý thức". *Sáng-Tạo*, số 7, 9-1961, tr. 12.

4- Trích theo Võ Phiến. *Văn-Học Miền Nam: Kịch – Tùy bút* (Westminster CA: Văn Nghệ, 1999), tr. 2526.

5- Trong thể Tuồng có nói lối và những điệu hát như Điệu Nam (nam xuân, nam ai) để hát lúc chia tay, biệt-ly, và các điệu hát Khách, Bạch, Thán, ... để thán, trách. Về biểu tượng, nhân vật trung thành, can đảm bôi mặt đỏ, kẻ hung dữ hay phản bội bôi mặt trắng; râu ria cũng được chải để diễn tả tình cảm, suy tư. Trong các vở hát chèo, màu trang phục và hóa trang khác nhau giữa các vai nữ chính, đào lệch, nghịch nữ (nữ kệch), kép chính, kép ngang, v.v.

6- Trần Văn Khải. *Nghệ-Thuật Sân-Khấu Việt Nam* (Khai Trí, 1970), tr. 248.

Chương 5
PHÊ-BÌNH VĂN CHƯƠNG
& NGHIÊN CỨU VĂN HỌC

Các bộ môn biên-khảo văn-học, lý luận và phê bình văn-chương ở miền Nam thời 1954 - 1975 đã có nhiều điểm đáng ghi nhận. Trước hết có hiện diện thật đa dạng của nhiều khuynh hướng, quan điểm học thuật, triết lý, thẩm mỹ học khác nhau, bên cạnh một số tranh luận tư tưởng, học thuyết. Tinh thần khai phóng sinh động bên cạnh bảo thủ, lý thuyết, ... Thứ nữa, biên khảo, lý luận phê bình văn học và sáng tác thực sự đã có những ảnh hưởng hỗ tương (văn chương hiện sinh, siêu thực nghệ thuật đen, cấu trúc, tiểu thuyết mới, ...).

Một nền văn nghệ mới khai sinh từ kinh nghiệm thế chiến thứ nhì với những Jean-Paul Sartre, Albert Camus, Simone de Beauvoir, Françoise Sagan, ... là một nền văn nghệ có tính chất triết lý "gần" con người và cuộc đời trần gian, xa thần quyền. Nhiều khuynh hướng văn nghệ mới được các giáo sư trẻ du học từ Âu châu về phổ-dương, các ông Nguyễn Nam Châu, Nguyễn Văn Trung (Hoàng Thái Linh), Nguyên Sa Trần Bích Lan, Nguyễn Khắc Hoạch, Đỗ Long Vân, ... trên các tạp chí *Đại Học* của viện đại học Huế và các tạp chí văn nghệ mới *Sáng Tạo, Thế Kỷ Hai Mươi, Hiện Đại,* v.v. Nhiều cây viết khác cũng góp phần giới thiệu những trào lưu văn nghệ mới, hiện tượng luận, Heidderger, và siêu hình học, Nietzche, ... như Bùi Giáng, Tam Ích, Phạm Công Thiện, Đặng Phùng Quân (*L'existence d'autrui et la fidelite dans l'oeuvre de Gabriel Marcel* (1967), *Hiện Hữu Tha Nhân Với Gabriel Marcel,* Đêm Trắng 1969; *Triết Học Và Khoa Học* Lửa Thiêng 1972; *Triết Học Aristote* Đêm Trắng 1972, *Chân Dung Triết*

Gia Lửa Thiêng 1973, *Triết Học Và Văn Chương* Lửa Thiêng 1974), Trần Đỗ Dũng, Lê Huy Oanh, Trần Thiện-Đạo, Trần Phong Giao, Nguyễn Nhật Duật, Huỳnh Phan Anh, Cô Liêu Vũ Đình Lưu, Hoài Khanh, v.v.

Như đã nói ở phần tổng quan, từ 1964, trong số những người làm văn nghệ xuất hiện một khuynh hướng triệt để hơn, không bằng lòng với thành quả đang đạt được. Một trong những người đó là Nguyên Sa chủ trương nghệ thuật phải hay và không làm văn nghệ theo phe nhóm hẹp hòi vẫn thường hay "múa gậy vườn hoang" (1) như ông viết trong *Một Bông Hồng Cho Văn Nghệ*. Ông đã nhìn lại quãng đường văn nghệ thời vừa qua, và đã kết án đó là một "nền văn chương trú ẩn" (**2**). Ông kết tội những người làm văn nghệ thời Sáng tạo trong đó có ông, đã phủ nhận văn học "lãng mạn" của tiền chiến "một cách mù mờ". Ông cho rằng chủ trương văn nghệ mới của Sáng-tạo đã "vội vã, làm giản lược nhãn quan phán xét, làm phủ nhận thiếu vững chắc". Theo ông, các nhà văn thời Sáng Tạo *"chỉ chê văn chương lãng mạn. Tức là chúng tôi có thể làm văn chương hiện sinh. Chúng tôi có thể làm văn nghệ dấn thân. Chúng tôi có thể làm tiểu thuyết mới"*. Tuy nhiên *"đó là sự buồn bã ghê gớm của thế hệ năm mươi sáu mươi. Tiền chiến buồn bã bao nhiêu thì chúng ta buồn bã bấy nhiêu. Bởi vì những động đá trú ẩn. Tiền chiến và năm mươi sáu mươi vẫn là những nền văn nghệ trú ẩn trong những động đá kiên cố. Vẫn là những nền văn nghệ bình an và kỹ lưỡng"* vì *"chúng ta chỉ yêu mến cái mới đã được chấp nhận. Chúng ta chỉ sáng tạo trong khuôn khổ (...) làm mới trong kích thước của cái mới đã được mang lại bởi những người làm văn học nghệ thuật không phải là chính mình. (...) Ta chỉ là những người học trò tốt"* bắt chước Hiện sinh, hiện thực xã hội. Nguyên Sa và một số trí thức của tờ *Đất Nước* đi đến quyết định "Nhớn rồi, ... phải rời bỏ những vùng trú ẩn cũ, ... những động đá cần thiết cho mùa Đông nhưng tù hãm lắm, tê liệt lắm" để "dấn thân", "dân tộc" *"đi về trước mặt. Đi đâu? Chưa biết. Đó là cuộc phiêu lưu"*. Có thể sẽ là *"sự khám phá thần thánh"* mà *"cũng có thể là sự gục ngã. Gục ngã vì đại khờ. Gục ngã vì điên loạn. Nhưng trong văn nghệ, cũng như trong tình ái, chẳng thà gục ngã trong đại khờ còn hơn sống mãi trong khôn ngoan. Chết ở chân trời thử thách, chết trong cuộc phiêu lưu còn hơn sống mãi tầm gửi trong động đá trú ẩn êm ấm"*.

Khi Nguyên Sa viết những dòng trên là lúc văn chương "chính trị" của những Nguyễn Mạnh Côn, Mai Thảo, Võ Phiến, Doãn Quốc

Sỹ, v.v. không còn đánh động được người đọc, làm như đã xong nhiệm vụ những năm đầu xây dựng nền tảng của một miền Nam không cộng sản. Thời gian sau đó cũng đã trả lời một cách oái oăm rằng văn chương hướng về dân tộc và tôn giáo sẽ là một thất bại khác - ít ra đã không tạo được những cây bút nổi tiếng như vào thời cuối thập niên 1950 và đầu thập niên 1960. Những cây viết thiên tả ở miền Nam như Vũ Hạnh, Lữ Phương, Thế Nguyên, Nguyễn Trọng Văn, Nguyễn Nguyên, ... liên tục theo dõi và tấn công những người làm văn nghệ khác, luôn nhân danh những "giá trị" chính họ không áp dụng - chẳng hạn chữ dùng của Lữ Phương trong tập *Mấy Vấn-Đề Văn Nghệ* (Trình Bầy, 1967) không phải của người làm văn-hóa, biên-khảo mà chỉ là thứ ngôn-ngữ bạo động của nhà báo khích động hoặc viết tuyên truyền, của một người không khiêm tốn luôn tự cho mình nắm hết chân lý và cái tốt! Cô-Liêu Vũ Đình Lưu, Tam Ích, Bùi Đức Uyên, Trần Văn Nam, ... có những đóng góp phê bình nghiêm chỉnh hơn!

*

Ở Việt Nam từ sau đệ nhị thế chiến, một luồng gió tự do cá nhân đến từ Âu châu hiện sinh. Cá thể là chính, là khởi điểm đồng thời là trạm tới của mọi giá trị. Ý nghĩa cuộc đời chỉ có thể có từ kinh nghiệm cá nhân mỗi người, và tự do lựa chọn. Nay không còn khuôn mẫu văn hóa chung, phổ quát, trừu tượng, nay chỉ có chủ thể mà không còn khách thể! *Ngôn ngữ* trở thành âu lo chính, trở thành sống chết, quan trọng, chứ không phải không có cũng chẳng sao. Văn chương với ngôn ngữ như hình với bóng; có văn chương, ngôn ngữ mới sống và trưởng thành. Ngôn ngữ trong một hoàn cảnh nào đó, có thể đem đến tự tin, nói như Jean-Paul Sartre, văn chương một thời đại vong thân khi tự nó không dứt khoát làm chủ mà còn lệ thuộc những quyền lực đời hoặc một ý thức hệ, khi văn chương tự xem như phương tiện, công cụ thay vì phải là mục đích vô điều kiện. Thành ra văn chương khoác chiếc áo siêu hình, như từ chối hiện thực, đời thường. Đi xa đến những tưởng là vô nghĩa, phi lý, trong thực tế là những tư duy thâm sâu, và chính ngôn ngữ và sáng tạo trong ngôn ngữ đã đem lại tính cách văn chương cho văn, thơ, ...

Văn nghệ đã trở thành phương tiện hành động, phản kháng, trong một cuộc đời phi lý, như chiến tranh, như những cái chết của người thân hay bạn hữu. Người tuổi trẻ nhận ra văn chương không phải là chốn trốn tránh sự thực, thực tại, mà là phải đáp ứng nhu cầu hôm nay và là để thuyết phục. Nhiều người làm văn nghệ trẻ thập niên 1960-1970 đã đi đến dấn thân - hoặc tưởng là như vậy, để gạt bỏ những sợ hãi bất tường của đời thường - cái hãi sợ mà Heidegger từng nói đến, đưa cá nhân đến đối đầu với hư vô và sự phi lý trước cái phải lựa chọn! Cuộc kiếm tìm cái nhân cách, một cái tính cách hiện đại hóa, thời thượng. Khởi từ ý tưởng định mệnh khó hiểu, cái số mệnh nghịch thường với con người, với tự do chân chính. Con người luôn bị định mệnh đe dọa, vậy thì viết là để xác định tự do vì hãi sợ không có thật!

Mặt khác, văn học thời này có cái thị kiến to lớn, loại viễn kiến, có tham vọng sâu xa, đụng đến phần sâu thẳm: nền văn học này vì thế có hai đặc điểm trội bật là chính trị và siêu hình, triết lý. Tình cảnh của một tập thể dù muốn hay không cũng tự chính trị hóa, trong mọi sinh hoạt, kể cả văn chương đã ảnh hưởng chăng? Có thể nói công việc nghị luận, nghiên cứu hay quan sát sinh hoạt văn học cũng là một cách làm văn học, vì tập thể, vì tương lai, mà nội dung cũng có thể tải những tâm tình, nguyện vọng của một thế hệ, của những người chứng. Đưa đến tính cách thời gian của văn học, vì những công việc văn chương này luôn hàm ý phê phán quá khứ và hiện tại, luôn như tìm cách rọi ánh sáng vào bóng tối ám của bạo lực, của một tập thể chuyên quyền, như tìm cách nói lên tiếng nói bị vùi dập, bị đẩy vào câm lặng tuyệt đối!

Văn chương một mặt đòi hỏi sự trung thành của người đọc và đa dạng, nhiều cách giải mã, cách đọc. Nhưng *Tôi* chỉ là một cá thể, dù độc đáo, chỉ còn biết hy vọng trong tầm nhìn, lột trần những bản văn, bài thơ, thấu suốt sứ điệp, tâm sự tác giả. Viết nghị luận trở thành một loại khoái lạc cộng đau khổ, chủ thể phê bình hóa ra có cái đói của một tâm hồn lạc lỏng háo của-ăn tinh thần. Cũng có thể tâm hồn y là của một kẻ viễn hành lữ thứ, chuyên mua vé một chiều! Văn chương bắt phải luôn khai phá, tra vấn, nhìn xa, để vững bước, suy nghĩ về lý do có mặt và về những lý do khiến chúng ta không ngừng tạo hình về một thế giới ngày mai phản ảnh những đa dạng chúng ta cần có về chúng ta. Viết là để nói rằng, làm chứng rằng, một kiếp người, một hiện hữu đã có, một cuộc sống đã từng có! Viết là bằng chứng hùng hồn có mặt, trong cái tối đa phức tạp của phiêu lưu con người, một tương tác với hiện thực, đồng cảm với biến động, hỗn mang. Ngoại trừ thi ca, các bộ môn văn nghệ thường được xem có sứ mạng, khiến con người tốt lành hơn, biến đổi thế giới, tàn diệt cái ác để đưa thế giới đến một tương lai tốt đẹp hơn, "thẩm mỹ" hơn, văn hóa hơn! Lịch sử đã chứng minh văn chương có sức mạnh sống còn, mà những tuyên ngôn đảng chính trị không thể có.

Cách chung, phê bình giúp hiểu tác giả, thời đại, phong trào, khuynh hướng, báo hiệu những thay đổi; mặt khác, đi vào tâm điểm của tác phẩm, tìm ra tâm sự, lý tưởng gửi gấm của tác giả, khám phá ra những hình thức của bản văn, những quy luật điều khiển văn, ý, hiện tượng. Nhà văn, nhà thơ nắm cái thực họ nhắm, còn nhà phê bình đi chung quanh hoặc thử đi vào với lý thuyết này nọ. Có khi nhà phê bình phải xây dựng lại câu chuyện, tiểu thuyết, cá nhân hóa những khám phá, nắn lại "sự thực", tìm ra cái ẩn số ý tại ngôn ngoại, khởi từ những nguyên lý, "điểm mốc". Nhà phê bình cũng như độc giả, đến với tác phẩm là giúp nhà sáng tạo văn thơ khám phá ra tư duy hay ý nghĩa của ngôn từ y dùng nhưng không từ tiên thiên lý thuyết như Mác-xít khiến văn nghệ trở thành minh họa, khiên cưỡng. Tính lý tưởng và hiện thực chủ trì bởi chế độ khiến văn nghệ mất tính đẹp! Dĩ nhiên không được thiên kiến, không thể thiếu thẩm mỹ quan, ghen ghét, tức không được hạn chế mình trong những khuôn khổ hình thức, giới hạn. Phê bình phải chăng góp phần tạo nên kiến thức văn học? Do hoàn cảnh và trăm lý do, tác phẩm văn chương có thể chứa đựng nhiều ý nghĩa, ngay cả khi có vẻ vô nghĩa hoặc quá vị nghệ thuật. Vai trò nhà phê bình đi tìm cho ra, vạch ra những ý nghĩa đó, cái đã có cũng như cái có thể thiếu hay chưa nói hết. Và tùy ở không gian và thời đại. Vậy phê bình tức là có nhiều cách khác nhau để đọc, để nghiên cứu một tác phẩm, một tác giả. Tác phẩm trở thành "sở hữu" của người đọc và các thế hệ đến sau.

Trong giai đoạn này, nhiều phương-pháp **nghiên cứu và phê-bình** được thử nghiệm và sử-dụng. Phương pháp phân tâm, phương pháp xã hội học, phê bình hiện sinh, v.v. Các phương pháp đó có thể là những phương tiện, những lăng kính, những cách thức để phân tích văn-chương và hiểu văn học Việt Nam, sẽ là những đóng góp tốt, như Nguyễn Văn Trung khi nghiên cứu về văn học và tiểu thuyết, như Lê Tuyên khi viết về Chinh Phụ Ngâm, Chế Lan Viên, như Đỗ Long Vân khi giải mã thơ Hồ Xuân Hương, truyện chưởng Kim Dung, như Huỳnh Phan Anh về nhiều tác giả và tác phẩm, v.v.

*** *Phương pháp phân tâm học***: Freud đi tìm trong tiềm thức, tuổi thơ của tác giả - bỏ ý thức để đi vào lãnh vực tiềm thức, trực giác, những ấn tượng, cảm xúc, ám ảnh đau thương thời thơ ấu của nhà văn thơ chẳng hạn, như Đỗ Long Vân khi "Thử phác họa một bản đồ của địa ngục theo Chế Lan Viên" (*Văn Học*, 10-8-1974), Nguyễn Mạnh Côn và Hoàng Vũ viết "Tìm hiểu Hồ Xuân Hương hay một vài nhận định về tâm lý học, phân tâm học và văn-học" (*Bách Khoa*, 168, 1-1-

1964) hay Thanh Lãng khi viết "Đoạn Trường Tân Thanh hay là cuộc đời kỳ quái của Nguyễn Du như được chiếu hắt lên trong tác-phẩm của ông" (*Nghiên Cứu Văn Học*, 7&8, 1971), Tam Ích viết về thơ của Sao Trên Rừng/Nguyễn Đức Sơn, Huỳnh Phan Anh viết về Mai Thảo, Duyên Anh, v.v.

Phân tâm học được giới thiệu trên các tạp-chí và được đưa vào giảng dạy ở nhà trường cũng như sách biên-khảo và dịch-thuật được xuất-bản đa dạng từ nhiều nguồn. Biên-khảo, giáo trình có thể kể: Phạm Xuân Độ với *Tâm Lý Học Ứng Dụng* của (Trung tâm Học liệu, 1970), Vũ Đình Lưu với *Hành Trình vào Phân Tâm Học* (Hoàng Đông Phương, 1968), *Phân Tâm Học Áp Dụng vào Việc Nghiên Cứu các Ngành Học Vấn* (Tổ Hợp Gió, 1969).

Trong *Phân Tâm Học Áp Dụng vào Việc Nghiên Cứu các Ngành Học Vấn*, phần về Triết học và Nghệ-thuật dù cô đọng nhưng Vũ Đình Lưu đã trình bày những nét căn bản thiết yếu. Trích đoạn nói về Văn nghệ - Phương tiện giải thoát: *"Freud và các môn đệ của ông cho rằng văn nghệ là một phương tiện giải thoát cho nghệ sĩ cũng như cho người thưởng thức văn nghệ. (...) Nghệ thuật giải thoát bằng đường lối uẩn khúc của văn nghệ, một lối mơ mộng thức tỉnh. Trong tiềm thức con người là những bản năng chỉ biết đòi hỏi thoả mãn, ngoài đời người ta gặp sự cản trở của thói tục, tập quán, giáo dục cho nên không thể toại nguyện được. Thế giới của tưởng tượng được tạo ra giữa quãng đường mà nghệ sĩ phải đi từ cõi âm u đầy khát vọng của tiềm thức đến cõi thực. Nghệ sĩ thất vọng ngoài thực tế và trú ẩn vào thế giới tưởng tượng là cố ý tìm một lối quanh co để giải thoát ẩn ức và có cảm tưởng rằng mình đặt chân vào thực tế. Mộng mị cũng là một đường lối giải thoát, nhưng sản phẩm của mộng mị bông lông, viễn công, đầu Ngô mình Sở; trái lại, sản phẩm của nghệ thuật có xã hội tính hơn, có thể đem trình bày cho người khác thưởng thức được và gây thông cảm. Có một hình thức thông cảm phi ý thức vì có sự đối thoại phi ý thức của cả người xem lẫn người sáng tác. Ta có thể có một ý niệm về vấn-đề cảm thông khi ta thấy một cuốn truyện mà có đến biết bao nhiêu cách nhận định và phê phán, mỗi người dùng một ngôn ngữ cố gắng biểu lộ càng gần với tác giả càng hay cái gì họ cảm thấy mà không nói ra được hết. Vả chăng, có những nhà phê bình méo mó vì lý trí và kỹ thuật khen ngợi chê bai quá đáng, trong khi số người đọc vẫn lăn vào đọc những cuốn sách họ chê bai. Trong xã hội Việt Nam chúng ta nhận thấy khá rõ rệt một khiếu thẩm mỹ Tây phương hoá của người học thức thiên về kỹ thuật văn nghệ, tìm sự cảm thông với nghệ sĩ qua hình thức kỹ thuật tân kỳ; còn một khuynh hướng thứ hai của người bình dân tìm sự cảm thông ấy qua những hình thức văn nghệ ước lệ, thành khuôn và lỗi thời. Bình dân hầu như bất lực không lập được sự đối thoại với nghệ sĩ qua những hình thức nghệ thuật kim thời".*

Các tác-phẩm dịch thuật từ nguyên tác của Sigmund Freud như *Nghiên Cứu Phân Tâm Học* (Vũ Đình Lưu dịch, An Tiêm, 1969), *Phân Tâm Học Nhập Môn* (Nguyễn Xuân Hiếu dịch, 1969); và từ các tác-giả khác: *Phân Tâm Học* của J.P. Charrier (Lê Thanh Hoàng Dân dịch, Trẻ, 1972), *Tâm Phân Học và Tôn Giáo* của Erich Fromm (Trí Hải dịch, Đại học Vạn Hạnh, 1968), *Thế Giới Tình Dục* của Henry Miller (Hoài Lãng Tử dịch, Ca Dao, 1969), *Thiền và Phân Tâm Học* của Suzuki, Fromm, Martino (*Zen buddhism and psychoanalysis;* Như Hạnh dịch, Kinh Thi, 1973), *Tâm Thức Luyến Ái* của E. Fromm (Tuệ Sỹ dịch, Ca Dao, 1969), *Dục Tính Văn Minh* của Herbert Marcuse, (Hoàng Thiên Nguyễn dịch, Kinh Thi, 1973), v.v.

*** *Phương pháp xã hội học*** thì tìm trong bối cảnh kinh tế, chính trị và xã hội chung quanh tác giả để cắt nghĩa tác phẩm. Đi xa và một chiều biến thành phương pháp phê bình duy vật của K. Marx, dựa trên lập trường gọi là giai cấp, cách mạng và chủ nghĩa hiện thực xã hội chủ nghĩa, dựa trên quá trình phát triển của xã hội và của lịch sử. Ở miền Bắc khởi từ Trường Chinh từ những năm 1948, sau đó các vị làm công tác phê bình chỉ việc theo chỉ đạo, như Vũ Hạnh, Lữ Phương, Nguyễn Trọng Văn, v.v. ở miền Nam. Cuốn *Mấy Vấn-Đề Văn-Nghệ* (Trình Bầy, 1967) của Lữ Phương xuất-bản đã bị Trần Thiện-Đạo phê phán quan điểm phê-bình xã-hội này có tinh thần nhị nguyên trong nhận định văn-học (3). Nguyễn Trọng Văn dĩ nhiên sau đó bênh vực người đồng thuyền (*Nghiên Cứu Văn Học,* số 7&8, 7&8-1968, tr. 138-160). Một số biên-khảo khác như Vũ Đình Lưu - "Sở trường và sở đoản của sự nhận định văn chương theo một cách nhìn xã hội học" (*Tân Văn*, số 3, 1967, tr. 33-45), v.v.

*** *Phê bình hiện sinh*** nói đến con người (nhà văn) như một cái gì do con người tự tạo, một hiện hữu tiên thiên trước yếu tính. Con người là một con người cụ thể, "đang sống". Giáo-sư Nguyễn Văn Trung sử-dụng lối phê bình mới này để phê phán văn-học và một số tác-phẩm như của Thảo Trường, Dương Nghiễm Mậu, Thế Nguyên, v.v. Bài "Luân lý và văn-học" trên *Thế Kỷ Hai Mươi* (số 4, 10-1960) đã gây vài chống đối, ông quan niệm rằng: *"Văn chương là sự phối* hợp giữa hai yếu tố: *cuộc đời là chất liệu, là nội-dung và kỹ thuật thẩm mỹ là phương-tiện, hình-thức nhằm truyền cảm cái sống thực nơi người tiếp nhận, nơi người đọc. Vậy nếu văn-chương bao hàm luân lý, triết lý, ta có thể đứng ở quan điểm luân lý để phê phán một tác-phẩm văn-chương với điều kiện cố yếu là không bao giờ coi quan điểm luân lý triết lý là độc nhất. Vì trong trường hợp dẫn lược tác-phẩm văn-chương vào lãnh vực triết lý, luân lý, ta đã ra ngoài vấn-đề, và đã bỏ quên cái thiết yếu để chọn lấy cái phụ thuộc*". Áp dụng vào chuyện một người đàn bà ngoại tình trong ước muốn, ông lý luận chưa chắc có tội vì theo ông *"sự phán đoán tùy thuộc vào nàng có hoàn toàn trách nhiệm tình cảnh đó hay không... Thật là khó mà xác định tội, vô tội hay đáng chê đáng thương một hành động xét không phải trên lý thuyết trừu tượng, nhưng trong trường hợp riêng tư và đặc-biệt của nó (...vì) phần lớn cuộc đời người là sống trong những tình cảnh không thực, phóng thể (aliéné) và hơn nữa, trong tình cảnh tội lỗi thường xuyên (...) Tội lỗi ở ngay tại sử chấp nhận hiện hữu, là ở khởi điểm, nguồn gốc cuộc đời ... Sự xấu, tội lỗi ở ngoài con người và đột nhập vào con người như vi trùng bịnh dịch, là một vật lạ"*.

Chính đời sống tình ái của J-P Sartre đã là "nguyên mẫu": ông công khai sống chung với Simone de Beauvoir như bạn đời và công khai cho mọi người biết, nhưng vẫn công khai qua lại với nhiều phụ nữ khác, ở những "hoàn cảnh" khác, ở những "nơi" khác! Vào thời của ông, chuyện chung sống ngoài giá thú là chuyện ... mới và phạm ... luật đời, cũng như chuyện tự do tình dục! Nguyễn Văn Trung xác nhận thêm quan niệm về luân lý này trong bài viết "Trường hợp Françoise Sagan hay vấn-đề luân lý trong tiểu-thuyết" (*Nhận Định*, tập 2).

Luân lý gọi là **"hoàn cảnh"** tức có tính chủ quan được người cổ động cho hiện sinh đề cao, cổ cõ. Các cuộc tranh luận và phê phán tờ *Sáng-Tạo* và một số giáo-sư cổ động cho thuyết hiện sinh cho thấy rõ có hai thứ luân lý: ‹khách quan, phổ quát› và ‹chủ quan, hoàn cảnh, hiện sinh, tự do, vô thần›; và cũng như tranh luận về nghệ-thuật vị nghệ-thuật hay nhân sinh, chống hay không chấp nhận luân lý khách quan cũng là một thứ luân lý: phi luân lý (cũng như phi chính-trị). Nghĩa là từ nền tảng đã có một thứ luân lý phổ quát, khách quan, nhưng con người sống trong xã-hội và thời đại sẽ tùy nghi ứng xử với các luân lý hoàn cảnh và chủ quan, tức là không thể cho răng chỉ có luân lý hoàn cảnh, hiện sinh, vô thần hay tự do là đúng! Vả lại phái hiện sinh còn cho rằng con người sống không thể không có luân lý, nhưng cái khó là làm sao sống *thực* với tha nhân và ngay cả với chính mình!

Các giáo-sư Nguyễn Văn Trung và Trần Thái Đỉnh là trong số những vị đầu tiên ở miền Nam giới thiệu triết học và phương pháp phê-bình hiện sinh, hiện tượng và cơ cấu. Những bài viết đầu tiên ở miền Nam giới thiệu và dẫn nhập vào triết Hiện sinh và Hiện tượng học xuất hiện trên tạp-chí *Đại Học* của Viện Đại học Huế, cùng thời gian các tạp-chí *Sáng Tạo, Hiện Đại, Thế Kỷ Hai Mươi,* và *Bách Khoa* cũng có các bài khác về các triết học này; còn sau này thì nhiều hơn nữa trên các tạp-chí *Tư Tưởng* và *Vạn Hạnh* (Viện Đại học Vạn Hạnh), *Tri Thức* (Viện Đại học Đà Lạt, đặc-biệt bài của Đỗ Ngọc Long), *Triết Học* (Đại học Văn khoa Sài-Gòn, cùng *Đặc san Triết Văn khoa* và *Nghiên Cứu Triết Học*), cũng như các tạp-chí học thuật hoặc văn-nghệ khác như *Văn Hữu, Văn Hóa Á Châu, Chỉ Đạo, Văn Đàn, Văn Nghệ, Nghệ Thuật, Văn Học, Nhân Loại, Vấn-Đề , Nguyên Cứu Văn Học, Trình Bầy, Đất Nước, Quần Chúng, Văn Mới, Tin Văn,* v.v.

Xin ghi lại một số bài viết trên tạp-chí *Đại Học* của Viện Đại học Huế, theo tác-giả:

- Nguyễn Văn Trung có các bài "Vấn-đề giải thoát con người trong Phật Giáo và tư tưởng J.P. Sartre" (2, 5-1958, tr. 35-61); "Vài cảm nghĩ về tình cảnh phi lý của kẻ lưu đày" (14, 3-1960, tr. 7-23); "Cuộc đời như một tra hỏi" (18, 11-1960); "Thi ca và triết học" (V, 2, 4-1962);...

- Trần Văn Toàn: "Vị trí của trào lưu hiện sinh trong lịch-sử triết lý" (18, 11-1960); "Tha nhân, thành phần của bản thân tôi" (IV, 5, 10-1962);

- Trần Thái Đỉnh: "Giới thiệu triết học Merleau-Ponty" (18, 11-1960); "Yếu tính của tha nhân" và "Heidegger và bản tính của thi ca" (IV, 5, 10-1962);

- Lê Tôn Nghiêm: "Vấn-đề con người trong tư tưởng Karl Jasper" (18, 11-1960);

- Thân Văn Tường: "G. Marcel hay Con người là một huyền nhiệm" (18, 11-1960); "Karl Jasper hay là Thảm trạng của tri thức trong thân phận con người" (IV, 3, 7-1961); "M. Heidegger là triết gia của Hữu thể hay của Hư vô" (IV, 6, 12-1961);

- Lê Tuyên: "Thời gian hiện sinh trong Đoạn Trường Tân Thanh" (9, 5-1959, tr. 48-96); "Từ tri thức phản kháng đến tình liên đới nhân loại" (14, 3-1960);

- Cung Giũ Nguyên: "Tôi với người khác" (IV, 5, 10-1962); v.v.

Cũng từ cuối thập niên 1950 sang đầu thập niên 1960, nhiều bài viết xuất hiện trên các tạp-chí như

Sáng Tạo (bài viết của Nguyễn Văn Trung ("Văn chương và siêu hình học", số 10, 7-1957, ...), Nguyên Sa ("Nhận định đại cương về triết học hiện hữu", số 14, 11-1957, ...), Quang Ninh ("Khái niệm về chủ nghĩa hiện sinh", số 28, 1959), Thạch Chương ("Trình bày và phê bình hai quan niệm nổi loạn của Albert Camus", b.m. Số 3, 9-1960);

Thế Kỷ Hai Mươi ("Văn-chương Hiện sinh", số 3, 9-1960, ...);

Văn (và *Tân Văn*) từ năm 1964 ngoài các bài viết rải rác trên nhiều số báo, đã có các số đặc-biệt về khuynh-hướng triết và văn-học hiện sinh: A. Camus (số 2, 15-1-1964 và 25, 1-1-1965), J.-P. Sartre (17, 1-9-1964 và 152, 15-4-1970), Simone de Beauvoir (78, 1-1-1967; 157, 1-7-1970): "Lịch sử của cảm giác buồn nôn trong văn chương phương Tây" (Trần Thiện-Đạo), "Gặp gỡ giữa Ôn Như Hầu và Albert Camus" (Đặng Tiến), "Lập trường văn nghệ của Albert Camus" (Cô Liêu), ...

Bách Khoa là một trong số các tạp-chí đăng nhiều bài nhất về triết học Hiện sinh, của Nguyễn Văn Trung, Trần Thái Đỉnh, v.v. như trình bày trong các đề mục về các vị này, còn có các tác-giả khác như Cô Liêu [Vũ Đình Lưu] ("Albert Camus và triết lý chống đối", số 76, 1-3-1960; "Lập trường văn nghệ của Albert Camus", số 77, 15-3-1960),...

Và trên các tạp-chí khác như *Văn Hóa Á Châu* ("Phật giáo và chủ nghĩa hiện sinh J.P. Sartre" của Quang Minh, số 9, 1958); *Thời Tập* ("Tính chất bi đát trong thi ca Tản Đà" của Nguyễn Thiên Thụ, số 16, Giáng sinh 1974);... Cũng cần ghi nhận giáo-sư Nguyễn Khắc Hoạch đã diễn thuyết 6-3-1960 tại Trường Quốc Gia Âm Nhạc Sài-Gòn về "Camus giữa lòng thế kỷ" (4).

Các **biên-khảo, nhận định** về triết học hiện sinh có thể ghi nhận:

- Trần Thái Đỉnh. *Triết-Học Hiện-Sinh* (Thời Mới, 1968, được xem là sách bán chạy nhất - năm 1969 đã bán được 2.500 bản, theo Võ

Phiến chủ nhà xuất-bản, *Bách Khoa* 289, 15-11-1969);

- Lê Thành Trị. *Hiện Tượng Luận về Hiện Sinh* (Phủ Quốc Vụ Khanh đặc trách Văn Hóa, 1969, 1974);

- Lê Tôn Nghiêm. *Socrate: Tiêu Biểu Cho Triết Học Hiện Sinh hay Triết học theo Chân lý Vương giả?* (Quế Sơn Võ Tánh, 1971);

- Nghiêm Xuân Hồng. viết về khuynh-hướng hiện sinh trong *Luyến Ái Quan qua Triết-thuyết và Tình-sử* (Quan Điểm, 1961), *Đi Tìm Một Căn Bản Tư Tưởng: nhận thức luận* (Quan Điểm, 1957, tb 1964) và *Nguyên Tử Hiện Sinh và Hư Vô* (2 tập, Hoàng Đông Phương, 1969) [các tác-phẩm khác của ông: *Biện Chứng Giải Thoát Trong Tư Tưởng Ấn Độ* 1966, *Biện Chứng Giải Thoát Trong Giáo Lý Trung Hoa* 1967, *Từ Binh Pháp Tôn Ngô đến Chiến lược Nguyên tử* - 3 quyển, 1965, *Cách Mạng và Hành Động* tb 1969, *Lịch Trình Diễn Tiến của Phong Trào Quốc-Gia Việt-Nam, Xây Dựng Nhân Sinh Quan* 1960, *Việt Nam nơi chiến trường trắc nghiệm* 1967,…];

- Nguyễn Quang Lục. *Mổ xẻ Nhà văn Hiện sinh Jean Paul Sartre* (Hoa Muôn Phương, 1970); v.v.

Các tác-phẩm **dịch thuật** cũng đã đóng góp cho việc phổ biến, nghiên cứu và học hỏi triết lý hiện sinh (và hiện-tượng luận): *Chủ Nghĩa Hiện Sinh* (*L'Existentialisme* của P. Foulquié, Thụ Nhân dịch, Nhị Nùng, 1967); *Những Chủ Đề Triết Hiện Sinh* (E. Mounier, Thụ Nhân dịch, Nhị Nùng, 1970); *Hiện Sinh, Một Nhân Bản Thuyết* (*L'Existentialisme est un humanisme* của J-P Sartre, Thụ Nhân dịch, Nhị Nùng, 1965); *Thư về Nhân Bản Chủ Nghĩa* (M.Heidegger, Trần Xuân Kiêm dịch và giới thiệu, Tân An, 1974), *Hữu Thể và Thời Gian* (M. Heidegger, Trần Công Tiến dịch; 2 tập, Quê Hương, 1973), *Siêu Hình Tình Yêu, Siêu Hình Sự Chết* của A.Schopenhauer (Hoàng Thiện Nguyễn dịch, Kinh Thi, 1971), *Hiện Tượng Học áp dụng vào các Khoa học Nhân Văn* của J. Lyotard; *Hiện Tượng Học là gì?* của P. Thevenaz; *Văn Chương Là Gì?* của J-P. Sartre (Nguyễn Văn Tạo dịch, Chi Lăng, 1968),... Hoặc giới thiệu văn-học hiện sinh như *Tuyển Tập các Nhà Văn Pháp Hiện Đại* của Hoàng Ngọc Biên (Trình Bầy, 1969); *Cuộc Phiêu Lưu Tư Tưởng của Văn Học Âu Châu Thế kỷ XX* (*L'Aventure intellectuelle du XXe siècle* của R.M. Albérès, Vũ Đình Lưu dịch, Tủ sách Kim Văn, Phủ Quốc vụ khanh đặc trách Văn hóa, 1971), *Tổng Kết Văn-Học Thế Kỷ XX* (*Bilan littéraire du XXè siècle* cũng của R.M. Albérès, do Phạm Đình Khiêm, Viện Đại-học Huế, 1963),...

*

Thuyết Hiện sinh *đang* là thời thượng, thịnh-hành và ảnh-hưởng, len vào nhiều ngành sinh hoạt và nhiều giới học giả, văn-nghệ sĩ, thì triết học **hiện-tượng luận** đã đến và ảnh-hưởng sâu rộng nếu không hơn thì cũng đáng kể so với Hiện sinh thuyết vì mở ra nhiều chân trời mới cho văn-học nghệ-thuật, sáng-tác cũng như phê-bình lý luận văn-chương. Hiện tượng luận qua Maurice Merleau-Ponty đã xác định *tự do luôn có điều kiện, luôn hữu hạn.* Về ngôn-ngữ, hiện tượng học chủ trì thế giới ngôn-ngữ sống động của hiện tại. Giáo-sư Lê Tôn Nghiêm là người sử-dụng hiện tượng học nhiều trong các tác-phẩm và biên-khảo triết học của ông. Về hiện-tượng học, Husserl đi đầu rồi đến Heidegger và Bachelard, khai mở đường cho khuynh-hướng phân tích văn-chương đặc thù, với những không-gian văn ảnh tân kỳ, nguyên thủy, áp dụng đặc-biệt thích ứng cho thi ca cũng như cho văn-chương nói chung. Một không-gian hiện thực tự nguyện và một đường hướng nhận định đầy tính sáng tạo! Phương pháp hiện-tượng luận chủ trì sự trở về với sự vật như những hiện-tượng nguyên thuần, nhà phê-bình phải bỏ hết kiến thức, thiên kiến để mô tả sự vật cụ thể như là sự vật và có thể truy nguyên ra nguyên ủy của sự vật. Cái hấp dẫn của phương-pháp này là khiến đến gần đời-sống bình thường, thực tại, qua những cách nhìn, tiếp xúc văn bản cũng như hiện-tượng ở đời!

Nếu các giáo-sư Nguyễn Văn Trung, Trần Thái Đỉnh đã là "phát ngôn nhân" chính thức của triết Hiện-sinh thì **Lê Tôn Nghiêm** đã đột phá những bước đi căn bản và chắc chắn cho Hiện-tượng-luận nhất là của Heidegger và từ ông đã có những luận án Cao học đặc sắc của thế hệ sinh viên tiếp nối, qua Đâu là Căn Nguyên Tư Tưởng? hay Con đường triết lý từ Kant đến Heidegger (Trình Bầy, 1970), *Heidegger trước sự Phá sản của Tư tưởng Tây phương* (Lá Bối, 1970), *Những Vấn-Đề Triết Học Hiện-Đại* (Ra Khơi, 1971). Kế đó là giáo-sư Ngô Trọng Anh với Đường Trở Về (Ca Dao, 1973), Phạm Công Thiện nổi trội với *Im Lặng Hố Thẳm* (An Tiêm, 1967), Ý Thức Bùng Vỡ (Đồng Nai, 1971), *Hố Thẳm Tư Tưởng* (Phạm Hoàng, 1970), Tam Ích viết *Sartre và Heidegger Trên Thảm Xanh* (Hồng Đức, 1969) - nghị luận triết học có *"tính cách"* hiện tượng luận, khi phê phán tư tưởng Sartre nhìn từ Heidegger, phê phán tư tưởng Sartre và tính cách vị kỷ của triết gia. LM Trần Thái Đỉnh cũng viết về Hiện Tượng Học Là Gì? (Hướng Mới, 1969) và giáo-sư Nguyễn Văn Trung trong một số bài viết. **Trần Công Tiến** có luận án Cao học về M. Heidegger và hai bản dịch tác-phẩm của Heidegger Hữu Thể và Thời Gian (Lê Tôn Nghiêm giới thiệu; Quê Hương, 1973 , 356 tr.) và Siêu Hình Học là gì? (Ca Dao, 1974). **Phạm Xuân Thu** có luận án Cao học (Văn khoa, 1968) "Tương-giao nhân-loại trong triết học Maurice Nédoncelle" về hiện-tượng luận tình-yêu và tương giao giữa con người. V.v.

Phía các tạp-chí, *Tư Tưởng* (b.m. số 1 (1969) đặc-biệt về "Hiện tượng học Husserl" với bài của Phạm Công Thiện ("Hiện tượng học về hiện tượng học của Husserl"), Ngô Trọng Anh ("Vấn-đề thực tại trong hiện-tượng học Husserl"), Lê Tôn Nghiêm ("Môi trường tiên nghiệm trong hiện tượng học Husserl về cuối đời"); kế đó số 5 (10-1969) đặc-biệt về "M. Heidegger và sự thất bại của Tư tưởng Tây phương hiện nay" với các giáo-sư Ngô Trọng Anh , Lê Tôn Nghiêm, Phạm Công Thiện ("Sự thất bại toàn diện của Heiddegger và con đường tư tưởng Việt-Nam"), Trần Công Tiến ("Từ Heiddegger I đến Heiddegger II"), ... Rồi bài của các giáo-sư Trần Thái Đỉnh, Trần Công Tiến (và số 10-1971, TCT thêm bài "Từ dự phóng triết học Husserl đến dự phóng triết học Heidegger"), ...

Hiện sinh còn được sử-dụng để giải mã yếu tính, khám phá và tái khám phá triết lý nhà Phật (và Đạo/Lão dù ít hơn). Có những bài của *Thích Đức Nhuận*: "Vào đạo Phật qua lối ngõ của J.P. Sartre" (*Văn,* số 10 'Văn hóa Phật giáo'), "Tự Do hay Đau Khổ", "Triết lý Ấn Độ dưới mắt các triết gia Hiện sinh", "Những quan niệm về thời gian, về tự do, về đau khổ, về ý nghĩa cuộc đời có cái gì có thể chia sẻ được, so sánh được hoặc trùng hợp giữa hai triết thuyết?", v.v.; *Tam Ích*: "Vấn đề giải thoát con người trong Phật Giáo và tư tưởng J.P. Sartre Heidegger, Jaspers và bối cảnh Phật Lão Trang ", "Tác phẩm La nausée dưới con mắt Phật tử", "Từ lăng kính Nho, Phật, Lão đến lăng kính Hiện Tượng Luận" (*Tân Văn,* tập 3, 1967); *Quang Minh*: "Phật Giáo và chủ nghĩa Hiện Sinh" (*Văn Hóa Á Châu,* số 9, 1958); *Tuệ Sỹ*: "Từ Biện chứng Hiện sinh đến Biện chứng tương quan "; *Ngô Trọng Anh*: "Vị trí của vô thể Heideigger trong tư tưởng Đại thừa" (*Tư Tưởng* số 5, 1969), "Thời gian qua Kant, Hegel và Huserl" (*Tư Tưởng,* số 4&5, 1967), "Nietzsche và Mật Tông" (*Tư Tưởng,* b.m. Số 5, 1970), ...; *Chơn Hạnh*: "Phân tâm học và Thiền" (*Tư Tưởng,* số 1, 1967), "Trầm tư về cái chết trong tư tưởng Heideigger và Phật giáo" (*Tư Tưởng,* số tháng 1-1971), "Đức Phật và Nietzsche" (*Tư Tưởng,* số 5-1970); v.v.

Hiện-tượng-luận cũng đã thực sự đi vào lãnh vực **văn-chương** qua một số sáng-tác của Dương Nghiễm Mậu, Thế Nguyên, Thảo Trường, ... cũng như vào lãnh vực văn-học như là phương-pháp nghiên cứu và phê bình lý luận, và người đi tiên phong cho phương pháp phê bình này là Lê Tuyên với *Chinh Phụ Ngâm và Tâm Thức Lãng Mạn của Kẻ Lưu Đày* (Đại Học, 1961) và một số bài viết trên tạp-chí *Đại Học* (Huế). Các giáo-sư và nhà văn khác như Nguyên Sa, Nguyễn Văn Trung, Huỳnh Phan Anh, Đặng Phùng Quân, ... đã giới thiệu, sử-dụng hiện-tượng-luận qua các dẫn nhập, biên khảo, nhận định văn-học và triết học: Nguyên Sa (Trần Bích Lan. "Nhận định hiện tượng luận về sự sáng tạo" *in Quan Điểm Văn Học và Triết Học* (Nam Sơn, 1960), ở phần 1, giới thiệu về Hiện tượng luận trong sáng tạo và phê bình văn học). Nguyễn Văn Trung áp dụng hiện tượng luận trong *Ngôn Ngữ và Thân Xác* (Trình Bầy, 1968), *Ca Tụng Thân Xác* (Nam Sơn, 1967), ... và trong một số tập *Nhận Định*. Huỳnh Phan Anh trong Đi Tìm Tác Phẩm Văn Chương (Sài Gòn: Đồng Tháp, 1972) bàn về cái nhìn Hiện tượng luận trong văn học, với các mục "Hành trình tác phẩm", "Ám ảnh của tác phẩm", "Phê-bình và chống phê-bình",... Đặng Phùng Quân (23-1-1942, nguyên quán Thái Bình), với *Triết Học và Văn Chương* (Lửa Thiêng, 1974) và một số bài viết trên tạp-chí *Vấn Đề* đã bàn về văn-chương dưới cái nhìn Hiện tượng luận của Merleau Ponty ("Văn tự và siêu hình học", "Đọc/ Viết", "Bản văn", "Ngợi ca viết") và đã nói đến khái niệm "tản văn của thế giới" nơi Merleau-Ponty khi đi tìm hiểu ngôn ngữ văn chương đã xem ngôn ngữ không tách rời và cả quan-trọng cho việc diễn tả nội-dung tư tưởng!

*

Cùng song hành với Hiện sinh và Hiện-tượng luận là thuyết phê bình văn học **"thi-tứ không-gian"** (*La poétique de l'espace*), một tổng hợp hiện tượng luận và phân tâm học về thế giới vật chất của Gaston Bachelard: theo Bachelard, văn bản văn-chương là một hành vi mơ về cụ thể. Phân tích văn bản theo phương pháp Bachelard là phân tích các ý hướng mơ về được bộc lộ ngay trong cấu trúc nội tại đang bốc tỏa ra từ văn bản, được Lê Tuyên áp dụng trong các giáo trình ở đại học văn khoa Huế vào thập niên 1960, về ca dao và một số tác-giả, tác-phẩm (X. tiểu mục Lê Tuyên).

Bùi Xuân Bào cũng đã áp dụng Gaston Bachelard qua phương pháp phân tích "biện-chứng thời-gian" (La Dialectique la durée) trong "Thi ảnh khẩu cảm trong thơ văn Hàn Mặc Tử" (*Tập san Khoa Học Nhân văn*, Tập 2, 1974): Phân tích tiết điệu thi ảnh chủ trì việc đi tìm các động tác của đối nguyên tính trong sinh hoạt tinh thần (vô thức, ý thức), dùng nhưng vượt phân tâm học khi nhắm các thái cực tương phản và lưỡng hướng của tâm thần" Theo đó thi ảnh của Hàn Mặc Tử có tính "dịch thể" kết hợp theo "một biện chứng pháp của trí tưởng tượng".

Gaston Bachelard còn ảnh hưởng đến một số cây bút phê bình văn-học ở miền Nam Việt Nam, thời kỳ 1954-75, rõ nhất trong tác phẩm của **Đỗ Long Vân**. Đây là một loại lý thuyết phân tâm về thơ dựa trên vai trò của *tưởng tượng* từ 4 yếu tố: *nước, đất, gió và lửa*; tưởng tượng có một không gian sáng-tạo và mở. Đỗ Long Vân còn xem phê-bình là một công trình sáng-tác: đi tìm con người qua dấu vết gốc là thơ, văn, qua *Nguồn Nước Ẩn của Hồ Xuân Hương* (Trình Bầy, 1966), *Vô Kỵ giữa Chúng ta hay là Hiện Tượng Kim Dung* (Trình Bầy, 1968) - đi nhận chân ra Chính và Tà trong những xung đột giữa con người với nhau và khi xung đột bắt đầu thì tác-giả sáng-tạo hết thẩm quyền, vì các biến chuyển chính tà sẽ tự nhiên dàn trải và tự giải quyết; và các bài viết như phê-bình tập *Khuôn Mặt* của Thanh Tâm Tuyền (*Hành Trình* số 5), v.v. Dĩ nhiên phân tâm người chết dễ hơn là tác-giả hãy còn sinh tiền và đang sinh hoạt!

Trần Nhựt Tân trong các khảo luận "Đi tìm tâm thức Ca dao trên trục tọa độ không thời" (*Dư Vang Nghệ Thuật*, 1967) và "Tôi đi hái Tim Đinh Hùng theo Địa bàn Không gian và Thời gian" (xuất-bản sau bài viết "Đinh Hùng trên lưng cánh chim dĩ vãng" (*Văn Hóa Tập San*, 1971) phân tích bài thơ Cánh chim dĩ vãng trong Đường vào tình sử của Đinh Hùng) - đã sử-dụng thuyết về hệ thống "không - thời gian" (chronotope) vào việc tìm hiểu các *mô thức* trong ca dao Việt Nam, và thơ Đinh Hùng. "Đi tìm hiện hữu hay quyên sinh" (*Văn Học*, 75, 1967); sau đó là trong tập *Phân Tích Chủ Đề Văn Chương* (Lửa Thiêng, 1974).

Ngoài ra có những luận án như của Nguyễn Châu (Cao học Văn khoa Sài-Gòn, 1971) "Ảnh tượng trong triết học Gaston Bachelard". v.v.

Trong khi với hiện-tượng luận giúp người viết, người phân tích đào sâu vào những tần trú ẩn tâm lý trong ngôn ngữ, hành động cùng các khía cạnh khác của nhân sinh, con người, xã-hội thì một số nhà sáng-tác và phê-bình *khác* đã đem hiện sinh vào văn bản, lý thuyết của họ nhưng phần lớn ngừng ở ngôn-ngữ sử-dụng được xem là ‹ngôn-ngữ hiện sinh› thời thượng như: *buồn nôn, phi lý, tha nhân, sa đọa, tự do hiện hữu, ...* Đây bị gọi là *làm dáng trí thức, theo đuôi*. Bên cạnh thứ 'hiện sinh xuống đường' a dua bắt chước, phòng trà, yêu vội, hưởng vội, sống cuồng, buông thả, chán đời, cháu yêu chú (*Yêu* của Chu Tử), cô giáo yêu học trò (*Vòng Tay Học Trò*), tín đồ yêu linh-mục (Lệ Hằng), ... Theo giáo-sư Nguyễn Văn Trung, Sartre và hiện sinh đã ảnh-hưởng 'tích cực' lên một số thanh niên đã dấn thân làm cách-mạng, vô bưng,.. còn trên bình diện thế-giới họ đã là những người 'bạn đường' của người cộng-sản. Đỗ Đức Hiểu trong *Phê Phán Văn-Học Hiện Sinh Chủ Nghĩa* (Hà-Nội: Văn Học, 1978) - cũng như Lữ Phương, Vũ Hạnh, … trước sau 1975 và Trần Hoài Anh sau 1975, khi phê phán văn-học hiện sinh thường đứng trên một mặt trận văn-học/văn-hóa do đó hay dùng những khẩu hiệu chính-trị, xã-hội, rồi từ đó mới đi đến kết luận về tính phản động, phản cách-mạng của mảng văn-học này. Riêng ông họ Đỗ kết án Sartre là vô thần nhưng lại dùng luận-cứ hữu thần đang và đã lỗi thời của một số trí thức Công-giáo và quan điểm của Vatican để phê phán những người bị xét là chống … Thượng đế!

*

Từ **cuối thập niên 1960**, ở miền Nam có khuynh-hướng gọi là "**phê-bình mới**" xem tác-phẩm như một tập hợp ngôn-ngữ tự tại và có thể không liên hệ gì đến tác-giả và hiện thực, đó là *phê-bình cơ cấu* hay *cấu trúc luận* (Lévi-Strauss, Michel Foucault, ...) có khuynh-hướng khai tử "tác giả", chỉ nhắm *con chữ, văn bản, cấu trúc của tác phẩm* là cái xuất hiện trí thức của tác giả, của con người cá biệt, từ văn bản khám phá ra cái thẩm mỹ, độc đáo của tác-phẩm. Như một bàn cờ mà nhà phê-bình sắp ráp lại và/hoặc *sáng-tạo* từ những ký hiệu, những mảnh chữ, những đường văn, mạch văn, dài ngắn, chấm câu, ... và cả những mảnh rời sự kiện, sự thật…

Có thể xem đây là một phương pháp "chống nhân bản", chống sự có mặt, hiện hữu của con người; có thể đã đưa đến phong trào sinh viên 1968, phong trào phản chiến chống chiến tranh Việt Nam và đưa đến phong trào "**tiểu thuyết mới**" chủ trì *cái chết của tác giả*. Ngôn-ngữ văn-chương trở nên tự tồn, tự hiện hữu trong tác-phẩm, một thứ ngôn-ngữ vô thức. Người viết mang mặt nạ, cũng là thời của tiểu thuyết thực nghiệm (experimental novels), tiểu thuyết phá thể - gốc gác, dấu vết triết học Marx đặt nặng vai trò sản xuất và vai trò của nó trong lịch sử. Huỳnh Phan Anh ít nhiều sử-dụng những phương pháp này trong các tiểu luận văn-chương *Văn-Chương Và Kinh Nghiệm Hư Vô* (1968), *Đi Tìm Tác Phẩm Văn Chương* (1972), v.v. Đỗ Long

Vân tìm "con đường tơ lụa" trong Kiều và tìm dấu ấn ngôn ngữ giúp tìm dấu vết người trong *Nguồn Nước Ẩn Trong Thơ Hồ Xuân Hương* (1966) hay tìm con người thật qua các trong *Vô Kỵ Giữa Chúng Ta Hay Là Hiện Tượng Kim Dung* (1967). Từ đó có người nói đến viễn ảnh một thứ phê-bình cơ cấu Việt-Nam, căn cứ vào trực giác người Việt và tác-phẩm Việt-Nam! (**5**). [Hai thập niên sau có thuyết Hậu Cấu trúc luận (Post-Structuralism) chủ trương tách rời tổng thể khỏi cấu trúc, Jacques Derrida đưa ra thuyết Hủy Tạo (Deconstruction) phân tích ký hiệu để giải mã tác phẩm, không phân tích, tác phẩm trở nên *bất tri*. Phê bình hậu hiện đại cũng chú trọng khía cạnh chính trị. Sau Foucault là F. Jameson, Stanley Fish xem văn chương là một bằng chứng của sự đàn áp. Văn chương bị áp đặt dưới cái nhìn trừ "tà", tố cáo, vạch màn sương mù để nhìn "thực chất". Phê bình hậu hiện đại phá hủy huyền thoại văn chương, lột trần, đặt lại vấn-đề, tra vấn, tìm kiếm "chân lý"].

Những tác giả viết về **thuyết cấu trúc/cơ cấu** là Trần Thái Đỉnh, Nguyễn Văn Trung, Trần Đỗ Dũng (*Luận Lý và Tư Tưởng trong Huyền Thoại* (1967) về thuyết của Claude Lévi-Strauss), Trần Thiện-Đạo, Huỳnh Phan Anh, Bùi Hữu Sủng, Lê Tuyên, Trần Văn Nam,… Trần Nhựt Tân qua *Phân Tích Chủ Đề Văn-Chương* (Lửa Thiêng, 1974), chương "Cảm thức hư vô" trong vịnh nhân sinh Nguyễn Công Trứ; tình hoài hương, khát vọng vĩnh cửu trong Tống Biệt của Tản Đà. Phạm Hữu Lai với *Ferdinand de Saussure và Ngữ học Cơ Cấu* (1974). Trần Ngọc Ninh sử-dụng để phân tích cơ cấu Truyện Kiều trên *Bách Khoa* và tiếng Việt trong *Cơ Cấu Việt Ngữ* (1973-), ... Các tạp-chí có những số đặc-biệt như *Tư Tưởng* ('Những vấn-đề cơ cấu luận', b.m. Số 6, 11-1969: "Đăng thời Lévi-Strauss" của Ngô Trọng Anh, "Sự thất bại của việc giải thích cơ cấu và con đường tư tưởng Việt Nam" của Thích Nguyên Tánh, "Sự thất bại của cơ cấu luận" của Phạm Công Thiện, "Cơ cấu ngôn ngữ của Michel Foucault" của Tuệ Sỹ, "Âu Cơ túy" của Kim Định), *Bách Khoa* (số 292, 1-3-1969: "Thuyết cơ cấu và phê-bình văn-học" của Trần Thái Đỉnh; số 293 và 294, 15-3 và 1-4-1969: "Tìm hiểu Cơ cấu luận như một phương-pháp, một triết thuyết và đặt vấn-đề tiếp thu" của Nguyễn Văn Trung), v.v.

Thuyết *phê bình cấu trúc* xem tác phẩm là một tổng thể toàn diện. Phê bình trước hết là tìm trong tác phẩm đối tượng, những cấu trúc hiển nhiên, một cấu trúc ngôn ngữ, tức một cách cấu kết, xây dựng, hay lý lẽ nội tại, như rằng mọi chi nhành chỉ hiểu được trong một toàn thể chúng tạo nên, mọi tình tiết chỉ có ý nghĩa nếu thuộc về toàn bộ, và giải mã công việc hoàn thành tác phẩm. Một hiện tượng luận văn chương, một đọc hệ thống, vì *đọc* luôn là *liên-hệ* (một chơi chữ tiếng Pháp lire=lier)! vấn-đề nền tảng trong công tác phê bình là ý nghĩa của tác phẩm. Vậy ý nghĩa này từ đâu đến? Không từ tác giả của nó, cũng không từ người diễn trên sân khấu hay người đọc. Tác phẩm thực vậy là phương tiện cho ý nghĩa, và phương tiện khi đã hoàn thành sứ mạng phải nhường chỗ lại cho ý tưởng như là mục đích tối hậu, là ý nghĩa của sự hiện diện tác phẩm, của bút pháp, ngôn từ.

Theo R. Barthes, mọi phê bình tác phẩm dù cố khách quan tới mấy đều cũng bao hàm một thử nghiệm dự phóng! Nếu mọi phê bình cần phải sử-dụng những hệ thống tham chiếu thì chính sự tham khảo này bắt phải có lựa chọn mà Barthes gọi là sự đánh cuộc chí tử. Đánh cuộc vì dù là một quan điểm ý thức hệ cũng bao hàm một dự án cá nhân; và chí tử vì kết luận đầu sẽ đè nặng lên phần điều nghiên còn lại. Lý thuyết hậu-cấu-trúc gỡ phá văn chương là cách phát hiện bút pháp, loại diễn văn (ý tưởng) trong khi tìm hiểu một tác phẩm. Như chiến-tranh là vì tự vệ, là chống những quyền lực tiêu cực. Barthes có những điểm khá gần với thuyết gỡ phá văn chương. Theo Barthes, đọc là đọc lại, và những chi tiết cũng như nội dung của sách như đã xem qua, thấy qua, văn bản như đang được viết lại, một loại sáng tác bao trùm sáng tác (6)! Một cách viết lại, một loại diễn văn quay quanh phân tích văn bản người khác! Đưa đến hậu quả đọc như một trò chơi, với những nước cờ! Tức phải công nhận đọc là đọc lại, đọc nhiều lần, nhiều cách, bởi nhiều người. Chính đọc lại này đưa ra khỏi thứ tự thời gian nội tại có trước có sau và tìm thấy cái thời gian huyền hoặc không trước không sau (7). Trong cái thời gian này sẽ không có đầu cũng chẳng có đoạn kết, văn bản dàn dựng hiện diện luôn luôn, người đọc đến với văn bản bằng nhiều cách, với hành trang khác nhau. Vì văn bản lúc nào cũng như đã đọc, văn bản trở thành luôn luôn đọc lại. Và vì đọc, đọc lại nhiều như thế, người đọc thành công nhìn thấy văn bản trong một khung bảng ý nghĩa!

*

Phê bình văn học rốt cùng cũng là một hình-thức sáng-tạo, một "trở thành" khởi đi từ các tác-phẩm một khi xuất bản, đến với người đọc; nhà phê-bình tiếp tục chuỗi sáng tạo của văn-chương, với những lăng kính, những cách thế nhìn khác nha, với cả cái nhìn của thời vụ, của "hôm nay"! **Tất cả** các lý thuyết phê bình rồi ra như những trò chơi không chỉ ở chữ nghĩa mà nhất là ở lý luận, ở tư duy cũng như ràng buộc bởi yếu tố thời gian và nhân tâm. Văn chương luôn là cái làm lại, lập lại hoặc phải làm lại! Chính những lý thuyết đọc sách và phê bình đã chứng minh văn chương có vai trò trong cuộc sống ở cuối thế kỷ XX đầu XXI này! Nhà phê bình thường nổi bật ở vào những thời điểm có những biến cố chính trị, xã hội hoặc lý thuyết phê bình, khuynh hướng văn học mới: mác xít, hiện tượng luận, hiện sinh, cấu trúc luận, ...

Nhưng mặt khác, nhà phê bình, lý thuyết phải có cái nhìn vượt thời gian, nhưng đồng thời ghi nhận tác phẩm trong khuôn khổ môi trường con người! Đây là lý do khiến nhiều nhà phê bình tỏ ra hụt hơi, lỗi thời, nếu cứ tiếp tục như cũ. Như vậy phê bình là đi vào trong tác phẩm là việc nên, phải làm! Nói theo hiện tượng luận hiện sinh, tác phẩm tự cấu thành qua Tôi, nhà phê bình. Động tác phê bình khiến người đọc khác biết được tác phẩm. Cái Tôi khi tôi đọc một tác phẩm cũng là cái tôi của tác giả tác phẩm đó. Tác giả đọc và nghĩ qua tôi, nhà phê bình. Không đúng sao, vì tác phẩm thường là một phương tiện lưu trữ tư tưởng, tình cảm, cách mơ và sống, ước muốn cứu cái Tôi khỏi cái Chết. Đây là một lối cắt nghĩa khía cạnh tự sự của tác phẩm. Khi Tôi đọc, tác phẩm gợi lại cho tôi những tư tưởng, tình cảm và cái sống của tác giả! Vậy hóa ra phê bình là *đi tìm mình*! Nhất là khi nhà văn sáng tạo viết phê bình dù phê bình tác phẩm người khác, là một kinh nghiệm kiểm thảo, soi gương, một cách nhìn lại mình, tìm lại bóng ma của chính mình; một cách viết lại, đọc lại mình, tự định nghĩa, vừa xử án vừa bị liên can. Hình như Jorge-Luis Borges có đưa ra thí dụ mà các nhà viết về phê bình hay trích dẫn lại: Một người kia có dự án phác họa một thế giới. Thời gian qua, ông đã vẽ đủ người, vương quốc, vịnh tàu bè, ốc đảo đầy cá... Đến lúc lâm chung, ông mới nhận ra cả mô hình ông khởi thảo không gì khác hơn là chân dung ông ta tự họa. Nhà văn hay thơ thường cô đơn, tự ngã, rút vô cõi riêng, tự xem mình là lỗ rốn, trung tâm mọi sự, trong khi nhà phê bình dựa trên ước muốn chia xẻ, đi ra. Có thể đây là lý do nhiều nhà sáng tác không muốn làm công việc phê bình!

Nói đến **khía cạnh sáng-tác** trong phê-bình văn-chương, thời này có thể ghi nhận Bùi Giáng, Phạm Công Thiện như là hai cây viết tiêu biểu, chúng tôi sẽ trở lại ở phần tiếp theo.

Trở lại văn học Việt Nam, viết phê bình, đôi khi cả văn học sử, dễ thất bại, dễ rơi vào dễ dãi của thù tạc, phục vụ phe nhóm và trận chiến trước mặt nhiều khi không hẳn là cần thiết! Hoặc trở thành nhà … phê bình khi mặt trận lý luận, phê bình quá yên tĩnh vì thiếu vắng sinh hoạt thuần văn-chương. Thiển nghĩ người phê bình văn học nên viết như sống, tự do, không thế lực đằng sau, không mưu đồ trước mắt, không nhân danh cũng không sử-dụng văn chương cho mục đích ngoài cõi; viết với cái nhìn, với kinh nghiệm, với cả phê phán, tưởng rằng, nghĩ rằng,.. không quá lý thuyết viễn mơ cũng không quá thiên vị một thứ gì nếu không tự nhiên. Có thể cái tôi hôm nay có tương đối, có đáy giếng nhìn lên, bị mây mưa kéo màn hay có khi chỉ là màn lệ của đời, của kinh qua. Nhiều cái hôm nay như thế, tự nhiên như thế, sẽ đưa đến cái tổng hợp cho ngày mai. Viết trong một cách thế nào đó, là tiết lộ sự thực, sự thực lịch sử, tâm tình hay đạo đức, cứ lời đã là chứng nhân, là đang thành sự thật. Dù người làm văn nghệ và cả phê bình không hẳn dễ làm nhân chứng khách quan, nhưng chính họ là những kẻ làm nên phần nào lịch sử!

Theo thiển ý, sẽ không lối thoát nếu người viết cứ phải quẩn quanh theo hình thức, vì chính cái hồn làm cho văn chương sống, sinh động. Vả lại, hình thức thường có một thời! Thơ văn hiện nay chưa tới đích hiện đại đã chạy theo hậu hiện đại thành ra nếu không chết non thì cũng dở dở ương ương. Khi theo đà của người mà hậu hiện đại dù chưa sẵn sàng, tức để cho vật chất xâm chiếm văn bản, thì cái hồn mất dần theo tỷ lệ nghịch! Anh nhà quê đòi toàn cầu hóa văn chương, nghe rùng rợn! Đây là một nhức nhối dễ gây tranh luận và không thể có đồng thuận! Thế giới văn học Âu Mỹ hôm nay là kế thừa của những khuynh hướng trào lưu quá nhiều và đa dạng từ 1, 2 thế kỷ qua. Họ thừa mứa đến bội thực trường phái và gia tài, do đó làm mới hoặc khác không dễ vì đã có như đủ hết rồi. Thơ chẳng hạn, hình như thi ca Tây phương hôm nay ngưng đọng không lối thoát vì ngôn từ như đã đạt giới hạn, người ta hết còn tin thi ca có thể còn quyền lực bí hiểm nào chưa từng có. Thi ca như bất khả thi! Thì Beaudelaire cuối cùng bị á khẩu, Rimbaud đến phải từ bỏ sự nghiệp thơ, đó sao? Thơ hôm nay bị động, trở về nguyên nghĩa, ý nghĩa,.. nói hậu hiện đại không bằng nói thi ca đang hiện đại tuyệt cùng!

Thế giới văn nghệ Âu-Mỹ đang đối đầu với cái chót cùng của hiện đại và hậu hiện đại, của cái tiền phong, vượt tất cả để hoà đồng với thiên nhiên, với môi sinh, với sự sống còn của giống người, tức đương đầu với chính văn minh kỹ thuật mình đã tạo nên, Trong thực tế, mốt này cũng chỉ là hình thức khác của tìm về quá khứ! Thành ra cái gọi là hậu hiện đại trong thực tế là một trộn lẫn hoài cổ và nỗ lực sáng tạo, một pha trộn tư duy triết lý với tâm linh, ngay cả phiên dịch cũng trở thành một lối làm thi ca! Từ thuở tạo thiên lập địa, lời (Verbe) đã là chúa tể, thi ca trước nay không thể tách rời ngôn từ, dù đề cao hay phủ định, cũng từ trong ngôn từ mà ra. Ngôn từ, tài sản riêng của con người và là phương tiện mà cũng là cùng đích. Ngôn ngữ trở thành ám ảnh lớn cho thi ca chẳng hạn và thi ca phải chịu một khủng hoảng nội tại: ở vần! Thơ nay rơi vào những phó sản như đã nói ở trên, nay mất vần, biến thể thành tản văn, đoản văn, thành suy niệm triết lý, siêu hình hoặc thành siêu tiểu thuyết (métafiction), như bên văn xuôi có Italo Calvino! Các trường phái, lý thuyết có thay đổi nhưng lúc nào thi ca thành công cũng là gạch nối giữa chủ đề, ngôn từ và thế giới, với cái hồn bao trùm hay tiềm ẩn.

Nhà phê bình hay sáng tác đều có liên hệ đến *ngôn ngữ*. Phê bình là chính ngôn ngữ, đưa ra ánh sáng cái lưỡng thể, đa thể của ngôn ngữ: chữ viết, bản văn, thi ảnh, văn ảnh, ẩn dụ, thi trung hữu họa. Tác phẩm là một toàn bộ cấu trúc ngôn ngữ và qua toàn bộ hàm xúc này, tác giả làm nên một ý nghĩa, một tổ chức. Nhà phê bình làm công việc nối kết ẩn dụ với hiện thực, tâm lý, ý nghĩa thật, qua ngôn ngữ của tác phẩm. Qua ngôn từ và cách dùng văn, nhà văn bày tỏ cách thế sống của y, cho thấy những mối liên hệ giữa y với thế giới. Nhà phê bình qua phân tích sẽ xác định lại những liên hệ và cách thế của tác giả. Nhà phê bình làm "gián điệp nhị trùng", lưỡng hóa cái tượng trưng của ngôn ngữ!

Trước nay đã có những lý thuyết phê bình văn học căn cứ trên thân thế tác giả, quanh những tác giả lớn. Từ vài thập niên, tác phẩm đã là đối tượng chính của phê bình, tiểu sử tác giả chỉ là phụ. Nhà phê bình đảm trách phân tích một cái sống tưởng tượng - nhưng có thể rất thật nếu tác giả có tài, chứ không phải là cái sống hiện thực đời thường. Nhà phê bình nhìn tác phẩm ở một ví trí thật sự của ông ta miễn có mục đích tìm hiểu tác giả.

Như vậy phê bình phải chăng là sáng tạo? Sáng tạo trong cách lối nhìn tác phẩm, đọc tác phẩm. Có sáng tạo, công việc phê bình mới có ý nghĩa, với ý niệm văn chương, với ngôn ngữ của phê bình, một sáng tạo khác của tác phẩm. Sáng tạo từ tác phẩm như thế, với tư duy, cảm xúc, ấn tượng, tài năng riêng. Nhà phê bình dĩ nhiên là người có một tâm hồn bén nhạy, có tư duy, có thể mới đi đến sáng tạo, viết để được đọc, nhắm đến độc giả, chứ không phải để làm quảng cáo chào hàng cốt bán ấn phẩm - vì sách in ra chưa hẳn đã là tác phẩm! Phê bình là tiếng nói khác của tác phẩm chứ không phải là câu kết của một lần xuất bản. Vậy, có tác phẩm mới có phê bình sáng tạo, nếu không, chỉ có những sinh hoạt thương mại hoặc ái hữu!

Chúng tôi nghĩ nhà phê bình văn học sử nếu có con đường và thái độ, cảm nhận văn nghệ có thể đóng góp, đối thoại với người đương đại, và biết đâu có thể để lại dấu chứng cho kẻ đến sau, thiển nghĩ nhắm những người đọc mới, bất kể tuổi tác, mới nghĩa là không sáo mòn, cóp nhặt. Nhắm con người và lịch sử con người hơn là lịch sử xã hội, chính trị. Hiểu, cảm, và khiến người đọc cảm! Nếu hàm chứa càng tốt nhưng không là cùng đích của công việc nghiên cứu và lưu truyền tôi đã chọn! Theo thiển ý, một nhà phê bình phải có trí, tâm và lý. Trí tức kiến thức, học vấn giúp khả năng nhận định và phán đoán, tâm tức lương tâm, tự trọng và liêm sĩ là những thứ tạo nên nhân cách, và lý là hoàn cảnh sinh lý và cuộc sống, có cân bằng nội tại thì phê phán mới chính đáng! Ba yếu tố đưa đến thẩm mỹ quan! Góp cái nhìn sẽ khác những nhóm hay tập thể chỉ biết tán dương người cùng phe và phê phán thẳng tay những ai không cùng thuyền. Hy vọng và hy vọng!

Biên-khảo văn-học

Thời này đã có một số công trình biên-khảo đáng kể, tất cả là do cá nhân biên soạn và xuất-bản; không có chỉ đạo, điều động từ phía chính quyền hay Bộ Văn-hóa hoặc Giáo dục, nếu có là những giải thưởng cuối năm cho các bộ môn biên-khảo, nghị luận cũng như sáng-tác thơ văn! Từ cuối thập niên 1960, Trung tâm Học liệu thuộc Bộ Giáo dục được tổ chức và đã trợ cấp cùng xuất-bản một số tài liệu văn-học và nghiên cứu, hiệu đính văn-chương phần lớn từ các tác-phẩm chữ Hán và Nôm, bên cạnh việc xuất-bản các dịch phẩm văn-học Âu Mỹ. Phủ Quốc Vụ Khanh Đặc trách Văn-hóa có chính sách trợ cấp và hỗ trợ xuất-bản nhưng chú trọng nhiều hơn đến tác-phẩm biên-khảo và dịch-thuật văn triết học, sử địa cổ và thư tịch của Việt-Nam.

Từ Dương Quảng Hàm với *Việt Nam Văn Học Sử Yếu* (1941) cho đến cuối thế kỷ XX, lịch sử văn học Việt Nam thường được viết theo quan điểm **ngôn ngữ văn học**. Trước biến cố 30-4-1975 trong Nam, các bộ *Việt Nam Văn Học Sử Giản Ước Tân Biên* của Phạm Thế Ngũ, *Bảng Lược Đồ Văn Học Sử Việt Nam* của LM Thanh Lãng,

Văn Học Việt Nam Giảng Bình (1960) của Phạm Văn Diêu, *Việt Nam Văn Học Giảng Minh* (1974) của Vũ Tiến Phúc là một trong những cuốn được bộ Giáo dục VNCH dùng làm cương lĩnh cho chương trình Quốc văn mới áp dụng từ niên học 1974 - môn lịch sử văn học được đem vào chương trình lớp 12, cũng như các bộ *Sơ Thảo Lịch Sử Văn Học Việt Nam* của nhóm Văn Tân, *Lịch Sử Văn Học Việt Nam* của nhóm Lê Trí Viễn, v.v. ở miền Bắc, tất cả chỉ ghi nhận tác phẩm viết bằng chữ Nôm và chữ quốc ngữ. Phương pháp thứ hai viết lịch sử văn học theo **khuynh hướng tư tưởng** tức **nội dung của tác phẩm**: Kiều Thanh Quế (Cuộc Tiến Hóa Văn Học Việt Nam, 1943), Nghiêm Toản (*Việt Nam Văn Học Sử Trích Yếu*, 1949 - Giáo sư Nghiêm Toản (5-3-1907 - 1975) nêu rõ lập trường như sau trong bài Tựa: *"Văn học là phản ảnh của xã hội, do tự dân chúng phát sinh và phải luôn quay về dân chúng mới đủ năng lực trưởng thành, văn học Việt Nam theo hai động lực phát triển nhịp nhàng: a/ tranh đấu, và b/ dân chúng hóa..."* và ông quan niệm *"văn học sử là một khoa học, vốn tự nó đã rất khó, thường đòi hỏi một học vấn uẩn súc, lại cần nhiều khoa học phụ như: ngữ nguyên, từ ngữ, văn phạm, nhân chủng, xã hội, lịch sử..."* (**8**) và hầu hết các bộ văn học sử và hợp tuyển xuất bản ở miền Bắc từ thập niên 1950 đến 1975. Khuynh hướng này chỉ chú trọng một số tư tưởng nền tảng, tiêu biểu như triết lý, yêu nước, hiện thực, ... cho cả lịch sử hoặc nhiều giai đoạn – vì thế có thể bỏ quên các tác-giả hoặc mảng văn-học khác, mà ở đây, hình thức văn học trở thành thứ yếu.

*

Các nhà biên-khảo triết học, phê bình văn-chương và nghiên cứu *văn-học, ngôn-ngữ* khá đông đảo vào giai đoạn này, có thể kể: *Nguyễn Văn Trung, Lê Tuyên, Đỗ Long Vân, Trần Đỗ Dũng, Đặng Phùng Quân, Lê Tôn Nghiêm, Trần Văn Toàn, Lê Thành Trị, Thanh Lãng, Phạm Công Thiện, Bằng Giang, Bình-Nguyên Lộc, Bùi Giáng, Huỳnh Phan Anh, Đặng Tiến, Nguyên Sa Trần Bích Lan, Nguyễn Hiến Lê, Tam Ích, Phạm Thế Ngũ, Thế Phong, Bằng Giang, Lê Huy Oanh, Nguyễn Kim Chương, Võ Long Tê, Nguyễn Mộng Giác, Bùi Xuân Bào, Nguyễn Xuân Hoàng, Đào Trường Phúc,...*

Sau đây, chúng tôi ghi lại một số tên tuổi quan-trọng:

Bằng Giang

Tên thật Nguyễn Văn Hòa, sanh năm 1922 tại Mỹ Tho, mất

ngày 7-9-2000; giáo-sư và viết sách làm báo. Tác-phẩm đã xuất-bản gồm *Từ Thơ Mới đến Thơ Tự Do* ("phụ thêm "Đi vào thi ca", Phù Sa, 1969), *Mảnh Vụn Văn Học Sử* (Chân Lưu, 1974) viết về văn-học sử, cách phân chia các thời kỳ văn-học và những sai lầm về tác-giả và tác-phẩm, cùng nhiều công trình văn-học sử về Văn-học ở Nam-kỳ và tác-phẩm Trương Vĩnh Ký xuất-bản sau 1975.

Bình-Nguyên Lộc

(X. Quyển Hạ-Tác-Giả)

Bùi Đức Tịnh

Tên thật Bùi Kiêm Bích, sinh 20-9-1923 tại Ba Tri, tỉnh Bến Tre và mất tháng 2-2008; còn dùng các bút hiệu Ngao Châu, Thanh Ba, Bạch Mai Châu. Nhà thơ (thời kháng chiến, thi tuyển *Chiêu Hồn*, 1949), giáo-sư và là nhà nghiên cứu ngữ học và biên-khảo văn-học sử.

Ông là người đầu tiên giới thiệu và chứng minh giá trị văn-học của tập truyện *Thầy Lazarô Phiền* của Nguyễn Trọng Quản cùng các tác-phẩm văn-học thời tiền phong chữ quốc-ngữ, trong chuyên khảo *Phần Đóng Góp Của Văn học Miền Nam: Những Bước Đầu Của Báo Chí, Tiểu Thuyết Và Thơ Mới* (Lửa Thiêng, 1-1975). Bùi Đức Tịnh là nhà nghiên cứu đầu tiên chứng minh giá trị của truyện *Thầy Lazarô Phiền*, xuất bản tại Sài-Gòn tháng 1-1975 nhưng có lẽ vì biến cố 30-4 ngay sau đó, công trình của ông đã không được phổ biến.

Bùi Đức Tịnh đánh giá sự bỏ rơi các đứa con tinh thần thời nầy là một hoang phí: "*Trong suốt giai đoạn chuyển tiếp từ văn-học cổ điển sang văn-học hiện-đại và giai đoạn hình thành của nền quốc văn mới, nghĩa là từ 1865 đến 1932, hầu hết các tác-phẩm xuất hiện ở Miền Nam đều bị coi như không có trong lịch-sử văn-học Việt-Nam. (...) sự bỏ rơi bao nhiêu đứa con tinh thần ấy của dân-tộc là một hoang phí...*" (Tựa, ấn bản NXB TpHCM, 1992, tr. 6). Sau khi xét tính chất dân-tộc của mảng văn-học tiền phương này, qua đến nhận xét về "tình trạng những 'hòn máu bỏ rơi', ông quan niệm: "*Các tờ báo, các tiểu-thuyết thoát thai từ văn-học Miền Nam trong khoảng từ 1863 đến 1932 không phải là sản phẩm của nền văn-học riêng một 'xứ', một địa phương. Đó là những tác-phẩm của nền văn-học dân-tộc nảy sinh trong một hoàn cảnh đặc-biệt. Thế nhưng, bởi nhiều lý do thực tế, các sách nghiên cứu về lịch-sử văn-học gần đây khiến ta có cảm tưởng rằng các tác-phẩm kể trên đã thành những đứa con vô thừa nhận"* và ông kết luận: *"Một sự hoang phí như thế không nên để xảy ra nhất là khi xem xét lại, mọi người sẽ nhìn nhận rằng những đứa con rơi ấy còn giữ nguyên đặc tính của giống nòi và đã can đảm góp công vào cuộc tranh đấu dai dẳng chống xâm lăng"* (Mở Đầu, tr. 21, 28).

Trước đó, ông đã có những đóng góp khác như *Văn Học và Ngữ Học: một số vấn-đề văn-học xét theo quan-điểm ngữ-học* (2 tập, Lửa Thiêng, 1974) về hình thức ngôn ngữ nghệ thuật; *Văn Phạm Việt-Nam* (thêm phần Ngôn-ngữ học, Khai Trí, 1967) mà theo tác-giả, ông *"đã đánh bạo đệ trình trước đồng bào một tập hồ sơ chứa đựng ít nhiều tài liệu và một lời kêu gọi"* là một tiếp nối của tập giáo khoa *Văn-Phạm Việt-nam: giản dị và thực dụng* (Phạm Văn Tươi, 1952; Trung Tâm Học Liệu, 1967, 1972), và *Văn-Học Sử Việt-Nam* (Sống Mới, 1967. 355 tr.) giáo khoa Trung học.

Bùi Xuân Bào

Giáo-sư Đại học Văn khoa; luận án Tiến sĩ văn-chương Đại học Sorbonne (Pháp) năm 1961 của ông *Le Roman vietnamien contemporain: tendances et évolution du roman vietnamien contemporain 1925-1945* xuất-bản lần đầu ở Sài-Gòn (Tủ Sách Nhân Văn Xã-Hội) năm 1972 (và Đường Mới tái-bản ở Paris năm 1985 với tựa *Naissance et évolution du roman vietnamien moderne 1925-1945*). Trong luận án này, ông phân chia tiểu-thuyết hiện-đại Việt-Nam qua 3 thời kỳ:

1. 1925-1932: 'tiểu-thuyết hiện-đại' tìm kiếm một thể-loại độc đáo. Có hai khuynh-hướng đối nghịch: một bên thủ cựu luân-lý, văn-hóa, có tính luân lý, lý lẽ nhà Nho; bên kia là khuynh-hướng giải phóng cá nhân với tính lãng-mạn;

2. 1932-1940: thời kỳ phát triển của tiểu-thuyết hiện-đại và lãng-mạn; khuynh-hướng Nho cũ bị gục ngã, con người lãng-mạn một mình một ngựa, và đến khoảng 1936 thì nhường bước cho khuynh-hướng hiện thực; và

3. 1940-1945: thế-giới loạn lạc vì thế chiến, người Nhật đến chiếm Đông dương, một số nhà văn trốn vào tháp ngà văn-chương để tránh thực tế và đưa đến các khuynh-hướng tâm lý, xã-hội và phong tục.

Sự phân chia 3 thời kỳ phát triển của tiểu-thuyết "hiện-đại" này khác với các phân chia văn-học làm 3 thời kỳ của LM Thanh Lãng và giáo-sư Phạm Thế Ngũ. Thời giảng dạy đại-học Văn khoa và viết tạp-chí đại học, giáo-sư Bào đã áp dụng Gaston Bachelard qua phương pháp phân tích "biện chứng thời gian" (La Dialectique la durrée) trong "Thi ảnh khẩu cảm trong thơ văn Hàn Mặc Tử" (*Tập san Khoa Học Nhân Văn*, Tập 2, 1974), v.v.

Cao Huy Khanh

Tên thật Cao Huy Vĩnh, sinh năm 1948 tại Huế, Cao Huy Khanh giáo chức trung học ở Vĩnh Long, Nha Trang và là nhà nghiên cứu và biên khảo văn học sử. Ông là cây viết nghiên cứu văn học sáng giá đầu tiên của miền Nam sử-dụng những phương pháp hiện đại, tác giả một loạt bài trên tuần báo *Khởi Hành* và tiếp trên tạp chí *Thời Tập* - bộ "Nhà Văn Miền Nam Hiện Đại" của ông từng được "Viên Linh thực hiện và xuất-bản" thì xảy ra biến cố 30-4-1975 nên đến nay vẫn chưa xuất-bản, gồm những bài viết đã đăng trên *Khởi Hành* và *Thời Tập*.

Trên tuần báo *Khởi Hành*, ông có các bài "Sơ thảo 15 năm Văn xuôi miền Nam (1955-1969)" (từ số 74, 8-10-1970) - bài tổng quan và về các nhóm văn-nghệ, dựa trên các tạp-chí và đặt trọng tâm trên các tiểu-thuyết và truyện dài. Theo ông, *"Tiểu-thuyết miền Nam trong 15 năm qua đã thực sự vượt qua bên kia ranh giới của một thời văn-chương đã từng huy hoàng trong quá-khứ, thời văn-chương gọi là văn-chương Tiền Chiến..."*.

Cũng trên *Khởi Hành*, ông có các bài nhận định về các tác giả: "Bùi Giáng: cải lương ca" (số 78, 5-11-1970), "Mai Thảo, bên cạnh hạnh phúc" (số 74, 8-10-1970), "Võ Hồng, những chuyện tình bâng khuâng" (số 84), v.v. Loạt bài viết về một số tác-giả miền Nam này sau được tuyển thành tập "Nhà Văn Miền Nam Hiện Đại" như đã nói ở trên.

Cao Huy Khanh trong bài "Mai Thảo, bên cạnh hạnh phúc" (*Khởi Hành*, số 74, 8-10-1970), nhân điểm truyện dài *Thời Thượng* của Mai Thảo đã bắt đầu như sau: *Có những dòng chữ cuối cùng của một tác-phẩm như thế này: "Ai cũng phải có một hạnh-phúc riêng. Hạnh-phúc tới muộn với một người này, sớm hơn với một người khác. Nhưng hạnh-phúc phải tới. Hạnh-phúc là chính đời-sống". Trong những dòng chữ tận cùng đó, những dòng chữ đang trên đường vội vàng tìm đến một kết thúc dứt khoát (sau đó nhà văn, ông sẽ quên nó đi, phải bỏ nó đi, vĩnh viễn chia ly với nó, để rồi sẽ làm gì? Kìa, những tác-phẩm vô hình, bất định khác đang chờ đợi. Và chúng ta cũng khởi sự làm lại những điều mở đầu và những điều chấm dứt), những dòng chữ mang một ý nghĩa bâng khuâng nằm lưng chừng giữa những điều đã đành và những điều không đành lòng giằng co u ám ở trong và ở ngoài người viết, trong những dòng chữ đó, nhà văn - tác-giả đã thêm bớt được những gì để góp phần chiều chuộng và cứu vãn tác-phẩm mình một lần sal cùng? Với Mai Thảo, đó là một trong những lời cuối cùng cho một bài hạnh-phúc triền miên. Vì Mai Thảo là một nhà văn bên cạnh hạnh-phúc ...".*

Trên tạp-chí *Thời Tập*, ông tiếp tục loạt bài biên khảo về *20 năm tiểu thuyết miền Nam* (1954-1973) đăng nhiều kỳ trên tạp chí từ năm 1973, đã phân tích nền văn học đó như sự lớn dậy của một con người từ sơ sinh đến khi trưởng thành. Họ Cao là người đầu tiên viết về giai đoạn văn học 1954-1973 (1954 ông gọi là 'thời chia cắt' và 1973 ông dùng thời điểm Hiệp định Paris) với các bài biên-khảo sau: "20 năm tiểu thuyết miền Nam từ chia cắt đến ngưng bắn" (số 1, 14-12-1973, tr. 21-34), "Các thế hệ tiểu-thuyết gia miền Nam thời hiện-đại" (số 3, 14-2-1974, tr. 40-50), "Vấn-đề khuynh-hướng trong tiểu-thuyết miền Nam từ 1954 đến 1973" (số 4, 15-3-1974, tr. 44-50) và "Nhà văn miền Nam: vấn-đề khuynh-hướng riêng, vấn-đề trào lưu chung" (số 8, 26-7-1974, tr. 63-69).

Với bài "Vấn-đề khuynh-hướng trong tiểu-thuyết miền Nam từ 1954 đến 1973", ông đã trình bày *"sự phong phú của nền tiểu thuyết Miền Nam nhưng đồng thời cũng biểu lộ tính chất cực kỳ phức tạp của nó trong vòng 20 năm qua với trên dưới 200 nhà văn (chưa kể đến số lượng khổng lồ về tác phẩm: con số hàng nghìn!) Tiểu thuyết chúng ta có quá nhiều sắc thái, nhiều tính chất, nhiều đặc điểm khác biệt. Nói rõ hơn tiểu thuyết Miền Nam trong Thời Hiện Đại có quá nhiều khuynh hướng dị biệt chứ không phải chỉ giới hạn trong 10 khuynh hướng chính như sự phân chia của Vũ Ngọc Phan"*. Khởi từ đó, ông đi tìm cách giải quyết văn-học sử "thích ứng và hữu ích hơn"; trước hết là phân chia nhóm, ông cho là *"cách phân chia dễ dãi nhất, nhưng cũng là cách phân chia đưa đến chỗ sai lầm nhất"*, kế là "phân chia theo loại văn hay khuynh hướng" thì *"đối với một thực trạng tiểu thuyết phong phú và phức tạp như vậy mà chỉ dùng vỏn vẹn có một số ít khuynh hướng kiểu mẫu cố định để mong gói trọn ý nghĩa và giá trị của chúng thì quả thực đó là một việc làm quá dễ dãi và tỏ ra cố tình giản dị hóa sự việc một cách thái quá"* và *"lối phân chia theo loại văn, lối phân chia cố định và cứng nhắc này vô tình đã làm mất đi tính chất sống động cần thiết của một dòng văn học sử quốc gia luôn luôn biến chuyển liên tục, linh động và sống thực"*, và ông kết luận: *"quan niệm dùng những loại văn tức là những khuynh hướng theo nghĩa rộng để phân chia và sắp loại tiểu thuyết cùng lắm là chỉ có thể dùng để nghiên cứu và phê bình từng tác giả một mà thôi, tuyệt đối không thể áp dụng được trong ngành nghiên cứu Văn học sử. Bởi vì nếu làm như vậy tất nhiên người ta vô tình đã làm một việc mâu thuẫn với chính ý nghĩa đích thực của công việc nghiên cứu mà họ đang theo đuổi tức là đã bỏ quên và đánh mất tính chất sống động trường cửu của bất cứ dòng văn học sử nào. Đấy mới chính là mục đích chính yếu nhất của mọi công trình nghiên cứu loại này: Văn học sử trình bầy lại cho thấy, một cách đầy đủ và chính xác, nếp sinh hoạt vận động và sống thực về mặt văn học của một quốc gia, từ đó cũng là đồng thời khám phá và mô tả cho thấy cái tiềm năng sáng tác, cái sinh lực sáng tạo về đường tinh thần của một dân tộc. Mà chính cái nếp sinh hoạt văn học đó là cái gì phản ảnh cuộc sống xã hội củ quốc gia đó cũng như chính cái tiềm năng và sinh lực sáng tạo kia cũng là cái gì đã góp phần biểu dương lên được sức mạnh tinh thần, sức sống của dân tộc đó vậy"*.

Trên *Thời Tập*, họ Cao còn viết về các nhà văn Sơn Nam (số 11, 16-9-1974), Bình-Nguyên Lộc (số 12, 10-1974), Ngọc Linh (số 14, 10-11-1974), …

[* Tháng 11-2015, trong một phỏng vấn của báo Lao Động trong nước, họ Cao cho biết: *"Công trình trước năm 1975 mà tôi thực hiện là một số bài tiểu luận, phê bình gây được tiếng vang vì ít nhiều có cái lạ. Hồi đó, tôi sử dụng phương pháp hiện đại, áp dụng phân tâm học, phê bình kiểu hiện sinh về phân tâm học. Phương pháp đó khá mới thời đó. (...) Theo quan điểm của tôi, khi viết bài phê bình, tôi chỉ lấy tác giả đó làm cái cớ thôi, để đưa cái chủ quan của mình vào. Nên nó không phải phê bình lý luận khoa học bình thường, mà giống như một dạng cảm xúc phối hợp tác phẩm nên mới dễ đọc (...). Mới làm được một phần ba thì đất nước thống nhất, nên thôi luôn. Tôi làm văn học sử theo quan niệm truyền thống, dùng lịch sử, thời đại, tiểu sử tác giả để phân tích, chia làm các giai đoạn, cột mốc... Tuy nhiên, dự án vừa mới đăng vài ba số thì bị ngưng...*

Và ông cho biết quan điểm về sự xét lại của một số nhà nghiên cứu trong nước về văn-học miền Nam thời này: *"Văn học sử thời đó chia ra làm 3 giai đoạn. Thời gian đầu, dựa vào nhóm nhà văn từ Bắc di cư vào Nam, cụ thể là nhóm Sáng tạo. Nhóm này gồm Mai Thảo, Doãn Quốc Sỹ, Thanh Tâm Tuyền... Trong đó, nổi bật nhất là Thanh Tâm Tuyền, một người rất đứng đắn, có trình độ. Ông nổi bật với thơ tự do "Mặt trời cô đơn", và văn thì có cuốn "Bếp lửa". Trong Nam, phát triển sau hơn một chút là nhóm "Bách Khoa", tức nhóm làm bán nguyệt san Bách Khoa, đứng đầu là ông Võ Phiến, Nguyễn Hiến Lê, Nguyễn Ngu I, Võ Hồng, Lê Tất Điều... Võ Phiến là chuyên gia truyện ngắn, phân tích tâm lý rất hay. Lớp văn trẻ sau này có Y Uyên viết về chiến tranh cũng rất đặc sắc, nhưng bị chết trận. Nhóm Văn nghệ xuất hiện sau khi nhóm Sáng tạo tan rã, có Viên Linh, Du Tử Lê... Ngoài ra có những nhà văn nữ có cá tính như Nhã Ca, Thụy Vũ, Túy Hồng..."*] (laodong.com.vn 25-11-2015)

Đặng Tiến

Đặng Tiến sinh ngày 30-3-1940 tại Hòa Vang, Quảng Nam, viết phê-bình văn-học và điểm sách từ đầu thập niên 1960 trên *Tin Sách* rồi *Mai, Văn* và *Bách Khoa,* từ 1966 sống ở ngoài nước vẫn tiếp tục viết nhận định và phê-bình văn-học Việt-Nam. Tác-phẩm duy nhất xuất-bản trước 1975 là *Vũ Trụ Thơ* ('tiểu luận thi ca', Giao Điểm, 1972) viết về Nguyễn Du, Bà Huyện Thanh Quan, Tản Đà, Hàn Mặc Tử, Đinh Hùng. Phê bình hiện đại, cập nhật, tổng kết hơn là theo trường phái nào rõ rệt, ông đặc-biệt sử-dụng Hiện sinh cho phê-bình văn-học, ngoài ra phần lớn bài viết trên cac tạp-chí chưa được xuất-bản, có thể ghi lại một số bài: "Gặp gỡ giữa Ôn Như hầu và Camus" (*Văn*, số 2, 15-1-1964), "Hạnh phúc trong tác-phẩm Nhất Linh" (*Văn* số 37, 1-7-1965), "Nữ tính trong ngôn-ngữ Nhã Ca" (*Văn*, số 35, 1-6-1965), loạt bài "Thơ là gì?" (*Văn*, 1973) dùng lý thuyết ngôn ngữ thi ca của Jakovson,... [Năm 2008, Thư Ấn Quán ở Hoa-Kỳ xuất-bản *Vũ Trụ Thơ* tập II "Thơ miền Nam trong thời chiến" và năm 2009, nhà Phụ Nữ ở Hà-Nội xuất-bản tập *Thơ – Thi Pháp & Chân Dung* như tổng quan, nhận định lý thuyết và áp dụng về thi-ca của ông].

Trong *Vũ Trụ Thơ*, Đặng Tiến phân tích thơ Đinh Hùng: *"Đặc tính của thế giới Đinh Hùng là một thành tố đều được hòa giải; khí hậu tình tự giải tỏa những mâu thuẫn biện chứng, không còn sự khác biệt giữa người-nhìn-vũ-trụ và vũ-trụ-được-nhìn, giữa tâm giới và ngoại giới, giữa bản ngã và vô ngã, giữa thực thể và vô thể, giữa tôi và tha nhân, giữa tình-yêu và tình nhân; trong thế giới đó, tôi là rừng núi, rừng núi là tình yêu, tình yêu là Em, Em là mùa Thu, mùa Thu là cơn mưa, cơn mưa là một dòng chữ, dòng chữ là tôi. Chữ tôi đã bao hàm cái không phải tôi, nhưng chủ thể không mâu thuẫn với khách thể vì tất cả chưa đạt tới những hình thể đủ cứng rắn để va chạm. Trong hư cấu của Đinh Hùng, sự vật là những nhu hình tương giao với nhau, thu hút vào nhau trong từ trường ngôn ngữ. Một hư cấu nằm ngoài vận chuyển biện chứng...”* (**9**).

Khi viết về phi lý của cuộc đời qua số phận bi đát của Thúy Kiều, Đặng Tiến cho rằng sự phi lý không bắt đầu từ khi Kiều gặp gia biến, mà đã hiện hữu ngay khi con người là nàng, đã tình cờ, ngẫu nhiên bị ném vào giữa cuộc đời này: *“Cuộc sống trước hết là một thực trạng phi lý. Điều đó nhiều người nói rồi, nhưng nhiều người khác của hậu thế cũng sẽ còn nói nữa. Không phải cuộc sống lênh đênh của Thúy Kiều, của Nguyễn Du là phi lý, nhưng tất cả mọi cuộc sống đều phi lý “Không có cuộc sống nào đáng sống cả, lỡ sống thì phải chấp nhận cuộc sống”, nói như một nhân vật kịch Vũ Khắc Khoan. Không phải khi gặp gia biến Thúy Kiều mới sống bi thảm; trước đó lầm đầu tiên chọn phím đàn, nàng đã chọn cung bạc mệnh, vì cuộc đời một cách tiên thiên, là một thảm kịch. Sự hiện hữu đã phi lý từ khi hai tinh trùng gặp nhau, và nếu chúng không gặp nhau, thì lại càng phi lý hơn nữa. Nỗi đoạn trường thật sự không chấm dứt sau mười lăm năm lưu lạc, Thúy Kiều ý thức sâu sắc điều đó nên không tái hợp với chàng Kim, vì đổi một phi lý cô đơn lấy một phi lý lứa đôi chỉ làm việc chồng một thảm kịch này lên thảm kịch khác. Cuộc đời khi chấm dứt vẫn không chấm dứt được được thảm kịch ý thức: sự phi lý vẫn còn trương phình ra đấy. Nếu xem sự cấu tạo và hình thành cuộc sống như một ngẫu nhiên thì con người là một nô lệ. Nào phải một mình Thúy Kiều nô lệ cho số mệnh đa đoan, con người nói chung đều nô lệ, chỉ khác ở mức độ sáng suốt và can đảm của ý thức. Néron chắc phải chán nản lắm mới đốt thành La-mã để mà chơi! Con người chấp nhận có một Thượng đế, một Thượng đế không toàn chân, toàn thiện và toàn mỹ nhưng lại toàn năng. Thảm khốc là chỗ đó. Con người trước Thượng đế không những không được chọn lựa cuộc sống mà còn không được chọn lựa cái chết. Thúy Kiều hiện thân con người bị bắt buộc phải sống, và phải sống trong cuộc khổ sai vô vọng. Thà không có Thượng đế còn hơn có một trời xanh ghen với khách má hồng. Kiều tha cho Hoạn Thư không phải vì họ Hoạn khôn ngoan, nhưng đến Trời Đất còn ghen với kẻ tài tình thì trách chi một Hoạn Thư đã kém tài sắc lại bị cướp chồng"* ("Nguyễn Du, nghệ thuật như một chiến thắng". Sđd, tr. 19-20). Ông xem cuộc đời lưu lạc, đớn đau của nàng Kiều là *"vận chuyển biện chứng giữa hiện hữu và hư vô tạo tâm trạng lưu đày như một hợp đề: ý thức lưu đày là một ý thức không có tương quan. Giật mình mình lại thương mình xót xa... Khi sao phong gấm... Giờ sao tan tác... Mặt sao dày dạn... Thân sao bướm chán... Phút giật mình là phút bừng tỉnh của ý thức trước một thế giới vô nghĩa. Con người lạc loài, xa lạ, chia lìa khỏi ngoại cảnh, và tự tra tấn, tự đọa đày để ngụy tạo một ý nghĩa cho hiện hữu"* (Sđd, tr. 22). Lưu đày, phi lý, hiện hữu, chủ thể, biện chứng, ... là những ý niệm thời thượng nhưng được Đặng Tiến sử-dụng để đi sâu vào cái bên trong của nhân-vật và để cắt nghĩa (hoặc chỉ nêu vấn-đề) cho các biến cố, tình cờ từ bên ngoài.

Nhà phê-bình Đặng Tiến sâu sắc một cách đặc-biệt về thơ, tổng quan về thể-loại và các tác-giả, tác-phẩm thi ca. Về phần các tiểu luận về các đề tài và thể-loại khác của ông vào thời văn-học miền Nam được người đọc ưa thích có thể nói đến bài "Hạnh phúc trong tác-phẩm Nhất Linh" đăng trên tạp-chí *Văn* số 37 (1-7-1965, tr. 95-118). Từ khởi điểm *"Hạnh phúc là một cảm giác, là một chiều hướng; trước khi là một quan niệm. Và quan niệm hạnh phúc, trong mỗi người là nguồn gốc của thái độ nhân sinh; nói khác đi, nhân sinh quan không phải là tổng số, mà là hàm số của cảm giác"*, Đặng Tiến đã phân tích: *"Trong tâm hồn Nhất Linh, và giới trí thức tân học thời đó, khuynh hướng vô ngã của Đông phương đã cọ xát với cá nhân chủ nghĩa sôi nổi của Tây phương, cái nhìn viên hoạt hiếu hoà của Lão Trang, phải thử thách với sinh lực hiếu động của Nietzsche. Cuộc hôn phối ngang trái giữa hai nguồn tư tưởng ngược chiều này đã tạo ra hạnh phúc diễm lệ trong tác phẩm Nhất Linh. Hạnh phúc theo Lão Trang là thái độ vô vi; trái lại Gide chủ trương tra tấn cuộc đời mới chiếm đoạt được hạnh phúc, thứ hạnh phúc toàn diện, tuyệt đối xây dựng trên một số mệnh được khắc phục. Trực tiếp hay gián tiếp, Nhất Linh học được của Gide giá trị của cảm giác, phương pháp khai thác, phát triển ngũ quan để tiếp nhận, để tận hưởng hương vị của trần thế. Nhất Linh học của Tây phương lối hưởng thụ tự do, ngoài sự ràng buộc của hôn nhân, những ràng buộc sẽ làm tê liệt cảm giác, giam hãm tâm trí, đày đọa thời gian"*. Con người của tác-giả như vậy cho nên *"Hạnh phúc của Nhất Linh tạo cảm giác vô cùng trong phạm vi hữu hạn, là trồng một loài hoa đẹp trên một mảnh đất xấu. Nói khác đi, Nhất Linh không sống trong một thời gian, thì dĩ nhiên cũng không sống trong cái giới* hạn của thời gian; ông làm sống thời gian trong lòng mình, và lòng Nhất Linh là một vô hạn, ông làm sống thời gian trong sự đợi chờ; và điểm tinh vi trong nghệ thuật sống của nhân vật Nhất Linh là chờ mà không đợi. Nhất Linh chờ một đối tượng, không phải vì cái đối tượng đó, mà vì cái thú đợi chờ".

Ông phân tích: "*Hạnh phúc trong tác phẩm Nhất Linh là những sợ tơ lấp lánh mà trong* Đôi Bạn *Nhất Linh gọi là những sợi tơ vừa tan đi cùng ánh sáng. Hơi thở của Nhất Linh đã truyền cái khí hậu nồng ấm của Gide vào không gian tê tái của Tolstoi, đã làm tan phần bướm Trang Chu vào cõi chân không tịch mịch. Trên những kinh nghiệm của ý thức và tâm cảm đó, Nhất Linh tạo một thứ hạnh phúc vừa với vóc dáng mình, cái vóc dáng trong một không gian không hoàn mỹ, một thời gian không vĩnh cửu và một nhân gian không toàn thiện. Như người thợ may tinh tế kia suốt đời chỉ may có một tấm áo lụa mỏng phong phanh, một chiếc áo cho chính bản thân. Người đời sau đừng nên cho rằng nghệ thuật sống đó chỉ phù hợp với Nhất Linh, với những điều kiện tinh thần và thể chất của riêng một Nhất Linh. Hay của một thời đại. Vì đó cũng chính là điều Nhất Linh muốn truyền đạt.*

Những gì siêu việt nhất trong nghệ thuật sống của Nhất Linh nép trong kinh nghiệm tầm thường này: co giãn tự nhiên, hồn nhiên, và thản nhiên. Thản nhiên, hồn nhiên, tự nhiên tôi muốn nghe lập lại ngàn lần lời nói từ đỉnh núi vòi vọi của thời đại vọng đi. Tôi muốn nhắc lại với thâm tâm tôi rằng thảm kịch của cô Loan trong Đoạn Tuyệt *không phải ở sự tranh chấp giữa hai xã hội mới và cũ như người ta thường hiểu, mà ở một điểm mâu thuẫn ở nội tâm mà Loan không giải quyết được lúc vào đời. Loan, đối với bản thân Nhất Linh, là sự đoạn tuyệt các giằng co, Loan là giai đoạn con tằm trở thành bướm trắng bay tự nhiên. Từ* Đôi Bạn *Loan bay hồn nhiên, bay thản nhiên trong vòm trời hạnh phúc.*

Hạnh phúc của một loài bướm không tên bay qua không gian, bay qua thời gian, bay qua nhân gian, hay chính là cái không gian, cái thời gian và cái nhân gian đó. Bao giờ con Bướm Trắng *bay đến hư vô thì hư vô sẽ là hạnh phúc. Con bướm trắng một đêm khuya đã bay vào phòng tôi, qua khung cửa sổ bỏ quên. Bên này triển cửa sổ là hạnh phúc nhỏ bé của căn phòng; bên kia là Nhất Linh...*".

Các nhận định văn-học của Đặng Tiến đã đưa người đọc từ giữa thập niên 1960 vào một thế-giới phê-bình đặc-biệt đầy tính sáng tạo văn-chương mà cũng đầy tính thuyết phục.

Đỗ Long Vân

Sinh năm 1934 tại Hà-Nội và mất tháng 8-1997 tại Sài-Gòn, du học Pháp về lại Việt-Nam năm 1962 làm giáo-sư đại học Sài-Gòn, Huế và Đà-Lạt, ông là nhà phê-bình đã sử-dụng thuyết Cơ Cấu Luận để phân tích văn-chương và đã xuất-bản 2 tập *Vô Kỵ Giữa Chúng Ta hay là Hiện-Tượng Kim Dung* (Trình Bầy, 1967) và *Nguồn Nước Ẩn của Hồ Xuân Hương* (Trình Bầy, 1966; đã đăng *Văn Học* số 108, 1970) cùng một số ít bài viết đăng các tạp-chí *Nghiên Cứu Văn Học* ("Văn-học của những tình thế cực đoan", số 4, 3-1968); "Thử phác họa một bản đồ của địa ngục theo Chế Lan Viên" (*Nghiên Cứu Văn Học*, số 6, 7-1968 & 7, 7-1968), đăng (gọn) lại *Văn Học* số 189, 10-8-1974): Kỹ thuật tả chân của Vũ Trọng Phụng (số 5, 5-1968); tạp-chí *Trình Bầy* ("Kỹ thuật tả chân của Vũ Trọng Phụng trong *Số Đỏ*", *Bản Tin Trình Bầy*, 2, 10-1966; "Thảo luận về thực tại trong tiểu-thuyết tả chân- trường hợp Vũ Trọng Phụng, vai trò của tiểu-thuyết hiện thực cái xấu trong hoàn cảnh hiện nay" *Bản Tin Trình Bầy*, số 5, 12-1966; đăng lại trên *Nghiên Cứu Văn Học*, số 1, 11-1967), trên *Đất Nước* ("Vô Kỵ Giữa Chúng Ta"), trên *Hành Trình* ("*Khuôn Mặt* hay tâm sự tiểu tư sản trong Thanh Tâm Tuyền", số 5, 2-1965), cùng tuần báo *Nghệ Thuật,* v.v. "Nhân một kinh-nghiệm thơ" là bài viết đầu tiên đăng tạp-chí *Đại Học* (số 31, 2-1963), sau có bài "Thơ trong cõi người ta" (Văn Học (số 99, 1969), "Truyện Kiều ABC", ...

Đỗ Long Vân dùng phương pháp mới, cấu trúc luận, từ thập niên 1960 khai tử tác giả, chỉ nhắm văn bản, cấu trúc của tác phẩm là cái xuất hiện trí thức của tác giả, của con người. Phương pháp chống nhân bản, có thể đưa đến phong trào sinh viên 1968, chống chiến tranh Việt Nam và đưa đến phong trào "tiểu thuyết mới" chủ trì cái chết của tác giả. Người viết mang mặt nạ, cũng là thời của tiểu thuyết thực nghiệm (experimental novels), tiểu thuyết phá thể - gốc gác, dấu vết triết học Marx đặt nặng vai trò sản xuất và vai trò của nó trong lịch sử.

Đỗ Long Vân đã đi tìm "con đường tơ lụa" trong Kiều và tìm dấu ấn ngôn ngữ giúp tìm dấu vết con người trong *Nguồn Nước Ẩn* Trong thơ Hồ Xuân Hương. Ông mở đầu tiểu luận như sau: "*Người ta có thể nói rằng mọi vật trong thơ nàng đều chảy nước. Quả mít chín cây cũng như những núi đá. Nước có thể nhiều. Khi thì nước tăn teo như sắp cạn. Ngần ấy nước tuy nhiên đều là nước ở trong ta. Có một dòng thông chảy giữa trong và ngoài sự vật. Lượng của nước tuỳ sự thông nhau ấy. Sự thông nhau càng lớn, nước càng to, cái vui của thi sĩ càng nhiều. Và giữa một vùng nước lộn trời thì cái vui ấy, tới cùng độ, được gọi là cực lạc: Một vũng tang thương nước lộn trời. / Bể ái nghìn trùng khôn tát cạn, / Nguồn ân trăm trượng dễ khơi vơi. / Nào nào cực lạc là đâu tá? / Cực lạc là đây chín rõ mười!*

Nước cực lạc ấy của nguồn ân và bể ái chứa chan, là nước rất nhiệm mầu. Khôn tát cạn và cũng như ái và ân nó ở lòng mọi vật trào ra. Hạnh phúc nó cho là của những tấm lòng son đầy và mở, khi, giữa ngoài và trong, ly gián không còn nữa, tất cả chiều sâu rào rạt lộ ra ngoài. Lẽ dĩ nhiên không phải nước nào cũng cho hạnh phúc. Có nước nhiệm mầu thì cũng có nước mỉa mai. Nó rơi lõm bõm. Nó vỗ tông tông. Ấy là nước hang nghĩa là nước rỗng của những hò đá rỗng. Khi thì nước chết. Trông nó như vẽ. Và nó trắng xoá và nó phẳng lặng tờ. Mặt phẳng kín ấy, tẻ nhạt và có mầu trắng bạc như vôi, là của một thế giới nghèo lòng đã như khoá trái. Nhưng nước nào thì nước và cả sự thiếu nước nữa cũng nhắc đến một chiều sâu. Và tất cả xảy ra như trong Hồ Xuân Hương mọi vật đều giữ một nguồn nước ẩn. Như tấm lòng son của cái bánh trôi là một kết-tinh-thể của đào nguyên" (1966, tr. 7).

Trong bài phê-bình *Khuôn Mặt* của Thanh Tâm Tuyền, Đỗ Long Vân đặt văn-chương trong hoàn cảnh đất nước mà nhóm Hành Trình của ông cho là bí lối giữa các ý thức hệ đang hoành hành: *"Quanh tôi, người ta nhớn nhác hỏi nhau sao không ai tìm ra một ý thức hệ để chống Cộng và xây dựng xã-hội mới. Câu hỏi thật ngớ ngẩn. Một ý thức hệ không phải một ngày làm ra như một cách nấu ăn. Nhưng có lẽ giờ đã đến lúc người ta phải nhắc lại rằng cả một lớp người đã từ chối ý thức hệ CS không phải để làm ra một ý thức hệ ngụy tạo nào khác thế chân, nhưng để trở về một sự vô nghĩa nguyên ủy lên án tất cả những ý thức hệ. Nhưng sự vô nghĩa ấy lại để họ bất lực trước thực tại mà họ không còn một phương tiện trí thức nào nữa để vượt qua và kết quả là họ chỉ còn biết bó tay ngồi nhận cuộc đời (...) Người ta tự biến mình ra một tĩnh vật (...) thảm kịch của thời đại này là người ta phải chọn giữa hai ảnh tượng cực đoan ấy của thế giới. Một, theo ý thức hệ, nghĩa là chỉ nhìn thấy ý nghĩa lịch-sử của mọi vật. Một, có thể gọi là tiền ngôn-ngữ nhằm trả lại mọi vật cho cái yên lặng nguyên ủy của chúng. Ấy là 2 mặt của cùng một thực tại. Và trên một phương diện nào, người ta có thể coi cả hai như một cố gắng gảy đôi của lý trí để đạt tới một cái biết toàn diện. Khi ý thức hệ CS xuất hiện như cái lý tuyệt đối thì lẽ dĩ nhiên là có những người để chọn cái phần không có lý, cái phần không có nghĩa, cái phần không biết nói ở trên đời. Lịch-sử chia những vai trò. Và đôi khi nó độc ác. Không có gì đáng ngạc nhiên, nếu, những người đã chọn cái phần không có lý ấy cũng là những người, như Thanh Tâm Tuyền, thuộc một giai cấp đang bị lịch-sử vượt qua.*

Thế hệ Thanh Tâm Tuyền xuất hiện trước lịch-sử như một lớp người bị cáo. Nhưng đáng lẽ viện những lý do tự minh chứng, thì anh tự chọn như một người không có lý tuyệt đối. Ít nhất thì anh cũng đã chân thực. Sự chân thực ấy lẽ dĩ nhiên cũng chỉ là một mưu kế khác để có thể phủ nhận tất cả những lý do và cướp lại, một cách căn bản hơn, sự vô tội mà anh cho là đã bị lịch-sử tước đoạt (...) Cái gì người ta có thể chờ ở nghệ-thuật có lẽ không phải là sự xác định một cái phần muôn thuở lúc nào cũng ở đó, và, dù sao cũng chỉ là một mẩu của thực tại mà là sự trình bày những cơ thức của sự vong thân ấy, của sự bóc lột ấy, của sự oan uổng ấy cho mọi người có thể thấy và tự giải phóng. Ngoài ra thì tội và vô tội, nghĩa là vô nghĩa, lý và phi lý, ngôn-ngữ và thực thể, những bộ đội thù nghịch ấy chỉ là những ảo giác của một thế-giới gãy. Thanh Tâm Tuyền đã sống sự gãy đổ ấy, anh không tìm cách giấu diếm nó sau cái giả tự nhiên, giả lương thiện, giả nhân loại mà số lớn chúng ta vẫn còn níu lấy để ẩn mình, và chính vì thế mà đối với chúng ta, tác-phẩm của anh có ý nghĩa và giá trị" (Bđd, *Hành Trình*, số 5, tr. 83-86).

Tất cả đã là những tiểu luận văn chương đặc-sắc của giai đoạn văn học miền Nam này, đã khai mở một thể-loại phê-bình tác-phẩm văn-chương vừa *tân kỳ* vừa đầy tính *sáng tạo*.

Huỳnh Phan Anh

Huỳnh Phan Anh tên thật Huỳnh Thanh Tâm, sinh 3-3-1940 tại Thủ-Dầu-Một, Bình Dương. Tốt nghiệp Đại học Sư phạm Triết Đà-Lạt 1964. Truyện ngắn đầu tay Đứa Bé Đánh Giầy đăng báo năm 1956 và bài phê-bình đầu tiên đăng báo *Mai* khoảng năm 1960. Ông chủ trương nhà xuất-bản Đêm Trắng (**10**).

Ông ít nhiều sử-dụng những phương pháp cấu trúc luận, đi vào tác-phẩm như là một hiện hữu tự sinh tự tỏa qua ngôn-ngữ cá biệt của mỗi tác-phẩm, qua cái mà tác-phẩm đem đến cho độc giả dù trong khoảnh khắc, ... qua các tiểu luận văn-chương: *Văn Chương Và Kinh Nghiệm Hư Vô* (Hoàng Đông-Phương, 1968. 199 tr.; bài dùng làm

Tựa sách đã đăng trên *Văn-Học* số 63, 1-9-1966; các bài khác: Hành trình vào vô hạn, Tại sao những bài thơ tình đó? (*Văn,* số 91, 1-10-1967), Ghi nhận về Hồ Biểu Chánh, Một cuộc trở về, Đoạn Trường Tân Thanh trên đường tìm kiếm bạn đọc, Nghĩ về Gide, Thơ hiện hữu chống lại thơ, Hàn Mặc Tử, Khoảng Trống, Hành trình hư vô (*Nghệ Thuật,* số 56, 1966), Đi tìm tiểu-thuyết mới ở Việt-Nam, Tác-phẩm văn-chương (*Văn Học* số 67, 15-10-1966), Tư duy chống lại tư tưởng). Đi Tìm Tác Phẩm Văn Chương (Đồng Tháp, 1972. 352 tr.) tập hợp những bài viết với cái nhìn Hiện tượng luận trong văn học, với các mục "Hành trình tác phẩm", "Ám ảnh của tác phẩm", "Phê-bình và chống phê-bình", "Nhất Linh và Bướm Trắng", ...- tóm, về Tản Đà, Hàn Mặc Tử, Nhất Linh, Thanh Tâm Tuyền, Mai Thảo và Samuel Beckett, Jean Paul Sartre, Simone De Beauvoir!

Huỳnh Phan Anh áp dụng phần nào phương-pháp khi viết *Duyên Anh Tuổi Trẻ Mộng và Thực* (Vàng Son, 1972. 349 tr.; đã bắt đầu với bài trên tạp-chí *Văn Học,* số 149, 7-1972) và các bài khác đăng tạp chí *Văn Học*: "Định mệnh văn-chương" (65-66, 1966); "Nhà văn và Thượng đế" (68, 1967); Huỳnh Phan Anh với quan niệm tự trị của tác phẩm: "Samuel Beckett và thẩm quyền của ngôn ngữ" (*Khởi Hành,* số 29, 1969), về J.P Sartre, về Simone de Beauvoir và những hình ảnh đẹp, Hành trình của S. de Beauvoir, ... Viết về Duyên Anh, Huỳnh Phan Anh nhận xét: *"Dù có chấp nhận D. Anh hay không người ta vẫn phải đồng ý với nhau rằng D. Anh đã viết trong một ý hướng và một sự chọn lựa rõ rệt đồng thời chính tác-phẩm ông đã thể hiện ý hướng và sự chọn lựa đó. Ông viết cho những người sẽ đọc ông. Ông viết không để hỏi mà để trả lời. Để thỏa mãn tâm hồn người đọc…".* Ông kết luận: *"Duyên Anh thuộc số những nhà văn còn tin tưởng vào giá trị của sự mơ mộng. Dù trong ý hướng làm đẹp cuộc đời hay lãng quên, quay lưng trước thực tế xấu xa, khốn khổ, Duyên Anh lúc nào cũng trung thành và trọn vẹn với vũ trụ mơ mộng của mình, vũ trụ mà chắc hẳn ông là người đầu tiên yêu mến và tin tưởng (...) Và, nếu mỗi tác-phẩm đều thể hiện một tên sách thầm kín của nhà văn đối với độc giả, ta có thể nói rằng tác-phẩm Duyên Anh đòi được tiếp nhận bằng sự rung động của tâm hồn hơn là bằng một ý thức sáng suốt. Cũng như chính tác-giả đã viết bằng tất cả tâm hồn nhạy cảm và mơ mộng của mình"* (*DATTMVT,* tr. 60, 64, 65).

Huỳnh Phan Anh đến với tác-phẩm, tác-giả văn-học nhưng không đưa ra kết luận hoặc ngừng ở một biên thùy nào – như chính ông đã ghi nhận mở đầu tập ***Văn Chương Và Kinh Nghiệm Hư Vô***. Từ F. Nietzsche qua Gaston Bachelard, Heidegger, từ những kinh-nghiệm hư vô toàn diện, phân ly bên trong và bên ngoài (*"hiện sinh mang ý nghĩa một chia lìa"*, tr. 10), cảm thức vô hạn vì lưỡng lự (*"tôi đang hiện hữu hay chính sự hiện hữu của tôi không ngừng sụp đổ, lâm nguy"* tr. 14), đi đến ý niệm biểu tượng của hiện hữu, của tác-phẩm hay bất cứ gì khác (*"Không có tư tưởng câm lặng. Chân lý là cái phải được nói ra. Tư tưởng chỉ có thể tư duy trên biểu tượng, nếu không tư tưởng chỉ còn là một tài năng giả tạo, gian trá: nó không tư duy được gì. Chỉ có chân lý, chỉ có ý nghĩa trong sự bộc lộ, từ trong ra ngoài, thành biểu tượng: trong tác động biểu tượng hóa..."* (tr. 15-16). Theo ông, *"tác-phẩm không là một trạng thái, nó là một vận hành siêu việt, nó đi tìm cái khác: một chuyến đi không quay lại, không hứa hẹn trở về. (...) Tác-phẩm phủ nhận tôi, quay lưng trước định mệnh tôi, nó là hữu-thể-hướng-về-bên-ngoài-cái-chết-của-tôi (être-au-delà-de-ma-mort) nói theo chữ của nghĩa của E. Levinas..."* (tr. 25). Và ông nhận định về ngôn-ngữ **thi ca** cho rằng *"Thơ là sự khẳng định không khẳng định gì hết (...) Thơ tạo cơ hội gặp mặt với cái bên ngoài, cái xa lạ. Sự gặp gỡ thực hiện trong khoảng cách tuyệt đối của sự phân ly. Thơ cho thấy kinh-nghiệm của những cái ngoài tầm..."* (tr. 27).

Còn **tác-phẩm văn-chương**? Theo ông, *"tác-phẩm là khả thể, vô số những khả thể. Nó mở ra vô cùng..."*, cho nên *"tác-phẩm là một hành trình ... Mỗi tác-phẩm là một sự trở thành của tác-phẩm. Nhà văn, bằng tác-phẩm của mình, làm công việc thăm dò tìm đến yếu tính tác-phẩm, đến cái làm nên tác-phẩm (...) Đối với nhà văn, hành trình đi tới của tác-phẩm cũng là hành trình trở lại, quay về. Trở về nguồn cảm hứng nguyên thủy để thấy bản chất tác động sáng-tạo, bản chất cuộc hành trình. Để bắt đầu từ đó văn-chương bộc lộ yếu tính của nó"* vì *"Viết là tìm đến yếu tính, tìm đến cái gì luôn ở đó, đồng thời là cái khác..."* (tr. 171, 173, 174). Nhưng quan-trọng hơn hết, *"ngôn-ngữ là khởi điểm của văn-chương (...) Chữ viết, thường gọi là chữ nghĩa, đưa con người vào một không-gian đặc thù, khác lạ với không-gian ta đang sống, nó bưng bít đồng thời hứa hẹn sự thăng vượt không ngừng, nó tầm thường và linh thiêng: không-gian văn-chương"*. Từ đó ông kết luận: *"Tác-phẩm ước muốn hư vô, ước muốn cái không có gì (không có nghĩa là không ước muốn gì hết): tác-phẩm là một siêu thể, là kinh-nghiệm của những vùng cao xa mù mịt mà con người vô vọng đuổi theo. Vết là tìm đến trong vô vọng sự hòa giải với vô hạn. Hiện hữu tác-phẩm hay hiện hữu đoạn trường. Kinh-nghiệm tác-phẩm hay* kinh-nghiệm đoạn trường. Đó phải chăng chỉ là kinh-nghiệm tìm về nền tảng, không bao giờ là kinh-nghiệm nền tảng" ("Tác-phẩm văn-chương". Sđd, tr. 180-1). Huỳnh Phan Anh xem **thi ca** là tuyệt đỉnh của văn-chương, là non cao triết-vị mà cũng là giấc mộng tưởng vô hạn khó định nghĩa: "*Thơ bộc lộ để không bộc lộ gì hết. Nó bộc lộ để giấu ẩn.... Thơ ở giữa có và không, thực hữu và hư vô, mời gọi và từ chối*" (tr. 104). Với ông, những huyền nhiệm, bí ẩn của thơ khởi đi từ cuộc hiện sinh, từ con người cụ thể trong một môi trường thực hữu dù lãng đãng giữa hai bờ hư thực!

Trong **Đi Tìm Tác Phẩm Văn Chương**, ông đẩy sâu phân tích hiện-tượng luận qua các thể-loại văn-chương. Khi nói đến thơ, ông viết: "*... Thơ là biểu tượng, là hình ảnh. Thơ tạo dựng một vũ trụ qua trung gian biểu tượng một vũ trụ phi thực, một vũ trụ chỉ có ý nghĩa trong tính cách phi thực của nó. Hơn đâu hết , biểu tượng hình ảnh là điều kiện của thơ ,lý do tồn tại của thơ, biểu tượng chính của thơ*" (tr. 314) và ông xác định rằng "*Thơ không là thực tại, không là tổng số những hình ảnh xác định một thực tại rõ ràng. Nó là một ước muốn hơn thế nữa là một đam mê mù quáng cũng nên...*" (tr. 316).

Trong bài "Nhất Linh và Bướm Trắng" - vốn đã đăng *Văn* trong số đặc-biệt Hoài niệm Nhất Linh (số 156, 15-6-1970), Huỳnh Phan Anh đã đưa ra những lý giải cho việc chọn một tác-phẩm của Nhất Linh để nhận định: "*... Tách rời một cuốn sách khỏi toàn bộ tác phẩm của một nhà văn tức là một cách nào đó phủ nhận sự nghiệp tác phẩm của nhà văn như một toàn bộ cứng nhắc. Nói khác đi là phủ nhận sự nghiệp sáng tác của nhà văn như một dòng liên tục, như một định mệnh chờ đợi hoàn tất, an bài. Một cuốn sách không là một chặng đường, mà là một hướng đi, một lối đi bên cạnh những hướng đi, những lối đi của cùng một người. Mỗi một cuốn sách đều có thứ tiếng nói riêng của nó, một giọng nói riêng của nó, một ước muốn riêng của nó. Một cuốn sách có thể nói khác đi, ngược lại nếu cần với những điều mà tác giả đã nói ở những nơi khác, những cuốn sách khác. Tác phẩm là một hình thái bất liên tục. Để hoàn tất (tạm dùng chữ này) tác phẩm của mình, nhà văn không đi trên một con đường thẳng, êm xuôi, thanh bình. Trái lại hắn không ngớt phải vượt qua chính mình, phải nói không với chính mình, phải phủ nhận chính mình. Hắn phải trải qua những kinh nghiệm, những tìm tòi và khủng hoảng luôn luôn đổi mới. Những cuốn sách hắn viết nên có thể mâu thuẫn, chống đối nhau, nhưng chính tác phẩm hắn hứa hẹn làm nên từ những mâu thuẫn và* *chống đối đó. Tác phẩm của hắn không đứng lại bao giờ, bởi nó còn những xung đột nội tại phải làm nên từ những mâu thuẫn và chống đối đó. Tác phẩm của hắn không đứng lại bao giờ, bởi nó còn những xung đột nội tại phải giải quyết, bởi nó còn phải trò chuyện không ngừng với người đọc. Không có bảo tàng viện cho văn chương bởi tác phẩm vẫn không ngừng sống, lớn lên. Và công việc của các nhà làm văn học sử chỉ là một ảo tưởng bởi tác phẩm văn chương, thực tại văn chương không bao giờ là một món đồ ù lì, bất động để cho các sử gia mặc tình thâu tóm hay phân loại!"*. Và theo ông, *"trong sự nghiệp Nhất Linh, Bướm trắng hầu đã vượt khỏi giới hạn của một cuốn tiểu thuyết. Nó đánh dấu một sự thay đổi ngay trong quan niệm viết văn của tác giả. Nó là một thí nghiệm. Nó mặc nhiên bao gồm trong nó một lý thuyết (về tiểu thuyết) bởi nó thể hiện một chọn lựa, một quyết định của chính tác giả: viết khác đi với những điều đã viết, với những cách thế đã sử dụng để diễn đạt con người, xã hội, vũ trụ…"*. Trong phân tích, Huỳnh Phan Anh cho rằng: *"Bướm Trắng là giấc mơ của một tâm hồn đang chới với giữa lòng cuộc đời với những ám ảnh không rời của bệnh tật và cái chết, một giấc mơ điên cuồng, đẹp tuyệt được tạo thành để lấp đầy những khoảng trống vắng hãi hùng của cuộc hiện hữu ngẫu nhiên không trường tồn"* (tr. 146) – đó là Trương, nhân-vật chính, một *"kẻ lạc loài, tuyệt vọng và tù chung thân của cô đơn và bóng tối (…) một kẻ đang sống chính cái chết của đời mình"*. Đời đang hân hoan tình yêu, không dễ chấp nhận định mệnh nhưng Trương chúng tỏ là mẫu người dấn thân, dám sống thật, đến cùng cuộc hiện sinh - qua tình yêu với Thu và qua kinh nghiệm trác táng, thụt két: *"Trương là điển hình của mẫu người sống trong sự đốt cháy của ý thức. Sống và ý thức về đời sống, về chính mình. Nhưng ý thức về đời sống ở Trương đồng thời cũng là ý thức về cái chết. Trương trước tiên là một cái nhìn thấu suốt căn phần: sống là chạm mặt thường xuyên với chính thân phận đầy giới hạn và ngẫu nhiên của chính mình: sống tức là đang đi lần tới, đã tới chỗ tận cùng của đời sống mình. Phải chăng chính trong những phút, chỉ trong những phút gọi là hấp hối của con người, đời sống sẽ chợt hiện lên trong vẻ đẹp não nùng nhất của nó. Cái gì đã làm ngây ngất người đọc ở Bướm trắng nếu không phải là cái vẻ đẹp não nùng của đời sống như sắp sửa vỡ tan thành mây khói kia?"* (tr. 153-154). Và ông kết luận: *"Thiết tưởng rằng tìm đến một câu giải thích về Trương cũng như về tác phẩm Bướm trắng mà chỉ căn cứ vào một chủ trương hay một ý hướng đạo đức, điều này có nghĩa là phủ nhận nhân vật (Trương) và tác phẩm (Bướm trắng) ngay từ trong bản chất của chúng. Bởi vì ở đây, khởi điểm của nhân vật và tác phẩm không căn cứ trên một ý tưởng đạo đức mà trên một nhận thức thấm đẫm tính chất siêu hình của con người về đời sống. Vậy thì Trương, hình ảnh một con người mộng tưởng đồng thời là một ý thức khốn khổ đó, hắn đi tìm cái gì? Có thể hắn đi tìm cho hắn một đời sống thật, một khuôn mặt thất, sự thật và niềm vui, tất cả ẩn giấu sau những tấm màn giả ảo".*

Huỳnh Phan Anh còn là dịch giả cuốn *Ca Ngợi Triết Học* (*Eloge de la philosophie* của M. Merleau-Ponty, Nguyễn Nhật Duật chú giải, Đặng Phùng Quân giới thiệu; NXB Mai Nguyễn, 1970), và là nhà văn khuynh-hướng "tiểu-thuyết mới" với các tập truyện ngắn *Người Đồng Hành* (Đêm Trắng, 1969), *Phía Ngoài* (chung với Nguyễn Đình Toàn; Hồng Đức, 1969) và *Những Ngày Mưa* ('tân truyện', Đêm Trắng, 1971) [X. phân đoạn về "tiểu-thuyết mới"].

Lê Huy Oanh

Sinh ngày 15-7-1932 và mất ngày 14-11-2013 tại Las Vegas, Hoa-Kỳ, ông viết tiểu luận, nhận định văn-học, điểm sách trên các tạp-chí Sinh Lực, Sáng Tạo, Văn Nghệ, Văn, Nghệ Thuật, Khởi Hành, Thời Tập, ... Có thể nói trong 20 năm văn-học miền Nam, Lê Huy Oanh là người từ đầu đến cuối liên tục viết về các trào lưu văn-học thế giới, về nhiều tác-giả nước ngoài cũng như khuynh-hướng và các tác-giả Việt-Nam. Ghi nhận một số bài của ông trên tạp-chí Văn Nghệ: "Nhận định về thơ hậu chiến" (số 8, 9&10-1961), "Lược khảo phong trào thi ca siêu thực Pháp" (số 3, 4-1961; 4, 5-61, 6, 7-61), "Hemingway sống và viết" (số 7, 8-61), "Jacques Prévert, nhà thơ nhào lộn" (số 21, 22), "Allen Ginsberg và nhóm Beatnih tại Hoa-Kỳ" (số 24). Ngoài ra ông có truyện dài "Màu Hoa Dã Thú" đăng-từng-kỳ dở dang trên Văn Nghệ. Trên tạp-chí Văn, ngoài các bài nhận định, biên-khảo, ông có đăng sáng-tác như Hầm Gió (số 201, 5-1972), ... Trên tạp-chí Nghệ-Thuật, ông viết về "Sơn Nam, người chép sử khai hoang" (số 35), ... Trên tạp-chí Thời Tập, ông viết về "Tiểu-thuyết lãng-mạn VN thời tiền chiến" (số 6, 5-5-1974), "Những nhân-vật nữ không thể quên trong tiểu-thuyết VN" (số 7, 6-1974), "Lược sử tiểu-thuyết VN" (số 11, 9-1974), về các tác-giả và tác-phẩm tiền chiến khác. Trên tuần báo Khởi Hành, ông khởi đăng truyện dài Con Cóc Gỗ [sau này, KH bộ mới hải ngoại đã đăng tiếp (từ số 66, 4-2002), ...

Lê Huy Oanh còn là dịch giả một số tác-phẩm văn-chương như *Bay Đêm* (*Vol de nuit* của A. de Saint-Exupéry (Văn, 2-1966); *Buồn Ơi, Bắt Tay* (*Bonjour, tristesse* của Françoise Sagan; Tân Văn 28, 1970), *Nửa Đêm Ngoài Phố* (*Maggie, a girl of the streets* của Stephen Crane; Văn-Uyển, 1970), ...

Lê Ngọc Trụ

Bút hiệu Ngọc Toàn, sanh ngày 15-3-1909 ở Chợ Lớn, mất 11-8-1979. Từ năm 1941 sinh hoạt trong Ban trị sự Hội Khuyến học Nam-kỳ. Sau 1954 ông làm Giám đốc Viện Khảo cổ, Thư Viện quốc-gia Sài-Gòn và được mời làm giáo-sư Diễn giảng Đại học Văn Khoa và Đại-học Sư phạm Sài-Gòn về ngữ học và chính-tả từ 1956 đến 1975. Năm 1970, ông là thành viên Ban Điển chế Văn Tự. Công trình đặc-biệt của ông là "Luật Tứ thinh và luật hỏi ngã" công bố trên tập *Kỷ Yếu Hội Khuyến Học Nam-kỳ* năm 1943, sau biên tập lại và xuất-bản với tựa *Chánh Tả Việt Ngữ* (1954, 1961). Công trình quan-trọng của ông là *Việt Ngữ Chánh Tả Tự Vị* (Thanh Tân, 1960, tb 1971, Giải Văn chương Toàn quốc 1960-61).

Ông soạn chung với Bửu Cầm *Thư Mục về Nguyễn Du (1765-1820)* (Bộ Giáo Dục, 1965), hiệu đính *Việt-Nam Tự Điển* của Lê Văn Đức (Khai Trí, 1970) và các *Bổn Tuồng Kim Thạch Kỳ Duyên* (Khai Trí, 1966) của Bùi Hữu Nghĩa cùng GS Trần Văn Hương, *Tuồng Kim Vân Kiều* của Ngụy Công Ngụy Khắc Đản do Thế Tải Trương Vĩnh Ký kỉnh lục ra quốc âm. Ông còn là dịch giả cùng với Võ Thị Hay hai tác-phẩm *Quyển Truyện của Bạn Tôi* của Anatole France và *Giờ Thứ Hai Mươi Lăm hay là Uất Hận... Trần Gian* của V.G. Gheorghiu. [Công trình quan-trọng về tiếng Việt *Tầm-Nguyên Tự-Điển Việt-Nam* được xuất-bản sau khi ông mất (NXB TpHCM, 1993, 868 tr.)].

Lê Tôn Nghiêm

Giáo-sư sinh năm 1926, xuất thân linh-mục. Sau khi du học về, làm Trưởng Ban Triết Đại Học Đà-Lạt và giáo-sư Triết tại nhiều phân khoa Đại học Sài-Gòn, Huế, ... Khởi đi từ chốn kinh điển, giáo-sư Lê Tôn Nghiêm đã đến với những trường phái lớn của thế kỷ XX. Ông sử-dụng ngôn-từ triết học là một thứ ngôn-ngữ kinh điển, nhà trường và thứ nữa giải mã những phức-phẩm của triết học hiện-tượng luận, của Heiddegger – mà giáo-sư đã nhìn thấy tính *phá-sản* trong triết thuyết trên đường tiến hóa của nhận thức, tư tưởng con người - do đó tác-phẩm của ông không nhắm đến đại chúng. Tuy vậy có thể tìm thấy ảnh-hưởng của giảng dạy và triết học của ông ở nhiều môn sinh hoặc sinh viên, văn-nghệ sĩ thời đó và nhiều thập niên sau này. Khác với giáo-sư Trần Văn Toàn (sinh 7-11-1931 tại Phát Diệm và mất ngày 13-9-2014 tại Lille-Pháp) mà văn phong, tư tưởng nhà trường dễ hiểu ngang ngữa với tác-phẩm của giáo-sư Nguyễn Văn Trung, nhưng ở giáo-sư Lê Tôn Nghiêm còn có khía cạnh văn-cách nghệ thuật, dù đôi khi bí hiểm, đậm đặc nghĩa hay có thể gọi là *hậu-hiện-đại*. Sau 1975, các tác-phẩm của giáo-sư Lê được tái-bản và chú tâm điều-nghiên trong nước, ở một xã-hội Cộng-sản chủ nghĩa mà mọi phương tiện đều tốt cho chủ đích vô-nhân-bản, máy móc, v.v.

Tác-phẩm của giáo-sư có thể xem như là toàn bộ tổng quan và phân tích về triết học Tây phương, xếp theo diễn tiến thời-gian lịch-sử: *Socrate: Tiêu Biểu Cho Triết Học Hiện Sinh hay Triết học theo Chân lý Vương giả?* (Quế Sơn Võ Tánh, 1971; Cadao tb); *Lịch-Sử Triết Học Tây Phương: Thời kỳ khai nguyên triết lý Hi Lạp* (Lá Bối, 1971. 315 tr.); *Lịch-Sử Triết Học Tây Phương: Thời Thượng và Trung cổ* (Trung Tâm Học Liệu, 1974; Tập 1: 258 tr.; tập 2: 812 tr.); *Đâu là Căn Nguyên Tư Tưởng* hay "Con đường Triết lý từ Kant đến Heidegger" (Trình Bày, 1970; 455 tr.); *Heidegger Trước Sự Phá Sản Của Tây Phương* (Lá Bối, 1969. 171 tr.) và *Những Vấn-Đề Triết Học Hiện-Đại* (Ra Khơi, 1971. 359 tr.). Giáo-sư còn dịch và giới thiệu cuốn *Triết Học Nhập Môn* (*Einführungg in die Philosophie* của Karl Jaspers từ bản Introduction a la philosophie của Jeanne Hersch; Huế: Đại Học, 1960; Cadao, 1974).

Lê Tuyên

Giáo-sư Đại học Huế cuối thập niên 1950, sau khi du học ở Pháp về. Ông đã sớm đưa triết học vào phê-bình văn-chương, sử-dụng hiện-tượng luận và phân tâm học từ văn bản. Trước 1975 ông đã xuất-bản tập Chinh Phụ Ngâm và Tâm Thức Lãng Mạn của Kẻ Lưu Đày (Huế: Đại Học, 1961) gồm những bài giảng văn, và là tác-giả nhiều công trình nghiên cứu, phê-bình văn-chương đăng tạp-chí **Đại Học** (Huế) – sau này một số được in lại trong tập Thể Tánh của Thi Ca (Huntington Beach, CA: Southeast Asian Culture and Education

Foundation, 2000) như "Triết lý cuộc đời trong ca dao Việt Nam"; "Bản thể và hiện tượng trong thi ca Việt Nam" (về "hướng đối thoại" trong Lâm Tuyền Kỳ Ngộ và Bích Câu Kỳ Ngộ); "Thời gian hiện sinh trong "Đoạn Trường Tân Thanh"" (Đại Học, số 9, 5-1959, tr. 48-96) và "Vân Muội" (Vũ Hoàng Chương). Các bài khác: "Nguyễn Bỉnh Khiêm và thảm trạng trí thức trong thân phận làm người"; "Cung oán ngâm khúc", "Thơ ca cận đại và nỗi lòng thành thật của Hàn Mặc Tử", "Nét đẹp xưa trong thi ca Việt-Nam cận đại" (ĐH, 7, 1-1959), về Nguyễn Công Trứ, Tản Đà, Nguyễn Khuyến, Tú Xương, v.v.

Ông còn là tác-giả truyện dài Những Ngày Hoang Dại (ký Nhất Lê, 1960) đậm nét hiện sinh trí thức và một tập thơ. Ngoài ra ông từng là chủ-bút tờ báo tranh đấu Lập Trường (1964-) và là một trong những chủ chốt nhóm Phật tử tranh đấu chống chính quyền trung ương gây ra "Biến Động Miền Trung" năm 1966 ở Huế và các tỉnh lân cận.

Giáo-sư Lê Tuyên đã tài tình sử-dụng các phương-pháp hiện-tượng luận hiện sinh và phân tâm để giải mã các văn bản văn-học như Chinh phụ ngâm, Cung oán ngâm khúc, Đoạn trường tân thanh, Vân Muội, ... và các tác-giả như Nguyễn Bỉnh Khiêm, Nguyễn Công Trứ, Tản Đà, Nguyễn Khuyến, Tú Xương, ... - cũng như ca dao của văn-học bình dân.

Để hiểu hiện tượng luận hiện sinh, Lê Tuyên đã nhấn mạnh: "tôi không dám đưa ra một phương-pháp nào, một căn bản gì, vì như nhiều lần tôi đã quan niệm, cái nhìn của chúng ta là một cái nhìn nội giới, và khi ta phóng vào hiện tượng là chỉ để tìm bản thể của ta" (**11**). Cái nhìn này là cái nhìn hiện tượng luận, mang đậm tính chất chủ quan của ý thức phóng-chiếu vào vật-giới và kiến tạo nghĩa cho vật giới. Bởi vậy, thế giới thông qua hệ thống vật giới đã được tôi kiến tạo, cấp cho một quy chế nghĩa là thế giới của tôi và cho tôi, mang dấu ấn chính tôi, nó thiết thân với tôi; còn cái thế giới tồn tại khách quan kia, luôn có đấy, nhưng xa lạ với tôi. Lê Tuyên phê-bình nhận định văn-học với cái nhìn hiện tượng học pha tâm lý cá nhân này. Các tín hiệu trong phân tích, diễn luận được phát đi từ trong văn bản vì nội giới của văn bản là nơi đã kết thu tất cả mọi ý nghĩa bên ngoài chiếu vào. Nên, cứ xuất phát từ văn bản, giảm trừ (reduction – phương pháp hiện tượng học) các lớp nghĩa khác nhau phủ trùm văn bản thì bản chất văn bản sẽ tỏ lộ, do đó "Hình ảnh của thi ca nói chung và của ca dao Việt-Nam nói riêng, là tiếng kêu thức tỉnh ấy của con người trước cuộc đời, do chính ý thức thức tỉnh của con người tạo nên, kết nên, tạo nên" (Sđd, tr. 3). Lê Tuyên đã đi vào thế-giới **Ca dao**, nhập vào vũ trụ ngoại giới của ca dao như "một lối hiện tượng luận sơ đẳng, nhưng nếu hội ý được với hình-thức sơ đẳng này của hiện-tượng luận trong ca dao là đã khám phá ra được một vũ trụ huyền nhiệm rồi" (TTcTC Sđd, tr. 14), Lê Tuyên đã phát hiện rằng ca dao là một hình thức "mơ về" cuộc đời đặc thù của người dân quê: "tôi mơ về vũ trụ, vậy vũ trụ hiện hữu như tôi mơ về". "Ca dao chính là lối mơ về vũ trụ ấy khi con người đặt mình thanh bình trong những khung cảnh của cuộc đời:

Trên đồng cạn, dưới đồng sâu

Chồng cày vợ cấy con trâu đi bừa

Giấc mơ về vũ trụ ấy giúp cho con người thoát được thời-gian, không còn thấy sự lôi cuốn của thời-gian nữa vì đã ngưng mình về trong "trạng thái". Từ bản thể ta nhìn ra, đấy là một trạng thái của tâm thức và ca dao mở rộng trước mắt ta bằng hiện-tượng, những trạng thái tâm hồn..." (Sđd, tr. 16).

Chinh Phụ Ngâm *và Tâm Thức Lãng Mạn của Kẻ Lưu Đày* – chuyện người chinh phụ với tâm thức lãng mạn như ý hướng mơ về người chinh phu; một tâm thức phức-thể với nhiều khía cạnh lãng mạn, lưu đày, cô đơn (vì nhắm hạnh-phúc lứa đôi), đau thương, ước vọng, cộng thông (vì hoàn cảnh bị chia lìa)… Ở đây không có người khác như tha nhân, mà chỉ có một, người chinh phu, kẻ vắng mặt, và rốt cùng chỉ là một khác và chính yếu: người chinh phụ!

Ở Chương Dẫn Đầu, ông đi tìm định nghĩa và nội-dung của "tâm thức lãng mạn": "... Tâm thức lãng mạn ... không phải một tâm thức mới có, hay mới đến với cuộc đời, mà chính là một tâm thức luôn có trong mỗi một chứng ta, mà cuộc đời đã làm cạn đi, khô đi, héo đi bằng những giới hạn công lệ, bằng những sự kiện hằng ngày, chỉ cho ta thấy cuộc đời chứ không cho ta thật sống với cuộc đời, vì thấy không có nghĩa là sống. Có tham dự mới sống, mà khi đã nói mình tham dự là đã lãng mạn rồi. Lãng mạn vì vậy là một thực thể ở giữa tâm giới của con người, lãng mạn là một phần sự sống của con người, chứ không phải một biến cố nhất thời, một hành vi hay thái độ cực đoan của con người muốn thoát ra ngoài khuôn phép. Cho nên con người lãng mạn không phải là con người lạ, mà chính là con người thường, chỉ có con người không lãng mạn mới là kẻ lạ mặt giữa cuộc đời này vốn lãng mạn! Vì nếu lãng mạn ở trong cuộc đời này, là cuộc đời, là chúng ta, thì liệu chừng chúng ta có thể định nghĩa được lãng mạn hay không? (…) Nhưng trong cái nhìn của chúng ta, chúng ta có nên chỉ dừng lại ở đấy? Tôi nghĩ rằng không, mà chúng ta nên cố gắng tìm cho chúng ta một lối thoát trong cái nhìn hạn giới về người chinh phụ và về tác phẩm Chinh Phụ Ngâm. Như tôi đã nêu ra ở trên ; vấn đề mà ta muốn đặt ra và tìm đến là vấn đề tâm thức lãng mạn, mà ta đã nhìn qua như một tâm trạng bất mãn, cô đơn, và liên kết, một ý thức tự qui từ một cảnh đời hạn giới và muốn từ tự qui nói ra được hiện hữu của mình, dù là một hiện hữu đau thương của một kẻ lưu đày ở trong cuộc sống vì cho mình đày ải cũng đã lãng mạn rồi. Một ý thức tự qui, là một cái nhìn về nội giới, nhìn về tâm thức mình để tự biết mình sau khi đã biết cuộc đời: "Thửa trời đất nổi cơn gió bụi, / Khách má hồng nhiều nỗi truân chuyên". Câu thơ thứ nhất là cái nhìn vào không gian và rõ hơn, chắc chắn hơn, một cái nhìn vào giữa không gian, và câu thơ thứ hai là một cái nhìn vào trong tâm giới. Cái nhìn vào trong tâm giới để biết hiện hữu mình như một cá thể, và cái đau thương của con người không phải chỉ vì mình làm người mà chính vì mình là cá thể đau thương. Lãng mạn của người chinh phụ vì vậy là một ý thức tự qui về đau thương của nội giới trước một hoàn cảnh của cuộc đời, mà suốt thi phẩm Chinh Phụ Ngâm chúng ta thấy được thể hiện rất sâu xa và đầy đủ. Có thể nói rằng Chinh Phụ Ngâm là một tiếng kêu thương của một tâm thức lãng mạn đang tự biết mình và vì quá biết mình cho nên đã để cho lời trào ra thành tiếng nói, ngưng về trong văn chương tất cả một tâm trạng khi đặt mình đày ải ở trước cuộc đời". Từ đó, giáo-sư cho rằng "... "tâm thức lãng mạn" là một tâm thức bao hàm những đặc tính nhân văn, vì lãng mạn theo như chúng tôi trình bày không phải là quyền sở hữu của một thi phái nào, mà chính là quyền sống của con người khi đã từng nếm chua cay của cuộc đời nhưng cũng đang muốn biết vì đâu mà có chua cay: "Nếm chua cay, tâm lòng mới tỏ / Chua cay này, há có vì ai?" trong một ý thức tự qui của một kẻ mất hết hạnh phúc, đang thấy bị lưu đày mà cuộc đời chỉ còn có thể mơ về trong giấc mộng: "Duy còn hồn mộng được gần, / Đêm đêm thường đến Giang Tân tìm người"."

Đến các chương "cái nhìn về cuộc đời", "cái nhìn vào số phận" với "không gian và hiện hữu lưu đày" "không gian mơ về từ mộng", "không gian và hiện thực li bôi", "không gian và chủ thể yêu thương", ông đã diễn giải nguyên nhân cái thảm trạng bi kịch lưu đày trong tâm thức của người chinh phụ thời lịch triều. Theo giáo-sư, 112 câu đầu của CPN cho thấy "... *cái nhìn của kẻ lưu đày đang phóng vào một cảnh đời không phải của mình. Chàng tuổi trẻ của mình, giờ đây đối với mình bỗng trở nên xa lạ. Người chồng yêu thương ngày trước đang biến thể thành một đối tượng của cuộc đời. Người không còn của tôi, mà người đang là con người của thế giới bên ngoài đang dìu nhau về chiến sự. Đừng tưởng tiếng kêu ấy chỉ là một tiếng kêu hùng dũng, mà chính một tiếng kêu bao hàm mâu thuẫn ở bên trong, mâu thuẫn giữa con người của tôi và con người mà cuộc đời muốn làm nên, để giữa con người mà tôi muốn và con người của cuộc đời muốn, có một sự tương khắc và chia cách sâu xa! Hình ảnh của người chiến sĩ đối với nàng chinh phụ chỉ là hình ảnh của con người cuộc đời, chứ không phải hình ảnh mà nàng ước muốn. Chàng đang làm con người của cuộc đời, cho nên trong bức tranh dũng tướng:* "Chàng tuổi trẻ vốn giòng hào kiệt / "Xếp bút nghiên theo việc đao cung" đã hàm chứa đặc tính chia xa, cho ta thấy rằng nàng ý thức về con người này khác với cái nhìn ca tụng anh hùng của người đời khi đọc qua tám câu thơ này của thi phẩm. Tám câu thơ này có thể nói rằng đã phá vỡ cuộc đời êm đẹp của nàng. Khói lửa chưa đủ gây ra ly cách rõ rệt. Sầu tủi chỉ mới là một tâm trạng ở trước một cảnh đời. Tiếng kêu thương chỉ là một nỗi niềm bất mãn chưa ngưng về trong một giới hạn. Đến đây, cuộc đời được nhìn rõ qua một con người, mà đau đớn thay người ấy lại là chồng mình, người ấy đang vì cuộc đời gieo hờn ly biệt cho mình, người ấy đang đày ải mình, người ấy đang trở nên xa lạ với mình. Kẻ thân yêu nhất đang là người xa lạ nhất vì đấy là hiện thể của cuộc đời chớ không phải con người yêu thương của mình trước đây, chứ không phải con người yêu thương của mình bao nhiêu năm sau đấy:". Từ đó, giáo-sư cho rằng "... người chinh phụ không nhìn đời bằng đôi mắt của nàng, đôi mắt đã thấy quân, thấy ky, thấy cờ, thấy cảnh, mà ở đây nàng nhìn cuộc đời với một tâm thức lãng mạn dự phóng của kẻ lưu đày. Trong con người chúng ta vì vậy như đang có hai hiện hữu, và vì vậy trước đây tôi đã nói có hai giới hạn, một giới hạn của mình và một giới hạn mình dự phóng đe rồi giam mình lại trong bi đát của giới hạn nầy. Hai hiện hữu: một hiện hữu thực hữu của cảnh đời chúng ta đang sống, và một hiện hữu viễn tượng của dự ước ta mơ về (dự ước không có nghĩa là phải tốt đẹp, mà vẫn có thể bi đát như viễn tượng của người chinh phụ ở đây). Hai hiện hữu đó đi về, chuyển biến trong tâm thức ta như đêm với ngày, làm cho ý thức của con người cũng có những bình minh mà cũng có những hoàng hôn, cũng có những ngày đầy ánh sáng và những đêm dày bóng tối".

Giáo-sư Lê Tuyên cũng sử-dụng hiện-tượng luận **hiện sinh** để giải mã "Thời gian hiện sinh trong Đoạn Trường Tân Thanh" (Thể

Tánh của Thi Ca). Thời gian ấy cũng chỉ là hư vô và phi lý. Cả quá khứ, hiện tại và tương lai rốt cùng không là gì khác ngoài hư vô. Đợi chờ con người ở cuối hành trình chỉ là cái chết. Cái chết là nỗi ám ảnh ghê gớm của con người: *"Đi về tương lai từ quá khứ và qua hiện hữu, nghĩa là đi về phi lý của nấm mồ (...) Con người phụ thuộc thời-gian, con người là của thời-gian, như một vật sở hữu thuộc thời-gian, đang hằng ngày bị thời-gian chiếm cứ. Như thế thời-gian chính là kẻ thù số một đối với con người. Con người sống luôn ao ước ngày mai, luôn nghĩ đến ngày mai, một ngày mai mà có lẽ con người không nên nghĩ đến có lẽ nên phải từ khước, vì ngày mai là Cái Chết, ngày mai là tiếng Đoạn-Trường:* Nỗi niềm tưởng đến mà đau / Thấy người nằm đó biết sau thế nào" (sđd, tr. 137). Và giáo-sư kết luận: ""Đoạn Trường Tân Thanh" trong một liên trình biện chứng thứ nhất đã thể hiện quan điểm ấy với tất cả kinh-nghiệm *của cuộc đời qua con người hiện hữu đang sống với đời, bao hàm* một *thời gian hiện sinh cùng ba hạng-từ biện chứng: 1) Thời gian ngoại tại và sự chuyển vần, 2) Thời gian nội tâm và giòng tâm lý, 3) Thời gian xã hội và sự phối hợp giữa người cùng vũ trụ"* (Sđd, tr. 138)

Lê Văn Siêu

Sinh năm 1911, trước 1954 thuộc nhóm Hàn Thuyên và đã có một số tác-phẩm do nhà Hàn Thuyên xuất-bản ở Hà-Nội: *Thanh Niên và Thực Nghiệp* (1943), *Một Nền Văn-Học Thực Nghiệp: phần nghị luận* (Thế Giới, 1949), ... Ông là tác-giả bộ *Lịch-Sử Văn-Học Việt-Nam: từ thượng cổ tới hiện-đại*, gồm 3 tập: I. Nguồn gốc văn-học Việt-Nam - II. Văn-học Việt-Nam thời Bắc thuộc - III. Văn-học thời Lý (Thế Giới, 1956; Hướng Dương, 1957); sau đó ông cho ra thêm Văn Học Sử Thời Kháng Pháp: 1858–1945 (Trí Đăng, 1974) được giới thiệu là ''theo lập trường dân-tộc phụng sự Dòng sống Vĩnh cửu chung cần thiết cho Văn-nghệ sĩ, Chính-trị gia, Giáo-sư, Sinh viên'', đặc-biệt soạn giả lần lượt nhận xét tác phẩm của Vũ Trọng Phụng ở hai **thể loại** phóng sự và tiểu thuyết.

Các công trình khác: *Nền Văn Minh Việt-Nam* (P. Văn Tươi, 1955-56) gồm 2 tập 1- Cơ sở tinh-thần, 2- Nếp sống tình cảm của người Việt-Nam, sau tái-bản với tựa *Văn Minh Việt-Nam: Tu chỉnh những sơ khảo cũ*, xuất bản từ 1955 và 1956 và soạn thành một ấn bản duy nhất (Nam Chi Tùng Thư, 1964), *Việt-Nam Văn Minh Sử Cương*

(Lá Bối, 1967), *Việt-Nam Văn Minh Sử: Lược Khảo* (Tập thượng: Từ nguồn gốc đến thế kỷ X; Trung tâm Học Liệu, 1972-), *Truyền Thống Dân-Tộc* (Hoàng Đông Phương, 1968). Ông còn là tác-giả tập "truyện kịch lịch-sử 4 màn" *Quốc Sư Vạn Hạnh* (Lá Bối, 1967), và tập *Tân Xuân Tùy Bút* (Nguyễn Đình Vượng, 1960).

Trong *Lịch-Sử Văn-Học Việt-Nam: từ thượng cổ tới hiện-đại*, ông đưa ra quan niệm đặc-biệt về văn học sử khi phản đối việc *"cưỡng ép cho tác giả phải nói và nghĩ theo lối nghĩ và nói của nhà phê bình"*, và theo ông, *"văn học phản ánh trung thành cơ sở xã hội hiện tại cũng như của quá khứ. Nó phải có một lịch sử tiến hóa của nó..."* (tập I, tr.11).

Trong Lời Nói Đầu cuốn *Văn Học Sử Thời Kháng Pháp: 1858-1945*, ông chủ trương không chia văn học Nam Bắc vì sợ mắc mưu thực dân; nhưng suốt gần 400 trang sách, ông dành cho văn học miền Nam chừng hơn 10 trang và gần như chỉ nói đến Hồ Biểu Chánh ngoài lời phê các truyện dịch Chinh Đông Chinh Tây, Phong Thần, Thủy Hử, ... của Nguyễn Chánh Sắt, Nguyễn An Khương, Trần Phong Sắc *"không có giá trị văn chương nhưng cũng đáp ứng nhu cầu giải trí"* (tr. 139).

Nguyên Sa

(X. Quyển Hạ-Tác-Giả)

Nguyễn Hiến Lê

Sinh 8-1-1912, hiệu Lộc Đình. Năm 1934, tốt nghiệp Trường Cao Đẳng Công Chánh (Hà-Nội) được bổ nhiệm làm việc tại các tỉnh miền Tây Nam-kỳ. Sau tháng 8-1945, ông bỏ đời sống công chức về Long Xuyên dạy học trường Trung học Thoại Ngọc Hầu (Collège de Long Xuyen). Đến năm 1952, ông lên Sài-Gòn mở nhà xuất bản, biên dịch sách, sáng tác và viết báo. Nếu kể từ sau 1954, ông đã cộng tác với một số tạp-chí như *Mai* (bộ cũ, với 14 bài), *Giáo Dục Phổ Thông* (7 bài), *Phổ Thông, Đại Học* (2 bài), *Bông Lúa, Văn-Hóa Nguyệt San, Tin Sách, Văn* và *Tân Văn* (7 bài), *Tin Văn* (6 bài), *Giữ Thơm Quê Mẹ* (1 bài), *Phù Đổng Thiên Vương*, ... và nhật báo như *Điện Tín*, ... Riêng tạp-chí *Bách Khoa* sống 18 năm với 426 số báo thì ông đã có bài 242 bài dưới 159 tựa đề, viết về giáo dục, văn-hóa, tình hình xuất-bản, báo-chí, điểm sách, v.v. Về tác-phẩm, cho đến biến cố 30-4-1975, ông đã cho xuất bản trên 100 tác phẩm lớn nhỏ về văn học, ngôn ngữ học, triết học, giáo dục, chính trị, kinh tế, gương danh nhân du ký; ông còn là dịch giả ban đầu sách học làm người sau đến các tác-phẩm văn-học, chính-trị và triết học thế giới. Sau 1975 ông còn biên soạn thêm khoảng 20 tác phẩm khác. Năm 1980, ông lui về ẩn cư ở Long Xuyên và mất tại đây ngày 22-12-1984.

Tuy xuất thân về kỹ thuật, nhưng ông đã tự học, tự nghiên cứu và suốt đời luôn tự vạch chương trình làm công việc biên-khảo, viết và dịch sách theo cách hiệu quả và khoa học và ông đã để lại cho đời hàng trăm tác-phẩm là việc ít người làm được. Và ông rất lương thiện trí thức, trích dẫn hay nguồn tham khảo, ông đều ghi rõ ràng, cũng như dịch-thuật (ghi dịch toàn văn bản, lược dịch hay phỏng và phóng dịch) và trước tác phân biệt rành rẽ. Qua hành trạng cuộc đời và tác-phẩm, ông tỏ ra là người có tấm lòng yêu nước, yêu dân-tộc, chuộng học thuật, văn-hóa và muốn truyền lại cho giới trẻ. Riêng chuyện chính-trị, trước 1975, ông thiên về thành phần mà ông nghĩ là họ "yêu nước, đề cao dân-tộc và chống văn-hóa ngoại lai", nhưng sau 1975 ông đã tỏ ra hối hận và đã để lại tập *Hồi-Kí* trong đó ông nêu ra từng chi tiết, sự kiện để chứng minh sự thất vọng của mình – văn bản được xuất-bản nguyên vẹn ở hải-ngoại, còn bản in trong nước đã bị "biên tập" cắt bỏ nhiều đoạn và chương sách. Khía cạnh lương thiện trí thức này của ông vẫn chưa được các biên-khảo và luận án đại học trong nước đề cập đến, nếu có thì chỉ nói đến và đề cao thái độ 'dĩ lỡ' của ông mà vờ quên phần … cập nhật thực tế của ông!.

Tác-phẩm biên khảo, trước tác và nghị luận tiêu biểu trong giai đoạn 1954-1975:

- Về văn-học, ngữ học và triết học: Hương Sắc Trong Vườn Văn (2 tập, 1962), Luyện Văn (3 tập, 1953-57), **Đại Cương Văn học sử Trung Quốc** (3 tập, 1955), Văn Học Trung Quốc Hiện Đại (2 tập, 1969), Cổ Văn Trung Quốc: từ Tiên Tần đến Minh (Tao Đàn, 1966), Chiến Quốc Sách (giới thiệu, trích dịch và chú thích, chung với Giản Chi, 2 tập, 1968), Tô Đông Pha (1970), Khảo luận về Ngữ pháp Việt Nam (chung với Trương Văn Chình; Huế: Đại Học, 1963. 710 tr.), Nho Giáo, Một Triết Lý Chính-Trị (1958), **Đại Cương Triết Học Trung Quốc** (chung với Giản Chi (28-9-1904 - 22-10-2005), 1965), Nhà Giáo Họ Khổng (1972), Liệt Tử và Dương Tử (1972), Mạnh Tử (1975), Nghề Viết Văn (1956), Vấn-Đề Xây Dựng Văn-Hóa (1967), 10 Câu Chuyện Văn Chương (1975), …

- Về danh nhân, lịch-sử và thời sự: Lịch Sử Thế Giới: từ thượng cổ đến hiện-đại (chung với Thiên Giang, 4 cuốn, 1955-6), Đông Kinh Nghĩa Thục: phong trào Duy tân đầu tiên ở Việt-Nam (1956; Lá Bối tái-bản với "sửa chữa và thêm nhiều, 1968), Bài học Israel (1968), Bán Đảo Ả Rập, thảm kịch Hồi giáo và dầu lửa (1969), Những Vấn-đề của Thời đại (Hồ Thành Đức, 1974), Những Cuộc đời Ngoại hạng (1969), Einstein, Đời-sống và tư tưởng (Lửa Thiêng, 1972), Bertrand Russell (1972), Gương danh nhân (1959, Gương hy sinh (1962), Gương kiên nhẫn (1964, Gương chiến đấu (1966), Con Đường Hòa-Bình (1971), ...

- Về văn-hóa và giáo dục: Ý Chí Sắt Đá (1971), Tìm hiểu con chúng ta (1966), Săn sóc sự học con em (1954), Tự học để thành công (1954), Cháu bà nội, tội bà ngoại (1974), Làm con nên nhớ (chung với Đông Hồ, 1970), Tương lai ở trong tay ta (1962), Luyện lý trí (1965), Rèn nghị lực (1956), Sống 365 ngày một năm (1968), ...

Ông có 2 tập du ký: *Bảy Ngày Trong Đồng Tháp Mười* (1954), *Đế Thiên Đế Thích* (1968) và viết truyện thiếu nhi Hoa Đào Năm Trước (Lá Bối, 1970. 16 tr.) và nhiều tác-phẩm dịch-thuật (X. Phần Dịch-thuật).

[Sau 1975, một số sách của ông được xuất-bản ở trong nước như Để Tôi Đọc Lại (Văn Học, 2001) và ở hải-ngoại do nhà Văn Nghệ ở California: Đời Viết Văn Của Tôi (1986), Hồi-Kí (1988-), Khổng Tử (1991), ... cũng như tập tiểu-thuyết Con Đường Thiên Lý (1987). Trước 1975, giáo-sư Châu Hải Kỳ đã viết về ông trong biên-khảo Nguyễn Hiến Lê, Cuộc Đời và Tác-Phẩm, đến năm 1993 mới được xuất-bản (Hà-Nội: Văn Học). X. thêm đề mục tạp-chí Bách Khoa].

Nguyễn Văn Sâm

Ông sanh năm 1940 tại Sài-Gòn, trước 1975 là giáo-sư Việt và Triết ở các trường trung học Nguyễn Đình Chiểu (Mỹ Tho), Pétrus Ký và các trường Đại Học Văn Khoa (Sài-Gòn), Đại Học Vạn Hạnh, Cao Đài, Hoà Hảo, Cần Thơ. Nguyễn Văn Sâm khởi đầu sự nghiệp với những công trình nghiên cứu nghiêm túc về văn-học sử. Các biên khảo của ông đều lấy chủ đề là văn học miền Nam: *Văn Học Nam Hà: văn-học xứ Đàng Trong* (Lửa Thiêng, 1971, tb 1973. 442 tr.), Văn Chương Tranh Đấu Miền Nam (Tựa Thẩm Thệ Hà, Kỷ Nguyên, 1969. 466 tr.) và *Văn Chương Nam Bộ Và Cuộc Kháng Pháp 1945-1950* (luận án Cao học Văn-chương Việt-Nam; Lửa Thiêng, 1972. 295 tr.;

Xuân Thu tb, 1988) - đã là những đóng góp độc đáo cho mảng văn học thường không được đánh giá đúng mức này. Không được đánh giá đúng mức, vì sau 1954 ở miền Nam, "kháng chiến" thành kiêng kị, "hồn ma", rồi xuất hiện MTGPMN. Ông đã đi xa hơn hai cuốn *Văn Học Miền Nam* của Phạm Việt Tuyền và Đông Hồ và đã đưa vào văn học sử mảng văn học yêu nước và kháng chiến của miền Nam, phần nào "chính danh" lại cho những văn nghệ sĩ miền Nam vốn vẫn bị đảng Cộng sản sử-dụng cho các chiêu bài "yêu nước" và "dân tộc" của họ!

Ở miền Nam, Thế Phong là nhà biên-khảo đầu tiên đã giới thiệu giai đoạn văn học kháng chiến này trong *Nhà Văn Kháng Chiến Miền Nam 1945-1950* - tập 3 của bộ *Lược Sử Văn Nghệ Việt Nam* xuất bản vào năm 1963 sau khi đã đăng trên tạp chí *Văn Hóa Á Châu*, nhưng Nguyễn Văn Sâm mới là nhà nghiên cứu đánh giá đúng mức tinh thần yêu nước và sự đóng góp cụ-thể và đáng kể của các nhà văn miền Nam thời kháng chiến, với tập *Văn Chương Tranh Đấu Miền Nam* và tập luận án cao học về *Văn Chương Nam Bộ Và Cuộc Kháng Pháp 1945-1950* tiếp theo. Hai tác-phẩm này là một công trình nghiên cứu dồi dào văn bản, tài liệu và tham khảo [Mã Giang Lân trong giáo trình *Văn-học Việt Nam 1945-1954 đã đánh giá là "quyển sách có nhiều tư liệu quý, hiếm và có những nhận định thỏa đáng"* (tr. 142). Ngoài ra công trình đã được các tác-giả tập *Địa Chí Văn Hóa Thành Phố HCM dùng lại khi trích dẫn các tác-phẩm xuất-bản vào thời văn-học này].*

Thời điểm 1945-1950 đã là thời đặc biệt của văn học kháng chiến và yêu nước ở trong Nam, ông đã nhận xét xác đáng về "nền" văn-chương tranh đấu: " ... *trước giai đoạn 1945, chúng ta chỉ có những tác phẩm tranh đấu nhưng chưa có một nền văn-chương tranh đấu vì thời đó chỉ có một vài nhà văn sáng tác lẻ tẻ khi lòng mình rung động về vấn đề quốc-gia, dân-tộc; nhà văn chưa đặt vấn đề đường hướng sáng tác để những cây bút đồng thời cùng đánh vào một mục tiêu. Ngày xưa, Nguyễn Đình Chiểu, Huỳnh Mẫn Đạt ... lạc loài trước bao nhà văn cùng thời đại. Năm 1945, gần như tất cả văn gia đều hướng về việc tranh đấu, giải thực (...) Hi vọng vừa bừng nở đã chợt tắt vì ý đồ thực dân của người Pháp trong việc muốn tái lập chế độ đô hộ xưa, dân chúng vì vậy oán hận, căm thù. Thêm vào đó cảnh máu lửa khắp nơi, người chết, nhà cháy, lòng người như một cảm thấy yêu mến quê hương, dân-tộc hơn. Họ làm mọi điều hữu ích cho quốc-gia không để ý gì đến những hậu quả tai hại cho chính bản thân và gia đình họ: gia nhập bộ đội, xung vào ban cứu thương, sáng tác tuyên truyền lòng ái quốc hay phổ biến những sáng tác đó, muôn người như một (...) văn-chương Nam-Bộ vì vậy được những người cầm bút lúc đó coi như thể hiện sự đóng góp phần mình vào công cuộc chung của quốc-gia "* (**12**).

Mở đầu biên-khảo *Văn Chương Tranh Đấu Miền Nam* (1969), Nguyễn Văn Sâm khi lược qua những công trình biên-khảo liên quan đến thời kỳ văn-học này, đã nhận định và ghi lại cho người đọc cái khuynh-hướng kiêng kị khi tránh viết và nói đến văn-học tranh đấu ở miền Nam thời 1945-1950. Chính phủ Đệ nhất Cộng hòa đã cách này hay cách khác, bán chính thức "kiểm duyệt" những sách báo đề cập đến văn-học thời "kháng chiến" nói chung ở toàn quốc chớ không riêng gì ở miền Nam, như chúng tôi đã đề cập khi trình bày về thơ văn thời hậu kháng chiến ở miền Trung và Nam – có thể giới chính-trị và hữu trách đoán trước sự ra đời của Mặt trận GPMN qua các vụ tập kết ra Bắc sau Hiệp định Genève tháng 7-1954 và các vụ tấn công, phá hoại của du kích Cộng-sản ở Trung và Nam. Ông kết thúc phần mở đầu: *"dù nhắm vào hướng nào, các văn nghệ sĩ được đề cập đến ở đây đều nhắm vào mục đích làm sao cho người dân ý thức thân phận nhược tiểu của mình mà đứng lên lật đổ cơ cấu xã hội thuộc địa lúc ấy để có thể tạo một đời sống thoải mái hơn. Có người bảo rằng như vậy nền văn chương nầy dựa trên căm thù, tạo sự chết chóc, sắt thép. Tôi cho rằng không cần hỏi văn chương có cần phải nhẹ nhàng tươi sáng... hay căm thù, mà chỉ cần hỏi ở đây sự căm thù có chính đáng hay không. Tại sao ta lại cấm đoán văn chương làm sứ mạng lịch sử của nó khi nó có thể làm được mạnh hơn. Ta có thể bảo rằng chính vì nhờ nền văn chương nầy mà những năm 1945-1950 người chống Pháp rất nhiều, khiến người Pháp hiểu rõ hơn tinh thần dân Việt Nam, tinh thần một dân tộc không chịu sống yên trong nô lệ, đã thường nổi dậy suốt trong những năm cai trị của họ 4 Cuối cùng vấn đề chót đặt ra là móc giới hạn không gian và thời gian của loạt bài nầy, Trả lời câu hỏi thứ nhất, tôi xin nói ngay rằng đó chỉ là vấn đề tài liệu. Về giới hạn thời gian thì tế nhị hơn. Năm 1945 có sự thay đổi lớn trong tinh thần dân Việt. Những hy vọng, ôm ấp mong mỏi của toàn thể mọi người dân từ lâu bây giờ bỗng nhiên thành sự thật. Mọi người đều thấy trước một tương lai tươi sáng cho dân tộc hé mở. 1945 là vậy, sau đó sự thật thế nào như ta đã biết. 1950 cũng là năm quan trọng vì lúc nầy giới lãnh đạo cuộc chiến tranh của dân tộc đã ra mặt, tỏ rằng mình chiến đấu đảng hơn là vì dân vì nước. Năm 1950 Việt Nam chia làm hai chính phủ, thật sự đánh nhau với sự hỗ trợ của hai khối, chiến tranh bây giờ là chiến tranh ý thức hệ chớ không còn là chiến tranh cách mạng, giải phóng nữa. Văn nghệ sĩ hết còn thấy "hứng" trong các đề tài cũ nữa. Một giai đoạn của lịch sử văn học bước qua theo chân của sự chuyển hướng chánh trị. Vậy văn học miền Nam 1945-1950 phát sinh do hoàn cảnh đặc biệt của dân tộc. Nhiều nước chung quanh ta cũng có trường hợp lịch sử gần như tương tự nhưng khi xong thế chiến thứ hai họ không bị nước đế quốc cũ trở lại và họ được độc lập ngay lúc ấy. Dĩ nhiên nhờ đó họ không bị một cuộc chiến tranh dai dẳng như nước Việt Nam bây giờ. Nhưng bù lại ta được một nền văn chương đặc biệt, văn chương ghi lại sức đấu tranh hào hùng của dân tộc. Trong cái rủi cũng có cái may! Cuộc chiến kéo dài càng làm cho nền chiến tranh mà ta đang khảo sát đây thêm mơ hồ, khó hiểu; khó hiểu vì bị lợi dụng, vì tài liệu thiếu thốn... Chúng tôi hy vọng là người vạch những gì bao bọc nền văn chương nầy để nó được coi như bất cứ một nền văn chương nào khác mà thôi, người muốn tìm hiểu cứ bước vào khỏi phải e dè rào đón".*

Sau khi lược qua 24 tác-giả của thời văn-học này, ông nhận định ở cuối sách: *"Kết luận chúng tôi chỉ tóm tắt rằng văn học Miền Nam giai đoạn 45-50 rất phồn thịnh và thấy rằng mình có bổn phận giới thiệu sự phồn thịnh đó, còn đặt giá trị của nền văn chương nầy trong vị trí văn học Việt Nam thì xin nhường quyền lại cho sự lựa lọc của thời gian. Chỉ xin thêm rằng: Theo nhận định lệch lạc, chủ quan của một số người thì văn nghệ miền Nam rất nghèo nàn hay không có một quá khứ văn nghệ. Tập sách nầy viết ra không nhằm trả lời - mục đích chỉ giới thiệu. Vì hình như không ai muốn khai thác tìm hiểu văn chương Miền Nam. Và văn chương tranh đấu miền Nam cho tới lúc nầy hình như vẫn còn là một khu rừng cấm đối với giới thưởng ngoạn, phê bình"* (**13**).

Trong *Văn Chương Nam Bộ Và Cuộc Kháng Pháp 1945-1950*, khi kết luận về "Vai trò của văn-chương Nam-Bộ", Nguyễn Văn Sâm nhận xét rằng: *"Một thế hệ văn-học không đầy năm năm trong vòng kiềm tỏa của thực dân, trong hoàn cảnh chiến-tranh, sản xuất được nhiều tác-phẩm trội là điều đáng hãnh diện (...) Về mặt tư tưởng, đề tài của văn-chương Nam Bộ ... đã góp thật nhiều cho quốc-gia. Đó là tiếng nói phẫn uất, gào thét của lớp người bị áp bức, đó là tiếng thúc dục lên đường xóa tan những bất công (...) Văn-chương bước chân ra ngoài đời để làm sứ mạng lịch-sử, để đóng một vai trò tích cực. (...) Vậy chúng tôi nghĩ mọi sự khảo sát tường tận về nền văn-chương này đều cần thiết và công bằng. Cần thiết vì chúng ta sẽ hiểu rõ ràng về văn-chương cách-mạng, văn-chương chống Pháp. Công bằng vì trước đây những nhà văn-học sử chỉ khảo cứu những khuynh-hướng khác của văn-chương, cố tình bỏ qua văn-chương tranh đấu. Tình trạng bỏ ngỏ đó có thể góp phần tạo nên sự mai một của một nền văn-chương quá gần với chúng ta và chúng ta, hơn ai hết, sẽ gánh lấy trách nhiệm đó. Mặt khác, sự lơ là nầy sẽ tạo tình trạng cho những cuộc nghiên cứu có tính cách phe nhóm, lập trường kéo theo những xác định sai lệch phục vụ cho những định kiến sẵn. (...)*

Chọn đề tài nầy, chúng tôi muốn gây lên tiếng vang để những người còn e dè bước chân vào khu rừng hoang dã khám phá thêm. những cái hay tiềm ẩn mà lâu nay chúng ta chưa nhìn thấy hầu đặt đúng giá trị của nền văn-chương tranh đấu của Việt-Nam nói chung, của Miền Nam nói riêng (...) Cho đến ngày nay có thể có người đã mất đi lòng tin tưởng nơi tiền đồ của dân-tộc, nhưng chắc ai cũng nhận rằng những cớ chính để những người của giai đoạn 1945-1950 tin tưởng ở sự thành công của dân-tộc Việt-Nam là văn-chương đã hỗ trợ tích cực cho công cuộc giải phóng và hỗ trợ với một nghệ-thuật tinh tế. Khảo sát sự hỗ trợ nầy là đề tài của quyển sách đang ở trong tay quý vị" (**14**).

Văn Học Nam Hà của Nguyễn Văn Sâm là một biên-khảo chuyên biệt về văn chương một vùng, nhưng văn chương khu vực này có vị trí quan trọng trong việc nghiên cứu tuồng thời Nguyễn giai đoạn các Chúa. Tác giả trong phần viết về tính chất chung của văn học Nam Hà đã đề cập: *"Văn học Nam Hà đặc biệt về phương diện tư tưởng cũng như hình thức. Tư tưởng gắn liền với thời thế và tạo một ý thức mới cho người Đàng Trong. Gắn liền bằng những sáng tác phẩm phản ảnh sự qua phân phe nhóm, nhắc đến nỗi khổ của dân chúng trong thời đại loạn lạc, ca tụng những người lãnh đạo cùng phía với mình, ngợi khen đất nước, phong cảnh mà họ đang sống, đang phục vụ. Ý thức ở chỗ kêu gọi bảo vệ và mở mang bờ cõi cũng như chống lại bất cứ mọi hình thức bàng quan nào kể cả hành vi có tính cách thiêng liêng nhất: tu niệm. Hình thức mới được thể hiện trong thể văn, thể tuồng, thể vè, thể vãn, trong chữ dùng đặc biệt của những người sống từ vùng Thuận Hóa trở vào Nam"* (**15**).

Sau biến cố 30-4-1975 và ở hải-ngoại, Nguyễn Văn Sâm bước qua lãnh vực sáng-tác và tiếp tục nghiên cứu, hiệu đính và công bố một số văn bản cổ-văn và tuồng chữ Nôm.

Nguyễn Văn Trung

Nguyễn Văn Trung sinh ngày 26-9-1930 tại tỉnh Hà Nam, giáo sư triết và văn-học, và là một nhà phê-bình văn-học hiện-đại thế hệ mới sau 1954, với các bút hiệu khác: Hoàng Thái Linh, Phan Mai. Năm 1951 được nhà dòng tu gửi đi du học ở Âu Châu, ở Toulouse rồi sang Bỉ học đại học Louvain, đậu cử nhân triết học, theo ban tiến sĩ triết học (luận án Tiến sĩ triết học trình năm 1961). Cuối năm 1955 về Sài gòn, dạy triết ở trường Chu văn An. Từ 1957, dạy triết tại Đại học Huế và từ 1961 dạy Triết và Văn ở Đại học Văn Khoa Sài-gòn, trưởng ban Triết và Khoa trưởng Đại học Văn Khoa Sài-Gòn, ủy viên Ủy ban Dịch thuật thuộc Phủ Quốc Vụ Khanh đặc trách Văn Hóa. Sau 1975, ông chuyển sang nghiên cứu văn-hóa miền Nam lục-tỉnh (*Lục Châu Học*) và năm 1994, định cư ở Montréal (Canada). Ông từng cộng tác, đăng bài trên các nhật báo *Sống Đạo, Tin Sáng, Dân Chủ Mới, Sống Đạo, Hoà Bình,* ... các tạp chí *Sáng Tạo, Thế Kỷ Hai Mươi, Văn, Văn Học, Bách Khoa, Nghiên Cứu Văn Học, Thái Độ, v.v...*và là chủ biên các tạp-chí *Đại Học, Hành Trình* và *Đất Nước*.

Giáo-sư Nguyễn Văn Trung có các công trình biên-khảo, nghị luận về văn học và liên hệ đến triết học, xã hội và tôn giáo, phần lớn đều do nhà xuất-bản Nam Sơn ở Sài-Gòn ấn hành. Bộ Lược Khảo Văn Học (1963-) là công trình quan trọng nhất về phê-bình và lý luận văn-học ở miền Nam, xuất-bản sau tập *Xây Dựng Tác Phẩm Tiểu Thuyết* (1962). Trước 1975, giáo-sư đã có các tác-phẩm xuất bản:

Về triết học: *Triết Học Tổng Quát* (Vĩnh Bảo, 1957), *Danh Từ Triết Học* (chung với LM Cao Văn Luận, Đào Văn Tập, Trần Văn Tuyên, LM Xuân Corpet; Huế: Đại Học, 1958), *Biện Chứng Giải Thoát trong Phật Giáo* (Đại Học, 1958), *La conception bouddhique du Devenir:* essai sur la notion de devenir selon le Sthaviravâda (Thèse, 1959. 164 tr.; Xã Hội, 1962), *Ngôn Ngữ và Thân Xác* (Trình Bày, 1968), *Ca Tụng Thân Xác* (Nam Sơn, 1967), *Hành Trình Trí Thức của Karl Marx* (1-"con người và cuộc đời"; Nam Sơn 1969), Đưa Vào Triết Học (Nam Sơn, 1970), các tập *Nhận Định I* ("văn-chương, giáo-dục, triết-lý, tôn-giáo", Nguyễn Du, 1958), *II* (Đại Học, 1959), *III* (Nam Sơn, 1963), *IV* (Nam Sơn, 1966), *V* (Nam Sơn, 1969) và *VI* (Nam Sơn, 1972), và các sách giáo khoa: *Luận Lý Học* (Á Châu, 1957; Nam Sơn, 1960), Đạo Đức Học (Á Châu, 1957), *Luận Triết Học* (tập I, Nam Sơn, 1960), *Phương Pháp Làm Luận Triết Học* (Nam Sơn, 196?),

Về văn học: *Xây Dựng Tác Phẩm Tiểu Thuyết* (Cơ sở xuất bản Tự Do, 1962; Nam Sơn, 1965), *Lược Khảo Văn Học, tập I* (Những vấn-đề tổng-quát, Nam Sơn 1963), *II* (Ngôn ngữ văn chương và kịch, 1965), *III* (Nghiên cứu và phê bình văn học, 1968) [ngoài ra còn có thêm tập *Lược Khảo Văn Học: tài liệu đọc* "Dành riêng cho sinh viên Đại học Văn khoa niên khóa 1965-1966"], *Chủ Nghĩa Thực Dân Pháp ở Việt Nam: thực chất và huyền thoại* (Nam Sơn, 1963) (**16**), *Nhà Văn Người Là Ai Với Ai?* ("Văn-chương và chính-trị", Nam Sơn 1965), *Chữ và Văn Quốc Ngữ Thời Kỳ Đầu Pháp Thuộc* (Nam Sơn, 1974), *Trường Hợp Phạm Quỳnh* (phỏng vấn những người viết sách báo đương thời với Phạm Quỳnh; Nam Sơn 1974), *Chủ Đích Nam Phong* (Tủ sách Tìm về Dân-tộc, Trí Đăng, 1972), *Vụ Án Truyện Kiều* (tập hợp những bài viết trong vụ tranh luận về truyện Kiều giữa Ngô Đức Kế và Phạm Quỳnh năm 1924, xuất-bản năm 1972) (**17**).

Ngoài ra, ông còn viết *Góp Phần Phê Phán Giáo Dục và Đại Học* (Trình Bày, 1967), *Đại-Học và Phát Triển Quốc Gia* ("Phụ-lục: Phác họa dự án cải tổ Đại-Học Văn Khoa", Tổng Hội Sinh viên Sài-Gòn, 1967. 71 tr.), *"Xã hội chủ nghĩa trước vấn đề độc lập quốc gia và giải phóng dân tộc"* (ronéo, 1967) và là đồng tác-giả các tuyển tập văn-học *Chân Dung Nguyễn Du* (Nam Sơn, 1960) và về chính-trị xã-hội: *Người Công Giáo Trước Thời Đại* (nhiều tác giả; Đạo và Đời, 1961), *Lương Tâm Công Giáo và Công Bằng Xã Hội* (Nam Sơn, 1963), v.v.

Hành trình trí thức của giáo-sư Nguyễn Văn Trung trãi qua **nhiều giai đoạn**: từ cuối thập niên 1950 đến biến cố 1-11-1963, ông viết và giới thiệu các lý thuyết và triết học Hiện sinh thuần lý hoặc áp dụng cho văn-chương, đã chọn "Sartre làm mẫu mực cho mình", từ sau 1964, ông *"từ bỏ tất cả những gì đã viết trước đây về hiện sinh theo chiều hướng triết lý thuần túy"* ("Sartre trong đời tôi". *Bách Khoa*, 265 & 266, 15-1-1968), nhìn nhận *"thật là chướng nếu cứ tiếp tục trình bày một thứ biên-khảo sáng-tác thoát ly viễn mơ (...) tôi thấy không thể giữ thái độ trên được nữa"* (Lời Nói Đầu. *Nhận Định 5*), ông dấn thân xã-hội chính-trị, đã phê phán Phạm Quỳnh, Trương Vĩnh Ký. Trong chiều hướng thời thượng đó, trong *Chữ Văn Quốc Ngữ Thời Kỳ Đầu Pháp Thuộc* (1974), giáo sư Trung đã đưa ra luận điểm bôi đen thành quả đóng góp với dân-tộc, cho rằng việc *"sáng lập và sử-dụng chữ quốc-ngữ nhằm mục đích cô lập người công giáo Việt-Nam với cộng đồng dân-tộc bằng cách xóa bỏ chữ Nho, chữ Nôm, ..."*

(18). Phạm Long Điền và Nguyễn Sinh Duy cũng xuất hành từ những luận điểm của giáo-sư Trung trong các tác-phẩm này để làm luận án đại học và biên-khảo về Trương Vĩnh Ký và văn-học miền Nam!

Xây Dựng Tác Phẩm Tiểu Thuyết trình bày Tổng quát về văn-chương, Xây dựng tác-phẩm tiểu-thuyết bàn về nhân-vật và con người trong tiểu-thuyết và không-gian của tiểu-thuyết. Phụ lục nói về quan niệm tiểu-thuyết mới phủ nhận con người của Nathalie Sarraute và quan niệm truyện là thơ của Michel Butor. Mục-đích để *"giới thiệu một phác họa những nét lớn của một quan niệm phê-bình văn-học"* và *"nhấn mạnh vào sự kiện đa nguyên về thẩm mỹ của tiểu-thuyết"*, với một cái nhìn văn-học tiến bộ, hiện-đại với viễn tượng, kết quả không nhất thiết tính toán trước được, theo ông, *"một tác-phẩm nghệ-thuật cũng có một công dụng hữu ích, nhưng công dụng ở đây là cái kết quả đến sau, không phải là bản chất, yếu tính của nghệ phẩm. (...) Đó là sự khác biệt giữa ý hướng nghệ-thuật và ý hướng cần lao; cần lao giống nghệ-thuật ở điểm cả hai đều nhằm biến đổi, sáng-tạo, nhưng khác nhau về mục-đích sáng tạo. Một đằng nhằm công dụng ích lợi, một đằng nhằm thưởng ngoạn. Nghệ-thuật là một thứ chơi, chữ chơi hiểu theo nghĩa tổng quát của nó chỉ thị một hoạt động tự nó có một mục-đích tự tại: chơi để chơi. Vì nếu chơi mà kiếm lợi sinh nhai thì không còn phải là chơi nữa ... "* (tr. 18).

Theo giáo-sư, tiểu-thuyết phải là sản phẩm của tưởng tượng: *"Có một sự khác biệt về ý hướng viết giữa một nhà văn và một nhà sử học hay một nhà suy tưởng, vì vũ trụ của văn-chương không phải là vũ trụ của sự-kiện, chân-lý và hành-động, mà là vũ trụ của tưởng tượng"* (tr. 48). Sau đó ông đi xa hơn khi bàn đến *ngụy tín* trong văn-chương: *"khi viết, tôi chỉ như bơi trong vũ trụ của tưởng tượng mà vẫn tưởng nó là thật. Do đó không thể viết, nếu ý hướng viết không thiết yếu bao hàm cái mà J.P. Sartre gọi là "Ngụy tín" (La mauvaise foi), nghĩa là tự dối mình mà không biết, một nhầm lẫn mà không biết là mình nhầm lẫn; vì ngụy tín chính là một niềm tin (La mauvaise foi est foi) ... Có thể nói: viết là một cách phản bội thực tại, vì đằng sau những chữ có vẻ linh động, quyến rũ, người ta chỉ tìm thấy một trống rỗng càng ngày càng sâu khi càng đi vào mô tả. (...) Cho nên mọi sự xảy ra đối với người viết cũng như người đọc, nếu không có thái độ giả vờ là niềm tin đó, không thể có tiểu-thuyết. Và do đó, có thể nói: viết, đọc tiểu-thuyết là một quên lãng, một đãng trí hiểu theo nghĩa rất mạnh của nó"* (tr. 50-51). Khi viết về Michel Butor, giáo-sư Nguyễn

Văn Trung đã có nhận định gây chú ý: *"Thơ vừa có thể là thực, vừa là không thực. Thực vì bắt đầu từ cuộc đời hằng ngày, không thực vì bao giờ cũng vượt xa nó. Thơ đưa chúng ta vào một thế-giới huyền ảo, sâu xa của tưởng tượng, tôn giáo, thần thoại. Thế-giới đó không phủ nhận cuộc đời hằng ngày nhưng chỉ khác biệt thôi..."* (**19**).

Những tư tưởng, lý luận phân tích văn-học của giáo-sư rất mới vào thời đó, và đã bị một số phê-bình của các nhà văn căn cứ trên cứu-cánh của tiểu-thuyết và văn-chương phải có đóng góp cho xã-hội, văn-học, và nhà văn có vai trò tích cực và quan hệ xã-hội!

Bộ ***Lược Khảo Văn Học*** (1963-) gồm 3 tập: 1- Những vấn-đề tổng quát, 2-Ngôn-ngữ văn-chương và kịch và 3-Nghiên cứu và phê-bình văn-học. Khi mới xuất-bản đã chinh phục giới nghiên cứu và phê-bình văn-học ở miền Nam. Ngay Lời nói đầu, ông cho biết *"muốn tìm hiểu văn-chương, thiết tưởng có thể lấy ngôn-ngữ làm khởi điểm suy tưởng nhằm giải đáp những vấn-đề văn-chương đặt ra. Sáng tác văn-chương, làm văn-học là đụng chân tới tiếng nói, chữ viết. Do đó vấn-đề nền tảng sẽ là xác định ngôn-ngữ của văn-chương khác với ngôn-ngữ hằng ngày hoặc ngôn-ngữ của biên-khảo như thế nào"* và *"ngôn-ngữ văn-chương, nghệ-thuật luôn luôn là một ngôn-ngữ gián tiếp: nói bằng cách không nói ra, hoặc cái nói, viết ra chỉ là dấu hiệu của cái không nói ra. Ngôn-ngữ gián tiếp là ngôn-ngữ ám chỉ, là tiếng nói câm lặng (Viết là gì). Từ sự phân biệt nền tảng ấy chúng ta có thể tìm thấy một hướng đi để nhìn những vấn-đề nội-dung, hình-thức, tương quan giữa văn-học và xã-hội, giữa luân lý và văn-học (chương Viết cái gì), hoặc vấn-đề liên đới 'dấn thân' của nhà văn trong xã-hội (chương Tại sao viết), vấn-đề qui định những điều kiện sáng-tác xây dựng tác-phẩm (Viết thế nào) và sau cùng vấn-đề mục-đích của văn-học (Viết cho ai)"* (tr. 13-14).

Theo giáo-sư, nội-dung và hình-thức tuy hai mà một không thể tách biệt nhau, cũng như văn-chương và xã-hội có mối tương quan mật thiết, do đó nhà văn có nhiệm vụ vượt lên hoàn cảnh của riêng mình để hướng về một sứ-mạngvăn-hóa cao hơn: *"Nhà văn viết là để thực hiện một sứ mệnh cao cả. Do đó, văn-chương bao hàm tính chất nhân-bản, hay chứa đựng một chủ nghĩa nhân đạo. Nhân bản vì văn-chương biểu lộ một niềm tin ở con người, tôn trọng con người chống lại mọi hình-thức chà đạp, bóc lột, bóp nghẹt, khinh miệt con người.*

Văn-chương là một sự đối kháng và nhà văn là một người phản kháng. Dĩ nhiên nhà văn chỉ thực hiện được sứ mệnh trên ở một mức độ cao nếu nhà văn tha thiết với con người gắn bó nhiều với cuộc đời, đồng thời có thể cảm trước được những điều người khác chỉ mơ hồ cảm thấy, biết trước được hướng phải tiến lên mà người khác chỉ lờ mờ nhìn thấy" (tr. 152), sau khi đã khẳng định: "*không thể đòi hỏi ở nhà văn một thái độ dấn thân vào đời giống như thái độ mà nhà chiến-tranh hay trí thức... mà là vấn-đề thực hiện ý thức đó thế nào*" (tr. 113).

Ngoài ra trong tập 1 của bộ biên-khảo này, giáo-sư Trung đã đề cao phép "phê bình bút pháp" mà theo ông, "*Hình thức văn chương là cách tổ chức, xây dựng ngôn ngữ để biểu hiện nội dung văn chương. Nó bao gồm một sự chú ý sáng tạo, xếp đặt hình ảnh những chữ, những câu, những đoạn theo một cơ cấu nào đó*" (tr. 71); "*Hình thức trong văn chương là kiến trúc của tác phẩm. Nó qui định những tương quan giữa các phần, bộ phận đó với nhau...*" (tr. 72), ... Trong phần cuối tập 3, sau khi đã giới thiệu các phương pháp phê-bình văn-học thường dùng hoặc chưa được sử-dụng ở Việt-Nam, giáo-sư Trung mở ra, xem "*phê-bình là một sáng-tạo*" với 2 kết luận: 1- "*Tác-phẩm, khi đã hoàn thành đối với tác-giả, tách rời tác-giả, trở thành một sự vật độc lập, và tuy bên trong nó vẫn chuyên chở một ý nghĩa, lời gửi nào đó của tác-giả, đối với độc giả, bây giờ, nó cũng chỉ còn là một hệ thống những tín hiệu mà bản chất là hàm hồ, nghĩa là có thể chuyên chở nhiều ý nghĩa khác mà người đọc, nhà phê-bình có thể gán cho nó*", và 2- "*Người đọc, nhà phê-bình khi đi tới tác-phẩm, chỉ còn là một hệ thống tín hiệu có thể mặc nhiều ý nghĩa, không thể tránh được một sự cần thiết đứng ở một vị trí quan điểm nào đó để lãnh hội tác-phẩm (...) tác-phẩm không những chỉ là tín hiệu, mà còn là vết tích*" (...) *nhà phê-bình không phải chỉ là nhắc lại tác-giả nhưng còn là một sáng-tạo (...) Một tác-phẩm chỉ sống mãi nếu có khả năng đón nhận những sức sống mới mà nhữ g thời đại tiếp sau bồi bổ cho. Nhưng chỉ có khả năng đón nhận cái mới nếu nó không khép kín, hoàn tất. Cho nên tác-phẩm sống là một công trình luôn luôn còn đang hình thành đối với người đọc và nhà phê-bình ...*" (tr. 350-357).

Tập 3 về Nghiên cứu và phê-bình văn-học, giáo-sư trình bày và hệ thống hóa các phương-pháp phê-bình hiện-đại nhất vào thời đó, như phê bình văn bản của J-P Sartre và Bachelard (Trước đó, đã đăng tải tiểu luận với tựa "Những quan niệm phê bình mới", Nghiên Cứu Văn Học, số 7-1968). Với Sartre, phê bình văn học theo hiện tượng luận làm công việc phân tách, trình bày kiến trúc xây dựng tác phẩm, bút pháp: một lối chấm câu, xuống hàng, một cách tạo hình ảnh, một quan niệm sử dụng những yếu tố ngôn ngữ, ngữ pháp (dùng động từ, tĩnh từ hay trạng từ v.v…), một cách lựa chọn ẩn dụ, hoán dụ, so sánh,v.v…; sau đó sẽ khai triển ý nghĩa hiện sinh của bút pháp hiểu như một lối viết riêng biệt, là chủ ý chọn lựa của nhà văn, đồng nghĩa với những ý hướng căn bản về thái độ cảm nghĩ, ứng xử trước cuộc đời. Như vậy, với hiện tượng luận hiện sinh mỗi tác phẩm văn học đã là một cấu trúc ý hướng hiện sinh trọn vẹn và đủ đầy. Phân tích văn học vì thế là hành vi phân tích ý hướng hiện sinh được phóng chiếu vào trong văn bản, hoặc ngược lại, từ văn bản ra.

Các bài khác ông viết về **cơ cấu luận**: "Tìm hiểu cơ cấu luận như một phương pháp, một triết thuyết và đặt vấn-đề tiếp thu" (*Bách Khoa,* số 293-294, 15-3 & 1-4-1969; *Nhận Định* V); "Phê bình mới, phê bình cũ" (*Bách khoa,* số 381, 15-11-1972); "Phác họa hiện tượng luận về thẩm mỹ học của tiểu thuyết"của Nguyễn Văn Trung (Đại Học, số 2, 1961), ...

Các tập **Nhận Định** theo hình-thức của các tập *Situations* của Jean-Paul Sartre, *Actuelles* và *Carnets* của Albert Camus, v.v. Tập I (1957-8) đến tập VI (1972) là những tạp-văn triết lý về những vấn-đề triết học, xã-hội và văn-học, mỗi tập chủ đề riêng, với phương-pháp nhận thức và tra hỏi, đặt vấn-đề, "*... một nỗ lực giải quyết những thắc mắc của một người trong hoàn cảnh riêng biệt của mình (...) như tiếng chuông thức tỉnh tôi tự đi tìm cho mình một giải đáp phù hợp với những thắc mắc riêng tư của tôi (... và) để mỗi người sẽ nhận định và tìm cho cuộc đời mình một ý nghĩa, vì không ai có thể làm hộ ai, mỗi người trách nhiệm đời mình*" (*NĐ I,* tr. 2,3). Các chủ đề trùng hợp ở nhiều tập như văn-hóa, trí thức nhưng có thể ghi nhận các đề tài chính của tập I là văn-hóa và chính-trị, tập II là văn-hóa, sứ-mạngngười trí thức, liên hệ nam-nữ, tập III là trí thức, thân xác, tập IV như phụ đề ghi là "chiến-tranh, cách-mạng, hòa-bình", và tập V là trí thức, phản kháng, văn-hóa dân-tộc, v.v. Vì là nhận định cho hôm nay, trước mặt, cho nên sau vài năm, cái nhìn đã có thể khác, như giáo-sư đã viết ngay trong tập II "*Nhìn lại một chặng đường 'nhận định' rất nhiều ý kiến nêu lên trong tập bây giờ tác-giả đã phủ nhận hoặc thấy phải nhận định lại, bổ sung thêm...*" (II, tr. 8).

Nhiều bài viết của giáo-sư trên các tạp-chí *Sáng Tạo, Hiện Đại, Bách Khoa,* v.v. , một số về sau được tuyển lại xuất-bản, ở đây xin ghi nhận một số bài đã góp phần phổ biến các *phương-pháp nhận định, phê-bình văn-chương hiện-đại*:

- Tìm hiểu tác-phẩm văn-nghệ; Văn-chương Hiện sinh; "Tiểu-thuyết mới" trong văn-chương Pháp ngày nay; v.v. Và phổ biến *triết học hiện sinh*, nhất là của J.P. Sartre: Vấn-đề giải thoát con người trong Phật giáo và tư tưởng của J.P Sartre; Những tình bạn dang dở; Văn chương và siêu hình học; Thi ca và triết học; Văn chương hiện sinh; Luân lý và văn học; Sartre trong đời tôi; Cái nhìn hay đám cưới với cuộc đời; Tưởng niệm Camus; Vài cảm nghĩ về tình cảm phi lý của kẻ lưu đầy; Cuộc đời như một tra hỏi; Đọc vũ trụ chữ nghĩa của J.P Sartre; Quê hương và lưu đày, giới thiệu Camus. Người phản kháng; Những tình bạn dang dở; Triết học hiện sinh, giờ thứ 25 của của triết học Tây phương; Dịch và giới thiệu: Người đàn bà ngoại tình của Camus (*Sáng Tạo*, b.m., số 6, 12-1960 & 1-1961), v.v.

Trong **Ca Tụng Thân Xác**, để thể chất hóa con người, giáo-sư sử-dụng hiện-tượng luận để phân tích thân phận con người như là thân xác, ngũ giác, hơn là siêu hình, trí thức, ... Dùng khái niệm "thân xác" (*Ca Tụng Thân Xác, 1966;* "Thân xác và nghệ-thuật nhân cái chết của M. Monroe" *NĐ* III, "Ảo ảnh Thanh Thúy" *NĐ* IV, ...), "ngụy tín" (*Trường Hợp Phạm* Quỳnh. 1974) để phê phán những kẻ tự cho là duy tâm nhưng theo giáo-sư thật ra cũng theo duy vật.

*

Giáo sư Nguyễn Văn Trung là người đã sớm nêu lên và đặt vấn-đề triết học trong tương quan với văn-chương. Trong bài "Văn chương và siêu hình học", dưới bút hiệu Hoàng Thái Linh, ông viết: "... Để giới thiệu văn chương Âu châu hiện đại nói chung và văn chương Pháp nói riêng, chúng tôi chọn đầu đề "Văn chương và siêu hình học" vì nét đặc biệt của văn chương đó là tính cách triết lý của nó. Dĩ nhiên, những A. Camus, J.P. Sartre, André Malraux... mỗi người có sắc thái riêng, không ai gống ai, nhưng tất cả đều gặp nhau trên một vài nét chính. Lời nói, giọng nói của họ khác nhau, nhưng hình như họ đều bắt đầu từ khởi điểm, cùng bàn đến một vấn đề... Tháng chạp năm 1946, trong buổi diễn thuyết do Ủy Ban Văn Hóa Liên Hiệp Quốc (UNESCO) tổ chức ở giảng đường đại học Sorbonne, Malraux đã nói: "Cuối thế kỷ XIX, Nietzsche lớn tiếng tuyên bố Thượng đế đã chết với một giọng bi đát. Và ai cũng hiểu câu đó muốn nói gì; câu đó có nghĩa là từ đây người sẽ làm chủ cuộc đời mình vì Thượng đế đã chết. Nhưng ngày nay, vấn đề đặt ra cho chúng ta là ở trên mảnh đất Âu châu cũ kỹ này, con người đã chết hay chưa?". Câu hỏi trên của A. Malraux đưa chúng ta vào bầu không khí chung của văn chương Âu châu. Đó là một bầu không khí thắc mắc, hoài nghi, băn khoăn, muốn đặt vấn đề lại những giải pháp đã biến thành tin tưởng của những thế hệ trước… Đời sống có ý nghĩa gì không, đời đáng sống hay không đáng sống "trước những cái vô lý cuộc đời? Cái gì làm cơ sở cho hành động. Một nhân bản xây trên những nhận xét đó phải như thế nào? Đọc chuyện, chúng ta chỉ thấy hiện lên trong trí những câu hỏi về ý nghĩa cuộc đời, cái chết, mối tương quan giữa người với người, với vũ trụ. Tiểu thuyết vì thế không còn tính chất lãng mạn, xa thực tế, thoát ly. Văn chương hiện đại Pháp nhập thế (engagée) không phải để xoa dịu, giải trí nhưng là gây thắc mắc, suy nghĩ để nhận định một thái độ sống… Thái độ đó bao hàm một nhân bản mới. Văn chương không còn là mô tả, tri thức, nhưng là một giải phóng, muốn bênh vực con người trước mọi hình thức chà đạp, giản lược con người vào phương tiện, đồ dùng. Chính trong hoàn cảnh bi đát đó, con người mới khám phá thấy người đồng loại cùng chung một thân phận, một kiếp người. Văn chương không còn phải là tiếng nói của cảm xúc cá nhân, nhưng là tình yêu bao chùm cả loài người, lo lắng số phận cả nhân loại và bảo vệ những giá trị phổ biến trong con người…" (**20**).

Giáo-sư cũng đã hơn một lần đề cập đến *thái độ ngụy tín* (trong *Đưa Vào Triết Học*, …). Trong bài "Nhà văn nhìn vào mình hay từ hiện tượng bè phái đến văn chương vô danh" (*Nghiên Cứu Văn Học*, số 3, 1968, tr. 129), ông tả thái độ ngụy tín là: *"không dám nhìn vào mình để tra hỏi về chính việc viết văn, bình văn của mình là vì muốn được an tâm, yên ổn để sáng tác, phê bình trong những quan niệm niềm tin đã trở thành thiên kiến, giáo điều. Chính ước muốn được an tâm là yếu tố "phản kháng", nói theo ngôn ngữ của phân tâm học, ngăn chặn nhà văn, nhà phê bình tự kiểm thảo để biết mình là ai, đối với ai để có cái nhìn đích thực về việc làm của mình, không còn tự lừa dối bằng những niềm tin cuối cùng chỉ là ảo tưởng. Thái độ viết văn của mình, thái độ không chấp nhận người khác của mình vì người khác cũng không chấp nhận mình. Nên thay vì chỉ biết nhìn nhau để rồi không chấp nhận nhau, hãy trở về nhìn vào mình hay cùng nhau nhìn về giới mình để có thể thấy biết đâu là **hiện tượng bè phái, những cuộc bút chiến**. Sự tự lừa dối mình của nhà văn bằng những ảo tưởng có thể hoàn toàn vô thức hoặc ở khởi điểm, có biết nhưng về sau, quên đi và cũng trở thành vô thức, và khi người ta phê bình thì lại nổi giận vì đã* *coi là quan trọng điều mình viết. Đó là thái độ ngụy tín".*

Nguyễn Trọng Văn dù chống đối thái độ chính-trị của giáo-sư Nguyễn Văn Trung nhưng trên *Bách Khoa* số 264 (1-1-1968) trong bài "Những người con hoang của Nguyễn Văn Trung" đã nhận định rằng: *"Ông Trung là người có công trong việc giới thiệu những trào lưu tư tưởng mới của Tây Phương... Ông trình bày một cách gọn gàng, mạch lạc. Những triết học hiện sinh, những danh từ có tính cách văn nghệ, triết lý dần được du nhập và phổ biến. Những Hiện tượng luận, đối thoại, tha nhân, phản kháng, vong thân, ngụy tín, huyền thoại, thông cảm, những Alain Robbe Grillet, Nathalie Sarraute, Michel Butor, Sartre, Camus.. đã được Nguyễn Văn Trung trình bày hàng chục năm trước trong* Sáng Tạo, Bách Khoa, Thông Cảm, Thế Kỷ 20, ...".

Sinh hoạt học thuật và văn-nghệ ở miền Nam thời 20 năm này, Nguyễn Văn Trung đã là một thành-tố căn bản, vừa có tính cách chuyên chở ý tưởng trào lưu mới vừa nguồn tư tưởng vừa là một thành phần xúc-tác quan-trọng cho một số sinh hoạt báo-chí, biên-khảo, phê-bình và sáng-tác văn-nghệ – như về hiện sinh, dấn thân, chính-trị xã-hội, ... Với một văn phong rành mạch, cụ thể, trực diện, v.v., với một thái độ trí thức, thao thức, nhìn xa, chấp nhận trao đổi, ..., những gì ông viết và thuyết giảng đã thuyết phục, kêu gọi lên đường và hơn một thế hệ trẻ đã nhận chịu ảnh-hưởng từ ông.

Phạm Công Thiện

Sanh ngày 01-06-1941 (4-6 Tân Ty) tại Mỹ Tho và mất ngày 8-3-2011 tại Houston, Hoa-Kỳ. Ông nổi tiếng lúc rất trẻ tuổi. Là nhà văn, nhà thơ cùng biên khảo, nghị luận về văn-chương, triết lý, ông từng cộng tác với các báo *Bông Lúa, Phổ Thông, Bách Khoa, Văn, Giữ Thơm Quê Mẹ, ...* Khi Viện Đại Học Vạn Hạnh mở năm 1964, ông - lúc đó 23 tuổi, làm giảng viên môn Triết học của Viện (thời này ông là Tỳ-kheo Thích Nguyên Tánh), năm 1966 ông làm Giám đốc phụ trách chương trình giảng dạy, đến năm 1968, ông là khoa trưởng Khoa Văn học và Khoa học Nhân văn của Viện, cũng là sáng lập viên và chủ trương biên tập của tạp chí *Tư Tưởng* cho đến năm 1970.

Từ năm 1964 đã xuất-bản nhiều tác phẩm về "Đạo và Đời, về cõi Mơ và Thực": *Tiểu Luận Về Bồ-Đề Đạt-Ma, Tổ Sư Thiền Tông* (Tân Ý Thức, 1964), *Ý Thức Mới Trong Văn Nghệ Và Triết Học* (Lá Bối, 1965), *Hố Thẳm Của Tư Tưởng*: Đặt lại căn nguyên tư tưởng hôm nay - Thể và Tính (An Tiêm, 1967), *Im Lặng Hố Thẳm*: phương pháp suy tư về Việt và Tính, con đường của triết lý Việt-Nam (An Tiêm, 1967), *Ý Thức Bùng Vỡ* (Đồng Nai, 1970), ba cuốn thuộc bộ "Nhà thơ và nhà văn nhân loại" do nhà Phạm Hoàng xuất-bản: *Rilke* (1969, 132 tr.), *Henry Miller* (1969, 140 tr.) và *Nikos Kazantzaki* (1970. 446 tr.), ... Ông còn dịch các tác-phẩm của M.Heidegger: *Về Thể Tính của Chân Lý* (Hoàng Đông Phương, 1968), *Triết Lý Là Gì?* (An Tiêm, 1969, 88 tr.; Ca Dao, 1974).

Ý Thức Mới Trong Văn Nghệ Và Triết Học ("luận về ý thức mới sau mười năm lang bạt", 1968), gồm 2 phần: phần đầu gồm các Chương viết về các ý thức tự vấn, bất nhị, giải phóng, siêu thoát, bất diệt, sinh tồn, thể hiện, siêu thực, chấp nhận và siêu thể; phần 2 về các ý thức tự diệt, bi tráng, tuyệt vọng, cô lập, khắc khoải, hư vô, khước từ và thoát ly; cuối cùng kết luận với ý thức tự quyết. Mỗi chương trình bày cơ bản kèm nhận định của Phạm Công Thiện về các nhà tôn giáo, triết học, văn-học, v.v. Tác-phẩm này khi vừa xuất-bản đã làm ông nổi tiếng như là một cây bút phê-bình, nhận định văn-chương mới và đặc-biệt, với một phương-pháp, cung cách trình bày văn-chương, học thuật rất riêng. Từ sự nổi tiếng này đưa đến những *Hố Thẳm Của Tư Tưởng, Thể và Tính* và *Im Lặng Hố Thẳm* nhưng dòng văn-nghệ này sẽ tàn dần khoảng 5 năm sau. Mở đầu tập *Ý Thức Mới Trong Văn Nghệ Và Triết Học,* Phạm Công Thiện ghi: "Gửi một người đọc không quen / Cùng cháy một thứ lửa thiêng như tôi / Cùng được nuôi bằng một thứ nước điên nào đó chảy trôi như tôi / Cùng sống như tôi đang sống: / Cháy / Và chảy / Cháy và chảy không ngừng...".

Trong lời Tựa của ấn-bản đầu tiên, ông cho biết: "*Một số chương trong quyển nầy đã đăng rải rác trong những tạp chí ở Saigon vào những năm 1960–1962; mỗi bài đều phản ảnh tâm trạng người viết vào những năm ấy. Tâm trạng ấy là tâm trạng của một người bị giam hãm trong đời sống. Quyển sách này gợi lại một ý thức nào đó trong đời người viết, ghi lại một chặng đường gió loạn đã đi qua, một quãng đời đã trôi ra biển.*- Tháng 7 năm 1964".

Và Tựa cho lần tái-bản năm 1970:

"*Sài-Gòn ngày 25 tháng 4 năm 1970*

Bức thư này được viết ra để đóng lại mười năm và mở ra mười năm khác. Nhân dịp quyển Ý thức mới trong văn nghệ và triết học được tái bản lần thứ tư; ông Thanh Tuệ, giám đốc nhà xuất bản An

Tiêm có ý muốn tôi viết đôi lời gọi là "sau mười năm lang bạt nhìn lại ý thức mới..."

Tôi thực sự bắt đầu viết quyển *Ý thức mới trong văn nghệ và triết học* vào năm 1960 (thực sự khởi từ năm 1959), nghĩa là lúc tôi được mười tám và mười chín tuổi. Bây giờ tôi gần 30 tuổi. Bao nhiêu nước chảy trôi phăng qua cầu trong mười năm trời. Bây giờ nhìn lại chặng đường xưa, tôi không ngờ lúc 18-19 tuổi tôi lại thông minh dễ thương *như vậy*, rồi nhớ lại lúc 13-14 tuổi cho đến lúc 16 tuổi, tôi đã xuất bản một quyển, sách về ngôn ngữ học và đã viết trên 20 quyển sách về văn học quốc tế và ngôn ngữ học (trong đó có một quyển mà Nguyễn Hiến Lê đề tựa giới thiệu và ngạc nhiên không ngờ tôi mới 16 tuổi), sau này khi tôi được 18 tuổi thì tôi đốt sạch hết tất 20 quyển ấy!

Tai nạn lớn lao nhất trong đời tôi là phải chịu đoạ đầy làm thần đồng lúc còn thơ dại, rồi lúc lớn lên làm thanh niên thì phải chịu đoạ đầy làm thiên tài...".

Trong tái bản lần thứ tư, Phạm Công Thiện chú ý bạn đọc: *"Trong những chương kế tiếp đây, phần in chữ đứng là phần nội dung của Ý thức mới trong văn nghệ và triết học giống như lần xuất bản thứ nhất, thứ hai và thứ ba. Riêng lần tái bản thứ tư này, tác giả có viết thêm những ghi chú của mình, những cái nhìn hiện tại chiếu ngược lại quá khứ. Tất cả những ghi chú này được in bằng chữ nghiêng. Con người ba mươi tuổi đối mặt với con người hai mươi tuổi: hai bên giao tranh nhau trong một cuộc tương tranh thân ái mà sự thất bại hiển nhiên là nằm ở những giòng chữ nghiêng. Nhưng phải chăng chỉ biết được rằng mình hạnh phúc là sau khi đã thất bại vì không chịu chảy ngược lại đằng sau?".*

Đây là một loại ý thức nổi loạn chống các thế hệ đàn anh mà theo ông đã làm cho đất nước tan hoang vì chiến-tranh và ý thức lỗi thời... Và muốn đến gần với người trẻ như một người trẻ tự mãn đã chín, Phạm Công Thiện đã hơn một lần muốn ‹hư-vô-hóa› những người đi trước, nhất là trong lãnh vực biên-khảo, triết lý.

Trong **Hố Thẳm Của Tư Tưởng**, ông khi nói đến thơ trong Chương tư - *Thơ và Tính - Nhìn lại tính thể của thi ca và tư tưởng*, ở phần Phụ Lục "Đi vòng quanh Hố thẳm", trong tiết II - "Hố thẳm của ý thức mới" Phạm Công Thiện đã tâm sự với nhà thơ Nh. Tay Ngàn lúc đó sống ở Paris: *"... tao vốn là một thằng kiêu ngạo và tao chẳng từng nói với mày rằng tao có thể làm bất cứ những gì mà con người đã* *có thể hay sẽ có thể làm được trên đời này? Shakespeare hay Goethe, Dante hay Heidegger, tao coi như những **thằng hề ngu xuẩn**. Tao có thể nói như thế được, vì ngày xưa tao đã từng tôn thờ những tên ấy như là những gì bất khả xâm phạm trên đời này. Ngay đến Héraclite, Parménide và Empédocle, bây giờ **tao cũng xem thường, xem nhẹ;** tao coi ba tên ấy như là ba tên thủ phạm của nền văn minh hiện nay; chưa nói đến **Socrate, đó là một tên ngu dại nhất** mà tao đã gặp trong đời sống tâm linh của tao (...) Tao viết quyển Ý thức mới từ lúc 18 tuổi cho đến 22 tuổi. Bây giờ hiện nay tao vừa đúng 25 tuổi; mấy thời gian gần đây, tao thường nghĩ đến cái chết của tao. Tao thấy rằng nếu tao chết ngay bây giờ thì tao cũng chẳng hối tiếc một mảy may nào cả. Tao đã sống trọn vẹn với tao từng giây phút; tao đã khổ đến điên người, tao đã sướng đến run lên, tao có thể chết được ngay lúc này hay bất cứ lúc nào; đối với tao, thời gian chỉ là một hơi khói bốc lên hay một mùi thơm của con gái xông lên nồng ấm vào lúc ba giờ sáng; còn cái chết chỉ là sự sống bị lột truồng ra, như tao hay mày lột truồng con Nanou hay con Nicole tại xóm St. Denis ở cái thành phố Paris chó má này...".* Ông viết tiếp ở một đoạn sau: *"... Còn Ivo Andritch và Erich Fromn, bây giờ tao thấy hai tên này hoàn toàn non nớt; còn về Somerset Maugham, André Gide, Fédérico Schmidt, Aldoux Huxley, Hemingway, Jean-René Huguenin, tao thấy chỉ nên **liệng họ vào cầu tiêu công cộng**... ".*

Cũng ở Chương tư: Thơ và Tính này, Phạm Công Thiện cho rằng Thơ đã chết và Tư tưởng cũng đã chết, và: *"... khi ngồi uống cà phê ở Flore và nhìn mưa rơi trên đường phố Saint Germain des Prés, tôi đã thấy hết mọi **lý luận rẻ tiền của triết lý hiện sinh**, tôi muốn mửa máu đen trên những người làm văn nghệ ở Paris như Jean Paul Sartre, André Malraux, Simone de Beauvoir, François Mauriac, Michel Butor, Samuel Beckett, Ionesco, Nathalie Sarraute, André Breton, Jacques Prévert, Paul Eluard, Henry Michaux, René Char, Jean Genet, Roger Caillois. (...). Còn về **Jean Paul Sartre** và **Simone de Beauvoir**, nếu họ muốn xin gặp tôi, tôi sẽ không cho gặp mà có lẽ sẽ **chửi vào mặt họ…".***

Phạm Công Thiện muốn đặt nền tảng cho triết lý Việt-Nam trong tình thế chiến-tranh và tranh giành ảnh-hưởng. Trong *Im Lặng Hố Thẳm* (1967), ông cho biết: *"Việt là gì? Tính là gì? Hai câu hỏi này không phải là câu hỏi; tất cả mọi câu hỏi đều có sẵn mọi câu trả lời. Tính và Việt làm cho những câu hỏi trở thành những câu hỏi; Tính và*

Việt là chân trời mở rộng hé mở cho con người nhìn thấy tất cả những câu hỏi và đồng thời tất cả những câu trả lời, tất cả những gì có thể hỏi được và đồng thời tất cả những gì có thể trả lời được trên cuộc đời này, từ thượng cổ đến hiện tại, từ số không đến vô số và vô hạn.

Nước Việt Nam đang bị tàn phá đến cùng độ, dân Việt Nam bỗng nhiên và tự nhiên được tính phú cho chịu đựng và thể nhận tất cả nỗi điêu đứng đau đớn cùng cực của thế kỷ XX; năm chục năm cuối cùng của 2.000 năm sau Thiên chúa giáng sinh là thuộc về Mệnh của Việt Nam: tất cả những xáo trộn hỗn mang kinh hoàng nhất của nhân loại đang đập vào người Việt Nam; hố thẳm mở rộng và sâu; máu lửa từ trời đất đổ xuống và vọt lên; tất cả những khám phá vĩ đại nhất của văn hóa loài người từ mấy ngàn năm nay bỗng nhiên và tự nhiên được thể nhận tựu hình tại Việt Nam (Cộng sản và Tư bản; Phật giáo và Thiên chúa giáo, tôn giáo và chính trị, quốc tế và dân tộc, cơ khí và con người, lý thuyết và hành động, truyền thống và cách mạng, thiên mạng và nhân mạng, tự do và nô lệ, bạo động và bất bạo động, chiến tranh và hòa-bình, thực tại và ảo tưởng, sự thật và giả tạo, nhập thế và xuất thế, xã hội và tu viện; cá nhân và quần chúng, lý tưởng và tuyệt vọng, mộng và thức, sống và chết)".

*" Tư tưởng của Việt Nam là tư tưởng của Việt và Tính; nguồn gốc của Việt và Tính bắt đầu từ Trung Hoa, Ấn độ và Hy lạp; thế kỷ XX là thế kỷ tựu thành của Việt và Tính; sự tựu thành ấy chính là hố thẳm: tiếng nói của hố thẳm là tiếng nói trên đỉnh núi chót vót (**hữu thì trực thượng cô phong đỉnh, trường khiếu nhất thanh hàn thái hư**); tiếng nói ấy, **tiếng kêu trầm thống** ấy làm lạnh buốt cả bầu trời và xoáy vòng cuộn tròn xuống hố thẳm, xuống niềm im lặng của hố thẳm mà người xưa gọi là "uyên mặc"(Im Lặng Hố Thẳm).*

Ngoài triết lý, Phạm Công Thiện đã có những tiểu luận và phê-bình văn-học đặc-biệt về **văn-chương** và **thi ca**. Đối với ông, **thi ca** được liên tục tôn vinh. Cũng trong *Hố Thẳm Của Tư Tưởng*, khi nói đến thơ trong thư gửi cho nhà thơ Nh. Tay Ngàn đã nói ở trên, ông viết: *"... Thi sĩ phải là kẻ đào ngũ, kẻ phản quốc, kẻ phản bội nhân loại. Thi sĩ phải là một bậc thánh tội lỗi, một thằng khờ, một thằng điên, một thằng kiêu ngạo và ghen tị với Phật Thích Ca hay Chúa Giêsu. Thi sĩ phải là một thằng bất lực, vô danh, im lặng và ồn ào...".* Đến tiết IV - "Bóng tối của hố thẳm", Phạm Công Thiện phân tích: *"... Chúng ta có đang sống không? Có "hiện sinh" không? Có phải chúng ta đã sống quá dễ dãi không? Chúng ta sợ một đời sống lưỡng lự.*

Sống là sống lưỡng lự, ngập ngừng, do dự. Phải lưỡng lự, phải hoàn toàn lưỡng lự trong cuộc sống. Hết lưỡng lự là bắt đầu hết sáng tạo; hết lưỡng lự là rơi vào sự nhất định, bị trói buộc vào ý niệm, hết lưỡng lự là bắt đầu chạy đều như một máy điện, bắt đầu đi thẳng; sống là đi vòng, lang thang, đi quanh quẩn, chứ không phải đi thẳng: con đường tắt là con đường của người tầm thường; người sáng tạo là người lang thang lưỡng lự trên một con đường thực dài, con đường quanh co, con đường không về thành phố, con đường băng qua rừng, qua suối, qua núi cao; con đường về Hy Mã Lạp sơn, không phải Hy Mã Lạp sơn của Tây Tạng. mà là Hy Mã Lạp sơn của nỗi lưỡng lự vô biên trong tâm hồn; con người ngập ngừng lưỡng lự là kẻ đi trong đêm tối vào lúc ba giờ khuya, trên một con đường vô tận, con đường không định hướng, con đường yêu ma, con đường chênh vênh giữa một ngàn hố thẳm.

Hãy đập nổ tất cả ngôi sao trên trời để cho bóng tối làm một với con đường, hãy đập nổ hai con mắt để hai bàn chân trở thành con đường của bóng tối; tất cả ánh sáng đều lường gạt; tất cả mặt trời, mặt trăng, tất cả ngôi sao đều là kẻ thù của người sáng tạo. Kẻ sáng tạo là kẻ đi một mình trong lưỡng lự cùng cực. Sống lưỡng lự là sống liều lĩnh, sống bạt mạng, sống lưỡng lự là bước đi dò dẫm và ý thức đến độ đứt gân máu rằng mỗi bước chân là một hố thẳm không đáy; chỉ cần một giây, một tiếng tích tắc, một tiếng đập tim là cuộc đời biến thành Tính Mệnh và sự chết là cử chỉ cuối cùng, đồng thời cũng là cử chỉ đầu tiên, cử chỉ sáng tạo đầu tiên của tất cả thiên tài, của tất cả con người nghệ sĩ trên mặt đất này.

Sống lưỡng lự là nói ấm ớ, nói ấp úng, nói không ra lời, vì sự diễn đạt chỉ là diễn đạt hữu hình, bên ngoài hữu hình là vô hình; thi sĩ là người lưỡng lự bước đi với vô hình; thi sĩ là người nói không ra lời mà vẫn phải nói; nói trôi chảy, nói thông suốt rõ ràng, nói dễ dàng là chỉ bước đi trên con đường tắt, nghĩa là không còn lưỡng lự. Do đó, ngôn ngữ trở thành dụng cụ và biến thành một mớ mồm mép ba hoa lải nhải; người ta nói và nói quá dễ dàng, có thể nói về bất cứ cái gì và lời nói đã trở thành tuyên truyền và tất cả những diễn giả, tất cả những thuyết trình viên chỉ là những kẻ quảng cáo rẻ tiền và con người sinh ra đời trong nông cạn, làm việc trong nông cạn, sống trong nông cạn và chết đi trong nông cạn.

Phải sống lưỡng lự, phải nói không ra lời, phải nói ấm ớ, nói ấp úng, phải nói khó khăn như thế thì nói mới là cử chỉ tối hậu, nói mới là sự chinh phục của ý thức, nói mới là bước đi giữa hư vô và trên Hố thẳm, có thể thì nói mới có nghĩa bị đặt trước sự sống và sự chết, có thể Ngôn Ngữ mới trở thành thiêng liêng, Ngôn Ngữ mới là Nguyên Ngôn, mới là lời nói đầu tiên và cuối cùng của một người cô đơn cùng cực, của một người đã sống và chết cùng độ căng thẳng thần kinh, của một người mà ý thức hắn nổ tung như một triệu mặt trời chấn động...".

Phạm Công Thiện trước sau vẫn là một tâm hồn thơ sáng-tác và trước tác ngẫu hứng về tôn giáo, triết lý và tư tưởng!

Phạm Thế Ngũ

Sinh ngày 12-6-1921 tại Hải Dương và mất ngày 9-5-2000, ông đậu Cử nhân Văn khoa Hà-Nội năm 1953, vào Nam, từ 1954-56 làm giáo-sư Việt văn và Triết học tại các trường Trung học Võ Tánh (Nha Trang), Phan Thanh Giản (Cần Thơ) và Petrus Ký (Sài-Gòn) và từ năm 1957 đến 1972 là thời-gian ông soạn sách giáo khoa và văn-học sử cùng mở nhà xuất-bản Phạm Thế / Tủ Sách Quốc Học Tùng Thư để in sách của ông. Giáo-sư Phạm Thế Ngũ đã là mẫu mực nhà giáo yêu nghề, tận tụy và lâu dài, thân thế, hành trạng và sự nghiệp đã được ghi lại trong câu đối: *"Thế sự bách niên, mọi mối tơ vương bay đi cùng mây gió / Văn chương thiên cổ, một mảnh hồn thơm ở lại với trăng sao"*.

Bộ ***Việt Nam Văn Học Sử Giản Ước Tân Biên*** (khi tái-bản đổi tựa là *Lịch-Sử Văn-Học Việt-Nam Tân Biên Giản Ước*, gồm 3 tập: 1- *Lịch-Sử Văn-Học Lịch Triều: Hán Văn* (1961, 267 tr.), 2- *Văn-Học Lịch Triều: Việt Văn* (1963, 460 tr.) và 3-*Văn Học Hiện Đại 1862-1945* (1965, 661 tr.); *Việt-Nam Thi Văn Hợp Tuyển, Kim Văn Tân Tuyển,* tuyển tập thơ văn hiện-đại và *Cổ Văn Tân Tuyển:* thi văn lịch triều tuyển trích (1966). *Văn Thể Lược Giảng* (1965) cùng một số sách luận đề, làm luận văn-chương như *Bình Giảng Văn-Chương,* ... Ông còn là tác-giả *Triết Học* (1973) gồm hai tập sách giáo khoa.

Bộ văn-học sử được biên khảo theo phương pháp giáo khoa và theo sát văn bản, tác phẩm, chuẩn mực, đặc tính lịch-sử văn học. Tập 3 *Văn Học Hiện Đại 1862-1945* từng bị phê-bình đặt sai thời "hiện-đại" (Bằng Giang. *Mảnh Vụn Văn-Học Sử*, Chân Lưu, 1974, tr. 270), thật ra "hiện-đại" mà giáo-sư họ Phạm dùng là để chỉ thời tiếp nhận ảnh-hưởng Tây phương mà hiện-đại hóa văn-học cũng như văn minh,

... Ông phân biệt 3 thời kỳ văn-học hiện-đại: 1862-1907, 1907-1932 và 1932-1945 – khác với LM Thanh Lãng thời 1 và 2 dùng mốc năm 1913 thay vì 1907. Trong thực tế, Tập 3 này suốt một thời-gian dài đã là nền tảng cho sinh viên và nhiều nhà biên-khảo và nghiên cứu về văn-học Việt-Nam thời mới. Và 1932 được xem là thời điểm văn-chương mới nhưng vẫn trân quý gia-sản cổ điển và tiểu-thuyết hiện-đại ra đời!

Khi soạn Việt Nam Văn Học Sử Giản Ước Tân Biên, giáo-sư cho biết: "Nghiên cứu văn học sử không dừng ở mức "thống kê, mô tả" hay sắp xếp các tác giả tác phẩm, sự kiện văn học để phụng sự một chủ nghĩa chính trị nào đó mà phải mang ý nghĩa "cống hiến những tài liệu về tư tưởng học thuật văn học, hơn thế ợn giúp người đọc thưởng thức mỹ văn". Như vậy, ông xem văn học phần nào có tính độc lập với chính trị, xã hội và ông chủ trương đánh giá văn-học các thời kỳ lịch triều cũng như hiện-đại về hình thức và nghệ thuật, qua ngôn ngữ và thể loại sử-dụng cùng nội-dung chuyển tải.

Phạm Việt Tuyền

Nhà báo rồi giáo-sư trung học và đại học Văn khoa Sài-Gòn và Huế, sinh ngày 15-8-1926 tại Thanh Hóa, mất ở Pháp ngày 16-01-2009, bút hiệu Thanh Tuyền (*Phá Lao Lung,* thơ, 1956). Ông là chủ-nhiệm nhật báo *Tự Do* bộ mới, chủ tịch Hội đồng Báo-chí (1965) và Hội Chủ báo Việt-Nam (1967-68), chủ trương tuần báo *Tân Kỷ Nguyên* (bộ mới số 1, 4-4-1956 đến số cuối 32, 30-9-1956), chủ-nhiệm *Tin Sách* bộ mới, đồng chủ trương hai cơ sở xuất-bản Tự Do và Phong Trào Văn Hóa. Tác-phẩm đã xuất-bản: *Quan Điểm về Mấy Vấn-Đề Văn-Hóa* (Tự Do, 1958), *Văn-Học Miền Nam: thời Nam-Bắc phân tranh* (các thế kỷ XVI-XVIII; Khai Trí, 1965), *Phương-Pháp Nghị Luận, Phân Tích và Phê-Bình Văn-Chương* (Phong Trào Văn Hóa, 1969), *Tôi Đọc Thơ* (10 tác-giả; PTVH, 1973), ...

Cuốn *Phương-Pháp Nghị Luận, Phân Tích và Phê-Bình Văn-Chương* là một giáo trình đại học, trong Lời mở đầu ông cho biết: "... *Nói riêng về văn-học, văn-học là gì nếu không phải là một môn khảo sát về các tác-phẩm văn-chương, các tác-giả đã viết ra những áng thơ văn ấy và nghiên cứu về các trào lưu văn-chương, nghệ-thuật, tư tưởng, học thuật từ thế hệ này sang thế hệ khác? (...) ngoài sự khảo sát (đó) nhằm mục-đích hiểu biết về văn-học, chúng ta dù muốn dù không cũng sẽ đi từ các đối tượng văn-nghệ kể trên đến sự thưởng thức nghệ-thuật và đến sự nhận định về nhân sinh. Từ việc thưởng thức nghệ-thuật của cổ nhân, người ta sẽ có thể đi tới những định luật về văn-nghệ để mở ra con đường sáng-tạo cho kẻ khác hay cho chính mình...*" (tr. 13, 15).

Tam Ích

Tên thật là Lê Nguyên Tiệp, sinh năm 1915 (có nơi ghi 11-2-1917) tại Thanh Hóa, tự chọn cái chết năm 58 tuổi (5-1-1972). Thời sau Đệ nhị thế chiến, ông cũng từng là một nhà văn thiên tả (đệ Tứ quốc tế) nổi tiếng, đã cùng với hai ông Thiên Giang và Thê Húc thành lập tủ sách Chân Trời Mới, xuất bản loại sách nghiên cứu phê bình văn học chính trị có khuynh hướng Xã Hội Chủ Nghĩa như *Nghệ Thuật và Nhân Sinh* (Nam Việt, 1949). Qua thời 1954-1975, ông cộng tác với hầu hết các tạp chí nghiên cứu và văn học tại Sài-Gòn như *Văn, Giữ Thơm Quê Mẹ* (1965), *Tư Tưởng* (Đại học Vạn Hạnh (1966-), *Khởi Hành, Diễn Đàn, Thời Tập, Minh Tân* ("Vấn-đề lịch trình chuyển hoá vạn vật trong Phật giáo"), ... Tam Ích hô hào cho một nền văn chương dân tộc sống động, là 'văn chương miền Nam vạm vỡ," như ông viết trong bài "Văn chương Tân Duy Nhiên ở Việt Nam" đã đăng trên *Khởi Hành*, và cho rằng "Trong văn-nghệ có vấn-đề "Giải quyết" và có vấn-đề "Hướng lên"" (*Giữ Thơm Quê Mẹ*, số 2, 8-1965, tr. 27-34), ... Một số các bài báo được quan tâm như "Vấn đề giải thoát con người trong Phật Giáo và tư tưởng J.P. Sartrẹ Heidegger, Jaspers và bối cảnh Phật Lão Trang"; "Từ lăng kính Nho, Phật, Lão đến lăng kính Hiện Tượng Luận" (*Tân Văn*, tập 3, 1967),"Văn học Hiện tượng luận có phải là văn học khiêu dâm không", "Sartre và Heideigger, các ông là ai, và bây giờ các ông đi đâu?", v.v.,

Tam Ích đã xuất-bản các tác phẩm: Ý Văn, I (Lá Bối, 1967), *Sartre và Heidegger Trên Thảm Xanh* (khảo luận triết văn, Hồng Đức, 1968), *10 (nhà văn) Dưới Mắt của Tam Ích* (*Nhân Văn*, số 12, 5-1972), *Dialogue* (Lá Bối, 1965; Tam Ích: Lettre à André Malraux) chung với Nhất Hạnh, Hồ Hữu Tường, Bùi Giáng và Phạm Công Thiện, *Kêu Thương* (chứng ngôn, dịch-thuật, An Tiêm, 1967), *Trẻ Guernica* (dịch-thuật, Lá Bối, 1968, nguyên tác của Hermann Kesten, Tam Ích "diễn" ra Việt ngữ theo bản tiếng Pháp của Blanche Gidon. Tam Ích giải thích tại sao ông không hẳn là *dịch* mà "ráng và thử" *diễn*: "*Diễn là hiểu cho đến cực tế cực vi ý của tác-giả, rồi đem ý ấy diễn ra việt ngữ – và nếu – có chữ nếu - diễn được cái* hay *thì cái* hay đó nằm luôn ngay trong việt ngữ *chẳng* hạn làm cho độc giả có ấn tượng là đương đọc tiểu-thuyết việt ngữ chứ không phải đọc tiểu-thuyết ngoại ngữ" ("Ngày lại ngày – Sổ tay văn-nghệ". *Giữ Thơm Quê Mẹ,* số 4, 10-1965, tr. 30).

Tam Ích là một tiêu biểu cho trí thức và nghệ sĩ suốt đời đi tìm lối thoát tâm thức và lý tưởng văn-hóa, chính-trị, lúc theo Marx, lúc theo Hiện sinh, lúc tìm đến Phật, … nhưng vẫn gặp bế tắc, đưa đến việc tự sát năm 1972. Song Ích Phong Châu nhận xét: "Nếu quả thật Tam Ích tự tử, tôi nghĩ đến ba nguyên nhân chính: bản tánh phản kháng, tinh thần tự quyết và tư tưởng hiện sinh" (*Văn Học,* số 145, 1-4-1972, Tưởng niệm Tam Ích, tr. 27).

Ý Văn I gồm một số bài dự định không thành in năm 1956-57 cho tập "Hồ sơ văn nghệ" và các bài viết sau đó: "Ý văn *tập một, tập trung những bài về* văn học *thuần túy – nếu có thể nói thế.* Ý Văn *tập hai sẽ tổng hợp những bài* về *triết học tổng quát, in sau cuốn này. Cũng xin phép thưa thêm rằng, sách này đáng lẽ gọi* Ý *tưởng và nhân sinh theo như Nhà xuất bản Lá Bối đã tuyên bố"* (Thay Lời Nói Đầu). Tập II ('khảo luận triết học') đến nay vẫn chưa xuất-bản. Tập I viết về tác-phẩm của Mặc Đỗ, Vũ Khắc Khoan, Sao Mai, Nghiêm Xuân Hồng, Tâm Quán, Võ Đình Cường, Bích Khê, Steinbeck, J-P. Sartre, Kịch tiền phong (đã đăng *Giữ Thơm Quê Mẹ,* số 3, 9-1965), Thanh Tâm Tuyền, Nguyễn Văn Xuân, và kịch bản Bể Dâu của Tam Ích. Trong bài trả lời phỏng vấn về truyện ngắn của tạp-chí *Bách Khoa* do Nguiễn Ngu Í phụ trách, ông cho biết:

"... Tôi tin rằng không ai coi thường truyện ngắn: *truyện ngắn – viết cho ra truyện cho có bản chất và kích thước nghệ thuật, một nghệ phẩm – không phải dễ. Alain Bosquet, một nhà văn Pháp, nói rằng truyện ngắn Mỹ (tôi cho Mỹ đã vậy thì ở đâu chẳng vậy!) là một thể văn cao đẳng (nguyên văn:* genre supérieur), *cũng không phải là quá đáng... Ở Mỹ chẳng hạn, Edgar Poe đã mở kỷ nguyên cho truyện ngắn; ở Tàu, từ thế kỷ thứ tám, đời nhà Đường đến Bồ Tùng Linh, văn học Trung Quốc đã lần lần hãnh diện; ở Việt Nam ta, Phạm Duy Tốn đã là một trong vài người đi trước...*

Nhưng tôi nói thật với anh, truyện ngắn mới đây, - bên cạnh một số khác tôi chưa kịp thưởng thức - làm cho tôi bằng lòng là truyện Ba *sao giữa giời của Bình Nguyên Lộc. Tôi không nói tới cá nhân Lộc nhiều, vì Lộc vốn là bạn anh: anh đã hiểu tác phong văn chương của Lộc... Tôi để ý tới văn của Lộc từ lâu lắm: Lộc có một lối văn gần như là độc đáo - nghĩa là có sáng tạo. Tôi chủ trương rằng văn nghệ phải có sáng tạo.Nghệ thuật không có sáng tạo là một nghệ thuật đứng một chỗ... không có sáng tạo (création), nghệ thuật sẽ lần lần mang giá trị một tài liệu hay một món đồ trang sức để ở bảo tàng viện, chờ ngày lui vào màu đen của thời gian. Có người sẽ hỏi tôi tại sao lại cho truyện "Ba sao giữa giời" của Bình Nguyên Lộc là hay nhất và tại sao tôi thích nhất. Để trả lời, tôi xin đề cập một cách tổng quát về vấn đề giá trị nghệ thuật của một nghệ phẩm (và ở trường hợp đương bàn đây là truyện ngắn). Anh sẽ rút trong những ý tưởng của tôi những câu trả lời tiềm tàng cho sự đòi hỏi của anh.*

Trước hết, tôi phải nói rằng: một truyện ngắn *phải là một* nghệ phẩm *đã. Hay, thì nó là một nghệ phẩm; dở thì người ta không đọc, hay đọc rồi quên mất. Truyện (ngắn hay dài thì cũng vậy) của Maurice Dékobra (bán chạy lắm) không thể nào là một nghệ phẩm được nhưng* La condition humaine *của André Malraux, A Q chính truyện của Lỗ Tấn, ai ghét mặc ai, cũng vẫn là những nghệ phẩm. Bốn mươi của Mặc Đỗ trước kia chỉ là một sự thử thách của tác giả, nhưng đến Siu cô nương, cũng của Mặc Đỗ, đứng hẳn trên phương diện kỹ thuật tiểu thuyết (tôi nói lại: kỹ thuật tiểu thuyết) thì Mặc Đỗ đã gần thành công – xin bỏ ra ngoài phương diện nội dung (contenu moral) là cái phần mà mỗi độc giả tùy ở ý tưởng chủ quancủa mình định giá trị, chê hay khen. Nhưng có bạn sẽ hỏi: Vậy dựa vào* đặc tính *hay* tiêu chuẩn *nào để định rằng văn thi phẩm này là một nghệ phẩm, còn văn thi phẩm kia là không...? Đây mới là một chuyện rắc rối! Cổ kim cũng chưa có một cuốn văn phạm nào chứa những định luật, những nguyên tắc rõ ràng để theo đó mà định giá trị một nghệ phẩm (oeuvre d'art)! Luật bằng trắc chỉ dạy người ta làm những bài Bán than của Trần Khánh Dư, bài Xác pháo của Nguyễn Hữu Chỉnh, bài Dệt vải của Lê Thánh Tôn... chẳng hạn, thật không đáng có vị trí trong văn học sử Việt Nam.*

Vậy thì có thể nói bừa đi rằng: "Văn phạm nghệ" phẩm là những nguyên tắc về kỹ thuật: hành văn phải thế nọ thế kia, bố cục phải thế này thế nọ, sáng tạo phải có tính chất này tính chất khác... Sự thực thì nói vậy chỉ là nói để mà... nói, không nói không được... Vậy chứ Tản Đà theo kỹ thuật nào để làm bài Tống biệt, Hemingway theo kỹ thuật nào để tả cảnh một chàng chiến sĩ bị thương nơi chân vì tạc đạn trong Adieu aux armes, Gertrude Stein, một người đã ảnh hưởng rất nhiều trong văn nghiệp Hemingway, theo một kỹ thuật nào để viết lải nhải một cách rất thú vị, rất hay, rất... "kỹ thuật"..., Lỗ Tấn theo kỹ thuật nào để viết cái văn riêng của Lỗ Tấn trong Ả Q chính truyện. (Lưu Nghi đã chịu ảnh hưởng của Lỗ Tấn và có thể gần thành công trên phương diện này trong một số truyện ngắn). Cũng có người đòi cho được một nội *dung: nội dung lành mạnh, nội dung tiến bộ... Tôi hoàn toàn đồng ý là nội dung một nghệ phẩm phải có hướng lên... Nhưng đó chỉ là chuyện tương đối. Nhiều lúc tôi bực mình vì vấn đề nội dung này lắm: chưa có những nguyên tắc nào quy định rõ ràng tiêu chuẩn của nội dung, nói thế nào là hướng lên, thế nào là hướng xuống, chưa có ranh giới nào phân biệt rõ ràng không khí lành mạnh và không khí bệnh hoạn... Mạnh ai nấy nói: người* cộng sản *thì nói thế này là nội dung tiến bộ; người* tư bản *thì nói thế kia là nội dung thoái hóa. Thiệt là rắc rối! Giữa lúc người ta đem* La condition humaine *của André Malraux viết đã từ hai ba chục năm lên sân khấu... thì người ta lôi Lôi vũ của Tào Ngu lên thảm xanh... đồng thời chỉ có một mình sắc luật (chuyện này xảy ra cách đây mười năm ở Nga Sô Viết) là thích cuốn* La tempête *của Ehrenbourg, còn cả Hội Nhà văn Nga Sô Viết cho là* phản hiện thực xã hội... *Trong lúc ấy thì, biệt phái nhất là Nga Sô Viết mà cũng dịch văn thi phẩm của Marcel Proust, của Dostoievsky, của Hemingway để đọc, chưng tranh Picasso để ngắm...*

Vậy anh bảo tôi còn biết dựa vào tiêu chuẩn nào để thảo luận về vấn đề nội dung trong thời gian nữa – xin nói lại, trong thời gian. Không chóng mặt đã là may lắm... phải không anh? Nhưng nói gì thì nói, tôi vẫn chủ trương rằng một văn thi phẩm (trong đó có truyện ngắn) phải là một nghệ phẩm trước đã. Nếu chỉ đòi nội dung mà thôi thì vẫn có những tờ... truyền đơn... đầy nội dung để thỏa mãn lý trí từng người, từng nhóm người, về phương diện chính trị, xã hội...! Lẽ tự nhiên, ai làm được như Ehrenbourg thì càng tốt; nhưng đã có bao nhiêu người làm được như Ehrenbourg, được cả hình thức lẫn nội dung..." (Bách Khoa, số 61, 15-7-1959).

Tam Ích viết *Sartre và Heidegger Trên Thảm Xanh* (Hồng Đức, 1969), nghị luận triết học có *"tính cách"* hiện tượng luận, khi phê phán tư tưởng Sartre nhìn từ Heidegger, phê phán tư tưởng Sartre và tính cách vị kỷ của triết gia. Tam Ích, một trí thức nạn nhân của những ý thức hệ. Trong tác-phẩm này thêm một lần ông xác định tư tưởng tổng hợp về triết lý và văn chương của mình. Tam Ích đã phê phán tư tưởng Sartre bằng cách đặt bên cạnh Heidegger, phê phán cái tinh thần nệ kỷ (Pour Soi) của ông, đặt cái Être của Sartre bên cạnh cái Sein của Heidegger và bản thể luận Pour Soi của Sartre bên cạnh Dasein của Heidegger. Ông triết giải rằng hành trình ý thức ở Sartre là của những ý thức vượt thoát, phi giới hạn, hóa ra là những khả thi, đưa đến thất bại ý thức. Ở Sartre, ý thức đó muốn liên lũy vượt thoát khỏi Sartre, nhưng cũng đẩy Sartre vào bi kịch của ý thức tưởng siêu việt mà thật là thu hẹp. Phần Heidegger đã đưa lên "thảm xanh" cái vinh quang của triết lý sự sống, từ tư tưởng của Sartre làm giao động nó. Trong phần "Vụ án" triết học Heidegger, Tam Ích lý giải và phê phán Sartre để vinh danh Heidegger.

Tam Ích cũng đã dùng hiện-tượng luận để đến với triết lý nhà Phật, với các bài "Vấn đề giải thoát con người trong Phật Giáo và tư tưởng J.P. Sartre Heidegger, Jaspers và bối cảnh Phật Lão Trang"; "Vào đạo Phật qua lối ngõ của J.P. Sartre hay từ lăng kính Nho, Phật, Lão đến lăng kính Hiện Tượng Luận" (*Tân Văn*, tập 3, 1967), "Tác phẩm La nausée dưới con mắt Phật tử", v.v.

Tam Ích tiêu biểu cho thành phần trí thức và nghệ sĩ suốt đời chân thành đi tìm lối thoát cho tâm thức – và cho dân-tộc, lúc theo Marx, lúc theo Hiện sinh, lúc tìm đến Phật,…

LM Thanh Lãng

Linh mục, tên thật Đinh Xuân Nguyên, sinh ngày 23-12-1924 tại Nga Sơn, Thanh Hoá. Năm 1936 vào chủng viện Ba Làng, năm 1945 đậu Tú tài, năm 1947 vào học Đại chủng viện Xuân Bích Hà-Nội. Đến 1949 giáo phận Thanh Hóa gởi qua Roma học Trường Truyền giáo và được thụ phong linh mục tại đây ngày 20-12-1953. Sau đó ông du học Thụy Sĩ, đậu cử nhân Thần học và Tiến sĩ văn chương Fribourg năm 1956 với luận án *Apport français dans la littérature vietnamienne, 1651-1945* (NXB Xã-Hội, 1961). Năm 1957, hồi hương về miền Nam Việt Nam, làm giáo sư tiểu chủng viện Tân Thanh ở Bảo Lộc rồi giảng dạy các Đại học Văn khoa Sài-Gòn và Văn khoa Huế. Từng giữ nhiều chức vụ về văn hoá, giáo dục như: Trưởng ban Văn Chương Quốc Âm tại đại học Văn khoa Sài Gòn, Chủ tịch Trung tâm Văn bút Việt Nam (PenClub), Hội viên Uỷ ban Điển chế văn tự thuộc Bộ Văn Hóa, Hội viên Hội đồng văn hoá giáo dục. Là một nhà nghiên cứu văn-học và ngữ học, trước 1975, ông còn là chủ nhiệm hoặc chủ biên của các tạp chí *Việt Tiến,* Nghiên Cứu Văn Học, Trách Nhiệm,… đồng thời cộng tác thường xuyên với nhiều tạp-chí văn học, nghệ thuật. LM Thanh Lãng qua đời tại Sài-Gòn ngày 17-12-1978.

Các công trình đã xuất bản:

- *Khởi thảo Văn-Học Sử Việt-Nam* gồm 2 tập: *Văn-Chương Chữ Nôm* và *Văn-Chương Bình Dân.* (Hà-Nội: Phong Trào Văn Hóa, 1953-54, với tiểu tựa 1-*Văn chương chữ Nôm trong bộ khởi thảo văn-học sử Việt-Nam,* 2- Văn-học khởi thảo văn chương bình-dân; Văn Hợi tái bản, Sài-Gòn, 1957).

- *Biểu nhất lãm Văn học Cận đại Việt Nam* (2 tập, Tự Do, 1957), với mục-đích *"tìm đặt các văn phẩm, các tác-giả vào trong từng "thế hệ sống" tựa vào những sự kiện lịch-sử, xã-hội, kinh tế, chính-trị,…, đã tác động mạnh đến sự phát hiện ra trong một thời-gian cả một đường lối cảm nghĩ chung. Những sự kiện đó thường là "những lục lịch-sử quyết liệt"",* là *"tìm đặt các nhà văn vào các thế-hệ văn-học để xác định, ở mỗi người, ai là người chỉ đạo, ai là người gieo ảnh-hưởng, và ai chỉ là người a dua, bị cuốn theo trào lưu".* Và phê-bình văn-học là cuộc đi tìm *"cái phần chính, cái phần cốt yếu là mổ xẻ 'con người sinh tồn' để tìm ra ý nghĩa hiện sống của nó và qua đó, của cả đoàn thể loài người".*

- *Apport francais dans la littérature vietnamienne (1651-1945).* Sài-Gòn, 1962 (ký Đinh-Xuân-Nguyên, Luận án Tiến sĩ Đại học Fribourg Thụy Sỹ; Sài-Gòn: Imprimerie Xã-Hội, 1961).

- *Sách Sổ Sang Chép Các Việc* của Philiphê Bỉnh; Thanh Lãng giới thiệu *"tài liệu chữ quốc-ngữ tối cổ chép tay về thế kỷ XVIII"* (Viện Đại Học Đà Lạt, 1968).

- *Phê Bình Văn Học Thế Hệ 1932* (2 tập, Phong Trào Văn Hóa, 1972). Theo *"Tại sao xuất-bản?"* như lời mở đầu tập Thượng, LM Thanh Lãng cho biết phải xuất-bản cấp kỳ "3 trong số 17 tập Lịch-Sử Văn-Học Thế Hệ 1932, do Chứng chỉ Văn-chương Quốc Âm trường Đại Học Văn Khoa cho quay ronéo năm 1966" vì đã bị các ông Nguyễn Tấn Long và Nguyễn Hữu Trọng từng "ăn cắp gần 2 chương đầu tập 1A của Bộ (này) đem xuất-bản thành sách nhan đề là '*Việt-Nam Thi Nhân Tiền Chiến*'"(tr. 1) (1968) [và *Khuynh Hướng Thi Ca Tiền Chiến,* 1969] dù đã có bản mới cập nhật từ 1966 đến 1972, và vì do quảng cáo của cùng nhà Sống Mới sẽ in "Biến cố văn-học Việt-

Nam qua 9 cuộc bút chiến thời tiền chiến" - cũng là nội-dung văn bản Bộ *Phê Bình Văn Học Thế Hệ 1932 Phê Bình Văn Học Thế Hệ 1932* này. Ngày 22-9-1972, Tòa Sơ Thẩm Sài-Gòn tuyên án hai ông Phan Canh Và Nguyễn Tấn Long vi phạm tác quyền và bồi thường LM Thanh lãng 'một đồng danh dự' (X. "Bài Bạt 'Tôi đi hầu Tòa'", Tập Hạ, tr. 543).

- *Bảng Lược Đồ Văn Học Việt Nam* ("trình bầy và trích tuyển") gồm 2 tập do NXB Trình Bầy in năm 1967 trong Tủ sách Đại-học: Quyển thượng: Nền văn học cổ điển (từ thế-kỷ XIII đến 1862); Quyển hạ: Ba thế hệ của nền văn học mới (1862 đến 1945) ("Tài liệu giáo khoa dành cho sinh viên Dự Bị Việt Đại Cương Đại Học Văn khoa Sài-Gòn. Niên khóa 1966-1967").

- *Văn học Việt Nam I: Đối kháng Trung Hoa* (từ đầu đến 1428) (Phong Trào Văn Hóa, 1969, tb, 1971); *Văn Học Việt Nam II: Thế hệ dấn thân yêu đời 1428-1505* (PTVH, 1969; tb, 1971). [Tựa bản in ronéo "tài liệu học tập dự bị Việt đại cương" ở đại học Văn khoa Sài-Gòn: *Bảng Lược Đồ Lịch-Sử Văn Học Việt Nam,* phụ đề *"Đại cương về văn-học sử"*, 4 tập, 1965-66].

Bảng Lược Đồ Văn Học Việt Nam sử-dụng **phương pháp thế hệ** để phân chặng văn-học sử, như dựa theo cuộc đời, thân phận nàng Thúy Kiều, đã chia văn học Việt Nam thành 7 thời kỳ trôi nổi: 1-Thế hệ những người cùng thời Nguyễn Du (1788-1820); 2-Thế hệ Nguyễn Công Trứ (1820-1862); 3-Thế hệ Chu Mạnh Trinh (1862-1913); 4-Thế hệ Nguyễn văn Vĩnh, Phạm Quỳnh (1913-1932) 5-Thế hệ Tự Lực Văn Đoàn (1932-1945); 6-Thế hệ sau 45; 7-Thế hệ sau 54: "Kiều đầu thai. Ở miền Bắc nàng bỗng trở thành một cô gái vô sản, là hiện thân của hàng triệu phụ nữ Việt Nam bị các thế lực phong kiến và bọn địa chủ đàn áp bóc lột. Ở Miền Nam, nàng là một cô gái hiện sinh dám dấn thân, dù suốt mười lăm năm là những tháng ngày buồn nôn. Và hai nàng Nam và Bắc hơn 20 năm gườm nguýt nhau, chửi bới nhau không thương tiếc"!

Khởi đi từ quan điểm văn học Việt Nam là một, qua nhiều thời kỳ và văn tự sử-dụng, LM Thanh Lãng dùng phương pháp phân chia thời kỳ văn học theo **thế hệ văn-chương**, khởi từ năm 1862 và từ miền Nam, và biên khảo của ông đặt nặng việc sử-dụng **văn bản**. Với văn bản, ông chứng minh đã có một nền văn học Thiên Chúa giáo, sự đóng góp này có thật, nhất là với chữ quốc ngữ. Khởi sinh từ Nhà

Chung và miền Nam, nền văn học chữ quốc ngữ Việt Nam như khác hướng đi với nền văn học từ đất văn vật ảnh hưởng nho giáo hình thức và nặng nề.

Ngoài ra, trong quyển Hạ của bộ *Bảng Lược Đồ Văn Học Việt Nam* (Trình Bầy, 1967), ông khai triển thêm quan niệm "Ý hướng" và phân chia các tác-giả thời trước 1945 theo một số ý hướng như đấu tranh, tình cảm, thi vị, truyền kì, hồi ký, hài biếm, phong tục và tả thực. Bảng Lược Đồ ... đặt nền tảng cho toàn bộ lý thuyết văn học sử của linh-mục dựa trên quan niệm "văn học là một sinh hoạt, một cuộc sống" và nó cũng "động đạt, thăng trầm hơn cả cuộc sống con người (Tập 1. PTVH, 1967, tr. 21).

Bảng Lược Đồ Văn Học Việt Nam có những ấn bản khác xuất-bản trước và sau bộ này và theo thế hệ văn-học, như: *Văn-Học Việt-Nam* gồm 2 tập: 1. Đối Kháng trung Hoa, 2. Thế hê đấn thân yêu đời (Phong Trào Văn Hóa, 1969); *Văn-Học Thế-Hệ 1913-1932*, tập 2: tiểu-thuyết (tài liệu học tập chứng chỉ Văn Chương Quốc Âm, Đại học Văn Khoa, 196?); *Văn-Học Việt-Nam Thế-Hệ 1932-1945*, 2 tập ("*tài liệu giáo khoa chứng chỉ Văn Chương Quốc Âm, Đại học Văn Khoa, 1964),* "Văn-học thời-kỳ gặp gỡ Tây-phương", chương 4. Thời-kỳ chớm nở đối kháng thời thế (1505-1592) (in ronéo, "tài liệu học tập dự bị Việt đại cương", Đại học Văn khoa: 196?).

LM Thanh Lãng cũng đã áp dụng tiêu chuẩn "thế hệ" để phân chia các giai đoạn lịch-sử của **báo-chí** Việt-Nam. Trong bài "Báo-chí Việt-Nam và 100 năm xây dựng văn-hóa" đăng trên tập san *Văn Bút* (1, 1971) của hội Bút Việt, đã chia lịch-sử báo-chí Việt-Nam làm 7 giai đoạn cho đến năm 1971:

- Thế Hệ "Bình Tây Sát Tả" 1862-1900;Thế Hệ "Hóa Dân Cường Quốc" 1900-1913;

- Thế Hệ "Dung Hòa Đông-Tây" 1913-1932;

- Thế Hệ "Đoạn Tuyệt Đông Phương" 1932-1945;

- Thế Hệ "Kháng Pháp dành Độc Lập" 1945-1954;

- Thế Hệ "Cộng Hòa I" 1954-1963: Làng báo Việt-Nam dồn mọi nổ lực cho việc xây dựng chế độ Cộng Hòa Nhân Vị, bỏ quên các mục tiêu khác. Số báo trong thế hệ này lên tới 212 tờ; và

- Thế Hệ "Cách-Mạng" 1963-1971: là "giai đoạn thác loạn của

báo-chí nước ta, một cơn lốc khủng khiếp": Số báo năm 1963 là 25, đầu năm 1964 lên 91 rồi xuống 47 năm 1965 (**21**).

Thế Phong

Tên thật Đỗ Mạnh Tường, sinh ngày 10-7-1932 tại Nghĩa Lộ, Yên Bái; viết văn, viết báo, làm thơ từ 1952 và biên-khảo từ 1957; các bút hiệu khác: Tương Huyền, Đinh Bạch Dân, Đường Bá Bổn. Chủ nhiệm tuần báo *Mạch Sống* (chủ-bút Dương Hà, chỉ được một số rồi tự đình bản năm 1955 ở Sài Gòn) và cộng tác với các báo và tạp-chí *Đời Mới, Nguồn Sống Mới, Văn Nghệ Tập San, Văn Hoá Á Châu, Tân Dân, Sống* (Ngô Trọng Hiếu), *Sinh Lực, Trình Bầy, Lý Tưởng,* ... các nhật báo *Tiền Tuyến, Sóng Thần, Sống,* tuần báo *Đời* (Chu Tử), v.v

Ông viết lịch-sử văn-học theo sát văn bản và phân chia rõ các thời kỳ, giai đoạn văn-học cùng sắp xếp các tác-giả theo thể-loại sáng-tác; nhưng nói chung hơi ôm đồm, các giai đoạn lại ngắn và vì tài năng, sự nghiệp các tác-giả phải trải qua nhiều thời-gian mới có thể thẩm định đúng đắn, cho nên sự sắp xếp nhiều chỗ không thật sự chính đáng.

Thế Phong là soạn giả bộ vừa văn-học sử vừa phê-bình, nhận định văn-học *Lược Sử Văn-Nghệ Việt-Nam* trong những năm 1956 đến 1965, gồm 4 tập: 1- *Nhà văn tiền chiến 1930-1945* (1958, ĐNVH, Vàng Son tái-bản 1974 theo bản 1958); 2.1- *Nhà văn kháng chiến chủ lực 1945-1950*; 2.2- *Nhà văn kháng chiến miền Nam 1945-1950* ("Văn-Học Miền Nam 1945-1950" đăng-từng-kỳ trên tạp-chí *Văn-Hóa Á Châu* năm 1960, in ronéo); 3- *Nhà văn hậu chiến 1950-1956* (1959, 1961) và 4- *Tổng luận 60 năm văn-nghệ Việt-Nam 1900-1956* (1958, ĐNVH in ronéo, Vàng Son tái-bản 1974 theo bản 1958). Tất cả 5 tập đều in ronéo lúc đầu, sau tập 1 và 5 được xuất-bản lại, riêng hai tập 2 và 3 chỉ in dưới hình-thức ronéo "in không kiểm duyệt và một số có giấy phép xuất-bản" và ông sau này đã gọi đó là 'bản thảo', 'chưa bao giờ công bố trên văn đàn' nhưng đã được phổ biến và có mặt ở một số thư viện trong và ngoài nước.

Ngoài ra ông còn viết tập "nhận định" *Hiện Tình Văn Nghệ Việt Nam 1957-1961* do Đại Nam Văn Hiến in ronéo năm 1962 (34 tr.), về các nhóm văn-nghệ thời bấy giờ, *Mười Hai Nhà Thơ Mới Nhất Hôm Nay* (ký Đường Bá Bổn, ĐNVH, 1962 in ronéo) mà ông gọi là "giới thiệu ký", viết về các nhà thơ *Hàn Mặc Tử , Quách Thoại,*

Nhà Thơ Siêu Thoát (ĐNVH, 1960, 1965). Riêng tập *Nhận Diện Vóc Dáng Nguyễn Đức Quỳnh* ("truyện ký", Đại Nam Văn Hiến, in 50 bản ronéo, tái-bản in typo đầu năm 1964), đã gây sôi động một thời ngay trước biến cố 1-11-1963 trong giới chính-trị và văn-nghệ ở miền Nam.

Về văn-học thế-giới, Thế Phong đã xuất-bản *Frederick Nietzsche và Chủ Nghĩa Đi Lên Con Người* ("Thẩm định về triết học siêu nhân", 196?, Đời Mới tb 1967). Về thể tự sự, ông đã cho xuất-bản *Thế Phong, Mười Năm Văn-Nghệ* ("sưu tập dư luận phê-bình về Thế Phong" ĐNVH in ronéo, 1963) và *Nhà Văn, Tác-Phẩm, Cuộc Đời "tự sự kể"* (ĐNVH, 1966, Đại Ngã tái-bản 1970).

Thế Phong năm 1957, khi "kết luận về các nhà văn biên-khảo và những nhà làm từ điển" đã cho biết về công việc biên-khảo nhận định văn-học của ông: *"Thái độ và nhỡn quan của tôi không là của học giả, nhà văn biên-khảo chuyên xét nét mà là một người làm nghệ-thuật phê-bình văn-học. Quan niệm và cách nhìn có khác học giả, giáo-sư viết luận lý, ở chỗ, ngày nay có rất nhiều điều tôi không còn đồng ý với chính tôi. Nếu bảo rằng đó là phủ nhận để tự đề cao thì không đúng, nhưng André Gide xưa kia viết phê-bình về một nhà văn nào, sau không đồng ý hay đồng ý hơn, không quan-trọng. Ông chỉ cần biết rằng nhỡn quan và bản ngã sống của ông ngày ngày tiến triển hay ít ra cách nhìn khác dĩ. Còn học giả thì cả đời chỉ vẫn lập luận ấy, không thay đổi mà làm sao thay đổi, có chăng chỉ là một cours học năm này qua năm khác sửa đổi chi tiết nhỏ và học thuộc hơn."* (**22**).

Về sáng-tác, Thế Phong còn làm thơ viết văn và nhà Đại Nam Văn Hiến của ông đã xuất-bản in ronéo như *Cho Thuê Bản Thân* (1962), *Thủy và T6, Truyện của người Tình Phụ, Thơ Làm Lớn Dậy Con Người* (thơ) cả 3 năm 1964. Trước và sau đó, các nhà xuất-bản khác đã cho ra mắt *Tình Sơn Nữ* (Nhị Hà, 1954), *Đợi Ngày Chiến Thắng* (1955), *Khu Rác Ngoại Thành* (Trình Bầy, 1966), v.v.

Thế Phong thời thập niên 1960 bị gán cho một số nhãn hiệu và hình dung từ, cũng vì nói thẳng, nói ngay những suy nghĩ, nhận xét về văn-học, đã gây khó chịu cho một số tác-giả và "đỉnh cao" văn-nghệ sống cùng thời. Dù vậy các công trình nghiên cứu, biên-khảo của ông đã là "kho văn liệu" cho những ai muốn tìm hiểu về sinh hoạt văn-học nghệ-thuật miền Nam và cả miền Bắc một thời!

Trần Thái Đỉnh

Giáo-sư sinh năm 1921 tại Hưng Yên và mất ngày 12-11-2005 tại Sài-Gòn, linh-mục giáo-sư đại chủng viện Xuân Bích (Huế) và các Đại học Huế, Đà-Lạt và Sài-Gòn và đã xuất-bản các khảo luận triết học: *Triết Học Nhập Môn* (Ra Khơi, 1961), *Biện Chứng Pháp Là Gì?* (Hướng Mới, 1969; Văn Mới, 1972), *Triết Học Hiện Sinh* (Thời Mới, 1967. 384 tr.), *Triết Học Kant* (Phạm Quang Khai, 1969), các dịch-thuật triết học *Những Suy Niệm Siêu Hình Học* (*Méditations métaphysiques* của René Descartes, Bộ Quốc-gia Giáo-dục, 1962), *Triết Lý Hiện Sinh* (dịch từ nguyên tác của Colin Wilson, Saigon 1972), *Hiện Tượng Học Là Gì?* (Hướng Mới, 1968, 1969 dịch Dẫn-nhập cuốn *Phénoménologie de la perception* của M. Merleau-Ponty) và *Phương Pháp Luận Descartes* (Việt; Nam Chi Tùng Thư tb, 1973).

Ông ký tên thật và bút hiệu Trần Hương Tử, viết nhiều khảo luận về các đề tài triết học trên các tạp-chí

– *Đại Học* (Huế) như "Giới thiệu triết học Merleau-Ponty" (18, 11-1960); "Yếu tính của tha nhân" và "Heidegger và bản tính của thi ca" (IV, 5, 10-1962);

– *Bách Khoa* như "Bộ mặt thực của Triết học Hiện sinh", số 114 (1-10-1961 là bài mở đầu loạt bài về triết học này); "Những đề tài Triết học Hiện sinh", số 115; "Hai ngành chính của Triết Học Hiện sinh", số 116: "Kierkegard, ông tổ Triết Học Hiện sinh chính thức", số 117-118; "Nietzsche, Hiện sinh vô thần", số 119-120; "Husserl, ông tổ văn chương Triết lý Hiện Tượng Học", số 121; "Phương pháp Hiện Tượng Học", số 122; "Sartre, Hiện sinh và Siêu Việt", số 123; "Triết Gia và Hiện Sinh, số 124; "Siêu Việt thể của Jaspers", số 125-127; "Marcel Hiện sinh và Huyền Niệm", số 129-131; "Sartre hay là thuyết Hiện sinh phi lý", số 132; "Nhân sinh quan của Sartre", số 133-134; "Tổng kết về Phong Trào Hiện Sinh", số 135-136; "Heidegger và bản chất của thi ca", số 169; "Triết Hiện sinh và chính trị", số 264, "Quan niệm cơ cấu trong các khoa học nhân văn", số 271 (1968); "Thuyết cơ cấu và phê bình văn học", số 289-294 (1969),…

Ông có lối viết giản dị mà mạch lạc, mang tính giáo khoa, cẩn trọng, giúp người đọc dễ dàng nhận hiểu triết Tây, và đã là người có công đầu và chắc chắn trong việc giới thiệu một số triết gia và triết thuyết Tây phương như Descartes, Kant, Kieerkegaard, Nietzsche, Jaspers, Heidegger, Hiện sinh, Cơ cấu học, Hiện tượng học, và cả tư tưởng Triết học Phật giáo nguyên thủy - luận án tiến sĩ của giáo-sư năm 1958 *La théorie du Buddhisme* (Paris :1960) / *Khái Niệm Bản Ngã trong Tư Tưởng Triết Học Phật Giáo* (Sài-Gòn).

Giáo-sư Trần Thái Đỉnh khi giới thiệu triết-học Hiện sinh trên tạp-chí *Bách Khoa* cũng từng đã có bài nhận định "Bộ mặt thực của Triết học Hiện sinh" (*Bách Khoa*, số 114, 1-10-1961, tr. 21-). Đến khi xuất-bản *Triết Học Hiện Sinh*, trong Lời Mở Đầu, giáo-sư cho biết: *"Giới bảo thủ không biết rõ bộ mặt triết hiện sinh ra sao, nhưng nơm nớp coi nó như một thứ dịch tả, một thứ vi trùng gieo rắc ngông cuồng và phá phách. Giới thanh thiếu niên phần nhiều cũng chưa hiểu thế nào là triết hiện sinh, nhưng hăng nồng chào đón nó như một tin vui đang về, một tin còn hoang mang mơ hồ, nhưng chính vì thế mà dễ làm thỏa mãn ước mơ của họ"* (tr. 10). Quan điểm của Trần Thái Đỉnh là: *"Triết học hiện sinh có thể nguy hiểm và xấu nữa. Nhưng nguy hiểm ở chỗ nào và xấu ở chỗ nào? Bao lâu chúng ta chưa nói một cách đứng đắn và đích xác, thanh thiếu niên vẫn chưa nghe lời chúng ta, và mối nguy hiểm vẫn cứ còn mãi. (...) thuyết hiện sinh có chứa đựng rất nhiều mầm mống tốt trộn lẫn với mầm mống xấu: chính vì những vẻ tốt đẹp kia đã quyến rũ thanh thiếu niên, nhưng vì họ chưa đủ tinh tường để phân biệt, cho nên họ nuốt luôn cả những chất độc pha trộn nơi đó"* (tr. 15,16).

Triết lý Hiện sinh đã đi vào văn-học miền Nam trong 20 năm và cũng đã gây nhiều *tang thương* cùng *ngộ nhận* về chính-trị, học thuật, văn-chương, ... Sau biến cố "30-4-1975", "hiện sinh" cũng đã trở thành cái cớ để guồng máy chính-trị, văn-hóa của chế độ mới đưa nhiều người vào các trại gọi là "học tập", để phủ nhận, phỉ báng các văn-nghệ sĩ, giáo-sư từng sáng-tác, biên luận về triết lý này.

Chúng tôi ghi lại đây quan điểm của giáo-sư Trần Thái Đỉnh sau này (Thư riêng ngày 6-2-1996) nói rõ ngộ nhận về vai trò phổ biến triết lý hiện sinh ở miền Nam, một bên hàn lâm (TTĐ), bên kia viết với ảnh-hưởng sâu đậm của Sartre và muốn làm chính-trị (Nguyễn Văn Trung - sau 1975, ông NVT đã có những bản kiểm thảo và bài viết phê phán việc du nhập chủ nghĩa hiện-sinh): *"nếu chỉ có triết của Sartre là chủ nghĩa hiện sinh, thì rõ ràng chỉ có anh Trung và mấy đệ tử của anh, cộng thêm vài nhà thơ, là những người đã truyền bá chủ nghĩa hiện sinh buông thả trước năm 75. Anh Lê Tôn Nghiêm có viết về triết hiện sinh của K. Jaspers, nhân việc xuất bản bản dịch cuốn ''Triết Học Nhập Môn'' của Jaspers, mà anh đã thực hiện. LM Thân*

Văn Tường viết mấy bài sâu sắc về triết Gabriel Marcel. Còn tôi, chiều theo ước muốn chánh đáng của một số anh em trí thức và sinh viên muốn hiểu nguồn ngọn của triết hiện sinh, tôi đã bỏ công nghiên cứu các tác phẩm của Kierkegard, của Nietzche, của Husserl và của 4 triết gia hiện sinh, từ 4 triết gia trong cái phong trào mệnh danh là hiện sinh. Tôi đã nghiêm khắc phê phán triết học của Sartre, đồng thời đề cao những nét hướng thượng và cao đẹp của triết Jaspers và triết Marcel. Đó là điều người ta không thấy nơi anh Trung. Anh say sưa phổ biến tư tưởng của Sartre. Sartre viết 5 hay 6 cuốn "Situations", thì anh Trung cũng viết theo 4 hay 5 cuốn "Nhận Định", và cuốn "Ca Tụng Thân Xác" của anh Trung hao hao như cuốn "La Nausée" và cuốn "L'Âge de Raison". Anh Trung nói một số anh em Giáo Sư Đại Học nằm trong "âm mưu của đế quốc Mỹ" sử-dụng anh em để tha hóa và làm sa đọa xã hội miền Nam trước 75. Nếu chỉ có triết của Sartre và chủ nghĩa hiện sinh của Sartre là dơ nhớp và tha hóa con người, nhưng đúng là chỉ có anh Trung và mấy đệ tử của anh là những người đã gây ảnh hưởng xấu trong giới trẻ miền Nam trước 75, trong cái gọi là phong trào chủ nghĩa hiện sinh (...) Res clamat domino, của chủ nào thì thuộc về chủ đó, không nên gắp bỏ cho người...".

Giáo-sư Đỉnh viết như thế sau khi được đọc bản kiểm thảo của giáo-sư Trung và bất bình vì giáo-sư Trung cho rằng *"Để truyền bá chủ nghĩa hiện sinh có chất lượng, Mỹ đã sử-dụng những giáo-sư có khả năng, uy tín vào mục-đích này... Đợt đầu hầu hết là những giáo-sư du học ở nước ngoài tham gia truyền bá chủ nghĩa hiện sinh như Lê Tôn Nghiêm, Trần Thái Đỉnh, Nguyễn Văn Trung, Lê Thành Trị, Thân Văn Tường..."* (**23**).

Trần Văn Nam

Nhà thơ và lý luận văn-học sinh ngày 18-11-1939 tại Bến Tre (mất ngày 10-1-2018 tại California Hoa-Kỳ), trước 1975 là giáo-sư Việt Văn và Triết tại miền Tây, Trần Văn Nam sớm có bài đăng trên *Nhân Loại* (thơ Phương Ấy, Về Thị Thành, Sơn Cước, ...), rồi *Văn, Văn-Học, Nghệ Thuật, Khai Phá, Văn Khoa, Đối Thoại, Trình Bầy, Vấn-Đề, Thời Tập,* báo *Dân Chúng,* ... Tác-giả tập nhận định Văn Nghệ Đã Đi Đến Đâu? Từ 1954 Đến Bây Giờ - Phụ Tập: Thơ Và Triết Học - Trường Ca Của Dòng Sông Xuyên Á (TGXB, 1966 - 32 tr.). Ông mất ngày 10-1-2018 tại California, Hoa-Kỳ. Tư tưởng, lý luận theo khuynh-hướng hiện sinh: *Tập Thơ Độc Nhất* (thơ và triết học; Trình Bầy 1963) và *Tập Thơ Bổ Khuyết* (TGXB, 1963) - trong cả hai tập, Trần Văn Nam đã áp dụng triết-học Hiện-sinh vào thi ca và văn-chương, thi ca ở đây được xem như là phương tiện đến với triết lý đồng thời như là mục-đích của cả triết lý lẫn thi ca đồng thời ông đã thử đưa vào thi ca những ý niệm/nhận thức siêu hình về con người [X. Chương Thi Ca).

Trần Văn Nam là một trong những người đầu tiên trước năm 1975, đưa lý luận văn-học áp-dụng vào văn-học sử Việt-Nam. Trong Văn Nghệ Đã Đi Đến Đâu? Từ 1954 Đến Bây Giờ, ông đã đặc-biệt có những quan sát và nhận định về sinh hoạt văn-học ở miền Nam: Dư vang văn-nghệ lãng-mạn tiền chiến và văn-nghệ chiến khu, Văn-nghệ khởi lên từ cuộc di cư, Văn-nghệ mới với nhóm Sáng-Tạo, Thời kỳ văn-chương và siêu hình học, Văn-nghệ sau ngày 1-11-1963 và cuối cùng, Đường đi của hơn 10 năm văn-nghệ. Ông đã sớm có cái nhìn về giá trị văn-chương của các sản phẩm xuất-bản và đã nhận định về thời 1965-66: "... *văn-chương đang tìm về nghệ-thuật muôn đời, văn-chương đang tìm về ước vọng của con người ngàn năm, văn-chương đang tìm về Viễn Mơ thanh bình chứ không phải hiện thực xã-hội ...*" và ông đã khẳng định rằng "không" cho câu hỏi "*tác-phẩm vị nhân sinh nào tồn tại đến bây giờ?*". Và Triết học Tây phương đã và đang hướng về phía Đông, "*trở về tâm giới, được coi như một cuộc hành hương trở về quê nhà*", thì nghệ-thuật cũng vậy, "*sau những quyến rũ của danh nghĩa viết bằng chữ hioa; những danh từ kêu lới: Vị nhân sinh, nhân bản, Dấn thân, Đầu thế, Triết lý, Siêu hình, văn-nghệ đã trở về ngôi nhà đích thực của mình đã bỏ quên là nghệ-thuật thuần túy. Nghệ-thuật là cái Đẹp sau những phong ba của thực tế; cũng như con chim kêu ghềnh núi không hẳn là tiếng kêu thương thảng thốt mưu sinh, mà có khi là tiếng kêu ca ngợi cuộc đời. Hành trình trở về nhà của văn-nghệ không phải là một con đường vạch sẵn do một lý thuyết hướng dẫn, mà là con đường lần mò do sự kiện văn-nghệ diễn tiến phô bày lần lượt trong hơn 10 năm văn-nghệ ...*" (tr. 15-16) – đó cũng là lý do mà bản đăng tạp-chí Văn Học có tựa "Văn Nghệ Đã Đi Về Đâu? Lược trình văn-học sử kể từ 1954, và viết theo lập trường vị nghệ-thuật"!

Trần Văn Nam đã có những bài viết đáng kể trên tạp-chí như "Văn-chương tìm về viễn mơ hay hiện thực?" (*Vấn-Đề*, 7, 10-1967) và sau đó, bài "Góp phần luận về văn-chương viễn mơ" (*Trình Bầy*, số 42, 2-9-1972) đề cao văn-chương thuần túy do cấu trúc qua Mai Thảo và Nguyễn Tuân, nêu vấn-đề văn-chương quá *viễn mơ* cũng như khuynh-hướng đã "*mang gió bụi chiến-tranh vào văn-chương*" là để nhắc nhở, cổ động cho một văn-học *hiện-đại* và đáp ứng nhu cầu người đọc và người viết ở thời điểm cuối thập niên 1960 - Bài đã được Thế Nguyên sử-dụng làm cái cớ chính thức đình bản tờ tạp-chí: "chúng tôi cảm thấy không thể nào chấp nhận được bất cứ một ý định nào nhằm buộc văn chương phải lấy việc "phục vụ cái Đẹp" làm bổn phận duy nhất. Chính vì lý do đó, mà sau số báo này, tờ Trình Bầy sẽ đình bản"). Và Thế Nguyên cũng từng trích ra bài này để dẫn chứng phản bác trong "Văn-chương trước những mưu đồ bất chính của hệ thống chiến-tranh lạnh" nói lên ước mơ quay mặt với hiện thực đen tối. Ông viết: "Chủ trương ngoài thời thế thì phải đề cao văn chương vụ hình thức. Đề cao văn chương vụ hình thức thì lấy điển hình sẽ không còn ai thể hiện rõ ràng hơn bút pháp cầu kỳ của hai nhà văn này (nếu ta nói là văn chương sang cả thì chỉ nhấn mạnh nội dung hơn hình thức).

Bị ngộ nhận từ "văn chương thiên về cấu trúc mỹ cảm" thành "văn chương của đời sống giàu sang" nên mới có những bình phẩm khuynh hướng trên là "nền văn chương ngoại lai viễn mơ của các thế lực đế quốc trá hình". Dưới đề mục "Đẹp, Thật, và Phê-bình Cơ cấu", Trần Văn Nam phân tích: "Nhà văn là kẻ đăm chiêu với ngôn ngữ. Nhưng nếu không bó buộc nhà văn phải nói lên điều gì về tư tưởng, thì cũng phải hỏi nhà văn đăm chiêu với ngôn ngữ để làm gì? Có hai cách trả lời. Đăm chiêu với ngôn ngữ để diễn tả cho thật, trình bày cho sống động một quang cảnh đời, đó là khuynh hướng của văn chương hiện thực xã hội. Và đăm chiêu với ngôn ngữ để diễn tả cho đẹp, cho rung động về mỹ cảm, đó là khuynh hướng của văn chương vị nghệ thuật. Dĩ nhiên tả thực hay tả đẹp đều đòi hỏi sự xúc cảm tâm tình của nhà văn, nếu không thì tác phẩm không có dấu ấn của bản ngã, của tâm tính người sáng tác. Sự phân chia vị nghệ thuật hay vị nhân sinh là phân chia theo hai quan điểm đối lập, còn có khuynh hướng trung dung trộn lẫn hai quan điểm như nhà thơ Nguyên Sa đã nhiều lần bày tỏ trên tạp chí "Tiếng Nói", và còn có người năm trong khuynh hướng này mà sử dụng chất liệu của khuynh hướng kia như nhà văn Thanh Tâm Tuyền trong cuốn "Dọc đường". Lối tả thực một cách sống động của Thanh Tâm Tuyền trong tác phẩm này không có khuynh hướng hiện thực xã hội, hiện thực phê phán. Có lẽ ông chỉ sử dụng chất liệu đời sống hàng ngày không có chút gì thơ mộng để phản ứng lại lối dùng văn nghiêng về trí thức thời Tự Lực Văn đoàn hay ước lệ sáo ngữ thời cổ điển. Ông nằm trong khuynh hướng lấy đời thường làm đối tượng; nhưng chủ đích vẫn là nghệ thuật, nghệ thuật là mục đích chứ không phải phương tiện...”(**24**).

Trên tuần báo *Khởi Hành* (số 42, 26-2-1970), bài “Văn-chương tươi mát đã đi vào thời đại”, Trần Văn Nam bầy tỏ ý hướng muốn tách ra khỏi ảnh-hưởng của triết lý hiện sinh chán chường và hư-vô chủ nghĩa của một số tác-giả thời này: “... Mai Thảo thuộc nhóm các nhà văn đăm chiêu về việc viết văn... đăm chiêu với văn chương để làm gì, chẳng phải là đi tìm một tương quan đẹp của từ ngữ phối hợp hay sao?... Những đề tài như “Đêm Xuân Trăng Sáng”, “Kể Chuyện Trong Đêm” (của Võ Phiến) đã biểu lộ tính chất và nguồn rung cảm mỹ thuật của nhà văn sau những băn khoăn thời cuộc, những lo toan chính trị… Khi mà nhà văn Thế Nguyên của Tạp chí “Đất Nước” ca tụng giá trị thực tế của sự truyền thông bằng vệ tinh nhân tạo, nhà thơ Viên Linh của tuần báo Khởi Hành (trong số đặc biệt: Một Vừng Trăng Khác) tuyên bố từ nay thi ca xin rút chân ra khỏi thiên thể này khi khoa học đã đặt chân xuống nguyệt cầu, làm lộ liễu hành tinh ước mơ của nhân loại. Trong ngày nguyệt tận của vũ trụ, nhà thơ đi tìm một vừng trăng khác… Trong khi những nhà văn lớn đã lần lượt vượt qua thời kỳ (thời kỳ màu xám của Thanh Tâm Tuyền; màu đỏ của Võ Phiến, màu đen của Nguyễn Thị Hoàng) thì các nhà văn nhỏ hơn lại tiếp tục làm văn chương nổi loạn siêu hình của hư vô chủ nghĩa. Họ tiếp tục làm dáng văn nghệ hiện sinh với vấn đề dục tính”.

Ghi nhận thêm ở đây bài thơ văn xuôi trong “Tập Thơ Độc Nhất” xuất-bản năm 1963, đăng lại trong Tạp chí *Thời Tập* (Westminster CA, số 3, 1990), nhan đề: Nhền Nhện Và Dã Tràng:

“Một đêm đen như mực bầu trời không trăng sao, nhền nhện từ trong một góc rừng chập choạng trên con đường gió thổi, lần mò xuống bãi biển thì thầm với dã tràng như sau đây: Nó kể chuyện một đêm mon men đến gần nhà tiên tri Zarathoustra đang giảng dạy cho bọn đệ tử ngồi chung quanh một chiếc cột trụ có ghi hàng chữ “Khoảnh Khắc”đánh dấu phía sau là con đường dĩ vãng mất hút vào Vĩnh Cửu và phía trước là con đường tương lai mù mịt kéo dài đến Vô Biên.

Nhà tiên tri cho biết mọi vật khi đã đi đến đây kể cả ngài và con nhện đang chậm chạp bò dưới ánh trăng trên sườn đồi đều phải trải qua từ con đường quá khứ rồi sẽ trở về từ con đường tương lai phía trước để sống lại cuộc đời tiền kiếp nơi Cột Trụ Khoảnh Khắc này.

Dã tràng nghe kể như vậy gật gù công nhận mình cũng đã tái-hồi vĩnh-viễn sống lại cuộc đời cũ cách đây hàng triệu năm lịch sử để hoài công lặp đi lặp lại công việc xe cát tìm tòi nơi biển Đông bởi vì ngày xưa nó lỡ làm rơi một viên ngọc quý xuống đáy trùng dương vô tận.

Dã tràng cho rằng bao nhiêu loài côn trùng khác từ con muỗi đi tìm ba giọt máu đến con ve ve sống âm thầm trong lòng đất hơn mười bảy năm trời, tất cả đều đã trở về vĩnh viễn sống lại cuộc đời tiền kiếp ở nơi đây nên mãi mãi còn rỉ rả dọc theo bờ biển dài suốt một đêm không trăng sao" (Trần Văn Nam – Thơ Và Triết học/ Văn ảnh)

Hay: "Rồi bỗng thời-gian cũng lặng lờ

Nghe từ góc bể vẫn xa mơ

Nghe đâu dưới đáy mồ vô tận

Sương khói ngàn khơi trải vật vờ..." ("Tập Thơ Độc Nhất")

Nội dung siêu hình và sự đào sâu tâm lý dưới dạng văn-ảnh và huyền-truyện, đã là những thi tính trong triết học và Trần Văn Nam đã áp dụng tính chất văn ảnh có chất thơ ấy trong một số sáng-tác như bài Nhền Nhện Và Dã Tràng vừa trích (cũng như bài Con Sông Dài Qua Kinh Thành Cũ đã trích ở chương Thi Ca). Phần chúng tôi gọi là "thơ văn xuôi" là nói về hình-thức, vì với tác-giả họ Trần, "văn ảnh" trong triết học thường ở dạng văn xuôi! Mặt khác trước sau, Trần Văn Nam vẫn chủ trì "Thơ đẹp là một vận chuyển toàn bộ" như bài ông viết trên tạp-chí *Văn* (**25**). Theo ông, cảm thức cái đẹp của thi ca xuất phát từ kinh-nghiệm sáng-tác thơ, đó là một vận chuyển từ cuộc đời và nghệ-thuật và là một vận chuyển nối kết các từ ngữ thẩm mỹ – ông đã trích dẫn thơ ông và của một số nhà thơ thời trước 1960 để luận chứng. Có thể xem đây là một thứ "thi ca tự truyện" mà mỗi con chữ, ý, tình phải "đi vào tiểu sử" người sáng-tác, độc giả mới hiểu hết được cái thẩm mỹ của văn bản thi ca.

Như vậy, với Trần Văn Nam, văn-chương phải chạm đến cõi siêu hình nhưng đồng thời phải mang các chất hiện thực và thẩm mỹ tính! Và ông đã liên tục đi tìm cách-thế nghệ-thuật thể hiện sáng-tác cho riêng mình và giải mã tinh túy văn-học nói chung, thi ca cách riêng.

Uyên Thao

Tên thật Vũ Quốc Châu, sinh năm 1933 tại Hà-Nội, bắt đầu viết văn từ năm 1952. Vào Sài-Gòn năm 1953 và đã cộng tác với nhiều báo-chí miền Nam (*Đời Mới, Tin Sách*, ...). Làm việc tại Đài Phát Thanh Quốc Gia Sài-Gòn (1960-1968). Đồng chủ trương nhật báo *Sóng Thần, báo bị thu hồi giấy phép vào cuối năm 1974.* Tờ báo xác định tiếp nối công việc của BS Hà Thúc Nhơn đã làm, tố giác những vụ tham nhũng có thể làm nguy hại đến tình hình chung của đất nước. Cũng vì lý do đó mà tờ *Sóng Thần* được xem là tiếng nói của nhiều người còn quan tâm chuyện chung, nhờ vậy số báo in mỗi ngày lên đến gần 200.000 số.

Tác phẩm đã đăng báo và xuất-bản: Những Con Cọp Cháy Móng (đăng tạp chí *Sinh Lực* – Sài-Gòn từ 1959 đến 1961), Trống Trận (đăng nhật báo *Tin Sáng*, 1964), Trong Ánh Lửa Thù (tiểu thuyết dã sử, 1988), Gươm Thiêng Trấn Quốc (tiểu thuyết dã sử, 1987). Về biên-khảo: *Văn-Nghệ Việt-Nam Hiện-Đại - Lược khảo về thơ 1900-1959*: nhận định (Sùng Chính Viện, 1960. 237 tr.), soạn trong những năm 1956-1960, in ronéo, sau bổ túc, tái-bản đổi tựa là *Thơ Việt Hiện Đại, 1900-1960*: nhận định (Hồng Lĩnh, 1969. 527 tr.) phụ thêm phần sau 1960 (đến 1969); và *Các Nhà Văn Nữ Việt Nam, 1900-1970* (Nhân Chủ, 1973. 403 tr.). [Sau 1975, đi tù 'cải tạo' trên 10 năm. Định cư ở Hoa Kỳ từ cuối năm 1999 và lập nhà xuất-bản Tủ Sách Tiếng Quê-Hương].

Các công trình khác

(theo thứ tự Họ Tên của tác-giả)

Cao Thế Dung có *Văn Học Hiện Đại,* nhận định văn học chỉ mới xuất-bản được Tập 1- Thi Ca và Thi Nhân (ký Cao Vị Hoàng; Hồng Lĩnh; Quần Chúng, 1969-) giới thiệu 2 nhà thơ tiền chiến, 20 nhà thơ từ 1950 đến 1960 và 7 từ 1961-1964.

Diên Hương (Trần Nguyên Ái) soạn *Thi Pháp* (1950, tb 1960) về phép làm thơ thời trước, *Phép Làm Thơ* (Khai Trí, 1963) về hệ thống niêm luật các thể thơ truyền thống Việt Nam, và *Thành Ngữ Điển Tích* (Phương Lai, 1954, 1969).

Doãn Quốc Sỹ soạn *Văn Học và Tiểu Thuyết* (Sáng Tạo, 1972.

392 tr.) - vốn là những giáo trình cho các giảng khóa ở Đại học Vạn Hạnh và Văn Khoa Sài-Gòn, và *Lược Khảo Về Ngữ Pháp Việt-Nam* (chung với Đoàn Quốc Bửu; Trường Sư phạm Sài-Gòn, 1964; tb, 1970).

Du Tử Lê viết 'ký sự nhận định' *Năm Sắc Diện Năm Định Mệnh* (Nhân Văn, 1966) *"để biết mặt trái của sản phẩm văn-học nghệ-thuật miền Nam mười năm qua. Những phát giác chưa hề công bố"* - như quảng cáo đã cho biết như vậy, viết về Đinh Hùng, Bùi Giáng, Tô Kiều Ngân, Thanh Tâm Tuyền và Thế Phong.

Đoàn Thêm có các công trình trích dịch *Quan Niệm và Sáng-Tác Thơ* theo lời thi-nhân và học-giả phương Tây (Huế: Đại Học, 1962) và trước đó, *Vấn Đề Học Hỏi và Sáng Tác* (TGXB, 1958), và các biên-khảo *Tìm Đẹp* ("vài vấn-đề mỹ-học căn-bản với ngót 100 tranh ảnh", Nam Chi Tùng Thư, 1964), *Tìm Hiểu Hội Họa* (Nam Chi, 1962) và bộ *Việc Từng Ngày* (6 tập, 1965-1969, Nam Chi; Phạm Quang Khai, 1966-71) tiếp nối *Hai Mươi Năm Qua: Việc Từng Ngày* 1945-1954 và *Những Ngày Chưa Quên* gồm 2 tập: 1945-1954 và 1954-1963.

Đỗ Bằng Đoàn cùng Đỗ Trọng Huệ khảo cứu và sưu tầm *Việt-Nam Ca Trù Biên-Khảo* ("khảo-cứu nghệ-thuật văn-chương và sưu-tầm cổ-tích lịch-sử"; TGXB, 1962. 684 tr.) và *Những Đại Lễ và Vũ Khúc Của Vua Chúa Việt Nam* (Hoa Lư, 1968. 570 tr.). Đỗ Trọng Huệ còn là tác-giả *Hương Trà* (Hoa Lư, 1968),...

Đỗ Khánh Hoan, giáo-sư Trưởng Ban Anh văn Đại học Văn khoa Sài Gòn, có giáo trình *Khái niệm về Ngôn ngữ và Thi pháp Anh* (Ba Vì, 1970), *Lịch-Sử Văn-Học Anh Quốc* (2 quyển, Sáng-Tạo), ...

Đông Hồ nhà thơ và giáo-sư tác-giả *Văn-Học Hà-Tiên: Chiêu Anh Các, Hà-Tiên thập cảnh khúc vịnh* (Gia Định: Quỳnh Lâm, 1970. 324 tr.) còn được ghi nhận tựa là *Văn Học Miền Nam*.

Hà Như Chi tác-giả *Một Thời Lãng-Mạn Trong Thi Ca Việt-Nam* (Tân Việt, 1958), ông còn là soạn-giả bộ *Việt Nam thi văn giảng luận - toàn tập* từ khởi thủy đến thế kỷ XIX đã bắt đầu xuất-bản trước đó, năm 1951 và tái-bản nhiều lần trước sau 1975.

Hoàng Ngọc Thành có *Những Phản Ảnh Xã-Hội và Chính-Trị trong Tiểu-Thuyết Miền Bắc (1950-1967)* (Phong Trào Văn Hóa, 1969).

Hoàng Trọng Miên khởi soạn *Việt-Nam Văn-Học Toàn Thư*, 2 tập: 1- Thần thoại (Quốc Hoa, 1959); 2- Cổ tích (Văn Hữu Á Châu,

1960) và NXB Tiếng Phương Đông tái-bản năm 1973: được giải thưởng văn-chương năm 1959 và bị phê-bình đạo văn Nguyễn Đổng Chi [X. *Văn Hóa Á Châu*, số 18 (9-1959) và *Văn Hữu*, số 2, 1959; Nguyễn Văn Xuân "Điểm sách..." (*Bách Khoa*, số 83, 15-6-1960). HTM "lên tiếng một lần, lần thứ nhất và cũng là lần cuối cùng" trong "bài cậy đăng" trên *Bách Khoa* (số 70, 1-12-1959, tr. 83-85) cho biết đây là một tuyển tập kiểu "hợp tuyển", "tinh hoa lục" mà lời soạn giả rất ít "tác-giả gần như hoàn toàn vắng mặt", nhường chỗ cho ... văn bản].

Hồ Khải Đại có tập "phê-bình văn-học" *Nhận Định về Chu-Tử* (Phượng Thúy, 1969. 79 tr.), HKĐ còn là tác-giả tập truyện *Những Sương Phụ Của Thời Đại* (Mây Hồng, 1972).

Huy Trâm (1937 - 20-12-2017) tổng kết *Những Hàng Châu Ngọc Trong Thi Ca Hiện-Đại* (Sáng, 1969. 225 tr.), từ 1933 đến 1963.

Huỳnh Khắc Dụng (Tuần Lý, 1908 -) tác-giả nhiều biên-khảo: *Hát Bội* ("Théâtre traditionnel du Vietnam", Nam Chi Tùng thư, 1970. 562 tr.), *Sử Liệu Việt-Nam* (Nha Văn Hóa, 1959),... và nhiều tuyển tập thơ sáng-tác (*Hàm Tiếu, Tâm Triều, Hé Lòng,...*) cũng như dịch-thuật ra tiếng Pháp (*Cung Oán Ngâm Khúc / Les Plaintes d'une odalisque: élégie, Chinh Phụ Ngâm Khúc / Femme de guerrier: élégie*),...

Kiêm Đạt (Trần Kiêm Đạt, 1933-) có *Nếp Sống Việt* (Đà-Lạt, 1955), *Để Hiểu Văn-Học* (Thế Giới, 1956), *Tiếng Việt Mến Yêu* (Đà-Lạt, 1955) và soạn chung với Diên Nghị và Yên Khanh tập *Khái Luận Về Thơ Mới* (Đà-Lạt, 1955; Lạc Việt, 1956) và chung với Diên Nghị và Phan Lạc Tuyên *Khái Luận về Văn-Nghệ Quân Đội* (Ban-Mê-Thuột: Nhà in Nhân-Ký, 1956), tập *Khái Luận Về Thơ Mới* – tất cả là những tập tiểu luận khoảng 50, 60 trang.

Lam Giang (Nguyễn Quang Trứ) và Vũ Tiến Phúc có *Hồn Thơ Nước Việt Thế Kỷ XX* (Ban Tu thư Sơn Quang, 1967). Lam Giang trước đó đã xuất-bản *Khảo Luận Luật Thơ: từ ca dao, thơ Đường-luật đến thơ mới, thơ hợp thể, thơ tự-do* (Tân Việt, 1958. 76 tr.).

Lê Mộng Hòa tuyển soạn *Thi Nhân Huế* (Huế: Xây Dựng, 1960).

Lê Hữu Mục (24-11-1925, Phát Diệm – 8-11-2017, Montréal), tác-giả một số sách luận đề văn-chương [*Luận Đề về Hoàng Đạo* (Huế: Nhận Thức, 1957), về *Khái Hưng* (Trường Thi, 1958) và *Đoạn Tuyệt / Nhất Linh* (Khai Trí, 1960)], biên dịch và chú thích *Lĩnh Nam Trích Quái* và *Việt-Điện U-Linh Tập* (cả 2 do Khai Trí, 1961).

Lương Trọng Minh ghi lại sinh hoạt văn-học với *Nhà Văn Việt-Nam 1940-1970* (Cẩm Sa-Sơn Châu, 1971) mới xuất-bản Tập 1 viết về các nhà văn và biên-khảo Phan Khoang, Quách Tấn, Hồng Khanh, Huỳnh Khinh, Võ Hồng, Doãn Quốc Sỹ, Nguiễn Ngu Í, Nguyễn Tấn Long, Minh Quân, Thanh Việt Thanh, Tuệ Đàm Tử, Thu Nhi, Tôn Nữ Hỷ Khương, Huy Trâm, Đặng Trần Huân, Tú Kếu và Trần Hoài Thư. Trước đó, ông đã xuất-bản *Thi Ca Miền Trung Việt-Nam* (Cẩm Sa-Sơn Châu, 1969).

Minh Huy tức Nguyễn Đình Tuyến (1930-) tác-giả *Luật Thơ Mới* "*những quy luật của các lối thơ hiện nay đang thông dụng, vài nhận xét về cách đọc thơ và kỹ thuật làm thơ*" (P. Văn Tươi, 'Học và Hiểu, 7', 1955; Khai Trí, 1961) nói về thi pháp thơ hiện đại, *Những Khuynh-Hướng Trong Thi Ca Việt-Nam 1932-1962* (Khai Trí, 1962): về 4 khuynh-hướng lãng-mạn, tượng trưng, tả thực và hiện sinh, từ thời tiền chiến đến hậu chiến. Với tên thật Nguyễn Đình Tuyến, ông có các tập nhận định *Những Nhà Thơ Hôm Nay, 1954-1964* ("Tự điển Tuyển hợp và Nhận định" về 36 nhà thơ, Giáo Khoa, 1964; Nhà Văn Việt-Nam, 1967), *Nhà Văn Hôm Nay 1954-1969* (TGXB, 1969), *Đời Sống Văn Học Thế Giới Hôm Nay* (Việt Nam và Thế Giới Thời Báo, 1973) chủ yếu về sinh hoạt và vài tác-giả của Hoa-Kỳ, Anh, Pháp và Nhật, ...

Nguyễn Bạt Tụy (25-4-1920, Hà-Nội – 16-4-1995, Đà-Lạt) nhà ngôn-ngữ học đối chiếu ngôn-ngữ và thổ-ngữ, tác-giả công trình *Ngôn-Ngữ Học Việt-Nam - Chữ và Vần Việt Khoa-Học* (Ngôn-Ngữ, 1958) gồm hai tập "Ngôn-Ngữ Học Việt-Nam" đã đăng trong tập Kỷ Yếu Hội Khuyến Học năm 1953 và *Chữ và Vần Việt Khoa-Học* xuất-bản năm 1949 "*nghiên cứu về cách phát âm và nguồn gốc tiếng Việt với một chương trình cải cách rất hữu ích*" - tác-giả cho biết "*chỉ phu-diễn một điểm trong tập trên*".

Nguyễn Duy Cần (Thu Giang, 11-7-1907, Mỹ Tho - 1998) học giả, giáo-sư đại học Văn khoa Sài-Gòn và Vạn Hạnh, với các tác-phẩm về văn và tinh hoa triết học Đông phương: *Văn Minh Đông Phương và Tây Phương* ("cảo luận", 1957), *Trang Tử Tinh Hoa* (P. Văn Tươi, 1956; Khai Trí, 1964, 1970), *Lão Tử Đạo Đức Kinh* (1960), *Lão Tử Tinh Hoa* (Khai Trí, 1963, 1968), *Phật Học Tinh Hoa* (Khai Trí, 1965), *Trang Tử Nam Hoa Kinh* (1963), *Để Trở Thành Nhà Văn* (1968), *Nhập Môn Triết Học Đông Phương* (Tủ sách Thu Giang, 1967; Đăng Quang, 1971), *Văn Hóa Giáo Dục Miền Nam Việt Nam Đi Về Đâu?* (Nam Hà, 1970), *Tinh Hoa Đạo Học Đông Phương* (1972), *Dịch Học Tinh Hoa* (1973), v.v.

Nguyễn Đăng Thục (14-6-1908, Bắc Ninh – 19-4-1999, Sài-Gòn) giáo-sư và khoa-trưởng Đại-học Văn khoa Sài-Gòn, đã soạn nhiều tổng hợp như *Lịch-Sử Triết Học Đông Phương* (5 tập, Linh Sơn, 1963-64), *Lịch-Sử Tư Tưởng Việt Nam* (2 tập, PQVKĐTVH, 1967, 1970), *Tư Tưởng Việt-Nam* (Khai Trí, 1964), *Dân-Tộc Tính* (Văn Hóa Vụ, 1956), *Triết-Lý Văn-Hóa Khái-Luận* (Văn Hóa Á Châu, 1959), *Thế Giới Thi Ca Nguyễn Du, Thiền Học Việt-Nam* (Lá Bối, 1967), *Thiền Học Trần Thái Tông* (1971), v.v.

Nguyễn Huyền Anh xuất-bản *Việt-Nam Văn-Học Giản Yếu* của (Nguồn Sống, 1957-) gồm nhiều tập và *Việt-Nam Danh Nhân Từ Điển* (Hội Văn hóa Bình dân, 1960; Khai Trí tb 1967, 1970).

Nguyễn Hữu Hiệu biên-khảo *Con Đường Sáng Tạo* (Quế Sơn Võ Tánh, 1970. 416 tr.) viết về các tác-giả ngoại quốc, "*những tác giả mà nếu độc giả lưu tâm, hẳn sẽ nhận thấy họ không thuộc vào hàng ngũ những nghệ sỹ thông thường. Đó là những kẻ sáng tạo, những kẻ không coi nghệ thuật như một phương tiện giúp con người lẩn tránh mình, một cách giải khuây, nhưng như một con đường dẫn về chính mình, con đường cô đơn, con đường phiền não, khuynh hướng về bất hạnh mà cùng đích là giải thoát và giải thoát...*" (Lời Nói Đầu).

Nguyễn Hữu Trinh và Huỳnh Hữu Ích đã xuất-bản cuốn đầu của *Thân Thế và Sự Nghiệp Nhà Văn Hiện-Đại* (Tân Phương, 1964).

Nguyễn Khắc Hoạch (1921-2003) xuất-bản luận án Tiến sĩ văn-chương Sorbonne Le Roman Vietnamien au 18e et 19e Siècle (Paris, 1955) và Xây Dựng Và Phát Triển Văn Hoá Giáo Dục (Lửa Thiêng, 1970), v.v.

Nguyễn Q. Thắng. *Tiểu Luận: mấy vấn-đề lớn của văn-học Việt-Nam* (Gia-Định: Trường Xuân, 1975), về văn-học thời Pháp đô hộ và kháng Pháp.

Nguyễn Quang Xỹ (hiệu Thái Nhân, 18-10-1928 -) và Vũ Văn Kính tác-giả bộ *Tự Điển Chữ Nôm* (Trung tâm Học Liệu, 1971, 876 tr.).

Nguyễn Sỹ Tế tác-giả *Việt-Nam Văn-Học Nghị Luận* (Trường Sơn, 1962) và một số sách luận đề và nghị luận văn-chương khác.

Nguyễn Tấn Long có tuyển tập *Việt-Nam Thi Nhân Tiền Chiến* gồm 3 quyển (chung với Nguyễn Hữu Trọng, Sống Mới, 1967-69) và *Khuynh-Hướng Thi Ca Tiền Chiến: biến cố văn-học thế hệ 1932-1945* (chung với Phan Canh, Sống Mới, 1968, cả 2 bộ đã bị LM Thanh Lãng kiện "ăn cắp" văn bản, chiếm bản quyền, chép nguyên văn kể cả lỗi chính tả nhiều trăm trang, 2 ông thua và phải bồi thường 'một đồng danh dự'!).

Nguyễn Văn Xuân (Quảng Nam, 10-5-1921 – 4-7-2007) qua *Khi Những Lưu Dân Trở Lại* (Thời Mới, 1969) đã có cái nhìn mới về văn-học miền Nam thời khởi đầu (tiên phong trước Bùi Đức Tịnh 1975, Nguyễn Văn Trung 1985, và *Chinh Phụ Ngâm Diễn Âm Tân Khúc của Phan Huy Ích* (Lá Bối, 1971) chứng minh một cách thuyết phục chính Phan Huy Ích là tác-giả bản chữ Nôm và là bản in lần đầu năm 1804, và *Phong Trào Duy Tân* (1969) cung cấp một số dữ kiện lịch-sử mới. Ông còn là nhà văn với các tập truyện ngắn *Hương Máu* (Trường Sơn, 1969), *Dịch Cát* (Trí Đăng, 1972), và "tiểu-thuyết dài" *Bão Rừng* (Trùng Dương, 1957).

Nguyễn Vỹ thời này, ngoài tập thơ *Hoang Vu* (Phổ Thông, 1962) và 4 tập tiểu-thuyết, ông còn là tác-giả của các tập bút ký/hồi-ký *Tuấn, Chàng Trai Nước Việt* ("chứng tích thời đại", 2 tập, Chiêu Dương, 1971), *Văn Thi Sĩ Tiền Chiến* ("ký ức văn-học", Khai Trí, 1970) và *Những Đàn Bà Lừng Danh Trong Lịch-Sử* (Sống Mới, 1970).

Nhất Linh soạn *Viết và Đọc Tiểu-Thuyết* (Đời Nay, 1961, 106 tr.; khởi đăng trên *Văn Hóa Ngày Nay*) trình bày kinh nghiệm viết văn của ông cùng các khuynh-hướng, trường phái về thể-loại văn-học tiểu-thuyết cũng như đề ra loại văn-chương "vượt không-gian và thời-gian".

Phạm Văn Diêu với *Việt-Nam Văn-Học Giảng Bình:* văn-học sử và giảng văn (Tân Việt, 1960; Hoành Sơn) lịch-sử văn-học từ khởi thủy đến giữa thế kỷ XIX.

Phan Lạc Tuyên, Mạc Ly Châu, Hồ Nam và Kiêm Đạt soạn chung *Tìm Hiểu Thơ Tự Do* (Nhóm Lạc Việt, 1956).

Tạ Ty viết chân dung và kỷ niệm về các bạn văn-nghệ sĩ với hai tập *Mười Khuôn Mặt Văn Nghệ* (Lãng Nhân, Nguyễn Tuân, Vũ Bằng, Vũ Hoàng Chương, Nguyễn Bính, Đinh Hùng, Văn Cao, Sơn Nam, Mai Thảo, Nguyên Sa; Nam Chi Tùng Thư, 1970) và Mười Khuôn Mặt Văn Nghệ Hôm Nay (Trinh Công Sơn, Túy Hồng, Nguyễn Thị Thụy Vũ, Dương Nghiễm Mậu, Nguyễn Đình Toàn , Nhật Tiến, Thế Uyên, Thế Phong, Bùi Giáng, Võ Hồng; Lá Bối, 1972), và tập *Phạm Duy Còn Đó Nỗi Buồn* (Văn Sử Học, 1971).

Thạch Trung Giả có *Văn Học Phân tích Toàn Thư* (Lá Bối, 1973): *"Với thời gian, sống trên một đất nước, giữa một thế giới trải qua bao cuộc bể dâu trong khoảng nửa kiếp người - cách mạng, đảo chính, chiến tranh - tư tưởng tôi đã bao lần thay đổi nhưng có một điều bất di dịch, và càng với thời gian càng thêm sâu sắc - là sự cần thiết, sự trang nghiêm của việc đọc sách, đọc sách có ý thức, có phương pháp, theo một hệ thống tinh vi và linh động. Nhà văn hào Goethe, người có tên trong mấy bộ sử, văn học, triết học, khoa học, hiện thân cho văn hóa nước Đức, vào độ bát tuần khi đầu nặng trĩu những vòng hoa, đã trả lời một người bạn trách lâu ngày không thấy mặt, là bận đọc sách, tập đọc sách, vì đọc sách khó quá, khó hơn sáng tác. 'Tập đọc sách,' lời nói như có vẻ khôi hài, như khiêm tốn giả nhưng thực chân thành, chân thành đến mức độ tuyệt đối. Sáng tác dễ, đọc sách khó (...)"* (Phát Đoan Từ).

Thái Văn Kiểm (14-2-1922, Huế) học giả (bút hiệu Tân Việt Điểu, Bao La Cư-sĩ) đã có những công trình biên tập như *Đất Việt Trời Nam* (Nguồn Sống, 1960), *Việt-Nam Nhân-Vật-Chí Vựng-Biên* (Nha Văn-hóa, Bộ QGGD, 1962; soạn chung với Hồ Đắc Đàm).

Thanh Tùng (Lê Tùng Thanh, sinh năm 1925 tại Ninh Bình) soạn giả *Văn Học Từ Điển: 1- tiểu sử tác-giả* (Khai Trí, 10-1974) với loan báo sẽ ra tập 2 về tác-phẩm văn vần và tập 3&4 về tác-phẩm văn xuôi cũng như tập *Văn Liệu Đại Từ Điển* (!).

Tràng Thiên (Võ Phiến) soạn "tiểu-luận văn-học" *Tiểu-Thuyết Hiện-Đại* (Thời Mới, 1963. 185 tr.) tổng hợp một số bài báo đăng trên các tạp-chí; phần đầu tổng kết các đặc điểm của tiểu-thuyết hiện-đại về cốt truyện, nhân-vật và kỹ thuật, phần sau giới thiệu "Mấy tiểu-thuyết gia hiện-đại" tiêu biểu mà ông phiên âm riêng và không viết hoa là "uy-liêm phooc-nơ" (William Faulkner), "clô-đơ xi-mông" (Claude Simon), "tru-man ca-pôt" (Truman Capote), "a-lanh rô-bơ gri-ê" (Alain Robbe-Grillet), "u-vơ giơn-xơn" (Uwe Johnson). Theo ông, tiểu-thuyết Việt-Nam có hiện-đại hay không là ở chính trong sáng-tác của các tiểu-thuyết gia, và ông phê phán những kẻ chống trào lưu mới *"cứ phớt lờ, không chịu biết đến, vẫn ôm khư khư những nguyên tắc thẩm mỹ cũ, thì là một thái độ ngoan cố đáng giận"* và những nhà theo cái mới một cách hấp tấp, hời hợt là *"hoạt động phí công đáng tiếc"* (tr. 126) – vì theo ông, *"xứ ta, vốn có một truyền thống văn-hóa khác hẳn, tự dung sao lại cũng "nổi loạn", và để chống lại cái gì? Khởi nghĩa như thế không nguy hiểm mấy, nhưng e các chiến sĩ sẽ hao mòn vất vả trong việc tìm ra đối tượng chống đối"* (tr. 124-5).

Trần Tuấn Kiệt soạn giả hai bộ *Thi Ca Việt-Nam Hiện-Đại 1880-1965* (2 tập, Khai Trí, 1968) và *Tác Giả Tác Phẩm Tiêu Biểu Nền Văn Học Nghệ Thuật Thời Chiến Tranh: đời sống và tác phẩm các văn nghệ sĩ Việt nam* (TGXB, 1973. 222 tr.).

Võ Long Tê (1927 - 2017) chuyên về Hàn Mặc Tử, tác-giả *Lịch-Sử Văn-Học Công-Giáo Việt-Nam* (Tập 1, Tư Duy, 1965. 307 tr.), *Văn Hóa và Nhân Vị* (Nhận Thức, 1957) cùng Bùi Xuân Bào, Lê Hữu Mục và Bùi Tuân và với bút hiệu Võ Phương Tùng cùng Lê Lam-Sơn, Phan Lạc-Tuyên xuất-bản *Phê-Bình Văn-Nghệ Cộng-Sản.* (Việt-Nam, 1955).

Vũ Bằng có *Khảo Về Tiểu-Thuyết* (P. Văn Tươi, 1955. 171 tr.).

Vũ Hân soạn *Văn-Học Việt-Nam Thế Kỷ XIX – Tiền Bán Thế Kỷ XX 1800-1945* (Khai Trí, 1972).

Vũ Tiến Phúc có công trình *Việt-Nam Văn-Học Giảng Minh*: từ khởi thủy đến Nguyễn sơ (Alpha, 1974, 478 tr.) chỉ ghi nhận tác phẩm viết bằng chữ Nôm và chữ quốc ngữ cho văn-học sử.

Vũ Văn Thanh có *Nguyên Tắc Sáng Tác Thơ Ca* ("khảo về văn vần"; Khai Trí, 1959).

Vũ Ký có *Nghệ Thuật Làm Văn và Đọc Văn* (tb lần 3, Khai Trí, 1962. 654 tr.; sau này đổi thành *Nghệ Thuật Viết Văn và Đọc Văn*).

Các tuyển tập thơ văn

Ngoài các tuyển tập có tính cách biên-khảo, nhận định như đã nói đến ở phần trên, 20 năm văn-học miền Nam đã có những tuyển tập thơ văn đáng nhắc nhở khác, ghi nhận theo năm xuất-bản:

- *Mây Thu* (Tố Như, 1960. 171 tr.), tuyển tập *thơ văn* của 19 tác-giả về sau tiếp tục sự nghiệp như như Bùi Giáng, Đỗ Tấn, Hoài Khanh, Võ Phiến, Tô Kiều Ngân, Nguyễn Văn Xuân, Phan Du, Võ Thu Tịnh, Huy Lực, Tường Linh, ...

- *Tuyển Tập Truyện Ngắn Việt-Nam* (Văn Hữu Á Châu, 1963, 258 trang) tuyển tập 12 nhà văn Linh Bảo, Nam Cao, Khái Hưng, Nguyễn Mạnh Côn, Vũ Khắc Khoan, Thạch Lam, Nhất Linh, Võ Phiến, Đỗ Tốn, Bình Nguyên Lộc, Doãn Quốc Sỹ và Nguyễn Tuân.

- *Hai Mươi Nhà Văn, Hai Mươi Truyện Ngắn (1954-1962)*

(1962) do NXB Phù Sa trình bày, tuyển chọn *"một 'bó hoa' tuy nhỏ nhưng phảng phất nhiều duyên dáng, hương vị"* xếp theo mẫu-tự: Bình Nguyên Lộc (Tình Thơ Dại), Cao Hữu Huấn, Hoàng Anh Tuấn (Cái Tát), Kiêm Minh, Lê Vĩnh Hòa, Lưu Nghi, Mai Thảo (Luân), Mặc Đỗ (Con Muỗi), Nhật Tiến, Nguyễn Văn Xuân, Sơn Nam (Đường Về Quê), Thanh Nam (Cỏ Rừng), Thanh Tâm Tuyền (Tự), Tiêu Kim Thủy, Trang Thế Hy, cô Tuyết Hương, Vĩnh Lộc, Võ Phiến (Viết Thư Buổi Trưa), Vũ Hạnh và Vũ Khắc Khoan (Mơ Hương-Cảng).

- *Tuyển Tập Truyện Ngắn* (NXB Ngày Mới, 1963) gồm các truyện Chính chàng bội ước – Bình-nguyên-Lộc, Vay máu mua tình – Phan-yến-Linh, Hoa nụ ban đầu - Phan- trần Duyên, Mây xám mùa thu – Trương-đạm-Thủy, Tháng giêng cỏ non – Trương-đạm-Thủy, Nuôi mần thương – Phan-trần-Duyên, Một bến hai dòng – Kim-Thu, Bắt bóng linh-hồn – Ty, Gió lạnh vào khuya – Hoài Điệp Tử, - Người tình của cô đào hát – Sơn Nam.

- *Ba Miền Mười Khuôn Mặt* (1966. 244 tr.) của NXB Kim Anh, 10 tác giả: Nhã Ca (Bàn Tay Mưa), Lê Tất Điều (Nỗi Buồn), Viên Linh (Thềm Nhà), Thanh Nam (Xa Như Dĩ Vãng), Dương Nghiễm Mậu (Nét Mặt Tháng Giêng), Mai Thảo (Chuyến Tàu Trên Sông Hồng), Nghiêu Đề (Ngôi Sao Trên Miền Đông), Nguyễn Thụy Long (Mối Tình Chung Của Con Đĩ Ngựa), Nhật Tiến (Kẻ Nổi Dậy) và Nguyễn thị Thụy Vũ (Bà Điếc).

- *Ảo Tượng* (1966. 180 tr.) của NXB Lá Bối với truyện ngắn của Sơn Nam. Hồ Hữu Tường, Chinh Ba, Thiều Chi, Nhất Hạnh, Võ Phiến và Tuệ Uyển.

- *Nhân Chứng:* tuyển tập giới thiệu chân dung sáng tác thơ văn của 50 tác giả hiện đại do Phổ Đức chủ-biên (NXB Nhân Chứng, 1967).

- *Mười Nhà Văn Mười Truyện Thời Chiến* (Doãn Quốc Sỹ, ...; Giao Điểm, 1966. 192 tr.).

- *Tuyển Tập Truyện Ngắn Phật-Giáo* (1966. 211 tr.) của Nha Tuyên-úy Phật-giáo.

- *Tuyển Tập Truyện Tình* của 8 nhà văn (Duy Lam, Dương Nghiễm Mậu, Mai Thảo, Nguyễn Đình Toàn, Nguyễn Mạnh Côn, Tường Hùng, Thanh Tâm Tuyền, Viên Linh), do Giao Điểm xuất-bản, 1967.

- *Mười Hoa Trổ Sắc* (Ngọc Minh, 1967. 242 tr.) tuyển tập truyện ngắn gồm: Chuyện búp bê / Linh Bảo; Mưa không ướt đất / Trùng Dương; Vàng son / Đỗ Phương Khanh; Một cuộc tàn sát / Trúc Liên; Trong bóng tối / Minh Quân; Bến tâm hồn / Hoàng Hương Trang; Thằng cháu tôi / Vân Trang; Đêm nhiệt đới / Minh Đức Hoài Trinh; Tiếng chim / Nguyễn thị Vinh và Tiếng hát / Nguyễn thị Thụy Vũ.

- *Tuyển Truyện* (NXB Hoàng Đông Phương, 1968, 284 tr.) 12 tác-giả: Doãn Quốc Sỹ, Thanh Tâm Tuyền, Cung Tích Biền, Huỳnh Phan Anh, Nguyễn Thị Hoàng, Nhã Ca, Mai Thảo, Viên Linh, Nghiêu Đề, Sơ Dạ Hương, Nguyễn Đình Toàn, Nguyễn Quang Hiện.

- *Tuyển Truyện Sáng Tạo* (1970) do Mai Thảo "chọn và giới thiệu" 10 truyện ngắn của Mai Thảo, Duy Thanh, Dương Nghiễm Mậu, Mai Trung Tĩnh, Phạm Nguyên Vũ, Song Linh, Th(ả)o Trường và Thạch Chương.

- *Những Truyện Ngắn Hay Nhất Của Quê Hương Chúng Ta* do Nguyễn Đông Ngạc chủ biên (Sóng, 1974) gồm truyện ngắn của 45 nhà văn với chân dung, tiểu sử và quan niệm của mỗi nhà văn về thể-loại truyện ngắn.

Về Thơ:

- *Thơ,* tuyển tập do tạp-chí Đông Phương xuất-bản năm 1967, 121 tr. khổ lớn, đặc-biệt vì phần lớn là thơ của các nhà văn xuôi như Bình-Nguyên Lộc, Doãn Quốc Sỹ, Mai Thảo, Nhật Tiến, Nguyễn Thị Hoàng, Nguyễn Thị Vinh, Toan Ánh, Vi Huyền Đắc, Võ Phiến, ... Bình-Nguyên Lộc có đề cập đến e ngại của ông: *"Hồi tiền chiến, có một lần, tôi được ăn phở do một bà đầm lai nấu. Các bạn đọc thơ của một kẻ chuyên viết văn xuôi, chắc nghe kỳ-kỳ, cục-cục như tôi đã nghe, lúc ăn thứ phở lai căng nói trên"*.

- Phạm Thanh tuyển thơ của 58 nhà thơ trong *Thi Nhân Việt-Nam Hiện-Đại* (2 tập, Khai Trí, 1957).

- *Mười Hướng Sao,* tuyển thơ 10 tác giả: Vũ Hoàng Chương, Hoàng Trúc Ly, … (Nhân Chứng, 1971. 71 tr.).

- V.v.

Chú-thích

1- Nguyên Sa. "Tình cảnh nhà văn VN những năm 50 và 60" *in Một Bông Hồng Cho Văn Nghệ* (Irwine CA: Đời tb, 1991), tr. 18.

2- Nguyên Sa. "Rời bỏ nền văn chương trú ẩn". Đất Nước, số 2, 12-1967, tr.1-15.

3- Trần Thiện-Đạo. "Lữ Phương hay là tinh thần nhị nguyên trong nhận định văn-học". *Tân Văn,* số 2, 5&6-1968; như: *"cái tinh thần nhị-nguyên ... biểu lộ bằng thái độ của người nắm chân lý về phần mình, chân lý độc nhất, chân lý đơn phương, ... đã vô tình biến anh (LP) thành bực đàn anh đứng ra vạch đường dẫn lối cho giới văn-nghệ sĩ chúng ta noi theo: suốt tập sách ... thấy anh giảng giải ... rằng văn-nghệ như vầy đây mới là văn-nghệ tốt và lành mạnh còn văn-nghệ như thế kia thì thuộc loại dâm ô đồi trụy... rằng nhà văn phải như vầy thì mới làm tròn sứ mạng của mình, làm thế kia là đồng lõa với xã-hội thúi nát – rằng sứ mạng của chúng ta là như vầy, như vầy... LP thốt ra một cách chắc nịch như đinh đóng cột, như lưỡi dao phập vào thân chuối... ".*

4- In lại trong Trần Hồng Châu (bút hiệu). *Dăm Ba Điều Nghĩ về Văn-Học Nghệ-Thuật.* Văn Nghệ, 2001, tr. 167-187

5- "Nghệ-thuật 'vang' và ' bóng' trong truyện Kiều". *Bách Khoa,* số 382, 15-12-1972.

6- Roland Barthes. *S/Z* (Paris: Seuil, Collection Points Essais, 1970), p. 10.

7- Roland Barthes. Sđd., p. 20.

8- Nghiêm Toản. *Việt Nam Văn Học Sử Trích Yếu* (Tập 1: Vĩnh Bảo, 1949), tr. iii.

9- Đặng Tiến. "Thế giới Đinh Hùng" *in Vũ Trụ Thơ* (Thư Ấn Quán tb 2008), tr. 127-128.

10- X. Thư Trung, *Thời Tập,* số 10, 20-8-1974, tr. 85.

11- Lê Tuyên. *Thể Tánh Của Thi Ca* (Huntingdon Beach CA: SEACAEF, 2000. 296 tr., gồm những bài giảng ở đại học Văn khoa Huế thập niên 1960), tr. 3.

12- Nguyễn Văn Sâm. *Văn Chương Nam Bộ Và Cuộc Kháng Pháp*

1945-1950 (Los Alamitos CA: Xuân Thu tb, 1988), tr. 21-22.

13-Trích từ http://www.namkyluctinh.com/NKLT_Tac_gia/ Nguyen%20Van%20Sam/Van%20Chuong%20Tranh%20Dau%20 Mien%20Nam/nvsam-nhinlaicongtrinh%5B1%5D.pdf)

14- *Văn Chương Nam Bộ Và ...* Sđd, tr. 254-258.

15-Văn Học Nam Hà. Bản điện tử: http://www.namkyluctinh. com/NKLT_Tac_gia/Nguyen%20Van%20Sam/Van%20Hoc%20 Nam%20Ha/namha-tongquan.pdf, tr 67-68.

16- Giáo-sư Nguyễn Văn Trung soạn *Chủ Nghĩa Thực Dân Pháp ở Việt Nam* sau bài diễn thuyết năm 1962 về Vụ án truyện Kiều tố Phạm Quỳnh tay sai Pháp ru ngủ thanh niên, trí thức, gây nhiều chỉ trích, phê phán trong Nam cũng như ngoài Bắc.

17- Năm 1972-73, Trung Tâm Alpha ở Sài-Gòn in 2 tập với tựa đề *Phạm Quỳnh* của tác-giả Nguyễn Văn Trung: tập 1 tổng quát về PQ, tập 2 về "PQ, văn-học và chính-trị".

18- Sau 1975, giáo sư Nguyễn Văn Trung nghiên cứu về văn-hóa Nam-kỳ lục-tỉnh và nhìn lại những chặng đường đã qua. Trong tập tài liệu *Vấn-Đề Công Giáo Đặt Cho Dân Tộc* (1988), ông đã hết lòng chứng minh chống lại cái *"thiên kiến hầu như đã trở thành chân lý là người công giáo Việt-Nam liên hệ với thực dân đế quốc và lai căng về văn-hóa"*, thành kiến mà chính một số người công giáo (trong đó có giáo sư thời trước 1975) đã nhìn nhận và từ đó tìm trở về dân-tộc (như nhóm Đối Diện, Lý Chánh Trung, Nguyễn Ngọc Lan, v.v.). Ông tiếc việc có những người ngoài Công giáo đã và vẫn trích dẫn những lập luận của ông thời đó. Ông lập lại và chứng minh thêm qua hai biên khảo khác là Đạo Chúa Ở Việt-Nam (1999?) và Dịch Thuật Và Lý Luận Dịch Thuật (2002).

19- Nguyễn Văn Trung. "Truyện là thơ trong tiểu-thuyết của Michel Butor". *Bách Khoa,* số 113, 15-9-1961, tr. 70.

20- Hoàng Thái Linh. "Văn chương và siêu hình học". Sáng Tạo, số 10, 7-1957, tr. 19-24.

21- X. Hồng Hà Nguyễn Việt Chước. Lược Sử Báo-Chí Việt-Nam. Nam Sơn 1974, tr. 16-18.

22- Thế Phong. Lược Sử Văn-Nghệ Việt-Nam: Nhà văn hậu chiến 1950-1956 (Đại Nam Văn Hiến, ấn bản lần hai, 12-1961).

23- Thư 6-2-1996 viết ở Bình Thạnh, Sài-Gòn "gởi Nguyễn Văn Trung", do Đỗ Hữu Nghiêm đánh máy và phổ biến theo ý của GS Trần Thái Đỉnh trong giai đoạn cuối đời ở Sàigòn: http://tvvn.org/tvvn/index.php?categoryid=67&p2003_articleid=97 (11-4-2008).

24- Sau này, Trần Văn Nam xuất-bản tập Trong Dòng Cảm Thức Văn Học Miền Nam - Nhận Định Thi Ca Hải Ngoại" (TGXB, 2006, tr. 469) cho biết "Văn chương tìm về Viễn Mơ hay Hiện Thực", đó là bài của ông đã đăng trong tạp chí Vấn-Đề số 7 (1967) trước đó và đã được nhà văn Thế Nguyên trích ra dẫn chứng viết phản bác trong tiểu luận "Văn chương trước những mưu đồ bất chính của hệ thống chiến tranh lạnh", trích ra nhưng không để tên người viết Trần Văn Nam.

25- Trần Văn Nam. "Đường bay của Nghệ-Thuật, Họa và Thơ Văn". Văn, số 142, 15-11-1969.

Chương 6
DỊCH-THUẬT &
VĂN-HỌC NƯỚC NGOÀI

Với văn-học miền Nam thời 1954-1975 cũng như đối với văn-học nói chung, dịch thuật đã và luôn đóng vai trò hết sức quan trọng trong việc phổ biến, tiếp nhận các khuynh hướng văn-chương của nước ngoài cũng như sáng-tạo văn-học nghệ-thuật, giúp đến gần với văn-chương phổ quát; bộ phận dịch thuật và văn-học nước ngoài phát triển thì các ngành văn học cũng phát triển, cập nhật theo. Nền văn-học chữ quốc-ngữ ở nước ta từ thời khai mở cho đến sau này, đã trải qua nhiều giai đoạn sáng-tác, sử-dụng kỹ thuật Tây phương, thể-loại mới (như kịch, phóng sự, ...), phóng tác, v.v. Từ Nguyễn Trọng Quản, Hồ Biểu Chánh, ... đến Tự Lực Văn Đoàn, rồi đến thời văn-học miền Nam 1954-1975, ảnh-hưởng văn-học nước ngoài đã giữ một vai trò đáng kể. Có thể nói nếu không có tác-phẩm văn-học dịch thuật (cùng nguyên tác), và sách phê-bình, lý luận văn-học Âu Mỹ thì đã không có những Võ Phiến, Duy Lam, Thanh Tâm Tuyền, Chu Tử, Trùng Dương, Nguyễn Thị Hoàng, Nguyễn Xuân Hoàng, Nguyễn Đình Toàn, Huỳnh Phan Anh, Hoàng Ngọc Biên, Thế Nguyên, Diễm Châu, Thảo Trường, v.v.

Số sách dịch xuất-bản tại miền Nam thời này có năm đã vượt quá tổng số sách xuất bản. Ảnh-hưởng của các trường phái, khuynh hướng thuộc giai đoạn này có thể nói đến hiện sinh, phân tâm, hoài nghi (Kierkergard), chủ nghĩa siêu nhân và vô thần (Nietzsche), tiểu thuyết mới (Nouveau Roman), xã-hội Thiên Chúa Giáo (nhân vị trước 1964, cách-mạng dấn thân sau 1964), Phật Giáo (nhóm quanh Nhất Hạnh và đại học Vạn Hạnh), v.v. đã được các giáo-sư, học giả và văn-nghệ sĩ như Nguyễn Nam Châu, Trần Thái Đỉnh, Nguyễn Văn Trung,

Nguyên Sa, Phạm Công Thiện, Tam Ích, Vũ Đình Lưu, Bùi Giáng, v.v. giới thiệu với độc giả Việt-Nam cũng như giảng dạy ở các phân khoa đại học. Dĩ nhiên vai trò của các dịch giả cũng quan-trọng không kém, vì họ đã đưa các tác-phẩm nước ngoài vào sinh hoạt chữ nghĩa, văn-nghệ miền Nam thời này.

Việc tiếp nhận văn học – triết học nước ngoài ở Miền Nam vào giai đoạn này có đặc điểm tạp chủng và *tổng hợp* (tổng nhập/ nguyên hợp/syncretic), khác với tính thống nhất (và toàn trị) của đường lối văn nghệ Cộng-sản. Quả thế, trong những năm tháng đất nước bị chia cắt, miền Nam đã là sân khấu "hiện-đại" rồi "hậu hiện đại" trên đó diễn ra sự va chạm của nhiều trào lưu triết học và văn học khác nhau, trên đó dịch giả đóng vai chính trong việc giới thiệu cho bạn đọc những thông tin cập nhật nhất về các khuynh hướng văn chương và học thuật từ những chân trời xa xôi của Pháp, của Mỹ, của Đức, của Anh, v.v… Vào giai đoạn đầu, những Nguyễn Văn Trung, Nguyễn Nam Châu, Tam Ích, Trần Thiện-Đạo, Hào-Nguyên Nguyễn Hóa, Vũ Đình Lưu, Bùi Hữu Sủng, Đoàn Thêm, Bùi Giáng, v.v., đã giới thiệu khá sớm cho người đọc miền Nam các trào lưu tư tưởng và văn học đang thịnh hành thời đó ở các nước phương Tây như chủ nghĩa hiện sinh, hiện tượng luận, tiểu thuyết phi lý, tiểu thuyết mới, v.v… cũng như các tác giả nổi tiếng mà ngày nay chúng ta đều biết và tham khảo: M. Heiddeger, E. Husserl, S. Kierkegaard, J.-P. Sartre, S. de Beauvoir, A. Camus, A. Robbet-Grillet, N. Sarraute v.v… [X. thêm đề mục "Ảnh hưởng các trào lưu văn-chương hiện-đại"].

Riêng vào giai đoạn sau, cùng với sự đa dạng của văn-chương, báo-chí, các dịch phẩm tấp nập đến với người đọc và yêu văn-chương, từ những truyện chưởng, truyện tình Quỳnh Dao, Quách Lương Huệ, Y Đạt, La Lan, Tử Tốc, … đến tiểu-thuyết và kịch, thơ của Hoa-Kỳ, Nhật, Đông Âu, Châu Mỹ La-tinh, v.v. Dịch-thuật giúp sáng-tác nhưng cũng khiến có người lo ngại, như Bùi Đức Uyên trong bài "Sự phồn thịnh giả tạo trong hiện tình văn-học Việt-Nam" nói đến sinh hoạt "dịch sách" đã phàn nàn "Chúng ta đã dùng những thứ học được của Pháp trong 80 năm đô hộ rồi và nay chúng ta phải ăn những cái mới vào để có chất mà dùng" vì "dịch sách hiện nay nhằm cung ứng cho thị trường đọc, chứ không phải cung ứng cho nhu cầu tiến bộ văn-hóa" (Nghiên Cứu Văn-Học, b.m., số 3, 15-5-1971, tr. 90). Về thống kê sách dịch, theo Võ Phiến đã có một thời vào năm 1970 chiếm đến

60% và đến năm 1972 đã lên đến 80% toàn bộ đầu sách xuất bản ở miền Nam = Và có năm số sách dịch-thuật đã "khuynh loát thị trường chữ nghĩa", so với năm 1972 đã 60%, thì năm 1973 lên đến 80% (1). Nguyễn Mộng Giác gọi là "hiện-tượng độc đáo của văn-nghệ Sài-Gòn năm 1973" trong lúc văn-nghệ 'bản xứ' mang "khuôn mặt bất thường: lạnh lẽ, đìu hiu, rã rời, chai lì, nhạt nhẻo"... Cùng năm, tạp-chí Văn đã ra số đặc-biệt (8-6-1973) về hiện-tượng sách dịch. Nhưng sang năm sau, Nguyễn Mộng Giác than phiền suốt năm 1974 "các nhà xuất-bản chỉ cho phát hành những dịch phẩm gợi óc tò mò: cuộc đời những tên đồ tể phát xít, các trận đánh … rồi lạ lùng hơn hết, là cuộc đời của các nữ hoàng (...) Trong khi đó thì số lượng sách Việt được xuất-bản cũng ít ỏi, èo uột như năm 1973, có thể nói là ít ỏi, èo uột hơn" (2).

Theo Trần Trọng Đăng Đàn, sau kết quả điều tra của Cộng-sản Hà-Nội tiến hành vào tháng 7.1976, số sách dịch của miền Nam gồm: Đức 57 đầu sách, Ý 58, Nhật 71, Anh 97, Mỹ 273, Pháp 499, Đài Loan và Hương Cảng 358, Nga 120, còn lại các nước khác 38. Về giai đoạn văn-học này, nhà văn Võ Phiến có tập Hai Mươi Năm Văn Học Miền Nam (1986) nhưng đáng tiếc là ông đã không nói đến bộ môn dịch-thuật trong bộ sách, dù ông từng là cây viết tiểu thuyết chịu ảnh hưởng của vài trào lưu phương Tây như phân-tâm, hoài nghi và ông cũng đã giới thiệu nhiều trào lưu văn-học cùng dịch thuật một số truyện, thường ký Tràng Thiên, và đăng trên Bách Khoa, v.v. và đã xuất bản như Hăm Bốn Giờ Trong Đời Một Người Đàn Bà (dịch S. Sweig-'Xtê-Phan Vai', 1963), Các Trào Lưu Lớn của Tư Tưởng Hiện-Đại (dịch André Maurois, 1964), Truyện Hay Các Nước (tuyển tập truyện quốc tế, chung với Nguyễn Minh Hoàng, 1965), Văn-Học Nga-Sô Hiện Đại (1965) – tất cả do nhà Thời Mới của ông xuất-bản; riêng truyện Ông Chồng Muôn Thuở của Dostoioski đăng-từng-kỳ trên nhật báo Tiền Tuyến năm 1973.

Mặt khác, các **tạp chí văn-học** ở miền Nam trước 1975 tuy khác nhau về mục đích và chủ trương nhưng có cùng mẫu số chung là giới thiệu nhiều nguồn văn-học nước ngoài khác nhau, đặc biệt là tạp chí Văn: Đông (Trung quốc, Nhật, Ấn-độ,..) Tây (Pháp, Anh, Hoa Kỳ, Ý-đại-lợi, Đức, Nga, Đông Âu, Bắc Âu, v.v.), thế giới thứ ba (Nam Mỹ La-tinh,..), cổ điển, hiện đại, v.v., sau đến Văn Học, Bách Khoa, Nghệ Thuật, Vấn-Đề, … Tạp-chí Bách Khoa có những bài viết về những trào lưu thời thượng nhưng không nhiều nếu so với tạp-chí Văn, thường nhân các biến cố văn-chương hoặc chính-trị như về Aleksandr Solzhenitsyn (BK, 332-333, 11-1970, ...). Tờ Trình Bầy với chủ trương dấn thân chính trị, phản kháng, phản chiến đã chỉ có ít bài dịch nhưng sách xuất-bản thì vô tình hay chủ ý đã có công đầu giới thiệu văn-học thế giới khác (đệ Tam, Đông Âu, ...) ngoài Anh, Pháp và Hoa-Kỳ.

Tạp chí **Văn Học** (1-11-1962 đến 3-1975) cũng có mục-đích giới thiệu văn-học các nước như Pháp, Hoa-Kỳ, Nhật, Phi Châu, Quỳnh Dao (số 156), Beaudelaire (số 168), Lamartine (số 203), Françoise Sagan (8-1964), A. Solijanitsyne (181, 15-3-1974), William Saroyan, M Gorki, Zobor Dery, Ignazio Silione, E Hemmingway, E Caldwell, Pearl S Buck (số 166), Han Suyin (số 186), v.v.

Đặc-biệt với tạp-chí **Văn**, đã có 51 số đặc-biệt về các nhà văn thơ Âu Mỹ có thể kể theo tên và quốc-gia: Pháp: Albert Camus (số 2 và 25), Simone de Beauvoir (78, 157), André Gide, Jacques Prévert (23), Marcel Proust (85, 1-1-1967), J-P Sartre (các số 17 và 152); Hoa-Kỳ: Norman Mailer ("nhà văn nổi loạn xứ Hoa-Kỳ", 116), John Steinbeck (30), nữ Carson McCuller (103, 1-1-1968), ...; Đức: Bertolt Brecht (113), Thomas Mann (96);...; Liên Xô và Đông Âu: Leon Tolstoi (128, 15-4-1969), Anton Chekhov, Boris Parternak (83), Aleksandr Solzhenitsyn (130, 15-5-1969; Văn 28-9-1972 và 2-5-1973 – bài diễn văn nhận Nobel), Franz Kafka (Tiệp-Khắc, số 12), Tibo Deri (Hung-gia-lợi), Slavomia Merodeck, Michael Cholokhov (47, 1-12-1965); 6 số đặc-biệt về Châu Mỹ la-tinh: M.A. Arturias (Guatemala), Pablo Neruda (Chí-Lợi), ...; 11 số về các nhà văn Á-đông: Trung-Hoa: Hồ Thích, Lâm Ngữ Đường, Quách Lương Huệ (105, 1-1-1968), Quỳnh Dao (68 và giai-phẩm 27-12-1972), và Nhật-Bản: I. Kawabata (122, 15-1-1969), S. Oneko, A. Riunosuka; và 7 số đặc-biệt tuyển truyện Đại Hàn (số 63), Nga (178), Hung-gia-lợi (184), Ý (203), Hồi giáo (208), v.v.

Nhìn chung, **thời 1954-1963**, sách dịch-thuật văn-học nặng về văn-chương hiện sinh, phân tâm và hiện-đại, bên cạnh sách dịch nhắm những tác-phẩm đề cao dân-chủ, tự do và chống chủ nghĩa cộng-sản. Một số dịch phẩm về chính-trị, kinh tế, tài chánh, thư tịch, văn-học, ... được Phòng Thông tin Hoa-Kỳ trực tiếp in hoặc gián tiếp trợ cấp như của các nhà Ziên Hồng (của Thomas Dooley như Thoát Ly Hỏa Ngục/Deliver Us From Evil-The Story of VietNam's Flight to Freedom, 1960, Lửa Rừng Đêm/The Night They Burned, 1960, Lào Quốc Đèo Heo Hút Gió/The Edge of..., 1960 ; của Pearl Buck như Dưới Bóng

Vạn Lý/My Several Worlds, 1961; Tang Tóc/A Death in the Family tự truyện của nhà văn Mỹ James Agee, 1962, v.v. Nhà văn Mai Thảo từng viết Ánh Sáng Miền Nam (Sáng-Tạo, 1956) "phỏng theo cốt truyện của Cesar Amigo" - người Phi-luật-tân, được diễn thành phim cùng năm 1956 và bị giới nghệ-thuật thời bấy giờ phê bình là một thất bại về nội-dung cũng như nghệ-thuật trình diễn phim, và tựa tác-phẩm này cũng sẽ không được chính Mai Thảo và các nhà biên-khảo nhắc đến.

Thời 1964-1975: dịch phẩm đa dạng và văn-chương, triết lý nhiều hơn là thông tin, tâm lý chiến: tác-giả đa dạng từ nhiều quốc-gia, đại lục, nào A. Gide, J.-P. Sartre, A. Camus, F. Sagan, E. Hemingway, E. M. Remarque, H. Hesse, Lỗ Tấn, L. Tolstoi, F. Dostoievski, B. Pasternak, A. Solzhenitsyn, N. Kazantzakis, R. Tagore, Y. Kawabata, ... Các tác-phẩm văn-học được dịch thiên dần về đấu tranh, cách mạng, phản chiến như M. Gorki, M. Sholokhov, P. Abrahams, ... Với sự xuất hiện của nhiều nhà dịch giả trẻ hơn thế hệ trước như Trần Thiện-Đạo, Trần Phong Giao, Vũ Đình Lưu, Ngọc Thứ Lang (Quần Đảo Ngục Tù / The Gulag Archipelago của Aleksandr Solzhenitsyn (Văn Khoa/Trí Dũng, 1974), Bố Già / Godfather của Mario Puzo, do Ngọc Thứ Lang tức Ngọc Tú), Gái Đêm / The Girl from Midnight của Wade Miller, Trí Dũng, 1974),... cả diễm tình Quỳnh Dao (Song Ngoại do Liêu Quốc Nhĩ 1972 là truyện ăn khách nhất, Thuyền có tới hai bản dịch của Liêu Quốc Nhĩ và Phương Quế, Hải Âu Phi Xứ có 4 bản dịch) và truyện chưởng. Từ năm 1972, với tình hình chiến sự gia tăng và từ 1973 với Hiệp định ngưng bắn Paris, phẩm chất và nội-dung các dịch phẩm xuống dốc: các đề tài và tựa sách vô thưởng vô phạt, nặng chân dung, tiểu sử hơn là văn-chương, học thuật. Nói chung, giới trí thức và học sinh, sinh viên rất tích cực đón nhận văn-học ngoại quốc Anh Pháp Mỹ kể cả Nga, ngoại trừ trào lưu hiện sinh bị ít nhiều phản đối bởi những người lớn tuổi hơn. Tuy nhiên thứ hiện sinh bị phản đối là một thứ hiện sinh thời thượng có ảnh hưởng xấu về văn hóa, phong tục Việt-Nam (tiểu thuyết *Yêu, Loạn, Sống* ,,, của Chu Tử, *Vòng Tay Học Trò* của Nguyễn Thị Hoàng, Trùng Dương, v.v.) - những nhóm phản đối thường thuộc giới Công giáo (Tinh Việt Văn đoàn) hoặc cộng-sản (*Tin Văn*, Vũ Hạnh, v.v.).

Độc giả thời 1954-1975 nói chung có khuynh hướng yêu chuộng **văn học Pháp** hơn là văn học Anh Mỹ, đó cũng là tự nhiên, vì thời ấy ảnh-hưởng và vết tích của hơn 80 năm đô hộ của thực dân vẫn còn đó; hệ thống giáo dục do người Pháp để lại, chương trình và nhân sự được Việt hóa, nhưng các giáo sư phần lớn được đào tạo từ hệ thống của Pháp, và vẫn còn sự hiện diện của các trường Pháp, ở trình độ tiểu và trung học, còn ở đại học thì phải nhiều năm mới chuyển ngữ sang tiếng Việt (Viện Đại học Huế được xem như đi tiên phong). Và sinh viên Việt-Nam du học (một số trở thành giáo-sư) phần lớn qua Pháp, cà học sinh ngữ Pháp là đa số; vả lại ở miền Nam ảnh hưởng văn hóa Pháp hãy còn quan-trọng vì Nam kỳ từng là đất thuộc Pháp từ 1867. Những dịch giả đầu tiên sau 1954 đã thông tiếng Pháp và chịu ảnh hưởng nền giáo dục Pháp. Ngoài các tác-phẩm triết học từ Descartes đến Hiện sinh, Hiện tượng luận được dịch rất nhiều do nhu cầu giáo khoa và học thuật, thì các tác-phẩm **văn-học Pháp** do các dịch giả khác - ngoài các dịch giả mà tác-phẩm ghi nhận chung ở ngay sau, có thể kể Françoise Sagan với *Bonjour Tristesse* (*Buồn Ơi, Chào Mi*, Diệu Huyền tức Nguyễn Vỹ dịch đăng *Phổ Thông* từ số 1 b.m. năm 1959; Bùi Giáng dịch *Buồn Ơi, Bắt Tay*, Nguyễn Thạch Kiên dịch lấy tựa *Hoa Tình* (1964 in chung với truyện *Lettre d' une inconnue* của S. Zweig); Mai Thảo phóng tác *Aimez-vous Brahms?* (*Cô Thích Nhạc Brahms?*), Cô Liêu dịch *Les Merveilleux nuages* (*Mây Trôi*), Nguyễn Minh Hoàng dịch *Un certain sourire* (*Có Một Nụ Cười*), Kiều Diễm Hồng dịch *Một Chút Mặt Trời Trong Giá Lạnh* (Vĩnh Sơn, 1969) và Bửu Ý dịch *Một Tháng Nữa, Một Năm Nữa / Dans un mois, dans un an* (1973),...

Các tác-giả Pháp khác: André Malraux với *Phận Người* (Đinh Thành Tiên tức Tô Thùy Yên dịch đăng tuần báo *Nghệ Thuật; Thân Phận Con Người* do Lê Thanh Hoàng Dân và Mai Vi Phúc dịch, NXB Trẻ, 1973); Anatole France với *Quyển Chuyện Của Bạn Tôi/Le Livre de mon ami* của (Lê Ngọc Trụ và Võ Thị Hay dịch; Bộ Giáo Dục, 1962); Hector Malot với các tác-phẩm nổi tiếng như *Vô Gia-Đình/ Sans famille* (do Hà Mai Anh, 1958); Antoine de Saint-Exupéry có *Chuyến Thư Miền Nam/Courrier Sud* (Nhã Điển dịch; Văn 13/1967); André Gide có *Trần Gian Muôn Màu* (Lê Thanh Hoàng Dân dịch), *Đứa Con Đi Hoang Trở Về* (Bửu Ý dịch; An Tiêm, 1967); Marcel Pagnol có *Kẻ Ở/Fanny* do Vi Huyền Đắc dịch (PQVKĐTVH); H. Charrière có *Papillon, Người Tù Khổ Sai* (TH Quang dịch; Vàng Son, 1974), ...

Văn học Anh: từ sau 1964 thì việc học tiếng Anh, dịch tiếng Anh, mới bớt phần bị đố kỵ là của "Mẽo" (= kém văn hóa hơn Pháp)!

Vả lại   những bản dịch đầu tiên từ tiếng Anh (Mỹ) là do người Mỹ bỏ tiền ra và các sách được dịch lại có tính cách tuyên truyền cho đất nước và người Mỹ (báo *Thế Giới Tự Do*, sách của BS Thomas A. Dooley, Mark Twain, Peal Buck (*Người Mẹ / The Mother* – do Thái Huy Quang, Hồng 1973,...), *Ánh Sáng Miền Nam* do Mai Thảo phỏng dịch 1956 vừa kể trên, v.v.). Các giáo-sư như Đỗ Khánh Hoan, Lê Văn, ... du học ở Anh về, phía văn-học Anh quốc mới mạnh và cân-bằng lại phần nào ảnh hưởng của Hoa-Kỳ! Các dịch-thuật văn-học Anh có thể kể đặc-biệt của Somerset Maugham: Kiếp người/Of human bondage (Nguyễn Hiến Lê, 1962), *Lưỡi Dao cạo* (*The Rasor's Edge*, Nguyễn Ngọc Phi, 1963), *Đời Nghệ Sĩ* (*The Moon and Sixpence*, Võ Viết Chuẩn, Cadao),...; Graham Greene (*The Quiet American*); Di Charles ckens (*Người Tử Tù / A Tale of two cities*, do Thái Bình Dương dịch; Nguồn Sống),...

Các tác-phẩm **văn-học Hoa-Kỳ** có tính văn-chương vào thời đầu đã có *Lão Ngư Ông và Biển Cả/The Old Man and the Sea* (của Ernest Hemingway, Mặc Đỗ, Quan Điểm, 1956), *Silas Marner* (của G. Eliot, do Nguyễn Văn Tạo, 1962), v.v. rồi tác-phẩm của E. Caldwell (*Đi Hoang/Gretta*, Sống Mới, 1969, ...),v.v. Các dịch phẩm khác cũng cần ghi nhận: *Chuyện Tình* (*Love Story* của E. Segal, Ph. Lệ Thanh dịch, Hoa Nắng, 1971, một bản dịch khác do NXB Sóng), John Steinbeck có *Của Chuột Và Người* (Of Mice and Men, N.N. Kh. dịch, Văn, 16/1967; Hoàng Ngọc Khôi dịch, 1963), *Người Mỹ và Nước Mỹ* và *Những Bức Thư Gửi Alixa* (**3**), v.v. W. C. Faulkner, giải Nobel văn-chương 1949, có *Hò Hết và Phẫn Nộ* (*The Sound and the Fury*). Henry Miller có Thế Giới Tính Dục được hai dịch-giả tiếng Việt và được Phạm Công Thiện giới thiệu trong biên-khảo *Henry Miller* (Phạm Hoàng, 1970). Và Thomas Hardy, ... Ngoài ra có những tiểu-thuyết dâm-tình như *Lời Trần Thuật của Pót-noi* (*Portnoy's Complaint* của Philip Roth), ... Eric Maria Remarque nhà văn gốc Đức và nhập cư ở Hoa-Kỳ năm 1939 nhưng gần cuối đời trở về Âu châu, mà nội dung tác-phẩm chủ yếu là phản chiến, tình bạn thời chiến tranh, thời lưu vong và tình người lạc loài vô tổ-quốc, có khá nhiều tác-phẩm được dịch: *Bia mộ đen* / Obélisque noir, *Mặt trận miền Tây vẫn yên tĩnh/A l'Ouest rien de nouveau* 1928 (Tầm Nguyên dịch, Kinh Thi, 1973), *Đài tưởng niệm đen của bầy diều hâu gẫy cánh* / Obélisque noir, nxb Đất Sống, *Chiến hữu* / Les Camarades, *Bản du ca cuối cùng của loài người không còn đất sống* / Les Exilés, Vũ Kim Thư dịch. Phạm Kim Khôi cũng dịch lại cuốn *Mặt trận miền Tây vẫn yên tĩnh, Một thời để *yêu một thời để chết / Un Temps pour vivre, un temps pour mourir, Đảo hy vọng, Đêm ở Lisbonne / La Nuit de Lisbonne, Lửa Thương Yêu Lửa Ngục Tù / Spark of life* (Vũ Kim Thư dịch), *Khải hoàn môn / Arc de triomphe, ...*

Văn-học Đức khá được giới dịch-thuật chú ý với các tác-giả M. Heidderger (tác-phẩm triết học), Hermann Hesse (*Câu Chuyện Của Dòng Sông, Sói Đồng Hoang, Tuổi Trẻ Thần Tiên* (*Schön ist die Jugend do* Bùi Quang Đông, Bông Hồng, 1972), Tuổi Trẻ Băn Khoăn (Demian do Hoài Khanh; Cadao, 1968), Hành Trình Sang Đông Phương (Die Morgenlandfahrt do Hoài Khanh; Cadao, 1967), *Tuồng Ảo Hóa* (*Das Glasperlenspiel*, do Nguyễn Ngọc Minh; Nguồn Sáng 1972), ...), F. Nietzche (*Zarathustra Đã Nói Như Thế*, Trần Xuân Kiên "dịch, giới thiệu và chú thích", An Tiêm), Rainer Maria Rilke (*Thư Gửi Người Thi Sĩ Trẻ Tuổi*, do Hoàng Thu Uyên; An Tiêm, 1969), Holderlin (*Một Thoáng Nàng*, do Bửu Ý; 1970; [Hoàng Châu Thanh trước đó trên *Thế Kỷ Hai Mươi* số 6, 12-1960, đã có bài "Thiên nhiên trong thi ca Holderlin"), ...; Stefan Zweig người Áo Đức-thoại, có *Nắng Đẹp Hoàng Hôn/Amok* do bà Thiếu Mai Vũ Bá Hùng; Hoài Hương, 1962), cũng *Amok*, có bản dịch khác với tựa *Người Cuồng Mã-Lai* (1963), ngoài ra có *Hăm Bốn Giờ Trong Đời Người Đàn Bà* (do Tràng Thiên; Thời Mới, 1963), v.v. Ở Sài-Gòn từng có một Trung tâm văn-hóa Goethe của Cộng-Hòa Liên Bang Đức bên cạnh các Trung tâm của Pháp, Hoa-Kỳ và Anh, tất cả đã góp phần về sách báo ngoại ngữ qua các thư viện cho sinh viên, độc giả và học giả!

Văn học Nga đã là một trong những chất xúc-tác gây sức mạnh nghệ thuật cho văn học miền Nam với những vấn-đề mang tính nhân loại đáp ứng một số vấn nạn của xã hội như Thượng đế và con người, chiến tranh và hoà bình, cách mạng và bạo lực, tình yêu và hận thù, những nẻo khuất của con người, ... Văn học Nga được dịch-thuật và giới thiệu khá đa dạng với các tác-giả Leon/Lev Tolstoi, Dostoievski, Lermontov, Chekhov, Gorki, Pasternac, Soljenitsyn, ... B. Pasternak được giải thưởng Nobel Văn chương năm 1958 với *Bác sĩ Zivago* là một tác phẩm viết ra là nhằm hiện thực đời-sống dưới chế độ Cộng-sản Xô-viết. Đến 1965, Cholokhov, một nhà văn đặc sắc nhất của phong trào hiện thực xã hội với một nghệ thuật rất điêu luyện được giải Nobel. Riêng Aleksandr Soljenitsyn, Giải Nobel Văn chương 1970, là nhà văn đối lập với chính quyền Xô-viết, được báo chí và giới văn-học Sài-Gòn đặc-biệt giới thiệu. Mặt khác, văn học Nga diễn dịch những rung cảm nghệ thuật, cái hay cái đẹp của văn chương đích thực vượt qua mọi thiên kiến và dụng ý, làm xao xuyến con tim, lay động tâm hồn con người với L. Tolstoi, Dostoievski, Chekhov, Constantin Paustovski (*Mưa Lúc Rạng Đông*, Bửu Cầm dịch) và cả M. Gorki (Mưu sinh do Trương Đình Cử dịch; Trí Đăng) và M Cholokhov. Tolstoi và Dostoievski có một vị trí quan trọng nhờ những tư tưởng triết học, tôn giáo phù hợp với tinh thần Đông phương qua số tác-phẩm được chuyển dịch và xuất bản nhiều hơn so với các nhà văn Nga khác: danh hào L. **Tolstoi** với những Chiến Tranh và Hòa Bình được Nguyễn Hiến Lê dày công dịch-thuật, Vùng Đất Hồi Sinh (Phù Sa, 1973), Vùng Đất Hoang Vu (Mặc Đỗ dịch Les Cosaques; Đất Sống, 1973), Anna Karénine (Mạc Thái Phong; Đất Sống), Đời Tôi (Vũ Minh Thiều; Gió Bốn Phương), Sơn Lâm Êm Đềm (Nguyễn Trọng Đạt dịch; Trí Đăng), Cái Chết Của Ivan Ilitch (Vũ Đình Lưu, 1963), ... Về F. **Dostoievsky**, văn-chương hiện-đại hơn với những Hồi Ký Viết Dưới Hầm (Thạch Chương, Văn 70, sau nhà Văn xuất bản), Tội Ác và Hình Phạt (Lý Quốc Sỉnh; Trương Đình Cử), Anh Em Nhà Karamazov (Vũ Đình Lưu; Nguồn Sáng, 1972), Đầu Xanh Tuổi Trẻ (Nguồn Sáng, 1974), Con Bạc. Trương Đình Cử, Người Chồng Muôn Thuở (Đỗ Kim Bảng, Kẻ Sĩ; Võ Phiến cũng dịch tác-phẩm này, đăng báo Tiền Tuyến), Những Kẻ Đáng Thương (Les Pauvres Gens, Trần Thiện Vũ dịch và giới thiệu, đăng dở dang trên tờ Nghệ Thuật từ số 57, 19-11-1966), v.v.

Đặc-biệt **văn-chương thức-tỉnh** của các nhà văn từng kinh qua với con người và chủ nghĩa Cộng-sản hoặc từng sống dưới chế độ Cộng-sản được phiên dịch khá nhiều: Aleksandr Solzhenitsyn (Nobel Văn-chương 1970 được đặc-biệt giới thiệu: các bản dịch Quần Đảo Ngục Tù (The Gulag Archipelago, bản dịch Ngọc Tú - Ngọc Thứ Lang, Văn Khoa Trí Dũng, 1974; các nhật báo Dân Chủ và Sóng Thần dịch đăng-từng-kỳ), Tầng Địa Ngục Thứ Nhất (Tầng Địa Ngục Đầu Tiên do Thanh Tâm Tuyền; Tầng Đầu Địa Ngục do Hải Triều, Đất Mới; và bản Vòng Đầu do Vũ Minh Thiều, Ngàn Khơi), Khu Ung Thư (do Vũ Minh Thiều, Ngàn Khơi 1971), Một Ngày Trong Đời Của I-van Đơ-ni-xô-vích (do Thạch Chương và Trần Lương Ngọc, Nguồn Sáng, 1970, Ngôi Nhà của Ma-tri-ô-na, Tại Nhà Ga Krechetovka (Lê Vũ dịch, Hành Trình, 1973; bản khác, Ngôi Nhà của Matriona, NXB Trẻ, 1974), ... trong đó nhiều tác-phẩm đã được xuất-bản liên tục ngay sau khi ông được giải Nobel (bài diễn văn nhận giải của ông được Mặc Đỗ dịch đăng Giai phẩm Văn ra ngày 28-9-1972), và hai tạp-chí

Văn và Văn-Học đều ra số đặc-biệt về Giải Nobel này. Nam Tư có nhà văn Milovan Dijlas với bản dịch Giai Cấp Mới (do Chính-Tâm và Trương-Tiến, Ánh Việt, 1958). Đặc-biệt Arthur Koestler (Hung-gia-lợi) với Số Không với Vô Tận (Le zéro et l'infini, do Thạch Trung Giả, An Tiêm, 1973; và bản NXB Trắng Đen), Nội Chiến Bi Thảm và Tội Không Thành, Thượng Đế Đã Chết trong Thành Phố (Nguyễn Quốc Trụ dịch), cùng bản dịch chung Thần Đêm U Ám (Le dieu des ténèbres, của Arthur Koestler, Ignazio Silone, v.v.; do Đinh Bá Kha; PQVK Văn-Hóa, 1972) đã gây chấn động lớn như là tác-phẩm đánh thức những ai còn tin vào chủ nghĩa Cộng-sản.

Kranz **Kafka** đặc-biệt được dịch-thuật và nghiên cứu và cả gây ảnh-hưởng cho vài nhà văn trong tác-phẩm của họ. *Vụ Án* hay *Hóa Thân* (bản dịch của Vũ Hạnh và Chương Ngọc, Thời Mới, 1966) kiểu con bọ là một thứ mê cung hơn cả huyễn hoặc vì ở Kafka còn có sự phi lý tột cùng, con người trở nên vô nghĩa – khoa học, lý trí, ý thức phải đầu hàng! (4).

Văn-học Nhật Bản cũng đã đem lại nguồn sinh mới cho sinh hoạt nghệ-thuật thời này - nhưng hầu như tất cả các dịch-thuật đều qua các bản dịch Anh hay Pháp ngữ. Yasunari Kawabata (1899-1972) (và một số tác giả Nhật khác) được độc giả biết đến qua 2 ngã. Một là qua một số tạp-chí văn-học như *Văn* (các số 122 (15-1-1969) và 140 (15-10-1969) đặc biệt về Kawabata, ... *Văn Học* khi ra những số báo đặc biệt (90-Văn-học Nhật Bản, 144-Thơ và tiểu thuyết Nhựt Bản), ... Hai là qua các giáo sư đại học Sài-Gòn thuộc Văn khoa đã dạy và dịch từ tiếng Anh (Đỗ Khánh Hoan, ...) cùng với các dịch giả ngoài giới đại học khác (Trùng Dương hoặc Nguyễn Tường Minh - ngoài các dịch-thuật chung với Đỗ Khánh Hoan còn xuất-bản tuyển dịch thơ *Hòa ca, Đoản ca & Hài cú* (Waka, tanka & Haiju, Sông Thao, 1971),...

Ngoài ra, có *Thơ M. Basho* (Vũ Hoàng Chương dịch, 1969). Shintano Ishihara có *Nắng mùa hè, Phòng tra tấn* của do Nguyễn Minh Hoàng và Nhã Điền dịch (*Văn* số 57, 1966). Y. Mishima có tiểu thuyết *Kim Các Tự* (Đỗ Khánh Hoan và NTM, An Tiêm, 1970), *Truyện một người đãng trí* (V.Akutagana, Từ Chương, 1970 ...), ... Jiro Osaragi có *Qui cố hương* (Đất Sống, 1973), Yassuko Harada có *Yêu trong mùa thu* (Đất Mới, 1973), ...

Về Yasunari Kawabata, năm 1969, nhà Trình Bầy đã xuất-bản

Xứ Tuyết do Chu Việt dịch và *Ngàn Cánh Hạc*, do Trùng Dương dịch - cùng tác-phẩm sau còn có 2 bản dịch khác *Rập Rờn Cánh Hạc*, Nguyễn Tường Minh dịch (Sông Thao, 1970, 1974), và *Ngàn Cánh Hạc*, Tuấn Minh dịch (Sống Mới, 1971). Ngoài ra còn có tập Đất Phù Tang, Cái Đẹp và Tôi (diễn văn nhận giải Nobel văn-chương 1968) Cao Ngọc Phượng dịch, Lá Bối, 1969). Vũ Thư Thanh cũng dịch *Ngàn Cánh Hạc, Cô Đào Miền Izu* và *Tiếng Núi Rền*.

Văn-học **Ấn-Độ**, ngoài các kinh sách như *Áo Nghĩa Thư* (*Upanishad,* An Tiêm, 1973) và *Nhất Nguyên Thế Giới* (tuyển dịch Swami Vivekananda, Thái Bình Dương, 1971) cả hai do Thạch Trung Giả dịch, thì các tác-phẩm văn-học được dịch tựu trung là của Rabindranath **Tagore**: Khúc Hát Dâng Đời do Phạm Hồng Dung, Phạm Bích Thủy dịch (NXB Nguồn sáng, 1969, 1971), gồm Khúc hát dâng đời, Gitanjali – và ba danh tác khác: Tặng phẩm người tình, Mảnh trăng non, Chim lạc; Thực hiện Tâm linh, Như Hạnh dịch, NXB Kinh thi, 1969; Tâm Tình Hiến Dâng (The gardener, thơ) do Đỗ Khánh Hoan dịch, NXB Ba Vì xuất và tái bản nhiều lần, 1969-74, một thời là best-seller; *Lời Dâng* (thơ, Đỗ Khánh Hoan dịch, An Tiêm, 1972; Ba Vì, 1969, 1971-1974); *Tặng Vật* (thơ, Đỗ Khánh Hoan dịch, An Tiêm, 1972; Ba Vì, 1969-1971-1974); *Khúc hát dâng đời – Gitanjali* - và ba danh tác khác: *Tặng phẩm Người tình, Mảnh trăng non, Chim Lạc* do Phạm Hồng Dung và Phạm Bích Thủy dịch (Nguồn Sáng, 1971).

Truyện *Kẻ Lang Thang* được Lê Thanh Hoàng Dân dịch (NXB Trẻ, 1973), Thực Hiện Toàn Mãn do Nguyễn Ngọc Thơ dịch (An Tiêm, 1973). Hoài Khanh dịch và giới thiệu tác-phẩm Vinoba Bhave: Một Tuần Với Vinoba (Lá Bối, 1967), v.v.

Trung Hoa:

Trong giai đoạn 20 năm này, tiểu-thuyết Trung-Hoa thời cận-đại nhiều bộ trường thiên được dịch-thuật như Hồng Lâu Mộng của Tào Tuyết Cần đời Mãn Thanh do Nguyễn Quốc Hùng dịch (12 tập, Chiêu Dương, 1969). Kim Bình Mai dài 100 hồi sáng-tác hư-cấu thế kỷ XVI do Nguyễn Quốc Hùng dịch (6 tập),...

Thơ Đường được dịch khá nhiều, đưa vào xuất-bản hình như chỉ có Thơ Đường (1957; Bắc Đầu, 1970) của Trần Trọng San.

Thời hiện-đại thì Kim Dung và Quỳnh Dao là hai nhà văn Hương Cảng và Đài Loan được dịch nhiều nhất, chúng tôi sẽ nói đến trong phần nhật-báo khi bàn về Truyện chưởng và hiện-tượng Quỳnh

Dao. Phần khác là sách biên-khảo lịch-sử, văn-học sử Trung quốc và vài tác-giả hiện-đại khác như Lỗ Tấn (Ả Q Chính Truyện, do Giản Chi; nhà Cảo Thơm), Lâm Ngữ Đường (Khúc Ca Mùa Thu, Vi Huyền Đắc dịch, Trí Đăng, 1972); Nhân Sinh Quan và Thơ văn Trung Hoa do Nguyễn Hiến Lê), v.v.

Các dịch giả

Về các dịch giả đáng kể thời này cần ghi nhận:

Nguyễn Hiến Lê dịch-thuật (và biên-khảo) nhiều thể-loại và lãnh vực, từ văn-hóa, chính-trị, giáo dục đến văn-học, triết học. Ông quan niệm dịch-thuật hữu ích cho người viết văn: trên tạp-chí Bách Khoa số 7 (15-4-1957), khi bàn về "Vấn-đề dịch văn", ông cho biết: "Dịch văn ngoại quốc là một việc vô cùng bổ ích. Ta có thể nhờ nó mà kiếm được cách áp dụng văn phạm của người một cách thông minh, khéo léo vào văn phạm của ta mà làm cho Việt ngữ phong phú thêm, tế nhị thêm. (…) Dịch văn ngoại quốc là một cách luyện văn rất có hiệu quả: nó tập cho ta tìm tòi, cân nhắc từng chữ để diễn đúng ý của tác giả; nó lại cho ta cơ hội học được bút pháp của các văn hào trên thế giới". Có thể ghi nhận ở đây một phần các dịch phẩm của Nguyễn Hiến Lê gồm quá nửa tác-phẩm mà ông đã xuất-bản, chưa kể các tác-phẩm đã đăng trên các tạp-chí có thể chưa tuyển in lại:

- Về tác-phẩm văn-học: Kiếp Người (Of human bondage của S. Maugham, 1962; Mưa (nhiều tác giả, 1969; Chiến Tranh và Hòa-Bình (Léon Tolstoi - 4 cuốn, Lá Bối, 1968-69); Khóc lên đi, Ôi Quê hương Yêu dấu (Alan Paton, 1969); Quê hương Tan rã (Chinua Acheba - chung với Hoài Khanh, 1970); Chiếc cầu trên sông Drina (Ivo Andritch, Trí Đăng, 1972); Thư gửi người đàn bà không quen (A. Maurois, 1970; *Bí mật dầu lửa*: tiểu thuyết mạo hiểm ('một gương kiên nhẫn và hy sinh' của Robert Gaillard, 1975), ...

- Về lịch-sử, văn-học và triết học: Sử Ký của Tư Mã Thiên (chung với Giản Chi, 1970; Nhân Sinh Quan và Thơ văn Trung Hoa (dịch Lâm Ngữ Đường, 1970; Lịch sử Văn minh Ấn Độ (Will Durant, 1971); Bài học Lịch sử (Will Durant, 1972; Nguồn gốc Văn minh (Will Durant, 1974; Văn Minh Ả Rập (Will Durant, 1975), ... Ngoài ra là dịch-thuật các biên tập về chính-trị, kinh tế, thời sự, về giáo dục, học làm người, ...

Trương Bảo Sơn thuộc nhóm Văn-Hóa Ngày Nay, được biết đến như là chính-trị gia hơn là một dịch giả. Ông có các dịch phẩm sau: Tình Nghĩa Vợ Chồng (Le Bonheur Conjugal của Leon Tolstoi, Phượng Giang, 1961), Con Nai Tơ (The Yearling của M. K. Rawlings, Phượng Giang; Tín Đức, tb lần 3, 1966), Một Bản Đàn (The Kreutzer Sonata 1889 của Leon Tolstoi, Đời Nay, 1961), Gió Đông, Gió Tây (East Wind, West Wind 1930 của Pearl S. Buck, Gió Bốn Phương, 1968), Ngư Ông Và Biển Cả (The Old Man and The Sea của E. Hemingway, Gió Bốn Phương, 1968), Đỉnh Gió Hú (Wuthering Heights của Emily Bronte, dịch tiếp di cảo của Nhất Linh, 1971), Viên Ngọc Trai (The Pearl của John Steinbeck, Thứ Tư Tuần-san, 1967), Trà Đạo (The Book of Tea của Okakura Kakuzo, Lá Bối, 1967), Cuộc Đời Bác Sĩ Arrowsmith (Arrowsmith của Harry Sinclair Lewis, Quốc Bảo, 1970), Mặc Cho Gió Dập Tuyết Vùi (Let The Hurricane Roar của Rose Wilder Lane, chung với Cam Vĩnh, Quốc Bảo, 1960), Phố Chính (Main Street 1920 của Sinclair Lewis). Hai tuyển tập truyện ngắn quốc tế Chiếc Lá Cuối Cùng (The Last Leaf của O' Henry, cùng dịch với Võ Hà Lang và Cam Vĩnh, Phượng Giang, tb 1957), Ngược Dòng Thời Gian (Đời Nay, 1962). Nội Cỏ Của Thiên Đường ông dịch đăng dở dang trên tạp-chí Văn Hoá Ngày Nay. (Nhất Linh cũng từng dịch Đỉnh Gió Hú (Wuthering Heights) của Emily Bronte, được Trương Bảo Sơn dịch tiếp, bản di cảo thật sự sau này được Nguyễn Tường Thiết chuẩn dịch lại vả xuất-bản ở hải-ngoại năm 2007. Ông Thiết cho biết: "Đỉnh Gió Hú là tác phẩm dịch thuật duy nhất của văn hào Nhất Linh. Ông đã dịch cuốn Wuthering Heights này từ nguyên tác Anh ngữ phối hợp với bản Pháp ngữ Les Hauts de Hurle-Vent của dịch giả Frédéric Delebecque. Đầu tiên ông dịch nhan truyện là Mỏm Gió Hú, sau mới sửa thành Đỉnh Gió Hú trước khi đăng một phần trên nguyệt san Tân Phong (Sài Gòn, Việt Nam) vào năm 1960. Năm 1974 chúng tôi phụ trách nhà xuất bản Phượng Giang có nhờ nhà văn Bảo Sơn dịch tiếp và Đỉnh Gió Hú được xuất bản lần đầu tiên năm 1974 tại Sài Gòn, Việt Nam. Hiện nay vì không có trong tay ấn bản của nhà Phượng Giang để in lại, nên chúng tôi quyết định đánh máy từ bản thảo của Nhất Linh và tự dịch tiếp một số chương cuối để hoàn tất và tái bản cuốn truyện giá trị này. Chúng tôi cố gắng theo sát tinh thần dịch thuật của văn hào Nhất Linh để giữ cho hơi văn toàn tác phẩm được thuần nhất. Về phương diện khả năng ngoại ngữ, có thể văn hào Nhất Linh không phải là trội bật so với nhiều dịch giả khác, nhưng về mặt thận trọng và nhất là qua tâm hồn tinh tế của một nhà văn sâu sắc như Nhất Linh, chúng tôi có thể đoan chắc ông đã diễn đạt được, qua bản Việt ngữ, những ngõ nhách thâm sâu nơi tâm hồn những nhân vật trong tác phẩm kỳ lạ này của nữ văn hào Anh quốc Emily Bronte. Dịch giả Nhất Linh đã ca tụng Đỉnh Gió Hú như là một trong những cuốn truyện hay nhất thế giới. Trong cuốn biên khảo của ông, Viết và Đọc Tiểu Thuyết, Nhất Linh đã xếp Đỉnh Gió Hú vào "những sách hay của nhân loại, đời đời công nhận, có giá trị bền mãi với thời gian, như những cuốn Chiến tranh và Hòa-bình, An-Na Kha-Lệ-Ninh, Tình nghĩa vợ chồng, Một bản đàn của Tolstoï, cuốn Những linh hồn chết của Gogol, cuốn Mấy anh em Karamazov, Những người bị ám ảnh của Dostoievsky...". Cũng trong cuốn biên khảo đó, Nhất Linh còn viết: "Trong cuốn sách lạ lùng của nữ văn hào Anh quốc Emily Bronte, cuốn Đỉnh Gió Hú, xuất bản năm 1847, tác giả đã để một người vú già kể chuyện lại. Một vú già kể chuyện thì còn làm gì có những chỗ giảng giải về tâm hồn, ý nghĩ nhân vật nữa, tuyệt nhiên không có, tuyệt nhiên vú già chỉ là người đứng ngoài thôi. Thế mà chỉ bằng một giọng kể chuyện rất thường, bằng những chi tiết, vú già đó đã cho người ta thấy tất cả cái sâu xa của tâm hồn người trong truyện" (5).

Cùng nhóm Văn Hoá Ngày Nay còn có dịch giả Nguyễn Thế Vinh, đồng chí chính-trị với Nhất Linh - cũng như Trương Bảo Sơn, với các tác-phẩm của nhà văn nữ hai dòng máu Hoa-Mỹ P.S. Buck Mấy Người Con Trai Vương Long (Sons, Tự Do, 1961), Nhớ Cảnh, Nhớ Người (My Several Worlds, Lá Bối, 1966), v.v.

Trần Thiện-Đạo (1933, Gia-Định – 28-11-2017, Pháp), từ 1950 du học rồi giáo-sư sinh sống ở Pháp, cộng tác thường trực cho tạp-chí *Văn* từ những số đầu. Ông là một dịch giả cẩn trọng theo cách nhà nghiên cứu, hiệu đính tác-phẩm và dịch sát văn bản gốc, còn văn sử-dụng thì không quá văn-chương như Bùi Giáng, cũng không phỏng dịch như một số dịch giả khác, nhưng có những mạch văn và chữ dùng hơi khó hiểu (có tính địa phương hoặc cũ, ít được sử-dụng) cho độc giả trong nước. *Ông còn* là tác-giả một số bài viết giới thiệu và nhận xét về các khuynh hướng triết lý và một số tác-giả như J-P Sartre, Albert Camus, ... và "Tìm hiểu thuyết cơ cấu" (*Văn Học*, số 2, 1967); "Phấn Đấu Cho Một Nền Tiểu Thuyết Mới" (Pour un nouveau roman của Alain Robbe Grillet, "Một vì sao rụng: thi hào T.S. Eliot" (*Văn*, 26&27, 15-1-1965), v.v. Các tác-phẩm dịch-thuật của ông đã xuất-bản trong thời này: *Giao Cảm* (*Noces* của A. Camus, Giao Điểm,

1964), *Kín Cửa* (*Huis-clos* của J-P Sartre, Giao Điểm, 1965), *Bề Trái và Bề Mặt* (của A. Camus, Giao-điểm, 1967), *Sa Đọa* (*La Chute* của A. Camus, Giao Điểm, 1972), *Thư Gửi Một Con Tin* (của Saint-Exupéry, 1966), *Cậu Hoàng Con* (*Le petit prince* của Saint Exupéry, Khai Trí, 1966), *Niềm Im Lặng Của Biển Cả* (*Le silence de la mer*) của Jean Bruller Vercors, dịch chung với Trần Phong Giao; Tân Văn 39, 1971), *Ao Quỷ* (*La mare au diable* của George Sand), v.v. Có thể sống ở Pháp, gần "chính văn" nên đôi khi ông tỏ ra trịch thượng khi phê-bình bản dịch và chữ dùng của người khác, như Phùng Thăng (*Những Ruồi*), Vân Mồng (Bùi Giáng), Lữ Phương (TTĐ phê tinh thần nhị nguyên trong phê-bình xã-hội trong *Mấy Vấn-Đề Văn-Nghệ*), ... và mục điểm sách, thư mục ký tên chung Mõ Làng Văn với Trần Phong Giao.

Trần Phong Giao (sinh năm 1932 tại Nam Định, mất 13-4-2005 tại Sài-Gòn) tên thật Trần Đình Tĩnh, còn dùng các bút hiệu Trần Phong, Thư Trung, Mõ Làng Văn, Phong Nhã. Ông được biết nhiều như là thư-ký tòa-soạn tạp-chí *Văn* (rồi *Giao Điểm, Chính Văn*) và là một dịch giả đóng góp nhiều cho việc phổ biến, học hỏi các trào lưu văn-chương hiện-đại: *Sứ Mệnh Văn Nghệ Hiện-Đại* (Discours de Suède của Albert Camus, diễn văn nhận giải Nobel Văn chương 1957, Giao Điểm, xb và tb 1963. 94 và 124 tr.; đã đăng trích đoạn trên *Tin Sách* và *Văn Hữu*), *Albert Camus 1*, tuyển tập đoản thiên và tiểu luận (ký Trần Phong, 1963), *Sự Đã Rồi* (*Les Jeux sont faits* của Jean-Paul Sartre, kịch bản dịch chung với Nguyễn Xuân Hoàng, Giao Điểm, 1966), *Không Một Nấm Mồ* (*Morts sans sépultures* của Jean-Paul Sartre, Giao Điểm, 1964), *Guồng Máy* (*L!Engrenage* kịch của J-P Sartre, Thời Mới, 1963; Ngày Nay, 1965), *Chân Dung Nàng Thơ* (*Portrait of Jennie* của R. Nathan, chung với Hoàng Ưng, Văn, 7-1966), *Lưu Đày và Quê Nhà* (*L'exil et le royaume* của Albert Camus, chung với Vũ Đình Lưu, 1965), *Ngộ Nhận* (Le Malentendu của A. Camus (Gió Bốn Phương xb), *Con Chim Trốn Tuyết* (*Snow goose*, của Paul Gallico, dịch chung với Hoàng Ưng, Giao Điểm, 1967), *Anh Hùng Thấm Mệt* (truyện Irwin Shaw và J.D. Salinger; Giao Điểm, 1965), *Niềm Im Lặng của Biển Cả* (Vercors, dịch chung Trần Thiện Đạo; Tân-Văn 39, 1971) và *Tuyển Truyện Quốc Tế* (Giao Điểm, 1967), tuyển truyện dịch *Người Khách Trọ* (Gió Bốn Phương xb). Ngoài ra có các bản dịch đăng tạp-chí như *Những Người Trung Thực* (Les justes của A.Camus, *Văn* số 25, 1-1-1965, sau do Gió Bốn Phương xuất-bản), Kinh Nghiệm Đời Văn của Erskine Caldwell (chung với Nhã Điển, *Văn* số 32, 15-4-1965), v.v. [Về sáng-tác, ông đã xuất-bản truyện dài *Nửa Đêm Thức Giấc* (Tinh Hoa Miền Nam, 1964) và tập truyện *Ngồi Lại Bên Cầu* (Giao Điểm, 1965). Ông cũng đã khởi soạn bộ Tiểu Truyện Các Tác Gia Hiện-Đại các nhà văn Việt-Nam sắp in thì xảy ra biến cố 30-4-1975 và bị mất nhưng bản thảo hình như được chuyển ra ngoài nước và đã giúp những người cần đến tiểu sử thời hiện kim (Thế Uyên từng tiết lộ bộ này đã giúp ông khi soạn bộ *Quốc Văn* trung học (*Thời Tập*, 16, 12-1974, tr. 76)].

Trần Phong Giao là dịch giả rất cẩn trọng, xin ghi lại đây lời ông kể việc dịch vở kịch *Những Người Trung Thực* (Les Justes) của Albert Camus đăng trong *Văn* số 25 (1-1-1965): *"Trong bản dịch lần thứ hai này, tôi đã cố gắng dịch thật sát nguyên tác, nhưng ở nhiều chỗ, tôi buộc phải dịch thoát lấy ý cốt cho câu văn dịch đỡ trúc trắc, nặng nề. Tôi cũng chủ trương tận dụng chữ Nôm, hạn chế chữ Hán, nhưng việc đó quả là một thử thách khó khăn. Và tôi đã phải bỏ chủ trương này khi anh Nguyễn Mạnh Côn chứng minh cho tôi thấy là ngay đến chữ "Chúng ta" cũng đã là chữ Hán. Tôi cũng cố tôn trọng lối chấm câu của tác giả, nhưng ở nhiều chỗ, tôi đã phải thay đổi để cho câu văn dịch được gọn gàng, khúc triết. Có điều này quan trọng: tôi sẽ mang tiếng là người bất lương nếu không thú nhận là trong bản dịch này có nhiều đoạn tôi đã dịch rất gượng. Một phần vì những đoạn đó khó dịch, phần khác vì sức tôi không thể dịch được hơn thế. Đó là những đoạn mà Camus muốn biện giải cho triết thuyết hiện sinh phi lý của ông.*

Trong tinh thần cầu học, tôi sẽ rất sung sướng được tiếp nhận, từ phía bạn đọc, những lời chỉ giáo cao minh để giúp cho bản văn dịch này tránh được khuyết điểm đáng tiếc vừa kể. Thêm một lời cảm ơn nữa, nếu bạn đọc cho phép, một lời cảm ơn trước và rất chân thành, gửi tới quý vị sẽ sẵn lòng chỉ giáo cho tôi, một người dốt nát và khiêm tốn, lúc nào cũng mong muốn được học, được hỏi, được mở mang tầm hiểu biết của mình - Sài Gòn, ngày 19-12-1964")

Nguyễn Minh Hoàng nhà thơ (*Đêm Cánh Tay* - Văn Hóa, 1965 với Tựa của Nguyên-Sa, Lời bạt Chu-Tử và Lời giới thiệu của Hoàng-Anh-Tuấn) là dịch giả của *Ả Giang Hồ* (La P. respectueuse, Giao Điểm, 1964) và *Có Một Nụ Cười/Un Certain sourire* (của Françoise Sagan). Ông còn chọn dịch chung với Tràng Thiên tập *Truyện Hay*

Các Nước; tuyển tập truyện quốc tế (Thời Mới, 1965). [Tràng Thiên còn có dịch phẩm *Hăm Bốn Giờ Trong Đời Người Đàn Bà* (của Stefan Zweig, Thời Mới, 1963)].

Vũ Đình Lưu (28-12-1914, Hưng Yên – 1980?), còn ký Cô Liêu, viết khảo luận, phê-bình và dịch-thuật trên nhiều tạp-chí như *Mai, Bách Khoa, Văn, ...* Ngoài các biên-khảo đã đề cập ở phần về phê-bình phân tâm học, ông còn có *Thảm Kịch Văn Hóa* (An Tiêm, 1966), *Sinh Khí và Nhịp Điệu* (Trình Bầy, 1969). Phần dịch-thuật biên-khảo và tư tưởng gồm có: *Cuộc Phiêu Lưu Tư Tưởng của Văn Học Âu Châu Thế Kỷ XX* (của R.M. Albérès; PQVKĐTVH, 1971); *Thăm Dò Tiềm Thức* (của C.G. Jung, Hoàng Đông Phương, 1967); *Phân Tâm Học* (Freud, Hoàng Đông Phương, 1969); *Nghệ Thuật Hiện-Đại* (E. Mullex, Thời Mới, 1967); *Krishnamurti và Con Người Toàn Diện* (C. Suaris, Cadao, 1969); *Về Tình-Yêu* (H. Benoit, An Tiêm, 1966); *Tìm Hiểu Nhân Tính (Adler,* Hoàng Đông Phương, 1968); *Hồi Ký De Gaulle* (Cửu Long, 1974), ...

Và nhiều tác-phẩm dịch-thuật văn-học khác như: *Mây Trôi (Les Merveilleux nuages); Đôi Bạn Chân Tình* (H. Hesse, Cadao, 1967); *Tuổi Trẻ và Cô Đơn (Peter Cmenzind* của H. Hesse, Cadao, 1967); *Cái Chết Của Ivan Ilitch* (của L. Tolstoi, Thời Mới, 1963); *Lưu Đầy và Quê Nhà (L'Exil et le Royaume* của Albert Camus, chung với Trần Phong Giao, Giao Điểm, 1965); *Một Cái Chết <u>Rất</u> Dịu Dàng (Une Mort Très Douce* của Simone de Beauvoir, Văn 17/66, 1967).; *Con Đường Thuốc Lá* (Caldwell, Cadao, 1967), ...

Phạm Công Thiện dịch giả các tác-phẩm triết lý của Jddu Krishnamurti (**Ý Nghĩa của Sự Chết** (1967); *Tự Do Đầu Tiên Và Cuối Cùng,* 1968), của Martin Heidegger (*Về Thể Tính Của Chân Lý* (1968), *Triết Lý Là Gì?*(1969), của Friedrich Nietzche (*Tôi Là Ai? Đây Là Người Mà Chúng Ta Mong Đợi* (1969).

Hai chị em dịch giả **Phùng Khánh** (Thích Nữ Trí Hải, sinh 9-3-1938, giáo-sư Anh văn và thư viện trưởng Đại Học Vạn Hạnh) và **Phùng Thăng** (giáo-sư Anh văn) đã góp phần với các dịch phẩm văn-học chung *Câu Chuyện Của Dòng Sông (Siddharta / Weg Nach Innen* của Hermann Hesse, Lá Bối, 1965, tb 3 lần - cũng như từ 1967

An Tiêm xuất-bản với tựa *Câu Chuyện Dòng Sông* đều ghi dịch giả là cả hai PK và PT [riêng bản Thanh Hiên 1967, ghi Phùng Khánh là dịch giả. X. *TQBT* 59, 3-2014, tr. 275], *Bắt Trẻ Đồng Xanh* (*The Catcher in The Rye* của Jerome David Salinger, 1964). Riêng **Phùng Thăng** đã dịch-thuật *Buồn Nôn* (*La Nausée* của Jean-Paul Sartre, An Tiêm, 1967), *Những Ruồi* (*Les Mouches* của J-P Sartre, 1967) (6), *Sói Đồng Hoang* (*Der Steppenwolf* của Herman Hesse, chung với Chơn Hạnh tức Trần Xuân Kiêm, Cadao, 1969), *Nhà Khổ Hạnh Và Gã Lang Thang* (*Narziss und Goldmund*, An Tiêm, 1972) và *Kẻ Lạ Ở Thiên Đường* (của Simone Weil, An Tiêm, 1973). Phùng Khánh còn là dịch giả và tác-giả nhiều tác-phẩm triết lý và Phật học khác. [Phùng Thăng, tên thật Công-Tằng Tôn-Nữ Phùng Thăng, pháp danh Huệ Minh, sinh năm 1943 tại Huế, cùng con gái Tiểu Phượng bị Khmer Đỏ giết tại đảo Koh Tang (Campuchia) ngày 10-06-1975 cùng khoảng 500 người Việt khác. Phùng Khánh mất vì tai nạn giao thông tại Việt-Nam ngày 7-12-2003].

Phần đóng góp của hai dịch giả dù không nhiều về số lượng như các dịch giả khác, nhưng thật sự đáng kể trong cuộc vận động văn-nghệ và văn-hóa sau năm 1964. Cả hai đều là giáo-sư Anh văn, riêng Phùng Khánh từng du học ở Hoa-Kỳ và có thể cảm nhận được lối sống của tuổi trẻ và người Mỹ, do đó bản dịch *Bắt Trẻ Đồng Xanh* đến với giới thưởng ngoạn văn-học nghệ-thuật miền Nam như một làn gió mới, có thể giúp hình thành một nhân sinh quan khác trước. "Bắt một đứa trẻ đi qua cánh đồng là bắt phải thiên đàng xanh của tuổi thơ. Thiên đàng xanh của tuổi thơ đã bị thất lạc khi cuộc sống bị vây bủa bởi bọn nửa người nửa ngợm... Thiên truyện này dành cho những người nổi loạn, những kẻ khinh bỉ học đường, những du đãng, những triết gia, những tu sĩ, những tâm hồn cỏ mượt, và những người không thể yêu nhau. Hãy lắng nghe cơn gió hư vô đang bàng bạc...". *Câu Chuyện Của Dòng Sông* của nhà văn Đức Hermann Hesse lại là một chấn động lớn cho học sinh, sinh viên và trí thức cũng như độc giả nói chung, xuất-bản vào thời mà Phật học được giảng dạy ở các đại học văn khoa, thời văn-hóa Phật giáo bùng lên trong giới học sinh sinh viên và trí thức, thời các tạp-chí *Giữ Thơm Quê Mẹ* (1965), *Vạn Hạnh* (1965), *Tư Tưởng* (1967), v.v. thu hút được nhiều độc giả và tác-giả sáng-tác. Phật giáo như một luồng tư tưởng và cảm hứng mới, khác, dưới ánh sáng giáo dục và tư tưởng thời triết lý Hiện tượng học của Husserl và nhất là từ Martin Heidegger, ... Riêng Phùng Khánh còn dịch-thuật các biên-khảo *Triết Học Phật Giáo, Câu Chuyện Triết Học, ...*

Sói Đồng Hoang cũng của Hermann Hesse thì như muốn trả lời những thao thức của con người hiện-đại đi tìm lại mình và phải trải qua các khủng hoảng tâm lý, tinh thần cũng như vật chất. Còn các dịch phẩm truyện và kịch của Jean-Paul Sartre là những đóng góp thêm vào những bản dịch khác đã có cùng thời, tiếc là chúng tôi không có văn bản để có thể tìm hiểu nét đặc thù và đánh giá. Cũng như ảnh-hưởng của các dịch phẩm đó thật sự và thế nào, với nhà văn, cây bút nào, muốn có nhận định đúng đắn và cụ thể, cần phải tham khảo các ấn phẩm và báo-chí thời đó cũng như sau này. Vì thực chất có thể khác với hiện-tượng, nhưng hiện-tượng từng xảy ra và đã kéo dài nhiều năm, đó là các dịch phẩm của hai bà từng được độc giả yêu thích, xem như sách gối đầu giường, cùng với sách của Phạm Công Thiện, Bùi Giáng, v.v. Hoàng Ngọc Tuấn trong truyện ngắn Buổi Chiều Hạ Lan đăng tr**ên *tuần báo*** Tuổi Ngọc *vào khoảng cuối năm 1969 - cách sống, hành xử và tâm tư của nhân vật trong truyện mang phong cách thời đại bấy giờ. Đặc biệt cuối câu truyện tình, nhân-vật Tôi cho biết:* "... Chẳng mấy chốc mà tôi sẽ được ôm hôn nàng trong vòng tay, và làm những chuyện mà cái thằng Caulfield đáng yêu nó gọi là 'các thứ' " - "Cái thằng Caulfield đáng yêu", đúng vậy, thời Hoàng Ngọc Tuấn lên đại học và viết văn, cũng là thời tuổi trẻ Việt-Nam yêu thích bản dịch Bắt Trẻ Đồng Xanh. Võ Phiến có bài viết về BTĐX (10-1968) nhưng lái qua chuyện trẻ bị VC bắt đưa ra Bắc: "Hỡi các em bé của đồng bằng Nam Việt xanh ngát bị bắt đưa đi, từng hàng từng lớp nối nhau dìu nhau ra núi rừng Việt Bắc! Riêng về phần mình, các em đã chịu côi cút ngay từ lúc này; còn đất nước thì sẽ vì những chuyến ra đi của các em mà lâm vào cảnh đau thương bất tận. Tai họa hiện xảy đến cho các em cũng là tai họa về sau cho xứ sở. Đã sáu tháng qua rồi. Dù người ta có thôi dài cổ ngóng về Ba-lê, để nghĩ cách cứu các em, thì cũng đã muộn...".

Hoài Khanh nhà thơ và là chủ nhà xuất-bản Cadao cũng là một dịch giả tài hoa tự học – như ông đã tiết lộ sau này (X. Quán Văn, số 26, 10-2014). Các tác-phẩm ông đã dịch: Hành Trình Sang Đông Phương (Die Morgenlandfahrt của Hermann Hesse, Cadao, 1967), Nghệ-Thuật, Truyền Thống và Chân Lý (của Walter Kaufmann, Cadao, 1967), Một Tuần Với Vinoba (dịch và giới thiệu Vinoba Bhave, Lá Bối, 1967), Giáo Dục và Ý Nghĩa Cuộc Sống (J. Krishnamurti , 1969), Tuổi Trẻ Băn Khoăn (Demian của Hermann Hesse, Cadao, 1968, tb 1971, 1974), Đâu Mái Nhà Xưa (Hermann Hesse, Cadao, 1973), Mozart Cuộc đời và Nghệ thuật (Percy M. Young, Cadao, 1972), Beethoven một Phiến Tài Tình Thiên Cổ Lụy (J. W. N. Sullivan, Cadao, 1972), Tchaikovsky Cuộc đời và Nghệ thuật (Percy M. Young, Cadao, 1972), Buông Xả Thanh Thản - Đối Thoại Triết học (Martin Heidegger), Thế Giới Tính Dục (Henry Miller), Quê Hương Tan Rã (Chinua Achebe), ...

Diễm Châu là dịch giả đã có công giới thiệu văn-học nhiều phần đất xa lạ đối với độc giả Việt-Nam cho đến lúc đó. Ông dịch thơ và truyện cũng như tiểu luận văn-học và xã-hội, chính-trị: *Nhà Chung* (*La Mission* của Ferreira De Castro, Nam Sơn, 1965), *Vâng Ý Cha* (*... sur la terre comme au ciel* của Fritz Hochwalder, dịch chung với Thế Nguyên, Nam Sơn, 1965); *Thân Phận Con Người* (Truyện của một người lãng trí hay Xã hội Kappa của Akutagawa Ryunosuke, Văn 4-1966); *Câu Chuyện Năm Mới* (*A New Year's Fairy Tale* của tác-giả Nga Vladimir Dudintsev, Trình Bầy, 1966); Câu Chuyện Mùa Đông (Natasha của Abram Tertz), Một Cái Chết Ngoạn Mục của Friedrich Duerrenmatt, Con Voi (của Slawomir Mrozek, Nuôi Thù (của Kenzaburo Oe, Trình Bầy, 1970); Miền đất Hung bạo của Jorge Amado; Một Vòng Hoa cho người Cách Mạng của Peter Abrahams; Trên Đường Sấm Dậy của Peter Abrahams, ...

Mặc Đỗ là dịch giả vừa tài hoa vừa nghiêm túc với các tác-phẩm *Ông Già và Biển Cả* (*The Old Man and The Sea* của Ernest Hemingway, Quan Điểm, 1956; Cảo Thơm, 1965; Đất Sống, 1973), *Con Người Hào Hoa* (*The Great Gatsby* của F. Scott Fitzgerald, Quan Điểm, 1956), *Cuộc Tình Bỏ Đi* của F. Scott Fitzgerald (Vàng Son), *Một Giấc Mơ* (Vicky Baum, Cảo Thơm, 1966), *Thằng Gù Ở Nhà Thờ Đức Bà* (Sống Mới), *Người Vợ Cô Đơn* (*Thérèse Desquiroux* của François Mauriac, Cảo Thơm, 1966; Đất Sống 1973), *Tâm Cảnh* (*Climats* của André Maurois, 2 tập; Văn, 1967; Giao Điểm tb), *Anh Môn* (*Le Grand Maulnes* của A.Fournier, Cảo Thơm, 1968), *Thời Nhỏ Trong Gia Đình Luvers* (Boris Pasternak, Tập san Văn, 1967), *Vùng Đất Hoang Vu* (*Les Cosaques* của Léon Tolstoi, Đất Sống, 1973), *Yêu Trong Mùa Thu* (*Banka* của Y. Harada, Đất Mới, 1973) và *Giờ Thứ 25* (của Georghiu, Đất Sống, 1973), *Những Vinh Nhục Của César*

Birotteau của H. Balzac (Trung Tâm *Học Liệu*, 1968), *Nữ Hoàng Ai Cập Cléopâtre, Chuyện Tình Tristan Iseut* (tuyển dịch, Sống Mới), ...

Bùi Giáng ký tên thật và bút hiệu Vân Mồng, là một dịch giả tài hoa văn-chương (nhưng không hẳn dịch sát nghĩa văn bản gốc, và từng gây nghi vấn), đặc-biệt trong vài năm ông đã xuất-bản liên tục các tác-phẩm dịch thuật trước khi bệnh tình ông nặng hơn. Tác-phẩm dịch-thuật đã xuất-bản: *Trăng Tỳ Hải* (*Antony & Cleopatra* của W. Shakespeare; Ngọc Minh, 1966), *Sương Tỳ Hải* (dịch và giảng giải văn bản của André Gide, Martin Heidegger và A. Camus; An Tiêm, 1966), *Cõi Người Ta* (*Terre des hommes* của Antoine de Saint-Exupéry, An Tiêm, 1966), *Khung Cửa Hẹp* (*La Porte étroite* của André Gide, ký Vân Mồng, An Tiêm, 1966), *Hoa Ngõ Hạnh* (1966), *Othello* (1966), *Bạo Chúa Caligula* (Albert Camus, Võ Tánh, 1967), *Ngộ Nhận* (*Le Malentendu* của A. Camus, Võ Tánh, 1967; đăng *Bách Khoa* các số 117 đến 120, 11 & 12-1961), *Con Người Phản kháng* (A. Camus, Võ Tánh, 1968), *Giao Cảm* (A Camus, Võ Tánh, 1967), *Sổ Ghi* (*Carnets* của A. Camus, An Tiêm,1972), *Kim Kiếm Điêu Linh* (1967), *Mùa Hè Sa Mạc* (1968), *Kẻ Vô Luân* (André Gide, 1968), *Nhà Sư Vướng Luỵ* (1969), *Ophélia Hamlet* (1969), *Hòa Âm Điền Dã* (*Symphonie pastorale* của André Gide, Võ Tánh, 1969), *Hoàng Tử Bé* (*Le Petit prince* của Saint-Exupéry-Exupéry, An Tiêm, 1973), *Mùa Xuân Hương Sắc* (1974), ...

Đỗ Khánh Hoan tác-giả *Khái Niệm và Ngôn Ngữ và Thi Pháp Anh* (Ba Vì, 1974) và là dịch giả nhiều tác-phẩm từ Anh ngữ: *Lời Dâng* (*Gitanjali* của R. Tagore, Sáng Tạo, 1971), *Kim Các Tự* (*Kinkakuji*, với Nguyễn Tường Minh, An Tiêm, 1970), *Nỗi Lòng* (Natsume Soseki, chung với NTM; 19?, Hội Nhà văn, 2011), *Tiếng Sóng* (*Shiosai* của Yukio Mishima, chung với NTM, Sông Thao, 1971), Tâm Tình Hiến Dâng (The Gardener, thơ Tagore, An Tiêm, 1969; tb Toronto ON: Ba Vì, 1999; NXB Đà Nẵng, 1997-2001), ...

Cung Tiến đã dịch hai đại tác phẩm của hai văn hào Nga: *Hồi Ký Viết Dưới Hầm* (của Dostoievski, Văn, 11-1966) và *Một Ngày Trong Đời Ivan Denissovitch* (A. Solzhenitsyn, 1969 - chuyện kể về những gì xảy đến cho một người tù cải tạo tên Ivan Denissovitch trong một ngày dưới chế độ bạo ngược cộng sản Stalin). Trong lãnh vực văn học, giữa thập niên 50 và 60, với bút hiệu **Thạch Chương**, Cung Tiến cũng đã từng đóng góp những sáng tác, nhận định và phê bình văn học, cũng như dịch thuật, cho các tạp chí *Sáng Tạo, Quan Điểm* và *Văn*. Sau 1975 định cư tại Hoa Kỳ, ông có viết cho một số báo với bút danh là Đăng Hoàng.

Bửu Ý viết nhiều bài giới thiệu văn-học và các tác-giả Âu Mỹ, đã xuất-bản *Tác-Giả Thế-Kỷ Hai Mươi* (An Tiêm, 1968) tuyển tập bài viết đã đăng trên các tạp-chí *Mai* và *Văn* những năm 1963-1967, *Văn-Học Thế-Giới Hiện-Đại* (dịch cuốn *Les littératures contemporaines à travers le monde* của R.M. Albérès, Roger Bastide, etc; An Tiêm, 1973). Ông còn là dịch giả với các tác-phẩm: *Đứa Con Đi Hoang Trở Về* (André Gide, An Tiêm, 1967), *Mặt Trời Mù (Il sile è cieco* của G. Malaparte, Văn 9-1966), *Nhật Ký Anne Frank* (An Tiêm, 1967), *Một Thoáng Nàng* (Holderlin, Cadao, 1970), *Thư Gửi Một Con Tin (Lettre à un otage* của Saint-Exupéry, Gió Bốn Phương, 1966), *Vườn Đá Tảng* (*Jardin des rochers* của N. Kazantzaki, An Tiêm, 1967), *Con Lừa và Tôi* của Juan Ramón Jiménez (Nobel 1956); của nhà văn Pháp André Gide (Nobel 1947), ông dịch *Vỡ Mộng* (Văn 26, 1968), *Dostoievski và Bọn Làm Bạc Giả*, giới thiệu "Truyện và kịch Chekhov" (*Văn*, số 53, 1-3-1966), ...

Lê Thanh Hoàng Dân chủ trương Nhà xuất bản Trẻ với các Tủ Sách Tâm Lý và Sư Phạm, Tủ sách Khoa Học Nhân Văn và Tủ Sách Văn Học Thế Giới, v.v. do ông làm chủ biên. Cạnh đó là Tủ sách Giáo Dục do GS Trần Hữu Đức điều khiển. Ông dịch nhiều tác-phẩm văn-học cũng như về giáo dục, chính-trị chung với Mai Vi Phúc, Trần Hữu Đức, Nguyễn Văn Trang, ...(*Các Vấn-Đề Giáo Dục, Triết Lý Giáo Dục, Luân Lý Chức Nghiệp, Tư Tưởng Sư Phạm, Phương Pháp Sư Phạm, Tâm Lý Nhi Đồng, Những Danh Tác Chính Trị, Lịch Sử Chiến Tranh Lạnh,* v.v.). Về văn-học và tư tưởng: *Phân Tâm Học* (J.P. Charrier, 1972), *Kẻ Xa Lạ* (A. Camus, chung với MVP, 1973; *Thân Phận Con Người* (André Malraux, chung với MVP, 1973), *50000 Đô La* (E. Hemingway, 1973), *Kẻ Lang Thang* (truyện Tagore, 1973), *Sau Bữa Tiệc* (Yukyo Mishima), *Bức Tường* (Le mur của J-P. Sartre), *Trần Gian Muôn Màu* (André Gide), *Ngôi Nhà của Matriona*

(Alexandre Solijenitsyne, Nguyễn Văn Sơn dịch), *Nhà Tài Phiệt Cuối Cùng* (Scott Fitzgerald),...

Ngoài ra ông còn lập nhà xuất-bản Kỷ Nguyên cùng với Nguyễn Vương, Mai Vi Phúc, Nguyễn Á Châu. Kỷ Nguyên xuất-bản và tái-bản sách ông như *Lịch Sử Đời Sống Tình Ái* (R. Lewinsohn, 1969), v.v.

Nhà văn **Tam Ích** cũng dịch một số tác-phẩm như *Kêu Thương* (*La Fin de l'espoir* của J. Hermanos, Lá Bối, 1967), *Những Đứa Trẻ Ở Guernica* (*Les Enfants de Guernica* của H. Kesten, Lá Bối, 1966),... **Hà Thúc Sinh** trước 1975 làm thơ và là dịch giả một số tác-phẩm nói đến ở phần các nhà xuất-bản. **Võ Văn Dung** có *Dịch Hạch* (*La Peste* của A. Camus, 1971). Thẩm phán **Trần Thúc Linh** dịch phóng tác kịch *Áo Đen, Áo Đỏ* của Brieux (Thời Mới, 1965). **Đặng Trần Huân** có truyện dịch *Hải Đảo Thần Tiên* (1963), ông còn là tác-giả tập truyện ngắn *Ngày Vui* (1962, 7 truyện ngắn và du ký Một vòng Manila) và tuyển tập hài hước *Chuyện Cấm Đàn Bà* (1969).

Hoàng Hải Thủy (Dương Trọng Hải, sinh 1933, Hà Đông) làm báo chuyên nghiệp, ngoài tập truyện ngắn *Giữa Hai Dòng Nước* (Văn, 1973), một số tiểu-thuyết và phóng sự đăng-từng-kỳ trên các báo như *Gái Trọ*, 1965; *Tìm Em Nơi Thiên Đường*, 1965; *Bạn và Vợ*, 1969; *Môi Thắm Nửa Đời*, 1969; *Bây Giờ Tháng Mấy*, 1970; *Lưới Tình*, 1971; *Đêm Về Sáng*, 1968; *Yêu Lắm Căn Đau*, 1968; *Yêu Nhau Bằng Mồm*, 1970; *Vợ Chồng Son*, 1970, *Định Mệnh Đã An Bài*, 1970; *Vũ Nữ Saigon*: phóng sự thời đại (Thư Lâm, 1958); hai phóng sự *Yêu Tiền* và *Đầm Giao Chỉ* cùng ký Gã Thâm và chung với Thương Sinh, 1967, v.v., ông còn ***phóng tác*** một số tiểu-thuyết một thời được một số độc giả yêu thích, theo dõi, sau được xuất-bản. Nói chung, ông không dịch sát văn bản gốc, đa phần phỏng theo hoặc phóng-tác qua các tiểu-thuyết như *Bẫy Yêu* (*From Russia with love* của Ian Fleming, 1956), *Kiều Giang* (của Charlotte Brontë, Khải Minh, 1963), *Nổ Như Tạc Đạn* (Thái Lai, 1964), *Tiếng Ca Cá Sấu* (*Never find sanctuary* của Harry Whittington, Tập Chí Thứ Tư, 1968), *Yêu Mệt* (từ *Le Repos du guerrier* của Christiane Rochefort, Hoa Biển Động, 1969), *Tình Nhân Trẻ* (*Le jeune amant* của Paul Reboux, 1969), *Người Vợ Ngoại Tình* (*Madame Bovary* của Gustave Flaubert), *Người Yêu Người Giết* (*Le deuxième souffle* của José Giovanni, 1970), *Trong Vòng tay Du*

Đăng (*No orchids for Miss Blandish* của James Hadley Chase, 1970), *Như Chuyện Thần Tiên* (*Scorpion Reef* của Charles Williams, Ngày Xanh, 1973), *Đêm Vĩnh Biệt* (*A kiss before dying* của Ira Levin), *Gã Thâm* (*The deep* của Mickey Spillane, Hồng, 1969), *Đỉnh Gió Hú* (Wuthering Heights của Emily Brontë), *Hồn Ma Đa Tình* (truyện kinh-dị Hitchcock, Chiêu Dương, 1970), *Ngoài Cửa Thiên Đường* (Maldonne của Boileau-Narcejac, Hành Trình, 1974), *Người Thiếu Nữ Một Đêm* (truyện kinh dị tuyển dịch từ Playboy, Chiêu Dương, 1970) và các tiểu-thuyết điệp viên 007 như *Cửa Vào Địa Ngục* (*Return from Vorkuta* của David St. John , 1975) *Điệp Vụ Hỏa Cầu* (*Diamonds are forever* của Ian Fleming), *Hồng Loan Hồng Ngọc* (Hồng, 1968), *Đen Hơn Bóng Tối* (*Pièges pour Cendrillon*, 1972), ... [Riêng truyện gián điệp còn có các dịch giả Z.28, Người Khăn Trắng, ...].

*

Phía các **NHÀ XUẤT-BẢN**, đa số đều có xuất-bản các tác-phẩm dịch-thuật, từ giáo khoa đến văn-chương, triết lý và lịch-sử.

Nhà xuất bản **Trình Bày** về dịch thuật khá đa dạng, mở những chân trời mới với những tác-phẩm xuất từ các nước Đông Âu, cộng-sản, Nam Mỹ la-tinh. Ngoài các dịch phẩm đã ghi nhận ở các dịch giả Diễm Châu và ở phần trên, ... là các tác-phẩm như *Con Tê Giác* (*Le Rhinocéros* kịch của E. Ionesco, Bùi Khải Nguyên dịch, 1967), *Trong Tù* (Gorki, 1971), ... Nhóm Trình Bầy chủ trương giới thiệu các tác phẩm có tính phản kháng tranh đấu xã hội như Miền đất hung bạo của Amado Jorge hay Vòng hoa cho người cách mạng của Peter Abrahams. Đồng thời nhà xuất-bản muốn giới thiệu văn-học thế giới, như dịch 3 tác-phẩm của Kawabata. Trăng trên thung lũng Jerusalem của Samuel Yosef Agnon (người Do Thái, Giải Nobel Văn chương 1966) do Nguyễn Thu Hồng dịch (1969) về một sắc dân và ngôn-ngữ đang dần mất. Dù không liên quan gì đến chủ trương chính thức của TB, nhưng nhà TB còn nhắm giới độc giả trẻ, khai phóng, muốn tìm hiểu, thưởng ngoạn văn-chương thế giới, nên đã giới thiệu những tác giả và văn-học mới chưa được phổ thông. Thứ nữa, chủ trương phụ của TB và một số những người Công giáo VN "tiến bộ" lúc đó là đánh đổ luân lý "thanh giáo" cỏ nghĩa là đạo đức giả của những kẻ giả hình trong giới trí thức, chính-trị cũng như trong xã-hội.

Thái Độ xuất-bản về dịch thuật, cuốn thành công nhắt là *Về Miền Đất Hứa* do Thế Uyên dịch từ *Exodus* của Leon Uris, các dịch phẩm khác về chính-trị thời sự nóng bỏng có *Kỹ Thuật Tuyên Truyền*

Chính Trị của J.M. Domenach (do Thế Uyên dịch, Tủ sách Binh thư Quân chính)*, Kỹ thuật Đảo chính* của Malaparte*, Châu Mỹ la-tanh giữa Gấu (Nga) và Diều hâu (Mỹ)* của Madadriaga.

Trung-tâm Học Liệu thuộc Bộ Giáo dục đã xuất-bản nhiều dịch phẩm như *Cánh Buồm Ma* (*The Ghost Ship* của R.B. Middleton, PXL dịch, 1969), v.v. Trước đó, Nha Văn hoá và Bộ Quốc Gia Giáo Dục với sự hợp tác của phái bộ viện trợ Hoa-Kỳ, cũng đã xuất-bản các dịch phẩm mục-đích nhắm học sinh Trung học, như *Silas Marner* (của G. Eliot, do Nguyễn Văn Tạo, 1962), *Thùng Rượu Amontillado* (*The Cask of A*. của E.A. Poe, do NV Tạo, 1962), *Tom Walker Với Quỉ Sứ* (*The Devil and T.W*. của W. Irving, do NV Tạo, 1962), *Đất Chết Dần* (*La Terre qui meurt* của René Bazin, do Trương Đ. Nga, 1962), v.v.

Phủ Quốc-Vụ-Khanh đặc trách Văn Hóa xuất-bản một số dịch-thuật của các Ủy ban Dịch thuật – Tủ sách Kim văn, như *Tiểu-Thuyết Hiện-Đại* (*Modern World Fiction* của Dorothy & John Angus Burrell Brewster, do Dương Thanh Bình (1933-), 1971), *Cuộc Phiêu Lưu Tư Tưởng của Văn Học Âu Châu Thế kỷ XX* (*L'Aventure intellectuelle du XXe siècle* của R.M. Albérès, Vũ Đình Lưu dịch, 1971), ...

Một số nhà xuất-bản nhỏ như nhà **Vàng Son** in *Papillon – Người Tù Khổ Sai* của Henri Charrière; *Tầng Đầu Địa Ngục* (The First Circle) của Alexandre Solzhenitsyn, ... NXB **Vươn Lên** xuất-bản *Tuyển Truyện Các Tiểu Quốc Âu Châu* 1971, gồm 9 nước cộng-sản lẫn trung lập, do Hà Thúc Sinh và Nguyễn Ngọc Bích dịch. NXB **Kỷ Nguyên Mới** tiếp nối, xuất-bản *Tình Em Vỗ Cánh* (dịch I.B.Singer, 1973), *Người Nô Lệ* (dịch I.B.Singer, 1973), *Trận Chiến Trong Thành Phố* (dịch John Toland, 1973), *Cát Bụi Trần Gian* (dịch Yael Dyan, 1974) và *Kiếp Người Cô Quạnh* (dịch J.B.Singer, 1974), ...

*

Một số tác-phẩm được **nhiều người dịch**:

Albert Camus - *La Peste / Dịch Hạch:* 1 do Hoàng Văn Đức (Thời Mới, 1966) và 2 do Võ Văn Dung (Dịch Giả XB, 1971); - L'Étranger: 1- Người Xa Lạ, Võ Lang dịch (Thời Mới, 1965); 2- Kẻ Xa Lạ, Dương Kiền và Bùi Ngọc Dung dịch (Ngày Nay, 1965); 3- Kẻ Xa Lạ, Lê Thanh Hoàng Dân và Mai Vi Phúc dịch (Trẻ, 1973) và 4- Người Xa Lạ do Tuấn Minh (Giải Dịch-thuật 1970 của PQVKĐTVH, Sống Mới, 1970).

Françoise Sagan - *Bonjour, tristesse*: 1 do Nguyễn Vỹ (ký Diệu Huyền) "Buồn ơi chào mi" đăng *Phổ Thông* (từ số 1, Đà-Lạt 1953); 2 do Lê Huy Oanh *Buồn Ơi, Bắt Tay* (Tân Văn 28, 1970), ...

Antoine de Saint Exupéry *có Le Petit prince* với hai bản dịch *Cậu Hoàng Con* do Trần Thiện Đạo (Khai Trí, 1966) và bản nổi tiếng về văn-chương được xuất-bản nhiều lần của Bùi Giáng, *Hoàng Tử Bé* (An Tiêm, 1973).

F. Dostoievski - *Tội Ác và Hình Phạt* (*Crime et Châtiment*): 1 do Trương Đình Cử (Văn đoàn Nguyên Lực, 1965; tb 2 tập, Khai Trí, 1973) và 2 do Lý Quốc Sỉnh (Nguồn Sáng, 1973).

Virgil Georghiu - *Giờ Thứ 25* của có 2 bản Việt dịch: 1- Lê Ngọc Trụ và VTH (2 tập, Gió Bốn Phương, 1966) và 2- Mặc Đỗ, (Đất Sống, 1973).

Hermann Hesse - *Narziss und Goldmund* có 2 bản: *Đôi Bạn Chân Tình* do Vũ Đình Lưu (Cadao, 1967) và bản *Nhà Khổ Hạnh Và Gã Lang Thang* do Phùng Khánh *(*An Tiêm, 1972) .

Giải Nobel Văn-chương **Boris Pasternak** với *Bác Sĩ Zivago* (Doctor Zivago) có 3 bản: bản Văn Tự & Mậu Hải (Huế: MT Bảo Vệ Văn-Hóa, 1960), bản 2 do Trường Văn tức Nguyễn Tất Tấn và bản 3 của Nguyễn Hữu Hiệu tựa *Vĩnh Biệt Tình Em*.

A. Soljenitsyne, một Giải Nobel văn-chương khác, có 2 bản cho Ngôi Nhà của Ma-tri-ô-na, Tại Nhà Ga Krechetovka (Lê Vũ dịch, Hành Trình, 1973) và bản 2, Ngôi Nhà của Matriona (NXB Trẻ, 1974).

Dịch phẩm nổi tiếng không vì văn-chương nhưng được nhắc nhở nhiều nhất là *Tâm Hồn Cao Thượng* (*Cuore* của E. Amicis, Sống Mới) do nhà giáo Hà Mai Anh dịch, được tái-bản nhiều lần từ thập niên 1950, đã là những bài học/đọc văn và luân lý, giáo dục cho nhiều thế hệ học sinh miền Nam.

*

Các tác-phẩm triết học **Á-đông** chủ yếu Trung Hoa cổ thời dĩ nhiên chiếm phần dịch-thuật quan-trọng nhưng chọn lọc hơn: Tạ Quang Phát dịch *Khổng Tử San Định*, gồm 3 tập (Trung tâm Học liệu, bộ Giáo Dục). Thu Giang Nguyễn Duy Cần dịch *Trang Tử tinh hoa* (1962), *Lão Tử Đạo Đức Kinh*, *Lão Tử Tinh Hoa*, dịch và bình chú *Nam Hoa Kinh* (1963). Đồ Nam dịch *Thiền và Lão Trang* của

Ngô Di (1973). Huỳnh Minh Đức dịch *Trung Quốc Triết học Sử* của Hồ Thích, Nhất Hạnh dịch *Thiền* của D.T. Suzuki. Nguyễn Hiến Lê có nhiều công biên soạn và dịch thuật về lịch sử và triết học Đông Phương.

Hiện-đại với nhà tư tưởng **Krishnamurti**: được dịch khá nhiều trong giai đoạn văn-học miền Nam này: *Dưới chân Thầy* (*At the Feet of the Master*, do Bạch Liên); *Tự Do Đầu tiên và Cuối cùng* (*The First and last Freedom*, do Phạm Công Thiện; An Tiêm, 1968); *Đường vào Hiện Sinh* Commentaries of living {Trúc Thiên}; *Krisnamurti, Cuộc đời và tư tưởng* (Krishnamurti, the Man and his Teachings của Ren Fouère, do Võ Văn Quế); *Hiện tượng Krishnamurti* (*Phénomène de Krishnamurti* của Carlo Suarès, do Trúc Thiên), ... Của Krisnamurti và do hai dịch giả Nguyễn Minh Tâm và Đào Hữu Nghĩa: *Giải trừ Kiến thức* (*Freedom from the Known*), *Cách Mạng Con Người The only Revolution*, *Giáo dục và Ý Nghĩa Cuộc Sống* (*Education and Significance of life*); *Giáp Mặt Cuộc Đời* (*Life ahead*, An Tiêm, 1972), *Ý Nghĩa về Sự Chết, Đau Khổ và Thời Gian* (An Tiêm, 1969); *Tự Do và Hoà Bình* (*Liberté et Paix*), ...

Chú-thích

1- X. Đào Trường Phúc. "Sách dịch-thuật trong năm qua". Bách Khoa, số A*&B* Kỷ niệm 17 năm và Xuân Giáp Dần 1974, tr. 33.

2- Nguyễn Mộng Giác. "Nghĩ về thơ, truyện". Bách Khoa, số A**-B** Xuân Ất Mão 1975, tr. 25.

3- *Những Bức Thư Gửi Alixa* là những cột báo viết tại Sài-Gòn, dịch đăng trên hai nhật báo *Chính Luận* và *Sống* - ông đã viết về Việt-cộng: "*Việt-cộng ... những bộ quần áo bẩn thiểu, những tư tưởng bỉ ổi... quân ăn cướp. Vũ khí của chúng là sự khủng bố. Chúng tàn sát những người chống đối một cách ồn ào hay lặng lẽ. Chúng đâm vào cơ thể người sống những mũi chông voít nhọn. Súng của chúng không ai bóp cò cũng nổ...*".....

4- Sau 1975, ở Việt-Nam, cảnh phi lý sắc lạnh của Kafka xuất hiện thường trực và "phong phú" một cách bi đát ở Việt-Nam: các văn-nghệ sĩ và cựu công chức, binh sĩ của miền Nam bị bắt, bị tù đày biệt xứ, bị đối xử tệ bạc như đối với con thú, bị kết án mà không bị xử, và cuối cùng nhiều người đã phải chết một cách không bình thường và rất không ra con người! Kafka sống thời chiến-tranh Đệ Nhất Thế-chiến như đã tiên tri những tàn bạo, phi lý sẽ xảy ra cho nhân loại!

5- Trích Nguyễn Tường Thiết "Dịch giả Nhất Linh (1906-1963) và Đỉnh Gió Hú". Đỉnh Gió Hú (Los Angeles CA: Văn Mới, 2007).

6- X. Phê bình của Trần Thiện-Đạo. "Tìm hiểu vở kịch les Mouches của Jean-Paul sartre (nhân đọc bản dịch của Phùng Thăng)". Văn (đặc san) số 1 & 2, 11 & 12-1967 [X. thêm Thư Quán Bản Thảo, số 71, 8-2016].

Chương 7
BÁO-CHÍ MIỀN NAM

Sau khi hiệp định Genève 20-7-1954 chia đôi đất nước, một cuộc di cư từ Bắc vào Nam đưa theo nhiều nhân-tố quốc-gia (và cả năm vùng) sẽ giúp mạnh thêm nền văn-học của miền Nam tự do 1954-1975. Những năm đầu sau 1954, ở trong Nam và nhất là Sài-gòn hết còn nóng lửa chiến tranh, nhưng cuộc chiến vẫn âm ỉ, thời lập thuyết đấu tranh ý thức hệ bắt đầu, với những mặt trận văn-hóa, những Phạm Thái, Thiếu Sơn, Hồ Hữu Tường, Ngô Đình Nhu, ... Cũng là thời của các tạp-chí *Đời Mới, Nhân Loại, Mùa Lúa Mới,* ... - thời của những người quốc-gia đa nguyên đa dạng! Nhưng thất bại của những hợp tác và khó khăn của đồng thuận chính-trị khiến chính quyền đệ nhất cộng hòa quyết liệt vạch một lối đi văn-hóa để thu phục nhân tâm của miền Nam và tiêu diệt tận gốc chủ nghĩa cộng-sản ngoại lai cũng là để những kẻ *đứng núi này trông núi nọ* phải nhận chân và dứt khoát con đường phục vụ đất nước. Trong chiều hướng đó, tạp-chí *Xã Hội* của ông Ngô Đình Nhu đình bản cuối năm 1956 có thể do nội-dung quá lý thuyết không đến được với cán bộ và quần chúng. Rồi sau hai tạp-chí *Sáng Tạo* và *Chỉ-Đạo* cũng ra mắt cùng tháng 10 năm 1956, *là tạp chí Bách Khoa* số 1 ra mắt ngày 15 tháng 1 năm 1957 và số cuối 426 ra ngày 20 tháng 4 năm 1975. Tòa soạn đặt ở số 160 đường Phan Đình Phùng, Sài-Gòn. Năm 1957 là năm có nhiều biến cố văn-hóa và chính-trị quan-trọng, là *năm của một khởi đầu văn-hóa miền Nam tự do!*

Báo-chí tiếng Việt xuất phát từ miền Nam từ trước và đã gây thành truyền thống văn-hóa, xã-hội, rất phổ biến, trí thức cũng như bình dân đều đọc báo và trở nên không thể thiếu trong đời-sống thường nhật. Tạp-chí văn-chương quan-trọng ít hơn, sống chết cũng chỉ ảnh-hưởng đến một thế-giới văn-hóa hạn chế. Người dân đa số có thể không biết đến nhà văn, nhưng trước những vấn-đề, biến cố thời cuộc, quốc-gia, người dân thường chờ đợi ở những nhà văn nhà báo quần chúng những phân tích, nhận định. Vai trò nhà văn do đó chỉ được quần chúng để ý, theo dõi, khi các vị này lên mặt báo-chí – điều này đã xảy ra ở miền Nam từ cuối thập niên 1960, đầu 1970, với những Chu Tử, Hồ Hữu Tường (và hai vị này cũng từng là những hiện-tượng best-seller một thời), ...

Báo chí thời Việt-Nam Cộng-Hòa đa dạng, trăm hoa cùng nở; nở theo chính trị và biến động của một miền Nam chính-trị và chiến-tranh dần làm cho hết an bình và nhịp nhàng theo thời đại, trước sau nối tiếp nhau. Khung cảnh báo chí là một, còn phải nói đến mục đích quan trọng hơn của dân quân thời đó là xây dựng và tái thiết miền Nam sau gần trăm năm bị thực dân đô hộ và mười năm chiến tranh. Thật vậy, trong mục đích xây dựng và kiến thiết miền Nam, văn nghệ trở thành phương tiện dấn thân hành động, và bảo vệ quê-hương, với nhiệm vụ xây đựng nền tảng cho một miền Nam không cộng sản.

Một vài dẫn chứng tài liệu: trong lời chúc Tết của bán nguyệt san *Gió Mới* số Xuân 1958, ban biên tập đã viết "những giây phút thái bình" để gọi mùa Xuân năm ấy, và ghi rằng *Tất nhiên không phải vì lạc quan mà chúng ta sẽ quên những nhiệm vụ trong tương lai. Niềm hân hoan càng mãnh liệt thì sự tưởng nghĩ đến nhiệm vụ của chúng ta càng sâu rộng...*". Càng về sau, nhiều nhà báo làm chính trị, "chầu rìa" như một số đảng phái bắt đầu hết hậu thuẫn của dân chúng. Khi chiến tranh và xáo trộn lên cao độ, đã có những tờ báo chui và ấn phẩm xám của sinh viên và trí thức, "góp phần" gây xáo trộn thêm miền Nam. Cũng là thời của nhiều nhóm tranh đấu chính trị tập trung quanh các báo *Thái Độ, Lập Trường, Hành Trình, Đối Diện,* ... với những nhà văn dấn thân như Phan Nhật Nam, Ngô Thế Vinh, Thế Uyên, ... hay phản chiến như Nguyên Vũ, Kinh Dương Vương, Nguy Ngữ, Trần Hữu Lục, Thái Luân, Thế Vũ, v.v. - những phẫn nộ của họ không được chú tâm của người cùng chiến tuyến, vài người trong số sẽ bị đối phương sử-dụng, tác phẩm của họ trở nên vô dụng trong một xã hội quay cuồng bởi những giá trị khác hơn.

Về phân chia giai đoạn phát triển của báo-chí thời này, LM Thanh Lãng áp dụng tiêu chuẩn "thế hệ" để phân chia các giai đoạn lịch-sử của báo-chí Việt-Nam (báo-chí ở đây đồng nghĩa với *nhật báo*) và ghi nhận 2 "thế hệ" từ 1954 cho đến năm 1971 - là năm viết bài "Báo-chí Việt-Nam và 100 năm xây dựng văn-hóa" (trong số 7 "thế hệ" kể từ năm 1862) đăng trên đặc san *Văn Bút* (1, 1971) của hội Bút Việt:

- Thế Hệ "Cộng Hòa I" 1954-1963: Làng báo Việt-Nam dồn mọi nỗ lực cho việc xây dựng chế độ Cộng Hòa Nhân Vị, bỏ quên các mục tiêu khác. Số báo trong thế hệ này lên tới 212 tờ; và

- Thế Hệ "Cách-Mạng" 1963-1971: là "giai đoạn thác loạn của báo-chí nước ta, một cơn lốc khủng khiếp". Sinh hoạt báo-chí tuy rầm rộ nhưng pha mầu hỗn loạn và mục tiêu thì không minh định rõ rệt. Số báo năm 1963 là 25, đầu năm 1964 lên 91 rồi xuống 47 năm 1965. Báo-chí đi vào giai đoạn thương mại hóa và trở thành một kỹ nghệ có tầm vóc lớn, nhưng báo-chí hầu hết làm môi trường cho một thứ văn-chương sa đọa tầm thường (1).

*

Trước hết, một số **báo-chí chính thức** của Quân đội Quốc-gia Việt-Nam đã mở đường, khai phá mảnh đất văn-hóa, văn-nghệ miền Nam như một thực thể chính-trị từ 1949 đến sau Hiệp định Genève 20-7-1954 và thể chế Việt-Nam Cộng-Hòa:

Phụng Sự là cơ quan báo chí đầu tiên của Phòng 5 Bộ Tổng tham mưu Quân-đội Quốc-gia Việt Nam ra hàng tháng với chủ bút đại-úy Trần Huỳnh, từ 1957 là đại-úy Phạm Văn Sơn, thư-ký tòa-soạn Huy Sơn (Dương Quang Thuận, 1936-, Hà-Nội). Số 1 ra từ năm 1953 và số cuối 64 ra đầu năm 1960, đây là một tạp chí nghị luận, biên khảo và văn nghệ, dành cho các sĩ quan, lúc đầu có các nhà văn Toàn Phong, Hoàng Ngọc Liên, Hà Liên Tử, Huy Sơn, Tường Linh, ... sau 1957 thêm Nguyễn Mạnh Côn, Uyên Thao, Huy Quang, Phan Lạc Tuyên, ... Năm 1957, đại-úy Nguyễn Xuân Vinh làm Trưởng Phòng Báo Chí Nha Chiến Tranh Tâm Lý đã tham gia ban biên tập tờ *Phụng Sự* với bút hiệu Toàn Phong. ***Chiến Sĩ Cộng Hòa*** (1959-1974) là tờ báo hợp-nhất hai tờ *Phụng Sự* và *Quân Đội* - nguyệt san ***Quân Đội*** của Nha Chiến-tranh Tâm-lý bộ mới xuất hiện trong gần 4 năm, từ đầu năm 1957 đến 1960, do trung-úy Tô Kiều Ngân làm chủ bút (sau ra mỗi tháng 2 kỳ), dành cho binh sĩ nói chung và vì nhu cầu quân số, báo phát hành lên đến 200.000 số một kỳ, sau thêm tuần báo *Thông Tin Chiến Sĩ*.

Tạp chí ***Chỉ Đạo*** xuất hiện từ tháng 10-1956, *"cơ quan ngôn luận của Ban Chỉ đạo Chiến dịch Tố Cộng thuộc Bộ Quốc Phòng"* (mục-đích *"bài phong, đả thực, diệt cộng"*, sau thêm phụ đề "Cơ quan ngôn luận của người Việt tự do chống Cộng") xuất bản, với Ngô Quân chủ bút; từ số 3, trung tá Nguyễn Văn Châu chủ nhiệm thay trung tá Trần Văn Trung, thiếu úy đồng hóa Nguyễn Mạnh Côn làm thư ký tòa soạn rồi chủ-bút (sau ông, Kỳ Văn Nguyên, Đào Đình Hoan, Nguyễn Đình Bảo tiếp nối), mở rộng phần văn nghệ và mời các cây bút ngoài quân đội hợp tác như Nguyễn Đăng Thục, Nguyễn Thiệu Lâu, Toan Ánh, Doãn Quốc Sỹ, Thanh Tâm Tuyền rồi Bình-Nguyên Lộc, Đỗ Tốn, Hoàng Văn Đức, v.v. và từ 1959 thêm các nhà văn Trần Phong Giao, Phan Kim Thịnh, Dương Kiền, Duyên Anh, Hà Huyền Chi, v.v. Đình bản sau đảo chánh 1-11-1963 (số 64?) trong sự mến tiếc của giới văn chương nghệ thuật, cũng như đã từng tiếc tạp chí *Phụng Sự*. Tờ *Chỉ Đạo* khởi đầu cuộc chiến tranh phức tạp này với khẩu hiệu: "*Trước khi dùng đến vũ khí, trước cả khi dùng đến chính trị, cuộc đấu tranh chống cộng sản hơn bao giờ hết là một cuộc chiến tranh tâm lý*" (Xuân Đinh Dậu 1957). Chính Tổng thống Ngô Đình Diệm đã xác nhận trong một diễn văn tại trường Sĩ quan Võ bị Đà Lạt ngày 5-6-1960: "*Cuộc chiến tranh ta phải đương đầu không phải là một thứ chiến tranh quân cụ, một thứ chiến tranh bấm nút, hay một thứ chiến tranh chỉ liên hệ đến một số quân nhân mà thôi đâu. Thứ chiến tranh mà ta phải đối địch là thứ chiến tranh cách mạng, một thứ chiến tranh lý tưởng liên hệ trực tiếp đến toàn dân, và trong đó yếu tố tinh thần, yếu tố tin tưởng vào chế độ của mình là yếu tố quyết định*". *Chỉ Đạo* đã có nhiều bài nhận định, biên-khảo về văn-hóa, văn-học ("Con đường văn-hóa", ...) cũng như phê phán văn-nghệ Cộng-sản như "Có hay không có ... một nền văn-nghệ Việt-cộng?", "Từ Trương Tửu đến Trần Dần-những con người tưởng mình là Cộng-sản", "Nhược điểm lý thuyết trong chính sách văn-nghệ của Việt-cộng", "Vấn-đề khoa học với văn-nghệ" (từ đó NMC đã thử nghiệm thể-loại mới với Truyện Ba Người Lính Nhảy Dù Lâm Nạn), ... của Nguyễn Kiên Trung/ Nguyễn Mạnh Côn.

Ngoài ra còn có các **nhật báo** *Tiếng Dân, Dân Việt, Tiền Tuyến*, v.v. Nhiều tác phẩm văn học đặc sắc đã xuất hiện lần đầu trên các tạp chí và nhật trình của Nhà Nước nói trên trước khi các tác giả của chúng nổi tiếng như Duyên Anh, Nguyễn Mạnh Côn, Tạ Ty, Doãn Dân, Nguyễn Đạt Thịnh, Nhất Tuấn, Mặc Thu, Lan Đình, Tô Kiều Ngân, Tường Linh, Hà Huyền Chi, v.v.. Ngoài ra, quân đội còn có các tạp-chí **Đại Học Quân Y** do y sĩ trung tá Hoàng Văn Đức chủ trương số ra mắt tháng 7-1962 có nhiều ảnh-hưởng trong ngoài giới cũng như văn-nghệ. Trường Võ bị Đà-Lạt có tờ *Võ Bị Đà-Lạt*, trường sĩ quan trừ bị Thủ Đức có *Liên Quân Thủ Đức* và *Bộ Binh, Tập san Quốc Phòng* ("nguyệt-san nghiên-cứu quân-sự chính-trị kinh-tế xã-hội", được 47 số, 1970-1974) của Trường Cao Đẳng Quốc Phòng, *Tập San Quân Sự* và ***Đại Học Quân Sự*** của cơ quan cùng tên, Nha Tuyên úy Công-giáo có tờ *Tinh Thần* (1950-), *Chiến Hữu* (nguyệt san, 1961-), v.v. Không kể các Bản tin, Nội san của các cơ quan quân đội, tổng bộ, ... như *Văn Tác Vụ* (1966, b.m. 1968-) phân phối đến những vùng nông thôn, ...

Thời Đệ nhị Cộng hòa, quân đội có các tờ báo *Diều Hâu* của Cục Tâm lý chiến, trung tá Nguyễn Đạt Thịnh chủ biên, *Tiền Phong* (1965-1975) dành cho sĩ quan, *Lý Tưởng* (Không quân, 1964- Hoàng Song Liêm, Huy Sơn thư-ký tòa-soạn; về sau Dương Hùng Cường thư-ký tòa soạn [*Tập Thơ Truyện Không Quân Thời Chiến*, Vàng Son xuất-bản cuối năm 1974], *Mũ Đỏ* (1967-), *Lướt Sóng* ("tiếng nói Hải quân VN", 1964-), *Tuyển Tập* của Cục Chính Huấn (ra được 15 số, 1966-73), *Khởi Hành*, v.v..

Khởi Hành, "tuần báo văn-học nghệ-thuật ra ngày thứ Năm", cơ quan ngôn luận của Hội Văn Nghệ Sĩ Quân Đội do trung tá Trần Văn Trọng (nhạc sĩ Anh Việt) chủ-nhiệm, Viên Linh tổng thư ký tòa soạn (1969-73) [sau 1975 ra hải-ngoại, Viên Linh với tư cách cá nhân tục bản tờ *Khởi Hành*], cho biết: "in từ năm tới bảy ngàn số, có lúc lên đến mười ngàn (có ghi rõ số lượng phát hành trên Khởi Hành số 13) mỗi kỳ. *Khởi Hành* ra mắt tháng 5-1969 sống tới số **156**, qui tụ nhiều nhà văn tên tuổi Bình-Nguyên Lộc, Mai Thảo, Ký giả Lô Răng, Tú Kếu, Võ Phiến, Nguyễn Thị Hoàng, Túy Hồng, Chu Tử, Lý Hoàng Phong Phạm Công Thiện, Hoàng Trúc Ly, Phạm Thiên Thư, Nguyễn Đức Sơn, Thảo Trường, tiểu luận, phê bình có Lê Huy Oanh, Nguyễn Nhật Duật, Huỳnh Phan Anh, Cao Huy Khanh, Tam Ích, Nguyễn Hiến Lê, Thạch Trung Giả, Nguyễn Sỹ Tế, ...; dịch thuật có Mặc Đỗ, Trần Trọng San, Nguyễn Hữu Hiệu (2), cũng như hí họa và phụ bản của các họa sĩ Tạ Ty, Nguyễn Trung, CHÓE. *Khởi Hành* trình bày những loạt bài như "Mỗi tuần Một khuôn mặt văn-chương", "Thơ văn Khói lửa" (từ số 154, 24-5-1972), mục tạp ghi Âm Bản do Thanh Tâm Tuyền phụ trách từ số 52 (7-5-1970), ... và mở những cuộc phỏng vấn "Nhân vật người lính trong văn chương" (số 1, 1969), "Đi tìm các tác giả được ưa thích nhất bây giờ" (từ số 145, 23-3-1972), ... Đặc-biệt có thể vì là của Hội đoàn Quân đội nên bài vở hiếm bị kiểm duyệt cắt bỏ, có bài bị kiểm duyệt nơi khác lại được đăng trên *Khởi Hành* – cũng là công đầu (nhờ vậy) gìn giữ văn thơ bị kiểm duyệt thời chiến-tranh!

*

Phía các **cơ quan chính phủ** thì có các tạp-chí như *Trung Học Nguyệt San* **và** *Tiểu Học Nguyệt San* của Bộ Giáo dục, Nha Văn-hóa thuộc Bộ Giáo dục đảm trách *Văn Hóa Nguyệt San*; Vụ Văn-hóa thuộc bộ Thông tin có tờ nguyệt san *Văn Hữu*, Viện Khảo Cổ có *Khảo Cổ Tập San* mỗi năm ra 2 số và *Việt-Nam Sử Liệu*, v.v.

Văn Hóa Nguyệt San do Nha Văn-hóa thuộc Bộ Giáo dục xuất-bản và đã xuất-bản từ trước, từ tháng 5-1952 (số 1), trải qua hai chính phủ *Quốc Gia Việt Nam* (The State of Vietnam, 1949-1955) và *Việt Nam Cộng Hòa* (The Republic of Vietnam, 1955-1975). Bộ mới" từ tháng 4-1955 đến năm 1974, Nha Văn hóa lần lượt thuộc Bộ Quốc gia Giáo dục, Bộ Văn hóa Giáo dục, Tổng bộ Văn hóa Xã hội, Bộ Văn hóa Giáo dục và Thanh niên, Phủ Quốc vụ khanh đặc trách Văn hóa. Sau khi Mai Thọ Truyền, Quốc vụ khanh đặc trách văn hóa mất (17-4-1973), Nha Văn hóa lại thuộc về Bộ Văn hóa Giáo dục và Thanh niên). *Bộ cũ* có mục-đích là "*Để liên-lạc một cách sâu xa với toàn-thể quốc-dân từ Nam chí Bắc và để góp phần xây dựng một nền văn-hóa mới, hoàn toàn Việt-Nam, Bộ Quốc-Gia Giáo-Dục đã cho xuất-bản tại Hà-nội tập VHNS từ tháng 5 năm 1952. Đến tháng 7-1954, bộ Q.G.G.D di-chuyển Sở Văn-Hóa vào Sài-gòn, V.H.N.S phải tạm đình-bản trong một thời gian*" (VHNS, bộ mới, số 1, 3-1955, tr. 147). Bộ cũ ra số đầu và tháng 5-1952, số cuối vào tháng 7-1954, tổng cộng 18 số, in tại Hà-Nội. *Bộ mới* (1955-1974), số 1 ra tháng 3-1955, được xuất bản tại Saigon, ra số đầu vào tháng 3-1955, đến số cuối năm 1974. Chủ nhiệm tờ báo ban đầu là Nguyễn Khắc Kham (Giám đốc Nha Văn hóa), Chủ bút là Thái Văn Kiểm (bút hiệu Tân Việt Điểu); từ số 70, 5-1962 thì Chủ nhiệm là Nguyễn Đình Hòa, từ năm 1967, sang Trịnh Huy Tiến; từ 1971, Chủ nhiệm kiêm Chủ bút là Tăng Văn Hỉ (Lạc-Thiện). Tạp-chí này từ năm 1968 đổi thành *Văn-Hóa Tập-San* và báo ra không định kỳ, mỗi năm ra từ 2 đến 5 số. *Văn Hóa Nguyệt San* tổng cộng ra được 146 số. Mỗi số báo in trung bình 2.000 bản, từ năm 1969 trở đi in 1500-1600 bản. Từ số 69 trở đi cũng bắt đầu có thêm Mục-lục bằng tiếng Pháp và tiếng Anh, đồng thời cũng bắt đầu đăng tải đều đặn các bài khảo cứu bằng tiếng Pháp và tiếng Anh. Số cuối cùng của tờ báo này, *Văn-Hóa Tập-San*, năm thứ 23, số 2 năm 1974 ra sau ngày 20-6.

Về *nội dung*, bộ mới tập trung vào ba phần chính: 1- nghiên cứu khoa học; 2- tin tức văn hóa, giáo dục và chính trị; và 3- sáng tác văn học nghệ thuật trong đó nổi bật là các bài nghiên cứu học-thuật về hầu hết các lãnh vực văn hóa thời bấy giờ, gồm cả cổ học và các khoa học hiện đại, khoa học nhân văn cũng như khoa học tự nhiên nhưng chính vẫn là lãnh vực khoa học nhân văn. Những tác giả cộng tác thường xuyên của VHNS cũng chính là những học giả thời danh về nhiều lĩnh vực văn hóa, học thuật: Thái Văn Kiểm (tức Tân Việt Điểu), Nguyễn Đăng Thục, Bửu Cầm, Phạm Văn Diêu, Vương Hồng Sển, Lê Ngọc Trụ, Nguyễn Bạt Tụy, Nguyễn Khắc Kham, Nguyễn Đình Hòa, Nguyễn Khắc Xuyên, Nguyễn Khắc Ngữ, Phạm Văn Sơn, Á Nam Trần Tuấn Khải, Tô Nam Nguyễn Đình Diệm, Nghiêm Toản, Phan Khoang, Tu Trai Nguyễn Tạo, Nguyễn Văn Trung, Hồng Liên Lê Xuân Giáo, v.v. Nội dung nghiên cứu khoa học trong VHNS đôi lúc quá chuyên sâu, dẫn đến việc thu hẹp đối tượng độc giả, như lời Ban chuyên viên Nha Văn hóa năm 1967: "*… cho tới nay Văn-Hóa Nguyệt-San đã chủ trương thiên hẳn về môn cổ học thâm cứu và những vấn-đề quá chuyên môn, do đó những bài vở in ra có giá-trị của những tài liệu tham khảo, chỉ giúp ích cho một số ít người cần tra cứu mà thôi. Vì thế có lẽ mới có tình trạng gần như độc chiếm của một số tác giả*" (**3**). VHNS cũng có nhiều cố gắng giới thiệu những vấn-đề và thành tựu khoa học đương đại trên thế giới vào Việt Nam. Phần tin tức văn hóa, giáo dục và chính trị cũng tương đối toàn diện, bao quát được tình hình quốc nội đương thời, cũng có điểm tin nước ngoài nhưng không nhiều; mảng này bị lãng quên trong giai đoạn 1964-1966, rồi lại được khôi phục từ năm 1967. Phần văn học nghệ thuật thì không có gì nổi bật, chủ yếu đăng thơ, một số dịch phẩm văn học. Tóm, VHNS là tạp-chí thành công trên cả ba bình diện: tính đa dạng về nội dung; giá trị khoa học cao và thời gian tồn tại lâu dài.

Ủy-ban Quốc-gia Soạn thảo Danh-từ Chuyên-môn ban đầu thuộc Bộ Giáo-dục xuất-bản thường xuyên Nội-san *Danh-Từ Chuyên-Môn* (số 1 năm 1972 và số cuối 9, Xuân 1975) ngoài phần tường trình sinh hoạt, kết quả, còn là diễn đàn văn-hóa và khoa-học.

Văn Hữu nguyệt san, số 1 ra tháng 6-1959, "*nhằm mục-đích phát huy văn-hóa dân-tộc, phổ biến rộng rãi chủ trương, đường lối của chính phủ*", số cuối 26 năm 1963, của Văn Hóa Vụ thuộc bộ Thông tin, Nguyễn Duy Miễn chủ nhiệm, chủ bút Nguyễn Mạnh Côn, Sĩ Trung thư ký toà soạn, nhân viên là Hoàng Trọng Miên (Hoàng Nhị Giang), Thượng Sỹ…, đăng bài của Ngô Đình Nhu, Lê Xuân Khoa, Nguyên Sa, Mặc Đỗ, … (trong vụ phê-bình bộ sách của Hoàng Trọng

Miên, Nguyễn Mạnh Côn mất chức chủ bút Văn Hữu, vì bênh vực Hoàng Trọng Miên trong số 2). Số đầu đặc biệt về hội họa và số 2 về sân khấu; số 3 (1-1960) về Trao đổi văn-hóa với miền Bắc với 24 góp ý [Ghi nhận vài ý kiến, của Vũ Hoàng Chương: *"văn-hóa của Việt-cộng là thứ văn-hóa bị lệ thuộc hoàn toàn vào chính-trị và làm nô lệ cho nhóm cầm quyền. Như thế nó tách khỏi ý nghĩa cao đẹp của sáng-tác và gọi nó là văn-hóa e rằng lạm dụng danh từ"*; của Lê Ngọc Trụ: *"Chế độ miền Bắc có tính cách hạ phẩm giá con người thì văn-hóa cũng mất ý nghĩa cao cả của nó"*; của Hà Thượng Nhân: *"chỉ khi nào mình dự tính tự sát thì mới lăm le giao thiệp với Cộng-sản"*; của Bùi Xuân Uyên: *"Cộng-sản làm gì có văn-hóa thực? Cộng-sản đã thuộc về dĩ vãng của lịch-sử"*, ...]; số 22 đặc-biệt về Ấp chiến lược; số 25 về Dân vệ đoàn ("chiến sĩ áo đen trong vai trò diệt cộng"); số cuối năm 1961 về "Đàn ông, đàn bà trong phận lứa đôi", v.v. Văn Hóa Vụ còn xuất-bản sách Việt Nam Văn Học Toàn Thư của HTM, Vĩ Tuyến 17 của Dương Châu (tức Phạm Văn Sơn) và các tác-phẩm của Nguyễn Đăng Thục, Phan Du, Vũ Hoàng Chương, ...

Sáng Dội Miền Nam *"tập san văn-hóa xã-hội xuất-bản hàng tháng"*, báo hình ảnh và nghệ-thuật, kiến trúc sư Võ Đức Diên giám đốc Nha Kiến thiết chủ nhiệm, Lê Văn Siêu thư ký tòa soạn cùng họa sĩ Văn Thanh phụ trách điều hành tòa soạn, với các văn-nghệ sĩ di cư (Đinh Hùng, Tạ Ty, Phạm Duy, Lê Văn Trương, Vũ Bằng, Đoàn Thêm, Tú Duyên, ...), chủ trương chống Cộng và đề cao quê-hương đất nước qua nghệ-thuật cùng xây dựng miền Nam Cộng-hòa. Số 1 ra tháng 8-1959 đến số 54 tháng 12-1963, năm 1964 ra thêm được 2 số rồi đình bản. Khi Võ Đức Diên mất, Nguyễn Phụng thay thế. Bài Quan Điểm của bộ mới số 1 (1-1964) đã phê phán chế độ đệ nhất Cộng-Hòa là chế độ đã đưa tiền ra tạp-chí này từ đầu. Báo in màu rất mỹ thuật do các họa sĩ nổi tiếng thời đó như Tú Duyên, ... KTS Võ Đức Diên trước đó đã làm thư-ký tòa-soạn cho tờ *Xây Dựng Mới* (*"nguyệt san văn-hóa mỹ-thuật, kỹ thuật kiến-trúc"* nhắm mục-đích "kiến thiết quốc-gia") của chủ-nhiệm Hoàng Hùng (số ra mắt tháng 10&11-1957).

Các chủ-nhiệm, chủ-bút và thư-ký tòa-soạn cho các cơ quan ngôn luận, thông tin và văn-học của Nhà Nước hay quân đội, họ làm việc với trách nhiệm công-vụ chính thức, phần lớn không để lại dấu ấn, nhưng cũng có người đóng vai trò lớn rộng gây ảnh-hưởng, thanh thế hoặc sự nghiệp lúc đó và sau này như Nguyễn Mạnh Côn, Tô Kiều Ngân, Viên Linh, ...

*

Những năm đầu sau 1954, ở trong Nam và nhất là Sài-gòn hết còn nóng lửa chiến tranh (tuy có vài vụ binh biến nội bộ như Bình Xuyên, ...), nhưng cuộc chiến vẫn âm ỉ, thời lập thuyết đấu tranh ý thức hệ bắt *đầu, với những mặt trận văn-hóa...* Chính quyền đệ nhất cộng hòa quyết liệt vạch một lối đi văn-hóa để thu phục nhân tâm của miền Nam và tiêu diệt tận gốc chủ nghĩa cộng-sản ngoại lai cũng là để mọi người phải nhận chân và dứt khoát con đường phục vụ đất nước và dân-tộc. Trong chiều hướng đó, tạp-chí ***Xã Hội*** của ông Ngô Đình Nhu đình bản cuối năm 1956 có thể do nội-dung quá lý thuyết không đến được với cán bộ và quần chúng. Rồi sau hai tạp-chí ***Sáng Tạo*** và ***Chỉ-Đạo*** cũng ra mắt cùng tháng 10 năm 1956, *là tạp chí Bách Khoa* số 1 ra mắt ngày 15 tháng 1 năm 1957 và số cuối 426 ra ngày 20 tháng 4 năm 1975. Tòa soạn đặt ở số 160 đường Phan Đình Phùng, Sài-Gòn. Như đã trình bày, năm 1957 là năm có nhiều biến cố văn-hóa và chính-trị quan-trọng.

Thật vậy, báo-chí đã có mặt trong những **biến cố lịch-sử** quan-trọng của đất nước. Khi chiến-tranh chống thực dân Pháp sắp chấm dứt, báo chí đã gia nhập cuộc vận động chính-trị, quân sự này. Năm 1953, Hồ Hữu Tường đưa ra đường lối thứ ba - chủ nghĩa dân-tộc trung lập, với giải pháp "Trung lập chế", đăng báo *Phương Đông* (12, 13-3-1954) và ông dự hội nghị Genève, vận động cho giải pháp trung lập hóa Việt Nam nhưng không thành công. Giải pháp Trung lập chế đó đã đưa ông vào mật khu Rừng Sác làm cố vấn cho Bảy Viễn (lúc đầu thuộc Mặt trận Thống nhất Toàn lực Quốc-gia) chống lại chính quyền Ngô Đình Diệm vừa thành lập nền đệ nhất Cộng hòa. Được tự do, Hồ Hữu Tường viết báo *Ánh Sáng* và đưa ra giải pháp "Siêu lập" đề nghị Liên Hiệp Quốc hóa miền Nam Việt Nam (miền Nam sẽ là lãnh thổ của Liên hiệp quốc) mục-đích chấm dứt chiến-tranh. Năm 1965, Hồ Hữu Tường chủ biên tuần báo *Hòa Đồng* với chủ trương "phát huy văn minh tổng hợp".

Thời văn-học miền Nam từ năm 1954 chúng ta phải nói đến trước hết các **tạp-chí văn-chương** đã gây hứng khởi làm cho sinh hoạt văn-học sinh động và nhân bản hơn miền Bắc nơi đã bắt đầu mất tự do ngôn luận và sinh hoạt văn-nghệ đúng nghĩa.

Tạp chí ***Sáng Tạo*** ra đời (số 1, 10-1956) xuất hiện đúng lúc và đã nhắm đúng vào tâm trạng người đọc - trước "vận hội mới" của miền

Nam, quần chúng độc giả chờ đợi một xuất hiện mới trên lãnh vực văn nghệ. Đa số người trong nhóm từng xuất hiện trên tờ của Lửa Việt **và** *Người Việt* của một số sinh viên miền Bắc di cư do Doãn Quốc Sỹ và Trần Thanh Hiệp lèo lái. Về tài chánh xuất-bản thì do viện trợ Hoa-kỳ qua William Tucker giám đốc Sở Thông Tin Hoa-Kỳ (USIS) cho đến tháng 6-1958 - *Sáng Tạo* bộ cũ ngừng ở số 27 (tháng 12-1958), và bộ mới tiếp tục đến số 7 (tháng 3-1962) thì ngừng hẳn. . Sáng Tạo do Mai Thảo chủ trương và kiếm nguồn tài trợ - theo phỏng vấn của Thụy Khuê vào tháng 7-1997 tại California, khi hỏi ông: *"Thưa anh, Sáng Tạo thành lập bằng tiền của ai?"* Mai Thảo trả lời: *"Bằng cái hợp đồng tôi ký với với một thằng Mỹ ở Virginia, không biết bây giờ sống chết thế nào, đó là cái hợp đồng bán báo, không có điều gì cần giấu diếm hết, đại khái nếu mình in 5000 tờ, thì nó mua đứt cho mình 2000, vừa đủ tiền in, tiền giấy, không có cái nghĩa gì khác hết, và cũng không có điều kiện gì khác hết"*. Hỏi: *"Hình như có lúc anh nhiều tiền lắm, anh tiêu vung lên, bao bè bạn?"* Trả lời: *"Những bạn văn khác, thường thường họ phải đi dậy học để đưa tiền cho vợ con. Tôi chỉ đi chơi với Phạm Đình Chương, Vũ Khắc Khoan. Thường thường tụi nó không có tiền, không có phương tiện để đi chơi đêm, tôi thì lúc đó nhiều tiền lắm. Tôi best sellers mà"*. Trước 1975, Phạm Thái Thủy cũng đã cho biết như vậy trên trên tờ *Tiếng Nói* ("Nhà Văn và chính quyền", số 1, 4-1966, tr. 25-29) cũng như qua Nguyên Sa ("Khởi đầu những năm bảy mươi". **Đất Nước**, 17, Xuân Canh Tuất 1970, tr. 156-177) và Nguyễn Mạnh Côn (trong bài Nguyễn Quân. "Mười năm tạp-chí miền Nam". *Văn Học*, 62, 15-6-1966). Thoạt khi ra mắt, Sáng Tạo đã phát động ngay "một nền nghệ thuật mới", "nghệ thuật hôm nay". Sáng Tạo là nơi phát xuất nhiều cây bút mới cho văn-học miền Nam sau đó: Dương Nghiễm Mậu truyện ngắn đầu tay Rượu Chưa Đủ, ... là một thí dụ. *Sáng Tạo* số 2 (1956) có bài "Thử định nghĩa văn hóa Việt Nam"

Tuy nhiên *Sáng Tạo đã có những đóng góp đáng kể*. Mặc dù chỉ xuất hiện trong một thời gian ngắn 31 tháng, nó đã phát huy được một số văn tài đông đảo. Nhiều người trong số đó về sau, sau khi tờ tạp chí đình bản, tiến lên giữ vai trò quan trọng trong những hoạt động văn nghệ riêng biệt của mình. Thanh Tâm Tuyền dần dần viết truyện nhiều hơn làm thơ, viết truyện rất thành công và có ảnh hưởng rộng trong văn giới lớp sau; Doãn Quốc Sỹ chủ trương một nhà xuất bản, giới thiệu thêm một số cây bút mới nữa (trong đó có Phan Nhật Nam); Nguyên Sa rồi đứng ra chủ trương các tạp chí *Gió Mới, Hiện*

Đại, và có một uy thế riêng; Tô Thùy Yên, Sao Trên Rừng (sau đổi ra là Nguyễn Đức Sơn) rồi trở thành những thi sĩ có bản sắc đặc biệt; Dương Nghiễm Mậu sáng tác mỗi lúc mỗi phong phú mỗi độc đáo, là một cây bút xuất sắc hoạt động mạnh mẽ cho đến ngày cuối cùng của Miền Nam v. v.

Hiện Đại "tạp-chí văn-nghệ", số 1 ra mắt tháng 2-1960, do Nguyên Sa chủ trương biên tập, bài vở: Thanh Nam (Trần Đại Việt), tổng thư ký/trị sự: Phạm Thái Thủy; giá 15 đồng/số. Tạp-chí sống được 9 số từ tháng 4-60 đến 12-1960 (Về sau, Nguyên Sa cho biết đã nhận tài trợ để xuất-bản, X. *Tiếng Nói*, số 1, 1966). Trong những số đầu có sự góp mặt của các tác giả nồng cốt của *Sáng Tạo* là: Duy Thanh, Mai Thảo, Thanh Tâm Tuyền, Doãn Quốc Sỹ. Tới số 4, tạp chí *Hiện Đại* giới thiệu ban biên tập gồm các tác giả: Đinh Hùng, Hoàng Anh Tuấn, Lưu Trung Khảo, Mặc Đỗ, Nguyên Sa, Nguyễn Duy Diễn, Nguyễn Thức, Tạ Ty, Thái Thủy, Thanh Nam, Trịnh Viết Thành. *Hiện Đại* có sự góp mặt của ba tên tuổi thời tiền chiến là: Đinh Hùng, Vũ Hoàng Chương, Bàng Bá Lân. Ngoài 11 tác giả trong ban biên tập, người đọc còn gặp nhiều cây bút độc lập như: Bình-Nguyên Lộc, Song Linh (Lối Đi, số 6; Nắng Đổi Ngôi, số 7; Thân Phận, số 8), Mặc Thu, Huy Quang, Trường Duy, Hoàng Hải Thủy, Nguyễn Thức, Tường Ngy Thanh, Điệp Dạ Tứ, Tô Kiều Ngân, Vĩnh Lộc, Sao Trên Rừng, Trần Thy Nhã Ca, Tạ Quang Khôi (Mây Bay, số 5; Trên Cao, số 8), Hoài Cửu Chương, Vương Dư, Thuần Phong, Thùy Song Thanh, Trần Xuân Kiêm, Phạm Năng Hóa, Ninh Chữ (Cao Xa, số 7), ... Tạp chí *Hiện Đại* đã giới thiệu cho người đọc yêu thơ ba tác giả mới là Nguyên Sa (Bây Giờ, số 5), Hoàng Anh Tuấn (Mai và Oanh; Điệu Xưa, số 5; Ly Nước Lọc, số 7; Trước Tử Thi, số 8; Yêu em, Hà-Nội) và Trần Thy Nhã Ca (Thanh Xuân và Bài Nhã Ca Thứ Nhất, số 1; Lời Xin, số 5; Bài Tháng Sáu, số 7 - Trần Dạ Từ cũng có bài cùng tựa trên *Thế Kỷ Hai Mươi*, số 1, 7-1960).

Các chủ đề của 9 số báo: Số 1, 4-1960: Truy niệm những nhà văn thơ đã từ trần; Số 2, 5-1960: Những cánh cửa mở vào văn-chương Việt-Nam; Số 3, 6-1960: Những Khuôn Mặt Đàn Bà Trong Văn Chương ("Lolila, Iseult thời Bác Sĩ Kinsley" của Mặc Đỗ, "Nhan sắc Oanh Oanh" của Lý Quốc Sỉnh, "Mai, một nhân vật khả ái của Khái Hưng" của Nguyễn Duy Diễn, "Anna Karénine kẻ tình nhân cô độc" của Sĩ Mộc, "Emma Bovary" của Trịnh Viết Thành, ...); Số 4, 7-1960: "Sài-Gòn Ban Đêm" với "Quà Đêm trên rạch Tàu Hủ" của

Bình-nguyên Lộc, "Vũ Quán" của Hoàng Anh Tuấn, "Sầu Riêng" của Mặc Đỗ, "Dưới Chân Saigon" của Nguyễn Duy Diễn, "Màu Sắc Sè-Goòng" của Tạ Ty và "Đêm Dài Thành Phố Cũ" của Thanh Nam; Số 5, 8-1960: Những tác-giả được giải thưởng Nobel văn-chương; Số 6, 9-1960: Vai trò tạp-chí trong văn-chương Việt-Nam (về các tạp-chí Đông Dương, Nam Phong, Phong Hóa, Ngày Nay và Tri Tân, Thanh Nghị); Số 7, 10-1960: Vài nét về nghệ-thuật hiện-đại (về Nhạc, họa, văn, sân khấu, điện ảnh và thơ); Số 8, 11-1960: Văn-học Việt-Nam Thế Kỷ 19, và Số 9, 12-1960: Những trường phái trong văn-học Pháp.

Trong số ra mắt, Nguyên Sa đã `Mở Cửa` cho biết: "Văn nghệ trong những ngày tháng vừa qua nằm trong một tình trọng buồn. Cuộc sinh hoạt ấy như chợt chìm xuống một vũng sâu có bóng tối dày và nặng. Sự kiện văn nghệ lớn rộng, sống động hơn cả cuộc sống ăn-ngủ-thở biến đi, tan đi. Như biển chợt cạn. Như núi ngả mình nằm xuống đồng ruộng bùn lầy. Hoa lá xanh tốt tàn héo, chim vụt bay.

"Nỗi buồn ấy hiển hiện trước mắt. 'Tờ báo của cuộc đời văn nghệ 57, 58, 59 đi mất. Những người văn nghệ còn ở đấy nhưng buồn cũng đã ở đấy.' Ở trên mắt trên môi, trên đường nét khuôn mặt, trong cử động chân tay. Ở giữa bọt trắng cốc bia, trong những cuộc vui ban đêm, trong những công việc mưu sinh tạp nhạp. Người ngồi trước cốc bia, người chạy trong cuộc vui ban đêm, người lao mình vào cuộc mưu sinh đều buồn. Bọt bia, đàn đêm, việc mưu sinh thắt lại thành một vòng vây trùng điệp, tụ lại thành một không khí chết chóc, dựng lên thành một trường thành im lặng sừng sững, nặng những buồn chán, chua xót. (...)". Hiện Đại ra đời vài tháng sau khi tạp-chí Sáng-Tạo bộ cũ đình bản, tháng 12-1958!

Với tờ Hiện Đại, Nguyên Sa phóng bút nhiều về việc làm báo và văn-nghệ sau khi Sáng-Tạo tưởng chừng vừa thất bại. Ở bìa sau là diễn đàn "Khuôn mặt thời-gian", trên số 5 (8-1960), Nguyên Sa đăng bài trả lời và xin lỗi: "Một độc giả viết cho 'Hiện Đại':"Tại sao HĐ lại quảng cáo là tạp-chí không bảo thủ, gò bó, không lập dị ấu trĩ. Tự nhận "không bảo thủ, gò bó, không lập dị ấu trĩ" tức là gián tiếp nói rằng ở quanh đây có đồng nghiệp bảo thủ, gò bó và lập dị ấu trĩ, cũng như bảo rằng ở đây chỉ có những tạp-chí ấu trĩ, những dòng thơ cũ, những quan niệm văn-nghệ thấp kém tức là gián tiếp nói rằng ta trưởng thành, ta mới, quan niệm văn-nghệ ta cao. Xét trên bình diện triết học ngôn-ngữ này phản ảnh khuynh-hướng **độc tài**. Xét trên bình diện chính-trị nó phản ảnh khuynh-hướng phát xít. Và xét trên **bình diện văn-nghệ** nó là kế hoạch "chụp mũ". Tôi ghi lại toàn thể những ý tưởng chính của lá thư ấy trên mặt bìa này và cúi đầu nhận lỗi. (...) Những đêm tối thao thức mang đến cho tôi ý nghĩ này: người văn-nghệ không nhất thiết phải là chiến sĩ, chính-trị gia, kinh tế gia... Nhưng nó không thể không có ý kiến về những sự kiện xảy ra ở chung quang nó. Những người chung quanh tôi sẽ phê phán tôi. Những người đến sau sẽ phê phán tôi. Lịch-sử sẽ phê phán tôi. (...) Làm thế nào không có ý kiến gì về cuộc đời toàn diện được? (...) "Người làm văn-nghệ có thể nào không có ý kiến gì về cuộc đời toàn diện ở chung quanh nó ở trong tay nó hay không?" Tôi cám ơn người anh em đã gửi đến cho tôi câu hỏi của lương tâm này".

Trên số 6 (9-1960), Nguyên Sa viết bênh vực, biện hộ cho bạn ông là Nguyễn Văn Trung (bị phê-bình về bài "Luân lý và văn-học") mà Nguyên Sa gọi là "nhà Triết học với tất cả những ý nghĩa trọn vẹn nhất của tiếng này" vì Nguyễn Văn Trung "thuộc về số người ít ỏi của thế-giới này dám nói lên những ý nghĩ chân thành của lương tâm, nói lên điều cần nói, điều phải nói, sự thật. Nói lên dù biết chắc rằng sẽ gặp áp lực, trở ngại, dù sẽ bị xuyên tạc, phỉ báng, lăng mạ đâm vào lưng bởi một loài bò sát quen luồn tránh sự thật...". Trên số 7 (10-1960), Nguyễn Văn Trung viết lại cho Nguyên Sa, rằng thất vọng với giới báo-chí và ông đã tìm lại được nơi "trú ẩn thanh bình đầy an ủi" khi đứng trước bục giảng với sinh viên, trước mắt ông là "những cái nhìn phản ảnh những tâm hồn ngay thẳng lắng nghe và đón nhận"; và kết luận: "Chúng ta sống ở cái thời ai cũng nói đến Đạo Đức, Chân lý và tự cho mình có sứ mệnh tranh đấu bảo vệ Đạo Đức, Chân lý. Nhưng Đạo đức thực hiện bằng Bạo động, Chân lý ngự trị trên những tử thi của chiến địa nhất định không phải là Chân lý, Đạo đức đích thực. Cho nên, tôi nghĩ rằng trong bầu không khí chiến-tranh lạnh này, nếu còn tin ở sứ mệnh của lời nói, thì sự tranh đấu sẽ chưa phải là Tranh đấu cho Chân lý, Đạo đức, nhưng là trước hết Tranh đấu tạo điều kiện cho việc hướng về Chân lý, Tranh đấu mở những con đường để ai nấy đều có thể tự do lựa chọn và thực hiện cuộc hành trình tư riêng của mình". (4). Trong mục "Nhìn bảy chân trời" số 5, Lý Tứ (tức Nguyên Sa) bênh vực những nhà văn của Sáng Tạo bị tuần báo Văn Đàn phê-bình tạo "nhân-vật sa đọa": "Chúng tôi thấy rằng phải sống thật, phải mở rộng tầm mắt, phải nhìn thẳng vào thực tế, không che đậy, không tự ru ngủ, phải tự ghi nhận cho sáng suốt cuộc sống có thật ở chung quanh. Chúng tôi chỉ có tham vọng là những nhân chứng trung thành và chân thành của thời đại, và nhường cho ai có trách nhiệm công việc cải tạo xã-hội, nhào nặn những mẫu người thần thánh. Ở cương vị con người với mọi xấu tốt thường tình...". Nhưng vài năm sau, Nguyên Sa sẽ phê phán phần nào chủ trương văn-nghệ này của một số tác-giả nhóm Sáng Tạo.

Thế Kỷ Hai Mươi "tập san khảo luận sáng tác phê bình văn nghệ". Giám đốc Nguyễn Cao Hách. Chủ trương biên tập: Nguyễn Khắc Hoạch. Phụ trách tòa soạn: Đoàn Tường (Lý Hoàng Phong), Tô Thùy Yên, Trần Lê Nguyễn, Lưu Nguyên quản lý. Tạp chí *Thế Kỷ Hai Mươi* số 1 phát hành tháng 7 năm 1960 và đến sau số 6 ra tháng 12 năm 1960 thì đình bản; giá mỗi số 15 đồng. Sở của BS Trần Kim Tuyến trợ cấp để xuất-bản tạp-chí *TKHM* **cũng như** *Hiện Đại*. Trong bài "Đi vào đoạn đường hôm nay" dài 8 trang trên số ra mắt, Nguyễn Khắc Hoạch mở đầu với lời chào "*Như một lẵng hoa đầu xuân trong ngọn lửa hạ vô cùng tận của miền Nam đất nước, Thế Kỷ Hai Mươi hôm nay đến với các bạn, mang theo tất cả chân tình thắm thiết của những con người sáng-tạo đã từ lâu thai nghén nó trong lòng...*" trước khi cho biết chủ trương "*... những người chủ trương TKHM mạnh dạn cho tập san ra đời, tuy thừa biết sự đóng góp nhỏ bé của mình, trước cảnh tượng bao la, chỉ có cái nghĩa vô cùng tương đối của một tảng đá nhỏ trên đỉnh Hy-Mã, một cây con trong trùng điệp mênh mông của rừng nhiệt đới. Vũ khí nào sẽ được sử-dụng trong cuộc chiến đấu xây dựng văn-nghệ đó? Chúng tôi ra đi chỉ vỏn vẹn mang theo một nhiệt tình say mê văn-chương, một tha thiết kiến tạo, và một siêng năng cần cù mài rũa kỹ thuật, cần gì phải nhắc lại rằng chỉ có thể đi tới đỉnh nghệ-thuật bằng một tân truyện phong phú, chân thành và một kỹ thuật già dặn, sắc bén, ... (...)*

Trong bầu không khí chìm lắng của văn-nghệ hiện-đại, có lẽ chúng ta phải cùng nhau luôn luôn đưa mắt nhìn la-bàn tìm phương hướng... Là những con người Việt-Nam của nửa thế kỷ hai mươi chúng ta thấy cần sống, cảm nghĩ, làm văn-nghệ và tiếp nhận, hưởng thụ văn-nghệ theo tính chất những hoành đô thời-gian và không-gian, xác định vị trí của chúng ta. Nghĩa là trên trục thời-gian trôi chảy chúng ta nhất định đứng ở đầu mũi, ở tiền tuyến, ở cái Hiện tại luôn luôn vươn mình đến Tương lai. Trên con đường văn-nghệ dài muôn dặm lý, tuy chỉ có vài cái hữu hạn của mỗi cuộc đời nhỏ bé của chúng ta, chúng ta sẽ găng mạnh bạo thẳng tiến, hướng về phía trước, về phía Ngày mai, về phía của những động lực, những con người đang lên, đang lớn mạnh.

*Nhất là thế kỷ chúng ta đang sống có nghĩa là **động**, là mới, là thế kỷ của những băn khoăn, những bất mãn, những đặt lại vấn-đề, những suy tư lại, những cái nhìn bình thản, nếu không phải là hoài nghi, trước những thần tượng. Nhất là bản chất của văn-nghệ có nghĩa là tìm tòi, khám phá không ngừng, là đi tới, là hướng về phía chân trời xa, là, nếu có thể, đi trước Hiện tại... Là từ phút Hôm nay xây dựng Hôm mai và Ngày mai...*

Nhưng, nói như vậy không phải chúng ta hoàn toàn phủ nhận quá-khứ, hay theo mới một cách a-dua, nông cạn, vô trách nhiệm. Quá-khứ được xây dựng bằng những nhân tố đã là Hiện Tại và Tương Lai; Hiện Tại và Tương Lai cùng được bắt rễ, cũng có những điểm tựa trong quá-khứ. Chúng ta không tàn phá một cách vô ý thức cái đã có để xây dựng cái sẽ có, nếu không chúng ta sẽ xây dựng trên Hư không...(...) Chúng ta không là những đãng-tử-chẳng-hẹn-ngày-về, những quái thai vong bản. Nhưng chúng ta nhất định xua đuổi những bộ mặt vị quốc hẹp hòi cau có, gớm ghiếc... Thế kỷ chúng ta là xao động, biến dịch, trao đổi, giao thoa... là không quan ải tinh thần... và người Việt-Nam từ muôn kiếp vẫn bỏ ngỏ cửa lòng cho gió bốn phương. Chúng ta sẽ có thái độ tinh thần truyền thống đó, sẽ hòa nhịp sống với biến động thế kỷ (...) Tập san Thế Kỷ Hai Mươi mong muốn được khai sinh dưới dấu hiệu của tự do và khoan dung tinh thần, điều kiện cốt yếu của mọi hoạt động văn-nghệ ...". Ông kết thúc với hy vọng *"Chúng ta sẽ bền gan nỗ lực để cùng nhau mở hội liên hoan trong ngày huy hoàng đó"*.

Tạp chí *Thế Kỷ Hai Mươi* có sự góp mặt của một số giáo sư đại học như: Nguyễn Khắc Hoạch, Nguyễn Văn Trung (Tìm hiểu tác-phẩm văn-nghệ, số 1, 7-1960; Văn-chương Hiện sinh, số 3, 9-1960; "Luân lý và văn-học", số 4, 10-1960; "Tiểu-thuyết mới" trong văn-chương Pháp ngày nay, số 6, 12-1960), Thanh Lãng (Vụ án Kiều, số 2, 8-1960; Lịch-sử tiểu-thuyết Việt-Nam 1913-1932, từ số 5, 11-1960), Nguyễn Đăng Thục (Sáng-tạo văn-nghệ, số 3, 9-1960);...), Lý Chánh Trung (Văn-nghệ và tự do, số 5, 11-1960), cùng với những tên tuổi khác như nhạc sỹ Phạm Duy, họa sỹ Thái Tuấn và Nguyễn Trung, nhà phê bình điện ảnh Hà Thúc Cần. Có sự cộng tác của vài cây bút của Sáng Tạo như Thanh Tâm Tuyền, Nguyễn Sỹ Tế, Duy Thanh, Tô Thùy Yên (trong số 1, phê-bình nặng nề *Kỳ Hoa Tử* của Nguyễn Mạnh Côn), Doãn Quốc Sỹ, tạp chí còn có sự hiện diện của nhiều cây bút khác: Hoàng Châu Thanh (Thiên nhiên trong thi ca Holderlin, số 6), Thảo Trường (bút hiệu bấy giờ ghi là *Thao* Trường; Qua Một Chiếc Cầu, Lên Một Cái Dốc, số 1, 7-1960; Trước Mặt, Sau Lưng, số 3, 9-1960; Cái Hố, số 4, 10-1960), Dương Nghiễm Mậu (Niềm Đau Nhức của Khoảng Trống, số 4, 10-1960; Người Mã Phu, số 5, 11-1960), Nguyên Sa (Năm Ngón Tay, số 1, 7-1960), Quách Thoại, Lôi Tam, Cung Trầm Tưởng, Kiêm Minh, Vương Tân, Ngọc Dũng, Trần Dạ Từ, Đinh Hùng, Viên Linh, Sao Trên Rừng, Vĩnh Lộc, Võ Phiến (Thương Hoài Ngàn Năm, số 5&6, 11&12-1960), v.v. Đăng kịch bản của Doãn Quốc Sỹ (Hai Chàng Thi Sĩ, số 1, 7-1960) và Trần Lê Nguyễn (Đêm Ba Mươi, số 3, 9-1960).

Văn Nghệ, *"tạp-chí tranh đấu văn-học nghệ thuật mới"* ra hàng tháng, từ số 16 (6&7-1962) đổi thành *"tạp-chí văn-học nghệ-thuật"* ra mỗi 2 tháng, do Lý Hoàng Phong (Đoàn Tường) chủ trương và chủ nhiệm, thư-ký tòa-soạn Ngọc Dũng, trị sự Phí Ích Nghiễm (Dương Nghiễm Mậu), từ số 16 không ghi trị sự lẫn thư ký -- Đinh Thành Tiên (tức Tô Thùy Yên), thư-ký tòa-soạn từ đầu đến cuối năm 1963 khi ông nhập ngũ học trường sĩ quan Thủ Đức. Số đầu (Xuân Tân Sửu) ra ngày 1-2-1961 đến số 22 (3-1963). Lời Mở Đầu số ra mắt cho biết: *"Xuất-bản tạp-chí này chúng tôi muốn nó sẽ là diễn đàn của mọi xu hướng văn-học nghệ-thuật tự do và có ý thức, chúng tôi muốn sẽ được giới thiệu những tác-phẩm tiêu biểu của thời đại, những sáng-tạo có tính chất tiến bộ, khai phá, giải phóng, những công trình mới mẻ, những thử thách, những cố gắng cần khuyến khích, những bước đầu hứa hẹn. Hơn nữa, trong những năm tháng lịch-sử này, chúng tôi còn muốn tạp-chí sẽ là nơi phát động một phong trào sáng-tác phấn khởi và hào hứng, là nơi thúc đẩy một phong trào văn-nghệ tham dự vào đời-sống, tham dự vào cuộc chiến đấu chung của dân-tộc, của thế-giới ngày nay, cho một tương lai sáng sủa hơn, cho một chân lý chân thật của tự do và hòa-bình (...)"*. Sau khi nêu những khó khăn của báo-chí về kiểm duyệt (dù cần thiết) và tình trạng xuất-bản, ban chủ biên kết luận có thể vượt qua những thử thách lúc bấy giờ: *"Chúng tôi muốn nói rằng cuộc tranh đấu của văn-nghệ hôm nay cũng là cuộc tranh đấu của dân-tộc để tồn tại và trưởng thành với thế-giới. Chúng tôi nghĩ thế và khởi đầu"* (tr. 3,4). Đến số 9&10 (Số Mùa Xuân 1962), Lý Hoảng Phong trong bài "Đứng trước thực tại" đã cho biết: *"Thực tại hôm nay là cuộc nội chiến bi thảm đang sôi sục, thực tại hôm nay là cách-mạng đang tiếp diễn (...) Thực tại hôm nay là giòng máu đang đổ, là những đe dọa nặng nề là những lo âu vật vã, thực tại hôm nay là những thử thách, dằn vặt, là những xáo động, bàng hoàng thường trực..."*. Và ông xác định thái độ nhà báo và người làm văn-nghệ là *"Đứng trước thực tại hôm nay, tiếng nói của văn-nghệ sĩ vẫn là tiếng nói đòi hỏi tự do, đòi hỏi cách-mạng, đòi hỏi gia nhập, đòi hỏi tham dự vào giòng sống của dân-tộc, đòi hỏi thoát ly ra ngoài vòng bế-tắc của thời đại, đòi hỏi một ý thức mới, một xã-hội mới, một đời-sống mới"* (tr. 3, 9). Với sự cộng tác của Lê Huy Oanh, Trần Dạ Từ, Viên Linh, Cung Trầm Tưởng, Trần Đức Uyển, Nguyễn Đức Sơn, Viên Linh, Vương Tân, Đỗ Quí Toàn, Nguyễn Nghiệp Nhượng, Ngọc Dũng, Trần Lê Nguyễn, Doãn Quốc Sỹ, Kiêm Minh, Chế Vũ, Song Hồ, Vĩnh Lộc, Nhã Ca, ... Các số đặc-biệt: số 16 (6&7-1962) về W. Faulkner, số 20 (Xuân 1-1963, đặc-biệt về Truyện ngắn, số 21 (2-1963) có phần "Ý kiến về truyện ngắn", số 24 (6&7-1963) về Quách Thoại, ... *Văn nghệ* bộ mới số 1 ra tháng 12-1963 nhưng đến số 2 - tháng 2-1964 với chủ đề 'tiền đồn đấu tranh văn-hóa nghệ thuật› thì đình bản. *Văn Nghệ* đã đăng-từng-kỳ các truyện dài *Sau Cơn Mưa* của Lý Hoàng Phong (từ số 18), *Gia Tài Của Người Mẹ* của Dương Nghiễm Mậu (từ số 11 đến 15, 5-62), Thơ Vương Tân: *"Hãy gỡ đều cho sợi tóc dầy / Cùng một lần với tiếng hát nhìn thấp xuống/ Với dòng sông nước cuốn chảy mòn / Nước chảy cuốn mòn xô tới chân em..."*. Bài thơ khoảng 20 câu, không có vần, tiếp: *"Lịch sử bốn nghìn / Tôi cầm trên tay / Trang sách lật qua / Không lời huyền bí / Chúng nó cầm dao / Đâm vào trái tim / Và nhìn máu chảy / Sự sống dân lên / Trong nghìn huyết quản / Trên vạn cánh tay"* (1954-1961, *Văn Nghệ*, số 6, 7-1961). Văn Nghệ cũng là nhà xuất-bản in những tác-phẩm đầu tay của Dương Nghiễm Mậu, Quách Thoại, Lý Hoàng Phong, ...

Mùa Lúa Mới phát hành ở Huế, tạp-chí do Nha Thông tin Trung phần xuất-bản, Thu Tâm (Võ Thu Tịnh, giám đốc Nha TTTP làm chủ-nhiệm, Đỗ Tấn thư ký tòa soạn, số đầu ra năm 1955, với sự có mặt lần đầu của Võ Phiến, Đỗ Tấn, ... bên cạnh những Uyên Thao, Huy Lực, ... Nhóm đề cao nền Cộng hòa mới khai mở ở miền Nam và chống văn-nghệ Cộng-sản một chiều ở bên kia vĩ tuyến XVII.

Văn Nghệ Mới, nguyệt-san, xuất bản tại Huế năm 1955, với các nhà văn Nguyễn Văn Xuân, Võ Thu Tịnh, Trần Lê Nguyễn (kịch Bão Thời Đại), ... Huế còn có tờ Lành Mạnh của Lê Khắc Quyến từ năm 1956.

Văn Nghệ Tập San, bán nguyệt san, số 1 (5-1955), ra được 10 số trong 2 năm 1955-1956, chủ-nhiệm GS Nguyễn Đăng Thục, Trần Đình Khải chủ bút, thư ký toà soạn Huy Sơn (tác-giả 2 truyện dài đã xuất-bản thời miền Nam Thương Em Lạc Hướng Đời, Người Bốn Phương, 1955; Trường Ca, 1956), cộng tác viên là văn-nghệ sĩ di cư như Phạm Văn Sơn, Thanh Hữu (1928-1994), ...

Tiến Thủ của Lê Văn Thử, số ra mắt ngày 18-12-1954 và số cuối 80 ngày 7-7-1956.

Nắng Sớm "đem lại nguồn tươi sáng cho mọi gia-đình", ra mắt khoảng cuối tháng 4-1957 do bà Nguyễn Thị Mỹ Dung và ký giả Tam Lang chủ trương biên tập, hình bìa Tú Duyên.

Vui Sống (số 1 ra ngày 9-9-1959) do Bình-Nguyên Lộc chủ trương, ra được 10 số, mỗi số in bìa màu hình các nữ tài tử ciné và ca kịch sĩ, hình đi kèm "tựa đề" mỗi số khác nhau. Tuần báo là nơi quần hội của những cây viết thường xuyên: Bình-Nguyên Lộc (còn ký Diên Quỳnh), Sơn Nam, Nguyễn Ang Ca (phóng sự dài Cành Hoa Trước Gió, ...), Tô Kiều Ngân, Trang Thế Hy (Minh Phẩm), Thiên Giang, Ngọc Linh, Kiên Giang Hà Huy Hà, Nguyễn Đạt Thịnh, Hà Liên Tử, Minh Đức, Trần Lê Nguyễn, Từ Trầm Lệ, Lê Dũng, Tường Linh, Khổng Nghi, Thanh Nghị, Lê Thương, Viễn Châu, ... - trong số có người từng đi kháng-chiến hoặc nằm vùng sau đình chiến 1954. Đặc biệt báo nhấn mạnh có sự cộng tác của 20 cây viết nữ: 'Cô Thu Trang, cô Linh Bảo, cô Minh Đức, cô Hương Trang. cô Linh Hà, cô Vinh Lan, cô Trúc Liên, cô Kiều Mỹ Thôn, cô Thạch Hà, cô Hợp Phố, bà Mộng Liên, ...'. Trên số 9 (4-11-1959), Trang Thế Hy dưới bút hiệu Minh Phẩm có bài thơ Cuộc Đời vốn tựa gốc là Đắng Và Ngọt; bài thơ được Bình-Nguyên Lộc đưa cho Phạm Duy để phổ nhạc (1963) và bản nhạc mang tên là *Khoai Ngọt Bánh Đắng*, đã in làm phụ bản cho truyện dài *Quán Tai Heo* của Bình-Nguyên Lộc vì trong đó bài thơ được nhắc đến nhiều lần. Về sau, khi xuất bản bản nhạc nầy Phạm Duy thay tựa mới là *Quán Bên Đường* với tên thi sĩ là *Vô Danh*. Ngoài ra, một số bài Điểm sách khá đặc-biệt, như cuốn *Gieo Gió Gặt Bão* (Dạ Lý Hương điểm sách, phê-bình nội-dung và nhân-vật, Đỗ Tấn `thương xác`lại), và những `Phóng sự tập thể`, ... Bình-Nguyên Lộc sau này cho biết sau số đầu bán được 8.000 số, các số sau có khi chỉ được 5.000 nên đành đình bản và mất số vốn 150.000 đồng.

Lý tưởng của *Vui Sống* được in chữ đậm trong một cột nhỏ: *"Tôi được Thượng đế mời dự đại hội liên hoan nơi thế gian nầy"* Tagore Thi hào Ấn Độ (trích tập thơ Offrandes lyriques). *Nhưng, xin chớ hiểu lầm! Vui Sống không có nghĩa là cười đùa hay buông trôi* để tận hưởng cuộc đời. Và hội liên hoan không phải là những cuộc truy hoan. Vui Sống (*la joie de vivre*) là hòa mình với cuộc sống, để lấy thăng bằng hầu đủ can đảm mà làm việc. Trác táng không phải là Vui Sống, và kề gái đẹp, nếm rượu ngon, chỉ là nước bí của những kẻ mất thăng bằng. Vui Sống bắt nguồn nơi thanh thản của tâm hồn, mặc dầu ta bận rộn trí óc và nhọc nhằn xác thịt". Người đọc biết chủ trương, đường lối, quan điểm của Vui Sống qua các bài mở đầu mỗi số, như trong *Vui Sống* số 1 với tựa đề "Ngả ba số mạng: Cộp... Cộp... Cộp...- Lý tưởng đi văng!":

"Trên đường lịch-sử, cứ vài mươi năm một, thì một dân-tộc tiến đến một ngả ba của số mạng của họ.

Đó là một khúc quanh lịch sử vô cùng nguy hiểm mà họ bắt buộc phải chọn nẻo, không thể trốn tránh được. Chọn đúng đường, họ sẽ đến nơi xán lạn, chọn lầm, họ sẽ rơi vào vực thẳm.

Mà một thế hệ hoang mang, không thế nào chọn đúng con đường được. Họ Phải Biết Cái Gì Họ Muốn, tức là họ phải có lý tưởng.

Năm 1945, ta đã đứng trước một ngả ba như thế. Ta đã chọn đúng con đường, là đem xương máu giành độc-lập, vì trong thời tiền-chiến, ta có lý tưởng rõ rệt, đó là ý-chí tự quyết-định số phận của mình.

Từ khi độc-lập được thu hồi, kẻ già an-phận vì kiệt lực, hoặc vì thích ngủ trên vòng hoa tráng lệ của thành công, còn thế-hệ mới thì ngơ-ngác không biết mình phải làm gì, trong khi còn không biết bao nhiêu công việc phải làm.

Cuộc phỏng vấn của Vui Sống, mà kết quả đăng bên trang 5, là bằng chứng hùng-biện của sự bỡ ngỡ của thanh niên hậu chiến.

Không lý-tưởng là nguồn gốc của bao nhiêu là cuộc đời thừa, có cũng như không, là nguồn gốc của bao nhiêu cuộc đời hư-hỏng, mà người ta không xét kỹ, cứ đổ lỗi cho nhiều nguyên nhơn khác.

Hồi tiền chiến, không nước nào có nhiều trà thất bằng nước Nhựt. Thế mà không thanh niên nước nào hăng hái với nhiệm vụ cho bằng thanh niên Nhựt của thời đó.

Hồi tiền chiến, số vũ trường ở V. N. không kém số vũ trường bây giờ. Thế mà lúc khởi nghĩa, thanh niên ta đã đứng lên đáp lời sông núi, trong số chiến-sĩ ấy, có rất nhiều thanh niên đã đi nhảy.

Hồi tiền chiến, phim cao bồi vẫn chiếu ở đây. Thế mà thanh-niên ta thuở ấy không cao bồi.

Là vì thế hệ tuổi trẻ tiền chiến của ta có một chỗ nhắm để mà hướng tất cả tâm chí và hành động của họ về cái đích ấy: độc lập.

Trà thất, vũ-trường, hộp đêm, hay gì gì nữa, không là nguyên-nhơn chánh của sự buông trôi để hưởng-thụ. Những ánh đèn mê hoặc ấy không làm sao rù quến những con thiêu thân được, nếu những con thiêu thân kia có hào quang khác, rực rỡ hơn để mà say mê.

Khi thanh niên được hào quang lý tưởng chiếm lòng họ thì vũ nữ hay tiên nga đi nữa cũng chỉ là trò đùa giây lát, mà họ quên ngay sau vài giờ.

Nếu ta cứ lười nghĩ, dễ dãi tìm những nguyên-nhơn dễ-dàng và gạt-gẫm như thế thì không bao giờ ta trừ được căn bịnh đồi trụy cả.

Chánh thủ-phạm là sự thiếu lý-tưởng, sự rỗng không nơi trí và hồn của con người.

Vui Sống ra đời chỉ có một sứ mạng độc nhứt là gây cho thanh niên một lý tưởng. Khi họ có ngọn lửa thiêng ấy trong người họ rồi, thì xa hoa, trụy lạc khỏi phải trừ, cũng bị họ khinh thường.

Tham-vọng trên đây, Vui Sống cả quyết thực-hiện".

Theo Vinh Lan, nhà văn cộng tác ngay từ đầu, thì *"Lý tưởng Vui Sống* của Vui Sống lần lượt được thể hiện trong những bài xã luận về mọi khía cạnh của cuộc sống: tình cảm, tín ngưỡng, giáo dục, đạo đức gia đình, đạo đức xã hội, rồi lan rộng đến chính trị, kinh tế, khoa học. Lý tưởng đó là tư tưởng căn bản của một chương trình, một qui hoạch xây dựng xã hội quốc gia toàn diện! Ngay cả "lãng mạn" cũng có lý tưởng của nó. *"Lãng mạn chỉ là một khí giới thôi. Lãng mạn chỉ có hại khi nào nó ủy mị từ hình thức đến nội dung".* Đó là lời khẳng định của *Vui Sống,* nên tâm tình của trang "Đôi Ta" được diễn giải là *"những giọt lệ lâm ly thống thiết mà xây dựng tình yêu thắm thiết nồng nàn".* Trọng tâm đề tài, tuy nằm tản mát từ đầu đến cuối của tập báo, đã bộc lộ rõ ràng mối quan tâm tha thiết của Bình-nguyên Lộc với một vấn-đề con người trong xã hội Việt Nam, đó là thân phận phụ nữ ..." **(5)**.

Bách Khoa, tạp-chí xuất thân từ Hội Văn-hóa Bình-dân (có trường Bách khoa bình dân) và theo Nguyễn Hiến Lê, nhóm chủ trương *"xin được nhãn báo (manchette) của tờ* Bách Khoa Bình Dân *đã chết từ số 2, cắt hai chữ "Bình Dân" đi; rồi hùn nhau để tục bản"*(**6**). *Bách Khoa* trong Thay Lời Phi Lộ số ra mắt 15-1-1957 xác định mục đích của tạp chí: *"quy tụ mọi người không cần cùng một tôn giáo, một quan điểm chính trị, một tổ chức chính trị chặt chẽ mới có thể trở thành bạn đường trong lúc tìm kiếm bất chấp đến dĩ vãng nếu hiện thời đi cùng một con đường"* đồng thời cho biết bài vở *"không cứ phải cao siêu, vì trải nghiệm của người lao động cũng quan trọng như lý thuyết của học giả"* mà cũng không nhất thiết *"chỉ nói về một tôn giáo, vì đạo đức của Phật giáo cũng đáng để ta tôn trọng như lòng nhân ái của Chúa Jesus"*. Trong số đầu tiên này, Phan Mai (Nguyễn Văn Trung) giới thiệu "người" trong tác phẩm của Saint-Exupéry, Huệ Châu nói đến địa vị của nhạc Jazz trong nghệ thuật hiện đại, Văn Quỳ viết về văn chương nước Mỹ; ngoài ra Huỳnh Văn Lang và Bùi Văn Thinh nói đến kinh tế, thương mại, Phạm Ngọc Thảo cho biết thế nào là quân đội mạnh, v.v. Hoa-Kỳ đã để lại dấu ấn ngay từ những số đầu – một cuộc chiến văn-hóa tranh với ảnh-hưởng Pháp!

Tạp-chí *Bách Khoa* do Huỳnh Văn Lang điều khiển và viết bài về kinh tế; Phạm Ngọc Thảo viết về quân sự, chính trị, ... Năm 1958, tổng thư ký Lê Ngộ Châu điều hành khi ông Lang đi tu nghiệp ở Mỹ, nhưng báo vẫn đứng tên Huỳnh Văn Lang cho đến tháng 2-1965 dù sau đảo chánh 1-11-1963, ông Lang bị đảo chánh bắt vì tội ... Cần Lao. *Bách Khoa cũng từ tháng 2-1965 phải đổi thành Bách Khoa tạp-chí rồi Bách Khoa Thời Đại,* Lê Ngộ Châu đứng tên chủ nhiệm, và đến tháng 1-1970, lấy lại tên *Bách Khoa.* Thời đầu tạp-chí được tài trợ và nhận quảng cáo liên tục từ các công ty lớn, về sau một số các cơ quan, công ty vẫn tiếp tục đăng quảng cáo cùng được sự hỗ trợ của các viên chức cao cấp và cuối cùng là do độc giả ở Sài-Gòn và miền Trung ủng hộ. Tuy nhiên sau vụ Tết Mậu Thân 1968, độc giả miền Trung bị giảm, mà vì giấy báo, nhân công nhà in theo đà vật giá gia tăng do đó *Bách Khoa* phải giảm số in; thời 1959-1963 mỗi số bán được từ 4500 đến 5000 trong đó 1000 độc giả mua dài hạn 100 ở ngoài nước (**7**), sau 1968 xuống còn phân nửa và nhân viên tòa soạn chỉ còn hai người, cho đến ngày ngưng xuất-bản - số cuối 426 phát hành ngày 19-4-1975 (ghi số lượng 8000). Trong số cuối cùng này, đã có những bài viết về tình hình chiến-tranh ở miền Trung địa đầu và Cao nguyên, cùng những cuộc di tản "kinh hoàng", khởi từ hạ-tuần tháng Ba trước đó, trong số có bài thơ Trong Cõi Kinh Hoàng của Nguyễn Phan Thịnh, bài phỏng vấn nhà văn Hoàng Ngọc Tuấn từ Qui-Nhơn, 31-3 di tản bằng tàu thủy về đến Cam Ranh và theo đường bộ về Vũng Tàu và

được Thầy Thanh Tuệ của NXB An Tiêm đón về Sài-Gòn ngày 6-4,...
Bài "Sinh hoạt: Ai còn ai mất?" của Thu Thủy (Võ Phiến) cho biết vài
tin về các nhà văn cộng tác của *Bách Khoa* như Kinh Dương Vương
ở Ban-Mê-Thuột, Phan Du từ Đà-Nẵng và Hồ Minh Dũng, Lê Văn
Trung từ Huế đã vào được Sài-Gòn nhưng đa số còn kẹt lại ở miền
Trung, v.v., về các nhà sách ế đến 75%, và bài báo kết luận "*... hoàng
hôn đã chụp xuống già nửa đất nước. Và nay thì bóng tối đã trùm lên
bút mực. Đêm đen sẽ dài tới bao giờ?*" (tr. 70).

Cùng với *Văn Hóa Ngày Nay*, *Bách Khoa* là tạp-chí duy nhất
của miền Nam thời này mà các số đầu phải in lại theo nhu cầu của độc
giả! Tạp-chí Bách Khoa nội-dung đa dạng về đề tài bách khoa, từ y tế,
kinh tế, chính-trị, quân sự đến văn-học, cổ văn, triết học; đứng đắn,
khô khan lúc đầu, độc giả kén chọn, về sau phần văn-nghệ hùng hậu
hơn khiến báo hấp dẫn người đọc hơn. Mục-đích của tạp-chí nhắm
phổ biến những kiến thức mới mẻ về nhiều mặt văn-hóa, nghệ-thuật,
kinh tế, chính-trị và đối tượng độc giả là sinh viên, học sinh, công
chức, quân nhân, nhà giáo, ... và những người có trình độ văn hoá
trung bình trong xã hội Việt Nam đang cần tăng thêm vốn kiến thức
của mình. Trích quảng cáo của *Bách Khoa* vào năm 1964: "*tờ báo
cung cấp tài liệu mọi mặt với trên 1.600 bài biên-khảo và trên 1.000
sáng-tác văn-nghệ đủ loại, cùng ba cuộc phỏng vấn về văn-chương
và hội họa*".

Xét chung trong số các tạp-chí đã thật sự có ảnh-hưởng, vai-trò
đối với văn-học miền Nam thời 1954-1975, thì *Bách Khoa* là một
trường hợp đặc biệt. Được sáng lập để thực hiện chính sách văn-hóa
và chính-trị của chính quyền Đệ nhất cộng hòa muốn xiển dương
thuyết Cần lao, Nhân vị (Huỳnh Văn Lang lúc đó là Giám Đốc Viện
Hối Đoái và là bí thư Liên Kỳ Nam Bắc Việt Nam của đảng Cần Lao
Nhân Vị, điều khiển Hội Văn-hóa bình-dân), tạp-chí *Bách Khoa* đã
chuyển hướng đi sâu hơn vào văn-chương học thuật, dĩ nhiên chính-trị
vẫn bao trùm vì không thể làm khác trong thời buổi phải đương đầu và
chiến-tranh với một ý thức hệ ngược hẳn. Dù ý hướng nhân bản, khai
phóng và đa nguyên đã bị một số người len lỏi xâm nhập, viết bài có
lợi cho kẻ thù - một số lộ ngay, một số sau này mới rõ. Nếu so sánh với
tờ *Nhân Loại* của nhóm Việt-cộng và thiên Cộng gốc miền Nam lục-
tỉnh thì có thể xem *Bách Khoa* đã là mảnh đất tung hoành của ‹năm
vùng› và thiên Cộng (dưới danh nghĩa ‹cựu kháng chiến›) gốc miền
Bắc và Trung với Lê Ngộ Châu, Vũ Hạnh, Lưu Nghi, Thiên Giang, ...

phần nào với ‹đồng lõa› của Nguyễn Hiến Lê, Võ Phiến, ... dù người sáng lập là một người miền Nam, Huỳnh Văn Lang.

Lê Ngộ Châu *l*úc đầu là người điều hành, quản lý sau làm chủ tạp-chí từ năm thứ nhì đến số cuối; ông mất ngày 24-9-2006 tại Sài-Gòn. Lê Ngộ Châu (1922-2006) đã là một chủ nhiệm điều hành giỏi và được sự quí mến, tôn trọng của nhiều người, cộng tác viên cũng như tác-giả và người đọc. Ông có cảm tình với kháng chiến, như Nguiễn Ngu Í (Nguyễn Hữu Ngư, 1921-1979) và Nguyễn Hiến Lê (7), có thể nhờ vậy nên không bị làm khó dễ gì sau ngày 30-4-1975, nhưng tòa soạn *Bách Khoa* phải hạ bảng và cá nhân ông bị phá sản (và theo Châu Hải Kỳ, ông đã từ chối sự giúp đỡ của bạn thân như Nguyễn Hiến Lê (**8**). Cũng theo Nguyễn Hiến Lê, ông Châu *"có tinh thần trách nhiệm, làm việc đàng hoàng, biết cương quyết giữ vững chủ trương cả khi tờ báo suy, biết xét người, xét văn và có tình với người cộng tác. Ai gặp tai nạn gì thì lại nhà thăm, tìm cách giúp đỡ"*(9). Và không phải đợi đến năm 1963, ông Lê Ngộ Châu mới chính thức được giao vai trò chủ nhiệm *Bách Khoa*. Thực ra, thời gian ông Huỳnh Văn Lang đi du học từ năm 1958 đến tháng 5/1959 ở Mỹ. mọi công việc tòa sọan, bài vở đều do ông Lê Ngộ Châu một mình quyết đoán cả. Theo ông Huỳnh Văn Lang thì cuối năm 1955, bộ Tài chánh giới thiêu ông Hoàng Minh Tuynh làm phó cho ông ở Viện Hối Đoái. Lúc đó ông HVL đang cần một thư ký tòa sọan. Ông Tuynh bèn giới thiệu ông Lê Ngộ Châu. Cứ như lời xác nhận này của ông HVL thì tôi có cảm tưởng ông Lê Ngộ Châu làm thư ký tòa sọan Bách Khoa có thể là ngay từ đầu? Và sau này, có thể nói, không có bất cứ nhà văn nào mà không có lời lẽ trân trọng đối với ông LNC. Khen và trân trọng hết lời. Theo Nguyễn Văn Trung, (bài báo đầu tiên đăng trên BK là bài Tự tử, ký biệt hiệu Hoàng Thái Linh), thì ông Lê Ngộ Châu có thể đọc bài, sửa bài rồi để nghị cắt hay thay đổi một đoạn. Mặc dầu không viết bao giờ, ông có khả năng thuyết phục cao, có bon sens, hiểu biết từng nhà văn, nắm được tất cả. Cuối cùng thì ai ai cũng đồng ý để ông sửa và cắt bài (10). Các nhà văn khác từng sinh hoạt và công tác với *Bách Khoa* như Đặng Tiến, Ngô Thế Vinh, v.v. cũng cùng nhận xét như vậy!

Về vai-trò chủ bút/thư ký tòa soạn *Bách Khoa*, ông Huỳnh Văn Lang đã đính chính về bài viết trên báo *Tân Văn* CA (số 6, 1-2008): *"Khi nói về tiến trình hình thành BK, TV đã bỏ qua một giai đoạn mà có 2 người đã đóng một vai trò thiết yếu không thua gì người sáng lập. Tôi muốn nói đến chị Phạm ngọc Thảo hay Phạm thị Nhiệm, em gái của giáo sư Phạm Thiều, trường Petrus Ký, Saigon. Người đầu tiên giữ chức vụ thư ký toà soạn và giới thiệu, nếu không nói là đem vào BK, những nhà văn Nguyễn Hiến Lê, BS Nguyễn văn Ba, BS Dương Quỳnh Hoa... và nhứt là anh Nguyễn hữu Ngư (Nguyễn ngu Í (sic)), chính anh nầy là em nuôi của GS Phạm Thiều, đã giới thiệu thêm Bùi Giáng, Nguyễn thị Hoàng v.v. Chị Thảo còn viết bài cho BK bút hiệu Minh Phong. Và người thay mặt tôi trực tiếp làm việc với chị Thảo là anh Hoàng minh Tuynh, lúc bấy giờ còn là phó Giám đốc Viện Hối Đoái cho tôi. Lúc tôi vắng mặt, chính anh Tuynh đã thay mặt tôi như là chủ nhiệm chủ bút làm việc với anh Châu, lúc không còn có chị Thảo nữa. Cho nên nói rằng anh Châu làm từ lúc đầu là sai hoàn toàn. (Chị Thảo hiện sống ở Cali, nếu thấy cần xác nhận điều tôi nói trên, chắc chắn chi Thảo sẽ vui lòng trả lời, chị đang ngồi xe lăn và yếu lắm, nhưng còn minh mẫn và nói chuyện điện thoại được)"* (11). Đặng Văn Nhâm, một cộng tác viên của *Bách Khoa* từ những số đầu, cũng xác nhận sự việc này: "... Huỳnh Văn Lang bận công vụ, nên ngay từ đầu đã trao việc tổ chức biên tập, chọn lọc bài vở, trông coi việc ấn loát và phát hành tờ Bách Khoa cho bà Phạm Ngọc Thảo, khuê danh Phạm Thị Nhiệm, bút hiệu Thái Hoa Phong, em của giáo-sư Phạm Thiều. Cộng tác mật thiết với bà Thảo (…) còn có nhà văn Nguyễn Ngu. Í, tên thật Nguyễn Hữu Ngư, với tác-giả sách này (tức Đặng Văn Nhâm) ..." (12).

Khi viết về văn-học miền Nam thời này, Võ Phiến có nói nhưng không đúng đủ, có thể vì ông ở trong cuộc – Võ Phiến xem ông và Nguyễn Hiến Lê là hai cây bút chính của tạp-chí *Bách Khoa* (13), khi cho rằng: " *... Bách Khoa là một tạp chí dung hòa rộng rãi mọi khuynh hướng. Không có chủ trương "văn nghệ cách mạng" cũng không chủ trương "vượt thời gian", nó đăng bài của các lão thi sĩ tiền bối Đông Hồ, Quách Tấn, Vũ Hoàng Chương, lẫn truyện của Thanh Tâm Tuyền, Trùng Dương... Về mặt chính trị, sức dung hòa của nó khiến có lần Nguyên Sa nói đùa: Bách Khoa là một vùng xôi đậu. Nó đón nhận cả Nguyễn văn Trung, Nguyễn Ngọc Lan, Vũ Hạnh, lẫn Võ Phiến, Vũ Bảo...*" (14). Võ Phiến viết như vậy vì ông đã không đánh giá đúng khi cho rằng chính quyền Đệ nhất cộng hòa không có chính sách văn-hóa! Ai cũng đã rõ rằng tạp-chí *Bách Khoa* được hình thành chính vì một chính sách văn-hóa nhân vị, cần lao và hồi chánh - tiếp thu và tạo cơ hội cho những người kháng chiến cũ, nhất là những người chưa thật sự tỉnh thức hoặc hết ... kháng chiến! Thời mới viết cho Bách Khoa, Võ Phiến cũng từng viết bài châm chích chế độ như bài Múa gây rừng hoang mà chính ông là công chức bộ Thông tin (15). Võ Phiến khi chia 3 nhóm đã múa bút với ngụ ý hơn là viết lên sự thực của một nhà văn-học sử.

Nguyễn Hiến Lê (1912-1984), một cộng tác viên của *Bách Khoa* có số bài đăng nhiều nhất, đã ghi nhận về tạp-chí: *"Trong lịch sử báo chí của nước nhà, tờ Bách Khoa có một vị trí đặc biệt. Không nhận trợ cấp của chính quyền, không ủng hộ chính quyền mà sống được mười tám năm, từ 1957 đến năm 1975, bằng tờ Nam Phong, có uy tín, tập hợp được nhiều cây bút giá trị như tờ Nam Phong, trước sau các cộng tác viên được khoảng một trăm. (...) Tuy nhiên phải nhận rằng Bách Khoa không có ảnh hưởng lớn như Nam Phong, Phong Hóa Ngày Nay trong dân chúng. (...) Lại thêm Bách Khoa không có một chủ trương mới mẻ, mạnh mẽ cải cách cả về tư tưởng lẫn sự trình bày như tờ Phong Hoá -Ngày Nay, trước sau vẫn giữ lập trường ôn hòa, đứng giữa, không theo Cộng, không theo Mĩ, như vậy làm sao nói nó như một phong trào mà ảnh hưởng tới quốc dân được như Tự Lực? Thời đó có một nhóm nhà văn trẻ ở Bắc di cư vào lập nhóm Sáng Tạo, muốn làm một cuộc cải cách, nhưng họ không đủ kiến thức tài năng, chỉ hô hào chống Cộng, điểm này không có gì mới cả - mà cũng không sâu sắc, vì họ ít đọc sách báo ngoại quốc; và đã đảo lối viết của nhóm Tự Lực trước kia, mà người cầm đầu Sáng Tạo - Mai Thảo - lại có bút pháp cầu kỳ "làm duyên, làm dáng" - không hợp thời chút nào, chính bọn họ cũng không theo. Rốt cuộc chẳng được tiếng vang nào cả''* (16).

Trong hơn 18 năm, *Bách Khoa* xuất-hiện đều đặn ngay cả những năm cuối phải đổi thành *giai phẩm* tuân theo luật 007/72 gắt gao hơn của bộ Thông tin vì hoàn cảnh chiến-tranh và đấu tranh chính-trị. Độc giả của *Bách Khoa* do nội-dung và nguồn gốc xuất xứ thuộc về những thành phần chọn lọc hơn những tạp-chí văn-nghệ khác.

Bán nguyệt san *Bách Khoa* ban đầu qui tụ các trí thức và chuyên viên cao cấp liên hệ xa gần với đảng Cần Lao hoặc chính quyền. **Huỳnh Văn Lang** chủ nhiệm với tinh thần bình dân học vụ và văn-hóa cần lao nhân-vị. Phạm Ngọc Thảo, Lê Ngộ Châu, Võ Phiến, Nguiễn Ngu Í, ... là những người cựu kháng chiến. **Phạm Ngọc Thảo** *đã đóng góp trong những năm đầu khoảng 20 bài báo nói về các vấn-đề chiến lược, chiến thuật, nghệ thuật chỉ huy, quân sự, chiến-tranh không đổ máu, đánh giặc không giết người, du kích chiến, Trần Hưng Đạo, binh pháp Tôn Tử, v.v.*

Nguiễn Ngu Í (Nguyễn Hữu Ngư, sinh 20-4-1921, Bình Thuận, mất năm 1979, thuộc nhóm *Thái Bình Điên Quắc* cùng Bùi Giáng, BS Tô Dương Hiệp, BS Nguyễn Tuấn Anh, BS Trịnh Văn Lang, Thích Ảo Giác, Thiện Quang, Lê Hoàng Thúy, ...) đã chứng tỏ là một nhà báo chuyên nghiệp, nhiều công tâm và tài năng. Ông còn có những bút hiệu khác: Ngê Bá Lí, Tân Fong Hiệb, Phạm Hoàn Mĩ, ... Từ những số *Bách Khoa đầu ông đã có nhiều đóng góp đáng kể. Trước hết là hai cuộc phỏng vấn về truyện ngắn Việt và ngoại quốc hay nhất*, bắt đầu từ số 58 (1-6-1959) (tổng kết 2 với số 77, 15-3-1960) và cuộc phỏng vấn thứ hai về *quan niệm sáng-tác của các nhà văn*, từ số 101 (15-3-1961). Sau đó, là phỏng vấn các nghệ sĩ nhạc, họa, ...; các phỏng vấn khác như về Đại học Hè 60 vốn là biến cố văn-hóa quan-trọng thời bấy giờ (*BK*, số 84, 1-7-1960), ... và từ giữa năm 1964, nhà văn Nguiễn Ngu Í tiếp tục cuộc phỏng vấn cá nhân một số nhà văn thơ – về sau xuất-bản trong tuyển tập *Sống Và Viết Với...* Nếu Lê Phương Chi một sân một chiếu về phỏng vấn trên tờ *Tin Sách* của Hội Bút Việt thì Nguiễn Ngu Í đã tỏ ra nhiều tài năng về nghệ thuật phỏng vấn, phần lớn "tam cố thảo lư", có tài gợi chuyện, hỏi chuyện rồi hỏi lại cho chắc ý, ghi nhận rồi đưa cho người được phỏng vấn xem lại, khiến cho nhiều bài hết mang hình-thức cổ điển 'hỏi-đáp' mà trở thành một loại bút ký - không như các cuộc phỏng vấn khác là để người phỏng vấn được ... thơm lây, mà phương tiện cũng dễ dàng hơn, bằng điện thoại, điện thư, phần lớn như cắt/dán từ những trả lời nhất là vào thời điện toán sau này. Nguiễn Ngu Í còn phỏng vấn và đàm thoại về một số phong trào, biến cố chính-trị như về "Đại học Huế tranh đấu chống chế độ cũ qua 2 giờ nói chuyện với giáo-sư Lê Tuyên (BK 171-172, 15-2 & 1-3-1964), các phỏng vấn và "đàm thoại" với các tác-giả như với Ngô Thế Vinh (BK 370, 15-6-1972), v.v. Ông chủ trương một lối viết tiếng Việt hợp lý hơn (theo ông) nhưng đã không được đáp ứng (ngoại trừ vài người như Nguyễn Hiến Lê có vẻ theo lối viết *i* ngắn thay *y* trong nhiều trường hợp, nếu không phải đổi phát âm và phần nào đã khiến độc giả đọc khó hơn (nguiên nhân, nguiễn, ngèi xanh, i tế, ...). Ngoài tập trên, ông đã xuất-bản biên-khảo *Hồ Thơm-Nguyễn Huệ-Quang Trung 1752-1792 hay giấc mộng lớn chưa thành* (Hồ Hữu Tường đề Bạt, Về Nguồn, 1967), tập thơ *Có Những Bài Thơ* (Trí Đăng, 1972), và tập tiểu-thuyết *Khi Người Chết Có Mặt* (Ngày Xanh, 1962, Bình-nguyên Lộc đề tựa) viết về "*Một người con gái luống tuổi, xinh xinh, một người đàn ông góa vợ, kì kì. Hai cuộc đời sao lại dính vào nhau, và đâu đây lảng vảng bóng hình một người không còn *nữa...*" (Trích giới thiệu), chuyện kế-thất tên Dung luôn bị ám ảnh bởi bóng ma của người vợ trước, ở xứ Đồng-Nai.

Võ Phiến từng ở Khu 5 kháng chiến, cộng tác với *Bách Khoa* từ năm 1960, với nhiều bút hiệu: Võ Phiến, Tràng Thiên và Thu Thủy (lúc đầu là 2 biệt hiệu dùng chung với các cộng tác viên khác), qua nhiều thể loại: truyện, tùy bút, phê bình sách, tổng kết văn-học, giới thiệu văn-học nước ngoài, dịch truyện, ... Võ Phiến là cộng tác viên viết nhiều thứ nhì thứ ba nhưng *không bao giờ đóng vai chủ biên của tạp-chí Bách Khoa.* Huỳnh Văn Lang, chủ nhiệm tờ *Bách Khoa* trong hồi ký *Nhân Chứng Một Chế Độ* đã cho biết lịch-sử xuất-bản tờ *Bách Khoa* và vai trò của Võ Phiến: *"Võ Phiến chỉ là cây bút viết đều, viết nhiều cho Bách Khoa, không hề giữ vai trò quy tụ, điều hành nào của tờ báo này"* (17).

Nguyễn Hiến Lê (cũng như Lê Ngộ Châu) thuộc vào số những người cần mực, có văn-hóa và tin người, nhưng cố chấp về thế nào là yêu nước và xây dựng miền Nam dân chủ tự do. Riêng Nguyễn Hiến Lê vì tự tin đã tẩy chay giới cầm quyền chính trị văn-hóa thời cộng-hòa và có cảm tình với những người cộng-sản dưới áo khoác bảo vệ văn-hóa dân-tộc kiểu Vũ Hạnh, Lữ Phương, Nguyễn Ngọc Lương, ... cộng tác với *Tin Văn* như bài "Văn-chương và dân-tộc tính" trên *Tin Văn* số 10 (1966). Chỉ một thời-gian ngắn sau 1975 thì Nguyễn Hiến Lê đã thức tỉnh và trung thực phê phán chế độ Cộng-sản dù nhẹ nhàng phớt qua trong tập *Hồi Kí* nhưng vẫn bị kiểm duyệt bỏ 6 chương 21, 22, 24, 30, 31 và 32 trong ấn bản in trong nước. Trong danh sách tác-phẩm in trong *Đời Viết Văn Của Tôi*, Nguyễn Hiến Lê cho biết *"Trong 426 số Bách Khoa từ đầu đến cuối, có 242 bài của tôi gồm 159 nhan đề"*.

Bách Khoa còn là đất vẫy vùng của những nhà văn thiên tả, thiên cộng vì dư hương 'khàng chiến' như Nguyễn Hiến Lê và Nguiễn Ngu Í, là đất của nằm vùng hoặc cảm tình viên Việt cộng (Mặt trận giải phóng miền Nam và Bắc Việt) như Thủy Thủ, Đông Trình, Vũ Hạnh, Vân Trang, Thiếu Sơn, Trần Thúc Linh, Hợp Phố, Lưu Nghi, Nguyễn Huy Khánh, ... Người cộng-sản cũng như quốc gia và yêu nước không tả không hữu đều đã dùng người khác làm bình phong để thao túng, như với *Bách Khoa*, hay với *Sinh Lực, Mai* (Hoàng Minh Tuynh), v.v. hoặc đã dùng những chủ trương bình phong lành mạnh hóa xã hội, bảo vệ thuần phong mỹ tục, bình dân học vụ, hội Khổng học, ... Nhưng chúng tôi không đồng ý với nhận xét cho rằng những nhà văn trẻ của thời cuộc chiến và văn thơ ca nhạc chống chiến-tranh cao độ nhất như Trần Hoài Thư, Kinh Dương Vương, Hồ Minh Dũng, Ngô Thế Vinh, ... bị cộng-sản lèo lái đưa vô tròng. Vừa nhận vợ vừa cưỡng hiếp lịch-sử! Dĩ nhiên những người khác hoặc có kẻ hở, ngây thơ, háo thắng hoặc mạng nhện tình lý đã bị dùng như con cờ; đó là những Thế Nguyên, Ngụy Ngữ, Nguyễn Trọng Văn, Trần Hữu Lục, Bảo Cự, Trần Vàng Sao, ... bên văn thơ, và những Trịnh Công Sơn, Miên Đức Thắng, Phạm Thế Mỹ, ... bên nhạc.

Vũ Hạnh (Nguyễn Đức Dũng, 15-7-1926 -, Quảng Nam), cộng tác viên thứ tư, thứ năm có nhiều bài trên *Bách Khoa,* và viết cho nhiều tờ báo dưới nhiều bút hiệu Nguyên Phủ, Minh Hữu, Hoàng Thanh Kỳ, *cô* Phương Thảo và A. Pazzi, hoạt động trong Văn Bút Việt-Nam, tổng thư ký Hội Bảo vệ Văn-hóa Dân-tộc, một tổ chức ngoại vi của Việt cộng, viết phê bình, điểm sách và lý luận, tranh luận văn-nghệ (18), trước sau một ý cưỡng ép văn-nghệ vị nhân sinh và làm chính-trị một chiều, ý đồ lèo lái những người làm văn-hóa 'dân tộc' vào con đường "cộng sản, cách mạng cộng sản *"đồng nghĩa của "dân tộc"; ông dùng cả biệt hiệu tác-giả A. Pazzi lẫn dịch giả Hồng Cúc (cùng tên với người phụ trách tòa soạn Tin Văn)* dịch cuốn *Người Việt Cao Quí* để lừa người đọc (thật ra chẳng có nguyên tác tiếng Ý nào cả!), cuối cùng bị bắt ở tòa báo *Bách Khoa* (7-1967) - nhưng được chế độ pháp quyền và nhân đạo miền Nam buông thả (cùng áp lực của LM Thanh Lãng chủ tịch Văn Bút tin người và cấp tiến nên bị cộng-sản lợi dụng!). Thời Đệ Nhất Cộng Hòa, Vũ Hạnh đã từng bị cơ quan an ninh bắt vì y là cán bộ cộng-sản. "Tổng hội Giáo giới đã đề nghị tha, và nhận bão lãnh giáo viên tên Dũng có bút hiệu là Vũ Hạnh" (19) - chi tiết này từng được Ao Thả Vịt ghi lại trên báo *Sống* ngày 8-12-1966 "hồi tên Dũng bị giam giữ ở trại Phú Lợi (trại giam những tên cộng-sản nằm vùng) chính Giáo-sư Trần Bích Lan trong Nghiệp đoàn các giáo-sư đã đề nghị trả tự do cho Dũng, vì tưởng đâu hắn ăn năn, hối cải, ngờ đâu"), như Nguyên Sa đã ghi lại trong tập *Hồi Ký* xuất-bản năm 1998. Nguyên Sa cũng cho biết chính Vũ Hạnh đã báo cáo với Hoàng Hà người phụ trách Tuyên Nghiêm Huấn của Thành đoàn thanh niên Sài-Gòn-Chợ Lớn, ra lệnh cho nhóm Đặc công quyết tử Thành Đoàn "Bắn chết Chu Tử để trả thù cho Vũ Hạnh" (nhưng ám sát hụt) sau khi Chu Tử viết bài phản ứng lại bài Vũ Hạnh phê bình đánh phá tiểu-thuyết *Yêu* của Chu Tử họ Chu gọi là thứ phê bình một chiều *"không phải cứ tác-phẩm đề cao giai cấp công nông, ngợi ca căm thù giai cấp, tung hô vô sản chuyên chính, giang hồ trường trị* *đương nhiên là tác-phẩm có giá trị và những văn thơ khác đều là đồ bỏ"* (Sđd. tr. 33). Nguyên Sa đã gọi thứ phê bình của Vũ Hạnh (và của Lữ Phương, Nguyễn Ngọc Lương) là "sa-đích": *"phê bình hiện thực xã hội của Vũ Hạnh là cộng-sản trong hình thức thô bạo và bán khai nhất, kiểu văn thơ nào không đúng với đường lối là tiểu tư sản, là phản động, là "văn-hóa Bolsa", là cánh cửa Lý Bá Sơ đã hé mở"*. Thứ phê bình đề cao người cùng phe phái, tập đoàn của mình mà bôi đen, xóa bỏ người khác này Nguyên Sa đã gọi đích danh là "sa-đích văn-nghệ": *"sa đích là tên bị bệnh cuồng dâm, biết mình yếu kém, bất tài vô tướng ... trở thành những tên thù hận nhan sắc, giết chết người đẹp, bằm vào khuôn mặt giai nhân rồi hãm hiếp, để tìm thấy trong hành động man rợ cả quyền uy lẫn thoả mãn dục tình. Phê bình hiện thực xã hội là đỉnh cao của phê bình "sa đích" văn-nghệ"* (19) - trong khi Nguyễn Trọng Văn trong bài "Những ảo tưởng của người cầm bút" (*Nghiên Cứu Văn Học*, 5, 5-1968, tr. 93-112) thì tố cáo *sa-đích xã-hội* của những người sống phè phỡn và ảo tưởng trên đau khổ, hy sinh của người khác!.

Các nhà văn và cộng tác viên khác thuộc nhiều thế hệ, nhiều người đã bắt đầu trước khi viết cho *Bách Khoa*, người khác mới với *Bách Khoa*, có thể kể: Á Nam Trần Tuấn Khải, Bùi Giáng, Bình-Nguyên Lộc, Bùi Vị Xuyên, Châu Hải Kỳ, Cung Giũ Nguyên, Đặng Trần Huân (*Ngày Vui* 7 truyện ngắn và 1 ký sự Manila), Đặng Văn Nhâm, Đoàn Thêm, Đông Hồ, Đông Xuyên, Đỗ Trọng Huệ, Dohamide, Giản Chi, Hoàng Xuân Hãn, Hoàng Minh Tuynh, Hồ Hữu Tường, Hư Chu, Huy Lực, Huỳnh Đức Quang, Kiều Yiêu (dịch Liêu Trai Chí Dị), Lê Phương Chi, Lê Hương, Lê Văn (Vĩnh Điền), Mang Viên Long (Dì Lucia, ...), Mặc Thu, Nguyễn Văn Xuân, Nguyễn Sung, Nguyễn Anh Linh, Nguyễn Cao Đàm, Nguyễn Xuân Lan, Lm Nguyễn Huy Lịch, Nguyễn Đồng, Nguyễn Mạnh Côn, Nguyễn Minh Hoàng, Nguyễn Phan Thịnh, Nguyễn Tạo Lâm, Nguyễn Sinh Duy, Nguyễn Xuân Quang, Như Phong, Phạm Trọng Nhân, Phạm Việt Châu (Trăm Việt Trên Vùng Định Mệnh), Phạm Long Điền, Phan Văn Trí, Phan Văn Tạo (còn ký Vũ Bão, sanh 1920 tại Hải Dương và mất năm 1987 tại Paris, Pháp), Phan Lạc Tuyên, Quách Tấn, Tạ Ký, Thái Tuấn, Thiên Giang, Thiếu Sơn, Thuần Phong, Trần Hà, Trần Thúc Linh, Trần Văn Khê, Tường Linh, Vi Huyền Đắc, Việt Phương, Võ Quang Yến, Cô Liêu Vũ Đình Lưu, Văn Quang, Vương Hoà Đức, Võ Hồng, Vô Ưu, Vũ Ký, Vũ Tam Tư, Vương Hồng Sển, các giáo-sư Đoàn Nhật Tấn, Nguyễn Văn Hầu, Nguyễn Quý Bảo, LM Nguyễn Phương, Nguyễn

Văn Trung (Hoàng Thái Linh), Phạm Hoàng Hộ, Phan Khoang, LM Trần Thái Đỉnh (Trần Hương Tử), Trần Kim Thạch, Trần Trung Lương, ... các BS Nguyễn Văn Ba, Trần Ngọc Ninh, Trần Văn Tích, Đỗ Hồng Ngọc, …

Trong số có những tác-giả xuất hiện lần đầu với văn giới và người đọc hoặc những cây bút *trẻ* đã đăng bài trên *Bách Khoa* như về **thơ** là Nguyễn Nho Sa Mạc, Thành Tôn, Hoàng Lộc, Đynh Hoàng Sa, Tần-Hoài Dạ-Vũ, Võ Chân Cửu, ... về **văn**, đó là những Vũ Hạnh (Giọt Nước Mắt Trên Dương Cầm, số 30, 1-4-1958, Lương Minh Đức giới thiệu với BK), Lê Tất Điều, Trần Hoài Thư (với truyện ngắn đầu tay Nước Mắt Tuổi Thơ), Kinh Dương Vương, Hồ Minh Dũng, Đỗ Tiến Đức, Nguyễn Mộng Giác, Túy Hồng, Hoàng Đông Phương (Nguyễn Thị Hoàng, *Vòng Tay Học Trò* mà có dư luận hoặc tự tâng công cho rằng đăng VTHT trên BK có mục-đích để ‹đồi trụy hóa giới trẻ›!), Thế Uyên (*Tiền Đồn*), Y Uyên, Hoàng Ngọc Tuấn, Lữ Quỳnh, Nguyễn Thị Thụy Vũ, Trùng Dương, Minh Quân, Phạm Công Thiện (từ năm 13 tuổi!), v.v. cũng như Phan Văn Tạo thời đầu trước đó.

Bách Khoa cũng từng là đất xác định sự nghiệp của Võ Phiến, Nguyễn Văn Xuân, Phan Du, Võ Hồng, Vũ Hạnh, cũng như Đoàn Thêm, Mộng Trung, Tường Linh, Minh Đức Hoài Trinh (ngoài thơ văn, phụ trách mục "Lá thư nước ngoài"), v.v. Những năm cuối trước 1975 là thời của Nguyễn Mộng Giác, Trần Hoài Thư, Hoàng Ngọc Tuấn, Phạm Long Điền, ... Các tác-giả có bài đăng nhiều nhất - nhiều tựa hoặc nhiều trang báo, theo thứ tự có thể ghi nhận: Nguyễn Hiến Lê, Nguiễn Ngu Í, Võ Phiến, Vũ Hạnh, Nguyễn Văn Trung, ...

Về **nội-dung** các bài viết, như tên báo hay nói như nhà văn Nguiễn Ngu Í, "đã mang cái nghiệp ... bách khoa" (BK 121, tr. 163), bao gồm nhiều lãnh vực. Lúc đầu chính-trị, kinh tế, xã hội, pháp luật, lịch-sử, triết học và văn-học nhiều hơn văn-chương, về sau văn-học, văn-chương nặng và chiếm nhiều số trang hơn các lãnh vực kia. Nhưng nói chung đường lối chủ trương có tính thuần nhất, một phần nhờ người chủ nhiệm kiêm quản lý Lê Ngộ Châu, phần khác nhờ uy tín chính-trị và văn-hóa tích lũy bên cạnh những tờ khác đoản số hoặc đường lối không bền. Phần nữa nhờ sự cộng tác của nhiều giáo-sư và chuyên viên trong nhiều lãnh vực, gây thêm uy tín. Ngay cả khi có những tranh luận hay bút chiến thì tương đối ôn hòa, trí thức hơn là nếu xảy ra ở những tờ báo khác. Như bút chiến về vụ "Ngọc Hân đầu độc vua Quang Trung" năm 1963 giữa giáo-sư Bửu Kế với tạp-chí

Phổ Thông của Nguyễn Vỹ, như chung quanh bài diễn thuyết của Hồ Hữu Tường về Trương Vĩnh Ký - với Phạm Long Điền và Nguyễn Sinh Duy năm 1974 (các số 414, 416-418) – vụ sau này sôi nổi nhưng thời đó tranh luận có gay gắt vì lập trường nhưng có văn-hóa, không như sau này ở hải-ngoại và trong nước! *Bách Khoa* đã có những số báo đặc-biệt về Nguyễn Du, Nguyễn Trường Tộ, … hoặc nhân những biến cố quan-trọng như Tết Mậu Thân: các số 267-268 (15-2 và 1-3-1968) thêm mục "Những người cầm bút trong khói lửa đầu năm" với các bút ký của Bùi Kim Đĩnh, Nhật Tiến, Đỗ Phương Khanh, nhật ký của Trần Đại, bài của Võ Phiến (Viết trong tiếng súng), Từ Trì, Lê Phương Chi.

Trong 18 năm đó, *Bách Khoa* đã có những đóng góp văn-học đáng ghi nhận. Trước hết là hai cuộc phỏng vấn của nhà báo Nguiễn Ngu Í: cuộc phỏng vấn thứ nhất về truyện ngắn Việt và ngoại quốc hay nhất, bắt đầu từ ngày 15-11-1958, và cuộc phỏng vấn thứ nhì về quan niệm sáng-tác của các nhà văn, từ số 101 (11-3-1961). Cuộc phỏng vấn sau đã giúp người đọc và·các nhà văn-học sử lúc bấy giờ cũng như sau này hiểu các nhà văn thơ hơn về quan niệm sáng-tác, mục-đích sáng-tác và cả những chuyện bên lề (cũng như scandale) về văn nghiệp mỗi người (khoảng 70 nhà văn đã trả lời phỏng vấn). Nhà báo Nguiễn Ngu Í đã cho biết ý định của cuộc phỏng vấn là "*muốn tìm hiểu mục-đích của các nhà văn khi viết, vì mục-đích sẽ soi sáng nguyên nhân; vả lại công trình sáng-tác chỉ có giá trị trọn vẹn khi nó đã gây được ảnh-hưởng gì đối với người xem, kẻ đọc, chớ không phải vì cái cớ đã thúc đẩy người nghệ sĩ bắt tay vào việc*" (20). Tổng kết cuộc phỏng vấn cũng cho biết "đa số nhà văn viết cho mình trước, mà trong cái 'cho mình' cũng có cái 'cho thiên hạ' phần nào, một số ít nhà văn không rõ mình viết cho ai, một số vừa viết cho mình vừa viết cho người". Và "phần nhiều là viết cho bây giờ, không muốn nghĩ hoặc không dám nghĩ đến mai sau; một số ít không đặt thành vấn-đề" (Bđd tr. 169). Nhà báo Nguiễn Ngu Í kết luận rằng: "*Nhà văn nước ta phần đông viết vì một sự ngẫu nhiên nào đó và để thỏa mãn 'cái tôi' hơn là vì xã hội. (...) Viết để thỏa mãn mình, viết để nói đến 'cái tôi' là một điều chánh đáng. Nhưng chúng tôi e rằng nếu chỉ viết mãi về mình, chỉ khai thác bản ngã mình thì sau rồi sẽ đưa đến nghèo nàn vì "Quanh quẩn mãi giữa vài ba dáng điệu,/ Tới hay lui vẫn chừng ấy mặt người./ Vì quá thân nên quá đỗi buồn cười,/Môi nhắc lại chỉ có ngần ấy chuyện"* (Huy Cận, Lửa Thiêng) sẽ đưa đến sự bất lợi cho tác-giả và người đọc (nhà văn viết cho riêng mình, không cần người *khác hiểu, dễ trở thành tối tăm, bí hiểm.*

Cho nên chúng ta sung sướng được biết một số nhà văn trước viết vì mình, sau vì người, một số nhà văn cố đánh dấu thời đại đặc biệt của chúng ta, cố nói lên những điều băn khoăn, rạo rực, những nỗi chua xót, bất bình cùng những đòi hỏi khẩn thiết của thế hệ hiện thời, thế hệ chúng ta. Nhưng theo chúng tôi, kết quả quan-trọng nhất của cuộc phỏng vấn này, là chúng ta được một số tiêu chuẩn để định đoạt giá trị của một công trình sáng-tác văn-nghệ, điều rất có ích cho người viết cũng như người đọc. Nhờ bảy chục nhà văn, nhà thơ, nhà soạn kịch đã vui lòng cho biết quan niệm và kinh-nghiệm của mình mà giờ chúng ta có thể nói: "muốn dựng một công trình văn-nghệ có giá trị, người cầm bút trước hết phải chân thành, thiết tha, rồi hiểu hoàn cảnh mình định gợi, thấu rõ nhân-vật mình tạo, sao cho chất Sống của cuộc đời linh động bàng bạc trong tác-phẩm; sau đó, diễn tả cho trung thực, và tránh việc "làm văn-chương""(21).

Nhiều bài viết có giá trị đã xuất hiện trên *Bách Khoa* như về ngữ học Việt Nam, cải tổ nền giáo dục và chương trình giáo dục, dùng Việt ngữ làm chuyển ngữ ở các đại học, v.v. (Nguyễn Hiến Lê), về tư tưởng Việt Nam, cơ cấu Việt ngữ, ý nghĩa và cơ cấu Truyện Kiều (Trần Ngọc Ninh), quan niệm mới về tiểu thuyết: chữ đẻ ra chữ (Bùi Hữu Sũng), thơ văn miền Nam (Nguyễn Văn Hầu), v.v. Ngoài ra nhiều bài vở về một số vấn-đề, biến cố như tranh luận về nguồn gốc dân-tộc Việt Nam, về ngữ học, v.v. *Bách Khoa* còn là đất thử mùa của chủ nghĩa hiện sinh, với những bài viết về trào lưu văn-học và triết học cũng như một số tác giả, triết gia. Giáo-sư Nguyễn Văn Trung với bút hiệu Phan Mai, Hoàng Thái Linh đã giới thiệu các triết thuyết và triết gia hiện sinh ngay từ những năm đầu của *Bách Khoa* và tiếp tục đến những số báo cuối ("Vũ trụ" chữ nghĩa của J.-P. Sartre, rồi cả Sartre trong đời tôi, về Luân lý trong tiểu-thuyết của F. Sagan, v.v.). Giáo-sư Trần Thái Đỉnh (bút hiệu Trần Hương Tử) viết một loạt bài về chủ nghĩa hiện sinh (từ 10-1961 đến 9-1962, sau xuất-bản thành tập *Triết học hiện sinh* (1967), từ bộ mặt thực, hai ngành chính, các đề tài của triết học này cũng như các chủ thuyết của như K. Jaspers, Jean-Paul Sartre, F. Nietzsche, Kierkegaard, Husserl, Martin Heidegger. Hai ông cùng với các tác-giả khác như Trần Quý Thành, Nguyễn Anh Linh cũng đóng góp bài về Ludwig Feuerbach, Marleau-Ponty, Cơ cấu luận, Claude Lévi-Strauss, v.v. Các tác-giả và trào lưu văn-học mới như kịch và "tiểu-thuyết mới" cũng được *Bách Khoa* giới thiệu:

Nguyễn Văn Trung (hoặc Hoàng Thái Linh) về kịch Bertolt Brecht, tiểu-thuyết Nathalie Sarraute, Michel Butor, Alain-Robbe Grillet, v.v. hoặc về vai-trò và sứ mạng của nhà văn, cái chết của Marilyn Monroe, người quán rượu, triết lý về về cái nhìn, hối hận, thông cảm, e lệ, tự tử, về tâm ca Phạm Duy, v.v. Tràng Thiên thiên về tiểu-thuyết hiện đại, về một số tác-giả Tây phương, ... Miền Nam tự do tư tưởng, do đó trên *Bách Khoa* đã có những bài viết về chủ nghĩa Lênin (BK 321, 15-5-1970), v.v.

Người đọc cũng không thể quên những bài về sinh hoạt văn-nghệ và xuất bản, như các tổng kết cuối năm do Nguyễn Hiến Lê, Vũ Hạnh (*cô* Phương Thảo), Nguiễn Ngu Í, Võ Phiến (Thu Thủy, Tràng Thiên), rồi Nguyễn Mộng Giác, các bài điểm sách của Đặng Tiến, Nguyễn Hiến Lê, Vũ Hạnh, Cô Liêu, Thế Nhân, Nguyễn Văn Trung (Frantz Fanon, Nghiêm Xuân Hồng, ...), v.v. Một số bài thuyết trình, nói chuyện ở hội Bút Việt và các câu lạc bộ văn-hóa cũng được đăng lại trên *Bách Khoa*. Và những mục liên tiếp nhiều kỳ và đặc biệt như "Nếp sống hôm nay của văn-nghệ sĩ", "Nhân loại lâm chung?" (số 421 đến 424, 15-1 đến 1-3-1975), v.v.

Về **sáng-tác**, thơ xuất hiện trên *Bách Khoa* đa dạng, từ thơ Đường đến thơ mới, thơ tự do, ban đầu thơ luật hoặc âm hưởng cũ (Á Nam Trần Tuấn Khải, Giản Chi, Đông Xuyên, Đông Hồ, Đoàn Thêm, ...) lần hồi với Đỗ Tấn, Phan Lạc Tuyên, Diên|Nghị, Xuân Hiến, Nguiễn Ngu Í, Lan Đình, Huy Trâm, Huy Lực, Tường Linh, Bùi Giáng, ... rồi Hoài Khanh, Tạ Ký, Thái Tú Hạp, Đinh Cường, Nguyễn Thị Hoàng, ... thơ mới hơn từ ý tình đến hình-thức, chữ dùng. *Bách Khoa* từ giữa thập niên 1960 đến số cuối số nào cũng có thơ của các nhà thơ trẻ miền Trung (mà độc giả *Bách Khoa* ở miền Trung cũng chiếm đa số nếu so với dân số miền Nam). Văn-chương phản kháng và phản chiến cũng chiếm phần quan-trọng trên *Bách Khoa* nhất là vào những năm cuối với những Kinh Dương Vương (Tai Ương,...), Thế Uyên (Tiền Đồn, Ông Thầy Tội Nghiệp, ...), Trần Hoài Thư (Một Ngày Cuối Năm Trên Cao Nguyên, ...), Hồ Minh Dũng (Người Đền Nợ Nước, ...), v.v.

Hình-thức *Bách Khoa* trang trọng, khô khan dù nội-dung nhiều bài hực lửa, nóng bỏng. Từ những số đầu, họa sĩ Phạm Tăng vẽ bìa và trình bày vừa dân-tộc vừa cổ điển, đã góp phần tạo thêm tính đứng đắn. Những năm sau cùng, họa sĩ Văn Thanh điểm thêm vẻ hào nhoáng và hiện đại hơn với những phối hợp hình chụp với minh họa nhất là bìa những số đặc biệt và Tết.

Mai, "tạp-chí xây dựng xã-hội văn-nghệ" ("tạp chí nghiên cứu chính trị và xã hội"), Hoàng Minh Tuynh chủ-nhiệm (nguyên phó giám đốc Viện Hối đoái sau khi ông tạm giữ chức chủ bút ở *Bách Khoa* thay thế Huỳnh Văn Lang), Huỳnh Văn Lang làm giám đốc chính-trị, Nguyễn Hữu Thái thư-ký tòa-soạn, ra mắt năm 1960, bộ mới từ 11-1964 (nhưng vẫn ghi tiếp tục Năm thứ 5) và đình bản năm với số 16-17 ngày 1-8-1966. Cộng tác của những cây viết cùng xuất hiện trên tờ *Bách Khoa* ban đầu: Nguiễn Ngu Í, Phan Văn Tạo, Nguyễn Trần Huân, Vũ Đình Lưu, Phạm Công Thiện, Bùi Giáng, Vân Trang, Cô Liêu, Ái Lan, Huy Lực, Võ Hồng và những tên tuổi mới hơn như Bửu Ý, Lê Văn Hảo, Đinh Cường, Ngô Kha, Nguyễn Lệ Uyên, Nguyễn Xuân Hoàng, Hoài Lữ, ...

Bút Hoa bán nguyệt san, chủ nhiệm Trần Xuân Chấn sống được 8 năm (1959-1967), thiên về thơ văn cổ điển với Đinh Hùng, Vũ Hoàng Chương, Tôn-Nữ Hỷ-Khương, Thu Nhi, v.v.

Vừng Đông của Ngô Xuân Thời, số 1 (1965) ngưng 1966 – ông NXT còn là chủ-bút *Bách Khoa Phổ Thông.*

Vào Nguồn, tập san văn-nghệ, số 1 năm 1957, Thanh Thương Hoàng chủ trương biên tập.

Gió Nam nguyệt san của Liên đoàn Công chức Cách mạng Quốc gia, văn-nghệ là phụ, riêng các số báo Tết mới nhiều phần văn-nghệ. Khai tử theo Liên đoàn sau ngày đảo chánh 1-11-1963.

Gió Mới "tiếng nói của gia-đình và học đường", "bán nguyệt san văn-nghệ giáo dục xuất-bản vào ngày 5 và 20 mỗi tháng", của giáo chức, thoát thai từ Tổng Liên đoàn học sinh Việt-Nam. Chủ-nhiệm Trần Văn Sơn, Đinh Từ Thức chủ-bút và tổng thư ký tòa soạn [Nguyên Sa từng làm chủ-bút năm 1962], lúc đầu chú trọng phần văn-nghệ (nơi đăng Paris Có Gì Lạ Không Em? của Nguyên Sa), sau bị thay thế để thành cơ quan thông tin phục vụ chế độ. Và đình bản sau biến cố 1-11-1963.

Luận Đàm cũng như *Gió Mới*, là cơ quan của Tổng hội Giáo giới Việt-Nam, giáo-sư Nghiêm Toản chủ-nhiệm, thiên về biên-khảo. Tòa soạn bị "cách mạng 1-11-1963" đốt phá và báo cũng đình bản luôn.

Bông Lúa, cơ quan ngôn luận của đảng Cần Lao Nhân Vị,

Nguyễn Vỹ rồi Bàng Bá Lân làm chủ-bút. Ra mắt khoảng năm 1956, bộ mới được 20 số (!).

Đồng Nai Văn Tập, 1965-, nguyệt san "phát huy văn-hóa dân-tộc", của Nhóm Đồng Nai, do Nguyễn Văn Y chủ trương, chuyên biên khảo, nghiên cứu và thơ văn miền Nam lục-tỉnh, cộng tác viên là một số giáo-sư và chuyên viên khảo cổ như Lê Thọ Xuân, Nguyễn Văn Quí, Nguyễn Thanh Liêm, Thuần Phong Ngô Văn Phát, ...

Văn Hóa Á Châu, "cơ quan phát huy văn-hóa dân-tộc, nghiên cứu tinh thần Á châu và dung hợp tư-tưởng Đông-Tây" của Hội Việt-Nam Nghiên-cứu Liên-lạc Văn-hóa Á-châu (thuộc Asia Foundation), nhằm *"xây dựng một ý thức hệ quốc-gia chống Cộng trên cơ sở khai thác truyền thống"* (Quan điểm, 1-1961); giáo-sư Nguyễn Đăng Thục chủ nhiệm và lúc đầu kiêm chủ bút (ông cũng là Chủ tịch Hội VNNCLLVHAC), thư-ký tòa-soạn Lê Xuân Khoa. Số 1 ra tháng 10-1958. Cộng tác của Nguyễn Khắc Hoạch, Nguyễn Phan Châu, Trần Trọng San, Thế Phong (**Đường Bá Bổn**), Phạm Kim Khải, Huyền Quang, Tô Nam, ... Số 18 (9-1959) đăng bài Đường Bá Bổn điểm sách lên án Hoàng Trọng Miên soạn giả Việt Nam Văn Học Toàn Thư sao chép, đạo văn Nguyễn Đổng Chi (Lược Khảo về Thần Thoại Việt Nam. Hà-Nội: Văn Sử Địa, 1956) với kết luận "đạo văn trơ trẽn" của "'một thái độ không thể dung tha được nào' của một kẻ là đại diện cho kẻ đi trước đã thể hiện một vấn-đề táo bạo, trâng tráo, vô liêm sĩ"; sau bài viết, Lê Xuân Khoa thư ký tòa soạn bị mất chức. Nguyễn Nam Châu với bút hiệu Hoài Kim Yến, viết loạt bài về Hôn nhân qua các nền văn hoá từ số 13 (1959), ... **Bộ mới** do giáo-sư Lê Thành Trị chủ-bút, Trịnh Viết Thành thư-ký tòa-soạn, số 1, năm 1961, thiên về chính-trị và triết lý (chống và thay chủ nghĩa Mác-Lê) hơn là văn-học, lịch-sử và xã-hội. Đình bản cùng năm 1961. Văn Hóa Á Châu còn là nhà xuất-bản với các ấn-phẩm như bản dịch *Việt Sử Tiêu Án*: từ Hồng Bàng đến ngoại thuộc nhà Minh của Ngọ-Phong Ngô-thời-Sỹ (1960), ...

Quê Hương, "nguyệt san nghiên cứu: chính-trị, kinh tế, văn-hóa, xã-hội", số 1 ra tháng 7-1959, chủ-nhiệm chủ-bút Hoàng Kim Dân, quản lý Hoàng Mai. Tạp-chí trình bày nhiều vấn-đề thời đại, áp dụng cho Việt-Nam cùng những biên-khảo và sáng-tác văn-nghệ. Cộng tác có Nguyễn Cao Hách, Vũ Quốc Thúc, Vũ Quốc Thông, Vương Văn Bắc, Trần Thúc Linh, Trần Văn Minh, Trần Văn Đĩnh, Trần Văn Kiện, Nguyễn Khắc Hoạch, Nguyễn Khắc Nhân, Nguyễn Sỹ Tế, Nghiêm Đăng, Nghiêm Thẩm, Nghiêm Phú Lưu, Phan Tấn Chức, Trần Bích

Lan (tức Nguyên Sa, "Phong trào nhân vị ở Việt-Nam" 4, 10-1959), Vũ Hạnh, Lê Nguyên Phu, Lê Văn Mai, Lương Trọng Hối, Mai Văn Lễ, Nguyễn Phúc Sa, Nguyễn Lương, Nguyễn Văn Lượng, Nguyễn Xuân Chánh, Nguyễn Hữu Thống, Nguyễn Hữu Dung, Nguyễn Phúc Sa, Nguyễn Phương Thiệp, Nguyễn Quang Quýnh, Nguyễn Quốc Huy, Nguyễn Quốc Hưng, Nguyễn Thái, Nguyễn Văn Tánh, Nguyễn Văn Ứng, Phạm Đức Thuận, Từ Huệ, Lê Linh, Lê Khoa, Lê Bình Lục, Lê Đình Nho, Bùi Thế Hải, Bùi Quang Khánh, Bùi Quang Tung, Bùi Tường Chiểu, Thái Văn Kiểm, Trần Hồng Ngọc, Trần Thiện Hương, Trần Hà Nam, Trúc Lâm, Tuấn Việt, ...

Văn Đàn "văn-chương, nghệ-thuật, xã-hội ra ngày thứ Bảy", "phô sắc quê-hương / thu hương muôn gió" của Tinh Việt Văn đoàn, số 1 ra ngày 4-6-1960, do Phạm Đình Tân chủ-nhiệm, Phạm Đình Khiêm chủ-bút, Nguyễn Thạch Kiên tổng thư-ký với Bùi Tuân, Võ Long Tê, Phạm Đình Khiêm,...với sự cộng tác của Lê Ngọc Trụ, Tô Nam Nguyễn Đình Diệm, Nguyễn Hữu Trọng, Bùi Đoài, v.v. . Tờ *Văn Đàn* gây được chú ý nhưng đình bản khi thời Đệ nhất Cộng hòa chấm dứt cuối năm 1963, tuy vậy hình như vẫn ra được hai số năm 1965 và 1973. Các bài biên-khảo và tranh luận gây chú ý về Hồ sơ báo-chí Việt-Nam (từ số 1), Các giai đoạn của phong trào tiểu-thuyết hiện-đại của Võ Long Tê từ số 21, vụ Trần Thanh Hiệp tuyên bố "văn-nghệ miền Nam không có quá-khứ" từ số 12, về các sáng-tác đầy dục tính trên tạp-chí Sáng Tạo (các số 20-27, 15-10-1960 đến 2-1-1961) rồi trở lại phê-bình "nhóm tự nhận là văn-nghệ mới" (số 33), Thái Bạch luận "công và tội của Nhất Linh" từ số 1, phê-bình Nguyễn Văn Trung về bài "luân lý và văn-học", số đặc-biệt "Nguyễn Trường Tộ" (bộ 3, số 4, 23-11-1961), ...

Tân Dân, số 1 (3-5-1969) số cuối 35 (14-6-1969), chủ nhiệm Mai-Lâm Nguyễn Đắc Lộc (1897-1975, tác-giả hồi-ký *Sau Hai Mươi Năm*, 1964), cộng sự có Thế Phong (đăng một phần *Hiện Tình văn-nghệ miền Nam* trước khi xuất-bản, ..).

Hừng Sáng của Bằng Giang, chủ-nhiệm.

Tin Văn (1955-1959) do Thu Giang Nguyễn Duy Cần biên tập.

Mạnh của Hội Nạn nhân Cộng-sản, Nguyễn Thức chủ-nhiệm, đăng thơ văn tố Cộng và của Nhân văn giai phẩm, sống được 10 số thì đình bản, Hội cho ra tờ *Sống*, bán nguyệt-san, "tiếng nói chung của những người chống Cộng với sự đóng góp của trên 40 nhà văn tranh-đấu", chủ nhiệm Ngô Trọng Hiếu, chủ-bút Lưu Hùng, Duy Sinh thơ-ký tòa soạn, cộng sự có Nguyễn Đức Quỳnh, Thế Phong, Uyên Thao, Lưu Kiếm, Thanh Hữu, Vị Ý, ... có một số phụ bản *Sống Chủ Nhật*.

Văn Hóa Ngày Nay, hình-thức "giai phẩm" *"đăng những bài và truyện có giá trị bất cứ thời nào nơi nào"*, số ra mắt ngày 17-6-1958 ra được 11 số (số 11, 16-5-1959), của nhà văn Nhất Linh với chủ trương (mới) *"văn-nghệ vượt thời gian không gian"*. Nội-dung và văn phong của Tự-Lực văn đoàn, thơ của các nhà thơ Đường luật cũng như trẻ như Trần Tuấn Kiệt, ..., truyện ngắn dài của Nguyễn Thị Vinh, Nhật Tiến, Tường Hùng, Duy Lam (truyện ngắn, truyện vui và truyện dài *Gia-Đình Tôi*, Bình-Nguyên Lộc, Đỗ Đức Thu, Linh Bảo (truyện dài *Những Đêm Mưa*), Tuyết Hương, Phương Khanh, Quỳ Hương, ...; truyện dịch của Bảo Sơn,.., nghị luận, biên-khảo của Nguyễn Thành Vinh, Trương Bảo Sơn, Nhất Linh, Phạm Công Thiện, ... Nhất Linh đăng tác-phẩm của ông như Viết Và Đọc Tiểu Thuyết (sau xuất-bản), truyện dài Xóm Cầu Mới mà tác-giả như muốn là một tác-phẩm về đời sống của những người dân bình thường, Xóm là nơi quần tụ của những cuộc đời 'bèo giạt'. Và các truyện ngắn Bắn Vịt Giời, .. của Nhất Linh. ... Nhà chính-trị Nguyễn Tường Tam đã tự sát ngày 7?-7-1963 vì không muốn ra tòa trả lời những cáo buộc về những việc ông đã làm trong biến cố 11-11-1960, nhưng nhà báo và nhà văn Nhất Linh thì vẫn luôn sống mạnh qua nhiều chế độ (22).

"Giai phẩm văn-nghệ" ***Tân Phong*** do Trương Bảo Sơn chủ nhiệm, Nguyễn Thị Vinh chủ-bút, được xem như một tiếp nối truyền thống văn-chương của Văn Hóa Ngày Nay và Tự-Lực văn đoàn do nhà văn Nhất Linh chủ trì. Số ra mắt tháng 8-1959, số cuối 23 (8-1960 và sau đảo chánh 11-11-1960 thì Trương Bảo Sơn và Nguyễn Thành Vinh bị bắt. Giai phẩm đã từng là nơi khởi đăng một số truyện dài của Duy Lam (*Cái Lưới*), Nhật Tiến (*Những Vì Sao Lạc*), v.v. Cộng tác ngoài các cây bút thuộc truyền thống trên còn có Cung Trầm Tưởng, Cao Hoàng Nhân, Phan Lạc Tiếp, v.v.

Đông Phương, "bán nguyệt san văn-hóa, xã-hội, chính-trị", Nguyễn Thị Vinh chủ-trương, Trương Bảo Sơn giám đốc chính-trị, số 1 ra ngày 1-6-1965. ĐP còn là nhà xuất-bản.

Đại Học "tạp-chí nghiên cứu của Viện Đại-học Huế", xuất-bản năm 1958 (số 1, 2-1958) và đình bản tháng 6-1964 (số 40), chủ-nhiệm LM Cao Văn Luận, chủ-bút Nguyễn Văn Trung (1958-1962) rồi Trần

Văn Toàn (1962-1964); ghi số 1 đến 13 rồi tiếp từ số 1 theo từng năm, đến số 31, đình bản sau biến cố Mậu Thân 1968 - trụ sở và nhà in bị thiệt hại nặng nề. Nội-dung nghiên cứu phê bình dịch-thuật văn-hóa, văn-học sử, nhân chủng, khảo cổ, v.v. Các tác-giả cộng tác: Bùi Quang Tung, LM Bửu Dưỡng, Bửu Hội, Bửu Kế, LM Cao Văn Luận, Cung Giũ Nguyên, Đặng Vũ Biền, P. Đỗ Đình, LM Đỗ Minh Vọng, Hoàng Xuân Hãn, Lê Tôn Nghiêm, Lê Ngọc Trụ, LM Lê Văn Lý, Lê Tuyên, Lê Tài Triển, Lê Khắc Quyến, Nguyễn Bạt Tụy ("Tìm hiểu ngôn-ngữ Việt-Nam, ngữ Việt ở Quảng Trị", số 4, 8-1961), Nguyễn Đăng Thục, Nguyễn Đình Giang, LM Nguyễn Huy Lịch, Nguyễn Khắc Hoạch, Nguyễn Nam Châu, Nguyễn Toại, LM Nguyễn Văn Thích, Nguyễn Văn Thọ, Nguyễn Văn Trung, Nguyễn Văn Trường, Phạm Việt Tuyền, Phan Xuân Sanh, Tăng Thị Thành Trai, LM Thanh Lãng, LM Trần Thái Đỉnh, Trần Văn Toàn, Trương Bửu Lâm, Trương Văn Chình và Nguyễn Hiến Lê, Võ Quang Yến, Vũ Quốc Thúc, ... và các giáo-sư nước ngoài Olov R.T Janse, R.P Rietsch, Chen Ching Ho (Trần Kinh Hòa), ... Một số các đề tài hoặc số đặc-biệt: văn-hóa Việt-Nam (7, 1-1959), những nẻo đường mới trong rừng văn-nghệ hiện đại (11, 9-59), xây dựng nền đại học quốc-gia (13, 1-1960), Tưởng niệm Camus (14, 3-1960), về người thanh niên Việt-Nam hiện-đại (17), Trào lưu Hiện sinh (18, 11-1960), Tiểu-thuyết 2 (4-1961?), Marx và kịch nghệ Nga (4, 8-61), Tìm hiểu tha nhân (IV, 5, 10-1962), ... (23).

Nghiên Cứu Văn Học là một nguyệt san nghiên cứu và phê bình văn học, xuất bản vào ngày 15 mỗi tháng, thiên về phần nghiên cứu hơn là phê bình (nhưng đặc-biệt với các bài của Đỗ Long Vân: Kỷ thuật tả chân của Vũ Trọng Phụng trong Số Đỏ, số 1; Thanh Quan hay là ám ảnh hoàng hôn; Thử phác họa một bản đồ của địa ngục theo Chế Lan Viên, số 6-7-8). Tập san do linh mục Thanh Lãng chủ trương và làm chủ nhiệm, Thế Nguyên là thư ký toà soạn. Số đầu tiên ra tháng 11-1967 đến số 10 (tháng 11-1968) thì ngưng. Khổ báo: 13,5 x 21cm. Trong thành phần ban biên tập thì LM Thanh Lãng là cây bút chủ lực; ngoài ra còn có Phạm Việt Tuyền, Thế Nguyên, Diễm Châu, Nguyễn Văn Trung, Nguyên Sa (Văn-nghệ trong việc làm khoẻ dân-tộc, số 3; Bài mở đầu về Thẩm mỹ học, số 5, Descartes, số 10), Đỗ Long Vân, Lữ Phương, Bùi Đức Uyên, ... *Bộ mới* tục bản vào tháng 3-1971, thêm phần sáng-tác, đánh số lại từ đầu, thay đổi mẫu bìa, lúc này là tạp chí nghiên cứu, phê bình, sáng tác, sinh hoạt văn học, linh-mục vẫn làm chủ-nhiệm nhưng ban biên-tập ngoài Nguyên Sa, ... phần còn lại là sinh viên đã tốt nghiệp ban Việt Văn, Việt Hán như Nguyễn Kiến

Thiết; và sau số 16 (15-6-1972) thì đình bản hẳn. Như vậy tập san này ra được tổng cộng 26 số: 10 số bộ đầu và 16 số bộ mới. Có số đặc-biệt về Hiện trạng các cơ quan văn-hóa Nhà Nước, về Văn khố và Thư viện, Viện Khảo cổ (số 7-8, 1968), Kỹ thuật tả chân của Vũ Trọng Phụng (Đỗ Long Vân, 5, 5-1968), về Văn-nghệ đen (b.m., số 1, 3-1970), ... Và có bài tường thuật những buổi nói về kinh nghiệm viết văn của Tam Lang, Nguyễn Thị Hoàng, Nhật Tiến, Duyên Anh, ... do trưởng ban Thanh Lãng mời. Và phê-bình, điểm sách (Phê phán *Ca Tụng Thân Xác* của Nguyễn Văn Trung, của Tam-Điểm Nguyễn Tử Lộc, số 1 - đăng lại bài trên số 6 - số cuối, của tạp-chí *Sinh Viên*), ...

Văn-Học, nguyệt san ban đầu, từ tháng 9-1964 thành "bán nguyệt san Văn-hóa, Chính-trị, Xã-hội, Nghệ-thuật", dấn thân chính-trị và nổi bật với phần văn-học và văn-nghệ đa dạng, góp phần cổ võ cho một nền văn chương mới với nhiều số chủ đề văn học sử Việt Nam và thế giới. Tờ tạp chí bắt nguồn từ phong trào sinh viên, sáng lập kiêm chủ nhiệm Phan Kim-Thịnh, chủ-bút Dương Thứ-Lang (Dương Kiền). Số đầu tiên ngày 1-11-1962 đến số 72 ngày 1-5-1967 loại khổ lớn từ số 73 ngày 1-6-1967, đến số 87 ngày 1-3-1969 đổi sang khổ nhỏ cho đến số cuối 202 ra ngày 26-3-1975 – từ số 157 (15-11-1972), nguyệt san chuyển thành Giai phẩm không còn đánh số và xuất bản định kỳ do Sắc luật 007/72 đối với báo chí; số in có khi lên đến 5000 số và giá các số cuối lên đến 480 đồng. Nhiều số đặc-biệt về văn học dân gian, văn-học và tác-giả miền Nam, miền Bắc, văn học thế giới cũng như giới thiệu và tưởng niệm những văn thi sĩ tiền chiến như Phạm Quỳnh (số 158), Nguyễn Văn Tố (177), Vũ Trọng Phụng (44, 94, 114, 170), Hữu Loan (139), v.v. và về các tác-giả của thời văn-học vừa qua hiện diện ở miền Nam hoặc mới qua đời như Đông Hồ (số 123), Lê Văn Trương (số 202), Tam Lang (132), Nhất Linh (các số 41, 98, 109), Tam Ích (145), v.v. Các tác-giả đang sinh hoạt văn-nghệ như: Vũ Hoàng Chương (97), Duyên Anh (149), Dương Kiền (các số 87, 93, 134), Dương Nghiễm Mậu (87), Hoàng Hải Thủy (179), , Nguyên Sa (99), v.v. Về chủ đề có thể ghi nhận: Số 27 (1-11-1964) "Tuổi hùng vĩ của dân-tộc Việt-Nam"; số 36 (15-4-1965) về văn-chương và thơ văn chiến-tranh (Thế Uyên: Huyền thoại Trăng treo đầu súng, 2-Lưu Trung Khảo: chiến-tranh trong văn-chương Việt-Nam, 1-Trần Văn Toàn: Tự do hay dân chủ, ... Thơ văn: Dọc đường của Dương Nghiễm Mậu, Người Mỹ trầm lặng, ...); số 49 (1-11-1965) "Cách-mạng Việt-Nam đi về đâu?"; số 56 (4-1966) về 'Tiếng nói da đen'; số 58 về "10 năm giáo dục miền Nam"; số 62 về "10 năm tạp-chí"; số 74 đặc biệt về Tờ báo và người viết; số 80 về Thảm trạng văn hóa miền Nam, số 98 và 141 về Bệnh tật và cái chết của một số nhà văn, số 112 về Tiếu lâm ta, tiếu lâm Tây, số 121 về văn-chương hoạt kê, số 155 Nghĩ về tiểu-thuyết, các số 172 và 173 về các cuộc Bút chiến, số 195 và 196 về Vụ án trích thơ Hàn Mặc Tử, v.v. Và số cuối cùng 203 (26-3-1975) về Lamartine.

Phan Kim Thịnh còn dùng bút hiệu Lý Nhân và Phan Thứ Lang, cùng thời làm tạp-chí *Văn Học*, ông là chủ bút/chủ biên 3 tờ báo khác là *Nhân Văn, Báo Mới, Bưu Hoa* và trước đó ông từng làm Thư ký tòa soạn tờ nguyệt san *Quê Hương* (1960-1962). Tạp-chí còn là nhà xuất-bản cùng tên sau khi đã xuất-bản một tác-phẩm trong một số báo *Văn Học* như tập truyện *Khu Rừng Mùa Xuân* của Vương Thanh (số 89), *Con Đường Khổ Nhọc* của Dương Kiền (số 93), ... Ngoài ra, Phan Kim Thịnh xuất-bản tạp-chí **Nhân Văn**, số 1-16 (1971-1972), đặc san xuất-bản tác-phẩm mỗi số là 1 tác-phẩm: số 3 (9-1971): *Một Mình Một Ngựa* của Nguyên Sa, số 12 (5-1972): *10 (nhà văn) Dưới Mắt của Tam Ích*, v.v.

Tạp-chí **Văn** ra mắt ngày 1-1-1964, phát hành ngày 1 và 15 mỗi tháng, "*tập san văn-chương, tư tưởng, nghệ-thuật*" nhằm giới thiệu văn-học nước ngoài và Việt-Nam. *Văn* gồm các mục sáng tác, biên khảo, lý luận tùy chủ đề và số báo; nội-dung đáp ứng nhu cầu hiểu biết và thưởng thức văn chương của người đọc, nhất là giới học sinh, sinh viên, bởi những cây viết phần lớn trẻ, mới, sáng tạo, đặc biệt *Văn* cũng chú tâm giới thiệu những nhà văn thơ trẻ. Nơi phát huy tài năng văn-chương của Nguyễn Đình Toàn, Nguyễn Quang Hiện, ... Nơi phát triển tài năng phê bình, lý luận của Đặng Tiến, Lê Huy Oanh, ... Tờ *Văn* tương đối sống lâu nhất và đã đóng góp nhiều cho việc hiện đại hóa văn nghệ miền Nam – trước 1967 trung bình mỗi số bán được từ 14 đến 15.000 số, sau biến cố Mậu Thân 1968 xuống 9.000 số. Qua ba đời Trần Phong Giao (1964-1972), Nguyễn Xuân Hoàng (thay TPG, 1972-73), Mai Thảo (cùng với NXH từ 1973 và thay NXH từ 1974 đến số cuối) nhưng thời họ Trần tạp chí phẩm chất cao, có chiều hướng xây dựng một nền văn nghệ mới, hiện đại và đa dạng đông-tây; đã có công giới thiệu các tác giả, công bố nhiều văn liệu đặc biệt và khám phá nhiều cây viết trẻ, có những số báo độc đáo về Triều Sơn, Nhất Linh, Nguyễn Đức Quỳnh, Hàn Mặc Tử, Hồ Biểu Chánh, Thanh Tâm Tuyền, v.v. Tạp-chí **Văn** ra được 256 số, ghi số 1 (1-1-1964, "Tuyển tập thơ văn") đến số 210 (15-9-1972) vì luật mới về báo-chí, phải đổi sang hình-thức *Giai phẩm* (số 1, 1-10-1972 đến số cuối cùng 26-3-1975 (số này có phần đặc-biệt "Văn học và nghệ thuật Việt Nam ở hải ngoại" - như … *loan báo trước* những biến cố sẽ thực sự xảy ra!); như vậy đã đều đặn ra mắt bạn đọc và trong số này có gần 100 chuyên đề giới thiệu các trào lưu văn học và các nhà văn lớn *ở Việt nam và trên thế giới*.

Đặc san Văn (nghiên cứu và phê bình văn học) thường gồm trong hai mục Tiểu luận và Phê bình, cũng là ấn phẩm của cơ sở tạp chí Văn do nhà văn Trần Phong Giao chủ trương, số đầu tiên, tập 1 năm 1967. Đặc san này được coi như phụ trương của tạp chí *Văn* (thiên về sáng tác và dịch thuật). Đặc san *Văn* xuất bản ba tháng một lần. Năm thứ nhất ra được 4 số. Năm thứ hai chuyển thành *nguyệt san*, ra ngày 10 mỗi tháng. Đến số thứ ba (tháng 4 năm 1968), đặc san này được đổi tên thành **Tân Văn** "tập san nghiên cứu và phê bình văn học" và đánh số lại từ đầu (bộ mới) với sự cộng tác của nhiều nhà văn và giáo-sư như Lương Trọng Minh, Quách Tấn, Trần Thiện-Đạo, Tam Ích, ... Nguyệt san *Tân Văn* ra liên tục được đến số 53 năm 1972. Số Tân Văn 16-17 là số đặc biệt về xuất bản, lần đầu tiên xuất hiện cùng một lúc 3 ông chủ nhiệm, chủ bút, thư ký toà soạn Nguyễn Đình Vượng, Trần Phong Giao và Đàm Gia Tuấn.

Ngoài ra cơ sở Văn còn ra mắt nguyệt san **Văn Uyển** từ tháng 1-1966, phát hành ngày 20 mỗi tháng, thuộc thể loại *mỗi kỳ một tác phẩm*, một tác giả hoặc tuyển tập (như *Tuyển Truyện Tuổi Thơ* của 6 tác-giả, 1968) - số 1 là tập truyện *Cho Những Mùa Xuân Phai* của Nguyễn Thị Hoàng; đến sau số 21&22 (Xuân Canh Tuất 1970), *Văn Uyển* đổi tên thành **Tân Văn** ra một tháng hai số, số đầu tiên (tức số 23) là tập truyện ngắn *Dọc Đường* của Thanh Tâm Tuyền. Lời Ngỏ của số đầu cho biết lý do xuất-bản: *"Trong hoàn cảnh hoàn toàn bế tắc của ngành xuất bản, tháng 1 năm 1966, Cơ sở Văn mạnh dạn tung ra thị trường chữ nghĩa một Tủ sách Phổ thông với tôn chỉ: sách hay, in đẹp, bán giá hạ. Việc làm có tính cách mở đường của Văn đã thâu hoạch được một số kết quả tốt – đủ tốt để các nhà xuất bản bạn vững tin mà mở rộng ngành hoạt động của mình, đủ tốt để các nhà xuất bản mới được thành lập khá nhiều trong hai năm 1966-1967. Sang năm 1968, chúng tôi dự tính sẽ tạm ngưng ấn hành sách phổ thông vì tự coi như nhiệm vụ mở đường đã hoàn tất. Nhưng, biến cố đầu Xuân Mậu Thân đã lại đẩy ngành xuất bản vào một ngõ tắc. Phần lớn, nếu không muốn nói là hầu hết, các nhà xuất bản đều tạm ngưng hoạt động, hoặc* *chỉ hoạt động cầm chừng. Trước viễn ảnh đen tối đè nặng lên ngành xuất bản, chúng tôi lại cảm thấy cần phải tiếp tục công việc đã làm đều đặn từ hai năm qua. Tiếp tục với một hình thức mới, để thích ứng với tình thế mới.*

Và Nguyệt san Văn Uyển được khai sinh. Từ nay, tháng tháng Văn Uyển sẽ gửi tới bạn đọc những sáng tác chọn lọc của những tác giả danh tiếng trong và ngoài nước. Ước mong bạn đọc sẽ tiếp tục dành cho Văn Uyển mối cảm tình nồng nhiệt mà quý vị đã dành cho Tủ sách Phổ thông do cơ sở Văn chủ trương từ mấy năm qua...".

Nhà xuất-bản **Giao Điểm** (của Trần Phong Giao) đã in nhiều tác-phẩm văn-học cùng tuyển tập như *Tuyển Tập Truyện Tình* (8 nhà văn, 1967), *Tuyển Truyện Duyên Anh*,.. Sau nhà xuất-bản sát nhập hoạt động hai "tủ sách" Giao Điểm và Nguyễn Đình Vượng thành một Cơ sở Xuất-bản Văn, rồi biến cố Tết Mậu Thân 1968 khiến sinh hoạt văn-nghệ miền Nam ngưng trệ, nhà xuất-bản Văn phải ngưng xuất-bản sách, sang 1969 mới trở lại xuất-bản với những tác-phẩm cây viết trẻ (như Lê Văn Thiện,..).

Trần Phong Giao từ 1972 chủ trương tạp chí **Giao-Điểm** (số 1 ra ngày 15-1-1972) theo hình thức tạp-chí *Văn* nhưng không được đón nhận như thời *Văn*!

Nghệ Thuật, tuần báo văn-học nghệ-thuật, số 1 ra mắt ngày 1-10-1965, sống được hơn một năm với **57** số (số cuối 57, 10-11-1966). do Mai Thảo chủ-nhiệm kiêm chủ-bút, Thanh Nam thư ký tòa soạn - Viên Linh thay thế từ 1966, trị sự Từ Ngọc Toản. Báo khổ lớn, nhiều minh họa nghệ-thuật và bìa màu nghệ-thuật in láng từ số 1 và từ số 49 (23-9-1966) bìa đơn sơ hơn; với cộng tác của phần lớn là những cây viết từ *Sáng Tạo* như Trần Lê Nguyễn, Ngọc Dũng, Viên Linh, Doãn Quốc Sỹ, Nguyên Sa, Tô Thùy Yên, ... và Vũ Khắc Khoan, Duyên Anh, Lê Huy Oanh, Chinh Yên, Trần Đức Uyển, Nguyễn Nhật Duật, Hoàng Ngọc Biên, Trần Tuấn Kiệt, Sơ Dạ Hương (Nguyễn Quốc Trụ), ... Tuần báo thành công gây ấn tượng mỹ thuật cũng như nội-dung, khá hiện đại, thời thượng. Thư Tòa Soạn trong số đầu cho biết: "*... những người nhận trách nhiệm xây dựng và hình thành diễn đàn này đều cùng một dự tưởng, chung một nhận thức: Nghệ Thuật phải là một nơi chốn họp mặt thân ái và đông vui chưa từng thấy giữa tất cả những tác giả, nhà văn nhà thơ hiện đang làm nên linh hồn, tiếng nói, đời sống và sức mạnh của văn học nghệ thuật miền*

Nam. Họp mặt trước đã. Bởi chúng tôi nghĩ rằng đã đến lúc những khả năng sáng tạo chói lọi nhất, những cá nhân ý thức tiến bộ nhất, những đại diện cho từng thế hệ tiêu biểu nhất của đất nước này phải liên kết lại, trước đòi hỏi của xã hội và lịch sử ta về vai trò văn học nghệ thuật chúng ta.". Mai Thảo thêm: *"Nói đến đời sống, cái chết, chiến tranh và hoà bình, lửa máu và nước mắt, nhân phẩm và danh dự, nói đến hạnh phúc, bất công áp bức, ý thức, thượng đế, thân phận con người, triết thuyết, hành động, thực tế và trí tuệ, cá nhân và toàn thể, nói ở đâu bằng ở Việt Nam không nói, nói ở đâu bằng Việt Nam đau khổ, nói ở đâu bằng Việt Nam treo căng trên từng từng bất hạnh, nói ở đâu bằng Việt Nam có quyền nói đến trước tiên? Văn học nghệ thuật chúng ta phải nói lên bằng được sự thực vĩ đại hiện hình trên Việt Nam quần quại. Vai trò của Văn học nghệ thuật hiện nay do đó là phải đi vào thực tế chiến tranh, boi thực tế ấy là một sự thực..."*("Văn học Nghệ thuật trong chiến tranh hiện tại và hoà bình tương lai"). Nơi xuất hành văn-nghệ của những nhà văn thơ lớp trẻ Kiệt Tấn, Cao Thoại Châu, Từ Kế Tường, Sơ Dạ Hương ("Những ngày ở Sài-Gòn", số 9, 1965), Cung Tích Biền ("Ngoại Ô Dĩ An và Linh Hồn Tôi", số 23, 3-1966), Ngô Nguyên Nghiễm, Phạm Triều Nghi, Trần Dạ Lữ, Tần Vy, Nguyễn Thùy Song Thanh, ... Có loạt các phỏng vấn về "độc giả bây giờ đọc tiểu-thuyết nào?" (từ số 35 đến 45), "Tuổi 20 ở Việt-Nam 1965", bàn tròn nhận định về tiểu-thuyết Việt-Nam hiện nay, 'Thảo luận về hiện tình văn-nghệ miền Nam' (số 53), "Đặc-biệt về truyện ngắn Việt-Nam" - ý kiến 7 tác-giả về truyện ngắn Việt-Nam, những ý nghĩ về tình yêu, hay loạt bài "10 tác-giả Việt-Nam viết về 10 tác-giả" (từ số 20 đến 53), tiếng nói một tác-giả mỗi tuần, văn-nghệ và cuộc-sống (Vũ Khắc Khoan: nói chuyện với những người viết mới, ngôn-ngữ kịch, trí thức Sài-Gòn, quý ông là ai?, về vụ cấm sách ('đồi trụy') của Thanh Nam, v.v.), 20 bài thơ tiền chiến hay nhất, hay số đặc-biệt về "Tâm hồn và đất nước quê người qua văn thơ thế giới", ... Nơi xuất hiện nhiều truyện dài đăng-từng-kỳ, như Dấu Mặt của Thanh Tâm Tuyền và đặc-biệt là *Viên Đạn Đồng Chữ Nổi* của Mai Thảo, *Phận Người* của André Malraux được Tô Thùy Yên dịch. Theo Viên Linh, *"Tuần báo Nghệ Thuật ra đời năm 1965, sau khi một nhóm nhà văn gặp Thiếu tướng Nguyễn Cao Kỳ, lúc ấy là Chủ tịch Ủy ban hành pháp Trung ương (Thủ tướng), được ông Kỳ hỗ trợ. Buổi gặp mặt do cố nhạc sĩ Phạm Đình Chương mà có. Phạm Đình Chương là bạn học cùng lớp với ông Kỳ và Lưu Kim Cương hồi ở Thanh Hóa. Có mặt Vũ Khắc Khoan, Mai Thảo, Phạm Đình Chương, Anh Ngọc, Thanh Nam.*

Do đó anh em phân công để Mai Thảo làm chủ nhiệm, Anh Ngọc làm Giám đốc Trị sự, Thanh Nam làm Tổng Thư ký (chỉ 6 số). Từ số 7 tới số 56, Viên Linh thay Thanh Nam" (24).

Văn Mới nguyệt san muốn đề nghị *"một nền văn hoá gắn liền với hoàn cảnh một quốc gia nghèo đói, nội chiến, đang bị các thế lực đế quốc dùng làm thí điểm tranh chấp, tạo sinh lực đánh bật những ảnh hưởng của nền văn chương ngoại lai viễn mơ của các thế lực đế quốc trá hình"*, Thế Nguyên chủ-nhiệm, với nhóm Trình Bầy và thêm sự cộng tác của Nguyễn Trọng Văn, Hồ Nam, Thế Phong, ... Số ra mắt với chủ đề "Sứ mệnh nhà văn Việt-Nam" (15-9-1971).

Quan Điểm của Nguyễn Mạnh Côn, Uyên Thao, Hồ Nam, Thế Uyên, Vị Ý, ...

Chính Văn "tờ báo của những suy tư và súc động tập" do Nguyễn Mạnh Côn chủ nhiệm, Trần Phong Giao chủ bút, phát hành nửa tháng 1 số, ra mắt năm 6-1971 và đình bản năm 1972 sau số 17 (bộ 3, số 4) - Trần Phong Giao cho biết lý do vì luật 007/72 ("Độc giả và những người làm một tạp-chí văn-chương", Thời Tập, Xuân Ất Mão, 1-2-1975, tr. 79). Chình Văn còn là nhà xuất-bản (*Hai Đứa Trẻ Một Cây Cầu* của Nguyễn Mạnh Côn, 1971; ...).

Đời, tuần báo của Chu Tử, ra mắt tháng 9-1969, phê phán chính-trị, xã-hội. Uyên Thao (ký Bút Thép), họa sĩ Đằng Giao trình bày, Đỗ Quý Toàn (viết bài, ký Vương Hữu Bột) phụ trách tòa soạn. Có những số đặc biệt như số 79 (22-4-1971) về Quảng Ngãi Nghĩa Thục, cùng năm 1971 số đặc-biệt về Hippy Việt-Nam, ngoài ra có cuộc phỏng vấn 35 nhà văn về sáng-tác, ... Đăng tiểu-thuyết từng kỳ của Cung Tích Biền (Luống Cải Vàng, Bến Dòng Nước Biếc, Bến Mưa Ngâu, ...), của Nguyễn Thụy Long (Ruồi Xanh, …), ...

Hoài Bão do Đỗ Tiến Đức và Lê Tất Điều, ra mắt tháng 1-1970. Cùng tên báo với tạp-chí của Hội Cựu Sinh viên Quốc-gia Hành Chánh số 1 ra ngày 4-4-1966 và hình như sống đến năm 1971.

Huyền chuyên về sáng tác văn-nghệ nhưng chỉ sống một thời-gian ngắn năm 1964, chủ-nhiệm Lâm Tương Dũ, chủ biên Mặc Tưởng.

Quần Chúng "tạp chí nghị luận, văn học, sáng tác", chủ-nhiệm Cao Thế Dung, chủ-bút Khải Triều (Nguyễn Văn Tuy, 1936 -), tổng-thư-ký Bùi Đức Uyên; cũng là nhà xuất-bản. Bộ mới số 1, 5-1968, số cuối 170 (?). Góp mặt của Trần Đỗ Dũng, Cung Tích Biền, Đặng

Tấn Tới, Nguyễn Tường Thụy, Nguyễn Quốc Thái, Lữ Tuấn, Từ Kế Tường, Phạm Kim Vinh, Trần Nguyên Anh, ... Chống văn-chương hiện sinh với "Tiểu-thuyết Nguyễn Thị Hoàng, sự buôn lậu tư tưởng trong một con bệnh dâm thành phố" (Cao Thế Dung, số 2, 6-1968), "Văn-nghệ, văn-hóa qua những hình thái thông ngôn nô dịch" (CTD, 20-7-1969), "Mại bản văn-hóa và mấy hình thái thông ngôn nô dịch" (CTD, 16, 5-8-1969), "Từ văn-hóa 'cải lương' đến văn-chương đồi trụy và thứ cần sa của ngoại bang" (Khải Triều, 20-7-1969), ngoài ra: "Sự nghèo nàn và tù túng của văn-học từ miền Bắc đến miền Nam" (CTD, số 5, 9-1968), ...

Mã Thượng tuần báo, khoảng 1961 đến 1963; Chinh Ba chủ biên và Huỳnh Phan Anh, Dương Văn Ba và Nguyễn Quốc Trụ phụ trách trang văn-nghệ.

Tao Đàn Thi Nhân "tuần báo thuần túy thi ca", chủ-nhiệm chủ-bút Đinh Hùng, thư ký tòa soạn Phổ Đức, số 1, 1967. Theo Tuyên Ngôn trang đầu số 1: *"Tuần báo Tao Đàn Thi Nhân, tuy tiêu chuẩn chính yếu vẫn hướng về Thi Ca, nhưng Thi Ca ở đây được hiểu theo nghĩa rộng nhất và thuần khiết nhất, cho nên vẫn có thể quy tụ tinh hoa của tất cả mọi bộ môn văn-nghệ dưới hình thái độc đáo và qua lăng kính biến ảo của Thơ"* và *"Ngày nay, chúng ta không quan niệm làm thơ là một công việc có tính cách trang sức phù phiếm. Không, những người thi sĩ chân chính làm thơ tức là mặc nhiên sống đời-sống thực nhất của mình, đời-sống 'linh' nhất của mình, đời-sống hàm dưỡng nhất, toàn vẹn nhất của mình".* Ra được 2 số thì Đinh Hùng qua đời (24-8-1967), báo đình bản.

Tiếng Nói, "tạp-chí vận động văn-học thật lực", phát hành ngày 10 mỗi tháng, số ra mắt tháng 4-1966, với quan niệm *"Tiếng nói vốn là sợi dây ràng buộc vững chắc nhất cho một dân-tộc: bằng tiếng nói, dân-tộc ta đã truyền bá và phát huy mọi cơ sở tinh thần. Tiếng nói còn là vũ khí duy nhất của người cầm bút: bằng tiếng nói, người cầm bút vận dụng mọi nhận thức, rung động của mình thành ý thức và đóng góp vào đời sống chung"*, nên kêu gọi *"hãy đến cùng chúng tôi, tiếng nói quyết liệt tiến tới một vận động văn-học thật lực"* (Thư Ban chủ biên), với Trần Dạ Từ, Tú Kếu Trần Đức Uyển, Nhã Ca, Nguyễn Hữu Đông và Phạm Thái Thủy, Nguyên Sa, ... Số 1 về "Tình cảnh nhà văn Việt-Nam những năm năm mươi 60", số 2 "Chỗ đứng của văn-học nghệ-thuật trong tình thế hiện-tại", ...

Vấn Đề, "nguyệt san chính-trị kinh tế xã-hội văn-hóa" do Vũ Khắc Khoan và Mai Thảo chủ trương, chủ-nhiệm sáng lập là Vũ Công Trực, số 1 ra tháng 4-1967 và số cuối 56 tháng 3-1972; Số 52 bị tịch thu (có thể) vì truyện của Nguy Ngữ và đình bản sau khi số 56 đăng truyện ngắn Cha Và Anh của Nguyễn Xuân Hoàng - tác-giả bị ra tòa. Bài vở lúc đầu do Thanh Tâm Tuyền, từ số 7, họa sĩ Duy Thanh thay Thanh Tâm Tuyền, và cuối cùng từ số 11, Mai Thảo thay Duy Thanh, và cũng từ đây nghiêng về sáng-tác văn-học nghệ-thuật. Có sự hợp tác bài vở của nhiều cây bút biên-khảo, tiểu luận cũng như nhiều cây viết trẻ (Trần Hoài Thư, Mường Mán, Hoàng Ngọc Tuấn, Nguy Ngữ, Phạm Cao Hoàng, Kiệt Tấn, Phạm Thiên Thư, Du Tử Lê, Mang Viên Long, Nguyễn Thị Hoàng, Trần thị Ng.H., Từ Kế Tường, ...). Vài số có chủ đề: Hà-Nội Huế Sài-Gòn (số 30, Xuân Canh Tuất 1970), Nói chuyện giữa 8 tác-giả (số 11, 5-1968), ...

*

Vào những năm đầu thập niên 1970 có thêm những *tạp-chí văn-chương* với hướng đi, tấm lòng khác thế hệ trước đó, với những tạp-chí văn-chương mới ở thủ đô Sài-Gòn và nhiều tạp-chí của các nhóm văn-nghệ ở nhiều *địa phương*. Người chủ trương và cộng tác đa số là những cây viết trẻ, kiến thức mở rộng, đa dạng hơn, trình độ đại học, và có cái sống và tầm nhìn thực tế về đất nước và dân-tộc hơn. Họ sáng-tác và dịch thuật nhưng đa số báo-chí họ chủ trương thường chết yểu.

Thời Tập, của Hội Họa sĩ Trẻ do Viên Linh chủ trương, số 1 ra ngày 14-12-1973, số cuối 23 ra ngày 15-4-1975 với chủ đề 'Văn Chương trước tình thế mới' – lúc Ban Mê Thuột đã thất thủ. Tạp-chí ghi là của Hội Họa Sĩ Trẻ Việt-Nam nhưng là tạp-chí văn-học nghệ-thuật đúng nghĩa với một nội dung phong phú và hình thức nghệ thuật, qua những số báo chủ đề (Thi Ca, Các Nhân-Vật Nữ, Nhà Văn Trẻ, Hồ Biểu Chánh, Sơn Nam, Bình-Nguyên Lộc, Quang Dũng, Lê Văn Trương, Thâm Tâm, ...), văn học sử được quan tâm, nhiều bài về các nhà văn tiền chiến cũng như đương thời, Viên Linh phụ trách các mục Tay Đôi và Người Khách Chót gồm các bài phỏng vấn, ý kiến, quan điểm các nhà văn thơ về những đề tài văn-học nghệ-thuật và thời thế đất nước, Thư Trung (Trần Phong Giao) phụ trách "Giải Đáp Thắc Mắc", Dương Nghiễm Mậu giữ mục Quanh Bàn Viết, bên cạnh các mục "Tiếp xúc với người đọc về kinh nghiệm sáng tác" nối nhịp cầu độc giả với tác giả, "Tôi viết văn làm thơ như thế nào" và Thời bút (từ số 17), ... Đặc biệt loạt bài về văn-học và tác-giả miền Nam 1954-1973 của Cao Huy Khanh, ... Mỗi số in 5000 bản, một tiếp nối của tờ *Khởi Hành* về phần nhà văn thơ cộng tác (mục "Nơi tôi đang sống" được tiếp nối, đã khởi từ *Khởi Hành*).

Chủ Đề chỉ ra được 1 số (24-1-1975, chủ đề "Chân dung tình-yêu" với 18 tác-giả), Nguyễn Trung Hối và Trịnh Huế chủ trương, [Sau này Nguyễn Trung Hối và thân hữu tái dựng ở hải-ngoại, ra được 15 số, 2000-2009]. Trong bài dẫn nhập "Khởi hành", CĐ cho biết: *"... Nhiều người đã nói đến sự ngưng đọng của văn-học Miền Nam hiện nay. Những thái độ đầu hàng, chủ bại, mất hẳn niềm tin ngay cả trong giới văn-nghệ ... Thêm một ghi nhận chua xót về văn-học ở đây: Hết hiện sinh đến tính dục. Hết tính dục đến phát-xít. Những ảnh-hưởng ngoại lai đang làm băng hoại tinh thần dân-tộc. Đó là phương diện tư tưởng. Về phương diện nghệ-thuật? Có cần nói đến những cuốn sách dịch và phóng tác bừa bãi đang tràn ngập thị trường chữ nghĩa hôm nay?*

Và đó là hiện-tại. Còn tương lai?

Xin cứ hỏi những cục tẩy và những cây viết chì số 2.

Văn-học Việt-Nam sẽ không là văn-học với những tên tuổi như Sartre, Hemingway, E.M. Remarque, Mario Puzo, La Lan, Quỳnh Dao... và những "tác-phẩm lớn" dạy làm đồ tể kiểu Hitler, Himmler, ...

Phải Sống. Phải Sáng Tạo. Phải sử-dụng khả năng dung hóa cao độ của tổ tiên để làm lợi cho văn-hóa dân-tộc. Những hiện-tượng Tân Đông Dương, Tân Nam Phong cần phải được chấm dứt. Phải có những nhóm Tự Lực, những nhóm Tân Dân, những nhóm Thanh Nghị, những nhóm Hàn Thuyên (dám đòi hỏi hơn không?) nào đó cho những thập niên cuối XX.

... Cho nên, sự họp mặt của những cây viết ý thức hôm nay không phải chỉ là sự kiện vật lý. Hiển nhiên nó đã mang nhiều ý nghĩa. ... Lên đường vào đầu một Mùa Xuân trong nắng ấm của Tình-Yêu một Quốc-gia-Lý-tưởng-và-Có-Đức-Hạnh, CHỦ ĐỀ tin rằng sẽ không là người lữ hành cô độc" (tr. 3).

Tập san Văn Chương, ra mắt khoảng năm 1972-74, như là tiếp nối tuyển tập *Nhã Tập* ("Mùa Cầm Xanh") năm 1972; Joseph Huỳnh Văn phụ trách tòa soạn, với Nguyễn Tường Giang, Nguyễn Tử Lộc, Nguyễn Đạt, Phạm Kiều Tùng, Nguyễn Quốc Trụ, Phạm Hoán, ...

Tạp-chí đề nghị một hành trình văn-chương *mới, hiện đại* hơn, mở ra với những con đường triết lý, văn-chương khác, rời khỏi những chân trời hay vòng tục lụy đã quen. Bìa mỗi số ghi thêm: "Mỹ Từ Pháp", "Mái Dông", "Soleils perdus soleils retrouvés", ... Nhóm còn mở nhà xuất-bản Thạch Ngữ.

Nhà Văn "tập san văn-học nghệ-thuật", ra mắt tháng 1-1975, do Trần Dạ Từ và Nguyên Sa chủ trương, bài vở Nguyễn Mai, trị sự Phan Bội Hằng, với sự cộng tác của nhiều nhà văn thơ và nhận định tình hình văn-học, xuất-bản, ...: Số 1- Nguyên Sa viết về làm báo, Mai Thảo, Duyên Anh viết về làm thơ, phỏng vấn Tam Lang (số 1), LM Thanh Lãng chủ tịch Văn Bút (số 2), LM Cao Văn Luận chủ tịch Ủy ban Thành lập Hàn Lâm Viện Quốc-gia (số 3), cùng thơ văn trẻ của Nguyễn Thanh Trịnh, Lê Văn Ngăn, Nguyễn Lệ Uyên, Vũ Hữu Định, Võ Chân Cửu, Từ Kế Tường, ... Ra được 3 số, giá mỗi số 250 đồng, số Xuân 450 đ.

*

Về phần các nhà văn nhà báo **trẻ**, đã có một số tạp-chí lớn nhỏ được xuất-bản, quy tụ những cây viết địa phương hoặc đang có mặt ở địa phương đó vì hoàn cảnh hoặc cộng-vụ dạy học, đóng quân, công chức, ...

Khai Phá, tạp chí số 1 ra mắt giữa tháng 4-1970 ở Long Xuyên, là tiếng nói văn học nghệ thuật miền Nam, với chủ-hướng dựng luồng sinh khí nghệ thuật mới, Ngô Nguyên Nghiễm chủ trương với sự cộng tác của Lâm Hảo Dũng, Nguyễn Bạch Dương, Hạc Thành Hoa, Nguyễn Lệ Uyên, Hà Nghiêu Bích, Nguyễn Nguyên Như (Nguyễn Thành Xuân), Hoàng Đình Huy Quan, Lưu Nhữ Thụy, Lưu Vân, Thụy Miên, Mặc Huyền Thương (Trần Phù Thế), Triều Uyên Phượng, Mai Văn Cương, Nguyễn Sinh Từ, Phạm Nhã Uyên, Nguyễn Huy Chương, Hà Thúc Sinh, Thái Văn Sơn …Ra được 5 số, mỗi số có chủ đề riêng, số 1 ấn hành 1500 quyển, 114 trang. Chủ đề số 1: "Nhìn văn nghệ trong tình thế hiện đại" với Ô Cửa đã được mở rộng, thiết tha bày tỏ với mọi liên quan "*hãy cùng nhau xây dựng ngay trong những đổ vỡ, bằng những sự góp mặt, bằng tiếng nói bày tỏ chân tình trước bóng dáng văn học nghệ thuật. Với những phương tiện tư tưởng sắc bén nhất dù tương phản trong thế giới mỗi người, đều được tôn trọng như một giải pháp, ý kiến cho vấn-đề ...*", ngoài thơ văn là 4 nhận *định:* vấn-đề văn nghệ và chiều hướng sáng tác (Huy Thanh), Văn nghệ, sự góp mặt trong sa mù (Phan Thụy Ngọc Biển), Lên tiếng cho địa vị văn nghệ cơn động bão (Trần Nh. Hạnh), Nói về vài biến chuyển nghệ thuật trong tình thế hiện đại (Ngô Tấn Thiền). Chủ đề số 2 (10-1970, do nhà Huyền Trân ở Sài-Gòn ấn loát):*"Con đường văn học nghệ thuật Việt Nam trong mười năm qua"* do Tô Đình Sự và Phạm Nhã Dự chủ trì. Số 3: *"Thế trăm hoa của văn nghệ miền Nam"*; *Số 4-5 (9-1971): "Hiện tượng vong thân của người cầm bút"* với 3 bài cho chủ đề của Nguyễn Phan Duy *(Văn nghệ và nỗi thống khổ)*, Lưu Nhữ Thụy *(Ý thức nô vong của người văn nghệ trong mưu đồ chính trị)* và Ngô Nguyên Nghiễm *(Hiện tượng trăm hoa đua nở trên đất Bắc)*, cùng bài của Trần Văn Nam *(Do đâu tư tưởng trừu tượng thống trị Âu Tây)*. Khai Phá kiêm việc xuất bản và cho đến 1975 đã ra được các tác phẩm: *Loài Cây Nhớ Gió* (Lâm Chương, thơ, 1971); *Thơ Kinh Tự* (Ngô Nguyên Nghiễm, biên luận, 1971); *Nam Hoa* (Nguyễn Thành Xuân, thơ, 1972); *Điệu Buồn của Chúng Ta* (Hà Thúc Sinh, thơ, 1972); *Thiên thu ca* (Ngô Nguyên Nghiễm, thơ, 1972); *Vườn dĩ vãng* (Trần Văn Sơn, thơ, 1972); *Bài thơ cõi chết* (Tưởng niệm Thụy Miên, 1972); *Biên thùy truyện ký* (Liêm Châu, truyện ký, 1973); *Ngôi nhà cho người trở về* (Nguyễn Huy Chương, thơ, 1973); *Rượu, Người và Cảnh vật* (Phạm Trích Tiên, thơ, 1973); *Tế Bào* (Lưu Nhữ Thụy, tập truyện, 1974); *Thơ Tình* (Trịnh Bửu Hoài, thơ, 1974); *Lên Đồi Hùng Bát Trăng Vàng* (Nguyễn Thành Xuân, thơ, 1974); *Người hành hương tình yêu* (Trịnh Bửu Hoài, thơ, 1974); và *Thủ ấn họa với kỹ thuật sáng tạo bằng chất liệu mới* (Phan Tấn Nam, hội họa, 1975), và Ngô Nguyên Nghiễm còn in *Người Hành Giả Và Khúc Trường Ca Sinh Tử, Dấu Chân Gió Ngược* và *Ngọn Gió Hơi Cuồng* (chung với Lưu Nhữ Thụy), v.v. (25).

Nhóm tạp-chí **Ý Thức** mà tòa soạn *"theo chân người viết"* khởi đầu ở Phan Rang, bán nguyệt san in ronéo *Ý Thức* và nhà xuất bản cùng tên. Số 1 ra ngày 1-10-1970, đến 1974 thì in typo dời về địa chỉ Sài-Gòn: chủ-nhiệm Nguyễn Thị Yến, tổng-thư-ký Nguyên Minh. *Ý Thức* tụ tập những cây viết Trần Hoài Thư, Võ Tấn Khanh, Mang Viên Long, Kinh Dương Vương, Hồ Minh Dũng, Ngụy Ngữ, Trần Hữu Lục, Trần Hữu Ngũ, Châu Văn Thuận, Phạm Văn Nhàn, Nguyên Minh, Lữ Kiều, Lữ Quỳnh, Nguyễn Lệ Uyên, Chu Trầm Nguyên Minh, Nguyễn Tôn Nhan, v.v. Nhóm Ý Thức, thoát thai từ tờ báo viết tay (và đánh máy) *Gió Mai* ở Huế - ra đời năm 1957, với 3 thành viên đầu tiên: Lữ Kiều, Lữ Quỳnh và Ngy Hữu Trần Hữu Ngũ. Vài năm sau, *Gió Mai* có thêm sự cộng tác của Nguyên Minh, Châu Văn

Thuận, Hồ Thủy Giũ và Nguyên Thạch. Nguyên Minh đề nghị tạp chí *Ý Thức* từ 2 tháng một kỳ trở thành 1 tháng 2 kỳ, với giấy phép xuất bản chính thức; đồng thời một nhà xuất bản và một cơ sở phát hành cũng thành hình. Đầu năm 1971, do sáng kiến của Nguyễn Lệ Uyên, *Ý Thức* số 14 (1-5-1971) đã đổi khổ báo từ chữ nhật, sang khổ vuông gây được sự chú ý đặc biệt. Thời đểm này, Ý Thức cũng nhận được sự cộng tác của những tên tuổi như Nguyễn Mộng Giác, Vũ Hữu Định, Hồ Minh Dũng, Ngụy Ngữ, Mường Mán, Huỳnh Hữu Ủy… Theo Lữ Quỳnh thì việc *"tắt tiếng"* của tạp chí Ý Thức đến từ lý do có một cây bút không ở trong nhóm, lại phụ trách phần bài vở, đã hướng tờ báo qua một nẻo khác với hướng *"dấn thân tích cực, chống lại thứ văn-nghệ salon, viễn mơ tràn ngập lúc bấy giờ"* (X. Lữ Quỳnh, "Những kỷ niệm về một thời Ý Thức". *TQBT,* số 33, 10-2008). Như vậy, báo ra 6 số, dọn vào Sài-Gòn in typo được 24 số thì tạm đình bản. Đầu năm 1975, Ý Thức ra bộ mới do Lữ Kiều (Thân Trọng Minh) chủ biên. Báo vừa in xong số 2 tháng 3 năm 1975 chưa kịp phát hành đã xảy ra biến cố Tháng Tư 1975. Từ lúc còn mang tên *Gió Mai*, in ronéo, phát hành hạn chế, nhóm đã xuất bản các tập truyện *Nội Chiến* của Ngy Hữu và *Miền Hoang Vu* của Nguyên Minh. Nhà xuất bản Ý Thức thời ronéo ở Phan Rang ra mắt với tập truyện *Nỗi Bơ Vơ của Bầy Ngựa Hoang* của Trần Hoài Thư. Khi cơ sở Ý Thức dời về Sàigòn, tập truyện *Cát Vàng* của Lữ Quỳnh được xuất bản, sau đó là tập truyện thứ hai *Những Vì Sao Vĩnh Biệt* của Trần Hoài Thư và *Sông Sương Mù* của Lữ Quỳnh. Dưới nhiều tên Ý Thức, Tủ sách Hoa Niên, Tiếng Việt, v.v. đã xuất-bản *Ngọn Cỏ Ngậm Ngùi*, tập truyện thứ ba của Trần Hoài Thư, *Đám Tang Đa Đa* truyện dài của Nguyên Minh, *Thời Mù Sương*, tập truyện của Nguyễn Mai. Sách dịch có *Mười hai năm bên cạnh Hitler* của Nguyên Thạnh (Nguyễn Mậu Hưng), *Cậu Bé Gỗ* do Châu Lang (Châu Văn Thuận), *Trên Ngọn Hải Đăng* do Lê Ký Thương, …

Thế Đứng *"đấu trường văn-nghệ trẻ ý thức tự lực", ra mỗi 3 tháng, khổ lớn, xuất hiện năm 1969 ở Phan Rang, do Trăng Thệ Hải chủ trương và Tô Đình Sự, Phạm Nhã Dự chủ trì, Trần Thế Thủy, Nguyễn Minh Tùng phụ trách trình bày, … Các cộng tác viên là những người cầm bút trong quân ngũ như Lâm Chương, Trần Hoài Thư, Chu Trầm Nguyên Minh, Lâm Hảo Dũng, Phạm Nhã Dự, Thế Vũ, Lê Văn Chính, … bên cạnh Phương Tấn, Trần Văn Sơn, … Trang đầu ghi "Ngõ cửa đấu trường" và trong bài "Ý nghĩa một cuộc khởi hành", ban biên-tập cho biết: "Dầu sao cũng phải khởi hành. Đó là ý chí đi tới (...), anh em Thế Đứng phải lên đường, phải đi tới. Đó là lời* gọi thiết tha, nồng nhiệt nhất của những tâm hồn đã cháy rã hôm nay. Vốn liếng của tuổi trẻ chúng ta – người tuổi trẻ- có gì? Không có gì, chúng ta còn lại quả tim cháy bỏng sôi sục những mạch máu đang say. Đó là thứ khí giới độc nhất biến chúng ta thành lưới gươm phóng tới chỉa thẳng vào đích điểm đã đượcchấm kỹ. Nỗ lực thường xuyên, nỗ lực trở thành ý thức hàng đầu, (dẫu khó?) cho một tiến trình mai hậu. (...) Thế Đứng lên đường bằng thực lực của mình, bằng đóng góp hy sinh của mỗi anh em, không dựa thế một hơi hướm nào, không mượn danh nghĩa một ai, không tiếp nhận một đóng góp nào từ bên ngoài (dù rất cần). Ý thức tự lực là một ý thức mới của hoàn cảnh T.Đ. (...) Dầu phải hy sinh tận cùng vốn liếng xác xơ của tuổi trẻ, T.Đ. vẫn phải chấp nhận. Dầu bị bủa vây bởi hoàn cảnh khốn đốn, dầu bị săn đuổi bởi những thế lực bên ngoài, T. Đ. vẫn phải phấn đấu để tiếp tục hành trình của mình. Thử thách là một điều tốt cho anh em, chúng ta cần phải chấp nhận chịu đựng trong nỗi hân hoan nguy khốn của tuổi trẻ hôm nay. Giai đoạn hiện tại chúng còn vượt qua bằng nỗ lực và phấn đấu, phấn đấu tới cùng của mình. Phải chăng đó là sự vinh quang của tuổi trẻ chính trong hoàn cảnh đó vậy...*" (số 2, Xuân Canh Tuất 1969, tr. 1). Trong các số 1 và 2 có loạt bài của Trần Thế Thủy "Đi tìm thế đứng cho văn-học nghệ-thuật Việt-Nam" mạnh dạn và can đảm nhận định hiện trạng sinh hoạt văn-học nghệ-thuật cùng phê phán thế hệ đàn anh là "một ảo tưởng" vì đã không để lại gì cho thế hệ tiếp nối và gia tài văn-nghệ chung, vì chỉ quanh quẩn trong "bẩy rọ Thủ đô hạn chế", trong "tháp ngà". Theo tác-giả, tuổi trẻ văn-nghệ bây giờ là một "thế hệ không đàn anh" nhưng dẫn thân và không còn "viễn mơ" với những bút nhóm, báo-chí mới do người trẻ tự lực và chủ động. Trần Thế Thủy kết luận: "*Thế Đứng của văn-học nghệ-thuật ta chính là giá trị những công trình sáng-tác liên tục, nỗ lực cùng cực của một sức sống dân-tộc có một quá-khứ lịch-sử vang lừng*" (Số 2, tr. 12). Thế Đứng còn là nhà xuất-bản đã ra tuyển tập *Trên Nguồn Lửa Mật* (1969) về "những thống khổ đời đời" của "tuổi trẻ và chiến-tranh" của một số nhà thơ.

Nguồn do Đynh Trầm Ca chủ trương, phát hành ở Vĩnh Điện, Quảng Nam năm 1970.

Sóng số 1, 5-1971, tạp-chí văn-học nghệ-thuật tụ tập các cây viết trẻ hoặc đã thành danh: Hoàng Đình Huy Quan, Nguyễn Phương Loan, Nguyễn Lệ Uyên, Phạm Cao Hoàng, Đỗ Tiến Đức, Luân Hoán, Đynh Trầm Ca, Thành Tôn, Hoàng Ngọc Châu, Tần Vy, Võ Hồng, Từ Thế Mộng, Y Uyên, Cung Tích Biền, Lôi Tam,…

Tham Dự tạp-chí văn-học nghệ-thuật xuất-bản ở Vĩnh Long, từ 1970 đến 1973 được 6 số, do Việt Chung Tử cùng Trần Mộng Hoàng chủ trương, với sự góp mặt đông đảo của các cây bút lão thành như Nguyễn Tử Quang, Mặc Khải, Xuân Lão, Truy Phong và với các nhà văn trẻ Ngy Do Thái, Yên Bằng, Đoàn Minh Hải, Trần Mộng Hoàng, Trầm Nguyên Ý Anh, Trần Hồ, Hoàng Ngọc Luận, Kiều Phương Thu, Trần Tử Uyên, Ngọc Thùy Giang, Trường Giang, Vĩnh Liêm, Mai Trúc Linh, Tiết Tâm Linh, Hoàng Anh Tâm, Hoàng Thoại Châu, Huỳnh Thanh Tòng, Thanh Việt Thanh, Lan Sơn Đài, Mạc Quan Huyền, Hoài Giang Lê Bá Diệp, Kim Đan, Phan Phụng Văn, Song An Châu, Trần Hòa Nhã, Trúc Thanh Tâm, Trần Duy Cang, Lê Triều Điển, Trăng Cửu Long, Nguyễn Sinh Từ, Nguyễn Hiền Lương,…

Trước Mặt của nhóm Phan Như Thức, Hà Nguyên Thạch, Luân Hoán, Lâm Anh, Vũ Hồ, Phạm Cung, Nghiêu Đề,… chủ trương và thực hiện, ở Quảng Ngãi.

Sau Lưng Các Người, số 1 tháng 10-1966 ("Tuổi trẻ chiến-tranh người Mỹ"). Tạp chí văn học nghệ thuật xã hội của lớp người trẻ Việt Nam ("tạp-chí của một lớp người trước chiến-tranh và thân phận"). Chủ nhiệm: Nguyễn Lê Cang, thư từ bài vở: Phương Tấn và trị sự: Phan Ngọc Diên.

Cùng Khổ 1968, ở Đà Nẵng, của Nguyễn Phan Duy, Đoàn Minh Hải, Phương Tấn với cộng tác của nhiều nhà văn thơ miền Trung: Nguyễn Phan Duy ("Giòng vận động văn-học nghệ-thuật hướng tộc", số 3, 7-68), …

Chim Việt đặc san của văn đoàn ở Quảng Trị.

Động Đất do một nhóm văn nghệ trẻ ở Tây Ninh.

Hiện Diện xuất-bản ở Châu Đốc, "Hướng đi của những người viết và nghĩ tự do". Chủ trương: Mặc Nghiệm Tường, Trần Xuân Huyên, Lưu Nhữ Thụy. Số mùa Hạ 66 ra tháng 4-1966 (Dung nhan 20 thực chất tình-yêu và chiến-tranh hiện tại).

Hiện Diện cùng tựa báo nhưng xuất bản ở Tuy Hòa, số 1 tháng 12-1969, với Mang Viên Long, Trần Huiền Ân, Phan Việt Thủy, …

Vỡ Đất, tập san văn nghệ do hai nhà thơ Nguyễn Thái Dương và Ban Bội Bổng chủ trương năm 1975 ra được 2 số, xuất-bản ở Quy Nhơn.

Khơi Dòng là tạp-chí của thi văn đoàn Về Nguồn ở Cần Thơ do Lê Trúc Khanh, Huyền Vân Thanh phụ trách, khổ lớn, từ 1970 đến 1975, được 5 số, cùng với sự góp mặt của các văn nghệ sĩ trẻ vùng Đồng Bằng Sông Cửu Long như: Lưu Vân, Yên Bằng, Lê Viễn Xứ, Hoàng Tuấn Phương, Lâm Hảo Dũng, Nguyễn Viết Chung, Trân Khanh, Nguyễn Bạch Dương, Vương Doãn Chi, Thương Tử Tâm, Lê Hà Uyên, Vũ Phan Trần (Ưu Thức), Hà Thúc Sinh, Vũ Ngọc Đức, Lâm Cảnh Huy, Trần Tử Lan (Lâm Hảo Khôi), Phù Sa Lộc, Lý Thị Kim Xương, Trầm Mặc Nghệ Thế (Lý Thừa Nghiệp), Trần Kiều Bạt, Trần Vũ Cung Thy, Hà Huy Thanh, Kiều Diễm Phượng, Huyền Vân Thanh, Nguyễn Hoài Vọng, Vương Phong Lan, Huỳnh Thanh Tòng, Lê Trúc Khanh,... Cần Thơ còn có *Văn Nghệ Miền Tây* do Ngũ Lang chủ-biên và Huyền Vân Thanh tổng thư-ký.

Ngoài ra còn có các tờ tạp-chí ở các địa phương khác như *Nhìn Mặt* và *Vận Động* ("tạp-chí phát khởi một giòng văn-học nghệ-thuật mới", 1968) ở Quy Nhơn, *Vượt Sống* (1968, Trần Văn Sơn chủ trương) và *Quê Hương* (Sao Trên Rừng, Nguyễn Bắc Sơn, ...) ở Phan Thiết, *Dựng Đất* ở Nha Trang (Nguyễn Âu Hồng, Lê Minh), *Sóng Cửu Long* ở Cần Thơ (do Chu Tấn, Trần Kiên Thảo, Trần Hoài Thư, Lê Triều Điển, Ưu Thức, ...), v.v.

Tạp-chí chuyên môn

Về chuyên môn, có những tạp-chí về giáo dục như *Giáo Dục Phổ Thông,* **Giáo Dục, Gió Mới,** *...* đăng tải bài về sư phạm và tài liệu giáo khoa. Báo **Chăm Học** của nhà xuất-bản Thế Giới (Nguyễn Văn Hợi) và đến 1965 (ngưng 1968) ra thêm tạp-chí **Thế Giới** với ban biên tập và cộng tác viên hùng hậu: Lê Hữu Thanh, Vũ Bằng, Lê Văn Siêu, Trần Văn Ân, Nguyễn Trần Huân, Uyên Thao, Hồ Hữu Tường, Thanh Thương Hoàng, ... Ngoài ra còn có những **Học Báo Trau Giồi Anh Ngữ, Học Đường Mới***, ...*

Giáo Dục Phổ Thông năm 1959?-60, chủ nhiệm: Phạm Quang Lộc, một tờ chuyên về học thuật và các bộ môn giáo dục nhất là văn-học Việt-Nam.

Siêng Học, bán nguyệt san "tạp-chí giáo dục - văn-nghệ - xây dựng học đường" giúp luyện thi và giáo dục bổ túc, giáo-sư Trịnh Vân Thanh chủ-nhiệm, Trần Đình Thọ tổng-thư-ký, bộ mới số 1 ra ngày

15-11-1965. Bài vở đa dạng, từ biên-khảo, nghị luận về giáo dục, văn-học đến sáng-tác thơ và truyện ngắn, nhắm độc giả là các giáo-sư và học sinh trung học. SH còn là nhà xuất-bản sách giáo khoa, nổi tiếng là tập *Thành Ngữ Điển Tích Danh Nhân Từ Điển*.

Nghiên Cứu Hành Chánh: GS Nguyễn Văn Bông chủ nhiệm thời ông đứng đầu Viện Quốc Gia Hành Chánh. Bài viết của Vũ Quốc Thông, Nghiêm Đằng, Nguyễn Cao Hách, Nguyễn Thành Cung, Trần Thị Kim Sa, Tăng Thị Tị, Vương Văn Bắc, Hoàng Văn Lạc, Nguyễn Như Cương, Nguyễn Quang Nhạ, Lương Thọ Phát, Lê Văn Định, Lê Văn An, Lý Thái Vượng, Quách Tòng Đức, Đào Văn Giang, Đào Viết Giang, Huỳnh Công Trị, Lâm Lễ Trinh, Lê Đình Chân, Nguyễn Đức, Nguyễn Đăng Xửu, Trần Ngọc Liên, Lê Thị Mỹ Nhan, Nguyễn Lương, Trần Văn Kiện, Trần Văn Nếp, Nguyễn Đức, Cao Hữu Đồng, Cao Văn Hở, Nguyễn Quang Quýnh, Cung Đình Thanh, Phạm Ngọc Ẩn, Phan Công Tâm, Bùi Quang Khánh, Trương Ngọc Giàu, Việt Phong, Vũ Vinh Thăng, ...

Hành Chánh Khảo Luận với bài vở của Nghiêm Đằng, Lâm Lễ Trinh, Nguyễn Văn Nhân, Nguyễn Văn Vàng, Chữ Ngọc Liễn, Đào Xuân Dung, Đỗ Văn Rở, Đỗ Văn Chước, Đỗ Hiếu Toàn, Đỗ Ngọc Châu, Dương Tấn Tài, Hồ Văn Sĩ, Đặng Văn Trọng, Bùi Đức Thịnh, Bùi Thúc Duyên, Bùi Văn Lượng, Trần Văn Trực, Trần Văn Kỉnh, Hà Thúc Luyện, Hồ Bảo Lộc, Lê Tài Cường, Trần Bá Thành, Trần Hữu Đức, Trần Văn Minh, Trần Văn TƯ, Lý Kim Huỳnh, Nguyễn Hòa Phẩm, Nguyễn Đức Xích, Nguyễn Phú Hải, Tống Đình Bắc, Tôn Thất Trạch, Tôn Thất Chước, Tống Đình Bắc, Nguyễn Trung Trương, Nguyễn Thúc Lang, Phạm Như Phiên, Hồng Dũ Châu, ...

Luật Học Kinh Tế 1956-1959?, với sự cộng tác bài vở của Vũ Văn Mẫu, Vũ Quốc Thông, Vũ Quốc Thúc, Nguyễn Hùng Cường, Lê Đình Chân, Lê Văn An, Lê Tài Triển, Nguyễn Độ, Phan Tấn Chức, Nguyễn Xuân Chánh, Nguyễn Tấn Thành, Nguyễn Khắc Nhân, Mai Văn Lễ,

Kinh Tế Tập San bài vở của Phạm Văn Hoàng, Nguyễn Bích Huệ, Nguyễn Đình Thuần, ...

Pháp Luật Tập San tam cá nguyệt san, số 1 tháng 1-3 năm 1960 sau đổi thành ***Pháp Lý Tập San***, số 1, 1-3/1963 và đình bản sau số tháng 10-12 năm 1963. Bài viết của Trần Văn Liêm, Nguyễn Văn Tạo, Lê Văn An, Nguyễn Xuân Chánh, Nguyễn Huy Đầu, Nguyễn

Mộng Bích, ...

Kinh Tế Tập San, Kinh Tế Tài Chánh Tuần san của Ngân hàng Quốc-gia Việt-Nam, xuất-bản từ những năm 1955. ***Phát Triển Xã-Hội*** của Hội Khoa học Xã hội Việt-Nam.

Tập san ***Sử Địa*** do "một nhóm giáo-sư, sinh viên Đại học Sư phạm Sài-Gòn chủ trương", nhà sách Khai Trí bảo trợ xuất-bản, ra tam cá nguyệt; số 1 ra mắt tháng 2-1966, 128 trang (26). Các số đặc biệt: cuộc Nam tiến của dân-tộc Việt-Nam, 200 năm phong trào Tây Sơn, Hoàng Sa Trường Sa (29), đặc khảo Đà-Lạt, đặc khảo về phong tục Tết Việt-Nam và các lân bang, ... Số 4 (1966) với Lá Thư Tòa Soạn đã gây khủng hoảng cho khoa trưởng và ban giáo-sư phân khoa Văn Khoa Sài-Gòn (hăm dọa bạo động, 9 giáo-sư từ chức, 29-11 Viện trưởng giải quyết ổn thỏa).

Trường Đại học Nhân Văn và Nghệ-Thuật thuộc Viện Đại Học Minh Đức có nguyệt san ***Minh Đức***, số ra mắt 1 & 2 (6 & 7-1972) và số cuối 13 (1975).

Nhóm Nghiên Cứu Giáo Dục của sư-huynh trường Tabert Sài-Gòn (Mai Tâm, ...) xuất-bản ***Giáo Dục Nguyệt San*** ('lương sư hưng quốc' 'cơ quan giáo dục chuyên nghiệp dành cho cán bộ văn-hóa giáo dục và phụ huynh', 1966-) và sách về giáo dục và sư phạm cùng sách giáo khoa trung học. Ở Huế khoảng 1961-1963, một Ban Nghiên-cứu Giáo-dục-Mới thuộc Khu-bộ giáo giới xuất-bản *Sổ Tay Sư Phạm "tập san nghiên cứu giáo dục mới"*.

Tạp-chí ***Pháp Luật*** của một nhóm luật gia, phổ biến chuyện tòa án và pháp luật, có đăng truyện Bao Công Kỳ Án nhắc nhở chuyện công lý ngày xưa. ***Thám Tử Kỳ Hiệp*** hậu thân của *Trinh Thám* do Hoàng Hồ chủ nhiệm và Trần Quân thư ký tòa soạn, đăng truyện trinh thám và truyện dịch từ *Reader's Digest*.

Nhà Sùng Chính ở Huế xuất-bản niên-san ***Nghiên Cứu Việt-Nam***: "niên san nghiên cứu văn minh Việt-Nam", tập đầu phát hành tháng 9-1973 gồm 3 phần nghiên-cứu, tài liệu và điểm sách.

Nguyệt san ***Tin Sách*** do Nguyễn Ngọc Linh sáng lập, Nguyễn Ngọc Phách chủ biên, "thư mục các sách xuất-bản trên toàn quốc trong tháng vừa qua", số 1 ra mắt năm 1961, giá 5 đồng mỗi số; từ tháng 7-1962 trở thành "nguyệt san do Trung tâm Văn Bút Việt Nam xuất-bản", bộ mới chủ nhiệm là Phạm Việt Tuyền, thư ký tòa soạn là Trần Phong Giao, đến số 22 (3-1964) thì Nguiễn Ngu Í rồi Lê Phương Chi (8-1964) và Phổ Đức (từ 6-1967 đến tháng 2-1968) thay thế. Nguyệt san từ khi ra mắt đến sau 1966 thì 2 tháng ra 1 lần và số cuối năm 1967. Hội Bút Việt về sau còn có tờ *Văn Bút /VietNam Pen Club* (1971-72) với Chủ nhiệm Phạm Việt Tuyền, chủ biên Vũ Hạnh, thư-ký tòa-soạn Lê Thanh Thái, Quản Lý Lê văn Tuyền. "Lời Chào bạn đọc" cho biết về nội dung: "1- Quan điểm về các vấn-đề văn-hóa, những vấn đề hoặc nóng bỏng sát với thời sự, hoặc thiết thực liên quan các giới văn chương nghệ thuật, hoặc quan trọng đối với dân-tộc mà vì một lý do nào đó không được xã hội lưu tâm; 2 – Đoản tác văn-chương chọn lọc: Những đoản tác nay là thi ca , truyện ngắn, đoản kịch, tùy bút.. v.v…là những sáng-tác, mà cũng có thể là những áng thơ văn được chọn lọc và phiên dịch; 3 – Nghiên cứu hay phê-bình văn-học – Phần lớn sẽ là những bài giới thiệu hay phê binh các sáng-tác (như thơ, kịch, tiểu thuyết) mới xuất bản; 4 – Sinh hoạt văn-nghệ - Phần nay sẽ cố gắng phản ảnh các sinh hoạt tiêu biểu thuộc đủ loại văn nghệ. Các sinh hoạt xuất sắc về điện ảnh, kịch trường, âm nhạc, hội họa ..v..v.. sẽ được nhắc tới; 5 – Thư tịch – Phần này sẽ cống hiến bản giới thiệu vắn tắt các sách mới xuất bản, việc mà trước đây mấy năm Trung Tâm Văn-Bút Việt-Nam đã làm với nguyệt san Tin Sách; 6 – Tin tức Văn-Bút Quốc Nội và Quốc Tế - Phần nay sẽ cố gắng loan báo các tin tức không những của Trung Tâm Văn-Bút Việt-Nam và của Hội Văn-But Quốc Tế, mà cả những tin tức văn bút ở bên ngoài nữa" (*Văn Bút,* số 1, 11-1971. Trích theo Nhật Tiến. *Từ Nhóm Bút Việt...* Sđd, tr. 40-41).

Ngoài ra còn có *Thư Viện Tập San,* nội san của Hội Thư Viện Việt Nam và một số Bản tin như *Văn Tuyển* của Câu lạc bộ Người yêu sách ở Sài-Gòn, v.v. giới thiệu sách mới xuất-bản ở Việt-Nam và các nước khác.

Báo phổ thông, đại chúng

Phổ thông, đại chúng hơn thì nổi bật có hai tạp-chí *Phổ Thông* của Nguyễn Vỹ và *Thời Nay*. Bán nguyệt san **Phổ Thông** văn-nghệ phong phú nhưng theo sát thời cuộc và chính-trị và là cơ quan thi ca của Tao đàn Bạch Nga. Giám đốc và chủ bút: Nguyễn Vỹ (‹xứ mù kẻ chột làm vua›), ông bao sân tờ báo với nhiều bút hiệu, viết nhiều thể-loại; cộng tác viên có Thiếu Sơn, Tế Xuyên, Triệu Công Minh,

Thái Bạch, Lam Giang, Nguyễn Vạn Hồng, Trọng Tấu, Phạm Văn Sơn, Phạm Công Thiện, Nguyễn Văn Cổn và Võ Quang Yến (Pháp), Nguyễn Thu Minh, Lâm Vị Thủy, Tạ Ký, Sa Giang Trần Tuấn Kiệt, Thanh Việt Thanh, Minh-Đức Hoài-Trinh, Thanh Nhung, Tuệ Mai, Tôn-Nữ Hỷ-Khương, ... Xuất bản lần đầu năm 1952, lúc đó trụ sở báo ở Đà Lạt và Nguyễn Vỹ làm chủ tịch Hội đồng Thành phố Đà-Lạt, nguyệt san, hình như ra được đến số 8 thì dừng. Tục bản tháng 11 năm 1958 tại Sài Gòn, "tạp-chí văn-hóa" thành bán nguyệt san sống đến 1974 (Nguyễn Vỹ qua đời năm 1971). Báo *Phổ Thông* có lúc phát hành đến 25 ngàn số. Báo được *Tao Đàn Bạch Nga* dùng làm diễn đàn.

Thời Nay "thế-giới dưới mắt người Việt", do Nguyễn Văn Thái (? - 9-2017) làm chủ, bài viết theo kiểu *Reader's Digest* của Mỹ. *Thời Nay* ra đời tháng 9-1959 và số cuối tháng Tư 1975. Tổng thư ký tòa soạn Khánh Giang với sự cộng tác của Bình-Nguyên Lộc, Xuân Tước, Sơn Nam, Minh-Đức Hoài-Trinh, Du Tử Lê, Thiếu Khanh, Song Thao, Trùng Dương, ... Nguyễn Văn Thái còn là chủ-nhiệm tờ *Đời Nay* , "tuần báo của những sinh hoạt mới"- số ra mắt 3-10-1970.

Thứ Tư Tuần San (Nguyễn Đức Nhuận) chuyên thơ truyện, tiểu-thuyết, với sự cộng tác của Nguyễn Thụy Long, Ngọc Thứ Lang,... và 2 nhà văn miền Nam lục-tỉnh Phạm Hồ, Lê Xuyên, ... Số 1 ra ngày 19-5-1966, sống đến tháng 4-1975. *Tiểu-Thuyết Thứ Bảy* (số 1, 16-9-1961), *Tiểu Thuyết Tuần San, Tiểu Thuyết Thứ Năm* (số 1, 1964 và số cuối 270, 25-9-1969), *Truyện Hay* (Số 1, 27-5-1964, bộ mới, số 1, 9-1964 và số cuối 68 năm 1966), *Truyện Hay Thứ Tư*, ... chuyên đăng thơ truyện, phóng sự và tiểu-thuyết, truyện kiếm hiệp, dã sử, tình ái, ... *Tiểu Thuyết Thứ Năm* của nhóm Thanh Thủy, có Nguyễn Đạt Thịnh, v.v.; số 1 năm 1964 và số cuối 270 ngày 25-9-1969. *Tinh Hoa* số 1 (8-12-1968) và số cuối năm 1969. Cùng loại có *Đẹp* của bà Kim Lệ và *Nước Nam* của Việt Nhân sống không lâu. *Chọn Lọc* của Tử Vi Lang phong phú hơn nhưng chỉ nhắm một loại độc giả. *Văn Nghệ Đông Nam Á* ra mắt ngày 27-4-1964 nhưng không thọ. Tờ *Ý Thức* cùng tình trạng, ra mắt ngày 13-12-1965 (khác với tờ cùng tên ở Phan Rang và Sài-Gòn sau này).

Cạnh đó là những tuần báo, nguyệt san chuyên về kịch trường, điện ảnh như *Truyện Phim* (195?-) của Nguyễn Ngọc Linh (tổng thư ký tòa soạn Quốc Phong), *Màn Ảnh* (thư ký tòa soạn Viên Linh), *Kịch Ảnh* (từ 1963?, Quốc Phong chủ nhiệm chủ bút, tổng thư ký Mai Thảo, thư ký tòa soạn Viên Linh), *Điện Ảnh* (Lưu Bạch Đàn, Lê

Hoàng Hoa), *Điện Ảnh Mới* của Đặng Văn Nhâm, ... tiếp nối thể loại của tờ *Thẩm Mỹ* của thập niên trước của Kim Châu (con bà Bút Trà). Bên cạnh những tờ như *Thao Trường* chuyên về thể thao, với Thiệu Võ, Huyền Vũ, Tô Yến Châu. Còn có *Nho Y Lý Số* do nhóm Nguyễn Hữu Lương, ... Lãnh vực trinh thám thì có *Trinh Thám* (1959-), *Trinh Thám Thời Sự* (số 1, 1-12-1970), *Thám Tử Kỳ Hiệp*, ...

Tờ *Văn Nghệ Tiền Phong*, ra đời từ năm 1959, số cuối 801 năm 1975, của Nguyễn Thanh Hoàng, Tử Vi Lang (Thầy Gòn) tổng-thư-ký, nhắm hài hước, bói toán, phóng sự tếu, truyện ma, truyện chưởng, tình đồng quê hoặc ngõ hẽm, ... Tuần báo có tính cách phổ-thông bên cạnh bài vở của các nhà văn thơ tên tuổi.

Phụ nữ thì có tờ *Phụ Nữ Ngày Mai* (thuộc hệ thống *Sài-Gòn Mới*) và ngoài ra còn có các tờ phổ thông *Phụ Nữ Diễn Đàn, Phụ Nữ Tuần San, Phụ Nữ Việt, Phụ Nữ Mới, Phụ Nữ Tân Tiến, Phụ Nữ Dạ Đàm, Phụ Nữ Đẹp, Chị Cùng Em, Tâm Tình*, ...

Tuần báo **trào phúng** có *Con Ong*, số 1 ra ngày 14-10-1967 (sống tới 1973), chủ-nhiệm Minh Vồ (Nguyễn Văn Minh), Thương Sinh (tức Duyên Anh) làm chủ-bút, Dê Húc Càn tức Dương Hùng Cường trong BBT, với Thiên Khôi, Gã Thâm, Công tử Hà Đông, Béo Mỡ, Thập Thành, Hồng Thất Công, Thợ Gãi, ...; và còn có *Tin Vịt* (1970) của Tú Kiều, *Vịt Vịt*: "tuần báo trào phúng ra ngày thứ Bảy" (cuối 1963) của Nguyễn Kim Sinh, *Muỗi Sài-Gòn* (1969) của Nhữ Văn Úy, *Con Vịt* (6-5-1972), v.v.

Báo chính-trị, đấu tranh

Báo-chí thời Việt-Nam Cộng-Hòa **thân chính quyền** như các nhật báo *Cách Mạng Quốc Gia, Tự Do, Tiếng Dân, Dân Việt, Tiền Tuyến*, ... và những tạp-chí như *Mùa Lúa Mới, Quê Hương, Sáng Dội Miền Nam, Quân Đội, Chỉ Đạo, Chiến Sĩ Cộng Hòa, Tiền Phong, Lý Tưởng, Khởi Hành*, v.v.; nhưng nói chung, đa số các báo lý luận và đấu tranh chính trị còn lại do tư nhân hoặc nhóm văn-nghệ sĩ và nhà báo chuyên nghiệp. Báo-chí **đối lập với chính quyền** thì nhiều hơn, có khi dăm ba bài có khi là chủ trương của toàn tờ báo. Có báo vì một, mục-đích hay lý tưởng nào đó, như nhật báo *Sóng Thần* (10-1971) lúc đầu là của nhóm chống tham nhũng Hà Thúc Nhơn, đến tháng 2-1975 thì bị rút giấy phép - *Ngày báo chí và công lý thọ nạn 31-10-1974*, các ký giả lại biểu tình, là ngày trong số có báo *Sóng Thần* phải ra Tòa Sơ thẩm Tiểu-hình Sài-Gòn – vì đã đăng "Nguyên văn Bản cáo trạng số 1" của PTNDCTN trên báo số 980, 21-9-1974 mạ lị T. Th. Nguyễn Văn Thiệu. Báo lúc đầu do Chu Tử chủ biên, Uyên Thao tổng-thư-ký, Trương Cam Vĩnh phụ tá; Nguyễn Thị Thái (Trùng Dương) chủ nhiệm, Nguyễn Đức Nhuận trị sự, với sự hợp tác của Đằng Giao, Huy Tưởng (Nguyễn Đức Hiệp, 1942, Quảng Nam; *Mưa Trong Vườn Chiêm Bao* 1968; *Một Mùa Tóc Mộ* 1970; *Áo Nguyệt Ca* 1974), Vị Ý, Ngoạ Long, v.v.

Và đặc biệt có hiện tượng *văn chương xám* qua các tạp chí phần lớn in ronéo và không giấy phép cũng như nạp bản: các tờ *Hành Trình, Thái Độ* và *Trình Bầy* (2 tờ sau, giai đoạn đầu)*,* và nhiều ấn phẩm khác cùng loại ở nhiều nơi khắp miền Nam. Cùng với ca nhạc phản chiến của Trịnh Công Sơn, mảng văn học này đã gióng tiếng nói tiêu cực, phản diện, ngược dòng, ... (nhưng có phần nhân bản và chứng tỏ dân-chủ, tự do của miền Nam) cho báo-chí và văn nghệ miền Nam thời chiến tranh cao độ.

Hành Trình của một nhóm trí thức Công-giáo cấp tiến/thiên tả, chủ trương một cuộc "cách-mạng xã-hội không Cộng-sản". Trịnh Viết Đức phụ trách trị sự, Thế Nguyên thay thế khi ông nhập ngũ. Với GS Nguyễn Văn Trung (Hoàng Thái Linh), Thế Nguyên (Trần Trọng Phủ), Trương Đình Hoè (Trương Cẩm Xuyên), Trương Bá Cần (Hương Khê), Diễm Châu (Võ Hồng Ngự), Nguyễn Ngọc Lan, Nguyễn Hữu Tấn Đức, Nguyễn Huy Lịch (Đỗ Phùng Khoan), Lý Chánh Trung, Trần Văn Toàn, Trịnh Viết Đức, Nguyên Sa Trần Bích Lan, Trần Văn Toàn, Nguyễn Khắc Ngữ, Thảo Trường, Nguyễn Đông Ngạc, Hương Khê, Nguyễn Ngọc, Thái Lãng, Nguyễn Vũ Văn, Nguyễn Quốc Thái, Lê Tất Hữu, Đặng Thần Miễn, Đỗ Phùng Khoan, Nguyễn Đức Trinh và Đỗ Long Vân. Phê-bình, điểm sách của Đỗ Long Vân (Khuôn Mặt), Diễm Châu (Nhà Chung). Thơ văn của Nguyễn Đông Ngạc (Phản kháng, Lịch-sử), Thái Lãng (Nhật ký), Thế Nguyên (Những người đã chết, Người và thú, Tấm căn cước bọc nhựa), Thế Uyên (Chứng từ, Nói với đồng đội tiền tuyến), Thảo Trường (Thằng du đảng, Mặt đường, Người đàn bà mang thai trên kinh Đồng Tháp, Cái mặt người), Nguyễn Quốc Thái (Dấu hỏi và quê-hương), Đặng Thần Miên (Khúc hát da màu), ... Số 1 tháng 10-1964 đến 12-1965, ra được 9 số (thực ra chỉ 7 số vì có 2 số kép, 3&4 và 7&8) thì đình bản vì bị bộ Tâm lý chiến ra lệnh tịch thu. Trong số ra mắt, ban biên-tập đã cho độc giả biết mục-đích và hướng đi của tờ báo cũng là của nhóm. Nguyễn Văn Trung tung biên-khảo *"Từ sự thất bại của các đảng phái quốc-gia đến sự phá sản của tầng lớp trưởng giả thành thị trong vai trò lãnh đạo cách-mạng xã-hội trước áp lực thống trị của những chủ nghĩa thực dân mới"* như khẳng định phải làm cách-mạng xã-hội và chỉ có 2 cách làm cách-mạng xã-hội: cộng-sản và không cộng-sản. Số 2 nhìn lại các vấn-đề Công-giáo và Phật giáo, chủ nghĩa Nhân vị và cách-mạng của người nghèo (Lý Chánh Trung). Số 3-4 về Nông thôn Việt-Nam, vũ trụ Kafka và độc tài hay dân-chủ? Số 5 về chiến-tranh Việt-Pháp, hoà-bình, và mục tham khảo về "quân đội cách-mạng và cách-mạng quân đội". Số 6 chủ đề "chiến-tranh và cách-mạng" với bài của Nguyễn Văn Trung ("Chiến-tranh và cách-mạng"), Lý Chánh Trung ("Cách-mạng để tiến tới hoà-bình"), Thế Nguyên ("Chiến-tranh chống chiến-tranh cách-mạng"), v.v. Số 7-8 về "Chủ quyền quốc-gia trước sự can thiệp và chi phối của ngoại bang" (Nguyễn Văn Trung), và các tác-giả, dịch giả khác. Số 9 kỷ niệm đầy năm, bài về buổi gặp gỡ và trao đổi với một số độc giả thân hữu như Hồ Hữu Tường, Vũ Hạnh, Trần Văn Tấn, Nguyễn Văn Trường, Nguyễn Hữu Thái, Bùi Chánh Thời, Lê Ngộ Châu, ... cùng đăng bài "Nhận định và ước muốn của nhóm Công-giáo trong tạp-chí *Hành-Trình* gửi hàng Giáo phẩm Việt-Nam" chỉ trích hàng Giáo phẩm Việt-Nam đã có thái độ im lặng trước hiện tình đất nước và vấn-đề hoà-bình. Lý Chánh Trung "Biện hộ cho chủ nghĩa Nhân vị-E. Mounier, con người của đối thoại" giới thiệu quan điểm của Mounier và Berdiaev về chủ nghĩa xã-hội không cộng-sản. Và 2 bài về 'tranh đấu tôn giáo'. Số 10 đăng Giác thư của một nhóm trí thức Việt-Nam : phân tích chính-trị về chiến-tranh hiện-tại tại miền Nam Việt-Nam, cạnh bài vở "Từ những vấn-đề của chúng ta đến vấn-đề chúng ta", "Đối thoại về chiến-tranh hay đối thoại về hoà-bình", ... Có làm một trưng cầu ý kiến độc giả về tác-phẩm tác-giả hay nhất cho số đặc-biệt về 10 năm văn-nghệ miền Nam, nhưng cuối cùng số báo không ra được. Bài thơ Dấu hỏi và Quê-hương của Nguyễn Quốc Thái (số 3-4) được xem là *bài thơ phản chiến đầu tiên* ở miền Nam.

Chủ trương như trong quảng cáo bìa 4 số 2 (11-1964): *"Sau khi đã tranh đấu, đã cách-mạng, đã biểu tình, đã đảo chính, đã lật đổ, đã hành quân, đã thuyết pháp, đã cầu nguyện, đã hội thảo, đã thụt két, đã hành lạc, đã đập phá, đã đau khổ, đã hy sinh và đang mỏi mệt, chúng tôi đề nghị: tìm đọc tạp-chí Hành Trình để nhìn lại hình ảnh thực sự của mình, để tìm lại lương tâm thực sự của mình, để tìm lại khát vọng thực sự và chính đáng của mọi người"*. Người quốc-gia ở miền Nam phê phán tờ *Hành Trình* và nhóm chủ trương "thân Cộng và tuyên truyền cho cộng-sản", trong khi đó Việt-cộng lại xem họ "chống Cộng tinh vi, tuyên truyền không công cho đế quốc". *Hành Trình* cho rằng chiến-tranh "ý thức hệ" đang diễn ra lúc bấy giờ là một cuộc "nội chiến"!

Trình Bầy xuất hiện từ 10-10-1966 in ronéo và không giấy phép, sau khi *Hành Trình* bị tịch thu và cấm xuất bản, và ra được 6 số. Tựa báo ghi "*Trình Bầy – sinh hoạt văn-học nghệ-thuật, bản tin văn-học nghệ-thuật do nhóm Trình Bầy chủ trương*" và "không bán" [Bản tin số 2, tháng 10-1966, đăng bài Diễm Châu ghi lại cuộc thảo luận trao đổi ý kiến về Thực trạng văn-nghệ miền Nam, bài cũng được đăng trên *Nghệ Thuật* số 53, 22-10-1966; sau, *Nghệ Thuật* số 56, 11-11-1966, cũng tường thuật tóm tắt lại bài nói chuyện "Nghệ thuật và thực tại" của Diễm Châu]. Sau đó **bộ mới** số 1 phát hành ngày 1-8-1970 trở thành "tạp-chí văn-hóa chính-trị xã-hội ra ngày 1 và 15 mỗi tháng" và đình bản sau số 42 ra ngày 2-9-1972, ra ngày 1 và 15 hàng tháng – bộ mới này thường được nói đến như là tạp-chí *Trình Bầy*. Tập san do Thế Nguyên chủ trương, Diễm Châu phụ trách tổng thư ký và quản lý là Tăng Hoàng Xinh. Tòa soạn cũng là nhà in và nhà xuất-bản và cũng là tòa soạn nhật báo *Làm Dân* do Thế Nguyên chủ trương. Ban Biên tập gồm Lý Chánh Trung, Thanh Lãng, Đỗ Long Vân, Phạm Cao Dương, Nguyên Sa, Nguyễn Văn Trung, Thảo Trường, Nguyễn Khắc Ngữ, Trần Tuấn Nhậm, Nguyễn Quốc Thái, Tôn Thất Lập, Thế Nguyên, Hoàng Ngọc Biên, Nguyễn Đồng, Nguyễn Nguyên, Trần Đỗ Dũng, Hoàng Ngọc Nguyên, Du Tử Lê, Cao Thanh Tùng. Lúc cuối, *Trình Bầy* bị tịch thu liên tục và bị đình bản theo sắc luật 007/72 của chính quyền - theo lời của Tòa soạn in ở những trang cuối của số cuối cùng 42 cho biết các số 34, 36-37, 38 và 41 đều bị tòa án ra lệnh tịch thu: số 34 vì truyện ngắn Mặt Trận Ở Sài-Gòn của Ngô Thế Vinh và bài báo của Thuận Giao, số 36-37 vì 2 bài thơ Ba Mươi Sáu Số Trình Bầy của Nguyên Sa và Chẳng Phải Là Điều Nhục Nhã của Lê Văn Ngăn, số 38 vì truyện ngắn Người Về của Thế Vũ, số 41 vì 3 bài của Nguyễn Như Mây, Nguyễn Miên Thảo và Hồ Dự Nhượng. Chủ nhiệm Thế Nguyên nhiều lần bị ra tòa và bị phạt tiền, có khi chỉ là 1 đồng danh dự, các tác-giả bài viết cũng bị phạt vạ tiền có khi vạ treo. Trong số cuối 42 "Tạm biệt bạn đọc", ban biên-tập cho biết hai lý do đình bản, vì Luật báo-chí mới và vì "*chưa bao giờ dám coi nhẹ cái nghề làm văn của mình, chúng tôi cảm thấy không thể nào chấp nhận được bất cứ một ý định nào nhằm buộc văn-chương phải lấy việc `phục vụ* *cái Đẹp` làm bổn phận duy nhất. Chính vì lý do đó, mà sau số báo này, tờ Trình Bầy sẽ đình bản"* khi cho đăng bài "Góp phần luận về văn-chương viễn mơ" của Trần Văn Nam (chỉ là cái cớ chính thức của Thế Nguyên: "chúng tôi cảm thấy không thể nào chấp nhận được bất cứ một ý định nào nhằm buộc văn chương phải lấy việc "phục vụ cái Đẹp" làm bổn phận duy nhất. Chính vì lý do đó, mà sau số báo này, tờ Trình Bầy sẽ đình bản"). Nguyên Sa cộng tác với *Trình Bầy* mà nhiều số báo bị tịch thu, ông đã đồng cảm với bài thơ Ba Mươi Sáu Số Trình Bầy khá dài :

> *"Ở tạp-chí Trình bầy có chiếc máy in*
> *Có chồng giấy cao / Có mực đen*
> *Thỉnh thoảng có những cô gái tên là Vân*
> *Mỗi ngày có chàng làm thơ tên là Thái*
>   *Ở đó có cặp kính cận của Diễm Châu*
> *Có ông Nguyễn trường Tộ của Ngữ*
> *Có chiếc xe cũ của của Nhậm*
> *Có khói thuốc lá đen / Chiều buồn có la-de sủi bọt*
>   *Có thằng ốm nhom / Có thằng nông phu*
> *Thằng cài thánh giá trên ngực áo*
> *Thằng lạc lõng giữa miền đất hung bạo của Mỹ*
>   *Thằng hội họa / Thằng râu ria*
> *Thằng hiền lành như Phật Thích ca*
> *Mỗi ngày chúng tới đó / Đúng ở chỗ đó*
> *Mỗi ngày chuyến xe chạy / Một lần*
>   *Xe lửa kỳ lạ*
> *Giống y như chiếc xe lửa của cháu nhỏ của Dũng*
> *Động vật cơ giới tuyệt diệu*
> *Biết đứng / Biết đi / Biết phẫn nộ*
> *Biết hân hoan / Biết tựa vai / Cúi đầu / Nghiêng môi*
> *Biết dừng lại buông lời tình tự*
>   *Xe lửa biết khóc / Như trẻ con trong chiến-tranh*
> *Biết đói / Biết no / Biết ngẩn ngơ*
> *Như đồng bào trong hiện-tại*
> *Xe lửa biết khát khao / Biết nói lên niềm khát khao*
> *Như cây mọc / Mặc kệ mưa*
> *Như núi đứng ngang nhiên / Mặc dù gió*
> *(...) Chuyến xe có lúc bước qua bình nguyên*
> *Quê hương ta đó em / Có cây xanh tốt*
> *Chuyến xe có ngày chạy qua núi non*

Quê hương ta đó em / Núi đá già cỗi
(...) Chiều nay ngồi làm thơ cho em
Chuyến xe vẫn còn chạy / Bạn bè vẫn còn đi
Chỗ kế bên ống khói chiếc máy in vẫn còn đứng
Ở trong mỗi toa những tờ bản thảo vẫn đầy tay
(...) Này em / Anh vẫn đi chuyến xe đó
Chuyến xe có bằng hữu / Có văn-nghệ / Có thơ
Thơ ngất ngư / Như anh / Như quần áo xép vào rương
Hãy khóc / Hãy giận rỗi / Hãy thề thốt đoạn tuyệt
Hãy bỏ nhà ra đi / Như tình-yêu thức dậy
(...) Anh thích chuyến xe đầy nhóc người
Anh thích nhiều thứ / Tỷ như ái tình
Tỷ như rượu / Ôi rượu / Chắc rồi
Giống như chữ in / Giống như bản vỗ
Dù những ngày tháng như lúc này
Những ngày tháng viết văn thật khó
Những ngày tháng làm báo thật khó
Những ngày tháng làm người thật khó
　Anh đang kể chuyện tạp-chí Trình Bầy cho em nghe đó
Tờ báo, tính đến nay, ra được ba mươi sáu số
Ba mươi sáu lần sắp chữ / Ba mươi sáu lần vỗ bản
Ba mươi sáu lần sửa bài
Ba mươi sáu lần Thế Nguyên chạy tiền trả thợ
Ba mươi sáu lần những thằng viết bài tự tay đóng báo
Ba mươi sáu lần những thằng viết báo tự tay phát hành
Ba mươi sáu lần / Những thằng phát hành
Trở về nhà / Chờ đợi tịch thu
　Em đừng buồn / Đừng thương xót
Đất nước ta có gì không bị tịch thu
Em nghĩ coi / Này gạo này sữa / Này đêm này ngày
Này giờ giới nghiêm / Này khu quân sự" (*TB*, số 37, tr. 19-24).

Trình Bầy chủ trì văn-học dấn thân, về văn-hóa, xã-hội và chính-
trị thiên tả. Trình Bầy còn là nhà xuất-bản khá nhiều tác-phẩm đủ thể
loại từ giáo khoa đến tiểu-thuyết, truyện ngắn, thi ca và đặc-biệt là
dịch thuật nhiều tác-giả quốc tế thuộc nhiều khuynh-hướng. Tập thơ
Những Năm Sáu Mươi của Nguyên Sa không được kiểm duyệt thông
qua, đã in ronéo 200 bản phổ biến trong vòng thân hữu, cùng trường
hợp với *Vực Thẳm Và Hy Vọng* (1966) thơ của Trần Quang Long
và *Le Crépuscule de la violence* (1966), tuyển tập thơ văn. Bài vở

của các biên tập và cộng tác viên: Diễm Châu (Võ Hồng Ngự), Thế Nguyên ("Nghĩ về văn-chương hiện sinh", số 6, 6-1968;...), Nguyễn Văn Trung, Nguyễn Ngọc Lan ("Văn hóa trong tự do"), Lý Chánh Trung, Phạm Cao Dương, Thanh Lãng, Nguyên Sa (Đông Du Ký, Vài Ngày Làm Việc Ở Chung Sự Vụ, ... đăng nhiều kỳ), Bùi Khải Nguyên, Cao Thanh Tùng, Cao Quảng Văn, Chu Vương Miện, Du Tử Lê (Bài Lục Bát Sau 8 Năm cho Người Về, Thơ Viết Khi Con Qua Đời, Khi Con Về, Khi Ở Biển Với T. Ch., Ngày Sinh Nhật Trong Trái Tầm Giuộc và Hoa Móng Bò, ...), Dương Uẩn, Đằng Phương, Hoàng Ziang Duy (Bên Trường Giác Đấu, Cánh Lá Ưu Phiền), Hoàng Anh Tuấn (Về Provins), Hoàng Ngọc Biên (Thành Phố, Người Đạp Xe Vào Thành Phố, ...), Hồ Minh Dũng (Những Lưu Vực Buồn), Huỳnh Ngọc Sơn, Lê Bá Lăng, Lê Văn Ngăn, Lê Văn Thiện (Trong Lớp Khói Màu, Trắng Ngày, Nước Mắt Trong Cổ), Mai Trung Tĩnh (Cái Chết Võ Về, Quê-Hương), Mang Viên Long (Người Chị), Mường Mán (Hỏi Thăm Hà-Nội, Sài-Gòn, Qui-Nhơn, Biên Giới, ...), Ngô Kha, Ngô Thế Vinh (Mặt Trận Ở Sài-Gòn, Không Sớm Hơn, ...), Nguyễn Âu Hồng (Cây Lá, Chim và Cá,...), Nguyễn Đăng Thường (Đi Chợ Cho Em, Một Buổi Sáng Trên Quê-Hương, Ngỡ Ngàng Ru Tôi Khóc, ...), Nguyễn Đồng, Nguyễn Đức Sơn (Chòm Xóm Cũ,...), Nguyễn Khắc Ngữ, Nguyễn Long, Nguyễn Mộng Giác (Con Đường, Khói Hương Tan), Nguyễn Nguyên, Nguyễn Quốc Thái, Nguyễn Tường Văn, Phạm Cao Hoàng (Mai Hoà-Bình), Phạm Ngọc Lư (Ngãi, Đất Trích), Phan Khắc Từ, Thái Ngọc San, Thế Phong, Thế Vũ (Những Vòng Hoa Ngụy Tín, Người Bạn, Mùa Hè Thành Phố, Những Thư Không Viết Được, ...), Tiêu Dao, Tôn Thất Lập, Trần Đỗ Dũng, Trần Hoài Thư (Người Mẹ, Ngày Thanh Xuân, Mặt Trận Miền Đông), Trần Huiền Ân (Đứa Con, Mưa Ở Du Long), Trần Thúc Linh, Trần Trọng Phủ, Trần Tuấn Kiệt, Trần Tuấn Nhậm, Trần Vạn Giả (Bến Chờ, Thơ Lục Bát, Đang Chờ), Trần Văn Toàn, Trần Văn Tuyên, Trùng Dương (Sao Rụng, Những Nàng Hạnh), Từ Hoài Tấn (Những Cánh Chim Mùa Bão Tố), Võ Quê,... Bài vở không công khai chống Cộng nhưng "mạnh mẽ" chống Mỹ (Số 39, 18-4-1972, đặc-biệt về *"Những tàn phá của Mỹ tại Đông Dương"*, ...). Tài liệu *The Pentagon Papers* được dịch - phần từ Bảo Đại đến thời Đệ Nhất Cộng Hòa bị lật đổ, và đăng từ số 26 (8-1971) đến số cuối 42 (2-9-1972). Nhiều bài phân tích và nhận định chính-trị cùng thơ văn Pháp, Mỹ, Anh, Nhật, châu Mỹ La-tinh được dịch sang tiếng Việt. Không có Nguyễn Trọng Văn trong số đó, nhưng đã có Nguyễn Nguyên từng là chủ nhiệm kiêm chủ bút tạp chí *Tin Văn* (1966-1967) đã bị chính quyền đóng cửa, ông bị giam một thời gian, sau đó cộng tác với nhóm Trình Bầy. Như vậy, tờ *Trình Bầy* (cũng như *Hành Trình* trước đó) ngưng vì bị cấm in hoặc vì không chịu sự kiểm duyệt và tịch thu của cơ quan thông tin kiểm duyệt báo chí. Nhóm *Trình Bầy* có những cuộc thảo luận sau được trình bày lên báo: "Thảo luận về nghệ-thuật và thực tại" (bộ 1 số 2, 25-10-1966), ... Sau khi *Trình Bầy* đình bản, nhóm lập NXB Từ Chương nhưng cũng bỏ cuộc sau vài ấn phẩm.

Trên trang bìa số 1 bộ mới ghi "*Nỗ lực phát khởi một dòng văn-chương cho tự do và một nền văn-hóa cho hòa-bình độc lập*" (hình bìa do Hoàng Ngọc Biên vẽ). *Lời phi lộ* của tạp chí *Trình Bầy* số 1 do Diễm Châu viết - ông đã giữ vai trò tổng thư ký của tạp chí này từ ngày ra mắt cho đến khi đình bản – trong khi bộ cũ thì Diễm Châu một mình phụ trách biên-tập, ngoài ra ông làm thơ và viết bài "*Con đường đi tới*" dưới bút hiệu Võ Hồng Ngự:

"Con Đường Đi Tới

Một phần tư thế kỷ đã trôi qua trên cuộc Cách mạng mùa Thu. Và ngoại trừ một vài năm hiếm hoi ngay sau ngày ký kết hiệp định Genève, người Việt Nam đã phải chiến đấu không ngừng. Tuy vậy những hy sinh ròng rã suốt 25 năm trời ấy dường như vẫn chưa đủ để cho một dân tộc yêu chuộng hoà bình như dân tộc Việt Nam có thể buông súng xuống vui hưởng Tự do.

Bây giờ, vẫn còn những cụ già tóc bạc bị trói tay, bịt miệng, những em bé bất lực quần quại trên vũng máu, những thanh niên bị đánh đập dã man, những thiếu nữ bị hãm hại.

Bây giờ, vẫn còn những cảnh tra hỏi, bắt bớ ở mỗi nẻo đường, những tiếng hét rùng rợn của những nạn nhân trong những phòng tra tấn; cả một miền đất nước biến thành một cái chuồng thú vĩ đại. Máu hoà nước mắt. Roi da và thép gai, thép gai, thép gai trùng trùng điệp điệp.

Bây giờ những người Việt Nam hèn mọn bị nhục mạ, bị xúc phạm, bị tước đoạt mọi lẽ sống như vậy vẫn phải kéo dài một cuộc đời súc vật, không chút nhân phẩm, lang thang vất vưởng, như những người Do Thái, ngay trên chính quê hương mình.

Trong lịch sử của dân tộc đã có bao giờ như bây giờ? Bây giờ...

Cuộc chiến tranh tái phát tại miền Nam Việt Nam từ năm 1958 đã không còn giới hạn vào những miền thôn quê, rừng rậm xa cách đô thị và cũng không còn chỉ là một tai hoạ cho những người dân sinh sống ở miền này thế giới. Đám cháy đã lan rộng khắp hai miền Việt Nam và đe doạ toàn thể các quốc gia vùng Đông Nam Á. Đau đớn thay, khi mức độ tàn bạo của cuộc chiến đã lên tới tột đỉnh và dường như không thể nào chịu đựng nổi nữa thì yêu cầu hoà bình tức khắc lại trở thành một một điều cấm kỵ cực kỳ nguy hiểm. Và lạ lùng hơn, dựa vào những phương tiện quân sự hiện đại, người ta đã lấy làm kiêu hãnh khi đưa ra nhận xét là không còn một vùng nào ở Việt Nam có thể được coi như an toàn nữa.

Đóng góp cả sự sống lẫn sự chết cho cuộc chiến tranh kéo dài ấy vẫn là đông đảo những người dân hèn mọn. Ở đây và ở đó người ta bảo họ rằng họ là những người đi tiền phong trong một cuộc Thánh chiến (không thập tự), rằng họ là những người bảo vệ những giá trị thần thánh, bất-khả-nhượng của con người hoặc họ được biết rằng cuộc chiến đấu chống ngoại xâm vẫn tiếp tục và chính họ là những người đương giương cao ngọn cờ độc lập. Có điều, qua cuộc ngưng bắn tạm thời năm 1954, những người dân hèn mọn ấy đã có kinh nghiệm là đánh đuổi ngoại xâm rồi, hoà bình vẫn chưa có, nghĩa là tình trạng nô lệ chưa chấm dứt, mọi người chưa có tự do...

Và tất nhiên, những người đã dốc hết máu xương, tâm huyết vào công cuộc chiến đấu chống thực dân, đế quốc ngoại bang ấy không có lý gì để lại có thể "vui vẻ" chấp nhận những thế lực thực dân, độc tài bản xứ. Đối với họ, công cuộc giải phóng đất nước khỏi ách thống trị của ngoại bang không thể nào tách rời công cuộc giải phóng chính con người họ. Và Cách mạng chỉ có ý nghĩa khi giải thoát họ khỏi mọi thế lực phi nhân bất cứ từ đâu tới.

Có lẽ những người lãnh đạo họ ở bên này hay ở bên kia cũng đã đồng ý như vậy. Nhưng ngay trong cuộc kháng chiến chống phát xít Nhật, rồi thực dân Pháp, sự bất đồng ý kiến về những phương thức giải phóng con người Việt Nam ấy đã trầm trọng tới độ khiến một số lãnh tụ phải rời bỏ nhiệm vụ cứu quốc chung.

Tới khi hoà nghị Genève đưa tới sự tạm thời chia cắt đất nước thành hai miền thì ở miền Bắc, người ta xây dựng chủ nghĩa xã hội và ở miền Nam, một số người đã tưởng là có thể dựa vào sự yểm trợ của Hoa Kỳ để mưu cầu một lối sống riêng. Và trong lúc ở miền Bắc công cuộc xây dựng xã hội chủ nghĩa đã gặp phải một số những sai lầm nghiêm trọng thì ở miền Nam những cơ cấu phong kiến lỗi thời vẫn không được thay thế và viện trợ Mỹ ngày càng tỏ ra là một cánh tay nối dài đáng ngại của thế lực và ảnh hưởng của Hoa-thịnh-đốn.

Người ta còn nhớ, khi khước từ cuộc tổng tuyển cử để thống nhất đất nước, chính quyền tại miền Nam Việt Nam lúc đó đã nại lý do là không thể tin cậy được ở kết quả của những cuộc tuyển cử tại miền Bắc. Nhưng chính khi phê bình chế độ miền Bắc như vậy thì những người lãnh đạo ở miền Nam lúc đó đã mắc phải đúng những gì họ đã nhận định về miền Bắc. Và sự chống đối chính quyền Ngô Đình Diệm tại miền Nam Việt Nam đã khởi sự từ trước khi người lính tác chiến đầu tiên của Hoa Kỳ đặt chân lên đất nước này. Bị cô lập với quần chúng vì chính sách độc tài của mình và ngày càng lệ thuộc vào viện trợ ngoại quốc, chính quyền Ngô Đình Diệm đã không thể thực hiện được cuộc cách mạng giải phóng con người.

Tình hình chính trị và quân sự tại miền Nam Việt Nam suy sụp, kéo theo sự can thiệp ồ ạt của bộ đội Hoa Kỳ... Và lúc này, ý thức hệ mà các nhà cầm quyền miền Nam Việt Nam sử-dụng để đối địch với ý thức hệ của miền Bắc đã lu mờ dần trước sự hiện diện của bộ đội ngoại quốc.

"Phản ứng Mỹ" tại miền Nam Việt Nam tất nhiên không thể không đẻ ra những phản ứng dây chuyền tại các nước xã hội. Và ngay tại miền Nam Việt Nam, dù mang ý nghĩa nào đi nữa, sự hiện diện của một số quá đông đảo bộ đội Mỹ đã thực sự tác hại miền này ở hết mọi khía cạnh văn hóa, kinh tế, chính trị, xã hội... Công cuộc đấu tranh giải phóng tại Việt Nam lại trở lại từ khởi điểm. Và đối tượng bây giờ là chủ nghĩa can thiệp vũ trang của những người Bắc Mỹ. Mức độ chiến tranh càng khốc liệt thì thế lực ngoại quốc chi phối tại Việt Nam càng quan trọng. Sự can thiệp ở đây và ở đó tất nhiên phải thu hẹp chủ quyền đã rất tương đối của người Việt Nam.

Và như vậy, việc gấp rút chấm dứt chiến tranh Việt Nam trước tiên sẽ tránh cho người Việt Nam khỏi rơi vào hoàn cảnh toàn lệ thuộc, và sau nữa sẽ là điều kiện tất yếu để cho người Việt Nam có thể xây dựng bất cứ một hình thức xã hội nào phù hợp với truyền thống và khát vọng của dân tộc.

Tuy nhiên, một nền hoà bình trong đó những kẻ bị áp bức không còn phương tiện để phản kháng và thay đổi số phận mình sẽ chỉ là một nền hoà bình của những nấm mồ.

Người ta đã nói rất đúng là không thể có hoà bình vô-điều-kiện. Một nền hoà bình Việt Nam nhất định sẽ không thể chấp nhận bất cứ một sự hiện diện nào của các lực lượng nước ngoài và đồng thời cũng không thể chấp nhận bất cứ một cơ cấu, một định chế hay một thế lực nào trong nước ngăn cản công cuộc giải phóng con người Việt Nam.

Người ta cũng đã đưa ra một đòi hỏi rất chí lý, là ở miền Nam Việt Nam, không ai có quyền trung lập cả. Thật vậy, ở miền Nam Việt Nam hay ở bất cứ nơi nào trên thế giới, không ai có quyền trung lập trước tội ác và chiến tranh.

Và như vậy, con đường đi tới là con đường mưu cầu một nền hoà bình, trong đó mỗi một người Việt Nam, không kỳ thị ý-thức-hệ, sẽ có một chỗ đứng xứng với phẩm giá con người trên quê hương mình.

Con đường đi tới là con đường giải phóng: giải phóng đất nước và giải phóng con người Việt Nam toàn diện. TRÌNH BẦY''.

Đất Nước, tạp chí ra hàng tháng, chủ nhiệm Nguyễn Văn Trung, chủ trương biên tập Lý Chánh Trung, thư ký toà soạn Thế Nguyên. Số 1, tháng 11-1967, đình bản năm 1970 với số 18. Các cây bút quen thuộc của nhóm từ *Hành Trình* và khác như Diễm Châu, Nguyễn Tử Lộc (Tam Điểm, "Vấn-đề dân-tộc đặt ra cho người Công giáo", số 8, 12-1968), LM Nguyễn Ngọc Lan (Nói chuyện ảo tưởng với 'người anh em của tôi', số 8), LM Nguyễn Quang Lãm, Thế Nguyên (Trong vòng phấn trắng, số 9, 2-1969, ...) và với bút hiệu Trần Trọng Phủ (Một người nằm xuống, số 14 về HCM, …), Trần Tuấn Nhậm (Trần Kỳ Hoành, Tiếng nói những người đi tới, số 9), Nguyên Sa (phụ trách mục "Thế … đó!" nhiều người viết, và các bài viết: Rời bỏ nền văn-chương trú ẩn, số 2; Trường hợp Chu Tử (bênh CT), số 13; Thư Ngỏ gửi Vũ Bằng, số 14; Khởi đầu những năm bẩy mươi, số 17;...), Nguyễn Trọng Văn (Phê bình quan điểm cách-mạng xã-hội của hai ông Nguyễn Văn Trung và Lý Chánh Trung, số 2 – đăng lại bài đã đi trên tờ báo *Sinh Viên* số 6; Triết học hiện sinh và những người cầm bút ở miền Nam, số 2; Hoàn cảnh những người cầm bút miền Nam trước và sau 1963, số 7), v.v. Nơi đăng thơ tình và hực lửa của Diễm Châu, Nguyên Sa (Lời cầu siêu thoát cho Nguyễn Quan Đại chết ở Khe Sanh, số 5; Giã từ khóa đàn anh, số 7; Nhìn em, nhìn thành phố, nhìn quê-hương, số 9; Tắm, số 15; Sân bắn số 17, số 16; Chim, số 18), Nguyễn Quốc Thái, Tạ Quang Trung, Luân Hoán (Nói với tâm hồn mũ sắt, số 17), Bùi Khải Nguyên, Trần Hữu Lục, Nguyễn Tường

Giang, Nguyễn Lệ Tuân (Chào mừng anh em ruột thịt, số 4), Lê Ký Thương, Nguyên Đạt, Thế Phong, Tần Hoài Dạ Vũ (Gửi tới một tương lai, số 9; Những sáng mùa Đông, số 17), Chinh Yên, Lê Văn Ngân, Du Tử Lê (Viết trong tình Thụy Châu, số 9;...), Hồ Minh Dũng (Cơn lụt, số 18), Ngô Kha (Trường ca hòa-bình, 30 tr., số 12; Mùa Đông chiến-tranh ở Huế, số 16; Hành trình, số 17; Mặc Khải, số 18), Thái Ngọc San, Tôn Thất Lập, Phạm Thế Mỹ, ... Về văn có các truyện ngắn của Thế Nguyên (Từ dưới vực sâu, số 5; Những người đã chết, số 6), Thảo Trường (Chấm dứt, số 1; Viên đạn bắn vào nhà Thục, số 4; Trong hầm trú ẩn, số 6; Vết tích, số 10-11; Rụng rời tay ngọc, số 17), Thái Lãng (Nhật ký của người chứng, số 1,3; Trong một ngày của một người, số 5), Trần Quang Long (Mụ lé, số 2), Nguyễn Đông Ngạc (Rã rời, số 6), Ngụy Ngữ (Tiếng động buổi chiều, số 17), Thế Vũ (Người tù ngoan ngoãn, số 18), Hồ Minh Dũng (Bãi nước bọt, số 15), Lưu Nghi (Tiếng hát trên dòng sông, số 17), Ngy Hữu, Yên My, Nguyễn Huy Anh, Phong Sơn, Đinh Phụng Tiến, Bùi Tiến, Hoàng Thị Kim, Trần Thị Kim Lan, Lưu Kiển Xuân, Viêm Tịnh, ... Ngoài ra có duy nhất một vở kịch `Quân thù` của Bùi Khải Nguyên (số 6) kết thúc với cảnh người lính gác tù và tù binh ôm chặt lấy nhau hết còn hận thù! Các nhà văn thơ trên, một số là lính trận, có bài sáng-tác từ chiến trường, từ mặt trận Huế dịp Mậu Thân 1968, hoặc nội-dung nói lên thân phận của nạn nhân chiến-tranh, ở những nơi hẻo lánh, nông thôn, ... Cũng là nơi đăng những tiểu luận văn-học sáng giá của Đỗ Long Vân (Vô Kỵ giữa chúng ta; số 1, 2), v.v.

Mỗi số trung bình in 3000 bản. Tờ tạp chí đánh dấu bước ngoặc của báo chí văn nghệ miền Nam, *với sự ly khai của một số nhân vật trước đây từng thân cận với Sáng Tạo, như Thế Nguyên và Nguyễn Văn Trung. Đây là tờ tạp chí phê phán nhóm Sáng Tạo mạnh mẽ nhất, và cũng là nơi "văn chương dẫn thân" trực tiếp chống lại "văn chương viễn mơ" của Mai Thảo (đặc-biệt nhiều bài số 2).* Tờ này và tờ *Trình Bầy* đều nằm dưới sự bảo trợ của NXB Trình Bầy (*Đất Nước* được xem là phương-tiện quảng cáo chính cho NXB Trình Bầy). Tờ *Đất Nước* không phải là tiền thân của tờ *Trình Bầy* - vào thời điểm đó Thế Nguyên là thư ký toà soạn cùng một lúc cho cả tập san *Nghiên Cứu Văn Học* của Thanh Lãng và tập san *Đất Nước* của Nguyễn Văn Trung, đến tháng 10-1970 ông mới cho ra đời tập san *Trình Bầy*, nghĩa là hơn nửa năm sau khi tờ *Đất Nước đình bản. Nội-dung,* chủ đề các số đặc-biệt: 2- Văn nghệ theo đuôi; 3- 50 năm cách-mạng tháng Mười; 8- Công-giáo và dân-tộc; 9-Văn-học trong những tình thế cực đoan;

10-11: Tìm hiểu thực tại Mỹ; 14- Hồ Chí Minh qua đời; 16- Vấn-đề cải tổ giáo dục. Đặc-biệt số 12 đã đăng kháng thư của 110 văn-nghệ sĩ ký ngày 5-9-1969 phản đối hành động đàn áp giới văn nghệ si của Bộ Thông tin và Chiêu hồi qua việc Võ Phiến bị giải nhiệm chức Chánh-sự-vụ Sở Huấn luyện Cán bộ thuộc Bộ Thông tin và Chiêu hồi, vì đã ký Kiến nghị 5-3-1969 cùng 100 văn-nghệ sĩ khác để chống kiểm duyệt ngành xuất-bản.

Đối Diện, ra hàng tháng, số đầu tiên ra mắt tháng 7 năm 1969, chủ nhiệm LM Chân Tín, chủ bút LM Nguyễn Ngọc Lan. Báo đổi tên 4 lần: *Đối Diện* từ số 1 đến 48 rồi 54, *Đồng Dao* từ số 55 đến 60, *Đứng Dậy* từ 61 đến 114. Cơ quan ngôn luận, đấu tranh tư tưởng và chính-trị của một số trí thức Công giáo thiên tả tự cho có tinh thần dân tộc, trong thực tế nhắm chống Mỹ và chính quyền miền Nam. Chia xẻ cùng mục-đích với tờ *Tin Văn,* dùng chiêu bài tình tự dân-tộc (!), bất công xã-hội (và thêm) hòa giải và hòa hợp dân-tộc(!). Đây là một trong những tờ tạp chí công khai chống phá miền Nam và Nhà Nước Việt-Nam Cộng-Hòa, và lập trường chính-trị quá khích đòi đạp đổ hết mọi cơ cấu chính-trị xã-hội của miền Nam. Năm 1972, LM Chân Tín bị tòa án mặt trận xử 5 năm cấm cố và 3 triệu đồng phạt vạ vì vi phạm luật lệ – nhưng sau 1975, người "anh em" của LM Chân Tín và cựu LM Nguyễn Ngọc Lan sẽ đối-xử tệ-bạt hơn nghìn lần những cái án phạt của chính quyền miền Nam trước đó. Phần lớn biên-khảo, lý luận chính-trị, xã-hội, văn-học phản chiến đã xuất hiện trên tạp-chí này, với những Lý Chánh Trung (Tại sao tôi muốn hòa-bình, số 20; Tìm hiểu thế hệ hai mươi, số 25), Nguyễn Ngọc Lan, Nguyễn Trọng Văn (Trí thức khuynh tả tại Việt-Nam, số 25, 26), Trương Bá Cần (25 năm xây dựng xã-hội chủ nghĩa, số 14-16), Nguyễn Phương Trạch (Cuộc du nhập của chủ nghĩa Mác–Lê vào Việt Nam, số 28, 10-1971), Trần Hồng Quang, Thái Ngọc San, Ngô Kha, Phạm Thế Mỹ, Trần Duy Phiên, Nguyễn Âu Hồng (Những Đứa Con Câm Điếc của Chiến-Tranh, số 33), Tần Hoài Dạ Vũ, Tiêu Dao, Lê Văn Ngăn, Nguyễn Thiên Trung, Nguyễn Như Mây, Võ Trường Chinh,... Từ số 23 Trần Hữu Lục thay mặt nhóm *Việt* đảm trách phần văn-nghệ (số 25, 7-1971, bài "Đường hướng văn-nghệ" và số 36, 6-1972, đăng "Nhận định về mất cảm hứng văn-nghệ" cả hai ký tên nhóm "Việt"). Sau biến cố 30-4-1975, được Cộng-sản Hà-Nội cho tục bản với tên *Đứng Dậy* từ tháng 8-1975, in ronéo như các số "lậu" thời trước đó (và cả ấn bản *Đối Diện Hải-Ngoại,* như số 40, 10-1972,...), về sau mới được in typo bình thường, nhà thơ Nguyễn Quốc Thái tổng thư ký,

Võ Hồng Ngự (Diễm Châu) làm thư ký toà soạn cho đến năm 1978 thì báo đình bản hẳn – nhóm tự tuyên bố xong ... "nhiệm vụ lịch-sử"!

Thái Độ số 1 tháng 7-1966, in ronéo được 6 số, phải tạm ngưng, rồi được giấy phép ra "đặc san" Thái Độ công khai được gọi là Thái Độ Xám nhưng mới ra được 1 số (12-1967)- bị kiểm duyệt bôi đen hoặc loang lỗ những đoạn trống, thì bị cắt giấy phép và sau biến cố Tết Mậu Thân 1968 thì nhóm tan rã. Thế Uyên và Nguyễn Tường Giang, Nguyễn Đông Ngạc ban chủ biên với sự cộng tác biên tập của Nguyễn Văn Lực, Nguyễn Tường Thiết, Nguyễn Đông Ngạc, Chu Vương Miện, Duy Lam,.. . Các số chủ đề: 1, 12 (Thực trạng xã-hội miền Nam, về thực trạng các đảng phái, xu hướng chính-trị của sinh viên, ...), Cách-mạng xã-hội (số 2), Chủ quyền quốc-gia (số 3), Tôn giáo tại Việt-Nam (số 4), ... Tờ báo của *"những người Việt-Nam đã từ chối lệ thuộc ngoại bang tân thực dân chủ nghĩa, đã từ chối giải pháp cộng-sản, thì chỉ còn một giải pháp độc nhất để cứu nước khỏi sự lệ thuộc của cả ngoại bang đỏ lẫn trắng và thống nhất quốc-gia trong một chế độ tốt đẹp không chính úy và không thực dân: thực hiện một cuộc cách-mạng xã-hội theo phương thức quốc-gia (...) chúng tôi chỉ còn có cách độc nhất là thử đi vào con đường dẫn tới cách-mạng bằng khởi đầu ở chỗ bắt đầu"* ("Thái độ chúng tôi", số 1, tr. 3-4). Cũng trong Lá Thư Toà Soạn số 1: *"Tạo một diễn đàn thuận tiện cho việc phát huy một hệ tư tưởng hay một phương thức cần thiết cho cách-mạng, mục-đích (hay tham vọng) của chúng tôi chỉ là vậy"*(tr. 98). Văn lý luận vận động cho một cách-mạng xã-hội không cộng-sản. Thơ trên *Thái Độ* là thơ phản kháng của thế hệ trẻ như Trần Quang Long, Thái Luân, Đỗ Nghê, Nguyễn Tường Giang, Phùng Kim Chú, Phan Lạc Giang Đông .... Chủ trương văn-nghệ của báo: *"ban biên-tập thích đăng những bài thơ văn thuộc loại bây giờ người ta gọi là văn-chương dấn thân (...) ít chất buồn nôn làm dáng của trí-thức -thành-phố, ít các nhân-vật đi ra đi vào các ngõ hẻm kêu chán mà không hiểu tại sao chán, ít những nhân-vật mang triết lý ra để biện minh cho sự trốn tránh trách nhiệm của mình. Nói cho rõ hơn , Thái độ có cảm tình với các bài văn trong đó các nhân-vật có sinh khí, dám sống và chấp nhận thân phận của con người nhược tiểu dân-tộc"* (*Thái Độ* 12-1967, tr. 143).

Cũng không thể không nhắc đến những tờ báo đấu tranh chính-trị như tờ **Lập Trường** (hậu thân của tờ *Việt Nam Việt Nam* của Lê Văn Hảo) của Hội đồng Nhân dân Cứu quốc ở Huế với 30 số báo, xuất hiện ngày28-8-1964, chủ trì thứ chính-trị 'đảo chánh', 'vô chính-phủ', chống đối chính phủ hợp hiến của Việt-Nam Cộng-Hòa và khích động dân chúng chống chính phủ trung ương. Chủ-nhiệm Tôn Thất Hanh, Lê Tuyên chủ-bút và Cao Huy Thuần tổng-thư-ký tòa-soạn, với bài viết của Lê Văn Hảo, LM Nguyễn Ngọc Lan, ... Ban biên tập đa số là Cộng-sản nằm vùng.

Rõ rệt thân Cộng thì có báo *Việt* ở Huế, viết theo chỉ thị, mệnh lệnh để tố cáo chế độ, xuyên tạc hay làm tuyên truyền, trên các báo *Đối Diện, Bách Khoa*, v.v. Là một nhóm trẻ theo Cộng "đánh Mỹ" và công khai chống chế độ cộng hòa miền Nam, được chế độ cộng-sản đánh bóng gọi họ là những "thanh niên trí thức đô thị miền Nam". Họ sử-dụng chuyện nhỏ, tiểu tiết, ngoại lệ (ức hiếp, lợi dụng, 'chuồng cọp', v.v.) để tổng quát hóa làm lớn chuyện tuyên truyền. *Việt* xuất-bản ở Huế năm 1968, ra được 5 số, của nhóm Việt gồm phần lớn là sinh viên đại học Sư phạm, sau Trần Hữu Lục vào Sài-Gòn phụ trách phần văn nghệ của tạp chí *Đối Diện*.

Trước đó miền Nam đã có tờ tạp-chí văn-nghệ chính-trị ***Nhân Loại*** với chủ trương 'phục vụ văn-chương lành mạnh' như ghi trên tiêu đề báo bộ cũ **1954** đến 1956, chủ báo là Anh-Đào Đào Tiến Đạt. Bộ mới từ tháng 4-1956 đến **1959** thì đình bản sau số 110, sau nhóm trở lại dưới hình-thức tuần báo chính-trị. Tiếng nói của văn-học miền Nam lục-tỉnh tiếp nối dòng văn-học Hồ Biểu Chánh, đăng truyện Nguyễn Chánh Sắt, Phi Vân, v.v. Có mặt Dương Tử Giang, Hợp Phố, Ngọc Linh, Viễn Phương, Lý Văn Sâm, Lê Vĩnh Hòa, Văn Phụng Mỹ Trang Thế Hy, Tiêu Kim Thủy Tô Nguyệt Đình, Kiêm Minh (họ Trần, 1929-1985), v.v. Từ đầu đến gần cuối, tờ *Nhân Loại* là cơ quan ngôn luận bị Việt cộng thao túng sử-dụng. Cùng trường hợp có nhà xuất-bản Phù Sa của Ngọc Linh (từng xuất-bản sách của Ngọc Linh, Lê Vĩnh Hòa, Sơn Nam, v.v.), nhà xuất-bản Trùng Dương của Lưu Nghi in ấn phẩm thân Cộng như của Lê Vĩnh Hòa, các tuyển tập truyện ngắn *Chiếc Áo Thiên Thanh* (1956) của *Lê Vĩnh Hòa, Tiêu Kim Thủy, Viễn Phương và Ngọc Linh và Tình Hương Dạ Lý* (1957) của Lưu Nghi, Lê Vĩnh Hòa, Tạ Ty và Sài Giang,... Thẩm Thệ Hà thì phụ trách nhà xuất-bản Lá Dâu.

Tin Văn "nghiên cứu, sáng tác, phê bình", số 1 (6-6-1966) và đình bản với số 15 (6-1967), "tuần báo Tin Văn" bộ mới số 1 (24-3-1967) và đình bản với số 20 (4-8-1967), mặt nổi là cơ quan của Lực lượng Bảo vệ Văn-hóa Dân-tộc do Lê Văn Giáp đứng đầu (từng làm cho Phòng Nhì và thân Pháp), nhưng do Trung ương cục và đặc khu ủy Sài-Gòn-Gia Định do Trần Bạch Đằng chỉ đạo (Nguyễn Văn Bổng điều khiển, viết bài), ngoài chủ-nhiệm chủ-bút Nguyễn Nguyên (tức Nguyễn Ngọc Lương, là cán bộ đặc phái do Bộ Công an Hà-nội cài vào miền Nam, từng giữ chức Chủ sự Phòng Kiến thức phổ thông Đài phát thanh Sài Gòn) còn có Vũ Hạnh (cô Hồng Cúc), Lương Sơn, Hoàng Hà, Vân Trang, Mặc Khải, Phương Đài, Minh Quân, Thái Bạch, Lưu Nghi, Nguyễn Trọng Văn, Trần Triệu Luật, Lê Nguyên Trung, Hồ Trường An, ... - phần lớn thân Cộng, còn thêm cộng tác bài vở của Bình-Nguyên Lộc, Nguyễn Văn Xuân, Phan Du, Thuần Phong Ngô Văn Phát, Dương Trữ La, ... Dùng "dân-tộc" làm bình phong, do đó khi chiến lược cần, lại hô hào tự do: nhóm tung ra "Bản tuyên ngôn của văn-nghệ sĩ về tự do sáng tác, tự do biểu diễn, tự do xuất-bản" ngay trong số ra mắt!

Tin Tưởng của một nhóm đối lập với chế độ Ngô đình Diệm, sau đảo chánh 1-11-1963 tự đình bản vì hết còn là thời sự, sau Hội Phật tử VN Hải ngoại ở Pháp tục bản cho đến 1971.

Hòa Đồng, tuần báo do Hồ Hữu Tường chủ biên và viết dưới nhiều bút hiệu (Huân Phong, Lân Trinh, Hồ Nguyên, ...), chủ-nhiệm Nguyễn Lương Hưng, với chủ trương "phát huy văn minh tổng hợp", 1965-. Ngoài bài viết cho chủ trương, còn đăng hồi-ký Hồ Hữu Tường ("Té ra là hắn" số 84, ...).

Chọn, "tập san xuất bản hàng tháng đề cập tới những vấn-đề thời đại", ra đời năm 1970. Chủ nhiệm Trương Bá Cần. Tổng thư ký Vũ Xuân Hiểu. Số 13&14 ra ngày 30-10-1971.

Lao Tù của Ủy ban vận động cải thiện chế độ lao tù miền Nam Việt-Nam, ra bất định kỳ và chỉ vài số từ 1970 đến 1975.

Báo đảng phái

Tờ ***Sao Trắng*** của Việt-Nam Quốc Dân Đảng sống được 3 tháng đầu năm 1965, Quốc An giám đốc, Phương Hữu tổng-thư-ký, Xuân Tùng, Vũ Hồng Khanh cố vấn – sau phân rẽ ra nhiều hệ phái. Ban biên tập: Thượng Sỹ, Phương Hữu, Vũ Bằng, ...

Phật giáo Hòa Hảo có tuần báo ***Tổ Quốc*** chủ-nhiệm Thành Nam.

Cao Đài có nhật báo ***Thời Đại*** của Nguyễn Thành Phương, ***Việt Chính*** tuần báo do Hồ Hán Sơn chủ động,

Cao Đài Liên Minh ra nhật báo ***Quốc Gia***, chủ-bút Nhị Lang, thư-ký tòa-soạn Đinh Thạch Bích, Thái Tuấn minh họa, với cộng tác của Thế Phong, Uyên Thao,..

Những Vấn-Đề của Chúng Ta là "tập san lý luận văn-hóa chính-trị" của Thái Lăng Nghiêm, khuynh-hướng Duy Dân.

Tuần báo ***Nhân Xã*** có mặt từ 1966 đến 1967.

Cấp Tiến, số 1 (1969) đình bản 1971, nguyệt san chính-trị do Nguyễn Văn Bông làm giám đốc.

Báo-chí tôn giáo

Phật giáo có *Hải Triều Âm, Giữ Thơm Quê Mẹ, Thiện Mỹ, Chánh Đạo*, Đất Tổ, Đuốc Tuệ, *Thiện Mỹ, Vạn Hạnh, Từ Quang, Tư Tưởng, Liên Hoa*,… phổ biến tư tưởng Phật học và văn hóa Phật giáo cùng thông tin, biên-khảo văn-hóa và văn-học Việt-Nam.

Năm 1951 tạp chí ***Tịnh Độ*** của Tịnh độ tông Việt Nam do Ông Đoàn Trung Còn làm chủ bút xuất bản 3 tháng 1 kỳ ra được 7 số tháng 10-11-12 năm 1956 thì đình bản. Tạp chí ***Từ Quang*** (cơ quan của Hội Phật Học Nam) do Chánh Trí Mai Thọ Truyền làm chủ bút ra mắt độc giả số đầu tiên vào tháng 10-1953 đến năm 1975 thì ngưng hoạt động. *Phật giáo Việt Nam* cơ quan của Tổng hội PGVN được xuất bản mỗi tháng một số, từ 19-9-1956. Năm 1958, tạp chí ***Liên Hoa*** của Giáo hội Tăng già Trung Việt do Hòa Thượng Đôn Hậu chủ nhiệm, được 9 năm, đình bản năm 1966.

Hải Triều Âm "tuần báo văn nghệ-thông tin–nghị luận" do TT Nhất Hạnh làm chủ nhiệm, ra ngày 21–4-1964 được 21 số thì ngưng ngày 10-9-1964. Đến năm 1973 tên được dùng cho tam-nguyệt-san mới, "cơ quan phát khởi nền quốc học, Phật học, và Văn hóa Việt Nam", do Tổng Vụ Văn Hóa GHPGVNTN chủ trương, Thượng-Tọa Thích Mãn Giác chủ-nhiệm chủ-bút, số 1 (Xuân Quý Sửu, 2-3-4/1973) đến số 9&10 ('Đúc kết Đại hội Văn hóa Phật giáo', tháng 3-8/1975) thì đình bản. Tờ sau được sự cộng tác của nhiều giáo-sư và học giả chủ yếu về Phật giáo như triết lý và tín ngưỡng, văn-hóa Việt-Nam thời lịch triều củng văn-học cổ: Thích Mãn Giác ("Tôn giáo chính là nên văn minh nhân loại", số 6, 5-6-7/1974; "Phan Kế Bính, ông là ai?", số 7, Vu lan 1974; "Khai thác truyện Sãi Vãi ở đại học với dụng ý gì?", số 8, 12-1974 & 1-2/1975), Nguyễn Đăng Thục, Tuệ Sỹ, Lê Tôn

Nghiêm ("Con người với thiên nhiên",, số 7, 9-10-11/1974), Toan Ánh, Lê Văn Siêu, Thích Trí Thủ, Lê Mạnh Thát ("Nghiên cứu tình trạng Phật giáo VN trong giai đoạn chống xâm lăng", số 4-5/1973), Thạch Trung Giả ("Con người Bồ-tát", số 4-5/1973), Trần Ngọc Ninh ("Con người trong nền văn-hóa nông nghiệp", số 4-5/1973), Nguyễn Bá Lăng, Sơn Nam, Bình-Nguyên Lộc ("Sau một ngàn năm bị Tàu trực trị Việt ngữ mất còn, bao nhiêu?", số 3, Vu lan 1973), Ngô Văn Phát, Cao Hữu Đính, Phạm Thế Mỹ, Chơn Hạnh, Trần Quang Phúc ("Mười năm sinh hoạt văn-hóa Phật giáo tại Việt-Nam (1963-1973)", số 2, 5-6-7/1973), v.v.

GHPGVNTN ra tuần báo ***Thiện Mỹ***, số đầu tiên ngày 27-10-1964, Lê văn Hiếu làm chủ nhiệm, Võ đình Cường làm Tổng thư ký, được 53 số thì bị đình bản. Tạp Chí *Thiện Chí* của Đoàn Thanh Niên Thiện Chí, năm 1965 tờ *Đất Tổ* do Lê văn Hòa làm chủ nhiệm. Từ năm 1965 tạp chí ***Đại Từ Bi*** cơ quan ngôn luận của Nha Tuyên Úy Phật giáo do HT Tâm Giác làm chủ nhiệm, đến năm 1975.

Vạn Hạnh, "tạp-chí nghiên cứu phát huy văn-hóa Phật giáo và dân-tộc", ra mắt năm 1965, chủ-nhiệm chủ-bút là TT Thích Đức Nhuận. Tạp chí chuyên nghiên cứu các vấn-đề Phật học, triết học Đông Tây với sự tham gia của nhiều nhà nghiên cứu có tên tuổi như: Nguyễn Đăng Thục, Phạm Công Thiện, Nghiêm Xuân Hồng,... Nhưng chỉ sau 2 năm hoạt động thì đình bản năm 1967. *Diễn Đàn Vạn Hạnh* tiếp nối (năm 1967, "Những đề tài diễn thuyết tại Đại Học Vạn Hạnh", ...).

Tư Tưởng, tạp chí, cơ quan luận thuyết của Viện Đại Học Vạn Hạnh nhằm phục vụ cho công tác nghiên cứu về các Phật học, triết học, văn hoá và giáo dục, do TT Thích Minh Châu làm chủ nhiệm, Phạm Công Thiện chủ biên, Đoàn Viết Hoạt tổng thư-ký. Cộng tác là các nhà nghiên cứu, học giả, giáo sư Đại học Lê Tôn Nghiêm, Tôn Thất Thiện, Nguyễn Đăng Thục, Tam Ích, Thạch Trung Giả, Tuệ Sỹ, ... và các nhà văn Hoài Khanh, Phạm Thiên Thư, Bùi Giáng, Huy Tưởng, Tuệ Không (tức Phùng Thăng), Chơn Hạnh (Trần Xuân Kiêm),... Số ra mắt tháng 8-1967, rồi bộ mới số 1 ra tháng 6-1969. Đình bản tháng 11-1975. Bộ II (1969): số 1 - Hiện tượng học của Husserl, số 2 - Khả tính của Phật giáo trong vấn-đề hoà bình, số 3 - Xã hội học và chính trị học, số 4 - Giáo dục Việt Nam và giáo dục quốc tế, số 5 - Những vấn-đề quan trọng trong tư tưởng Heidegger, số 6- Những vấn-đề cơ cấu luận; Bộ III (1970): số 1 - Chúng ta có thể làm được gì cho quê hương, số 2 (8-1-1970) - Đông phương đối mặt Tây phương, số

4 - Thế nào là phê bình? Số 5 - Phật giáo và Nietzsche, số 6 - vấn-đề quốc học và vai trò đại học, Ý nghĩa văn khoa và khoa học nhân văn, số 7 - Kinh Dịch và Nho giáo, số 8 - Phật giáo và Nguyễn Du; Bộ IV (1971): số 3 - Đạo Phật với văn học và nghệ thuật; Bộ V (1972): số 3 - Đức Phật và vấn-đề cải tạo xã hội, số 6&7 - Ngài Vạn Hạnh và ý thức tự chủ của dân tộc; Bộ VI (1973): số 1 - Hướng về quốc học, số 2 - Hùng Vương và ý thức về nguồn, số 3 - Phật giáo Việt Nam, số 4 (bị tịch thu) - Giáo dục cho ngày nay và ngày mai, số 5&6 - Đức Phật và con người hiện đại, số 7 - Mối liên hệ giữa xã hội và văn hoá, số 8&9 - Phan Bội Châu; 1975: số 48&49 (2&3-1975) - 25 năm Văn khoa Việt Nam [Năm 2014 toàn bộ báo đã được in lại thành tập gồm 49 cuốn (**27**)].

Giữ Thơm Quê Mẹ, "nguyệt san văn-nghệ do Lá Bối xuất-bản", do Nhất Hạnh chủ trương, Trương Phú (tức Thầy Thanh Tuệ) trị sự (GTQM và NXB Lá Bối) và Hoài Khanh 'coi sóc'; từ số 9, Trụ Vũ thay Hoài Khanh và cô Cao Ngọc Thanh thay Trương Phú (và Thầy Từ Mẫn phụ trách NXB Lá Bối). Nguyệt san có mục-đích phổ-dương văn-hóa dân-tộc và Phật giáo. Số ra mắt vào đầu tháng 7-1965, ra được 12 số (số cuối, tháng 6-1966, tự đình bản), với sự cộng tác của những nhà văn thơ đã nổi tiếng, quen tên và một số tên tuổi mới: Tam Ích, Phạm Công Thiện, Hồ Hữu Tường, Nguyễn Hiến Lê, Vương Hồng Sển, Vương Pển Liêm, Đông Tùng, Thiếu Sơn, Vũ Đình Lưu, Bùi Giáng, Võ Hồng, Thành Tôn, Dương Nghiễm Mậu, Sơn Nam, Nguyễn Đức Sơn, Kim Tuấn, Trần Tuấn Kiệt, Phạm Công Thiện, Hà Nguyên Thạch, Nguyễn Phan Thịnh, Đinh Cường, Hải Triều, Nguyễn Kim Phượng, Viên Linh, Chinh Văn, Thành Tôn, Thi Vũ, Luân Hoán, Thái Tú Hạp, Thái Luân, Nguyễn Nho Nhượn, Trần Dzạ Lữ, Xuân Thao, Đynh Trầm Ca, Bình-Nguyên Lộc, Nguyễn Thụy Long, Kiêm Minh, Lưu Nghi, Tuấn Huy, Định Giang, Văn Lệ Thiên (Lê Văn Thiện), Phạm Duy,...

Ngoài các sáng-tác và tiểu luận của các cây bút chủ trì Nhất Hạnh (đăng nhiều kỳ 2 tác phẩm *Nẻo Về Của Ý* và *Nói Với Tuổi 20*), Hoài Khanh, Trụ Vũ, Tam Ích, Hồ Hữu Tường, tạp-chí đã có công giới thiệu cây viết mới Chinh Ba (các truyện Đóa Sen Vàng, Bài Thơ Trên Xương Cụt, Bí, ... kịch Pho Tượng Linh Mai, v.v.), Chính (truyện ngắn), Vương Pển Liêm (giáo dục),... cũng như đã đưa tác phẩm triết học và văn học quốc tế đến với người đọc, những M. Heiddeger, R. Barthes, ... bên triết học, luận thuyết; W. Faulkner, H. Hesse (bản dịch Hoài Khanh), A. Solzhenitsyn, E. Caldwell, A. Moravia, Lâm Trầm Khách (Đài Loan), Ruth Jhabvala,… bên văn-học, nhờ vậy đã được giới thiệu khá sớm ở Việt Nam.

Điểm qua các tác-giả, ngoài Nhất Hạnh đã nói ở trên còn có Tam Ích phụ trách mục "Ngày lại ngày" "sổ tay" tạp biên văn-nghệ trên *Giữ Thơm Quê Mẹ*. Ông vận động cho một nền văn chương dân tộc sống động, là 'văn chương miền Nam vạm vỡ," như ông viết trong bài "Văn chương Tân Duy Nhiên ở Việt Nam" đã đăng trên *Khởi Hành*, và trên *Giữ Thơm Quê Mẹ* ông cho rằng "Trong văn-nghệ có vấn-đề "Giải quyết" và có vấn-đề "Hướng lên"" (số 2, 8-1965, tr. 27-34): hãy bỏ chuyện hô hào làm văn-nghệ "hướng lên" mà không rơi vào bệnh "ấu trĩ", để nhắm làm sao "cho hay" trước rồi mới bàn đến "tinh thần" và "ý hướng" sau … Các tác-phẩm *Kêu Thương* (chứng ngôn, dịch-thuật, An Tiêm, 1967), *Trẻ Guernica* (dịch-thuật, Lá Bối, 1968, nguyên tác của Hermann Kesten, Tam Ích "diễn" ra Việt ngữ theo bản tiếng Pháp của Blanche Gidon, Tam Ích giải thích tại sao ông không hẳn là *dịch* mà "ráng và thử" *diễn*: *"Diễn là hiểu cho đến cực tế cực vi ý của tác-giả, rồi đem ý ấy diễn ra việt ngữ – và nếu – có chữ nếu - diễn được cái* hay *thì cái* hay đó nằm luôn ngay trong việt ngữ *chẳng* hạn làm cho độc giả có ấn tượng là đương đọc tiểu-thuyết việt ngữ chứ không phải đọc tiểu-thuyết ngoại ngữ" ("Ngày lại ngày – Sổ tay văn-nghệ". *Giữ Thơm Quê Mẹ,* số 4, 10-1965, tr. 30). Ông còn cổ động kịch tiền phong: "Văn-chương Kịch tiền phong và … chúng ta" (đã đăng *Giữ Thơm Quê Mẹ,* số 3, 9-1965, tr. 44-50)

Phạm Công Thiện đăng một số bài viết về triết lý, như "Vài suy tưởng triết học – rút từ tập Nhật ký" (số 1), về siêu hình học,... nhưng trên GTQM, ông không đi xa trên con đường thử nghiệm triết lý khởi từ thân phận Việt-Nam. Hồ Hữu Tường cũng chỉ hồi tưởng và muốn truyền lại một số kinh-nghiệm làm văn-hóa và làm báo, viết văn.

Chinh Ba (tên thật Phan Tấn Nhựt, sinh năm 1934, nguyên quán Điện Bàn, Quảng Nam) chủ biên tạp-chí *Mã Thượng* và nổi với truyện ngắn Bài Thơ Trên Xương Cụt đăng *Giữ Thơm Quê Mẹ* (số 4, 10-1965) vẫn được xem là có ý phê bình chế độ kiểm duyệt, cuộc chiến giữa nàng Út Lệ và Ba Lò Heo là cuộc đấu tranh không thể tránh dù không muốn, giữa nghệ thuật và dao phay, giữa người "nghệ sĩ" và những áp đặt có hệ thống với mục đích cuối cùng phá đổ Tự Do và những đam mê nghệ-thuật – đó là nhận xét của độc giả, nhưng được yêu thích và xuất hiện trong tuyển tập Ảo Tượng (1966). Ngoài ra, Chinh Ba có truyện ảnh-hưởng Phật giáo như truyện ngắn "Đóa sen vàng" trong số 12 và ông còn là tác-giả vở kịch "Pho tượng Linh Mai" (số Xuân 7&8, 1&2-1966). [*Bài Thơ Trên Xương Cụt* sẽ được chọn làm tựa cho tuyển tập truyện ngắn của ông xuất-bản năm 2011 (NXB Trẻ)].

Dương Nghiễm Mậu có một số truyện ngắn nhưng không khác những truyện người đọc đã quen. Nguyễn Đức Sơn có một số truyện ngắn khai thác những góc cạnh tâm lý, tâm thần của con người sống ngột ngạt, khó khăn trong cuộc chiến.

Về thơ, một số tác-giả đã quen cùng với sự xuất hiện của một số tên tuổi và bút danh mới. Thi-ca ở đây cũng ca tụng tình-yêu, tình người và nói lên cả những ước nguyện hòa bình và chống chiến-tranh.

Luân Hoán tài tình gọn đưa tình-yêu vào một bài Ca Dao Tình-Yêu:

"Tóc em nối sợi chưa vừa
cột chân tôi động theo mùa nước sông
đêm kề hồn bến hư không
mái tranh sương giọt đầy lòng chiêm bao
sẩy tay em rót sầu vào
chết thân tôi hiện ca dao tạ đời
mai người buồn miệng ngâm chơi
may ra tôi được lên trời đầu thai" (số 5, 11-1965, tr. 4).

Kim Tuấn vẫn những nụ Xuân, hoa đào, luôn sẵn sàng "anh cho em mùa xuân", nhưng ở Nhìn Lại Mùa Xuân đã nhuốm màu buồn của cách biệt, chia xa,... - những gì đang xảy ra trên quê-hương:

"Đường đi dài bóng đổ / Mùa xuân xa chưa về
Chim trời bay mỏi cánh / Mây lưng chiều lê thê
Mắt em buồn vương vấn / Trăng xưa còn quên thề
Lúc nhớ nhà khói xám / Lạnh lùng in trời quê
Mùa xuân hoa đào nở / Xa em sao không về
Núi rừng thôi thương nhớ / Nước mắt nhòa bóng đêm (...)
Xuân hồng đôi má thắm / Khóc thương ai mong chờ
Khóc thương người xa vắng / Giấc ngủ đầy mộng mơ
Mùa xuân không trở lại / Còn nhớ ai mong chờ
Tóc xanh màu tuổi trẻ / Em còn nhiều mộng mơ
Anh còn như mây trắng / Lang thang khắp phương trời
Gió sương phai màu áo / Chiều nhớ nhà chơi vơi
Lúc dừng chân xứ lạ / Chợt thầm yêu cuộc-đời
Bước mòn năm tháng cũ / Có gì đâu em ơi
Mùa xuân hoa đào nở / Anh thầm yêu cuộc-đời"

(số 7&8, tr. 4)

Đinh Cường có Bài Ghi Từ Pleiku "tặng Kim Tuấn" khi đăng trên Giữ Thơm Quê Mẹ đã bị kiểm duyệt cắt 2 câu:

"Tôi năm trong phố chiến-tranh
Xe nhà binh chạy, dãy thành đạn reo
Bụi tung mù mấy đoạn đèo
Rừng âm u có người theo bước người
2. Sớm mai trở dậy qua đèo
Mù sương giăng bủa hiu hiu đất trời
[kiểm duyệt 2 câu, vốn là:
xác người còn thắm máu tươi
xác ai, ai nhận khi ra trận tiền]
3. Em về thành nội ngủ yên
Bước chân lau sậy trắng miền mộng du
Chiều qua ra đứng Biển Hồ
Nhìn đồi xa thấy xa mờ dáng em"

(số 7&8, tr. 5)

Anh Hoa: Nơi không gian núi rừng cao-nguyên, thi nhân một mình đối mặt với quá khứ, bạn bè và vui buồn cõi nhân sinh:

"Chừng như mưa đã vào mùa
Đường khuya im vắng rừng mờ hương đêm
Buồn nghe mưa lại buồn thêm
Xe tương lai chở lãng quên vào đời
Nhớ nhau tròn một câu cười
Mùa thu xưa vẫn nặng thời cổ sơ
Em về chết nửa giấc mơ
Một trang tâm sự bài thơ ân tình
Trăm sau ngàn trước mong manh
Lời ru thảo mộc túi hành trang theo
Đời như chiếc lá rụng vèo
Trót đa mang phải ít nhiều thương đau
Luyến lưu tự phút giây đầu
Chiều qua phố vắng nỗi sầu lên khuôn
Thương lên thác nhớ xuôi nguồn
Một vùng đêm lạnh nỗi buồn cố nhân" - Pleiku 1957

(Mưa Cao Nguyên, số 2, 8-1965, tr. 71)

Đề tài chiến-tranh và hòa bình, phản chiến đã bắt đầu ngay từ những số báo đầu nhưng về cuối mới rõ nét với những nghị luận, truyện ngắn khác. Trước hết, qua nhiều số báo nổi rõ những ước mơ hòa-bình: chiến-tranh hãy ngừng tay hiểm độc chỉ đưa đến những hận thù, chia rẽ. Trụ Vũ nhận ra những tình cảm khó khăn trong chiến-tranh , trong Còn Gì Để Lại Cho Em:

> *"... bây giờ còn có chi không*
> *cho em lệ mặn máu hồng quanh nôi*
> *cho em bom đạn tuyệt vời*
> *dặm thêm nốt nhạc điệu hời mẹ ru*
> *khung trời tiên của trẻ thơ*
> *cho em trái sáng đền bù trăng sao*
> *(...) cho em non nước đôi miền*
> *con dao xẻ nửa con tim mẹ nghèo*
> *cho em ghềnh đá cheo leo*
> *đường qua xứ nội những đèo cùng sông*
> *cho em xác mẹ ngoài đồng*
> *xác cha ngoài nội, xác ông sau nhà*
> *cho em mười bãi tha ma*
> *bắt buông cỏ lạnh tỳ bà gió lay..."*

(số 11, tr. 8-9)

Ước vọng cho người thân, từng người, và đất nước thân yêu, như Thái Tú Hạp với Lời Buồn Treo Cao:

> *"cho đêm bừng đóa mặt trời*
> *cho thân thể mẹ qua rồi đớn đau*
> *cho em tiếng hát ngọt ngào*
> *cho vùng suy tưởng chở vào giấc thương*
> *cho chim hoa bướm mùa xuân*
> *cho lời kinh kệ tan cơn oán thù*
> *cho tàn binh lửa đôi bờ*
> *cho cành dương nước cam lồ vô biên*
> *cho tiêu tan chuyện ư phiền*
> *cho quê-hương đẹp trăm miền tinh khôi..."*

(số 7&8, tr. 14)

Cũng như Xuân Thao (Lê Văn Thí, 1944, Đà Nẵng) đau buồn cho Đất Mẹ:

"Hãy nhìn xuống quê-hương này khốn khổ
Cây không xanh cho lịch-sử thêm già
Một dòng sông – đen như màu hắc ín
Chảy căm hờn trong từng nỗi can qua.

Và cuộc chiến lớn lên bằng với tuổi
Trên tay tôi còn ghi dấu lửa binh
Những thù hận đã đứng mờ biên giới
Thôi xa bay từng viễn tượng hòa-bình

Đạn vẫn nổ xẹt ngang đầu Tổ quốc
Lửa chiến chinh làm cháy mặt xém mày
Những hàng tre lòng âm thầm héo úa
Như quê-hương, như đất mẹ đắng cay

Khi nằm xuống ôm mặt trời đỏ lửa:
Quê-hương ơi! Và Tổ quốc tôi ơi
Vác lý tưởng trên vai làm khí giới
Tôi đi hoài cho máu lệ khôn vơi

Tiếng mẹ gọi hai mươi năm khản giọng
Nghe xanh xao từng điệu hát qua hồn
Ơi! Trường sơn mẹ giang tay ôm biển
Cho con xin, một phút, ngã vào lòng

('Lãnh Thổ Đen'; số 6, 12-1965, tr. 8)

Định Giang viết cho người tình, cùng với nàng có thể ngụp lặn trong chốn yêu đương, nhưng hình như cũng vẫn chỉ là ước mơ, một mai kia ... :

"1- bây giờ giặc giã chưa qua
em ngồi gục mặt rất là ăn năn
xác thân rã mục điêu tàn
quê-hương lửa đạn vô vàn đăm chiêu
môi hôn nước mắt tình-yêu
thân xe vết đạn nghe nhiều đắng cay
2- đêm đi giọng hát quê ngèo
tiếng ru bom đạn đẳng đeo quanh mình
em từ tiếng nấc hồi sinh
niềm đau hằn vết trên mình trẻ thơ
20 năm mãi đến giờ
quê-hương bạc mệnh vẫn ngờ chiêm bao
3- khi nhìn xuống vũng trần gian
thì cây cỏ đã cao ngang mái đầu

từ chinh chiến mất về đâu
bạn bè, bom đạn cày sâu quê nghèo
mẹ già nước mắt trông theo
vết thương tưởng niệm còn đeo đắng hoài
4- bây giờ giặc giã đã qua
người cùng ngựa nghỉ giáo và gươm quăng
gối tay mệt mỏi dáng nằm
khỏa thân em dựng căn phần nhân gian
lũng sâu và đó địa đàng
ngựa người gục mặt nghe tàn chiến chinh"

(Chiến-Tranh, Nỗi Bi Thảm Của Quê-Hương", số 2, tr. 6).

Vì thực tế đây đó vẫn còn là những tiếng khóc, những tang tóc, chia lìa...

Cuối cùng là thái độ *phản chiến*, vì văn-nghệ sĩ có người không chấp nhận ngừng lại ở những mong ước thụ động, cho nên phải nhập cuộc- một cuộc đấu tranh mới, như Thái Luân phản kháng, phẫn nộ vì cuộc chiến nồi da xáo thịt qua bài Đối Thoại Đêm 1953 (số 12) như một tuyên ngôn sau bài Hội Nghị Về Việt-Nam - thơ bây giờ đã nhập sâu vào cuộc chiến! GTQM cũng là nơi Phạm Duy khởi động những bài Tâm Ca trong số có bài phổ thơ Nhất Hạnh, ...

Giữ Thơm Quê Mẹ đã là tiếng nói văn-nghệ không truyền thống, chỉ tiếc đã ngắn hơi sau khi công khai thái độ chính-trị trước tình thế đất nước và cuộc chiến huynh đệ tương tàn!

*

Thiên Chúa giáo ngoài báo-chí của các dòng tu như *Đức Mẹ Hằng Cứu Giúp* của Dòng Chúa Cứu Thế, *Trái Tim Đức Mẹ* của Dòng Đồng Công, *Tin Vui* (tiếp nối tờ *Duyên Nghèo)* của Dòng Phan-xi-cô, *Tu Sĩ Việt-Nam* do Hiệp hội Tu sĩ chủ trương, sau thành tờ **Nhà Chúa**,… còn có tờ **Tinh Thần** của Nha Tuyên úy Công giáo, **Thông Cảm** của sinh viên Công giáo (1957-59), **Đắc Lộ** của một nhóm sinh viên thuộc Trung tâm cùng tên, *Đức Mẹ La Vang* (8-1961 đến 1964) của LM Trần Văn Tường, *Đạo Binh Đức Mẹ* của phong trào Đạo Binh Đức Mẹ Trung ương, *Sao Việt* sau đổi thành *Hiệp Sống* của Hiệp hội Thánh mẫu Việt Nam, *Saserdos* 'linh mục nguyệt san' do LM Nguyễn Viết Cư (Công giáo Tiến hành) phụ trách, tuần báo **Thắng Tiến** của LM Phan Văn Thăm nối tiếp truyền thống *Nam-Kỳ Địa Phận*, **Việt Tiến** (1958-1959) nguyệt san, sau biến thành *Tiến Hành* (1964-1967) của LM Thanh Lãng, *Ra Khơi* (1956?) của Học hội Ra Khơi, *Lúa Mới* (số 1, 10-1-1959) của Hiệu đoàn Nguyễn Bá Tòng,… Các tờ thiên về văn học như ***Trách Nhiệm, Nguồn Sống, Đường Sống*** (chủ nhiệm LM Vũ Đình Trác), ***Văn Đàn*** do một số linh mục và các nhà văn công giáo đảm trách. ***Trách Nhiệm*** là tuần báo với LM Thanh Lãng, Phạm Việt Tuyền, Lê Thành Trị chủ biên, số 1 ngày 15-8-1960 và hình như ngưng sau số 16 ngày 1-12-1960 (trùng tên *Trách Nhiệm* là nội san của Lực lượng Dân chủ Việt Nam).

Hội Thánh **Tin Lành** Việt Nam có tờ *Nguyệt san **Thánh Kinh, Thánh Kinh Báo*** đã bắt đầu từ 1931, năm 1954 bộ 20, và đình bản năm 1975 với số 423; ***Rạng Đông*** ra giữa thập niên 1960 và cũng ngưng năm 1975 với số 110; *Hừng Đông Tin Lành* do mục sư Đoàn Văn Miêng và Nguyễn Văn Vạn chủ trương nhắm phân phối cho các tín đồ Tin Lành. Hội Thánh còn lập Nhà xuất bản Tin Lành.

Hội **Khổng-học Việt-Nam** (sau thành Tổng Hội Khổng Học) có tạp-chí **Minh Tân**, sống khá thọ, ra đời năm 1957 và số cuối năm 1974, chủ-nhiệm kiêm chủ-bút Nguyễn Trúc, về sau Hoàng Nam Hùng làm chủ nhiệm, chủ bút Hoàng Văn Bình. Trong số ra mắt *Minh Tân* tuần báo đăng lời tuyên cáo của Ban Quản trị lâm thời Hội Khổng học Việt Nam: *"Khổng học là một triết lý dạy người phải tùy thời đổi mới để thích hợp với định luật tiến hoá của xã hội loài người. Ngoài triết lý nói trên, Khổng học còn dạy đời các luân lý chính trị, kinh tế, văn nghệ chứa đựng rất nhiều trong loại sách Ngũ kinh, Tứ thư... Chúng tôi thành lập Hội Khổng học Việt Nam với mục đích bảo tồn, phát huy và phổ biến những tinh túy của Khổng học, nhất là phần đạo đức luân lý và triết lý là việc rất cần để giữ vững tinh thần dân tộc, chống chọi vớichủ nghĩa tam vô của cộng sản độc tài..."* Báo phổ biến giáo lý Đạo Khổng, có những bài như Lược Khảo về Khổng học (Lê Phục Thiện), Chí hạo nhiên của kẻ sĩ (Lê Minh Chính), Vấn-đề lịch trình chuyển hoá vạn vật trong Phật giáo (Tam Ích), Đi tìm địa vị Khổng học (Minh Đạo), v.v. Bên cạnh một số bài về văn-học, chính-trị, v.v.

Sinh Lực, "cơ quan ngôn luận của Hội Khổng học Việt-Nam" (1957-1961?) Võ Văn Trưng chủ nhiệm, Hà Huy Liêm chủ-bút, Uyên Thao tổng thư ký tòa soạn, cộng tác của Lam Giang, Hồ Nam, Hoài Khanh, Thế Phong, Thanh Hữu (Lê Công Tâm), ... [trùng tên báo với tờ *SL* "Thanh niên thể thao" sau 1954 ở Hà-Nội].

Tỉnh Hội Việt-Nam Cổ Học xuất-bản các đặc san bất định kỳ như ***Cổ-Học Tinh-Hoa Văn Tập***, và các Tỉnh Hội như ở Quảng Nam cũng ra các số đặc-biệt (1962, khánh thành Khổng miếu và đài kỷ-niệm), … (**28**)

Báo chí của đạo **Cao Đài** thời này có tờ ***Việt Chinh*** của Tổng Hội Cao Đài ra đời từ năm 1954, tòa soạn tại Tây Ninh, sau chuyển về Sài Gòn. Tờ ***Tiến*** với tôn chỉ là cơ quan tranh đấu của chiến sĩ Cao Đài.

Phật giáo Hòa Hảo có nguyệt san ***Giác Tiến*** (1956) do Bùi Xuân Cứ, Vương Kim, Phan Bá Cầm làm chủ nhiệm, chủ bút, có những bài giáo thuyết của Huỳnh Phú Sổ còn gọi là sấm giảng. Đạo Hoà Hảo sau năm 1963, thêm nhiều tờ khác như *Đuốc Từ Bi, Sống Vì Đạo, Hướng Đạo, Thân Đạo, Ánh Đạo, Đuốc Huệ,* …

*

Báo-chí sinh viên

Nghiên cứu về nền văn-học miền Nam giai đoạn 1954-1975 không thể bỏ qua "mảng" báo-chí sinh viên từ các phân khoa đại-học công cũng như tư (cũng như các đặc san của học sinh trung học thường do học sinh đệ nhị cấp đảm trách và bài vở, và phần lớn các trường trung học đều có ra giai phẩm Xuân ngoài các số báo trong năm học), vì các ấn phẩm này mang những nét đặc-biệt của thanh niên thiếu nữ của một thời đại nhiều biến động, từ ngay sau Hiệp định chia đôi đất nước 20-7-1954, biến thiên theo thời sự chính-trị, xã-hội sôi động cho đến biến cố 30-4-1975, và từ địa đầu miền đất Thần-kinh cho đến vùng đồng bằng sông Cửu-long. Về hình-thức, báo-chí sinh viên xuất hiện dưới hình thức in ấn với giấy phép của chính quyền cũng như dưới dạng "văn-chương xám" in ronéo và phát hành bán chính thức cũng như ngoài vòng cương tỏa của luật pháp.

Ngay khi làn sóng di-cư từ miền Bắc và Bắc Trung-Việt vào bên này vĩ-tuyến XVII, đã xuất hiện những tờ báo của thành phần sinh viên di cư, như *Lửa Việt là đặc san của Hội Sinh viên Đại học Hà-Nội vừa định cư ở miền Nam (tập trung ở các trại di cư vùng Sài-Gòn) do Trần Thanh Hiệp làm chủ-nhiệm, Nguyễn Sỹ Tế chủ-bút - nhóm chủ trương còn có Thanh Tâm Tuyền và cộng tác có Doãn Quốc Sỹ, Lữ Hồ, …; báo chỉ ra được vài số trong năm 1954 và ngưng xuất-bản đầu năm 1955 với số Xuân "Chuyển hướng". Tinh thần "sinh viên" này được* tiếp nối ngay sau đó với *Người Việt,* một tuần báo văn-nghệ xưng là "*diễn đàn tiền phong đấu tranh văn-hóa*", Doãn Quốc Sỹ làm chủ-nhiệm/trưởng nhóm, Thanh Tâm Tuyền thư-ký tòa-soạn cũng sống không thọ, ra bộ mới và đình bản vào cuối năm 1955 với số 4 đặc biệt chủ đề Sáng Tạo [trong số các bài có thơ Còn Sáng Tạo, Ta Hãy Còn Sáng Tạo của Quách Thoại]; gồm những cây bút chính là: Thanh Tâm Tuyền, Trần Thanh Hiệp, Doãn Quốc Sỹ, Nguyễn Sỹ Tế, Quách Thoại và Mai Thảo bên cạnh Trần Việt Hoài, Trọng Lang, Nguyễn Đức Quỳnh, v.v. và ngoài ra còn là nơi xuất hiện lần đầu tiên thơ văn của Mai Thảo, Nguyên Sa, Quách Thoại, v.v. *Có thể nói tạp-chí Sáng Tạo* của Mai Thảo được hình thành sau đó đã bước đi từ hai tờ báo sinh viên *Lửa Việt* và *Người Việt* này. Mặt khác, tạp chí *Văn-Học* do Phan Kim-Thịnh sáng lập kiêm chủ nhiệm và chủ-bút Dương Thứ-Lang (Dương Kiền) mà số đầu tiên ra ngày 1-11-1962, cũng bắt nguồn từ phong trào sinh viên – những sinh viên di cư cuối hoặc đợt cuối tốt nghiệp, cùng thế hệ sinh viên từ miền Trung vào thủ đô Sài-Gòn.

*

Cho đến khi chế độ đệ nhất Cộng hòa bị lật đổ bởi cuộc đảo chánh 1-11-1963, báo-chí sinh viên mới thực sự bùng phát và/hoặc gây hương sắc "sinh viên" thời đại ngoài xã-hội nhiễu nhương nhưng sinh viên đầy lý tưởng muốn bộc lộ, thi thố. Báo-chí sinh viên nổi tiếng ở thủ đô Sài-Gòn có tờ Tình Thương của sinh viên Đại học Y khoa Sài-Gòn, *"cơ quan tranh đấu văn-hóa xã-hội của sinh viên Y Khoa"*, số ra mắt tháng 6-1964 và số cuối năm 1967 (sau số 29, 1966). Báo có giấy phép và được in ở nhà in Trường Sơn nhờ quảng cáo của các dược-phòng và viện bào chế, và báo cũng bán phổ cập ra cả các tiệm sách và quầy báo. Theo nhà văn Trang Châu thì báo bị Tổng trưởng Thông Tin rút giấy phép (*Tập san Y Sĩ* (Montréal) số 184, 1-2010, tr. 97) và theo Ngô Thế Vinh tổng thư ký từ số 9 (1964), thì báo đình bản khoảng tháng 8-1967 (*TSYS* đã dẫn, tr. 47). Chủ nhiệm Phạm Đình Vy, chủ bút Nguyễn Vĩnh Đức, tổng thư ký Trần Xuân Dũng, *Tình Thương* nổi tiếng vì xuất hiện vào thời miền Nam đầy những biến động và cũng đã là đất nẩy mầm một số tài năng văn-nghệ trẻ như Ngô Thế Vinh (vừa xuất-bản *Mây Bão* cuối năm 1963), Trang Châu (thơ và những chương đầu của *Y Sĩ Tiền Tuyến*, Trần Mộng Lâm (truyện ngắn), Đỗ Nghê (Đỗ Hồng Ngọc, tập thơ in ronéo *Tình Người* 1967), ... với sự cộng tác của các giáo-sư và văn-nghệ sĩ bên ngoài. Cổ động cho một quan niệm Y khoa "nhân bản" cũng như phân định lập trường trước tình hình đất nước – báo có tiếng nói của cả hai khuynh-hướng: một nghiêng về các phong trào tranh đấu nóng bỏng lúc bấy giờ và khuynh-hướng chuyên môn của khoa ngành, học để giúp đời! Báo có những mục phiếm luận, tin tức sinh hoạt, biên-khảo, nghị luận, phỏng vấn, dịch-thuật, thơ và truyện ngắn,... Các số đặc-biệt có thể ghi nhận: Số 15: Khả năng viện trợ Mỹ và tình trạng chậm tiến của VN; Số 16: Hòa bình hay chủ bại; Số 17: Những vấn đề thanh niên; Số 18: Thanh niên hướng về nông thôn. Chính trị và dân chủ. Nền tự trị đại học…; Số 20: Kỷ niệm năm thứ hai Ngày Tranh đấu của sinh viên thanh niên; Số 21: Những vấn đề trọng đại của quốc gia; Số 22: Quân đội và chính trường; Số 23: Viễn ảnh chính trị miền Nam; Số 24: Số đặc biệt Đại Hàn: Chiến tranh và hòa bình; Số 25: Vấn đề chủ quyền VN – những sự thật về Fulro; Số 28: Nông thôn Việt Nam và công thức Kibbutz Do Thái; Số 29: 96 phút với Thượng tọa Trí Quang. Đặc-biệt *Tình Thương* đã đăng "Nuôi Sẹo", tiểu-thuyết di-cảo của nhà văn vấn số Triều Sơn - sau đó tạp-chí *Văn* (số 34, 15-5-1965) có đăng lại một chương trong số đặc-biệt "Truy niệm Triều Sơn". Và còn phát hành những *Tình Thương Phụ Bản* (như số 2, 11-1964, yểm trợ cho Phong trào Cứu lụt miền Trung), v.v. Một số cây viết như Đặng Vũ Vương cổ động cho một ngành y khoa "nhân bản" nhắm *"làm nhẹ bớt khi không trị khỏi được, và an ủi khi không thể trị khỏi hoặc làm nhẹ bớt đi được"* với tin tưởng rằng *"người y sĩ sẽ chiếm một địa vị một ngày một quan-trọng trong xã-hội mới"* đưa đến kết luận *"Nhân cách của người y sĩ vượt khỏi chức vụ chuyên môn của người thầy thuốc để còn bao trùm tất cả các kiến thức khoa học lẫn cái tiềm thể văn-hóa (potential culturel) tạo nên hình bóng muôn thuở của 'người áo trắng' qua dòng lịch-sử và, giữa những biến cố đảo điên của loài người, tượng trưng cho hình ảnh tươi đẹp của một nghệ sĩ luôn luôn đi sát với thân phận con người để hứng lấy trách nhiệm nhân bản của một trí thức gia đã hấp thụ tinh thần đại học"* ("Sự xúc tiến ngành y học". *Tình Thương*, số 9, 9-1964; trích từ *TSYS* đã dẫn, tr. 122, 123 &124). *Tình Thương* đã thực sự là tiếng nói trí thức của sinh viên miền Nam không thân chính quyền và cũng không thiên Cộng – mà còn chặn đứng được những mưu toan chi phối, uy hiếp của những thành phần tay sai của Việt-cộng!

Đất Sống của đại học Dược khoa, chú tâm phần sinh hoạt của phân khoa và công tác của sinh viên bên cạnh thơ văn trăn trở về thời thế và đất nước, do Bùi Khiết sáng lập và chủ-bút. Cũng như tờ *Tình Thương, Đất Sống* in ở nhà in Trường Sơn của nhà văn Nguyễn Thị Vinh.

Đại học Văn khoa có tờ *Đại Học Văn Khoa* (1960 - 1968 ?), tờ *Văn Khoa* xuất-bản những năm 1967-1974 (?) với bài vở của giáo-sư và sinh viên, tờ *Đối Thoại* số ra mắt ngày 15-6-1966. Sau đó có tờ *Đất Sống* số 1 (Xuân 1970),... Ban ngành cũng có đặc san, tập san như *Nghiên Cứu Triết Học* (số 1, 1971) của ban Triết,...

Tờ *Văn Khoa* trong số Xuân 1963 có bài "Thoát nhìn tiểu-thuyết Việt-Nam", 'sinh viên' Nguyễn Thu (62) nhận định khá khắt khe: *"Tóm lại thoát nhìn tổng quát tiểu-thuyết Việt-Nam năm nay ta thấy thật tình không được vừa ý, tác-giả viết theo kỹ thuật cổ, tư tưởng cổ và những suy nghĩ quá đơn giản. Người đọc chỉ gặp những sự kiện dễ dãi để chấp nhận chớ không bắt gặp những gì có thể làm thỏa mãn đầu óc muốn làm việc của họ. Người đọc cũng không thấy nhiều ở đây những tiểu-thuyết đọc lại nhiều lần. Những tiểu-thuyết có thể là món ăn một đời mà chỉ có những món ăn một buổi, một lần. Muốn bổ khuyết điều này, ta có thể viện đến Thành cát Tư Hản của Vũ Khắc Khoan, nhưng đây lại là một vở kịch và chúng ta đương bàn về tiểu-thuyết"* (tr. 90).

Đối Thoại có số Xuân 1967 đặc biệt "Nhìn lại 12 năm phân ly", ban chủ-biên đã tường tình lại cuộc thảo luận với 3 câu hỏi về chiến-tranh quê-hương hỏi các thức giả, giáo-sư, tìm hiểu "1-nguyên nhân của sự phân ly; 2-hậu quả của sự phân ly; và 3-cuộc chiến hiện tại có giải quyết được sự phân ly không?". Cuộc thảo luận không thu hút được nhiều người, chỉ vài nhà báo, văn nghệ sĩ và ban chủ trương tờ báo, như họ cho biết: *"đã thất bại cũng như đã thất vọng"* cho quyết định khó khăn đó: *"Khó khăn trước hết chính là sự ấu trĩ của chúng tôi trước một vấn-đề to rộng là thế. Đã mười hai năm qua rồi. Mười hai năm, bà mẹ già Việt-Nam tính nhẩm ngón tay: Vừa tròn một giáp. Mười hai năm, chúng tôi những kẻ trên 20 và chưa quá 25, từ những cậu bé con tiểu học nay đã trở thành lớn khôn đủ để thấy mình phải mang trên vai một trách vụ quá nặng nề. Mười hai năm, bạn bè chúng tôi cũng vì trách vụ đó, nhiều đứa đã chết đi, nhiều đứa còn đang gian khổ nơi núi cao, rừng thẳm. Mười hai năm, những đứa còn lại như chúng tôi đang tìm đến nhau để nhìn lại mười hai năm, tuổi trẻ nghẹn ngào, mười hai năm đất nước cắt chia. Tuổi trẻ chúng tôi đã phải gánh chịu tất cả mọi hậu quả của sự cách chia đó, mà về nguyên nhân thì chúng tôi chỉ được nghe, được đọc lại. Khiếm khuyết là như vậy, sao không cảm thấy khó khăn. Chưa kể đến những vấn-đề nan giải khác, như những điều chúng tôi thực hiện liệu có được gửi đến quý bạn không, những điều chúng tôi tìm hiểu, thăm dò liệu có được đáp lại bằng cảm thông cởi mở..."* (tr. 72). Trong số tham dự hội thảo, nhà văn Nguyễn Mạnh Côn đã nói với sinh viên *"Hiện tại như chứng tỏ rằng Đông phương cũng như Tây phương đều đã sai. Trung Cộng có thể coi như Cao nhất bên Đông cũng không làm được gì. Mỹ cũng không làm được gì. Nhưng tại sao tôi lại nói đến các Anh? Xã-hội chúng ta đang ở trong tình trạng phân hóa cao nhất. Nhưng phân hóa đến cực độ thì có thể tổng hợp. Không do người này thì do người khác. Các anh đừng để cho những tư tưởng có sẵn chi phối mình, đừng làm học trò, vị họ đã sai. Phải cố làm cái mới. Ít tuổi phải tìm, phải hiểu cái cũ để làm cái Mới, nhưng đừng chịu nó, và các anh cũng đã tỏ ra không chịu, nên mới có buổi nói chuyện hôm nay. Phải làm một cuộc cách-mạng xây dựng một xã-hội mới. Vấn-đề phân ly không quan-trọng đâu. Với phương tiện giao thông, với những tiến bộ về mọi mặt, ranh giới sẽ phải xóa bỏ. Đã đến lúc phải tìm hiểu lại mọi giá trị cũ, để tìm ra những cái mới. Hãy mở tâm hồn, bỏ những thói quen, bỏ tính nghe thiên hạ đồn đại, bỏ mọi thành kiến. Cần nhất phải nhìn cho rõ, thấy cho tận. Nó sẽ hình thành một tâm hồn tự do"* (tr. 83). Trong số đã gởi tham-luận có luật sư Trần Thanh Hiệp: *"... một cuộc phân ly đã thực sự xảy ra trên mười năm với sự đối diện của hai ý thức hệ cộng-sản và tự do, một cuộc phân ly như thế không thể chấm dứt bằng chiến-tranh không thôi. Mà còn phải có sự tác động lâu dài của văn-hóa. Vì khi mà mầm mống sự phân ly còn nằm trong tâm hồn mỗi người thì không thể nói đã giải quyết được sự phân ly"* (tr. 99). Nhà văn Võ Phiến cũng góp tham luận cho rằng: *"Càng lâu hậu quả của cuộc phân ly Nam Bắc càng thêm tai hại và trầm trọng. Chỉ nghĩ đến 12 năm qua thôi, chắc chắn đã nhiều lắm (...) Sinh viên Văn Khoa ở Bắc và Nam trên văn thể may ra chỉ gặp nhau đến Nhất Linh, Khái Hưng v.v. đến đó là hết. Những thơ những truyện ra đời sau đó ở miền Nam thì ngoài Bắc không đọc được, ra đời ở miền Bắc thì trong Nam không đọc được. Đôi bên chia tay nhau ở một ngã ba cách đây đã xa lắc xa lơ. Nhất Linh, Khái Hưng thuộc về văn-học sử, chứ dính líu gì đến cuộc sống hiện-tại của chúng ta rất ít. Cả một lớp thanh niên không trao đổi được văn thơ cho nhau, không theo dõi được cảm nghĩ của nhau, không hay biết gì tới cuộc sống tinh thần của nhau (...) Tình trạng qua phân càng kéo dài chừng nào chúng ta càng mất lần các mối dây liên lạc tinh thần, tình cảm chừng ấy càng khó thông cảm nhau (...) Sài-Gòn và Hà-Nội không nhích gần thêm được chút nào. Trái lại, khoảng cách tinh thần càng ngày càng rộng thêm!"* (tr. 101-2).

Tập san Sử Địa là một "*tập san học thuật, khảo cứu giáo khoa do một nhóm giáo-sư, sinh viên Trường Đại học Sư phạm Sài-Gòn chủ trương*" phát hành mỗi 3 tháng, Nguyễn Nhã đứng tên chủ-nhiệm và Phạm Thị Hồng Liên quản lý, và với sự bảo trợ của ông Nguyễn Hùng Trương chủ nhà sách Khai Trí. *Tập San Sử Địa* ra được cả thảy 29 số, số 1 ra ngày 27-2-1966 và đình bản năm 1975. Ban chủ biên tập san có sự tham gia của giáo sư, sử gia và chuyên gia cũng như các nhà văn-hóa khác. *Tập san Sử Địa* xuất phát từ *Tin Sử Địa*, nội san của "Nhóm Sử Địa Đại học Sư Phạm Sài Gòn". *Tin Sử Địa* sau trở thành *Nội San Sử Địa* mà số 4 (1969) với nội-dung có các bài Thực chất và huyền thoại của nhóm trí thức Cấp tiến, Sách lược Nguyễn Văn Trung,... đã đưa đến khủng hoảng ở Đại học Văn Khoa (bị sinh viên nhục mạ trên Nội san này, GS Nguyễn Văn Trung từ chức Khoa trưởng, Lê Trung Nhiên từ chức Phó khoa trưởng và các giáo-sư Lâm Thanh Liêm, Bùi Xuân Bào (TB Ban Pháp Văn), Thanh Lãng (TB Ban Việt Văn), Nguyễn Thế Anh (TB Ban Sử Địa) và Nguyễn Duy Cần (TB Ban Triết Đông) đồng loạt từ chức. Nguyên Sa cũng từ chức giảng viên của Đại học Văn khoa. Viện trưởng Đại học Sài-Gòn đã phải can thiệp và giải quyết sau đó).

Đại học Sư phạm Sài-Gòn có những *Giai phẩm Mùa Xuân Tiếng Nói Sư Phạm* (1966). Sinh viên Đại học Đà Lạt có tờ *Diễn Đàn Sinh Viên* (1965-1967?). Sinh viên Vạn Hạnh có *Hướng Đi* (số 1, tháng 8-1970), v.v.

Thời này không thể không nói đến những tờ báo sinh viên in ronéo và/hoặc không giấy phép của Bộ Thông tin. Các Tổng Hội Sinh viên Sài-Gòn và Huế tùy nhiệm kỳ và có tranh đấu hay không, cũng xuất-bản báo-chí phần lớn in ronéo và có tính nội bộ, cả còn xuất-bản sách, như *Phác họa dự án cải tổ Đại-Học Văn Khoa* (Sài-Gòn, 1967. 71 tr.), bộ "Tiếng hát những người đi tới" mà số 2 là kịch thơ *Tiếng Gọi Lam Sơn* của Trần Quang Long (THSV SG, Hội Sinh viên Sáng-tác, 1968) hay tuyển tập *Thơ Văn-Khoa* của nhà xuất-bản Sinh Viên do Đi Tới ấn hành năm 1970. Tờ *Sinh Viên* chẳng hạn, trong số 6 (10-1967) đã tỏ ra công khai thân Cộng khi đăng bài của Nguyễn Trọng Văn nhưng ký Nguyễn Văn Bảy "Phê bình quan điểm cách-mạng xã-hội của hai ông Nguyễn Văn Trung và Lý Chánh Trung" (tr. 14-39). Bài đăng xong thì Uỷ viên Báo-chí Tổng hội Sinh viên Sài-Gòn Trần Triệu Luật "thoát ly" vào bưng và báo bị tịch thu, đưa đến việc chủ-bút và một Chánh sự vụ (Võ Phiến) Bộ Thông tin bị tống giam vì đã cấp giấy phép xuất-bản (chủ-bút bị án 5 năm tù ở) *[Đừng lầm với tờ trùng tên Sinh Viên,* "tiếng nói của sinh viên liên viện" của "Hiệp hội báo-chí sinh viên miền Nam" (số 1, 28-3-1972) do Việt-cộng lèo lái – cùng trường hợp với những tờ *Tiếng gọi học sinh, Sinh viên Sài Gòn,...].*

THSV Sài-Gòn sau ra bộ mới số 1 năm 1968 sống đến 1972. THSV Huế cũng có báo cùng tên *Sinh Viên (*số 1, 11-1964), v.v. THSV Vạn Hạnh sinh sau, số 1 ra tháng 8-1971.

Sinh viên Công giáo có các tờ *Thông Cảm* (1957-59, rồi 1961-1963), Tổng Liên đoàn sinh viên Công-giáo Việt-Nam có tờ *Hiện Diện* (số 1, 7-1970), *Đắc Lộ* của một nhóm sinh viên thuộc Trung tâm cùng tên. Sinh viên Phật tử có tờ *Tin Tưởng năm 1968.*

Các nhóm, hội ái hữu hoặc cựu sinh viên cũng có truyền thống ra tạp-chí, đặc san, như tuyển tập *Văn Khoa* – phụ đề "khảo cứu-phê-bình-dịch thuật" của "một nhóm giáo chức các Đại Học Văn Khoa Việt-Nam" xuất-bản mà số Đinh tập 1975 chủ đề "Kỷ niệm 25 năm thành lập Đại học Văn khoa Việt-Nam" do Sơn Hồng Đức chủ-nhiệm, Đặng Phùng Quân, Nguyễn Thiên Thụ và (Lạp Chúc) Nguyễn Huy phụ trách tòa soạn và bài vở, v.v. Như *Hoài Bảo* của Hội Cựu Sinh viên Quốc-gia Hành Chánh số 1 ra ngày 4-4-1966 và hình như sống đến năm 1971,...

Từ sau đảo chánh 1-11-1963 đến năm 1968 đã là một thời hỗn loạn chính-trị, báo-chí trăm hoa đua nở với nhiều hiện-tượng đặc biệt (tôn giáo rõ nét nhưng chia rẽ, lãnh tụ nhiều và con rối, nhà báo mới muốn dựng sự nghiệp, đòi hỏi, ...). Một số báo-chí do chính quyền và các thế lực chính-trị, tôn giáo tài trợ hoặc chủ động điều khiển. Báo-chí và sinh hoạt văn-nghệ bắt đầu bị ảnh-hưởng thương mại, thời thượng (phim ảnh, truyện chưởng Kim Dung, truyện Quỳnh Dao, Lý Tiểu Long, v.v.). Báo-chí sinh viên cũng bị cuốn theo cơn bão thời thế và lòng người. Từ 1968 đến biến cố 30-4-1975, miền Nam chuẩn bị kết thúc một cuộc chiến-tranh quốc-cộng, báo-chí càng nhập cuộc. Năm vùng, tay sai, trí thức thiên tả (MTGPMN, Hội này nọ, Tổng hội sinh viên, ...) khuấy động môi trường báo-chí cùng lúc các nhà văn hóa, văn-nghệ tự xưng hoặc được gọi là 'phản chiến', 'lương tâm' một chiều liên tục ra mắt, ra báo, lên tiếng. Sinh viên, giáo-sư và tổng trưởng Giáo dục bị ám sát, thương tật, số khác trở thành yếu nhân quốc-gia và cả Cộng-sản. Hơn bốn, năm thập niên sau nhìn lại, niềm kiêu hãnh nếu có thiển nghĩ đã không thể xóa được thương tật thể-chất cũng như trí thức nơi con người Việt-Nam!

*

Cũng cần nhắc lại những tạp-chí do viện trợ **Hoa-Kỳ**: Ngoài tờ *Sáng Tạo* còn có các tờ *Thông Cảm, Đối Thoại, Việt-Mỹ* (song ngữ Anh-Việt của Hội Việt-Mỹ), *Văn Học Mỹ* (sau đổi thành *Diễn Đàn Mỹ* mục-đích giới thiệu văn-hóa Hoa-Kỳ). Phổ thông hơn thì có nguyệt san **Thế Giới Tự Do** do Phòng Thông tin Hoa Kỳ USIS xuất-bản từ năm 1952, in màu, phát không, cùng với những tổ chức viện trợ khác như JUSPAO, ASAID, Asia Foundation, ... như muốn phổ biến một thứ văn-hóa đại chúng (cùng với quần jean, kẹo chewing-gum, nước coca-cola, v.v.) cùng cái gọi là ý thức hệ tự do, dân-chủ (trong khung cảnh *chiến-tranh lạnh* lúc bấy giờ). Phòng Thông tin Hoa Kỳ còn xuất bản nguyệt san **Hương Quê** "tạp chí nghiên cứu nông thôn-lâm sản ", đặc biệt mỗi số đều đăng truyện của các nhà văn Bình-Nguyên Lộc, Sơn Nam - sau này được sưu tập và xuất bản (*Hương Quê-Tây đầu đỏ và một số truyện ngắn khác.* NXB Trẻ, 2006; ...).

Báo thiếu nhi, tuổi trẻ

Báo-chí cho **thiếu nhi, tuổi trẻ** cũng khởi sắc với những tạp-chí **Tuổi Hoa** do LM Chân Tín làm chủ nhiệm, Nguyễn Trường Sơn sáng lập, một nguyệt san ra đời đầu năm 1963, với nội-dung lành mạnh, xây dựng và đặc biệt có minh họa của R. Nguyễn và nhất là Vi Vi; báo còn xuất-bản hàng trăm tập truyện để lại nhiều dấu ấn nơi người đọc và mở đường văn-học nghệ-thuật cho một số tác-giả trẻ [sau 1975 trong nước đã tái-bản một số tác-phẩm này]. Cạnh là tờ **Tuổi Xanh** không đặc biệt lắm. Nhà Ziên Hồng có tờ bán nguyệt san **Thanh Hoa**, chủ nhiệm Lê Bá Kông. **Cờ Lau** là một tuần báo, do Tam Lang làm tổng thư ký, Trúc Sĩ thư ký, số đầu ra mắt tháng 10-1962 và thay đổi nhiều lần hình-thức cũng như nội-dung. Nhà văn Nguyễn Thạch Kiên (Nguyễn Văn Khánh, 16-8-1926 - 2008) có tờ **Tinh Hoa**, một tuần san (số 1 ra 8-12-1968 đến 1969), về sau đăng cả truyện kiếm hiệp rồi đình bản. Tuần báo **Bạn Trẻ** của Phạm Giật Đức, nhắm học sinh tiểu và đầu trung học, về sau cũng đăng truyện quái đản theo thị hiếu của người đọc. Bán tuần san **Tuổi Trẻ** chủ nhiệm Trần Thiện Phúc, chủ bút Ty Ca, với tôn chỉ "vui, giải trí, bổ ích" đủ các mục, cả truyện, in ốp-xét 3 màu khiến vài đồng nghiệp phải bỏ cuộc. *Tuổi Trẻ* nội-dung hình-thức nhắm giáo dục nhưng không quên khía cạnh thương mãi, ngoài ra "gia-đình Tuổi Trẻ" còn tổ chức họp bạn. Ngoài ra còn có các tờ *Măng Non* (bán tuần san, chủ nhiệm Văn Đạt), **Sống Mạnh** của Lê Văn Duyện (tức Người Thăng Long tác-giả *Hà-Nội Ngày Nay* 1961, *Thi Ca Miền Bắc* 1965, ...), *Bé Ngôn Bé Luận* vốn là phụ trang của nhật báo *Ngôn Luận* (sau tờ nhật báo *Tân Luận* của nhóm tách ra do đó cũng phải có phụ trang *Bé Tân Bé Luận*), v.v.

Năm 1968, Duyên Anh chủ trương tuần báo **Búp Bê** sau khi đã phụ trách trang Búp Bê cho nhật báo *Công Luận*. Sau đó, ông chủ trương tuần báo **Tuổi Ngọc** ("tuần báo của yêu thương", 1969-1975) ông làm chủ-nhiệm kiêm chủ-bút, Đặng Kim Côn quản lý, số 1 (18-7-1969) - ngưng với số 24 (2-1-1970); bộ mới, Anh Chi (Đinh Tiến Luyện) làm thư-ký tòa-soạn, số 1 (27-5-1971), số cuối 157 (1975). Tiêu chí "báo của yêu thương" ban đầu, đổi lại không lâu (b.m., số 1-62) là "tuần báo của tuổi vừa lớn" rồi trở lại tiêu chí cũ. Nơi trang đầu số 1 bộ mới, Duyên Anh cho biết: *"Mỗi lần xuất bản báo là một lần hồi hộp. Như cậu trai vừa lớn chờ đợi người tình ở gốc cây. Cây khuất nhất trước cổng trường con gái. Như thí sinh làm bài dở chờ đợi nghe kết quả. Không sai chút nào. Tuổi Ngọc. Tuần báo của tuổi vừa lớn, xin được coi giống như một bài thi làm dở của thí sinh chăm học. Và bạn đọc sẽ là thầy chánh chủ... khảo tuyên bố kết quả. Nếu bạn phán hai tiếng "Đọc được" có nghĩa là Tuổi Ngọc đã đậu vớt"*. Tuần báo rất được độc giả yêu chuộng, bài vở và truyện thơ của Duyên Anh, Mai Thảo, Nguyễn Xuân Hoàng, Mường Mán, Đinh Tiến Luyện, Đinh Hùng, Nguyễn Tất Nhiên, Hoàng Ngọc Tuấn,... và là nơi đã đăng-từng-kỳ các truyện dài nổi tiếng một thời như *Phía Ngoài Cửa Lớp* (Mai Thảo), *Tôi Và Em* (đăng dở dang, Hoàng Ngọc Tuấn), *Quán Trọ Tuổi Trẻ* (Duyên Anh), *Trang Nhật Ký Của Quỳnh* (Đinh Tiến Luyện), *Huyền Xưa* (Từ Kế Tường), ... Thư chủ-nhiệm Vũ Mộng Long trên số báo Tết 1-1975 "Tuổi Ngọc Xuân Hồng", xin ghi lại để tham khảo: *"Bạn ngọc,*

Viết thư xuân vào một ngày cuối mùa đông nên trong thư còn phảng phất đôi chút gió lạnh hiếm hoi của tháng chạp miền Nam. Đã trở thành thông lệ cho những giai phẩm Xuân là gửi lời chúc Tết bạn đọc từ hôm ông Táo chưa lên chầu tời. Tôi thấy có cái gì rất gượng ép, gượng ép đến thành giả tạo mà chính mình cũng vấp váp nhiều lần. Vậy lần này không vấp váp nữa, lần này để dành lời chúc tết nồng nàn cho tháng giêng, cho số Tuổi Ngọc Tân Niên rất đông đầy khởi sắc, mới lạ. Thư-xuân-viết-vào-mùa-đông sẽ chỉ là một vài tâm sự vụn cuối năm thay vì "kết toán niên để" nghe nó đao to búa lớn quá đi thôi. Phải thế không, bạn ngọc ? Phải rằng mỗi số Tuổi Ngọc thường đã là một Xuân Hồng. Phải rằng mỗi số Tuổi Ngọc thường đã đẹp hơn, tươi non hơn bất cứ một số báo xuân nào của thiên hạ ba trăm sáu mươi nhăm ngày mới một lần cố gắng đượm đà hương tết. Thế thì bắt chước thi sĩ Đông Hồ đã sảng khoái ngâm nga: Làm chi xuân một lần khai bút, Bút đã khai từ thiên địa khai, ta cũng vi vút ngâm nga: Làm chi xuân một lần thư tết, Thư đã đưa từ Tuổi Ngọc khai! Thư đã viết từ Tuổi Ngọc số 1. Thư vẫn còn viết. Đó là những thư buồn bã được xếp vào loại thư tả oán não nề nhất thế giới mà, có nó, bạn ngọc trách móc, thiếu nó, bạn ngọc nhớ nhung. Đôi khi, tôi tự hỏi Tuổi Ngọc hay ở chỗ nào. Và cuộc hội thảo quán cóc bèn xẩy ra giữa chúng tôi và một vài bạn ngọc. Cuộc hội thảo tốn một chai Top xanh cho Từ Kế Tường, một ly sữa nước đá cho Đinh Tiến Luyện, nửa chia bia 33 cho Nguyễn Thanh Trịnh, và chai xá xị con cọp, con nai cho bạn ngọc và mười chai bia 33 cho tôi. Tôi uống nhiều ghê. Ai uống bia nhiều, người ấy buồn nhiều. Vậy bạn ngọc đừng dại dột uống bia hay uống rượu. Lâu, rất lâu, ta làm một ly nhỏ gọi là Một ly cho đỏ mặt, Cho lên hương cuộc đời. Có câu trả lời cho Tuổi Ngọc hay ở chỗ nào rồi. Đây này: Tuổi Ngọc hay nhất ở chỗ thư tòa soạn, hay nhì ở chỗ nói thật nhiều thực hiện chẳng bao nhiêu, hay ba ở chỗ không dứt khoát trả lời bài nhận được đăng hay loại, (cứ lấp lửng đáng ghét và đáng yêu) hay tư ở chỗ truyện dài dài ngắn thất thường, hay năm ở chỗ đủ tiền thì lên tuần báo, hết tiền thì xuống bán nguyệt san, hay sáu ở chỗ bìa do Đinh Tiến Luyện vẽ với một "xì tin" nhàm chán (vậy mà tôi lại khoái mới kỳ), hay bảy ở chỗ dù tuần hay nửa tháng, tòa soạn chỉ có ba mống (còn lại là lính ma đứng tên trong bộ biên tập, lính ma không ăn lương, lâu lâu bắn xẻ một cái truyện ngắn, vài bài thơ) hay tám ở chỗ chủ nhiệm kiêm tùy phái nạp bản kiểm thâu ngân viên đi thu tiền ở nhà phát hành kiêm chuyên viên mua chịu giấy kiêm tài xế chở bia từ nhà in Nguyễn Văn Viết bên Thị Nghè về trốn thuế nhập thị hai bò, hay chín ở chỗ lười đăng quảng cáo uốn tóc sửa sắc đẹp và hay mười ở chỗ không bao giờ treo biển Tuổi Ngọc trước cửa tòa soạn. Có thể kể thêm những cái hay, nếu cậu Kiến Vàng mở cuộc thi ăn giải thật ở mục Chạp Phô. Tuy nhiên, CÁI HAY viết hoa lại ở chỗ bạn ngọc còn chịu khó chiếu cố Tuổi Ngọc. Và, cái hay này, nên mở cuộc phỏng vấn bỏ túi: Với một tờ báo mười cái hay hỗn láo, tại sao bạn mua nó làm gì? Có nên mở cuộc phỏng vấn chăng, bạn ngọc?

Bạn ngọc,

Nói rằng Tuổi Ngọc lỗ vốn là nói dối. Tuổi Ngọc, với mười cái hay cộng thêm một CÁI HAY sức mấy mà lỗ vốn. Bán báo cũ cân ký lô thanh toán tiền thù lao này nọ, Tuổi Ngọc lời chút đỉnh, đủ tiền thuốc lá, cà phê, xăng nhớt. Tôi đã kể lể với nhà văn Bình Nguyên Lộc thế, ở một quán cà phê Ba Tàu, và tác giả truyện ngắn Rừng Mắm bất hủ chi một câu khích lệ : Tốt rồi, không lỗ là cự phách rồi, là lãi nặng vì chưa có thuở nào báo văn nghệ lãi ở cái xứ sở có bốn ngàn năm văn hiến này. Thỉnh thoảng, Tuổi Ngọc lại có thêm bạn ngọc mới. Tưởng cũng nên ôn cố sự để bạn mới hiểu rõ về tờ báo nhỏ bé yêu dấu của mình. Tôi bỏ ra 600 ngàn đồng in 4 cái bìa một lúc và hoàn thành 1 số báo. Nhà phát hành ứng trước 250 ngàn đồng. Bèn mua chịu giấy in số tiếp, chờ thanh toán mua bìa. Cứ thế, số vốn còm cõi, số vốn làm báo ít nhất của làng báo thế giới loay hoay mỗi tháng xuất bản 2 số Tuổi Ngọc. Nếu anh em chúng tôi có một cái nhà in một máy thôi (máy cổ điển chạy cà rịch cà tàng là dư ăn), chúng tôi có thể làm hay thêm chút nữa. Hoặc nếu chúng tôi có cái máy in ốp xét và được Bộ Văn Hóa Giáo Dục mua ủng hộ mỗi kỳ vài trăm số báo, Tuổi Ngọc sẽ đẹp và hay như bạn ngọc mong muốn. A, hãy nói về Bộ Giáo Dục năm sáu năm trước, thời ông Lê Minh Liên làm tổng trưởng, thời Tuổi Ngọc bộ cũ khổ lớn. Bấy giờ, ông Châu Kim Nhân chưa làm tổng trưởng tài chánh. Bây giờ, ông Nhân làm tổng giám đốc trung ương tiếp vận. Tôi quen với ông Nhân. Ông đã đi lấy quảng cáo giùm Tuổi Ngọc nhưng người ta chê báo Tuổi Ngọc không có hiệu quả thương mại! Ông Nhân bèn dẫn tôi lên "yết kiến" ông Lê Minh Liên với ma két Tuổi Ngọc và tôn chỉ, đường lối. Ông tổng trưởng Liên "lấy làm một sự" hứa hẹn tưng bừng. Ông bấm chuông. Tùy viên của ông hối hả trình diện. Ông bắt tùy viên ghi "vấn đề Tuổi Ngọc" vào sổ. Rồi ông mời tôi xuống tiếp xúc với ông giáo Lưu Trung Khảo. Tôi ra về thơ thới hân hoan. Hôm báo ra mắt, ông tùy viên của Bộ tô lô phôn nhắn: Thưa ngài chủ nhiệm, mỗi tuần, ngài cho người nang lên Bộ 2 số Tuổi Ngọc! Tôi bảo ông tùy viên đợi tôi một tí. Bèn làm con tính. 1 số báo 20 đồng. 2 số báo 40 đồng. Mỗi tháng Bộ ủng hộ 160 đồng bạc Việt Nam. Mỗi năm Bộ "tài trợ" những... 1930 đồng. Nhiều quá. Nhưng thuê một chuyên viên đưa báo và thu tiền Bộ "tài trợ" mất 6000 đồng một tháng. Vậy nên trả lời : Thưa ngài tùy viên, chúng tôi cảm động muốn ngất xỉu về sự ưu ái của Bộ ta, để đền đáp tấm lòng "tài trợ" quý hóa đó, xin ông tùy viên làm tờ trình với ông tổng trưởng rằng, nếu không có gì trở ngại, hãy cứ ông tùy viên mỗi tuần xuống tòa soạn, chúng tôi kính biểu 6 số báo nóng hổi. Dĩ nhiên, chuyện chấm dứt ở đó. Nay, một vài người khoái Tuổi Ngọc, cứ đòi dẫn tôi lên "yết kiến" ông Tổng Trưởng Văn Hóa Giáo Dục, tôi đành giả vờ đối lập hạng nặng mà biểu lộ lập trường: Không thể lấy tiền nhà nước làm báo được. Nhà nước tài trợ những 6000 đồng (giá báo hiện thời) một năm, mình xây bin đinh sợ dân chúng khiển trách! Nhân tiện nhắc tuần báo Búp Bê tám chín năm qua. Hồi đó tôi quen ông Mark Crooker, một chức sắc ở Juspao. Ông Crooker đã tự ý xoay sở cho tôi làm chuyến thăm Mỹ quốc 3 tháng. Ông khảo sát khả năng Ăng lê tự học của tôi, đến tận nhà tôi mỗi ngày "Anh văn thực hành" để tôi nghe quen dễ hiểu. Rồi ông mang hồ sơ cho tôi điền tiên ký... và đóng dấu! Chuyến Mỹ du hỏng. Ông Crooker tiết lộ có mấy ông Mít cùng sở báo cáo với xếp của ông rằng tôi ghét Mỹ, từng viết những phóng sự chế giễu Mỹ kịch liệt. Tuy nhiên, hay tin tôi xuất bản báo nhi đồng, ông vẫn giúp đỡ. Ông đề nghị Juspao cung cấp bìa "de luxe" in giùm luôn, chỉ yêu cầu bìa sau Búp Bê là truyện tranh lịch sử Hiệp chủng quốc. Tôi không bằng lòng. Và bìa Búp Bê in bằng giấy báo và xuất bản được 6 số là kềnh. Tôi có thể trả lời những anh ái quốc nửa mùa, những anh thiên tả chột ngớ ngẩn rồi đấy. Tôi đợi hôm nay mới trả lời các anh ấy. À, các anh ấy cứ quả quyết Tuổi Ngọc nhận tiền của Mỹ và Nhà Nước để ru ngủ tuổi trẻ.

Bạn ngọc,

Bộ Giáo Dục không thèm biết đến báo Tuổi Ngọc. Điều này dễ hiểu. Vì Tuổi Ngọc chỉ nạp cho Văn Khố Quốc Gia có hai bản. Luật bắt nộp thì phải nộp. Nộp ở Thông tin, Nội vụ, Tòa án là đúng. Nộp ở Văn Khố thuộc Bộ Văn Hóa Giáo Dục là sai. Đáng lẽ, muốn có sách báo cho thư viện, Bộ phải mua. Chúng tôi cong người chạy mua chịu từng tờ giấy, Bộ không có bổn phận điểm báo, điểm sách trước khi cho phép chúng tôi phát hành, Bộ lấy sách báo của chúng tôi là điều vô lý. Nhưng chúng tôi đang sống với khá nhiều sự vô lý. Tôi đã vác 8 cuốn Cây leo hạnh phúc dầy cộm (giá 1400 đồng 1 cuốn) cống Văn Khố, đau buốt ruột gan. Người lãnh đạo văn hóa là ngài phụ tá Đỗ Văn Rỡ, chuyên viên khuyến lệ cổ ca, không hề đọc sách của tôi, bắt nộp chi tới 8 cuốn, trong khi, ở Thông tin chúng tôi chỉ nộp có 2 cuốn! Tôi nói ngài Đỗ Văn Rỡ không hề đọc tôi là có dẫn chứng đàng hoàng. Hôm nhà văn Nhã Ca tổ chức cuộc tiếp tân tại Trung Tâm Văn Bút, có ngài Đỗ Văn Rỡ chủ tọa chi đó. Tôi cũng đến dự. Chủ tịch Thanh Lãng giới thiệu ngài với tôi. Chúng tôi thảo luận văn chương rất xôm tụ. Nhân ngài bàn về vấn đề thiếu nhi, tôi mới hỏi ngài đã đọc cuốn Bò sữa gặm cỏ cháy của tôi chưa, ngài thật thà đáp chưa từng đọc cuốn sách nào của tôi, dù tôi đã viết 50 cuốn và dù ngài lãnh đạo văn hóa miền Nam. Tôi bèn chán quá. Đó, ngài Đỗ văn Rỡ (chắc hôm nay vẫn chưa đọc tôi) không đọc tôi, bắt tôi nạp bản ở Văn Khố những 8 cuốn làm gì ? Thành ra, đừng bao giờ kỳ vọng ở Bộ Văn Hóa Giáo Dục đã đành, mà còn phải vừa chạy gạo nấu cơm ăn để sống vừa viết văn vừa mua chịu giấy, in chịu sách vừa lạy các nhà phát hành vừa... ủng hộ Văn Khố. Và lâu lâu nghe quý vị lãnh đạo văn học nghệ thuật dạy dỗ cái sứ mạng cầm bút, cái trách nhiệm văn chương và cái ảnh hưởng vô cùng của văn hóa. "Làm văn hóa mà lầm là giết muôn đời". Nhưng viết văn mà đói thì chỉ một mình tên văn sĩ chết kéo thêm sự đói rách của vợ con hắn ta. Hi hi, vui ghê nơi. Vui hơn, khi tháng trước, một ông Ấn Độ, sứ giả của Unesco, sang Việt Nam ghé thăm Tuổi Ngọc điều tra và hứa hẹn giúp đỡ. Vị này yêu cầu Tuổi Ngọc gia nhập Tổ chức Báo Định kỳ Á Châu. Đồng ý liền. Lại phán : Hai năm nữa sẽ được giúp đỡ thiết thực. Thưa ông mỗi tháng được cấp mấy nghìn đô la ạ? Ồ, không có đô la, tiền đâu làm nền... văn hóa quốc tế. Tổ chức sẽ cung cấp bài vở cho quý báo tùy nghi xử dụng, khỏi trả nhuận bút. Cám ơn ông, bài vở thì bạn ngọc của chúng tôi viết hay hơn quý ông ngàn lần. Với lại, hai năm lâu thí mồ, chúng tôi sợ sẽ kênh trước ngày nhận được bài vở của Unesco. Chúng tôi được cả sự trợ giúp của cả quốc tế nữa, bạn ngọc ạ!

Bạn ngọc,

Bạn đã chán đọc thư xuân chưa? Nếu chưa thì nên đọc tiếp. Những giòng sau đây lạc quan, yêu đời chứ không mỉa mai, cay đắng nữa. Chúng ta trở lại cái máy ốp xét nhé ! Giá có một cái máy ốp xét nhỏ, Tuổi Ngọc sẽ xuất bản tuần báo và cam đoan in 5000 bán 4000. Hễ bán nổi 4000 là sống muôn năm. Dĩ nhiên, sống bình thường để chơi báo đẹp chứ không phải làm giàu nhờ báo. Nhưng hãy quên cái máy ốp xét đi. Tuổi Ngọc chẳng nuôi nổi máy đó. Nhiều công việc mới nuôi nổi nó và thợ phụ trách nó. Ta bắt đầu lạc quan. Trước hết, tôi lạc quan. Tôi lạc quan bằng cách làm thơ. Xuân Hồng Tuổi Ngọc in thơ của tôi đấy. In khuyến khích mầm non thi sĩ. Ra giêng tôi xuất bản một thi phẩm đua tài với hai thi sĩ Elvis Đậu và Đoàn Dự. Tôi còn yêu đời với 5 truyện dài vui nhộn, cười bằng thích, 5 truyện vui nhộn và cả truyện lãng mạn. Ăn tết xong, tôi cho phát hành truyện Tháng giêng ngon như một cặp môi gần. Kế đó là truyện Em Yêu mở đầu tủ sách Tuổi Ngọc Phổ Thông. Tôi cũng định đưa Tuổi Ngọc trở về đời sống tuần báo. Khó khăn là giữ số trang như bán nguyệt san hay rút số trang xuống. Giữ nguyên, với giá 250 đồng tôi sợ Tuổi Ngọc quỵ vì bạn ngọc nghèo như Tuổi Ngọc, một tháng phải chịu cả ngàn bạc, tiền đâu. Rút xuống, Tuổi Ngọc sẽ mỏng dính, trông thảm lắm. Vậy cách hay (lại hay) là Tuổi Ngọc xuất bản 10 ngày 1 số. Nhưng chúng ta nên chờ xem tháng giêng có ngon, mùa xuân có êm đềm không cái đã. Cuộc cách mạng kinh tế mùa đông 1974 của tiến sĩ Nguyễn Văn Hảo hứa hẹn nhiều no ấm, chúng ta cần hy vọng để Tuổi Ngọc vùng lên. Tạm thời, chúng ta cứ bán nguyệt san xem sao. Tuổi Ngọc Tân Niên số 154 khởi đăng hai truyện dài của Đinh Tiến Luyện, Từ Kế Tường. Mục Nhìn xuống đời thêm nhiều trang, chú ý tới những sinh hoạt văn nghệ tỉnh nhỏ và tìm kiếm những cây bút trẻ có triển vọng để giới thiệu tác phẩm của họ một cách rộng rãi, nghĩa là xuất bản tác phẩm của họ và phổ biến văn tài của họ trên các tạp chí văn chương, trên đài phát thanh. Vân vân... Tuổi Ngọc sẽ bỏ mục Chạp phô, chừng xuất bản dưới hình thức tuần báo sẽ cho nó... tái ngộ. Đại khái, từ số 154, Tuổi Ngọc sẽ khoác chiếc áo mới. Tôi cố gắng suốt năm 1975 với Tuổi Ngọc, qua năm 1976, xin nhường lại Tuổi Ngọc cho Đinh Tiến Luyện và tôi nghỉ dưỡng sức vài năm. Có thể, trên đường dưỡng sức, sẽ nghỉ luôn nghề viết. Đã đến cái thời của những Nguyễn Thanh Trịnh, Đinh Tiến Luyện, Từ Kế Tường và của một số bạn ngọc mà tôi chưa tiện nêu tên tuổi họ, ngợi ca tuổi trẻ và tình yêu của chính tên tuổi họ. Tiếng nói của tôi không còn êm ái nữa. Đã nhiều gai góc. Tôi không thể đi tiếp con đường tôi đã đi ròng rã mười lăm năm. Phải bỏ nó hoặc, còn muốn đi, phải kiếm con đường khác, con đường mới có một mình ta đi. Hãy buồn giùm tôi một tí, bạn ngọc, tôi đã bốn mươi mốt tuổi. Bốn mươi mốt tuổi mà những hai mươi năm luân lạc, và mưu sinh và lắp sừng nhọn húc đua với cuộc đời trong cuộc chiến khốn khó để vượt lên, tôi thấy tôi già gấp hai lần tuổi thật.

Bạn ngọc,

Chiều nay, tình cờ gặp trên bàn viết ở tòa soạn một mẩu bài của thi sĩ Nguyên Sa (tập san Nhà Văn chung tòa soạn với Tuổi Ngọc) xé rời cho thợ sắp chữ và còn sót trước mặt tôi. Tôi cầm đọc. Gặp giòng này : "...Tuổi Ngọc là báo làm đẹp chữ nghĩa". Chỉ có vài tờ báo làm đẹp chữ nghĩa (hình như hai) từ mấy năm gần đây, theo Nguyên Sa (Nhà Văn, số Tết). Tôi cảm động chút chút thôi. Nhưng tôi dám chắc bạn ngọc cảm động nhiều. Bởi vì, bạn ngọc đã viết cho Tuổi

Ngọc, đã đọc Tuổi Ngọc tức là đã đóng góp tích cực vào việc làm đẹp chữ nghĩa. Thư-xuân-viết-vào-mùa-đông dừng ở đây. Với nhiều bâng khuâng như thuở đầu đời còn muốn ghi thêm vài câu nồng nàn cuối bức thư tình thứ nhất" (15-01-75)

Nhật Tiến chủ trương và làm chủ bút tạp chí **Thiếu Nhi** (1971-1975) do nhà Khai Trí xuất-bản; đăng truyện tranh (Tintin, Peyo) và truyện thơ có tính giáo dục của Phương Khanh, Minh Quân, Vũ Hạnh, Thúy An, Nhật Tiến (hồi-ký đăng-từng-kỳ Thuở Mơ Làm Văn Sĩ), v.v. với tranh bìa và phụ bản của Vi Vi (Võ Hùng Kiệt); mở cuộc thi sáng-tác với chủ đề "Gia đình mến yêu" (8-1972), đặc-biệt tòa soạn tổ chức và điều hành "thư viện Thiếu nhi" ở Phú Nhuận với trên 1.000 cuốn sách cho giới trẻ thành viên "Gia đình Thiếu nhi".

Quyên Di sau thời **Tuổi Hoa** còn ra bán nguyệt san **Ngàn Thông** số 1 (5-5-1971) đến số 40 (1972). Đào Quang Mỹ, Lê Tất Điều có tờ **Yết Kiêu**. Nhà văn Nguyễn Vỹ cũng từng chủ-nhiệm chủ-bút tờ **Thằng Bờm**, "tuần báo hướng dẫn giáo dục thiếu nhi" vừa là "tuần báo quạt mo", số ra mắt Xuân Canh Tuất 1970.

NHẬT-BÁO

Vào thập niên 1950 cho đến đầu thập niên 1960, các nhật báo thường có 4 trang và bán giá 2 đồng. Về sau nhu cầu thông tin, cạnh tranh và vật giá leo thang vì chiến-tranh, nên số trang gia tăng và giá báo cũng tăng rất nhiều. Danh sách các nhật báo thời Việt-Nam Cộng-Hòa khá dài, chúng tôi chỉ ghi lại một số nét chính. Theo Vũ Bằng trong *Bốn Mươi Năm Nói Láo* thì vào cuối năm 1963 đã có 44 tờ nhật báo phát hành ở Sài-Gòn, đó là lúc nhiều báo vừa đóng cửa, đình bản và 1 số khác mới ra sau biến cố chính-trị 1-11-1963. Về kỹ thuật, thời này các báo in typo tức sắp chữ trước khi đưa vào máy in, từ năm 1970 mới từ từ đổi sang kỹ thuật in offset (báo *Sóng Thần* là tờ đầu tiên).

Tiếng Chuông của Đinh Văn Khai, sau đảo chánh 1-11-1963 đổi tên ra *Tiếng Chuông Tân Báo*. Ban biên tập có Lý Thanh Cần (tức Nguyễn Kiên Giang), Huy Thanh (Trường Sơn, Nguyễn Huy Thái), Nguyễn Duy Hinh, Khai Minh (còn ký Nhaq tức Nguyễn Văn Hiếu), Phong Đạm, Trần Chi Lăng và Quốc Phượng (cả 4 'năm vùng'), ...

Sài-Gòn Mới của bà Bút Trà Nguyễn Đức Nhuận, đã có từ trước. Mỗi ngày phát hành khoảng 30.000 bản nhưng những khi có biến cố hay phóng sự xã-hội giật gân có thể in đến 50.000 số (như vụ vũ nữ Cẩm Nhung bị tạt át-xít, truyện Con mạ vú dài, Khỉ đột Cà-mau, v.v. hay vụ 'báo Bắc chơi báo Nam' do tờ *Tự Do* của Phạm Việt Tuyền gây ra chê văn miền Nam, ...). Thư ký tòa soạn: Thiếu Lăng Quân rồi Thanh Phong, làm việc tại tòa soạn có Hoa Đường, Hoài Việt Bằng, Trọng Nguyên, Hoàng Hải Thủy, Vũ Bình Thư, Anh Tâm, Mạc Tử, ... và các nhà văn Dương Hà, ... Báo có sáng kiến in phụ bản offset nhiều màu tặng không theo báo rất được trân quý như bản đồ Việt-Nam, bản đồ thế giới, bản đồ miền Nam, Sài-Gòn, ... Thời đệ nhất Cộng hòa, chủ báo liên hệ mật thiết với chế độ, nên ngày đảo chánh 1-11-1963 tòa soạn bị đốt phá nhưng tiếp tục sống đến đầu năm 1964 thì lại bị đóng cửa với lý do "cấu kết với độc tài Ngô Đình Diệm".

Tự Do, "tiếng nói của người Việt tự do" - lúc đầu tên báo là *Người Việt Tự Do*, Tam Lang Vũ Đình Chí chủ-nhiệm, Mặc Thu (Lưu Đức Sinh, 1920-2002) quản lý, Như Phong (Lê Văn Hiến) thư ký tòa soạn, với bộ biên tập hùng hậu di cư từ Bắc vào – cho nên còn được xem là "tiếng nói của người di cư" như Mặc Đỗ (**29**), Vũ Khắc Khoan (**30**), ... Báo có số lượng phát hành cao, nội-dung chính-trị và văn-học. Cộng tác viên: Mặc Đỗ, Mặc Thu, TCHYA Đái Đức Tuấn, Như Phong (còn ký Cô Thần); Hiếu Chân Nguyễn Hoạt viết trường thiên dã sử Ty Bái. Đinh Hùng dưới bút hiệu Hoài-Điệp Thứ-Lang viết trường thiên dã sử Kỳ Nữ Gò Ôn Khâu, và thơ châm biếm dưới bút hiệu Thần Đăng, Như Phong viết truyện dài Một Triệu Đồng và với bút hiệu Lý Thắng viết trường thiên tiểu-thuyết Khói Sóng, ... Mỗi ngày đăng "Chuyện hàng ngày" do Tam Lang viết, cũng là nơi xuất hiện hàng ngày bút ký của Toàn Phong sau xuất-bản với tựa *Đời Phi Công*, ... Sau Nguyễn Hoạt thay Như Phong (và viết feuilleton Trăng Nước Đồng Nai), thêm Bùi Xuân Uyên, Tạ Quang Khôi (đăng feuilleton Vực Thẳm, cũng là tác-giả tập truyện ngắn *Mưa Gió Miền Nam* 1967 và các truyện dài *Bão Chưa Tan* 1968, *Bến Lạ Chiều Mưa* 1969 và *Thềm Sống* 1968; sinh ngày 5-12-1933 tại Nam Định) và họa sĩ Phạm Tăng. Phụ bản *Văn Nghệ Tự Do* ra hàng tuần. Tự Do còn là nhà xuất-bản. Báo bị đóng cửa tháng 5-1955, giai đoạn 2 của tờ *Tự Do* tức *bộ mới* tục bản gần một năm sau (1956) do Phạm Việt Tuyền làm chủ-nhiệm, Kiều Văn Lân quản lý, Như Phong tiếp tục thư ký tòa soạn với sự cộng tác của Nguyễn Hoạt (nay thêm mục Nói Hay Đừng hàng ngày với bút hiệu Hiếu Chân (**31**), mục viết chung với Mai Nguyệt Đái Đức Tuấn và Tiểu Nhã Phạm Xuân Ninh), từ tháng 10-1961, mở thêm mục "Tác-giả tác-phẩm và công chúng" "nhằm phổ biến những bài giới thiệu tác-phẩm mới tới người đọc và hỗ trợ phong trào thưởng thức va phê binh sách do Trung Tâm Văn Bút chủ trương" (Trích theo Nhật Tiến. *Từ Nhóm Bút Việt Đến TTVBVN* Sđd, tr. 118-119). Số Tết Canh Tý 1960 với bìa của họa sĩ Nguyễn Gia Trí gây phản ứng của người cầm quyền. Cũng theo Mặc Đỗ, bộ mới vô tay BS Trần Kim Tuyến. Báo bản ngay sau ngày đảo chánh 1-11-1963 nhưng lại tục bản không lâu sau đó. Số 1 ra ngày 5-4-1954 và số cuối cùng 3595, năm thứ 16 ra ngày 31-7-1969. Từ 1956, lập nhà xuất-bản Cơ sở Tự Do.

Cách Mạng Quốc Gia, báo của Phong trào CMQG của chế độ, cổ võ thuyết Cần lao Nhân vị, Đỗ La Lam chủ nhiệm. Đóng cửa và tòa soạn bị đốt phá ngày đảo chánh 1-11-1963.

Ngôn Luận "nhật báo thông tin nghị luận xác đáng về mọi vấn-đề: kinh tế, chính-trị, xã-hội" của Hồ-Anh Nguyễn Thanh Hoàng (sau làm thêm tờ tạp-chí *Văn Nghệ Tiền Phong*), giám đốc chính-trị Hà Đức Minh, Từ Chung thư ký toà soạn, giám đốc trị sự Lê Tâm Việt, cả 2 sang đầu quân cho *Chính Luận* khi báo NL đình bản và những người kia ra tờ *Tân Luận*.

Thời Luận của Nghiêm Xuân Thiện, 1955-1958 là năm nhân vụ bà Ngô Đình Nhu và luật gia-đình, chủ báo bị án 10 tháng tù treo và bị phạt 100.000 đồng và bị rút giấy phép xuất-bản. Năm 1964 tái xuất hiện.

Hòa-Bình, của Phong trào Bảo vệ hòa-bình thân Cộng, ra ngay sau 1954, Nguyễn Văn Hiếu đứng tên, Nguyễn Kim Sinh tổng-thư-ký, Vũ Bằng cộng tác. Báo đình bản khi NVH bị bắt khoảng 1958. NK Sinh sau ra tờ *Vịt Vịt*.

Tin Bắc của Tô Văn Bùi Bá Nhân và Lê Văn Vũ Bắc Tiến, bị sở kiểm duyệt thời đệ nhất cộng hòa tịch thu và đóng cửa vì bài báo nói đến ván bài tổ tôm 'kính cụ'.

Đồng Nai của Huỳnh Thành Vị, *Sài-Gòn Mai* của Ngô Quân là 2 tờ tự ý đình bản sau đảo chánh 1-11-1963.

Buổi Sáng của Tam Mộc Mai Lan Quế. Trần Tấn Quốc chủ bút.

Dân Đen của Nguyễn Duy Hinh.

Dân Ta của Nguyễn Vỹ.

Dân Chủ Mới của Hà Thành Thọ, cộng tác của Sơn Điền Nguyễn Viết Khánh (mục "Trước Thời Cuộc"), ...

Thủ Đô Thời Báo chủ-nhiệm Huỳnh Văn Chiêu, tổng-thư-ký tòa soạn Phi Vân, ra mắt năm 1962. Cộng tác có An Khê đăng tiểu-thuyết từng kỳ *Lý Tưởng, ...*

Thời Báo của Dương Chí Sanh.

Tiếng Dội sau thành *Tiếng Dội Miền Nam* của Trần Tấn Quốc (người lập Giải Thanh Tâm) cũng là chủ nhân tờ *Công Nhân.*

Chuông Mai của Huỳnh Hoài Lạc (tức *Thời Cuộc* của Đinh Xuân Tiếu)

Dân Chúng của Trần Nguyên Anh (từng chủ trương tờ *Tân Thiếu Niên* với Tam Lang), con trai là Mạc Kinh chủ-bút kiêm giám đốc chính-trị, ra mắt vào năm 1956, bị đóng cửa sau đảo chánh 11-11-1960 (Mạc Kinh Trần Thế Xương phải trốn sang Nam Vang), tục bản sau đó và đình bản hẳn năm 1970, bản thân chủ nhiệm kế nghiệp Mạc Kinh phải lưu vong sang Pháp. Nhật báo này có thời ảnh hưởng cao ngang với tờ *Sài-Gòn Mới*. Tin tức dồi dào, quan điểm nghiêm túc (vụ sập cầu Hội chợ Thị Nghè năm 1957), lại thêm những mục được tán thưởng như hí họa Anh Tám Xạc Ne, ...

Tin Mới của Đinh Văn Ngọc, lúc đầu do Nguyễn Văn Đạt chủ-nhiệm chủ-bút, Đinh Văn Ngọc Giám đốc Trị sự và Điều hành, ra mắt năm 1958; cổ đông ngoài ĐVN, NVĐ còn có các nhân-vật Võ Văn Hải, Ngô Khắc Tỉnh, Nguyễn Lâu (**32**).

Tin Mới của Nguyễn Ang Ca (Nguyễn Kim Cang).

Ba tờ *Dân Chúng, Chuông Mai* và *Tin Mới* bị đình bản sau chính biến 11-11-1960 (tòa soạn *Tin Mới* bị đập phá, đã đăng nơi trang nhất ''Hoan hô anh hùng Nguyễn Chánh Thi''), đến sau đảo chánh 1-11-1963, CM, DC được tục bản cùng với *Dân Chủ* của Vũ Ngọc Các, *Thời Luận* của Nghiêm Xuân Thiện, *Ý Dân* của Lưu Quang Hồng, ...

Sau đảo chánh 11-11-1960, 3 nhật báo đã được cho ra mắt để ''đền ơn'' những người có công với Tổng Thống Diệm: *Tiếng Dân* của Trung tá Nguyễn Văn Châu (Ủy Ban Chống Đảo Chánh) với chủ-nhiệm Thăng Long, Mặc Thu phụ trách bài vở, Vũ Bằng cộng tác, *Đồng Nai* của Huỳnh Thành Vị với Từ Thành thư ký tòa soạn, và *Sai-Gon Mai* của Ngô Quân. *Tiếng Dân* đến đầu năm 1961 thì đình bản.

Đến sau đảo chánh 1-11-1963, ngoài một số báo tự đình bản như *Đồng Nai, Sài-Gòn Mai,* còn các báo khác như *Sài-Gòn Mới, Tiếng*

Chuông, Chuông Mai, Dân Nguyện, ... tòa soạn bị đập phá và phải đình bản. [Vũ Bằng trong hồi-ký *40 Năm Nói Láo* cho biết, thời ngay trước đảo chánh 1-11-1963, có hiện-tượng ''báo lậu'' và tài liệu in lén chống chế độ: đó là các tờ *Nhị Thập Bát Tú, Tin Tức Phật Giáo, Vạc Dầu,* ... Đến thời biến động Phật giáo miền Trung năm 1965 xuất hiện những tờ báo khích động đấu tranh in ronéo như *Sinh Viên, Cứu Nạn* hỗ trợ cho tờ *Lập Trường,* thì chính phủ "dĩ độc trị độc" cho ra các tờ cùng hình-thức là *Cảnh Tỉnh, Cứu Khổ* bên cạnh các nhật báo chính thức]. Đến thời rối loạn ở miền Nam từ 1963 đến1965, có *Quật Khởi,* "tuần báo đấu tranh xây dựng xã-hội mới" , của Triều Linh Nguyễn Gia Phái chủ-nhiệm và Trần Đình Thọ chủ-bút, cũng từng xuất-bản dưới dạng ronéo].

Sống của nhà văn Chu Tử, xuất hiện **sau ngày 1-11-1963**, bị đóng, rồi tục bản tháng 11-1964; trên tờ này Chu Tử tố cáo Vũ Hạnh là cộng-sản nên bị ám sát hụt sau đó. Báo bị Thủ tướng Trần Văn Hương đóng cửa. Nhóm *Sống* của Chu Tử lập ra Giải thưởng văn-chương Sống, năm 1967 tặng cho *Phi Lạc Sang Tàu.*

Tiến của Đặng Văn Nhâm.

Bến Nghé do Đinh Văn Ngọc chủ-nhiệm và LS Phạm Văn Toàn chủ-bút-cố vấn pháp lý, Tô Văn Tổng thư ký (sau Hoàng Anh Tuấn rồi Trường Sơn thay thế), xuất hiện sau đảo chánh 1-11. Chu Tử (*Sống* đóng cửa) sang giúp, nhưng đến tháng 1-1964, *Bến Nghé* cũng bị đóng cửa chung trong số 11 nhật báo.

Dân Việt ra đầu thập niên 1960, đăng tiểu-thuyết feuilleton như của Chu Tử (*Sống, Yêu, Tình, Loạn*), Nguyễn Đức Quỳnh phụ trách mục "Chúng ta phải làm gì?".

Dân Chủ của Vũ Ngọc Các, trước 1-11-1963 hay bị đe dọa nên đình bản, sau ngày đảo chánh ra lại và ông chủ-nhiệm có lúc làm chủ tịch Hội chủ báo Việt-Nam. Thời 1956, Thanh Tâm Tuyền từng phụ trách trang Văn-nghệ với sự góp mặt của một số nhà văn thơ như Trần Việt Hoài, Trần Thanh Hiệp, ... – nhóm này cổ võ thơ Tự do và chủ trương nghệ-thuật '*chủ quan viễn kiến*' từ ảnh-hưởng của Nguyễn Đức Quỳnh.

Tiếng Vang của Quốc Phong Nguyễn Văn Hanh (1924? – 28-2-2005, Nice, Pháp), chủ nhiệm chủ bút đồng thời với tuần báo *Kịch Ảnh.*

Báo Mới của Huỳnh Văn Phẩm, tổng-thư-ký Vũ Bằng,

Thân Dân của Nguyễn Thế Truyền.

Liên Minh của Vũ Huy Tân và Thanh Quang, 1964-, Trần Tuấn Kiệt tổng thư-ký, Mặc Tưởng thư-ký tòa-soạn với cộng tác của Hồ Hữu Tường, v.v.

Bình Minh của Võ Văn Ứng (bầu Ứng).

Quyết Tiến của Hồ Văn Đồng.

Thời Đại của Nguyễn Thành Danh (Cao Đài), chủ-bút Nguyễn Kiên Giang (chủ tịch Nghiệp đoàn Ký giả Nam Việt).

Ngày Nay chủ-nhiệm Hiếu Chân Nguyễn Hoạt, chủ-bút Vũ Khắc Khoan, Hoàng Hải Thủy thư ký tòa soạn, ra mắt khoảng tháng 4-1964 và sống đến khoảng tháng 8 năm 1965, nhân viên và cộng tác phần lớn là giới nhà văn nhà báo di cư như Vũ Khắc Khoan, Vũ Hoàng Chương, Đỗ Đức Thu, các họa sĩ Thái Tuấn, Nguyễn Gia Trí vẽ biếm họa, Khuất Duy Hải, Trần Việt Hoài, ...

Sau ngày chỉnh lý tháng 1-1964, 3 tờ đầu tiên bị T.Tr. Thông tin Đỗ Mậu ra lệnh đóng cửa là *Sài-Gòn Mới, Ngôn Luận* và *Đồng Nai* vì tội "cấu kết với độc tài Ngô Đình Diệm", tổng cộng là 11 tờ nhật báo bị đóng cửa, phần lớn với tội chính thức là đã 'loan tin thất thiệt, gây hoang mang dư luận'.

Thần Chung tục bản bộ mới ra đầu tháng 7 năm 1965, Nam Đình chủ-nhiệm, cộng tác: Nguyễn Duy Hinh, v.v.; có những số đặc-biệt hoặc hồ sơ như về vụ xứ án ông Ngô Đình Cẩn, v.v.

Sau 1967, thêm các báo sau:

Công Luận của Tôn Thất Đính

Trắng Đen của Việt Định Phương (Phạm Thu Trước), 1968-1975, số cuối 12-4-1975 ?, Giám Đốc Chánh Trị Tô Văn, thư-ký tòa-soạn Thái Châu (Phan Yến Linh). Từng có những phóng sự và feuilleton được độc giả tìm đọc như Cậu Chó của Trần Đức Lai (Tô Văn). [Sau 1975, *Trắng Đen* tục bản ở hải-ngoại như tuần báo].

Bút Thép của Lê Hiền

Tân Văn Nhựt Báo ra năm 196?, sau 1963 tục bản để 'hài tội' chế độ Đệ nhất Cộng hòa, ...

Sài-Gòn Báo của Roch Cường, Đinh Từ Thức phụ trách tòa soạn, cộng tác có Trịnh Viết Thành, Tạ Quang Khôi,

Vận Hội Mới của Quốc Ấn.

Cửu Long của Lê Phước Sang, Nguyễn Đạt Thịnh, ...

Hành Động của Bùi Anh Tuấn.

Tia Sáng của chủ-nhiệm Nguyễn Trung Thành, tổng thư-ký Ngô Tỵ (Kim Thư).

Điện Tín của nghị sĩ thân Cộng Hồng Sơn Đông, ra tháng 4-1971, Lý Quí Chung chủ-bút với ban chủ biên thuộc "thành phần thứ 3" Dương Văn Minh (báo được xem là cơ quan ngôn luận của phe này) như Lý Quí Chung, Hồ Ngọc Nhuận, Dương Văn Ba và họa sĩ Ớt Huỳnh Bá Thành, với những người thân Cộng khác như Vũ Hạnh, Hoàng Trọng Miên, Huỳnh Văn Tòng. LQC rút lui khỏi tờ Điện Tín, Điện Tín tự đình bản rồi xuất bản trở lại tháng 2-1972 do nhóm Tin Sáng phụ trách vì tờ Tin Sáng khiếm chủ nhiệm Ngô Công Đức đã trốn sang Cam-Bốt rồi qua Pháp từ 1971. Dân biểu Hồ Ngọc Nhuận, giám đốc chính trị tờ Tin Sáng trở thành chủ bút tờ Điện Tín. Cùng chủ biên tờ Điện Tín ở giai đoạn này còn có Lý Chánh Trung, Dương Văn Ba. Họa sĩ Ớt phụ trách phần trình bày. Theo một số nguồn sau 1975, người điều khiển thật sự tờ Điện Tín là Dương Văn Ba theo Cộng và sớm bị vắt bỏ vỏ sau 1975!

Tin Sáng của nhóm dân biểu "đối lập" (thân Cộng) gồm Ngô Công Đức, Dương Văn Ba, Hồ Ngọc Nhuận, Lý Chánh Trung, ra mắt ngày 7-9-1968, đình bản hẳn vào đầu năm 1972, từ 1973 báo in lậu, còn được chủ nhân gọi là "Tin Sáng bươm bướm") và tờ báo công cụ này được tục bản ngày 10-8-1975 đến cuối tháng 6-1981 sau khi cộng-sản Hà-nội chiếm miền Nam. Phan Ba (Phan Hồng Đức) thư ký tòa soạn, Nguyễn Hữu An, Tổng thơ ký tòa soạn, các cộng tác đắc lực có Sơn Nam, Thiếu Sơn, Lý Chánh Trung, Nguyễn Văn Trung, Nguyễn Ngọc Lan ["Thưa ông thông tin, đế quốc văn-hóa Mỹ ghi ơn ông" 7&11/1-1972, ...], Hoàng Thái Nguyên (Nguyễn Hữu Thái), Châu Tâm Luân, Kiều Mộng Thu, Dương Văn Ba, Vũ Hạnh, họa sĩ Ớt, ... Hồ Ngọc Nhuận làm giám đốc chánh trị cho cả hai tờ *TS* và Điện Tín , Lý Quí Chung phụ tá chủ bút. Ngô Công Đức thời "tị nạn" ở Paris ra tờ *Tin Sáng Hải Ngoại* được 6 số, số 1 ngay 8-4-1971 đăng lại bài trên *Tin Sáng* trong nước (cả phổ biến tài liệu tuyên truyền về trong nước như tập *Sài-Gòn, Một Chế Độ Có Vấn-Đề – Từ Chính Trị* (1974) của linh-mục thân Cộng Nguyễn Đình Thi ở Paris.

Đại Dân Tộc chủ nhiệm kiêm chủ bút Võ Long Triều, giám đốc chánh trị Hồ Ngọc Nhuận, Bùi Chánh Thời luật sư nhiệm cách, Tô Nguyệt Đình (Nguyễn Bảo Hóa) thư ký tòa soạn.

Sài-Gòn Tân Văn (196?) Lý Quí Chung chủ nhiệm, bị chính phủ Phan Huy Quát đóng cửa.

Tiếng Nói Dân Tộc do Lý Quí Chung chủ nhiệm, ra ngày 17-12-1968, đến trước Tết năm 1970 thì bị chính quyền đóng cửa với lý do chính thức là vì tờ báo chống lại vụ án "Châu-Hồ-Trúc". Cộng tác có Nguyễn Hữu Chung, bà Ái Lan, ...

Bút Thần của Nguyễn Văn Phương làm chủ nhiệm Lý Quí Chung mướn *manchette* sau khi ngưng khai thác tờ Điện Tín (HSD lấy lại DT).

Dân Ý với Lê Xuyên tổng-thư-ký, của nhóm thân Cộng Trần Chi Lăng, Hoàng Sơn, Văn Lương.

Thủ Đô chủ-nhiệm Trần Quân (Trần Tấn Chỉ), cộng tác có mặt Nguyễn Bảo Hóa, Nguyễn Văn Mại, Ký Ninh, v.v. (thân Cộng)

Chính Luận của BS Đặng Văn Sung, nhờ Từ Chung, Lê Tâm Việt bỏ *Ngôn Luận* sang đầu quân và hợp thời sự, chính trị,... nên phát triển mạnh. Tổng thư-ký Từ Chung bị VC ám sát.

Lẽ Sống (sau đổi là *Lẽ Sống Mới*) của Ngô Công Minh.

Tin Báo của Nguyễn Mạnh Côn.

Tin Điện, của Thanh Tùng, tổng thư ký Vũ Bằng (cùng lúc cộng tác với các nhật báo *Dân Chúng, Đồng Nai, Sài-Gòn Mai* và *Tiếng Dân)*. Báo đấu tranh chính-trị.

Báo chí thời này cũng được sử-dụng để 'đấu tranh', 'lôi kéo phe phái', 'tranh giành ảnh hưởng' và 'phá' nhau. Ủng hộ TT Nguyễn Văn Thiệu có *Da Vàng* của bà Vân Sơn Phan Mỹ Trúc và Nguyễn Thị Quý, sau đình bản và ra tờ *Đông Phương*, Duy Thái thư ký tòa soạn (Nguyễn Tấn Đời trợ cấp). Tờ *Quật Cường* (chủ-nhiệm Hồng Hà rồi Nguyễn Việt Chước, với Anh Quân, Nguyễn Mộng Lương, ...) cũng vậy.

Công Chúng thân "thủ tướng" Nguyễn Cao Kỳ, chủ bút Tô Văn, ra thời biến động miền Trung 1965.

Đuốc Nhà Nam ra đời năm 1968, của Trần Tấn Quốc (tên thật Trần Chí Thành, 25-9-1914 – 28-7-1987; tác-giả Saigon Septembre 45 do báo Việt Thanh xb, 1947) cùng và Nam Đình Nguyễn Kỳ Nam và Sơn Điền Nguyễn Viết Khánh (phụ trách mục "Trước Thời Cuộc", đối lập với chính quyền Nguyễn Văn Thiệu, tự đóng cửa năm 1972 vì không thể theo luật báo-chí và kiểm duyệt mới. Các ký giả và cộng tác: Nguyễn Bá Thế, Hà Thành Thọ (?), Thiện Mộc Lan (năm 1970, đặc-biệt 4 bài phỏng vấn nhà thơ Linh Phương … "mất tích" sau khi xuất hiện bài thơ Kỷ Vật Cho Em,...), ...

Độc Lập của chủ-nhiệm Đinh Văn Phát, Hoàng Châu thư ký tòa soạn (do phe Tr. Th. Khiêm bỏ tiền), nhưng là ổ cộng-sản: Hoàng Châu, Đinh Văn Phát, thư ký tòa soạn Mộc Linh, Phong Đạm, Trần Chi Lăng, ...

Tiền Tuyến ra ngày 1-7-1965, của Cục Tâm-lý chiến, thời đầu trung tá Lê Đình Thạch (Thạch Lê) chủ-nhiệm, Hà Thượng Nhân Phạm Xuân Ninh chủ-bút, Hoàng Anh Tuấn thư-ký tòa-soạn, từ 1967, trung tá Phạm Xuân Ninh thay LĐT làm chủ-nhiệm, Phan Lạc Phúc chủ-bút, Huy Vân thư-ký tòa-soạn và đến 1969, báo trực thuộc Tổng cục Chiến-tranh Chính-trị. Báo được nhiều nhà văn thơ quân đội cộng tác, mục Tạp Ghi được "Ký giả Lô-Răng" Phan Lạc Phúc phụ trách với sự góp bài của Thanh Tâm Tuyền (sau in thành sách *Tạp Ghi*, Chiêu Dương, 1970), Thảo Trường, Nguyễn Chí Khả, ...

Ngoài thủ đô Sài-Gòn, Cần Thơ có nhật báo **Miền Tây** khoảng hai năm 1966-67 – cũng là tờ báo đầu tiên trong lịch sử báo chí Việt-Nam xuất bản tại miền Tây, do nhà văn An-Khê Nguyễn Bính Thinh làm chủ nhiệm, Hồng Sơn Đông trị sự, nhà báo Cao Trần (Cao Minh Hựu) làm thư ký, nhà văn Nguyễn Ngọc Mẫn phụ trách tin tức trang ngoài và Nguyễn Thiếu Nhẫn (Tô Thùy Nghiêm) phụ trách văn-nghệ trang trong, nhà thơ Kiên Giang Hà Huy Hà phụ trách mục Tấc Đất Ngọn Rau. Họa sĩ Hiếu Đệ cũng từng cộng tác với nhà văn An-Khê. Báo in 4 trang hàng ngày, số đặc biệt cuối tuần in 6 trang, phát hành các tỉnh Miền Tây và Sài Gòn. Cũng nơi đây sau có tờ **Tiếng Gọi Miền Tây**.

*

Phía **nhật báo tôn giáo**, Công-giáo có các tờ *Hòa-Bình* của LM

Trần Du (tức Minh Tân, với cộng tác của Sức Mấy (Đinh Từ Thức); *Xây Dựng* của LM Nguyễn Quang Lãm (Thiên Hổ, phụ trách mục "Mây Chó" ngay trang đầu); các tuần báo *Sống Đạo* (bộ mới, số 1, 14-8-66), *Thắng Tiến* ('cơ quan thông tin nghị-luận ngày chủ nhật', LM Phan Văn Thăm), ...

Nhật báo Phật giáo có tờ *Chánh Đạo* ra năm 1965 thay tờ *Hải Triều Âm* đình bản năm trước đó, báo sống đến ngày 13-09-1969 bị đình bản do đăng nhiều bài công kích chính quyền, khi chính quyền đem TT Thích Thiện Minh ra toà án Quân sự vùng 3 xét xử với tội danh "tán trợ đào binh, chứa chấp vũ khí và liên lạc với Cộng sản.". Tờ *Gió Nam* ra năm 1971, của GHPGVN, TT Huyền Diệu làm chủ nhiệm. Nhưng chỉ một năm sau cũng đình bản. Còn có báo *Đất Tổ* của Tổng Vụ Thanh Niên Phật Tử.

*

Báo-chí miền Nam vào giai đoạn này **nói chung** khá đặc-biệt và phức tạp, không dễ cho nghiên cứu nghiêm túc, toàn diện, vì trước hết, báo-chí miền Nam thời này đã sinh hoạt và phát triển song hành với văn-học miền Nam; thứ nữa, các nhà văn thơ thường xuất thân hoặc có lúc làm việc cho các báo hoặc phụ trách toàn soạn, bài vở, ngoài trừ các nhà văn làm nghề giáo dục hoặc quân nhân, công chức, và hơn thế nữa, nhiều tác-phẩm văn-học trước khi được xuất-bản và được giới phê-bình chú ý, đã xuất hiện trên báo-chí như truyện đăng-từng-kỳ (có cả phóng sự, bút ký, hồi-ký, ...), mà các feuilleton này từng làm điêu đứng các nhật báo và Bộ Thông tin đã phải có lúc phải ra Sắc lệnh như giới hạn số tiểu-thuyết đăng-từng-kỳ, số truyện ngắn, không được đăng truyện hoang đường,v.v. Từ sau đảo chính 1-11-1963, báo-chí rơi vào tình trạng hỗn loạn, một Hội đồng báo-chí đã được thành lập ngày 13-4-1965 nhân dịp Đại hội Báo-chí với 140 đại diện báo-chí. Về thống kê số nhật báo, trong hơn 20 năm đã có những năm có trên 40 tờ cùng xuất-bản nhưng vào hơn một năm trước ngày 30-4-1975, con số tụt xuống còn khoảng 10 tờ.

Về **nội-dung**, trên các nhật báo thường có những **mục** quan điểm, tin tức quốc nội, quốc tế, tình hình chính-trị, chiến-tranh, kinh tế, giải đáp tâm tình, thơ truyện, ... và thường có *tiểu-thuyết đăng-từng-kỳ (feuilleton)* thường là truyện dài tâm lý, xã hội nhiều kỳ mà còn có những truyện dã sử, kiếm hiệp, trinh thám cũng như truyện chưởng. Nhà văn Bình-Nguyên Lộc từng viết feuilleton cùng lúc cho

11 tờ 'nhựt trình' năm 1957. Nhưng chưa bằng nhà văn An-Khê có lúc đã viết feuilleton một ngày cho 13 tờ báo cùng lúc. Trong một lần trả lời phỏng vấn của Nguyễn Nam Anh, nhà văn Bình-Nguyên Lộc đã nhắc đến kỷ lục của đồng nghiệp An-Khê, cho biết: *"Vào năm 1957 thì tôi viết mỗi ngày 11 feuilletons. Nhưng sau đó chính An-Khê và Lê Xuyên dẫn đầu. An-Khê có năm viết tới 12 feuilletons mỗi ngày, nhưng tôi chưa hề thấy ai vượt qua con số 12 nổi. Sự viết nhiều, viết ít, không do ta, cũng không do chủ báo. Đó là may mắn (hay rủi ro) ngẫu nhiên ..."* (3). Thời đó thị trường báo chí sôi động, lôi cuốn các nhà văn chuyên nghiệp và cả những người không chuyên vào cuộc. Kết quả là năng suất tăng nhanh, một người có thể cộng tác với nhiều báo, và một ngày có thể viết xong nhiều bài, thậm chí nhiều feuilleton - nhưng chất lượng nghệ thuật của tác phẩm lại có thể tỷ lệ nghịch với số lượng vì nhiều nhà văn phải "chạy" cho kịp ra báo. Ngoài An Khê, Bình-Nguyên Lộc vừa nêu, các bà Tùng Long (*Sài-Gòn Mới*), bà Tú Hoa, bà Lan Phương (*Lỡ Làng, ...*), Hoàng Hải Thủy (tiểu-thuyết phóng tác như *Chiếc Hôn Tử Biệt* (1956), *Nổ Như Tạc Đạn, Đi Tìm Người Yêu, Như Chuyện Thần Tiên, Bóng Người Áo Trắng, Đỉnh Gió Hú, Kiều Giang* trên *Ngôn Luận*, *Môi Thắm Nửa Đời* trên *Chính Luận* năm 1966, *Người Yêu Người Giết* trên *Sống* năm 1965, ...), Trọng Nguyễn, Nghiêm Lệ Quân, Dương Hà (Dương Văn Chánh, 25-2-1934 Bạc Liêu – 20-8-2018, Sài-Gòn; từ 1951 với *Bên Dòng Sông Trẹm* và nhiều feuilleton thời 1954-1975), Sơn Linh, Ngọc Sơn (*Ngày Về, Hồng Và Cúc, Sau Dãy Nhà Lầu, ...*) sau đổi bút hiệu là Phi Long (*Bàn Tay Máu, ...*), Tô Nguyệt Đình, Lã Phi Khanh (*Lệnh Xé Xác*), Duyên Anh *(Điệu Ru Nước Mắt, Luật Hè Phố, Trần Thị Diễm Châu, Dấu Chân Sỏi Đá, ...)*, Nguyễn Thụy Long *(Loan Mắt Nhung)*, **Văn Quang** *(Chân Trời Tím, Đời Chưa Trang Điểm, Nghìn Năm Mây Bay, Tiếng hát Học Trò* là những tiểu-thuyết được đưa lên màn ảnh), Lê Xuyên *(Chú Tư Cầu* trên Sài-Gòn Mai năm 1961), Ngọc Linh *(Mái Tóc Dĩ Vãng)*, Chu Tử *(Yêu)*... **mà các nhà văn khác như Dương Nghiễm Mậu (Con Mắt Đá Đen, trên** *Nghệ Thuật*, 1966), Mai Thảo, Nguyễn Đình Toàn, Thanh Tâm Tuyền, Túy Hồng, Nhã Ca, Cung Tích Biền, Viên Linh (Từ Đó, trên *Nghệ Thuật*, 1966)... cũng viết feuilleton đăng trên các nhật báo và tạp-chí.

Cũng cần phân biệt *feuilleton* trên các nhật báo và tạp-chí với tiểu-thuyết đăng-từng-kỳ nhưng đã hoàn thành từ trước và đăng-từng-kỳ cũng có thể là những phóng sự hoặc truyện truyền kỳ, dã sử, kiếm hiệp sáng tác như đã đề cập.

Thể-loại tiểu-thuyết feuilleton này đã xuất hiện thường xuyên trên các nhật báo và tạp-chí từ đầu thập niên 1950 ở miền Bắc (thường xuyên vì *Phong Hóa, Ngày Nay* trước đó đã đăng feuilleton của Khái Hưng, Nhất Linh, nhưng không phải là nhật báo), nhưng hiện-tượng này rất thịnh hành ở miền Nam vì đã bắt đầu từ nhiều thập niên trước đó (Nguyễn Chánh Sắt, Hồ Biểu Chánh, Phú Đức,….).

Trong số các truyện dài / tiểu-thuyết đăng-từng-kỳ thì thể-loại **'trinh thám'** và **'dã sử'** xuất hiện khá thường xuyên và thỏa đáp được nhu cầu tinh thần của một phần các độc giả. Từ các thập niên 1930, 1940 rồi từ 1954 trở về sau, các tiểu-thuyết do thám, trinh thám, phiêu lưu, dã sử chiếm nhiều trang trên báo-chí. Dã sử là một hình-thức lịch-sử hóa câu chuyện kể, cho ly kỳ, bất ngờ; đến thập niên 1960 thì pha trộn thêm khía cạnh 'võ hiệp', 'phiêu lưu', có thể ngắn, có thể tràng giang, có thể kể *Ban Do Thám Đông A* của Hải Âu, *Người Yêu Của X13* và *X13 Trong Lưới Nhện* (Trí, 1966, 'tiểu-thuyết gián điệp kỳ tình' của Nguyễn Bính Long tức An Khê, Ngọc Linh với bút hiệu Sơn Linh, có tiểu-thuyết dã sử *Người Đẹp Thành Phiên-Ngung* (1973), *Nghĩa Sĩ Thành Tây Đô,* Hoàng Ly viết *Lửa Hận Rừng Xanh, Thập Vạn Đại Sơn Vương,* 'tiểu thuyết phiêu lưu võ hiệp kỳ tình', ... **Các thể-loại *dã sử, trinh thám, võ hiệp* này đã được một số nhà văn sử-dụng để ngụ ý hay công khai bày tỏ thái độ chính-trị, ước vọng cho dân-tộc, v.v. Còn có ý tránh sự dòm ngó của kiểm duyệt.,**

Truyện chưởng ('kiếm-hiệp tân-kỳ'): khoảng năm 1960, tờ *Dân Nguyện* của chủ bút Hà Thành Thọ khởi đăng nhiều kỳ (feuilleton) cuốn tiểu thuyết võ hiệp *Lam Y Nữ Hiệp* của Hồng Kông, một tác phẩm thuộc loại "tân trào võ hiệp tiểu thuyết" khác với các thể-loại trước đó. Mới lạ nên *Lam Y Nữ Hiệp* **được đông đảo độc giả đón nhận và báo bán đắt như tôm tươi! Thấy "ngon ăn", một tờ báo khác vung tiền "mua đứt" dịch giả bộ** *Lam Y Nữ Hiệp,* **mời ông này** dịch bộ *Lã Mai Nương.* Từ đó, truyện chưởng Hồng Kông bắt đầu bùng nổ trên báo chí miền Nam Việt-Nam, khi cùng lúc xuất hiện hai dịch giả Tiền Phong (tức "Xìn Phoóng", tên Việt là Từ Khánh Phụng) lúc đó ngoài 50 tuổi, người Minh Hương, và Tam Khôi (người gốc Hải Nam). Từ Khánh Phụng là người đầu tiên đưa truyện chưởng Kim Dung đến Sài-gòn qua bộ *Bích Huyết Kiếm,* còn Tam Khôi dịch bộ *Anh hùng xạ điêu.* Tờ **Đồng Nai** của Huỳnh Thành Vị đăng nhiều kỳ truyện dịch của Tiền Phong (*Cô Gái Đồ Long*), còn tờ *Dân Việt* khai thác tài dịch thuật của Tam Khôi, tờ *Báo Mới* **đăng bộ** *Thần Điêu Đại*

Hiệp và hàng chục tờ báo (trong số đó có một số nhật báo Hoa ngữ như *Thành Công, Tân Văn Khoái báo, Luận Đàn Mới, Nhân Nhân, Quang Hoa, Á Châu, Kiến Quốc...*) đua nhau đăng truyện chưởng. Có báo như tờ **Đồng Nai** sắp khai tử, nhưng nhờ đăng *Cô Gái Đồ Long* mà hồi sinh, báo này xem như tiền phong trong việc đăng tiểu-thuyết kiếm hiệp của Trung Hoa khai mỡ lại cái ''khẩu vị'' đến đó bị xem là lỗi thời, nhờ đó mà lượng phát hành tăng vọt! Chủ báo *Trắng Đen* là Việt Định Phương thì lôi kéo Lã Phi Khanh đem truyện *Lệnh Xé Xác* đang đăng ở báo *Tia Sáng* về làm sống mạnh tờ *Trắng Đen*. Tên truyện của Kim Dung được nhiều báo khai thác theo những cách khác nhau, như trường thiên tiểu thuyết *Thiên Long Bát Bộ*, có báo đặt tên là *A Tỷ Kiều Phong*, báo thì đăng *Lục Mạch Thần Kiếm*, có báo lại là *Cô Tô Mộ Dung*... Nhà báo Sơn Điền Nguyễn Viết Khánh cũng từng là dịch giả một số tiểu thuyết kiếm hiệp của Kim Dung, Nghê Khuông, Gia Cát Thanh Vân, ... Hàn Giang Nhạn cũng là dịch giả nổi tiếng với bộ *Tiếu Ngạo Giang Hồ* (1968-) và 13 bộ chưởng khác, ... Nhưng từ năm 1971 thì truyện chưởng không còn là hiện-tượng như trước đó dù vẫn lôi cuốn một số người đọc, người đọc được Từ Tốc, Y Đạt, La Lan, ... đưa vào thế-giới khác của người Hoa.

"Hội chứng truyện chưởng Kim Dung" ảnh-hưởng lớn đến văn-hóa miền Nam, có những nhà văn nhà báo lấy biệt hiệu từ tên của các nhân-vật truyện chưởng. Cũng đã có những tiểu luận, biên khảo về Kim Dung hoặc các nhân-vật độc đáo của riêng truyện chưởng, của Nguyễn Mộng Giác, Đỗ Long Vân, Vũ-Đức Sao Biển, ... Đỗ Long Vân thán phục chuyện luyện kiếm: "*Một thỏi sắt luyện thành một thanh kiếm tốt đã khó. Nhưng khó hơn nữa là luyện thế nào để tự nó thu nhỏ lại bằng cái lá. Khi ấy người ta có một diệp kiếm; nhỏ hơn, bằng một viên ngọc, là hoàn kiếm, nhỏ hơn nữa, băng hạt cát, là sa kiếm. Lạ là càng thu nhỏ thì năng lực của kiếm càng lớn. Tất cả xẩy ra như năng lực ấy, càng bị dồn trong một khối thể chất nhỏ bao nhiêu, lại càng tăng trưởng bấy nhiêu. Và đến khi miếng thép ấy hoá ra nước làm thuỷ kiếm, ra hơi làm khí kiếm, ra ánh sáng làm quang kiếm, thì năng lực phát huy được kể như không cùng. Tương quan ấy giữa năng lực và thể chất không làm người ta suy nghĩ ra sao? Nhưng tôi không muốn nói rằng những tác giả võ hiệp là những Einstein bị người đời quên lãng*" và đấu chưởng "*Nội lực là cái nguyên khí tản mác ngoài thiên nhiên mà, theo những cách luyện đặc biệt, người ta thâu nạp được trong người. Khi giao đấu thì nội lực ấy có thể, từ lòng bàn tay, xuất phát ra những ngọn gió lớn có sức đánh gẫy cây và đập nát đá.*

Nói theo kiểu của giới đọc võ hiệp, người ta gọi thế là dấu chưởng" (*Vô Kỵ Giữa Chúng Ta* hay là Hiện tượng Kim Dung, 1967).

Truyện chưởng cũng đã ảnh-hưởng đến ngôn-ngữ nói cũng như viết, nay người ta dùng nhiều "tiếng lóng" nhuộm màu sắc võ lâm như: "Thằng cha đó bị *tẩu hỏa nhập ma*"; "Cà chớn là tao cho *một chưởng*"; "Tên đó chơi *ma giáo*", v.v. [Ngoài ra báo-chí thời này cũng để lại các 'thành ngữ' khác như *tả tơi hoa lá cành, ngất ngư con tàu đi,* v.v.]. Và một số phim ảnh dựa trên truyện chưởng cũng đã được đạo diễn Việt-Nam sản xuất.

Bên cạnh hiện-tượng truyện chưởng là hiện-tượng **tiểu-thuyết Quỳnh Dao**, thời thượng, viết về tình cảm đôi lứa thường là trắc trở, chia ly về đời sống gia-đình cùng định mệnh như là giải đáp cho mọi trắc trở, tuyệt vọng; đáp ứng nhu cầu của giới trung lưu đa tình và thanh thiếu niên ham vui và đang tuổi yêu sẵn sàng rơi lệ. Nhưng từ năm 1972 thì có vẻ xuống; ảnh-hưởng đáng kể vì được lên phim và một số bản nhạc đệm trở thành bất hủ, được dịch ra lời Việt. Tiểu-thuyết của bà những năm 1970 đến 1972 được dịch và xuất-bản ồ ạt. Đào Trường Phúc còn viết cả một tiểu luận về *Hiện-Tượng Quỳnh Dao* (Khai Hóa, 1973, trong bài Mở đầu sách, soạn giả cho biết ông viết ra cốt phản ứng lại những thái độ cực đoan đối với bà QD, để phân biệt QD giả và thật, và *"thiết tưởng chúng ta nên nhìn người văn sỹ đó ở cái vị trí mà chính bà đã tự xác định cho mình, cũng như nên theo dõi tiến trình những tác-phẩm ấy qua cái chiều hướng rõ rệt mà chính bà đã tự vạch ra khi sáng-tác, căn cứ vào những sự phát biểu chính thức trong một vài tài liệu được thu thập..."*).

Sự đóng góp của các **họa sĩ** cũng cần được ghi nhận, từ thời *Phong Hóa, Ngày Nay,...* đến báo-chí thời miền Nam Cộng-Hòa. Các bìa báo, báo Xuân và phụ bản khiến cho các báo hấp dẫn với người đọc mà cũng khiến các báo thêm phần thẩm mỹ, sáng tạo, độc đáo. Ngọc Dũng trên *Sáng Tạo, Văn* (và trang bìa cho NXB Văn); Tú Duyên, Văn Thanh trên *Sáng Dội Miền Nam,* Phạm Tăng trên *Tiếng Chuông, Bách Khoa, Ngôn Luận,* Thế Chương trên *Tiếng Chuông, ...* Văn Thanh trên tạp-chí *Văn,* **Đằng Giao trên báo** *Sống,* Nguyễn Văn Ky báo *Thần Chung,* **Lê Trung báo** *Sài-Gòn Mới,* cây vẽ biếm Choé (Nguyễn Hải Chí, 1943-2003) từ năm 1969 trên nhật báo *Sóng Thần,* Ngọc Dũng trên tạp-chí *Văn* và ký Tuýt trên tờ *Chính Luận,* **Đinh Hiển ký Hĩm, họa sĩ Ớt tức Huỳnh Bá Thành** vẽ biếm họa cho các tờ *Tin Sáng, Điện Tín* và *Đại Dân Tộc,* họa sĩ Vị Ý trình bày sách và báo cho các tờ *Sống, Sóng Thần,* v.v. Các nhiếp ảnh gia với hình các tài tử, minh tinh, nghệ sĩ cũng đã khiến các báo thêm phần hấp dẫn, quyến rũ, đi đầu là tuần báo *Vui Sống* của Bình-Nguyên Lộc.

Về **số lượng ấn bản** thì tùy thời, *Văn Hóa Ngày Nay* của Nhất Linh số ra mắt đã phải in đi in lại nhiều lần để đáp ứng đòi hỏi trên 10.000 bản; tạp-chí *Sáng Tạo* **có số in trên 6.000 bản, tập san** *Văn* những năm 1964-66 có số in đến 16.000 bản; tuần báo *Nghệ Thuật* năm đầu 1966 mỗi kỳ in 9.000 số; tờ *Khởi Hành thì* từ 5 đến 7.000 số, có kỳ lên đến 10.000 số; tạp-chí *Bách Khoa* thời 1959-1963 mỗi số bán được từ 4500 đến 5000, sau biến cố Tết Mậu Thân 1968 chỉ còn một nửa. Nói chung bình thường thì mỗi số báo in 3000 số.

*

Thời chiến-tranh, miền Nam đã phải đương đầu với đủ thứ thù trong giặc ngoài, nằm vùng, ăn cơm quốc-gia thờ ma cộng-sản, hoang tưởng, "yêu nước" theo cách lãng-mạn, lỗi thời, ... Thành ra đã phải có những biện pháp kiểm soát người làm báo và **kiểm duyệt** đối với nội-dung – nhưng đã không triệt để và có nhiều kẻ hở để bị lợi dụng; và dĩ nhiên bị những người thiên kháng chiến và thiên Cộng chỉ trích – Nguyễn Hiến Lê từng phê kiểm duyệt thời Đệ nhị Cộng hòa: *"những bóp nghẹt văn-hóa cực kỳ vô lý, tàn nhẫn hơn cả thời Tây, thời Diệm của cơ quan Phối hợp nghệ-thuật"* ("Tình hình xuất bản 1970". *Bách Khoa*, 15-2-1971). Thời Đệ nhất Cộng hòa, luật báo chí đã có, dụ 13 ngày 20-2-1956 qui định phạt vạ, ngoài ra Nha Báo chí thuộc bộ Thông tin chỉ thị các nhật báo nộp bản vỗ 2 tiếng trước khi báo lên khuôn. Sau đảo chánh 1-11-1963, sắc luật số 10/64 ngày 30-4-1964 ấn định thể lệ mới về xuất-bản báo-chí và lập Hội đồng Báo-chí, chủ báo phải đáp ứng điều kiện hoặc tốt nghiệp trường báo-chí hoặc có kinh-nghiệm làm báo 7 năm, và phải ký quỹ, kê khai số vồn và nguồn gốc số vốn. Ngày 15-7-1964, bộ Thông tin ra nghị định 402/BTT cho phép chủ báo làm việc phát hành và nhà phát hành chuyên môn phải có giấy phép và đóng ký quỹ, về sau thêm biện pháp phát 'bông giấy' và kiểm soát nhà phát hành. Bộ Thông tin ra nghị định 453/BTT ngày 7-8-1964 tái lập chế độ kiểm duyệt báo-chí và đi xa hơn, giới hạn nhật báo đăng 1 truyện feuilleton, 1 truyện ngắn và không được đăng truyện quái dị. Thời Đệ Nhị Cộng Hoa, điều 12 của Hiến Pháp xác nhận: *"Quốc gia tôn trọng quyền tự do tư tưởng, tự do ngôn luận, báo chí và xuất bản, miễn là sự hành xử các quyền này không phương hại đến danh dự cá nhân, an ninh quốc phòng hay thuần phong mỹ tục",* tiếp theo là Luật Bao Chi 019/69 ngày 30-12-1969 xác nhận và quy định rõ thêm các quyền tự do này. Năm 1970 thêm sắc lệnh 22/SL/ThT/PC thành lập Ủy ban đặc trách theo dõi các nhật báo và tạp-chí xuất-bản tại Sài-Gòn Gia Định.

Đến sau "Mùa Hè đỏ lửa", luật báo chí 007/1972 khó khăn hơn, bắt mỗi báo phải ký quỹ 20 triệu đồng khiến các báo và tạp-chí đổi cách thức xuất-bản, các tạp-chí phải ra giai phẩm bất định kỳ, số ghi không được tiếp tục bộ cũ (còn Sở Phối Hợp Nghệ Thuật phụ trách kiểm duyệt bài trước khi đưa nhà in). Việc kiểm duyệt trong khung cảnh chiến-tranh quân sự và tâm lý là chuyện bình thường và thật sự là đã quá nhẹ nhàng nếu so với chế độ văn-hóa thông tin báo-chí của miền Bắc, Bắc Hàn, Cuba, v.v. Nhưng cũng vì chế độ kiểm duyệt mà từ năm 1972, báo-chí cũng như tác-phẩm xuất-bản đi xuống về số lượng (các nhà xuất-bản ngưng hoạt động, xuất-bản cầm chừng, ...) cũng như mất đi đa dạng của nội-dung, người viết (thơ văn và cả sách dịch hết rực lửa hoặc bớt nói đến các đề tài nóng bỏng, gây suy nghĩ, ...). Ngoài chính trị, kiểm duyệt lúc bấy giờ còn nhắm đến những vi phạm "thuần phong mỹ tục", "xuyên tạc lịch sử", bôi bác đời tư cá nhân, v.v.

Còn biến cố "**Ký giả đi ăn mày**" ("Ký giả phải đi ăn mày vì luật 007" buộc mỗi chủ báo đóng ký quỹ 20 triệu đồng), một số ký giả thuộc 2 Nghiệp đoàn Ký giả Việt-Nam và Ký giả Nam Việt cùng Hội Ái hữu ký giả đã xuống đường ngày 10-10-1974, chống Sắc luật 007 năm 1972 về kiểm duyệt và kiểm soát báo chí nói trên, một phong trào chỉ có thể có ở miền Nam tự do, thì đến nay đã rõ do Việt-cộng xâm nhập và lèo lái, nhưng tất cả đã đồng thời chứng tỏ chế độ miền Nam dân chủ, tự do dù đôi khi bị hạn chế, kiểm duyệt vì chiến-tranh, sự việc bị truyền thông thiên tả và hệ thống tuyên truyền tinh vi của tập đoàn cộng-sản thế giới đưa tin như là những đàn áp tự do thông tin báo chí, trong khi ở miền Bắc và tất cả các nước cộng-sản đều triệt để không có tự do nào cả, và cho đến sau này!

Về "**Làng báo chí**" thì bắt đầu có từ năm 1973, khi Nghiệp đoàn Ký giả Việt Nam (thời chế độ cũ) đứng ra vay tiền ngân hàng để xây khoảng 300 căn nhà cho các nhà báo về ở, trả góp hàng tháng. Làng gồm 7 con đường. 5 con đường chạy dọc từ đường Nguyễn Văn Hưởng ra bờ sông Sài-Gòn và 2 con đường cắt ngang. Mỗi căn nhà đều có diện tích 110m2, tường xây gạch thô, mái lợp tôn xi măng. Ông Lê Đoan Hùng, cựu chủ bút tuần báo trào phúng *Tin Vịt* là một trong những người sáng lập nên Làng Báo chí.

Trước 1975 đã có các Nghiệp đoàn Ký giả Việt-Nam (Nguyễn Kiên Giang), Hội Ái hữu Ký giả Nam Việt (chủ tịch Trần Hương Nhựt rồi Lý Bình Hiệp, Việt Nhân và LBHiệp) là hai tổ chức đã có từ 1949-1950 ở miền Nam. Vì thế sau mới có Nghiệp đoàn Ký giả Việt-Nam (các chủ tịch là Nguyễn Trọng, rồi Thanh Thương Hoàng và cuối cùng là Thái Dương),

Các nhật báo và tạp-chí miền Nam thời chiến-tranh đã bị cộng-sản Hà-nội xâm nhập, điều động; nhiều nhà báo, nhà văn đã làm tay sai, **nằm vùng** làm lợi cho cộng-sản hoặc quá yêu nước nên bị lợi dụng, "ăn cơm quốc-gia thờ ma cộng-sản" vì ở miền Bắc vĩ tuyến 17 không thể có tệ nạn này vì không có thể chế chính-trị tự do dân-chủ như ở miền Nam Quốc-gia. Cũng nên ghi lại đây những danh tánh các tay sai và nằm vùng này (còn kết án hay vinh danh tùy ý!): Lý Văn Sâm, Sơn Nam, Vũ Hạnh, Triệu Công Minh, Lữ Phương, Bùi Đức Tịnh, Nguyễn Hữu Ba, Trang Thế Hy, Thẩm Thệ Hà, Ngọc Linh, Kiên Giang Hà Huy Hà, Ái Lan, Sơn Nam, Lê Vĩnh Hòa, Nguyễn Bảo Hóa, Dương Tử Giang, Thái Bạch, Vân Trang, Ngụy Ngữ, Trần Hữu Lục, Thế Vũ, Trần Vàng Sao, Tiêu Dao Bảo Cự, Lý Quí Chung, Phan Ba, Sơn Tùng, Cao Trần, Nguyễn Văn Mại, Trần Chi Lăng, Cẩm Thi Lý Dũng Tâm, ... tích cực trên các tạp-chí *Tin Văn* (Vũ Hạnh, Lữ Phương, Nguyễn Hữu Ba), *Bách Khoa* (Lưu Nghi, Vũ Hạnh), các nhật báo *Đại Dân Tộc* (Hồ Ngọc Nhuận, Huỳnh Bá Thành tức họa sĩ Ớt), *Điện Tín* (Hồng Sơn Đông), *Tin Sáng* (của nhóm dân biểu đối lập Ngô Công Đức, Dương Văn Ba, Hồ Ngọc Nhuận, Lý Chánh Trung), v.v.

Sinh hoạt chính trị ở miền Nam Việt Nam trước ngày 30-4-1975 vì là một chế độ tự do dân chủ do đó đã bị những người tự xưng "đối lập" chính trị vì lý tưởng cục bộ, thiển cận, vì phe đảng hoặc bị nhiễm Cộng và bị ha lợi dụng cho mục đích của miền Bắc, có khi được Mỹ dựng lên, chống lưng, được người cùng phe quốc gia như Nguyễn Cao Kỳ vì nhỏ mọn thù riêng nên nối giáo giúp "đối lập thân Cộng" (**33**), để đám người này tha hồ thao túng, tưởng là đối lập chính chuyên, cũng vì chính quyền miền Nam đối phó trong khuôn khổ Hiến pháp cho phép, do đó đã không có những vụ thanh toán, đổ máu – ngược lại phe Cộng và thân Cộng lại chủ mưu những vụ ám sát, đặt bom, khủng bố, ... Vả lại trước năm 1975, nếu các "đối lập" này sống ở miền Bắc, thiển nghĩ họ chưa kịp mở miệng đòi hỏi tôn trọng... Hiến pháp thì đã biến mất không dấu vết, làm gì có những trò hề như "Tiếng nói trong kẽm gai" (tựa 1 tài liệu tuyên truyền của nhóm *Tin Sáng*) –

ngay cả cán bộ cao cấp của Hà-Nội làm gì lại phải lên tiếng kêu oan sau khi bị ông cố vấn Ngô Đình Cẩn bắt giam, thuyết phục, oan mà mãi sau 1975 và đến chết vẫn còn, phải kêu oan trong *Bội Phản hay Chân Chính?* (1992) của Dư Văn Chất!

Ngày bức tử của Việt-Nam Cộng-Hòa với sự đầu hàng của vị tổng thống cuối cùng Dương Văn Minh cũng là ngày chấm dứt lịch-sử hơn 100 năm của báo-chí Việt-Nam, vì sau ngày đó chỉ có tờ *Tin Sáng* tục bản và tờ *Sài-Gòn Giải Phóng* là 2 công cụ (vẫn cần cho tuyên truyền như Chính phủ Quân quản MTGPMN) sống tạm nhằm tiếp tục tuyên truyền rằng ngày 30-4-1975 là ngày 'giải phóng' miền Nam do người của MTGPMN, đánh lừa người Việt Nam-Bắc cũng như cả thế giới!

*

Để kết thúc, báo-chí thời kỳ 20 năm này có thể chia ra **3 giai đoạn**:

1- 1954-1963: thời báo-chí tự do, cùng xây dựng nền dân-chủ, cộng hòa, thời của an bình đời sống mới hết thực dân không cộng-sản, thời lý thuyết chính-trị và văn-hóa mới: nhân vị, cần lao, chói lòa ánh sáng văn-học Tây phương (hiện sinh, nhân bản, ...), v.v. Báo-chí phần lớn do chính quyền tài trợ hoặc làm cơ quan thông tin, ngôn luận của các tổng bộ, cơ quan hoặc các Hội đoàn chính-trị, xã-hội (Khổng học, văn-hóa bình dân, giáo chức, nạn nhân cộng-sản, ... Một số do viện trợ Hoa-Kỳ như *Sáng Tạo,* do chính phủ như *Hiện Đại, Thế Kỷ Hai Mươi, Nghệ-Thuật, ...*

2- 11/1963-1968: thời hỗn loạn chính-trị, báo-chí trăm hoa đua nở với nhiều hiện-tượng đặc biệt (tôn giáo rõ nét nhưng chia rẽ, lãnh tụ nhiều và con rối, nhà báo mới muốn dựng sự nghiệp, đòi hỏi, ... Một số báo-chí do chính quyền và các thế lực chính-trị, tôn giáo tài trợ hoặc chủ động điều khiển. Báo-chí và sinh hoạt văn-nghệ bắt đầu bị ảnh-hưởng thương mại, thời thượng (phim ảnh, truyện chưởng Kim Dung, truyện Quỳnh Dao, Lý Tiểu Long, v.v.).

3- 1968-1975: chuẩn bị kết thúc một cuộc chiến-tranh quốc-cộng, báo-chí nhập cuộc. Năm vùng, tay sai, trí thức thiên tả, (MTGPMN, Hội này nọ, Tổng hội sinh viên, ...) khuấy động môi trường báo-chí cùng lúc các nhà văn hóa, văn-nghệ tự xưng hoặc được gọi là 'phản chiến', 'lương tâm' một chiều liên tục ra mắt, ra báo, lên tiếng.

Và sau biến cố chính-trị 1-11-1963, báo-chí đã là đất dụng võ và sinh kế của nhiều nhà văn, do đó báo-chí đã vô tình hại đến sự nghiệp các nhà văn nhà thơ đó. Nhưng nói chung, các tạp-chí cũng như nhật báo nếu không thiên về nghệ-thuật, văn-chương thì cũng chính-trị đảng phái, phe nhóm, ... nhưng tất cả đã không tích cực chống Cộng (ngoại trừ báo của chính phủ và quân đội)! Đó cũng là một phần lý do người Việt sẽ phải bỏ nước ra đi và một nền báo-chí hải-ngoại hình thành!

CÁC NHÀ XUẤT-BẢN

Các nhà xuất-bản và số sách in ấn

Vào giai đoạn đầu 1954-1963, thị trường xuất-bản văn-học gồm đa số là sách tái-bản các tác-phẩm thời trước đó và tiền chiến mà đa phần là của Tự Lực Văn Đoàn với các nhà xuất-bản Phượng Giang (Nhất Linh lập từ 1952), Đời Nay, sau đó ít hơn, cho đến khoảng 1967 khi nhà Hoa Tiên xuất hiện và tái-bản khá nhiều tác-phẩm giá trị thời tiền chiến như *Thi Nhân Việt-Nam* và các thi tuyển Thơ Mới – khiến Mai Thảo trên tạp-chí *Vấn Đề* số 23 (6-1969) trở lại đặt vấn-đề "Trước phong trào tái-bản và làm sống lại văn thơ tiền chiến", ông nhắc nhở trong số các tác-giả được tái-bản có những người nay đối đầu chiến tuyến với văn-học miền Nam và ông kết luận thơ phải nói lên "một sự có mặt" của những người làm văn-nghệ đang có mặt *"thơ văn ta bây giờ là một đánh dấu rực rỡ cho sự có mặt, sự qua đi ghê gớm của con người trước sự vật. Nó hàm chứa trong nó một lay chuyển tận cùng, chuyên chở trong nó một sức sô ngã mãnh liệt. Trong những cái bị sô ngã, - tôi nhấn mạnh, đã bị sô ngã, có thơ văn tiền chiến"* (tr. 29). Trong những năm đầu, các tác-phẩm văn-học mới sáng tác khá kiêm tốn so với sách tái-bản và các loại sách "học làm người", như năm 1958 chẳng hạn, có 97 tiểu-thuyết, thơ 14, kịch 292 và dịch-thuật 16, sang năm 1959 có 52 tiểu-thuyết nhưng chỉ có trên dưới 10 cuốn là mới, đã vậy, trong số 10 này hầu hết đều viết về thời đã qua, những chuyện cũ (*Mưa Đêm Cuối Năm, Dì Mơ, Dòng Sông Định Mệnh, ...*), 8 thơ, 186 kịch bản và 5 dịch-thuật (*Bách Khoa, số* 73, 15-1-1960) - đặc-biệt là kịch bản con số xuất-bản lớn để đáp ứng nhu cầu đấu tranh chính-trị, Tố cộng, ... bên cạnh những kịch bản thực sự văn-học (nhưng đề tài đa phần cũng là chính-trị và chiến-tranh). Theo thống kê sách xuất-bản của Phòng Thông tin (đường Tự Do) ngày 14-11-1959, tổng số sách đã được xuất-bản hợp pháp năm 1954 là 1468, năm 1955: 985, năm 1956: 1807, năm 1957: 1298, năm 1958: 1012 và năm 1959 đến ngày thống kê (không rõ) là 689 – theo Phạm Việt Tuyền trong "Người cầm bút từ năm 1954 tới nay", bài thuyết trình trong Hội thảo về Sách nhân Năm Quốc Tế Sách tại Sài-Gòn ngày 6-8/9-1972 (**34**). Cũng theo Phạm Việt Tuyền trong bài thượng dẫn thì *"Hiện-tượng sách báo nhi đồng nhảm nhí, bán với giá rẻ mạt đã trở thành một chứng dịch lan tràn..."* (tr. 382), bên cạnh hiện-tượng sách khiêu dâm phóng tác truyện Liêu trai và phương Tây rồi thêm thắt cho giật gân, dễ bán. Nhưng một số tác-giả (Nhật Tiến, Duyên Anh, ...) và nhà xuất-bản như Khai Trí đã nỗ lực sáng-tác và xuất-bản những tạp-chí lành mạnh cho tuổi trẻ như *Tuổi Hoa, Tuổi Ngọc, Thiếu Nhi*, v.v.

Đầu năm 1970 đã có 150 nhà xuất-bản và trung bình một tác phẩm được phát hành khoảng từ 1.000 đến 3.000 quyển, trừ sách của Nguyễn Thị Hoàng (5.000 và tái bản nhiều lần) hay Phạm Công Thiện, có khi lên đến 10.000 quyển. Ngoài ra những ấn phẩm 'khó đọc' khác như *Triết Học Hiện Sinh* (1967) của GS Trần Thái Đỉnh, *Sứ Mệnh Văn-Nghệ Hiện-Đại* (1963) của Albert Camus do Trần Phong Giao dịch, v.v. cũng từng là những "best-sellers" một thời và được tái-bản nhiều đợt. Theo Ngê Bá Lí (tức Nguiễn Ngu Í) khi nói đến nhà xuất-bản Miền Nam cho hay: "Quyển đầu của 'Miền Nam' là *Vợ Thầy Hương* của Lê Xuyên in giữa 1965; cuốn mới nhất là *Mấy Mùa Thương Đau* của Thanh Nam; tới cuối 1968 đã in được 55 quyển. Số in trung bình là 3.000 cuốn. An Khê có sách in nhiều nhất 10 quyển và cũng là tác giả ăn khách nhất (kế đó là Ngọc Linh rồi đến Lê Xuyên). Tiểu thuyết chạy nhất là *Mối Tình Đầu* của An Khê..." (35). Đúng vậy, riêng năm 1965 đã là năm 'trúng mùa' xuất-bản của nhà Miền Nam nhờ các truyện dài ăn khách của Lê Xuyên xuất và tái-bản liên tục như *Vợ Thầy Hương, Chú Tư Cầu, Rặng Trâm Bầu, ... Vào cuối năm 1973, riêng Sài-Gòn đã có khoảng 1.000 nhà in, 45 nhật báo, 30 tạp-chí và 150 nhà xuất-bản.*

Theo Lê Bá Kông, chủ nhà xuất-bản Ziên Hồng, trong cuộc hội thảo quốc tế về "vấn-đề kinh tế của việc sản xuất, ấn loát và phát hành sách" được tổ chức ở Manila (Philippines) từ ngày 26 đến ngày 30 tháng 11-1974, vào thời điểm cuối năm 1974, VNCH có khoảng 180 nhà xuất bản lớn nhỏ, tất cả được thành lập không cần xin phép chính quyền. Ông Lê Bá Kông cho biết miền Nam có khoảng 700 nhà in, trong đó chỉ có độ 20 nhà có khả năng sản xuất được một triệu cuốn sách trong một năm. Ba phần tư trong tổng số nhà in này tọa lạc tại vùng Sài Gòn. Hầu như tất cả vật phẩm dùng cho việc ấn loát đều được nhập cảng từ nước ngoài, thống kê cho thấy năm 1973 giấy sản xuất trong nội địa được 2236 tấn, và phải nhập cảng thêm 40,751 tấn mới đủ cho nhu cầu in ấn. Riêng về mực in thì có ba nhà sản xuất nội địa cho sản phẩm đúng tiêu chuẩn, cung cấp đủ cho ngành ấn loát trong nước.

Về kỹ thuật ấn loát thì phần lớn cũ kỹ, trừ một số nhà in tân tiến mới được nhập cảng vào khoảng cuối thập niên 1960 có khả năng in sách đẹp không kém sách của Nhật, Singapore hay Hong Kong". Về các nhà sách thì ông cho biết theo điều tra năm 1971-72, Việt-Nam Cộng-Hòa có khoảng 2,500 nhà sách lớn nhỏ trên toàn quốc, trung bình mỗi tỉnh có từ 15 đến 20 nhà, số còn lại tập trung tại Sài-Gòn Gia Định. Hàng ngày trung bình một hiệu sách lớn tại trung tâm Sài-Gòn có khoảng 5000 khách hàng đến viếng, và có khoảng 3000 cuốn sách các loại được bán ra (36).

Có thể ghi lại đây các nhà xuất-bản **thương mại, chuyên nghiệp** như Khai Trí, Tân Việt, Cảo Thơm, Đồng Nai, Sống Mới, Đường Sáng, ...; các nhà xuất-bản sách giáo khoa các cấp như Nam Sơn, Trí Đăng, Lửa Thiêng, Trường Thi,…. Ngoài ra, các nhà **phát hành, tổng phát hành** *sách báo đi khắp miền Nam như Nam Cường* (Nguyễn Văn Chà), Đồng Nai, Thống Nhất (Tư Bôn Paul), *Sống Mới, Độc Lập, Đường Sáng, Nguồn Sống, Hiện-Đại (Nguyễn Văn Thành) – ba nhà sau này vào những năm đầu thập niên 1970 vừa phát hành vừa ‹lấn sân› xuất-bản và khá thành công.*

*

Khai Trí *là nhà sách và nhà xuất-bản lớn nhất miền Nam về số lượng cũng như đa dạng, đa ngành, chủ nhân Nguyễn Hùng Trương (1926-2005). Xuất-bản và tài trợ một số tạp-chí (Thiếu Nhi 1971-1975, Sử Địa, …).* Sau biến cố 30-4-1975, nhà sách và kho nhà xuất-bản của ông với khoảng 60 tấn sách báo đã bị CS chiếm đoạt và tịch thu, ông Trương bị bắt tháng 4-1976, bị đưa đi ‘tù cải tạo’ ở Z30c Hàm Tân với ‘tội danh’ "biệt kích văn nghệ"(!). Ông mất khi đang chờ đợi Nhà Nước trả lại nhà sách như đã hứa hẹn!

Tân Việt là nhà xuất-bản đã hoạt-động từ nhiều thập niên trước ở Hà-Nội và Sài-Gòn, chủ nhân Lê Văn Văng.

Công Đàn của Nguyễn Ngọc Linh, hoạt động vào thời trước 1956, có công dựng tờ *Tin Sách* (1962-) và đẩy mạnh truyền thống thư tịch/thư mục và thư viện của miền Nam, xuất-bản *Niên Lịch Công Đàn* 1960-1961 (1960, đồng soạn giả Nguyễn Ngọc Linh, Nguyễn Ngọc Phách, Phạm Xuân Thái, Nguyễn Đình Tuấn), các sáng-tác và hồi ký (*Vượt Đường Biên Giới*, Tuấn Giang 1961, ...); sách dịch (*Báo Cáo Chính-Trị của N.S. Khrushchev* (VN Thông Dịch Xã, 1956), dịch thuật về tiền tệ, ngân hàng (*Kinh Tế Học Phân Tách Nhập Môn* của Paul Anthony Samuelson, do Nguyễn Cao Hách và Nguyễn Ngọc Linh dịch, 1961); về *Kỹ Thuật Làm Báo* (Nguyễn Ngọc Phách dịch F. Fraser Bond, 1960 [cùng đề tài, về sau Lê Đình Điều dịch Kỹ Thuật Tòa Soạn 1969 *và* Ký Giả Chuyên Nghiệp 1974 và trước đó, Hồ Anh Chương đã soạn *Sáng Lập Và Tổ Chức Một Tờ Báo Hàng Ngày* do nhà Nguyễn Du xuất-bản năm 1958], chuyển dịch văn bản tiếng Việt (*The 17th Parallell*, 1958, của Dương Châu tức Phạm Văn Sơn, bản tiếng Việt xb năm 1955; hoặc nguyên tác Anh ngữ như *The New Class in North Vietnam* của Hoàng Văn Chí (1959), *Une Philosophie pour la jeunesse d' aujourd' hui: essai de synthèse thomiste* của Nguyễn Văn Cấn và Trần Đức Nhân (1961), v.v.

Nam Sơn của Trịnh Viết Đức, in các tạp-chí *Hiện Đại, Hành Trình, ...,* và sách giáo khoa trung và đại học, sách biên-khảo, tiểu luận và văn-học của Nguyễn Văn Trung, Trần Văn Toàn, Lý Chánh Trung, Nguyên Sa Trần Bích Lan, Thế Nguyên, Diễm Châu, Thế Uyên, Doãn Quốc Sỹ, Phạm Thế Ngũ, ... và trong những tựa cuối cùng có thể kể *Lược Sử Báo-Chí Việt-Nam* của Hồng Hà Nguyễn Việt Chước (1974), *Cuốn Sổ Bình Sanh của Trương Vĩnh Ký* của Nguyễn Sinh Duy và Phạm Long Điền (3-1975)…

Lửa Thiêng do Võ Phước Hiếu chủ trương, từ đầu thập niên 1970, là một nhà xuất bản đa đạng, tụ tập được nhiều giáo sư đại học cũng như khuynh hướng chính trị. NXB còn xuất-bản Tập san *Lửa Thiêng* "*ra đời trong mục đích tạo điều kiện cho các nhà suy tư Việt Nam diễn đạt và phổ biến những tư tưởng quý giá của họ trong mọi lãnh vực*" (theo bài mở đầu Tập san số 1), ngưng sau số 2 (Xuân Ất Mão 1975). Lửa Thiêng đã xuất-bản các tác-phẩm văn-học: *Rừng Phong* (Vũ Hoàng Chương), *Tiếng Ca Bộ Lạc* (di cảo, Đinh Hùng), *Gia-Đình Tôi* (Duy Lam), *Đất Nước Quê Hương* (Võ Phiến), ..., các biên-khảo văn-học hoặc luận án đại học của Nguyễn Văn Sâm, Phạm Văn Đang, Nguyễn Hiến Lê, Nguyễn Thiên Thụ, Nguyễn Khuê, Trần Nhựt Tân

(*Một Phương Pháp Phân Tách Chủ Đề Văn Chương*), Nguyễn Khuê (*Chân Dung Hồ Biểu Chánh*), … ngữ học của Trần Ngọc Ninh, Bùi Đức Tịnh, chính-trị của Lý Chánh Trung, nhưng quan-trọng là các sách giáo khoa nhiều ngành chuyên môn đại học của Phạm Hoàng Hộ, Nguyễn Thế Anh, Nguyễn Ngọc Huy, Nguyễn Văn Hảo, Nguyễn Văn Xung, Sơn Hồng Đức, Lâm Thanh Liêm, Tôn Thất Trình, Hoàng Ngọc Thành, Hoàng Ngọc Khiêm, Nguyễn Quang Quýnh, Nguyễn Huy, Trần Kim Thạch, Lê Trung Nhiên, Đặng Phùng Quân, Liêu Kim Sanh, Võ Quang Yến, Nguyễn Hải, Nguyễn Kim Môn, Châu Nguyệt Hồng, Lý Công Thuận, Nguyễn Văn Lạc, Nguyễn Bá Long, Ngô Văn Lâm, Nguyễn Ngọc Thạch, Nguyễn Nam Hà, v.v.

Trí Đăng của Nguyễn Liên, xuất-bản sách giáo khoa, biên-khảo như *Văn Học Sử thời Kháng Pháp* của Lê Văn Siêu, *Lịch sử Báo chí Việt Nam* của Huỳnh Văn Tòng, *41 Năm Làm Báo* của Hồ Hữu Tường và tác-phẩm của Hội Bút Việt, Nguyễn Mộng Giác, Võ Phiến, … cùng nhiều đầu sách dịch-thuật.

Các Bộ Thông tin, Bộ Giáo dục (Nha Văn-hóa), Phủ Quốc Vụ Khanh đặc trách Văn Hóa, các cơ quan Tâm lý chiến và Quân đội đều có nhà xuất-bản riêng: Nha Văn Hóa (và Văn Hóa Tùng-Thư), Văn Chiến, Văn-Nghệ Dân-Tộc, Tổng cục Chiến tranh Chính trị, v.v. Về phần Phòng Thông tin Hoa Kỳ USIS và các cơ quan khác cũng lập nhà xuất-bản như Hiện-Đại Thư Xã, v.v. để phổ biến văn-hóa và thông tin liên quan đến Hoa-Kỳ. Văn Hóa Tùng-Thư của Nha Văn-Hóa xuất-bản *Sử-Liệu Việt-Nam* (1959) của Tuần-Lý Huỳnh Khắc Dụng, *Đại-Nam Nhất Thống Chí* (Lục-Tỉnh Nam-Việt) bản dịch của Tu Trai Nguyễn Tạo, v.v. Tủ sách Triết học xuất-bản *Vạn Pháp Tinh Lý* (Trịnh Xuân Ngạn dịch *L'Esprit des lois* của Montesquieu, 1961), v.v. **Phủ QVK đặc trách Văn Hóa** *được xem như là cơ quan của Nhà Nước xuất-bản nhiều đầu sách nhất từ khi được thành lập, đặc-biệt là phần dịch-thuật các tác-phẩm cổ văn Việt-Nam như các bộ Lịch-triều Hiến-chương Loại-chí của Phan-Huy-Chú (do Tố-Nguyên Nguyễn Thọ-Dực, 1972-), dịch-thuật kim-văn và các biên-khảo như Tiểu Thuyết Hiện-Đại (Modern World Fiction của D. Brewster & JA Burrell, do Dương Thanh Bình, 1971),… và các tựa đề chúng tôi đã ghi nhận ở chương về Dịch-thuật cùng với các Niên-Giám Văn-Nghệ-Sĩ và Hiệp-Hội Văn-Hóa Việt-Nam (1969-1979), v.v.*

Các nhà xuất-bản văn-học

Loại đầu chuyên nghiệp, loại sau do nhiều văn-nghệ sĩ và nhà báo lập nhà xuất-bản để đáp ứng những nhu cầu, ước vọng riêng cũng như để dễ theo dõi, thường để xuất-bản sách báo của các vị này và bạn hữu hoặc cùng nhóm. Mặt khác các nhóm sinh hoạt văn-nghệ có nhu cầu xuất-bản tạp-chí, đặc san rồi đưa đến nhu cầu xuất-bản sách của thành viên và thân hữu.

Đời Nay và **Phượng Giang** xuất-bản sách tác giả mới và *tái bản* sách của Tự Lực Văn Đoàn. Sau cái chết của nhà chính-trị Nguyễn Tường Tam năm 1963, Nguyễn Tường Thiết trông coi nhà Phượng Giang (tác-phẩm của Thế Lữ được gia-đình bán bản quyền cho nhà xuất-bản khác, sách của Khái Hưng cũng tách ra, mang nhãn nhà xuất-bản Văn-Nghệ, …).

Bốn Phương nhà xuất-bản và **Yểm Yểm Thư Trang** nhà sách, của nhà thơ Đông Hồ (10-3-1906 - 25-3-1969), xuất-bản tác-phẩm của nhà thơ và bà Mộng Tuyết cùng một số sách báo văn-học, cổ văn, giáo khoa; xuất hiện từ đầu thập niên 1950 và ngưng hoạt động năm 1961 - dù vẫn tái-bản sách. Cuối thập niên 1960, người gia-đình ông tái dựng nhà **Quỳnh Lâm** ở Tân Định, tái-bản và xuất-bản nhiều sách văn-học của Đông Hồ (*Văn-Học Miền Nam: Văn-Học Hà Tiên* 1970, *Hương Gây Mùi Nhớ* 1971) cũng như của Phan Kế Bính, ...

Sáng-Tạo do nhà văn Doãn Quốc Sĩ thành lập xuất-bản sách của nhà văn DQS và một số nhà văn thuộc nhóm "Sáng-Tạo" (đình bản năm 1961) cho đến năm 1975.

Nguyễn Đình Vượng *là nhà xuất-bản hoạt động lâu dài nhất của thời kỳ văn-học miền Nam, ngay sau 1955, ngưng cuối năm 1961 rồi trở lại thị trường xuất-bản, in Tạp-chí Văn (từ 1-1964 đến 3-1975), Đặc san Văn (nghiên cứu và phê bình văn học, 1-1967), Tân Văn (từ 4-1968, tiếp tục tờ Đặc san Văn, đến đầu 1970 tiếp nối Văn Uyển), Văn Uyển (từ 1-1966),… và các đầu sách sáng-tác và dịch-thuật với tên NXB Nguyễn Đình Vượng, ... Nhà văn Trần Phong Giao điều hành phần lớn các tạp-chí và nhà xuất-bản.* Các tựa sách do nhà **Văn Uyển** xuất-bản, từ 1968 đến 1972 - từ số 23 Văn Uyển chuyển thành Tân Văn:

1 - Cho những mùa xuân phai, tập truyện Nguyễn Thị Hoàng (1968)

2 - Đêm đêm đèn sáng, truyện Erskine Caldwell

3 - Dòng sông rực rỡ, truyện Mai Thảo

4 - Mê hồn ca, tập thơ thứ nhất Đinh Hùng

5 - Sinh nhật, tập truyện Nguyễn Xuân Hoàng

6 - Những người đã qua, Thế Uyên

7 - Cành mai trắng mộng, tập thơ Vũ Hoàng Chương

8 - Tuyển truyện tuổi thơ, 6 tác giả

9 - Gào thét, truyện Dương Nghiễm Mậu

10 - Khi Từ Thức về trần, truyện Bình Nguyên Lộc

11 - Như nước trong nguồn, tập thơ Trần Thị Tuệ Mai

12 - Sống bằng sự nghiệp, Nguyễn Mạnh Côn

13 - Mã Lộ, truyện dài Viên Linh

14 - Người thày học cũ, truyện Mai Thảo

15 - Quê hương như một thành tích, tập thơ Hoàng Bảo Việt

16 - Cánh cửa sau cùng, tập truyện 7 tác giả

17 - Nỗi chết không rời, tập truyện Duy Lam & Thế Uyên

18 - Mắt thù, truyện dài Du Tử Lê

19 - Tuyển truyện tuổi thơ - quyển 2, tập truyện 7 tác giả

20 - Đuốc sậy, tập truyện Y Uyên

21&22 - Nửa đêm ngoài phố, truyện dài Stephen Crane (1969)

23 - Dọc đường, tập truyện Thanh Tâm Tuyền

24 - Đêm lãng quên, tập truyện Nguyễn Đình Toàn

25 - Ngã đạn, tập truyện Dương Nghiễm Mậu

26 - Mê chữ, tập truyện Vũ Bằng

27 - Trời xanh trên mái cao, truyện dài Nguyễn Thị Hoàng

28 - Buồn ơi, bắt tay, truyện dài Françoise Sagan

29 - Tuyển truyện Sáng tạo 7 tác giả, Mai Thảo chọn và giới thiệu

30 - Món lạ miền Nam, tạp bút Vũ Bằng

31 - Hang động mới, Phan Du

32 - Mưa núi, tập truyện Mai Thảo

33 - Chiếc xương lá mục, tập truyện Y Uyên (1971)

34 - Cánh đồng đã mất, truyện dài Thảo Trường

35 - Ngày hồng xưa, tuyển truyện tuổi thơ 8 tác giả

36 - Có một nụ cười, truyện dài Françoise Sagan

37 - Đám cháy, tập truyện Nguyễn Đình Toàn

38 - Cái đèn lồng, tập truyện Vũ Bằng

39 - Niềm im lặng của biển cả, tập truyện Vercors

40 - Dưới vầng hoa trắng, tập truyện Nguyễn Thị Hoàng

41 - Trong hoang vu, tập truyện Dương Nghiễm Mậu
42 - Chung cư, tập truyện Trùng Dương
43 - Bát cơm, tập truyện Vũ Bằng
44 - Có loài chim lạ, tập truyện Y Uyên
45 - Hồi chuông báo tử, tập truyện Lê Huy Oanh (1972)
46 - Tình nước mặn, truyện dài Viên Linh
47 - Con dấu hóa, truyện ký Vũ Bằng
48 - Một cuộc tình, tập truyện Trùng Dương
49 - Tiếng gọi thầm, Doãn Dân
50 - Ở một đời riêng, truyện dài Du Tử Lê
51 - Chứng nhân của thời đại, tập truyện Hoàng Hải Thuỷ
52 - Ngọn lửa đìu hiu, tập truyện Huỳnh Phan Anh
53 - Bãi man rợ, tập truyện Nguyễn Đình Toàn (nguồn Internet)

Nhà xuất-bản **Giao Điểm** (của Trần Phong Giao) từ tháng 4-1963, đã in nhiều tác-phẩm sáng-tác và dịch-thuật của họ Trần, Nguyễn Minh Hoàng, ... cùng tuyển tập như *Tuyển Tập Truyện Tình* (8 nhà văn, 1967), ... Sau nhà xuất-bản Giao Điểm sát nhập hoạt động hai "tủ sách" Giao Điểm và Nguyễn Đình Vượng thành cơ sở xuất-bản Văn, rồi biến cố Tết Mậu Thân 1968 khiến sinh hoạt văn-nghệ miền Nam ngưng trệ, nhà xuất-bản Văn phải ngưng xuất-bản sách, sang 1969 mới trở lại xuất-bản với những tác-phẩm cây viết trẻ (như Lê Văn Thiện,..).

Lá Bối do các Đại-đức Thanh Tuệ rồi Từ Mẫn làm giám đốc, xuất-bản tạp-chí *Giữ Thơm Quê Mẹ* và nhiều tác-phẩm sáng-tác, biên-khảo và dịch-thuật về văn-học, triết học, tôn giáo, v.v. của Nhất Hạnh và các tác-giả thuộc nhiều giới. Nơi phát xuất những tác-phẩm đầu tay hoặc nổi tiếng một thời của Nhất Hạnh, Phạm Công Thiện (*Ý Thức Mới Trong Văn-Nghệ và Triết Học*, 1965), Lê Tôn Nghiêm (*Heidegger Trước Sự Phá Sản Của Tây Phương*, 1969, *Lịch-Sử Triết Học Tây Phương: thời kỳ khai nguyên triết lý Hi Lạp*, 1971), ... Nhà xuất-bản ngưng hoạt động từ năm 1972.

An Tiêm do Thầy Thanh Tuệ (Trương Phú, từng phụ trách nhà xuất-bản Lá Bối và tạp-chí *Giữ Thơm Quê Mẹ*), hình-thức đơn sơ và/nhưng nghệ-thuật, xuất-bản sáng tác và dịch thuật của các nhà văn khuynh-hướng Phật giáo hoặc liên hệ như Tam Ích, Vân Mồng Bùi Giáng, Phạm Công Thiện, Trúc Thiên (*Hiện Tượng Krisnamurti*, 1967, dịch *Cốt Tủy Của Đạo Phật* của D.T. Suzuki, 1968), cùng triết học như LM Kim Định (*Hiến Chương Giáo Dục*, 1970),... ngoài ra là

Hồ Hữu Tường, Bùi Giáng, Thanh Tâm Tuyền, Nhã Ca, Tuấn Huy, Mai Thảo, Vũ Đình Lưu, Dương Nghiễm Mậu, ...

Đại Học của Viện Đại học Huế, xuất-bản tạp-chí Đại Học và sách biên khảo, lịch-sử, dịch thuật (triết học, văn-học, ...) và giáo khoa. Về sử học có thể kể: *Phương-Pháp Sử Học* (1964), *82 Năm Việt Sử* (1962), *125 Năm Thế Giới Sử* (1962), Việt Nam Thời Khai Sinh (1965), v.v. của LM Nguyễn Phương, bộ sử *An Nam Chí Lược* của Lê Tắc, ... Về văn-hóa, triết học: biên-khảo có *Danh Từ Triết Học* (1958) của LM Cao Văn Luận, luận án *Biện Chứng Giải Thoát Trong Phật Giáo* (1958) của Nguyễn Văn Trung, ..., dịch-thuật có các tác-phẩm của H. Bergson (*Năng Lực Tinh Thần/L'énergie spirituel*, 1962, *Vật Chất và Ký Ức/Matière et mémoire*, 1963), của R. Descartes (*Phương Pháp Luận/Discours de la méthode*, 1962; sách của cả 2 tác-giả này đều do LM Cao Văn Luận dịch-thuật) và *Tình Cảm và Đời-Sống Đạo Đức* (Jean Lacroix, 1958), v.v.

Ban Tu-Thư Đại học **Vạn Hạnh** xuất-bản các tạp-chí *Vạn Hạnh, Tư Tưởng, ...* và kinh sách như *An Ban Thủ Ý* (1972) và dịch-thuật như *Câu Chuyện Triết Học* (của Will Durant, do Trí Hải và Bửu Đích, 1971), ...

Trương Vĩnh Ký, cơ sở xuất-bản của thượng nghị sĩ Trương Vĩnh Lễ, thuộc hệ thống Sài-Gòn Ấn Quán, trong số tác-phẩm đã xuất-bản có: *Thần Nhân và Thần Thoại Tây Phương* của Mặc Đỗ (1974), ...

Nam-Chi Tùng Thư (Kim Lai Ấn quán) và **Cảo Thơm** là hai nhà xuất-bản in sách đẹp, hình-thức độc đáo, trang trọng. Nam-Chi Tùng Thư đã xuất-bản các tác-phẩm của Lãng Nhân Phùng Tất Đắc (*Trước Đèn* 1960, *Chơi Chữ* 1961, *Chuyện Vô Lý* 1962, *Giai Thoại Làng Nho* 2 tập, 1963, *Hán Văn Tinh Túy* 1965, *Chuyện Cà-Kê* 1968), Đoàn Thêm (*Tìm Đẹp*), Vương Hồng Sển, Đàm Quang Thiện,... Nhà Cảo Thơm in sách Giản Chi, Vũ Hạnh, ... và in lại tác-phẩm của Nguyễn Tuân, Nguyễn Nhược Pháp, ... Về sau, thêm nhà **Phạm Quang Khai** xuất-bản một số sách của Đoàn Thêm, Vũ Bằng (*40 Năm "Nói Láo"*), v.v.

Phong Trào Văn Hóa của Phạm Việt Tuyền, với tuyên ngôn "xây dựng văn-hóa và cải tạo xã-hội trong lý tưởng tự do và tinh thần bao dung, nhấn mạnh khả năng thống nhất đất nước và đổi mới quốc-gia của văn-học", in sách của Phạm Việt Tuyền, LM Thanh Lãng, ...

Kỷ Nguyên của Lê Thanh Hoàng Dân, Nguyễn Vương, Mai Vi Phúc và Nguyễn Á Châu xuất-bản và tái-bản sách của Lê Thanh Hoàng Dân như *Lịch Sử Đời Sống Tình Ái* (R. Lewinsohn, NXB Kỷ Nguyên, 1969), ... và của các tác-giả khác như Nguyễn Văn Sâm (*Văn-Chương Tranh Đấu Miền Nam*, 1969), Phạm Công Thiện và sách dịch-thuật như *Những Chủ Đề Hiện-Đại của Triết Học* (1969) của Emile Bréhier và *Đi Trong Hoàng Hôn* (1969) của Arthur Koestler - cả hai do Mai Vi Phúc dịch, v.v. Đồng thời, Lê Thanh Hoàng Dân mở nhà xuất bản **Trẻ** với các Tủ Sách Tâm Lý và Sư Phạm, Tủ sách Khoa Học Nhân Văn và Tủ Sách Văn Học Thế Giới, v.v. do ông làm chủ biên. Cạnh đó là Tủ sách Giáo Dục do GS Trần Hữu Đức điều khiển. Ông dịch nhiều tác-phẩm văn-học cũng như về giáo dục, chính-trị chung với Mai Vi Phúc, Trần Hữu Đức, Nguyễn Văn Trang, ...(*Các Vấn-Đề Giáo Dục, Triết Lý Giáo Dục, Tư Tưởng Sư Phạm, Những Danh Tác Chính Trị, Lịch Sử Chiến Tranh Lạnh*, v.v.). Về văn-học và tư tưởng: *Phân Tâm Học* (J.P.Charrier, 1972), *Kẻ Xa Lạ* (A. Camus, chung với MVP, 1973; *Thân Phận Con Người* (André Malraux, chung với MVP, 1973), *50000 Đô La* (E. Hemingway, 1973), *Kẻ Lang Thang* (truyện Tagore, 1973), *Bức Tường* (*Le Mur* của J-P. Sartre), ...

Quế Sơn Võ Tánh xuất hiện vào những năm đầu thập niên 1970 và đã xuất-bản Tủ sách Đạo sĩ triết gia và nghệ sĩ nhân loại như *Socrate: Tiêu Biểu Cho Triết Học Hiện Sinh hay Triết học theo Chân lý Vương giả?* (1971) của Lê Tôn Nghiêm, ...

*

Các **nhà xuất-bản do các nhà văn thơ** thành lập – một số nhà văn viết tay trái tác quyền không đủ sống phải thêm nghề viết báo và cuối cùng là lập nhà xuất-bản, như Quốc Chính trong bài viết "Tình hình xuất-bản trong năm 1962" (*Tin Sách*, 7, 1-1963), cho biết: *"Trong mấy tháng cuối năm nay 1962, chúng ta nhận thấy nhiều hoạt động lẻ tẻ bắt đầu manh nha hoạt động. Nhiều nhà văn chân chính bắt đầu họp nhau lại để cứu vãn tình hình (xuất-bản sách). Họ viết báo để dành nhuận bút, đi làm để dành tiền lương, rồi chung lưng đấu cật dựng nhà xuất-bản. Nhiều nhóm đã và đang hình thành, đã hoạt động và đang bắt tay vào việc (...) Hầu hết những nhóm đó đều nghèo tiền bạc nhưng lại rất giầu thiện chí. Họ hình-thức sinh tác quyền, hình-thức sinh thời giờ chầu chực ở nhà in để đích thân trông nom ấn loát; họ không quản khó nhọc chở sách đi phát hành khắp nơi (...) Chắc chắn là những nỗ lực đó sẽ góp công không ít trong việc thúc* *đầy ngành xuất-bản vượt qua hiện trạng bế tắc, tiến tới một tương lai sáng sủa".*

Nguyễn Hiến Lê với mục-đích xuất-bản sách của ông. Ngày Mai và **Ngè Xanh** in sách của Nguiễn Ngu Í. **Phù Sa** của Ngọc Linh in truyện của Ngọc Linh, Lê Vĩnh Hòa, Sơn Nam, thơ Kiên Giang, ... **Trùng Dương** của Lưu Nghi in truyện của Lê Vĩnh Hòa, tuyển tập *Chiếc Áo Thiên Thanh* (1956) của Lê Vĩnh Hòa, Tiêu Kim Thủy, Viễn Phương và Ngọc Linh. *Lá Dâu* của Thẩm Thệ Hà. **Bến Nghé** của Bình-Nguyên Lộc cuối thập niên 1950 đầu 1960 chủ yếu in tác-phẩm của ông. **Tia Sáng** xuất-bản tiểu-thuyết của Ngọc Linh, Thanh Nam, An Khê, Bình-Nguyên Lộc, các bà Tùng Long, Tú Hoa, ...

Đông Phương "Tập đoàn văn-nghệ sĩ tự do" của Nguyễn Thị Vinh, Trương Bảo Sơn, xuất-bản tác-phẩm của Nguyễn Thị Vinh (*Hai Chị Em*, v.v.), *Đỗ Phương Khanh* (*Hương Thu*, 1967), Dương Kiền (*Biển Trầm Lặng*, 1965), v.v. và tuyển tập *Thơ* (1967) đặc-biệt vì phần lớn là thơ của các nhà văn xuôi.

Thời Mới của Võ Phiến in sách của ông (VP và Tràng Thiên), và của các nhà văn khác như Thế Uyên (Những Hạt Cát), Nguyễn Xuân Hoàng (Mù Sương), Dương Nghiễm Mậu (Đêm Tóc Rối), Nguyễn Thị Thụy Vũ (Mèo Đêm), Túy Hồng (Thở Dài), Đỗ Tiến Đức (Má Hồng), Trần Thái Đỉnh (Triết Học Hiện Sinh), Đỗ Tấn (*Thơ Trắng*, 1963), v.v.

Huyền Trân của hai nhà văn Nhật Tiến-Đỗ Phương Khanh xuất-bản chính yếu là tác-phẩm của Nhật Tiến, Đỗ Phương Khanh và của một số văn hữu như của Chế Vũ (*Khát Vọng*, thơ, 1959), Song Hồ (*Hai Cánh Hoa Tim*, thơ), Thái Anh Duy (*Ải Lạnh*, thơ), Huy Trâm (*Như Những Bè Mây*, thơ), Lê Tất Điều (*Người Đá*, tập truyện), ...

Hoàng Đông-Phương của nhà văn Nguyễn Thị Hoàng xb sách của bà và Huỳnh Phan Anh (*Văn Chương và Kinh Nghiệm Hư Vô*), Lê Tất Điều (*Phá Núi*, 1968), Nguyễn Phúc Bửu Sum (*Con Người Nhân Cách Định Mệnh*, 1968), ...

Thương Yêu của Trần Dạ Từ-Nhã Ca, xuất-bản tiểu-thuyết và thơ (*Thơ Nhã Ca*, 1972) của Nhã Ca, ...

Đại Ngã của Nguyên Vũ in sách của ông và Phan Nhật Nam (*Dọc Đường Số Một*), Mai Trung Tĩnh, Thế Phong (*Nhà Văn Tác Phẩm Cuộc Đời*, tái bản 1970), Du Tử Lê, Thảo Trường, ...

Đêm Trắng của Huỳnh Phan Anh, in *Khu Rừng Hực Lửa* của Nguyễn Xuân Hoàng, *Người Đồng Hành* của HPA,...

Hồng Đức rồi **Kẻ Sĩ** của Tô Thùy Yên và Nguyễn Thị Thụy Vũ in tiểu-thuyết của Nguyễn Thị Thụy Vũ, Nguyễn Đình Toàn, Thanh Tâm Tuyền, ...

Hồng Lĩnh của nhà thơ Trần Tuấn Kiệt, xuất-bản sách của ông và thân hữu như Uyên Thao, Thanh Việt Thanh, Phạm Quốc Bảo, Hoàng Ly, v.v.

Mạch Đất do nhà thơ Thanh Việt Thanh chủ trương chung với Lê Khoa, đã xuất-bản tuyển truyện dịch *Đêm Ảo Tưởng* (2 ông dịch chung, 1971),...

Sóng, nhà xuất-bản do Nguyễn Đông Ngạc thành lập, xuất bản *Chuyện Tình* (dịch *Love Story* của Erich Segal), *Hồi Ký Gia Đình Nguyễn Tường* của Nguyễn Thị Thế và bộ *Những Truyện Ngắn Hay Nhất Của Quê Hương Chúng Ta,* ...

Cadao của Hoài Khanh in sách của ông và văn hữu cũng như của các tác-gia nổi tiếng như Tuệ Sỹ (với các bản dịch *Triết Học Tây Phương Hiện-Đại* của I.M. Bochenski, 1969; *Tâm Thức Luyến Ái / The Art of Loving* của Erich Fromm, 1969;...), *Thế-Giới Tình Dục* (Henry Miller),... bên cạnh những biên-khảo dịch-thuật như *J-P. Sartre Anh Hùng và Nạn Nhân Của Ý Thức Khốn Khổ* (Tôn Thất Hoàng dịch A. Niel, 1968), ...

Sông Thu in thơ Huy Lực, truyện Minh Đức, ...

Vinh Sơn của nhà văn nhà báo Thanh Thương Hoàng (1964, in *Một Cơn Gió Bụi* của TrầnTrọng Kim, ...).

Nhân Chứng của Cao Thế Dung xuất-bản thi tuyển *Thượng Uyển* (1971), v.v.

Vươn Lên do Hà Thúc Sinh chủ trương, xuất-bản thơ (*Ta Đi Trong Vườn Địa Đàng* của Yên Bằng, ...), tập truyện (*Chỉ Còn Đêm Trong Vườn* của Hoàng Đình Huy Quan, 1970), dịch thuật (*Tuyển truyện Các Tiểu Quốc Âu Châu*, 1970),, ...*Tuyển Truyện Âu Châu* (dịch 9 tác giả, Vươn Lên, 1970), ...

Kỷ Nguyên Mới xuất-bản *Tình Em Vỗ Cánh* (dịch Isaac Bashevis Singer, Do Thái, 1973), *Người Nô Lệ* (dịch I.B.Singer, 1973), *Trận Chiến Trong Thành Phố* (dịch John Toland, 1973), *Cát*

Bụi Trần Gian (dịch Yael Dyan, 1974) và *Kiếp Người Cô Quạnh* (dịch J.B.Singer, 1974), ...

Đồng Dao xuất-bản thơ của Nguyễn Bắc Sơn (*Chiến Tranh Việt-Nam Và Tôi*, 1971*)*, Từ Thế Mộng, ...

Tổ Hợp **Gió** in sách dịch-thuật và tiểu-thuyết của Lệ Hằng, ...

Kinh Thi của dịch giả Hoàng Thụy An (và Huy Tưởng) xuất-bản *Mặt Trận Miền Tây Vẫn Yên Tĩnh* (*Rien de nouveau à l'Ouest*, của Erich Maria Remarque, Phạm Trọng Khôi dịch), *Một Thời Để Yêu Một Thời Để Chết* (E.M. Remarque), *Tuyết Trên Ngọn Kilimanjaro, Chàng Tuổi Trẻ Gan Dạ Trên Chiếc Đu Bay* (của William Sayoran, Huy Tưởng dịch, 1973)*, Thiền Luận* (Suzuki), *Dục Tính và Văn Minh* (của Herbert Marcuse), ...

(Người) **Sông Kiên**: khoảng 1974 xuất-bản nhiều tựa về Hitler và chủ nghĩa Phát-xít, của Serge Miller, Otto Skorzeny, Gunter Peiss, ... do Người Sông Kiên và Lê Thị Duyên dịch-thuật.

Sông Hậu của nhóm Trương Đạm Thủy, Phương Triều, Tâm Đạm Dương Trữ La, Hoài Điệp Tử sinh hoạt từ 1966, in tác-phẩm Phương Triều, Bùi Hoàng Thư, v.v..

Con Đuông ở Cần Thơ của Bùi Đức Long và họa sĩ Ngy Cao Uyên, in ruột ronéo và bìa typo, thường kèm tranh vẽ tay của Lê Triều Điển, in từ 60 đến 100 bản; và đã in các ấn phẩm *Lục Bát Du Tử Lê, Lục Bát Cung Trầm Tưởng* (1973), *Thơ Chu Ngạn Thư, Lục Bát Anh Hoa, Thơ Ngy Cao Uyên, Thơ Viên Linh, Thơ Nguyễn Tôn Nhan, Thơ Thanh Nam, Thơ Bùi Giáng, Lục Bát Hoàng Anh Tuấn, Truyện Trần Hoài Thư,* bút ký văn-nghệ của Văn Quang *, Hội họa của Tạ Tỵ* , v.v.

Cũng có thể ghi nhận nhà xuất-bản **Huệ Minh** chuyên in sách của Hồ Hữu Tường vào thập niên 1960.

*

Các **tạp-chí và nhật báo** *cũng đồng thời làm nhà xuất-bản có thể kể:*

Tự Do nhật báo cũng lập Cơ sở Xuất-Bản Tự Do (tên ban đầu là Người Việt Tự Do) và đã ấn hành nhiều tác-phẩm đầu tay của nhiều nhà văn thơ: *Chị Em Hải* của Nguyễn Đình Toàn, *Thử Lửa* của Thảo Trường, ... cũng như sách biên khảo của giáo-sư Nguyễn Văn Trung, *Thú Chơi Sách* của Vương Hồng Sển 1960, *Liêu Trai Chí Dị với Bồ Tùng Linh* do Nguyễn Hoạt dịch, v.v.

Văn Nghệ của Lý Hoàng Phong, xuất-bản tạp-chí *Văn-Nghệ* (với khẩu hiệu là "tiền đồn văn-nghệ tranh đấu") và một số tác-phẩm văn thơ, các tác-phẩm đầu tay của Dương Nghiễm Mậu (*Cũng Đành* cũng là ấn phẩn đầu của NXB), Quách Thoại, và cả của ông (truyện dài *Sau Cơn* Mưa, 1963), v.v.

Văn-Học của Phan Kim Thịnh xuất-bản tạp-chí *Văn-Học* và tác-phẩm sáng-tác cùng dịch thuật của nhiều tác-giả.

Trình Bầy (có khi ghi Trình Bày trên trang tựa sách xuất-bản) với Ban chủ trương gồm 11 người: Diễm Châu, Trịnh Viết Đức, Lê Văn Hảo, Nguyễn Ngọc Lan, Lý Chánh Trung, Nguyễn Khắc Ngữ, Thế Nguyên, Trần Tuấn Nhậm, Nguyễn Văn Trung, Thảo Trường và Đỗ Long Vân. Nhà xuất bản ra đời cùng lúc với tờ *Trình Bầy* (9-1966) bộ cũ do Diễm Châu và Thế Nguyên chủ biên (2 ông thuộc nhóm Công giáo tiến bộ, dấn thân, từng viết cho *Hành Trình* (10/1964 -12/1965)). Diễm Châu (còn ký Võ Hồng Ngự) chủ trì giới thiệu thơ văn Đông Âu và Nam Mỹ la-tinh. Ngoài việc chính in *Trình Bầy,* nhà xuất-bản ấn hành tác-phẩm văn-chương, sách biên khảo, phê bình, giáo khoa cùng dịch-thuật. Thế Nguyên trong một cuộc trả lời Ngê Bá Lí đăng trên tạp chí *Bách Khoa* số 293, thì chỉ hơn 2 năm, nhà xuất bản Trình bầy đã ấn hành được gần 50 tác phẩm. Cuốn sách đầu tên, in typo, là cuốn chuyển ngữ *Câu Chuyện Năm Mới* của dịch giả nhà thơ Diễm Châu (một nhân vật nồng cốt khác của *Trình Bầy*). Cuối năm 1967, Thế Nguyên nhận in cho cả *Đất Nước*(10-1967) và *Nghiên Cứu Văn Học* (11-1967) nên việc in ấn bị chậm lại. Với chủ trương, đường lối chính-trị và xã-hội dấn thân, đối đầu, phản chiến, đấu tranh chính-trị, tư tưởng, đặc-biệt giới thiệu mảng văn-học phản kháng và đấu tranh xã hội, chính trị, cho ra đời một số tác phẩm "nóng" như truyện của Thế Nguyên (*Hồi Chuông Tắt Lửa,*..), truyện của Trần Quang Long (*Vực Thăm Và Hy Vọng* 1966, *Bông Cúc Vàng* 1967), Nguyên Sa (*Vài Ngày Làm Việc Tại Chung Sự Vụ),* nói chung các ấn phẩm nặng về thời sự, nghiên cứu hoặc giáo khoa theo khuynh-hướng hiện-đại như của Lê Tôn Nghiêm (*Đâu Là Căn Nguyên Tư Tưởng? hay Con Đường Triết Lý Từ Kant đến Heidegger,* 1970), Nguyễn Văn Trung (*Ngôn-Ngữ và Thân Xác,* 1968; *Góp Phần Phê Phán Giáo Dục và Đại Học,* 1967), Trần Văn Toàn (*Luận Lý Học Đại Cương 1,* 1969), Lê Văn Hảo (*Đi Tìm An Dương Vương Mị Châu–Trọng Thủy từ lịch-sử đến thuyết truyền*), LM Thanh Lãng, Nguyễn Khắc Ngữ, Trần Đỗ Dũng (*Luận Lý và Tư Tưởng Trong Huyền Thoại*: một quan-niệm văn-minh mới theo Clauđe Lévi-Strauss, 1967), Nguyên Sa (*Descartes Nhìn Từ Phương Đông,* 1969), Nguyễn Thế Anh (*Kinh Tế và Xã-Hội Việt-Nam Dưới Thời Các Vua Triều Nguyễn,* 1968; *Lịch-Sử Hoa-Kỳ từ Độc Lập đến Chiến-Tranh Nam-Bắc,* 1969; *Bán Đảo Ấn Độ từ 1857 đến 1947,* 1968), Phạm Cao Dương (*Thượng Cổ Sử Tây Phương* 1-Tây Á và Ai Cập, 1967; *Phi Châu Da Đen,* 1968-69),... Tác-phẩm dịch thuật của Diễm Châu (*Câu Chuyện Năm Mới,* dịch A New Year's Fairy Tale của V. Dudintsev, 1966), của Chu Việt (Ông Đại Sứ - *The Ambassador* của Morris L. West, 1968), ... Phần dịch-thuật thơ văn tiếng Việt ra ngoại ngữ có tuyển tập *Le Crépuscule de la violence:* poèmes, nouvelles, témoignages d'une guerre do Nguyên Ngọc Lan và Lê Văn Hảo dịch-thuật (1970. 88 tr.) gồm thơ văn của Diễm Châu, Thế Phong, Lê Tấn Hưu, Thái Lãng, Du Tử Lê, Đặng Thần Miễn, Thế Nguyên, Nguyễn Quốc Thái, Tạ Quang Trung và Thảo Trường. Sách biên khảo và giáo khoa (và có riêng Tủ Sách Đại Học) như Thanh Lãng (*Bảng Lược Đồ Văn-Học Việt-Nam,* 2 tập, 1967), Lê Văn Hảo (*Hành Trình Vào Dân Tộc Học,* tập 1-Những vấn-đề lý thuyết,...), Nguyễn Khắc Ngữ (*Mẫu Hệ Chàm,* ..), Nguyên Sa (*Một Bông Hồng Cho Văn-Nghệ*), Đỗ Long Vân (*Vô Kỵ giữa chúng ta hay là hiện tượng Kim Dung,* 1967), ... Tập thể như *Kỷ Niệm 100 Năm Ngày Pháp Chiếm Nam-kỳ (20-6-1867 – 20-6-1967)* (7 tác-giả, 1967. 242 tr.), *Kỷ niệm 100 Năm Năm Sinh Phan Bội Châu* (8 tác-giả, 1967), *Đông Dương, 1945-1973:* tài liệu, những biến cố chính, toàn bộ các văn kiện hiệp định liên quan tới việc giải quyết chiến tranh tại Đ D. qua các hội nghị, Genève 1954 và 1962, Paris 1973, Vạn Tượng 1973 (phụ đề "Vì độc lập hòa-bình!", 1973) do Thế Nguyên, Diễm Châu, Đoàn Tường trình bầy. Ngày 6-7-1969 nhóm chủ trương tổ chức một buổi tiếp tân mừng NXB in đến tác-phẩm thứ 50. Trần Trọng Phủ (tức Thế Nguyên) có *Nghĩ Gì?* (2 tập, Tủ sách Tìm hiểu những vấn-đề của thời đại, 1967-69), ...Khoảng năm 1972, vài người trong nhóm lập NXB Từ Chương nhưng bỏ cuộc sau vài ấn phẩm.

Thái Độ (Tủ sách xã hội mới, Tủ sách Binh thư Quân chính) của Thế Uyên in tạp-chí *Thái Độ* và sách chính-trị (và dịch thuật) như Chiến tranh Cách mạng của Thế Uyên, Kỹ thuật Tuyên truyền Chính trị (J.M. Domenach), Kỹ thuật Đảo chính (Malaparte), Châu Mỹ la-tanh giữa Gấu và Diều hâu (Madadriaga), Về Miền Đất hứa Exodus (Leon Uris, Thế Uyên dịch). Bên cạnh các tác-phẩm văn-học của các tác giả Ngô Thế Vinh (Vòng Đai Xanh), Thế Uyên (Nghĩ Trong Một Xã Hội Tan Rã 1967, *Tiểu Luận* 3 [1971]), ...

Tuổi Ngọc tuần báo cũng là nhà xuất-bản in tác-phẩm của Duyên Anh như *Tuyển truyện Duyên Anh*, và truyện của *Đinh Tiến Luyện, v.v.*

Tuổi Hoa "tạp-chí thiếu nhi", thuộc Dòng Chúa Cứu Thế, cũng là nhà xuất-bản sách truyện cho tuổi mới lớn, tác-giả một phần cũng là những cây bút thanh nam thiếu nữ, Quyên Di phụ trách với họa sĩ bìa và phụ bản R Nguyễn rồi ViVi. Sau, Quyên Di lập nhà Thăng Tiến xuất-bản Tủ sách Quà Tặng Học Trò với truyện của Quyên Di (*Cánh Phượng Rơi, Chuông Đêm, ...*), của Thái Bắc (*Cành Hoa Trắng Mộng*), v.v.

Ngoài ra các báo khác như **Bách Khoa, Thời Nay, Tiểu-Thuyết Thứ Tư, Sống, Tiếng Chuông**, v.v. cũng xuất-bản các truyện dài, tiểu-thuyết đã đăng-từng-kỳ trên các báo này.

Đảng phái chính-trị cũng có nhà xuất-bản như Đảng Cấp Tiến với nhà xuất-bản cùng tên đã in *Lịch-Sử Các Học Thuyết Chính Trị* (1, 1970) của Nguyễn Ngọc Huy, *Kinh Tế Học* (1970) của Nguyễn Văn Ngôn,..

Chú-thích

1- X. Hồng Hà Nguyễn Việt Chước. Lược Sử Báo-Chí Việt-Nam (Nam Sơn 1974), tr. 16-18.

2- Theo Viên Linh trong phỏng vấn của Phan Nhiên Hạo "Viên Linh: Làm báo văn nghệ ở miền Nam trước tháng Tư 1975, litviet.

3- Văn Hóa Nguyệt San, năm XVI, quyển 1-2, 9-10/1967, tr. IX.

4- Tuần báo Văn Đàn số 23 (5-11-1960), phản ứng lại: "Thái độ khó hiểu của ông Nguyễn Văn Trung".

5- Vinh Lan. "Vui Sống và nhà báo Bình-Nguyên Lộc" (2007). http://www.binhnguyenloc.de/pages/VuiSong/vuisong.html

6- Nguyễn Hiến Lê. *Hồi Ký* (TpHCM: Văn Học, 1993), tr. 415.

7- Nguyễn Hiến Lê. Sđd. tr. 416-7.

8- Theo Châu Hải Kỳ. *Nguyễn Hiến Lê, Cuộc Đời và Sự Nghiệp* (TpHCM: Văn Học, 1993). tr. 328.

9- Theo Châu Hải Kỳ. Sđd. tr. 324.

10- X. Nguyễn Văn Trung. Hồi Ký "Nhìn lại những chặng đường đã qua", phần V - Văn hoá văn nghệ trong vòng tay chính trị.

11- Huỳnh văn Lang. "Viết về Tạp chí Bách Khoa (1957–1975)" (05-01-2008). http://namkyluctinh.org/

12- Đặng Văn Nhâm. *Lịch-sử Báo Chí Việt Nam Từ Khởi Thủy Đến Hiện Tại (1861-1999)* (CA: Việt Nam Văn Hiến, 1999). tr. 493.

13- Võ Phiến. *Văn Học Miền Nam Tổng Quan*. Westminster CA: Văn Nghệ, 2000, tr. 11 và 240 (Xuất-bản lần đầu năm 1986 với tựa *Hai mươi năm văn học miền Nam 1954-1975*). Nguyên Sa đã đơn giản hóa nhân buổi vinh danh "Ngày Võ Phiến" nói rằng "nhóm Bách Khoa của Võ Phiến" là một trong bốn "khối lớn"của văn-chương miền Nam. Võ Phiến đã ghi lại nhận xét đó từ tờ *Đời* số tháng 10-1985 (Trích theo Võ Phiến. Sđd. tr. 243). Khác với thời sau 1975, vào tháng 4-1965, khi trả lời phỏng vấn của Lê Phương Chi trên *Tin Sách*, thì Võ Phiến cho biết "hiện tôi đang còn cộng tác (với *Bách Khoa*) như anh đã biết".

14- Võ Phiến. *Sđd. tr. 239.*

15- Theo Huỳnh Văn Lang. *Nhân Chứng Một Chế Độ* (Tập 1. TGXB; NXB Văn Nghệ phát hành, 2000), tr. 425; và Tập 2, tr. 157.

16- Nguyễn Hiến Lê. Sđd. tr. 415, 418-419.

17- X. Huỳnh Văn Lang. Sđd. Tập 2, tr. 418-431.

18- Vũ Hạnh đã xuất-bản *Tìm Hiểu Văn Nghệ* 1970 - được đồng ngũ Trần Hữu Tá xếp loại ngang tầm cỡ *"với các giáo trình Lý luận văn-học của các trường đại học ở Hà-Nội thời-gian đó"*! (*Nhìn Lại Một Chặng Đường Văn-Học*, 2000, tr. 119).

19- Nguyên Sa. *Hồi Ký* (Irvine CA: Đời, 1998), tr. 221-223.

20- Nguiễn Ngu Í. "Tổng kết cuộc phỏng vấn về quan niệm sáng-tác của các nhà văn". *Bách Khoa* 121, 15-1-1962, tr. 165.

21- Bđd. tr. 175.

22- Trong Khẩu cung chuẩn bị ra Tòa án Quân-sự Đặc-biệt, Nguyễn Tường Tam cho biết về tờ *Văn-Hóa Ngày Nay*: *"tờ báo chỉ có tính cách văn-nghệ nhưng cũng là nơi gặp gỡ thường xuyên của những người trong chi đảng-bộ đặc-biệt trên trên lập trường văn-hóa"* (Trích theo Dương Kiền. *Con Đường Khổ Nhọc*, "cuốn Bạch thư của tuổi trẻ", phụ bản, *Văn Học,* số 93 (9-1969), tr. 47).

23- Sau này ở hải-ngoại, Hội Thân Hữu Đại Học Huế cho tục bản tạp-chí *Đại Học* "tạp chí nghiên cứu Việt học và kiến thức tổng quát", số 1 ra tháng 7 năm 1991 ở Mission Viejo CA.

24- Viên Linh. "Chiêu Niệm Nguyễn Mạnh Côn". *Khởi Hành*, 20, 6-1998). [Theo Vương Tân (Hồ Nam) thì Nguyễn Văn Minh (nhà báo Minh Vồ) làm chủ nhiệm tuần báo *Nghệ Thuật*, Mai Thảo làm chủ bút, Viên Linh làm thư ký tòa soạn!].

25- Ngô Nguyên Nghiễm sinh năm 1944 tại Châu Đốc, tốt nghiệp Dược Khoa Sài Gòn, ngoài ra còn cộng tác với *Khởi Hành, Diễn Đàn,..* và đã có 5 tác phẩm xuất bản trước 1975: *Dấu Chân Vó Ngược* (thơ, 1964), *Thơ Kinh Tự* (biên luận, 1971), *Thiên Thu Ca* (thơ, 1972).

26- Nguyễn Nhã năm 1977 làm Bản tường trình cho chính quyền Hà-Nội, cho biết tập san xuất phát từ *Tin Sử Địa,* nội san của Nhóm Sử địa ở ĐH Sư Phạm Sài-Gòn.

27- Phạm Công Thiện trả lời loạt bài của ông Lê Hải Vân tức Nguyên Sa về "Trường hợp Phạm Công Thiện" đăng liên tục trên nhật báo *Độc Lập* từ hạ tuần tháng 5 năm 1970 (*Tư Tưởng*, Bộ Mới, năm thứ ba, số 2, 20-4-1970, tr. 123-127).

28- Thời Đệ nhất Cộng hòa, **Khổng học** rất được chú tâm xiển-dương như triết lý chính-trị, xã-hội, giáo dục cũng như nhân sinh quan, vũ trụ quan,.... LM Trần Văn Hiến Minh làm luận án về *La conception confucéenne de l'homme: essai psycho-métaphysique d'après le canon confucéen* (Ra Khơi, 1957). Các tác-giả khác như Nguyễn Hiến Lê (*Nho Giáo Một Triết Lý Chính-Trị*, 1958; ...), Minh Nông Nguyễn Phả, Hà Ngọc Xuyển (*Khổng Đạo Tinh Hoa Toát Yếu*, 1969) … đã đóng góp cho việc phổ biến, nhận định lại triết học và Khổng giáo. Hội Khổng Học cũng xuất-bản các sách khác như *Minh Tâm Bảo Giám Diễn Ca: Gương báu soi cõi lòng* (bản dịch của Lê Phục Thiện, 1959, tái-bản nhiều lần), *Bút Chiến Đấu* ("lược sử đấu tranh giải phóng dân-tộc Việt-Nam trong mặt trận văn-nghệ, báo-chí" của Đông Tùng, 1957), … Thời Đệ nhị Cộng hòa, Khổng học vẫn được chú tâm với các ấn phẩm khác, như *Khổng Đạo Tinh Hoa Toát Yếu* (Phủ QVKĐTVH, 1969), *Khổng Tử San Định* của Tạ Quang Phát, ...

29- X. Phỏng vấn của Nguyễn Tà Cúc, đăng trên *Khởi Hành* CA, sau in lại trong *Văn-Học Miền Nam* (2014, tr. 580). Cùng dịp, MĐ cho biết chính ông vừa là người ký Nghị định cho phép báo ra mắt, vửa *"tập hợp ban chủ trương, suốt thời kỳ Tự Do hoạt động, mọi sự hoàn toàn do chúng tôi"* và vốn *"hoàn toàn không có chuyện Chính phủ Diệm can dự. Tuyệt đối chính quyền Việt-Nam không bỏ ra một xu nào"*, mà do tổ chức quốc tế International Rescue Committee qua Joseph Buttinger tài trợ, qua Bộ trưởng Phủ Thủ tướng nhận tiền rồi giao lại cho Vũ Khắc Khoan. MĐ cũng cho biết Ban chủ trương chỉ có 6 người là Tam Lang, Vũ Khắc Khoan, Đinh Hùng, Mặc Thu, Như Phong và Mặc Đỗ (Sđd, tr. 58, 60).

30- Theo Vương Tân, Vũ Khắc Khoan lúc đó làm đổng lý văn phòng Bộ trưởng Thông tin Bùi Kiến Tín, X."Tạp-chí Sáng-tạo" (7-4-2012): http://vuontaongovhnt.blogspot.ca/2012/04/vuong-tan-tap-chi-sang-tao.html.

31- Theo ký giả Tô Ngọc ("Đĩa mứt gừng", *Văn Nghệ Tiền Phong* VA, số 482, tr. 28), ông Cố vấn Ngô Đình Nhu "ghét cay ghét đắng nhà báo Hiếu Chân (tức Nguyễn Hoạt), nhưng ông vẫn thích đọc bài của Hiếu Chân... biết Hiếu Chân chửi khéo mình, nhưng không bắt bẻ được, và trong thâm tâm cũng phục kẻ chửi mình" (vì mục Nói Hay Đừng). Sau biến cố tháng 4-1975, HC Nguyễn Hoạt đã qua đời ngày 6-3-1986 trong khám Chí Hòa khi bị cộng-sản Hà-Nội bắt giữ.

32- X. Đinh Văn Ngọc. *Hai Mươi Năm Thăng Trầm*, Hồi ký (Toronto: Làng Văn, 1993).

33- Trong Hồi ký *Đời,* Hồ Ngọc Nhuận thú nhận *"tiếp tay cho cộng sản"* và cho biết *"... Một chiếc jeep nhà binh, ngay sau khi tôi "điệu" hết cảnh sát về Tân Sơn Nhứt, đã ập vào Trung tâm Quảng Đức, bốc Huỳnh Tấn Mẫm chạy thẳng về Dinh Quốc Khách ở góc đường Công Lý - Hiền Vương, nay là Trung Tâm Văn Hóa Thiếu Nhi, góc đường Nam Kỳ Khởi Nghĩa - Võ Thị Sáu. Chiếc jeep ập vào bốc Mẫm là của Phó Tổng thống Nguyễn Cao Kỳ và Dinh Quốc Khách lúc bấy giờ cũng thuộc quyền Phó Tổng Thống. Tiếp tay cho cộng sản, như vậy, không chỉ có mình tôi. Và lần nầy vai chánh không là tôi, mà là tướng Nguyễn Cao Kỳ..."* (Chương IV) . Hồ Ngọc Nhuận cũng đã ghi lại việc ông Kỳ dùng trực thăng và xe của Không quân để đưa đón "đối lập thân Cộng" cốt chống chính quyền T.Th. Nguyễn Văn Thiệu ở một chương trước đó.

34- Phạm Việt Tuyền. "Người cầm bút từ năm 1954 tới nay" <u>in</u> *Tôi Đọc Thơ* (Phong Trào Văn-hóa, 1973), tr. 379.

35- "Tình hình xuất bản sách trước và sau biến cố Tết Mậu Thân 1968 - Phỏng vấn Nhà xuất bản Miền Nam". *Bách Khoa,* số 289, 1-1969, tr. 107-108.

36- Trích theo bài của Phạm Phú Minh "Công việc xuất bản và phát hành tại miền Nam trước 1975": diendantheky.info - Nguyên văn bài này đã đăng trên báo *Saigon Post* ngày 9&10-12-1974, và được Phạm Lệ Hương dịch sang tiếng Việt đăng trên *Thư Viện Tập San*, một nội san của Hội Thư Viện Việt Nam trước 1975.

SƠ KẾT

Nhìn chung, chỉ với một thời-gian hiện diện hơn 20 năm, văn học miền Nam 1954-1975 đã chứng tỏ một sức sống mãnh liệt, đa dạng và có một số đặc điểm có thể ghi nhận: - ***khai phóng***, rộng tay và tâm thức đón nhận những trào lưu và hương hoa văn học thế giới đông-tây; - ***nhân bản***, có nỗ lực đào sâu tâm linh, đặt những vấn-đề căn bản, cấp thiết (dấn thân, phản kháng, ...) và – ***tự do, dân chủ***, ở sứ mạng, ý-hướng và hiện-thực sinh hoạt (dù có chế độ kiểm duyệt nhưng rất tương đối)! Các văn-nghệ sĩ thời này đã có những sáng-tạo, những đóng góp, tìm kiếm về nội-dung cũng như hình-thức nghệ-thuật cho văn-học dân-tộc Việt-Nam!

Biến cố 20-7-1954 với Hiệp định Geneve, Cộng-sản Hà-Nội và các cường quốc thực dân chia đôi đất nước, đã đẩy đưa nhiều văn-nghệ sĩ miền Bắc di cư vào Nam tìm tự do đưa đến việc nơi vùng đất mới này nảy sinh những thử nghiệm mới, những lên đường mới, ngày càng vững mạnh trong tin tưởng và quyết tâm. Từ những *Người Việt, Sáng Tạo, Hiện-Đại, Thế Kỷ Hai Mươi*, v.v. đến những *Văn, Văn Học, Nghệ Thuật* của thế giới văn-chương, rồi những dấn thân đối đầu với chiến-tranh của những *Hành Trình, Trình Bầy, Vấn-Đề, Ý Thức,...* chứng minh sự dấn thân can đảm của người làm cũng như người thưởng thức văn-nghệ, mở đường cho văn-học nghệ-thuật mới, hiện đại, cập nhật với thời đại và con người. ***Suốt gần 21 năm của giai đoạn, văn-chương luôn có mục-đích hoặc làm phương tiện cho vấn nạn về con người, thời-gian đầu sau 1954 là con người thần tính, chuyển sang con người hiện sinh và kế đó là con người dấn thân, sống động một cách hiện thực nhất khi chiến-tranh vượt quá những suy tính và sức chịu đựng của con người!***

Văn học đã gắn liền với vận mạng dân tộc, được coi trọng và trở nên một phần quan trọng của học thuật quốc gia và đã được đưa vào *chương trình giáo dục* của bậc Trung học đến lớp 11! Và cả năm cuối 12: Bộ Giáo dục Việt-Nam Cộng-Hòa ra nghị-định 1445-VHGDTN ngày 29-6-1974 "ấn định chương trình Quốc văn giảng dạy lớp 12 kể từ niên khóa 1974-75" cho Ban C Văn chương (3 giờ mỗi tuần) và cả hai ban A và B nhưng ít thời lượng hơn (2 giờ/tuần). Môn Quốc văn được thêm vào chương trình lớp 12, và với chương trình này, học sinh được học các tư tưởng lớn trong văn-học Việt Nam, ngoài tư tưởng thuần túy dân tộc trong văn chương bình dân là những tư tưởng bắt nguồn từ Đông phương như Nho, Phật, Lão, và những tư tưởng bắt nguồn từ Tây phương như: tư tưởng lãng mạn, tư tưởng tự do dân chủ, và ảnh-hưởng Thiên chúa giáo. Phần thực hành gồm 2 phần luận văn và trần thuyết: luận văn - *"phương-pháp nghị luận văn-học liên quan đến đến các vấn-đề nêu trong phần lý thuyết, và Hướng dẫn học sinh nghiên cứu một vấn-đề văn-học và viết bài tiểu luận về vấn-đề này"* và phần Trần thuyết về một số tác-phẩm văn-học. [Mở ngoặc về sách giáo khoa thời miền Nam không có việc áp-đặt sách phải sử-dụng: Bộ Giáo dục công bố một bản nội dung chương trình cho tất cả các môn học, dựa theo đó các giáo-sư, cá nhân hoặc nhóm, soạn sách giáo khoa rồi xuất-bản; quyển nào có giá trị nội-dung và cập nhật sẽ được các thầy cô chọn làm sách giáo khoa, và cả học sinh cũng được quyền lựa chọn sách học cho mình nếu thầy cô không chọn hay đề nghị tựa sách].

*

Khi Việt-Nam chia cắt ở vĩ tuyến 17 năm 1954, miền Nam Cộng-hòa với gần 21 năm ngắn ngủi đã tỏ ra khí-thế hậu thực-dân, tìm cách làm chủ lấy mình, vừa khai phóng, nhất là từ hội nghị Bandung các nước không liên kết năm 1955 (với sự tham dự của lãnh đạo 29 nước Á-Phi nhằm tìm kiếm cơ sở chung để hợp tác trong tương lai, chống lại chủ nghĩa thực dân và cam kết đứng trung lập giữa hai khối Đông-Tây). Hậu thuộc-địa tức đặt các nước cựu thuộc-địa ngang hàng với chính quốc thực-dân. Từ Nguyễn Trọng Quản, Hồ Biểu-Chánh đến các thế hệ nhà văn hôm nay luôn có những dằng co giữa nhu cầu hiện-đại hóa và ý thức dân tộc, giữa đặc tính Việt và 'của người' có tính phổ quát, toàn cầu và tính hiện-đại liên hệ mật thiết ít nhiều với văn-hóa thực-dân. Cái chính là văn-hóa tức là những gì còn lại sau đã hấp thụ, tiếp nhận, nhưng là một văn-hóa có ý thức vì nô lệ văn-hóa là chuyện thường thấy với những tâm thức thuộc-địa, tùng phục 'mẫu quốc'.

Từ những năm 1920 đến 1945 là thời mà văn-học Việt-Nam đã tỏ rõ chịu ảnh hưởng mạnh của văn-học Pháp nhất là ở miền Bắc, tiếp theo là thời nhà văn Việt-Nam phản ứng lại ảnh hưởng của văn-học Pháp, xã hội rồi tinh thần quốc gia ở trong miền Nam. Các ảnh hưởng về quan điểm sáng tác về thế giới quan, nhân sinh quan và các thẩm mỹ học cũng như ảnh hưởng về các phương pháp sáng tác, thể loại, đề tài, chủ đề kết cấu, hình tượng, ngôn ngữ nói chung đều đã được hiện-đại hóa theo thời đại. Hoàn cảnh văn hóa, lịch sử và địa lý của lãnh thổ khiến người Việt-Nam tiếp xúc và đón nhận nhiều ảnh hưởng khác nhau: bản xứ, Trung-Hoa, Âu Mỹ, cộng sản, Nga Xô, ... Văn-học Việt-Nam hôm nay chóa ngợp trước những phong trào đến từ nhiều nước (nữ quyền, hình thức, Tân hình thức, hậu hiện-đại, hậu cấu trúc, ...), có cái mới, có cái cũ người mới ta, và đang bị những ảnh-hưởng ngoại lai thử thách, chi phối. Thiển nghĩ nếu tác phẩm phản ảnh con người Việt Nam, nói lên tâm tình Việt, thì đó là tiểu thuyết Việt-Nam vậy! Gia tài văn hóa lịch sử, cộng thêm những văn-hóa do cọ xát với ngoài, khác. Nói khác đi, nội dung Việt và hình thức hiện-đại, học ở người! Và rồi cái gì tồn tại với thời gian không thể không có căn bản dân tộc hoặc Việt Nam! Nếu trong truyện cổ, huyền thoại, vai trò của cốt truyện, tính điển hình và mục đích luân lý hay văn hóa là quan trọng, thì ở thế kỷ XX và sau đó, văn-học Việt-Nam khi hiện đại hoá, đã đề cao vai trò của bút pháp, kỹ thuật và tác giả; nói chung là nâng cao cá tính và tính độc đáo!

Văn-học Việt-Nam hiện đại làm nên bởi những văn nghệ sĩ có tâm hồn dân tộc; nhiều người nhận chịu ảnh hưởng các khuynh hướng ở Âu Mỹ, nhưng có người thì không. Nhưng qua quá trình lịch sử cộng với nhiều biến động, cũng như sự kiện hiện diện của người Việt ở khắp năm châu sau biến cố 30-4-1975, khiến nền văn-học đó đã phải mở rộng cửa để vươn ra với nhân loại về ý tưởng, tiếp xúc và ngôn-ngữ sử-dụng - tức là với thời gian thì những cái gọi là bản sắc dân tộc hết còn có thể thu hẹp, co mình mà phải đa chiều và đa-dạng ra. Lúc đầu, tiểu thuyết hiện-đại có sứ mạng văn-chương và mục đích cho tập thể, có lúc tiểu thuyết trở thành một hiện tượng xã hội, lúc khác có tính thời sự, đấu tranh, và nói đến tiểu-thuyết tức là đồng thời không thể không bàn đến yếu tố giải trí, thẩm mỹ, từ đó nảy nở tính "văn-chương" là một phạm trù văn-học quan trọng!

Về ngôn-ngữ sử-dụng, về hình thức, kỹ thuật cũng như nội dung, trong mọi thể loại, các tác phẩm văn học đã tiến bước, sâu sắc, súc tích ra, chứng tỏ có sáng tạo, có mới hoặc có phần hữu ích cho nhân sinh, cho tâm thức cũng như cuộc sống. Nhà văn càng ngày càng ý thức văn-chương là gì và nhập vào đời-sống hiện thực. Đó là nhờ tiến bộ của khoa học nhân văn và kiến thức thời đại và cũng nhờ ý thức và tài-năng thiên bẩm của người làm văn nghệ, trong một môi trường văn-hóa xã-hội tự-do, dân-chủ và nhân-bản.

Nhưng, ngày 30 tháng Tư năm 1975, nền văn-học đó, cũng như cả nước Việt Nam Cộng-hòa, đã bị bức tử! Nếu miền Nam cộng-hòa không bị Hiệp định Paris 1973 dẫn đến thua thiệt, các tác giả, tác phẩm và tạp-chí có thể sẽ tiếp tục xuất-bản trong một sinh hoạt văn-nghệ bình thường của một quốc-gia và hôm nay sẽ được một thế hệ đã được chuẩn bị để tiếp nối sứ mạng văn-hóa theo định luật *trẻ già măng mọc* và cũng sẽ theo khuynh hướng toàn cầu hóa văn-chương học thuật. Nhưng biến cố ngày 30 tháng 4 năm 1975 đã xảy ra, một nền văn-học đã bị cưỡng ép phải "đình bản", các thành viên làm sống nền văn-học phần lớn đã phải *tan nhà nát cửa,* nhân thân bị đày đọa, tử vong và lưu xứ. Toàn bộ của hơn 20 năm dù vẫn là gia tài văn-hóa dân-tộc, nhưng nay tiếc thay vẫn phải xem là *di sản văn-hóa văn-học* của miền Nam và của cả nước Việt Nam!

Chương 8
BIÊN-NIÊN LỊCH-SỬ và VĂN-HỌC

1954

16-6: Quốc trưởng Bảo Đại (Quốc-Gia Việt-Nam) mời ông Ngô Đình Diệm làm thủ-tướng lập Chính phủ mới với "toàn quyền dân sự và quân sự" (Sắc Lệnh 38/QT). 25-6: Ông Ngô Đình Diệm về tới Sài-Gòn. 7-7: Ngô Đình Diệm nhậm chức Thủ Tướng.

20-7: Hiệp định Genève (họp từ 27-4) do Pháp, VNDCCH (Hà-Nội), Trung Cộng, Nga-Sô, Lào, Cam-Bốt ký kết. 2 phái đoàn Hoa Kỳ và Quốc-gia Việt-Nam (Ngoại trưởng Trần Văn Đỗ) không ký. Nước Việt-Nam phân ranh ở vĩ tuyến XVII. Tùy thành phố, có nơi kéo dài 300 ngày như Hải Phòng và Trung Việt, để dân chúng lựa chọn nơi sinh sống: Phong trào di cư khoảng 928,152 người ở phía Bắc vĩ tuyến XVII đã di cư vào Nam trong đó 794,876 người Công giáo. Đồng thời khởi đầu Phong trào Tập kết ra Bắc của cán binh Cộng-sản. Với Hà-Nội, việc chia cắt là thành công và là tin vui, như ngày 21-7-1954 trại Hè sinh viên thân Cộng ở Tours (Pháp) đã tưng bừng liên hoan đêm văn nghệ, diễn vở kịch Sài-Gòn 54 của Lâm Bá Châu (X. bài của LTN trang lyluanchinhtri.vn ngày 29-7-2014). [Hoa-Kỳ từ 1948 đã nghiên cứu hậu quả của việc giải thể chế độ thực dân ở Đông dương như *The Break-up of Colonial Empires and its Implications for US Security, 3-9-1948*, hay *Consequences to the US of Communist Domination of Mainland Southeast Asia*, 13-10-1950, v.v.].

29-8: Phong trào Bảo vệ Hòa-bình xuất hiện tại Sài-Gòn, sau đó tại Huế, từ tháng 10 nhiều thành viên bị bắt và ngày 9-2-1955 bị đưa ra Hải Phòng, 5 người xin trở lại miền Nam ngày 1-5-1955 trong số có Nguyễn Bảo Hóa.

1955

1-1: Chính phủ cắt toàn bộ trợ cấp cho các giao phái (do người Pháp khởi đầu).

15-1: Lệnh đóng cửa sòng bạc Đại Thế Giới và xóm điếm Bình Khang; đến tháng 11, Dụ 64 ra lệnh đóng hết và lập một Trung tâm Hướng nghiệp cho người hoàn lương.

10-2: Quân đội Việt-Nam nhận quyền chỉ huy quân sự từ Pháp.

15-2: Quốc Hội lâm thời được thiết lập với mục-đích nghiên cứu việc thành lập một Quốc Hội Lập Hiến.

11-4: Chính phủ phát động Phong trào Tố Cộng.

30-4: Một Hội đồng Nhân Dân Cách Mạng gồm 18 tổ chức chính-trị và tôn giáo thành lập từ 29-4, họp tại Tòa Đô chánh đề nghị truất phế Quốc trưởng Bảo Đại. Đến 3-5, *Hội Đồng tuyên bố truất phế Bảo Đại kể từ 29-4 và yêu cầu Th.T. Ngô Đình Diệm lập chính phủ mới.*

26-5: Chuyến tàu Gascogne đưa 888 người di cư cuối cùng từ Bắc vào đến Sài-Gòn. Tổng số người di cư tị nạn theo đường chính thức là 887.890 người.

Tháng 8: Thủ tướng NĐ Diệm từ chối thương thảo với Hà-Nội về hiệp thương.

23-10: Tổ chức Trưng cầu dân ý truất phế Bảo Đại và suy tôn Thủ tướng Ngô Đình Diệm lên chức Quốc trưởng.

26-10: Hiến ước tạm thời thành lập chính thể Cộng-Hòa với Quốc trưởng là Tổng Thống - ngày này trở thành Ngày Quốc Khánh. 29-10: Thành lập Chính phủ Việt-Nam Cộng-Hòa.

1956

5-1: Ở thủ đô Sài-Gòn đang có 16 nhật báo Việt ngữ, 2 Pháp và 10 Hoa ngữ.

11-1: Dụ số 6 qui định việc thành lập các trại giam những thành phần "nguy hiểm cho quốc-phòng và an ninh" (một phần hữu hiệu hóa công tác đặc-biệt ở miền Trung của cố vấn NĐ Cẩn)

19-2: SL 23/TTP đình chỉ việc kiểm duyệt báo-chí, nhưng các vi phạm luật báo-chí bị phạt tiền và tù (Dụ 13) - Hà-Nội tuyên truyền cho việc này là "bóp chẹt quyền tự do báo-chí" trong khi miền Bắc không hề có tự do ngôn luận, báo-chí mà lại còn đàn áp, bắt bớ, đày đọa văn-nghệ sĩ trong các vụ Nhân Văn giai phẩm và sau này, ...

25-2: Tại Đại hội đảng Liên Xô lần thứ XX, tân bí thư đảng Liên xô Nikita Khroutchev lên án Staline và tệ nạn/chính sách sùng bái cá nhân. Báo cáo mật của buổi họp bất thường ngay sau Đại hội vài ngày sau được phổ biến và dịch ra nhiều thứ tiếng, ngoại trừ tiếng Việt. Tuy nhiên nhóm Nhân Văn giai phẩm đã gián tiếp nhắc đến. Ở Sài-Gòn, Ủy Ban Chỉ Đạo Tố Cộng dịch bài *Diễn văn của Khrushchev* ...

Tháng 3: các báo *Nhân Văn, Đất Mới* cũng như tập san *Giai Phẩm* phát động phong trào sửa sai và đòi quyền tự do cho văn-nghệ sĩ - khởi từ chiến dịch Trăm hoa đua nở ở Trung quốc và nhân sau cái chết của Staline.

4-3: Bầu cử Quốc hội Lập hiến.

15-3: Quốc hội Lập hiến khai mạc, với 123 dân biểu.

25-4: Quân đội Liên hiệp Pháp rút hết khỏi Việt Nam.

[Nhà thơ Đại-tá Cao-đài Hồ Hán Sơn (Hồ Mậu Đề, 1929-?) đã có bài thơ "Tiễn đoàn quân viễn chinh Pháp" được in trên nhật báo *Tiếng Chuông* (Sài-Gòn) một hôm trước khi toán quân cuối cùng của Pháp xuống tàu rút quân vĩnh viễn. Tác giả của bài thơ này tuy ký là Vô danh nhưng về sau được biết là Hồ Hán Sơn. Có lẽ bài thơ này là tác phẩm cuối cùng của Hồ Hán Sơn, vì không lâu sau đó ông mất tích. Một người bạn của ông đã xác nhận như vậy! Bài thơ ghi dấu hồi kết thúc cuộc chiến-tranh Việt-Pháp sau trận Điện Biên Phủ, người lính viễn chinh Pháp đã phải tập trung vào Nam rồi rút về mẫu quốc năm 1956 theo hiệp định đình chiến tháng 7 năm 1954. Chúng tôi ghi lại như văn-liệu và chứng-tích:

"Ánh hồng chói rạng chân trời mới
Ngọn lửa đao binh tắt lịm rồi
Có kẻ chiều nay về cố quận / Âm thầm không biết hận hay vui
Chiều nay, / Kèn kêu tức tưởi nghẹn lời
Tiếng ngân xúc động dạ người viễn chinh
Chiều nay trên nghĩa địa / Có một đoàn tinh binh
Cờ rũ và súng xếp / Cúi đầu và lặng thinh
Âm thầm giã biệt người thiên cổ / Đất lạ trời xa sớm bỏ mình

Thịt nát xương tan hồn thảm bại
Nghìn năm ôm hận cõi u minh
Hỡi ơi làm lính viễn chinh
Chiều nay bước xuống tàu binh trở về
Tàu xúp lê, tàu xúp lê / Cửa Hàm Tử lao xao sóng gợn
Bến Bạch đằng lởn vởn hồn quê
Bước đi những bước nặng nề
* Ngày đi không biết ngày về không hay*
Một ngàn chín trăm năm sáu / Một ngàn tám trăm sáu hai
Giật mình bấm đốt ngón tay
Trăm năm một giấc mộng dài hãi kinh
Ngày anh đến đây, / Cửa Đà nẵng tan hoang vì đại bác
Xác anh hùng, Đinh Lý gục đâu đây
Giữ Gia Định, Duy Ninh liều mạng thác
Ôm quốc kỳ tử tiết giữa trùng vây
Phan Thanh Giản ngậm hờn pha thuốc độc
Bởi xâm lăng chẳng nhượng nước non nầy
Và Thăng long máu hòa ba thước đất
Mất kinh thành Hoàng Diệu ngã trên thây
Hỡi ơi xương máu vẩy đầy
Chân anh dẫm đến nước nầy tóc tang
Tay gươm, tay súng / Bước nghênh, bước ngang
Anh bắn, anh giết / Anh đập, anh vằm
Anh đày Bà Rá Côn Loan / Anh đoạn Sơn La Lao Bảo
Anh đoạt hết cơm hết gạo / Anh giựt hết bạc hết vàng
Chém đầu ông lão treo hàng thịt
Mổ mật thanh niên giữa chiến tràng
Cối quết trẻ thơ văng máu óc
Phanh thây sản phụ ném vào than
Con lìa mẹ, vợ lìa chồng / Cây hết trái, nhà trống không
Người chìm đáy biển, người tấp ven sông
Người ngã trên núi, người gục trong rừng
Đây Cà Mau, đó Nam Quan / Thôi rồi mảnh đất Việt Nam
Hung hăng anh bóp trong lòng tay anh
Nước tôi đang độ yên vui sống
Mít ngát hương mùa bưởi ngọt thanh
Cỏ nặng tình quê khoai mến đất
Không thương nhau lại giết nhau đành
Căn răng tôi chịu cực hình

Vuốt râu anh hưởng công trình của tôi
Nhưng thôi, / Hận thù kể mãi bao giờ dứt,
Bút mực làm sao tả hết lời / Nói mãi nói hoài thêm tủi nhục
Linh hồn thơm ngát tổ tiên tôi
Bao năm chiến đấu ta hiểu nhau rồi
Cái gì tàn ác và bạo ngược / Là trái lòng dân nghịch ý trời
Sắt thép tinh ròng binh tướng dữ
Không sao thắng được trái tim người
Anh về là phải anh ơi / Về bây giờ để cho đời nhớ anh
Việt nam nước của tôi / Sông sâu đồng rộng / Trái tốt hoa tươi
       Hà-Nội kinh thành tràn sĩ liệt
Sài Côn đô thị rạng anh tài
Phú Xuân bừng chói gươm ưu quốc
Nghĩa nặng tình thâm vạn thuở nay
Việt nam nước của tôi / Già cũng như trẻ
Gái cũng như trai / Chết thì chịu chết
Chẳng cúi lòn ai / Tham lam ai muốn vô xâm chiếm
Thì giặc vào đây chết ở đây / Dù ai cắt đất chia hai
Cho trong than thở cho ngoài thở than
Dù ai banh ruột xé gan / Cho tim xa óc cho nàng xa tôi
Thì anh cứ nhớ một lời
Ngày mai thống nhất liền đôi bến bờ
Anh về nước Pháp xa xôi / Chắc anh bao giờ quên được
Những là đường đi nước bước
Những là tên tuổi Việt nam
Suối Yên Thế tuôn tràn hậm hực
Đất Thái Nguyên câm tức nổi vồng
Tháp mười hận nước mênh mông
U Minh mấy trận bão lòng chưa nguôi
Bao giờ tôi chẳng nhớ / Nước Pháp rộng bao la
Cốt-Da-duya người thanh và cảnh lịch
Bờ Mạc-xây xinh đẹp nhất sơn hà
Khí sông núi đúc nhiều trang tuấn kiệt
Bậc anh hùng cứu quốc Rốp, Gian-đa
Tôi nhớ mãi một ngày năm tám chin
Anh vùng lên phá ngục Bát-ti nhà
Anh giải thoát cho giống nòi được sống
Được yên vui trong Đệ Tứ cộng hoà
Anh vui anh sướng anh hát anh ca/ Tôi là người ở phương xa

Ngày anh xán lạn cũng hoà niềm vui
Thôi, / Đã đến giờ chia tay cách biệt
Anh rời nước Việt vừa tủi vừa mừng
Bên nhà vợ đợi con trông
Vắng anh tình mặn nghĩa nồng cũng phai
Tàu xúp lê một, tàu xúp lê hai / Bắt tay anh nhé anh về nước
Biển lặn trời êm nhớ lấy ngày / Và chẳng bao giờ quên chiến đấu
Cho ai đừng đến doạ đầy ai
Bóng ngã trời tây, gió lồng biển cả / Phút giây từ giả
Trang sử trăm năm / Tàu anh rời bến Việt nam
Hãy xuôi một ngả một đường mà đi / Xin tàu đừng ghé bắc Phi
Sóng to gió lớn chắc gì đến nơi / Đừng oan trái nữa tàu ơi
Hảy xuôi về nước cho người hát ca / Anh về mạnh giỏi ô-voa".

(Tư liệu của TS Phan Tấn Tài)].

9-5: Bộ Giáo dục tổ chức cuộc thi văn-chương (truyện ngắn).

20-7: Cuộc bầu cử theo Hiệp đình đình chiến Genève không được chính phủ miền Nam hưởng ứng. (Nha Thông Tin Việt-Nam phát hành tài liệu *20-7-1956: Ngày Khai Tử Uy Thế Của Việt Minh Cộng-Sản*).

29-8: Trẻ sơ sinh phải mang tên có âm thanh Việt-Nam, người nào đã dùng tên ngoại ngữ phải xin Việt-Nam hóa tên họ (Dụ 52).

1-10: Văn-nghệ sĩ và trí thức Hung Gia Lợi đòi quyền tự do; 23-10 dân chúng và thợ thuyền Budapest biểu tình đòi tự trị, đuổi Liên Xô, phá đổ tượng Staline; 24-10, I. Nagy trở lại chính quyền, 25-10 máy bay Liên xô ném bom, 2-11 chiến xa vào Budapest đè bẹp cuộc nổi dậy. (23-10 là ngày khởi nghĩa sẽ được kỷ niệm hàng năm).

10: Hai tạp-chí *Sáng Tạo* và *Chỉ-Đạo* cùng ra mắt trong tháng 10.

26-10: Hiến pháp Cộng hòa được công bố, nền Đệ Nhất Cộng Hòa khởi đầu. Ngày 26-10 trở thành ngày Quốc Khánh ["Quốc-Gia Việt-Nam" là một thực thể chính-trị từ Hiệp ước Pháp và Bảo Đại ký ngày 8-3-1949 cho đến ngày 26-10-1956 trở thành thực thể "Việt-Nam Cộng-Hòa" với Hiến pháp mới].

9-11: Khai mạc Quốc Hội Lập Pháp.

13-11: Cuộc nổi dậy ở Quỳnh Lưu vì chính sách cải cách ruộng đất. Rạng ngày 13/11/1956, một cuộc biểu tình vĩ đại với sự tham gia của gần 100.000 đồng bào tỉnh Nghệ An. Bài hát Quỳnh Lưu Khởi Nghĩa đã được truyền đi khắp nơi, hòa với những đợt trống, mõ vang lên liên tục:

Anh đi giết giặc lập công / Con thơ em gửi mẹ bồng

Để theo anh ra tiền tuyến / Tiêu diệt đảng cờ Hồng

Ngày mai giải phóng / Tha hồ ta bế ta bồng con ta

30-11: Khám phá thêm hầm vũ khí của Việt-Minh chôn giấu trước khi tập kết về Bắc.

12-12: Liên Hiệp Quốc lên án Liên Xô đàn áp Hung-gia-lợi.

1957

7-15/1: Đại hội Văn-hóa Toàn quốc diễn ra ở Sài-Gòn qui tụ hơn ngàn tham dự viên, với chỉ đạo của cố vấn Ngô Đình Nhu.

15-1: Tạp chí *Bách Khoa* số 1 ra mắt (số cuối 426 ra ngày 20 tháng 4 năm 1975). Tòa soạn đặt ở số 160 đường Phan Đình Phùng, Sài-Gòn.

20-2: Bộ Ngoại Giao VNCH xác nhận các quần đảo Trường Sa (Tây) và Hoàng Sa là của VN và vẫn được chính phủ miền Nam kiểm soát.

1-3: Viện Đại học Huế được thành lập.

3: "Liên đoàn chống cộng Á châu" họp Hội nghị lần thứ ba tại Sài-Gòn, ra tuyên cáo sẽ thành lập các liên đoàn báo-chí và phát thanh chống Cộng.

12-4: Hoa kiều bị cấm làm 11 nghề ở Việt-Nam (Dụ 53). Người sinh tại VN mà không nhập Việt tịch sẽ được hồi hương về Đài Loan.

Tháng 6: VC khởi đầu chương trình ám sát và khủng bố các viên chức Chính phủ ở các vùng nông thôn.

18-7: Thủ tướng Bắc Việt Phạm Văn Đồng gởi thư cho Tổng thống Ngô Đình Diệm *yêu cầu hiệp thương. 27-7, hính phủ VNCH bác yêu cầu.*

20-8: Tòa án Quân sự xử 23 người liên quan đến biến cố Bình Xuyên: Trần Văn Ân, Hồ Hữu Tường, Trịnh Khánh Vàng, ... Đến 31-

1-1958, xử phạt 53 đảng viên Bình Xuyên.

21-10: Hội Văn Bút Việt Nam (Bút Việt) *được thành lập (gia nhập Hội Văn Bút Quốc Tế từ 2-9).*

12-11: Khánh thành Viện Đại học Huế.

1958

9-1: Khai mạc Tuần lễ Triển lãm Tranh ảnh Đông phương tại Phòng Thông-tin Đô thành.

11-2: 14 người (tiếp tục) vượt tuyến vô Nam, xuyên qua Lào.

3-3: Ông Nghiêm Xuân Thiện, chủ báo *Thời Luận*, bị tòa phạt 10 tháng tù treo, 100.000 đồng vạ và bị rút giấy phép xuất-bản vì đã đăng bài "Thư gửi ông Nghị của tôi" bị coi là xúc phạm chánh quyền.

10-4: Những người liên can đến vụ Nhân Văn 1956 bị bắt giam: nữ sĩ Thụy An, Nguyễn Hữu Đang, Lê Nguyên Chi, ... vì bị khép vào tội gián điệp.

17-4: Các văn-nghệ sĩ bị Tổng cục Chính trị Cộng-sản kết án phản Đảng, phản Mác-Lê: Đào Duy Anh, Văn Cao, Phan Khôi, Nguyễn Hữu Đang, Từ Phác, Trần Đức Thảo, Trương Tửu, Nguyễn Mạnh Tường, Hoàng Cầm, Trần Dần, Thụy An,…

14-6: Đấu lý 6 tiếng liền trước 2.000 thính giả giữa Tỉnh trưởng Mỹ Tho Nguyễn Trân với 11 ký giả VC (Nguyễn Bảo Hóa, ...) và 3 cán bộ cao cấp trong có Nguyễn Văn Hiếu.

15-6: Các đoàn thể văn-hóa Sài-Gòn ra tuyên ngôn bảo vệ Văn hóa Tự do, chống chính sách văn-nghệ ở miền Bắc. Sau đó là những buổi thuyết trình của Nguyễn Vạn An (Mặt Trận Bảo Vệ Tự Do Văn-Hóa), Hoàng Phố (Hội Ái hữu Ký giả VN), v.v.

27-6: Nhất Linh xuất-bản đặc san *Văn Hóa Ngày Nay,* số đầu bán rất chạy - 10.000 bản.

22-7: Khai mạc Hội nghị Giáo dục Toàn quốc để xét lại các chương trình học.

21-8: Thiết lập Đại học Sư phạm Sài-Gòn.

25-9: Lễ phát **Giải thưởng Văn chương** 1957 tại dinh Độc Lập.

15-10: Nha Chiến Tranh Tâm Lý khánh thành Câu Lạc Bộ Văn-

Nghệ cho văn-nghệ sĩ quân đội.

23-10: Kết quả cuộc thi sáng-tác về đề tài "Thành tích 4 năm chấp chánh của Chánh phủ", 2 giải cho Trường ca Mùa Hợp Tấu của Trần Ngọc Vân và Những Trang Sử Mới của Vũ Đức Quang, cùng 1 giải Kịch cho Buổi Học Lịch-Sử của Lê Xuân Tùng.

4-11: Nhà văn Hồ Biểu Chánh tạ thế tại Phú Nhuận.

1959

2-1: Ban hành Luật gia-đình cấm ly dị và đa thê.

12-1: Bộ đội BV xâm nhập nước Lào, 19-5 mở tuyến đường chuyển cán binh tập kết và tiếp liệu vào miền Nam.

16-1: Nhà văn lão thành Phan Khôi từ trần ở Hà-nội, thọ 72 tuổi. Biến cố Nhân Văn Giai Phẩm từ miền Bắc dồn dập đến, nhiều trí thức, nhà văn và nhà báo đã bị bắt và chịu án tù với tội danh "phản Đảng, phản Mác-Lê" , "gián điệp" (họ bị bắt từ năm 1956 sau khi các báo đã bị ngưng và tịch thâu). Ở Sài-Gòn, Mặt Trận Bảo Vệ Tự Do Văn Hóa xuất-bản tuyển tập *Trăm Hoa Đua Nở Trên Đất Bắc* toàn bộ nhận định và tài liệu dẫn chứng về vụ án Nhân văn giải phẩm tại miền Bắc Việt Nam. (Hoàng Văn Chí trưởng ban biên tập; 1959, 318 tr. Mặc *Địch HVC trước đó đã xuất bản Tâm Trạng Của Giới Văn Nghệ Ở Bắc*. 255 tr.). Mặt Trận này được thành lập cũng như nhiều hội đoàn nghiên cứu chủ trì ý thức hệ quốc gia chống Cộng trên cơ sở khai thác truyền thống.

14-2: Sắc lệnh 34 về bảo vệ sản phẩm văn-hóa quốc-gia.

21-3: Dân Tây Tạng nổi lên chống Trung Cộng chiếm đóng. 2-4 Đức Đạt-Lai Lạt-Ma vượt biên giới sang Ấn Độ.

3-4: Hội nghị Giáo dục đề nghị miễn thi Tiểu học.

13-4: Văn-khố và Thư-viện Quốc gia được tổ chức lại.

6-5: Luật 10-59 quy định việc tổ chức các Tòa án quân sự đặc biệt và đặt người cộng-sản ra ngoài vòng pháp luật. Việt-cộng xúi giục dân chúng phản đối.

18-5: Mặt Trận Văn Hóa Tự Do được độc quyền dịch cuốn *Bác Sĩ Jivago* của Pasternak nhưng có 2 dịch giả tranh kiện nhau (Văn Tự và Mậu Hải), Tòa Tiểu hình Sài-Gòn phủ nhận quyền văn-nghệ trên nguyên tác của Mặt Trận VHTD.

29-6: Bộ Thông Tin và Bộ Nội Vụ ra lệ nạp bản báo-chí trước khi phát hành.

5-10: Khai mạc Quốc Hội khóa II.

8-10: Viện Hán học được thiết lập tại Huế.

30-11: Phát hành vé số Kiến thiết đặc-biệt 4 kỳ để lấy tiền xây Thư viện Quốc gia.

24-12: Tại Châu Đốc, 1 toán VC 3 trung đội bị Bảo An đánh **đuổi chạy qua đất Cao-Miên bị quân Miên chận đánh.**

Cuối năm 1959, ở miền Nam đã có "15 tuần báo, 31 nguyệt san và bán nguyệt san, 32 đặc san xuất bản khá đều trong thực tế, hàng tuần hay hàng tháng, tổng cộng 78 tạp chí Việt ngữ" (Theo Đoàn Thêm, *Bách Khoa,* số 70, 1-12-1959).

1960

4-1: Bảo An và Quân đội tại Đức Huệ đánh tan 1 đại đội VC.

19-1: Vụ án *Nhân văn Giai phẩm:* những văn-nghệ sĩ bị bắt từ 3-1956 nay bị đưa ra Tòa về tội gian điệp cho Mỹ: Nguyễn Hữu Đang, Trần Thiếu Bảo, Lê Nguyên Chi bị án khổ sai hoặc tù ở. [Nguyễn Vạn An xuất-bản *Vụ Án Đấu Tranh Tư Tưởng Ở Miền Bắc* (1960) và *Phan Khôi và cuộc đấu-tranh tư-tưởng ở miền Bắc* (Ủy-ban trung-ương chống chính-sách nô-dịch văn-hóa và đàn-áp văn-nghệ-sĩ, trí-thức sinh-viên tại miền Bắc (1961).

17-2: 194 Hoa kiều miền Bắc tiếp tục vượt biển (thuyền nhân) vào Nam.

14-3: Khánh thành Khu Trù mật Vị Thanh (Phong Dinh) – các Khu khác, tổng cộng 19, lần lượt được tổ chức: Hỏa Lựu, Thanh Thới và Thới Thuận (Kiến Hòa), Mỹ Phước, Đức Huệ, Cái Sơn và Tân Lược (Vĩnh Long), Ba Thê (An Giang), Thủy Đông (Kiến Tường), An Tường và Long Vĩnh (Vĩnh Bình), Đồng Tiến (Kiến Phong), Khánh Vân (Phước Thành), Hậu Mỹ (Định Tường), Cái Trầu (Ba Xuyên), ...

31-3: Bế mạc Triển Lãm Hội Họa mùa Xuân Canh Tý: *Tĩnh Vật* của Văn Đen (huy chương vàng) – *Người Suối Bạc* của Phạm Đăng Tín (bạc) – *Chân Dung* của Nguyễn Trung (đồng).

27-4: Quốc Hội lập một Ủy ban Thống nhất Lãnh thổ và Giải phóng miền Bắc.

13-5: Đại hội Văn nghệ chống đối văn nghệ Cộng sản của Bắc Việt được tổ chức tại Sài-Gòn.

25-5: Quân đội đột nhập mật khu U-Minh Hạ phá hủy nhiều căn cứ Việt-cộng.

3-7: Câu lạc bộ Văn hóa được mở tại đường Tự Do để văn-nghệ sĩ hội họp và sinh hoạt.

12-8: Luật sư Trần Thanh Hiệp thành viên nhóm Sáng Tạo, trong buổi diễn thuyết về "Viễn tượng văn nghệ miền Nam" đã táo bạo tuyên bố "văn nghệ miền Nam không có quá khứ", gây phong trào phản đối trên nhiều báo chí nhất là tạp chí *Văn Đàn* của nhóm Tinh Việt Văn-đoàn (Xem tạp chí *Bách Khoa* số 88 (1-9-1960), tuần báo *Văn-Đàn*, 20, 21, 22 (từ 15 đến 29-10-1960), và *Địa Chí Văn Hóa Thành Phố HCM*. Sđd, tr. 219).Trần Thanh Hiệp nằm trong não trạng và khuynh hướng "Bắc Hà văn vật" xem thường văn học gốc miền Nam.

28-9: Một Làng Đại học được thiết lập tại Thủ Đức.

10-11: J. F. Kennedy đắc cử Tổng thống Hoa-kỳ.

11-11: Đảo chánh của nhóm các sĩ quan Nguyễn Chánh Thi, Vương Văn Đông với sự hỗ trợ của một số chính khách, nhưng không thành; một số sĩ quan và chính khách phải trốn qua Nam Vang và Pháp, nhiều người khác sẽ phải ra tòa sau đó.

3-12: Đặt xong 39 địa điểm đèn lưu thông ở Sài-Gòn.

20-12: Hà-nội lập Mặt Trận Dân Tộc Giải Phóng Miền Nam Việt-Nam thay cho Mặt Trận Tổ Quốc (sau lại đổi thành Mặt Trận Giải Phóng Miền Nam, nhưng đã manh nha tổ chức từ ngay sau Hiệp định Geneve 7-7-1954, qua các nghị-quyết TƯ 7-1954, 3-1955, 6-1955 đề ra nhiệm vụ "đoàn kết nhân dân toàn quốc đấu tranh để thực hiện thống nhất Việt-Nam trên cơ sở độc lập và dân-chủ" và văn bản 8-1956 của Lê Duẩn, "Đường lối cách-mạng miền Nam" và bắt đầu `xây dựng lực lượng vũ trang để đánh Mỹ và tay sai`), với 15 đoàn thể, trong đó có 1 số người miền Nam của Hà-Nội hoặc bất mãn chế độ Cộng hòa miền Nam, mục-đích "chính thức" lúc mới lập ra là để thực hiện một chánh sách Trung lập (!) và "độc lập" với Hà-Nội

(!?). Chủ tịch là luật sư Nguyễn Hữu Thọ. Và đề cử tướng Nguyễn Chí Thanh người gốc Huế chỉ huy quân sự ở miền Nam thay cho Võ Nguyên Giáp là người quốc tế đã biết là của Hà-Nội. Vào lúc này, bộ đội Việt-cộng đã lên đến 10 ngàn có mặt ở miền Nam và đang "kiểm soát" một số vùng rừng núi ở miền Trung và "hiểm trở" dọc biên giới Miên-Việt.

31-12: Ủy Ban Nhân dân Chống Phiến Cộng (hoạt động từ 15-11, xuất phát từ Ủy Ban Nhân Dân Chống Đảo Chính lập ra từ hôm đảo chánh 11-11) chấm dứt nhiệm vụ, biến thành Mặt Trận Quốc Dân Chống Phiến Cộng.

1961

11-2: Thành lập Viện Đại học tư Đà Lạt (NĐ 261/GD).

15-2: Nhân dịp Tết Nguyên đán Tân Sửu, nhiều chính khách bị bắt sau vụ đảo chánh 11-11-1960, được trả tự do: BS Nguyễn Lưu Viên, Phạm Văn Huyến, Tạ Chương Phùng, ...

26-2: Thành lập Trại huấn luyện Thanh niên Cộng hòa ở Suối Lồ Ồ (Thủ **Đức**).

3-4: Ký kết "Hiệp ước thân hữu và liên lạc kinh tế giữa Hiệp Chúng Quốc Hoa-kỳ và Việt-Nam Cộng-Hòa".

6-4: Lễ phát **Giải thưởng Văn-Chương** 1960.

9-4: Bầu cử Tổng thống nhiệm kỳ II. Lễ tuyên thệ 29-4.

28-4: Khánh thành xa lộ Sài-Gòn / Biên Hòa.

31-5: Lễ phát 24 giải thưởng Hội họa: *Thiếu Nữ* của Cù Nguyễn (huy chương vàng) – *Chân Dung* của Nghiêu Đề – *Người Đàn Bà* của Trần Kim Hùng (2 bạc).

2-7: Đại hội Đại Đoàn Kết quyết nghị công khai hóa hoạt động chính đảng, đối lập và kiểm soát chính quyền và lập Ủy ban vận động đại đoàn kết 11 người.

13-7: Đảo Hoàng Sa được đặt thuộc quận Hòa Vang tỉnh Quảng Nam (SL 174/NV).

20-7: Hà-Nội thành lập ''Hội Văn-nghệ Giải phóng miền Nam'' (với báo *Văn-Nghệ Giải Phóng* và các giải Nguyễn Đình Chiểu, ...)

hỗ trợ cho Mặt Trận GPMN với nhà viết kịch Trần Hữu Trang làm Chủ tịch, với thành viên đa số là người miền Bắc hoặc đã tập kết ra Bắc nay ***đổi bút hiệu*** sẽ được đưa vào Nam như Nguyễn Trung Thành (Nguyên Ngọc), Phan Tứ (Lê Khâm), Thu Bồn (Hà Đức Trọng), ...

10-10: Các văn-hóa phẩm xuất-bản hay nhập cảng, đều phải theo chế độ nạp bản cho Công quản nạp bản, Văn Khố Thư Viện hoặc các tòa Hành chánh tỉnh (SL 207/GD).

16-12: Viện Thống Kê cho biết dân số VNCH hiện là 14.081.000 người.

31-12: Số nhật báo tại Sài-Gòn: 17 báo tiếng Việt (*Sài-Gòn Mới* phát hành nhiều nhất, từ 70 đến 80.000 số mỗi ngày), 11 Hoa và 1 báo Pháp.

1962

3-2: Thiết lập Ủy Ban Trung ương Đặc trách Ấp-Chiến-Lược, cố vấn Ngô Đình Nhu chủ tọa các buổi họp.

8-2: Thiết lập Bộ Tư lệnh Hoa-kỳ tại Việt-Nam (MAC-V).

14-2: Triển lãm Hội Họa mùa Xuân Nhâm Dần: *Ngựa* của Lâm Triết (huy chương vàng) – *Thần Thoại* của Đinh Cường và *Độc Tấu* của Nguyễn Lâm (2 bạc).

27-2: Dinh Độc Lập bị 2 phi cơ Không quân ném bom và bắn phá. Thiệt hại vật chất và 2 trung úy phi công 1 bị bắn hạ bị bắt (Phạm Phú Quốc) và 1 trốn sang Cao Miên (Nguyễn Văn Cử, con trai chính khách Nguyễn Văn Lực).

11-3; Khánh thành tượng Hai Bà Trưng ở Công trường Mê Linh của nhà điêu khác Nguyễn Văn Thế, giải đệ nhị La-Mã.

31-3: Chính phủ Việt-Nam gửi thông điệp cho 92 Quốc-gia yêu cầu ủng hộ VNCH chống xâm lăng cộng-sản, tố giác miền Bắc giật giây VC miền Nam.

4: Quốc sách Ấp Chiến Lược ra đời.

22-5: Cấm vị thành niên VN dưới 18 tuổi hút thuốc lá, uống rượu trên 12 độ, xem các phim và tuồng đã bị Kiểm duyệt cấm, cấm nhảy đầm, đấu võ trục lợi, đồng bóng, phù phép, mãi dâm, phá thai, ... (Luật 12/62 Bảo vệ luân lý).

10-8: Tổng Hội Sinh Viên Việt-Nam được công nhận là Hội viên Tổng Hội Sinh Viên Quốc Tế.

8-9: Lê trao tặng **Giải thưởng văn-chương toàn quốc 1961-1962.**

15-10: Nha Mỹ Thuật Bộ Giáo Dục làm xong ngôi nhà Triển Lãm Quốc Tế trong vườn Tao Đàn.

26-10: Triển lãm Quốc tế Hội Họa và Điêu Khắc tại vườn Tao Đàn Sài-Gòn với 20 quốc-gia tham dự, 400 bức tranh và tượng. 1 huy chương vàng, 5 bạc và 10 đồng, Việt-Nam được 1 Huy chương bạc Điêu khắc : *Cột Trụ hòa-bình* của Lê Ngọc Huệ và 1 bạc Hội họa : *Tĩnh Vật* của Văn Rô. Cùng ngày khai mạc Triển lãm Quốc tế Nhiếp Ảnh kỳ III tại Phòng Thông tin Đô thành với 1.858 ảnh đen trắng và 99 ảnh màu.

1963

Đầu năm: tuần báo *Văn Đàn* kết án vở Thành Cát Tư Hãn của Vũ Khắc Khoan đề cao Trung Cộng; nhật báo *Tự Do* bênh VKK dụng ý chỉ trích chế độ, Nguyễn Mạnh Côn trên tờ *Quân Đội* phản bác và bênh chế độ.

2-1: Giao tranh lớn gần Ấp Bắc, cách Mỹ Tho 16 cây số.

21-1: Quỹ Chống Cộng thu được gần 30 triệu, dùng xây dựng các Ấp-Chiến-Lược.

17-3: Đoàn Sinh viên Phật tử Huế ra đời, Hoàng Văn Giàu (tức Hoàng Nguyên Nhuận sau này) trưởng đoàn.

26-3: Khánh thành trại Nhân Trí Dũng ở Suối Lồ Ồ trung tâm huấn luyện cán bộ Ấp-Chiến-Lược.

17-4: Quốc sách Ấp-Chiến-Lược được 1 năm, đã lập xong 5.917 Ấp qui tụ 8 triệu dân. Chính sách Chiêu hồi kêu gọi những người lạc lối trở về với xã-hội. Đến 6-7-63 lập xong 7.205 ACL.

29-4: Một tổ ám sát gồm 14 VC bị bắt ở Sài-Gòn.

1-5: Lễ kỷ niệm 12 năm thống nhất Phật giáo tại chùa Xá Lợi.

7-5: Tổ chức lễ Phật Đản ở Huế : cảnh sát hạ cờ rồi treo lại cờ Phật giáo.

8-5: Phật tử tụ họp nghe lại bài giảng tại Đài phát thanh Huế : bom nổ, 7 thường dân chết, 1 người dân và 5 binh sĩ bị thương.

11-6: Thượng tọa Thích Quảng Đức được xe chở đến ngả tư Lê Văn Duyệt - Phan đình Phùng và được giúp tự thiêu. Tổng thống đọc thông điệp kêu gọi dân chúng Thủ đô bình tĩnh, mọi khó khăn sẽ được giải quyết trên *''căn bản lương tri và ái quốc, trong tình đoàn kết huynh đệ, (...) sau lưng Phật giáo trong nước, hãy còn Hiến pháp, nghĩa là có tôi''*. Việt-cộng nhân đây in tuyên truyền làm như pro-Phật giáo hay trong cuộc, phát hành quốc tế như *Terreur contre les Bouddhistes au Sud Viet Nam* (Eds Liberation, 6-1963).

17-6: Hải quân VNCH đặt một tấm bia đá trên đảo Trường Sa đánh dấu là đất Việt Nam.

19-6: Quốc Hội họp xét lại Dụ số 10 về Hiệp hội.

5-7: Tòa án Quân sự đặc-biệt xử 19 quân nhân và 34 nhân sĩ liên quan đến đảo chánh 11-11-1960. Ngày 8-7, 13 quân nhân bị kết án tù, 6 tha bổng. Ngày 11-7, 20 nhân sĩ bị án tù, 14 tha bổng.

7-7: Chính khách Nguyễn Tường Tam uống thuốc độc tự tử để phản đối việc bị mời ra tòa (11-7: Tòa xử ông vô tội; và ông *thật sự có tham gia làm cố vấn vụ đảo chánh ngày 11-11-1960* – X. Lê Nguyên Phu. *Trong Bóng Tối Lịch Sử*).

13-7: Tòa án Quân sự xét xử tha bổng 19 nhân sĩ nhóm Caravelle đòi cải cách chính trị mở rộng.

22-8: Mặt Trận (Dân-tộc) Giải phóng Miền Nam ra Tuyên bố cho biết rõ: *'' điều quan-trọng bậc nhất hiện nay là tín đồ Phật giáo cũng như nhân dân các đô thị kiên quyết giữ vững tinh thần, giữ vững đội ngũ, giữ vững đấu tranh, ... Tinh thần bất khuất trước sau vẫn là võ khí bất khả chiến thắng của chúng ta. Với ý chí và tinh thần ấy, chúng ta sẽ làm cho Mỹ-Diệm bị thất bại nhục nhã''* (có chăng có sự tổ chức nhịp nhàng Phật giáo và Việt-cộng hoặc Việt-cộng xâm nhập, sử-dụng Phật giáo như phương tiện?).

24-8: Bộ Giáo dục tạm đóng cửa tất cả các trường học vùng Sài-Gòn Gia-Định (được mở cửa lại ngày 4-9).

28-8: 80.000 đồng bào Huế tụ tập ở Phú vân Lâu lên án thủ đoạn sử-dụng Phật giáo cho mục-đích chính-trị. [Sau tài liệu bạch-hóa và nhân chứng cho biết thêm biến cố Phật giáo là có bàn tay bí mật của

CIA Mỹ và VC qua Thích Trí Quang và ni cô Huỳnh Liên].

27-9: Bầu cử Quốc Hội pháp-nhiệm III (khai mạc ngày 7-10).

25-10: Phái đoàn Liên Hiệp Quốc đến VN điều tra về vụ Phật giáo. Báo cáo được dịch ra Việt ngữ - *Vi Phạm Nhân Quyền Tại miền Nam Việt-Nam*, do Võ Đình Cường dịch, 1 nhóm Phật giáo xuất-bản năm 1966, từ tay Thích Trí Quang người đề tựa, nhưng đã bỏ đi phần kết luận (1 thứ lừa dư luận từ cái thật nhưng "biên tập" cắt bỏ!). Đây là Báo cáo 234 trang trình ngày 7-12-1963 của Phái đoàn Liên Hiệp Quốc điều tra về vụ gọi là "đàn áp Phật giáo", *kết luận không có đàn áp lẫn kỳ thị tôn giáo, và những đụng độ với chính quyền chỉ là do một nhóm nhỏ và có tính cách chính-trị*. Bản báo cáo bị giấu kín, đến tháng 2-1964, bản điều tra mới được Thượng Viện Hoa-Kỳ xuất-bản. [Sau ngày đảo chánh 1-11-1963, còn có 6 vụ tự thiêu Phật tử khác, nhưng không báo chí Tây phương nào để ý đến nữa!].

1-11: Một nhóm tướng lãnh với sự đồng lõa của chính phủ Hoa-Kỳ (nhóm Diem-must-go và 3 triệu đồng tương đương 42 ngàn đô Mỹ Lou Conein đưa cho nhóm) tổ chức đảo chánh chính phủ hợp hiến Ngô Đình Diệm. Tiếng súng bắt đầu nổ lúc 13:30 và nhóm `cách-mạng` làm chủ Dinh Gia Long 4:00 giờ sáng ngày 2. Cuộc đảo chánh nay được tài liệu giải mật, nhân chứng và hồi ký kết luận là để đáp ứng nhu cầu bành trướng chiến-tranh và buôn bán của tài phiệt Mỹ; biến cố Phật giáo chỉ là cái cớ, cái bung xung. [Việt-cộng đánh giá vụ đảo chánh 1-11-1963 là một thất bại lớn của Mỹ và đồng thời xác nhận biến loạn này "đảo chính gây cho địch nhiều thiệt hại nghiêm trọng; mâu thuẫn trong nội bộ lại phát triển, tạo thêm điều kiện cho phong trào cách-mạng miền Nam tiến lên" (X. Thanh Nho. *Cuộc đảo chính 1-11, một thất bại nghiêm trọng của đế quốc Mỹ ở miền Nam Việt-Nam*, 1964)].

2-11: Tổng thống Ngô Đình Diệm và bào đệ là cố vấn Ngô Đình Nhu bị 2 sĩ quan (Nguyễn Văn Nhung, Dương Hiếu Nghĩa) tuân theo lệnh phe đảo chánh giết chết trên đường đưa về bộ Tổng tham mưu nơi đóng bản doanh của nhóm đảo chánh. Vài tư lệnh của quân lực cũng bị nhóm đảo chánh bắt giam và hạ sát. Một Hội đồng Quân nhân Cách mạng được thành lập do trung tướng Dương Văn Minh làm chủ tịch.

3-11: HĐQNCM ra Tuyên cáo và Quyết nghị: ngưng áp dụng Hiến Pháp 1956 và giải tán Quốc Hội vừa bầu ngày 27-9-1963.

4-11: Hiến Ước Tạm Thời số 1 ban hành ngày 4-11. Một Chính phủ Lâm thời do cựu phó tổng thống Nguyễn Ngọc Thơ làm Thủ tướng, được Hội đồng Quân nhân Cách mạng phó thác thực hiện một cuộc cách-mạng đã không làm được và bị chống đối. Cùng ngày này, 3 nhà báo/nhà văn (di cư) Từ Chung (*Chính Luận*), Hiếu Chân Nguyễn Hoạt (*Tự Do*) và Chu Tử (*Sống*), trong "Hiệu triệu của các Nhà văn Nhà báo" đăng trên ba tờ báo của họ ngày 4-11-1963, đã lên tiếng hối tiếc và biện hộ việc họ từng phò và làm "tay sai" cho chế độ đệ nhất Cộng hòa vừa bị lật đổ, thú nhận rằng: "*Mang danh là những người cầm bút chiến đấu cho Tự Do, Dân Chủ, giải phóng con người vậy mà trong thời gian vừa qua, vì cơm áo, khiếp nhược, đớn hèn, chúng ta đã nhắm mắt ăn dơ, đánh đĩ tâm hồn, phản bội sự thật, phản bội dân tộc, cam tâm làm gia nô cho bè lũ họ Ngô. Dù chúng ta có viện bất cứ lẽ gì để bào chữa, chúng ta cũng không thể chối cãi được tội lỗi của chúng ta đối với đồng bào, lịch sử... Cách mạng 1/11/1963 là cơ hội duy nhất để chúng ta thoát khỏi cảnh huống bồi bút phi cầm phi thú, cơ hội duy nhất để chúng ta trở lại làm người đã tới... Chúng tôi khẩn thiết kêu gọi văn nghệ sĩ, bằng máu và nước mắt, mồ hôi, đem ngòi bút viết lại thiên lịch-sử dân-tộc, mà trong chín năm qua, bè lũ họ Ngô đã làm hoen ố...*". Mặt khác, các nhà sách, nhà phát hành như Thống Nhất, Xuân Thu,.. và một số tòa soạn nhật báo như *Tiếng Chuông*, *Sài-Gòn Mới*, *Sài-Gòn Mai*, *Ngôn Luận*, *Lẽ Sống*, v.v. bị đốt phá vì cho là có liên hệ đến chính phủ Ngô Đình Diệm.

8-11: Chính-khách và quân nhân bị tù lưu đày ở Côn Sơn được ân xá và về tới Sài-Gòn (cũng như 250 tù nhân khác được phóng thích hôm sau, trong số có tù CS).

22-11: Tổng thống Hoa-kỳ Kennedy bị ám sát ở Dallas TX.

1-12: Nguyễn Vỹ, người từng được chế độ Ngô Đình Diệm cấp tiền để làm báo, làm văn, đã cảm ơn các tướng lãnh đảo chánh vừa tự ghê tởm mình về những gì đã viết đã làm gần 10 năm qua (*Phổ Thông*, 1-12-63). Bà Bút Trà cũng thanh minh bị áp lực và ép buộc viết như thế (*Sài-Gòn Mới*, 4-11-63), v.v.

2-12: Số nhật báo ở Sài-Gòn: 44.

19-12: Hội-đồng Nhân-sĩ 60 người. Khai mạc HĐNS tại Hội trường Diên Hồng ngày 2-1 và bắt đầu bàn soạn thảo Hiến Pháp ngày 16-1-1964 (không thành vì Chỉnh lý 30-1, bị giải tán ngày 4-4 để thành lập Quốc Hội Lập Hiến dân cử).

1964

6-1: Thủ tướng Nguyễn Ngọc Thơ cho biết sẽ theo chính sách cách-mạng *ôn hòa!*

17-1: Cả tháng nay Sài-Gòn có nhiều cuộc biểu tình chống Trung lập; hôm nay trước chợ Bến Thành và Trung tâm Văn-hóa Pháp.

30-1: Tr. T. Nguyễn Khánh thành công cuộc chỉnh lý, thay tướng DV Minh trong chức chủ tịch Hội đồng Quân đội Cách mạng và ban hành Hiến Ước Tạm Thời số 2 ngày 7-2. Bốn tướng đảo chánh 1-11 bị giam lỏng ở Đà-lạt.

1-2: "Chủ nghĩa cộng-sản và thuyết Trung Lập thân Cộng" bị đặt ra ngoài vòng pháp luật. 3-2, De Gaulle tái lập bang giao với Trung Cộng.

10-2: Các ông Hồ Hữu Tường và Trịnh Khánh Vàng được ân xá.

19-2: Quyền tự do ngôn luận được xác nhận, nhưng những trừng phạt đối với báo-chí phạm luật được ấn định lại (SL 2/64).

12-3: Văn Hóa Vụ Thông Tin sát nhập vào Bộ Giáo Dục.

28-3: Phan Quang Đông bị kết án tử hình vì làm việc với cố vấn Ngô Đình Cẩn, đến ngày 9-5 bị xử bắn tại Huế [ông phụ trách bí mật đưa biệt-kích ra Bắc].

12-4 : Thủ tướng Nguyễn Khánh định nghĩa "trí thức phòng trà … là những người chỉ trích mà không làm gì cả. Họ không trông rõ sự đe dọa của cộng-sản và bởi vậy từ chối hợp tác với Chánh quyền" và hứa sẽ không để họ lợi dụng nhân dân và quân đội!

16-4: Tòa án Cách-mạng xử ông Ngô Đình Cẩn (ngày 9-5 bị bắn tại Khám Chí Hòa).

30-4: Ban hành thể lệ mới về xuất-bản báo-chí và tổ chức báo giới: lập Hội đồng Báo-chí; phải tốt nghiệp ngành báo-chí hoặc đã làm 7 năm; phải ký quỹ; phải kê khai số vốn và xuất xứ (SL 10/64).

29-5 : Hội đồng Quân đội Cách-mạng họp tại Đà-Lạt xét xử các tướng Đôn, Kim, Xuân, Đính.

15-7 : Các chủ báo được phát hành lấy, nhà chuyên môn phát hành phải được phép và ký quỹ, nhà Thống Nhất phải điều chỉnh tình trạng theo NĐ 462/BTT mới được hoạt động.

26-7: Tượng của Pháp tại đài trận vong Tướng sĩ đường Duy Tân bị sinh viên học sinh giật đổ.

7-8 : Thủ tướng Nguyễn Khánh ban bố tình trạng khẩn trương trên toàn quốc. Tái lập kiểm duyệt báo-chí (NĐ 453/BTT).

15-8 : Bộ Thông tin chỉ thị : từ nay các *nhật báo* chỉ được *đăng 1 truyện dài, 1 truyện ngắn* và không được đăng *truyện quái dị.*

16-8: Hội đồng Quân đội Cách-mạng khai tử Hiến ước tạm thời số 1, 2 và khai sinh "đệ tam Cộng hòa" với Hiến chương gọi là Vũng Tàu.

22-25/8: 3000 sinh viên biểu tình ở Sài-Gòn chống chính phủ Nguyễn Khánh và Hiến chương Vũng Tàu vừa công bố. Hôm sau Hiến chương bị Hội đồng Quân đội Cách-mạng thu hồi.

26-8: Hỗn loạn biến thành đấu tranh tôn giáo; tín hữu và thanh niên phá phách các nơi thờ tự của đạo khác. Ở vùng Sài-Gòn rồi 26-8 lan ra đến Đà Nẵng (vụ Thanh Bồ, Đức Lợi).

27-8: Lập Ban Lãnh đạo Lâm thời Quốc-gia và Quân lực (với *tam đầu chế* Dương Văn Minh, Nguyễn Khánh và Trần Thiện Khiêm).

28-8: Đóng cửa các trường học, mở lại rồi lại đóng 25-11 lại mở 4-12, ...

7-9: Dương Văn Minh được bầu làm Chủ tịch Ban Lãnh đạo Lâm thời Quốc-gia và Quân lực. Hôm sau, thành lập Thượng Hội Đồng Quốc-Gia.

9-9: Bỏ Thể lệ kiểm duyệt báo-chí trong tình trạng khẩn trương.

13-9: Tướng Dương Văn Đức tư lệnh Quân Đoàn IV, thiếu tướng Lâm Văn Phát và đại tá Huỳnh Văn Tồn nhân danh "Hội Đồng Quân Dân Cứu Quốc" biểu dương lực lượng nhưng không thành công và bị Nguyễn Khánh cách chức ngày 17-9, đến 23-10 Tòa án Quân sự Mặt trận tha bổng tất cả 20 người..

21-9: biểu tình, bạo động ở miền Trung chủ động bởi BS Lê Khắc Quyến và nhóm tranh đấu ở Huế (ép LM Cao Văn Luận Viện trưởng ĐH Huế từ chức, và vừa xuất-bản tờ *Lập Trường* và lập "Hội Đồng Nhân Dân Cứu Quốc" (từ 28-8) lan ra các tỉnh miền Trung Đà Nẵng, Qui Nhơn, …) - sau đổi tên lại là "Lực Lượng cách-mạng dân-tộc" tham gia Thượng Hội đồng Quốc-gia.

26-9: Thượng Hội đồng Quốc-gia (chủ tịch Phan Khắc Sửu) ra mắt tại hội trường Diên Hồng và đến 20-10 hoàn thành Hiến chương Lâm thời thay thế hai Hiến ước Tạm thời 1 và 2. Chủ tịch Phan Khắc Sửu trở thành Quốc Trưởng ngày 24-10 và ông bổ nhiệm Thủ Tướng Trần Văn Hương ngày 30-10.

16-10: Thủ tướng Nga Kruschev bị hạ bệ.

4-11: Chính phủ dân sự Trần Văn Hương muốn tái lập uy quyền quốc-gia và tách tôn giáo ra khỏi chính-trị (tồn tại đến 27-1-1965).

20-12: Hội đồng Quân lực quyết định giải tán Thượng Hội đồng Quốc-gia: tinh thần quân phiệt, tư lợi và vâng lời ngoại bang đang hoành hành ở miền Nam.

1965

7-1 : Phủ Đặc ủy Chiêu hồi cho biết từ 18-2-1963 đến nay đã có 16.934 VC qui chánh và 19.750 người tị nạn cộng-sản.

23-1: Sinh viên Phật tử Huế biểu tình đốt thư viện Hoa-Kỳ, cả sinh viên Sài-Gòn chống đối chính phủ Trần Văn Hương – ông TVH hiệu triệu quốc dân kêu gọi mọi người lãnh trách nhiệm trước thời cuộc, tránh các vụ xách động và lên án ''*lũ lưu manh cạo đầu rồi mặc sắc phục tăng ni...(...) và những trò khỉ của chúng*''. Có thể xem ngày này là bước đầu của phong trào gọi là ''trí thức, sinh viên, học sinh đấu tranh chống Mỹ'' sẽ kéo dài khoảng 9 năm.

27-1: Hội đồng Quân nhân lật đổ chính phủ Trần Văn Hương, phó Thủ tướng Nguyễn Xuân Oánh xử lý thường vụ và mời tướng Nguyễn Khánh lập chính phủ.

7-2 : 49 phi cơ từ hàng không mẫu hạm Mỹ dội bom Đồng Hới (Bắc Việt). Hôm sau, 24 phi cơ Không quân VN dội bom Vĩnh Linh.

16-2: Tướng Nguyễn Khánh bổ nhiệm Quốc trưởng Phan Khắc Sửu và chính phủ Phan Huy Quát được thành lập (tồn tại đến 18-6-1965).

17-2 : Thiết lập Hội Đồng Quốc-gia Lập pháp, chủ tịch là Tr. T. Phạm Xuân Chiểu..

19-2: Tướng Lâm Văn Phát và đại tá Phạm Ngọc Thảo biểu dương lực lượng chống tướng Nguyễn Khánh, nhưng thất bại (ông

PNT trốn tránh nhưng rồi ngày 16-7 bị bắn tử thương(?)).

20-2: Hội đồng Quân nhân quyết định chấm dứt nhiệm vụ tướng Khánh, ép đi làm đại sứ lưu động, 25-2, rời Việt-Nam.

27-2 : Phong trào Dân-Tộc Tự quyết và Phong trào Bảo vệ hòa-bình rải truyền đơn, họp báo tuyên truyền.

3-3 : Ủy ban Thường vụ HĐ Quân lực thành phần bổ sung và mới, Tr. T. Nguyễn Văn Thiệu tổng-thư-ký.

8-3: 2 tiểu đoàn (1500 quân) Thủy Quân Lục Chiến Mỹ đổ bộ vào Đà-Nẵng, *chính thức trực tiếp tham chiến* tại miền Nam.

3: Hội nghị toàn Đảng (CSBV) lần thứ XI đề ra ''nhiệm vụ thiêng liêng của mọi người là *chống Mỹ cứu nước*''.

19-3: Chính quyền Sài-Gòn "tống xuất" ra Bắc qua cầu Hiền Lương 3 thành viên Phong trào Hòa-bình: G.S. Tôn Thất Dương Ky, BS Thú y Phạm Văn Huyến và ký giả Phi Bằng (tức Cao Minh Chiếm).

25-3: Trung tâm Báo-chí được thành lập để thay thế Trung tâm Liên lạc Báo-chí, với nhiệm vụ cung cấp và phối kiểm tin tức, hướng dẫn các ký giả ngoại quốc,…

26-3: Hội đồng Chính phủ quyết định bãi bỏ tình trạng thiết quân luật, giảm giờ giới nghiêm tại vùng Sài-Gòn và hạn chế kiểm duyệt báo-chí ở mức tối thiểu.

2-4: Hội đồng Quốc-gia Giáo dục quyết nghị chương trình cải thiện giáo dục: chính sách duy nhất về kỷ luật, sửa đổi môn Công dân, định lại tiêu chuẩn cấp học bổng và miễn học phí.

5-4: Khai mạc Đại hội Báo-chí với 140 đại diện báo-chí. 12-4 ra Tuyên ngôn chung, Quyết nghị chung kết và Quyết định về quyền lợi ký giả. Nội-dung chung : quyền tự do ngôn luận, nghĩa vụ luận, danh dự, kỷ luật và điều hòa hoạt động, nguyên tắc về xuất-bản, phát hành, thành lập Hội đồng Báo-chí, cơ sở huấn luyện, đời-sống vật chất của ký giả. 13-4 : bầu Hội đồng Báo-chí Lâm thời.

6-4: Hội đồng An ninh quốc-gia Hoa-Kỳ ra quyết nghị cho phép quân đội Mỹ trực tiếp tham chiến ở Việt-Nam.

19-4: Khai mạc Đại hội Toàn quốc Thông tin Tâm-lý chiến ở Sài-Gòn.

17-5: Luật 004/65 trừng phạt phổ biến chủ nghĩa cộng-sản và

các hoạt động theo chủ trương cộng-sản, thân Cộng và trung lập. (Nhưng chủ nghĩa Marx vẫn được dạy ở các đại học : tự trị đại học).

20-5: Âm mưu đảo chánh của nhóm đại tá Bùi Dzinh, tr. Tá Lê Hoàng Thao) bị thất bại (và 10-10 bị Tòa xử).

5-6: Sau nhiều xung đột nhân sự Nội các và phản đối của nhiều đoàn thể tôn giáo, chính phủ Phan Huy Quát từ chức, giao quyền lại cho Hội đồng Quân lực – vừa tự giải tán hôm 6-5.

9-6: Lễ đặt viên đá đầu tiên xây Viện Đại học Vạn Hạnh.

13-6: Tòa án Quân sự ở Nha Trang xử phạt những người tham gia Hội đồng Nhân dân Cứu quốc miền Trung.

19-6: Đại Hội đồng Quân lực ban hành Ước Pháp mới và đề cử tướng Nguyễn Văn Thiệu giữ chức Chủ tịch Ủy ban Lãnh đạo Quốc-gia và thiếu tướng Nguyễn Cao Kỳ chủ tịch Ủy ban Hành pháp Trung ương, lập Nội các Chiến-tranh. Tất cả các văn kiện Hiến chương, Hiến Ước và Ước Pháp ban hành và áp dụng sau ngày đảo chánh 1-11-1963 đều không do dân hay đại biểu dân.

24-6: Nội các Chiến-tranh tuyên bố tình trạng chiến-tranh, đoạn giao với Pháp, áp dụng các biện pháp khắc khổ đối với nhân viên Nội các và đóng cửa các nhật báo để xét lại quy chế báo-chí. Một số ký giả phản đối, tẩy chay họp báo và đồng loạt không tường trình họp báo và quyết định.

27-6: Bộ Thông tin tạm hủy bỏ dự định đóng cửa các nhật báo.

3-7: Quyết định đóng cửa 13 nhật báo, 23 được tiếp tục trong tổng số 36 nhật báo phát hành ở Sài-Gòn.

10-7: Đoàn Thanh niên Trừ gian 500 người ra mắt tại Chợ Lớn.

20-7: Một số đảng viên CSVN bị bệnh lưng chừng và dao động, HCM kêu gọi và nói rõ "quyết tâm của toàn Đảng toàn dân và toàn quân sẵn sàng bước vào cuộc chiến-tranh chống đế quốc Mỹ".

15-8: Chương trình Phát triển Quận 8 ("Kế Hoạch Xây Đời Mới", "Phong trào Xây dựng Đời sống Mới Quận 8") bắt đầu sinh hoạt, và sẽ chấm dứt, giao lại cho Đô thành ngày 18-4-1971 – một loại cách-mạng xã-hội thực tiễn.

11-9: Khai mạc Đại hội Toàn quân.

30-9: Bộ Văn hóa Giáo dục cấp *Giải thưởng* nhân *kỷ niệm đệ nhị bách chu niên Nguyễn Du*: giải nhất tranh sơn mài Tựa ngồi bên triện (Nguyễn Văn Năm), 2 giải nhì cho tranh lụa đề tài lấy từ Truyện Kiều.

1-10: 5 tử tội bị xử bắn tại pháp trường trước chợ Bến Thành.

3-10: Khai mạc Tuần lễ kỷ niệm 200 sinh nhật Nguyễn Du tại Nhà Văn-hóa: nói chuyện và triển lãm tranh liên quan đến Truyện Kiều và tác-giả Nguyễn Du.

8-10: Ban hành Chính sách Người Cày Có Ruộng.

22-10: Thi sắc đẹp đầu tiên tại Việt-Nam : hoa hậu Thái Kim Hương và 3 á hậu.

1-11: 5.000 gói quà với 2000 số báo *Nhân Văn* 1956 được Không quân VNCH ném xuống Bắc Việt.

30-12: Ký giả Từ Chung (tên thật Vũ Nhất Huy) bị đặc công VC ám sát trước cửa nhà ở đường Bà Hạt [Con trai Vũ Trọng Hiệp 12 tuổi chứng kiến vụ ám sát, sau là sĩ quan tốt nghiệp Trường Thủ Đức và hy sinh năm 1975 tại Ban-Mê-Thuột].

1966

8-2: Hội nghị thượng đỉnh Việt-Mỹ ở Hononulu kết thúc với tuyên ngôn chung tiếp tục giúp Việt-Nam Cộng-Hòa chống xâm lăng, cải cách xã-hội, bảo vệ chánh thể dân-chủ tự do để tiến đến hòa-bình.

20-2: Nhật báo Sài-Gòn tăng giá : báo 4 trang lên 3$, 8 trang $5.

21-2: Chánh phủ Nguyễn Cao Kỷ cải tổ.

23-3: Các cuộc biểu tình, dấy loạn của một nhóm Phật giáo bắt đầu ở các tỉnh miền Trung, do Thích Trí Quang lãnh đạo, loạn lớn ở Huế và Đà Nẵng, chống chính phủ trung ương: phong trào tranh đấu đã lập Hội đồng Nhân dân Cứu quốc và xuất-bản báo *Lập Trường* (hậu thân tờ *Việt Nam Việt Nam* của Lê Văn Hảo), nay lập Đoàn Sinh viên Quyết tử do Hoàng-phủ Ngọc Tường và Nguyễn Đắc Xuân cầm đầu) và chiến đoàn Nguyễn Đại Thức. Các tướng Nguyễn Chánh Thi (9-3), Nguyễn Văn Chuân, Tôn Thất Đính, Phạm Xuân Chiếu (4-4),.. tự lệnh Vùng 1 kiêm Quân đoàn 1 lần lượt bị cách chức.

14-4: Sài-Gòn đưa quân ra Đà Nẵng do tướng Nguyễn Ngọc Loan chỉ huy, dẹp tan quân lính và dân sự nổi loạn, rồi ra Huế dẹp tan các tổ chức chống đối – kéo dài thêm hơn 2 tháng nữa. Cùng ngày, một Hội nghị Chính-trị Toàn quốc được tổ chức ở Sài-Gòn, đưa đến quyết định bầu cử Quốc hội.

16-4: Chu Tử bị ám sát trước cửa nhà riêng ở Phú Nhuận (họ Chu là số 1 trong danh sách 17 ký giả bị MTGPMN đe dọa sau khi ký giả Từ Chung bị ám sát). Tháng 5-1966, nhân viên tòa soạn nhật báo *Sống* xuất-bản *Không Hận Thù* (188 tr.) gồm những bài viết và hình ảnh về vụ ám sát. Trước đó, trong tranh chấp Phật giáo, tòa soạn *Sống* cũng đã bị đốt phá (6-4), tin đồn là do tay chân của Thượng tọa Thích Thiện Minh, người vừa bị Chu Tử đưa vào mục Ao Thả Vịt - báo *Sống* bênh Thích Tâm Châu trong khi tờ *Lập Trường* ở Huế bênh Thích Trí Quang.

17-4 : Các quân nhân, giáo-sư, sinh viên đại học Sài-Gòn (Luật, Công-giáo) và các Tổng hội Sinh viên Sài-Gòn, Đà Lạt cùng các nhà văn thuộc tạp-chí *Tiếng Nói,* lên tiếng phản đối, kết án vụ ám sát Chu Tử.

21-4: Nhân vụ Chu Tử bị ám sát, tất cả các nhật báo phản đối (ngày 7-4) và cùng ngưng nghỉ ra báo *"để tỏ tình đoàn kết báo chí trong việc tranh đấu chống đàn áp và kèm chế báo chí"* và *"nêu cao tinh thần tranh đấu chung cho tự do dân chủ"*.

7-5 : Lực lượng Tranh thủ cách-mạng cấm bán ở Huế các nhật báo *Chính Luận, Tự Do, Thời Luận* và *Tiền Tuyến*.

19-5 : Giải thưởng "100 Năm báo-chí": giải *Nguyễn Văn Vĩnh* được trao cho các ký giả Chàng Phi, Cao Đắc Bửu, Tiến Lợi, Dzoãn Bình; giải *Gia Định Báo* trao cho bán nguyệt san *Thời Nay* và tuần báo *Bình Minh*.

23-5: Phe đấu tranh Phật giáo đầu hàng tại chùa Tỉnh Hội; sau tiếp tục với những trò 'tự thiêu' ở Sài-Gòn và các tỉnh khác từ 3-6 và từ 6-6 Thích Trí Quang thêm trò bắt Phật tử mang bàn thờ Phật ra bỏ ngoài đường để chận quân đội tiến chiếm Huế và từ 8-6, ông ta bắt đầu 'tuyệt thực' nhưng không thiệt thân!

26-5 : Nhật báo *Đất Tổ* bị đình bản vô hạn định. Những ngày gần đây báo này tung tin thất thiệt về các cuộc đấu tranh tôn giáo, các thương lượng, tuyên cáo chung, v.v.

3-6: Thích Nhất Hạnh do các nhóm phản chiến mời sang Hoa-Kỳ, tung ra chủ trương của 1 phe Phật giáo gồm 5 điểm đòi chính phủ NC Kỳ từ chức, Mỹ rút lui, ngưng oanh tạc BV, giúp dựng dân-chủ và tái thiết miền Nam không điều kiện!

19-6: Luật Bầu cử được công bố: Quốc hội Lập hiến được tổ chức ngày 11-9-1966 để soạn thảo Hiến pháp mới.

21-6: Biến Động Miền Trung kết thúc: các tướng tá và binh sĩ phản loạn bị bắt đưa ra tòa, Thích Trí Quang được đưa vào Sài-Gòn 'tuyệt thực' tiếp, nhiều lãnh tụ sinh viên "nhảy núi" theo cộng-sản Bắc Việt và sẽ trở về giết hại đồng loại vào Tết Mậu Thân và sau đó.

24-6: Sau khi ra đầu thú, Lê Tuyên (giáo-sư đại học Huế), 1 lãnh tụ Tranh đấu, kêu gọi ngưng chống Quân đội và đổ tội cho Thích Trí Quang chủ động. [và đến 22-4-67, 5 giáo-sư đại học Huế bị giải chức hoặc chấm dứt khế ước vì liên quan đến vụ bạo động miền Trung này].

25-6: Ông Phan Văn Viễn, chủ-nhiệm báo *Tân Văn* và *Diễn Đàn* từ trần sau khi bị kẻ lạ mặt bắn trọng thương tối 22-6 tại tòa báo.

7-8 : Đại hội Văn-hóa Dân-tộc với 1000 văn-nghệ sĩ và giáo chức họp tại tòa Đô chánh lên án văn-hóa trụy lạc và đề ra chủ trương xây dựng một nền văn-nghệ lành mạnh. Một số người thân Cộng sau đó lập ra cái gọi là 'Lực lượng Bảo vệ Văn-hóa Dân-tộc' do Việt-cộng điều khiển.

16-8 : Bộ Tâm lý chiến thông báo bãi bỏ kiểm duyệt báo-chí từ 26-8 nhân dịp vận động bầu cử Quốc Hội.

28-8 : Bộ Tâm lý chiến cho ra thêm 10 nhật báo, đưa con số lên đến 41 nhật báo.

27-9: Khai mạc Quốc hội Lập hiến: chủ tịch Phan Khắc Sửu.

30-9 : Khánh thành Đại học Cần Thơ, Viện trưởng Phạm Hoàng Hộ. Đến 15-10 : ngày khai giảng.

3-10: Tướng Nguyễn Ngọc Loan lạm quyền bắt giữ BS Nguyễn Tấn Lộc, Đổng lý Văn phòng Bộ Y tế, đưa đến khủng hoảng kỳ thị Nam-Bắc.

19-10: Trao Giải thưởng Văn-chương Toàn quốc 1966.

30-10: Ủy ban Chống trường Pháp; 4-11 Bộ trưởng Ngoại giao thông báo chỉ thị chính phủ cho Pháp thuê các cơ sở trường học, VN lấy lại các cư xá và chuyển tiếp các lớp học dùng tiếng Pháp.

31-10: Khánh thành Vô tuyến Truyền hình Việt-Nam.

8-11: Lễ phát Giải thưởng Văn-chương Toàn quốc, 3 người được giải vắng mặt (Thanh Tâm Tuyền, Nguyễn Hiến Lê và Giản

Chi) và một số trục trặc tổ chức, tựu trung vì giới văn-nghệ và trí thức "tự ái" và "kị" giới quân phiệt đang cầm quyền.

16-11: Thượng Tọa Thích Tâm Châu cho biết Hiến Chương Phật Giáo Thế-Giới bổ túc thêm điều mới cấm Phật tử hoạt động chính-trị.

1-12: Chủ tịch Ủy ban Hành Pháp Trung Ương tiếng chỉ thị dùng Việt làm chuyển ngữ cho tất cả mọi ngành giáo dục ngoại lệ đại học Y-khoa và các giáo-sư ngoại quốc.

6-12: "Operation Marigold" thất bại sau gần nửa năm, do Ba-Lan trung gian để chính phủ Johnson Hoa-Kỳ và VNDCCH Bắc Việt chấp nhận thương thảo hòa-bình (mãi đến 1968 mới sẽ có Hòa đàm Paris) [X. Hershberg, James G. *Who Murderred "Marigold"* (Woodrow Wilson International Center for Scholars, Cold War International History Project, 2000).

7-12: Dân biểu Trần Văn Văn bị ám sát trước tư-gia ở đường Phan Thanh Giản, hung thủ (Võ Văn En) bị bắt. Dân biểu Phan Quang Đán cũng bị ám sát hụt ngày 27-12.

1967

15-1: Hội thảo về "vấn-đề phê bình văn nghệ" do Hội Bạn trẻ em Việt Nam (Thiên Giang, sau thành Hội đồng Bảo vệ tinh thần Thanh thiếu nhi), Hiệp hội Văn-học nghệ-thuật (6-8-1966, Á Nam Trần Tuấn Khải), cũng như Lực Lượng Bảo Vệ Văn-Hóa Dân-Tộc (thành lập 7-6-1966, Lê Văn Giáp đứng tên, sau Tết Mậu Thân thì vào bưng gia nhập Liên minh các Lực lượng Dân-tộc Dân chủ và hòa-bình), tạp chí *Bách khoa* và tạp-chí *Tin Văn* tổ chức ngày 15/1/1967 trong Chợ Lớn; thu hút hơn 250 nhân sĩ, ký giả, văn nghệ sĩ, trí thức, sinh viên học sinh sinh và những người quan tâm đến văn học nghệ-thuật tức là đa số. Mục đích cuộc Hội thảo này, ngay lời mở đầu, đã được LS Bùi Chánh Thời tuyên bố là "đi tìm một nguyên tắc để làm căn bản cho sinh hoạt phê bình. Đó là phương thức xây dựng văn học và nghệ thuật cụ thể, hợp lý trong giai đoạn hiện tại, đồng thời đó là sự bảo đảm dân chủ trong sinh hoạt văn nghệ" và với phương châm "không đả động đến đời tư hay chỉ trích cá nhân", "chỉ chấp nhận những ý kiến về văn học nghệ thuật, tuyệt đối không đề cập đến các vấn-đề thuộc sinh hoạt chính trị. Nhà văn Nhật Tiến và Nguyễn Ngọc Lương chủ-nhiệm Tin Văn làm thuyết trình viên và nội dung bàn luận trong Hội thảo chỉ tập trung vào một hiện tượng sáng tác và phê bình nổi bật thời bấy giờ…. Hội thảo này khép lại bằng Lời tuyên bố của trên 250 người được xác định là "quan tâm đến tiền đồ văn nghệ nước nhà", chủ tịch đoàn gồm các ông Bùi Hữu Sủng, Hiếu Chân, Đặng Văn Nhâm, Bùi Chánh Thời và Thế Nguyên ký tên. Lời tuyên bố về "vấn-đề phê bình văn nghệ" này là cao điểm của những chiến dịch đấu tranh văn-hóa, xã-hội và chính-trị thời bấy giờ. Cũng trong *Tin Văn* số 15, sau 2 bài trên số 5 và 13, lại có bài viết "Bảo vệ phê-bình và sinh hoạt dân-chủ trong văn-nghệ ..." của Nguyễn Ngọc Lương mà kết luận chỉ nêu lên những nguyên tắc bình thường của phê-bình văn-học. Thật vậy, ngoài bản thân các vị được mời tham dự thì các Hội đã nói trên và *Tin Văn* đều nằm trong một quỹ đạo thân Cộng nhận chỉ đạo trực tiếp của đảng ủy văn-hóa mà mục đích là đấu tranh chống ‹Mỹ ngụy›, chống chủ nghĩa ‹thực dân mới›, chống văn-hóa 'nhập cảng đồi trụy'. Cuộc đấu tranh này là một mặt của cuộc chiến toàn diện và nhằm đấu tranh văn-hóa có tổ chức và có lãnh đạo: tạp-chí *Tin Văn* chỉ là 1 chi bộ. *Tin Văn* ngay số ra mắt (6-6-1966) đã đăng " Bản tuyên ngôn của văn-nghệ sĩ về tự do sáng-tác, tự do biểu diễn, tự do xuất-bản", bài luận "hiện-tượng dâm ô đồi trụy trong văn-hóa hiện nay" (TV 9) và những bài điểm sách phê-phán nặng nề những tác-phẩm không nằm trong chiều hướng có chỉ đạo đó (phê-bình tiểu-thuyết của Lê Xuyên như *Chú Tư Cầu*, và mũi dùi nhắm liên tục các tiểu-thuyết *Yêu, Tiền, Sống, Loạn* của Chu Tử và kết thúc với vụ ám sát hụt ngày 16-4-1966)... Trên *Tin Văn* số 4, nhóm đòi hỏi dân chủ (!) trong sáng-tác và cho biết những " thể hiện những khía cạnh đồi trụy chỉ có thể chấp nhận qua một thái độ phê phán có ý hướng nâng cao xã-hội của tác-giả".

Có 2 vấn-đề liên quan đến một biến cố này: 1- Lời tuyên bố cho rằng miền Nam lúc đó không có phê-bình văn-nghệ đúng đắn, thật ra phe nhóm đó (đúng vậy, Buổi hội thảo chỉ là của 1 nhóm nhà giáo và văn-nghệ sĩ vốn 'yêu nước, yêu dân-tộc' từ thời kháng chiến chống Pháp!) muốn cổ võ đấu tranh chính-trị ' chống Mỹ, ngụy' và (bây giờ ai cũng biết) thống nhất Nam-Bắc dưới một sự chỉ đạo. Do đó phe nhóm này đã liên tục chống đối những trào lưu tư tưởng, nghệ thuật *mới, khác* như hiện sinh, dân-chủ tự do, duy linh nhân vị, siêu thực, v.v. Chủ trương văn-nghệ của CSVN phải có tính Đảng, tính 'dân-tộc' và 'tính hiện thực', vấn-đề còn lại là suy diễn và tuyên truyền! Về sinh hoạt phê-bình, miền Nam lúc đó đã khá đa dạng (gần đây 2012-13 nhiều biên-khảo về các lý thuyết phê-bình của miền Nam đã xuất hiện dồi dào trên các tạp-chí và luận án đại học ở Việt-Nam), đa dạng trong phê-bình, trong văn-học và các bộ môn nghệ-thuật khác như hội họa, âm nhạc, kịch nói, v.v.; 2- Các sinh hoạt văn-nghệ ở miền Nam lúc bấy giờ đã khá *dân-chủ, tự do* và *khai phóng*, mọi khuynh hướng đều được tương đối chấp nhận – kiểm duyệt của Nhà nước chỉ nhắm vào những quá đà và thiên lệch chính-trị không phải của miền Nam (thân Cộng, Mác-xít) - nhưng vẫn để học đường và giới nghiên cứu tự do điều nghiên, học hỏi về Mác-xít, và những 'đao to búa lớn' văn-hóa chạm người và nỗ lực chiến-tranh tự vệ – và vẫn để cho văn-nghệ sĩ tự do phản kháng, phản chiến là những phong trào chỉ có ở miền Nam. Văn nghệ sĩ miền Nam còn trình bày cho mọi người thấy, biết những vết thương của chiến-tranh, khác với mảng văn-học miền Bắc trước 1975. Xã-hội chiến-tranh dĩ nhiên đưa đến những hoàn cảnh đi xuống, bi đát về kinh tế và phong hóa. Các nhà văn Võ Hồng, Nhật Tiến, Duyên Anh, Nguyên Vũ, Thế Uyên, ... đã đưa những hiện thực xã-hội vào tác-phẩm của họ. Còn cái bị gọi là 'dâm ô, đồi trụy' thì đã là hiện thực chiến-tranh, xã-hội cho nên Nguyễn Thị Thụy Vũ, Trùng Dương, Thế Uyên, Chu Tử ... không thể viết như Tự Lực Văn đoàn thời tiền chiến. Nhân vật của Chu Tử, Nguyễn Thị Hoàng, ... sống hiện sinh thời thượng (thời nào mà không có người theo thời thượng!). Nhân vật của Nguyễn Thị Thụy Vũ, Túy Hồng, Minh Đức Hoài Trinh (có mặt trong Hội thảo này bên cạnh bà Vân Trang phê phán các nhà văn nữ mới vừa kể, X. *Bách Khoa,* số 241&242), ... sống thật về dục tính vì họ là con người; vả lại đấu tranh nữ quyền muốn động não thì phải dùng thứ văn chương động xác. Nhân vật lính hoặc sinh viên của Thế Uyên không xả *stress* trong những làng chơi thì tâm lý sao có thể ... quân bằng? Còn tiểu-thuyết của Lê Xuyên nhắm độc giả bình dân cho nên hiện thực tính dục phải xảy ra nơi trên mương, dưới ruộng, ... thôi - mà ở miền Nam con người sống và não trạng thoải mái từ trước nay, thời 1912 đã có Lê Hoằng Mưu ghi lại trong *Hà Hương Phong Nguyệt* đăng trên *Nông Cổ Mín Đàm*! Trước thời điểm 1966-1967 này, "mũi văn-hóa" đã có những cây viết và tác-phẩm đáng kể, nhưng rồi yếu đi vì không có tiếp nối, do đó phong trào phải đẩy mạnh tranh luận lý thuyết và chính-trị."Mũi văn-hóa" có tính chính-trị này nổi lên không gây ảnh hưỡng nhiều, nên sau đó càng " âm thầm hơn", vì chiến-tranh lên cao độ và con người phải quay cuồng theo cuộc sống mới! Hội thảo và Tuyên bố kiểu này thật sự không hiệu quả vì trong số những người tổ chức và ký tên không có sự tham gia đông đảo của những cây bút tên tuổi, cũng như không có cả Trung tâm Văn Bút là một tổ chức có tính quốc tế và chính thức của giới cầm bút. Trong khi đó LS

Bùi Chánh Thời và các nhà văn Thái Bạch viết cho *Tin Văn* và các cơ quan ngôn luận phụ thuộc khác. Thế Nguyên, Thanh Việt Thanh đã là người của tổ chức. Bùi Hữu Sủng là giáo sư, Hiếu Chân, Đặng Văn Nhâm là nhà báo còn LS Bùi Chánh Thời sau 1975 bỏ nước ra đi tị nạn ở Úc, tiếp tục kêu gọi dân-chủ tự do cho văn-nghệ!

7-2: Hồng y Spellman (Hoa-Kỳ) cho biết không hề gọi chiến-tranh Việt-Nam là "chiến-tranh vì Chúa"!

17-2: Bài thơ Hoa Nước Mắt nói về tình đồng đội Việt-Mỹ của Hà Huyền Chi đã được một số tạp-chí Hoa-Kỳ dịch đăng.

7-3: Học sinh Trưng Vương, Chu Văn An, Petrus Ký bãi khóa để phản đối chủ trương ngụy hòa, chính phủ lưu vong và De Gaulle, v.v.

25-3: Tổng số sinh viên toàn quốc 33.035 trong đó Sài-Gòn 26.557, Huế 3.001, Đà-Lạt 1.303, Vạn Hạnh 1.226 và Cần Thơ 948.

1-4: Bản Hiến Pháp mới được ban hành: Việt Nam theo tổng thống chế, với Thủ tướng và Nội các và lưỡng viện Quốc hội (Thượng và Hạ viện).

19-4: Nhân giỗ tổ Hùng Vương (11-3 ÂL), chính phủ VNCH công bố chính sách Đại đoàn kết theo 3 nguyên lý Dân-tộc, Dân hòa và Dân tiến và người hồi chánh được xem như công dân, mời gọi lãnh đạo MTGPMN tham gia Ủy ban.

2-5: Tòa án Russell lần đầu họp tại Stockholm, J-P Sartre chủ tọa, với 17 nhân-vật và 200 ký giả. Hôm sau, 3-5, Tòa này sẽ ngưng, nhường chỗ cho một tòa án gọi là để 'xét xử tội xâm lăng miền Nam' do Ủy ban gọi là 'Bảo-vệ Tự do Á châu'.

17-5: Tổng Bộ Thông tin và Chiêu hồi đặt ra các giải thưởng sáng-tác văn-nghệ theo đề tài Đại đoàn kết dân-tộc.

23-5: Ngưng bắn nhân lễ Phật đản.

31-5: Khai mạc Đại hội Văn-nghệ Toàn quân, Th.T. Nguyễn Cao Kỳ tuyên bố không thể bắt buộc văn-nghệ sĩ, nếu không sẽ thành món hàng sản xuất. 2-6: Đại hội chống văn-nghệ chỉ huy và chống cả văn-nghệ phi-nhân-bản.

16-6: Tổng vụ Giáo dục Phật giáo cho biết đã có 112 trường Bồ Đề trung tiểu học với 400 giáo viên và 80.000 học sinh.

14-7: Hồ Hữu Tường được đại xá đối với tội tử hình và tịch thâu tài sản theo bản án tòa án quân sự 29-8-1957.

21-7: Đình chỉ kiểm duyệt báo-chí. [Cảnh sát bắt giam Vũ Hạnh, Hà Triều, Nguyễn Sĩ Hồng (NXB Cửu Long)].

3-9: Bầu cử Tổng thống và Thượng Viện.

10: Lê Duẩn sang Nga dự lễ 50 năm cách-mạng Bôn-sê-vích và ghé Bắc Kinh trình bày (với cả 2 nước) kế hoạch 'Tổng công kích-Tổng khởi nghĩa' của CS Hà-Nội – đến tháng 12 Bộ chính-trị CSVN ra quyết nghị này.

1-10: Phật giáo 2 phe, các tăng ni, Phật tử nằm ngồi trước Dinh Độc lập không chịu giải tán và 3-10, Th. Tọa Thích Trí Quang cho biết có 110 tăng ni tình nguyện tự thiêu để bảo vệ Hiến chương cũ của Phật giáo, 6-10 TTQ bắt đầu cuộc tuyệt thực mới đến 10-10 thì ngưng.

10-10: Khai mạc Thượng nghị viện (bầu ngày 3-9) tại Hội trường Diên Hồng.

20-10: Khám phá 1 cơ sở in báo lậu *Tranh Đấu* trong chùa Ấn Quang.

31-10: Khởi đầu nền *Đệ Nhị Cộng Hòa*: tổng thống Nguyễn Văn Thiệu và phó Nguyễn Cao Kỳ nhậm chức. Khai mạc Hạ nghị viện (bầu cử 22-10).

9-11: Tân Nội các Nguyễn Văn Lộc trình diện.

29-11: Tòa Đô chánh thông báo buộc các bảng hiệu dù của người ngoại quốc đều phải viết bằng tiếng Việt.

16-12: 2 cán bộ của MTGPMN nhảy lên sân khấu văn-nghệ đại học Văn khoa Sài-Gòn và bắn trọng thương sinh viên Ngô Vương Toại khi anh định giật lại máy vi-âm bị cướp.

1968

9-1: Đại hội Thông tin toàn quốc ở Sài-Gòn.

11-1: 2 Đại hội Chiến-tranh Chính-trị và Đại hội Thẩm phán toàn quốc.

30-1 (ngày mồng 1 Tết Mậu Thân): Đã thỏa thuận hưu chiến, nhưng Hà-Nội - thi hành nghị-quyết 9 TCK-TKN, khởi sự chiến dịch Tổng công kích vào các thành phố lớn ở miền Trung trước, ở Sài-Gòn sau (3 giờ rạng sáng ngày 31) và các tỉnh miền Đông và Tây Namphần sau cùng, 1-2. Ở Huế, du kích và cán bộ cộng-sản Bắc Việt (từ Bắc vào và năm vùng) với sự đồng lõa, nội ứng của một số giáo-sư, sinh-viên khởi đầu tấn công và chiếm đóng thành phố, hạ sát (chặt đầu, xử bắn, chôn sống tập thể, v.v.) khoảng 7000 người phần lớn là quân nhân, công chức, cán bộ của Việt-Nam Cộng-Hòa. Trên toàn quốc, 7.721 thường dân chết, 18.516 bị thương, 74.986 căn nhà cháy và 674.273 người trở thành tị-nạn trong vụ tổng tấn công này. [1-3-1986 ở Sài-Gòn, Hà-Nội tổ chức Hội thảo khoa học tổng kết Xuân Mậu Thân 1968, xác nhận chính Hà-Nội chủ trương và điều khiển mọi việc quân sự và chính-trị, dân sự trong vụ thảm sát này. X. Hoàng Văn Thái. "Mấy vấn-đề về chiến lược trong cuộc tiến công và nổi dậy Xuân 1968" (*Lịch-sử Quân đội*, 2-1988)].

10-2: Vùng Sài-Gòn-Chợ-Lớn, sau 12 cuộc hành quân giải tỏa, Quân lực VNCH đẩy lui trọn vẹn Cộng quân ra khỏi khu vực.

24-2: Huế được hoàn toàn giải cứu, cờ vàng tung bay trên kỳ đài, sau 25 ngày bị Việt-cộng chiếm đóng [xuất hiện từ "xử lý" của VC đồng nghĩa với "giết"]. Hành quân Sóng Thần 739/68 khởi đầu ngay từ mồng 3 Tết (1-2).

26-2: Bộ Giáo dục cải cách thi cử: áp dụng phương-pháp trắc nghiệm, bỏ vấn đáp sinh ngữ 1, thi Tú tài 1 sẽ bãi bỏ sau niên khóa 1971-72, …

11-3: Sinh viên Đại học và Cao đẳng trở lại trường để theo lớp huấn luyện quân sự 15 ngày, nữ sinh viên được huấn luyện cứu thương (11-5, họ được điều động canh gác từ bến Chương Dương đến Chợ Lớn).

21-3: Tòa Đô chánh rút hết giấy phép hoạt động của các phòng trà có khiêu vũ.

3-5: Ngoại trưởng Trần Văn Đỗ tuyên bố với báo *Gazette de Lausanne* rằng vấn-đề MTGPMN có thể giải quyết theo chính sách tương tự như của Chính phủ Ngô Đình Diệm đã áp dụng đối với Cao-Đài và Hòa Hảo, bị 28 Thượng nghị sĩ VN công kích.

5-5: Hà-Nội tiến hành đợt 2 Tổng công kích miền Nam, nhắm các tỉnh địa đầu miền Nam, đụng độ ác liệt ở Khe Sanh, Quảng Trị. Sài-Gòn cũng bị tấn công, trường học phải đóng cửa. LS Trịnh Đình Thảo lãnh đạo Mặt trận Liên minh Dân-tộc Dân-chủ Hòa-bình thân Cộng (12-7, 10 người sẽ bị án tử hình và tịch thu tài sản).

22-5: 25 ký giả nhật báo phản đối dự luật của Hạ viện về quy chế báo-chí, quyết định không tường thuật hoạt động của Hạ viện trong 3 ngày liền.

5-6: Trường học ở Sài-Gòn mở cửa lại, nhưng các sinh viên Đại học và Cao đẳng vẫn nghỉ và tiếp tục nhiệm vụ canh gác.

11-7: Tờ báo *Sinh Viên* thân Cộng bị tịch thu, chủ-bút và 1 Chánh sự vụ (Võ Phiến) Bộ Thông tin bị tống giam vì đã cấp giấy phép xuất-bản. 25-7, sinh viên chủ-bút bị án 5 năm tù ở.

19-7: Bộ Giáo-dục cho biết sinh viên du học không chịu về nước sau khi tốt nghiệp sẽ bị truy tố và có thể bị tước quyền công dân.

1-8: Báo *Sống* bị đóng cửa vì loan tin thất thiệt về chính-trị và kinh tế nhất là vụ lính Mỹ nhũng nhiễu ở Cam Ranh.

9-8: T. tr. Thông tin Tôn Thất Thiện được giải thưởng Magsaysay 1968 về báo-chí và văn-chương.

12-8: Hội Chủ báo họp phản đối dự luật về quy chế báo-chí của Hạ viện.

15-8: Trần Đặng Minh Khuê 8 tuổi, đoạt giải quốc tế Hội họa thiếu nhi tổ chức tại Đức vào tháng 6.

17-8: Tổng công kích đợt 3 vào 27 thành phố, nhưng VC thất bại, phải rút quân sang Kampuchia. Thiệt hại chung cho 3 đợt tấn công là 111.306 lính, cán bộ VC chết và bị thương, hàng vạn người dân theo VC chết – trong thực tế chắc nhiều hơn.

21-8 : Lính Liên Xô chiếm Prague thủ đô Tiệp Khắc, chấm dứt phong trào đòi tự do Mùa Xuân Prague.

7-9 : Hơn 40 viện trưởng, khoa trưởng và giáo-sư đại học hội thảo tại Nha Trang về kế hoạch cải tiến và tổ chức ngành Đại học.

29-9 : Tòa soạn báo *Chính Luận* bị ném thuốc nổ, thủ phạm bị Cảnh sát bắn chết tại chỗ.

9-10 : Các giáo chức không phải nhập ngũ phải dạy thêm từ 6 đến 8 giờ mỗi tuần để thay thế các đồng nghiệp vừa đã nhập ngũ.

30-10 : Báo *Tự Do* bị đình bản 15 ngày, sau khi các tờ *Tiếng Nói Dân-Tộc, Đuốc Nhà Nam, Sống Mới, Thời Sự Miền Nam* bị thu hồi giấy phép xuất-bản vì vi phạm luật lệ hiện hành.

7-12 : PTT Nguyễn Cao Kỳ dẫn đầu Phái đoàn Việt-Nam Cộng-Hòa sang dự Hòa đàm Ba-lê.

19-12 : Thiếu tá Nhiếp ảnh gia Nguyễn Ngọc Hạnh được huy chương vàng tại Triển lãm Nhiếp ảnh Quốc tế tại Ba-Tây.

24-12 : Truyền đơn của "Đội Quyết tử Trung đoàn Thanh niên Cận vệ Sài-Gòn" lên án 20 sinh viên các phân khoa.

28-12 : Lễ đặt viên đá đầu tiên xây Thư viện quốc-gia Việt-Nam trên đường Gia-Long Sài-Gòn.

1969

6-1 : T. tr. Giáo Dục Lê Minh Trí bị ám sát bị trọng thương, tài xế tử vong.

29-1: Phiên họp hòa đàm đầu tiên của 4 phái đoàn về hòa-bình tại Paris.

10-2: Những bản nhạc phản chiến của Trịnh Công Sơn bị cấm.

11-2: Lần đầu tiên các văn-nghệ sĩ được Tổng Thống mời tiệc tất niên tại Dinh Độc Lập. Hôm sau, T. Th. Thiệu đặt các giải văn-nghệ 1969.

2: Giai đoạn chót (4) của Tổng tấn công Mậu Thân.

4-3: Phó Khoa trưởng ĐH Y khoa, GS Trần Anh bị khủng bố bắn tử thương ở đường Minh Mạng.

5-3: Kiến nghị do 100 văn nghệ sĩ ký yêu cầu chính phủ bãi bỏ chế độ kiểm duyệt đối với ngành xuất bản.

12-3: Hội Việt-Nam Dân Trí được mở một Đại học tư thục ở Long Xuyên chuyên về Ngư, Nông và Kỹ thuật; Th T. Thích Thiện Minh (Đỗ Xuân Hàng) cùng 18 thanh niên và 1 VC bị truy tố ra Tòa án Quân sự Mặt trận Vùng III; 15-3 bị Tòa kết án 10 năm tù; 16-3, Thích Trí Quang đổ cho người Mỹ phải chịu trách nhiệm về vụ án Th Thiện Minh; 19-3: Nhật báo *Chánh Đạo* bị đình bản 30 ngày vì đã đăng bài phản đối bản án này; cuối cùng, ngày 25-5 được giảm án.

25-3: Thi sĩ Đông Hồ ngất xỉu và từ trần tại giảng đường đại-học Văn khoa, thọ 64 tuổi.

5-4: Ủy ban Quốc-gia Soạn thảo Danh từ Chuyên môn cho biết

từ ngày thành lập (10-1-1967) đến nay đã xong 3.766 vần A cho các ban Dược, Nguyên tử, Vật lý và Kỹ thuật.

5-5: T. Tr Thông Tin Nguyễn Ngọc An trình bày trước Hạ Viện hiện có 47 nhật báo (30 Việt, 13 Hoa, 3 Anh và 1 Pháp ngữ).

8-5 : Bản dịch của Trùng Dương tác-phẩm *Thousand Cranes* của Yasumari Kawabata giải Nobel Văn chương được Bộ Thông tin cho xuất-bản ngoài vài đoạn phải bỏ vì không hợp với phong tục tập quán Việt-Nam.

26-5 :Viện Đại học Vạn Hạnh làm lễ phát bằng Cử nhân Văn khoa và Phật học cho 44 sinh viên.

24-6 : Theo Trung tâm Quốc-gia Điện ảnh trên toàn quốc hiện có 94 rạp chiếu bóng với 64.000 chỗ ngồi, có 34 nhà nhập cảng phim và 8 nhà sản xuất phim ngắn hoặc chuyển âm phim ngoại quốc.

17-7 : Bộ Giáo dục thông cáo xác nhận sinh viên Đại học vẫn đi thụ huấn quân sự tại Quang Trung 1 tháng theo lịch trình đã định.

1-9 : Nội các Trần Thiện Khiêm trình diện.

4-9 : Dân biểu Hồ Hữu Tường ra tuyên ngôn kêu gọi ngưng bắn nhân tang lễ Hồ Chí Minh.

5-9 : Kháng thư của 110 văn-nghệ sĩ phản đối hành động đàn áp giới văn nghệ si của Bộ Thông tin và Chiêu hồi qua việc Võ Phiến bị giải nhiệm chức ở Sở Huấn luyện Cán bộ thuộc Bộ Thông tin vì đã ký kiến nghị chống kiểm duyệt ngành xuất-bản với các người khác (ông ngoài công chức, viết báo, còn làm nhà xuất-bản Thời Mới).

20-9 : Khai mạc Tuần lễ Văn-hóa tại trường kỹ thuật Cao Thắng. Hội Thư Viện Việt-Nam với sự bảo trợ của Phủ QVKĐTVH tổ chức triển lãm sách báo – các nhà xuất-bản Khai Trí, An Tiêm, Lá Bối, Phạm Quang Khai được giải thưởng.

4-10 : Bộ Giáo dục từ niên khóa 1969-70 áp dụng chương trình mới tại Đại học Văn khoa, thi Cao đẳng văn-chương sau 2 năm học, thi Cử nhân sau 4 năm và thí nghiệm địa phương hóa bậc Trung học.

15-10 : LS Trần Ngọc Liễng gởi thư ngỏ cho sinh viên phản chiến Hoa-Kỳ.

29-10 : Hội Đồng Văn-hóa Giáo-dục đã có 18 hội viên chính thức phần Giáo-dục và 12 phần Văn-hóa.

11 : T.Th. Nixon loan báo chương trình Việt-Nam Hóa chiến-tranh.

15-11: Khủng hoảng ở Đại học Văn Khoa: Bị sinh viên nhục mạ trên Nội san *Sử Địa,* GS Nguyễn Văn Trung từ chức Khoa trưởng, Lê Trung Nhiên từ chức Phó khoa trưởng và các giáo-sư Lâm Thanh Liêm, Bùi Xuân Bào (TB Ban Pháp Văn), Thanh Lãng (TB Ban Việt Văn), Nguyễn Thế Anh (TB Ban Sử Địa) và Nguyễn Duy Cần (TB Ban Triết Đông) đồng loạt từ chức. Nguyên Sa cũng từ chức giảng viên của Đại học Văn khoa (nhật báo *Hòa Bình*, 2-12-1969). [Nội san *Sử Địa* số 4 (1969) với Lá Thư Tòa Soạn, các bài Thực chất và huyền thoại của nhóm trí thức Cấp tiến, Sách lược Nguyễn Văn Trung - Phần nào do chuyện chuyến đi Pháp có thể có tính chính-trị của GS Trung].

29-11: Viện trưởng Đại học Sài-Gòn Trần Quang Đệ giải quyết ổn thỏa vụ khoa trưởng Văn Khoa và 8 giáo-sư, trưởng ban xin từ chức.

25-11: T. Tr Thông Tin điều trần trước Hạ Viện cho biết hiện có 41 nhật báo (1 Pháp ngữ, 2 Anh và 11 Hoa) và 90 báo định kỳ và đang có nhiều đơn xin mở nhật báo.

27-11: Đại hội chủ-nhiệm báo-chí Việt-Nam thông báo tăng giá nhật báo từ 1-12: 4 trang 8$, 6 trang 10$, 8 trang 12$ và 12 trang 15$.

29-11: Tòa kết thúc xử vụ gián điệp Huỳnh Văn Trọng.

1-12: Cải tổ trung học và đặt 12 lớp theo hệ thống duy nhất và liên tục.

1970

7-1: TT Nguyễn Văn Thiệu tuyên bố về chương trình Việt-Nam hóa chiến-tranh.

24-1: Cấm phổ biến nhạc Trịnh Công Sơn, Miên Đức Thắng bị bắt tù.

8-2: Hành quân Lam Sơn 917 ở Tchépone Hạ Lào.

29-4: Quân đội VNCH và Hoa-Kỳ hành quân vượt biên sang Cam-Bốt, sau khi Sihanouk bị lật đổ.

4-5: Sinh viên Đại học Ohio biểu tình chống chiến-tranh Việt-Nam, Vệ binh quốc-gia bắn chết 4 sinh viên, mở đầu cho hàng loạt phản chiến gây bất lợi cho VNCH.

8-6: Th.T. Trần Thiện Khiêm ký Nghị định 589 thành lập Ủy ban liên bộ soạn thảo "Dự án về luật tác quyền".

30-9: GS Lý Chánh Trung cầm đầu tuyệt thực tại Viện đại học Sài-Gòn chống "đàn áp sinh viên học sinh thân cộng".

1971

19-1: Lễ trao Giải thưởng Văn-học Nghệ-thuật của Tổng thống, T.Th. Nguyễn Văn Thiệu tuyên bố: "*...muốn cho sự chiến thắng được toàn vẹn và lâu bền chúng ta phải nghĩ đến một nền tảng kiên cố hơn, đó là lãnh vực văn-hóa. Bởi thế nên dù phải đương đầu với bao nhiêu khó khăn do Cộng-sản gây ra về quân sự, chính-trị, kinh tế, chúng ta cũng không thể không nghĩ đến những hoạt động văn-học, nghệ-thuật vốn là những hoạt động vô cùng cần thiết để xây dựng nền tảng văn-hóa nước nhà (...) lãnh vực văn-hóa sẽ đóng vai trò quyết định trong công cuộc chiến thắng Cộng-sản...*".

8-2: Quân đội VNCH hành quân sang Hạ Lào.

13-6: Tờ *New York Times* bắt đầu công bố những tài liệu mật Pentagon Papers mà Tối cao Pháp viện Hoa-kỳ ngày 30-6 tuyên cáo hợp hiến, tờ *Washington Post* cũng đăng các tài liệu này.

28-6: SV Lê Khắc Sinh Nhật, chủ tịch ban đại diện sinh viên Luật Khoa, bị Thành đoàn CS ám sát.

10-11: Viện trưởng Học viện Quốc-Gia Hành Chánh Nguyễn Văn Bông bị ám sát, do Biệt động thành T4 (Ban an ninh/ trung ương cục)

23-12: T.Th. NV Thiệu khánh thành tòa nhà Thư Viện Quốc-Gia đầu tiên của Việt-Nam Cộng-Hòa – thai nghén từ năm 1956, đến 1959 có ngân khoản đầu tiên 11 triệu đồng, đến cuối năm 1967 thêm 120 triệu mới thực sự khởi đầu, Thủ tướng Trần Văn Hương đặt viên đá đầu tiên ngày 28-12-1968, chi hết 177 triệu đồng. Tổng số tựa sách lúc đầu là 90.000 (121.000?), khi CSBV chiếm miền Nam lên 220.000 đầu sách.

1972

4-2: Lễ trao Giải thưởng Văn-hóa Nghệ-thuật Toàn quốc.

21-2: T.Th. Hoa-kỳ Nixon sang thăm Bắc-Kinh 8 ngày mục-đích "bình thường hóa ngoại giao".

14-3: Tài liệu mật của Phe Ấn Quang xác nhận "Giáo hội miền Nam bắt đầu bị khó khăn đàn áp như Giáo hội miền Trung" và Ấn Quang kêu gọi "Giáo hội miền Nam đưa đạo ra khỏi cổng chùa".

23-3: Tòa xử các sinh viên học sinh biểu tình, phá phách miền Nam, trong số có Huỳnh Tấn Mẫm, Lê Văn Nuôi, ... là tay sai của Việt-cộng [HT Mẫm tự phong Chủ tịch Ban đại diện lâm thời Sinh viên Việt-Nam gởi thư và danh sách các sinh viên, học sinh bị cầm tù đến các báo-chí sinh viên thân Cộng ở Ca-Na-Da (sic), Pháp, Đức, v.v. kêu cứu].

30-3: Khởi đầu *Mùa Hè Đỏ Lửa* (Easter Offensive), quân Cộng Sản Bắc Việt xua toàn bộ 14 Sư Đoàn chính quy và 25 Trung Đoàn địa phương diện-địa, khoảng 230.000 quân Bộ Chiến, 1.200 chiến xa đủ loại, các Sư Đoàn đại pháo 130 ly, các giàn súng phóng hoả tiễn 107 và 122 ly, thêm loại súng phóng hoả tiễn cầm tay SA.7 (do Nga Sô chế tạo) chia làm 3 mũi tấn công vào lãnh thổ miền Nam tại 3 mặt trận: Quảng Trị (30-3); Kontum (14-4) và Bình Long An Lộc (5-4-1972).

1-5: Lính Bắc Việt chiếm đóng tỉnh lỵ Quảng Trị, cuộc di tản xuôi Nam của quân dân chính khỏi tỉnh. Giao chiến kéo dài, đến 15-9, Cổ thành Quảng Trị được Thủy Quân Lục Chiến VN (tướng Bùi Thế Lân) tái chiếm và bình định; sáng 16-9, cờ vàng tung bay trên cổng tường phía Tây.

28-5: Kết thúc mặt trận Kontum (12-4: Trung tá Nhảy dù Nguyễn Đình Bảo tử trận, đồi Charlie).

12-6: Quân đội VNCH tử thủ và thắng 7 cuộc tấn công An Lộc, giải tỏa, chiếm lại và dựng cờ trên đỉnh đồi Đồng Long [Trước đó, ở Paris, Nguyễn Thị Bình đã ... hồ hởi loan báo sẽ lập thủ đô cho MTGPMN ở An Lộc].

Tháng 8: Đơn vị chiến đấu cuối cùng của Hoa-Kỳ rời Việt-Nam.

5-8: T.Th. Nguyễn Văn Thiệu ký Sắc luật 007/72 về báo-chí, nhằm kiểm duyệt và kiểm soát báo chí do tình thế chiến-tranh lên cao độ, phức tạp, buộc mỗi chủ nhật báo đóng ký quỹ 20 triệu đồng, báo định-kỳ 10 triệu, báo nào bị tịch thu lần thứ hai, do đăng những bài xâm phạm đến an ninh quốc gia hoặc gây rối trật tự công cộng, sẽ bị đóng cửa vĩnh viễn. 16 nhật báo và 15 báo định kỳ "tự đóng cửa" như *Đuốc Nhà Nam, Bút Thần*,... Để tránh ký quỹ, các tạp-chí định kỳ trở nên 'giai phẩm', 'đặc san'.

6-8/9: Hội thảo về Sách nhân Năm Quốc tế Sách do Ủy hội Quốc-gia UNESCO tổ chức tại Thư viện Quốc-gia; các bài thuyết trình: ''Tình trạng nhập cảng và xuất-bản sách từ 1954 tới nay và sở thích của độc-giả''; ''Hiện trạng và viễn ảnh trong việc phát triển sách giáo khoa'', ''Ấn phẩm công về văn-hóa: thực trạng và chiều hướng phát triển'', ''Người cầm bút từ 1954 tới nay'', ... Bản thuyết trình của Bộ Thông tin cho biết từ 1954 đến 1972, về nhập cảng sách 3 thứ tiếng Anh, Pháp, Hoa đủ mọi thể-loại, sách giáo khoa có năm 5.000 cuốn, có năm 900, sách văn-hóa năm cao nhất 15.674 (1965), năm thấp nhất 3.000 cuốn. Về tiệm sách, có 44 nhà nhập cảng sách 3 thứ tiếng nhưng chỉ có 11 hoạt động đều.

22-9: Phiên tòa đầu tiên xử báo chí theo Sắc luật 007/72: nhật báo *Điện Tín* (quản lí nhật báo bị 1 năm tù và 1 triệu đồng tiền phạt vạ).

4-12: 5 chính đảng miền Nam lập Ủy ban Vận động Thống nhất Cách-mạng Dân-tộc Việt-Nam.

1973

27-1: ''Hiệp định chấm dứt chiến-tranh là lập lại hòa-bình ở Việt-Nam'' (Hiệp định Paris) được ký kết sau 174 phiên họp 4 bên, 88 giữa 2 phe năm 1968, nhiều cuộc họp 'kỹ thuật' cuối 1968 đầu 1969, và nhiều cuộc gặp riêng và bí mật, 'đi đêm' giữa Kissinger và cộng-sản Hà-Nội. (Theo *Đông Dương 1945-1973* của Thế Nguyên, Diễm Châu và Đoàn Tường, NXB Đối Diện, 1973, tr. 25).

28-1: Vào 1 giờ sáng giờ Paris tức 8 giờ sáng giờ Sài-Gòn, bắt đầu cuộc ngưng bắn trên toàn lãnh thổ Việt-Nam.

2-2: 30 nhóm (đa số thiên tả, thiên Cộng, trong số có các dân biểu Nguyễn Hữu Chung, Hồ Ngọc Nhuận, Hồ Văn Minh, nghị sĩ Hồng Sơn Đông, các linh-mục tả như Nguyễn Ngọc Lan, Trương Bá Cần, Thiện Cẩm, ...) lên tiếng đòi thả 'tù nhân chính-trị'.

9-2: TGM Sài-Gòn cũng là chủ tịch Hội đồng Giám mục VN gởi văn thư lưu ý chính quyền về nội-dung 'vu khống' của cuốn *Đảng Cần Lao* của Chu Bằng Lĩnh (Mặc Thu).

Tháng 6: Phủ Tổng Ủy Dan Vận ban hành điều-luật hạn chế kỳ hạn xuất bản của những tập san loại 'giai phẩm' và đánh Thuế Trị Gia Gia Tăng (TVA= Taxe à la valeur ajoutée) lên giấy in sách báo.

21-11: Đại hội các nhà văn, nha báo và nhà xuất bản được tổ chức để phản đối.

1974

19-1: Hải chiến Hoàng Sa, Trung Cộng xâm lăng chiếm đảo; Thiếu tá Nguy Văn Thà thuyền trưởng Nhựt Tảo HQ-10 tử trận.

9-8: T.Th. Nixon từ nhiệm vì vụ Watergate, P.T.T. Gerald Ford lên thay.

18-6: Tại giáo xứ Tân Sa Châu họp báo công bố "Tuyên ngôn chống tham nhũng, bất công và tệ đoan xã-hội" với 301 chữ ký các linh mục. Sau biến thành "Phong trào Nhân dân chống tham nhũng để cứu nước và kiến tạo hòa-bình" do LM Trần Hữu Thanh (1915-2007) chủ xướng, họp báo 18-8-1974 ra mắt tại giáo xứ Tân Việt – lúc này thêm các dân biểu tham gia. Từ 8-9-74, ở Huế, với Bản cáo trạng số 1, Phong trào lan ra khắp nước. 'Chính phủ cách-mạng lâm thời Cộng hòa miền Nam Việt-Nam' (qua Võ Đông Giang) ngày 8-10 tuyên bố ủng hộ Phong trào nhưng sau đó lại tố cáo LM TH Thanh là con bài của Mỹ làm rối … bàn cờ!

8-9: Cuộc họp 3 đoàn thể Nghiệp đoàn Ký giả Nam Việt, Hội Ái hữu Ký giả Việt Nam và Nghiệp đoàn Ký giả Việt Nam, đã bầu ra "Ủy ban đấu tranh đòi tự do báo chí" do Nguyễn Văn Binh, dân biểu đối lập và đại diện báo *Đại Dân Tộc* lam chủ tịch. Ủy ban nhắm tập hợp và tranh thủ giới báo-chí để chống lại việc thi hanh luật Bao chi 007. Ngày 10-10 được chọn làm ngày "Ký giả đi ăn mày" xuống đường biểu tình.

11-9: Trung tâm Văn Bút Việt-Nam sau cuộc hội kiến với chức trách Bộ Dân Vận và Chiêu Hồi ngày 7-9-1974 và được đáp ứng với văn thư số 2400 cùng ngày của Bộ gửi TTVBVN, một cuộc *Hội thảo tại TTVBVN ngày 11-9, đã đồng thanh quyết nghị:*

Thứ nhất: Yêu cầu chính phủ đưa ra một chính sách văn hóa tôn trọng cac quyền tự do tư tưởng, sáng-tạo, ngôn luận, báo-chí và xuất-bản.

Thứ hai: Yêu cầu hủy bỏ Sắc luật 007 và Đạo luật 19/69 về Báo chí và thay thế bằng một Đạo luật tôn trọng các quyền tự do nói trên.

Thứ ba: Yêu cầu bộ Dân Vận Chiêu Hồi cụ thể hóa tinh thần

hợp tác thân hữu nêu trong văn thư số 2400 ngày 7-9-74 bằng việc giải quyết một số trường hợp thiết thực như kể sau đây: 1) Duyệt xét lại những tác phẩm đã bị kiểm duyệt hay bị cấm xuất bản; 2) Để các Giai phẩm được tự do xuất bản; 3) Bảo đảm an ninh và quyền tự do hành nghề cho các ký giả; 4) Trả tự do cho các nhà văn, nhà báo đang bị cầm tù vì ly do cầm bút; 5) Rút lại lệnh thuyên chuyển đối với nhà văn Thế Nguyên, Pho Tổng thư ký của Hội Văn But được coi như một hình-thức trả thù của chính quyền đối với cuộc tranh đấu của Văn Bút hiện nay; và 6) Chấm dứt các thủ đoạn gài bẫy, đe dọa đối với báo chí như trường hợp báo Sóng Thần ra ngày 11-9-1974" (Trích theo Nhật Tiến. *Từ Nhóm Bút Việt Đến TTVBVN.* Sđd., tr. 177-178).

10-10: Ngày Ký giả đi ăn mày, có sự tham gia của Phong trào Nhân dân chống tham nhũng (và Việt-cộng thêm cơ hội trà trộn để phá hoại dân-chủ tự do ở miền Nam); chỉ bị giải tán và không ai bị bắt. Phía chính quyền thành lập "Mặt trận bài trừ tệ đoan xã-hội và kiến tạo hoà-bình" với LM Hoàng Quỳnh chủ tịch.

31-10: Tòa án Sài-Gòn xử 3 tờ nhật báo *Sóng Thần, Điện Tín* và *Đại Dân-Tộc*, trở thành "Ngày báo-chí và công lý thọ nạn" (hành động chung của 3 tổ chức PTNDCTN, Ủy ban Tranh đấu đòi Tự do báo-chí và xuất-bản và Lực lượng Luật sư tranh đấu) biểu tình, tụ tập xảy ra nhiều nơi ở vùng Sài-Gòn, và chiều cùng ngày, tại xứ Tân-sa-châu, Phong trào NDCTN đòi T.Th. NV Thiệu từ chức!

19-12: Lực Lượng Hòa Giải Dân Tộc ra mắt các Ban Chấp hành Lâm thời các Quận Bộ Đô thành tại chùa Ấn Quang - Lực Lượng Hòa Giải Dân Tộc ra mắt từ 1-10, kêu gọi tôn trọng Hiệp định Paris và vãn hồi hòa-bình.

1975

1-1: Cộng-sản Bắc Việt đánh chiếm sân bay Phước Bình và núi Bà-Rá.

4-1: Nghị viên Vũ Văn Mẫu nhân danh Ban Chấp hành Trung ương Lâm thời của Lực Lượng Hòa Giải Dân Tộc trình bày trước Thượng Nghị Viện quan điểm của Lực Lượng về đề nghị ngưng bắn dài hạn và thực hiện hòa-bình với một chính phủ "dân-tộc tự quyết".

6-1: Việt-cộng chiếm tỉnh lỵ Phước Long.

10-3: Việt-cộng với 3 sư đoàn 320, 316, và 10, bắt đầu tấn công Ban-Mê-Thuột - thất thủ ngày 13-3.

14-3: T.Th. Nguyễn Văn Thiệu ra lệnh rút khỏi Cao nguyên.

20-3: T.Th. NV Thiệu đọc hiệu triệu truyền hình quyết giữ Huế (thất thủ 26-3). Miền Nam đã mất 8 trên 44 tỉnh.

28-3: Đà-Nẵng thất thủ.

29-3: Phật giáo Ấn Quang đòi T. Th. Nguyễn Văn Thiệu từ chức.

2-4: Nội các Trần Thiện Khiêm từ chức. 5-4, TTh Nguyễn Văn Thiệu cử chủ tịch Hạ viện Nguyễn Bá Cẩn lập Nội các Chiến-tranh. Dinh Độc lập bị 1 phi công khu trục nằm vùng tên Trung dội bom.

9-4: Hà-Nội mở màn Chiến dịch Hồ Chí Minh chiếm miền Nam. Chiến trường Xuân Lộc bùng nổ (kéo dài đến ngày 20), Quân đoàn 4 CSBV thua nặng ở Xuân Lộc, hàng trăm bộ đội bị Lữ đoàn I Nhảy dù bắt làm tù binh, Bộ Tư lệnh SĐ 341 thiệt hại trầm trọng vì bị bom CBU và Daisy Cutter.

13-4: Th.T. Phạm Văn Đồng của BV tiếp xúc với Đại sứ Pháp Philippe Richer ở Hà-Nội gợi ý Pháp hòa giải. Hoa-kỳ và Sài-Gòn được Đại sứ Pháp Jean-Marie Merillon ở Sài-Gòn bàn giải pháp Trung lập toàn bán đảo Đông Dương.

14-4: Nội các Nguyễn Bá Cẩn trình diện.

17-4: Khmer Đỏ làm chủ Cam Bốt.

19-4: Đại tá Janos Toth tùy viên quân sự của Hung-gia-lợi trong Ủy-hội Quốc-tế ICCS thi hành Hiệp định Paris 1973, từ Hà-Nội vào Sài-Gòn gặp Thomas Polgar trưởng cơ quan CIA trình bày 3 vấn-đề cần giải quyết để đưa ngay 2 phe vào bàn hội-nghị để ngưng bắn và tránh đổ máu. Dương Văn Minh bí mật liên lạc được VC chấp thuận cho Lực lượng thứ Ba lập Chính phủ hòa hợp hòa giải dân-tộc, Th.T. Trần Thiện Khiêm và ĐT Cao Văn Viên không hưởng ứng khi DVM tìm gặp thăm dò.

21-4: T.Th. Nguyễn Văn Thiệu tuyên bố từ chức, "từ nhiệm chứ không đào ngũ".

22-4: Xuân Lộc thất thủ. NVThiệu và TT Khiêm đến Đài Loan

23-4: Tân Tổng thống Trần Văn Hương nhậm chức, mời ĐT Dương Văn Minh làm Thủ tướng nhưng ông DVM từ chối hôm sau

24-4. Đài phát thanh Hà-Nội và MTGPMN đồng nhịp nhàng yêu cầu T.Th. TV Hương phải ra đi và đồng công khai ủng hộ DV Minh.

26-4: Đặc công Cộng-sản đánh Tân cảng Sài-Gòn, phá cầu Biên Hòa; bộ đội Việt-cộng gây áp lực ở các vùng quanh Sài-Gòn: phía Tây (Hốc Môn), Bắc (Lai Khê) và Đông (Long Thành).

27-4: Quốc hội do T.Th. Trần Văn Hương yêu cầu Chủ tịch Trần Văn Lắm triệu tập, biểu quyết giao quyền Tổng thống cho Đại tướng Dương Văn Minh.

28-4: Lễ bàn giao chức vụ Tổng thống, tân T.Th. Dương Văn Minh tuyên bố tin tưởng có thể điều đình với Chánh phủ Việt-Nam Cộng hòa để thành lập một chánh phủ hòa giải quốc gia, yêu cầu Hà-Nội tôn trọng và thi hành Hiệp định Paris 1973, đồng thời đề nghị ngưng bắn. Nghị sĩ Vũ Văn Mẫu (chủ tịch Lực Lượng Hòa Giải Dân Tộc) là Thủ tướng nội các.

30-4: Đại sứ Hoa-kỳ Martin rời Sài-Gòn bay ra chiến hạm USS Okinawa bằng trực thăng Chinook với 6 trực thăng võ trang Cobra hộ tống, chấm dứt chiến dịch *Frequent Wind* tẩu tán nhân viên và người Mỹ ra khỏi miền Nam. Bộ trưởng Thông tin Lý Quí Chung vào trại David trong phi trường Tân Sơn Nhứt nhưng CSBV buộc đầu hàng. Sài-Gòn bỏ ngõ, T.Th. Dương Văn Minh tuyên bố đầu hàng, kêu gọi buông súng và hứa hẹn bàn giao chính quyền cho CSBV trong vòng trật tự. Vào lúc 11:15 sáng, xe tăng CSBV ủi nhiều lần mới sập hàng rào sắt Dinh Độc Lập (trong khi cổng đã mở!). Việt-Nam Cộng Hòa bị bức tử! Các tướng Nguyễn Khoa Nam, Phạm Văn Phú, Lê Văn Hưng, Lê Nguyên Vỹ, Trần Văn Hai, ... tử tiết thay vì phải đầu hàng. Những ngay sau 30-4, đại tá Hồ Ngọc Cẩn cùng khoảng 67.000 người khác bị Việt-cộng hành quyết, kế đó là các chiến sĩ 'phục quốc' bị tòa án Nhân dân xử tử hình và hàng trăm ngàn người chết trong lao tù gọi là 'trại cải tạo'! Cộng-sản Hà-Nội bất chấp Hiệp định Paris 1973, đã xua quân cưỡng chiếm miền Nam Cộng-hòa, với sự buông tay, phản bội đồng minh của Hoa-Kỳ và quân đội VNCH từ thiện chiến trở nên nghèo súng đạn, trong khi Hà-Nội được Nga-Sô và Bắc Kinh cùng khối Cộng-sản tiếp tục viện trợ cung cấp lương thực, vũ khí và cả nhân sự, còn được giới phản chiến và truyền thông báo-chí Hoa-Kỳ và thế giới liên tục nghe và làm theo tuyên truyền của cộng-sản Bắc Việt (một số họ sẽ hối hận và mea culpa về sau nhưng cái Ác đã ngự trị toàn cõi Việt Nam và hàng triệu thuyền nhân, bộ nhân sẽ bỏ quê-hương tìm lẽ sống và sống còn ở các quốc-gia khác, hàng trăm ngàn sẽ bỏ mình trên biển cả hoặc thành nạn nhân của hải tặc Thái Lan) giúp một bàn tay, bàn tay còn lại là những người miền Nam (lực lượng gọi là thứ Ba) và MTGPMN cả tin và để cho lợi dụng cho mưu đồ của Hà-Nội. 58,000 lính Mỹ tử trận. 3 triệu người Việt Nam Nam-Bắc chết. T.Th. Ngô Đình Diệm đã từng nói với Stanley Karnow: "Cộng-sản sẽ thắng, không phải vì chúng mạnh, mà vì chúng ta yếu, chúng ta bỏ cuộc" (*Vietnam, a History*. NY: Pinguin, 1991. p. 231-232).

Cơ sở Đại học Vạn Hạnh trở thành trung tâm của sinh viên và thanh niên "cách mạng" và được trang bị vũ khí.

Đầu tháng 5: Một Ban thanh lọc văn nghệ phẩm của thời VNCH do Trần Bạch Đằng và Lữ Phương thứ trưởng văn hóa cầm đầu với các trưởng tổ Vũ Hạnh, Huỳnh Văn Tòng, Châu Anh (về phía nhân viên có Minh Quân, Tường Linh, Thu Mai, Nguyễn Sỹ Nguyên, Giang Tân, Hồ Trường An, v.v.). Họ đã xếp toàn bộ văn nghệ phẩm vào 6 loại [X. thêm: Hồ Trường An: "Cộng-sản ‹thanh lọc› văn-nghệ phẩm miền Nam", *Hồn Việt,* 3, số 2, 25-12-1977, tr. 12-13; "Tiếp Xúc Với Chữ Nghĩa Sau Cuộc Đổi Đời 1975", *Làng Văn*, 140, 4-1996; "Kỷ-niệm khóa bồi dưỡng chính-trị mùa hè 1976" và *Giai Thoại Hồng: hồi ký văn nghệ*, tr. 302, 324-325].

10&11-6: Thông cáo của Ủy Ban Quân quản Thành phố Sài-Gòn Gia Định kêu gọi quân nhân công chức chế độ cũ trình diện, bị tập trung "học tập cải tạo" hứa hẹn 3 tháng, trong số có nhiều văn-nghệ sĩ của miền Nam; khoảng 165.000 người sẽ chết trong các trại khổ tù khắp Nam-Bắc, một số chết ngay sau khi thả về, có vị chỉ được trả tự do sau 17 năm giam cầm không xét xử.

20-8: Lưu Hữu Phước, bộ trưởng Thông tin Văn hóa Chính phủ Cách mạng lâm thời Cộng hòa miền Nam, công bố Thông tri 218/CT.75 "cấm lưu hành sách báo phản động" xuất bản tại miền Nam, công bố danh sách 56 tác giả bị cấm.

15-21/11: Hội Nghị Hiệp Thương Chính Trị Thống Nhất Tổ Quốc tại Sàigòn: hai thực thể chính-trị Nam-Bắc bị Hà-Nội cưỡng bách thống nhất (không qua trưng cầu dân ý!).

1976

8-3:Bộ Thông tin Văn-hóa ra Thông tri 15/TTVH/MCTH với

danh mục sách cấm lưu hành; các đoàn cán bộ càn quét tịch thu hết sách báo xuất bản dưới thời chế độ cũ, để đốt, "tẩy".

3-4: Khởi đầu Chiến dịch thanh toán "bọn văn nghệ sĩ phản động", 2 ngày sau vụ nổ công viên Con Rùa đường Duy Tân: công an lùng bắt hầu hết văn nghệ sĩ và trí thức.

25-4: Bầu cử Quốc hội ''thống nhất''.

2-7: Cộng hòa xã-hội Việt-Nam thống nhất Nam-Bắc.

3-5-**1977**: Sở Thông tin Văn-hóa Thành phố HCM ra Thông tri số 12030/STTVH/XB với danh mục sách cấm lưu hành. Danh mục này được cập nhật nhiều năm sau đó như Danh mục cấm và được phép lưu hành năm 1981.

6-**1981**: Đợt 3 của chiến dịch lên án và triệt hạ văn-hóa miền Nam, theo thống kê chính thức năm 1981, chính quyền cộng-sản đã tịch thu trên toàn quốc 3 triệu đơn vị ấn phẩm trong đó 316,314 sách báo bị cấm; riêng ở Sài-gòn 60 tấn sách (151,200 cuốn), 41,723 cuộn băng nhạc, 53,751 bức tranh, 631 cuộn phim. v.v. đồng thời khám phá ra 205 nhà in bí mật.

27-4-**1988**: "Tòa án Nhân dân" thành phố HCM kết án 4 văn-nghệ sĩ Doãn Quốc Sỹ, Hoàng Hải Thủy, Duy Trác và Lý Thụy Ý từ 5 tới 9 năm tù.

Tháng 12-**1990**: Vẫn còn nhà báo nhà văn bị công an cộng-sản bắt bớ như nhà các báo Như Phong Lê Văn Tiến, Hồ Nam, Phạm Thái Thủy, các nhà thơ Vương Đức Lệ, Tô Thùy Yên, cùng Đoàn Viết Hoạt, dân biểu Nguyễn Mậu, v.v. (Tất cả, ngoại trừ Hồ Nam, sau đó đã đến Hoa-kỳ tị nạn chính-trị).

Ngày 20-23 tháng 1-**1992**, Ban bí thư trung ương Đảng Cộng-sản và Hội đồng Bộ trưởng mở Hội nghị báo-chí và xuất-bản nhằm 'tập trung đánh giá thực trạng báo-chí xuất-bản từ ngày đổi mới' nhằm 'đề ra biện pháp thiết thực tăng cường lãnh đạo và quản lý, lập lại trật tự kỷ cương, nâng cao chất lượng báo-chí, xuất-bản' vì 'lãnh đạo, quản lý báo-chí, xuất-bản là trách nhiệm chính-trị của các cấp ủy đảng, chính quyền và cơ quan chủ đảng...' (*Quân Đội Nhân Dân*, 24-1-1992). Đây là phản ứng và cảnh cáo từ những việc tái bản sách báo miền Nam trước 1975 và những lên tiếng công khai phản đối Nhà Nước Hà-Nội từ những cán bộ, đảng viên cộng-sản và những văn-nghệ sĩ từng theo Cộng-sản.

Các nhà văn miền Nam bị bắt giam, tù, "cải tạo"

Trong số các văn-nghệ sĩ bị bắt giam hoặc trình diện "học tập 3 tháng" theo kêu gọi của chính quyền Cộng-sản, khoảng 165.000 người đã chết trong những trại tù "cải tạo", "học tập" vì khổ hình, bệnh tật, tử hình vì tội hoặc vượt ngục. X. *Vietnamese Americans: Lessons in American History – An Interdisciplinary Curriculum and Resource Guide*. Garden Grove, CA: The Alliance, c2001, pp. 12, 83, 187. Và theo giáo-sư Rudolph J. Rummel trong *Death by Government* (Transaction Publishers, 1994) cho biết CSVN đã giết khoảng 1.670.000 người!

1- *Chết trong tù:* Nguyễn Mạnh Côn (sinh 15-3-1920, bị bắt 2-4-1976, tuyệt thực phản đối việc xong 3 năm học tập vẫn tù tiếp, và mất ngày 01-6-1979 trại tù Xuyên Mộc, Bà-Rịa), Hiếu Chân Nguyễn Hoạt (sinh 04-5-1919, mất trong khám Chí Hòa Sài-Gòn ngày 06-3-1986), Dê Húc Càn Dương Hùng Cường (sinh 1-10-1934 và mất trong nhà tù số 4 Phan Đăng Lưu ngày 21-01-1988), Ngọc Thứ Lang Nguyễn Ngọc Tú (Trại Lao cải Phú Khánh) năm 1979, Huy Vân (chết tại trại tù K4, Vĩnh Phú), Phạm Văn Sơn (chết ngày 6-12-1978 tại trại tù Tân Lập K1, Vĩnh Phú), Nguyễn Tú, [và các nhạc sĩ Minh Kỳ, Thục-Vũ Vũ Văn Sâm (1933, chết tại trại Đồn Ban, Sơn La, 15-11-1976), ...], v.v.

2- *Chết ngay sau khi vừa ra khỏi tù:* Vũ Hoàng Chương (sinh 5-5-1916 và mất ngày 6-9-1976), Hồ Hữu Tường (sinh 08-05-1910 và mất ngay trong ngày ra tù cải tạo 26-6-1980),... hoặc sau đó: Hoàng Vĩnh Lộc, Minh Đăng Khánh, Trần Việt Sơn (Trần Ngọc Lập, 1919 – 14-11-1983), ...

3- *Các nhà văn tuẫn tiết ngay sau ngày 30-4-1975*: Mạc Ly Châu (trung tá Phạm Đức Lợi, bút hiệu Phạm Việt Châu), nhà báo Mai Lâm Nguyễn Đắc Lộc, ...

Các nhà văn thơ tử trận trong cuộc chiến 1954-1975

Nguyễn Văn Đồng (Trung úy Hải quân, trong trận thủy chiến Hoàng Sa với Trung Cộng vào năm 1974);

Hoài Lữ (Lữ Đắc Quảng, 1944 – 1965, nhà thơ, đã xuất bản *Mắt Cỏ*. Ông tử trận tại Bình Chánh Gia Định ngày 25-7-1965, 22 tuổi),

Hoàng Yên Trang tức Trần Như Liên Phượng (tử trận tại Đồng Tháp Mười ngày 10-6-1965, 29 tuổi);

Phan Huy Mộng (196? tử trận trên Cao nguyên);

Doãn Dân (sinh 11-7-1938, 29-4-1972 tử trận trong Mùa Hè Đỏ Lửa ở Quảng Trị)

Y Uyên (tử trận ngày 8-1-1969 tại đồn Nora, Phan Thiết);

Song Linh (Nguyễn Văn Nghiêm, tử trận tại Cai Lậy ngày 24.1.1970, truyện từng xuất hiện trên *Sáng Tạo, Mai, Hiện-Đại*);

Trịnh Kim Đồng (nhà biên khảo, tử trận tại đồi Mười Bình Định);

Nguyễn Phương Loan (nhà thơ. Tử trận ở vùng núi rừng Tam Biên).

Tô Đình Sự (1-5-1944 tại Phan Rang - 13-10-1970)

Mặc Tưởng (Võ Đức Trường, sinh 1940 Mỹ Tho, tử trận An Lộc, 24-5-1972)

Hứa Đình Anh (1968?)

Chương-Đài Mai Hữu Thanh

Ngoài ra, nhà thơ Tạ Ký vượt biên và mất trong trại giam ở Rạch Giá năm 1980 (X. *TQBT* số 24, tr. 67), v.v. [X. thêm Trần Hoài Thư. "20 năm văn học miền Nam: Có nên quên những tác giả này không?". https://tranhoaithux.wordpress.com/2014/12/17/].

Các Giải thưởng văn-chương 1954-1975

- **Giải thưởng văn-chương Toàn quốc** của Chính phủ Việt-Nam Cộng-Hòa (do Văn Hóa Vụ, Bộ Văn-hóa, Giáo-dục, Thanh niên hoặc QVK đặc trách Văn-hóa đảm trách; tiếp nối Giải thưởng văn-chương của Bộ Giáo Dục phát năm 1957) được thiết lập từ năm 1957 (trao giải 1958) đến 1974 là năm trao giải lần cuối và thường được tổ chức vào mùa Xuân, danh xưng có thay đổi tùy năm nhưng vẫn cùng một Giải, năm phát giải thưởng thường là cho năm vừa qua và có năm không được tổ chức vì lý do biến cố thời sự, chính-trị. Từ năm 1970, Phủ Quốc vụ khanh Đặc trách Văn hóa tổ chức Giải thưởng theo 3 bộ môn: văn-học, nghệ-thuật và mỹ thuật.

1957: Biên-khảo: *Văn-Chương Bình Dân* của LM Thanh Lãng – *Xây Dựng Nhân Vị* của Bùi Tuân – *Người Xưa* của Trần Đình Khải - Tiểu-thuyết: *Đem Tâm Tình Viết Lịch-Sử* của Nguyễn Kiên Trung (Nguyễn Mạnh Côn) – *Tìm Về Sinh Lộ* của Kỳ Văn Nguyên – *Nếp Nhà* của Bửu Kế - Thơ: *Anh Hoa* của Phạm Mạnh Viên – *Long Giang Thi Tập* của Trần Hữu Thanh – *Nam Trung Thi Tập* của Nguyễn Văn Bình – *Kiếp Hồng Nhan* của Vũ Quang Hãn - Kịch: *Bão Thời Đại* của Trần Lê Nguyễn – *Ái Tình Bôn-xê-vích* của Thạch Bích (Đinh Thạch Bích, 1932-) – *Hai Màu Áo* của Minh Đăng Khánh. [Không có giải cho tiểu-thuyết *Hai Thiêng Liêng* của Nguyễn Vỹ nhưng vẫn có tin cho rằng ông từ chối giải giá trị 60.000 đồng].

1958-59: Khảo luận: *Dịch Kinh Tân Khảo* (giải 2) của Nguyễn Mạnh Bảo - *Việt-Nam Văn Học Toàn Thư* (giải 3) của Hoàng Trọng Miên – Thơ: *Hoa Đăng* (giải 2) thơ Vũ Hoàng Chương – Tiểu-thuyết: *Đò Dọc* tiểu-thuyết của Bình-Nguyên Lộc – *Thần Tháp Rùa* của Vũ Khắc Khoan – *Đời Phi Công* tiểu-thuyết của Toàn Phong - *Mưa Đêm Cuối Năm* của Võ Phiến.

1960-61: Biên-khảo: *Việt Ngữ Chính Tả Tự Vị* của Lê Ngọc Trụ – Thơ, giải nhất: *Đường Vào Tình Sử* của Đinh Hùng; giải nhì: *Hy Vọng* của Hoàng Bảo Việt; hai giải ba đồng hạng: *Tổ Ấm* thơ Anh Tuyến và *40 Bài Thơ* của Mai Trung Tĩnh và Vương Đức Lệ – Tiểu-thuyết: giải nhất: *Thềm Hoang* của Nhật Tiến; hai giải nhì: *Gìn Vàng Giữ Ngọc* của Doãn Quốc Sĩ và *Tàu Ngựa Cũ* của Linh Bảo.

1966: Biên-khảo: *Đại Cương Triết Học Trung Quốc* của Nguyễn Hiến Lê và Giản Chi, *Chí Sĩ Nguyễn Văn Diêu* của Nguyễn Văn Hầu - Kịch: *Sân Khấu* của Dương Kiền, *Chuyện Người Mua Mộng* của Phan

Tùng Nguyên - Thơ: *Trời Thơ Bao La* của Huy Lực, *Nhã Ca Mới* của Trần Thy Nhã Ca và *Không Bờ Bến* của Trần Thị Tuệ Mai đồng hạng - Tiểu-thuyết: *Gia Tài Người Mẹ* của Dương Nghiễm Mậu và *Khuôn Mặt* của Thanh Tâm Tuyền.

1967-68: (Giải Văn-học Nghệ-thuật của Tổng Thống VNCH): Biên-khảo: giải nhất: Cười của Dương Tấn Tươi; giải nhì: Văn Học Chu Tần của Trần Trọng San; giải ba: Những Hàng Châu Ngọc Trong Thi Ca Việt Nam của Huy Trâm - **Văn**: giải nhất: *Má Hồng* của Đỗ Tiến Đức, giải nhì: *Y Sĩ Tiền Tuyến* của Trang Châu, giải ba: *Trại Đầm Đùn* của Trần Văn Thái (Nguyễn Văn Ký; NXB Nguyễn Trãi, 1973) - **Thơ**: giải nhất đồng hạng: Lời Gửi Cây Bông Vải của Trần Tuấn Kiệt và Tình Biển Nghĩa Sông của Hoàng Thoại Châu; (không có giải nhì); giải ba đồng hạng: Trên Quê Ta Đó của Tường Linh và Nước Mắt Quê Hương của Lê Minh Ngọc - Bộ môn **Kịch**: (giải nhất không có), giải nhì đồng hạng Cơn Lốc của Nguyễn Tinh Vệ và Phút Quyết Định của Thanh Hiệp; giải ba: *Hoa Cỏ* của Trương Thủy.

1970: Nghị định 211-TT/NĐ ngày 11-11-1970, ấn định 12 giải: Biên khảo về các vấn-đề văn hóa phê bình, lý luận văn học, triết học: giải khuyến khích: Nguyên Thủy của Lê Chí Thiện - Biên khảo Việt sử: giải nhất 200.000 đồng: Lịch Sử Nội Chiến VN từ 1771 đến 1802 của Tạ Chí Đại Trường - Biên khảo tham luận tư tưởng chính trị Đông Tây: giải nhì: Kiến Quốc Cơ Bản Luận của Vũ Tiến Phúc – **Văn-học**: giải nhất: *Những Sợi Sắc Không* của Túy Hồng, giải nhì: *Khung Rêu* của Nguyễn Thị Thụy Vũ, giải ba: *Giải Khăn Sô Cho Huế* của Nhã Ca - **Thơ**: giải nhất: Sầu Ở Lại của Tạ Ký, giải nhì: Còn Gì Cho Anh của Hà Huyền Chi, giải ba: Mưa Quê Hương của Thế Viên ; giải khuyến khích: Sương Giá Biên Thùy của Thần-Liên Lê Văn Tất, Gởi Hồn Cho Đá của Nguyễn Đăng Doanh và Trên Đường Gió Bụi của Lê Xuân Giáo - **Kịch Nói**: (không có giải nhất), giải nhì: Hàn Mặc Tử của Đinh Xuân Hòa, giải ba đồng hạng: Người Cha của Trần Minh Đại, Mất Tiền Mua Tội của Đỗ Đức Tiến và Ra Đi Vì Nước của Lê Thị Minh.

1971 (Giải Văn-học Toàn quốc): **Thơ**: Trần Dạ Từ (*Thuở Làm Thơ Yêu Em*, 1971) và Cao Tiêu (*Hoa Trăng?*) - **Truyện**: Ngô Thế Vinh (*Vòng Đai Xanh*) - **Phim**: *Loan Mắt Nhung* của Nguyễn Thụy Long [X. Thanh Tâm Tuyền. "Về giải thơ năm 1971 của Phủ QVKĐTVH", *Khởi Hành*, số 145, 23-3-1972, tr. 6-; Nguyễn Đức. "Năm mới chuyện cũ: Giải thưởng văn học nghệ thuật toàn quốc năm

1971". *Văn Học* CA, số 70&71, Xuân Nhâm Thân, 12-1991&1-1992, tr. 236-241, v.v.)].

1972: Biên-khảo: *Gia Phả Khảo luận Thực hành* của Dã Lan Nguyễn Đức Dụ – Dịch-thuật *Vĩnh Biệt Tình Em* (của B. Pasternak, Nguyễn Hữu Hiệu dịch). Giải thưởng Văn học Nghệ Thuật Toàn Quốc năm 1972 Phủ Quốc Vụ Khanh đặc trách Văn Hóa thêm 3 Giải Tuyên Dương Sự Nghiệp Văn chương Học Thuật và Mỹ Thuật cho giới văn nghệ sĩ, mỗi giải một triệu đồng, phát vào dịp Tết Quí Sửu, đã chọn 3 vị cao niên, nhưng Nguyễn Hiến Lê từ chối, sau Phủ QVKĐTVH chọn GS Nguyễn Duy Cần, thi sĩ Vũ Hoàng Chương và nhạc sĩ Lê Thương nhận giải.

1973 (Giải Văn-học Nghệ-thuật Toàn quốc): Biên-khảo: *Vấn-Đề Chỉ Đạo Trong Chiến-tranh Việt-Nam* - Tham luận về tư tưởng chính-trị Đông-Tây hiện-đại: Quang Huy Nguyễn Văn Chức, *Chiến Lược Toàn Cầu Của Cộng-Sản và Chiến-Tranh Việt-Nam* - Tiểu-thuyết: Nguyễn Đình Toàn, *Áo Mơ Phai* - Thơ: Du Tử Lê, *Thơ Du Tử Lê 1967-1972* (1972) – Thơ trường thiên: Phạm Thiên Thư, Đoạn Trường Vô Thanh - Phóng sự chiến trường: *Mùa Hè Đỏ Lửa* của Phan Nhật Nam - Bút ký: Đường Đi Không Đến của Xuân Vũ - Kịch: Buổi Tập Kịch của Phạm Đức Thịnh.

*

Trung Tâm Văn Bút Việt-Nam, còn được gọi là Bút Việt, thuộc PEN Club quốc-tế, lập Giải thưởng hai năm một lần theo bộ môn văn-học:

1965: Giải **Truyện ngắn**, Minh Quân (Nguyễn Thị Lợi, 28-10-1928 - 6-12-2009), với *Những Ngày Cạn Sữa* [sau Tin Sách in chung một Tuyển tập truyện ngắn, giải thưởng Trung tâm Văn Bút Việt Nam 1965, Trí Đăng tb, 1972]; giải nhì Làng của Tường Linh và 4 giải khuyến khích: Cao Cả của Châm Vũ Nguyễn Văn Tần, Trí Thơ của Lan Giao, Tiếng Sấm Đầu Mùa của Trần Thanh Diệu và Gắn Bó của Minh Tâm - bút hiệu khác của bà Minh Quân.

1966: Giải **Truyện dài** với *Đêm Dài Một Đời* của Lê Tất Điều.

1967: Giải **Phê-bình** với bản thảo "*Khảo luận về Hàn Mạc Tử*" của Anh Đào (tên thật Nguyễn Anh, bút hiệu khác: Hoàng Diệp)

1968: Giải **Biên khảo** và **Phóng Sự:** Biên Khảo với *Tục Thờ Cúng của Ngư phủ tỉnh Khánh Hòa* của Lê Quang Nghiem, *Nhật Bản*

Cách Ngôn Giải Nghĩa của Châm Vũ Nguyễn Văn Tần. Phóng Sự với *Chợ trời biên giới* của Lê Hương, *Nhật Ký Quân Trường* của Trần Châu Hồ.

1970: **Thi Ca và Nghiên Cứu Lịch-sử:** Giải Thi ca với 2 giải đồng hạng: *Sầu Tuổi Đá* của Tường Linh và *Trái Tim Còn Lại* của Lam Trường Dạ (tức Hoàng Lộc); Giải Nghiên cứu Lịch sử với giải khuyến khich *Lịch Sử Người Việt Tại Kampuchea từ năm 1853 đến 1970* của Lê Hương.

1971: Giải **Sân khấu** với giải độc nhất (100.000$00) cho vở kịch *Bức Tranh Lõa Thể* của Kim Chi (bút hiệu của kịch sĩ Kim Cương).

1972: Giải **Hồi ký** cho *Nhân Chứng Một Chế Độ* của Huỳnh Văn Lang.

1974: Giải **Truyện dài** 150,000 đồng với *Bóng Thuyền Say* của Nguyễn Mộng Giác (sau xuất-bản đổi thành *Đường Một Chiều*) [Hội đồng Tuyển trạch gồm Nguyễn Thị Vinh, Sơn Nam, Nhật Tiến, Tam Lang, Tam Lang và Phạm Việt Tuyền].

[Giải kế tiếp đã hoạch định về bộ môn **Kịch** nhưng xẩy ra biến cố 30-4-1975].

Ngoài ra còn có các Giải thưởng của các Bộ, Nha (Văn-hóa Giáo dục, Chiến-tranh Tâm lý, Thông tin, Chiêu Hồi,…) và của các cơ quan thông tin, báo-chí hay các Hội đoàn hay Nhóm văn-nghệ – chúng tôi đã ghi lại đây đó được một số trong tập này..

Phụ Lục

Phụ Lục 1
Văn-học miền Nam: một thời tưởng tiếc

*"lịch-sử luôn luôn duyệt lại,
không ai lừa được cuộc đời ..."* (Lê Đạt, 7-1956)

Đến cuối năm 2015, miền Nam Cộng-hòa đã bị bức tử hơn 40 năm! Giới lãnh đạo cộng-sản trong nước thay đổi diễn văn nhiều lần và cả nhìn nhận một số sai lầm trong số có sai trái về "biệt kích văn-nghệ", đàn áp văn nghệ sĩ và trí thức của miền Nam, nhưng căn bản chế độ toàn trị và đảng trị vẫn vậy! Trong bài này, chúng tôi ghi lại những thăng trầm về văn-hóa văn-học tự do đã xảy ra trong hơn 40 năm đó và từ đó thử nhìn về tương lai!

Sau 30-4-1975

Một chiến dịch lên án và triệt hạ văn nghệ sĩ và trí thức miền Nam Cộng-hòa đã bắt đầu ngay từ đầu tháng **5-1975**. Việt Nam Cộng Hòa bị xóa trong lịch sử kẻ thắng đã đành, văn học của kẻ chiến bại Việt Nam Cộng hòa cũng bị xóa bỏ bằng những nghị định và chiến dịch. Ngày 1 tháng 5, Ủy ban Quân quản ra chỉ thị cấm lưu hành và tàng trữ tất cả sách báo xuất-bản trước ngày "giải phóng", và đã cho những toán cán bộ ô hợp (VC, nằm vùng, "cách-mạng 30/4" ("ông 30/4"), …) đến từng nhà lục soát, tịch thu sách báo và nghệ-thuật phẩm, chiến dịch được các nhật báo như Sài-Gòn Giải Phóng hỗ trợ bằng bài báo hỗ trợ. Ngày 30-6 đài phát thanh cộng-sản cho biết "chỉ nội trong 1 quận đô thành Sài-Gòn chưa đầy 1 tuần, mà dân chúng đã nộp (và bị tịch thu) 482.460 ấn bản sách và 3.000 ký báo-chí xuất-bản thời ngụy", đồng thời cho biết ở Nha Trang một hiệu sách đã "nộp 35.530 cuốn sách phản động", còn ở tỉnh ly Bạc Liêu dân chúng đã "nộp cho chính phủ cách-mạng hơn 3.000 tập sách cải lương, tân nhạc và hàng trăm cassette và dĩa hát nội-dung phản động và độc hại cho tuổi trẻ". Những thứ mà sau 1987 sẽ được dân chúng từ Nam chí Bắc ưu chuộng công khai và trở thành … thời thượng … trẻ, mà trước đó đã xâm nhập ngay hàng ngũ cán bộ và bộ đội cộng-sản (Tờ *Quân Đội Nhân Dân* ngày 14-8-1977 cho biết bộ đội vào Nam bỏ hàng ngũ trong khi các đơn vị ở miền Bắc đã chứa chấp sách báo 'ngụy' và lén nghe ' nhạc vàng', một vụ kiểm soát 2 tiểu đội đã tịch thu được 119 cuốn sách 'đồi trụy, phản cách-mạng' và có cá nhân 1 bộ đội đã giữ 84 cuộn băng 'nhạc vàng').

17 và 18 tháng 6, hơn một tháng sau đã diễn ra ở thủ đô miền Nam một "Hội nghị lần thứ nhất các nhà văn giải phóng" cố xác định ai là nhà văn "giải phóng" và ai đứng ngoài và còn là kẻ thù. Sau 30-4-75, Hội Văn nghệ Thành phố HCM cầm đầu bởi 4 "nằm vùng" và thân Cộng Vũ Hạnh, Thái Bạch, Thế Nguyên & Nguyễn Ngọc Lương.

Đồng thời, Ủy ban Quân quản giao cho một ban thanh lọc văn nghệ phẩm do Trần Bạch Đằng và Lữ Phương thứ trưởng văn hóa cầm đầu với các trưởng tổ Vũ Hạnh, Huỳnh Văn Tòng, Châu Anh (về phía nhân viên có Minh Quân, Tường Linh, Thu Mai, Nguyễn Sỹ Nguyên, Giang Tân, HTA, v.v.). Họ đã xếp toàn bộ văn nghệ phẩm vào 6 loại. Lữ Phương đã trình bày hệ thống xếp loại này trên tờ nhật báo *Sài-Gòn Giải Phóng* 2 ngày 21 và 22-1-1976. A và B bị cấm vì hại nhất cho cộng-sản, C (trong số có nhạc vàng), D, E thì phải thanh lọc, còn F là … của ‹›cách-mạng››(nằm vùng). Mãi đến ngày 26-10-1975, ban này mới xong đợt đầu, thanh lọc 56 tác-giả và 489 tựa sách đã góp phần vào công tác chiến-tranh tâm lý chống Cộng.

Đến ngày **20-8-1975**, khi Lưu Hữu Phước, bộ trưởng Thông tin văn hóa của chính phủ Cách mạng lâm thời Cộng hòa miền Nam, công bố Thông tri 218/CT.75 cấm lưu hành sách báo xuất bản tại miền Nam, đồng thời công bố danh sách các Cơ sở xuất-bản, Các nhà xuất-bản sách thiếu nhi, Các tác-giả, dịch giả bị cấm toàn bộ các sách đã xuất-bản và của Các tác-giả có sách bị cấm toàn bộ - một danh sách **130** trong đó khoảng **120** tác giả miền Nam với toàn bộ tác phẩm bị cấm lưu hành (10 tác-giả kia là Âu Mỹ Hoa có bản Việt dịch). [Tờ *Sài-Gòn Giải Phóng* ngày 30-10-1975 đăng danh sách (chỉ có) **56** tác-giả bị cấm lưu hành vì nội-dung phản động]. Sau đó là tù đày, cải tạo, và khi nghỉ bóng nghỉ gió lại tiếp tục cần quyết thu vén sách Việt Nam Cộng Hòa. Tất cả đều nằm trong sách lược của Đảng như nghị quyết Đại hội Đảng lần thứ IV (1976) ghi rõ nhiệm vụ phải *"quét sạch ảnh* *hưởng của tư tưởng và văn hóa thực dân mới mà đế quốc Mỹ gieo rắc ở miền Nam"* (1). Xóa bỏ tác giả và tác phẩm bị gán nhãn/chụp mũ là 'tàn dư văn-hóa nô dịch', 'phản cách-mạng', ... - Phạm Thành Tài, một nhà văn hồi chánh trước 1975, đã ghi lại nhận xét sau thời-gian khá dài bị thẩm vấn về Xuân Vũ và vài nhân sự của miền Nam, đã kết luận: *"Có điều tôi thấy rõ nhất là chúng nó sợ văn-chương chữ nghĩa không kém gì súng đạn"* (2).

Những trình diện và những lớp học tập: Ngày 10 và 11-6-1975, Ủy Ban Quân quản Thành phố Sài-Gòn Gia Định ra thông báo kêu gọi quân nhân công chức chế độ cũ trình diện, bị tập trung "học tập cải tạo" hứa hẹn 3 tháng, trong số có nhiều văn-nghệ sĩ của miền Nam. Văn-nghệ sĩ của miền Nam tiếp tục được chiếu cố tận tình nhiều năm sau đó.

Ngày 8-3-1976 thêm Thông tri số 15/TTVH/MCTH của Bộ Thông tin Văn-hóa cập nhật danh mục sách cấm lưu hành. Tiếp đến là những vụ lùng bắt văn-nghệ sĩ miền Nam vào cuối tháng 3 này [mà nhà văn nhà báo Thanh Thương Hoàng gọi là chiến dịch X3, sau X1 'chiến dịch bắt học tập cải tạo', X2 'đánh tư sản mại bản' (3) từng đoàn từng đoàn 'công an văn-hóa' hợp cùng 'công an khu vực' hành … quân càn quét tịch thu hết sách báo xuất bản dưới thời chế độ cũ, để đốt, "tẩy". Đây thuộc về là đợt hai kéo dài của chiến dịch thanh toán "bọn văn nghệ sĩ phản động" và cũng để chuẩn bị bầu cử Quốc hội 'thống nhất' 2 miền ngày 25-4 sau đó, thành ''Việt-Nam cộng hòa xã-hội'', chiến dịch khởi động khuya rạng sáng ngày **3-4-1976,** một ngày sau vụ nổ Hồ Con Rùa ở bùng-binh đường Duy Tân và Trần Quý Cáp: khởi đầu "vụ án Hồ Con Rùa" (về sau được Việt-cộng quay thành phim!), công an lùng bắt khoảng **200** người hầu hết là văn nghệ sĩ và trí thức mà từ nay họ gọi là "những tên biệt kích cầm bút", ngày đầu tiên người bị bắt là Nguyễn Mạnh Côn, hôm sau là những Nhã Ca, Trần Dạ Từ, Hoàng Hải Thủy, Dương Nghiễm Mậu và khoảng 60 người khác. Họ trở thành "Những tên biệt kích cầm bút" (danh xưng sau này được dùng cho cuốn *Những Tên Biệt Kích Của Chủ Nghĩa Thực Dân Mới Trên Mặt Trận Văn-Hóa Tư Tưởng* do nhà xuất-bản Văn-hóa in năm 1980, tác-giả là Tổng và Phó tổng biên tập tuần báo *Công An* Sài-Gòn). Người cầm đầu thi hành Vụ án Hồ Con Rùa là Huỳnh Bá Thành (1942-1993) bí danh Ba Trung tức họa sĩ Ớt (nhật báo *Điện Tín*) năm vùng trước đó ở Sài-Gòn, sau này năm 1981-82 y viết lại ''Vụ án Hồ Con Rùa'' đăng-từng-kỳ trên tờ *Tuổi Trẻ* và xuất-bản thành sách năm 1983. Tội danh gán cho họ khi là ''gián điệp'' khi là ''tuyên truyền phản cách-mạng''. Chiến dịch khủng bố này bắt bớ giam cầm các nhà văn như Doãn Quốc Sỹ, Vũ Hoàng Chương, Nguyễn Mạnh Côn, Nguyễn Sỹ Tế, Duyên Anh, Dương Nghiễm Mậu, Hồ Hữu Tường, Hồ Nam, Lê Xuyên, Nguyễn Hữu Hiệu, Mặc Thu, Thái Thủy, Trần Dạ Từ, Nhã Ca, các họa sĩ Đằng Giao (và vợ con), Choé Nguyễn Hải Chí, các nhà báo Minh Vồ tờ *Con Ong*, Hồ Văn Đồng, Sơn Điền Nguyễn Viết Khánh, ... các nghệ sĩ, đạo diễn Minh Đăng Khánh, Hoàng Vĩnh Lộc, v.v.

Sau khi đã lùng bắt khoảng 30 văn-nghệ sĩ miền Nam, một **"Khóa bồi dưỡng chính trị** cho Văn nghệ sĩ miền Nam'' được Thành ủy và Hội văn-nghệ sĩ giải phóng thành phố HCM tổ chức đợt 1 vào mùa Hè năm **1976**, khởi ngày 13-6 và kéo dài cả tháng, đợt 2 vào tháng Bảy; mục-đích học tập chính-trị cho các văn-nghệ sĩ có 'tội' không ủng hộ 'cách-mạng', 'không đích thực' như những tay văn-nghệ thuộc Mặt Trận Giải Phóng miền Nam; nhưng thực ra cốt kiểm soát cùng bài bản với những tập trung 'học tập, cải tạo' đối với các sĩ quan quân đội và công chức Việt-Nam Cộng Hòa, và quảng cáo, tuyên truyền đã cho các văn-nghệ sĩ miền Nam cơ hội - mà có người cứ tưởng sau đó sẽ được hành nghề trở lại. Phần đầu là những huấn hổ, phô trương công trạng đối với cách-mạng của một số đã theo cộng-sản Hà-Nội, phần sau là các văn-nghệ sĩ của miền Nam phải làm tự phê tự kiểm, và nhiều người bị đưa ra Tổ để bị mổ xẻ, bên Tổ Văn và Thơ do Vũ Hạnh phụ trách (nhà văn Nguyễn Mộng Giác đã tình nguyện làm thư-ký Tổ Thơ Văn (**4**), có Nguyễn Thị Hoàng, Nguyễn Thị Thụy Vũ, Nhật Tiến, Phạm Thiên Thư, Lệ Hằng, Tường Linh, An Khê, ... Khi Nguyễn Thị Hoàng bị phê phán, Mai Quốc Liên đã tuyên bố "bởi vì miền Nam các anh, các chị làm gì có văn hóa" [hơn 37 năm sau, ông MQL chối đã nói câu như thế mà nay ông cho đó là ‹›*một câu ngu ngốc mà không ai dại gì nói*'' (5). Các nhà văn thơ Việt-Nam Cộng-Hòa bị bắt làm bản kiểm thảo và trãi qua nhiều buổi "làm việc", người nào không nộp bản kiểm thảo thì bị cấm viết suốt đời còn lại và hình như không nhà văn nào đã (công khai) nộp bản kiểm thảo!

Đến lượt Sở Thông tin Văn hóa Thành phố HCM ra Thông tri số 12030/STTVH/XB ngày 3-5-1977. Rồi ngày 14-17 tháng 1 năm 1978, Bộ Văn-hóa và Thông tin lại tổ chức tại Sài-Gòn một hội nghị toàn quốc với danh xưng ‹›Hội nghị đấu tranh xóa bỏ tàn dư văn-hóa thực dân mới›› với những huấn thị, báo cáo của đảng viên cao cấp từ

Hà-Nội vào, xem như là một công tác cấp thiết và thường trực. Đồng thời để quảng cáo món ‹›văn-hóa ưu việt xã-hội chủ nghĩa››, ‹›văn-học cách-mạng ở miền Nam›› (nhắm căm thù, lũng đoạn, ...) cùng chủ trương viết lách của xã-hội cộng-sản miền Bắc. ‹›Con người mới››, ‹›con người cách-mạng››, ‹›con người xã-hội mới››, ... không chấp nhận văn-học miền Nam bị gọi là ‹›văn-học đô thị›› của ‹›vùng tạm chiếm›› (21 năm!). Do đó phải đàn áp, phải dùng đến võ lực công an, …

Ngày 7-3-1978, nhật báo *Tin Sáng* cho đăng Nghị quyết của Ủy Ban Nhân dân Thành phố HCM muốn tiến hành từ ngày này cho đến cuối năm 1978 một đợt tấn công và thanh toán dẹp hết những "dấu vết của văn-hóa tân thực dân", kêu gọi học sinh, sinh viên tập họp kiểm thảo và phê phán một cách triệt để những 'nọc độc' của thứ văn-hóa suy đồi và phản cách-mạng này và kêu gọi các thành phần trẻ lập ra những 'đoàn công tác văn-hóa' cho mục-đích 'truy quét văn hóa đồi trụy phản động'. Theo chương XXXI (Kết quả sau 5 năm), chương bị cắt bỏ của *Hồi Kí* của Nguyễn Hiến Lê thì *"năm 1978, chính quyền Bắc chẳng những tán thành công việc hủy sách đó mà còn cho là nó chưa được triệt để, ra lệnh huỷ hết các sách ở trong Nam, trừ những sách về khoa học tự nhiên, về kĩ thuật, các tự điển thôi; như vậy chẳng những tiểu thuyết, sử, địa lí, luật, kinh tế, mà cả những thơ văn của ông cha mình viết bằng chữ Hán, sau dịch ra tiếng Việt, cả những bộ Kiều, Chinh phụ ngâm... in ở trong Nam đều phải hủy ráo (...) Lần thứ nhì năm 1978 mới làm xôn xao dư luận. Cứ theo đúng chỉ thị "ba huỷ", chỉ được giữ những sách khoa học tự nhiên, còn bao nhiêu phải huỷ hết, vì nếu không phải là loại phản động (một huỷ), thì cũng là đồi trụy (hai huỷ), không phải phản động, đồi trụy thì cũng là lạc hậu (ba hủy), và mỗi nhà chỉ còn giữ được vài cuốn, nhiều lắm là vài mươi cuốn tự điển, toán, vật lí ..."* (6).

Nhà Nước ra hẳn một cuốn danh mục sách và tác giả cấm lưu hành. Những gì không xuất phát từ văn học hiện thực xã hội chủ nghĩa và chuyên chính vô sản đều phải xóa bỏ, phủ định, vì "mảng" văn học này bị kết án là "đồi trụy hóa con người", "phục vụ xã hội tiêu thụ miền Nam" tức một thứ "văn học phục vụ chính trị phản động", phản cách mạng - những cái nhãn hiệu có thể làm tiêu mạng con người! Từ 1975 đến nay (1997) có gần 20 cuốn sách chửi bới phê bình văn nghệ Việt Nam Cộng Hòa: văn học tay sai nhưng đáng sợ như những trái bom!

Vào tháng 3-1981, nhà cầm quyền Hà-Nội ra hẳn một cuốn danh mục mới gồm 122 tác giả với toàn bộ tác phẩm bị cấm lưu hành. Trong chiến dịch lên án và triệt hạ này, theo thống kê chính thức năm 1981, trong chiến dịch đợt 3 vào tháng 6 năm 1981 chính quyền cộng-sản đã tịch thu trên toàn quốc 3 triệu đơn vị ấn phẩm trong đó 316,314 sách báo bị cấm; riêng ở Sài-gòn 60 tấn sách (151,200 cuốn), 41,723 cuộn băng nhạc, 53,751 bức tranh, 631 cuộn phim. v.v. Đồng thời khám phá ra 205 nhà in bí mật (7). Nhà thơ Quách Tấn (*Đọng Bóng Chiều*, 1965, *Mộng Ngân Sơn*, 1967) sống ở Nha Trang, đã phải tiễn sách bị lệnh tịch thu mà còn phải thuê xe ba-gác chở lên nạp Ty Thông tin:

> *"Lệnh trên truyền xuống dám không tuân*
> *Tính tới bàn lui những ngại ngần*
> *Lửa cháy đầu non chỉ tiếc ngọc*
> *Giấy in hình rắn dễ thêm chân*
> *Giương cầm giọt lệ, khóc vô mệnh*
> *Nghĩ tội lời khen, bút hữu thần*
> *Thôi cứ người sao ta cũng vậy*
> *Dù chi chi cũng vật ngoài thân"* (Tính Tới Bàn Lui)

> *"Sách vở mong cày thế ruộng nương*
> *Ai ngờ sách vở gặp tai ương*
> *Ôm lòng tiếc rẻ công vô ích (...)*
> *Quên càng khó lắm nhớ càng thương*
> *Thương người thiên cổ không còn nữa*
> *Mường tượng non xanh bóng Tử Trường"* (8).

Cụ Vương Hồng Sển cũng đã nhìn thấy cảnh tang thương đó: *"Ngày nay từ năm 1975, có nạn hốt và thủ tiêu sách."* (9).

Thanh Tâm Tuyền sau này đã tả lại cảnh đời sách báo miền Nam:

> *"Chiếc túi bị quẩy đèo bên vai*
> *Liếc dọc ngang, vệ đường bụi nắng*
> *Trải tấm ni lông, bày chợ trời*
> *Sách báo cũ, đồi trụy phản động*
> *Dưới gốc cây lá mốc loay hoay*
> *Vấn thuốc rê, mồi, trông khói bay*
> *Cửa thành đô ngược xuôi tất bật*
> *Đứng vỉa hè kiếm miếng qua ngày*
> *(...) Đứng dậy, chân lê lết cà thọt*

Dáng lênh khênh, hình thù cốt đột
Áo quần xốc xếch buông lòng thòng
Như bú dù gánh hát Sơn Đông.
   Bước nấp sau tường gạch lở sụp
Rác, tiểu, phân, chuột chết thối hoăng.
Cầm quyển sách quạt ruồi, che ngáp,
Chào khách qua, nham nhở nhe răng..." (10)

Nguyễn Thụy Long trong *Hồi-Ký Viết Trên "Gác Bút"* gởi in ngoài nước (Văn Nghệ CA, 1999) kể chuyện "diệt văn hóa đồi trụy phản động" của Cộng-sản Hà-Nội: *"Ngày nhà nước phát động phong trào diệt văn hóa đồi trụy, phản động, tủ sách nhà tôi bị dọn sạch, lớp bị lấy đi. Lớp bị thiêu hủy. Chiến dịch ấy vẫn chưa chấm dứt. Sau này một số tác phẩm của của tôi và bạn bè thấy chưng bầy chung với súng đạn, xe tăng, máy chém ở nhà trưng bày Tội Ác Mỹ Ngụy. Cũng thời gian đó, đại tác phẩm "Vạch mặt những tên biệt kích văn nghệ", luận án dọn thi bằng luận án tiến sĩ của cậu em vợ tôi ra đời. Trong đó có nhiều tác phẩm mang tên tôi và bạn bè làm nghề viết văn ở miền Nam. Tác phẩm bị mổ xẻ, thẩm tra và giống như lời lấy khẩu cung tội phạm. Ngài tiến sĩ được phong vị giáo sư. Đơn giản thế thôi, như một quả đạn pháo kích rơi nổ vào giữa đám máu thịt bầy hầy (...). Trời sáng rõ, đèn đường tắt. Cờ bay đỏ phố, đỏ nhà. Những khẩu hiệu chiến thắng giăng mắc đầy đường, tường nhà, phố chợ. Những em nhỏ mang băng tay đỏ, áo bà ba, "mốt" mang dép râu, nối vòng tay lớn nhảy múa bập bẹ hát hỏng rồi làm lại trật tự lòng lề đường. Không còn bóng dáng những tà áo dài trắng nữ sinh tha thướt nữa. Một số em khác nỗ lực truy tìm văn hóa đồi trụy. Đám trẻ xộc vào nhà người ta khuân ra ngoài lề đường từng đống sách báo. Nổi lửa đốt khói lên ngút trời. Một ông lớn tuổi đầu hói mang kính cận dầy cộm chạy ra la giằng lại cuốn sách đóng bìa da to vĩ đại:*

- Các cháu ơi cho bác xin, đây là quyển Bách Khoa Từ điển tiếng Tây. Không phải văn hóa đồi trụy.

Chú nhóc miệng còn hôi sữa giằng lại cuốn sách, ném luôn vào thùng phuy đang bốc lửa:

- Đốt hết, đốt hết, sách là đốt. Lệnh trên như vậy.

Ông già ôm mặt khóc bên lề đường. Tôi quay mặt nhìn đi chỗ khác, tôi biết ông cụ. Giáo Sư đại học Luật, Vũ Đăng Dung. Tiến sĩ Luật công pháp quốc tế. Ông cụ ở đường bên cạnh nhà tôi, Đường Đinh Công Tráng, con đường nổi tiếng bán bánh xèo" (tr. 14, 15-16).

Sự kiện lịch sử thực sự đã xảy ra, đã diễn ra, đó là sau khi "chiến thắng", các cán bộ và cả guồng máy Cộng-sản Hà-Nội liền gấp rút tấn công và thủ tiêu những thành tích văn-hóa văn-học ở miền Nam trước khi họ đến. Những khóa "bồi dưỡng chính-trị và văn nghệ" liên tiếp được mở ra ở Sài-gòn, nơi có nhiều "phản động" nhất! Vương Trí Nhàn năm 1976 đã có bài viết phê phán "Tính cách thương mại của nền văn-chương Sài-Gòn trước giải phóng" khi đăng báo Nhà nước đã bị sửa 'thương mại' thành 'chợ trời' - sau này ông cho biết: "... *Cái giọng của tôi lúc ấy vẫn là giọng của kẻ tiểu nhân đắc thắng, chỉ biết nhìn văn học miền Nam trong thế bế tắc và tìm cách vạch vòi những chỗ bất cập, hơn là đặt mình vào địa vị của các đối tượng được nói tới, rồi ghi nhận những đóng góp của họ trong lịch sử văn học dân tộc. Mặt khác, có một số chi tiết tôi tìm hiểu không kỹ, chỉ nghe thoáng đã viết, mà không kiểm tra lại - rõ nhất là cái đoạn tôi nói về quan hệ giữa các nhà văn với nhau. Sẵn thiên kiến của người Hà-Nội thì gán ghép cho người Sài Gòn như vậy. Trong cách sử dụng chữ nghĩa, đôi khi tôi đã chẳng khác là bao so với những đồng nghiệp được giao cho nhiệm vụ chuyên môn đánh văn học miền Nam mà trong thâm tâm, tôi thấy xa lạ. Ngoài ra cũng phải nhận hồi ấy cả trong cuộc đời lẫn trong văn chương, quan niệm của bọn tôi còn mang nặng tính cách trung cổ, với văn nghệ chỉ huy đã quá ngán, nhưng nói tới tính cách thương mại thường là không cần ai bảo đã tự nguyện toát ra cái ý chê bai ...*" (11).

Sau đó tiếp tục tấn công về lý luận với những "công trình tập thể" như cuốn *Văn hóa, Văn nghệ Miền Nam dưới chế độ Mỹ-Ngụy*, tập 1 do Trà Linh, Trần Hữu Tá, v.v. soạn (Hà Nội: Văn Hóa, 1977); hai năm sau ra tập 2, do Trần Độ chủ biên (Hà-nội: Văn hóa, 1979). Trong cuốn này, cán bộ cộng-sản tỏ ra sợ chính sách văn-hóa thời Đệ nhất cộng-hòa, thời sau đó họ coi thường hơn vì lãnh đạo bất lực và giới văn-nghệ phân hóa. Những nhân danh dân-tộc, nhân dân của các cây viết của miền Nam bị họ gọi là "văn-hóa mạo hóa". Các tác-phẩm văn-học có tính hiện thực xã-hội, nhất là vào những năm cuối trước 1975, thì bị họ kết án là "độc dược" vì vừa "đồi trụy" vừa *"chống cách-mạng một cách có ý thức"* (tr. 313) của những Nguyễn Thụy Long, Hà Huyền Chi, Văn Quang, Thế Uyên, Phan Nhật Nam, Doãn Quốc Sỹ, Duyên Anh, ... Những tác-giả khác bị mũi tên nặng có thể kể: Nguyễn Mạnh Côn, Nhất Linh, Nguyễn Vỹ, Nguyễn Đức Quỳnh, Lê Văn Siêu, Lê Hữu Mục, Thanh Tâm Tuyền, Văn Quang, Dương Nghiễm Mậu, Võ Phiến, Nguyễn Đình Toàn, Nhã Ca, ... Xuân Vũ, Kim Nhật và những cây viết "chiêu hồi" dĩ nhiên bị họ chĩa mũi dùi nặng hơn!

Sau đó, viện Văn-học (Phong Lê, Hoàng Trung Thông, ...) ra cuốn *Văn-Học Việt Nam Chống Mỹ, Cứu Nước* (Hà-nội: Khoa Học Xã Hội, 1979), trong đó đã gọi Mỹ là "tên sen đầm quốc tế", là "tên đầu sỏ chủ nghĩa thực dân mới"! Riêng Phạm Văn Sĩ trong *Văn học Giải phóng Miền Nam 1954-1970* (Hà-nội: ĐH&THCN, 1975) để lại nhận xét ... bất hủ (thời đỏ): "văn-chương chống Cộng là thứ văn-chương xảo trá đê hèn nhất của Mỹ-ngụy ở miền Nam" (tr. 377) cùng lúc lại đề cao những ấn phẩm tuyên truyền như *Những Lá Thư Từ Tuyến Đầu Tổ Quốc* đầy cường điệu và cương bịa (lính Biệt kích của miền Nam ăn thịt người) của những văn công gốc Bắc đưa vào (cũng như từng bịa chuyện "anh hùng" của Lê Văn Tám (Trần Huy Liệu bịa) và Nguyễn Văn Bé - liệt sĩ nhưng ... trong khi đó vẫn còn sống và về hồi chánh VNCH!). Ngoài ra còn có Phong Hiền với *Chủ Nghĩa Thực dân mới Kiểu Mỹ ở Miền Nam Việt Nam*: Khía cạnh tư tưởng và văn hóa 1954 - 1975 (Hà-nội: Thông tin lý luận, 1975; tb 1984); và viện Khoa học giáo dục in *Tìm hiểu chính sách giáo dục thực dân mới Mỹ ở Miền Nam Việt Nam và những tác hại của nó* (TpHCM: TpHCM, 1980), v.v.

Nói chung là nhiều ý và lập luận trùng điệp, nhưng nhát đòn nặng ký vẫn là cuốn của Lữ Phương, *Cuộc Xâm Lăng Về Văn Hoá Và Tư Tưởng Của Đế Quốc Mĩ Tại Miền Nam Việt Nam* (Hà-nội: Văn hoá, 1981, tái-bản 1985). Lữ Phương lúc đó là thứ trưởng thông tin văn-hóa chính quyền quân quản tháng 5-1975 và là người có liên hệ đến nghị định 20-8-75 nói trên, Miền Nam Cộng-hòa theo chủ nghĩa dân chủ vừa pháp trị vừa nhân đạo, đo đó đã bị bá đạo cài khá nhiều người nằm vùng, hoạt động cho kẻ thù. Lữ Phương là một, ông ta đựa trên một thứ đạo đức (giả hiệu) và dân-tộc (tức tổ quốc thành đồng) để lý luận, phê bình chống văn-nghệ miền Nam. Tập sách của ông ta do đó khá chi tiết và có cơ sở lý luận cộng-sản. Ông ta đã chứng minh "thực dân mới Mĩ" và các chính quyền miền Nam dùng "chiến-tranh và bạo lực văn-hóa tư tưởng" để "xâm lược" và "bành trướng" cùng "chiến-tranh tâm lý là đòn bẩy của mọi hoạt-động văn-hóa - tư tưởng" (tr. 31, 37), trong đó các viện đại học cũng như nhóm văn-hóa văn-nghệ như *Sáng Tạo, Hiện Đại, Văn Hữu Á-Châu, Quan Điểm*, ... được đưa lên bàn mổ. Ông gọi tập thể các nhà văn hóa và văn-nghệ sĩ miền Nam là "đội quân văn-hóa phản động", là 'tay sai của đế quốc Mỹ', trong đó có Nguyên Sa, Nguyễn Mạnh Côn, Lý Đại Nguyên, Dương Nghiễm Mậu, Võ Phiến, Doãn Quốc Sỹ, LM Hoàng Sỹ Quý, v.v. Văn-hóa dân-tộc chủ trì bởi những Kim Định, Nguyễn Đăng Thục, Lê

Văn Siêu, Thái Văn Kiểm, Nguyễn Sỹ Tế, ... là những nhà lý thuyết theo ông là "bản địa" và lạc hậu, thần bí, ... không ... khoa học như ... Mác-Lê cộng-sản [chỉ thời đó thôi, vì sau này Lữ Phương bị thất sủng, viết "Chủ Nghĩa Marx Và Cách Mạng Vô Sản Việt Nam", "Huyền thoại Hồ Chí Minh" v.v. là để tự xóa và thanh toán xóa cả chế độ từng được ông ca là ... khoa học và lý tưởng – ông trở thành ... đối-kháng (được phép!) trong lòng chế độ!]. Ông còn có âm mưu và triệt để hơn khi bàn đến các khuynh-hướng triết lý văn-học hiện sinh và cấu trúc trong chương về lối sống Mỹ hoặc văn-chương đồi trụy, tình dục, ... Thật ra, đây là lập luận nghe đã quen từ trước 1975, như Lê Văn Hảo sau khi đã theo Việt-cộng ra Bắc sau thảm kịch Mậu Thân 1968 ở Huế, đã viết về giới trí thức ở miền Nam – nơi ông đồng điệu nói theo Hà-Nội là vùng đô thị tạm chiếm, ông kết án họ thân Tây phương và đề cao những sinh viên, tu sĩ, văn-nghệ sĩ và trí thức ở miền Nam (thân Cộng) chống chủ nghĩa Thực dân mới, như bài ông viết trên tạp-chí *Học Tập* (số 7, 7-1970, tr. 66-74).

Trong đợt đầu của chiến dịch bôi xóa văn-học miền Nam, cuốn được nói đến nhiều trở thành huyền thoại, là *Những Tên Biệt Kích Của Chủ Nghĩa Thực Dân Mới Trên Mặt Trận Văn-Hóa Tư Tưởng* do nhà xuất-bản Văn-hóa in năm 1980 và tái bản nhiều lần. Tập này (chỉ ra Tập 1, chưa thấy Tập 2) gồm 11 chương, do nhiều người viết: Vũ Hạnh (về Võ Phiến), Thạch Phương (về Doãn Quốc Sỹ, Nguyễn Mạnh Côn), Huy Khánh (về Mai Thảo, Duyên Anh), Thùy Dương (về Vũ Khắc Khoan, Nhã Ca), Phan Đắc Lập (về Thanh Tâm Tuyền, Hồ Hữu Tường, Dương Nghiễm Mậu) và Trần Văn Giàu (về Nhất Hạnh), nêu đích danh 11 nhà văn miền Nam để xóa bỏ sự nghiệp văn-hóa và văn-học của họ, những người theo họ là nguy hiểm nhất vì ảnh-hưởng "di hại" lâu dài. Bốn trong số đã thoát ra ngoài nước hoặc đã ở ngoài từ trước (NH), sáu còn lại bị bắt và cầm tù hai năm rồi có người bị bắt lại và tù lâu hơn hoặc chết trong nhà tù (NMC) hoặc vừa ra khỏi tù (HHT). Các vị bị gán đủ hình dung từ như "biệt kích, nguy hiểm, du đãng, bồi bút, v.v."! "... *Một số người như Duyên Anh, Nhã Ca... chấp nhận chủ nghĩa chống Cộng với một thái độ hoàn toàn tự nguyện. Nhưng nếu xét gốc rễ thái độ thù địch của họ đối với cách mạng, thái độ đó có nguyên nhân ở sự tác động của chủ nghĩa thực dân mới. Họ vừa là kẻ thù của cách mạng, của nhân dân. Nhưng nếu xét đến cùng họ cũng vừa là một nạn nhân của đường lối xâm lược tinh vi, xảo quyệt của Mỹ. Dù xét dưới tác động nào, hoạt động chống Cộng bằng văn nghệ của đội ngũ những cây bút này cũng là những hoạt động có ý thức. Ý thức đó biểu hiệu trước hết trong thái độ chấp nhận trật tự xã hội thực dân mới, chống lại một cách điên cuồng chủ nghĩa Cộng Sản... Họ cho văn nghệ là sự chọn lựa một phạm vi hoạt động, một phương tiện để đạt mục đích và tự nguyện dùng ngòi bút của mình phục vụ cho chế độ. Thái độ tự nguyện của họ cũng đã có nhiều người tự nói ra. Vũ Hoàng Chương tự ví mình là 'viên gạch để xây bức tường thành ngăn sóng đỏ', Doãn Quốc Sĩ coi mình như một 'viên kim cương, răng Cộng Sản không sao nhá được'... ".*

Để khích động thêm, năm 1982 tờ *Tuổi Trẻ* Sài-gòn ra thêm cuốn *Vụ Án Hồ Con Rùa* mà người viết nó, Huỳnh Bá Thành, nằm vùng trước 1975, thêm thắt dựng chuyện tố cáo các nhà văn đã giật mìn sát hại dân và âm mưu lật đổ cộng sản. Và để kết thúc đợt đầu, là tập *Những Tên Biệt Kích Cầm Bút* (Công an Nhân dân, 1986; TpHCM: Văn Nghệ TpHCM, 1994, bản sau tự kiểm duyệt những quá lố, bịa đặt), mang hình thức truyện vì tên các nhân-vật đã cắt ngắn hoặc đổi, do công an Minh Kiên và Nam Thi viết - Nhà văn Hoàng Hải Thủy qua Mỹ theo diện H.O. đã phóng bút viết dựa theo tập này đăng báo *Ngày Nay* (Houston) sau in thành tập cùng tựa *Những Tên Biệt Kích Cầm Bút* (Toronto: Làng Văn, 2000). Trong cuốn sau này, nhà văn họ Hoàng dùng mình và vụ xử 8 nhà văn thơ về tội "gián điệp" - tất cả bị bắt tháng 5-1984 và vụ xử cuối cùng xảy ra năm 1986, làm điểm tham chiếu. Các vị kia là Doãn Quốc Sỹ, Dương Hùng Cường, Lý Thụy Ý, Nguyễn Thị Nhạn, Nguyễn Hoạt, Trần Ngọc Tự và ca sĩ Khuất Duy Trác. Thành thử "biệt kích" cũng có hai loại: biệt kích cầm bút "gián điệp" và biệt kích văn-hóa tư tưởng; nhà văn Doãn Quốc Sỹ là vị được cộng-sản sợ nhất nên ông được ... chăm sóc kỹ cho đến ngày ra đi đoàn tụ gia-đình nhờ áp lực quốc tế! Trong hoàn cảnh căng thẳng thường trực của đời sống thời toàn trị đỏ (cấm đoán viết, di chuyển, liên lạc, ...), Doãn Quốc Sỹ gửi *Đi!* in ở ngoài (Lá Bối, 1982), ký bút hiệu mới Hồ Khanh, với ghi chú "sáng tác quốc nội", cũng như Thanh Tâm Tuyền, Hoàng Hải Thủy và một số nhà văn nhà thơ khác.

Đợt đầu có tính cách tàn bạo, vừa chính-trị vừa hình sự, vừa văn-hóa, tâm lý vừa kinh tế, xã-hội, với mục-đích hoàn toàn quật ngã hình hài và thân thế người văn-nghệ sĩ sống ở miền Nam Cộng hòa. Sang đợt hai, lý trí được dùng đến dù tính toàn trị, "cả vú lấp miệng em" vẫn thịnh trị! **Đợt hai**, giới 'phê bình, giáo-sư' nhập cuộc như Phạm Văn Sĩ với *Về Tư Tưởng và Văn Học Hiện-Đại Phương Tây* (Hà-Nội: NXB Đại học và Trung học Chuyên nghiệp, 1986. 380 tr.)

có mục-đích "*Phác thảo phê-bình một số trào lưu tư tưởng và văn-học hiện-đại chủ nghĩa ở phương Tây và ảnh-hưởng của chúng trong văn-học Việt-Nam*" có tính chuyên khảo nhưng vẫn giữ luận điệu chính-trị cố định chỉ xuyên tạc và kết án, tìm hiểu để lên án chớ không phải để nghiên cứu thuần túy sư phạm hay văn-học sử, với kết luận "*Chúng ta nhận rõ sự bế tắc và nguyên nhân của sự bế tắc trong tư tưởng và văn-học ở phương Tây để mà nhận thức rõ hơn sâu hơn* tính ưu việt của chế độ xã-hội chủ nghĩa *và những thuận lợi trong công tác tư tưởng và văn-học nghệ-thuật của chúng ta, đồng thời tìm mọi cách cải tiến lối sống, cải tiến phương-pháp quản lý, phương-pháp công tác của chúng ta làm cho những tư tưởng nhân đạo trong thời đại mới đi sâu vào cuộc sống của chúng ta, phù hợp với trình độ của người Việt ngày nay...*" (tr. 373). Lê Đình Ky với *Nhìn Lại Tư-Tưởng Văn Nghệ Thời Mỹ Ngụy* (TpHCM: NXB TpHCM, 1987), Hội Nhà Văn Việt-Nam cũng vậy, ngoa ngôn kết án ảnh-hưởng của 'văn-hóa thực dân mới' khi cho rằng "*tình trạng hỗn loạn sách hiện nay là thực sự nguy hiểm. Nó đầu độc thị hiếu công chúng, nó hạ thấp uy tín của văn-học trước xã-hội. Sách xấu, sách kém lấn át và có thể làm ngã lòng cả những người cầm bút chân chính*" (*Văn Nghệ*, 44, 3-11-1990). Nhưng người ta nói nhiều đến Trần Trọng Đăng Đàn vì bộ sách 2 tập của ông, thật ra là một "luận án khoa học Matxcơva" "tiến sĩ 1 khoa học Ngữ văn" (1987), sau được thêm bớt và tái bản nhiều lần và luận án có là nhờ khởi mớm trước với tập *Nọc Độc Văn Học Thực Dân Mới Mỹ* (TpHCM: TpHCM, 1983). Bộ sách đó có tựa *Văn-Học Thực Dân Mới Mỹ ở Miền Nam Những Năm 1954-1975* (Hà-nội: Sự Thật, t. 1-1988; t. 2-1991). Tái bản thêm trang đổi tựa là *Văn-Hóa Văn Nghệ Phục Vụ Chủ-Nghĩa Thực Dân Mới Mỹ tại Nam Việt-Nam 1954-1975* (TpHCM; Long An: Thông Tin, 1990). Hai lần tái bản sau này sửa chửa thêm và đổi tựa thành *Văn-Hóa Văn Nghệ Nam Việt-Nam, 1954-1975.* (Hà-nội: Thông tin, 1993; HN: NXB Văn-hóa Thông tin, 2000).

Trần Trọng Đăng Đàn dùng phương-pháp nghiên cứu lô-gích và bác phương-pháp lịch-sử để nghiên cứu giai đoạn 1954-1975 văn-học miền Nam này, vì nếu dùng phương-pháp lịch-sử sẽ phải "bóp méo lịch-sử" và dĩ nhiên chấp nhận nền văn-học đó như là kế tục của nền văn-học Việt Nam truyền thống (1, tr. 12). Ngược lại, ông ta đề cao và coi như chính thống mảng "văn-học tự phát có chỉ huy" của những năm vùng như Vũ Hạnh, Lữ Phương, Lê Vĩnh Hòa, ... thuộc Lực lượng Bảo-vệ Văn-hóa Dân-tộc và các tờ *Tin Văn, Nhân Loại, Công Lý,* v.v. tức thứ văn tuyên truyền, dụng-văn cho chính-trị.

Với phương-pháp lô-gích, ông phân biệt ba loại văn-học ở miền Nam trong đó loại *"văn-học phản động về chính-trị"* được chiếu cố tận tình, một cách hằn học và phản ... văn-học – vì khuynh-hướng này *"gắn bó trực tiếp với những âm mưu chiến thuật, chiến lược của đế quốc Mỹ và bè lũ tay sai là một trong những mũi xung kích lợi hại của cuộc chiến-tranh tâm lý..."* (2, tr. 5). Nhất Linh được TTĐĐ tả là *"một tay cầm bút phản động trộn lẫn với hoạt động chính-trị phản động mà tên tuổi đã gắn liền với những đảng phái phản động và võ biền, với những vụ tống tiền man rợ năm 1946 (...) lợi dụng danh nghĩa là một thành viên của chính phủ lâm thời ... đi dự hội nghị Đà Lạt đã đánh cắp mấy triệu bạc quỹ công để trốn chạy theo quân Quốc dân đảng Tàu"* (1, tr. 82). Tấn công và loại bỏ cả những nghiên cứu văn-học của miền Nam về các thời chữ Hán và Nôm và về văn-học cổ-điển thế giới, ông cảnh cáo là "trận đồ bát quái". TTĐĐ tức tối khi đề nghị trao đổi văn-hóa của Hà-nội đầu năm 1960 bị các nhà văn, giáo sư của miền Nam chống và hạ giá "văn-hóa" của chế độ cộng-sản miền Bắc, cũng như cố cãi là miền Nam đã "phóng đại" vụ "Nhân Văn giai phẩm"!

Trần Trọng Đăng Đàn kết thúc với việc đề cao những khóa "bồi dưỡng chính-trị và văn nghệ" như là ân huệ của cách mạng, vì cho rằng văn nghệ miền Nam thời này *"có tính chất phản động, tồi bại của văn nghệ dưới chế độ thực dân mới - một thứ văn nghệ phục vụ cho chiến-tranh tâm lý, động viên thanh niên đi lính, đánh thuê cho Mỹ, xuyên tạc, bôi nhọ cách mạng, đầu độc nhân dân, đẩy thanh niên vào con đường trụy lạc, du đãng, đĩ điếm, lưu manh, làm băng boại truyền thống tốt đẹp của văn-hóa dân-tộc, chạy theo thị hiếu thấp hèn để mưu việc trục lợi ..."*. Theo ông ta, văn nghệ miền Nam bị ba khủng hoảng: *"thiếu cơ sở triết lý xuyên suốt (trước học truyết Mác-Lê), thiếu lý tưởng chính-trị và thiếu hiện thực xã-hội ổn định theo một mô hình lý tưởng"*, vì cũng theo ông, văn nghệ sĩ miền Nam *"ẩn náu trong mặc cảm tội lỗi, trong chiêu bài tự do giả hiệu, trong ảo tưởng về tinh thần nhân-đạo dưới chiêu bài lên án chiến-tranh, ẩn náu trong ngộ nhận có tham gia phản ảnh hiện thực xã-hội, và cuối cùng, ngộ nhận rằng họ có đóng góp, có tìm tòi, sáng tạo về mặt hình thức nghệ thuật cho văn-học nước nhà"* (1, tr. 102-112). Với ông, nội dung là yếu tố cơ bản, quan trọng nhất của tác-phẩm văn-học và cả hình thức nghệ thuật, "ta đòi hỏi hai mặt đó đều phải tốt một trăm phần trăm". Dĩ nhiên, ông ta đã dùng cái phương-pháp lô-gích để đi đến kết luận như thế và đồng thời tự hào về thành quả của "nền" văn-học minh họa và bạo động của họ! Ông ta cuối cùng đã dám kết toán rằng *"hơn mười năm sống dưới chế độ mới, nhiều người cầm bút cũ đã thực sự lớn lên theo đà lớn lên của cách-mạng*" (1, tr. 118; xuất-bản tháng 10-1988). Tự hào và dạy dỗ này, sau 1987 sẽ bị chính người văn nghệ sĩ trong nước quay mặt, chối bỏ! Vậy mà khi soạn tập 2 vào năm 1990, ông ĐĐ này vẫn cường điệu chống vì sợ "xảo quyệt của bọn cầm đầu văn hóa thực dân mới" hô hào "việc loại trừ những tàn tích 'văn-hóa', 'văn-nghệ' thực dân mới cũng là điều kiện quan trọng để tiếp sức cho những ai thực tâm vươn tới cái thiện" (2, tr. 119) khi Hội Nhà Văn phải ra thông báo cảnh giác hội viên trước "tình trạng hỗn loạn sách nguy hiểm làm ngã lòng những người cầm bút chân chính" (12).

Đầu tháng 6-2008, một cuộc tranh luận và lời qua tiếng lại trên diễn đàn liên mạng Talawas.org từ khi ông Nguyễn Trọng Văn đưa lên bài viết "Một sĩ nhục cho trí thức". Lữ Phương xông trận và kết thúc nhanh chóng với "Nói thêm một lần để không nói nữa" (8-7-08) tự biện minh cho việc ông điều hành ban thanh lọc văn nghệ phẩm nằm trong "chính sách khủng bố" văn-hóa miền Nam (Nghị định 20-8-1975) và việc biên soạn cuốn *Cuộc Xâm Lăng Về Văn Hoá Và Tư Tưởng Của Đế Quốc Mĩ Tại Miền Nam Việt Nam* (1981). Hai ông LP và NTV đều muốn chối bỏ vai trò của họ trong việc xóa bỏ văn nghệ tự do khai phóng của miền Nam trước ngày 30-4-1975 cũng như bắt bớ giam cầm lâu dài không xét xử các nhà trí thức và văn nghệ miền Nam. Riêng Lê Đình Ky, soạn-giả cuốn *Nhìn Lại Tư-Tưởng Văn Nghệ Thời Mỹ Ngụy* (1987) nói ở trên, đã không nhắc lại công trình này trong danh sách tác-phẩm của ông. Đỗ Đức Hiểu cũng vậy đối với cuốn *Phê phán Văn học Hiện sinh Chủ nghĩa* (Văn Học, 1978) của ông.

Ở trong nước, việc "khử độc, trừ bỏ những tàn dư" của văn-học miền Nam và "chính sách khủng bố" văn-hóa miền Nam đó đã thật sự chấm dứt 40 năm sau thời 'đổi mới' chưa? Câu trả lời là còn, còn ít hay nhiều thì "chính sách khủng bố" vẫn hiện diện; Ít hay Nhiều vẫn là Có chớ không phải là Không! Sách báo miền Nam đã thật sự được in lại ở trong nước chưa? Câu trả lời vẫn là một phủ-định. Ngoài các sách dịch, kinh kệ, sách 'học làm người', nghiên cứu lịch-sử xa xưa, các truyện tình vô thưởng vô phạt hay xã hội thời Pháp thuộc, ... thì các tác phẩm khác vẫn còn có vấn-đề: Vũ Hạnh và một số quan chức to tiếng sau này khi nhà Phương Nam muốn in lại mấy tập truyện của Dương Nghiễm Mậu và một của Lê Xuyên, v.v.

Trong 'học phần' hiện nay về "văn-học các đô thị miền Nam (1954-1975)" thuộc khoa Ngữ Văn **Đại học Đà-Lạt** (13), ở mục

'Văn-học thực dân mới', sinh viên hãy còn được … dạy về hai khuynh hướng chủ yếu là 'khuynh hướng văn học phản động' với những tác-giả Nguyễn Mạnh Côn, Doãn Quốc Sỹ, Vũ Khắc Khoan, và 'khuynh hướng văn học đồi trụy' với những Duyên Anh, Nguyễn Thị Hoàng, Nhã Ca, Túy Hồng, 'văn học vừa phản động vừa đồi trụy' với Nguyễn Thụy Long, Mai Thảo, Chu Tử! Phần kết của 'học phần' nhắc qua về văn-học Việt-Nam hải-ngoại như sau: 'thời kỳ đầu lố bịch, trơ trẽn, thời kỳ sau nhớ quê hương, thân phận di tản"!

Thời gian xảy ra tranh luận trên Talawas, tờ *Thanh Niên* trong nước số ra ngày 30-5-2008, đăng tin "Tác phẩm trước 1975 ở miền Nam: Không cấm xuất bản, nhưng phải lựa chọn" thứ trưởng Bộ Thông tin và Truyền thông qua buổi trả lời trực tuyến với chủ đề "Hoạt động xuất bản, in, phát hành sách Việt Nam góp phần nâng cao dân trí, đổi mới và xây dựng đất nước" được tổ chức ngày 29-5-2008 tại Hà-Nội, khi trả lời câu hỏi về *việc tái bản, xuất bản những tác phẩm trước năm 1975 ở miền Nam Việt Nam không do Chính phủ Cách mạng lâm thời Cộng hòa miền Nam Việt Nam cho phép*, đã cho biết *"đối với những tác phẩm thuộc loại này, pháp luật Việt Nam (bao gồm cả Luật Xuất bản) không cấm xuất bản. Tuy nhiên, khi khai thác các tác phẩm này để giới thiệu đến bạn đọc phải lựa chọn những tác phẩm phù hợp với yêu cầu phát triển của đất nước. Khi công bố các tác phẩm trên phải tuân theo các quy định của Luật Xuất bản"*. Như vậy, di sản của các chính sách này hãy còn thời sự tính, vì vẫn còn đó dù không còn công khai thừa nhận - lại 'đổ tội' cho 'Chính phủ Cách mạng lâm thời Cộng hòa miền Nam Việt Nam', dù đã hơn 20 năm "đổi mới", đất nước và người dân Việt-Nam vẫn chưa thấy biết thế nào là *glasnost* vốn là đứa con sinh đôi với *perestroika* và của thật sự kinh tế thị trường! Phải chăng ở các chế độ chuyên chính và độc đảng, Sự Thật chỉ có thể tìm thấy trong những phần hồi ký bị kiểm duyệt cắt bỏ, như hồi ký của Đào Duy Anh (*Nhớ Nghĩ Chiều Hôm*), Nguyễn Hiến Lê, Lý Quí Chung, v.v., hay những thơ văn viết cuối đời hoặc chỉ công bố sau khi mất, như của Chế Lan Viên (*Di Cảo Thơ*), Nguyễn Khải (Đi Tìm Cái Tôi Đã Mất, tùy bút chính-trị), v.v.? – Chế Lan Viên trên *Tạp-chí Văn-Học* ("cơ quan nghiên cứu, lý luận, phê-bình văn-học", số 5-6, 1985) còn lên tiếng "giữ đạo" bắt đầu lỗi thời trong bài "Văn hóa thực dân mới chết hay chưa chết?" sau 10 năm "giải phóng". Ông buồn vì sách của Lữ Phương (*Cuộc Xâm Lăng ...*) không còn ai để ý, và kết luận: *"Đánh văn-hóa thực dân mới, ta không bao giờ quên nó là thực dân, nhưng cũng đừng quên nó mới (...) Hẹp hòi, bảo thủ, răng đen, búi tóc cử hành cũng không đánh được nó đâu (...) Đảng bảo ta "nội-dung 100% và hình-thức 100% đã tốt, lại cần phải hay, phải đẹp...". Dường như tất cả, đều đã có phương hướng rồi! Vấn-đề là ta phải làm cho được những lời Đảng đã dặn dò, và ta đã tìm ra nó. Làm được tức là ta sẽ đáng thắng trọn vẹn, dứt điểm văn-hóa thực dân mới, còn nếu như không làm xong, là mở đường cho nó ngóc đầu dậy, hay để cho người đi với ta rồi, còn ngoái đầu lại liếc nó, vì nghe mùi hương thừa của nó vẫn còn phảng phất sau lưng"* (tr. 43). Ông mà còn sống thêm, sẽ thấy "mùi hương thừa" đó sẽ bao trùm không khí nghệ-thuật mới!

Chuyện cấm đoán, đốt sách báo miền Nam mục-đích "đạp đổ" văn-hóa miền Nam, để làm mất tinh thần, để ai còn lưu luyến phải sợ hãi, lo lắng thường trực, còn để giảm thiểu những phản kháng, chống đối và gieo nghi ngờ, để mọi người quên đi lịch-sử, quên những thứ mà "văn-hóa mác-Lê" không thể đem lại cho người dân. Nhưng mục-đích ấy có thành công không? Hay Sự Thật đã vẫn là và vẫn sẽ là Sự Thật?

Sau "Cởi Trói" 1986

Với những biến-động xáo trộn đến căn bản cục diện thế-giới của thời hậu-chiến-tranh-lạnh (perestroiska 1985, bức tường Berlin, Thiên An Môn 1989), trong nước phải "đổi mới" dù dè dặt đổi có vẻ mới đến đổi như cũ, phải "cởi trói" văn nghệ sĩ, dù cởi rồi trói nhưng dần dà cũng có những thay đổi thật, khởi từ tâm trí, ý chí đưa đến hành động. Những Nguyễn Huy Thiệp và Nguyên Ngọc tận dụng kẽ hở Cởi để nói cái riêng, cái "trật đường rầy", những phản tỉnh chính-trị và đào thoát từ đó đã xảy ra. Nhà văn Nguyên Ngọc là người đã công khai hóa cái phản tỉnh này, trong "Đề cương đề dẫn thảo luận ở hội nghị đảng viên bàn về sáng tác văn học" vào tháng 6-1979 (nhưng chỉ được in trên báo Lang Bian số 3, 4-1988, 9 năm sau!), ông đã đặt nghi vấn :"... Phải chăng lúc này có hiện tượng không ít phổ biến là người viết, vẫn cứ viết mà không thực tin ở chính điều mình viết ra: người là muối mà chính người lại không mặn thì biết lấy gì để muối người...". Cũng từ đó ở trong một quốc-gia toàn-trị độc đảng mới có những ấn-phẩm in ra bị thu hồi rồi in lén, mới có hiện-tượng in sách hoặc của tác-giả từng bị cấm hoặc đang "phản bội" lại Nhà Nước. Không gì ra ngoài vòng dịch-lý của trời đất, khi ra nghị định và chiến dịch hủy hoại, bôi xóa văn-học "phản động, thực dân mới Mỹ Ngụy" là đã gây mầm hồi sinh, tưởng tiếc cho nền văn-học và những con người làm văn-học thời đó. Vào Nam, Dương Thu Hương và những người làm văn nghệ của miền Bắc đã công khai hoặc gián tiếp nhìn thấy và cảm nhận sự thật và những cái đẹp, cái hay của cuộc đời và con người nơi đây!

Nhưng người cộng-sản Việt-Nam vẫn dùng Đảng Cộng-sản như lá bùa để tiếp tục bắt bớ, cầm tù dân chúng cũng như người làm văn-nghệ thời trước 1975. Dù đã tuyên truyền Cởi Trói văn-nghệ từ cuối năm 1986, nhưng vào cuối năm **1990**, công an cộng-sản vẫn lại bắt bớ những nhà báo Như Phong Lê Văn Tiến, Hồ Nam, Phạm Thái Thủy, các nhà thơ Vương Đức Lệ, Tô Thùy Yên, cùng Đoàn Viết Hoạt, dân biểu Nguyễn Mậu, v.v.

Mặt khác, những người làm văn nghệ miền Nam bị định mệnh xếp vào hàng "thua trận" đã không có ai viết để tự chối bỏ và trát tro bạn bè cùng hoàn cảnh, cả không chịu viết bản tự kiểm – nếu không nộp, sẽ *"bị đích danh cấm viết văn trở lại và theo thông lệ chế độ cộng sản, những ai từ chối làm bản tự kiểm, sẽ bị cấm viết văn suốt cuộc đời còn lại"* (14); trái lại có người như Nguyễn Hiến Lê trước có cảm tình với "cách mạng" nay viết *Hồi-ký* phê phán và tỏ hối hận. Sống trong một chế độ như vậy, đánh giá các văn nghệ sĩ là một việc khó khăn và đầy tế nhị! Sau khi có chính sách "đổi mới", từ 1988, đã có những nỗ lực thẩm định lại những tác giả và tác phẩm từng bị kết án là phản động (và có cả tác giả bị thủ tiêu!): Trương Vĩnh Ký, Hồ Biểu Chánh, Tự-Lực Văn-đoàn, Nam-Phong tạp-chí, phong trào Thơ Mới, ... Nghĩa là trước khi "cho phép" "mồ ma miền Nam" được quật làm ... khảo cổ, đã có những "mồ ma, cô hồn" khác được khai quật trước, vì lần hồi đã có những nhà nghiên cứu đi trước rồi nhà báo, nhà văn theo sau, dám "cởi mở" hơn khi nhắc đến và bàn đến những tác-giả nhiều thập niên trước đó vẫn có "vấn-đề " chính-trị, cách-mạng, cải lương xã-hội, v.v. như Vũ Trọng Phụng, Nam Cao, Quang Dũng, các tác-giả thuộc nhóm Tự Lực Văn đoàn, Tân Dân hay Nam Phong tạp-chí, cũng như các tác-giả miền Nam như Trương Vĩnh-Ký, Hồ Biểu-Chánh, v.v. Đoàn Phú Tứ và bài thơ Màu Thời Gian cũng được "phục hồi", hết bị "oan" đã "rơi vào hố thẳm của nghệ thuật tư sản bế tắc"!

Những "tọa đàm" và hội nghị gọi là "khoa-học" được liên tục tổ-chức dù giới lãnh đạo văn-hóa vẫn chưa theo kịp thời đại: về Tự Lực văn đoàn 1988, về văn-học miền Nam thời khởi đầu ở trong Nam 1989, về Hồ Biểu-Chánh tại Tiền giang 1988, tọa đàm "Trương Vĩnh-Ký với vấn-đề văn-hóa" tại Sài-gòn 8-2001, v.v. Một số tuyển tập từ các hội nghị này được xuất-bản đánh dấu những sửa sai, nói lại, đánh giá lại, có thể kể: *Truyện Ngắn Nam Phong; Tự Lực Văn Đoàn: con người và văn-chương* (1990); *Tự Lực Văn Đoàn Trong Tiến Trình Văn Học Dân Tộc* (2000), ... Các nhà nghiên cứu văn-học như Vũ Gia xuất-bản các nghiên cứu của ông về Nhất Linh, Hoàng Đạo (1997), v.v. Một số nghiên cứu và lý luận gia cộng-sản thay đổi lập trường 180 độ, viết lại theo quan điểm mới những gì chính họ đã viết thời trước đó. Nhất Linh được đề cao là *"một tấm lòng thiết tha canh tân văn-hóa dân-tộc"*, tựa một nghiên cứu trên tờ Văn-Hóa Nghệ-Thuật (số 242, 8-2004). Phạm Cự Đệ, một văn-học sử gia, từng xổ toẹt giá trị của Tự Lực Văn đoàn, Vũ Trọng Phụng, phong trào Thơ mới, ... trong những nghiên cứu *Tiểu Thuyết Việt Nam Hiện Đại* (1974-5), đã gọi Xuân Thu Nhã Tập là "nghệ thuật tắc tị, kín mít, khó hiểu" (15), nay lập luận (nghịch) lại theo Cởi trói. Năm 1989, ông theo thời "hội luận, hội thảo" nhìn khác về Tự Lực văn đoàn "có hoài bão về một nền văn-hóa dân-tộc và thực sự đã đóng góp lớn cho nền văn-học dân-tộc" (16). Khoảng năm 2000, ông đăng báo hải-ngoại đánh tiếng thu góp ấn-phẩm của người Việt hải-ngoại để ... nghiên cứu và viết lại lịch-sử văn-học cả thế-kỷ. Một tập tổng luận *Văn-Học Việt Nam Thế Kỷ XX: những vấn-đề lý-luận và lịch-sử* do ông chủ biên được nhà xuất-bản Giáo dục in năm 2004 (971 tr.) trong đó các soạn giả đã "thừa nhận" vài vị ở hải-ngoại như Nguyễn Mộng Giác, Nam Dao, Thụy Khuê, Đặng Tiến, Nguyễn Hưng Quốc, ... Thơ hải-ngoại và vài khuynh-hướng mới cũng được nhắc nhở tới! Về phần các nhà văn ở miền Nam trước 1975, họ được nói đến nhưng chưa đủ tầm quan trọng đóng góp của họ! Dù sao, đã có khác với những tổng kết trước đó như *Nhìn Lại Một Chặng Đường Văn-Học* (NXB TpHCM, 2000) của Trần Hữu Tá. Theo tập này thì trong 21 năm (1954-1975), người cộng-sản và nằm vùng thân Cộng vẫn độc diễn và đóng vai chính, người cầm bút quốc-gia chân chính vẫn bị phỉ báng, kết án, nhưng nhiều nhà văn thơ không làm chính-trị đã được Trần Hữu Tá đưa vào ... sử, như các nhà văn Võ Hồng, Nguyễn Văn Xuân, Phan Du, nhà thơ Kim Tuấn, v.v. hoặc "lôi kéo" rất phớt qua như Bình-Nguyên Lộc, Nhật Tiến (tr. 96)!

Ngoài các tác-phẩm được tái bản riêng từng tập, các tác phẩm của các tác giả thuộc Tự Lực văn-đoàn và tiền chiến đã được in lại lần đầu trong tuyển tập *Văn Xuôi Lãng Mạn Việt Nam* (1930-1945) (1989-90, gồm 8 tập), sau đó có bộ *Văn Chương Tự Lực Văn-Đoàn* (1999) 3 tập. Một số tác-giả trước đó từng bị phê phán, cấm đoán xuất-bản và sinh hoạt, từ những năm kháng-chiến 1945 đến khoảng 1987, những nhà văn liên hệ đến vụ án Nhân Văn giai-phẩm hoặc xét lại như Quang Dũng, Lê Đạt, Hoàng Cầm, Vũ Trọng Phụng, Đoàn Phú Tứ, Hàn Mặc Tử, ... người đã quá cố người còn sống (mòn) lần lượt được xét lại, từ 1988, được các cơ quan báo chí và hội của Nhà Nước nhắc nhở tên tuổi hoặc được xuất-bản công khai (Quang Dũng, Đặng Đình Hưng, ...) hoặc tình cờ, kiên trì (Phùng Cung với tập thơ *Xem Đêm* 1995; Hoàng Cầm với *Mưa Thuận Thành* 1988, còn tập Về Kinh Bắc thì chờ từ 1959 đến 1994 mới được xuất-bản dù vẫn có điều kiện!), v.v. Các tác-phẩm gọi là "di tác" của Ngô Tất Tố thời tiền-chiến đã được tuyển in lại toàn bộ (!) từ những công trình tìm kiếm từ nhiều năm qua, ở trong nước cũng như qưa các thư viện và văn khố của các nước như Pháp, Hoa-Kỳ. Một công trình khá đồ sộ, chia thành nhiều tập: *Ngô Tất Tố - Chuyện Người Đương Thời, Ký Sự và Truyện Ngắn, NTT - Tiểu Phẩm Báo Chí, NTT - Thơ, Thơ dịch và Bình thơ*, trong đó có nhiều nghiên cứu cũng như sáng-tác, dịch thuật mà nhiều người thời sau chưa hề được đọc. Và về biên-khảo văn-học, trong nước đã xuất-hiện rất nhiều công trình mới. Bên cạnh những tuyển tập xào soạn lại từ những ấn bản trước vẫn có những biên-khảo văn-học sử và phê-bình lý luận có giá trị thông tin và lịch-sử. Một số tên tuổi về nghiên cứu và lý luận phê bình ở hải ngoại được nhắc đến, tham khảo, trích dẫn nhưng đáng tiếc có vài "nhà nghiên cứu, phê bình" ở trong nước đã trích dẫn, "luộc" ý và cả cắt/dán bản văn của người ở ngoài - mà cá nhân chúng tôi cũng đã 'nhận diện' bản văn và ý của mình trong một số bài viết và sách ở trong nước.

Nhưng cũng từ đó, một số giáo sư, nhà văn của chế độ Việt Nam Cộng-hòa hoặc đơn thuần sinh sống ở miền Nam, được tham khảo, lên tiếng hoặc nghiên cứu công khai trở lại, những giáo sư Nguyễn Văn Trung, Bằng Giang, Vũ Văn Kính, ... Một số nhà văn thơ miền Nam cũ bắt đầu cộng tác hoặc gửi đăng bài trên các báo và cuối cùng thì xuất-bản sách công khai như trước 1975, của những Lê Phương Chi (*Tâm Tình Văn-Nghệ Sĩ* - những phỏng vấn trên *Bách Khoa* và *Tin Sách* thập niên 1960, tiếc là văn bản đã 'hiệu đính' lại), Thế Phong (ký Thế Nhật), Nguyễn Tôn Nhan nhà thơ (*Thánh Ca*, 1967) thành học giả (*Từ Điển Văn Học Cổ Điển Trung Quốc, Từ Điển Thành Ngữ Trung Quốc, Từ Điển Hán Việt: Văn ngôn dẫn chứng, Kinh Lễ*, v.v.), Huỳnh Phan Anh (*Không Gian Và Khoảnh Khắc Văn Chương* tuyển trích lại những bài từ hai tập trước 1975 và bài mới viết về các tác giả ngoại quốc), v.v. Về phần sáng tác, tái xuất những Cao Thoại Châu (*Bản Thảo Một Đời*, 1991), Nguyễn Bắc Sơn (Đời Như Một Nhà Thơ Đông Phương 1995), Huy Tưởng (*Hỏi Đường Cùng Mây Trắng*, 1996;...),

Trần Dzạ Lữ (*Hát Dạo Bên Trời* 1995) và *Gọi Tình Bên Sông* 1997, v.v. được xuất bản sau hơn 30 năm góp mặt với làng thơ), Ngy Hữu (*Thị Trấn Khô*, được thân hữu xuất bản sau khi mất), v.v. Cả xuất-bản và gửi tác-phẩm ra ngoài nước một cách công khai hơn trước đó: Nguyễn Thụy Long xuất-bản nhiều tập *Hồi Ký Viết Trên "Gác Bút"* 1999, *Thuở Mơ Làm Văn Sĩ 2000*, *Giữa Đêm Trường* 2000, *Thân Phận Ma Trơi* 2000, ..., Thế Phong gửi xuất-bản *Hồi Ký Ngoài Văn-Chương*, Văn Quang gửi bài đăng trên Internet, trở thành giây liên lạc trong ngoài, giúp vài nhà văn và xuất-bản *Sài-gòn Cali 25 Năm Gặp Lại* 2000, *Ngã Tư Hoàng Hôn* 2001, các phòng sự tiểu-thuyết *Lên Đời* 2004-5, v.v. Ở đây chúng tôi không muốn nói đến "tác-phẩm" của những nhà văn thơ theo Cộng hoặc nằm vùng vì dĩ nhiên được trả công nhất là những năm đầu sau 1975. Nay thì "chân dung" nhiều người trong số đó cũng đã phải nhiều tang thương khác!

Kế đó là hiện-tượng sách và sách dịch của các nhà văn sống thời Việt Nam Cộng-hòa từng bị cấm, nay được tìm kiếm để in lại. Chúng tôi không tham khảo được thư-mục ấn phẩm hàng năm của Thư Viện quốc-gia Hà-nội, nhưng cũng được thông tin về hiện-tượng này. Các tác-giả của miền Nam lần hồi được in lại, bắt đầu với Thế Uyên, Nhật Tiến (*Thềm Hoang,* 1991), Nguyễn Mộng Giác với bộ *Sông Côn Mùa Lũ* (Hà-nội: Văn-học, 1998) - đã là một "biến cố" (không văn-học dĩ nhiên!) cùng thơ và sách Bùi Giáng, truyện Ngọc Linh, Bình-Nguyên Lộc, Nguyễn Thị Hoàng, Nguyễn Thị Thụy Vũ, ... Các nghiên cứu văn-hóa dĩ nhiên được dùng lại, cả trang trọng giới thiệu, như của Kim Định, Nguyễn Duy Cần, Nguyễn Đăng Thục, Nguyễn Văn Trung (*Lục Châu* Học, NXB Trẻ, 2014), ... Vấn-đề nay không còn là in được hay được in mà là vấn-đề bản quyền! Và chuyện các cớ: thử hỏi nếu không có những "tên" thực dân mới (HK) cũ (Pháp) giữ hoặc tặng cho các văn khố và thư-viện thì gia tài văn-hóa Việt Nam làm sao tìm lại được từ những tro tàn "phần thư" thời đại mới đã gây ra?

Cũng cần nói đến hiện-tượng sách miền Nam ấn bản in trước 1975 từng bị cấm (và đốt) nay đã (tái) xuất hiện ở các thư viện đại học trong nước như ĐH Sư phạm Sài-gòn. Xin ghi lại vài tựa sách: *Chiến Tranh Cách Mạng: tiểu luận và tài liệu* (Thế Uyên. Sài gòn: Thái Độ, 1968, số định danh: 355.4 TH250U-ch); *Tổng Thức Vận Toàn Diệu: vận mệnh dòng tổng hợp các nhận thức toàn* (Lý Đại Nguyên. Sài gòn: Lý Đại Nguyên, 1956, số định danh: 181.197 L600NG-t), *Mối tình màu hoa đào* (Nguyễn Mạnh Côn. Sài gòn: Giao Điểm, 1967), toàn bộ của Nguyễn Văn Trung và Nghiêm Xuân Hồng trong có *Cách Mạng và Hành Động* (Quan điểm, 1964, số định danh: 909.7 NGH304H-c), cũng như một số sách của Tạ Tỵ (2), Doãn Quốc Sỹ (13), v.v. Nếu không có sách của người và đảng cộng-sản Việt Nam bên cạnh thì người mơ ngũ sẽ tưởng đang ở Sài-gòn ... trước 1975!

Gần đây nhiều nhà văn hải-ngoại đã in sách ở trong nước từ thơ đến truyện, như Phạm Ngọc, Hoàng Lộc, Phan Xuân Sinh, Nguyễn Minh Nữu, ... Nguyễn Ước đã in lại nhiều bản dịch về triết học và tôn giáo. Đấy là nói về sách xuất-bản hoặc tái bản đàng hoàng hoặc cửa sau, chưa kể đến những vụ "luộc sách", ... Nhà thơ Phan Nhiên Hạo (*Chế Tạo Thơ Ca* 2004) đã gửi đăng thơ trên báo trong nước (*Người Hà-Nội*, ...) và được trân trọng giới thiệu với người đọc trong nước (*Văn-Nghệ Trẻ*, 25-2-2005). Trần Thiện-Đạo sống ở Pháp và từng cộng tác tạp-chí *Văn* thời Trần Phong Giao cũng xuất bản *Chủ Nghĩa Hiện Sinh Và Thuyết Cấu Trúc* (NXB Văn học 2002) và *Cửa Sổ Văn Chương Thế Giới* (NXB Văn hoá Thông tin, 2003). Một số khác trước sau về Việt-Nam lại ngỏ ý muốn về sống ở trong nước!? Nhà thơ Du Tử Lê về nhưng tuyển tập *Thơ Tình* (NXB Văn-nghệ TpHCM, 2005) của ông đã in xong và được Trần Mạnh Hảo, v.v. trân trọng giới thiệu đã xuất lại bị tịch thu, đến đầu 2014 ông lại xuất-bản *Giỏ Hoa Thời Mới Lớn* do Hội Nhà Văn! Yên Tử cư-sĩ Trần Đại Sỹ (*Nam Quốc Sơn Hà* 2003, *Anh Hùng Tiêu Sơn* NXB Trẻ 2003, *Anh Hùng Đông A Dựng Cờ Bình Mông* 2004), ... xâm nhập thị trường tiểu-thuyết lịch-sử trong nước. Nhiều người viết ở Đông Âu từng đi lao-động và tị-nạn nay xuất-bản trong nước: Nguyễn Văn Thọ in thơ *Mảnh Vỡ, Cửa Sổ, Bên Kia Trái Đất*, tập truyện *Gió Lạnh, Vàng Xưa* (2004), giải thưởng của báo Văn Nghệ, hội Nhà văn Việt Nam và báo Văn nghệ Quân đội, tập tùy bút *Đào Ở Xứ Người* (2005), Lê Minh Hà xuất-bản các tập truyện *Gió Từ Thời Khuất Mặt* và *Thương Thế Ngày Xưa* (2005) và *Những Giọt Trầm* sau khi đã thành công với độc giả Việt Nam ở hải-ngoại; Phạm Hải Anh, giải thưởng của hội Nhà văn Việt Nam 2003 với *Đi Hết Đường Mưa* (bạt Vương Trí Nhàn, NXB Hội Nhà văn 2002) sau *Huyết Đằng* 2001 in ở California do nhà Văn Mới (và *Tìm Trăng Đáy Nước* 2003) - hai nhà văn nữ này in chung tập truyện *Sâm Cầm* (NXB Phụ Nữ 2004), Thế Dũng với *Hộ Chiếu Buồn*, v.v. Thuận sống ở Pháp, sau khi in *Made in VietNam, Paris 11 tháng 8* và *China Town / Phố Tàu* (NXB Đà Nẵng, 2005) được Nguyên Ngọc đề cao, tự xem như nhà văn trong nước. Nguyễn Hòa gần đây khi phê bình tập *Văn-Học Việt Nam Thế Kỷ XX* của Phan Cự Đệ đã đặt nghi vấn:

"*...với văn học của người Việt ở hải ngoại chẳng hạn, khi mà trong những năm gần đây, tác phẩm của một số nhà văn lâu nay đã định cư ở nước ngoài như Nguyễn Mộng Giác, Thế Dũng, Nguyễn Thị Hoàng Bắc, Quỳnh Trang Cindi Nguyen, và gần đây nhất là của Thuận... đã được xuất bản trong nước thì có nên, dù chỉ là bước đầu, bàn đến văn chương của người Việt ở hải ngoại?*" (evan.com, 31-3-2005).

Biên-giới trong-ngoài có còn không? Một số dùng tiền mua bảng hiệu nhà xuất-bản trong nước để in sách đem từ ngoài về, số khác người trong cuộc mới biết như Nam Dao (*Trăng Thuê Ảo Ảnh* NXB Lao Động và Trung tâm Văn hoá Ngôn ngữ Đông Tây 2008), Mai Ninh (*Ảo Đăng* 2003, do Nguyên Ngọc đề tựa - lại Nguyên Ngọc!) - tất cả đều do Hội Nhà Văn Hà-nội xuất-bản. Mai Ninh in thêm *Cá Voi Trầm Sát* (Nxb Trẻ, 2004). Hai cây viết "du học" này đi theo khuynh-hướng thời thượng ngoài-in-trong của nhiều nhà văn đi trước. Thực hư lịch-sử sẽ phán nhưng chúng tôi ước đoán mấy "trí thức" ngụy-tín và dân du học từng phản chiến hoặc thờ ma cộng-sản trước 1975 sẽ là nhóm ra mặt tung hoành mảnh đất lắm người nhiều ma của thị trường chữ-nghĩa ở hải-ngoại cũng như trong nước và mặt trận đã... bắt đầu! Ngoài ra, "mảng" văn-chương "thuần túy, vị nghệ-thuật" đã có nhiều giao lưu, hợp tác.

Các tạp-chí *Thơ, Văn Học, Hợp Lưu*, v.v. đã là nơi gặp gỡ thường xuyên. Tuy nhiên "mảng" "văn-học đấu tranh" là mảng nhiều cảm tính và lý tưởng sống chết thì trong hay ngoài nước vẫn là những con đường rầy xe lửa không ga bến. Trong hoàn cảnh giao thời đó, nhóm *Thư Quán Bản Thảo* ở Hoa Kỳ đăng thơ văn trên tạp-chí cùng tên và xuất-bản các tập thơ và truyện của một số thân hữu (của họ) đang sinh sống khó khăn hoặc bệnh tật trong nước hoặc đã mất. Các số đặc biệt về nhà văn Y Uyên, Nguyễn Nghiệp Nhượng, Nguyễn Bắc Sơn, Võ Hồng, Trần Dzạ Lữ, Hoài Khanh, ... và về các tạp-chí văn-học, v.v. và tái bản một số tập thơ văn như *Chiến-Tranh Việt Nam Và Tôi* của Nguyễn Bắc Sơn, v.v. Ngoài ra, Thư Ấn Quán đã đặc biệt sưu tập và xuất-bản các tuyển tập thơ văn như *Tuyển Truyện Thời Chiến* của Y Uyên, *Một Thời Ý Thức, Một Thời Lục Bát Miền Nam* (2008), *Thơ Tự Do Miền Nam, Thơ Tình Miền Nam (1954-1975), Thơ Miền Nam Trong Thời Chiến* (2006-7), v.v.

Ở trong nước, lý luận thay đổi và ngôn-ngữ sử-dụng cũng đã thay đổi theo thời. Những từ "*Ngụy, Mỹ Ngụy, bù nhìn, thực dân mới,* v.v." dần mất trong diễn văn chính thức, chỉ sử-dụng khi cần cảnh cáo hay lo sợ phản-kháng. Mỹ trở thành bạn làm ăn, trao đổi thương mại sau trao đổi giáo dục, xã-hội! Việt kiều "đĩ điếm" trở thành "khúc ruột ngàn dặm" được nâng niu, nhắc nhở mỗi khi nói đến ... tiền, kinh tế và ... tái thiết – nhưng luật lệ vẫn phân biệt, xem những người Việt đó thấp xa so với các ngoại kiều đầu tư hoặc sống ở Việt-Nam!

Tựa sách của nhà lý luận cộng-sản Trần Trọng Đăng Đàn nói trong phần đầu bài này được đổi từ "Văn-học thực dân mới Mỹ ở miền Nam" ra "*Nam Việt Nam*" khi tái bản năm 1993 và 2000 một cách ... "nhẹ nhàng"! Dù vậy, ông này mới đây vẫn giật mình đòi hỏi ... lùi: trong một hội thảo của Ban Chấp hành Hội Nhà văn TP Hồ Chí Minh đã tổ chức cuộc về Lý luận - Phê bình vào 20-3-2004, TTĐĐ đã cảnh giác đồng nghiệp và chỉ đạo: "*Lượng thông tin tổng hợp hôm nay lớn. Tổ chức Hội đồng LLPBTƯ là cần thiết, nhưng tổ chức "chóp bu" chưa nắm được lực lượng, tổ chức được lực lượng. Vấn-đề hiện nay nằm ở phần lý luận. Trước kia tập trung đánh giặc, chín bỏ làm mười. Hiện nay, trong các giảng đường ta giảng về lý luận thế nào? Ta phải có một êkíp nắm được, hiểu được đối tác, đối đầu là ai để làm việc. Có một số người quá khích ở nước ngoài nói rằng: "Về văn hoá các anh thua rồi, bây giờ không còn gì để nói nữa". Có thật vậy không?*". Chính-trị thì có lý do để lo xa và hoang-tưởng vẩn vơ, còn toàn trị ngày nào thì không ai lạ gì những biện pháp đối với văn nghệ sĩ!

Ở trong nước, từ hơn thập niên qua, những người nghiên cứu của nền văn học vẫn nổi tiếng là "một chiều, phải đạo, minh họa" đã có những cố gắng thay đổi cách nhìn và cách nghiên cứu. Không dễ! Hội thảo của Hội đồng lí luận phê bình văn học, nghệ thuật trung ương ngày 14-1-2005, tại Hà-Nội, vẫn loay hoay trong địa-đạo quản-lý chỉ-huy "*... quan hệ giữa chính trị và văn nghệ là vấn-đề có tầm quan trọng cần được chú ý nghiên cứu một cách sâu sắc, thuyết phục. Bản chất ý thức hệ của văn nghệ là điều không thể phủ nhận. Nhưng mối quan hệ giữa văn nghệ và chính trị nằm trong các mối quan hệ nhiều mặt giữa văn nghệ và văn hoá, kinh tế, đời sống v.v. & tự thân nó cũng là quan hệ nhiều chiều. Ở đây cần tránh các quan niệm cực đoan, đi tìm văn nghệ thuần tuý, hoặc xem văn nghệ chỉ là vũ khí phục vụ một cách thô thiển cho chính trị*" (*Văn Nghệ*, 25-2-2005).

Từ hơn ba thập niên qua, chữ nghĩa văn chương bị kinh tế thị trường xô đẩy, biến dạng, nhường chỗ cho một chợ sách báo đáp ứng những nhu cầu mở tầm mắt, học hỏi kiến thức ngoài sau nhiều thập niên bị cấm đoán, đưa đến nhu cầu sách báo phổ thông, kiến thức tổng quát, thường là những bản dịch từ sách báo Âu Mỹ trong số đã có những bản dịch từ nhiều thập niên trước đó ở miền Nam Cộng Hòa mà đã từng trớ trêu bị đốt hủy và cấm sau tháng 4-1975 như của các tác giả J.-P. Sartre, A. Camus, E. Caldwell, F. Nietzche, ..., như sách y học phổ thông, sách "học làm người", "tổ chức khoa học" đời sống, công việc, ...   Văn học rút gọn lại trong những ấn phẩm tuyển tập về những tác giả đã thành danh, cả những nhóm và tác giả từng bị phỉ báng và cấm đoán hoặc các tuyển tập truyện Âu Mỹ. Thời của dịch giả và nhà xuất bản tư và cả công nếu biết theo thời. Dịch đủ thứ, cả lý luận phê bình mà quên phát triển luận lý văn-chương nội hóa. Với sự giúp đỡ của nước ngoài như tạp-chí *Văn-Học Nước Ngoài* thuộc Hội Nhà Văn Việt Nam. Pháp tái lập trường Viễn-đông bác-cổ (EFEO), xuất-bản và trợ cấp in sách báo. Nước Đức giúp dịch và in lại H. Hesse cũng như giúp tổ chức các tọa đàm. Các nước khác như (Thụy Điển, Áo, Nhật, Đại Hàn (khuynh hướng mới từ khi phim bộ Hàn quốc được thay món Trung quốc), ... cũng vào trong quỹ đạo mới đó! Nhà văn hội viên Hội nhà văn quốc doanh trở nên dịch-giả dễ kiếm được lợi nhuận và có thể được mời ra nước ngoài tham quan. Các nhà văn nhà báo của miền Nam (Hoàng Ngọc Tuấn, Phan Kim Thịnh, Lý Hoàng Phong, ...) cũng nhờ mốt dịch mà sống còn! Cũng có một khuynh hướng phỏng dịch về lý thuyết văn-học, nằm trong khuynh hướng chung ở trong nước đua nhau dịch, mà từ mấy năm qua đã trở thành tranh luận, phê phán, có khi rất nặng nề hoặc thù cá nhân.

Có thể nói nếu không có chính sách Cởi trói văn nghệ, đã không có những công trình nghiên cứu mới mẻ về hai nền văn học Miền Nam thế kỷ XIX cũng như miền Nam tự-do trước 1975. Và đã có "giao-lưu, gặp gỡ"! Tác-phẩm và tác-giả từng bị cấm đoán bằng nghị định và chiến dịch như Thanh Tâm Tuyền, Nguyên Sa, Duyên Anh, Tô Thùy Yên, ... được nhắc đến. Trần Trọng Đăng Đàn và các nhà "phê bình" của Viện Văn học Hà-Nội có tấn công thơ tự do mà họ gọi xiên xỏ là "bí hiểm", "tắc tị", "quái thai", "hỗn tạp những rối răm quái gở", "những thứ ngôn-ngữ ô uế tới mức thô bỉ" (17) và "dựng lại cái thây ma mà mười lăm năm về trước những người trong nhóm Xuân Thu nhã tập đã nêu lên". Đó là mặt nổi của tuyên truyền, vì mặt khác, ngay từ 1977 họ đã sợ thứ văn-học hư hỏng của miền Nam đó được người "chiến thắng" lén lút tìm đọc thời còn bị cấm. Dù bị cấm. đe, nhưng họ thú nhận đã không thành công, "không thể thỏa mãn với những công việc chúng ta (CSVN) đã làm (...) những đoạn nhạc vàng vẫn truyền đi trên các băng ghi âm một cách bất hợp pháp, những cuốn tiểu-thuyết, những tập thơ mang nội dung phản động hoặc đồi trụy vẫn được chuyền tay nhau, không những ở các tỉnh miền Nam mà ngay cả ở một số thành phố miền Bắc (...) Chúng ta phải đề cao cảnh giác, không thể xem nhẹ những tác hại của nó được" (18). Trong nước đã có những nghiên cứu "cởi trói", đã có cái nhìn "khách quan" hơn. Trần Thị Mai Nhi viết về "nhóm Sáng Tạo" đã nhìn nhận họ "muốn có một 'đường hướng sáng tạo', muốn là 'kẻ sáng tạo ngôn ngữ trong thơ ca'(...). Họ muốn đổi mới niêm luật, cú pháp, chấm câu, từ ngữ trong thơ cả. Rồi việc họ chấp nhận thứ 'tiếng của vỉa hè' cũng không hoàn toàn chỉ là một sự lập dị. (...) Đúng thôi, *văn học Sài-Gòn gặp văn học phương Tây ở quan niệm thẩm mỹ...*" (19). Bùi Giáng được chiếu cố nhiều nhất, được khám phá đủ chiều, có tạp-chí như *Thời Văn* ra cả số đặc biệt. Hoàn cảnh mới đã cho phép những phát hiện mới, mà sau nhiều thập niên mù quáng vì chiến tranh, có những cái đã bị biến hủy nhưng cũng có những nhận diện, cảm thông về những cái tưởng đã chết hoặc yếu đi như tôn giáo. Vả lại, tôn giáo đã trở nên nguồn sống tâm linh của nhiều người, kể cả vài cán bộ. Cuộc chiến chính thức tàn năm 1975, những thất bại của chuyên chính từ 1975 đến 1986 đưa đến Cởi Trói như một lối thoát dọ dẫm có cái hay là đã tạo môi trường những cố gắng mới với quan điểm mới hơn, dân tộc hơn, tổng hợp hơn. Trong hoàn cảnh đó càng ngày càng có những nghiên cứu trở về với truyền thống dân tộc thật sự, đó là điều nên mừng. Bước đầu khó khăn đã có người đi, dĩ nhiên còn cần nhiều nghiên cứu sâu xa và khách quan hơn nữa!

*

Chúng tôi nhận ra một số nghịch lý và đương nhiên dịch lý. Trong một nghiên cứu ("Miền Nam Đạo-Lý"), chúng tôi đã ghi nhận những nỗ lực văn-hóa của Nam-kỳ thuộc địa trong việc bảo tồn và phát huy đạo lý truyền thống khi thực-dân Pháp đến xâm chiếm và đô hộ miền Nam Cochinchine; và các tiền bối đã thành công! Miền Nam Cộng Hòa *in facto* đã bị chấm dứt hiện hữu ngày 30-4-1975 (dù hãy còn sống động trong tâm tưởng và hồi ký của nhiều tai mắt và của người miền Nam). Nước mất thì nhà tan, con người phân tán, một Việt Nam hải-ngoại thành hình. Trong nước thì người dân mất nước, mất chính quyền và thẩm quyền, mất quyền công dân, xác thân bị kiềm chế trong các trại gọi là "cải tạo" hay "kinh tế mới", đất nước trở thành chư hầu khó thoát của đàn anh Cộng-sản, dĩ nhiên văn-hóa cũng bị xóa nát, vùi dập. Các sản phẩm nghệ thuật, âm nhạc (nhạc vàng), văn-chương, văn-học, văn-hóa gì gì của miền Nam Cộng hòa đều bị xóa, với nghị định, với hàng trăm bài báo và sách lý luận, nghiên cứu như vừa trình bày. Nhưng kẻ thắng trận cờ gian (miền Bắc cộng-sản) dù cố tình bôi xóa văn-hóa của miền Nam, đã thất bại với thời gian (vì cấm vận, chiến-tranh lạnh, đô-la, v.v.). Nhưng chủ yếu là chủ thuyết và con người cộng-sản Việt Nam đã không có một văn-hóa phổ quát và nhân bản khả dĩ có thể thay thế. Trong học đường, ngoài xã-hội mọi người đã nhìn thấy một thứ không-văn-hóa đang làm băng hoại xã-hội thời hậu chiến. Và con người đã chạy trở lại tìm những thứ mà nền móng xã-hội "mới" đã không có hoặc không thể có, của Việt Nam cộng hòa và của Nam-kỳ Cochinchine cũng như của một xã-hội Việt Nam bị phê là "lạc hậu" và cả "phong kiến" nhưng có rễ văn-hóa, có căn bản con người, một nhân bản không thiết yếu phải có tính khoa-học, nhưng có nền tảng! Nghĩa là vẫn có hy-vọng đằng sau những thất vọng ê chề ở biển Đông và cả ngay trên đất nước!

Nói hy vọng để khôn ngoan và khả năng khai-phóng được có cơ xuất hiện, vì hiện có những tạp-chí có vẻ giao-thoa hợp-lưu trong-ngoài đầy những sáng tác có tính rác rưởi nhất thời, khai thác những dục vọng thấp hèn, rất tư riêng, bệnh hoạn, dâm-bôn, cũng được cho ra như một cố gắng để được nói đến như những "nhà văn thơ" đương-đại, hậu đương-đại hay giải phóng. Cái gọi là văn-chương, văn-học có những điều-kiện đương-nhiên hoặc ngầm của nó, mà không một tập đoàn, chủ báo hay nhà văn nào có thể tự diễn hay tác oai tác quái mà tồn tại lâu dài được. Người đọc cũng như lịch-sử văn-học hãy còn đâu đó như là thẩm phán cuối cùng!

Với đầu tư cùng du-lịch quốc tế và tiền hàng tỉ hàng tỉ mỗi năm đổ về của "Việt kiều", chính quyền trong nước không ... cách mạng theo thì cũng phải thích ứng, cập nhật, dù rất chậm. Những "bóng ma" tàn tích của cuộc chiến vừa qua, như ma "thực dân mới", "biệt kích", v.v. nay đã hiện nguyên hình là ... bạn! Chiến-tranh xưa nay ít ai thật đại thắng, thường thì gặp thời (Điện Biên 7-1954, miền Nam 4-1975, v.v.). Đã nói chiến-tranh thì phải có thắng thua, nhưng dân-tộc thì không bao giờ thua, có chăng là giàu thêm và khôn ngoan ra dù phải thêm xương máu! Văn-học thì lại càng không có chuyện thắng thua, nói thắng thua là trò con người bày ra, cưỡng ép, cường điệu, kể cả chuyện hợp lưu! Văn-học cũng không là chuyện kinh tế hay mạnh được yếu thua! Như vậy thiển nghĩ thế thời có thế nào thì văn-học vẫn là hy vọng vì trước mắt chúng tôi không tin người Việt sẽ có đồng thuận về văn-hóa - khó, vì làm văn-hóa thì con người phải văn-hóa trước đã (to be or not to be)! Trong hoàn cảnh đó, văn-học sẽ là bước đầu, nếu thật lòng lên đường!

2-2005 +

Chú-thích

1- Trích từ Văn *Hóa Văn Nghệ Miền Nam Dưới Chế Độ Mỹ Ngụy* (Hà-Nội: Văn Hóa, 1977), tr. 8.

2- Trích Thay Lời Tựa. *Đến Mà Không Đến* (Los Alamitos CA: Xuân Thu, 1992).

3- X. *Nguồn* CA, số 52, 6-2011.

4- Theo Hoàng Hải Thủy."Mắt mù, tai điếc". *Saigon Nhỏ*, 15-5-2009, tr. A3-5.

5- X. *Hồn Việt* CA, 20-11-2012.

6- Nguyễn Hiến Lê. *Hồi Kí*, tập III (Westminster CA: Văn Nghệ, 1988), tr. 74-75,76.

7- Theo Trần Thọ, Tạp-chí *Cộng-Sản,* 10-1981.

8- Quách Tấn. "Tình Sách Vở" <u>in</u> *Trường Xuyên Thi Thoại (*NXB Văn-nghệ TpHCM & TTNC Quốc Học, 2000), tr. 167-168.

9- Vương Hồng Sển. *Tự Vị Tiếng Việt Miền Nam* (Văn Hóa, 1993), tr. 499.

10- Thanh Tâm Tuyền. "Chú lái sách". Văn CA, số 125, 11-1992, tr. 27-.

11-   *http://vuongtrinhan.blogspot.ca/2015/10/mot-it-ky-niem-tren-con-uong-tim-oc-va.html*

12- Hội Nhà Văn này cũng là hội được hội viên Nguyễn Huy Thiệp chiếu cố vào đầu năm 2004 qua loạt bài "Trò chuyện với hoa thủy tiên và những nhầm lẫn của nhà văn" trên báo *Ngày Nay* (Hà-Nội), nhiều hội viên kể cả thâm niên 20 năm đã tự ý rút lui hoặc và gần nhất vào ngày 11-5-2015, 16 vị khác đã ra Tuyên bố từ bỏ Hội Nhà Văn này.

13-http://www.dlu.edu.vn/detail_subjectdraft_faculty. aspx?orgId=62&subjectId=NV234&p=2

14- Thế Uyên. "'Tố khổ văn-chương ' ở Sài-Gòn: Tiền Đồn, Đoạn Đường Chiến Binh" (3-3-2008): *http://www.talawas.org/talaDB/ showFile.php?res=12447&rb=0102*

15- X. *Phong Trào "Thơ Mới"* (Hà-Nội: NXB Khoa-học Xã hội, 1982), tr 268.

16- *Tự Lực Văn đoàn: con người và văn-chương.* (Hà-Nội: Văn học, 1990), tr. 57.

17- Trần Trọng Đăng Đàn. *Văn Học Thực Dân Mới Mỹ Ở Miền Nam Những Năm 1954-1975*, tập 2 (Hà-Nội: Sự Thật, 1991), tr. 68, 72.

18- Trích Lời Nói Đầu. *Văn Hóa, Văn Nghệ Miền Nam dưới Chế độ Mỹ-Ngụy*. Sđd.

19- Trần Thị Mai Nhi. *Văn Học Hiện Đại Văn Học Việt Nam Giao Lưu Gặp Gỡ* (Hà-Nội: Văn Học, 1994), tr. 135, 136.

Phụ lục 2
Văn-Học Miền Nam
qua một bộ "văn học sử" xuất-bản trong nước

Miền Nam đây là Việt-Nam Cộng-Hòa và nền văn-học của những năm 1954-1975. Văn hóa và nền văn-học của miền Nam sau những cuộc thanh lọc, bắt bớ và cấm đoán, vẫn tiếp tục bị những bất thường và quái gở của một thế giới văn hoá, biên tập cố tình làm cho sai lạc. Ai cũng biết sau ngày cưỡng chiếm miền Nam 30-4-1975, văn-học và văn hóa Việt-Nam Cộng-Hòa đã bị cấm đoán, phủ nhận như thế nào qua nhiều đợt tấn công, dàn cảnh. Nay, đã 35 năm sau, chiến thuật đó vẫn còn ở một nước Việt Nam hô hào cái gọi là 'cởi mở', 'kinh tế thị trường'. Mới đây, chúng tôi được đọc bộ *Văn-Học Việt-Nam Nơi Miền Đất Mới* trên 4 ngàn trang gồm 4 tập của soạn giả Nguyễn Q. Thắng (NXB Văn Học, Hà-nội). *Miền Đất Mới* ở đây được soạn giả bao gồm miền Nam Lục-tỉnh và miền Nam Cộng Hòa; và trong các tập 3 và 4 chủ yếu vẫn là những cây viết của đảng CSVN gồm nằm vùng, ly khai, tập kết, gởi vô Nam hoặc những cây viết từng có mặt thời Việt Nam Cộng Hòa nhưng sau này sinh hoạt với các hội và báo chí của Cộng sản Việt Nam. Đặc biệt Nguyễn Q. Thắng đã xen vào đó những nhà văn của miền Nam 1954-1975 nhưng vì ông có thể nói hãy còn tuân theo một "chính sách" hay "chỉ thị" nào đó, do đó chưa thể là một bộ văn-học sử đúng nghĩa – nghĩa là ghi nhận, tổng kết và phê phán các tác-giả và tác-phẩm như đã xuất hiện và sinh hoạt một thời.

Những phê phán, nhận xét có thể có những chủ đích chính trị

1- Cố tình nêu sai danh-tính các nhà văn thời Việt-Nam Cộng-Hòa: Ngoại trừ trong một số trích (nguyên?) văn, toàn bộ sách của Nguyễn Q. Thắng không nêu đích danh các nhà văn qua các *bút hiệu* đã dùng, đã quen với người đọc và đã đi vào văn-học sử như Mai Thảo, Nhã Ca, Dương Nghiễm Mậu, Võ Phiến, mà lại dùng *tên thật* (tên khai sanh) của họ để làm tiêu đề cũng như đánh giá. Mai Thảo trở thành Nguyễn Đăng Sinh (tập 3, tr. 1233, ẩn biếm ý *dancing* chăng, trong khi tên thực thật của Mai Thảo là *Nguyễn Đăng Quý*) với chú thích rằng phần này được làm để thông tin về sinh hoạt báo chí và thơ tự do. Nhã Ca lúc được gọi là Thu Vân, lúc lại là Trần Thị Thu Vân. Võ Phiến thành Đoàn Thế Nhơn, Trùng Dương có lúc là Trùng Dương Nguyễn Thị Thái, v.v.

Nhà văn học sử khi viết về các tác-giả văn-học đều phải ghi bút hiệu là chính, chỉ ở những phần tiểu sử mới nhắc đến tên thật, hoặc giả tác-giả đó dùng tên thật để sinh hoạt văn-học nghệ thuật thì mới ghi tên thật: giáo-sư Nguyễn Văn Trung có các bút hiệu Hoàng Thái Linh, Phan Mai, nhưng các bút hiệu này chỉ được sử-dụng hạn chế và khi xuất bản tác-phẩm tên thật của ông được ghi thì nhà viết văn-học đương nhiên phải dùng tên thật của ông. Nguyên Sa ngược lại là một nhà thơ nhà văn khi ký Nguyên Sa và khi viết sách giáo khoa triết học (*Descartes nhìn từ phương Đông, Luận lý học, Luận Triết học*, v.v.) thì ký Trần Bích Lan; do đó khi viết về nhà thơ Nguyên Sa người ta có thể nói đến những sách giáo khoa mà ông là tác-giả, dĩ nhiên là không thể ngược lại, viết về "nhà thơ Trần Bích Lan" vì không hề có nhà thơ Trần Bích Lan dù Nguyên Sa và Trần Bích Lan là một người.

1.Lê Vĩnh Hòa được ghi trong tiểu sử là "em ruột văn sĩ Đoàn Thế Nhơn..." (tập 4, tr. 270 – *từ đây các chú thích đều trích từ tập 4*) - thay vì Võ Phiến!

2.Về hai nhà văn Y Uyên và Doãn Dân, ông Nguyễn Q. Thắng chỉ ghi năm mất của Doãn Dân; còn Y Uyên thì "mất năm 1969 đang độ tài hoa nẩy mở"(tr. 827) nhưng không ghi rõ chết vì đạn pháo của ai (Việt Cộng!) trong khi các tay văn nghệ năm vùng ở miền Nam vô bưng/"nhảy núi" chết thì được ghi lý do chết: Lê Vĩnh Hòa thì "hi sinh trong một trận chống càn tại Long Mĩ, Xẻo Giá..." (tr. 270); Trần Triệu Luật thì "hi sinh trên đường công tác ở Tây Ninh (cùng nơi cùng ngày với) Trần Quang Long". TTL được đề cao trong một mục từ riêng (51- TTL, nhà văn chiến sĩ) cũng như TQ Long (42- TQL với thi đề 'nghiêng nón'"!

3.Về Luân Hoán thì một chi tiết trong tiểu sử nếu không được nhắc đến vẫn còn hơn là ghi như Nguyễn Q. Thắng: "Những năm 60 ông (LH) bị động viên vào quân trường Thủ Đức một thời gian rồi trở về đời sống dân sự" vì phải thêm rằng sau Thủ Đức, nhà thơ Luân Hoán ra chiến trường và bị đạn pháo "quân thù" làm mất một chân! Hay khi viết về nhà văn Lê Tất Điều "Sau năm 1975 ông (LTĐ) định cư (?) ở Hoa Kì và *nghe đâu* vẫn có tác-phẩm in ở nước ngoài" - một nhà nghiên cứu, tác-giả của bao bộ sách hàng vạn trang, mà chỉ biết "nghe đâu"! Cũng vì nghe đâu nên mới viết về nhà văn "Hồ Trường An, dược sĩ, nhà văn" (mục từ 32): "Từ năm 1977 định cư ở Pháp. Chưa có tác-phẩm in thành sách, nhưng có nhiều truyện ngắn trên các tạp chí ở Sài-Gòn trước năm 1975". Còn gọi Viên Linh là "hoàng đế", "nhà độc tài" văn-học, như mục đề 28 về nhà văn Viên Linh, là hơi … quá, dù có thể cốt ý bênh *cô* Phương Thảo tức Vũ Hạnh. Thiển nghĩ với văn-học miền Nam thời 1954-1975, Viên Linh vừa là một nhà thơ, nhà văn vừa là một chủ biên tạp chí (*Thời Tập*) có công, dĩ nhiên không phải công kiểu Vũ Hạnh!

2- Những thiếu sót, sai lầm có chủ đích:

Trong phần về giáo sư Nguyễn Văn Trung (tập 4, trang 7-54), mở đầu chương 8-Các Văn Gia Hiện Đại, Nguyễn Q. Thắng ghi rằng giáo-sư Trung còn có bút hiệu Nguyễn Nam Châu. Thực ra, Nguyễn Nam Châu (tên thật Nguyễn Văn Chiên, bút danh Hoài Kim Yến và Hoài Chiên) là một giáo sư đại học Huế những năm cuối thập niên 1950, viết nhiều bài trên tạp chí *Đại Học, Văn Hóa Á Châu* và là tác giả những cuốn *Sứ Mệnh Văn Nghệ* và *Những Nhà Văn Hóa Mới* (1958). Sau này ông Nguyễn Nam Châu trở về Bỉ thi tiến sĩ và làm giáo sư đại học và không lâu trước khi mất đã xuất bản một tập sách nhìn lại chủ nghĩa Marx (**1**). Nguyễn Q. Thắng *còn* ghi thời trước 1975, giáo-sư Nguyễn Văn Trung sinh hoạt trong một số lực lượng, hội đoàn "*dưới sự chỉ đạo trực tiếp, có lúc gián tiếp của lực lượng cách mạng nội thành*" mà không dẫn chứng bằng cớ, dễ khiến hiểu lầm và trong trường hợp này sai lầm rất nghiêm trọng.

[Sự thật là trước 1975, giáo-sư Trung đã **công khai phản chiến** qua các sinh hoạt văn-hóa giáo dục cũng như ông đã ký Tuyên cáo chung với Huỳnh Trung Đồng và Nguyễn Ngọc Hà nhóm Hương

Về Đất Việt ở Pháp ủng hộ MTGPMN năm 1969]. Trong phần trích văn tác-giả Nguyễn Văn Trung, Nguyễn Q. Thắng trích lại một phần chương 5-Văn-học trong vòng tay chính trị của hồi ký "Những chặng đường đã qua" của giáo-sư Trung, nhưng trong phần tiểu sử lại nhắc việc Phạm Công Thiện phê bình các tác-phẩm của giáo-sư Trung ["*Đối với tôi, NVT không chỉ là tên anh, mà là tượng trưng cho sự nông cạn, nô lệ, phá sản của giới trí thức Việt-Nam hiện nay. Tên ấy gợi lên sự học vấn lừng khừng, suy tư thiếu máu, cóp nhặt thiếu thông minh, kiêu ngạo ngu xuẩn, lưu manh nguy hiểm*". Chính ông cho biết "*Tôi đã tàn bạo khi viết những dòng trên. Phải tàn bạo. Không thể nhẹ nhàng, không thể cảm thông, trao đổi với hạng người trên*" (HTTT bản 1967, tr. 157)], mà Nguyễn Q. Thắng lại không ghi nhận những 'feedback' về việc ấy mà giáo-sư Trung đã ghi lại trong cùng tập Hồi ký đã kể; hơn nữa nếu quan sát đã thấy bài phê bình của Phạm Công Thiện đã không xuất hiện trong các lần tái bản tập *Hố Thẳm Của Tư Tưởng* (phụ đề ‹*đặt lại căn nguyên tư tưởng hôm nay. Thể và tính*›). Trích thêm "Lời mở đầu về lần tái bản thứ ba" của NXB Phạm Hoàng, 1970: "*Quyển Hố thẳm của tư tưởng này đã đánh dấu một giai đoạn của người viết, một giai đoạn phủ nhận triệt để. Sau sự phủ nhận triệt để này là Sự im lặng của Hố thẳm. Không thể nào đọc Hố thẳm của tư tưởng mà không đọc Im lặng hố thẳm mà không thấy Hố thẳm của tư tưởng. Lần tái bản thứ **ba** này, người viết đã tự tiện xoá bỏ bài viết về luận án tiến sĩ của Nguyễn Văn Trung vì bài ấy chỉ có tính cách giai đoạn và nhất là chỉ có tính cách tượng trưng. Sau sự tượng trưng là Thực Tại viết hoa và Thực Tại bắt chéo*" - nhưng lại được một nhóm Phật tử ở Huế in lại thành tập mỏng *Phê bình luận án tiến sĩ triết học của Nguyễn Văn Trung* (cũng là tựa chương sách HTCTT) năm 1973.

Giáo sư Nguyễn Văn Trung đã viết trong hồi ký của ông: "*Sau đảo chánh 01/11/1963, ông Phạm Công Thiện xuất bản cuốn Hố Thẳm Tư Tưởng, dành một chương phê phán luận án tiến sĩ của tôi với một thái độ khinh bỉ, trịch thượng, mạt sát thậm tệ. Cuốn sách bán chạy, dư luận bàn tán sôi nổi vụ "ông Phạm Công Thiện phê phán ông Nguyễn Văn Trung", chờ đợi tôi lên tiếng đối đáp; nhưng cho đến nay tôi vẫn giữ im lặng, không có một lời nói công khai nào. (...) Tôi và ông Thiện gặp nhau ở tòa báo Bách Khoa với sự chứng kiến của anh Lê Ngộ Châu. Trong bữa gặp gỡ đó, ông Thiện thú nhận với tôi đại ý như sau: Tôi viết bài phê bình anh để thỏa mãn những uất ức bất mãn của giới Phật giáo coi anh là tiêu biểu cho trí thức Việt Nam nói chung và trí thức Công giáo nói riêng. Tôi xin hứa với anh sẽ bỏ bài đó trong lần tái bản sách sắp tới. Ông Phạm công Thiện đã giữ lời hứa"* (Chương IV- Ông Phạm Công Thiện). Lúc đó Nguyên Sa Trần Bích Lan dưới bút hiệu Lê Hải Vân đã viết một loạt bài đăng nhật báo *Sống* công kích Phạm Công Thiện, ông Thiện ban đầu có trả lời (*Tư Tưởng*, Bộ Mới, năm thứ ba, số 2, 20-4-1970, tr. 123-127) nhưng nửa chừng thì bỏ chức tước khoa trưởng và giáo-sư ở Đại học Vạn Hạnh và thầm lặng qua Âu châu sinh sống! Trong *Hố Thẳm Của Tư Tưởng*, PCT phê-bình cả Nhất Hạnh (và nhiều tư tưởng, triết gia thế giới khác) không hiểu triết lý nhà Phật!

3- Những đánh giá và xếp loại vô nghĩa, lỗi thời:

Đây là trường hợp các nhà văn nữ miền Nam thời ấy Túy Hồng, Trùng Dương, Nguyễn Thị Thụy Vũ, kể cả Nhã Ca, đều bị Nguyễn Q. Thắng gán cho nhãn hiệu ‹vô sỉ›. Theo ông, các này mà ông gộp chung là "những người cùng nhóm là một thứ ‹vô sỉ›(cynique) trong văn chương. Nghĩa là họ đem những cái không đáng phô trương ra quảng diễn không chút e dè (NTTV tr 455, TD tr. 872, NTH tr.. 629, …)" . Nguyễn Q. Thắng thêm rằng Nguyễn Thị Thuy Vũ làm công việc này "khá nhiệt tình trên từng trang văn", còn tác-phẩm nhà văn Trùng Dương "đều được dựng nên bởi nhân sinh quan và thế giới quan một cách "hiện sinh", buông xả và gần như vô sỉ" (tr. 872, 873). Nặng nề nhất là với nhà văn Túy Hồng mà Nguyễn Q. Thắng cho rằng cùng với các nhà văn nữ kia "từng gây nên hiện tượng văn-học có tính nhục cảm dồn nén thể xác của các cô gái lỡ thì... (một cách) tiêu biểu nhất" (tr. 538). Đây là thứ ngôn ngữ của Vũ Hạnh và Tin Văn (của Nguyễn Ngọc Lương, Trần Bạch Đằng chi phối, điều khiển)!

Nhà văn Nhã Ca có lẽ bị nặng nề nhất trong bột gọi là văn-học sử này. Với mục đề "35-Thu Vân, nhà văn dùng tính dục để giải quyết vấn-đề " mấy ai nghĩ là Nguyễn Q. Thắng nói về nhà văn Nhã Ca? Ở trang 639, "Thu Vân" biến thành "Trần Thị Thu Vân", và khi viết về thơ Nhã Ca, không, về nhà thơ Thu Vân chớ, thì ông Nguyễn Q. Thắng viết như sau: "Bà còn là một thi sĩ với những thi đề có giá trị nghệ thuật của mĩ tính thi ca hiện đại có thể nói thơ bà Thu Vân vượt trên văn bà Thu Vân". Sau đó ông trích bài thơ nổi tiếng của bà nhưng lại cắt mất một phần tựa đề chỉ vì trùng với bút hiệu thật của bà (Nhã Ca!): "Bài … Ca thứ nhất"!

Nhà văn Nhật Tiến khi viết về các nhà văn nữ này đã nhẹ nhàng nhận xét rằng ".. những tác-phẩm viết táo bạo của giới cầm bút phụ nữ, gây cho độc giả một ấn tượng mới mẻ về những ý tưởng muốn thoát ly cái vỏ phụ nữ Á-đông thuần túy..." (*Bách Khoa*, 1967). Gần đây, nhà thơ Du Tử Lê thì khẳng định rằng "Nhã Ca, nhà văn nữ nói "không" với dục tính" trong bài viết cùng tựa đề trên tờ *Người Việt* (CA) số 6-4-2010.

Bộ sách của ông Nguyễn Q. Thắng đã khiến người đọc nhận thấy sự hiện diện quẩn quanh của một chỉ thị nào đó của bộ chính trị!

Cách nhìn của mấy cây viết "phải đạo" như Vũ Hạnh, Lữ Phương, Trần Trọng Đăng Đàn, và nay Nguyễn Q. Thắng đã là một cái nhìn mang tính xã hội, chính trị của một quan niệm *macho toàn trị*, tức không mang tính văn-chương; quan niệm 'bao cấp' này đã lỗi thời và rất bất cập! Các ông Việt cộng này mà sống ở xã hội Âu Mỹ là đã bị các hội phụ nữ bình quyền kiện cáo và có thể mất cả sự nghiệp! Với những tay cộng-sản này, phụ nữ chỉ là công cụ cho chiến-tranh và guồng máy, không được quyền có tình cảm và nguyện vọng nào cả! Khoảng hơn thập niên trước, chúng tôi đã có dịp viết về đề tài Tính dục và nữ quyền này: "*Phải đến Túy Hồng, Nguyễn Thị Hoàng, Nguyễn Thị Thụy-Vũ, Trùng Dương văn chương mới trở thành phương tiện cho nữ quyền và quyền sống. Thật vậy, từ cuối thập niên 1960, người viết nữ đã mạnh bạo đi xa hơn, tự tin hơn và những vấn-đề phụ nữ được chính thức trương lên chữ nghĩa. Cái Tôi, nhân vật chính, nội dung, tình cảm, tình yêu, tình dục, ... không còn là của riêng những nhà văn thơ phái nam (...) Văn chương dục tính hay có dâm tính lại do người nữ viết hình như hấp dẫn hơn vì cũng hình như có tính tự thuật nhiều hơn. Vì từ nay, người nữ làm chủ con người, tư duy, tình cảm và cuộc đời của họ trong văn chương. Làm người nữ, với văn chương! Simone de Beauvoir trong Le Deuxième Sexe (1949) đã phát động cái ý thức nữ quyền đó khi hô hào "On ne nait pas femme, on le devient". Trong văn chương, trong ngôn ngữ, vì là cái có thực, có sự sống. Như vậy, viết trở thành hành động tự xác định của người phụ nữ, trở thành phát ngôn viên chính thức của con người phụ nữ, tiếng nói chính thức và từ tình dục (...) Không đóng vai luân lý, đạo đức nhưng đối với văn chương dục tính, thiển nghĩ tính văn chương sẽ không ở lâu với những quẩn quanh tình dục không lối thoát. Không bắt buộc phải hướng thượng, nhưng nếu nhân vật, hành động và nội dung của văn chương cứ bị tình dục, thân xác giam hãm tù đày, định nghĩa về văn chương hình như đã bị hãm hiếp một cách tội nghiệp vậy! Đây là chỗ khép lại của nhiều thập niên thử nghiệm kể từ khi nhóm Sáng-Tạo đề nghị buông thả và khai phá tình dục trong văn chương...*" (**2**).

Một quan niệm khác mà Nguyễn Q. Thắng hay nói đến và gán cho vài nhà văn, là *sadisme*. Theo các từ-điển thì *sadisme* có nghĩa là "thói loạn dâm gây đau" trong y-học và một cách tổng quát chỉ những trò, những lối sống và cả bút pháp "chủ khoái lạc bạo tàn". Bút pháp của nhà văn Duy Lam mà Nguyễn Q. Thắng gọi là "nhà văn của dòng họ" được ông gọi là "bút pháp nặng tính sadique của văn-chương hiện đại tây phương"(tr. 256). Em ông, nhà văn Thế Uyên thì được xem là "một nhà văn thuộc trường phái sadique như ông tự nhận "có lẽ tôi hơi sadique"" (tr. 325). Khuynh hướng này nhà thơ Nguyên Sa ở Miền Nam đã là người đầu tiên sử-dụng. Sadisme là một ý niệm, một style, nếu áp dụng vào lãnh vực văn chương thì cũng chẳng có gì tai hại cần phải nhấn mạnh. Sau này ở hải-ngoại, trong *Hồi Ký*, Nguyên Sa đã nhắc lại ý niệm này khi nói đến việc Vũ Hạnh phê bình đánh phá tiểu-thuyết *Yêu* của Chu Tử (và đưa đến vụ ám sát hụt Chu Tử của nhóm Đặc công quyết tử Thành Đoàn "Bắn chết Chu Tử để trả thù cho Vũ Hạnh"): "phê bình hiện thực xã hội của Vũ Hạnh là cộng-sản trong hình thức thô bạo và bán khai nhất, kiểu văn thơ nào không đúng với đường lối là tiểu tư sản, là phản động, là "văn-hóa Bolsa", là cánh cửa Lý Bá Sơ đã hé mở". Thứ phê bình đề cao người cùng phe phái, tập đoàn của mình mà bôi đen, xóa bỏ người khác này Nguyên Sa đã gọi đích danh là "sa đích văn-nghệ": "sa đích là tên bị bệnh cuồng dâm, biết mình yếu kém, bất tài vô tướng … trở thành những tên thù hận nhan sắc, giết chết người đẹp, bằm vào khuôn mặt giai nhân rồi hãm hiếp, để tìm thấy trong hành động man rợ cả quyền uy lẫn thoả mãn dục tình. *Phê bình hiện thực xã hội là đỉnh cao của phê bình "sa đích" văn-nghệ"* (3).

4- Bất nhất về thời gian:

Với những nhà văn Việt-Nam Cộng-Hòa sống sót và thoát rời khỏi nước được, về sau tiếp tục sinh hoạt ở hải ngoại, Nguyễn Q. Thắng dừng tiểu sử họ và ngừng ghi tác-phẩm của họ ở mốc 1975, trong khi các nhà văn của Việt Nam cộng sản hay theo Cộng thì lại được tỉ mỉ tiểu sử và tác-phẩm đến ngày xuất bản bộ sách (2008-9). Một điểm khác nữa là Nguyễn Q. Thắng thường trích các tác-phẩm đã đăng báo hơn là từ văn bản đã xuất bản của các tác-phẩm và tác-giả đó. Vậy đây là một tuyển tập văn-học qua báo chí hay văn-học sử? Võ Phiến trước khi xuất bản các tuyển tập về văn-học miền Nam 1954-1975, đã cất công viết một tập Tổng quan, trong khi bộ sách của Nguyễn Q. Thắng chỉ là một sưu tập và tiểu truyện về các tác-giả miền

Nam với những giới thiệu có tính thương mại hơn là đi vào nội dung ngoài những lập luận nghe đã quen từ thời "nằm vùng" của *Tin Văn*, Vũ Hạnh!

Xem bộ sách của Nguyễn Q. Thắng không khỏi nhớ đến dĩ vãng tàn độc đối với nền văn học của những kẻ sống ở miền Nam, trong vùng Việt Nam Cộng hòa bị chiến bại, đã bị 'kẻ thắng' xóa bỏ bằng những nghị định và chiến dịch: *Nghị định 20-8-1975 của Lưu Hữu Phước* bộ trưởng Thông tin văn hóa của chính phủ Cách mạng lâm thời Cộng hòa miền Nam - nghị định cấm lưu hành sách báo xuất bản tại miền Nam trước đó. Nghị quyết Đại hội Đảng lần thứ IV (1976) ghi rõ nhiệm vụ phải "quét sạch ảnh hưởng của tư tưởng và văn hóa thực dân mới" ở miền Nam (Trích từ *Văn Hóa Văn Nghệ Miền Nam Dưới Chế Độ Mỹ Ngụy* (Hà-Nội: Văn Hóa, 1977), tr. 8). Tháng 3-1976, từng đoàn từng đoàn cán bộ càn quét tịch thu hết sách báo xuất bản dưới thời chế độ cũ, để đốt, "tẩy". Chiến dịch thanh toán "bọn văn nghệ sĩ phản động" khởi đầu sáng 3-4-1976, hai ngày sau vụ nổ công viên con rùa đường Duy Tân: công an lùng bắt hầu hết văn nghệ sĩ và trí thức. Sau đó là tù đày, cải tạo, và khi nghi bóng nghi gió lại tiếp tục càn quyét thu vén sách Việt Nam Cộng Hòa như vào tháng 3-1981, nhà cầm quyền ra hẳn một cuốn danh mục sách và tác-giả bị cấm lưu hành: theo Trần Trọng Đăng Đàn tổng kết 3 danh sách từ 1975 đến 1981, là 138 danh tính Việt-Nam và ngoại quốc được dịch – thêm danh sách các tựa sách 'lẽ' bị cấm của những người không có trong danh sách. Những gì không xuất phát từ văn học hiện thực xã hội chủ nghĩa và chuyên chính vô sản tức theo mô hình miền Bắc đều phải xóa bỏ, phủ định, vì "mảng" văn học này bị kết án là "đồi trụy hóa con người", "phục vụ xã hội tiêu thụ miền Nam" tức một thứ "văn học phục vụ chính trị phản động", phản cách mạng - những cái nhãn hiệu có thể làm tiêu mạng sống con người! Từ 1975 đến nay có hơn 20 cuốn sách phê phán xuyên tạc nền văn nghệ Việt Nam Cộng Hòa: văn học tay sai cho thực dân mới cũ nhưng đáng sợ như những trái bom! Như vậy, ngay sau khi "chiến thắng", các cán bộ và cả guồng máy liền gấp rút tấn công và thủ tiêu những thành tích văn-hóa văn-học ở miền Nam trước khi họ đến.

Gần đây đã có vài cử chỉ có tính "xét lại". Và tác-phẩm của nhà văn Việt Nam ở hải ngoại được xuất bản ở trong nước dĩ nhiên đã qua gạn lọc (gần đây thêm Kiệt Tấn - *Em Điên Xỏa Tóc*, Hoàng Khởi Phong - *Người Trăm Năm Cũ*). Riêng tác-phẩm của các nhà văn Việt-

Nam Cộng-Hòa từng bị cấm đoán sau 1975, nay cũng được tái bản (như của Dương Nghiễm Mậu, Lê Xuyên, Thế Uyên, Nhật Tiến, v.v.), vậy mà Nguyễn Q. Thắng làm công việc gọi là văn-học sử lại không cho biết Phi Ích Nghiễm là Dương Nghiễm Mậu! Khi giới thiệu các truyện ngắn của Dương Nghiễm Mậu được NXB Phương Nam hợp tác với NXB Văn Nghệ xuất bản năm 2007, Phạm Xuân Nguyên đã có cái nhìn thích-đáng hơn Nguyễn Q. Thắng: *"Văn chương dân tộc Việt Nam thế kỷ XX, do nhiều hoàn cảnh lịch sử và lý do khác nhau, đã không thuần nhất và thống nhất. Có một thực tế đã trở thành lịch sử là trong giai đoạn 1954 - 1975 đất nước bị chia thành hai miền lãnh thổ với hai thể chế khác nhau và dưới hai thể chế trên hai miền lãnh thổ ấy đã tồn tại hai nền văn chương khác biệt về ý nghĩa chính trị. Nhưng ở những tác giả và tác phẩm tiêu biểu, ở bên này hay bên kia, đó đều là văn chương đúng nghĩa, tức là có giá trị nhân bản, nhân văn đối với con người. Tôn trọng lịch sử thì phải thừa nhận một thực tế khách quan là văn chương Việt Nam thế kỷ XX có các bộ phận khác nhau, và để hình dung bức tranh đầy đủ về văn chương dân tộc thì phải có sự tổng hợp, thống nhất các giá trị văn chương đích thực từ các bộ phận cấu thành ấy. Độ lùi thời gian và hoàn cảnh chính trị xã hội hiện thời của đất nước đã tạo điều kiện cho việc này. Trên tinh thần đó, "Tủ sách văn học miền Nam trước 1975" do Nhà xuất bản Văn Nghệ và Công ty văn hóa Phương Nam phối hợp thực hiện là một ý tưởng và công việc cần thiết và hợp thời, trên cả hai phương diện chính trị và văn chương, đáng được trân trọng và ủng hộ. Lựa chọn in lại những tác phẩm có giá trị văn chương của các nhà văn nhà thơ từng sáng tác ở Sài-Gòn giai đoạn 1954 – 1975 là nhìn văn học ở tư cách văn học dưới con mắt lịch sử. Hơn thế, đó còn là đưa trả lại cho văn chương nước nhà những giá trị xứng đáng của nó và đem lại cho độc giả văn chương những tác phẩm họ cần biết, cần đọc để hiểu đầy đủ, toàn diện hơn nền văn chương dân tộc thế kỷ XX. Có thời ném đá đi và có thời tìm nhặt đá về. Bốn tập truyện ngắn của Dương Nghiễm Mậu (Đôi Mắt Trên Trời, Cũng Đành, Nhan Sắc, Tiếng Sáo Người Em Út) vừa được ra mắt ở Nhà xuất bản Văn Nghệ là trên tinh thần này. Đọc nó, độc giả sẽ được phát hiện một nhà văn xuất sắc với một lối viết hiện đại, thấm đầy chất hiện sinh, đi sâu vào thân phận con người, phơi bày những cảnh ngộ làm người trong một thế giới nhiều bất trắc, phi lý. Do đó đọc ông không thể đọc theo kiểu ngoại quan mà phải bằng con mắt nội quan..."* (5). Công việc văn-hóa của nhà xuất-bản Phương Nam và lập luận của những người làm văn-học như Phạm

Xuân Nguyên đã bị Vũ Hạnh và một chiến dịch chống đối với đủ hăm dọa như ngay sau 1975. Vũ Hạnh vẫn là người cầm đầu chiến dịch: "*...Đem những vũ khí độc hại ra, sơn phết lại, rêu rao bày bán là một xúc phạm nặng nề đối với danh dự đất nước!*". Lịch-sử đất nước và lịch-sử văn-học chắc chắn đã ghi "công" của "vua" Vũ Hạnh! Tác phẩm được tái bản nhưng có còn nguyên văn như văn bản gốc không lại là một vấn đề phải lưu tâm (biên-tập lại)!

Viết văn-học sử mà gọi Nguyễn Đăng Sinh (dancing!?) là Mai Thảo, Đoàn Thế Nhơn thay cho Võ Phiến, Thu Vân và Trần Thị Thu Vân thay vì Nhã Ca, v.v. thì quả là bất thường thật! Không lẽ những danh tính nhà văn Mai Thảo, Dương Nghiễm Mậu, Võ Phiến, Nhã Ca, v.v. hãy còn nhạy cảm và gây dị ứng đến thế sao? (Dĩ nhiên không thể có Hồ Hữu Tường, Duyên Anh, Nguyễn Mạnh Côn, v.v. trong bộ sách của Nguyễn Q. Thắng!). Cũng cần nhắc lại là những nhà văn nhà thơ của miền Nam bị giấu tên trong bộ sách của Nguyễn Q. Thắng cũng là trong số 10 vị từng được gọi là Những Tên Biệt Kích Của Chủ Nghĩa Thực Dân Mới Trên Mặt Trận Văn-Hóa Tư Tưởng cũng là tựa sách do nhà xuất-bản Văn-hóa in năm 1980 (319 tr.) và tái bản nhiều lần. Tập này gồm 11 chương, nêu đích danh 11 nhà văn miền Nam để xóa bỏ sự nghiệp văn-hóa và văn-học của họ, những người theo họ là nguy hiểm nhất vì ảnh-hưởng "di hại"(!) lâu dài. 11 "biệt kích" đó là Vũ Khắc Khoan, Doãn Quốc Sỹ, Nhất Hạnh, Nguyễn Mạnh Côn, Duyên Anh, Dương Nghiễm Mậu, Mai Thảo, Võ Phiến, Hồ Hữu Tường, Nhã Ca và Thanh Tâm Tuyền.

Một nền văn-học giấu mặt, danh xưng đảo lộn, ... thì làm sao đến gần được sự thật mà lại còn lớn tiếng kêu gọi hòa hợp hòa giải? Và phải chăng nền "học thuật một nửa sự thật" này đã khiến cho một giảng viên đại học sư phạm đã không biết Tự Lực Văn Đoàn là gì hoặc Khái Hưng, Nhất Linh, Hoàng Đạo, Thạch Lam là ai (Chương trình Ai là triệu phú? của đài truyền hình Hà-nội, 1-2007).

Thật ra, giới nghiên cứu - giáo-sư hay nhà phê bình, biên khảo, phần lớn vẫn là cán bộ hay đảng viên cộng-sản, do đó nói chung họ vẫn làm theo chỉ thị. Những nghiên cứu tự khoe là "khoa học" (trên các tạp-chí như *Nghiên Cứu Văn Học, Văn Hóa Nghệ An,* v.v.) cũng chỉ là chiếu theo chính sách và nghị-định của đảng và Nhà Nước. Một điều khác không thuyết phục được người làm văn-hóa miền Nam cũ là đám người làm văn-hóa theo chỉ thị này từ thời chiến-tranh Nam-Bắc đến nay thường gọi văn-học Việt Nam cộng hòa là "*văn-học tại các đô thị miền Nam*". Đây là tuyên truyền đã cũ của thời chiến-tranh trước 1975 vì Hà-nội làm như vùng nông thôn và núi rừng là đã thuộc về họ và miền Nam Cộng hòa chỉ thu gọn lại ở các vùng đô thị mà thôi (Nhưng ngoài vòng đai "đô thị" là các vùng nông thôn người CSVN cũng đâu thực sự kiểm soát được, vậy chỉ còn "bưng biền")! Cụm từ *"đô thị bị tạm chiếm"* từng được các nhà viết lịch-sử văn-học trong nước sử-dụng để chỉ các vùng "quốc-gia" và cả "thực dân" trong thời gian từ 1945 đến 1954 tại Hà-Nội. Không lẽ ngàn năm nước ta bị người Hán xâm chiếm, họ cũng phải gọi Việt Nam là vùng bị … tạm chiếm? Và các "đại thi hào" của miền Bắc như Tố Hữu, Chế Lan Viên từng ngự yên hàn ở "đô thị Hà-Nội" mà làm thơ như đang ở chiến trường với các đồng chí! Không riêng gì ở Việt-Nam, mà các nhà văn khắp thế-giới hình như đa phần sống và viết ở những nơi "đô thị"! Trong khi đó, các "sử gia" Việt-cộng lại gọi đám văn công theo MTGPMN là thuộc 'mảng' "văn-học giải phóng" như Phạm Văn Sĩ với cuốn *Văn Học Giải Phóng Miền Nam* (Đại học và Trung học chuyên nghiệp, 1975) với những thành phần có tên bí danh biệt hiệu của những người hoặc tập kết hoặc gốc từ Bắc lén lút (vi phạm Hiệp định Genève 7-1954) vào miền Nam như Anh Đức (Bùi Đức Ái), Nguyễn Trung Thành (Nguyên Ngọc), Huỳnh Minh Siêng (Lưu Hữu Phước), Trần Hiếu Minh (Nguyễn Văn Bổng), Hưởng Triều (Trần Bạch Đằng), ...

Những năm gần đây, chúng tôi từng được đọc những nghiên cứu của vài giáo-sư và luận án của sinh viên trong nước, nội-dung có vẻ thoáng (tức cởi mở hơn) đã dám bàn đến những đề tài từng bị xem là cấm ky trước đó như thơ Nguyên Sa, thơ truyện Thanh Tâm Tuyền, nhóm Sáng Tạo, các văn thơ hiện sinh, siêu thực, v.v. nhưng họ vẫn gọi văn-học đó là *"văn-học tại các đô thị miền Nam"* hay ở *"trong khu bị chiếm"* - như gần đây Trần Hoài Anh có luận án tiến sĩ được xuất-bản với tựa đề *Lý Luận Phê Bình Văn Học Ở Đô Thị Miền Nam 1954-1975* (Hội Nhà văn, 2009; sau đó ông tiếp tục triển khai qua các đề tài/thể-loại của văn-học "đô thị" miền Nam với cuốn *Văn-Học Nhìn Từ Văn-Hóa* (Thanh niên, 2012)). **Đó cũng là lý do khi trong nước viết về văn-học miền Nam thì chỉ nói đến những văn thơ và báo chí tuyên truyền của cán bộ ở các vùng bưng biền và thứ đến là những văn-nghệ sĩ nằm vùng như Sơn Nam, Trang Thế Hy, Vũ Hạnh, Lữ Phương, v.v. mà gọi họ là những "nhà văn yêu nước trong các thành thị miền Nam"!** Dĩ nhiên Việt Nam cộng hòa không phải cái gì cũng tuyệt vời, nhưng văn-hóa văn-học của miền Nam tự do thật sự đã *trội bật hơn hẳn của cộng-sản* Hà-nội, với những đặc tính nhân bản, tự do, khai phóng; nền văn-học đó không thể bị phủ định hay bôi nhọ như cán bộ Hà-nội vẫn làm cho đến nay vì *vẫn được* người đọc và quan tâm đến lịch-sử ở trong nước trân trọng và đón nhận. [Nhân bản, tự do, khai phóng, dân-chủ đã khởi sự từ học đường: các ý niệm này đã được đưa vào chương trình môn 'công dân giáo dục' ở hai năm cuối bậc Trung học với phần 'chính-trị phổ thông'].

Thật vậy, ngập trong não trạng đó nhưng vẫn có những cái nhìn, tiếng nói chứa chan hy vọng – vì chân thực, vì cái Đẹp, cái 'văn-chương', v.v. Như Mai Anh Tuấn, một nhà nghiên cứu văn-học và giáo-sư thuộc thế hệ trẻ hơn những Phạm Xuân Nguyên, Vương Trí Nhàn, ... đã có cái nhìn rất mở về mảng văn-học miền Nam 1954-1975, trong một bài viết, "Tìm lại những tiếng nói", đã kết luận rằng *"Gần bốn thập niên qua kể từ khi đất nước thống nhất, văn chương tiếng Việt đang không ngừng mở rộng không gian tồn tại, nhất là khi một số lượng lớn các nhà văn miền Nam trước 1975 vẫn tiếp tục cầm bút sáng tác ở hải ngoại, ở nơi họ trú xứ. Thành quả sáng tạo của họ đang làm cho giao diện văn chương tiếng Việt mới hơn và cũng khác hơn so với quá khứ. Hệ qui chiếu văn học sử đối với giao diện này chắc chắn phải được lập (thêm) trên nhiều bình diện khác nhau nhằm giảm thiểu những vênh lệch, tắc nghẽn mà bộ khung phương pháp xã hội-lịch sử có phần cứng nhắc đang duy trì. Bởi thế, hiện nay là thời điểm mà ý thức xem xét lại văn học miền Nam dưới chế độ cộng hòa phải được bày tỏ: không thể cùng lúc có hai cực trái chiều mà cơ hồ đều phiến diện như trường hợp Võ Phiến (bộ Văn học miền Nam) và Trần Trọng Đăng Đàn (Văn học thực dân mới Mỹ ở miền Nam những năm 1954-1975). Muốn vậy, cách hữu hiệu trước tiên là hãy để nhiều hơn nữa những tiếng nói xuất hiện, từ/của chính người trong cuộc và của những người đang trải nghiệm, lắng nghe tiếng nói ấy"* (6).

Năm 2012, đến phiên sách Võ Phiến được tái bản, bắt đầu với tập tuỳ bút *Quê Hương Tôi* (NXB Nhã Nam & NXB Thời Đại), nhưng lại ghi tác-giả là Tràng Thiên là bút hiệu đã dùng và đã từng bị chính Võ Phiến loại bỏ: "Tác giả tên thật là Đoàn Thế Nhơn, sinh ngày 20.10.1925 ở Bình Định. Nhà văn nổi tiếng ở miền Nam thời 1954-1975. Viết nhiều loại văn: tuỳ bút, truyện ngắn, tiểu thuyết, thơ, tiểu luận, phê bình, đàm thoại… *Quê Hương Tôi* gồm tập **Đất Nước Quê Hương** in năm 1973 và một số tuỳ bút khác cùng loại". Mùa Hè năm 2013, hai nhà Nhã Nam và Thời Đại xuất bản thêm Tạp văn Tràng

Thiên gồm 20 bài viết. Cả 2 tập tùy bút này đã là đối tượng cho một buổi tọa đàm tại Hà-Nội ngày 9-10-2013 với một số nhà văn "tiến bộ".

Sau bộ sách *Văn-Học Việt-Nam Nơi Miền Đất Mới* của Nguyễn Q. Thắng là vụ Nguyễn Đức Tùng in tập *Thơ Đến Từ Đâu* (và bị kiểm duyệt cắt bỏ nhiều bài và đoạn) gồm những phỏng vấn một số nhà thơ trong ngoài và sau đó là vụ Hội thảo văn học Việt – Mỹ sau chiến tranh được tổ chức tại Hà-Nội cuối tháng 5 đầu tháng 6 năm nay, 2010, vụ trước còn có lời ra tiếng vào, vụ sau chỉ có báo Nhà Nước Việt Nam đưa tin. "Con đường văn học Việt Nam vào Hoa Kỳ": tên nghe kêu nhưng con đường đó chỉ đi rất giới hạn từ Hà-nội đến Trung tâm William Joiner ở Boston rồi trở về, không quá khứ xa hơn cũng không có tính truyền thống lẫn văn-học!

Chú-thích

1- Nguyễn Nam Châu. *Karl Marx, Con Đường Huyễn Hoặc* (Orange Ct, CA: Hoàng Nguyên, 2003). Theo Đỗ Hữu Nghiêm, Nguyễn Nam Châu (20/3/1929 - 2005) vốn tên thật là Nguyễn Văn Chiên và từng là nhạc sĩ thánh-ca với danh hiệu Hoài Chiên.

2- Nguyễn Vy Khanh. "Tản mạn về dục tính và nữ quyền" in *Văn-Học Việt Nam Thế Kỷ XX: Một Số Hiện Tượng và Thể Loại* (Đại Nam, 2004). Chương 10.

3- Nguyên Sa. *Hồi Ký* (Irvine CA: Đời, 1998), tr. 33 và 221-222.

4- "Về sách tiếng Việt bị cầm lưu hành". Văn-Hóa Văn Nghệ Phục Vụ Chủ-Nghĩa Thực Dân Mới Mỹ tại Nam Việt-Nam 1954-1975 (1990), tr. 617-642 - Nguyễn Hiến Lê ghi nhận con số 56 tác-giả bị cấm toàn bộ tác-phẩm vì bị coi là "phản động, đồi trụy" (Hồi Kí 3, tr. 167).

5- Thể Thao & Văn Hóa, 13/4/2007. Năm 2009, Phạm Xuân Nguyên nhân một phỏng vấn đã cho biết thêm: *"Khi tham gia vào một chương trình nghiên cứu cấp nhà nước về văn-học Việt-Nam thế kỷ XX, tôi đã đề xuất một đề tài nghiên cứu văn-học của chế độ VNCH (1954-1975) như một bộ phận của của văn-học Việt-Nam thế kỷ XX. Ý hướng này khi được phát biểu trên báo đã gặp phải những sự phản đối mạnh mẽ, phủ nhận quyết liệt, thậm chí có cả sự quy kết chính-trị cho người đề xuất. Nhưng dưới cái nhìn lịch-sử và khoa học, đây là một đối tượng nghiên cứu không thể bỏ qua"* ("Lý luận phê-bình văn-học dưới thời Việt-Nam Cộng-Hòa: Giá trị ở đâu cũng là giá trị". *Văn Nghệ*, số 17-18, 2009).

6- Mai Anh Tuấn. "Tìm lại những tiếng nói". *Văn Nghệ Trẻ*, số 5-7, 3- 2-2013.

Nhận xét về biên khảo Văn Học Miền Nam 1954-1975

"VĂN HỌC MIỀN NAM 1954-1975 CỦA NGUYỄN VY KHANH: ĐỘNG CƠ THỰC HIỆN CÔNG TRÌNH VÀ Ý THỨC HẠN CHẾ"

Trần Văn Nam

[Nhà thơ và lý luận văn học Trần Văn Nam mất ngày 10-1-2018 sau một thời-gian bạo bệnh; trước đó ông đã viết nhận định sau đây khi bộ biên-khảo của chúng tôi vừa xuất-bản, đã đăng trên một số tạp-chí hải-ngoại và trang mạng Internet]

*

Thoáng đọc những trang đầu dẫn khởi vào sách, cũng gần như Mục Lục (chưa ghi trang của từng chương đoạn), ta đã có cảm tưởng nội dung sách rất phong phú, gần như bao gồm gần hết những vấn đề cần biết về Văn Học Miền Nam 1954-1975. Vào thời kỳ mà độc giả thường tìm đọc sách trên internet, trên Ebooks và tuổi trẻ hải ngoại phần lớn theo hướng học hỏi kỹ thuật hoặc kinh tế; vào thời kỳ mà những người lớn tuổi tại hải ngoại dần dần thưa thớt chỉ còn một ít người lưu tâm về văn học và biết ít nhiều văn chương thời kỳ 1954-1975; vào thời kỳ mà 40 năm qua các thế hệ trẻ trong nước đa số không biết gì có sự hiện diện của nền văn học đó ở quá khứ; thì cuốn sách đồ sộ hơn 1530 trang của Nguyễn Vy Khanh được cho ra đời quả là một công lao biết trước sự trống vắng trước mắt. Vậy mà tác giả cứ tiến hành việc xuất bản, còn thêm hạn hẹp về phổ biến hoặc quảng cáo do quen biết hay ở nơi có đông người Việt cư ngụ, vì tác giả hiện ở Canada; chỉ in và bán sách qua hệ-thống Amazon. Những trang đầu sớm hé lộ cho ta biết rõ động cơ thúc đẩy tác giả quyết chí thực hiên, và khiến ta nghĩ nên cố gắng đọc hết cuốn sách. Nói vậy, nhưng người viết bài này chỉ mới đọc kỹ và đọc hết cuốn sách đầu gồm 760 trang (cuốn thứ hai 768 trang). Vì thời gian giới hạn phải thực hiện việc khác và vì trong cuốn đầu tác giả cũng đã hé lộ cho ta biết cuốn thứ hai sẽ chứa đựng những riêng phần mỗi tác giả mà Nguyễn Vy Khanh đã từng là độc giả và văn chương của họ đã "ở lại" như thế nào trong tâm hồn của Nguyễn Vy Khanh. Có những tác giả nổi tiếng trong Văn Học Miền Nam 1954-1975 mà chưa thấy hiện diện trong phần "Quyển Hạ: Tác Giả", nếu ta đọc kỹ thì các tác giả tưởng như quên lãng ấy thực sự đã được đề cập đến trong "Quyển Thượng: Tổng Quan", nghĩa là nhà biên khảo Nguyễn Vy Khanh không bỏ sót, mà vì theo lời Dẫn Nhập đã nói rõ công trình đồ sộ này vẫn chưa xong trọn vẹn: *"Bắt đầu từ năm 1995, chúng tôi đã dự định sẽ viết tổng quan về từng tác giả thuộc Văn học Miền Nam thời 1954-1975; nay hơn 20 năm sau, chúng tôi chỉ mới viết về một phần nhỏ các tác giả này, nhưng quyết định xuất bản công trình này vì nhiều lý do, xem như đánh dấu chấm dứt cho một công việc, một đoạn đời"* (trang 16). Như vậy, ta đã hiểu Tổng Quan trong Quyển Thượng là tổng quan cho một nền văn học quá khứ, còn Tổng Quan cho từng tác giả thì ở Quyển Hai (còn dở dang mà cũng đã đạt tới 768 trang).

Vậy thì ta nên liệt kê ngay những động cơ nào đã khiến nhà biên khảo Nguyễn Vy Khanh đã dầy công biên soạn cuốn sách, như đã nói trên, dù biết trước công trình của mình sẽ được đón nhận không mấy cân bằng với công sức bỏ ra thực hiện. Tạm kể như khám phá nhưng thực ra những hé lộ soạn giả đã sớm báo hiệu cho ta nhận ra: - Động cơ lòng Yêu Thích Văn Chương Đã Ở Lại Với Tác Giả Khi Còn Học Bậc Trung Học – Động cơ sẵn vốn kiến thức Triết Học Tây Phương khiến tác giả đào sâu triết học một thời gây ảnh hưởng vào Văn học Miền Nam – Động cơ liệt kê sắp xếp sao cho trọn vẹn do quen với nghề nghiệp chuyên viên thư viện – và cuối bài xin bàn về ý thức có sự hạn chế cho công trình của mình… Ở động cơ thứ hai, người viết bài này nhận định tác giả có xu hướng nghiêng về Triết Học Tây Phương, nhận định như vậy có phần nào căn cứ vào thành quả một thời theo học trước năm 1975 của soạn giả: Cử Nhân Giáo Khoa Triết Học (1973) và Cao Học Triết Tây ở Đại học Văn Khoa Sài Gòn (1975). Đọc thấy ngay ở trang 18, tác giả phân chia các Giai Đoạn Văn Học Miền Nam trước 1975 thành 2 phần bao quát: 1954-1963 và 1964-1975. Bao quát như vậy là do tác giả căn cứ vào hai biến cố lịch sử: Hiệp Định Genève cấu tạo thành nước Việt Nam Cộng Hòa từ vỹ tuyến 17 đến Mũi Cà Mau nằm dưới chế độ Ngô Đình Diệm. chỉ có vài tháng đầu còn ở dưới ảnh hưởng Pháp quốc; và chế độ gọi là Đệ Nhị Cộng Hòa với cuộc chiến tranh lớn có Mỹ tham dự trực tiếp, chỉ hai năm sau cùng thì Mỹ mới phủi tay ràng buộc. Tính chất của hai phần này (theo tác giả) cũng bao quát hai điều dễ nhận ra do hệ tư tưởng có những nét chi phối trong xã hội Miền Nam 1954-1975: *"thời gian từ đầu năm 1954 là con người Thần-tính, chuyển sang con người Hiện-sinh; và kế đó là con người Dấn-Thân"* (trang 590). Ba tính chất này không song hành theo biến cố lịch sử như hai phân chia giai đoạn kể trên mà vận hành theo ba ảnh hưởng lớn: Triết Lý Nhân Vị phát huy dưới chính thể Ngô Đình Diệm; và thứ hai là ảnh hưởng Triết học Hiện sinh do các giáo sư du học ở Tây phương trở về giảng dạy trong các trường Đại Học, song hành với lối sống buông thả không thấy tương lai thời chiến tranh chẳng biết bao giờ mới chấm dứt; và thứ ba là là Con Người Dấn Thân cũng do một vài Giáo sư Đại học gây tác động; một phần nào do có những người Dấn Thân cho bên này hoặc bên kia từ sau biến cố Tết Mậu Thân năm 1968. Phân chia tính chất con người như vậy thì theo thiển nghĩ tác giả Nguyễn Vy Khanh có tầm nhìn theo hướng hệ-trọng-hóa Triết Học Tây phương, thấy ở đâu cũng có ảnh hưởng của nguồn Triết học Hiện sinh. Con người Hiện sinh cũng từ nguồn đó; Con người Dấn Thân cũng từ nguồn đó. Theo thiển nghĩ, nguồn ảnh hưởng đời sống người Việt Nam; về mặt tiêu cực do thời thế chiến tranh không lối thoát, do xã hội dần dần chuyển hóa theo hướng tiến bộ kỹ thuật và tiêu thụ; do khía cạnh xấu của kiến thức. Còn về mặt tích cực thì do khía cạnh tốt của kiến thức, bao gồm đan xen nhiều hệ tư tưởng đạo đức và tôn giáo đã sẵn có hoặc mới phổ biến sau năm 1954. Liên hệ đến các Giai đoạn Văn học và sự hình thành con người văn hóa giới hạn từ 1954 đến 1975 là điều còn phải bàn sâu bàn rộng.

1/ Động Cơ Yêu Văn Chương Ở Lại Mãi Từ Khi Vào Trung Học: Ngay khi vào sách, nhà biên khảo Nguyễn Vy Khanh đã bộc lộ động cơ tiềm tàng suốt cả một đời, chính sự âm ỉ ấy khiến ông gắn bó viết được cuốn sách đồ sộ này, không phải viết một lúc mà lần hồi quy tụ các bài viết rải rác, đã đăng trên báo, đã từng hiện diện một số đoạn trong các cuốn sách xuất bản trước đây của ông. Dù quy tụ qua thời gian, nhưng tài liệu phong phú, nhận định với quan điểm khách quan có khi chủ quan theo hướng tâm hồn thưởng ngoạn những điều gì hay đẹp của văn chương. "Nghiên-cứu, Sưu-tầm, Nhận-định" này… đáng được kể như một công trình đồ sộ văn học, cho dù chưa chắc được chấp nhận với cả trong nước và ngoài nước. Sẽ xin nói sau trong phần Ý hướng Thống Nhất Nhân Tâm Về Văn Học và Ý thức Hạn chế. Trở lại động cơ khởi đầu làm nhà biên khảo một đời gắn bó với văn chương, tác giả đã giải bày ở những trang đầu khi vào sách nơi trang 13 và 14: *"…Văn học Miền Nam cũng như nắng ấm miền*

Nam, đã đến và ở lại với chúng tôi, từ những năm đầu trung học... cái còn lại cuối cùng vẫn chỉ là văn chương". Xác định như vậy đã cho biết Nguyễn Vy Khanh ở thế hệ tuổi rất nhỏ lúc di-cư vào Nam năm 1954 (ông sinh năm 1951), chỉ mới 3 tuổi, nhưng khi vào các lớp trung học tiếp thu văn chương chữ nghĩa thì ở vào thời thế đầy biến động về chiến tranh; đầy tác động về ý thức hệ. Có thể do ảnh hưởng từ cha mẹ thuộc thành phần trí thức, trong nhà có nhiều sách báo văn chương xuất bản ở Sài Gòn, ông sớm tiếp thu thêm nhiều hiểu biết về văn học, song hành với những tiếp thu từ nhà trường mà đa số giáo sư văn chương cũng từ miền Bắc di cư vào Nam năm 1954. Chắc ông có đọc qua báo Đời Mới, báo Nhân Loại và báo Thẩm Mỹ, ba tờ báo nhiều tính văn học hơn hết hiện diện giữa thập niên 1950, nhưng lưu dấu sự hiện diện đến đầu thập niên 1960, nhờ vậy thế hệ Nguyễn Vy Khanh có dịp tiếp xúc, nhất là đối với thơ. Có ai nhắc lại thì ông nhớ ra mình từng biết các báo ấy. Chẳng hạn như ông đã có nhắc đến nhà thơ Hồ Hán Sơn từng có những bài thơ hay đăng trên báo Đời Mới, hoặc nhà thơ Vân Long cũng từng hiện diện trên tờ tuần báo này, hoặc biết được một số chi tiết về nhân sự của báo Nhân Loại (ở trang 50 và 132) mà ít ai biết đến. Dĩ nhiên càng về sau, khi ở tuổi thanh niên rồi trưởng thành rồi già dặn thì văn chương ở lại trong tâm hồn ông càng nhiều nhớ tưởng, càng nhiều chi tiết, càng rõ nét về khuynh hướng yêu văn học miền Nam đa dạng và phức tạp chen lẫn những vận động ý-thức-hệ. Có phải ý-thức-hệ của nhà biên khảo Nguyễn Vy Khanh thì khá rõ ràng thiên về Văn hóa Tây phương (sẽ nói đến ở phần "Động Cơ Do Kiến Thức Triết Học Tây Phương Đưa Vào Biên Khảo" của Nguyễn Vy Khanh). Cái còn ở lại với Nguyễn Vy Khanh là văn chương, nhất là thi ca. Do đó, ông trích dẫn rất nhiều câu thơ hay trong phần thơ chiến tranh (ông phân biệt ra ba tiểu-đoạn: "thơ chiến tranh-thơ binh lửa-thơ phản chiến". Ta nhận ra chỉ có một chút khác biệt: thơ chiến tranh có ý nghĩa như chiến tranh là một tai ương cho nhân loại; thơ binh lửa dường như thơ của những quân nhân có tham dự vào cuộc chiến như Thanh Tâm Tuyền, Tô Thùy Yên, Phạm Ngọc Lư, Cao Hoành Nhân...; và thơ phản chiến dường như là thơ của những người ngoài cuộc mà suy tư về chiến tranh". Theo thiển nghĩ, phân biệt như vậy có sự giống nhau giữa thơ chiến tranh và thơ phản chiến; trong khi những người tham dự trực tiếp thì phần trích dẫn thiếu thơ của Trần Hoài Thư (quân nhân thuộc đội thám báo của sư đoàn trách nhiệm các tỉnh từ tỉnh Bình Định đến tỉnh Quảng Ngãi trước năm 1975); hoặc thơ của Lâm Hảo Dũng (quân nhân thuộc binh chủng pháo binh trấn đóng ở vùng ba biên giới). Tuy nhiên trong Quyển Hạ thì có những nhận định hai nhà thơ này. Có thể còn vài nhà thơ nhà văn quân nhân không thấy có tên. Ta nghĩ tác giả không cố tình quên mà vì số lượng các nhà thơ văn trong thời chiến khá đông... Ông nêu ra những người làm thơ lục bát mới (từ ngữ tân kỳ, ngắt câu bất ngờ) tưởng như khá ít ỏi, thực ra thì dồi dào, sở dĩ ta thấy ít ỏi vì ông có thiện ý nhắc nhở một số nhà thơ, tuy ít quen tên, mà lục bát của họ đã ở lại trong tâm hồn ông, Còn lục bát tân kỳ thời Văn học Miền Nam 1954-1975 đã ở lại trong tâm hồn đa số người, trong đó cũng có ông, thì đã không hiếm gì trong sách báo vẫn tồn lưu đến giờ, nhất là được lưu lại ở hải ngoại. Thơ tình cũng một cách thiện ý ấy; nhắc đến thơ tình của một số tác giả dường như ít được biết đến như thơ Lâm Vị Thủy (thuộc nhóm Tạp chí Phổ Thông của nhà thơ Nguyễn Vỹ), hoặc một khía cạnh trong thơ Nhã Ca: vài bài thơ tình lấy cảm hứng từ kinh sách Cựu Ước của Thiên Chúa Giáo (trang 289). Người cùng thế hệ, cùng trong bầu khí chiến tranh, ông nhớ đến nhiều những số báo đặc biệt của Tạp chí Văn, những số báo thỉnh thoảng lại trở lại chủ-đề "Những Người Viết Trẻ" và "Thơ Văn Có Lửa". Điều này cho thấy nhà biên khảo Nguyễn Vy Khanh như có khuynh hướng đề cập nhiều hơn Văn học Miền Nam thời Đệ Nhị Cộng Hòa từ 1964 đến 1975, đó là thời kỳ chiến tranh khốc liệt mà Văn Học lại không phản ánh đầy đủ sự phong phú của nó. Bởi thành phần nhà văn nhà thơ góp phần sáng tác thì không có báo chí trong tay để phổ biến, vì họ là những quân nhân trực tiếp tham dự nơi tiền tuyến, hoặc ở các ngành nghề cũng liên hệ đến chiến tranh nhưng không là nghề làm báo. Báo liên hệ đến quân đội đều thuộc về chính quyền; họa hoằn mới có báo quân đội không cần chịu quy chế nạp bản cho kiểm duyệt trước khi phát hành, chẳng hạn như tờ tuần báo "Khởi Hành". Thời chiến tranh cao điểm, âm nhạc giữ vai trò tác động tâm hồn quần chúng, mà nhạc này thì cũng đều được sáng tác từ những nhạc sĩ ở nơi đô thị có lẽ không phản ánh tính hiện thực nhiều chiều cạnh của chiến tranh, của xã hội nơi khói lửa tràn lan; chỉ có tính đau buồn chung chung về đất nước, ảnh hưởng đến người sống nơi đô thị nhiều hơn ở nơi hẻo lánh ruộng đồng. Văn thời chiến tranh đã ở lại trong tâm hồn nhà biên khảo rải rác ở những tiểu thuyết, truyện ngắn, của những tác giả muốn gửi lại cho đời những thông điệp về nhân bản, về sự bất công, về sự hy sinh mất mát, như ở cuốn "Vòng Đai Xanh" của Ngô Thế Vinh, "Dấu Binh Lửa" của Phan Nhật Nam, "Nỗi Bơ Vơ của Bầy Ngựa Hoang" của Trần Hoài Thư... Truyện của Văn học Miền Nam dĩ nhiên ông không thể không nhắc đến Võ Phiến, Bình Nguyên Lộc, Sơn Nam, Dương Nghiễm Mậu, Mai Thảo, Thanh Tâm Tuyền, Doãn Quốc Sỹ, Viên Linh, Nhật Tiến, Thế Uyên, Y Uyên... Ông còn đề cập đến truyện của các nhà văn sau này mới biết là "nằm vùng" hoạt động cho Mặt Trận Giải Phóng Miền Nam chống chính quyền Việt Nam Cộng Hòa. Những người ấy là Vũ Hạnh, Ngụy Ngữ, Thế Vũ, Trần Hữu Lục, Trần Duy Phiên (từ trang 202 đến 205). Nhà văn nhà thơ thời Văn Học Miền Nam phải nói là quá nhiều, vì lẽ đó ông cũng quên không nhắc đến văn truyện của Doãn Dân và Hoàng Ngọc Hiển, mà ở hải-ngoại mới thời gian gần đây nhà văn Trần Hoài Thư đã thực hiện hai số báo đặc biệt để tưởng niệm, một người thì tử trận mất xác, một người thì suốt thời kỳ quân ngũ trấn đóng nơi rất nguy hiểm ở ven quốc lộ 13, vùng mật khu của Mặt Trận Giải Phóng Miền Nam. Về kịch bản, văn chương có vẻ ở lại tâm hồn ông qua những vở kịch có bối cảnh vùng sa mạc Trung Á thời quân Mông Cổ một thời oanh liệt, như "Người Viễn Khách Thứ Mười" của Nghiêm Xuân Hồng, "Thành Cát Tư Hãn" của Vũ Khắc Khoan (từ trang 359 đến 363).

2/ Động Cơ Do Kiến Thức Triết Học Tây Phương Đưa Vào Biên Khảo: Về bộ môn biên khảo, như đã nói ở đoạn trước, nhà biên khảo Nguyễn Vy Khanh như nghiêng nhiều về kiến thức Triết học Tây phương. Còn lại trong tâm hồn, văn chương có lẽ nặng hơn triết học, vì lẽ đó nên nhà biên khảo biểu hiện sự thông cảm phần nào với cách thức "triết học nhào nặn vào văn chương" của một số tác giả đa số vốn là giáo sư triết học: những từ ngữ thoát thai từ trộn lẫn hai môn học này nghe thật hay được nhắc lại, khiến ta lưu tâm trước vẻ kỳ ảo của nó. Ví dụ Trần Nhựt Tân với các tựa đề: "Đi Tìm Ca Dao Trên Tọa Độ Không Thời", hoặc "Đinh Hùng Trên Lưng Cánh Chim Dĩ Vãng"; "Nguồn Nước Ẩn Của Hồ Xuân Hương" (Đỗ Long Vân); "Một Lối Tìm Về Triết Lý Cuộc Đời Trong Ca Dao Việt Nam" (Lê Tuyên); "Thiên Nhiên Trong Thi Ca Holderlin" (Hoàng Châu Thanh, có lẽ đây là bút hiệu của Giáo sư Lê Tôn Nghiêm); "Đi Cho Hết Một Đêm Hoang Vu Trên Mặt Đất" (Phạm Công Thiện); "Vũ Trụ Thơ" (Đặng Tiến); "Sa Mạc Lan Dần" (Bùi Giáng)... Trong đó là những nhào nặn giữa văn chương và triết học của Nietzche; của Hiện Tượng Luận Husserl và Merleau Ponty; của Sartre, Camus, Heidegger, Bachelard... Những trang nhiều thi tính của Camus trong "Kẻ Xa Lạ" và của Sartre trong "Buồn Nôn" khiến ta cũng không thể không kể đến tính thẩm mỹ trong văn các nhà văn với khuynh hướng Dấn Thân này. Nhận định của Sartre qua Nguyễn Vy Khanh trích dẫn, ta biết thêm văn chương nhào nặn vào Hiện Sinh như thế nào. Trước đây ta chỉ biết Hiện Sinh biểu hiện trong nội dung, không rõ thể hiện như thế nào bằng hình thức, nghĩa là cách bộc lộ qua chữ nghĩa. Cách làm cho Hiện Sinh nhào nặn vào văn chương theo Sartre như sau: "… *lối chấm câu, xuống hàng, một cách tạo hình ảnh… sử dụng những yếu tố ngôn ngữ, ngữ pháp… lựa chọn ẩn dụ, hoán dụ, so sánh… sau đó sẽ khai triển Ý Nghĩa Hiện Sinh của bút pháp hiểu như một Lối Viết Riêng Biệt…*"(trang 425). Đọc trọn vẹn Quyển Thượng của bộ sách biên khảo đồ sộ này, có một điều độc giả dễ nhận ra hơn hết: Tác giả Nguyễn Vy Khanh biết rất nhiều tư liệu và đề cập khá dồi dào về nhóm Hành Trình, nhóm Trình Bầy, nhóm Tinh Việt Văn đoàn, các nhà văn Công Giáo (có vài vị xem như Thiên Tả); và các giáo sư viết sách cho đến nay được coi là học giả về Triết học Hiện Sinh như Trần Thái Đỉnh, Lê Tôn Nghiêm; các giáo sư Đại học Văn Khoa xuất thân từ các trường đại học ở Âu Tây như Nguyễn Văn Trung, Nguyễn Nam Châu, Trần Văn Toàn, Lê Thành Trị, Bùi Xuân Bào, Nguyễn Khắc Hoạch, Thanh Lãng, Trần Bích Lan (Nguyên Sa),… Nói như vậy, nhưng trong sách của Nguyễn Vy Khanh cũng dồi dào phần đề cập đến các nhà văn nhà thơ, các nhà biên khảo, các tập san, một thời nổi tiếng như Tuệ Sỹ, Nhất Hạnh, Bùi Giáng, Phạm Công Thiện, Tạp chí Tư Tưởng của Đại học Vạn Hạnh, Tạp chí Giữ Thơm Quê Mẹ của nhà xuất bản An Tiêm; các sách biên khảo của nhà xuất bản Lá Bối. Dồi dào kiến thức phía Công Giáo xem như Thiên Tả trong sách của Nguyễn Vy Khanh, nhiều chi tiết mà trước đây người viết bài này chỉ thoáng biết mơ hồ như Tạp chí Đất Nước, Tạp chí Hành Trình của nhà xuất bản Nam Sơn; hoặc Tạp chí Trình Bầy gồm những ai điều hành và cộng tác. Các sách biên khảo Văn Học Miền Nam khác mà người viết bài này từng đọc qua, thấy không đầy đủ điều cần muốn biết về các Tạp chí thuộc khuynh hướng Dấn Thân. Đây là điều rõ nét riêng trong sách này, còn về những vấn đề thuộc Văn học Miền Nam khác thì dĩ nhiên phải dồi dào trong bộ sách. Từ trang 71 đến 76, ông Nguyễn Vy Khanh kiểm điểm khách quan sự du nhập tư tưởng Tây phương như sau đây: "*Ngay từ khi nền Đệ Nhất Cộng Hòa được chính thức thành lập ngày 26/10/1956, chủ trương văn hóa duy linh và nhân vị đã được nâng cao lên hàng quốc sách… chủ nghĩa Nhân vị được các vị lãnh đạo đề xướng và thực thi… để phê phán các vấn đề triết học, sử học, luân lý, văn nghệ và giáo dục… Cũng từ năm 1957, Nguyễn Nam Châu (tốt nghiệp Đại học Louvain ở nước bỉ) đã nói đến sứ mạng văn nghệ trong "Những Nhà Văn Hóa Mới" và "Sứ Mệnh*

Văn Nghệ" (cả hai do Đại Học xb.1958 tại Huế)... đặt lại vấn đề văn nghệ (chủ đích, ảnh hưởng, cái Đẹp, văn nghệ và vấn đề siêu hình)... Bài diễn văn của Camus (Camus nói đến một sự tự nguyện nhập cuộc, dấn thân và tinh thần đồng đội trong một tình cảnh không lựa chọn)... giáo sư Nguyễn Văn Trung (cũng tốt nghiệp ở Đại học Louvain) sử dụng (triết học Sartre) như quan điểm hiện đại, hợp thời... văn chương hôm nay không thể không vị-nhân-sinh, tức đã là dấn thân... ". Tác giả Nguyễn Vy Khanh tiếp tục kiểm điểm dấu vết của Triết học (nhất là Tây phương) thấy có 2 nhóm: nhóm du nhập tư tưởng do các người tốt nghiệp từ những Đại Học ở Pháp, Bỉ, Thụy Sĩ; ngoài hai người đã kể trên, còn các vị như Nguyễn Khắc Hoạch, Trần Văn Toàn, Nguyên Sa, Thanh Lãng, Lê Tuyên, Lý Chánh Trung. Nhóm thứ hai du nhập kiến thức từ các vị tốt nghiệp ở Anh hay Nhật Bản hoặc Ấn Độ như Đỗ Khánh Hoan, Lê Văn, Thích Minh Châu, Lê Xuân Khoa... Càng về sau, Triết học Hiện Sinh của Sartre và Camus, của Karl Jaspers và Gabriel Marcel, của Nietzche và Heidegger, Triết lý Phân Tâm học Vật chất của Gaston Bachelard, Cấu Trúc Luận của Claude Levi Strauss... càng được phổ biến trong báo chí Văn học Miền Nam, và Nguyễn Vy Khanh không phải chỉ đôi lần viết đến trong sách của ông. Dĩ nhiên song hành với Triết lý Đông phương, nhất là ảnh hưởng Triết học Phật giáo, trong Văn học Miền Nam thời kỳ 1964 đến 1975 (theo sự phân chia thành hai giai đoạn Văn học Sử Văn học Miền Nam của Nguyễn Vy Khanh). Nguyễn Vy Khanh trình bày rõ nội dung bài viết "Rời Bỏ Nền Văn Chương Trú Ẩn" của Nguyên Sa đăng trong tạp chí *Đất Nước* (số 2 năm 1967). Bài "Phê Bình quan điểm cách mạng xã hội của hai ông Nguyễn Văn Trung và Lý Chánh Trung" do Nguyễn Trọng Văn viết dưới bút hiệu Nguyễn Văn Bảy); bài "Văn Nghệ Trước Mưu Đồ Bất Chính Của Hệ Thống Chiến Tranh Lạnh" của Thế Nguyên... cũng đã được Nguyễn Vy Khanh tóm tắt cho ta biết nội dung (ở trang 97). Tác giả Nguyễn Vy Khanh có liên hệ đến cuốn sách *"Văn Hóa Văn Nghệ Miền Nam Dưới Chế Độ Mỹ Ngụy"* xuất bản năm 1977 ở trong nước của ông Trần Hữu Tá (phê bình ảo tưởng của nghiên cứu xã hội chủ nghĩa thời Văn học Miền Nam). Một đoạn được Nguyễn Vy Khanh trích ra như sau ở trang 118: *"... nghiên cứu về Mác Luận (Marxologie), một thứ triết thuyết xuyên tạc chủ nghĩa Mác chân chính, tước bỏ hết nội dung cách mạng... và Mác biến thành một nhà triết học tư biện".* Cũng nên nhớ, trước khi có sự du nhập Triết học Tây phương từ các giáo sư tốt nghiệp chuyên ngành, ta cũng từng biết đến những tư tưởng này khá sớm qua vài bài viết của các nhà văn

Tam Ích, Nghiêm Xuân Hồng, tuy rằng rời rạc chen lẫn với văn chương, tuy vậy cũng một thời làm độc giả lưu ý tinh chất tân kỳ trong những lập luận, nhất là những đoạn về tri giác cụ thể hay Trực quan hiện sinh của Sartre; hoặc con người bị kết án tự do có vẻ lạ lùng cũng của Sartre ("l'homme est condamné à être libre"- Nguyễn Vy Khanh nhắc đến ở trang 95). Đi vào chi tiết du nhập triết học Tây phương góp phần hình thành Văn học miền Nam, tác giả Nguyễn Vy Khanh lần lượt nêu ra: Du nhập Phê bình Hiện sinh với Giáo sư Nguyễn Văn Trung qua phân tích truyện của Dương Nghiễm Mậu, Thảo Trường, Thế Nguyên. Du nhập Phê bình Hiện Tượng Luận của Husserl (đồ đệ của Husserl gồm khá nhiều triết gia danh tiếng như Heidegger, Bachelard, Sartre) cho nên phê bình theo hướng trên là nói chung, trong đó phảng phất ảnh hưởng của triết gia này hay triết gia khác trong bầu khí Hiện Tượng Luận: như Lê Tuyên (Một Lối Tìm Về Triết Lý Cuộc Đời Trong Ca Dao Việt Nam); Đỗ Long Vân (Nguồn Nước Ẩn của Hồ Xuân Hương); Bùi Xuân Bào (không phải bài báo mà là Luận án Tiến Sĩ Văn chương trình ở Đại học Sorbonne Paris: Biện Chứng Thời Gian-Le Dialectique de la Durée); Trần Nhựt Tân (Tôi Đi Hái Trái Tim Đinh Hùng Theo Địa Bàn Không Gian và Thời Gian); Đặng Tiến (Vũ Trụ Đinh Hùng), Nguyễn Châu (cũng không phải bài báo mà là Luận án Cao Học Triết Tây: Ảnh Tượng Trong Triết Học Bachelard). Hoặc hướng phê bình theo thiển nghĩ gần như là "Giải Cấu Trúc"của Huỳnh Phan Anh qua cuốn "Văn chương và Kinh Nghiệm Hư Vô", cũng như qua sách "Tác phẩm Văn Chương". Có thể nghĩ ông bàn luận theo hướng Giải Cấu Trúc, vì Hùynh Phan Anh đã có nhận định như sau: "*… tác phẩm không là một trạng thái, nó là một vận hành… tác phẩm là khả thể, vô số những khả thể. Nó mở ra vô cùng… tác phẩm ước muốn hư vô, ước muốn cái không có gì…*" Những phê bình này được Nguyễn Vy Khanh trình bày rõ ở trong sách, từ trang 394 đến trang 458. Các phê bình nhận định thơ văn Bùi Giáng, Phạm Công Thiện, Tuệ Sỹ, Ngô Trọng Anh, thì cũng không hiếm trong sách của Nguyễn Vy Khanh. Chủ điểm của phần viết này muốn nêu ra động cơ kiến thức Triết học Tây phương có phần nào giúp Nguyễn Vy Khanh làm nên công trình biên khảo. Những nhà biên khảo phê bình thuần túy văn học như Lê Văn Siêu, Nguyễn Hiến Lê, Cao Huy Khanh, Nguyễn Văn Sâm, Phạm Thế Ngũ, Phạm Việt Tuyền, Lê Ngọc Trụ, Lê Huy Oanh… qua nhận định của Nguyễn Vy Khanh thật là thiết yếu cho ta biết những nét đại cương trong sách của họ; cùng hơn 40 nhà nhận định phê bình khác được liệt kê đầy đủ làm rõ sự phong phú của Văn Học Miền Nam (từ trang 451 đến 456). Riêng về người viết bài này thời Văn Học Miền Nam cũng có dự phần đóng góp một số biên khảo nhận định, nhất là từng sáng tác Thơ Văn Xuôi, được nhà phê bình Nguyễn Vy Khanh xếp vào loại phổ biến tư tưởng Siêu Hình và cổ động Văn chương theo hướng Hiện Đại (trang 84 và 220)… Tương tự như nhà phê bình Đặng Tiến trong nguyệt san *Tin Sách* năm 1963, khi điểm qua tập thơ của Trần Văn Nam, có nhận định "điều đáng trách" của TVN là đề cập đến một số tư tưởng không nên biết với tuổi trẻ thời ấy, như tư tưởng của Sartre (?) của Feuerbach (?). Lúc xuất bản hạn chế tập thơ, mặc dầu in ấn lối typo, TVN vừa tròn tuổi 23 vào năm 1963.Và người viết bài này cũng đã đôi lần cải chính: Đem vài đoạn ngắn tư tưởng trừu tượng làm thành các văn ảnh hay huyền truyện (theo thể Thơ Văn Xuôi) thì chủ đích thiên về nghệ thuật hơn là nghiêng về tư tưởng… Tiếp tục, do động cơ lưu tâm Triết học Tây phương, nên Nguyễn Vy Khanh nhắc đến sự công nhận đã phổ biến Triết Học Hiện Sinh ở Miền Nam trong Bản Kiểm Thảo của Giáo sư Nguyễn Văn Trung trình bày cho chính quyền mới sau năm 1975 (trang 446). Giáo sư Trung nói những người phổ biến Triết Học Sartre vào Văn Học Miền Nam gồm có vài giáo sư Đại học, trong đó có ông và Giáo sư Linh Mục Trần Thái Đỉnh. Giáo sư Đỉnh cải chính: chỉ Giáo sư Trung mới là người phổ biến sâu rộng tư tưởng của Sartre (theo thiển nghĩ: Giáo sư Nguyễn Văn Trung phổ biến khuynh hướng Dấn Thân của Sartre nhiệt tình hơn khuynh hướng Trực quan Hiện Sinh từng áp dụng qua cuốn "Ca Tụng Thân Xác"). Giáo sư Đỉnh quả là người đã "nghiêm khắc phê phán Triết Học của Sartre". Đọc nơi cuốn "Triết Học Hiện Sinh" (xb trước 1975; Nxb Văn Học ở Hà-Nội tái bản năm 2005), Linh Mục Đỉnh có viết về Sartre trong 49 trang - từ trang 298 đến 346 - trình bày khúc chiết khía cạnh chuyên môn Triết Học rất khó hiểu của Sartre ở tác phẩm "Hữu Thể và Hư Vô" (L'être et le néant). Linh Mục Đỉnh đánh giá như sau: *"Các học giả công nhận đây là kỳ công của Sartre: triết nhân đã gửi vào cuốn sách này tất cả những gì là tinh hoa của tư tưởng ông. Trong hơn bảy trăm trang giấy đen nghịt những chữ, qua những phân tích đôi khi rất tinh vi về những cảnh huống sinh tồn, Sartre đã vạch trần những dự tính thầm kín của con người, cả những ý hướng mà con người vì "ngụy tín" đã tự bịt mắt để khỏi nhìn nhận".* Đây là đoạn Giáo sư Đỉnh khen Triết học Sartre, khen những mô tả Hiện-Tượng-Luận hay Trực quan Cụ thể Hiện sinh (Sartre khởi đầu áp dụng Trực quan này trong Tiểu thuyết "Buồn Nôn"); còn đoạn ông nghiêm khắc phê phán Triết học

Sartre ở chỗ Triết Học Sartre không có Giai Đoạn Tổng Hợp Đề khi giải quyết Biện Chứng Mâu Thuẫn giữa hai điều gì đối nghịch (ví dụ Mâu thuẫn giữa Tinh Thần và Tự Nhiên của vạn vật, Hegel tổng-hợp-đề bằng Giai đoạn Thuần Lý sau cuộc Hành Trình Hiện Tượng Hóa của Tinh Thần để thăng hoa thành Tinh Thần Tuyệt Đối. Còn Mâu thuẫn giữa Tư bản và Vô sản, Marx tổng-hợp-đề bằng Cần lao đưa tới chế độ Cộng Sản. Triết Học Sartre không có giai-đoạn Tổng-hợp-đề giữa "être en-soi và être pour-soi", tức là giữa chủ-thể và khách-thể nói cho dễ hiểu.Thực ra thuật-ngữ être-ensoi và être pour-soi theo cách dùng của Sartre thì chính Giáo sư Đỉnh cũng xác nhận Sartre viết quá chuyên môn về Triết học nên rất khó hiểu. Không có giai-đoạn tổng-hợp-đề nên Triết học Sartre chủ trì Tất Cả Vũ Trụ Con Người Vạn Vật đều Phi Lý. Từ Phi lý trong chuyên môn Triết học đưa tới Phi lý trong đời người, trong xã hội, nên Triết học Sartre bị Giáo sư Đỉnh nghiêm khắc phê phán như sau đây: "Ông coi cái chi cũng tồi, xấu, nôn, y như kiểu con nhà giàu ngồi trước mâm cơm đầy cao lương mỹ vị mà vẫn ngoảnh đi không muốn ăn… chúng tôi không phủ nhận giá trị văn học của Sartre, nhất là phần phân tích tâm lý học. Chúng tôi chỉ phê bình triết nhân sinh của Sartre thôi… Hễ hết nếp sống trưởng giả, thì cái nọc hiện sinh của Sartre cũng sẽ hết thời. Dân cần cù Việt Nam đòi một triết học hợp với sinh hoạt của mình hơn."

3/ Động Cơ Phải Thực Hiện Nghiêm Túc Do Quen Nghề Chuyên Viên Thư Viện: Phần tổng quan của một nền văn học là phần khó nhất trong bất cứ một cuốn sách biên khảo nào. Tâm trí của tác giả đầu tư vào phần này, vì nó đòi hỏi sự hiểu biết nhiều chiều cạnh để tổng hợp, chương nào phải là chương khởi đầu, chương nào kết thúc, chương nào đào sâu nhiều hơn hết. Đường hướng của nhà biên khảo lần lần rõ nét trong phần tổng quan này, vì tác phẩm không chỉ là toàn là tài liệu gom góp. Chính phần ý hướng này đưa tác giả vào ý thức có hạn chế dành cho công trình của mình. Tác giả Nguyễn Vy Khanh đã hoàn tất công trình qua ba động cơ như đã trình bày ở trên, phần gần cuối của Quyển Thượng biểu hiện động cơ thứ ba: muốn tác phẩm này là một tài liệu tham khảo cần thiết về mọi khía cạnh làm nên Văn học Miền Nam, gồm có đủ mọi ngành có liên hệ đã hình thành một nền Văn học phong phú do nằm lọt vào thời kỳ xảy ra cuộc chiến tranh lớn giữa hai ý thức hệ. Kiểm điểm mới thấy rằng ngoài bộ sách này, không còn thấy ở cuốn sách nào đầy đủ những liệt kê mọi yếu tố thuộc về văn học (đôi khi ngoài văn học nhưng có liên hệ nào đó). Trong hai động cơ (đã trình bày như trên) thúc đẩy Nguyễn Vy

Khanh thực hiện bộ sách, ta đã thấy rồi những ghi chú chính xác về thời gian lịch sử, những trích dẫn đầy đủ cần thiết do công phu đọc sách đọc báo; những xuất xứ rõ ràng đoạn văn hay đoạn thơ hay ở tài liệu nào… Không những liệt kê thứ tự mà tác giả Nguyễn Vy Khanh còn giới thiệu cho ta biết qua. Chẳng hạn nhật báo hay tuần san hay tạp chí có khuynh hướng ra sao, ngày tháng nào có mặt và ngày tháng nào đình bản với những lý do. Hoặc báo của những người chủ trương có khi bí ẩn giấu tông tích; hoặc cuốn sách viết những điều gì, nghĩa là không chỉ nhắc đến nhan đề. Các tác giả, dù không nổi tiếng lắm, cũng không phải chỉ ghi lại cái tên, mà còn đôi dòng giới thiệu. Rồi còn liệt kê Văn Chương Xám, tức những sách báo chỉ lưu hành không kiểm duyệt, hoặc chỉ in ronéo là phương tiện in ấn thủ công khá phổ biến trong thời Văn Học Miền Nam không có những phương tiện tối tân điện tử như bây giờ. Quen nghề xếp đặt thứ tự, quen nghề kê khai công phu, quen nghề lưu trữ những tài liệu cổ xưa hiếm quý… Cộng với ước mong gìn giữ di sản Văn Học Miền Nam mà ông nói văn chương của nó đã ở lại với tâm hồn ông từ thời còn ở bậc Trung Học… từ đó Nguyễn Vy Khanh quyết định tổng-liệt-kê mà ta nghĩ chưa có sách biên khảo Văn Học Miền Nam nào đã từng thực hiện đầy đủ công phu sưu tầm hơn. Xen kẽ với những đoạn nhận định hay viết phụ lục, hoặc viết Sơ Kết, ta thấy có những phần Liệt Kê sau đây. Chương 6: Liệt kê về Dịch Thuật và Văn học Nước Ngoài: Nguyễn Vy Khanh đã liệt kê kèm những lời nhân định về văn học mỗi nước và đặc điểm mỗi dịch giả. Như dịch thuật Văn Học Pháp, Văn Học Anh, Văn học Hoa Kỳ, Văn học Đức, Văn Học Nga, Văn Học Nhật Bản, Văn Học Ấn Độ, Văn chương Trung Hoa, và Văn chương Thức Tỉnh gồm các tác giả Solzhenitsyn, Milovan Dijlas, Koestler, Kafka. Dịch giả gồm 19 vị, với những lời giới thiệu khá chi tiết. Ngoài ra có 4 nhà xuất bản chuyên về sách dịch (từ trang 461 đến 484). Chương 7 Liệt kê về Báo chí Miền Nam: Tác giả Nguyễn Vy Khanh liệt kê có đến 95 tờ báo định kỳ gồm tạp chí, tuần san, nguyệt san, đặc san… Tác giả giới thiệu các báo văn chương với rất nhiều hiểu biết, kèm theo những nhận đinh khá tường tận các chủ nhiệm chủ bút của các Tạp chí Văn Học ấy. Những Tạp chí Văn Học sau đây được ông viết nhận định gồm một hai trang: *Sáng Tạo, Hiện Đại, Thế Kỷ 20, Văn Nghệ, Vui Sống, Bách Khoa, Văn Hóa Á Châu, Đại Học, Nghiên Cứu Văn Học, Văn Học, Văn, Nghệ Thuật, Vấn Đề, Thời Tập, Khai Phá, Ý Thức, Thế Đứng, Tin Sách, Hành Trình, Trình Bầy, Đất Nước, Thái Độ, Đối Diện, Lập Trường, Hải Triều Âm, Tư Tưởng, Giữ Thơm Quê*

Mẹ (từ trang 485 đến trang 554)… Ông liệt kê đến 60 tờ Nhật báo. Cũng trong chương 7 này, ông liệt kê 48 nhà xuất bản sách (từ trang 573 đến 589). Chương 8: Đặc biệt liệt kê Biên-Niên Lịch Sử và Văn Học. Phần này chưa từng thấy ở đâu trong các sách biên khảo Văn Học, họa hoằn mới có thể hiện hữu trong các sách về Lịch sử đất nước. Chương 8 liệt kê gần như tất cả sự kiện xảy ra từ 1954 đến 1976, từ sự kiện lịch sử, chính trị, quân sự, đến sinh hoạt báo chí, sinh hoạt văn chương (từ trang 593 đến 634).

4/ Ý hướng thống nhất nhân tâm và ý thức hạn chế của bộ sách biên khảo: Nhà biên khảo Nguyễn Vy Khanh thực hiện một công trình lớn, đầu tư rất nhiều thời gian tìm tòi, đúc kết, lao tâm tổng hợp, sau đó tự ý thức có sự hạn chế mà vẫn cứ tiến hành. Xuất bản một cuốn sách dầy đến 1530 trang trong hoàn cảnh nơi hải ngoại không có độc giả nhiều, số người lớn tuổi hiểu biết Văn học Miền Nam ngày càng hao hụt; tuổi trẻ nơi hải ngoại chỉ có một số ít lưu tâm, lại thêm ở thời kỳ phương tiện điện tử dần dần thay thế sách báo in ấn. Vậy tác giả Nguyễn Vy Khanh có mong ngóng sách của mình sẽ được phổ biến ở trong nước? Nếu có điều mong ngóng ấy thì chắc là mong ngóng trong tương lai. Từ 1975 đến 1990, trong 15 năm dưới chế độ mới, có ai tiên đoán một số sách của vài tác giả thuộc Văn Học Miền Nam lại được tái bản; nhạc vàng không còn bị cấm đoán; người về nước không còn nhiều phiền phức trình báo chính quyền… Có thể có mong ngóng ở tương lai, vì trong bài "Phụ Lục 1" từ trang 640, tác giả liệt kê vài dáng vẻ như sau: "… *các tác phẩm của các tác giả thuộc Tự Lực Văn Đoàn và tiền chiến được in lại lần đầu trong tuyển tập "Văn xuôi Lãng Mạn Việt Nam"… sau đó có bộ "Văn Chương Tự Lực Văn Đoàn"… một số giáo sư, nhà văn của chế độ Việt Nam Cộng Hòa được tham khảo, lên tiếng hoặc nghiên cứu công khai trở lại… sách dịch của các nhà văn sống thời Việt Nam Cộng Hòa từng bị cấm, nay được tìm kiếm để in lại… nhiều nhà văn hải ngoại đã in sách ở trong nước… mảng văn chương thuần túy, vị-nghệ-thuật đã có nhiều giao lưu, hợp tác… Những từ Ngụy, Mỹ Ngụy, bù nhìn, thực-dân-mới dần mất trong diễn văn chính thức… thế thời có thế nào thì văn học vẫn là hy vọng…*". Tuy vậy vẫn chỉ là mong ngóng trong tương lai thôi, còn bây giờ thì chính tác giả cũng vạch ra một ranh giới ý thức hệ, hoàn toàn đứng về phía Văn Học Miền Nam từ 1954 đến 1975, đầu tư sự hiểu biết cho Văn học Miền Nam khiến ông đã hoàn thành được bộ sách đồ sộ, vậy kỳ vọng "thống nhất nhân tâm và địa lý" (như nhận định của ông Mai Anh Tuấn, ở trang 1520) cũng phải bị hạn chế. Ý nguyện "thống nhất nhân tâm" đối với những phức tạp trong Văn học Miền Nam mà thôi. Từng đọc qua vài bộ sách biên khảo về Văn học Miền Nam khác, người viết bài này nhận thấy không ở đâu (trong số các sách đã biết) có dồi dào tài liệu hơn về Tạp chí Hành Trình, tạp chí Trình Bầy, tạp chí Đối Diện, Tạp chí Đất Nước, Nhóm Tinh Việt Văn Đoàn (từ trang 536 đến trang 546). Trong khi đó, kiến thức về các Tạp chí Tư tưởng, Giữ Thơm Quê Mẹ, Hải Triều Âm, trong sách của Nguyễn Vy Khanh cũng cung cấp khá đầy đủ sự hiểu biết mà bấy lâu đôi người vẫn chỉ nhớ lờ mờ (từ trang 550 đến trang 552). Những phức hợp do phân biệt "chiếu trên chiếu dưới" trong văn học mà ông Nguyễn Vy Khanh muốn đừng mắc phải; có lắm trang nhận định cho "các người viết trẻ" thời Văn Học Miền Nam; cho các nhà văn ngoài trận mạc; cho các tạp chí văn chương ngoài Sài Gòn. Sự thật những đóng góp ấy không nhiều lắm. Chính tác giả Nguyễn Vy Khanh bỏ vào sách thật dồi dào tài liệu cùng với những tận tình nhận định cho các nhà văn thơ thuộc các tạp chí, thuộc các nhóm văn nghệ, phần lớn quy tụ ở Sài Gòn. Có một điều ta cũng thắc mắc tại sao Văn Học Miền Nam thời Đệ Nhị Cộng Hòa, kể từ 1964 đến 1975, tức là thời chiến tranh ác liệt, mà văn chương phản ánh lại ít được nhắc nhở hơn nền Văn Học Miền Nam từ 1954 đến 1963. Tác giả như muốn không bỏ sót một ai trong những thơ văn đóng góp vào Văn Học Miền Nam, do đó ông sưu tầm liệt kê tất cả 16 Tuyển Tập Thơ văn 1954-1975 (từ trang 456 đến trang 458), nhờ vậy mà nay chỉ đọc đến nhan đề tuyển tập thì ta muốn tìm đến để thưởng thức, chẳng hạn tuyển tập "Những Truyện Ngắn Hay Nhất Của Quê Hương Chúng Ta" (xb 1974); như "Ba Miền Mười Khuôn mặt" (xb 1966); hoặc "Hai Mươi Nhà Văn, Hai Mươi Truyện Ngắn" (xb. năm 1962). Nhà biên khảo Nguyễn Vy Khanh có lòng nhắc nhở hết tất cả các giải thưởng văn chương thời Văn học miền Nam 1954-1975 (từ trang 635 đến 638). Nhà biên khảo còn thêm một điều nhắn gửi cho đời đừng quá thành kiến, đừng có theo thói thường *"chạy theo hơi hướm của những người đã từng nổi danh một thời... không mở tầm thưởng thức nghệ thuật rộng ra..."* (trang 70). Những điều trên là ý hướng thống nhất nhân tâm cho một nền văn học nay chỉ còn là di sản. Trong khi đó, với lập trường tận tình cho Văn Học Miền Nam, nên ý-thức sự hạn-chế dành cho bộ sách biên khảo này thuộc về chính trị thì ông biết dĩ nhiên là như vậy.

City of Walnut, California, tháng 12 năm 2016

Tham-khảo

Chúng tôi đã tham khảo phần lớn các biên-khảo, nghiên cứu, bút ký, hồi-ký liên quan đến văn-học miền Nam cùng các tác-giả, các tác-phẩm và báo-chí xuất-bản vào giai đoạn nầy, xuất-bản và tái-bản trước năm 1975, sau 1975 ở hải-ngoại và tham khảo ở các thư viện quốc-gia, đại học và cộng đồng ở Pháp, Hoa-Kỳ và Canada. Các trích dẫn tác phẩm, chúng tôi dựa theo bản in lần đầu; khi dẫn sách tái bản sau 1975 hoặc ở hải ngoại, chúng tôi đều ghi chú địa-chỉ thư-tịch.

Phàm lệ

Chúng tôi viết Hoa tựa đề các tác-phẩm đã xuất-bản và in nghiêng (italic), trong khi tựa-đề các truyện và thơ viết Hoa nhưng không in nghiêng, và cả 2 trường hợp đều không ghi trong dấu "."; còn tựa-đề các bài báo, phê-bình, biên-khảo đăng báo, chúng tôi chỉ viết Hoa chữ đầu, và viết trong dấu ngoặc kép "...".

Tập sách không thể nặng nề chi tiết, do đó, về địa chỉ thư tịch, chúng tôi ghi trước tên nhà xuất-bản lần đầu xuất hiện trong tập, hoặc chỉ lập lại khi cần thiết, thí dụ: Westminster CA: Văn Nghệ; hoặc tên NXB trùng hợp hoặc đổi địa chỉ như nhà Người Việt (Des Moines, Iowa và Westminster CA), Xuân Thu (TX và Los Alamitos CA), Đại Nam (TX và Glendale CA), v.v. Và để đơn giản, chúng tôi thường ghi thêm tên NXB và năm xuất-bản ngay sau tựa tác-phẩm thay vì đưa xuống phần chú thích. Đối với các tác-phẩm đối tượng của nghiên cứu, chúng tôi lược bỏ địa danh Sài-Gòn trước tên nhà xuất-bản vì đã ngầm hiểu như vậy, còn với các nhà xuất-bản ở các địa phương khác, chúng tôi vẫn ghi lại đầy đủ. Cùng nguyên tắc giản lược đối với tên thật và năm sinh của các tác-giả, ngoài các tiểu sử ở Quyển Hạ. Ngoài ra, một số các tạp-chí như *Bách Khoa* tên báo thay đổi (*Bách Khoa Thời Đại*), chúng tôi thống nhất ghi tựa *Bách Khoa* trong các chú thích, cũng như vì Sắc luật 007 đối với báo chí, phần lớn các tạp-chí phải đổi từ tạp-chí, tập san thành "giai phẩm" không còn đánh số tiếp nối và xuất bản định kỳ, chúng tôi không nhất thiết ghi thêm "giai phẩm" bên cạnh tựa báo.

Những chữ viết tắt

Bđd: Bài đã dẫn
b.m.: bộ mới
BS: bác-sĩ
B.T.: Bộ-trưởng
BV: Bắc Việt
CA: California, Hoa-Kỳ
CS: Cộng-sản
GS: giáo-sư
HCM: Hồ chí Minh
HK: Hoa-Kỳ
LM: linh-mục
LS: luật sư
MTGPMN: Mặt-trận Giải-phóng miền Nam
NXB: Nhà xuất-bản
PTVH: Phong Trào Văn Hóa (nhà xuất-bản)
QVKĐTVH: Phủ Quốc Vụ Khanh đặc trách Văn Hóa
Sđd: Sách đã dẫn
TẤQ: Thư Ấn Quán (South Bound Brook, New Jersey, Hoa-Kỳ)
TB; t.b: tái-bản
TGXB: Tác-giả (tự) xuất-bản
TpHCM: Thành phố HCM, danh xưng của Sài-Gòn sau 30-4-1975.
TQBT: Thư Quán Bản Thảo
Th.T.: Thủ-tướng
T. Th.: Tổng-thống
T. Tr.: Tổng-trưởng
Tr. T.: Trung-tướng
VC: Việt Cộng
VNCH: Việt-Nam Cộng-Hòa
X.: Xem, Xem thêm
x.b.: xuất-bản

Nguyễn Vy Khanh

Sinh ngày 5-3-1951 (28-1 Tân Mão), tại Vĩnh Phước, Quảng Trạch, Quảng-Bình. Cử nhân giáo-khoa Triết Tây (1973), Cao học Triết Tây (1975) đại-học Văn khoa Sài-Gòn, và tốt nghiệp thủ khoa ban Việt-Hán khoá 13 (1971-1974) đại học Sư phạm Sài Gòn. Sau khi tị nạn chính trị tại Canada, tốt nghiệp Cao-học Thư viện và Khoa học Thông tin (đại học Montréal, 1978). Hai nghề chính thức: giáo chức trước 1975, và chuyên viên thư viện ở Quốc hội và chính phủ Québec từ 1978 ở Quebec City và Montréal; ngoài ra chuyên nghiên cứu lịch-sử và nhân-văn liên hệ đến Việt Nam, với quan niệm: *"Kiến thức cũng như nghề nghiệp chính thức và nghiệp dư, sau nhiều thập niên hoạt động, cho chúng tôi tâm niệm và ý chí, trong khả năng khiêm tốn và khả thể, đi tìm sự thực và ghi lại cho các thế hệ sau, với hy vọng rằng chỉ có thống nhất nhân tâm và địa lý khi nào những khúc mắc và vấn nạn lịch sử đã được nhìn nhận và giải tỏa"*. Hiện sống hưu ở Toronto, Canada.

Tác-phẩm đã xuất-bản

1. Khung Cửa (thơ, in ronéo; Sài-Gòn, 1972)

2. Ngô Đình Diệm Và Nỗ Lực Hoà Bình Dang Dở (dịch-thuật, "Ngo Dinh Diem En 1963" của Nguyễn Văn Châu; Los Alamitos CA: Xuân Thu, 1989)

3. Lỗ Tấn Và Truyện Xưa Viết Lại (biên khảo và dịch-thuật; Xuân Thu, 1997)

4. Bốn Mươi Năm Văn Học Chiến Tranh 1957-1997 (Glendale CA: Đại Nam, 1997)

5. Văn Học Và Thời Gian (Westminster CA: Văn Nghệ, 2000)

6. Văn Học Việt Nam Thế Kỷ XX: Một Số Hiện Tượng Và Thể Loại (Glendale CA: Đại Nam, 2004).

7. 33 Nhà Văn Nhà Thơ Hải-Ngoại: tuyển tập nhận-định văn-học (ebook; Montréal: TGXB, 2008; tái-bản Toronto: Nguyễn Publishings, 2016).

8. Văn Học Miền Nam 1954-1975: nhận-định, biên-khảo và thư-tịch; 2 tập.(Toronto: Nguyễn Publishings, 2016; tb, Nguyễn Publishings, 2018; tb, San Jose CA: Nhân Ánh, 2019).

9. Trương Vĩnh Ký: Tinh-Hoa Nước Việt (Toronto: Nguyễn Publishings, 2018.

10. *44 Năm Văn Học Việt-Nam Hải Ngoại* (7 tập, thực hiện chung với Khánh Trường và Luân Hoán; San Jose CA: Mở Nguồn, 2019).

11. *Nhà Văn Việt Nam Hải-Ngoại: tuyển tập nhận-định văn-học* (San Jose CA: Nhân Ảnh, 2019).

Tham gia các tuyển tập

Văn-Học Nghệ-Thuật Liên Mạng (Tập 1, Garland TX: 1996; Tập 2, 1997);

Vietnam et Culture (Montréal: Communauté Vietnamienne de Montreal, 1998);

Nguyên Sa: Tác Giả và Tác Phẩm (Tập 2, Westminster CA: Đời, 1998);

Gom Lại Những Dòng Trăng (Tuyển tập thơ, nhiều tác giả; Garland TX: Văn Học Nghệ Thuật Liên Mạng, 1999).

Hiện Tượng Trương Vĩnh Ký (Liên Hội Ái Hữu Petrus Trương Vĩnh Ký Nam Bắc California & nhóm Petrus Ký.org, 2005).

Đi Tìm Nguyễn Huy Thiệp (TpHCM: Văn hóa Thông tin, 2001).

Luân Hoán, Một Đời Thơ (Los Angeles: Sông Thu, 2005).

Hồ Biểu Chánh, người mở đường cho tiểu thuyết hiện đại Việt Nam (TpHCM: Văn Nghệ, 2006; "Ngôn-ngữ của tiểu-thuyết Hồ Biểu-Chánh").

Kỷ Niệm về Nhà văn Doãn Quốc Sỹ (Houston TX: Văn Đàn Đồng Tâm, 2007)

Kỷ Niệm về Toàn Phong Nguyễn Xuân Vinh: từ chiến sĩ đến khoa học gia (Houston TX: Văn Đàn Đồng Tâm, 2008).

Thơ Từ Cõi Nhiễu Nhương (Tập 1: Plainfield, NJ: Thư Ấn Quán, 2010)

Giáo-sư Lê Hữu Mục và những cây bút thân hữu (Houston TX: Văn Đàn Đồng Tâm, 2010).

Hiếu Đệ Lão Ngoan Đồng: hoài niệm (Võ Đức Trung; Paris: Hương Cau, 2010)

An Khê Nguyễn Bính Thinh: hoài niệm (Võ Đức Trung; Paris: Hương Cau, 2013).

Minh-Đức Hoài-Trinh, Chính Khí Của Người Cầm Bút (San Jose CA: Nhân Ảnh, 2014).

Thơ Việt Đầu Thế Kỷ 21 (San Jose CA: Nhân Ảnh, 2018).

Liên lạc Tác giả
Nguyễn Vy Khanh
nguyenvykhanh@yahoo.com

Liên lạc Nhà xuất bản
Nhân Ảnh
han.le3359@gmail.com
(408) 722-5626